ఆధునిక భారతదేశ చరిత్ర

బిపన్ చంద్ర

PSBH

ప్రజాశక్తి బుక్‌హౌస్

ప్రజాశక్తి భవన్, అమరారెడ్డి కాలనీ, అరవిందా హైస్కూల్ వద్ద
తాడేపల్లి – 522 501. ఫోన్ : 0866 –2577533

ప్రచురణ సంఖ్య : 1678

ప్రథమ ముద్రణ : మార్చి, 2021

(ప్రజాశక్తి ప్రింటర్స్ అండ్ పబ్లిషర్స్ ప్రై.లి)

వెల : ₹ 500/-

ప్రతులకు

PSBH

ప్రజాశక్తి బుక్‌హౌస్

27-1-54, కారల్‌మార్క్స్ రోడ్, గవర్నర్‌పేట,

విజయవాడ -2, ఫోన్ : 0866 -2577533

బ్రాంచీలు

విజయనగరం, విశాఖపట్నం, కాకినాడ, ఏలూరు, విజయవాడ,

గుంటూరు, ఒంగోలు, నెల్లూరు, తిరుపతి, కర్నూలు, అనంతపురం

ముద్రణ

ప్రజాశక్తి డైలీ ప్రింటింగ్ ప్రెస్, విజయవాడ

website : www.psbh.in

prajasaktipublishinghouse@gmail.com

150509

విషయసూచిక

❄

మా మాట

ప్రసిద్ధ చరిత్రకారుడు బిపన్‌చంద్ర ఆధునిక భారతదేశ చరిత్రపై రాసిన ప్రామాణిక గ్రంథాన్ని తెలుగు పాఠకులకు అందించేందుకు సంతోషిస్తున్నాం. లోగడ భారత స్వాతంత్ర్య పోరాట చరిత్రతో సహా ఆయన ఇతర చరిత్రకారులు రచించిన అనేక విలువైన పుస్తకాలను తెలుగులో తీసుకొచ్చిన సంగతి మీకు తెలుసు. ప్రస్తుత పుస్తకం సంక్షిప్త పాఠం గతంలో మరో ప్రచురణగా వెలువడినప్పటికీ ఇది ఆయనే సవరించి విస్తరించిన సమగ్ర రూపం. తెలుగులో రావడం ఇదే ప్రథమం. 2009లో తొలిసారి ముద్రితమైన ఈ పుస్తకం స్వల్పకాలంలోనే ఇంగ్లీషులో మూడు ముద్రణలు పొందడం దాని ప్రాధాన్యతకు ఒక ఉదాహరణ మాత్రమే.

వివిధ తరగతుల పాఠకులకు ఉపయోగకరమైన పలు చరిత్ర గ్రంథాలు ప్రజాశక్తి బుక్‌హౌస్ లోగడ తెలుగులో అందించిన సంగతి మీకు తెలుసు. వీటికి లభిస్తున్న ఆదరణ కూడా చాలా ఉత్సాహకరంగా ఉంది. ఈ ప్రేరణతో మరిన్ని ప్రామాణిక గ్రంథాలు తీసుకురావడానికి కృషి కొనసాగించగలమని మనవి చేస్తున్నాం. ఈ పుస్తక ప్రచురణకు అవకాశమిచ్చిన బిపన్‌చంద్రకు, ఆదరిస్తున్న పాఠకులకు కృతజ్ఞతలు.

– ప్రజాశక్తి బుక్‌హౌస్

ఉపోద్ఘాతం

ఈ పుస్తకం బ్రిటిష్ ఇండియాగా చెప్పబడే కాలానికి సంబంధించిన స్థూల చిత్రాన్ని అందిస్తుంది. భారతదేశంలో జాతీయవాదం, వలసవాదాలపై నా స్వీయ పరిశోధనలు, ఈ రంగంపై వెలువడిన అనేక విజ్ఞానదాయకమైన గ్రంథాలు కూడా ఇందుకు ఆధారంగా తీసుకున్నాను.

పాత సామ్రాజ్యవాద జాతీయవాద చరిత్ర కథనాలను సవాలు చేయడం, పునరుల్లేఖించడంతో పాటు ఈ పుస్తకం చరిత్ర రాజకీయ కథన శైలికి పరిమితం కాకుండా వివిధ పార్శ్వాల మధ్య అంతస్సంబంధాన్ని నొక్కి చెబుతుంది. చరిత్ర, రాజకీయాలు, అర్థశాస్త్రం, సామాజిక శాస్త్రం తదితర సంబంధిత రంగాల పరస్పర ప్రభావాన్ని చూపిస్తుంది. విశాల సామాజిక శక్తులు, సంస్థలు, వ్యక్తుల పాత్రను అధ్యయనం చేసేందుకు ప్రయత్నిస్తుంది. కొన్ని ఘటనలు జరగడానికి కారణమేమిటని పరిశీలిస్తుంది. అలాంటి పరిణామాల పర్యవసానాలను ఒక చారిత్రక చట్రంలో విశ్లేషిస్తుంది.

భారతదేశం తొలుత తూర్పు ఇండియా కంపెనీకి, ఆపైన బ్రిటిష్ సామ్రాజ్యాధిపత్యానికి భారతదేశం లోబడిపోవడానికి కారణాలేమిటో వివరించేందు కోసం ఈ పుస్తకం 18వ శతాబ్దపు భారతదేశ సామాజిక ఆర్థిక రాజకీయ పరిస్థితులను పరిశీలిస్తుంది. బ్రిటిష్ పాలన కారణంగా భారతదేశ రాజకీయ పరిపాలనా ఆర్థిక రంగాలపై పడిన ప్రభావాన్ని సవివరంగా పేర్కొంటుంది. వాణిజ్యం, పెట్టుబడుల ద్వారా భారతదేశాన్ని ఆర్థికంగా దోచుకోవడమే బ్రిటిష్ పాలన మూల సూత్రం. బ్రిటిష్ ఇండియా విదేశాంగ విధానాలు, నేపాల్, ఆఫ్ఘనిస్తాన్‌లపై దాడి వంటివి గాని, బర్మా ఆక్రమణ గాని ఈ పుస్తకంలో ప్రస్తావించబడ్డాయి. దేశవ్యాపితంగా సాగిన వివిధ గిరిజన రైతు ఉద్యమాలపై కూడా చర్చ వుంది. సంప్రదాయ పద్ధతిలోనే ఆ పోరాటాలు మొదలైనాయి. తర్వాత దేశ వ్యాపితమైన కీలక రైతు గిరిజన తిరుగుబాట్ల

రూపం తీసుకున్నాయి. 1857 తిరుగుబాటుతో పరాకాష్టకు చేరాయి. ఆ తర్వాత కూడా రైతు గిరిజన వెల్లువలు కొనసాగాయి. బ్రిటిష్ పాలనకు వ్యతిరేకంగా సాగిన వివిధ ధోరణుల నిరసనలను పరస్పరం పోల్చి చూసే ప్రయత్నం కూడా జరిగింది. ఉపఖండంలో బ్రిటిష్ పాలన ప్రభావం గురించి పాఠకుడు స్వంతంగా ఒక అభిప్రాయానికి రావడానికి ఇవి దోహదపడగలవు.

బ్రిటిష్ పాలన ప్రారంభం, నిలదొక్కుకోవడం పట్ల భారత ప్రజలు ఎలా స్పందించారో కూడా నేను పరిశీలించాను. 18వ శతాబ్ది నాటికి భారతీయ సమాజం సంస్కృతి క్షీణ దశకు చేరాయన్న వాస్తవాన్ని గుర్తించడం వల్లనే భారతీయులు 19వ శతాబ్దంలో అనేక సామాజిక మత సంస్కరణ ఉద్యమాలు చేపట్టారు. 19వ శతాబ్దిలో కానవచ్చిన జాగృతి పాశ్చాత్యుల సాంకేతిక పరిజ్ఞానం, ముద్రణా యంత్రాలు వంటివి ఉపయోగించుకుని బ్రిటిష్ వారి దోపిడీపై పోరాడటమే కాదు భారతీయులకు సంబంధించిన అంశాలను ప్రపంచ ప్రమాణాలలో స్వీకరించడం కూడా జరిగింది.

చివరి అయిదు అధ్యాయాలు భారతదేశంలో జాతీయోద్యమ పెరుగుదలను, దేశ స్వాతంత్ర్య సాధన కోసం భారత జాతీయ కాంగ్రెస్ ఏర్పాటును పరిశీలిస్తాయి. జాతీయోద్యమంలో మితవాదులు, తీవ్రవాదులు, విప్లవకారులు వగైరా భిన్న స్రవంతుల ఆవిర్భావాలపై కూడా సాకల్యంగా పరిశీలన జరుగుతుంది. మహాత్మాగాంధీ నాయకత్వంలో భారత జాతీయోద్యమం ప్రజా ఉద్యమదశగా మారిన క్రమం కూడా చాలా విస్తృతంగా ప్రస్తావించబడింది. అదే సమయంలో జవహర్‌లాల్ నెహ్రూ, సుభాష్ చంద్రబోస్, జయప్రకాశ్ నారాయణ్ వంటి వారు ప్రాతినిధ్యం వహించిన దృక్పథాలను కూడా విస్మరించలేదు. జాతీయోద్యమంలో కీలక పాత్రధారులైన కొందరు వ్యక్తులను గురించి వివరమైన చర్చ చేయడం ద్వారా వారు భారతదేశ స్వాతంత్ర్యానికి కలిగించిన దోహదాన్ని తెలియజేసే ప్రయత్నం కూడా జరిగింది. మతతత్వ శక్తుల పెరుగుదల సంఘటితపడడం, వారి పట్ల జాతీయోద్యమ ప్రతికూలతలను సృజనాత్మక పద్ధతిలో చూపించడం గమనించవచ్చు. ఇందులో ఒకటి భారతదేశ స్వాతంత్ర్యానికి దోహదం చేస్తే, మరొకటి ఎలా ప్రతిబంధకంగా పరిణమించిందో కూడా తెలుసుకోవడానికి వీలవుతుంది.

- బిపన్ చంద్ర

మార్చి, 2009

మొదటి అధ్యాయం

మొగల్ సామ్రాజ్య పతనం

మొగల్ సామ్రాజ్యం దాదాపు రెండు శతాబ్దాల పాటు తన సాటి సామ్రాజ్యశక్తుల్లో మేటిగా, కన్నుకుట్టుగా వెలిగి, పద్దెనిమిదవ శతాబ్ది ప్రథమార్థంలో పతనమై విచ్ఛిన్నమైపోయింది. మొగల్ చక్రవర్తులు అధికారాన్ని, ఖ్యాతినీ చేజార్చుకున్నారు. ఒకనాటి మహా సామ్రాజ్యం ఢిల్లీ నగరం చుట్టూ కొద్ది చదరపు మైళ్ళ విస్తీర్ణానికి కుంచించుకుపోయింది. చివరకు, 1803లో బ్రిటిష్ సైన్యం ఢిల్లీనే ఆక్రమించింది. అంతటి మొగల్ సామ్రాజ్యాధీశుడు ఒక విదేశీ శక్తి పింఛనుదారుగా మిగిలిపోయాడు. ఆ మహా సామ్రాజ్య పతన గాథను అధ్యయన దృష్టితో పరిశీలిస్తే ఎంతో తెలుస్తుంది. భారతదేశాన్ని, ఇంగ్లీషు ఈస్ట్ ఇండియా కంపెనీ లొంగదీసుకోవడానికి కారణభూతమైన మధ్య యుగాల భారత సామాజిక, ఆర్థిక, రాజకీయ చట్రంలో స్థిరపడి ఉన్న లోపాలు, బలహీనతలు ఈ అధ్యయనంలో బయటపడతాయి.

సుదీర్ఘంగా సాగిన ఔరంగజేబు ప్రచండ పాలనలో సామ్రాజ్య ఐక్యత, సుస్థిరత సన్నగిల్లాయి. అయినా, అతడు ఎన్నో హానికర విధానాలు అనుసరించినా, 1707లో అతడు మరణించేనాటికి మొగల్ పాలనా యంత్రాంగం సమర్థంగానే ఉందని చెప్పాలి. అలాగే సైన్యం కూడా పటిష్టంగానే ఉంది. మొగలాయి పాలన పట్ల దేశంలో గౌరవాభిమానాలు మిగిలే ఉన్నాయి.

ఔరంగజేబు మరణానంతరం ఆయన కుమారులు ముగ్గురి మధ్య సింహాసన యుద్ధం మొదలైంది. అప్పటికి 65 ఏళ్ళ వయస్సు ఉన్న బహదూర్‌షా ఆ పోరులో విజేత కాగలిగాడు. బహుదూర్‌షా జ్ఞానం ఉన్నవాడు, హుందాగా ఉండేవాడు. సమర్థుడు కూడా. అతడు పట్టువిడుపు ధోరణిలో సాగిపోతూ, తన తండ్రి ఔరంగజేబు ప్రవేశపెట్టిన సంకుచిత విధానాల్నీ, తీసుకున్న చర్యల్నీ క్రమంగా ఉపసంహరిస్తూ వచ్చాడు. హిందూ రాజుల పట్ల తన కొలువులో ఉన్న హైందవ ముఖ్యుల పట్ల

సహనం ప్రదర్శించాడు. ఆయన కాలంలో ఆలయాల విధ్వంసాలు జరగలేదు. పాలన అందుకున్న తొలి దశలో అంబర్, మార్వాడ్ (జోధ్‌పూర్) సంస్థానాలపై పట్టు మరింత బిగించే ప్రయత్నం చేశాడు. అంబర్ సంస్థానాధీశుడు జైసింగ్‌ను తప్పించి అతడి స్థానంలో అతని తమ్ముడు విజయ్‌సింగ్‌ను గద్దె నెక్కించడానికీ, మార్వాడ్ సంస్థానాధీశుడు అజిత్ సింగ్ తనకు విధేయంగా ఉండేలా ఒత్తిడి చేయడానికి ప్రయత్నించాడు. అలాగే ఆ రెండు సంస్థానాల్లో మొగల్ సైనిక దళాల్ని మోహరించే ప్రయత్నమూ చేశాడు బహదూర్‌షా. కాని, ఈ ప్రయత్నాల్ని సంస్థానాధీశులు తీవ్రంగా ప్రతిఘటించారు. తత్ఫలితంగానే కాబోలు తన చర్యలు సరియైనవి కావని గ్రహించాడు బహదూర్‌షా. ఆ సంస్థానాధీశులపట్ల మరీ ఉదారంగా వ్యవహరించకపోయినా, ఇరువురితో ఒడంబడికలు చేసుకున్నాడు. రాజా జైసింగ్‌కీ, రాజా అజిత్‌సింగ్‌కీ వారి సంస్థానాల మీద అధికారం తిరిగి వారికి అప్పగించినా, వారు కోరినట్లు కీలక పరగణాలైన మాల్వా, గుజరాత్‌లలో విశేషాధికారాలు ఉండే మున్సబు, సుబేదార్ వంటి పెత్తందారీ పదవుల్ని దత్తం చేయడానికి మాత్రం బహదూర్ షా అంగీకరించలేదు. మరాఠా ప్రభువులైన సర్దార్‌ల పట్ల కూడా అర్ధమనస్కంగానే మిత్రత్వ పంథానే అనుసరించాడు!

దక్కను మీద సర్‌దేశ్‌ముఖీ, చౌత్ ఆధిపత్యాన్ని అనుగ్రహిస్తూనే వారికి సంపూర్ణాధికారం ఇవ్వలేదు, వారిని ఎన్నడూ పూర్తిగా సంతోషంగా ఉండనివ్వనూ లేదు. సాహూను సిసలైన మరాఠా ప్రభువుగా ఎన్నడూ గుర్తించలేదు. ఇంకా ఆ పైన మరాఠా రాజ్యాధిపత్యం కోసం తారాబాయి, సాహూ నిరంతరం కలహించుకునే వాతావరణాన్ని పెంచి పోషిస్తూ వచ్చాడు. బహదూర్‌షా అనుసరించిన విధానంవల్ల సాహూ, మరాఠా ప్రాంతీయ పాలకులు నిరంతరం అసహనంతో రగిలిపోతూ ఉండేవారు. ఫలితంగా దక్కను ప్రాంతం యావత్తూ అవ్యవస్థ తాండవించింది. మరాఠా పాలకులు ఒకవైపు తమలో తాము సంఘర్షించుకుంటూ మరోవైపు మొగలాయి పాలనపైనా కత్తులు దూసేవారు.

కాని, అటు తిరగబడుతున్న సిక్కుల్ని ప్రసన్నం చేసుకోవడానికి గురుగోవింద్ సింగ్‌తో రాజీ కుదుర్చుకుంటూనే, ఆయనకు ఉన్నతమైన 'మన్సబ్' హోదా కూడా ఇచ్చాడు బహదూర్‌షా. గురుగోవింద్ సింగ్ నిర్యాణం తర్వాత దృశ్యం మారిపోయింది. పంజాబ్‌లో సిక్కులు మళ్ళీ తిరుగుబాటు బావుటా ఎగరేశారు. బందాబహదూర్ ఈ తిరుగుబాటుకు నాయకత్వం వహించాడు. ఇక లాభం లేదనుకుని చక్రవర్తి తీవ్ర చర్యలకు ఉపక్రమించాడు. తిరుగుబాటు అణచివేతకు స్వయంగా సారధ్యం వహించాడు. స్వల్ప కాలంలోనే సట్లజ్, యమునా నదుల మధ్య విస్తరించి ఇంచుమించు

ఢిల్లీ వరకు గల భూభాగాన్ని అదుపులోకి తెచ్చుకోగలిగాడు. హిమాలయ పర్వత పాదపీఠంలో అంబాలాకి ఈశాన్య ప్రాంతంలో గురుగోవిందసింగ్ నిర్మించిన లోహగడ్ కోటనూ, ఇంకా మరికొన్ని కంచుకోటల్లాంటి సిక్కు స్థావరాల్నీ వశపరుచుకోగలిగినా, బహదూర్‌షా సిక్కుల్ని పూర్తిగా అణచివేయలేకపోయాడు. చివరకు 1712లో సిక్కులు లోహగడ్‌ని మళ్ళీ చేజిక్కించుకున్నారు.

తనకు విధేయుడుగా ఉన్న బందేలా పాలకుడు చటర్‌సావ్‌తోను, జాట్‌లకు స్థానికాధిపతీ, గతంలో బింద్ బహదూర్‌తో పోరులో తనకు కలిసి వచ్చిన చురామన్‌తోను బహదూర్ షా చెలిమి చేశాడు.

ఔరంగజేబు తర్వాత అధికారం అందుకున్న బహదూర్‌షా హయాంలో పాలనా వ్యవస్థ మరింత క్షీణించింది. విచక్షణా రహితంగా జాగీర్లు రాసివ్వడంవల్ల, ఉన్నత పదవులు మంజూరు చేయడంవల్ల ప్రభుత్వ ఆర్థిక పరిస్థితి కుప్పకూలిపోయింది. 1707 నాటికి 13 కోట్ల రూపాయల స్థాయిలో ఉన్న ఖజానా బహదూర్‌షా హయాంలో ఖాళీ అయిపోయింది.

నాలుగు వైపుల నుంచి చుట్టుముడుతున్న సమస్యల వలయం నుంచి తన సామ్రాజ్యాన్ని గట్టెక్కించడానికి బహదూర్‌షా సతమతమయ్యాడు. మరికొద్ది కాలం గడిస్తే, బహుశా సామ్రాజ్యానికి ఆర్థికంగా మళ్ళీ దశ తిరిగి ఉండేదేమో! కాని, దురదృష్టవశాన 1712లో బహదూర్‌షా మరణించడంతో దేశంలో మళ్ళీ అంతర్యుద్ధం తలెత్తింది.

మొత్తం మీద మొగల్ రాజకీయాల్లో ఆధిపత్య పోరాటాలలో, అంతకుముందు లేని ఓ వికృత ధోరణి ప్రవేశించింది. అంతవరకు అధికారపీఠం హస్తగతం చేసుకోవడానికి పోరాటాలూ పోటీలూ రాజవంశీకుల మధ్యనే జరిగేవి. దర్బారు ప్రముఖులు, సింహాసనం కోసం పోటీపడే వారిలో ఎవరో ఒకరి పక్షం వహించి తంత్రాంగం నడిపించేవారు. ఆ తరహా పక్కకు తొలగి దర్బారు ప్రముఖులకే సింహాసనకాంక్ష ఆవహించి రాజవంశీకుల్నే పావులుగా వాడుకుని అధికార పీఠాలకు ఎగబాకే పోకడ మొదలైంది. కాని, బహదూర్ షా మరణానంతరం తలఎత్తిన అంతర్యుద్ధంలో మాత్రం బహదూర్ షా కుమారులలో బలహీనుడైన జహందర్‌షా విజయుడు కాగలిగాడు. దీనికి కారణం దర్బారు ప్రముఖుల్లో మహా శక్తివంతుడుగా ఉన్న రాజవంశీకుడు జుల్ఫికర్ ఖాన్ అతడికి అండగా నిలబడి తంత్రాంగం నడిపించడమే!

జహందర్‌షా బలహీనుడు మాత్రమే కాదు, భోగలాలసుడు. ఉన్నతమైన మర్యాదలు తెలిసినవాడు కాదు. సింహాసనాధీశుడికి ఉండవలసిన ఠీవి, స్థాయి లేవు.

ఆయన హయాంలో పాలనా వ్యవస్థ పూర్తిగా, సర్వసమర్థుడూ శక్తిమంతుడూ అయిన జుల్ఫికర్ ఖాన్ చేతుల్లోనే ఉండేది. ఆయనే మహామంత్రిగా ఉండేవారు. రాజపుత్ర పాలకులతో మరాఠా సర్దార్‌లతోను మైత్రీ సంబంధాలు నెలకొల్పుకోవాలనీ హిందూ పాలకవర్గ ప్రముఖులతో ఇచ్చిపుచ్చుకునే ధోరణిలోనే వ్యవహరించాలనీ మంత్రి జుల్ఫికర్‌ఖాన్ భావించాడు. ఇటు రాజాస్థానంలో తన స్థానాన్ని పదిలపరచుకోవడానికీ అటు మొత్తం మీద సామ్రాజ్య పరిరక్షణకూ అటువంటి రాజనీతిని పాటించాలని ఆయన విశ్వసించాడు. అందువల్ల అంతవరకు ఔరంగజేబునే అనుసరిస్తూ వచ్చిన విధానాన్ని వెంటనే పక్కనపెట్టి తనదైన తరహా ప్రవేశపెట్టాడు. జనం నిరసించిన జిజియా పన్ను విధానాన్ని రద్దుచేశాడు. ఇంకా... అంబర్ సంస్థానాధీశుడు జైసింగ్‌కి 'మీర్జారాజా సవాయ్' అనే బిరుదు ప్రదానం చేసి మల్వా గవర్నర్‌గా నియమించాడు. అలాగే మార్వాడ్ సంస్థానాధీశుడు అజిత్ సింగ్‌కి 'మహారాజ' బిరుదు ప్రసాదించి, గుజరాత్ గవర్నర్‌గా నియమించాడు. అంతేకాదు, దక్కన్‌లో తన ప్రతినిధిగా వ్యవహరిస్తూ ఉన్న దావూద్‌ఖాన్ పన్నీ అంతకుముందు 1711లో మరాఠా పాలకుడు సాహూతో కుదిర్చిన ఒడంబడికను జుల్ఫికర్ ఖాన్ ఖరారుచేశాడు. ఈ ఒడంబడిక ప్రకారం ఆ మరాఠా పాలకుడికి చౌత్, సర్‌దేశ్‌ముఖీ అధికారులు దఖలు పడ్డాయి. అయితే ఆ అధికారాలను పురస్కరించుకుని కప్పాలు మొదలైనవి వసూలు చేసే మొగలాయిలైన అధికారుల చేతుల్లోనే ఉంటుంది. వారే ఆ వసూళ్ళను మరాఠా అధికారులకు అందజేయాలన్నది ఆ ఒడంబడికలో షరతు. అలాగే చురామన్ జాట్‌తోను ఛటర్‌సాల్ బుందేలాతోను అదేవిధమైన ఒడంబడికలు కుదర్చుకున్నాడు జుల్ఫికర్ ఖాన్. బాందా, సిక్కు సంస్థానాధీశుల పట్ల మాత్రం అంతకుముందు వరకు అనుసరిస్తూ వచ్చిన కఠిన దమన విధానాన్నే కొనసాగించాడు.

విచక్షణారహితంగా జాగీర్ల మంజూరీ, పదవీ పీఠాలకు నియామకాలూ నియంత్రించి ఆ రూపేణా ప్రభుత్వ ఆర్థిక పరిస్థితిని పరిపుష్టం చేయడానికి జుల్ఫికర్ ఖాన్ ప్రయత్నించాడు. కింది స్థాయి పాలనాధికారులైన మున్సబ్‌దార్లు తమ అధికారిక భద్రతా సిబ్బందిని తామే పోషించుకోవాలన్నాడు. రైతుల వద్ద నుంచి రెవిన్యూ వసూళ్ళకు సంబంధించి 'ఇజారా' అనే ఓ కొత్త పద్ధతి ప్రవేశపెట్టి గ్రామీణ ప్రాంతాల్లో దుర్నీతికి తెరలేపాడు. అంతవరకు రాజా తోడర్‌మల్ ప్రవేశపెట్టిన విస్తీర్ణాన్ని బట్టి పన్ను వసూలు చేసే పద్ధతిని పక్కనపెట్టించి ఓ కొత్త పద్ధతిని ప్రవేశపెట్టాడు. దీని ప్రకారం ప్రభుత్వం కొందరు రైతు కాంట్రాక్టర్లను (గుత్తేదార్లను) ఎంచుకుంటుంది. వాళ్ళు ఎంత పన్ను ఏ మాత్రం సర్కారుకు జమ కట్టాలో సర్కారే నిర్దేశిస్తుంది. అటువంటి దళారీలు ఆ మొత్తాన్ని సర్కారుకు చెల్లించి, రైతుల వద్ద నుంచి తాము

పిండుకోగలిగినంత మొత్తాన్ని పిండుకోవచ్చు! దీనితో రైతులపై పీడన మరింత పెరిగింది.

కొందరు దర్బారు ప్రముఖులు రహస్యంగా జట్టుకట్టి జుల్ఫికర్ ఖాన్‌కి వ్యతిరేకంగా పనిచేయడం మొదలుపెట్టారు. దానికితోడు చక్రవర్తి కూడా పూర్తిగా నమ్మడం మానేశాడు. సహకరించడమూ తగ్గించేశాడు. చక్రవర్తికి మరీ సన్నిహితంగా మెలిగే కుటిల బుద్ధి గల కొందరు చక్రవర్తి చెవులు కొరికి జుల్ఫికర్‌కి వ్యతిరేకంగా విషయం నూరిపోశాడు. ప్రధానమంత్రి జుల్ఫికర్ మరీ మరీ బలపడిపోతున్నాడనీ, అతడిలో రాజ్యకాంక్ష ప్రవేశించి ఏదో ఒక రోజున సింహాసనానికే ఎసరుపెడతాడు జాగ్రత్త సుమా అని చక్రవర్తిని హెచ్చరించడం ప్రారంభించారు. మహామంత్రిని బర్తరఫ్ చేసే ధైర్యంలేని చక్రవర్తి, అతడికి వ్యతిరేకంగా రహస్యంగా తంత్రాంగం ప్రారంభించాడు. సజావుగా నడిచే పాలనా వ్యవస్థ క్రమంగా పతనం కావడానికి ఇది చాలు?

1713 జనవరిలో జహందర్ షా పాలన త్వరితంగానే ముగిసింది. ఆయన మేనల్లుడైన షారుఖ్ సియర్ ఆగ్రా యుద్ధంలో ఆయనను ఓడించాడు. అబ్దుల్లా ఖాన్ హుస్సేన్ అలీఖాన్ బరాహా అనే ఇద్దరు సోదరులు (సయ్యిద్ సోదరులు) సియర్‌కి సహకరించి మహామంత్రి పదవి, మంత్రి పదవులు దక్కించుకున్నారు. వీరే క్రమంగా బలోపేతులై పాలనా వ్యవస్థని తమ గుప్పిట్లో పెట్టుకున్నారు. షారుఖ్ సియర్‌కి రాజ్యాన్ని పరిపాలించే సామర్థ్యంలేదు. పిరికిపంద, క్రూరుడు. నిలకడలేనివాడు. విశ్వసించతగిన వాడు కాడు. ఎల్లవేళలా వందిమాగధ బృందాలు ఆయనను చుట్టుముట్టి వుండేవి.

అంతటి అసమర్థుడైనా, షారుఖ్ సియార్, అధికారమంతా సయ్యిద్ సోదరులకే విడిచిపెట్టడం ఇష్టం లేక రాజ్య నిర్వహణా భారాన్ని తన చేతుల్లోనే ఉంచుకున్నాడు. సయ్యద్ సోదరుల ఊహ మరో విధంగా ఉంది. చక్రవర్తి సింహాసనానికే పరిమితమైతే, పాలనాధికారం సమస్తం తమ చేతికే చేరి, తమ పీఠాలు పదిలంగా ఉంటాయనీ, అటు సామ్రాజ్యమూ నాశనం కాకుండా సుస్థిరంగా కొనసాగుతుందనీ సయ్యిద్ సోదరులు భావించారు. ఈ పరిస్థితి చక్రవర్తికి సయ్యిజ్ సోదరులకు మధ్య సుదీర్ఘ ప్రచ్ఛన్న పోరాటానికి దారితీసింది. ఏదో విధంగా ఆ సోదరుల్ని సాగనంపడానికి చక్రవర్తి కుట్రలూ కుతంత్రాలు పన్ని శాయశక్తులా ప్రయత్నించే వాడు. ఎంతగా ప్రయత్నించినా చక్రవర్తి తాను అనుకున్నది సాధించలేకపోయేవాడు. అలాగే ఏళ్ళు గడిచాయి. ఎట్టకేలకు 1719లో సయ్యిద్ సోదరులు, చక్రవర్తిని పదవీచ్యుతుణ్ణి చేశాడు, వధించారు కూడా! ఆ తర్వాత ఇద్దరు రాజవంశీకుల్నే, ఒకరి తర్వాత మరొకరిని గద్దెనెక్కించాడు. సయ్యిద్ సోదరులు,

వారిరువురూ కాలం చేశారు. అప్పుడు మహమ్మద్ షాని సింహాసనాధీశుణ్ణి చేశారు. అప్పటికి షా వయస్సు పద్దెనిమిదేళ్ళే! షారుణ్ సియర్ తర్వాత అధికారానికి వచ్చిన ముగ్గురూ, ఇరువురు రాజవంశీకులూ, ఆ తర్వాత మహమ్మద్షా, ముగ్గురూ సయ్యిద్ సోదరుల చేతుల్లో కీలుబమ్మలే అయ్యారు. ఆ ముగ్గురు చక్రవర్తులకూ ఎవరినీ కలుసుకునే స్వేచ్ఛ లేదు. ఎక్కడికి వెళ్ళే స్వేచ్ఛ అంతకంటే లేదు. పేరుకు మాత్రం సింహాసనాధీశులు. అలా సాగిపోయింది ఆ రాచరికం! ఒక్క మాటలో చెప్పాలంటే 1713 నుంచి 1720 వరకు రాజ్యం రాజ్యాధికారమూ సయ్యిద్ సోదరుల ఆధీనంలోనే ఉంది. 1720తో వారి కథ కూడా ముగిసింది!

సయ్యిద్ సోదరులు పాటించింది పరమత సహన విధానం. హిందూ సంస్థానాధీశుల్ని స్థానిక పాలక ప్రముఖుల్నీ ముస్లిమ్ పాలక ప్రముఖుల్నీ, సన్నిహితుల్ని చేసి పాలనలో వారందరినీ భాగస్వాముల్ని చేస్తేనే కాని, భారతదేశాన్ని శాంతియుతంగా సామరస్యపూర్వక వాతావరణంలో పాలించడం సాధ్యపడదని సయ్యిద్ సోదరులు విశ్వసించారు. రాజపుత్రులతో మరాఠా ప్రాంతీయ పాలకులతో జాట్లతో సామరస్యంగా ఉంటూ షారుణ్సియర్కి వ్యతిరేకంగా తాము సాగించిన పోరాటంలో కూడా వారందరినీ ఉపయోగించుకున్నారు. షారుణ్ సియర్ సింహాసనాధీశుడైన వెంటనే జనం ఏవగించుకున్న జిజియా పన్నును రద్దు చేశాడు. చాలా చోట్ల తీర్థ యాత్రికులపై పన్నును కూడా తొలగించారు. పాలనలో పెద్ద పెద్ద పదవులు కట్టబెట్టి మార్వాడ్ పాలకుడు అజిత్సింగ్నీ ఆంబర్ సంస్థానాధీశుడు జైసింగ్నీ ఇంకా మరికొందరు రాజపుత్ర ప్రముఖుల్నీ తమవైపు తిప్పుకున్నారు. అలాగే జాట్ పాలక ప్రముఖుడు చురామన్తోను మైత్రి చేసుకున్నారు. ఆ తర్వాత కాలంలో మరాఠా పాలకుడు సాహూతో కూడా అదే విధమైన మైత్రీ సంబంధాలు ఏర్పరుచుకున్నారు. ఆయనకు స్వపరిపాలనాధికారం దఖలు పరచడంతోపాటు దక్కన్ ప్రాంతంలో ఉన్న ఆరు ప్రావిన్సులలో కోత, సర్దేశ్ముఖీ సుంకాలు వసూలు చేసుకునే అధికారం కూడా దత్తం చేశారు. అందుకు ప్రతిఫలంగా 15 వేల మంది అశ్వికుల బలంతో దక్కన్లో సయ్యిద్ సోదరులకు అండగా నిలబడటానికి సాహు అంగీకరించాడు.

సామ్రాజ్యం విచ్ఛిన్నం కాకుండా, ఎక్కడికక్కడ తిరుగుబాట్లను అణగదొక్కడానికి సయ్యిద్ సోదరులు నిరంతరం అప్రమత్తమై ఉండేవారు. అయినా దర్బారు కుహకాల్నీ, రాజకీయ ప్రచ్ఛన్న పోరాటాల్నీ ఎదుర్కోవడంపైనే వారు దృష్టి కేంద్రీకరించవలసి రావడం వల్లనే ఆశించినంతగా పట్టు బిగించలేక విఫలమయ్యారని చెప్పాలి. పై స్థాయిలో నిర్నిరోధంగా సాగిన అంతఃకలహాలే పాలనా వ్యవస్థను దెబ్బతీసి చివరకు స్తంభీభూతం చేశాయి. ఆ వ్యవస్థ అరాచకం అంతటా వ్యాపించింది.

జమీందార్లు, తిరగబడిన వాళ్ళూ, ప్రభుత్వానికి చెల్లించవలసిన భూమి శిస్తుచెల్లించడానికి నిరాకరించడం వల్ల, వసూలు అయిన ప్రభుత్వ ధనాన్ని అధికారులే స్వాహా చేయడం వల్ల రెవిన్యూ కాంట్రాక్టు పద్ధతి వల్ల ప్రభుత్వం ఆర్థికంగా చతికిలబడింది. అధికార గణానికి, సైనికులకు సక్రమంగా వేతనాలు చెల్లించలేని దుస్థితి దాపురించింది. సైనికులు తిరగబడడం మొదలైంది కూడా!

ఉన్నత పాలకవర్గాన్ని మంచి చేసుకుని, రాజీపడి సాగిపోవడానికి సయ్యిద్ సోదరులు ఎంతగా ప్రయత్నించినా నిజామ్ ఉల్ ముల్క్, ఆయన తండ్రికి దగ్గర బంధువైన ముహమ్మద్ అమీన్‌ఖాన్ నేతృత్వంలో దర్బార్ ప్రముఖుల్లో ఒక బలమైన వర్గం సయ్యిద్ సోదరులకు వ్యతిరేకంగా కుట్రలూ కుహకాలూ ప్రారంభించింది. సయ్యిద్ సోదరులు అంతకంతకూ రాజ్యంలో బలోపేతులు అవుతుండడం దర్బారు ప్రముఖుల్లో ఈర్ష్య రగిలించింది. అలాగే షారుణ్ సియర్‌ని పడగొట్టి హతమార్చడం కూడా చాలామందిలో భయం కలిగించింది. చక్రవర్తి ప్రాణాలకే దిక్కులేనప్పుడు తమకేమి భద్రత ఉంటుందన్న సంశయంలో పడ్డారు వారంతా. మొత్తం మీద చక్రవర్తి దారుణ హత్య జనంలో కూడా సయ్యిద్ సోదరుల పట్ల తీవ్ర వ్యతిరేకతే కలిగించింది. వారిద్దరినీ రాజద్రోహులుగానే పరిగణించడం ప్రారంభించారు. 'నమక్‌హరామ్'లే వారిరువురూ అన్నారు జనం!

ఔరంగజేబు వంశానికి సన్నిహితంగా ఉంటూ వచ్చిన పాలకవర్గ ప్రముఖుల్లో చాలా మందికి సయ్యిద్ సోదరులు అనుసరించిన రాజనీతి నచ్చలేదు. రాజపుత్రులతో మరాఠా పాలకులతో పొత్తు పెట్టుకోవడం, హిందువుల పట్ల ఉదారంగా వ్యవహరించడం తగని విధానమని వారు భావించారు. సయ్యిద్ సోదరులు మొగలాయి వ్యతిరేక ముస్లిమ్ వ్యతిరేక మార్గంలో పోతున్నారని ఆ రాజప్రముఖులు బాహాటంగానే ప్రకటించేశారు కూడా. ఇస్లామిక్ ఛాందస భావాలు గల పాలకవర్గ ప్రముఖుల్ని సయ్యిద్ సోదరులకు వ్యతిరేకంగా రెచ్చగొట్టారు. సయ్యిద్ సోదరుల్ని వదిలించుకునే అదనుకోసం కొంతకాలంగా ఎదురుచూస్తున్న చక్రవర్తి ముహమ్మద్ షా, సయ్యిద్ సోదరుల్ని ద్వేషించే పాలకవర్గ ప్రముఖులకు బాసటగా నిలిచాడు. సయ్యిద్ సోదరులలో చిన్నవాడైన హుస్సేన్ అలీఖాన్‌ని 1720లో అతి కిరాతకంగా హతమార్చేశారు. సోగరులలో పెద్దవాడైన అబ్దుల్లా ఖాన్ ప్రతిఘటించే ప్రయత్నం చేశాడు కాని, ఆగ్రా సమీపంలో జరిగిన పోరులో పరాజితుడయ్యాడు. మొగల్ సామ్రాజ్యాన్ని కొంతకాలం తమ కనుసన్నల్లో నడిపించి, తమ మాట జవదాటని వారినే సింహాసనాధీశుల్ని చేస్తూ భారత చరిత్రలో రాజస్రష్టలుగా ముద్రవేయించుకున్న సయ్యిద్ సోదరుల అధ్యాయం అలా ముగిసింది.

ముహమ్మద్ షా దీర్ఘకాలం, 1719 నుంచి 1748 వరకు సుమారు ముప్పై సంవత్సరాలపాటు పాలించాడు. మొగల్ సామ్రాజ్యాన్ని సుస్థిరం చేయడానికి చాలా కలిసివచ్చిన కాలం కూడా అదే అని చెప్పాలి. 1707-20 మధ్యకాలంలో వలె రాచరిక ప్రస్థానంలో పెద్దగా ఒడిదుడుకులు లేవు. ముహమ్మద్ షా పాలన ప్రారంభం అయ్యేనాటికి జన బాహుళ్యంలో మొగలాయి ప్రభుత పట్ల గౌరవాభిమానాలు పదిలంగానే ఉండటం ఆయనకు కలిసి వచ్చింది. మొగల్ సైన్యం, ముఖ్యంగా శతఘ్ని దళం చాలా శక్తివంతంగా ఉంది. పాలనా వ్యవస్థ ఉత్తర భారతంలో కొంత క్షీణించినా, మరీ పతనం కాలేదు. మరాఠా సర్దార్లు దక్షిణ భారత ప్రాంతానికే పరిమితమై వ్యవహరించేవారు. అలాగే, రాజపుత్ర పాలకులు మొగల్ సింహాసనాన్ని విశ్వాసంతో సేవిస్తూ వచ్చారు. సింహాసనాధీశుడు బలవంతుడైతే, దూరదృష్టి కలవాడైతే, అప్రమత్తులైన పాలకవర్గం తోడైతే అంతా సజావుగా సాగుతుంది. అలా సాగి ఉండేది! కాని ముహమ్మద్‌షా అంతటి గుణవంతుడు కాడు. మానసికంగా దుర్బలుడు. విషయలోలుడు. విలాసాల్లో తేలిపోయే కులాసా జీవితానికి అలవాటు పడిపోయాడు. పాలనా వ్యవహారాల్ని పక్కనపెట్టాడు. తన మంత్రి మండలిలోనే ఉన్న నిజామ్-ఉల్-ముల్క్ వంటి సమర్థులైన మంత్రులకు అండగా నిలబడి పాలన సాగించడానికి బదులు అసమర్థులు నిరంతరం భజన చేసే అవినీతిపరుల విషవలయంలో చిక్కి తన మంత్రుల మీదే కుయుక్తులు ప్రయోగించేవాడు! ఇంకా దారుణం, తనకు ఇష్టులైన దర్బారు ప్రముఖులు దండుకునే లంచాల్లో వాటాలు సైతం నిరభ్యంతరంగా స్వీకరించేవాడు!!

చపలచిత్తుడు, అనుమాన స్వభావి అయిన అటువంటి చక్రవర్తి ఆస్థానంలో ఉండలేక, దర్బారు కలహాలు భరించలేక, దర్బారు ప్రముఖులలో సర్వసమర్థుడుగా పేరు తెచ్చుకున్న నిజామ్-ఉల్-ముల్క్ తనదారి తాను చూసుకుని స్వతంత్రంగానే ఎదగాలనే నిర్ణయానికి వచ్చాడు. ఆయన 1722లో వజీర్ అయ్యాడు. పాలనా వ్యవస్థను సమూలంగా సంస్కరించడానికి తీవ్రంగా శ్రమించాడు. అటువంటి వ్యక్తి విసిగిపోయి, చక్రవర్తినీ సామ్రాజ్యాన్ని విడనాడి తన భవిష్యత్తును తీర్చిదిద్దుకోవాలనుకున్నాడు. 1724 అక్టోబర్‌లో వజీర్ పదవి త్యజించి హైదరాబాద్ సంస్థాన నిర్మాణం లక్ష్యంగా దక్షిణానికి సాగిపోయాడు. రాజభక్తి, నీతి అనే రెండు ఉదాత్త గుణాలు కూడా ఆయనతోపాటే మొగలాయి దర్బారు నుంచి నడిచిపోయాయనే వ్యాఖ్యానించాలి. ఇక మొగలాయి సామ్రాజ్య విచ్ఛిత్తి కూడా ఆ తర్వాతే మొదలైంది.

అలాగే, తక్కినవారిలో బలవంతులూ అత్యాశాపరులైన పాలకవర్గ ప్రముఖులు సైతం, ఎవరికి వారు ఎంతో కొంత స్వతంత్ర పాలనాధికారంగల సొంత రాజ్యాలు

ఏర్పరుచుకోవడానికి ముమ్మరంగా ప్రయత్నాలు ప్రారంభించారు. ఢిల్లీ పాదుషాకి నామమాత్రంగా వారసత్వరీత్యా సామంతులుగా ఉంటూ వచ్చిన నవాబులు దేశంలో చాలా ప్రాంతాల్లో స్వతంత్రులుగా చెలామణి కావడం ప్రారంభించారు. ఉదాహరణకు బెంగాల్, హైదరాబాద్, అవధ్, పంజాబ్ ప్రాంతాల్లో ఈ ధోరణే తలఎత్తింది. ప్రతిచోటా సీదాసాదా జమీందార్లు, రాజులు, నవాబులు, తిరుగుబాటు జెండా ఎగరేసి తాము ఇక స్వతంత్రులమే అన్నారు. ఇక, మరాఠా సర్దార్లు ఉత్తరదిశగా విస్తరణకు ఉపక్రమించి మాళవ, గుజరాత్, బుందేల్‌ఖండ్ ప్రాంతాన్ని తమ ఆధీనంలోకి తెచ్చుకున్నారు. అటువంటి దశలో, 1738-39లో ఉత్తర భారత వితర్దిపై నాదిర్షా పాదం మోపాడు. మొగల్ సామ్రాజ్యం అతడికి దాసోహం అనవలసి వచ్చింది.

పశువుల కాపరిగా బతుకు ప్రారంభించిన నాదిర్‌షా, పర్షియా పతనమై విచ్ఛిన్నం కాకుండా కాపాడి ఆ రాజ్యానికి 'షా', అంటే 'రాజు' కాగలిగాడు. ఎక్కడో పడి ఉన్నదే అయినా ఒకప్పుడు బలమైన రాజ్యంగా వెలిగిన పర్షియా, అస్తమిస్తున్న సఫావీ వంశం అసమర్థ పాలనలో కునారిల్లుతోంది. అంతర్యుద్ధాలతో విదేశీ దురాక్రమణలతో సంక్షుభితమైపోయింది. ఆ రాజ్యం తూర్పు ప్రాంతంలో అబ్దావీ తెగ తిరుగుబాటు చేసి హెరాత్ ప్రాంతాన్నీ, ఘల్జాయ్ తెగ తిరుగుబాటుదార్లు ఖాందహార్ రాజ్యాన్ని వశపరుచుకున్నారు. ఉత్తర పశ్చిమ ప్రాంతాల్లో కూడా ఇటువంటి తిరుగుబాట్లే జరిగాయి. ఇదేవిధంగా షిర్వాన్ ప్రాంతంలో షియాల్లో మతోన్మాదం హద్దుమీరి సున్నీల్ని ఊచకోత కోస్తుండడంతో, అక్కడ సున్నీలు తిరుగుబాటు చేశారు. సున్నీ మతాధిపతుల్ని హతమార్చి, మసీదుల్ని అపవిత్రం చేసి వాటిని పశువుల శాలలుగా మార్చేశారు! 1721లో, ఘల్జాయ్ తెగకు చెందిన ఖాందహార్ పాలకుడు మహ్మద్, పర్షియా మీద దాడిచేసి, రాజధాని ఇస్ఫహాన్‌ని వశపరుచుకున్నాడు. అదే సమయానికి 'పీటర్ దిగ్రేట్' ఏలుబడిలో ఉన్న రష్యా దక్షిణ దిశగా విస్తరించడం ప్రారంభించింది. 1722 జులైలో పీటర్ పర్షియాపై దాడి ప్రారంభించి, పర్షియాని లంగదీసుకుని, బాకూ నగరం సహా కాస్పియన్ సముద్ర ప్రాంతంలో ఉన్న చాలా ప్రావిన్సుల్ని తన ఆధీనంలోకి తెచ్చుకున్నాడు. అప్పటికి, యూరప్‌లో చాలా నష్టాల్ని మూటకట్టుకుని ఉన్న టర్కీ కూడా పర్షియాలో దొరికినంత కబళించాలనుకుంది. 1723 వసంతంలో పర్షియా మీద యుద్ధం ప్రకటించిన టర్కీ త్వరితంగా జార్జియా మీదుగా దక్షిణాదికి చొచ్చుకుపోయింది. చివరకు 1724 జూన్‌లో, పర్షియాలో ఉత్తరప్రాంతాన్ని పూర్తిగానూ, పశ్చిమ పర్షియాలో చాలా ప్రాంతాల్నీ విభజించి పంచుకుంటూ, రష్యా టర్కీలు రెండూ ఒక ఒడంబడిక కుదుర్చుకున్నాయి. ఈ దశలో, 1726లో రంగ

ప్రవేశం చేసిన నాదిర్‌షా, పాలకుడు తహమ్‌సింగ్‌కి కుడిభుజంగా, సర్వసమర్థుడైన సేనానిగా ఎదిగాడు. 1729లో అబ్దాలీల్ని ఓడించి హెరాత్‌ని మళ్ళీ వశపరుచుకున్నాడు. ఇస్ఫహాన్ నగరం నుంచి సెంట్రల్, దక్షిణ పర్షియా ప్రాంతం నుంచి ఘల్జాయ్ తెగవారినీ తరిమికొట్టి ఆ ప్రాంతాలన్నింటినీ విముక్తం చేశాడు. సుదీర్ఘంగా భీకర పోరాటం సాగించి, టర్కీ ఆక్రమించిన ప్రాంతాలన్నింటినీ కూడా మళ్ళీ పర్షియాలో కలిపాడు. ఇదేవిధంగా 1735లో రష్యా ఆధీనంలోకి వెళ్ళిన పర్షియన్ భూభాగాలన్నింటినీ కూడా మళ్ళీ తన దేశంలో విలీనం చేస్తూ రష్యాతో ఒక ఒడంబడిక కుదుర్చుకున్నాడు. ఆ తర్వాతి సంవత్సరంలోనే, సఫావీ వంశస్థుల్లో చిట్టచివరి ప్రభువును పడగొట్టి తానే రాజు (షా)నని ప్రకటించుకున్నాడు నాదిర్! అలాగే మరి కొన్నేళ్ళకు ఖాందహార్ రాజ్యాన్ని జయించాడు.

అప్పటికే సిరిసంపదలతో తులతూగుతున్న ఇండియా మీద కన్నుపడింది నాదిర్‌షాకి. ఎప్పుడూ ఏదో సాయుధ సంఘర్షణలతో పోరాటాలతో వేగిపోయిన పర్షియా ఆర్థికంగా దివాళా తీసింది. కిరాయి సైనికులతో నిర్మించిన అతడి సైన్యాన్ని పోషించడానికి ధనం భారీగానే అవసరమైంది. ఇండియా దోచుకోవడం ఒక మార్గంగా కనిపించింది అతడికి. మొగల్ సామ్రాజ్యం శక్తిహీనమై కుంగిపోతున్న ఆ సమయం కొల్లగొట్టడానికి అతడికి కలిసివచ్చినట్టే అయింది. 1738 ముగుస్తున్న కాలంలో నాదిర్‌షా భారత భూభాగంలో ప్రవేశిస్తే అతడిని ప్రతిఘటించిన వారేలేరు! కొన్ని సంవత్సరాల పాటు భారతదేశ వాయువ్య సరిహద్దు ప్రాంతంలో రక్షణ వ్యవస్థ అనేదే లేదు. నాదిర్‌షా లాహోర్‌ని కైవసం చేసుకునే వరకు ముంచుకు వస్తున్న ముప్పు ఏమిటో ఢిల్లీ పాలకులకు అర్థం కాలేదు. అప్పుడు కలవరపడి ఢిల్లీని కాపాడుకోవడానికి అటూ ఇటూ పరుగులు తీశాడు. శత్రువు మీద పడుతున్న అటువంటి విపత్కర ఘట్టంలో సైతం ముఠా కలహాల్లో మునిగితేలుతున్న రాజప్రముఖులు ఏకం కాలేకపోయారు. రక్షణ వ్యూహం ఎలా ఉండాలనే విషయంలో కాని, సైన్యాధిపత్యం ఎవరికి అప్పగించుకోవాలన్న విషయంలో కాని ఒక అంగీకారానికి రాలేకపోయారు. అనైక్యత, అసమర్థ నాయకత్వం, ఈర్ష్యా ద్వేషాలు అనుమానాలు అంతర్గత కలహాలు మరి పరాజయానికే కదా పరుగులు తీయిస్తాయి! చివరకు 1739 ఫిబ్రవరి 13వ తేదీన ఉభయ పక్షాల సైన్యాలు కర్నాల్ వద్ద తలపడ్డాయి. నాదిర్‌షా సేనలు ఢిల్లీ సేనల్ని చావు దెబ్బతీశాయి. చక్రవర్తి ముహమ్మద్‌షాని నిర్బంధించారు. నాదిర్‌షా ముందుకు సాగిపోయి ఢిల్లీని వశపరుచుకున్నాడు. తన సైన్యంలో కొందరు ముఖ్యుల్ని మొగల్ సైన్యం తుదముట్టించినందుకు ప్రతీకారంగా నాదిర్‌షా మొగలాయిల రాజధానిలో భారీ ఎత్తున ఊచకోత జరిపించాడు. ఖజానాని ఎంతో విలువైన సంపదని స్వాధీనం

చేసుకున్నాడు. పాలకవర్గ ప్రముఖుల చేత బలవంతంగా కప్పం కట్టించాడు. అలాగే ఢిల్లీ ధనికుల సంపద ఊడ్చేశాడు. ఆ విధంగా నాదిర్‌షా కొల్లగొట్టిన సంపద విలువ సుమారు 70కోట్ల రూపాయలు ఉంటుందని ఓ అంచనా. ఇక్కడ ఇలా దోచుకున్నాడు కనుక, అక్కడ తన రాజ్యంలో మూడేళ్ళపాటు పన్నులు రద్దు చేశాడు. అంతేకాదు, వెలకట్టలేని కొహినూర్ వజ్రాన్నీ, షాజహాన్ చేయించిన రత్నఖచిత మయూర సింహాసనాన్ని తరలించుకుపోయాడు. సింధునదికి పశ్చిమ ప్రాంతంలో ఉన్న మొగలాయి రాష్ట్రాలన్నీ తన వశం చేయించుకుని మహమ్మద్‌షాని శాసించాడు.

నాదిర్‌షా దాడి మొగల్ సామ్రాజ్యాన్ని ఇక కోలుకోలేనంతగా దెబ్బతీసింది. పరువు మంట కలిసింది. సామ్రాజ్యం లోలోపల బలహీనతలన్నీ మరాఠా సర్దార్లకు విదేశీ వాణిజ్య సంస్థలకు తెలిసిపోయాయి. కేంద్ర పాలనా వ్యవస్థ యావత్తూ కొంతకాలం స్తంభీభూతమై పోయింది. ప్రభువుల ఆధీనంలో ఉండే డబ్బు నిల్వలన్నీ అదృశ్యమయ్యాయి. దేశంలో ఆర్థిక వ్యవస్థ కుప్పకూలిపోయింది. డబ్బుకు ముఖం వాచిన పాలక ప్రముఖులు, తాము పోగొట్టుకున్నదంతా తిరిగి రాబట్టుకోవడానికి కర్షకుల్ని పీల్చిపిప్పి చెయ్యడం ప్రారంభించారు. విలువైన జాగీర్ల కోసం ఉన్నత పదవుల కోసం వారిలో వారు గతంలో ఎన్నడూ లేనంతగా కలహించుకోవడం మొదలైంది. కాబూల్ పతనం, సింధునదికి పశ్చిమానగల ఎన్నో ప్రాంతాలు చేజారిపోవడంతో వాయువ్య ప్రాంతం నుంచి దాడుల ముప్పు మరింత ఎక్కువైంది. ఎంతో కీలకమైన ఒక రక్షణశ్రేణి అలా అదృశ్యమైపోయింది.

సామ్రాజ్యం కొంత భూభాగాన్ని తన ఆధీనం నుంచి పోగొట్టుకున్నా, నాదిర్‌షా కొల్లగొట్టుకుని వెళ్ళిపోయిన తర్వాత కొంత కాలం పాటు ఆశ్చర్యకరంగా కోలుకుంటున్నట్లే కనిపించింది. కాని అదంతా నిజం కాదు. పైపై తళతళ మాత్రమే! 1748లో ముహమ్మద్‌షా మరణానంతరం ఏ నీతి నియమాలు పాటించక అధికార కాంక్షతో ఊగిపోతున్న పాలకవర్గ ప్రముఖుల మధ్య నిర్నిరోధంగా చెలరేగిన తీవ్ర సంఘర్షణలు చివరకు అంతర్యుద్ధానికే దారితీశాయి. వాయువ్య సరిహద్దు రక్షణరీత్యా బలహీనపడడంతో, నాదిర్‌షా మరణానంతరం అతడి సేనానుల్లో బలవంతుడుగా ఎదిగిన అహ్మద్‌షా అబ్దాలీ, ఆఫ్ఘనిస్తాన్‌ను తన ఆధీనంలోకి తెచ్చుకుని, భారతదేశం మీద పదేపదే దాడులు చేశాడు. 1748 నుంచి 1767 వరకు అబ్దాలీ, ఉత్తర భారతం మీద ఎన్నోసార్లు విరుచుకుపడి ఢిల్లీ, మధుర వరకు చొచ్చుకువచ్చాడు. 1761లో మూడవ పానిపట్టు యుద్ధంలో మరాఠా వీరుల్ని ఓడించాడు. అంతవరకు మొగల్ చక్రవర్తిని ఎదిరించి, యావద్భారతాన్నీ తమ ఆధీనంలోకి తెచ్చుకోవాలనుకున్న వారి కలల్ని భగ్నం చేశాడు. అయితే, ఎన్నిసార్లు ఎంతటి భీకరమైన దాడులు చేసినా

ఇక్కడ ఇండియాలో మరో ఆఫ్ఘన్ రాజ్యాన్ని మాత్రం స్థాపించుకోలేకపోయాడు. అబ్దాలీ కాని, అతడి వారసులుకాని గెలుచుకున్న సులజాబ్‌నే నిలబెట్టుకోలేకపోయారు. సిక్కు పాలకులు వారిని పరాజితుల్ని చేశారు.

నాదిర్‌షా, అతడి తర్వాత అబ్దాలీ జరిపిన దాడులవల్ల, మొగల్ పాలకవర్గ ప్రముఖుల మధ్య ఎన్నటికీ ఆగని అంత్ణకలహాల వల్ల, మొగల్ సామ్రాజ్యం అనేది 1761 నాటికి యావద్భారత సామ్రాజ్యంగా అంతరించిపోయింది. కేవలం ఒక ఢిల్లీ రాజ్యంగానే మిగిలిపోయింది. ఆ ఢిల్లీ కూడా నిత్య పోరాటాల సంఘర్షణల వేదికగా మారిపోయింది. ఘనతవహించిన మొగలాయి చక్రవర్తుల వారసులుగా మిగిలిన పాలకవర్గ ప్రముఖులు సైతం భారత సామ్రాజ్య పునస్సాధన కోసం ప్రయత్నాలేవీ చేయనే లేదు. అధికార కాంక్షగల వారు సైతం మొగలాయి ఛత్రం నీడన కాలక్షేపం చేస్తున్నట్టు కనిపించడమే శ్రేయస్కరమని భావించారు. దీనివల్ల నామమాత్రంగానే అయినా మొగలాయి పాలకులు ఢిల్లీ సింహాసనాధీశులుగా కొనసాగారు!

1759లో షా ఆలమ్-2 సింహాసనం అధిష్టించాడు. తన దగ్గర ప్రధానమంత్రిగా ఉంటున్న వ్యక్తి వల్ల తనకు ముప్పు ఉందనే నిరంతరం భయపడుతూ ఉండేవాడు. ఆ కారణాన ఆయన అధికారం అందుకున్న తొలినాళ్ళలో కొన్ని సంవత్సరాలలో రాజధానిలో ఉండకుండా దేశంలో ఎటెటో తిరుగుతూ ఉండేవాడు. నిజానికి అతడు సమర్థుడే, తగినంత ధైర్య సాహసాలు కలవాడే. కాని అప్పటికే రాజ్యం సర్వభ్రష్టమై ఉంది. బాగుపడే లక్షణాలు ఎక్కడా లేవు. 1764లో షా ఆలమ్, బెంగాల్ పాలకుడు మీర్ ఖాసిమ్‌తోను, అవధ్ పాలకుడు షుజా ఉద్దౌలాతోను చేతులు కలిపి ఇంగ్లీషు ఈస్ట్ ఇండియా కంపెనీపై యుద్ధం ప్రకటించాడు. అప్పుడే బక్సర్ యుద్ధంలో ఓడిపోయి షా ఆలమ్, ఈస్ట్ ఇండియా కంపెనీ దయాదాక్షిణ్యాల మీద బతికే భృత్యులై ఎన్నో సంవత్సరాలు అలహాబాద్‌లో ఉండవలసి వచ్చింది. ఎట్టకేలకు 1772లో మరాఠా పాలకులు చేయి అందించగా బ్రిటిష్ వారి పరాయి పంచ విడిచిపెట్టి తిరిగి ఢిల్లీ చేరుకున్నాడు. 1803లో బ్రిటిష్ పాలకులు ఢిల్లీని ఆక్రమించుకున్నారు. అప్పటి నుంచి 1857 వరకు, అంటే మొగలాయి సామ్రాజ్యం అంతరించేవరకు బ్రిటిష్ పాలకులు మొగల్ చక్రవర్తిని తమ రాజకీయ ముఖంగానే ఉపయోగించుకున్నారు. 1759 తర్వాత మొగల్ రాచరికం ఒక సైనిక శక్తిగా ప్రాభవం కోల్పోయి నిస్తేజంగా కాలం వెళ్ళదీయవలసి వచ్చిన మాట నిజం. అయినా, దేశం ఒక సంఘటిత రాజకీయ శక్తిగా మనుగడ సాగించగలగడానికి మొగలాయి ప్రభువులే కారణమన్న అభిప్రాయం భారత ప్రజాహృదయాలలో ఎంతో గాఢంగా స్థిరపడిపోవడం వల్లనే మొగల్ రాచరికం 1759 తర్వాత కూడా మనగలిగింది.

మొగల్ సామ్రాజ్యం క్షీణించడానికి కారణాలు

ప్రబల శక్తులు కొన్ని విజృంభించడం, అందుకు ఎన్నో వ్యతిరేక పరిస్థితులు తోడుకావడం వల్ల మొగలాయి మహాసామ్రాజ్యం క్షీణించి క్షీణించి చివరకు పతనమైపోయింది. నిశితంగా పరిశీలిస్తే, ఔరంగజేబు ఎంచుకున్న అతిమార్గ ప్రస్థానంలోనే మొగల్ సామ్రాజ్య పతనానికి బీజాలు పడ్డాయనిపిస్తుంది. ఔరంగజేబుకి విస్తృతి రీత్యా ఒక మహా సామ్రాజ్యమే సంక్రమించింది. అయినాసరే ఎంతటి మూల్యానికైనా సిద్ధపడి, భౌగోళికంగా వీలైనంతగా దక్షిణానికి తన సామ్రాజ్యాన్ని విస్తరించుకోవాలని సంకల్పించాడు. అయితే దేశంలో అన్ని ప్రాంతాలను నియంత్రించగల కేంద్రీకృత పాలనా వ్యవస్థను ఏర్పరచుకోవడానికి ఆర్థిక రాజకీయ స్థితిగతులూ, సంచార సాధన సంపత్తీ అనుకూలంగా లేవు. ఇదీ ఆనాటి వాస్తవ పరిస్థితి. అందువల్ల దేశం మొత్తాన్నీ ఒక ఏకీకృత రాజకీయాధిపత్యం కిందకు తీసుకురావాలన్న ఔరంగజేబు లక్ష్యం సూత్రరీత్యా సహేతుకమైనదే అనిపించినా అది అందుకోజాలని లక్ష్యమే అని చెప్పాలి.

రాజనీతిజ్ఞత లుప్తమవడం ఔరంగజేబు మౌలిక వైఫల్యాల్లో ఒకటి. ప్రాంతీయ స్వయం ప్రతిపత్తి తమకు ఇవ్వాలన్న మరాఠా పాలకుల అభ్యర్థనను ఆయన మన్నించలేకపోయాడు. శివాజీని కాని, ఇతర మరాఠా పాలకుల్ని కాని అణచివేయడం సులభ సాధ్యం కాదన్న వాస్తవాన్ని ఆయన గుర్తించలేకపోయాడు. ఇటువంటి వాస్తవ పరిస్థితుల్నే ఎదుర్కొన్న అక్బర్ చక్రవర్తి ఔరంగజేబు వలే కాక, రాజపుత్ర వీరులతో పాలకులతో మైత్రి కలుపుకుని సాగిపోయాడు. ఆ బాటలోనే సాగిపోయి ఔరంగజేబు మరాఠా పాలకుల్ని తన వైపు తిప్పుకుని ఉంటే బావుండేది. అలాకాక, ఆయన వారిని అణచివేసే మార్గాన్నే ఎంచుకున్నాడు. కొన్ని సంవత్సరాలపాటు మరాఠాల మీద తీవ్రాతి తీవ్రంగా ఉద్యమిస్తూనే ఉన్నాడు. దీనివల్ల రాజ్యం గుల్లయిపోయింది. దక్కను ప్రాంతం వాణిజ్యపరంగా పారిశ్రామికంగా చావుదెబ్బతిన్నది. సుమారు పాతికేళ్ళపాటు ఉత్తరాదిన లేకపోవడం, మరాఠాల్ని దారికి తెచ్చుకోలేకపోవడం ఔరంగజేబు పాలనా వ్యవస్థని దెబ్బతీశాయి. పాలన క్షీణించింది. సామ్రాజ్య ప్రతిష్ఠ సైన్యం ప్రతిష్ఠ మసకబారిపోయాయి. దేశ భద్రతకు ఎంతో కీలకమైన వాయువ్య సరిహద్దు ప్రాంతాన్ని చాలా కాలం నిర్లక్ష్యం చేశారు. ప్రాంతీయ స్థాయి అధికారగణంలో కేంద్ర ప్రభుత్వం పట్ల ధిక్కార ధోరణి స్వతంత్ర కాంక్ష స్థిరపడటానికి కూడా ఔరంగజేబు ఉత్తరానికి దూరంగా ఉండటం దోహదపడిందనే చెప్పాలి. ఆ తర్వాత, పద్దెనిమిదవ శతాబ్దంలో మరాఠాల పట్టు ఉత్తరాదికి విస్తరించడంతో కేంద్రం ఆధిపత్యం మరింత

బలహీనపడింది.

ఇలాగే, రాజపుత్రులతో ఔరంగజేబు శతృత్వం పెంచుకోవడం కూడా తీవ్ర పరిణామాలకే దారితీసింది. గతంలో రాజపుత్ర పాలకులతో మైత్రి, తత్ఫలితంగా అందిన సైనిక సహాయం మొగల్ సామ్రాజ్యం పటిష్టం కావడానికి ఎంతో దోహదం చేశాయి. సింహాసనాన్ని అధిష్టించిన తొలినాళ్ళలో ఔరంగజేబు కూడా ఆ మార్గంలోనే సాగిపోతూ మార్వాడ్ సంస్థానాధీశుడు జస్వంత్‌సింగ్‌నీ, అంబర్ సంస్థానాధీశుడు జైసింగ్‌ని ఉన్నత స్థానాలు ఇచ్చి గౌరవించాడు. కాని ఆ తర్వాత అతని దృష్టి దృక్పథం మారిపోయాయి. రాజపుత్రుల్ని బలహీనం చేయడం ప్రారంభించాడు. వీరి ఏలుబడిలో ఉన్న ప్రాంతాలపై ఢిల్లీ ప్రభుత్వ ఆధిపత్యాన్ని పెంచడం ఆరంభించాడు. ఔరంగజేబు ధోరణిలో వచ్చిన ఈ మార్పువల్ల రాజపుత్రులకు ఢిల్లీ పాదుషా పట్ల విశ్వాసం పోయింది. రాజపుత్రులతో యుద్ధాలు సామ్రాజ్యాన్ని మరింత బలహీనపరచాయి. వేర్పాటు ధోరణి ప్రబలమైంది. అంతేకాక, ఈ యుద్ధాలు హిందువులకు ముస్లిములలో ఉన్నత వర్గాలకు మధ్య వైషమ్యాల గోడగట్టాయి!

ఢిల్లీపై సత్నామీ, జాట్, సిక్కు జాతుల తిరుగుబాట్లు ఔరంగజేబు పాలనా సామర్థ్యానికి ఓ పెద్ద సవాలు విసిరాయి. ఈ తిరుగుబాట్లలో పాల్గన్నవారి సంఖ్య గణనీయం కాకపోయినా, రైతు జనం ఆ తిరుగుబాటు వర్గాలకు పెద్ద అండగా నిలబడడంవల్ల తిరుగుబాట్లకు జనామోదమూ లభించింది. కనుక అంత తేలికగా తీసివేయవలసినవీ కావు. అసలు ఆ తిరుగుబాట్లకు చాలా ముఖ్యమైన కారణం మొగల్ రెవిన్యూ అధికారులు కర్షకుల్ని పీడించుకు తినడమే. జమీందార్లు, పాలకవర్గ ప్రముఖులు, ఆపైన రాజ్యం నిర్నిరోధంగా సాగించిన ఫ్యూడల్ దమనకాండతో రైతుజనం విసిగివేసారి పోయి ఉన్నారని ఈ తిరుగుబాట్లు స్పష్టం చేశాయి.

ఔరంగజేబు మత చాందస దృక్పథం, హిందూ పాలకులపట్ల అతడు అనుసరించిన విధానం మొగల్ సామ్రాజ్య సుస్థిరతను తీవ్రంగా దెబ్బతీసింది. అక్బర్, జహంగీర్, షాజహాన్ వంటి మొగల్ ప్రభువుల కాలంలో రాజ్యం నడక లౌకిక మార్గంలోనే సాగిపోయింది. ప్రజల మత విశ్వాసాల్లో ఆచార వ్యవహారాల్లో జోక్యం చేసుకోకుండా ఉండడం, హిందువులకు ముస్లిములకు మధ్య మైత్రీ సంబంధాలు పరిఢవిల్లడానికి అన్నివిధాలా దోహదం చేయడం, విభిన్న ప్రాంతాలకూ విభిన్న మతాలకు చెందిన ప్రాంతీయ పాలక ప్రముఖులకు నాయకులకు కేంద్ర ప్రభుత్వంలో అత్యున్నతమైన పదవులు ఇస్తూ ఉండటం వంటి విధానాలవల్లనే ఔరంగజేబుకి ముందు మొగల్ సామ్రాజ్యం సుస్థిరంగా మనుగడ సాగించగలిగింది. మొగల్ - రాజపుత్ర మైత్రి ఈ విధాన పర్యవసానమే అని చెప్పాలి. ఔరంగజేబు ఈ విధానాన్ని ఆవలికి

నెట్టి చాలా చాలా చేశాడు. 'జిజియా' పన్ను విధించాడు. ఉత్తర భారతంలో ఎన్నో హిందూ దేవాలయాల్ని ధ్వంసం చేశాడు. హిందువుల మీద ఎన్నో ఆంక్షలు విధించాడు. అలా హిందువుల్ని దూరం చేసుకున్నాడు. మొగల్ సమాజంలోనూ చీలిక తెచ్చాడు. ముఖ్యంగా హిందువులకు ముస్లిములలో ఉన్నత వర్గాలకు మధ్య వైషమ్యాలను పెంచాడు. అయితే ఇక్కడే ఒక్క మాట చెప్పుకోవాలి. మొగల్ సామ్రాజ్యపతనానికి ఔరంగజేబు అనుసరించిన మత విధానమే కారణమన్న అతి వ్యాఖ్య చేయడమూ సమంజసం కాబోదు. ఆదిలో లేదు. అనంతర కాలంలోనే అతడు అటువంటి విధానం అందుకున్నాడు. అయితే ఔరంగజేబు తర్వాత సింహాసనం అధిష్టించిన మొగల్ పాలకులు ఆ విధానాన్ని విడనాడారు. ఔరంగజేబు మరణించిన కొద్ది సంవత్సరాలకే 'జిజియా' రద్దు అయిన సంగతి ఇంతకుముందే చెప్పుకున్నాం. రాజపుత్ర పాలకులతో, హిందూ పాలకవర్గ ప్రముఖులతో ప్రాంతీయ ముఖ్యులతో సత్సంబంధాలు మళ్ళీ ఏర్పడ్డాయి. అజిత్‌సింగ్ రాథోడ్, సవాయ్ జైసింగ్ వంటి వారిని ఔరంగజేబు తర్వాత అధికారం అందుకున్న వారు ఉన్నత పదవులు ఇచ్చి సమాదరించారు. రాజు సాహూతోను ఇతర మరాఠా సర్దార్లతోను మత దృష్టితోకాక రాజకీయ కారణాలతోనే సత్సంబంధాలు ఏర్పరుచుకున్నారు. పద్దెనిమిదవ శతాబ్దిలో రాజపుత్ర, జాట్, మరాఠా, సిక్కు రాజులూ ప్రాంతీయ ప్రముఖులూ ఎవరూ హిందూమత పరిరక్షణకు పెద్దగా చేసిందేమీ లేదన్న వాస్తవాన్ని కూడా ఈ సందర్భంలోనే చెప్పుకోవాలి. మత నిబద్ధత కంటే అధికారం, సంపద దోచుకోవడం వీటికే విలువ ఇచ్చే వారు ఆ నాటి ముస్లిమేతర ప్రాంతీయ ప్రముఖులు. అంతేకాదు, హిందువుల మీద దాడులు చేయడంలోను దోచుకోవడంలోను వారు ముస్లిములకు ఏ విధంగానూ తీసిపోలేదు. అంత కర్కశంగానూ ప్రవర్తించేవారు! నిజానికి ఆ కాలంలో ఇటు హిందువులు కాని, ముస్లిములు కాని ఏ మత వర్గానికి ఆ మతవర్గం సంఘటితమై ఉండేవారు కారు. రెండు మతవర్గాల వారిలోను సంపన్నులు అధికార వర్గంగా ఉండేవారు. రైతులు, వృత్తిజీవులు, వారు హిందువులైనా ముస్లిములైనా సమాజంలో అణగారినవారే. అట్టడుగునపడి ఉన్నవారే. అయినా అధిక సంఖ్యాక వర్గంవారే! హిందూ ముస్లిం ప్రాంతీయ పాలక ప్రముఖులు తమ తమ రాజకీయ లక్ష్యాన్ని సాధించుకోవడానికి మతాన్ని ఆయుధంగా ఉపయోగించుకున్న సందర్భాలూ లేకపోలేదు. ఇంకా పదవుల కోసం, భూభాగాల కోసం, ధనం కోసం స్వమతస్థులకు వ్యతిరేకంగా తమలో తాము ముఠా కట్టే పోకడ సైతం ఉండేది. హిందూ ముస్లిం ప్రాంతీయ పాలకులు, జమీందార్లు, ముఖ్యులు, సామాన్య జనం మీదపడి, వారు ఏ మతం వారైనా అతి కర్కశంగా అణగదొక్కి పీడించడమూ సర్వసాధారణం ఆ కాలంలో! ఆగ్రా ప్రాంతంలో లేదా

బెంగాల్‌లో లేదా అవధ్‌లో హిందూ, ముస్లిం రైతులు ఎంత అధికంగా భూమి పన్ను చెల్లించేవారో అటు మహారాష్ట్ర, రాజపుటానా ప్రాంతాల్లోనూ అంతే అర్పించుకోవలసి వచ్చింది. హిందూ, ముస్లిం ఉన్నత వర్గాల మధ్య సామాజిక సాంస్కృతిక సుహృద్భావం, సత్సంబంధాలూ ఉండేవి.

ఔరంగజేబు తన ఏలుబడిలో ఎన్నో సమస్యల్ని అపరిష్కృతంగా అలాగే విడిచిపెట్టి నిష్క్రమిస్తే, ఆయన మరణానంతరం సింహాసనం వారసత్వం కోసం చెలరేగిన అంతఃకలహాలలో పరిస్థితి మరింత విషమించింది. సింహాసన వారసత్వ హక్కుకు సంబంధించి స్పష్టమైన నియమ నిబంధనలు ఏవీ లేకపోవడంతో, ఎప్పుడు ఏ మొగలాయి చక్రవర్తి మరణించినా రాజవంశీకుల మధ్య అంతఃకలహాలు ప్రజ్వరిల్లడం మామూలే అయిపోయింది. పద్దెనిమిదవ శతాబ్దంలో ఈ వారసత్వ పోరాటాలు మరింత భయానకంగా వినాశకరంగా పరిణమించాయి. ఆస్తినష్టం ప్రాణనష్టం విపరీతంగా సంభవించేవి. వేల సంఖ్యలో సుశిక్షితులైన సైనికులు, వందల సంఖ్యలో సమర్థులైన మిలటరీ కమాండర్లు, ఆరితేరిన, అనుభవజ్ఞులైన అధికారులు నిహతులయ్యేవారు. ఎప్పుడు ఈ అంతర్యుద్ధాలు చెలరేగినా, సామ్రాజ్య పరిపాలనా యంత్రాంగం మొత్తం శకల వికలమై బలహీనపడిపోయేది. రాజ్యానికి వెన్నెముకలా ఉంటూ వచ్చిన పాలకవర్గ ప్రముఖులు సైతం ముఠాలై కత్తులు దూసుకునే పరిస్థితి దాపురించేది. కేంద్రంలో అస్తవ్యస్థ అంధకార పరిస్థితులు ఎప్పుడు తలఎత్తినా, స్థానిక ముఖ్యులూ అధికారులూ తాము మరింత బలవంతులు కావడానికీ, మరింత స్వయం పాలనా ప్రతిపత్తి చేజిక్కించుకోవడానికీ, తమ పదవీ స్థానాల్ని వారసత్వ పీఠాలుగా మార్చుకోవడానికీ, ఆ అవ్యవస్థనే మహదావకాశంగా ఉపయోగించుకునేవారు.

ఔరంగజేబు అనంతరం సమర్థులూ శక్తిమంతులూ, దూరదృష్టిగలవారూ మొగల్ సింహాసనాన్ని అధిరోహించి ఉంటే, ఔరంగజేబు విడిచివెళ్ళిన దుర్భలత్వాల నుంచి, సింహాసన వారసత్వ యుద్ధాల విష ప్రభావాలనుంచి సామ్రాజ్యాన్ని కాపాడి ఉండేవారు. కాని, దురదృష్టవశాత్తూ బహదూర్‌షా స్వల్పకాల పాలనానంతరం, గడ్డిపోచ విలువ చేయని బలహీన మనస్కులూ, భోగలాలసులూ అయిన రాజులే దీర్ఘకాలం సింహాసనాధీశులయ్యారు! నిరంకుశంగా సాగే రాజరిక పాలనా వ్యవస్థలో పాలకుడి వ్యక్తిగతశీల వైశిష్ట్య, ప్రతిభాపాటవాల ప్రభావం ఎంతైనా ఉంటుంది. అయితే ఈ ఒక్క అంశానికే అతి ప్రాముఖ్యం ఇవ్వవలసిన అవసరమూ లేదు. ఔరంగజేబు మరీ అంత బలహీనుడూ, పతనమైనవాడూ కాదు. ఎంతో సామర్థ్యం, కార్యాచరణ శక్తీ గలవాడు. పాలకులకు సర్వసాధారణంగా ఉండే వ్యసనాలు ఏవీ లేనివాడు. నిరాడంబరంగా సాదాసీదాగా బతికినవాడు. నీతిమంతుడు కాకకాదు, శక్తి సామర్థ్యాలు

లేక కాదు, రాజకీయ సామాజిక ఆర్థిక స్థితిగతుల పట్ల సునిశితమైన అవగాహన లోపించడం వల్లనే ఆయన, తన పూర్వపాలకులు తనకు అందించిన మహా సామ్రాజ్యాన్ని ధీటుగా పరిపాలించలేకపోయాడని చెప్పాలి. అతడి వ్యక్తిత్వంలో లేదు లోపం, అతడి విధానాలే లోపభూయిష్టాలు.

మొగల్ చక్రవర్తుల్లో ఎంత గొప్ప వ్యక్తులు ప్రభవించినా, పాలనా వ్యవస్థ, ఆ వ్యవస్థను నడిపించే పాలక ప్రముఖుల రుజువర్తనం ఇవే సామ్రాజ్యానికి నిజమైన బలం. రాజు బలహీనుడైనా, అనుక్షణం అప్రమత్తంగా, సమర్థంగా, విశ్వాసపాత్రంగా సేవించే పాలక గణం ఉంటే, రాజు బలహీనతల్ని కప్పిపుచ్చి నడిపించగలుగుతారు. కాని అటువంటి పాలకవర్గ ప్రముఖులే భ్రష్టమార్గం పట్టారు. వారిలో చాలా మంది తమ స్థాయికి మించి విలాసవంతమైన జీవన శైలికి అలవాటు పడ్డారు. ఎక్కువ మంది సుఖాలకు అపరిమిత భోగాలకు దాసులైపోయారు. పోరాటాలకు ఎక్కడికైనా వెళ్ళవలసి వచ్చినప్పుడు కూడా సకల భోగాలూ సదుపాయాలు వెంట ఉండవలసింది. కుటుంబాల్ని కూడా తీసుకుపోయేవారు. చిత్రమైన విషయం ఏమిటంటే వారికి విద్యాగంథం కూడా అంతంత మాత్రమే. యుద్ధ కళలో ప్రావీణ్య సముపార్జన అనేది కూడా వారికి అంతగా ముఖ్యం కాలేకపోయింది. అంతకుముందు సమాజంలో దిగువ తరగతివారిలో ఎక్కువ మంది ముందుకువచ్చి, కష్టించి పాలకవర్గ స్థాయికి ఎదిగేవారు. అలా కొత్త నెత్తురు పాలకశ్రేణుల్లో ప్రవేశించేది. కాని, ఆ తర్వాత రానురాను అధికారం దొరకబుచ్చుకున్న పాలకవర్గ ప్రముఖులే అన్ని పదువులపైన గుత్తాధిపత్యం సాధించి, కొత్త వారెవరూ అటు రాకుండా నిరోధించారు. పాలకవర్గ ప్రముఖుల్లో అందరూ బలహీనులుగా అసమర్థులుగా తయారయ్యారని కాదు. పద్దెనిమిదవ శతాబ్దంలో శక్తివంతులూ సమర్థులూ అయిన అధికారులూ, ధైర్య సాహసాలుగల ప్రజ్ఞావంతులైన మిలిటరీ కమాండర్లూ పైకి వచ్చారు. కానీ, అటువంటి వారిపట్ల సామ్రాజ్యానికి అంతగా ఒరిగింది లేదు. వీరు తమ ప్రజ్ఞాపాటవాల్ని రాజ్యానికీ సమాజానికీ సేవ చేయడానికి కాక, స్వప్రయోజనాల పరిరక్షణకు తమలో తాము కలహించుకోవడానికే వినియోగించుకున్నారు!

నిజానికి, సర్వసాధారణంగా అందరూ అనుకున్నట్టు, పద్దెనిమిదవ శతాబ్దిలో మొగల్ పాలకవర్గ ప్రముఖుల్లో కనిపించిన పెద్ద బలహీనతకు కారణం వారి సామర్థ్యం దిగజారడమోలేక నైతిక పతనమో కాదు. స్వార్థపరత్వం, రాజ్యంపట్ల భక్తి ప్రపత్తులు.. ఇవీ! వారి పోకడవల్ల పాలనావ్యవస్థలో అవినీతి, పరస్పర కలహాలూ ప్రవేశించాయి. తను అధికార బలం, ప్రతిష్ఠ, రాబడి వృద్ధి చేసుకోవడానికి, తమలో తామే ముఠాలు కట్టి వర్గాలుగా చీలిపోయారు. చివరకు రాజుకి వ్యతిరేకంగా కూడా ముఠాకట్టే పరిస్థితికి

చేరారు. అధికారం కోసం బలప్రయోగం, మోసం, దగా ద్రోహం... ఇలా రకరకాల మార్గాలు అనుసరించారు. వారి మధ్య చెలరేగిన కలహాలే రాజ్యాన్ని కుంగదీశాయి. ఐక్యతను దెబ్బతీశాయి. ఖండ ఖండాలుగా చీలిపోయే పరిస్థితికీ, చివరకు విదేశీ దురాక్రమణదార్లు ఈ దేశాన్ని కబళించడానికీ దోహదం చేశాయి. పాలకవర్గ ప్రముఖుల్లో చురుకైనవారు సమర్థులనిపించుకునేవారే ఇందుకు అతి ముఖ్యంగా బాధ్యులని చెప్పాలి. సొంత రాజ్యాలు నిర్మించుకుంటూ సామ్రాజ్యం ఐక్యతను భగ్నం చేసిన వారు ముమ్మాటికీ వారే. అందువల్ల, వ్యక్తిగత జీవితాల్లో వ్యసన మార్గం పట్టినా, అంతకుమించి ప్రజా జీవితంలో స్వచ్ఛంద రాజకీయ దూరదృష్టి కొరవడడం, సంకుచిత దృక్పథంతో అధికారం కోసం అర్రులు చాచడం వంటి దుర్లక్షణాలు మొగలాయిల పాలనలో అధికార ప్రముఖుల్ని ఆవహించి పతన దశ వైపు నడిపించాయి. ఈ అవలక్షణాలు కేంద్రంలో పదవుల్లో ఉన్న పాలకవర్గ ప్రముఖులకు మాత్రమే పరిమితం కాలేదు. అప్పుడే ఎదుగుతున్న మురాఠా ముఖ్యుల్లో రాజపుత్ర పాలకుల్లో జాట్, శిక్కు, బుందేలా పాలకుల్లో స్వయం ప్రతిపత్తితో అధికారం చెలాయిస్తున్న కొత్తతరం ప్రాంతీయ పాలకుల్లో, ఇంకా సంక్షుభితమైన ఆ పద్దెనిమిదవ శతాబ్దిలో పేరు ప్రతిష్ట తెచ్చుకుని అధికార పీఠాలకు ఎగబాకిన ఇంకెందరో నవసాహసికుల్లో ఇటువంటి లక్షణాలే ప్రస్ఫుటంగా కనిపించాయి!

పాలకవర్గ ప్రముఖుల్లో స్వార్థపరత్వం పెరిగిపోవడానికి ముఖ్య కారణాలు చాలా ఉన్నాయి. వాటిలో మరీ మరీ ముఖ్యమైనది జాగీర్ల సంఖ్య తగ్గుతూ రావడం. ఒక వంక అధికారంలోకి వస్తున్న ప్రముఖుల సంఖ్య పెరిగిపోతోంది. అందరికీ తగినన్ని జాగీర్లు లేవు. మరోవంక ఉన్న జాగీర్ల మీదే రాబడి క్రమంగా తరిగి, ఖర్చులు పెరిగిపోతున్నాయి. తత్ఫలితంగా ఉన్న జాగీర్లు పంచుకోవడానికి వారిలో తీవ్రంగా పోటీ మొదలైంది. అందరికీ సరిపోయే సంఖ్యలో జాగీర్లు, పదవులూ లేవు. కనుక అందర్నీ సంతృప్తిపరిచే మార్గం ఏదీ కనిపించకపోవడమే ఈ జాగీర్ల రగడకు అసలు కారణం. జాగీర్ల కొరత ఇంకా మరికొన్ని పరిణామాలకు కారణమైంది కూడా. రైతు జనాన్ని పీడించి, పాలక ప్రముఖులు, జాగీర్ల మీద అత్యధికంగా ఆర్జించేవారు జాగీర్లనీ, జాగీర్లని అనుసరించి వచ్చే పదవీ పీఠాల్నీ అనువంశిక హక్కులుగా మార్చేసుకునే ప్రయత్నాలు చేశారు. తమ జాగీర్ల నిర్వహణకు అయ్యే ఖర్చులూ ఆదాయాలూ సరిపెట్టుకోవడం కోసం రాజుగారి భూముల్ని(ఖలీసా) కూడా కబళించేవారు. దీనివల్ల కేంద్ర ప్రభుత్వం అప్పటికే ఎదుర్కొంటున్న ఆర్థిక సంక్షోభం మరింత విషమించేది. అంతేకాదు, నిర్దేశిత ప్రమాణాల్ని పక్కనపెట్టి, ఉండవలసిన సంఖ్య కంటే సైకికుల సంఖ్యను తగ్గించి, తమ వ్యయాన్ని ఆదా చేసేవారు. ఈ

పోకడ, రాజ్యం సైనికంగా బలహీనం కావడానికి దారి తీసింది.

జనం కనీస అవసరాలను సైతం తీర్చలేకపోవడం అనేది మొగల్ సామ్రాజ్య పతనానికి మూల కారణాలలో ఒకటి. పదిహేడు పద్దెనిమిది శతాబ్దాలలో భారత రైతాంగ పరిస్థితి క్రమంగా దిగజారిపోయింది. రైతు ఎన్నడూ సంతోషకరంగా ఉన్న రోజు లేకపోగా, 18వ శతాబ్దంలో అయితే, అతడి బతుకు దారిద్ర్యంతో మరింత దుఃఖభాజనమై అస్తవ్యస్తంగా హీనాతి హీనంగా తయారైంది. అక్బర్‌పాదుషా పాలనా కాలం నుంచి భూమిశిస్తు భారం అలా పెరుగుతూనే ఉంది. జాగీర్లు నిర్వహిస్తున్న పాలకుల్ని తరచూ అటూ ఇటూ బదిలీ చేస్తూండటం కూడా రైతు బతుకు దుర్భరం కావడానికి కారణమైంది. తాము ఉన్న ఆ తక్కువ సమయంలోనే రైతుల నుంచి వీలైనంత దండుకునేవారు జాగీర్దార్లు. అమలులో ఉన్న ప్రభుత్వ నిబంధనలన్నింటినీ తుంగలో తొక్కి, గొంతెమ్మ కోర్కెలు తీర్చుకుంటూ, రైతుల్ని అతి క్రూరంగా అణగదొక్కేవారు. రైతుల నుంచి భూమి శిస్తు వసూళ్ళ హక్కును వేలం వేసేవారు. వసూలు హక్కును పొందిన కాంట్రాక్టర్, రైతుల నుంచి తన ఇష్టం వచ్చినట్టు తనకు తోచినంత వసూలు చేసుకోవచ్చు. ప్రభుత్వానికి చెల్లించవలసిన సొమ్ము చెల్లించి తక్కువ సొమ్ము తాను తీసుకోవచ్చు. ఈ పద్ధతిని 'ఇజారా' అనే వారు. ఔరంగజేబు మరణానంతరం జాగీర్దార్ల భూములకూ ఢిల్లీ ప్రభుత్వ ప్రత్యక్ష హక్కుభుక్తంలో ఉన్న 'ఖలీసా' భూములకు కూడా ఈ పద్ధతిని మరింత విస్తరించారు. ఈ పద్ధతివల్ల రెవిన్యూ రైతులు అనే ఓ సరికొత్త వర్గం పుట్టుకు వచ్చింది. రైతుల్ని పీడించి పిండుకునే వీరి వసూళ్ళకు హద్దూ లేదు పద్దూ లేదు!

ఇటువంటి పోకడల వల్ల వ్యవసాయ రంగం స్తంభీభూతమైపోయింది. కర్షకుడు మరింత చిక్కిపోయాడు. రైతుల్లో అసంతృప్తి పెరిగి పెరిగి పెల్లుబుకడం మొదలైంది. పన్నుల బాధల నుంచి తప్పించుకోవడానికి రైతులు భూముల్ని వదిలివేసిన సందర్భాలూ ఉన్నాయి. సత్నామీలు, జాట్లు, శిక్కులు ఇంక మరికొన్ని జాతులు ప్రభుత్వానికి వ్యతిరేకంగా తిరగబడిన ఘట్టాలలో కూడా కర్షక జనాగ్రహం వ్యక్తమైంది. సామ్రాజ్యం సుస్థిరతను, బలాన్ని దెబ్బతీసింది. భూమిని నమ్ముకుని నాశనమైపోయిన రైతులు సంచార దోపిడీ ముఠాలుగా, అకృత్యాలకు సాహసించే బృందాలుగా మారిపోయారు. కొందరు జమీందార్లే ఈ ముఠాలకు నాయకత్వం వహించారు. తత్ఫలితంగా దేశంలో శాంతిభద్రతలు భగ్నమై, మొగల్ పాలనా - వ్యవస్థ సామర్థ్యం సర్వం పతనమైంది.

ప్రజల అవసరాలకూ, నిరంతర యుద్ధాల అవసరాలకూ, పెరిగిపోతున్న పాలకవర్గ విలాస వ్యయాలకూ సరిపోగల మిగులు ధనరాసుల్ని వ్యవసాయం సమకూర్చడం ఏనాడో పోయింది. రాజ్యం నిలబడి మనుగడ సాగించాలంటే,

జారిపోయిన బలం మళ్ళీ చేతికి చిక్కాలంటే, ప్రజలు అన్నింటా ముందుకు సాగిపోవాలంటే, వాణిజ్య పారిశ్రామిక రంగాలు రాజ్యానికి అవసరమైన అదనపు ఆర్థిక వనరుల్ని సమకూర్చుకోగలవు. కాని, ఆ రెండూ కూడా స్తంభీభూత స్థితికి చేరిపోయాయన్నది పైకి తేలిన మరో సత్యం. ఒక విశాల సామ్రాజ్యం నిర్మాణం కాకపోవడంతో దేశంలో వాణిజ్యం పరిశ్రమలు ఎన్నో విధాల సహాయ ప్రోత్సాహాలు అందుకున్న మాట నిజమే. భారత పారిశ్రామికోత్పత్తి గణనీయంగా పెరిగింది కూడా. అప్పటి ప్రపంచ ప్రమాణాన్ని బట్టి చూస్తే, భారత పారిశ్రామికోత్పత్తులు రాశిలో వాసిలో పై మెట్టుపైనే నిలబడ్డాయి. కాని, యూరప్‌లో వలె, భారత పారిశ్రామిక రంగం వైజ్ఞానికంగా సాంకేతికంగా చెప్పుకోతగిన స్థాయిలో పురోగమించలేదు. అదేవిధంగా, రవాణా వ్యవస్థ అధ్వాన్న స్థితిలో ఉండటం, గ్రామీణ ఆర్థిక వ్యవస్థలో ఉన్న స్వయం సమృద్ధి స్వభారం దానికితోడు కావడం వల్ల వాణిజ్యాభివృద్ధి మందమందగానే ఉండేది. సంపద సృష్టికీ ప్రభుత్వాదాయానికీ భూమిపైనే అమితంగా ఆధారపడడంవల్ల విదేశీ వాణిజ్యం, నౌకాబలగాల నిర్మాణం ఉపేక్షలో పడ్డాయి. ఎంతటి మహారాజైనా పాలకుడైనా ఆ పరిస్థితిని చక్కదిద్దడం సాధ్యపడేదా అనిపిస్తుంది. వైజ్ఞానిక సాంకేతిక రంగాలలో పురోగతి సాధించలేక, సామాజిక, ఆర్థిక, రాజకీయ రంగాలలో విప్లవాత్మకంగా పురోగమించలేక, భారతదేశం ఆర్థికంగా, రాజకీయంగా యూరప్ కంటే వెనుకబడి ఒత్తిళ్ళకు చేతులు జోడించవలసి వచ్చింది.

మొగల్ సామ్రాజ్య పతనానికి దారితీసిన ఒక ముఖ్యమైన సామాజిక - రాజకీయ కారణాన్ని గురించి కూడా చెప్పుకోవాలి. జనంలో ఆనాడు రాజకీయ జాతీయతా స్ఫూర్తి లుప్తమైంది. ఒక ఆధునిక దేశంగా నిలబడటానికి అవసరమైన మౌలిక లక్షణాల్ని అప్పటి భారతం సంతరించుకోలేకపోయింది. తామంతా భారతీయులమే అన్న భావం కొరవడింది. అంతకుముందు, కొన్ని శతాబ్దాల పాటు, సాంస్కృతిక సమైక్యభావ స్రవంతిలో ప్రస్థానం సాగించిన గత కాలం ఒకటి ఉన్నా, వారిలో ఏకాత్మతా భావం కాని, సమష్టి లక్ష్య స్ఫూర్తికాని ఆ కాలంలో ప్రస్ఫుటం కాలేదు. తత్ఫలితంగా దేశం కోసమే బతకాలి, దేశం కోసం ప్రాణాలైనా ఇవ్వాలి అనే ఉత్తమ ఆదర్శం వారిలో ప్రతిష్ఠితం కాలేదు. అలా వ్యవహరించకపోగా, జనం వ్యక్తులకు తెగలకు కులాలకు మతవర్గాలకు విధేయులై బతికారు!

నిజానికి జాతీయ సమైక్యతా పరిరక్షణ పట్ల కాని, సామ్రాజ్య శ్రేయస్సు పట్ల కాని గాఢమైన అనురక్తి ఆనాడు దేశంలో ఏ ఒక్క సామాజిక వర్గంలో జనగణాల్లో లేదనే చెప్పాలి. కాగా, బలవంతులైన పాలకులు పై నుంచి శాసించి విధించిన సందర్భాల్లో మాత్రం సమైక్య భావం పైకి తేలేది. రైతు జనం విధేయతలు తమ

ఊరికి తమ కులానికి పరిమితమై ఉండేవి. రాజ్య రాజకీయాలపట్ల ఏ మాత్రం ఆసక్తి కనబరచే వారు కాదు. అలాగే, రాజ్య శ్రేయస్సు తమ శ్రేయస్సు అవుతుందన్న భావమూ లేదు. రాజ్యానికి ఏం జరిగినా తమకు పోయేది ఏమీ లేదన్న భరోసా వారిది! చివరకు దేశం మీదకు విదేశీయులు ఎవరైనా దండెత్తి వచ్చినా రక్షణ బాధ్యత తమది కాదనే అనుకున్నారు. కేంద్ర స్థాయిలో ఎవరు బలహీనపడినట్టు కనిపించినా జమీందార్లు తిరగబడేవారు. తమ అధికారాన్నీ స్వయం ప్రతిపత్తినీ నియంత్రించే ఎటువంటి బలమైన కేంద్రీకృత పాలననూ సహించలేకపోయేవారు.

ఆదిలో రాజవంశానికి విశ్వాసపాత్రంగా విధేయులై మెలగడమే ఓ ప్రతిష్టగా పాలకవర్గ ప్రముఖులు భావించేవారు. తమ విధేయతకు ప్రతిఫలంగా గొప్ప గొప్ప పదవులూ ప్రత్యేక హక్కులూ లభిస్తుండటమే అందుకు కారణమని చెప్పవచ్చు. కాని, రాజవంశ వైభవ ప్రాభవాలు క్షీణ దశకు చేరినపుడు అదే అగ్రశేణి పాలక ప్రముఖుల ధోరణి మారిపోతూ వచ్చింది. సింహాసనం పట్ల తొలుత ప్రదర్శించిన విధేయతా విశ్వాసాలు పక్కకు పోయి స్వార్థం, అధికార కాంక్ష పైకి తన్నుకు వచ్చాయి. ఎక్కడికక్కడ స్వయం ప్రతిపత్తి గల ప్రాంతీయ రాజ్యాలు ఏర్పరచుకుని రాజ్య సంఘటితనే దెబ్బతీశారు. సింహాసనానికి ఎదురు తిరిగిన మరాఠాలు, జాట్లు, రాజపుత్రులు మొదలైన ప్రాంతీయ రాజ ప్రముఖులు తమ తమ ప్రాంతీయ, గిరిజన ఆధిపత్యాలనో ప్రాంతీయ అధికార పీఠాలనో మరింత పటిష్టం చేసుకోవడం మీదనే తమ శక్తియుక్తులన్నింటినీ కేంద్రీకరించుకున్నారు. భారతదేశం అనబడే ఒక దేశం కోసం కాని అటువంటి దేశ సమైక్యతా పరిరక్షణ కోసం కాని పోరుకు దిగే సంకల్పమే వారిలో ఉదయించలేదు. అప్పటి భారత ఆర్థిక వ్యవస్థ స్వరూప స్వభావాలు కాని, సామాజిక సంబంధాలు కాని, కుల వ్యవస్థా నిర్మాణం కాని, రాజకీయ వ్యవస్థ నిర్మాణం కాని భారతీయ సమాజం ఏకోన్ముఖం కావడానికీ ఒకే జాతిగా రూపు సంతరించుకోవడానికీ సమయం అప్పటికి ఇంకా పరపక్వం కాకపోవడం ఒక వాస్తవం.

ఇంతవరకు చర్చించిన అనేకానేక కారణాలవల్ల మొగల్ పాలనా వ్యవస్థ, సైనిక బలం భగ్నం కాకుండా ఉండి ఉంటే మొగల్ సామ్రాజ్యం సుదీర్ఘకాలం మనుగడ సాగించి ఉండేది. పద్దెనిమిదవ శతాబ్దిలో రాజ్యపాలనా వ్యవస్థ సామర్థ్యం త్వరితగతిన క్షీణించిపోతూ వచ్చింది. పరిపాలనను అలక్ష్యం చేశారు. దేశంలో అనేక ప్రాంతాల్లో శాంతి భద్రతలు భగ్నమయ్యాయి. దుర్మార్గం తలకెక్కిన జమీందార్లు కేంద్ర పాలనాధికారాన్ని బాహాటంగానే ధిక్కరించారు. తరలివెళ్ళే మొగల్ సైనిక దళాల్నీ, రాచపరివారాన్నీ కూడా అటకాయించి కొల్లగొట్టే దుష్టశక్తులు బయల్దేరాయి.

అధికారగణాలలో అన్ని స్థాయిల్లోను అవినీతి, లంచగొండితనం, క్రమశిక్షణా రాహిత్యం, అసమర్థత, అవిధేయత, విశ్వాస రాహిత్యం విరాట్ రూపంలో ప్రవేశించాయి. కేంద్ర ప్రభుత్వం తరచు దివాలా పరిస్థితిలోకి దిగజారిపోయేది. నిల్వపడి ఉన్న వెనుకటి సంపద సర్వం కరిగిపోయేది. ఆదాయ మార్గాలు మూసుకుపోయేవి. చాలా రాష్ట్రాలు కేంద్రానికి చెల్లింపులు పంపించలేకపోయేవి. కేంద్ర ప్రభుత్వ ప్రత్యక్ష యాజమాన్యంలో ఉండే 'ఖలీసా' భూములలో కొన్నింటిని కొందరు చక్రవర్తులు తమకు సన్నిహితంగా ఉండే పాలక ప్రముఖులుగా జాగీర్లుగా రాసి ఇచ్చివేయడంతో ఖలీసా భూముల విస్తీర్ణం కూడా బాగా తగ్గిపోయింది. ప్రభువును లెక్కచేయని జమీందార్లు చెల్లింపులు తొక్కిపెట్టేవారు. రైతులను పీడించి తద్వారా రాబడి పెంచుకోవడానికి చేసే ప్రయత్నాల వల్ల దేశంలో వ్యతిరేకత ఏర్పడేది.

చివరకు, రాజ్య సైనిక బలం దారుణంగా దెబ్బతిన్నది. పద్దెనిమిదవ శతాబ్ది నాటికి మొగలాయి సైన్యంలో క్రమశిక్షణా లేదు, పోరాట పటిమ లేదు. ఆర్థిక శక్తి క్షీణించి భారీ స్థాయిలో సైన్యాన్ని పోషించడం దుస్తరమైంది. సాధారణ సైనికులకు ఆఫీసర్లకూ నెలల తరబడి జీతాలు ఉండేవి కాదు. అవన్నీ కిరాయి దళాలే కావడం వల్ల రాజుకు వ్యతిరేకంగా రగిలిపోతూ ఉండేవారు. తిరుగుబాటుకు కత్తులు నూరుతూ ఉండేవారు. కమాండర్లు కూడా అయిన పాలన ప్రముఖులు తాము ఎదుర్కొంటున్న తీవ్ర ఆర్థిక సమస్యలవల్ల, తమకు నిర్దేశించిన స్థాయిలో సైనిక దళాన్ని పోషించుకోలేకపోయేవారు. తరచు చెలరేగిన అంతర్యుద్ధాలలో ఎందరో వీరులైన దళపతులు సాహసవంతులు అనుభవజ్ఞులూ అయిన సైనికులు నియమితులయ్యారు. ఇటువంటి పరిస్థితుల్లో, ఏ సామ్రాజ్యానికైనా అతి ప్రధానాంగమైన సైన్యం, గొప్ప గొప్ప మొగలాయి చక్రవర్తులకు గర్వకారణంగా నిలిచిన సైన్యం చిక్కి శల్యావశిష్టమై పోయింది. చివరకు సింహాసనాన్నే ధిక్కరించే స్థితికి చేరిన ప్రాంతీయ పాలకుల్ని సైతం నిలువరించలేని స్థితికి, విదేశీ దురాక్రమణల్ని తిప్పికొట్టి దేశాల్ని రక్షించజాలని స్థితికి క్షీణించిపోయింది.

వరుసగా జరిగిన విదేశీదాడుల రూపంలో మొగల్ సామ్రాజ్యంపై చరమగీతం పడింది! మొగల్ సామ్రాజ్యం బలహీనపడిన కారణంగానే జరిగిన నాదిర్‌షా, అహ్మద్‌షా అబ్దాలీ దాడుల్లో మొగలాయి సంపద సర్వం దేశం దాటింది. ఉత్తరాదిన వాణిజ్య పారిశ్రామిక శక్తి కుప్పకూలింది. సైనిక శక్తి సర్వనాశనమైంది. ఆ తర్వాత బ్రిటిష్ పాలకులు ప్రత్యక్షం కావడంతో, మొగల్ సామ్రాజ్యం సంక్షోభ స్థితి నుంచి గట్టెక్కి చిట్టచివరి ఆశ సైతం మసిబారిపోయింది. ఈ చిట్టచివరి వాస్తవం అంటే బ్రిటిష్ వలస పాలనకు అంకురార్పణ జరగడం అనేది, మొగల్ సామ్రాజ్యపతన

పరిణామాలన్నింటిలోను ముఖ్యాతి ముఖ్యమైనదని అభివర్ణించవచ్చు. అంతటి మొగలాయిలు పతనమైపోతే, భారత సామ్రాజ్య వారసత్వం హస్తగతం చేసుకోవడానికి ఈ సువిశాల భారతంలో ఆనాడు ఉన్న ఏ ప్రాదేశిక ప్రభువు ముందుకు రాలేకపోయాడు. ఆ ప్రాంతీయ పాలక శక్తి పీఠాలకు సామ్రాజ్యాన్ని విచ్ఛిన్నం చేయగల శక్తిసామర్థ్యాలు ఉన్నాయికాని, పతనమైన సామ్రాజ్యాన్ని మళ్ళీ సంఘటితం చేసే శక్తికాని, ఆ సామ్రాజ్యం స్థానే మరో నవ సామ్రాజ్య నిర్మాణానికి ఉపక్రమించగల సత్తాగాని లేకపోవడమే దీనికి కారణం ! పశ్చిమం నుంచి ప్రవేశిస్తున్న కొత్త శత్రువును నిలువరించగ శక్తిమంతమైన సామాజిక వ్యవస్థా నిర్మాణం వారికి అలవికాలేదు. మొగలాయిల ఏలుబడిలో అదే మృతప్రాయ సామాజిక వ్యవస్థలో కొనసాగుతూ వచ్చిన వారే వారంతా! మొగల్ సామ్రాజ్య పతనానికి కారణమైన బలహీనతలన్నింటినీ మోసుకు తెచ్చినవారే! ఇక అటు యూరప్ నుంచి భారత సామ్రాజ్య సింహద్వారాలు తోసుకుని ఇటు వచ్చిన వారంతా ఆర్థిక వ్యవస్థాపరంగా ఎంతో ముందున్న, వైజ్ఞానిక సాంకేతిక రంగాలలో ఎంతో పురోగతి సాధించిన సమాజాల నుంచి వచ్చినవారే. మొగల్ సామ్రాజ్యం పతనం కాగా ఈ దేశాన్ని ఏలుకునే భారం అవకాశం ఒక విదేశీ శక్తికి చిక్కడం ఓ విషాదం. ఈ దేశంలో ఎన్నో శతాబ్దాలుగా ఏర్పడి ఉన్న సామాజిక ఆర్థిక రాజకీయ వ్యవస్థా నిర్మాణాన్ని తన ప్రయోజనాలకు అనుగుణంగా ధ్వంసం చేసి ఒక వలస పాలనా వ్యవస్థను ప్రవేశపెట్టింది. అయితే ఇంతటి విషాదం నుంచి ఈ దేశం కొంత మంచి దశ వైపు అడుగులు వేసే అవకాశమూ కనిపించింది. భారతీయ సమాజాన్ని కొంతకాలంగా ఆవహించి ఉన్న జడత్వం పటాపంచలై, పరివర్తన కాంక్షించే నవశక్తులు ఉదయించాయి. అంతవరకు ఉంటున్న స్థితి నుంచి వలసపాలన శకంలో అడుగుపెడుతున్న పరిణామ క్రమంలో సమాజానికి తీవ్ర వేదన తప్పలేదు. అవమానాలూ అనివార్యమే అయ్యాయి. ఆర్థికంగా రాజకీయంగా సాంస్కృతికంగా కొంత వెనుకబడటమూ తప్పలేదు. కాని ఆ నవభారత గమనానికి అవసరమైన చోదక శక్తి ఉత్సాహం పరివర్తనానుకూల శక్తుల నుంచే లభించాయి.

రెండవ అధ్యాయం

పద్దెనిమిదవ శతాబ్దిలో భారతీయ రాజ్యాలు, సమాజం

మొగల్ సామ్రాజ్యం క్రమంగా బలహీనమై క్షీణదశకు చేరుకోవడంతో, స్థానిక ప్రాంతీయ రాజకీయ ఆర్థిక శక్తులు పైకి తేలి పట్టుబిగించడం మొదలైంది. పదిహేడవ శతాబ్ది ద్వితీయార్థంలో రాజకీయ ముఖ చిత్రంలో పెనుమార్పులు ప్రారంభమయ్యాయి. పద్దెనిమిదవ శతాబ్దిలో మొగల్ సామ్రాజ్యం, నాటి రాజకీయ వ్యవస్థ కూలిపోగా ఆ శిథిలాల నుంచే, బెంగాల్, అవధ్, హైదరాబాద్, మైసూర్, మరాఠా రాజ్యాలవంటి ఎన్నో స్వతంత్ర, పాక్షిక స్వతంత్ర రాజ్యాలు పుట్టుకువచ్చాయి. భారతదేశంపై ఆధిపత్యం చెలాయించాలంటే, బ్రిటిష్ పాలకులకు, ముందుగా ఈ రాజ్యాలను లంగదీసుకోవడం ముఖ్యమైంది.

వీటిలో బెంగాల్, అవధ్, హైదరాబాద్ వంటి రాజ్యాల్ని 'వారసత్వరాజ్యాలు' అనవచ్చు. ఎందుకంటే, మొగల్ కేంద్రాధిపత్యం పతనం కాగా, అంతవరకు మొగల్ రాష్ట్రాలకు పాలకులుగా ఉంటున్న వారే స్వయం పాలనా ప్రతిపత్తి ప్రకటించుకోగా అవతరించిన రాజ్యాలే ఇవి. ఇక, స్థానిక పాలక ప్రముఖులు జమీందార్లు. కొందరు రైతులు మొగల్ కేంద్ర పాలకులపై తిరుగుబాటు చేయగా పుట్టినవి మరాఠా, ఆఫ్ఘన్, జాట్, పంజాబ్ రాజ్యాలు. ఈ రెండు తరహాల రాజ్యాల రాజకీయాల్లో తేడాలు ఉండటం మాత్రమే కాక, స్థానిక కారణాలవల్ల, ఆ రాజ్యాలన్నింటి మధ్య వాటిలో వాటికి విభేదాలూ ఉన్నాయి. అయితే, ఆ రాజ్యాలన్నింటిలోను రాజకీయ పరిపాలనా యంత్రాంగాల నిర్మాణ చట్రాలు మొత్తం మీద ఒకేవిధంగా ఉండేవి. ఇందులో ఆశ్చర్యంలేదు కూడా. మొగల్ ప్రభావం ఏ మాత్రం పడని, నైరుతి, ఆగ్నేయ భారత తీర ప్రాంతాలు ఈశాన్య భారత ప్రాంతాలు మూడో తరహా కిందికివస్తాయి.

పద్దెనిమిదవ శతాబ్దిలో ఉన్న ప్రాంతీయ పరిపాలకులు యావన్మందీ మొగల్ చక్రవర్తి ఆధిపత్యాన్ని లాంఛనంగా గౌరవించి, చక్రవర్తి ప్రతినిధులుగా ఆయనకు లోబడినట్టు వ్యవహరిస్తూ తమ తమ పీఠాల్ని పదిలం చేసుకున్నారు. ఇంకా ఆపైన,

వారిలో ఇంచుమించు అందరూ మొగల్ పాలనా పద్ధతుల్నీ స్ఫూర్తినీ అనుసరించారు. వారసత్వ రాజ్యాలుగా ఇంతకుముందు చెప్పుకున్న మొదటి తరహా రాజ్యాలు మొగల్ పాలనా వ్యవస్థలోని వివిధ సంస్థల్ని వాటి నిర్వహణను వారసత్వంగా అందుకున్నాయి. తక్కిన రాజ్యాలు ఆ పాలనా స్వరూపాల్నీ, మొగల్ రెవిన్యూ పద్ధతిలో సహా అన్ని నిర్వహణా పద్ధతుల్నీ అనుసరించి అనుకరించాయి.

ఈ పాలకులు శాంతి భద్రతల్ని సుస్థిరం చేసి, సజావుగా నడిచే ఆర్థిక, పరిపాలనా వ్యవస్థల్ని ఏర్పాటు చేసుకున్నారు. రైతులు మిగులు పంటల్ని తాము తరలించుకుపోయే హక్కు కోసం పై అధికారులతో తరచు ఘర్షణకు దిగుతూ, స్థానిక జనాన్ని తమ వైపు తిప్పుకుని అధికార కేంద్రాలు ఏర్పరుచుకోవడానికి ప్రయత్నిస్తున్న దిగువ స్థాయి అధికారుల్నీ చోటా స్థానిక ముఖ్యుల్నీ జమీందార్లనీ కొంతవరకు అదుపులో పెట్టగలిగారు. శాంతి భద్రతల్ని కాపాడుకోవాలన్న అభిలాషతో ముందుకు వచ్చిన స్థానిక ముఖ్యులపట్ల జమీందార్లపట్ల రాజీ ధోరణి అనుసరించేవారు. చాలా ప్రాంతాల్లో రాజకీయ అధికార వికేంద్రీకరణ జరిగింది. స్థానిక ముఖ్యులూ జాగీర్దార్లూ జమిందార్లూ ఆర్థిక రాజకీయాధికారాల్ని బాగానే అనుభవించారు. ఆ రాజ్యాలలో రాజకీయాల నడక సైతం మతాతీతంగా లౌకిక పంథాలోనే సాగిపోయేవి. ఆర్థిక రాజకీయాంశాల ప్రాతిపదికనే పాలకులు పాలన సాగించేవారు. సివిల్ ఉద్యోగాలకు కాని సైనికోద్యోగాలకుకాని, నియామకాలు చేసే సందర్భాలలో మత వివక్ష ఎన్నడూ చోటుచేసుకునేది కాదు. అదేవిధంగా ఆ పాలకులకు ఎదురుతిరిగే శక్తులు సైతం పాలకుల మతానికి ప్రాముఖ్యం ఇచ్చేవారు కారు. వాస్తవ పరిస్థితులు ఇవే కనుక, మొగల్ సామ్రాజ్యం క్షీణించి పతనమైన తర్వాత దేశంలో చాలా ప్రాంతాలో శాంతి భద్రతలు భగ్నమై అరాచకం తాండవించినందనడానికి ఆస్కారం లేదు. పద్దెనిమిదవ శతాబ్దిలో పరిపాలనలో కాని, ఆర్థిక వ్యవస్థలోకాని అరాచకం ప్రవేశించిందంటే, అందుకు బ్రిటిష్ దాడులు, భారత దేశంలో ఉన్న వివిధ రాజ్యాల ఆంతరంగిక వ్యవహారాలలో బ్రిటిష్ జోక్యాలే కారణం.

అయితే, పదిహేడవ శతాబ్దిలో ప్రవేశించిన ఆర్థిక సంక్షోభాన్ని అదుపులో పెట్టడంలో ఈ రాజ్యాలు ఏవీ కృతకృత్యం కాలేకపోయాయి. అవన్నీ ఉన్నది పీక్కుతినే తరహాలోనే సాగిపోయాయి. జమీందార్ల, జాగీర్దార్ల సంఖ్య, వారి రాజకీయ బలం పెరుగుతూనే ఉంది. అలా పెరిగిన కొద్దీ వ్యవసాయ రంగం మీదుగా వచ్చే రాబడి కోసం తన్నుకుంటూనే ఉన్నారు. రైతు పరిస్థితి అంతకంతకూ అలా దిగజారిపోతూనే వచ్చింది. ఈ రాజ్యాల పాలకులు అంతర్గత వాణిజ్యం భగ్నం కాకుండా కాపాడుతూ, నిజానికి విదేశీ వాణిజ్యాభివృద్ధికి ప్రయత్నించారు. అయితే తమ ఏలుబడిలో ఉన్న

ప్రాంతాల్లో పారిశ్రామిక వాణిజ్య మౌలిక వ్యవస్థల్ని ఆధునికీకరించడానికి ఏమీ చేయలేకపోయారు. సాధించింది సంఘటితం చేసుకోవడంలో విదేశీ దురాక్రమణను తిప్పికొట్టడానికి సన్నద్ధం కావడంలో వారు విఫలమయ్యారనే ఈ వాస్తవాలు రుజువు చేస్తున్నాయి.

హైదరాబాద్, కర్నాటక

హైదరాబాద్ సంస్థానాన్ని నిజామ్-ఉల్-ముల్క్ అసఫ్‌జా 1724లో స్థాపించాడు. ఔరంగజేబు అనంతర కాలంలో అగ్రగణ్యులు అనదగిన పాలకవర్గ ప్రముఖులలో ఆయన ఒకడు. సయ్యద్ సోదరుల్ని కూలదోయడంలో ప్రముఖ పాత్ర వహించినందుకు ఆయనకు కానుకగా దక్కను మీద వైస్రాయిగా ఆధిపత్యం లభించింది. తన ఆధిపత్యానికి వ్యతిరేకులుగా కనిపించిన వారందరినీ అణచివేసి, పాలనా యంత్రాంగాన్ని సర్వసమర్థంగా తీర్చిదిద్ది 1720 నుంచి 1722 వరకుగల మధ్యకాలంలో దక్కను మీద తన పట్టు బిగించుకున్నాడు. 1722 నుంచి 1724 వరకు మొగల్ సామ్రాజ్యానికి 'వజీర్'గా ఉన్నాడు. కాని, పాలనా వ్యవస్థను సంస్కరించడానికి తాను చేసిన ప్రయత్నాలన్నింటికీ చక్రవర్తి ముహమ్మద్ షా అడ్డు తగులుతుండటంతో విసిగిపోయాడు. దక్కనుకు పోయి అక్కడ తన ఆధిపత్యాన్ని సుప్రతిష్ఠితం చేసుకోవాలని నిర్ణయించుకున్నాడు. అలా వెళ్ళి హైదరాబాద్ సంస్థాన ఆవిర్భావానికి తగిన ఏర్పాట్లు చేసుకుంటూ సాగిపోయాడు. పకడ్బందీగా పాలన సాగించాడు. కేంద్ర ప్రభుత్వంతో సంబంధంలేని సర్వస్వతంత్రుడిని అని ఎన్నడూ ప్రకటించుకోలేదు. కాని, ఒక స్వతంత్ర పాలకుడిగానే వ్యవహరించేవాడు. ఢిల్లీ అనుమతి తీసుకోకుండానే యుద్ధాలు చేశాడు. శాంతి ఒప్పందాలు కుదుర్చుకున్నాడు. బిరుదులు పంచాడు. జాగీర్లు, ఉన్నత పదవులు మంజూరు చేశాడు. హిందూమతం పట్ల సహన భావం ప్రదర్శించాడు. ఉదాహరణకు పూర్ణచంద్ అనే ఓ హిందువు ఆయనకు దివాన్! మొగలాయి తరహాలోనే జాగీర్దారీ పద్ధతి ప్రవేశపెట్టి దక్కనులో పాలనా వ్యవస్థను సువ్యవస్థితం చేసి తన అధికారాన్ని సంఘటితం చేసుకున్నాడు. అహంకారం ప్రదర్శించే పెద్దపెద్ద జమీందార్లను లొంగదీసుకుని తనను గౌరవించేలా చేసుకున్నాడు. శక్తిమంతులైన మరాఠాల్ని దూరంగా ఉంచాడు. రెవిన్యూ వ్యవస్థలో అవినీతిని రూపుమాపడానికి ప్రయత్నించాడు. కాని, 1748లో ఆయన మరణానంతరం, ఢిల్లీలో ఏ విచ్ఛిన్నకర శక్తులు పనిచేశాయో, అదే తరహా విచ్ఛిన్నకర శక్తుల్లోకి పోయింది హైదరాబాద్ సంస్థానం.

మొగల్ దక్కన్‌లోనే కర్నాటక ఒక 'సుభా'గా ఉండేది. కనుక హైదరాబాద్ నిజాం పాలనా పరిధిలోకి వచ్చింది. ఢిల్లీ ఏలుబడిలో ఉంటూనే నిజాం ఎలా స్వతంత్రంగా వ్యవహరించాడో, అదే తరహాలో డిప్యూటీ గవర్నర్ హోదాలో ఉన్న కర్నాటక నవాబు దక్కను పై స్థాయి ఆధిపత్యం నుంచి తనను తాను తప్పించుకుని, తన పదవిని అనువంశికంగా మార్చేసుకున్నాడు. పరిపాలక శ్రేణిలో తనకు పై వాడే అయిన దక్కను వైస్రాయి నిజామ్ అనుమతి తీసుకోకుండానే, కర్నాటక పాలకుడైన నవాబ్ సాదతుల్లాఖాన్ తన సమీప బంధువైన దోస్త్ అలీని తన వారసుడుగా ప్రకటించేశాడు. అటుపిమ్మట, 1740 తర్వాత కర్నాటక నవాబు పీఠం కోసం సంఘర్షణలు చెలరేగి, కర్నాటకలో పరిస్థితులు విషమించాయి. ఆ పరిస్థితి యూరప్ వాణిజ్య సంస్థలు భారత రాజకీయాలలో ప్రత్యక్షంగా జోక్యం చేసుకోవడానికి ఒక అవకాశంగా కలిసివచ్చింది.

బెంగాల్

కేంద్రం అంతకంతకూ బలహీనం అవుతుండడంతో, ఆ పరిస్థితిని అవకాశంగా అందుకుని, అసాధారణ సామర్థ్యంగల ముర్షిద్ ఖులీఖాన్, అలీవర్దీఖాన్ బెంగాల్‌ని సర్వస్వతంత్ర ప్రాంతంగా చేసేసుకున్నారు. ముర్షిద్ ఖులీఖాన్ 1717లో బెంగాల్ గవర్నర్‌గా నియుక్తుడయ్యాడు. కాని, నిజానికి అంతకుముందు 1700వ సంవత్సరంలో దివాన్‌గా బాధ్యతలు స్వీకరించినప్పటి నుంచే ఆయన బెంగాల్ పాలకుడుగా వ్యవహరిస్తూనే ఉన్నాడు. చక్రవర్తికి క్రమం తప్పకుండా భారీ ఎత్తున భరణం పంపిస్తూనే ఉన్నా, కేంద్రాధిపత్యం నుంచి తనను తాను విముక్తం చేసుకున్నాడు. అంతర్గతంగానూ వెలుపలి నుంచి ఎటువంటి ప్రమాదం ముంచుకురాకుండా కట్టుదిట్టమైన చర్యలు తీసుకుని, బెంగాల్‌లో శాంతిని ప్రతిష్ఠించాడు. పెద్ద ఎత్తున జమిందార్లు తిరుగుబాట్లకు దిగిన సంఘటనలూ అంతగా లేవు. ఆయన పాలనాకాలంలో చెప్పుకోతగిన తిరుగుబాట్లు మూడేమూడు. సీతారామ్‌రే, ఉదయ్ నారాయణ్, గులామ్ ముహమ్మద్ మొదట తిరుగుబాటు బావుటా ఎగరేస్తే, ఘుజత్‌ఖన్ రెండవ తిరుగుబాటుదారుడు. నజత్‌ఖాన్ నేతృత్వంలో మూడవ తిరుగుబాటు జరిగింది. వారిని ఓడించిన తర్వాత వారి జమిందారీలను తనకు ఇష్టుడైన రామ్ జీవన్‌కి దత్తం చేశాడు. గవర్నర్ ముర్షీద్ ఖులీ ఖాన్ 1727లో మరణించాడు. ఆయన అల్లుడు షుజాఉద్దీన్ 1739 వరకు బెంగాల్‌ని పాలించాడు. అదే సంవత్సరం, షుజా ఉద్దీన్ కుమారుడైన సర్ఫరజ్ ఖాన్‌ని వధించి అలీవర్దీఖాన్ బెంగాల్ నవాబు అయ్యాడు.

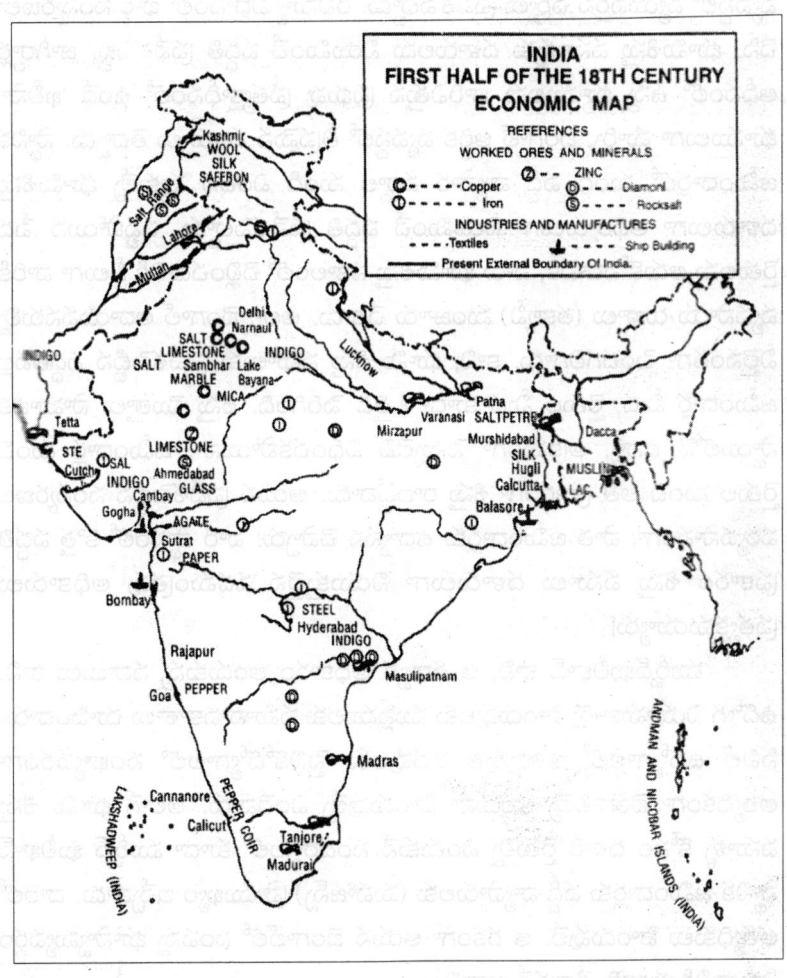

INDIA
FIRST HALF OF THE 18TH CENTURY
ECONOMIC MAP

REFERENCES

WORKED ORES AND MINERALS

- Copper   - ZINC
- Iron   - Diamond
               - Rocksalt

INDUSTRIES AND MANUFACTURES

- Textiles   - Ship Building
- Present External Boundary Of India.

ఈ ముగ్గురు నవాబులు బెంగాల్‌లో శాంతి సుస్థిరతల్ని సుప్రతిష్ఠితం చేశారు. వాణిజ్యాన్ని పారిశ్రామిక రంగాన్ని అభివృద్ధి చేశారు. ముర్షీద్ ఖులీ ఖాన్ పాలనా వ్యవస్థలో వ్యయవర్తన చర్యలు ప్రవేశపెట్టాడు. రెవిన్యూ విధానంలో భారీ సంస్కరణలు చేసి, భూమిశిస్తు వసూళ్ళకు దళారులను నియమించే పద్ధతి ప్రవేశపెట్టి, జాగీర్దార్ల ఆధీనంలో ఉన్న భూములను భారీఎత్తున ప్రభువు ప్రత్యక్షాధీనంలో ఉండే 'ఖలీసా' భూములుగా మార్చి, బెంగాల్ ఆర్థిక వ్యవస్థలో తీవ్రమైన మార్పులు తెచ్చాడు. స్థానిక జమీందార్లలో నుండి వడ్డీ వ్యాపార వర్గాల నుండి ఎంచిన వ్యక్తుల్నే భూమిశిస్తు దళారులుగా అధికారులుగా నియమించే పద్ధతి ప్రవేశపెట్టాడు. నష్టపోయిన పేద రైతులను ఆదుకోవడానికీ, వారు భూమిశిస్తు సకాలంలో చెల్లించడానికీ వీలుగా వారికి వ్యవసాయ రుణాలు (తక్కావీ) మంజూరు చేశాడు. అలా, బెంగాల్ ఆదాయవనరుల్ని వీలైనంతగా పెంచగలిగాడు. కాని, భూమి శిస్తు వసూలుకు ప్రవేశపెట్టిన పద్ధతివల్ల జమీందార్ల మీద, రైతుల మీద కూడా ఒత్తిడి పెరిగింది. శిస్తు మొత్తాలు సామాజిక స్థాయిలోనే ఉన్నా, అక్రమంగా సెస్సులేవీ విధించకపోయినా, జమీందార్ల నుంచి రైతుల నుంచి అతి క్రూరంగా శిస్తు రాబట్టేవాడు. ఆయన ప్రవేశపెట్టిన సంస్కరణల పర్యవసానంగా, పాత జమీందార్లకు ఉద్వాసన చెప్పారు. వారి స్థానంలో కొత్త పద్ధతి ప్రకారం శిస్తు వసూలు దళారులుగా నియుక్తులైన నడమంత్రపు అధికారులు ప్రత్యక్షమయ్యారు!

ముర్షీద్‌ఖులీఖాన్ కాని, ఆ తర్వాత అధికారం అందుకున్న నవాబులు కాని, ఉద్యోగ నియామకాల్లో హిందువులకు ముస్లిములకు సమానావకాశాలు చూపించారు. సివిల్ ఉద్యోగాలలో అత్యున్నత పదవులకు సైనికోద్యోగాలలో సంఖ్యాపరంగా అత్యధికంగా బెంగాలీల్నే అందునా హిందువుల్నే ఎంచేవారు. అలాగే భూమి శిస్తు వసూళ్ళ కోసం దళారీ రైతుల్ని ఎంచుకునే సందర్భాలలో కూడా ముర్షీద్ ఖులీఖాన్ స్థానిక జమిందార్లకు వడ్డీ వ్యాపారులకు (మహాజన్స్) ప్రాముఖ్యం ఇచ్చేవాడు. వారిలో అత్యధికులు హిందువులే. ఆ రకంగా ఆయన బెంగాల్‌లో సంపన్న భూస్వామ్యవర్గం ఏర్పడానికి పునాది వేశాడనే అనాలి.

వాణిజ్య విస్తరణ ఇటు ప్రజలకూ అటు ప్రభుత్వానికీ చాలా ప్రయోజనకరం అన్న వాస్తవాన్ని ముగ్గురు నవాబులు గుర్తించారు. అందువల్ల భారతీయ, విదేశీ వ్యాపారులందరినీ ప్రోత్సహించారు. ఠాణాలూ, జాకీలూ ఏర్పాటుచేసి మామూలు దొంగల బారి నుండి, దోపిడీ దొంగల బారి నుంచి రహదారి ప్రయాణికులకు, నదీమార్గ ప్రయాణికులకు భద్రత కట్టుదిట్టం చేశారు. ప్రభుత్వాధికారులు ప్రైవేటు వ్యాపారాలు చేయకుండా నిఘా పెట్టారు. కస్టమ్స్ విభాగంలో అధికార దుర్వినియోగాన్ని

అరికట్టారు. అదే విధంగా, విదేశీ వాణిజ్య సంస్థలు వాటిలో పనిచేసే సిబ్బంది తమకు ఉన్న ప్రత్యేక సదుపాయాల్ని దుర్వినియోగం చేయకుండా గట్టి నిఘా వేసి, అన్ని బిగింపులు చేశారు. ముఖ్యంగా ఇంగ్లీషు ఈస్ట్ ఇండియా కంపెనీ ఉద్యోగులు భారతీయ చట్టాల్నీ నియమ నిబంధనల్నీ విధిగా పాటించాలనీ, ఇతర వ్యాపార సంస్థలవారు చెల్లిస్తున్న స్థాయిలోనే కస్టమ్స్ సుంకాలు చెల్లించి తీరాలనీ నిర్దేశించారు. ఇంగ్లీషు వారుకాని, ఫ్రెంచి వారుకాని, కలకత్తాలోను చందర్‌నగర్‌లోను ఉన్న తను ఫ్యాక్టరీల్ని విస్తరించుకోవడానికి నవాబు అలీవర్దీఖాన్ అనుమతించలేదు. కాని ఒక్క విషయంలో మాత్రం ఈ బెంగాలీ నవాబులు అలక్ష్యంగా దూరదృష్టి రహితంగా వ్యవహరించారని చెప్పాలి. 1707 తర్వాత ఈస్ట్ ఇండియా కంపెనీ తమ కోర్కెలు సాధించుకోవడానికి తరచు సైనిక బల ప్రయోగానికో బల ప్రయోగం చేస్తామన్న బెదిరింపులకో సిద్ధపడుతున్నప్పుడు, వారి ధోరణి అంతకంతకు శ్రుతి మించుతున్నప్పుడు బెంగాలీ నవాబులు కఠినంగా వ్యవహరించి అణచివేయలేకపోయారు. ఈస్ట్ ఇండియా కంపెనీ బెదిరింపుల్ని ఎదుర్కోగల సత్తా వారికి ఉంది. కాని, ఒక వ్యాపార సంస్థ తమ అధికారానికి ఏ విధంగానూ ముప్పు తీసుకురాజాలదని వారు విశ్వసించారు. ఆ ఇంగ్లీషు కంపెనీ కేవలం ఒక వర్తక సంస్థ కాదనీ, ప్రపంచంలో ఆ కాలంలో మరి ఎక్కడా కానరానంత సామ్రాజ్య విస్తరణ కాంక్షతో, వలసవాదంతో అతి దుర్మార్గంగా విరుచుకుపడుతున్న ఒక ప్రబల శక్తికి ఆ కంపెనీ ప్రాతినిధ్యం వహిస్తోందన్న వాస్తవాన్ని వారు గుర్తించలేకపోయారు. వారి అజ్ఞానానికీ, తక్కిన ప్రపంచంతో సన్నిహిత సంబంధ రాహిత్యానికి ఈ దేశం మూల్యం చెల్లించవలసి వచ్చింది. చుట్టూ ఏం జరుగుతున్నదో వారు గ్రహించే ప్రయత్నం చేసి ఉంటే, ఆఫ్రికాలో ఆగ్నేయాసియాలో దక్షిణ అమెరికాలో పాశ్చాత్య వ్యాపార సంస్థలు మిగిల్చిన మహోత్పాతాలు ఎంతటివో గ్రహించి ఉండేవారు.

బెంగాల్ నవాబులు ఇదేవిధంగా, బలమైన సైనిక బలగాన్ని కూడా నిర్మించ లేకపోయారు. అందుకు కూడా భారీ మూల్యమే చెల్లించుకున్నారు. ఉదాహరణకు ముర్షిద్ ఖులీ ఖాన్ సైన్యంలో ఉన్నది రెండు వేల మంది అశ్వికులు, నాలుగువేల మంది పదాతి బలగం! అలీవర్దీఖాన్ హయాంలో మరాఠాలు పదేపదే దాడులకు దిగేవారు. చివరకు తన ఆధీనంలోనే ఉన్న ఒరిస్సాలో చాలా భూభాగాల్ని వారికి సమర్పించుకోవలసి వచ్చింది. 1756 నుంచి 1767 మధ్యకాలంలో, అలీవర్దీ వారసుడైన సిరాజ్ ఉద్దేలాపై ఈస్ట్ ఇండియా కంపెనీ యుద్ధం ప్రకటిస్తే తగినంత సైనిక బలం లేక, ఆ విదేశీయులే విజయం మూట కట్టుకున్నారు. అలాగే అధికార గణాలలో పెచ్చుపెరిగిపోతున్న అవినీతిని కూడా బెంగాల్ నవాబులు అరికట్టలేకపోయారు. ఖాజీలు, ముఫ్తీల వంటి న్యాయమూర్తులు కూడా లంచాలు

మరిగారు. విదేశీ కంపెనీలు ఈ బలహీనతల్ని పసికట్టి, నియమ నిబంధనల్ని ప్రభుత్వ విధానాల్ని పక్కన పెట్టించి పనులు చక్కబెట్టుకునేవి!

అవధ్

స్వయం ప్రతిపత్తిగల రాజ్యంగా అవధ్ నిర్మాత సాదల్ ఖాన్ బర్హాన్-ఉల్-ముక్క. ఆయన 1722లో అవధ్ గవర్నర్‌గా నియుక్తుడయ్యాడు. ఆయన ఎంతో ధైర్య సాహసాలుగల, వజ్ర సంకల్పుడు. ఉత్సాహవంతుడు. ధీశాలి. ఆయన గవర్నర్‌గా నియుక్తుడైన వెంటనే, ప్రావిన్సులో ప్రతిచోట జమిందార్లు తిరుగుబాటు బావుటా ఎగరేశారు. భూమిశిస్తు చెల్లింపులు నిలిపివేశారు. తమ సొంత ప్రయివేటు సైన్యాల్ని ఏర్పాటుచేసుకున్నారు. కోటలు నిర్మించుకున్నారు. ప్రభుత్వాన్ని బాహాటంగా ధిక్కరించారు. సాదత్‌ఖాన్ కొన్ని సంవత్సరాలపాటు వారిపై పోరాటాలు కొనసాగించవలసి వచ్చింది. ఎట్టకేలకు అరాచకాన్ని అణగదొక్కి, జమిందార్లను తన దారికి తీసుకువచ్చి, తన ప్రభుత్వ ఆర్థిక వనరుల్ని వృద్ధి చేసుకోగలిగాడు. ఎన్నెన్నో రాయితీలు కల్పించి జమిందార్లను ప్రాంతీయ ప్రముఖుల్నీ తన వైపు తిప్పుకోగలిగాడు. అంతేకాక, పోరాటాలలో ఓడిపోయిన జమిందార్లను తొలగించలేదు కూడా. లొంగివచ్చి భూమి శిస్తు బకాయిలు సక్రమంగా చెల్లించడానికి అంగీకరించిన జమిందార్లను వారి స్థావరాలలోనే కొనసాగనిచ్చాడు.

సాదత్‌ఖాన్ 1723లో ఓ కొత్త రెవిన్యూ విధానం ప్రవేశపెట్టాడు. సమంజసమైన భూమిశిస్తు విధించి, పెద్ద జమిందార్లు పీడించకుండా నిరోధించి కర్షక జనం స్థితిగతులు మెరుగుపడేలా చేశాడు.

బెంగాల్ నవాబుల తరహాలోనే సాదత్ ఖాన్ కూడా హిందువులు ముస్లిముల పట్ల వివక్ష పాటించలేదు. ఆయన సైనికాధికారులలో అధికార గణంలో అత్యధికులు హిందువులే. మత ప్రమేయం లేకుండా మొండికేసిన జమిందార్లను పాలకప్రముఖులను అణచివేశాడు. ఆయన సైన్యానికి తగినంతగా వేతనాలు చెల్లించేవాడు. ఆయుధాల కొరతలేదు. అంతా సుశిక్షితులే. ఆయనది సమర్థమైన పాలన. జాగీర్దారీ విధానాన్ని సాదత్ ఖాన్ కూడా కొనసాగించాడు. 1739లో మరణించడానికి ముందు, సాదత్‌ఖాన్ కూడా స్వతంత్రుడుగానే మారాడు. తన ప్రావిన్సును అనువంశిక సంస్థానంగా మార్చేశాడు. ఆయన తర్వాత ఆయనకు సమీప బంధువు అయిన సఫ్దర్‌జంగ్ అధికారం అందుకున్నాడు. 1748లో ఆయన సామ్రాజ్యానికి 'వజీర్' కూడా అయ్యాడు. అదనంగా అలహాబాద్ ప్రావిన్సును కూడా ఆయనకు దత్తం చేశారు.

అవధ్, అలహాబాద్ రాష్ట్రాలు రెండింటా శాంతి సుస్థిరతలు పరిరక్షిస్తూ చాలాకాలం సాగించాడు. 1754లో కన్నుమూశాడు సఫ్దర్‌జంగ్. తిరగబడిన జమిందార్లను అణచివేస్తూ, తక్కిన వారిని తనవైపు తిప్పుకుంటూ, మరాఠా సర్దార్లతో సంధి చేసుకుని వారు తన భూ భాగం వైపు రాకుండా జాగ్రత్త పడ్డాడు. ఇలాగే రాజపుత్ర ప్రముఖుల్నీ, షేక్ జాగాలనీ కూడా తన వైపు ఆకర్షించగలిగాడు. రోచేలాలపైన, బంగాష్ పఠాన్లపైన పోరాటాలు సాగించారు. 1750-51లో బంగాష్ పఠాన్లపై యుద్ధం చేస్తున్నప్పుడు, రోజుకు ఇరవై ఐదు వేల రూపాయలు చెల్లించి మరాఠా సైన్యం స్వీకరించాడు. అదేవిధంగా రోజుకు పదిహేనువేల రూపాయలు చెల్లించి జాట్ల సహాయం పొందాడు. ఆ తర్వాత, అహ్మద్ షా అబ్దాలీ మొగల్ సామ్రాజ్యంపై దండెత్తినా, భారతీయ పఠాన్ల వల్ల రాజపుత్ర పాలకుల వల్ల అంతర్గతంగా తిరుగుబాటు ముప్పు ముంచుకువచ్చినా పీష్వా వచ్చి సహాయంగా నిలబడే విధంగా సఫ్దర్ జంగ్ పీష్వాతో ఒప్పందం కుదుర్చుకున్నాడు. ఇందుకు ప్రతిగా పీష్వాకి యాభై లక్షల రూపాయలు చెల్లించాలి. పంజాబ్ చౌత్‌ని సింధ్‌నీ, ఇంకా ఉత్తర భారతంలో ఎన్నో జిల్లాలనీ ఇవ్వాలి. అజ్మీర్ ఆగ్రా గవర్నర్ పదవి కూడా దఖలు పరచాలి. కాని, ఢిల్లీలో సఫ్దర్ జంగ్ శత్రువులతో పీష్వా చేతులు కలవడంతో ఆ ఒప్పందం విఫలమైంది. అవధ్, అలహాబాద్ గవర్నర్ పదవిని ఢిల్లీ పాలకుడు ఇవ్వజూపడంతో పీష్వా అటు తిరిగిపోయాడు.

సఫ్దర్ జంగ్ సమాజంలో అన్ని వర్గాలకూ సమన్యాయం అన్నది లక్ష్యంగా చేసుకుని తదనుగుణంగా తగు ఏర్పాట్లు చేశాడు. తాను కూడా, హిందువుల్నీ ముస్లిముల్నీ వివిధ పదవులకు ఎంచుకునే సందర్భాలలో నిష్పక్షపాత విధానాన్నే అనుసరించాడు. తన ప్రభుత్వంలో అత్యున్నతమైన ఉద్యోగాల్ని మహారాజా నవాబ్ రాయ్ అనే ఒక హిందువునే ఇచ్చాడు.

నవాబుల పాలనలో దీర్ఘకాలం శాంతి సుస్థిరమై స్థానిక పాలకుల ఆర్థిక స్తోమత ఇనుమడించడానికి దోహదం చేయడంలో అవధ్ సంస్థానంలో విశిష్టమైన లక్నో సంస్కృతి వృద్ధి చెందింది. అవధ్‌లో చాలా కాలం పాటు ఒక ముఖ్య నగరంగా వెలిగొందిన, 1775 తర్వాత అవధ్ నవాబుల ప్రధాన స్థావరంగా ఉంటూ వచ్చిన లక్నో నగరం కళాసాహిత్యాల పరిపోషణలో ఢిల్లీతో పోటీపడింది. అలాగే ఆ నగరం హస్తకళలకు ఒక ముఖ్య కేంద్రంగానూ భాసించింది. స్థానిక జమిందార్లు పాలకుల సమాదరణతో హస్తకళలూ, సంస్కృతీ సంప్రదాయాలూ చిన్నపట్టణాలకు సైతం విస్తరించాయి.

సఫ్దర్‌జంగ్ వ్యక్తిగతంగా నైతిక నిష్టకు బద్ధుడై అత్యున్నతంగా నిలిచాడు. జీవితాంతం ఏకపత్నీ వ్రతుడుగానే గడిపాడు. నిజానికి, హైదరాబాద్, బెంగాల్, అవధ్ సంస్థానాల నిర్మాతలు అందరూ కూడా, అంటే, నిజామ్-ఉల్-ముల్క్, ముర్షీద్‌ఖులీ ఖాన్, అలీవర్ధీఖాన్, సాదత్‌ఖాన్, సఫ్దర్‌జంగ్ వ్యక్తిగతంగా అత్యున్నత నైతిక ప్రమాణాలకు బద్ధులై వ్యవహరించినవారే. ఇంచుమించు వారందరూ నిరాడంబరంగా సాధారణ స్థాయి జీవితాలు గడిపినవారే. పద్దెనిమిదవ శతాబ్ది పాలక ప్రముఖులంతా భోగభాగ్యాలు అనుభవిస్తూ విలాసవంతమైన జీవితాలు గడిపారన్న అభిప్రాయం కేవలం ఒక అపోహ మాత్రమేనని వారి వ్యక్తిగత జీవన శైలి రుజువు చేస్తోంది. రాజకీయపరమైన లావాదేవీలలో మాత్రమే వారు అక్రమాలకు, కుతంత్రాలకు ద్రోహాలకు పాల్పడ్డారని చెప్పాలి.

మైసూర్

హైదరాబాద్ తర్వాత, హైదర్ అలీ నేతృత్వంలో, దక్షిణ భారతాన అతి ముఖ్య రాజ్యంగా అవతరించింది మైసూర్. విజయనగర సామ్రాజ్యం అంతరించిన తర్వాతి కాలం నుంచి ఊగిసలాడుతూనే ఉన్న తన స్వాతంత్ర్యాన్ని మైసూరు సంస్థానం ఎలాగో కాపాడుకుంటూ వచ్చింది. మొగల్ సామ్రాజ్యంలో నామమాత్రంగానే ఒక భాగంగా ఉంటూ వచ్చింది. పద్దెనిమిదవ శతాబ్దం ఆరంభ కాలంలో నంజరాజ్ (సర్వాధికారి) దేవరాజ్ (దళవాయి) అనే ఇద్దరు మంత్రులు మైసూరు సంస్థానాధిపత్యాన్ని చేజిక్కించుకుని, అప్పుడు రాజుగా ఉన్న చిక్క కృష్ణరాజును ఒక కీలుబొమ్మను చేశారు. 1712లో ఒక సాదాసీదా కుటుంబంలో జన్మించిన హైదర్ అలీ మైసూరు సైన్యంలో ఒక మామూలు అధికారిగా జీవితం ప్రారంభించాడు. విద్యావంతుడు కాకపోయినా మేధావి. శక్తియుక్తులు పుష్కలంగా ఉన్నవాడు. సాహసికుడు, చెక్కుచెదరని సంకల్పశక్తి గలవారు. తెలివైన సేనాని, దౌత్య ప్రవీణుడు.

ఇరవై ఏళ్ళపాటు మైసూరు ఎదుర్కొంటున్న యుద్ధాన్ని గమనిస్తూ వస్తున్న హైదర్ అలీ, ఆ పరిస్థితులలోనే తనకు ఒక అవకాశాన్ని కనుగొన్నాడు. తనకు అందివస్తున్న అవకాశాల్ని తెలివిగా ఉపయోగించుకుంటూ మైసూరు సైన్యంలో క్రమంగా ఎదిగాడు. పాశ్చాత్య సైనిక శిక్షణలో ఉన్న ప్రయోజనాన్ని త్వరలోనే గుర్తించిన హైదర్ అలీ, తన నాయకత్వంలో ఉన్న సైనిక దళానికి ఆ పద్ధతులు అలవరిచాడు. ఫ్రెంచి నిపుణుల సహాయంతో, 1755లో దిండిగల్‌లో ఒక ఆధునిక ఆయుధాగారాన్ని నిర్మించాడు. 1761లో నంజరాజ్‌ను తప్పించి, మైసూరు ఆధిపత్యాన్ని చేజిక్కించుకున్నాడు. తిరగబడుతున్న పోలిగార్లను (స్థానిక పాలక ప్రముఖులు,

జమీందార్లు) తన అదుపులోకి తెచ్చుకుని, బిదనూర్, సుండా, సేరా, కెనరా, మలబారు ప్రాంతాన్ని జయించాడు. హిందూ మహాసముద్ర తీరాన్ని దక్కించుకోవాలన్న లక్ష్యంతోనే హైదర్ అలీ మలబారుపై కన్నువేసి ఆక్రమించాడు. నిరక్షరాస్యుడే అయినా గొప్ప పాలనాదక్షుడు. తన ఏలుబడిలో ఉన్న ప్రాంతాలలో మొగల్ పాలనా పద్ధతుల్ని రెవిన్యూ విధానాన్నీ ప్రవేశపెట్టాడు. హైదర్‌అలీ అధికారం అందుకునే నాటికి మైసూరు ఒక బలహీన రాజ్యంగా ముక్కచెక్కలై ఉంది. అటువంటి రాజ్యాన్ని శీఘ్రగతిని, యావద్భారతంలోనే ఒక అతి ముఖ్య రాజ్యంగా తీర్చిదిద్దాడు. మత సహన మార్గాన్నే అనుసరించాడు. అతడి తొలి దివాన్, ఇతర అధికారులలో ఎక్కువమంది హిందువులే.

అధికారం అందుకున్న తొలినాళ్ళ నుంచి హైదర్ అలీ, మరాఠా సర్దార్లతో నిజాంతో బ్రిటిష్ పాలకులతో యుద్ధాలు చేస్తూనే ఉన్నాడు. 1769లో బ్రిటిష్ సైన్యాన్ని అనేకసార్లు ఓడించి మద్రాసు చేరువ వరకు సాగిపోయాడు. 1782లో జరిగిన రెండవ ఆంగ్లో - మైసూరు యుద్ధంలో హైదర్ అలీ మరణించాడు. ఆయన కుమారుడు టిప్పు సుల్తాన్ ప్రభువైనాడు.

టిప్పు సుల్తాన్ 1799లో ఇంగ్లీషు వారి చేతుల్లో నిహతుడయ్యేవరకు మైసూరును పాలించాడు. చాలా సంక్లిష్ట లక్షణాలుగల వ్యక్తి టిప్పు. నూతన మార్గాన్వేషి, ప్రయోగశీలి. కాలాన్ని బట్టి మారాలన్న ఆయన దృక్పథానికి అనుగుణంగా ఒక కొత్త క్యాలెండర్, కొత్త నాణేలూ, కొత్తరకం తూనికలు కొలతలు ప్రవేశపెట్టాడు. అతడి వ్యక్తిగత గ్రంథాలయంలో మతం, చరిత్ర, సైనిక శాస్త్రం, వైద్యం, గణితశాస్త్రం మొదలైన అనేకానేక విషయాలకు సంబంధించిన గ్రంథాలు ఉండేవి. ఫ్రెంచి విప్లవం పట్ల ఎంతో ఆసక్తి ప్రదర్శించాడు. మైసూరు నగరానికి పక్కనే ఉన్న శ్రీరంగపట్టణంలో ఒక 'స్వేచ్ఛా వృక్షాన్ని' (ట్రీ ఆఫ్ లిబర్టీ) నాటాడు. జాకోబిన్ క్లబ్‌లో సభ్యుడుగా చేరాడు. ఆ కాలంలో సాధారణంగా భారతీయ సైన్యాలలో క్రమశిక్షణా రాహిత్యం కనిపించేది. కాని టిప్పు సైనికులు మాత్రం అందుకు భిన్నంగా పూర్తిగా క్రమశిక్షణా బద్ధులై తుది క్షణం వరకు విశ్వాసపాత్రంగా ఉండేవారు. ఇది టిప్పు సుల్తాన్ సంస్థానిర్మాణ దక్షతకు ప్రత్యక్ష నిదర్శనం. జాగీర్దారీ పద్ధతిని రద్దుచేసి, ప్రభుత్వాదాయం వృద్ధి పొందేలా చేశాడు. పోలిగార్లకు వారసత్వంగా సంక్రమించిన ఆస్తుల్ని తగ్గించే ప్రయత్నం చేశాడు. ప్రభుత్వానికీ రైతుకు మధ్య దళారీలు లేకుండా చేశాడు. అయితే, ఆయన సమకాలిక పాలకుల వలెనే భూమి శిస్తు ఎక్కువగానే, అంటే, పంటలో మూడవ వంతు వరకు వసూలు చేశాడు. అక్రమంగా సెస్సుల విధింపులు లేవు. రెమిషన్లలోనూ టిప్పు ఉదారుడే అనిపించుకున్నాడు.

ఆయన తన సైన్యానికి ఆకాలంలో యూరప్‌లో ఉపయోగించే తుపాకుల్ని పోలిన తుపాకులు, బానెట్లు సరఫరా చేశాడు. అయితే అవన్నీ మైసూరులో తయారైనవే. 1796 తర్వాత ఒక ఆధునిక నౌకాదళాన్ని నిర్మించే ప్రయత్నమూ చేశాడు. రెండు నౌకా నిర్మాణ కేంద్రాల్నీ సిద్ధంచేశాడు. నిర్మించే నౌకల నమూనాల్నీ తయారుచేశాడు. ఇక టిప్పు సుల్తాన్ వ్యక్తిగత జీవనశైలి గురించి చెప్పాలంటే, అతడికి వ్యసనాలే లేవు. విలాసాలకు దూరంగానే ఉన్నాడు. దేనికైనా తెగించే దుస్సాహసి. కాని ఒక సేనానిగా అగ్రేసరుడు. "జీవితాంతం ఒక గొర్రెలా బతకడం కంటే, సింహంలా ఒక్క రోజైనా బతకడం మిన్న' అని ఆయన తరచు అంటూ ఉండేవాడట! ఈ ప్రగాఢ విశ్వాసంతోనే యుద్ధం చేస్తూనే శ్రీరంగపట్టణం రాజద్వారాల చేరువలోనే కన్నుమూశాడు. అతడిది దుందుడుకు పోకడ. స్థిర స్వభావి. దక్షిణ భారతానికీ, తక్కిన భారతీయ రాజ్యాలకూ ఇంగ్లీషు పాలకులవల్ల పెనుముప్పు పొంచి ఉన్నదని, పద్దెనిమిదవ శతాబ్దిలో ఆయన సమకాలిక సంస్థానాధీసులందరికంటే ముందే గ్రహించిన రాజనీతిజ్ఞుడు టిప్పు సుల్తాన్. విస్తరిస్తున్న ఇంగ్లీషు పాలకులకు ఏకైక సమస్యగా నిలబడి ఎదిరించిన మహావీరుడు. ఇంగ్లీషు పాలకులు కూడా టిప్పు సుల్తాన్‌ని తక్కిన భారతీయ పాలకులు అందరికంటే అత్యంత ప్రమాదకర శత్రువుగానే పరిగణించారు.

ఆర్థికంగా నాటి కాలానికి తప్పని వెనుకబాటుతనం నుంచి విముక్తం కాకపోయినా, హైదర్ అలీ, టిప్పు సుల్తాన్ పాలనా కాలాల్లో, మైసూరు, గతంతో పోల్చుకున్నా, ఆనాటి తక్కిన భారత స్థితిగతులతో పోల్చి చూసుకున్నా, ఆర్థికంగా పురోగతి సాధించిందనే చెప్పాలి. 1799లో టిప్పు సుల్తాన్‌ని ఓడించి వధించిన తర్వాత మైసూరును ఆక్రమించుకున్న బ్రిటిష్ పాలకులు, బ్రిటిష్ పాలనలో ఉన్న మద్రాసు రైతుల కంటే మైసూరు రైతులు సంపన్నంగానే ఉన్నారన్న వాస్తవాన్ని గ్రహించి విస్తుపోయారు! 'ఆయన ఏలుబడిలో (టిప్పు సుల్తాన్ పాలనలో) ఉన్న ప్రాంతాల్లో రైతులు భద్రంగా ఉన్నారు. వారి శ్రమకు తగిన ప్రతిఫలం లభిస్తోంది. వారికి ప్రోత్సాహమూ లభిస్తోంది" అంటూ 1793 నుంచి 1798 వరకు గవర్నర్ జనరల్‌గా పనిచేసిన సర్‌జాన్‌షోర్ రాశాడు. 'సస్యశ్యామల క్షేత్రాలతో, నిరంతరం పరిశ్రమించే జన సందోహాలతో కొత్తగా వెలిసిన నగరాలతో, విస్తరించిన వాణిజ్యంతో' టిప్పు పాలిస్తున్న మైసూరు వెలిగిపోతున్నదని మరో బ్రిటిష్ పరిశీలకుడు రాశాడు. ఆధునిక వాణిజ్య పారిశ్రామిక రంగాల ప్రాముఖ్యాన్ని కూడా టిప్పుసుల్తాన్ గుర్తించినట్టే కనిపిస్తుంది. సైనిక బలానికి పునాది ఆర్థిక బలంలోనే ఉన్నదన్న సత్యాన్ని, భారతీయ పాలకులు అందరిలోను గుర్తించిన ఒకే ఒక్కడు టిప్పుసుల్తాన్ మాత్రమే అని వ్యాఖ్యానించుకోవాలి. విదేశాల నుంచి పనివారినీ నిపుణుల్నీ రప్పించి, అనేక

పరిశ్రమలకు ప్రభుత్వంవైపు నుండి సహాయ సహకారాలు అందించి తద్వారా ఆధునిక పరిశ్రమల్ని భారతదేశానికి పరిచయం చేయడానికి కొన్ని ప్రయత్నాలు చేశాడు. విదేశీ వాణిజ్యాన్ని వృద్ధిచేసే లక్ష్యంతో ఫ్రాన్స్, టర్కీ, ఇరాన్, మయన్మార్ వంటి దేశాలకు రాయబారుల్ని పంపించాడు. చైనాతో వాణిజ్య సంబంధాలు పెట్టుకున్నాడు. యూరప్ కంపెనీల తరహాలోనే ఒక వాణిజ్య సంస్థను నెలకొల్పి, వారి వాణిజ్య పద్ధతుల్ని తానూ అనుకరించే ప్రయత్నం కూడా చేశాడు. రేవు పట్టణాలలో ప్రభుత్వ వాణిజ్య సంస్థల్ని నెలకొల్పి రష్యాతో అరేబియాతో వాణిజ్యాభివృద్ధికి శ్రమించాడు.

కాగా, కొందరు బ్రిటిష్ చరిత్రకారులు టిప్పుసుల్తాన్‌ని ఒక మతోన్మాదిగా అభివర్ణించారు. కాని, వాస్తవాలు వారి వ్యాఖ్యను సమర్థించవు. ఆయనకు ఉన్న మత విశ్వాసాలలో కొంత ఛాందసత్వం తొంగి చూసినా, నిజానికి ఇతర మతాలపట్ల సహనంతో విజ్ఞతతో వ్యవహరించేవాడు. 1791లో గుర్రాలపై వచ్చి పడిన మరాఠా దోపిడీ ముఠా ఒకటి శృంగేరి దేవస్థానాన్ని కొల్లగొట్టుకుపోతే, శృంగేరీ శారదామాత విగ్రహ స్థాపనకు అవసరమైన ధనాన్ని పంపించాడు టిప్పుసుల్తాన్. శృంగేరీ పీఠానికి, ఇంకా మరికొన్ని దేవాలయాలకు క్రమం తప్పకుండా కానుకలు పంపించేవాడు. విఖ్యాతమైన శ్రీరంగనాథుని దేవాలయం ఆయన నివాస భవనానికి నూరు గజాల దూరంలోనే ఉంది. హిందువులలో క్రైస్తవులలో అత్యధికులపట్ల ఎంతో సహనంతో ఉదారంగా వ్యవహరించే టిప్పుసుల్తాన్, మైసూరు సంస్థానానికి వ్యతిరేకంగా బ్రిటిష్ పాలకులకు ప్రత్యక్షంగాకాని, పరోక్షంగా కాని సహకరించే హిందువులపట్ల క్రైస్తవులపట్ల ఆయన కాఠిన్యం ప్రదర్శించేవాడు.

కేరళ

పెద్దనిమిదవ శతాబ్ది ప్రారంభ కాలంలో కేరళ పలువురు ఫ్యూడల్ పాలకుల రాజుల ఏలుబడిలో ముక్కలు చెక్కలుగా ఉండేది. వీటిలో నాలుగు ముఖ్యమైన సంస్థానాలు ఉండేవి. ఇవి : కాలికట్, చిరక్కళ్, కొచ్చిన్, తిరువాన్కూర్. పద్దెనిమిదవ శతాబ్దిలో ప్రముఖ రాజనీతిజ్ఞులలో ఒకడుగా పేరెన్నికగన్న రాజు మార్తాండవర్మ హయాంలో, తిరువాన్కూర్ 1729 తర్వాత ప్రాముఖ్యం సంతరించుకున్నది. పాలకులలో అరుదుగా కనిపించే దూరదృష్టి, వజ్ర సంకల్పం, ధైర్య సాహసాలు అన్నీ మూర్తీభవించిన వ్యక్తి మార్తాండవర్మ. ఆయన ఫ్యూడల్ పాలకుల్ని లొంగదీసుకుని, క్విలన్‌నీ ఎళయడమ్‌లను జయించి, డచ్‌వారిని ఓడించి, వారెవరికీ కేరళలో రాజకీయంగా పట్టులేకుండా చేశాడు. యూరప్ నుంచి సైనికాధికారులను రప్పించి వారి సహాయంతో పాశ్చాత్య సైనిక నమూనాలో సైన్యాన్ని పటిష్టంగా తీర్చిదిద్ది ఆధునిక ఆయుధాలు

సమకూర్చాడు. అంతేకాదు, ఒక ఆధునిక ఆయుధాగారాన్ని కూడా నిర్మించాడు. అలా తాను సిద్ధం చేసుకున్న కొత్త సైనిక బలంతో ఉత్తర దిశగా విస్తరించుకోవడం ప్రారంభించాడు. త్వరితంగానే మార్తాండ వర్మ రాజ్య సరిహద్దులు కన్యాకుమారి నుంచి కొచ్చిన్ వరకు విస్తరించాయి. సేద్యపునీటి ప్రాజెక్టుల్ని నిర్మించాడు. రోడ్లువేసి, ప్రయాణాలకు అనువుగా కాలువలు తవ్వించాడు. విదేశీ వాణిజ్యాన్ని బాగా ప్రోత్సహించాడు.

1763 నాటికి కేరళలో ఉన్న చిన్న చిన్న సంస్థానాలన్నీ పెద్ద సంస్థానాలైన కొచ్చిన్, తిరువాన్కూర్, కాలికట్‌లలో విలీనమైపోయాయి. 1766లో హైదర్ అలీ కేరళపై దాడులు ప్రారంభించాడు. చివరకు జమోరిన్ ఆధీనంలో ఉన్న కాలికట్‌తో సహా కొచ్చిన్ వరకు ఉన్న ఉత్తర కేరళ భూభాగాన్ని కైవసం చేసుకున్నాడు.

పద్దెనిమిదవ శతాబ్ది మలయాళం సాహిత్యానికి పునరుజ్జీవ శతాబ్ది. సాహిత్య పోషకుడైన కేరళ సంస్థానాధీశులు రాజులే. ఇందుకు చాలావరకు కారకులు. తిరువాన్కూర్ రాజధాని అయిన త్రివేండ్రం, పద్దెనిమిదవ శతాబ్ది ద్వితీయార్థంలో సంస్కృత పండితులకు మహా కేంద్రంగా రూపొందింది. మార్తాండ వర్మకు వారసుడుగా వచ్చిన రామవర్మ స్వయంగా కవి, పండితుడు, సంగీతకారుడు, విఖ్యాత నటుడు గొప్ప సంస్కారి. రామవర్మ ఇంగ్లీషులో అనర్గళంగా మాట్లాడేవాడు. యూరప్ దేశాల వ్యవహారాల పట్ల ఎక్కువ శ్రద్ధాశక్తులు కనబరచేవాడు. లండన్ నుంచి కలకత్తా, మద్రాసు నగరాల నుంచి వెలువడే వార్తా పత్రికలు ఇతర సమాచార ప్రచురణలు క్రమం తప్పకుండా చదువుతూ ఉండేవాడు.

ఢిల్లీ పరిసర ప్రాంతాలు

రాజపుత్ర సంస్థానాలు

ముఖ్యమైన రాజపుత్ర సంస్థానాలు, మొగలాయి కేంద్ర ప్రభుత్వం అంతకంతకు బలహీనపడుతున్న పరిస్థితిని ఆసరాగా తీసుకుని, ఒకవైపున కేంద్ర ప్రభుత్వ ఆధిపత్యం నుంచి తప్పించుకోవడానికి యత్నిస్తూనే మరోపక్క సామ్రాజ్యంలో తక్కిన ప్రాంతాలలో తమ పట్టు పలుకుబడి పెంచుకోవడానికి ప్రయత్నించాయి. ఫారుఖ్‌సియర్, ముహమ్మద్ షా కేంద్ర పాలకులుగా ఉన్నప్పుడు, ఆంబర్, మార్వాడ్ సంస్థానాధీశుల్ని ఆగ్రా, గుజరాత్, మాళవ వంటి ముఖ్యమైన ప్రావిన్సులకు గవర్నర్లుగా నియమించారు.

రాజపుత్ర సంస్థానాలు అలా ముక్కలు చెక్కలుగా ఉంటూ విభేదాలతో సతమతమవుతూనే ఉన్నాయి. వాటిలో పెద్దవిగా ఉన్నవి ఇరుగు పొరుగున సంస్థానాలవైపు, అవి రాజపుత్రులవే అయినా ఇతరులవే అయినా అలా

విస్తరించుకుంటూ పోయాయి. పెద్ద సంస్థానాలు ఎప్పుడూ చిన్న చిన్న తగాదాలతో అంతర్యుద్ధాలతో సతమతమవుతూ ఉండేవి. మొగల్ కేంద్ర దర్బారు తరహాలోనే ఈ సంస్థానాల అంతర్గత రాజకీయాలు కూడా అవినీతి, కుహకాలూ ద్రోహాల చుట్టూనే అల్లుకుని ఉండేవి. ఇటువంటి పరిస్థితులలోనే మార్వాడ్ పాలకుడు అజిత్‌సింగ్‌ని అతని కుమారుడే వధించాడు.

అంబర్ సంస్థానాధీశుడు రాజా సవాయ్‌సింగ్‌ను (1681-1743) పద్దెనిమిదవ శతాబ్ది రాజపుత్ర పాలకులలో అందరికంటే విశిష్టుడని చెప్పవలసి ఉంటుంది. ఆయన ప్రతిభావంతుడైన రాజనీతిజ్ఞుడు, శాసనకర్త, సంస్కర్త, వైజ్ఞానిక ప్రగతి అంటే ఏమిటో భారతీయులకు ఏమీ తెలియని ఆ రోజుల్లోనే ఆయన పాలకులలో వైజ్ఞానికుడుగా విశిష్టత సంపాదించుకున్నాడు. జైపూర్ నగర నిర్మాత కూడా అయిన రాజా సవాయ్‌సింగ్ విజ్ఞాన శాస్త్రాలకు కళలకు ఒక ముఖ్య స్థావరంగా ఆ నగరాన్ని తీర్చిదిద్దాడు. జైపూర్‌ని పూర్తిగా వైజ్ఞానిక సూత్రాల ప్రాతిపదికపైనే నిర్మించారు. ఒక శాస్త్రీయ ప్రణాళిక ప్రకారం నగర నిర్మాణాన్ని కొనసాగించి వీధులన్నింటినీ విశాలంగా సమాంతరంగా ఉండేలా తీర్చిదిద్దారు.

జైసింగ్, ఈ లక్షణాలన్నింటినీమించి, ఒక గొప్ప ఖగోళ శాస్త్రవేత్త కూడా. నిర్దుష్ట ఫలితాల్ని అందించే ఆధునిక శాస్త్ర పరికరాలను, వాటిలో కొన్నింటిని తానే రూపొందించి, ఢిల్లీ, జైపూర్, ఉజ్జయిని, వారణాసి, మధురలలో ఖగోల పరిశీలక కేంద్రాన్ని ఏర్పాటుచేశాడు. ఆయన చేసిన ఖగోళ పరిశీలనలు ఎంతో కచ్చితంగా ఉండేవి. అదే విధంగా శోధించి ఎవరైనా సరే ఖగోళాన్ని అవగాహన చేసుకొని అన్వయించడానికి అనువుగా 'జిజ్ ముహమ్మద్ షాహి పేరిట జంత్రీలు (టేబిల్స్) తయారుచేశాడు కూడా. అలాగే యూక్లిడ్ రచించిన 'ఎలిమెంట్స్ ఆఫ్ జామెట్రీని సంస్కృతంలోకి అనువదించాడు. ఇంకా, ట్రిగ్నోమెట్రీకి సంబంధించిన మరికొన్ని గ్రంథాలను, లాగరిథమ్స్‌పై నేపియర్ సూత్రీకరణల్నీ కూడా సంస్కృతంలోకి తీసుకు వచ్చాడు రాజా జైసింగ్.

జైసింగ్ సంఘ సంస్కర్త కూడా. రాజపుత్రుల ఇళ్ళల్లో కుమార్తెలకు వివాహాలు చేసే సందర్భాల్లో విలాసాలకు విచ్చలవిడిగా చేసే వ్యయాన్ని నియంత్రించే ఉద్దేశ్యంతో ఒక చట్టాన్ని అమలు జరిపే ప్రయత్నం చేశాడు కూడా. ఇది ఆడ శిశువుల భ్రూణ హత్యలకు దారితీసింది. ఇంతటి విశిష్టుడైన ఈ రాజు 1699 నుంచి 1743 వరకు సుమారు నలభై నాలుగేళ్ళపాటు జైపూర్ సంస్థానాన్ని పరిపాలించాడు.

జాట్లు

జాట్లు వ్యవసాయకుల కులం. వీరు ప్రధానంగా ఢిల్లీ, ఆగ్రా, మధుర పరిసర ప్రాంతాలలో ఉండేవారు. మధుర పరిసరాలలో ఉంటున్న జాట్లు తమ జాట్ జమిందార్ల నేతృత్వంలో 1669లో ఒకసారి, మళ్ళీ 1688లో మరోసారి తిరగబడ్డారు. ఆ తిరుగుబాట్లను అణచివేసినా ఆ ప్రాంతం కల్లోలితంగానే కొనసాగింది. ఔరంగజేబు మరణానంతరం, వీరు ఢిల్లీ పరిసర ప్రాంతాలన్నింటా అలజడులు సృష్టించారు. జమిందార్ల నేతృత్వంలో మొదలైన ఈ తిరుగుబాటు రైతుల తిరుగుబాటుగానే మొదలై క్రమంగా దౌర్జన్యపూరితంగా పరిణమించింది. ఢిల్లీ దర్బారు కుట్రలు కుహకాల్లో కూడా తలదూర్చి జాట్లు స్వప్రయోజనాల కోసం అటూ ఇటూ మారిపోతూ ఉండేవారు. భారత్‌పూర్ జాట్ సంస్థానాన్ని చురామన్, బదన్‌సింగులు ఇరువురూ స్థాపించారు. 1756 నుంచి 1763 వరకు పాలించిన సూరజ్ మల్ కాలంలో జాట్ రాజ్యం ఉచ్చస్థితికి చేరింది. సూరజ్‌మల్ అసాధారణ పరిపాలనా దక్షుడు, వీరుడు ఎంతో వివేకం కలిగిన రాజనీతిజ్ఞుడు. తూర్పున గంగానదీ ప్రాంతం నుంచి దక్షిణాన చంబల్ వరకు పశ్చిమాన ఆగ్రా సుభా వరకు, ఉత్తరాన ఢిల్లీ సభా వరకు అతడి రాజ్యం విస్తరించింది. ఆగ్రా, మధుర, మీరట్, అలీడ్ జిల్లాలు కూడా ఆయన ఏలుబడిలో ఉన్న ప్రాంతంలో ఉండేవి. మొగల్ రెవిన్యూ పద్ధతినే స్వీకరించి సుస్థిర సంస్థానంగా తన ఏలుబడిలో ఉన్న ప్రాంతాన్ని తీర్చిదిద్దడానికి అతడు ప్రయత్నించాడు. ఆయనను గురించి ఆ కాలం నాటి ఒక చరిత్ర కారుడు ఇలా రాశాడు :

'ఆయన రైతు దుస్తుల్లోనే కనిపించినా, ఆయన తన వ్రజ భాష మాత్రమే మాట్లాడినా, జాట్ల జాతికి ఆయన ఓ ప్లేటో. వివేకంలో, ప్రావీణ్యంలో రెవిన్యూ నిర్వహణ సామర్థ్యంలో పౌర వ్యవహార పరిజ్ఞానంలో, అసఫ్‌జా బహదూర్ మినహా, ఈ భారతదేశంలో ఆయనకు సాటిరాగల మహారాజు మరొకరు లేరు".

ఆయన 1763లో మరణించిన తర్వాత జాట్ రాజ్యం క్షీణించి ముక్కలు చెక్కలై దోచుకునే ఛోటా జమిందార్లకు చిక్కింది.

బంగాష్ పఠాన్లు, రోహిలాలు

ముహమ్మద్ ఖాన్ బంగాష్ అనే ఆఫ్ఘన్ సాహసి, ఫరూఖ్ సియర్, ముహమ్మద్ షాల పరిపాలనా కాలంలో ఫరూఖాబాద్ పరిసర ప్రాంతాలపై ఆధిపత్యం సంపాదించాడు. ఇప్పటి అలీగడ్, కాన్పూర్ మధ్య ప్రాంతమే అది. అదేవిధంగా నాదిర్‌షా దాడి అనంతరం పాలనా వ్యవస్థ అస్తవ్యస్థంగా తయారైన కాలంలో, అలీ ముహమ్మద్ ఖాన్ హిమాలయ పర్వత పాదపీఠ ప్రాంతంలో ఉత్తరాన గంగానది

దక్షిణాన కుమావ్ కొండల నడుమగల ప్రాంతంలో రోహిల్ ఖండ్ పేరుతో ఒక కొత్త సంస్థానాన్ని ఏర్పాటుచేశాడు. ఈ ప్రాంతానికి మొదట అవలోన్ బరేలీ, ఆ తర్వాత రాంపూర్ రాజధానిగా ఉండేవి. రోహిల్‌ఖండ్ ప్రాంతవాసులైన రోహెలాలు తరచు అవధ్‌తో ఢిల్లీలో జాట్లతో పోరాటాలకు దిగుతూ ఉండేవారు.

శిక్కులు

గురునానక్ పదిహేనవ శతాబ్ది చివరి భాగంలో స్థాపించిన శిక్కు మతం పంజాబ్‌లోని జాట్ రైతు జనంలో ఇతర నిమ్న కులాల్లో వ్యాపించింది. శిక్కులు పోరాటాలు సాగించే వీరజాతిగా పరివర్తన చెందడం అనేది గురు హరగోవింద్ (1606-45) కాలంలో మొదలైంది. అయితే శిక్కులకు పదవ గురువు చిట్టచివరి గురువు అయిన గురుగోవింద్ సింగ్ (1666-1708) నాయకత్వంలో శిక్కులు ఒక రాజకీయ సైనిక శక్తిగా తయారయ్యారు. 1699 నుంచి గురుగోవింద్ సింగ్ ఔరంగజేబు సైన్యాలతోను పర్వత ప్రాంత రాజుల సైన్యాలతోను పోరాటాలు సాగిస్తూనే వచ్చాడు.

గురుగోవింద్ సింగ్ నిర్యాణానంతరం, గురుపరంపర ఆగిపోయింది. శిక్కుల నాయకత్వ బాధ్యత, గోవింద్‌సింగ్ ప్రియశిష్యుడైన బందాసింగ్ బహదూర్ స్వీకరించాడు. బందాసింగ్ బహదూర్, ఢిల్లీ నుంచి లాహోర్ వరకు, పంజాబ్ దిగువ కులాల జనాన్ని రైతుల్నీ సంఘటితం చేసి, ఎనిమిది సంవత్సరాల పాటు, సమ ఉజ్జీ కాకపోయినా మొగల్ సైన్యాలతో తలపడుతూనే ఉన్నాడు. ఆయనను 1715లో బందీని చేసి వధించారు. ఆయన వైఫల్యానికి అనేక కారణాలు ఉన్నాయి. మొగలాయి కేంద్ర ప్రభుత్వం అప్పటికి ఇంకా పటిష్టంగానే ఉంది. బందాసింగ్ బహదూర్ దిగువ కులాల, గ్రామీణ నిరుపేద వర్గాల పక్షం వహించడంతో పంజాబ్‌లో ఉన్నతవర్గాలూ కులాలూ ఆయనకు ఎదురుతిరిగారు.

నాదిర్‌షా, అహ్మద్‌షా అబ్దాలీ సాగించిన దాడులు చేయడంవల్ల, ఆ దాడుల వల్ల పంజాబ్ పాలనా వ్యవస్థ కుప్పకూలిపోవడంతో మరోసారి విరుచుకుపడటానికి శిక్కులకు అవకాశం చిక్కింది. రాజకీయ శూన్య స్థితిని తమకు అనుకూలంగా మలుచుకోవడానికి ఉద్యమించారు. 1765 నుంచి 1800వ సంవత్సరం మధ్యకాలంలో పంజాబ్‌ని జమ్మూ ప్రాంతాన్నీ తమ ఆధీనంలోకి తెచ్చుకున్నారు. శిక్కుల్ని పన్నెండు సమాఖ్యలు (మిసల్స్)గా విభజించారు. ఇవి రాజ్యం అంతటా విస్తరించి పని చేస్తూ ఉండేవి. వాటి మధ్య పూర్తి సహకారం ఉండేది. సర్వ సమానత్వం ప్రాతిపదికగా ఇవి పనిచేసేవి. సమాఖ్య వ్యవహారాలలో నిర్ణయాలు తీసుకోవడంలో, సమాఖ్యకు ముఖ్యుణ్ణీ ఇతర పదాధికారుల్నీ ఎన్నుకోవడంలో సభ్యులందరికీ సమాన

హక్కు ఉండేది. అయితే క్రమంగా, ఈ మిసిల్స్ లేదా సమాఖ్యలలో ప్రజాస్వామ్యం సమిష్టి స్ఫూర్తి అంతరించిపోవడంతో ఫ్యూడల్ శక్తులూ జమిందార్లూ వారిని లొంగదీసుకున్నారు.

రంజిత్‌సింగ్ పాలనలో పంజాబ్

పద్దెనిమిదవ శతాబ్ది చివరి కాలం నాటికి, ఇంతకుముందు చెప్పుకున్న పంజాబ్ మిసిల్స్ (సమాఖ్యలు)తో ఒకటైన సుకేర్‌చకియా సమాఖ్య ముఖ్యుడు రంజిత్‌సింగ్ ప్రముఖుడుగా నిలబడ్డాడు. ధైర్యసాహసాలు మూర్తీభవించిన వ్యక్తి. పాలనా దక్షుడు. దౌత్య ప్రజ్ఞగలవాడు అయిన రంజిత్‌సింగ్ నాయకత్వ లక్షణాలతోనే పుట్టాడని చెప్పవచ్చు. 1799లో లాహోర్‌నీ 1802లో అమృతసర్‌నీ వశపరుచుకున్నాడు. ఆ వెనువెంటనే, సట్లెజ్‌కి పశ్చిమ ప్రాంతంలో ఉన్న శిక్కు ముఖ్యులందరినీ తన ఆధిపత్యం కిందకు తెచ్చుకుని, పంజాబ్ రాజ్యాన్ని స్థాపించుకున్నాడు. ఆ తర్వాత కాశ్మీర్‌నీ పెషావర్‌నీ సుల్తాన్‌లను జయించాడు. పాత శిక్కు ముఖ్యులందరూ పెద్ద పెద్ద జమిందార్లూ జాగీర్దార్లూ అయ్యారు. మొగలాయి చక్రవర్తులు అంతకుముందు ప్రవేశపెట్టిన భూమి శిస్తు విధానాన్ని రంజిత్‌సింగ్ మార్చలేదు. పండిన పంటలో సగభాగాన్ని పరిగణనలోకి తీసుకుని భూమి శిస్తును లెక్కకట్టేవారు.

యూరప్ సైనిక శిక్షకుల తోడ్పాటుతో యూరప్ సైన్యాల తరహాలోనే శక్తిమంతమైన, సుశిక్షితమైన ఆయుధ సంపన్నమైన మంచి సైన్యాన్ని నిర్మించాడు రంజిత్‌సింగ్. ఈ నూతన సైనిక దళాన్ని కేవలం శిక్కులకు మాత్రమే పరిమితం చేయలేదాయన. గూర్ఖాలు, బీహారీలు, బరియాలు, పఠాన్లు, డోగ్రాలు, పంజాబీ ముస్లిములు ఇలా అందర్నీ ఆయన సైన్యంలో చేర్చుకున్నాడు. మరఫిరంగులు తయారుచేయడానికి లాహోర్‌లో ఆధునిక ఖార్ఖానాలు నిర్మించాడు. ముస్లిమ్ ఫిరంగి ప్రవీణుల్ని నియమించాడు. ఆసియాలో ఆ కాలంలో తొలి అత్యుత్తమ సైన్యం ఈస్ట్ ఇండియా కంపెనీది అయితే రెండవ అత్యుత్తమ సైన్యం రంజిత్ సింగ్‌దే అని చెప్పుకునేవారు!

మంత్రుల్నీ అధికారుల్నీ ఎంచుకోవడంలో రంజిత్‌సింగ్ ప్రజ్ఞే వేరు. ఎందరో ప్రజ్ఞావంతులు ఆయన కొలువులో ఉండేవారు. మత సంబంధ వ్యవహారాలలో సహనం, ఔదార్యం ప్రదర్శించేవాడు. శిక్కు మతాధిపతుల్ని మాత్రమే కాక, ముస్లిమ్ హిందూ, మతాధిపతుల్ని కూడా సమాదరించేవాడు. ఆయన మంత్రిమండలిలో సేనానుల్లో ముఖ్యులు చాలా మంది ముస్లిములు, హిందువులే. ఆయన మంత్రులందరిలోను అతి ముఖ్యుడు ఆయనకు విశ్వాసపాత్రుడు అయిన వ్యక్తి ఫకోర్

అజీజుద్దీన్. ఇక ఆర్థికమంత్రి పేరు దివాన్ దీనానాథ్. అందరికీ సమానావకాశాలు అన్నది ఆయన రాజ్యం పాటించిన ఆదర్శం. తనకున్న రాజకీయాధికారాన్ని పూర్తిగా శిక్కుల ప్రయోజనాల కోసమే వినియోగించాలన్న ధోరణిలో ఆయన ఎన్నడూ వ్యవహరించలేదు. పైగా, శిక్కు ప్రముఖులు హిందూ, ముస్లిము రైతుల్ని ఎలా అణచివేసే వారో అదే స్థాయిలో శిక్కు రైతులనూ పీడించేవారు! మొత్తం మీద రంజిత్‌సింగ్ ఏలుబడిలో పంజాబ్, పద్దెనిమిదవ శతాబ్దిలో వ్యవస్థాపరంగా తక్కిన సంస్థానాల తరహాలోనే ఉండేది.

1809లో బ్రిటిష్ పాలకులు సట్లెజ్ నదికి తూర్పున ఉన్న శిక్కు సంస్థానాల్ని తమ ఆధీనంలోకి తీసుకుని, నది దాటవద్దని రంజిత్ సింగ్‌ని శాసించినప్పుడు, బ్రిటిష్‌వారితో సరితూగే బలం తనకు లేదని గ్రహించిన రంజిత్‌సింగ్ మౌనం వహించాడు. తన సైనిక శక్తిని గుర్తెరిగి, వాస్తవిక దృష్టితో దౌత్య విజ్ఞత ప్రదర్శించి, ఇంగ్లీషు పాలకులు ఆక్రమించకుండా తన రాజ్యాన్ని కాపాడుకున్నాడు. అలా అని విదేశీ ముప్పును శాశ్వతంగా తప్పించనూ లేదు. ఆ విపత్తును తన వారసులకే విడిచిపెట్టాడు. ఆయన మరణానంతరం, అధికారం కోసం రాజ్యంలో అంతర్గత కలహాలు చెలరేగినప్పుడు ఇంగ్లీషువారు వచ్చారు, పంజాబ్‌ని జయించుకున్నారు.

మరాఠాల ఉత్థాన పతనాలు

స్వతంత్ర సంస్థానాలుగా ఉంటున్న ఆకాలం నాటి అన్నింటికంటే శక్తిమంతంగా నిలబడిన మరాఠా రాజ్యం నుంచే, పతన దశకు చేరిన మొగల్ సామ్రాజ్యానికి పెనుముప్పు ఎదురైంది. నిజానికి, మొగల్ సామ్రాజ్య విచ్ఛిత్తి తర్వాత ఏర్పడిన రాజకీయ శూన్య స్థితిని భర్తీ చేయగల శక్తి సామర్థ్యాలు ఆ ఒక్క మరాఠాలకు మాత్రమే ఉన్నాయి. అటువంటి బృహత్ లక్ష్యాన్ని సాధించే స్తోమతగల సర్వసమర్థులైన సైనికాధికారులు రాజనీతిజ్ఞులు అక్కడ సిద్ధంగా ఉన్నారు. కాని మరాఠా సర్దార్లలో ఐక్యతలేదు. ఒక అఖిల భారత స్థాయి సామ్రాజ్య నిర్మాణానికి అవసరమైన సమగ్ర భవిష్య దృష్టి కార్యప్రణాళిక వారిలో లుప్తమైనాయి. తత్ఫలితంగా వారు మొగలాయిల్ని తప్పించలేకపోయారు. కాని మొగల్ సామ్రాజ్యాన్ని నాశనం చేసేవరకు వారు అలా యుద్ధాలు కొనసాగిస్తూనే ఉన్నారు.

శివాజీ మనుమడు సాహూ 1689 నుంచి ఔరంగజేబు నిర్బంధంలోనే పడి ఉన్నాడు. అయితే ఔరంగజేబు, అతడిపట్ల, అతడి తల్లిపట్ల, వారి మత కుల తదితర అవసరాల్ని పూర్తిగా గౌరవిస్తూనే, ఔదార్యంతో హుందాగానే వ్యవహరించాడు. బహుశా సాహూతో ఏదో ఒక రాజకీయ ఒప్పందం కుదరవచ్చునన్న ఆశాభావంలోనే

ఔరంగజేబు అలా వ్యవహరించి ఉండవచ్చు. ఔరంగజేబు చనిపోయిన తర్వాత 1707లో సాహూను విడుదల చేశారు. ఆ వెనువెంటనే సతారాలో ఉన్న సాహూకి, కొల్హాపూర్‌లో ఉన్న అతడి మేనత్త తారాబాయికి మధ్య అంతర్యుద్ధం మొదలైంది. తారాబాయి తన భర్త రాజారామ్ మరణానంతరం, 1700వ సంవత్సరం నుంచి, తన కుమారుడు రెండవ శివాజీ కోసం మొగలాయిలకు వ్యతిరేకంగా పోరాటాలు సాగిస్తూనే వస్తోంది. సొంత సైనిక బలగాలు పుష్కలంగా ఉన్న మరాఠా సర్దార్లు, అధికారం కోసం కలహించుకుంటున్న రెండు వర్గాలలో ఏదో ఒక వర్గంవైపు చేరిపోయారు. వీరంతా ఈ పరిస్థితిని వినియోగించుకుంటూ, ఇరువర్గాలతో బేరాలు కుదుర్చుకుని తమ పదవీ ప్రాపకాల్ని పెంచుకోవడం ప్రారంభించారు. వారిలో చాలా మంది దక్కనులో ఉన్న మొగల్ వైస్రాయిలతో చేయి కలిపి కుమ్మక్కై తంత్రాలు కూడా నడిపారు. సాహూకి అతడి కొల్హాపూర్ ప్రత్యర్థికి మధ్య తలఎత్తిన వివాదం ఫలితంగా, రాజు సాహూ దగ్గర పీష్వాగా ఉన్న బాలాజీ విశ్వనాథ్ నాయకత్వంలో ఒక కొత్త తరహా మరాఠా ప్రభుత్వం అవతరించింది. ఈ పరిణామంతో, మరాఠా చరిత్రలో పీష్వాల ఆధిపత్యంలో సాగిన ద్వితీయ పాలనాశకం ఆరంభమైందనే చెప్పాలి. ఈ దశ నుంచే మరాఠా రాజ్య ఒక సామ్రాజ్యంగా ఎదిగింది.

బాలాజీ విశ్వనాథ్ బ్రాహ్మణుడు. ఒక సాదాసీదా రెవిన్యూ అధికారిగా జీవితం ప్రారంభించి అంచెలంచెలుగా ఎదిగాడు. రాజు సాహూకి విశ్వాసపాత్రుడుగా నిలిచి, శత్రువుల్ని అణచివేయడంలో ఆయనకు ఎంతో సేవ చేశాడు. దౌత్యంలో అఖండుడు. తన ప్రజ్ఞ ప్రయోగించి చాలా మంది పెద్ద పెద్ద మరాఠా సర్దార్లను సాహూవైపు మళ్ళించాడు. 1713లో సాహూ అతడిని పీష్వాని, అంటే 'ముఖ్‌ప్రధాన్' (ముఖ్యమంత్రి)ని చేశాడు. బాలజీ విశ్వనాథ్ క్రమంగా, రాజారామ్ వారసులు పాలిస్తున్న కొల్హాపూర్ దక్షిణ ప్రాంతం మినహా తక్కిన మహారాష్ట్ర ప్రాంతంపైన, మరాఠా సర్దార్లపై సాహూ ఆధిపత్యాన్ని సంఘటితం చేస్తూ తన పట్టు కూడా పెంచుకున్నాడు. పీష్వాగా తన అధికారాన్ని పటిష్టం చేసుకుని, ఇతర మంత్రుల్నీ సర్దార్లనీ అన్నింటా మించిపోయాడు. నిజానికి విశ్వనాథ్, ఆయన కుమారుడు ఒకటవ బాజీరావు మరాఠా సామ్రాజ్యానికి పీష్వా పదవినే ప్రధాన పాలనా పీఠంగా మార్చేశారు.

మరాఠా అధికారాన్ని మరింత సంఘటితం చేసుకోవడానికి మొగలాయి అధికారులలో తలెత్తిన అంతఃకలహాల్ని బాలాజీ విశ్వనాథ్ పూర్తిగా సద్వినియోగం చేసుకున్నాడు. దక్కను చౌత్, సరదేశ్‌ముఖీ సాధించడానికి జుల్ఫికర్‌ఖాన్‌ని ప్రలోభపెట్టి సమాయత్తం చేశాడు. కడకు, సయ్యిద్ సోదరులతో ఒక ఒడంబడిక కుదుర్చుకున్నాడు. దక్కన్‌లోని ఆరు ప్రావిన్సులపై చౌత్, సర్‌దేశ్‌ముఖీ హక్కులతోపాటు, అంతకుముందు

శివాజీ సామ్రాజ్యంలో ఉన్న అన్ని ప్రాంతాలూ మళ్ళీ సాహూ వశమయ్యాయి. లాంఛనంగానే అయినా, మొగల్ సార్వభౌమత్వాన్ని అంతకుముందే గుర్తించిన సాహూ, కృతజ్ఞతా సూచకంగా, దక్కను ప్రాంతంలో తిరుగుబాట్లూ దోపిడీలు నిరోధించడానికిగాను, చక్రవర్తికి పదిహేనువేల మంది అశ్వికుల్ని పంపించడానికీ, ఏటా పదిలక్షల రూపాయలు గౌరవ పురస్కారంగా పంపించడానికీ అంగీకరించాడు. 1714లో సాహూ, పాదరక్షలు ధరించకుండా నడిచివెళ్ళి ఖుల్దాబాద్‌లో ఉన్న ఔరంగజేబు సమాధిని దర్శించి శ్రద్ధాంజలి ఘటించాడు. బాలాజీ విశ్వనాథ్ 1719లో, ఒక మరాఠా సైనిక దళానికి నాయకత్వం వహించి, సయీద్ హుస్సేన్ అలీ ఖాన్ వెంట ఢిల్లీ వెళ్ళి, ఫరూఖ్ సియర్‌ని తొలగించడంలో సయీద్ సోదరులకు సహకరించాడు. ఢిల్లీలో తొలిసారిగా సాహూ, మరాఠా సర్దార్లూ సామ్రాజ్య బలహీనతల్ని ప్రత్యక్షంగా గమనించాడు. ఉత్తరాదికి తమ ఆధిపత్యాన్ని విస్తరించుకోవాలన్న కాంక్ష వారిలో అప్పుడే ఉదయించింది.

చౌత్, సర్‌దేశ్‌ముఖీ వసూళ్ళకు బాలాజీ విశ్వనాథ్, మరాఠా సర్దార్లకు వేర్వేరు ప్రాంతాలు కేటాయించాడు. వసూళ్ళలో ఎక్కువ భాగాన్ని ఖర్చుల కోసం సర్దార్లు తమ వద్దనే ఉంచుకునేవారు. చౌత్, దేశ్‌ముఖీ హక్కుల్ని అలా దఖలు పరచడంవల్ల పీష్వాగా బాలాజీ విశ్వనాథ్ తన పలుకుబడి మరింత పెంచుకోవడానికి వీలైంది. ఎన్నో ఆశలతో ఆకాంక్షలతో ఆయన చుట్టూ చేరే సర్దార్ల సంఖ్య పెరగనారంభించింది. కాని, అనంతర కాలంలో, మరాఠా సామ్రాజ్యం బలహీనపడటానికి ఇదే ఒక ముఖ్య హేతువుగా పరిణమించింది. వతన్లు, సరంజాములు (జాగీర్లు) పద్ధతి వల్ల మరాఠా సర్దార్లు స్వయం పాలకులై అప్పటికే బలపడి ఉన్నారు. కేంద్రాధిపత్యంపట్ల ఈర్ష్య పెంచుకున్నారు. ఈ కారణాలవల్ల సర్దార్లు, మొగల్ సామ్రాజ్యంలో సుదూర ప్రాంతాలపై కన్ను వేసి తమ ఆధిపత్యాన్ని విస్తరించుకునే ప్రయత్నాలు ప్రారంభించారు. క్రమంగా స్వయం పాలకులుగా స్థిరపడ్డారు. మరాఠా సర్దార్లు తమ సామ్రాజ్యానికి వెలుపలగల ప్రాంతాలను జయించడానికి, మరాఠా రాజు ఆధీనంలోనో లేదా పీష్వా ఆధీనంలోనో ఉన్న సేనలను ఉపయోగించుకోకుండా తమ సొంత ప్రయివేటు సేనల్నే వినియోగించుకున్నారు. ఈ దాడులలో మరాఠా సర్దార్లు తమలో తామే పోరాటాలకు దిగిన సందర్భాలూ ఉన్నాయి. కేంద్ర సర్కారు కఠినంగా అణచివేసే ప్రయత్నం చేస్తే సర్దార్లు శత్రువులైనా నిజాంతోనే మొగలాయీలతోనో ఇంగ్లీషువారితోనో చేతులు కలపడానికి కూడా వెనకాడేవారు కారు.

బాలాజీ విశ్వనాథ్ 1720లో కన్నుమూశాడు. ఆయన స్థానంలో ఇరవై ఏళ్ళ వయస్సు ఉన్న ఆయన కుమారుడు ఒకటవ బాజీరావు పీష్వా అయ్యాడు. వయస్సులో

చిన్నవాడే అయినా, బాజీరావు ధైర్యంగలవాడు. సమర్థుడైన సేనాని. ఎదగాలనే ఆకాంక్షగల రాజనీతిజ్ఞుడు. 'గెరిల్లా యుద్ధ తంత్రంలో శివాజీ తర్వాత మళ్ళీ అంతటి వాడు" అనిపించుకున్నాడు. మరాఠా సర్దార్లు బాజీరావు నాయకత్వంలో విస్తృత ప్రాంతాలపై మొదట చౌత్ వసూలు హక్కులు తమకు దఖలు పరిచే విధంగా మొగల్ అధికారులను అంగీకరింపజేయడానికీ, ఆ తర్వాత ఆ ప్రాంతాలన్నింటినీ మరాఠా సామ్రాజ్యంలో విలీనం చేయించడానికీ, మొగల్ సామ్రాజ్యానికి వ్యతిరేకంగా చాలాసార్లు ఉద్యమించారు. 1740లో బాజీరావు మరణించేనాటికి, మాళవ, గుజరాత్‌లపైన బుందేల్‌ఖండ్‌లో కొన్ని ప్రాంతాలపైన మరాఠాలు ఆధిపత్యం సాధించు కోగలిగారు. గాయక్వాడ్, హోల్కర్, సింధియా, బోంస్లే మొదలైన మరాఠా వంశాలు ఆ కాలంలోనే ప్రసిద్ధమైనాయి.

దక్కన్‌లో నిజామ్-ఉల్-ముల్క్ అధికారాన్ని నియంత్రించడానికి, బాజీరావు జీవితాంతం శ్రమించాడు. అదేవిధంగా నిజామ్-ఉల్క్ - ముల్క్ కూడా పీష్వా అధికారాన్ని బలహీనపరచడానికి, కొల్హాపూర్ రాజాతోను మరాఠా సర్దార్లతోను మొగలాయి అధికారులతోను ఎల్లవేళలా తంత్రాంగం నడిపిస్తూనే ఉన్నాడు. రెండు పర్యాయాలు ఇరువురూ యుద్ధ రంగంలో తలపడ్డారు. ఆ రెండుసార్లు నిజాం పరాజితుడై, దక్కన్ ప్రావిన్సులపై మరాఠాలకు చౌత్, సర్‌దేశ్‌ముఖీ హక్కులు సమర్పించుకోవలసి వచ్చింది.

1733లో బాజీరావు 'జంజీరా' ప్రాంతం 'సిదీ'లపై చాలా కాలం దండెత్తాడు. చివరకు వారిని తరిమికొట్టాడు. ఇదేవిధంగా పోర్చుగీసు వారిపై కూడా ఉద్యమించాడు. ఎట్టకేలకు సాల్సెట్టీ, బసైన్‌లను వశపరుచుకున్నాడు. అయితే పశ్చిమతీరంలో ఉన్న తమ తక్కిన స్థావరాలను మాత్రం పోర్చుగీసువారు వదులుకోలేదు.

బాజీరావు 1740 ఏప్రిల్‌లో మరణించాడు. తాను సారథ్యం వహించిన ఆ ఇరవై ఏళ్ళ స్వల్ప కాలంలో మరాఠా రాజ్యం రూపురేఖల్నీ స్వభావాన్నీ మార్చివేశాడు. మహారాష్ట్ర రాజ్యంగా ఉత్తరాదికి విస్తరించి ఒక సామ్రాజ్యంగా రూపొందింది. అయితే బాజీరావు ఒక సామ్రాజ్యానికి అవసరమైన పటిష్టమైన పునాదులు నిర్మించలేకపోయాడు. కొత్తకొత్త ప్రాంతాల్ని జయించి ఆక్రమించాడు కాని, వాటి పాలనపట్ల అంతగా శ్రద్ధ వహించలేదు. సమర్థులే అనిపించుకున్న సర్దార్లు కూడా తమ శక్తియుక్తులన్నీ రెవిన్యూ వసూళ్ళకే వినియోగించుకున్నారు.

బాజీరావు కుమారుడు బాలాజీ బాజీ రావు, అతడిని అందరూ నానా సాహెబ్ అని పిలిచేవారు. అతడు పీష్వా పీఠానికి వచ్చేనాటికి 18 ఏళ్ళయువకుడు. అతడు 1740 నుంచి 1761 వరకు పీష్వాగా ఉన్నాడు. అంత బలశాలి కాకపోయినా తన

తండ్రివలె సమర్థుడే. 1749లో మరణించిన రాజు సాహూ రాజ్య వ్యవహారాల నిర్వహణ బాధ్యతలన్నింటినీ పీష్వాకే దత్తం చేస్తున్నట్టు వీలునామా రాశాడు. అప్పటికే పీష్వా పదవి అనువంశికంగా మారిపోయింది. అన్నింటా పీష్వాయే రాజ్యపాలకుడయ్యాడు. అలా, బాలాజీ బాజీరావు పాలనా యంత్రాగానికి అధికారికంగా సర్వాధిపతి అయ్యాడు. ఆ అధికారాన్నే పురస్కరించుకుని పూనా ప్రధాన కేంద్రం చేసుకుని ప్రభుత్వాన్ని ఆ నగరానికి మార్చాడు.

బాలాజీ బాజీరావు తన తండ్రి అడుగు జాడల్లోనే సాగిపోతూ సామ్రాజ్యాన్ని నలుచెరగులా విస్తరిస్తూ పోయి మరాఠా అధికార ప్రాభవాన్ని పతాక స్థాయికి చేర్చాడు. మరాఠా సైన్యాలు యావద్భారతాన సంచరిస్తున్నాయి. మాళవ, గుజరాత్, బుందేల్ ఖండ్‌లపై మరాఠా ఆధిపత్యం సంఘటితమైంది. బెంగాల్‌పై పదే పదే దండయాత్రలు జరిగాయి. 1751లో బెంగాల్ నవాబు ఒరిస్సాని వదులుకోవలసి వచ్చింది. దక్షిణ భారతంలో మైసూరు, తదితర చోటా సంస్థానాలు కప్పం చెల్లించక తప్పలేదు. 1760లో హైదరాబాద్ నిజామ్ ఉదయగిరి వద్ద పరాజితుడై, ఏడాదికి 62 లక్షల రూపాయలు రాబడి తెచ్చే విస్తృత భూభాగాన్ని వదులుకున్నాడు. ఇక, ఉత్తర భారతంలో మొగల్ సింహాసనానికి మరాఠాలే ముఖ్యశక్తి ప్రదాతలయ్యారు. గంగానదీ పరివాహక మైదానాల మీదుగా రాజపుటానా భూభాగాల మీదుగా దూసుకుపోతూ ఢిల్లీ చేరుకుని, 1752లో ఇమద్-ఉల్-ముల్క్‌ను వజీర్ పీఠంపై కూర్చోపెట్టారు. కొత్తగా వజీర్ అయిన ఇమద్-ఉల్-ముల్క్ వారి చేతిలో కీలుబొమ్మగా మారాడు. ఢిల్లీ నుంచి చూపు పంజాబ్‌వైపు మరల్చి, అక్కడ పాలకుడుగా ఉన్న అహ్మద్‌షా అబ్దాలీ ప్రతినిధి అయిన పాలకుణ్ణి తరిమికొట్టి ఆ ప్రాంతాన్ని అదుపులోకి తెచ్చుకున్నారు. దీంతో యుద్ధకాముకుడైన ఆ ఆఫ్ఘన్ రాజు ఆగ్రహించి కయ్యానికి కాలుదువ్వాడు. మరాఠాలతో అటో ఇటో తేల్చుకోవడానికి మళ్ళీ భారతదేశం మీదకు ఉరికాడు.

అలా ఉత్తరభారతంపై ఆధిపత్యం సాధించడానికై ఒక మహా సంగ్రామానికి రంగం సిద్ధమైంది. మరాఠా సర్దార్ల చేతుల్లో దెబ్బతిని ఉన్న రోహిల్‌ఖండ్ పాలకుడు నజీబ్ ఉద్దౌలాతోను, అవధ్ పాలకుడు షుజా ఉద్దౌలాతోను అహ్మద్‌షా అబ్దాలీ కలిసి ఒక కూటమి ఏర్పాటుచేశాడు. ముంచుకు వస్తున్న ముప్పును ముందే పసికట్టిన పీష్వా, అసలు సేనాధిపత్యం తన సమీప బంధువు అయిన సదాశివరావు భావ్ చేతుల్లోనే ఉంచి, తన మైనర్ కుమారుణ్ణి నామమాత్రపు సేనానిని చేసి బలవత్తరమైన సైన్యాన్ని ఉత్తరాదికి పంపించాడు. అలావెళ్ళిన ఆ సైన్యంలో యూరోపియన్ తరహా పదాతి దళం ఒకటి, శతఘ్ని దళం ఒకటి ఉన్నాయి. ఇబ్రహీం ఖాన్ గర్దీ వీటికి నేతృత్వం వహించాడు. ఆ దశలో మరాఠాలు ఉత్తరాదిన మిత్రుల కోసం

ప్రయత్నించారు. కాని, అంతకుముందు మరాఠాల స్వభావం, వారు ప్రదర్శించిన విస్తరణకాంక్ష స్వయంగా తెలుసుకున్న ఉత్తరాది రాజ్యాల వారందరూ మరాఠాలపట్ల వ్యతిరేకత పెంచుకుని ఉన్నారు. మరాఠాలు గతంలో రాజపుత్ర రాజ్యాల అంతర్గత వ్యవహారాలలో జోక్యం చేసుకోవడంతోపాటు, వారి వద్ద నుంచి భారీ జరిమానాలూ కప్పాలూ వసూలు చేసి ఉన్నారు. అదేవిధంగా అవధ్‌లో కూడా విస్తృత భూభాగాల్ని ఆక్రమించుకోవడంతోపాటు భారీగా ధనం కూడా వసూలు చేశారు. అలాగే పంజాబ్ పట్ల వారి ప్రవర్తన వల్ల శిక్కు పాలకులు కూడా ఆగ్రహంతో ఉన్నారు. భారీ జరిమానాలు చెల్లించుకోవలసి వచ్చిన జాట్ ముఖ్యులు మరాఠాల్ని నమ్మే స్థితిలో లేరు. ఈ పరిస్థితుల్లో, ఇమద్-ఉల్-ముల్క్ తప్ప ఇక మరి ఎవరూ తోడు రాక, మరాఠాలు శత్రువును ఒంటరిగానే ఎదుర్కోవలసి వచ్చింది. దీనికితోడు సీనియర్ మరాఠా కమాండర్లు తమలో తాము కలహించుకుంటున్నారు.

వైరిపక్షాలు రెండూ 1761లో జనవరి 14వ తేదీన పానిపట్టులో తలపడ్డాయి. మరాఠా సైన్యం తుడిచిపెట్టుకుపోయింది. పీష్వా తనయుడు విశ్వాస్‌రావు, సదాశివరావ్ ఖాన్, ఇంకా మరికొందరు మరాఠా కమాండర్లు యుద్ధ రంగంలోనే నిహతులయ్యారు. ఇరవై ఎనిమిదివేల మంది సైనికులు నేలకు ఒరిగారు. పారిపోతున్న వారిని ఆఫ్ఘన్ ఆశ్విక దళాలు వెంటపడి తరిమివేస్తుంటే, పానిపట్టు ప్రాంతానికి చెందిన జాట్లు, ఆహిర్లు, గుజర్లు వారిని అటకాయించి ఇష్టం వచ్చినట్టు దోచుకున్నారు.

తన బంధువైన ముఖ్యసేనాని సదాశివరావును ఆదుకోవడానికై ఢిల్లీ దిశగా బయల్దేరిన పీష్వా విషాద వార్త విని నిశ్చేష్టుడయ్యాడు. అప్పటికి తీవ్ర అస్వస్థతతో బాధపడుతున్న పీష్వాను మృత్యువు మరింత ముందే తీసుకుపోయింది. ఆయన 1761 జూన్‌లో కన్నుమూశాడు.

పానిపట్టులో పరాజయం మరాఠాల్ని ఒక ప్రళయ ఘాతంలా దెబ్బతీసింది. సైన్యంలో మహావీరులనుకున్న వారిని పోగొట్టుకున్నది. రాజకీయంగా మరాఠా ప్రతిష్ట మంట కలిసింది. అంతకుమించి మరాఠాలు ఓటమి, అటు బెంగాల్‌లోను, దక్షిణ భారతంలోను ఈస్ట్ ఇండియా కంపెనీకి ఒక మహదవకాశంగానే కలిసి వచ్చింది. అలాగే తను గెలుపుతో ఆఫ్ఘన్లు సాధించుకున్నదీ లేదు. పంజాబ్‌ని కూడా నిలబెట్టుకోలేకపోయారు. నిజానికి, మూడవ పానిపట్టు యుద్ధం భారతదేశంపై ఆధిపత్యం ఎవరిదో నిర్ధారించలేకపోయింది. ఎవరిది కాదో మాత్రం తేల్చింది. భారతదేశంలో బ్రిటిష్ పాలకులు విశ్రమించడానికి ఆ విధంగా మార్గం సుగమం అయిందనే వ్యాఖ్యానించవచ్చు.

1761లో మాధవరావు అనే పదిహేడేళ్ళ యువకుడు పీష్వాగా బాధ్యతలు

స్వీకరించాడు. ప్రజ్ఞావంతుడైన సైనికుడు, రాజనీతిజ్ఞుడు, పదకొండు సంవత్సరాల స్వల్ప వ్యవధిలో, చేజారిన మరాఠా ప్రాభవాన్ని పునరుద్ధరించగలిగారు. నిజామ్‌ని ఓడించి, మైసూర్ సంస్థానాధీశుడు హైదర్ అలీ చేత కప్పం కట్టించాడు. రొహిలాల్ని పరాజితుల్ని చేసి, రాజపుత్ర పాలకుల్నీ జాట్ ముఖ్యుల్నీ ఓడించి ఉత్తర భారతంపై మళ్ళీ పట్టు సాధించాడు. 1771లో, మరాఠాలు తమ చేతికిందే ఉంటున్న చక్రవర్తి షా ఆలమ్‌ను తిరిగి ఢిల్లీకి చేర్చారు. ఉత్తరాదిపై చేజారిన ఆధిపత్యం మరాఠాలకు మళ్ళీ చితికి చిక్కినట్లయింది.

1772లో మాధవరావు అస్వస్థుడై మరణించడంతో మరాఠాలకు మరో దెబ్బతగిలింది. మరాఠా సామ్రాజ్యం గందరగోళ పరిస్థితుల్లో చిక్కుకున్నది. పూనాలో, బాలాజీ బాజీరావు తమ్ముడైన రఘునాథరావుకు, మాధవరావు తమ్ముడైన నారాయణరావుకు మధ్య ఆధిపత్య పోరాటం తలఎత్తింది. 1773లో నారాయణరావు నిహతుడయ్యాడు. నారాయణరావు వారసుడు సవాయ్ మాధవరావు, నిస్పృహలో పడిన రఘునాథరావు బ్రిటిష్ పాలకుల్ని ఆశ్రయించి, వారి సహాయంతో అధికారం చేజిక్కించుకోవడానికి ప్రయత్నించాడు. ఇది తొలి ఆంగ్లో-మరాఠా యుద్ధానికి కారణమైంది.

పీష్వాల ప్రాభవం అస్తమించడం మొదలైంది. పూనాలో నానా ఫడ్నీస్ నేతృత్వంలో సవాయ్‌కు మాధవరావు అనుయాయులకు, రఘునాథరావు పక్షానికి మధ్య అంతర్గత పోరాటాలు తంత్రాంగాలూ సాగుతున్నాయి. ఇది ఇలా వుండగా, పెద్ద మరాఠా సర్దార్లు ఉత్తరాదిన ఎవరికివారు పాక్షిక స్వతంత్ర రాజ్యాన్ని ఏర్పరుచుకుంటున్నారు. నాటి మధ్య సహకారం మాత్రం పూజ్యం. బరోడాలో గాయక్వాడ్, నాగ్‌పూర్‌లో భోంస్లే, ఇండోర్‌లో హోల్కార్, గ్వాలియర్‌లో సింధియా వీరిలో మరీ ముఖ్యులు. మొగల్ పాలనా వ్యవస్థ తరహాలోనే వీరంతా ఎవరికి వారు పాలనా యంత్రాంగాన్ని ప్రత్యేక సైన్యాల్నీ ఏర్పాటు చేసుకున్నారు. అటువంటి పరిస్థితుల్లో పీష్వాలపట్ల వారి విధేయత క్రమంగా నామమాత్రంగానే మిగిలింది. ఇంకా ఆపైన వీరు, పూనాలో శత్రు శిబిరాలుగా తయారైన వివిధ వర్గాలతో చేతులు కలుపుతూ, మరాఠా సామ్రాజ్య శత్రువులతో చేరి తంత్రాంగం నడిపించడం ప్రారంభించారు.

ఉత్తరాదిన మరాఠా పాలకులలో మహద్‌జీ సింధియా చాలా ముఖ్యుడు. ఫ్రెంచి, పోర్చుగీస్ ఆఫీసర్ల ఫిరంగి నిపుణుల తోడ్పాటుతో, హిందూ ముస్లిమ్ సైనికుల్ని సమాన సంఖ్యలో నియమించి అతి శక్తివంతమైన యూరోపియన్ తరహా సైన్యాన్ని నిర్మించాడు. ఆగ్రా సమీపంలో ఆయుధాల కర్మాగారాల్ని కూడా నెలకొల్పాడు. 1784లో

చక్రవర్తి షా ఆలమ్‌ని తన అదుపు ఆజ్ఞలలో ఉండేలా చేసుకోగలిగాడు. అంతేకాదు, నాయిజ్-ఐ-మునైజ్' అనే చక్రవర్తి సహాయక పదవినీ సంపాదించాడు. అయితే మహద్ జీ పీష్వా వలెనే వ్యవహరించాలన్న షరతు కూడా విధించారు. కాని మహద్‌జీ, నానా ఫడ్నీస్‌కి వ్యతిరేకంగా కుట్రలు, కుహకాలు సాగిస్తూనే వచ్చాడు. అలాగే అక్కడ ఇండోర్ పాలకుడుగా ఉన్న హోల్కార్‌తో కూడా ప్రబల శత్రువుగానే వ్యవహరించాడు. 1794లో అతడు మరణించాడు. మహద్‌జీ, నానా ఫడ్నీస్ ఇరువురూ కూడా పద్దెనిమిదవ శతాబ్దిలో మరాఠా ప్రతాపాన్ని శిఖర స్థాయికి చేర్చిన మహావీరులే అని చెప్పాలి.

సవాయ్ మాధవరావు 1795లో కన్నుమూస్తే, రఘునాధ కుమారుడు, ఏ ప్రతిభ సామర్థ్యాలు లేని నిరర్థకుడు రెండవ బాజీరావు పాలకుడయ్యాడు. ఇక భారతదేశంలో తమ ఆధిపత్యానికి మరాఠాల వైపు నుంచి ఎటువంటి ముప్పురాకుండా నివారించుకోవాలని బ్రిటిష్ పాలకులు అప్పటికే ఒక గట్టి నిర్ణయానికి వచ్చేశారు. బ్రిటిష్ పాలకులు తమ కుటిల దౌత్యనీతిని ప్రయోగించి, పరస్పరం కలహించుకుంటున్న మరాఠా సర్దార్లను విభజించి, 1803-05 మధ్య కాలంలో జరిగిన రెండవ మరాఠా యుద్ధంలోను, 1816-19 మధ్య కాలంలో జరిగిన మూడవ మరాఠా యుద్ధంలోను వారిని లంగదీసుకున్నారు. తక్కిన మరాఠా సంస్థానాలన్నిటినీ అనుబంధ సంస్థానాలుగానే ఉండనిచ్చి, పీష్వా పీఠాన్ని రద్దు చేసేశారు.

ఆ విధంగా భారతదేశంలో అత్యధిక ప్రాంతాన్ని తమ సామ్రాజ్యంలో విలీనం చేసుకుని మొగల్ సామ్రాజ్యాన్ని తమ అదుపులోకి తెచ్చుకోవాలన్న మరాఠా స్వప్నం అలా స్వప్నంగానే మిగిలిపోయింది. మొగల్ సామాజిక వ్యవస్థలో ఏ పతన లక్షణాలు ఉన్నాయో అదే విధమైన లక్షణాలు మరాఠా రాజ్యంలోనూ స్థిరపడి ఉండటం, అదేవిధమైన అంతర్గత బలహీనతలు పట్టిపీడిస్తుండడం ఈ మరాఠా స్వప్న భంగానికి కారణాలని వ్యాఖ్యానించాలి. మొగల్ కాలంలో ద్వితీయ దశలో ఉన్న పాలక ప్రముఖుల తరహా వారే మరాఠా ప్రముఖులు కూడా. వారు అనుసరించిన 'సరంజామీ' పద్ధతి, మొగలాయి జాగీర్దారీ పద్ధతి వంటిదే. కేంద్ర ఆధిపత్యం పటిష్టంగా ఉన్నంత కాలం, ఉమ్మడి శత్రువైన మొగలాయి సామ్రాజ్యానికి వ్యతిరేకంగా పరస్పర సహకారం అవసరమైనంత కాలం అంతగా బలీయంగా లేని కూటమిగా ఉంటూనే మరాఠాలు సమైక్యంగా ఉన్నారు. కాని అటు పిమ్మట ఆ పరిస్థితి కాస్త దాటి పోగానే మళ్లీ స్వయం పాలకాధికారాల కోసం కలహించుకోవడం ప్రారంభించేవారు. ఇంకా, మొగలాయి స్థానిక ప్రముఖులతో పోల్చి చూస్తే, మరాఠాలు క్రమశిక్షణలోనూ ఒక మెట్టు కిందివారే! మరాఠా సర్దార్లు ఒక కొత్త ఆర్థిక వ్యవస్థను నిర్మించుకోలేకపోయారు

కూడా. వైజ్ఞానిక సాంకేతిక పరిజ్ఞానాన్ని వృద్ధి చేసుకోలేకపోయారు. వాణిజ్య పారిశ్రామిక రంగాలపట్ల శ్రద్ధాసక్తులూ కనబరచలేదు. వారి రెవిన్యూ, పాలనా విధానాలు మొగలాయి తరహాలోనే ఉండేవి. మొగలాయిల వలెనే మరాఠా పాలకులు కూడా, రెవిన్యూ పోగు చేసుకోవడానికి నిస్సహాయ కర్షక జనాన్నే పీడించారు. ఉదాహరణకు మరాఠాల పంటలో కూడా సగభాగాన్ని శిస్తుగా పిండుకునేవారు. మొగలాయిల వలె కాక, మహారాష్ట్రకు వెలుపల ఉన్న ప్రాంతాలలో జనానికి సమర్థ పాలన సైతం అందించలేకపోయారు. మొగలాయీలు సాధించిన స్థాయిలో భారత ప్రజానీకంలో విశ్వాస విధేయతా స్ఫూర్తిని మరాఠాలు పెంపొందించలేకపోయారు. బలప్రదర్శన బలప్రయోగమే తమ మరో మంత్రాలుగా సాగిపోయారు. మరాఠాలు తమ రాజ్యాన్ని ఒక ఆధునిక రాజ్యశక్తిగా తీర్చిదిద్దగలిగి ఉంటే బ్రిటిష్ పాలకుల్ని ఎదిరించి నిలబడి ఉండేవారు. అలా చేయలేకపోయారు. విఫలమయ్యారు.

ప్రజల సామాజిక, ఆర్థిక స్థితిగతులు

భారతదేశం పద్దెనిమిదవ శతాబ్దిలో ఆర్థిక సామాజిక సాంస్కృతిక రంగాలలో గణనీయ వేగంతో పురోగమించడంలో విఫలమైంది. విపరీతంగా పెరిగిపోయే ప్రభుత్వ రాబడి అవసరాలు, అధికారుల దమనకాండ, స్థానిక పాలకుల, రెవిన్యూ వసూలు దళారుల, జమిందార్ల అత్యాశ, రాక్షసత్వం అటూ ఇటూ సైన్యాల దాడులు, ప్రతిదాడులు, ఇష్టారాజ్యంగా సంచరిస్తున్న దోపిడీ ముఠాల హింసాకాండ వీటన్నింటితో జన జీవనం దుర్భరంగా తయారైంది.

నాటి భారతం వైరుధ్యాల నిలయం. ఒక వైపు దుర్భర దారిద్ర్యం, ఆ సరసనే వెల్లివిరిసే భోగభాగ్యాలూ విలాస జీవనం. ఒకవైపున మహా సంపన్నులూ మహా బలవంతులూ అయిన పాలక ముఖ్యులు సకల భోగభాగ్యాలతో అష్టైశ్వర్యాలతో తులతూగుతూ ఉంటే, అణచబడి అణగారి వెనుకబడి ఎన్నో విధాల అన్యాయాలు సహిస్తూ అక్రమాలు భరిస్తూ చాలీ చాలని తిండితో బక్కచిక్కిన రైతు జనం మరోవైపు!! ఆనాడు అదృశ్యం అలా ఉంటే, చిత్రం ఏమిటంటే, పంతొమ్మిదవ శతాబ్ది చివరి నూరేళ్ళ బ్రిటిష్ పాలన ముగిసే నాటి కంటే దేశంలో జనసామాన్య జీవనం అప్పుడే మెరుగైన స్థితిలో ఉండటం!

పద్దెనిమిదవ శతాబ్దంలో భారతీయ వ్యవసాయం సాంకేతికంగా వెనుకబడి, ఎదుగూ బొదుగూ లేకుండా పడి ఉంది. ఉత్పత్తి పద్ధతులు కొన్ని శతాబ్దాలపాటు అలాగే ఉన్నాయి. సాంకేతిక పరిజ్ఞానం లేని లోటును ఎదుర్కోవడానికి రైతు అమితంగా తన శ్రమశక్తిని ధారపోసి అధికోత్పత్తులు సాధించేవాడు. ఉత్పత్తిలో, నిజానికి అతడు

అద్భుతాలే సాధించాడు. పంట పండించడానికి అతడికి భూమిలేమి అన్న సమస్యే లేదు! కాని, దురదృష్టం ఏమిటంటే తన శ్రమఫలాన్ని అతడు అనుభవించిన దాఖలాలేదు. తన చేతుల మీదుగా అందించిన పంట తక్కిన సమాజాన్ని బతికిస్తూఉంటే, అతడి చేతుల్లో పడే ప్రతిఫలం మాత్రం అతడి శ్రమకు ఎన్నడూ సరితూగకపోవడమే విషాదం. రాజ్యం, జమిందార్లు, జాగీర్దార్లు, రెవిన్యూ వసూళ్ళ దళారులు ఇలా అందరూ అతడి వద్ద వీలైనంత దండుకునేవారే. మొగలాయి సామ్రాజ్యం అయినా, మరాఠా సిక్కు పాలకులైనా, మొగల్ రాజ్యాన్ని ఏలిన వారసులు ఎవరైనా కర్షకజన పీడనలో అంతా సమస్కంధులే!

భారతీయ గ్రామాలు చాలా వరకు స్వయం సమృద్ధంగానే ఉన్నా, విదేశీ దిగుమతులపై ఆధారపడకపోయినా రవాణా సౌకర్యాలు అంతంత మాత్రంగానే ఉన్నా, మొగలాయిలు దేశంలోనూ, ఆసియా, యూరప్ ఖండాల్లోని ఇతర విదేశాలతోను విస్తృతంగా వాణిజ్యం సాగించేవారు. ఆ కాలంలో భారతదేశం, పర్షియన్ గల్ఫ్ ప్రాంతం నుంచి ముత్యాలు, ముడిపట్టు, ఉన్ని, ఖర్జూరాలు, ఎండుపళ్ళు, రోజ్‌వాటర్, అరేబియా నుంచి కాఫీ, బంగారం, ఔషధాలు, తేనె, చైనా నుంచి తేయాకు, చక్కెర, పింగాణీ సామాగ్రి, పట్టు, టిబెట్ నుంచి బంగారం, కస్తూరి, ఉన్ని వస్త్రాలు, సింగపూర్ నుంచి తగరం, ఇండోనేషియా దీవుల నుంచి సుగంధ ద్రవ్యాలు, అత్తర్లు, సారాయి, చక్కెర, ఆఫ్రికా నుంచి ఏనుగు దంతాలు, ఔషధాలు, యూరప్ నుంచి ఉన్ని వస్త్రాలు, రాగి, ఇనుము, సీసం వంటి లోహాలు, కాగితం దిగుమతి చేసుకునేది. ఇక ఈ దేశం నుంచి, ప్రపంచం అంతటా అందరూ ఇష్టపడే, జగత్ప్రసిద్ధమైన అద్భుతమైన నూలు వస్త్రాలు విదేశాలకు ఎగుమతి అయ్యేవి. వస్త్రాలు కాక, మన దేశం నుంచి ముడిపట్టు, పట్టు వస్త్రాలు, లోహంతో చేసిన పనిముట్లు, నీలి మందు, సూరేకారం, నల్లమందు, బియ్యం, రత్నాలు, ఔషధాలు కూడా ఇతర దేశాలకు ఎగుమతి అవుతుండేవి.

హస్తకళా సంబంధమైన ఉత్పత్తులలో వ్యవసాయోత్పత్తులలో భారతదేశం స్వయం సమృద్ధంగానే ఉండడంవల్ల భారీ ఎత్తున విదేశీ వస్తువుల దిగుమతులు ఉండేవి కావు. అలా ఉండకపోగా, భారత పారిశ్రామిక వ్యవసాయోత్పత్తులను విదేశాలలో క్రమంగా గిరాకీ పెరిగింది. తత్ఫలితంగా భారతదేశం దిగుమతులను మించి ఎగుమతులు సాగించేది. ఎగుమతులకు సరిపడే విధంగా బంగారం, వెండి, దిగుమతి చేసుకుని వాణిజ్యాన్ని సమం చేసేది. నిజానికి ఇండియా, వెండి బంగారాల్ని ఎంతైనా భరిస్తుందన్న పేరు ఉండేది!

పద్దెనిమిదవ శతాబ్దిలో వలస పాలనకు ముందున్న కాలంలో దేశంలో అంతర్గత, విదేశీ వాణిజ్య పరిస్థితికి సంబంధించి చరిత్రకారులు భిన్నాభిప్రాయాలు

వ్యక్తం చేశారు. ఆ శతాబ్దిలో దేశంలోని చాలా ప్రాంతాల్లో ఎప్పుడూ యుద్ధాలు చెలరేగుతూండడంవల్ల, శాంతి భద్రతలు భగ్నమై అంతర్గత వాణిజ్యం దెబ్బతిన్నదనే అభిప్రాయాన్నే ఎక్కువమంది వ్యక్తం చేశారు. అధికారం కోసం పోరాటాలకు దిగేవారు. విదేశీ దురాక్రమణదార్లు చాలా వాణిజ్య స్థావరాలపై పడి దోచుకునేవారు. వాణిజ్య మార్గాలుగా పేరున్న రహదారులపై దోపిడి దొంగల ముఠాలు విరుచుకుపడి, వ్యాపారుల్ని వారి బృందాల్నీ ఇష్టం వచ్చినట్టు దోచుకునేవారు. అతి ముఖ్య రాచ నగరాలైన ఢిల్లీ, ఆగ్రాల మధ్య గల రహదారిని కూడా దోపిడి ముఠాలు విడిచిపెట్టలేదు. స్వయం పాలనా ప్రతిపత్తి సాధించుకున్న రాజ్యాల సంఖ్య, పాలకుల సంఖ్య పెరిగిపోవడంతో, రహదారుల్లో చెక్‌పోస్టులు, చౌకీలు పెరిగిపోయాయి. ప్రతి ఛోటా పాలకుడు, తన ప్రాంతం మీదుగా రవాణా అయ్యే లేదా, తన ప్రాంతానికి చేరే వస్తువులన్నింటి మీద భారీ ఎత్తున సుంకాలు విధించేవారు. ఇటువంటి పరిస్థితులన్నీ దూర ప్రాంత వాణిజ్యాన్ని తీవ్రంగా దెబ్బతీశాయి. విలాస వస్తువుల్ని విరివిగా వాడుకునే స్థానిక పాలక ప్రముఖులు ఆర్థికంగా చితికిపోవడంతో వాటి విక్రయాలు పడిపోవడం కూడా అంతర్గత వాణిజ్యాన్ని దెబ్బతీసింది. రాజకీయ పరిణామాల వల్ల యుద్ధాలవల్ల అంతర్గత వాణిజ్యం దెబ్బతిన్నదని వాఖ్యానించడాన్ని కొందరు చరిత్రకారులు అతిశయోక్తిగానే కొట్టిపారేశారు. ఇలాగే విదేశీ వాణిజ్యాన్ని ప్రభావితం చేసిన అంశాలు కూడా సంక్లిష్టంగానూ పలు విధాలుగానూ పైకి తేలాయి. సముద్ర మార్గాల ద్వారా వాణిజ్యం విస్తరిస్తే, ఆఫ్ఘనిస్తాన్, పర్షియాల మీదుగా భూ మార్గాల ద్వారా సాగే వాణిజ్యం విచ్ఛిన్నమైంది.

వాణిజ్యాన్ని నష్టపరచిన రాజకీయ కారణాలు పట్టణ పరిశ్రమల్ని కూడా దెబ్బతీశాయి. విస్తరిస్తున్న పారిశ్రామిక సంస్థలతో సుసంపన్నంగా ఎదుగుతున్న అనేక నగరాలపై దాడులు చేసి ధ్వంసం చేశారు. నాదిర్‌షా ఢిల్లీపై పడి దోచుకుంటే, అహ్మద్‌షా అబ్దాలీ లాహోర్, ఢిల్లీ, మధుర నగరాలపై విరుచుకుపడ్డాడు. జాట్లు ఆగ్రాపైకి ఉరికారు. మరాఠా పాలకులు సూరత్‌పైన గుజరాత్‌లోని ఇతర నగరాలపైన దాడులు జరిపారు. ఇలాగే సర్‌హింద్‌ని శిక్కులు దోచారు. ఇదేవిధంగా కొన్ని ప్రాంతాలలో ఫ్యూడల్ ప్రభువులకు కేంద్ర దర్బారు ప్రముఖులకు అవసరమైన వస్తు సంపదను సిద్ధం చేసే చేతివృత్తి కళాకారులు తమ ప్రభువులే ఆర్థికంగా చితికి పోవడంవల్ల పనులు పోయి చతికిలబడ్డారు. ఈ పరిస్థితి ప్రభావం ఢిల్లీ, ఆగ్రా నగరాలపైన కూడా పడింది. అంతర్గత, విదేశీ వాణిజ్యాల పతన స్థితి దేశంలో మరికొన్ని ప్రాంతాల ప్రజల్ని కూడా కొంత ప్రభావితం చేసింది. అయితే, యూరోపియన్ వాణిజ్య సంస్థలు తమ కార్యకలాపాన్ని విస్తరించుకొన్న ఫలితంగా యూరప్‌తో వాణిజ్యం పెరిగి దేశంలోని

కొన్ని ఇతర ప్రాంతాల్లో పరిశ్రమలు లాభపడ్డాయి. కొత్త కొత్త సంస్థానాలూ పాలకులూ జమిందార్లూ పుట్టుకురావడంతో ఫైజాబాద్, లక్నో, వారణాసి, పాట్నా వంటి కొత్త కొత్త నగరాలు వెలిశాయి. అలాగే చేతి వృత్తి కళాకారులు కొంతైనా తేరుకున్నారు.

అయినాసరే, భారతదేశం ఒక భారీ వస్తూత్పత్తి కేంద్రంగానే ప్రసిద్ధమైంది. భారతీయ వృత్తి కళాకారుల ప్రావీణ్యానికి నిఖిల ప్రపంచం జేజేలు పలుకుతూనే ఉంది. వాణిజ్యం కొంత దెబ్బతిన్నా, నూలు, పట్టు వస్త్రాలు, చక్కెర, నార, రంగులు, ఆయుధాలవంటి ఖనిజ, లోహ వస్తువులు, పాత్ర సామాగ్రి, సూరేకారం, నూనెలు వంటి వస్తువుల్ని భారతదేశం భారీ ఎత్తున ఉత్పత్తి చేస్తూనే ఉంది. బెంగాల్‌లోని ఢాకా, ముర్షీదాబాద్, బీహార్‌లోని పాట్నా, గుజరాత్‌లోని సూరత్, అహ్మదాబాద్, బ్రోచ్, మధ్యప్రదేశ్‌లోని చందేరీ, మహారాష్ట్రలోని బర్హాన్‌పూర్, ఉత్తరప్రదేశ్‌లోని జౌన్‌పూర్, వారణాసి, లక్నో, ఆగ్రా, పంజాబ్‌లోని ముల్తాన్, లాహోర్, ఆంధ్రలోని మచిలీపట్నం, ఔరంగాబాద్, చికాకోల్ (శ్రీకాకుళం), విశాఖపట్నం, కర్నాటకలోని బెంగుళూరు, తమిళనాడులోని కోయంబత్తూర్, మధురై, జౌళి పరిశ్రమకు ముఖ్య కేంద్రాలుగా ఉన్నాయి. ఇక కాశ్మీర్, ఉన్ని వస్త్రాల ముఖ్య కేంద్రంగా నిలిచింది. మహారాష్ట్ర, ఆంధ్ర, బెంగాల్ ప్రాంతాలలో నౌకా నిర్మాణ పరిశ్రమ వృద్ధి చెందుతూ వచ్చింది. ఈ అంశాన్ని గురించే రాస్తూ ఒక ఇంగ్లీషు పరిశీలకుడు 'నౌకా నిర్మాణాన్ని గురించి వారు (భారతీయులు) ఇంగ్లీషు వారి నుంచి నేర్చుకున్న దానికంటే ఇంగ్లీషు వారికి ఎక్కువ నేర్పారు" అంటూ ప్రశంసించాడు. యూరోపియన్ కంపెనీలు భారతదేశంలో తయారైన చాలా నౌకల్ని కొనుగోలు చేశాయి కూడా.

వాస్తవానికి, పద్దెనిమిదవ శతాబ్ది ప్రారంభం నాటికి ప్రపంచ వాణిజ్య పారిశ్రామిక రంగాలలో భారత దేశం ఒక ప్రముఖ కేంద్రంగా నిలబడింది. ఆనాటి రష్యన్ పాలకుడు పీటర్ ది గ్రేట్ ఇలా వ్యాఖ్యానించాడు.... "భారత వాణిజ్యం అంటే ప్రపంచ వాణిజ్యం అనే గుర్రెరగాలి. దానిని అదుపులోకి తెచ్చుకోగలిగినవాడు యూరప్ నియంత".

అయితే మొగల్ సామ్రాజ్యం క్షీణదశకు చేరుకోవడంవల్ల, అనేక స్వయం పాలక రాజ్యాలు అవతరించడంవల్ల మొత్తం మీద ఆర్థిక పరిస్థితి పతనమైందనే వాదంతోకాని, దేశంలోని కొన్ని ప్రాంతాలలో వాణిజ్య, వ్యవసాయక, చేతి వృత్తి ఉత్పత్తులు పెరుగుతూ మరికొన్ని ప్రాంతాలలో పడిపోయాయన్న వాదనతోకాని చరిత్రారులు ఏకీభవించలేకపోతున్నారు. మొత్తం మీద వాణిజ్యం, ఉత్పత్తి తీవ్రంగా దెబ్బతినలేదు. కనుక వారు అటువంటి అభిప్రాయానికి వచ్చి ఉండవచ్చు. అయితే, ఒక ప్రాంతంలో కొంత అభివృద్ధి, మరొక ప్రాంతంలో కొంత పతనం అన్నది ప్రధాన

పరిశీలనాంశం కారాదు. మౌలికంగా ఆర్థిక పురోగతి స్తంభించిందనేది వాస్తవం. భారత ఆర్థిక వ్యవస్థ కోలుకుని లేచి నిలబడే స్థితిలోనే ఉన్నా, ఆర్థిక జీవన గమనం కొంత కొనసాగుతున్న సూచనలే కనిపిస్తున్నా, పదిహేడవ శతాబ్దినాటి పరిస్థితితో పోల్చి చూసినపుడు అప్పటి స్థాయికి మించి, పద్దెనిమిదవ శతాబ్దిలో, ఆర్థిక కార్యకలాపాలలో మళ్ళీ విజృంభించే సూచనలు, పైకి తేలి నిలదొక్కుకునే సూచనలు కనిపించలేదు. అలా కనిపించకపోగా పరిస్థితి పతనోన్ముఖంగానే ఉన్నదని స్పష్టంగా కనిపించింది. అయితే ఇదే సందర్భంలో మరో మాట కూడా చెప్పుకోవాలి. పద్దెనిమిది, పంతొమ్మిది శతాబ్దాల బ్రిటిష్ వలస పాలన సమయంలో కంటే దేశంలోని వివిధ ప్రాంతాలలో ఆర్థిక భార స్థితి కాని, వ్యవసాయక, చేతి వృత్తుల ఉత్పత్తుల పరిస్థితి కాని నిస్సందేహంగా మెరుగుగానే ఉన్నాయన్నది నిజం.

విద్య

పద్దెనిమిదవ శతాబ్ది భారతంలో విద్యారంగాన్ని పూర్తిగా అలక్ష్యం చేసిన దాఖలాలు లేవు. అయితే లోపభూయిష్టంగానే ఉన్నట్టు చెప్పక తప్పదు. విద్య సంప్రదాయ పద్ధతిలోనే సాగింది. పాశ్చాత్య ప్రపంచంలో త్వరితగతిన వస్తున్న మార్పుల్ని అందుకోలేకపోయింది. సాహిత్యం, న్యాయశాస్త్రం, మతం, వేదాంత తర్క శాస్త్రాలకు మాత్రమే విద్యాలయాల్లో జ్ఞాన బోధన పరిమితమైంది. భౌతిక, జీవ శాస్త్రాలు, సాంకేతిక విజ్ఞానం, భూగోళ శాస్త్రం నాటి చదువులలో లేవు. అలాగే, వాస్తవిక దృష్టితో హేతుబద్ధంగా సమాజాధ్యయనం అనేది కూడా నాటి విద్యలో భాగం కాలేకపోయింది. అన్ని పాఠ్యాంశాలలోనూ ప్రాచీన విద్యాబోధనకే పెద్ద పీట వేశారు. స్వతంత్ర మేధోవికాసానికి స్థానం లేకుండా చేశారు.

ఉన్నత విద్యా కేంద్రాన్ని దేశవ్యాప్తంగా నెలకొల్పారు. సాధారణంగా నవాబులు, రాజులు, సంపన్నులైన జమిందార్లే వాటికి అవసరమైన నిధులు సమకూర్చేవారు. హిందువులలో ఉన్నత విద్యాభ్యాసం సంస్కృత భాషాధ్యయనంపై ఆధారపడి ఉండేది. అది బ్రాహ్మణులకే పరిమితమై ఉండేది. పర్షియన్ నాటి అధికార భాష కావడంవల్ల హిందువులు, ముస్లిములు కూడా ఆ భాషను అధ్యయనం చేయడానికి ముందుకు వచ్చేవారు.

ప్రాథమిక విద్యా బోధనకు ఏర్పాట్లు విస్తృతంగానే ఉండేవి. హిందువులు పట్టణాలలో గ్రామాలలో ఉన్న పాఠశాలల్లో చదువుకునేవారు. ముస్లిముల పిల్లలకు, మసీదులలో ఉండే 'మక్తబ్‌లలో మౌల్వీలు చదువు చెప్పేవారు. ఈ పాఠశాలల్లో పిల్లలకు చదవడం రాయడం నేర్పి గణితం బోధించేవారు. ప్రాథమిక విద్య ముఖ్యంగా ఉన్నత

కులాలైన బ్రాహ్మణ, క్షత్రియ, వైశ్య కులాల పిల్లలకు మాత్రమే పరిమితమై ఉండేది. అయితే, తక్కువ కులాల పిల్లలు కూడా ఎక్కువ సంఖ్యలోనే పాఠశాలలకు వెళ్ళేవారు. ఇక్కడ ఒక విచిత్రం ఉంది. ఆ తర్వాత వచ్చిన బ్రిటిష్ పాలకుల కాలంలో కంటే ఈ కాలంలో అక్షరాస్యత ఎంత మాత్రం తక్కువ స్థాయిలేదు! చదవడంలో, రాయడంలో గణితంలో భారతీయులను, యూరప్‌లోని ఏ దేశంలోని సామాన్య జనంతో పోల్చినా హెచ్చుస్థాయి మేధాశక్తి ఉందని వారెన్ హేస్టింగ్స్ 1813లో రాశాడు. నాటి ప్రాథమిక విద్యా ప్రమాణాలు ఆధునిక విద్యా ప్రమాణాలతో సరితూగకపోయినా, ఆనాటి పరిమిత అవసరాలకు ఆ స్థాయి సరిపోయింది. ఉపాధ్యాయులకు ఆనాడు సమాజంలో ఎంతో గౌరవం ప్రతిష్ఠ ఉండేదని తెలుసుకున్నప్పుడు ఆనందంగానే ఉంటుంది. నాటి సామాజిక వ్యవస్థలో ఆడపిల్లల్ని విద్యకు దూరంగా ఉంచడం ఒక దుర్లక్షణం. కాని, ఉన్నత వర్గాలకు చెందిన స్త్రీలకు మినహాయింపు ఉండేది.

సామాజిక సాంస్కృతిక జీవన సరళి

పద్దెనిమిదవ శతాబ్దిలో సామాజిక జీవనం, సంస్కృతి స్తంభించి గతంమీదే ఆధారపడి ఉండేది. కొన్ని శతాబ్దాల కాలంలో సంతరించుకున్న విశాల సాంస్కృతిక సమైక్యత ఒకటి కొనసాగుతున్నా దేశం అంతటా ఒకే విధమైన సంస్కృతి సామాజిక లక్షణాలూ లేవు. హిందువులందరూ, అలాగే ముస్లిములందరూ రెండు వేర్వేరు సమాజాలుగానే లేరు. మతం, ప్రాంతం, జాతి, భాష, కులం ఆధారంగా జనంలో చీలికలు ఉన్నమాట నిజం. ఇంకా ఆపైన, మొత్తం జనాభాలో అతి స్వల్ప సంఖ్యలోనే ఉన్న ఉన్నతవర్గాల సామాజిక జీవన శైలి, సంస్కృతి, దిగువ తరగతి వారి జీవన శైలి, సంస్కృతి కంటే అన్ని విధాలా భిన్నంగా ఉండేది.

హిందువుల జీవన విధానంలో కులం కేంద్ర బిందువు. హిందువులలో నాలుగు వర్ణాలు మాత్రమే కాక ఇంకెన్నో జాతులు ఉండేవి. ఇవి ఒక్కొక్క ప్రాంతంలో ఒక్కొక్క విధంగా ఉండేవి. కుల వ్యవస్థ జనాన్ని కర్కశంగా విభజించింది. సామాజిక చట్రంలో ఎవరి స్థానం ఎక్కడో నిర్దేశించి శాశ్వతంగా బిగించింది. బ్రాహ్మణుల ఆధిపత్యంలో అగ్రవర్ణాలకే సామాజిక ప్రతిష్ఠ, సర్వ హక్కులు. కుల కట్టుబాట్లు కఠినాతి కఠినం. కులాంతర వివాహాలు నిషిద్ధం. భిన్న కులాలవారు సహపంక్తి భోజనాలకు అర్హులు కారు. కొన్ని సందర్భాలలో దిగువ కులాలవారు తాకిన ఆహారాన్ని ఉన్నత కులాలవారు స్వీకరించరు. ఎవరు ఏ వృత్తి స్వీకరించాలో కులాలే నిర్ణయించేవి. పెద్ద ఎత్తున మినహాయింపులూ ఉండేవి. ఉదాహరణకు బ్రాహ్మణులు వ్యాపారాలు చేసేవారు. ప్రభుత్వోద్యోగాలు స్వీకరించేవారు. జమిందారీలూ నడిపేవారు. అదేవిధంగా ఎందరో

శూద్రులు లౌకికంగా ఎదిగి సంపన్నులై కర్మకాండల అర్హత కోసం సమాజంలో ఉన్నత కుల స్థానం పొందడం కోసం తాపత్రయ పడేవారు. దేశంలో చాలా ప్రాంతాలలో కుల ప్రతిష్ట పలచబడింది కూడా. కుల మండళ్ళూ పంచాయతీలూ కుల నిబంధనల్ని కఠినంగా అమలు జరిపేవారు. కులాధిపతులు జరిమానాలు ప్రాయశ్చిత్త శిక్షలూ విధించేవారు. కుల బహిష్కరణలూ చేసే వారు. పెద్దనిమిదవ శతాబ్దపు భారతంలో కులం అనేది సమాజాన్ని విభజించే శక్తిగా ఒక మహత్తర విచ్ఛిన్నకర శక్తిగా పరిణమించింది. ఒకే గ్రామంలో లేదా ప్రాంతంలో ఉంటున్న హిందువుల మధ్య చిచ్చు పెట్టి సమాజాన్ని అణు సమాన శకలాలుగా ఛిద్రం చేసేది. అయితే, ఎవరైనా వ్యక్తి ఉన్నతపదవికాని, అధికారం కాని చేజిక్కించుకుంటే, ఉన్నత కుల స్థాయి ప్రతిష్ట అలవోకగా వరించడం కూడా సంభవమే. పద్దెనిమిదవ శతాబ్దిలో హోల్కార్ కుటుంబం (ఇండోర్) ఇందుకు ఒక ఉదాహరణ. తరచుగా కాకపోయినా ఒక్కొక్కప్పుడు మొత్తం కులమే కులం నిచ్చెనమీదపైకి ఎగబాక వచ్చు కూడా.

ఇస్లామ్ సామాజిక సర్వ సమానత్వ సూత్రాన్నే నిర్దేశిస్తున్నా, కులం, జాతి హోదా ప్రాతిపదికగా విడిపోవడంలో ముస్లిములూ తక్కువ కాదు. మత విభేదాలతో షియా, సున్నీ పెద్దలు తలపడేవారు. ఇలాగే ఇరానీ, ఆఫ్ఘన్, తురానీ, హిందూస్థానీ పాలక ప్రముఖులు, అధికారులు విడిపోయేవారు. ఇస్లామ్ మతం స్వీకరించిన ఎందరో హిందువులు తమ కుల బంధాల్ని కూడా కొత్త మతంలోకి మోసుకుపోయేవారు. అంతకుముందువలె అంత కఠినంగా కాకపోయినా తమ పూర్వపు కుల పద్ధతుల్ని కూడా పాటించేవారు. ఉన్నత కులాలకు చెందిన హిందువులు దిగువ శ్రేణి కులాలపట్ల ఎలా వ్యవహరిస్తారో, అదేవిధంగా, పాలక ప్రముఖులు, పండితులు, మత గురువులు, సైనికాధికారులుగా ఉంటున్న 'షరీఫ్' ముస్లిములు కూడా దిగువ తరగతికి చెందిన 'అజ్‌లాఫ్' ముస్లిములపట్ల చిన్నచూపు చూసేవారు.

పద్దెనిమిదవ శతాబ్ది భారతం పితృస్వామ్య కుటుంబ వ్యవస్థనే పాటించింది. కుటుంబాలు పురుషుడి ఆధిపత్యంలోనే ఉండేవి. ఆస్తి హక్కు కూడా పురుషుడికే. అయితే కేరళ మాత్రం ఇందుకు మినహాయింపు. అక్కడ నాయర్లలో మాతృస్వామ్యం ఉండేది. ఇతర ప్రాంతాలలో మహిళలు పురుషుల అదుపులోనే బతకవలసిన పరిస్థితి ఉండేది. తల్లులు, భార్యల పాత్రలకే వారు పరిమితం. అందుకు వారి పట్ల ఎంతో గౌరవం ప్రదర్శించేవారు. యుద్ధాలు తలెత్తినప్పుడు, అరాచక పరిస్థితులు ఏర్పడినప్పుడు, మహిళలపై అత్యాచారాలు జరిగేవి కావు. వారిపట్ల సమాజం గౌరవంగానే వ్యవహరించేది. ఏజ్.జె.ఎ.డుబోయ్ అనే ఒక యూరప్ యాత్రికుడు 19వ శతాబ్ది ప్రారంభంలో ఇలా రాశాడు :

"ఒక హిందూ వనిత ఒంటరిగా, ఎంతటి రద్దీగా ఉన్న ప్రాంతానికైనా వెకిలి చూపులు చూస్తూ వెర్రి మాటలు రువ్వే సోమరిపోతులకు ఏ మాత్రం భయపడకుండా వెళ్ళవచ్చు... కేవలం మహిళలే నివసిస్తున్న ఒక ఇల్లు ఒక పవిత్ర ప్రాంగణం. ఎంతటి సిగ్గుమాలిన దుర్మార్గుడైనా అటు అడుగువేయలేడు."

అయితే ఆనాటి మహిళలకు వ్యక్తిత్వం ఉండేది కాదు. ఇందుకు మినహాయింపు అనదగిన వారు లేరని కాదు. 1766 నుంచి 1796 వరకు అహల్యాబాయి ఇండోర్‌ని సమర్థంగా పరిపాలించింది. పద్దెనిమిదవ శతాబ్ది రాజకీయాలలో ఎందరో హిందూ, ముస్లిమ్ మహిళలు ముఖ్య భూమిక నిర్వహించారు. ఉన్నత వర్గ మహిళలు ఇళ్ళు విడిచి వెళ్ళి పనిచేయడం నిషిద్ధం. రైతు కుటుంబాల మహిళలు పొలాల్లో పనిచేసేవారు. పేద వర్గాలకు చెందిన మహిళలు కుటుంబ సంపాదన పెంచుకోవడానికి బయటకు పోయి కష్టించే వారు. ఉత్తరాదిన ఉన్నత వర్గాల మహిళలు 'పరదా' పద్ధతి పాటించేవారు. దక్షిణాదిన ఈ ఆచారం లేదు.

మగపిల్లలు ఆడపిల్లలు కలిసి తిరిగే వీలులేదు. వివాహాలు కుటుంబ పెద్దలే కుదిర్చేవారు. మగవారికి ఒకరికి మించి భార్యలు ఉండవచ్చు. అయితే, మరీ సంపన్న కుటుంబాలలో తప్ప సాధారణంగా ఇతరులంతా ఒక భార్యకే కట్టుబడి ఉండేవారు. కాగా, మహిళ మాత్రం జీవితంలో ఒక్కసారి మాత్రమే వివాహం చేసుకోవాలి. దేశం అంతటా బాల్య వివాహాలే జరిగేవి. పిల్లలకు ఒక్కొక్కప్పుడు మూడు నాలుగేళ్ళ వయస్సులోనే పెళ్ళిళ్ళు చేసేసేవారు!

ఉన్నత వర్గాలలో, పెళ్ళిళ్ళకు విపరీతంగా డబ్బు ఖర్చుచేసే దురాచారం ఉండేది. అలాగే వధువుకు డబ్బు చెల్లించే (కన్యాశుల్కం) పద్ధతి ఉండేది. ఈ కట్నం పద్ధతి బెంగాల్, రాజపుటానాల్లో మరీ ఎక్కువగా ఉండేది. మహారాష్ట్రలో పీష్వాలు కొన్ని తీవ్ర చర్యలు తీసుకోవడంతో అక్కడ ఇది కొంత మేరకు తగ్గింది.

కుల వ్యవస్థ కాక, పద్దెనిమిదవ శతాబ్ది భారతదేశాన్ని మరో రెండు దురాచారాలు పట్టి పీడించాయి. వీటిలో ఒకటి సతీసహగమనం. రెండవది వితంతు దుస్థితి. 'సతీ' సహగమనం అంటే భర్తను కోల్పోయిన హైందవ స్త్రీ భర్త చితిలోకి దూకివేయడం, అలా సజీవంగానే ఆహుతి కావడం. రాజపుటానాలో, బెంగాల్‌లో ఇంకా మరికొన్ని ఉత్తర భారత ప్రాంతాల్లో ఈ దురాచారం విస్తృతంగా ఉండేది. ఇది దక్షిణ భారతంలో లేదు. మరాఠాలు దీనిని ప్రోత్సహించలేదు. రాజపుటానా, బెంగాల్‌లలో కూడా రాజులు పాలక ముఖ్యులు. పెద్ద జమీందార్లు, అగ్ర కులాల కుటుంబాల్లోనే ఈ దురాచారాన్ని పాటించేవారు. ఉన్నతవర్గాల్లో అగ్రకులాల్లో వితంతు పునర్వివాహం పూర్తిగా నిషిద్ధం. అయితే, కొన్ని ప్రాంతాల్లోనూ కొన్ని కులాల్లోనూ ఈ నిషేధం ఉండేది కాదు.

ఉదాహరణకు మహారాష్ట్రలో బ్రాహ్మణేతరులు, జాట్లలోనూ, ఉత్తరాది కొండ ప్రాంతాల్లోనూ వితంతు పునర్వివాహం సర్వసాధారణం. హైందవ వితంతువుల పరిస్థితి చాలా దయనీయంగా ఉండేది. ఆమె వస్త్ర ధారణపై, తినే తిండిపై, ఇంట్లో తిరగడంపై ఎన్నో రకాల ఆంక్షలు ఉండేవి. ఆమె ప్రాపంచిక సుఖాలన్నింటినీ పరిత్యజించి, తన భర్త కుటుంబం వారికీ లేదా తన సోదరుడి కుటుంబానికీ, ఆమె శేష జీవితాన్ని ఎక్కడ వెళ్ళదీస్తే అక్కడ, నిస్వార్థంగా సేవలు చేయాలి. వితంతువుల దుర్భర స్థితిని చూసి భారతీయులలో సున్నిత మనస్కులు చలించిపోయేవారు. ఆంబర్ సంస్థానాధీశుడు రాజా సువాయ్ జైసింగ్, మరాఠా సేనాని పరశురామ్ భావ్ వితంతు పునర్వివాహాన్ని ప్రోత్సహించే ప్రయత్నం చేసి విఫలమయ్యారు.

పద్దెనిమిదవ శతాబ్దంలో భారతదేశం సాంస్కృతికంగా క్రుంగిపోతున్న సూచనలు గోచరిస్తున్నా, అది పూర్తిగా చీకటి శతాబ్ది కాదనే చెప్పాలి. ప్రజల్లో సృజనాత్మక శక్తి ఆవిష్కృతమౌతూనే ఉంది. ముందు శతాబ్దాల సంస్కృతీ బంధం కొనసాగుతూనే ఉంది. స్థానిక సంప్రదాయ వికాసమూ సాగిపోయింది. అయితే, మొత్తం మీద సంస్కృతి సమస్తం సంప్రదాయం మూసలోనే ఉండిపోయింది. సాంస్కృతిక కార్యకలాపాలకు అవసరమైన ఆర్థిక పరిపోషణ రాజాస్థానాల నుంచి, పాలక ప్రముఖులు, జమిందార్ల నుంచే ఉండేది. వారి ఆర్థిక పరిపుష్టి క్షీణించడంతో అవన్నీ నిరాదరణలో పడ్డాయి. మహారాజుల పాలక ప్రముఖుల పోషణపైనే పూర్తిగా ఆధారపడిన కళా విభాగాలు మరింత త్వరితంగా క్షీణ దశకు చేరాయి. వీటిలో మొగల్ గృహ నిర్మాణ, చిత్రకళలు ముఖ్యమైనవి. మొగలాయి చిత్రకళా ప్రవీణులు చాలా మంది ప్రాంతీయ రాజస్థానాల్ని ఆశ్రయిస్తూ హైదరాబాద్, లక్నో, కాశ్మీర్, పాట్నా మొదలైన చోట్లకు తరలిపోయి పేరు తెచ్చుకున్నారు. అలాగే అదే సమయంలో నవచిత్ర కళారీతులూ ప్రభవించి ప్రశస్తమయ్యాయి. కాంగ్రా, రాజపుటానా రీతుల్లో వచ్చిన చిత్రాలలో సరికొత్త జవజీవాలు అభిరుచీ విలసనం స్పష్టంగా కనిపించేవి. నిర్మాణ కళా రంగంలో లక్నో ప్రాంతానికి చెందిన ఇమంబరా ఫక్కీలో వ్యక్తిగత ప్రావీణ్య ప్రదర్శన పెద్దపీట వేసుకుని, నిర్మాణ అభిరుచీపరంగా ఆ కళ దిగజారిపోయిందనే వ్యాఖ్యానించాలి. కాని అటు జైపూర్, అక్కడి భవనాలూ దర్పానికి దాఖలాలుగా అలా నిలబడుతూనే వచ్చాయి. అలాగే పద్దెనిమిదవ శతాబ్దిలో ఉత్తర దక్షిణ భారతాలు రెండింటా సంగీతం ప్రవర్థిల్లుతూనే వచ్చింది. మహ్మద్ షా కాలంలో ఈ కళ మరింత పురోగమించింది.

అన్ని భారతీయ భాషలలోను కవిత్వం, యథార్థ జీవితానికి దూరమై, అలంకార ప్రాయంగా, కృత్రిమంగా, యాంత్రికంగా, సంప్రదాయకంగా మిగిలిపోయింది. ఆ కాలంలో చుట్టూ ఆవరించి ఉన్న నిరాశా నిస్పృహలే కవిత్వంలోనూ ప్రతిఫలించాయి.

కవుల్నీ కవిత్వాన్నీ పరిపోషించే రాజుల, ఫ్యూడల్ ప్రభువుల ఆధ్యాత్మిక జీవన పతన స్థితి, నాటి కవిత్వ ఇతివృత్తంలో ప్రతిఫలించింది.

పద్దెనిమిదవ శతాబ్ది సాహితీ జీవన ప్రముఖ లక్షణాలుగా చెప్పుకోవలసినవి ఉర్దూ భాషా వ్యాప్తి, విజృంభాన్ని సదృశంగా సాగిన ఉర్దూ కవిత్వ విలసనం. ఉర్దూ ఉత్తర భారతంలో క్రమంగా ఉన్నత వర్గాల మధ్య సంభాషణా మాధ్యమంగా ఎదిగింది. నాటి భారతీయ భాషా సాహిత్యాన్ని ఆవహించి ఉన్న బలహీనతలే ఉర్దూ కవిత్వానికి సోకినా, మీర్, ఫౌదా, నజీర్ వంటి ప్రతిభావంతులైన గొప్ప కవుల్ని అందించింది. ఆ తర్వాత పంతొమ్మిదవ శతాబ్దంలో మీర్జా గాలిబ్ వంటి అసాధారణ ప్రతిభాశాలిని అందించింది కూడా అదే ఉర్దూ కవిత్వం. ఇదేవిధంగా దేశవ్యాప్తంగా హిందీ కూడా పరిఢవిల్లుతూ వచ్చింది.

తిరువాన్కూరు పాలకులైన మార్తాండ వర్మ, రామవర్మ పోషణలో ఇదేవిధంగా మలయాళ సాహిత్యం కూడా పునర్వైభవం అందుకున్నది. వ్యవహార భాషలో జనాదరణ పొందిన కవిత్వం రాసిన, కేరళ విఖ్యాత కవులలో ఒకడైన కుంచన్ నంబియార్ ఆ కాలం వాడే. పద్దెనిమిదవ శతాబ్దంలోనే కేరళలో కథాకళి నృత్యం, నాటకం వృద్ధి చెందాయి. విశిష్ట నిర్మాణ కౌశలానికి ప్రతీకగా కుడ్య చిత్రాలతో శోభిల్లే పద్మనాభపురం మహాసౌధ నిర్మాణం పద్దెనిమిదవ శతాబ్దంలోనే జరిగింది.

తమిళంలో 'సిత్తర్' కవిత్వ స్రష్టలలో ప్రముఖుడైన కవి తయ్యువ్ మనవర్ (1706-44) తక్కిన్, సిత్తర్ కవులవలెనే ఆయన కూడా ఆలయ పాలన దుర్వినియోగాల్నీ, కులవ్యవస్థనీ అధిక్షేపిస్తూ కవిత్వం రాశాడు. పద్దెనిమిదవ శతాబ్ది ప్రథమార్థంలో, తంజావూరు పాలకుల పోషణలో సంగీత నృత్య కవిత్వాలు పరిఢవిల్లాయి. అక్కడ అస్సాంలోనూ రాజులు అందించిన ప్రోత్సాహంతో అస్సామీ సాహిత్యం ప్రవర్ధమానమైంది. ఇక గుజరాత్‌లో పద్దెనిమిదవ శతాబ్ది రెండవ భాగంలో దయారామ్ అనే గీత రచయిత అద్భుత రచనల్ని అందించాడు. హీర్ రాంఝూ అనే ప్రసిద్ధ పంజాబీ ప్రణయ కావ్యం వారిస్ షా చేతుల్లో రూపు దిద్దుకున్నది. ఆ కాలంలోనే ఇక సింధీ సాహిత్యాన్ని ఆ శతాబ్ది ఎంతో ముందుకు నడిపించింది. షా అబ్దుల్ లతీఫ్ తన ప్రసిద్ధ గీత సంకలనం 'రిశాలో'ని సిద్ధం చేశాడు. సచాల్, సామీ అదే శతాబ్దిలో ప్రభవించిన గొప్ప సింధీ కవులు.

భారతీయ సంస్కృతిలో ప్రధాన బలహీనత విజ్ఞాన శాస్త్రరంగానికి సంబంధించిందే. పద్దెనిమిదవ శతాబ్ది అంతా వైజ్ఞానిక సాంకేతిక రంగాలలో భారతదేశం పాశ్చాత్య ప్రపంచం కంటే ఎంతో వెనుకబడి ఉంది. కడచిన 200 సంవత్సరంలో పశ్చిమ యూరప్ వైజ్ఞానిక, ఆర్థిక విప్లవాన్నే చూసింది. ఎన్నింటినో

శోధించారు. కొత్త కొత్తవి కనిపెట్టారు. వైజ్ఞానిక దృష్టి క్రమంగా పాశ్చాత్య మేధను ఆవహించి, యూరప్ వాసుల తాత్విక, రాజకీయ, ఆర్థిక దృక్పథాన్నీ, వారి సంస్థల్నీ విప్లవీకరించింది. అంతకుముందు కాలాల్లో గణిత, జీవశాస్త్ర రంగాలలో అత్యద్భుత విషయాల్ని ఆవిష్కరించిన భారతీయులు అటు పిమ్మట విజ్ఞాన శాస్త్రాన్ని అనేక శతాబ్దాలపాటు అలక్ష్యం చేశారు. భారతీయ మేధ ఇంకా సంప్రదాయానికి బందీగానే ఉంది. పాలక ప్రముఖులు, సామాన్య ప్రజానీకం భారీ ఎత్తున అంధవిశ్వాస దాసులుగానే మిగిలిపోయారు. వైజ్ఞానిక, సాంస్కృతిక, రాజకీయ, ఆర్థిక రంగాలలో పాశ్చాత్యులు సాధిస్తున్న విజయాల్ని గురించి భారతీయులకు అసలు ఏమీ తెలియని స్థితి అది. యూరప్ సంధిస్తున్న సవాళ్ళకు ధీటుగా స్పందించలేని స్థితిలో ఉన్నారు. యుద్ధానికి అవసరమయ్యే ఆయుధ సంపత్తి, సైనిక శిక్షణ తప్ప, పద్దెనిమిదవ శతాబ్ది భారతీయ పాలకులు, పాశ్చాత్యమైన తక్కిన వేటిని గురించి పట్టించుకోలేదు. ఒక్క టిప్పు సుల్తాన్ మినహా తక్కిన వారంతా, మొగలాయీల నుంచి, పదహారు పదిహేడు శతాబ్దాల పాలకుల నుంచి వారసత్వంగా గ్రహించిన సైద్ధాంతిక చట్రంతోనే తృప్తిపడి ఊరుకున్నారు. అయితే కొంత మేరకు మేధోమథనాలు సాగిన మాట నిజమే. ఒక జాతికాని, సంస్కృతికాని పూర్తిగా స్తంభీభూతంగా ఉండిపోజాలదు. సాంకేతిక రంగంలో కొన్ని మార్పులూ పురోగమనాలూ సాగిన మాట నిజం. అయితే, అది మందగతి, వాటి పరిధి మరీ మరీ పరిమితం. కనుక, పశ్చిమ యూరప్ సాధించిన అభివృద్ధితో పోల్చి చూస్తే ఇది లెక్కలోనిది కాదు. ఆ కాలానికి అన్నింటా పురోగమించి ఉన్న దేశం ముందు లొంగిపడి ఉండడానికి, వైజ్ఞానిక రంగంలో నీరస స్థితిలో ఉండడమే చాలా వరకు కారణం అని వ్యాఖ్యానించవచ్చు.

పదవుల కోసం, సంపద కోసం నిరంతరం సాగుతున్న పోరాటాలూ, ఆర్థిక పతనం, సామాజికంగా వెనుకబాటుతనం, సాంస్కృతిక స్తబ్దత ఇవన్నీ భారతీయులలో ఒక వర్గం నైతికతపై పెద్ద దెబ్బతీశాయి. ముఖ్యంగా స్థానిక పాలకులు వ్యక్తిగత జీవితంలోనూ ప్రజా జీవితంలోనూ పూర్తిగా దిగజారిపోయారు. ప్రభుభక్తి, కృతజ్ఞత, వాగ్దానపాలన అదృశ్యమైపోయాయి. వారి మస్తిష్కాలలో నిలబడి ఉన్నది ఒకే ఒక్కటి... స్వార్థ ప్రయోజనాల కోసం వేట ఒక్కటే సర్వస్వమై పోయింది. పాలకులలో చాలామంది హీన వ్యసనాలకూ, అంతులేని విలాస జీవనానికీ బానిసలైపోయారు. వారిలో చాలా మంది కార్యాలయాలలోనే దర్జాగా లంచాలు అందుకునే వారు. అయితే సాధారణ జనం అంతగా పతనం కాకపోవడం ఓ ఆశ్చర్యం! వ్యక్తిగత నైతిక నిష్ఠలో సచ్ఛీల స్థాయిలో వారంతా పై మెట్టుపైనే ఉంటూ వచ్చారు. జాన్ మాల్కోమ్ అనే ఒక ప్రముఖ బ్రిటిష్ అధికారి 1821లో ఇలా రాశాడు:

"అంతటి పరిణామ భూయిష్ట కాలంలో, నిరంకుశ పాలనలో మనుగడ సాగిస్తూ కూడా, ఈ దేశ వాసులలో అధిక సంఖ్యాకులు అంతటి మహోన్నత స్థాయిలో సద్గుణాల్నీ నీతి నియమాల్ని పాటిస్తూ నిలబడగలిగిన, ఇదే విధమైన పరిస్థితులు ఎదురైనా, వాటిని పరిరక్షించుకోగలిగిన మరో గొప్ప జాతిని నేను ఉదహరించలేను"

చౌర్యం, మద్యం సేవనం, హింసా దౌర్జన్యాల వంటి వ్యసనాలు అవలక్షణాలు భారతదేశంలో కనిపించకపోవడాన్ని ఆయన ప్రత్యేకించి శ్లాఘించాడు.

ఇలాగే క్రాన్‌ఫర్డ్ అనే మరో యూరోపియన్ రచయిత ఇలా వ్యాఖ్యానించాడు:

"నైతిక వర్తనకు వారు నిర్దేశించే నియమాలలో ఎంతో దయాగుణమూ ఉంటుంది. ఆతిథ్య, దాన గుణాన్ని గట్టిగా ప్రబోధిస్తారు. అంతేకాదు, వీటిని హిందువులను మించి సర్వే సర్వత్రా ఆచరించే వారు మరి ఎక్కడా లేరని నేను విశ్వసిస్తున్నాను".

హిందువులకు ముస్లిములకు మధ్య మైత్రీ సంబంధాలు, పద్దెనిమిదవ శతాబ్ది జీవన సరళిలో కనిపించిన ఒక ఆరోగ్యకర లక్షణం. నాటి పాలక ప్రముఖులు ఒకరిపై మరొకరు నిరంతరం పోరాటాలు సాగించుకుంటూనే ఉన్నా వారి శత్రుత్వాలకూ మిత్రుత్వాలకూ మతం ఎన్నడూ కారణం కాలేదు. వివరించాలంటే వారు నడిపించింది లౌకిక రాజకీయాలే. నిజానికి ఆనాడు సమాజంలో మత విద్వేషంకాని, అసహనం కాని లేవు. ఉన్నత వర్గాలవారైనా, దిగువ వర్గాల వారైనా, అన్యమతస్థుల్ని గౌరవించుకున్నారు. సహనం, స్ఫూర్తి, ఇంకా చెప్పాలంటే, సామరస్యం వెల్లివిరిసేది. హిందువులకు ముస్లిములకు మధ్య సోదర భావమే కనిపించేది. గ్రామీణ ప్రాంతాలలో పట్టణాలలో నివశించే సామాన్య జనంలో ఇది మరింత ప్రస్ఫుటంగా కనిపించేది. పాటించే మతాలు వేరైనా, వాటి ప్రమేయం లేకుండా, వారూ వీరూ కష్టసుఖాలు పంచుకునేవారు.

మతంతో సంబంధంలేని ఇతర రంగాలలో, అంటే సంఘ జీవనంలో సాంస్కృతిక కార్యకలాపాలలో హిందువులు, ముస్లిములు సహకరించుకునేవారు. ఒక ఉమ్మడి హిందూ - ముస్లిమ్ సంస్కృతి, లేదా సమష్టి విధాన, వైఖరీ నిర్మాణ ప్రయత్నాలకు ఎన్నడూ అవరోధాలు ఉండేవి కావు. హిందూ రచయితలు తరచు పర్షియన్‌లో రచనలు చేసేశారు. ముస్లిమ్ రచయితలు హిందీ, బెంగాలీ వంటి భారతీయ భాషలలోనూ రచనలు సాగించేవారు. హిందూ సామాజిక జీవనాన్నీ, రాధాకృష్ణులు, సీతారాములు, నల దమయంతి వంటి హిందూ పౌరాణికాంశాలను ముస్లిమ్

రచయితలు ఇతివృత్తాలుగా స్వీకరించేవారు. ఉర్దూ భాష, సాహిత్యం వృద్ధి చెందడం కూడా హిందువులు ముస్లిములు మరింత సన్నిహితం కావడానికి దోహదపడింది.

హిందువులలో భక్తి ఉద్యమం, ముస్లిములలో సూఫీజం విస్తరించిన కారణంగా అంతకుముందు కొన్ని శతాబ్దాలుగా హిందువులకు ముస్లిములకు మధ్య వృద్ధి చెందుతూ వస్తున్న పరస్పర గౌరవం, పరస్పర ప్రభావాలు మరింత బలపడ్డాయి. హిందువులు అధిక సంఖ్యలో ముస్లిమ్ పవిత్ర పురుషుల్ని ఆరాధించేవారు. అలాగే చాలా మంది ముస్లిములు హైందవ దేవుళ్ళను సాధుపుంగవుల్నీ సేవించేవారు. చాలాచోట్ల ఉన్న ప్రాంతీయ ఆరాధనా కేంద్రాలకూ పవిత్ర క్షేత్రాలకు హిందువులు ముస్లిములు వెళ్ళి వస్తూ వుండేవారు. ముస్లిమ్ పాలక ప్రముఖులు సామాన్యులు, హోలీ, దీపావళి, దుర్గా పూజ వంటి ఉత్సవాల్లో పాల్గొని ఎంతో ఆనందించేవారు. అదేవిధంగా హిందువులు మొహర్రమ్ ఊరేగింపుల్లో పాల్గొనేవారు. ముస్లిములు నిర్వహించుకునే ఉత్సవాలకు హిందూ అధికారులు, జమిందార్లు అధ్యక్షత వహించడమూ మామూలే. అజ్మీర్‌లో ఉన్న షేక్ మొయినుద్దీన్ చిస్తీ దర్గాను మరాఠాలు పోషించేవారు. అలాగే, నాగూరులో ఉన్న షేక్ షాహుల్ హమీద్ దర్గాను తంజావూరు రాజా పోషించేవాడు. టిప్పు సుల్తాన్ శృంగేరీ సంస్థానానికీ ఇంకా మరికొన్ని ఆలయాలకు ఆర్థిక సహాయం అందించి ఎలా పరిపోషించాడో చూశాం. పంతొమ్మిదవ శతాబ్ది ప్రథమార్థానికి చెందిన భారత మహనీయుడు, సంస్కర్త రాజా రామమోహనరాయ్ హిందూ, ఇస్లామిక్ తార్విక, మత విధనాలవల్ల ప్రభావితుడు కావడం ఒక స్మరణీయ వాస్తవం.

సాంస్కృతిక సామాజిక జీవనంలో ఆనాడు రెండు మతాల వారు సమైక్యంగా సాగిపోవడానికి తమ తమ మతానుబంధాల్ని పక్కన పెట్టడం మాత్రమే కారణం కాదు. హిందువులు, ముస్లిములలో ఉన్నతవర్గాల జీవన సరళిలో ఒక సామ్యం కనిపించేంది. కాని, హిందువులలో ఉన్నత, దిగువ వర్గాల మధ్య, అలాగే ముస్లిములలో ఉన్నత, దిగువ వర్గాల మధ్య అదేవిధమైన సామ్య స్థితి కనిపించేది కాదు. పై వారిని కలిసింది కాదు! ఇదేవిధంగా ప్రాంతాలు కూడా మరో ఏ ప్రాంతాలలోనో ఉంటున్న తమ మతస్థులతో కంటే, తాము నివసిస్తున్న ప్రాంతంలో ఉంటున్న వీరితో మత ప్రమేయం లేకుండా సన్నిహితంగా మెలగడం నాటి భారతంలో కానవచ్చిన మరో వాస్తవం. ఇంకా ఆపైన మరో వైవిధ్యం ఏమిటంటే, గ్రామీణ పట్టణ ప్రాంతాల సామాజిక సాంస్కృతిక జీవన విధానాల్లో కూడా వ్యత్యాసం ఉండేది.

మూడవ అధ్యాయం

యూరప్ చొరబాటు ఇండియాపై బ్రిటిష్ ఆక్రమణ

యూరప్ తూర్పు వాణిజ్యంలో కొత్త దశ

ఒకనాటి గ్రీకుల కాలం నుంచి భారతదేశానికి యూరప్‌తో వాణిజ్య సంబంధాలు ఉన్నాయి. మధ్యయుగాలలో యూరప్ భారతదేశాల మధ్య, ఆగ్నేయాసియాల మధ్య వాణిజ్యం అనేక మార్గాల మీదుగా సాగుతూ ఉండేది. ఇందులో ఆసియాకు సంబంధించినంతవరకు వాణిజ్యం అరబ్ వ్యాపారులు, నావికులు నడిపించేవారు. మధ్యధరా యూరోపియన్ ప్రాంతాలతో వాణిజ్యం ఇటాలియన్ల గుత్తాధిపత్యంలో ఉండేది. ఆసియానుంచి యూరప్‌కి వెళ్ళే సరుకులు అనేక దేశాల మీదుగా చేతులు మారుతూ పోతూండేవి. అయినా వాణిజ్యం చాలా లాభసాటిగానే ఉండేది.

ఆసియా మైనర్(ఇరాక్)పై ఓటోమన్ (టర్కీ) విజయం తర్వాత, 1453లో కాన్‌స్టాంటినోపుల్ పతనం తర్వాత తూర్పు, పశ్చిమ దేశాల మధ్య పాత వాణిజ్య మార్గాలన్నీ టర్కీ ఆధీనంలోకి వెళ్ళాయి. ఇంక ఆపైన, యూరప్, ఆసియాల మధ్య వాణిజ్యం వెనీస్, జెనీవా వ్యాపారుల గుత్తాధిపత్యంలోకి పోయింది. పశ్చిమ యూరప్‌లో కొత్తగా పుట్టిన దేశాలకు, ముఖ్యంగా స్పెయిన్, పోర్చుగల్ దేశాలకు పాత మార్గాలమీదుగా సాగే వాణిజ్యంలో వాటా ఇవ్వడానికి వెనస్, జనీవా వ్యాపారులు అంగీకరించలేదు. దానితో, పశ్చిమ యూరప్ రాజ్యాలు, వ్యాపారులు, భారతదేశానికీ ఇండోనేషియాలో అప్పట్లో ఈస్ట్ ఇండీస్‌గా పిలవబడే స్పెయిన్ ఐలాండ్స్‌కి సురక్షితంగా ఉండే సముద్ర మార్గాల కోసం అన్వేషణ ప్రారంభించారు. అరబ్, వెనీస్ వాణిజ్య గుత్తాధిపత్యాన్ని ఛేదించి, టర్కీ వ్యతిరేకతను తప్పించుకుని, తూర్పు రాజ్యాలతో ప్రత్యక్ష వాణిజ్య సంబంధాలు ఏర్పాటు చేసుకోవడానికి నిర్ణయించుకున్నారు. పదిహేనవ

శతాబ్దిలో నౌకా నిర్మాణం, నౌకాయాన శాస్త్రం ఎంతో పురోగమించి ఉండటం వల్ల, తాము అనుకున్నట్లు తూర్పు దేశాలతో ప్రత్యక్ష సంబంధాలు ఏర్పరుచుకునే శక్తియుక్తులు వాటికి ఉన్నాయి. 'రినైజాన్స్' (సాంస్కృతిక పునరుజ్జీవనోద్యమం) విజయవంతమైన తర్వాత, పశ్చిమ యూరప్ ప్రజలలో ఒక గొప్ప సాహసిక స్ఫూర్తి ఉదయించింది.

పోర్చుగల్, స్పెయిన్ తొలి అడుగులు వేశాయి. ఆ రెండు దేశాల నావికులు తమ ప్రభుత్వాల తోడ్పాటుతో వాటి నిర్దేశకత్వంలో, ఒక గొప్ప భౌగోళిక అన్వేషణా పర్వానికి శ్రీకారం చుట్టారు. 1492లో భారతదేశాన్ని అన్వేషిస్తూ స్పెయిన్‌లో బయల్దేరిన కొలంబస్, భారతదేశానికి బదులు అమెరికాను కనిపెట్టాడు. 1498లో పోర్చుగల్‌కి చెందిన వాస్కోడిగామా యూరప్ నుంచి భారతదేశం చేరే ఒక సరికొత్త సముద్ర మార్గాన్ని కనుగొన్నాడు. కేప్ ఆఫ్ గుడ్ హోప్ (గుడ్ హోప్ అగ్రం) మీదుగా ఆఫ్రికాను చుట్టి అతడు కాలికట్ చేరాడు. తన సముద్ర యాత్రకు ఖర్చు అయిన సొమ్ము కంటే అరవై రెట్లు ఎక్కువ విలువచేసే సరుకులతో అతడు వెనుతిరిగి వెళ్ళిపోయాడు. వీటివల్ల, ఇంకా మరికొన్ని నౌకాయాన పరిశోధనల వల్ల ప్రపంచ చరిత్రలో ఒక సరికొత్త అధ్యాయం మొదలైంది. తత్ఫలితంగా పదిహేడు, పద్దెనిమిదవ శతాబ్దాలలో ప్రపంచవాణిజ్యం భారీ స్థాయికి వృద్ధి చెందింది. యూరప్‌కి కొత్త ఖండం అమెరికా దొరికింది. యూరప్, ఆసియాల మధ్య సంబంధాలు పూర్తిగా మారిపోయాయి.

యూరప్‌లో ఉన్న దేశాలు త్వరితంగా పెట్టుబడులు సమీకరించుకోవడానికి లేదా సంపన్నంగా మారడానికీ, మరో ముఖ్య కారణం, పదిహేనవ శతాబ్ది మధ్యకాలం నాటికి యూరోపియన్ దేశాలు ఆఫ్రికాలోకి చొచ్చుకుపోవడం. తొలుత ఆఫ్రికా బంగారం ఏనుగు దంతాలు విదేశీయుల్ని ఆకర్షించాయి.అయితే అతి త్వరితంగానే, ఆఫ్రికాలో వాణిజ్యం, బానిసల వ్యాపారం చుట్టూ అల్లుకోవడం మొదలైంది. పదహారవ శతాబ్దిలో ఈ బానిసల వ్యాపారంలో గుత్తాధిపత్యం స్పెయిన్, పోర్చుగల్ దేశాలదే. ఆ తర్వాత డచ్, ఫ్రెంచి, బ్రిటిష్ వ్యాపారులు పైచేయి సాధించారు. ఒక్కొక్క ఏడాది అది పెరుగుతూ క్రమంగా 1650 నాటికి, వెస్ట్ ఇండీస్‌లో ఉత్తర, దక్షిణ అమెరికాలలో వేలాది ఆఫ్రికన్లు బానిసలుగా అమ్ముడుపోయే దశకు చేరింది. బానిసల వ్యాపారం సాగించే నౌకలు యూరప్ నుంచి తయారైన రకరకాల వస్తువుల్ని ఆఫ్రికాకు తీసుకువెళ్ళి, ఆఫ్రికా తీర ప్రాంతాలలో ఆ వస్తువుల్ని ఇచ్చి వాటికి బదులుగా ఆఫ్రికా బానిసల్ని తీసుకుపోయేవి. అట్లాంటిక్ మీదుగా ఆ బానిసల్ని తరలించి వలస ప్రాంతాల నుంచి వ్యవసాయోత్పత్తుల్ని, తవ్వితీసిన ఖనిజ సంపదను అందుకుని ప్రతిగా బానిసల్ని ఆ ప్రాంతాలకు అప్పగించి, తెచ్చిన ఉత్పత్తులను యూరప్‌లో విక్రయించేవారు. ఈ

ముక్కోణపు వాణిజ్యం ద్వారా సాధించిన భారీ లాభాలే, ఇంగ్లండ్, ఫ్రాన్స్ దేశాలు వాణిజ్యాధిపత్యానికి ఆధార భూతమయ్యాయి. పశ్చిమ యూరప్ దేశాలు, ఉత్తర అమెరికా సంపన్నం కావడానికి ఈ బానిసల వ్యాపారం, బానిస కూలీలు పండించిన పంటలే చాలా వరకు కారణం. బానిసల వ్యాపారం మీదుగానూ, బానిస కూలీల చేత చేయించిన సేద్యం ద్వారానూ ఆర్జించిన సంపద, పద్దెనిమిది, పంతొమ్మిది శతాబ్దాలలో పారిశ్రామిక విప్లవానికి కొంతమేరకు పెట్టుబడిగా ఉపయోగపడింది. అటు పిమ్మట భారతదేశం నుంచి పిండుకు తీసుకువెళ్ళిన సంపద కూడా అదేవిధంగా ఉపయోగపడింది.

మొదట చొచ్చుకువచ్చి ఆ తర్వాత క్రమంగా ఆసియా ప్రాంత భూభాగాల్ని తమ ఆధీనంలోకి తెచ్చుకునే ఈ దీర్ఘకాలిక వ్యూహాన్నే, పదహారవ శతాబ్దిలో యూరప్ వ్యాపారులు, సైనికులూ కూడా అనుసరించారు. తూర్పు దేశాలతో ఎంతో లాభదాయకంగా వాణిజ్యంపై పోర్చుగల్, ఇంచుమించు ఒక శతాబ్దికాలంపాటు ఆధిపత్యం సాగించింది. పోర్చుగల్, భారత దేశంలో కొచ్చిన్, గోవా, డయ్యు, దామన్‌లలో తమ వాణిజ్య స్థావరాలే నెలకొల్పుకున్నది. పోర్చుగీసు వారు మొదటి నుంచి, తమ వాణిజ్యాభివృద్ధికి బలప్రయోగం అలవరుచుకున్నారు. సముద్ర మార్గాల్లో చెలాయించడానికి వారికి ఉన్న మెరుగైన సాయుధ నౌకాబలం ఎంతో ఉపయోగపడింది. భారతదేశానికీ ఆసియా దేశాలకీ భూ పోరాట బలగాలు ఎంతో శక్తిమంతమైనవే ఉన్నా పోర్చుగీసువారు సముద్రమార్గాల్లో తమ ఆధిపత్యం నిలుపుకోవడానికి కొద్దిమంది సైనికులు నావికులు సరిపోయేవారు. మొగలాయి నౌకల్ని బెదిరించి, మొగల్ చక్రవర్తుల నుంచి వాణిజ్యంలో ఎన్నో రాయితీలు అందుకున్నారు.

గోవాని 1510లో స్వాధీనం చేసుకున్న ఆల్ఫోన్స్ డి ఆల్బుకర్క్ వైస్రాయిగా ఉన్నప్పుడు, పర్షియన్ గల్ఫ్‌లో హోర్ముజ్ నుంచి మలయాలో మలక్కావరకు, ఇండోనేషియాలో స్పైస్ దీవుల వరకు ఉన్న మొత్తం ఆసియా తీర ప్రాంతంపై పోర్చుగీసువారు ఆధిపత్యం సాధించారు. తీర ప్రాంతంలో ఉన్న భారత భూభాగాన్ని చేజిక్కించుకుని, తమ వాణిజ్యాన్ని భూభాగాలపై ఆధిపత్యాన్నీ విస్తరించుకోవడానికీ, యూరప్ ప్రత్యర్థుల నుంచి తమ వాణిజ్యాధిపత్యాన్ని కాపాడుకోవడానికీ పోర్చుగీసువారు నిరంతరం యుద్ధాలు చేస్తూనే ఉండేవారు. సముద్ర మార్గాలలో దొంగతనాలు చేయడానికీ, దోచుకోవడానికి కూడా వారు వెనుకాడలేదు. అమానుషంగా అతిక్రూరంగా అక్రమంగా విరుచుకుపడేవారు కూడా. వారు అంత రాక్షసంగా ప్రవర్తిస్తూ వచ్చినా, భారతదేశంలో వారు ఆక్రమించుకున్న ప్రాంతాలపై వారి పట్టు ఒక శతాబ్ది కాలం కొనసాగింది. సముద్ర మార్గాలపై వారికి, గట్టి పట్టు ఉండటం,

వారి సైనికులు అధికారులు క్రమశిక్షణలో కఠినాతి కఠినంగా వ్యవహరించడం ఇందుకు కారణాలు. ఇంకా ఆపైన, దక్షిణ భారతదేశంపై మొగలాయిల ప్రభావం లేకపోవడంతో పోర్చుగీసు వారు మొగల్ సామ్రాజ్య శక్తిని ఎన్నడూ ఢీకొని ఉండలేదు.

పదహారవ శతాబ్ది ద్వితీయార్థంలో, వాణిజ్య పరంగా నౌకాబలంపరంగా వర్థమాన దేశాలైన ఇంగ్లండ్, హాలెండ్, ఆ తర్వాత ఫ్రాన్స్, ప్రపంచ వాణిజ్యంపై స్పానిష్, పోర్చుగీసు గుత్తాధిపత్యానికి వ్యతిరేకంగా తీవ్రాతితీవ్రంగా పోరు సాగించాయి. ఈ పోరులో స్పెయిన్, పోర్చుగల్ తగ్గవలసి వచ్చింది. తత్ఫలితంగా, ఇంగ్లీషు, డచ్ వ్యాపారులు కేప్ ఆఫ్ గుడ్ హోప్ మార్గాన్ని ఉపయోగించుకుని భారతదేశం చేరడానికి, తూర్పు దేశాలకు సామ్రాజ్య విస్తరణలో పోటీ పడటానికి వీలైంది. చివరకు ఇండొనేషియాపై డచ్‌వారు, ఇండియా, శ్రీలంక, మలయా దేశాలపై బ్రిటిష్ వారు ఆధిపత్యం సాధించారు.

1602లో డచ్ ఈస్ట్ ఇండియా కంపెనీ ఏర్పాటైంది. యుద్ధాలు చేయడానికి, ఒప్పందాలు కుదుర్చుకోవడానికి, భూభాగాలు ఆక్రమించుకోవడానికి, కోటలు నిర్మించుకోవడానికి ఆ కంపెనీకి అధికారాలు దత్తం చేస్తూ డచ్ పార్లమెంటు ఒక అధికార పత్రం ఇచ్చింది. డచ్ వారికి భారతదేశం మీద పెద్దగా మోజులేదు. ఇండొనేషియా దీవులైన జావా, సుమత్రాల మీద, సుగంధ ద్రవ్యాలు ఉత్పత్తి అయ్యే స్పైస్ ఐలాండ్స్ మీద డచ్ వారి ఆశలన్నీ. ఆ తర్వాత మలయా జలసంధి ప్రాంతం నుండి, ఇండొనేషియా దీవుల నుండి పోర్చుగీసు వారిని వెళ్ళగొట్టి, 1623లో అక్కడ స్థిరపడటానికి ప్రయత్నించిన ఇంగ్లీషు వారిని ఓడించారు. పశ్చిమ భారతంలోని గుజరాత్‌లో సూరత్, బ్రోచ్, కేంబే, అహ్మదాబాద్‌ల వద్ద, కేరళలో కొచ్చిన వద్ద, మద్రాసులో నాగపట్నం వద్ద, ఆంధ్రలో మచిలీపట్నం వద్ద, బెంగాల్‌లో చిన్‌సురా వద్ద, బీహార్‌లో పాట్నా వద్ద, ఉత్తర ప్రదేశ్‌లో ఆగ్రావద్ద వాణిజ్య కేంద్రాలు తెరిచారు. 1658లో పోర్చుగీసువారిని ఓడించి శ్రీలంకను కూడా స్వాధీనం చేసుకున్నారు.

ఇంగ్లీషు వ్యాపార ప్రముఖులు ఆసియా వాణిజ్యాన్ని హస్తగతం చేసుకోవడం ఎప్పుడెప్పుడా అని ఎంతో ఆశగా ఎదురుచూస్తున్నారు. పోర్చుగీసు వారు విజయాలు సాధిస్తుంటే, సుగంధ ద్రవ్యాలు, నూలు బట్టలు, పట్టు, బంగారం, ముత్యాలు, ఔషధాలు, పింగాణి పాత్రలు, విలువైన నల్లవిరుగుడు చేవ కలప ఓడలకు ఎక్కించుకుని తరలించుకుపోయి విపరీతంగా లాభాలు ఆర్జిస్తుంటే, ఇంగ్లండ్ వ్యాపారాలు భగభగ మండిపోతూండేవారు. అటువంటి లాభసాటి వ్యాపారాలు సాధించడానికి ఎంతో అసహనంతో ఎదురుచూసేవారు. తూర్పు దేశాలతో వాణిజ్య సంబంధాలు ఏర్పరుచుకోవడానికి వీలుగా 1599లో, 'వ్యాపార సాహసికులు' (మర్చంట్

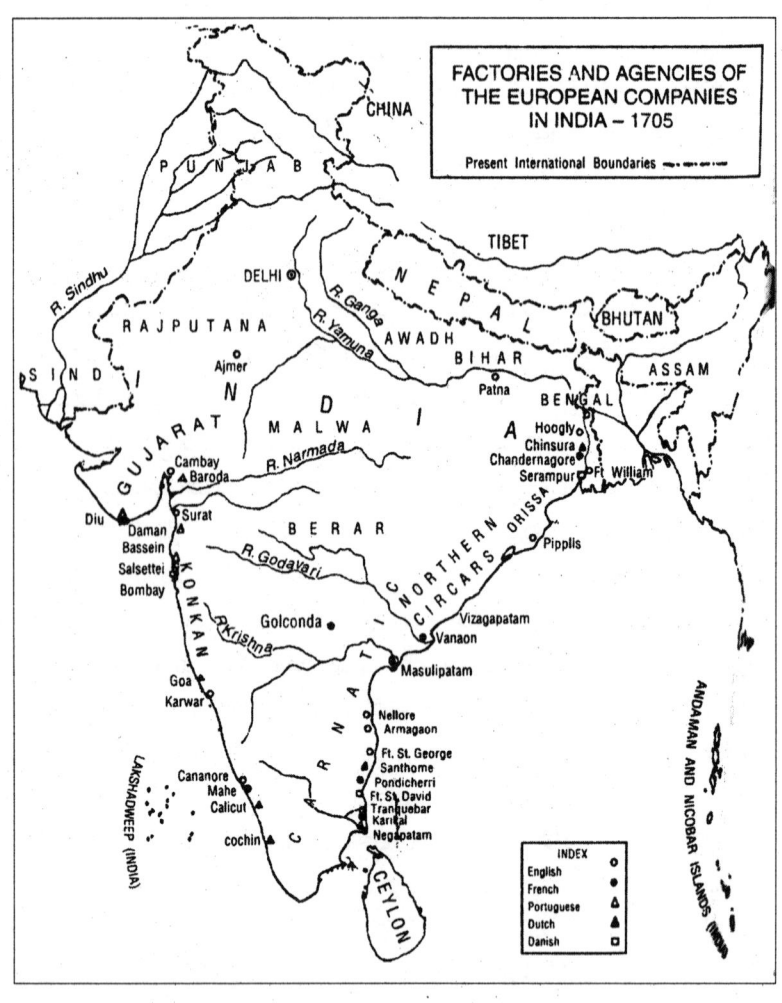

FACTORIES AND AGENCIES OF
THE EUROPEAN COMPANIES
IN INDIA – 1705

Present International Boundaries

INDEX
English   o
French   •
Portuguese   △
Dutch   ▲
Danish   □

ఎడ్వెంచరర్స్) పేరిట ఒక ఇంగ్లీషు కంపెనీని స్థాపించారు. ఈస్ట్ ఇండియా కంపెనీగా ప్రసిద్ధమైన ఈ సంస్థకు, తూర్పు దేశాలతో వాణిజ్య సంబంధాలు ఏర్పరుచుకునే విశిష్ట హక్కులు మంజూరు చేస్తూ, 1600వ సంవత్సరం డిసెంబరు 31వ తేదీన రాణి ఎలిజిబెత్ ఒక రాజపత్రాన్ని అందించారు. ఇండియా పశ్చిమ తీరంలో ఉన్న సూరత్ వద్ద ఒక వాణిజ్య స్థావరం నెలకొల్పడానికి ఆ కంపెనీ 1608లో నిర్ణయించింది. అప్పట్లో దానిని 'ఫ్యాక్టరీ' అనేవారట. నాటి పాలకుడు జహంగీర్‌ని ఆశ్రయించి ప్రయోజనాలు సాధించుకునే లక్ష్యంతో కంపెనీ, కెప్టెన్ హాకిన్స్‌ని పంపించింది. తత్ఫలితంగా, పశ్చిమ తీరంలో అనేక చోట్ల సూరత్ తరహా 'ఫ్యాక్టరీలు' ఏర్పాటు చేసుకోవడానికి కంపెనీకి అనుమతి మంజూరు చేస్తూ రాజుగారి ఫర్మానా వెలువడింది.

ఈ అనుమతి, రాయితీ ఇంగ్లీషు వారికి తృప్తి కలిగించలేదు. 1615లో తమ రాయబారి సర్ థామస్ రోని మొగల్ దర్బారుకు పంపించారు. మొగల్ సామ్రాజ్యం అంతటా 'ఫ్యాక్టరీ'లు ఏర్పాటుచేసుకోవడానికి అనుమతిస్తూ మరో ఫర్మానా వచ్చింది. 1962లో, తమ రాకుమార్తెను వివాహం చేసుకున్నందుకుగాను, పోర్చుగీసు వారు రెండవ చార్లెస్ రాజుకు బొంబాయిని వరకట్నంగా చదివించేశారు! ఆ కారణంగా, గోవా, డయు, దామన్ తప్ప పోర్చుగీసువారికి ఇండియాలో ఉన్న ఆస్తులన్నీ చేజారిపోయినట్లయింది. ఇది ఇలా ఉండగా, ఇండొనేషియా దీవుల సుగంధ ద్రవ్యాల వ్యాపారంలో వాటా పంపకాల విషయంపై ఇంగ్లీషు కంపెనీ, డచ్ కంపెనీ తలపడ్డాయి. ఆ రెండు విదేశీశక్తుల మధ్య భారతదేశంలో 1654లో మొదలైన యుద్ధం అలా 1667 వరకు సాగుతూనే ఉంది. అప్పటికి ఇండొనేషియాపై ఇంగ్లీషువారు తమ హక్కుల్ని త్యజిస్తే, ఇండియాలో ఉన్న ఇంగ్లీషు స్థావరాల్ని వారికే వదిలివేయడానికి డచ్‌వారు ఒప్పుకున్నారు.

ఈస్ట్ ఇండియా కంపెనీ వాణిజ్య, ప్రభావాల ఎదుగుదల (1600-1714)

ఈస్ట్ ఇండియా కంపెనీ ఇండియాలో ప్రవేశించేనాటికి ఎంతో సాదాసీదాగానే ఉంది. కాని 1623 నాటికి ఫ్యాక్టరీలుగా పిలువబడే వాణిజ్య స్థావరాలు సూరత్, బ్రోచ్, అహ్మదాబాద్, ఆగ్రా, మచిలీపట్నాలలో ఏర్పడ్డాయి. వాణిజ్య దౌత్యతంత్రాన్ని యుద్ధంతో, తమ ఫ్యాక్టరీలు ఉన్న ప్రాంతాలపై ఆధిపత్యంతో ముడిపెట్టే పద్ధతినే ఆది నుంచి పాటించింది ఈస్ట్ ఇండియా కంపెనీ.

దక్షిణాదిన బలమైన భారతీయ ప్రభుత్వాలు ఏవీ లేని పరిస్థితి ఆ ప్రాంతంలో ఇంగ్లీషువారికి బాగా కలిసివచ్చింది. మహా సామ్రాజ్యంగా వెలుగొందిన విజయనగర

సామ్రాజ్యం 1565లో పతనమైపోయింది. చిన్న చిన్న బలహీన రాజ్యాలు ఎన్నో పుట్టుకువచ్చాయి. ప్రలోభాలతో వశపరుచుకోవడం కాని, సాయుధ సైనిక శక్తితో భయభ్రాంతుల్ని చేయడం వారికి తేలికే అయింది. ఇంగ్లీషువారు దక్షిణాదిన తమ తొలి 'ఫ్యాక్టరీ'ని మచిలీపట్నంలో 1611లో ప్రారంభించారు. కాని, ఆ వెనువెంటనే తమ కార్యకేంద్రాన్ని మద్రాసుకు మార్చుకున్నారు. అక్కడ 1639లో స్థానిక ప్రభువు (రాజా) మద్రాసును లీజుకిచ్చి, కోటకట్టడానికీ పాలనా బాధ్యత స్వీకరించడానికీ, డబ్బు వసూలు చేసుకోవడానికి అధికారాలు దత్తం చేశాడు. అయితే పోర్టు ద్వారా వచ్చే కస్టమ్స్ రెవిన్యూలో సగభాగం తనకు చెల్లించాలని షరతు విధించాడు. మద్రాసులో తమ ఫ్యాక్టరీ పరిసరాలలోనే ఫోర్ట్ సెయింట్ జార్జి పేరిట ఒక చిన్న ఫోర్ట్ నిర్మించారు ఇంగ్లీషువారు.

ఒక ఆసక్తికరమైన అంశం ఏమిటంటే, ఈ దేశాన్ని తాము (ఇంగ్లీషు) గెలుచుకునే సందర్భంలో కూడా అందుకు అయ్యే వ్యయాన్ని భారతీయుల నుంచే వసూలు చేసే వింత విధానాన్నే, ఆ లాభాల దొరల ఇంగ్లీషు కంపెనీ ఆది నుంచి అనుమతిస్తూ వచ్చింది. ఉదాహరణకు ఆ కంపెనీ డైరెక్టర్ల కోర్టు 1683లో మద్రాసు అధికారులకు ఇలా రాసింది :

"ఏ భారతీయ పాలకుడికాని డచ్ వారికి కాని దుర్భేద్యంగా, మన పోర్టును పట్టణాన్నీ (మద్రాసు) మీరంతా దశలవారీగా పటిష్టం చేసుకుంటూ పోవాలి... అన్ని మరమ్మత్తులకు కట్టదిట్టాలు చేసుకోవడానికీ అవసరమయ్యే పూర్తి ఖర్చుల్ని ప్రజల వద్ద నుంచి వసూలు చేయడానికి మీరు తీసుకోవలసిన చర్యలన్నింటినీ (వీలైనంత మృదువుగానే) తీసుకోవాలని చెప్పదలుచుకున్నాం".

బొంబాయిని ఈస్ట్ ఇండియా కంపెనీ బ్రిటిష్ ప్రభుత్వం నుంచి 1668లో స్వాధీనం చేసుకుని వెంటనే పటిష్టంగా తీర్చిదిద్దారు. బొంబాయి రేవు విస్తీర్ణంలో విశాలంగానూ, తేలికగా రక్షించడానికి అనువుగా ఉన్న రేవుగానూ ఇంగ్లీషు వారికి అన్ని విధాలా అనుకూలంగా కనిపించింది. ఆ కారణం వల్ల, ఇంకా ఆపైన, ఆ కాలంలో మరాఠా శక్తి పెరిగి ఇంగ్లీషు వారి వాణిజ్యానికి ముప్పువాటిల్లే పరిస్థితి ఉత్పన్నం కావడంవల్ల, పశ్చిమతీరంలో కంపెనీ ముఖ్యస్థావరంగా సూరత్‌కి ప్రత్యామ్నాయంగా బొంబాయిని ఎంచుకున్నారు.

ఇక తూర్పు భారతంలో, ఇంగ్లీషు కంపెనీ తొలి 'ఫ్యాక్టరీ'ల్ని ఒరిస్సాలో 1633లో నెలకొల్పారు. 1651లో బెంగాల్‌లోని హుగ్లీ వద్ద వాణిజ్యం ప్రారంభించడానికి ఇంగ్లీషు కంపెనీకి అనుమతి లభించింది. ఆ తర్వాత వెంటనే, బీహార్‌లోని పాట్నాలో, ఒరిస్సాలోని బాలాసోర్‌లో, బెంగాల్‌లోని ఢాకాలోను ఇంకా మరికొన్ని చోట్ల 'ఫ్యాక్టరీ'లు

ప్రారంభించింది. ఇక బెంగాల్‌లో కూడా స్వతంత్ర స్థావరాల నిర్మాణం అవసరమని ఇంగ్లీషు కంపెనీ సంకల్పించింది. భారతదేశంలో రాజకీయాధికారంపై పట్టు చిక్కించుకోవాలన్నది ఆనాటికి ఇంగ్లీషు కంపెనీ కల. అలా జరిగిననాడు, తాము స్వేచ్ఛగా వాణిజ్యం నడిపించుకోవడానికి మొగలాయిలను బలవంతంగా ఒప్పించవచ్చు. భారతీయులచేత తమ వస్తువుల్ని చౌకగా అమ్మించి హెచ్చు ధరలకు కొనిపించవచ్చు. అప్పుడు ప్రత్యర్థి యూరోపియన్ వ్యాపారుల్ని దూరంగా నిలబెట్టవచ్చు. భారతదేశంలో ఏ రాజ్యం ఎటువంటి విధానం అనుసరించినా, తాము తమదైన స్వతంత్ర వాణిజ్య విధానాన్ని యధేచ్ఛగా అమలు జరుపుకోవచ్చు! రాజకీయాధికారం చేజిక్కినప్పుడు భారతీయ ధనాన్ని తన ఖజానాలో వేసుకుని, ఆ దేశాన్ని ఆ దేశపు ఆర్థిక వనరులతోనే అవలీలగా జయించవచ్చునన్నది ఇంగ్లీషు మస్తిష్కంలో స్థిరపడిన తలంపు. అటువంటి ఆలోచనల్ని రహస్యం ఏమీ లేకుండా ఆ కాలంలోనే బయటపెట్టారు కూడా. 1681లో మద్రాసు గవర్నర్‌కి ఈ విధంగా సలహా ఇచ్చారు:

"ఒక భారీ, సువ్యవస్థితమైన, భద్రమైన ఇంగ్లీషు రాజ్యం ఇండియాలో అవతరించడానికీ, అది నిరంతరంగా కొనసాగించడానికీ అవసరమైన పౌర, సైనిక ప్రాబల్యం అందుకోగల విధానాన్ని ప్రతిష్టించి, అందుకు అవసరమైన భారీ స్థాయి ఆదాయ వనరుల్ని సృష్టించి వాటిని హస్తగతం చేసుకోవాలి."

1689లో వారు ఇలా ప్రకటించారు :

"మనకు వాణిజ్యాభివృద్ధి ఎంత ముఖ్యమో, ఆదాయవృద్ధి అనేది మనం అంతే అప్రమత్తంగా గమనించుకోవలసిన అంశం. మన ఉధృతి కొనసాగితీరాలి. ఇరవై విఘాతాలు మన వాణిజ్యాన్ని కుదిపివేసినా, మనం ఇండియాలో ఒక రాజ్యంగా స్థిరపడి తీరాలి".

1686లో ఇంగ్లీషువారు హుగ్లీ (బెంగాల్)పై దాడిచేసిన మొగల్ చక్రవర్తిపై యుద్ధం ప్రకటించడంతో ఉభయపక్షాల మధ్య పోరు చెలరేగింది. ఇక్కడ ఇంగ్లీషువారు పరిస్థితిని అవగాహన చేసుకోవడంలో తీవ్రంగా పొరపడి, మొగలాయి బలాన్ని తక్కువగా అంచనావేశారు. ఔరంగజేబు సారధ్యంలో ఉన్న మొగల్ సామ్రాజ్యం ముందు ఈస్ట్ ఇండియా కంపెనీ సేనలు అంగుష్టమాత్రమైనవే! ఆ యుద్ధంలో కంపెనీ సేనలు అతి దారుణంగా దెబ్బతిన్నారు. బెంగాల్‌లో ఉన్న ఫ్యాక్టరీల నుంచి తరిమివేయగా వారు, గంగానదీ ముఖ ద్వారం వద్ద ఉన్న ఒక జ్వరపీడిత దీవిలో తలదాచుకోవలసి వచ్చింది. అదేవిధంగా సూరత్, మచిలీపట్నం, విశాఖపట్నాలలో ఉన్న వారి ఫ్యాక్టరీల్నీ, బొంబాయిలో వారి ఆధీనంలో ఉన్న రేవునూ స్వాధీనం చేసుకున్నారు. మొగలాయి శక్తితో పోరాటానికి దిగేబలం తమకు ఇంకా రాలేదని గ్రహించిన ఇంగ్లీషువారు

మళ్ళీ వినమ్రులై, తాము 'పాల్పడిన నేరాలన్నింటినీ క్షమించమ'ని వేడుకుంటూ మహజరు సమర్పించుకున్నారు. భారతీయ పాలకుల రక్షణలో వాణిజ్యం సాగించడానికి తమ సంసిద్ధత వ్యక్తం చేశారు. వారు గుణపాఠం నేర్చుకున్నట్టే కనిపించింది. మొగల్ చక్రవర్తి నుంచి రాయితీలు సాధించుకోవడానికి స్తోత్ర పాఠ, సవినయ ప్రార్థనా ప్రక్రియను మళ్ళీ అందుకున్నారు!

పైకి నిరపాయంగా కనిపిస్తున్న ఈ విదేశీ వ్యాపారులే, ఒకనాడు ఈ దేశానికి పెద్ద ముప్పు తీసుకురాగలరని గ్రహించగల అవకాశం ఏ విధంగానూ లేని మొగలాయి పాలకులు ఇంగ్లీషు వ్యాపారుల్ని క్షమించేశారు. ఇంకా ఆపైన, ఇంగ్లీషు కంపెనీ సాగిస్తున్న విదేశీ వాణిజ్యం వల్ల భారతీయ చేతి వృత్తి కళాకారులకు, వ్యాపారులకు ఎంతో మేలు చేస్తోందనీ, ప్రభుత్వ ఖజానాకు కాసులు కురిపిస్తోందనీ భావించారు. ఇంగ్లీషువారు నేల మీద యుద్ధంలో బలహీనంగానే ఉన్నా, నౌకాబలంలో గట్టి వారే కావడంవల్ల భారతీయ వాణిజ్యాన్ని పూర్తిగా తామే నిర్వహిస్తూ, ఇరాన్, పశ్చిమాసియా, ఉత్తర, తూర్పు, ఆఫ్రికా, తూర్పు ఆసియా దేశాలకు నౌకా వాణిజ్యం నడిపించారు. అందువల్ల ఔరంగజేబు వారి వాణిజ్య పునరుద్ధరణకు అనుమతిస్తూ లక్షాయాభై వేల రూపాయలు పరిహారం చెల్లించమని హుకుం జారీచేశాడు. 1698లో ఇంగ్లీషు కంపెనీ, సూతనాటి, కాలీకటా, గోవింద్‌పూర్ అనే మూడు గ్రామాల జమిందారీలను స్వాధీనం చేసుకుని, తమ ఫ్యాక్టరీ చుట్టూ 'ఫోర్ట్ విలియమ్' నిర్మించింది. ఆ మూడు ఊళ్ళే త్వరలోనే ఒక నగరంగా అభివృద్ధి చెందాయి. ఆ నగరం పేరే కలకత్తా. గతంలో 1691లో తమకు మంజూరైన ప్రత్యేక హక్కుల్ని ధృవీకరిస్తూ, వాటిని గుజరాత్, దక్కను ప్రాంతాలకు కూడా విస్తరింపజేస్తూ, కంపెనీ 1717లో చక్రవర్తి ఫరూఖ్ సియర్ చేత ఒక ఫర్మానా పొందగలిగింది. కాని పద్దెనిమిదవ శతాబ్ది ప్రథమార్థంలో ముర్షీద్ ఖులీఖాన్, అలీవర్దిఖాన్ వంటి బలవంతులైన నవాబులు బెంగాల్‌ని పాలిస్తూ ఉండేవారు. వారు ఇంగ్లీషు వ్యాపారుల్ని గట్టిగా అదుపులో పెడుతూ వారికి ఉన్న ప్రత్యేక హక్కుల్ని దుర్వినియోగం చేయకుండా సకల చర్యలు తీసుకునేవారు. కలకత్తాలో ఉన్న నిర్మాణాల్ని పటిష్టం చేసుకునే ప్రయత్నాల్ని కాని, వారు కలకత్తాని స్వతంత్రంగా పాలించుకోవడానికి చేసే ప్రయత్నాల్ని కాని నవాబులు సాగనివ్వలేదు. ఇక్కడ ఈస్ట్ ఇండియా కంపెనీ కేవలం నవాబుగారి జమిందారుగా మాత్రమే ఉండవలసి వచ్చింది.

కంపెనీ సాగిస్తున్న రాజకీయ లక్ష్యసాధన ప్రయత్నాలు భగ్నమౌతూనే ఉన్నా, వాణిజ్య కార్యకలాపాలు మాత్రం గతంలో ఎన్నడూలేనంతగా వృద్ధి చెందుతూనే ఉన్నాయి. ఇండియా నుంచి ఇంగ్లండ్‌కి చేరే దిగుమతుల విలువ 1708లో 5 లక్షల పౌండ్లు ఉంటే, 1740 నాటి పదిహేడు లక్షల తొంభై ఐదు వేలకు చేరింది. మద్రాసు,

బొంబాయి, కలకత్తాలలో ఉన్న బ్రిటిష్ స్థావరాలే, నగరాలై విస్తరించడానికి మూల బీజాలయ్యాయి. ఎంతో మంది వ్యాపారులు, బ్యాంకర్లు (వడ్డీ వ్యాపారులు) ఈ నగరాలపట్ల ఆకర్షితులయ్యారు. ఈ నగరాలలో వాణిజ్యావకాశాలు విస్తృతం కావడం, మొగల్ సామ్రాజ్య విచ్ఛిత్తి కారణంగా ఇతర ప్రాంతాలలో అస్థిర పరిస్థితులు, అభద్రత ఏర్పడటం వారు నగరాలకు చేరడానికి కారణాలు. పద్దెనిమిదవ శతాబ్ది మధ్య కాలం నాటికి మద్రాసు జనాభా మూడు లక్షలకు, కలకత్తా జనాభా రెండు లక్షలకు, బొంబాయి జనాభా డెబ్బై వేలకు పెరిగింది.

ఈస్ట్ ఇండియా కంపెనీ 1600లో పొందిన అనుమతి పత్రం ప్రకారం కేప్ ఆఫ్ గుడ్ హోప్‌కి తూర్పున పదిహేను సంవత్సరాల పాటు వాణిజ్యం సాగించుకోవచ్చు. కంపెనీ పూర్తిగా ఒక వాణిజ్య సంస్థ లేదా ఒక మోనోపలీ. ఇండియాలో కంపెనీ వారి ఫ్యాక్టరీ అంటే, గిడ్డంగి, కార్యాలయాలు, కంపెనీ ఉద్యోగుల నివాసాలూ ఉండే ఒక నిర్మాణ సముదాయాల ప్రత్యేక ప్రాంగణం. అయితే, ఈ "ఫ్యాక్టరీలలో వస్తువుల తయారీలు ఏవీ ఉండవు.

కంపెనీ ఉద్యోగులకు చాలా తక్కువ జీతాలే ఉండేవి. అయితే వారు అలా తక్కువ వేతనాల మీద ఇండియా రావడానికి అతి ముఖ్యమైన ఆకర్షణ ఒకటి ఉంది. ఇండియా, యూరప్‌ల మధ్య వాణిజ్య వ్యవహారాల్ని కంపెనీయే చూసుకుంటూంటే, ఉద్యోగులు దేశంలో ప్రయివేటుగా వ్యాపారాలు చేసుకోవడానికి కంపెనీ అనుమతించేది!

దక్షిణ భారతంలో ఇంగ్లీషు, ఫ్రెంచి కలహాలు

ప్రాంతీయంగా విజయాలు సాధిస్తూ రాజకీయాధిపత్యం సాధించడం కోసం ఇంగ్లీషు ఈస్ట్ ఇండియా కంపెనీ ప్రయోగిస్తూ వస్తున్న వ్యూహాల్ని పదిహేడవ శతాబ్ది చివరి కాలంలో ఔరంగజేబు భగ్నం చేశాడు కాని మొగల్ సామ్రాజ్యశక్తి క్షీణించడంతో 1740 దశకంలో కంపెనీ కార్యకలాపాలు మళ్ళీ ఊపందుకున్నాయి. నాదిర్‌షా దాడిలో మొగలాయి కేంద్ర ప్రభుత్వం ఎంతగా క్షీణించి ఉందో బయటపడింది. అయితే, మరాఠాలు బలవంతులుగా ఉన్న పశ్చిమ భారతంలోనూ, అలీవర్ధిఖాన్ గట్టి పట్టులో ఉన్న తూర్పు భారతంలోను విదేశీ శక్తులు ఎవరైనా చొచ్చుకుపోయే అవకాశాలులేవు. అయితే, విదేశీయులు సాహసించడానికి దక్షిణ భారతంలో క్రమంగా అనువైన పరిస్థితులు ఏర్పడుతున్నాయి. ఔరంగజేబు మరణానంతరం దక్షిణాన కేంద్రాధిపత్యం అంతరిస్తే, 1748లో నిజామ్-ఉల్-ముల్క్ అసఫ్‌జా మరణించడం ఆ ప్రాంతం బలహీనం కావడానికి మరింత దోహదం చేసింది. ఇంకా ఆపైన, 'చౌత్' వసూళ్ళ

కోసం మరాఠా పాలకులు హైదరాబాద్ సంస్థాన ప్రాంతాలపైన దక్షిణాదిన తక్కిన ప్రాంతాలపైన తరచు దాడులు చేస్తూనే ఉన్నారు. ఈ దాడులు రాజకీయ అస్థిర పరిస్థితులకూ పాలనపై పట్టుసడలిపోవడానికి దారితీశాయి. ఇక కర్నాటకం, వారసత్వ హత్యా రాజకీయంలో అతలాకుతలమై ఉంది.

ఈ పరిస్థితులు విదేశీయులకు, తమ రాజకీయ ప్రభావాన్నీ, దక్షిణాది వ్యవహారాలపై తమ పట్టునూ విస్తరించుకోవడానికి కలిసి వచ్చాయి. అటువంటి రాజకీయ, వాణిజ్య కాంక్షలు కలిగినవారు ఇంగ్లీషువారు మాత్రమే కాదు. పదిహేడవ శతాబ్ది ముగిసే నాటికి ఇంగ్లీషువారు, పోర్చుగీసు, డచ్ ప్రత్యర్థుల అడ్డుతొలగించుకున్నా, కొత్త పోటీదారుగా ఫ్రాన్స్ ప్రత్యక్షమైంది. 1744 నుంచి 1763 వరకు సుమారు ఇరవై సంవత్సరాలపాటు భారత భూభాగాల కోసం, సంపద కోసం, వాణిజ్యం కోసం ఇంగ్లీషువారు ఫ్రెంచివారు హోరా హోరీగా పోరాటం సాగించారు.

1664లో ఫ్రెంచి ఈస్ట్ ఇండియా కంపెనీ అవతరించింది. కలకత్తా సమీపంలోని చందర్ నగర్ వద్ద, తూర్పు తీరంలో పాండిచేరి వద్ద ఆ స్థావరాలు ఏర్పరుచుకుని బలంగా నిలదొక్కుకున్నది. పుదుచ్చేరిలో కోట వెలిసింది. ఫ్రెంచి కంపెనీకి తూర్పు, పశ్చిమ తీరాలలో ఇంకా చాలా రేవులలో మరికొన్ని ఫ్యాక్టరీలు ఉన్నాయి. ఫ్రెంచి కంపెనీ మారిషస్‌పైన, హిందూ మహాసముద్రంలో ఉన్న 'రీ యూనియన్' దీవిపైన కూడా పట్టు సాధించింది. (రీయూనియన్ దీవి మడగాస్కర్‌కి తూర్పు దిశగా ఉంది).

ఫ్రెంచి ఈస్ట్ ఇండియా కంపెనీ, ఫ్రెంచి ప్రభుత్వం చాలా ఎక్కువగా ఆధారపడి ఉండేది. ఫ్రెంచి ప్రభుత్వం గ్రాంట్లు, సబ్సిడీలు, రుణాలు ఇచ్చి, ఇంకా అనేక విధాల కంపెనీని ఆదుకుంటూ ఉండేది. తత్ఫలితంగా కంపెనీ మీద ప్రభుత్వ అజమాయిషీ చాలా ఉండేది. 1723 తర్వాత ఫ్రెంచి ప్రభుత్వం కంపెనీకి తన డైరెక్టర్లను కూడా నియమించింది. ప్రభుత్వ అజమాయిషీ కంపెనీకి చాలా హానికరంగా పరిణమించింది. ఆ కాలంలో ఫ్రాన్స్‌లో ఒక నిరంకుశ, పాక్షిక ఫ్యూడల్, ప్రజాదరణలేని, అవినీతిలో అసమర్థతలో కూరుకుపోయిన అస్థిర ప్రభుత్వం ఉండేది. ఆ ప్రభుత్వానికి పురోగామి దృక్పథం లేదు. సమకాలీన స్థితిగతులకు ఏ మాత్రం సరిపడని పాత సంప్రదాయబద్ధ, తిరోగమన పంథాలోనే వ్యవహరించేది. అటువంటి ప్రభుత్వం అజమాయిషీ కంపెనీ ప్రయోజనాలకు విఘాతం కలిగించి తీరుతుంది కదా!

1742లో యూరప్‌లో ఫ్రాన్స్, ఇంగ్లండ్‌ల మధ్య యుద్ధం ప్రారంభమైంది. యూరప్‌లో ఇంగ్లండ్, ఫ్రాన్స్‌ల మధ్య ప్రారంభమైన ఆ యుద్ధం త్వరితంగానే భారతదేశానికీ వ్యాపించింది. తత్ఫలితంగా ఇక్కడ ఇండియాలో రెండు ఈస్ట్ ఇండియా

కంపెనీల మధ్య అగ్గిరాజుకుంది. 1748లో ఇంగ్లండ్, ఫ్రాన్స్‌ల మధ్య యుద్ధం ముగిసింది. యుద్ధం ముగిసినా, వాణిజ్యానికి సంబంధించి, ఇండియాలో రెండు కంపెనీల ఆధీనంలో ఉన్న ఆస్తిపాస్తులకు సంబంధించి ఉన్న శత్రుత్వం కొనసాగుతూనే ఉంది. అది తెలవలసి ఉంది.

అప్పుడు పాండిచేరిలో ఫ్రెంచి గవర్నర్‌గా ఉన్న డూప్లే ఒక వ్యూహం సిద్ధం చేశాడు. ఆ వ్యూహంలో భాగంగా సుశిక్షితమైన, ఆధునికంగా తయారైన ఫ్రెంచి సైన్యం, భారతీయ సంస్థానాధీశుల అంతర్గత కలహాలలో జోక్యం చేసుకుని, ఇరుపక్షాలలో ఎవరో ఒకరి పక్షం వహించి, గెలిచిన సంస్థానాధీశుల నుంచి ఆర్థిక, వాణిజ్య పరమైన రాయితీలు సంపాదించేవాడు. లేదా భూభాగాలపై హక్కులు తెచ్చుకునేవాడు. ఆ వ్యూహంలో భాగంగానే, స్థానిక సంస్థానాధీశుల పాలక ప్రముఖుల సైన్యాల్నీ, వనరుల్నీ ఫ్రెంచి కంపెనీకి అప్పగించి, ఇండియా నుంచి ఇంగ్లీషు వారిని తరిమికొట్టే తంత్రాంగమూ నడిపాడు. భారత స్థానిక పాలకులు అటువంటి విదేశీ జోక్యాన్ని వ్యతిరేకించి ఉండి ఉంటే, ఆ వ్యూహం బెడిసికొట్టి ఉండేది. కాని ఆనాడు స్థానిక పాలకుల మస్తిష్కాలలో దేశభక్తి లేదు, వ్యక్తిగత కాంక్షతో ప్రయోజనాలు సాధించుకుతీరాలన్న సంకుచితత్వమే వారిని ఆవహించింది. అందువల్లనే, తమ అంతర్గత శత్రువుల్ని దెబ్బతీసే ప్రయత్నాలలో విదేశీశక్తుల సహాయం కోరి తెచ్చికోవడానికి వారు ఎంతమాత్రం వెనకాడలేదు!

1748లో కర్నాటకలో హైదరాబాద్‌లో, డూప్లే కుతంత్ర ప్రయోగ ప్రావీణ్యం పూర్తిగా ఉపయోగపడే పరిస్థితులు ఉత్పన్నమయ్యాయి. కర్నాటకలో చందాసాహిబ్, నవాబ్ అన్వరుద్దీన్‌కి వ్యతిరేకంగా కుట్ర పన్నడం ప్రారంభించాడు. ఇక హైదరాబాద్‌లో నిజామ్-ఉ-ముల్క్ మరణం తర్వాత ఆయన కుమారుడు నసీద్ జంగ్‌కి మనుమడు ముజఫర్ జంగ్‌కి మధ్య అంతర్యుద్ధం మొదలైంది. డూప్లే ఈ అవకాశాన్ని ఉపయోగించుకుని తన వద్ద ఉన్న సుశిక్షితులైన ఫ్రెంచి, భారతీయ సైన్యాలతో ఆదుకుంటానని హామీ ఇచ్చి చాంద్ సాహిబ్‌తోను, ముజఫర్ జంగ్‌తోను ఒప్పందాలు కుదుర్చుకున్నాడు. 1749లో ఆ ముగ్గురు మిత్రులు కలిసి, అంబూరు వద్ద జరిగిన యుద్ధంలో అన్వరుద్దీన్‌ని ఓడించి వధించారు. అన్వరుద్దీన్ కమారుడు ముహమ్మద్ అలీ తిరుచినాపల్లి పారిపోయాడు. తక్కిన కర్నాటకం యావత్తు చందాసాహిబ్ అధీనంలోకి వచ్చింది. అందుకు బహుమానంగా చందాసాహిబ్, పాండిచేరి పరిసరాలలో ఉన్న ఎనభై గ్రామాల్ని ఫ్రెంచి వారికి ధారపోశాడు.

హైదరాబాద్‌లో కూడా ఫ్రెంచి వారిదే విజయం. నసీర్ జంగ్‌ని వధించారు. ముజఫర్ జంగ్ నిజామ్, దక్కన్ వైస్రాయ్ అయ్యాడు. కొత్త నిజాం నవాబు తన

బహుమానంగా ఫ్రెంచి వారికి పాండిచేరి సమీపంలో ఉన్న కొన్ని ప్రాంతాల్నీ, ప్రసిద్ధ పట్టణమైన మచిలీపట్నాన్ని సమర్పించుకున్నాడు. అంతేకాక, కంపెనీకి ఐదు లక్షల రూపాయల నగదు, కంపెనీ సైన్యానికి మరో ఐదు లక్షల రూపాయలు కానుకగా పంపించాడు. ఇంకా ఆపైన దూప్లేగారికి ఇరవై లక్షల నగదు, ఏడాదికి లక్ష రూపాయలు ఆదాయం వచ్చే ఒక జాగీరు దక్కాయి. అంతేకాదు, కృష్ణానదీ ప్రాంతం నుంచి కన్యాకుమారి వరకుగల తూర్పు తీర ప్రాంతంలో ఉన్న మొగలాయి ప్రాంతాలన్నింటికీ దూప్లే గౌరవ గవర్నర్ కూడా అయ్యాడు. దూప్లే తన వద్ద ఉన్న అత్యంత సమర్థుడైన అధికారి బుస్సీని, కొంత ఫ్రెంచి సైన్యాన్నీ హైదరాబాద్‌లో పెట్టాడు. శత్రువుల ముప్పునుంచి నిజాంని కాపాడడానికే ఈ ఏర్పాట్లు చేసినట్టు పైకి నమ్మబలికినా, నిజాం దర్బారు మీద ఫ్రెంచి పట్టు కొనసాగించుకోవడమే దూప్లే అసలు లక్ష్యం. ముజఫర్ జంగ్ తన రాజధానివైపు పారిపోతూండగా ప్రమాదవశాత్తూ మరణించాడు. వెనువెంటనే బుస్సీ, నిజామ్-ఉల్-ముల్క్ మూడవ కుమారుడైన సలబత్ జంగ్‌ని సింహాసనాధీశుణ్ణి చేశాడు. అందుకు ప్రతిఫలంగా, కొత్త నిజామ్ సలబత్‌జంగ్, ఆంధ్రప్రాంతంలో, ముస్తాఫానగర్, ఏలూరు, రాజమండ్రి, చికాకోల్ (శ్రీకాకుళం) అనే నాలుగు జిల్లాలుగల ఉత్తర సర్కార్లను ఫ్రెంచి వారికి దత్తం చేశాడు.

అప్పటికి దక్షిణ భారతంలో ఫ్రెంచి ప్రాబల్యం తారాస్థాయికి చేరుకున్నది. దూప్లే పన్నాగాలు, ఆయన ఆశించిన స్థాయికి మించి సత్ఫలితాలనిచ్చాయి. భారతీయ సంస్థానాలతో మైత్రి ఏర్పడితే చాలునన్న పరిమిత లక్ష్యంతో బయల్దేరిన ఫ్రెంచి వారు అదే సంస్థానాల్ని తమ చెప్పుచేతల్లో పడిఉండే అనుచర ఆశ్రిత వర్గాలుగా చేసుకోగలిగారు!

తమ శత్రువులైన ఫ్రెంచి వారు అలా వరుస విజయాలతో ముందుకు దూసుకుపోతూ ఉంటే, ఇంగ్లీషు వారు మౌన ప్రేక్షకులై కూర్చోలేదు. ఫ్రెంచి ప్రాబల్యాన్ని దెబ్బతీయడానికే తమ ప్రాబల్యాన్ని పెంచుకోవాలన్న లక్ష్యంతోనూ ఇంగ్లీషువారు నసీర్ జంగ్‌తో ముహమ్మద్ అలీతో తంత్రాంగం నడిపిస్తూనే ఉన్నారు. తమ శక్తియుక్తులన్నింటినీ ముహమ్మద్ అలీకే అందించి ఆయనకు పూర్తిగా అండగా నిలబడాలని 1750లో ఒక నిర్ణయం తీసుకున్నారు. తిరుచినాపల్లిలో ఫ్రెంచి దిగ్బంధంలో ఉన్న మహమ్మద్ అలీపై ఫ్రెంచి ఒత్తిడి తగ్గించాలంటే, కర్నాటక ముఖ్య పట్టణంగా ఉన్న ఆర్కాట్ మీద దాడి చేయాలని, ఇంగ్లీషు కంపెనీ సర్వీసులో కేవలం ఒక క్లర్క్‌గా ఉన్న రాబర్ట్ క్లైవ్ అనే యువకుడు ప్రతిపాదించాడు. ఈ ప్రతిపాదనను పై అధికారులు ఆమోదించడంతో, కేవలం రెండువందల మంది ఇంగ్లీషు సైనికులతో మూడు వందల మంది భారత సైనికుల సహాయంతో ఆర్కాట్‌పై దాడి చేసి

ఆక్రమించుకున్నాడు. ఊహించినట్లుగానే ఫ్రెంచి వారు తిరుచునాపల్లి మీద పట్టు పెంచుకునే ప్రయత్నం చేశారు. ఫ్రెంచి సేనలు ఎన్నిసార్లు ప్రయత్నించినా ఓడిపోతూనే ఉన్నారు. త్వరితంగానే చాంద్ సాహిబ్‌ని బందీని చేసి వధించేశారు. ఫ్రెంచి సైన్యం కాని, ఫ్రెంచి సైనికాధికారులుకాని ఇంగ్లీషు సైన్యాన్ని ఢీకొనే స్థాయిలో లేరని రుజువు కావడంతో ఫ్రెంచి జోరు తగ్గి చతికిలబడినట్లయింది. చివరకు ఇండియాలో యుద్ధాల భారీ స్థాయి ఖర్చులతో విరక్తి కలిగి, తమ అమెరికన్ వలస ప్రాంతాలు పట్టు జారిపోతాయన్న కలవరం కలిగి, ఫ్రెంచి ప్రభుత్వం శాంతి చర్చలకు చొరవ తీసుకుని, ఇండియా నుంచి దూప్లేని ఉపసంహరించాలన్న ఇంగ్లీషువారి షరతుకు అంగీకరించింది. ఇది అనంతర కాలంలో, ఇండియాలో ఫ్రెంచి కంపెనీ భవితవ్యంపై భారీ దెబ్బతీయడానికి దారితీసింది.

అలా రెండు కంపెనీల మధ్య కుదిరిన తాత్కాలిక శాంతి ఒప్పందం, 1756లో ఇంగ్లండ్, ఫ్రాన్స్‌ల మధ్య మళ్ళీ యుద్ధం తలెత్తడంతో భగ్నమైంది. ఆ యుద్ధం ప్రారంభ దశలోనే, ఇంగ్లీషు వారు బెంగాల్‌పై ఆధిపత్యం సంపాదించారు. ఈ విషయాన్ని గురించి ఇదే అధ్యాయంలో మరోచోట చర్చించబోతున్నాం. ఇది జరిగిన తర్వాత ఇండియాలో ఏదో సాధించాలన్న ఫ్రాన్స్ ఆశలు అడుగంటిపోయాయి. వనరులతో సుసంపన్నమైన బెంగాల్ ఇంగ్లీషువారి ఒడిలోనే పడింది. 1760 జనవరి 22న 'వండీవాష్' వద్ద జరిగిన కీలక యుద్ధంలో ఇంగ్లీషు సేనాని ఐర్‌కూట్, ఫ్రెంచి 'లాలీ'ని ఓడించాడు. ఆ తర్వాత ఒక్క ఏడాదిలోనే, ఫ్రెంచి వారు ఇండియాలో తమ ఆధీనంలో ఉన్న అన్ని ప్రాంతాల్నీ కోల్పోయారు. 1763లో కుదిరిన 'పారిస్ ఒప్పందం'తో యుద్ధం ముగిసింది. ఫ్రెంచి ఫ్యాక్టరీల్ని మళ్ళీ వారికి అప్పగించారు కాని, అక్కడ ఎటువంటి ప్రాంగణాల నిర్మాణానికీ అనుమతిలేదు. సైనిక దళాల్ని నియోగించుకునే అనుమతీ లేదు. అవన్నీ కేవలం వాణిజ్య స్థావరాలుగానే ఉండేవి. నిజానికి ఇక అప్పటి నుంచి బ్రిటిష్ రక్షణతోనే ఇండియాలో ఫ్రెంచివారు బతకవలసి వచ్చింది. భారత సముద్ర ప్రాంతాలన్నింటి ఆధిపత్యం కూడా ఇంగ్లీషువారి చేతుల్లోకే పోయింది. యూరపియన్ ప్రత్యర్థులందరూ తొలగిపోవడంతో ఇక భారత జైత్రయాత్రకు ఉపక్రమించారు ఇంగ్లీషువారు.

ఫ్రెంచివారితో ఇండియాలో ఉన్నవారి మిత్రులతో జరిపిన పోరాటాలలో ఇంగ్లీషువారు కొన్ని ముఖ్యమైన విలువైన పాఠాలే నేర్చుకున్నారు. భారతదేశంలో జాతీయతా భావం అనేది మృగ్యం కావడంతో, స్థానిక ప్రభువుల మధ్య ఉన్న అంతర్గత కలహాన్ని, తమ రాజకీయ తంత్ర ప్రయోగాలకు చక్కగా వినియోగించుకోవచ్చునన్నది

ఈ పాఠాలలో మొదటిది. అలాగే, పాశ్చాత్య తరహాలో సైనిక శిక్షణ పొందిన యూరోపియన్ సేనలు కాని, భారతీయ సేనలు కాని, ఆధునిక ఆయుధాలతో శతఘ్నుల తోడ్పాటుతో, ఇంకా పూర్వపు బాణిలోనే కొనసాగుతున్న భారతీయ సైన్యాల్ని భీకర పోరాటాల్లో అలవోకగా ఓడించడం అన్నది రెండవ పాఠం. ఇక మూడవది, యూరోపియన్ యుద్ధ శైలిలో సుశిక్షితుడైన, సాయుధ బలోపేతుడైన భారతీయ సైనికుడు యూరోపియన్ సైనికుడికి సమవుజ్జీగా నిలబడగలుగుతున్నాడన్నది. ఇంకా ఆపైన, భారతీయ సైనికుడిలో కూడా జాతీయతా భావం అనేది మృగ్యం కావడంతో బాగా ఎక్కువ జీతం వస్తే అతడు ఎవరి కొలువులో అయినా చేరిపోతాడని కూడా ఇంగ్లీషువారు గ్రహించారు. ఈ ఆలోచనతోనే ఇంగ్లీషు వారు సిపాయిలుగా పిలువబడే భారతీయ సైనికులతో, ఇంగ్లీషు సైనికాధికారుల నేతృత్వంలో శక్తి సంపన్నమైన సైన్యాన్ని సమాయత్తం చేసుకోవడానికి ఉద్యుక్తులయ్యారు. అటువంటి సైన్యమే ప్రధాన ఉపకరణంగా, భారత వాణిజ్య రూపంలో అపారమైన వనరులు, ఎన్నెన్నో ప్రాంతాలూ అందుబాటులోకి రాగా, ఇంగ్లీషు ఈస్ట్ ఇండియా కంపెనీ యుద్ధాలు చేస్తూ ప్రాదేశిక విస్తరణతో ముందుకు సాగిపోయే ప్రణాళిక చేపట్టింది.

బ్రిటిష్ ఆక్రమణలో బెంగాల్

1757 నాటి ప్లాసీ యుద్ధంతోనే ఇండియాపై బ్రిటిష్ రాజకీయాధిపత్యం ఆరంభమైందని చెప్పాలి. ఆ యుద్ధంలో బెంగాల్ నవాబ్ సిరాజ్ ఉద్దౌలాని ఇంగ్లీషు ఈస్ట్ ఇండియా కంపెనీ సేనలు ఓడించాయి. అంతకుముందు దక్షిణ భారతంలో ఫ్రెంచివారితో సాగించిన పోరాటాలు బ్రిటిష్‌వారికి గొప్ప పూర్వానుభవంలా ఉపకరించాయి. ఆ పోరాటాల్లో నేర్చుకున్న పాఠాల్నే బెంగాల్‌లో ప్రయోగించారు బ్రిటిష్‌వారు.

భారతదేశంలో ఆనాడు రాజ్యాలన్నిటికంటే బెంగాల్ ఎంతో సారవంతమైన భూమిగల సంపన్న ప్రాంతం. అక్కడ వాణిజ్యం, పరిశ్రమలు ఎంతో అభివృద్ధి సాధించి ఉన్నాయి. ఈస్ట్ ఇండియా కంపెనీకి, ఆ కంపెనీ ఉద్యోగులకు ఆ రాజ్యంతో ఎంతో ప్రయోజనకర వాణిజ్య సంబంధాలు ఏర్పడ్డాయి. 1717లో మొగల్ చక్రవర్తి చేత ఒక ఫర్మానా జారీ చేయించుకుని ఎన్నో విశేషమైన హక్కులు సంపాదించింది కంపెనీ. ఆ ఫర్మానా ప్రకారం కంపెనీ ఎటువంటి పన్నులు చెల్లించనవసరం లేకుండా తమ సరుకుల ఎగుమతి దిగుమతులు యథేచ్ఛగా సాగించుకోవచ్చు. అటువంటి సరుకుల రవాణాకు పాస్ (దస్తక్‌లు) లో తామే ఇచ్చుకోవచ్చు. కంపెనీ ఉద్యోగులు కూడా వ్యక్తిగతంగా వ్యాపారాలు చేసుకోవచ్చు. అయితే చక్రవర్తి జారీ చేసిన ఫర్మానా వారి

వ్యాపారాలకు వర్తించదు. భారతీయ వ్యాపారుల మాదిరిగానే వారు పన్నులన్నీ చెల్లించాలి. ఈ ఫర్మానా వల్ల కంపెనీకి బెంగాల్ నవాబ్‌లకు మధ్య తరచు ఘర్షణలు జరుగుతూ వుండేవి. ఆ ఫర్మానా వల్ల బెంగాల్ ప్రభుత్వం తనకు రావలసిన రాబడి కోల్పోయేది. కంపెనీ సరుకుల రవాణాకు దస్తక్‌లు మరోమారు చేసే హక్కు కంపెనీ దక్కించుకోవడంవల్ల, ఆ హక్కును కంపెనీ ఉద్యోగులు తమ వ్యక్తిగత వ్యాపారాలకు దుర్వినియోగం చేసి పన్నులు ఎగవేసేవారు. 1717లో జారీ అయిన ఈ ఫర్మానాలకు ఇంగ్లీషు కంపెనీ చెబుతూ వచ్చిన భాష్యానికి ముర్షీద్ ఖులీ ఖాన్ నుంచి అలీ వర్దీఖాన్ వరకు బెంగాల్ నవాబులు అందరూ అభ్యంతరాలు చెబుతూనే ఉండేవారు. చివరకు కంపెనీ చేత ప్రభుత్వానికి ఒకేసారి పన్నులు చెల్లించేలా చేయగలిగారు. అలాగే, దస్తక్‌లు దుర్వినియోగం కాకుండా ఆపగలిగారు. నవాబుల అధికారాన్ని కంపెనీ గౌరవించేలా చేయగలిగారు. కాని, కంపెనీ ఉద్యోగులు మాత్రం వీలైనప్పుడల్లా పన్నులు ఎగవేస్తూ నవాబుల అధికారాన్ని ఉల్లంఘిస్తూనే ఉండేవారు.

1756లో అలీవర్దీ ఖాన్ మనుమడు సిరాజుద్దీలా అధికారం అందుకున్న తర్వాత పరిస్థితులు ముదిరి పాకానపడ్డాయి. గతంలో ముర్షీద్ అలీఖాన్ కాలంలో ఏ షరతులపై వ్యాపారం సాగించారో, ఇపుడు కూడా అవే షరతులకు లోబడి వ్యాపారం చేసుకోవాలని ఇంగ్లీషువారికి నిర్ద్వంద్వంగా స్పష్టం చేశాడు సిరాజుద్దౌలా. అయితే, దక్షిణాదిన ఫ్రెంచివారిపై విజయం సాధించిన ఇంగ్లీషువారు తమ బలం పెరిగిందన్న ధీమాతో, సిరాజ్‌ఉద్దౌలా షరతుల్ని తిరస్కరించారు. ఆపైన, తమ సరుకులపై నవాబుకు పన్నులు చెల్లించడానికి బదులు, తమ ఆధీనంలో ఉన్న కలకత్తా మీదుగా వచ్చే సరుకులు అన్నింటిపైనా భారీగా పన్నులు విధించారు. ఈ ధిక్కారం సహజంగానే, యువకుడైన నవాబుకు తీవ్రంగా ఆగ్రహం కలిగించింది. అంతేకాక, కంపెనీ తనకు శత్రువుగా తయారైందనీ, తన ప్రత్యర్థులతో చేతులు కలిపి నవాబు పీఠం నుంచి తనను తప్పించడానికి యత్నిస్తున్నదనే అభిప్రాయానికి వచ్చారు. ఫ్రెంచి వారితో పోరాటానికి సంసిద్ధమౌతున్న ఇంగ్లీషు కంపెనీ, నవాబు అనుమతి లేకుండానే, కలకత్తా రేవు చుట్టూ భద్రత కోసం భారీ నిర్మాణాలు ప్రారంభించడంతో ఉద్విగ్న స్థితి పరాకాష్టకు చేరింది. అప్పటికి ఫ్రెంచివారు చందర్‌నగర్‌లో ఉన్నారు. ఇంగ్లీషువారి చర్య తన సార్వభౌమాధిపత్యం మీద ప్రత్యక్షంగా జరిగిన దాడిగానే పరిగణించాడు సిరాజ్. ఒక ప్రయివేటు వ్యాపార సంస్థ తన భూభాగంలో కోటలో స్థావరాలు నిర్మించుకోవడాన్ని ప్రయివేటు యుద్ధాలు సాగించడాన్నీ ఒక స్వతంత్ర పాలకుడు ఎవరైనా ఎలా సహించగలడు? యూరోపియన్లు వ్యాపారులుగా మనుగడ సాగించుకోవచ్చుకాని, అధికారం చెలాయించే పోకడల్ని ఇక ఎంత మాత్రం ఉపేక్షించరాదన్న స్థిర నిర్ణయానికి

వచ్చాడు సిరాజుద్దౌలా. కలకత్తాలోను, చందర్‌నగర్‌లోనూ ఉన్న అన్ని నిర్మాణాల్నీ తక్షణం తొలగించాలనీ, పోరాటాలు ఆపాలనీ ఇంగ్లీషు, ఫ్రెంచి కంపెనీలు రెండింటికీ హుకుమ్ జారీ చేశాడు. నవాబు ఉత్తర్వును ఫ్రెంచి కంపెనీ శిరసావహించింది, కాని, కర్నాటకలో సాధించిన విజయాలతో ఆత్మవిశ్వాసం పెరిగి ఆశలు మరింత ముదిరిన ఇంగ్లీషు కంపెనీ మాత్రం నవాబు ఆదేశాన్ని తిరస్కరించింది. నవాబు అభీష్టానికి విరుద్ధంగా బెంగాల్‌లోనే ఉండాలనీ, అక్కడ తన షరతులమీదే వ్యాపారం కొనసాగించాలనీ నిర్ణయించుకున్నది. అదే సమయంలో, కంపెనీ కార్యకలాపాలపై బ్రిటిష్ ప్రభుత్వానికిగల నియంత్రణాధికారాన్ని గౌరవిస్తున్నట్టు కంపెనీ ప్రకటించింది. అంతేకాక, బ్రిటన్‌లో తన వ్యాపారంపైన, అధికారంపైన బ్రిటిష్ ప్రభుత్వం విధించిన ఆంక్షలన్నింటినీ ఆమోదించింది కూడా. తూర్పు దేశాలతో వాణిజ్యం చేసుకోవడానికి కంపెనీకి గతంలో మంజూరు చేసిన అనుమతిని 1693లో బ్రిటిష్ పార్లమెంటు రద్దు చేసింది. అంతేకాదు కంపెనీ చాలా కష్టాలే అనుభవించింది. రాజుకు, పార్లమెంటు సభ్యులకు, బ్రిటిష్ రాజకీయ నాయకులు పలువురికి లంచాలు చదివించుకుంది కూడా (ఒక్క ఏడాదిలోనే లంచాల రూపంలో ఎనభైవేల పౌన్లు సమర్పించుకుంది). బెంగాల్ నవాబు అంత ఖండితంగా శాసించినా సరే, బెంగాల్‌లో తాము స్వేచ్ఛగా వ్యాపారం సాగించి తీరవలసిందే అంటూ మంకుపట్టు పట్టింది ఇంగ్లీషు కంపెనీ. అంటే, నవాబు పాలనాధికారాన్ని సవాలు చేసినట్టే. ఏ పాలకుడూ అనుమతించజాలని ధిక్కార ధోరణి అది. ఇంగ్లీషువారి ఎత్తుగడల పర్యవసానాలు కొంత కాలం తర్వాత ఎలా ఉండగలవో ఊహించగల రాజనీతిజ్ఞత సిరాజ్ ఉద్దౌలాకి ఉంది. కనుకనే, ఈ దేశంలో అమలులో ఉన్న చట్టాలకు విధేయులై ప్రవర్తించే విధంగా ఇంగ్లీషువారి మెడలు వంచాలని నిర్ణయించుకున్నాడు నవాబు.

ఎంతో గొప్ప శక్తితోను, అనుచితమైన తొందరపాటుతో తగు స్థాయిలో సమాయత్తం కాకుండా సిరాజుద్దౌలా కాసింబజారులో ఉన్న ఇంగ్లీషు ఫ్యాక్టరీని స్వాధీనం చేసుకున్నాడు. కలకత్తా దిశగా ముందుకు దూసుకుపోయి, 1756 జూన్ 20వ తేదీన ఫోర్ట్ విలియమ్‌ని ఆక్రమించుకున్నాడు. సునాయాసంగానే విజయం సాధించడంతో విజయోత్సవం జరుపుకోవాలన్న తొందరలో కలకత్తా నుంచి వెనుదిరిగారు. ఈలోగా ఇంగ్లీషువారు తమ నౌకలతో తప్పించుకుని పారిపోయారు. శత్రువు బలాన్ని తక్కువగా అంచనావేసి పొరపాటు చేశాడు సిరాజుద్దౌలా.

తమకున్న అపార నౌకాబలం రక్షణతో ఇంగ్లీషు అధికారులు సముద్రానికి సమీపంలోనే ఉన్న ఫుల్టా అనే చోట మజిలీ చేశారు. మద్రాసు నుంచి సహాయం కోసం అక్కడే వేచి ఉంటూ, నవాబు దర్బార్‌లో ఉన్న కొందరు ప్రముఖుల్ని తమ

కుతంత్రంలోకి లాగి, విద్రోహానికి పాల్పడ్డారు. మీర్‌భక్షీగా వున్న మీర్ జాఫర్, కలకత్తా బాధ్యుడైన అధికారి మాణిక్‌చంద్, సంపన్న వ్యాపారి అమీచంద్, బెంగాల్‌లో అందరికంటే పెద్ద వడ్డీ వ్యాపారి అయిన జగత్‌సేఠ్, నవాబు సేనలలో ఒక పెద్ద పటాలానికి సారథ్యం వహిస్తున్న ఖదీమ్‌ఖాన్ ఆ విద్రోహులలో ముఖ్యులు. మద్రాసు నుంచి అడ్మిరల్ వాట్సన్, కుల్నర్ క్లైవ్ నాయకత్వంలో ఒక బలమైన నావికా, పదాతి దళం వచ్చింది. 1757 ఆరంభంలో క్లైవ్ కలకత్తాని జయించాడు. ఇంగ్లీషువారి డిమాండ్లు అన్నింటికీ బలవంతంగా నవాబ్‌ని ఒప్పించాడు.

అయితే ఇంగ్లీషువారు అంతటితో తృప్తిపడలేదు. వారికి ఇంకా పెద్ద లక్ష్యమే ఉంది. సిజుద్దౌలా స్థానంలో తమకు మరీ మరీ విధేయంగా పడి ఉండే వ్యక్తిని నవాబు పీఠంపై కూర్చోపెట్టాలని నిర్ణయించుకున్నారు ఇంగ్లీషువారు. నవాబ్ సిరాజుద్దీన్‌ని తొలగించడానికి తాము చేసిన కుట్రకు సహకరించిన మీర్ జాఫర్‌ని బెంగాల్ నవాబు పీఠంపై కూర్చోబెట్టడానికి నిర్ణయించుకున్న ఇంగ్లీషువారు, నవాబ్‌సిరాజుద్దీన్ ముందు కొన్ని ఏ విధంగానూ ఆమోదయోగ్యంకాని షరతులు ఉంచారు ఇంగ్లీషువారు. ఉభయ పక్షాల మధ్య ఇక అంతిమ పోరాటం అనివార్యమని వారు వీరూ కూడా పూర్తిగా గ్రహించారు. పరిస్థితులు అటే దారితీసి, 1757 జూన్ 23వ తేదీన ముర్షీదాబాద్‌కి 30 కిలోమీటర్ల దూరంలో ఉన్న ప్లాసీ వద్ద ఆ యుద్ధం జరిగింది. దురదృష్టం వెన్నంటి రాగా జరిగిన ఆ యుద్ధం పేరుకు మాత్రమే యుద్ధం! ఆ యుద్ధంలో నిహతులైన ఇంగ్లీషు సైనికులు ఇరవై తొమ్మిది మంది మాత్రమే కాగా, నవాబ్ సిరాజుద్దీన్ ఐదువందల మందిని పోగొట్టుకున్నాడు. నవాబు సైన్యంలో ఎక్కువ భాగం ఆనాడు రాజద్రోహులైన మీర్ జాఫర్, రాయ్ దుర్లభ్‌ల దళాధిపత్యంలోనే ఉంది. నిజానికి వారు యుద్ధం చేసిందేమీలేదు. మీర్ మదన్, మోహన్‌లాల్ నేతృత్వంలో ఉన్న ఒక చిన్న దళం నవాబు పక్షాన సాహసోపేతంగానే పోరు సాగించింది. నవాబు తప్పించుకొని పారిపోవలసి వచ్చింది. మీర్ జాఫర్ కుమారుడు మిరాన్, నవాబ్‌ని బంధించి హతమార్చాడు.

ప్లాసీ యుద్ధం తర్వాత కాలాన్ని 'భారతదేశానికి ఒక నిరంతర వ్యధానిశి'గా అభివర్ణించాడు బెంగాలీ కవి నవీన్ చంద్రసేన్! ఇంగ్లీషువారు మీర్ జాఫర్‌కి బెంగాల్ నవాబ్ పదవి బహూకరించి సత్కరించి, ఇక ఆయన వద్ద నుంచి తాము ఆశించిన ప్రతిఫలాన్ని రాబట్టుకునే ప్రయత్నాలు ప్రారంభించారు. బెంగాల్, బీహార్, ఒరిస్సాలలో యధేచ్ఛగా వాణిజ్యం సాగించుకోవడానికి పూర్తి హక్కుల్ని సాధించింది కంపెనీ. కలకత్తా చేరువలోనే ఉన్న 24 పరగణాలపై జమిందారీ హక్కుల్ని సైతం అందుకున్నది. కలకత్తాపై జరిగిన దాడికి నష్టపరిహారంగా మీర్ జాఫర్, కంపెనీకి ఆ నగరానికి

చెందిన వ్యాపారులకు కోటి డెబ్భై ఏడు లక్షల రూపాయలు చెల్లించుకున్నాడు. ఇవికాక, కంపెనీ అధికారులకు బహుమానాల రూపంలో లంచాల రూపంలో భారీ మొత్తాలే సమర్పించుకున్నాడు. ఉదాహరణకు క్లైవ్‌కు ఇరవై లక్షల రూపాయలు, వాట్స్‌కి పది లక్షల రూపాయలు ముట్టచెప్పాడు. ఆ కీలుబొమ్మ నవాబు మొత్తం మీద, కంపెనీకి కంపెనీ ఉద్యోగులకు సమర్పించుకున్న మొత్తం సుమారు మూడు కోట్ల రూపాయలు పైనే అని ఆ తర్వాత క్లైవ్ అంచనా వేశాడు. అంతేకాదు, బ్రిటిష్ వ్యాపారులు కాని, అధికారులు కాని ప్రయివేటుగా చేసుకునే వ్యాపారాల మీద ఒక్క రూపాయి కూడా నవాబుకి పన్ను రూపేణా చెల్లించనవసరం లేదన్న మరో వెసులుబాటు కూడా మంజూరైంది.

ప్లాసీ యుద్ధానికి గొప్ప చారిత్రక ప్రాముఖ్యమే ఉంది. ఇంగ్లీషువారు బెంగాల్ మీద ఆ తర్వాత యావద్భారతం మీద ఆధిపత్యం సాధించడానికి ఆయుద్ధమే బాటలు పరిచినట్లయింది. ఆ యుద్ధంతో బ్రిటిష్‌వారి ప్రతిష్ట ఇనుమడించింది. ఒక్క దెబ్బతో భారత సామ్రాజ్యాధిపత్యానికై పోటీ పడుతున్న వారిలో ప్రప్రధమ స్థాయికి ఎదిగి కూర్చున్నది. ఒక పటిష్టమైన సైన్యాన్ని సమాయత్తం చేసుకోవడానికీ, తక్కిన భారతంపై వారు తలపెట్టిన దాడులకు కాగల వ్యయాన్ని సమకూర్చుకోవడానికీ అవసరమైన ఆర్థిక వనరులు బెంగాల్ అందించింది. ఆంగ్లో-ఫ్రెంచి కలహంలో బెంగాల్‌పై ఆధిపత్యానికి నిర్ణాయక ప్రాముఖ్యం అందుకే వచ్చింది. నిస్సహాయులైన బెంగాల్ ప్రజల్ని దోచుకున్న ధనరాశులతో ఇంగ్లీషు కంపెనీ, ఆ కంపెనీ ఉద్యోగులు అపారంగా సంపద కూడబెట్టుకోవడానికి కూడా అదే ప్లాసీ యుద్ధం కారణమైంది.

'బ్రిటిష్ చరిత్రకారులు ఎడ్వర్ట్ థాంప్సన్, జి.టి. గారెట్ ఇలా రాశారు :

"ఈ ప్రపంచంలో ఒక విప్లవం పుట్టించడానికి మించిన లాభసాటి క్రీడ మరొకటి లేదని తేలింది. ఎన్నడో (15, 16 శతాబ్దాలలో) కోర్టిస్, పిజారోల (స్పానిష్ ఉద్యమ వీరులు) కాలం నాడు స్పానిష్ జనాన్ని ఆవహించిన స్వర్ణమోహం వంటి ప్రబల కాంక్షే ఇంగ్లీషు మస్తిష్కాల్ని పట్టి కుదిపివేసింది. శ్వేతజాతి నిష్క్రమించేవరకు బెంగాల్‌కి మళ్ళీ శాంతి అనేదే దక్కలేదు"

మీర్‌జాఫర్ తాను కంపెనీ దయవల్లనే నవాబు కాగలిగినా, తాను వారిత అలా చేతులు కలిపి వ్యవహరించినందుకు పశ్చాత్తాపపడ్డాడు. కంపెనీ అధికారులకు అడ్డూ అదుపు లేకుండా బహుమానాలు లంచాలు సమర్పించుకుంటూ పోవడంతో త్వరితంగానే ఖజానా ఖాళీ అయిపోయింది. అలా దోచుకోవడంలో క్లైవ్ అగ్రగణ్యుడే అయ్యాడు. కల్నల్ మాలేసన్ మాటల్లో చెప్పాలంటే, "వీలైనంత చేజిక్కించుకోవడం, మీర్ జాఫర్ బంగారు మాటను రెండు చేతులా తవ్వి తమకు ఇష్టం వచ్చినంత

దండుకోవడం" ఒక్కటే కంపెనీ అధికారుల లక్ష్యం. వ్యక్తుల మాట అలా ఉంచి, కంపెనీయే అవధిలేని అత్యాశతో ఊగిపోయింది.

ఎట్టకేలకు ఒక కామధేనువు దొరికింది, తరగని బెంగాల్ సంపద సర్వం ఇక తమదే అనే నిశ్చితాభిప్రాయానికి వచ్చేసింది కంపెనీ. బొంబాయి, మద్రాసు ప్రెసిడెన్సీల ఖర్చులన్నీ ఇక బెంగాల్ భరించాలనీ, ఇండియా నుంచి కంపెనీ చేసే ఎగుమతులన్నింటినీ బెంగాల్ తన సొమ్ముతో ఖరీదు చేయాలనీ కంపెనీ డైరెక్టర్లు ఆదేశించారు. ఇప్పుడు ఇండియాతో వ్యాపారం సాగించడం ఒక్కటే కంపెనీ లక్ష్యంకాదు, తను గుప్పిట్లో ఒదిగిపోయిన నవాబును ఉపయోగించుకుని బెంగాల్ సంపదను తరలించుకుపోవడం వారి ముఖ్యోద్దేశం.

కంపెనీ కోర్కెలు ఆ కంపెనీ అధికారుల కోర్కెలు తీర్చడం ఇక సాధ్యం కాదని త్వరితంగానే జాఫర్ గ్రహించాడు. తాము అడిగినంత ఇవ్వలేక పోతున్నందుకు కంపెనీ అధికారులు అప్పటికే జాఫర్‌ని విమర్శించడం మొదలుపెట్టారు కూడా. ఆ తర్వాత, 1760 అక్టోబర్‌లో, ఇంగ్లీషువారు, జాఫర్‌ని బలవంతంగా తప్పించి, ఆయన అల్లుడు మీర్ ఖాసిమ్‌ని నవాబ్ పీఠం మీద కూర్చోబెట్టారు. అందుకు పొంగిపోయి, మీర్ ఖాసిమ్, బర్ద్వాన్, మిద్నపూర్, చిట్టగాంగ్ జిల్లాల జమీందారీలను కంపెనీకి దత్తం చేశాడు. ఇంకా ఆపైన ఇంగ్లీషు ఉన్నతాధికారులకు ఇరవై తొమ్మిది లక్షల రూపాయల విలువైన అందమైన కానుకల్ని సమర్పించుకున్నాడు కూడా.

అయితే, మీర్‌ఖాసిమ్ కొద్ది కాలానికే ఇంగ్లీషు వారి ఆశలన్నింటినీ వమ్ముచేశాడు. బెంగాల్‌లో వారి వ్యూహాలకు వారి స్థానానికి ఒక పెద్ద ముప్పుగా పరిణమించాడు. స్వతహాగా ఖాసిమ్ సర్వసమర్థుడు. విదేశీయుల నియంత్రణ నుంచి విముక్తం కావాలన్న పట్టుదల కలిగిన దక్షుడైన పాలకుడు. తన స్వాతంత్ర్యాన్ని పరిరక్షించుకోవడానికి ఆర్థిక పరిపుష్టి, బలీయమైన సైన్యం చాలా అవసరమని గ్రహించాడు. అస్తవ్యస్త పరిస్థితులన్నింటినీ చక్కదిద్ది, రెవిన్యూ యంత్రాంగంలో స్థిరపడి ఉన్న అవినీతిని నిర్మూలించడం ద్వారా ప్రభుత్వాదాయాన్ని వృద్ధిచేసి, యూరోపియన్ తరహాలో సుశిక్షితమైన ఆధునిక సైన్యాన్ని నిర్మించడానికి నడుం బిగించాడు. ఇంగ్లీషువారికి ఇది నచ్చలేదు. 1717లో ఇచ్చిన ఫర్మానాను కంపెనీ ఉద్యోగులు దుర్వినియోగం చేయకుండా నవాబు కట్టుదిట్టమైన చర్యలకు ఉపక్రమించడం ఇంగ్లీషువారికి అసలు రుచించలేదు. తాము ఎగుమతి చేసే సరుకులపై అయినా, ఇక్కడ దేశంలో విక్రయించే వస్తువులపై అయినా ఎటువంటి పన్నులు ఉండకూడదని వారి డిమాండ్. ఇంగ్లీషు వ్యాపారులకు పన్ను మినహాయింపులు ఇచ్చి, తమ వ్యాపారాలపై పన్నులు వసూలు చేయడం భారతీయ వ్యాపారులకు చాల బాధ

ఢిల్లీ
అయోధ్య
అలహాబాద్
బీహార్
బక్సార్
ముర్షీదాబాద్
బెంగాల్
మరాఠా
ఒరిస్సా
కలకత్తా
ప్లాసీ
బొంబాయి
నైజాం
మైసూర్
కర్ణాటకము
మద్రాసు
బ్రిటిష్ ప్రాంతం
నైజాం ప్రాంతం
మైసూర్ ప్రాంతం
మరాఠా ప్రాంతం

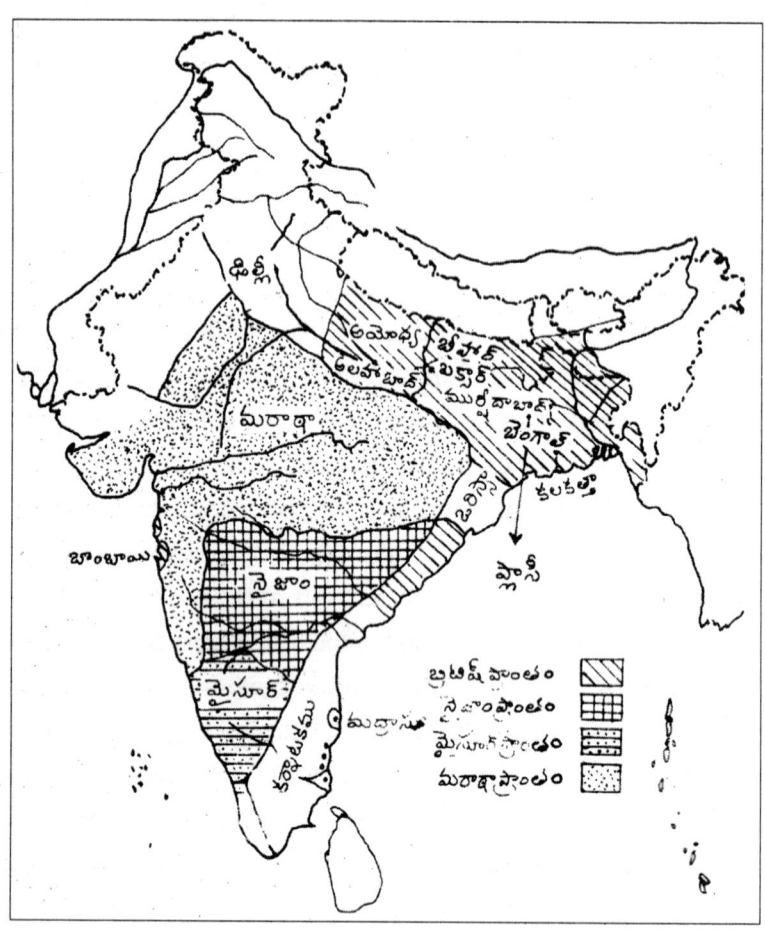

కలిగించింది. మరో దురాగతం ఏమిటంటే, కంపెనీ ఉద్యోగులు తమ వద్ద ఉన్న 'దస్తక్'లను (ఫ్రీ పాస్‌లు) భారతీయ వ్యాపారులలో తమకు స్నేహితులైన వారికి అక్రమంగా విక్రయించడం మొదలుపెట్టారు. అలా పాస్‌లు సంపాదించిన భారతీయ వ్యాపారులు దేశంలో చెల్లించవలసిన కస్టమ్స్ సుంకాల్ని ఎగవేసేవారు. ఇటువంటి అక్రమాలవల్ల, నిజాయితీగా వ్యాపారం చేసుకునే భారతీయ వ్యాపారులు దారుణమైన పోటీకి తట్టుకోలేకపోయేవారు. ఎంతోమంది వ్యాపారాల్లో నాశనమైపోయారు. నవాబుకు ఎంతో కీలకమైన రాబడి అలా చేజారిపోతూ వచ్చింది. ఇంకా ఆపైన, తమకు కానుకలూ లంచాలూ ఇవ్వాలని కంపెనీ, కంపెనీ అధికారులు భారతీయ అధికారుల మీద, జమీందార్ల మీదా తీవ్రంగా ఒత్తిడి తీసుకురావడం ప్రారంభించారు. భారతీయులైన చేతివృత్తులవారు రైతులు, వ్యాపారులు తమ సరుకుల్ని తమకు (ఇంగ్లీషు వారికి) చౌకగా విక్రయించాలనీ, అధిక ధరలు చెల్లించి తమ సరుకుల్ని కొనుగోలు చేయాలనీ కూడా ఇంగ్లీషువారు తీవ్రంగా ఒత్తిడి చేశారు. అందుకు అంగీకరించని వారికి కొరడా దెబ్బలు, జైలు శిక్షలు. ఆ రోజుల్లో సాగిన ఆ దురాగతాల మీద పెర్సివల్ స్పియర్ అనే ఒక బ్రిటిష్ చరిత్రకారుడు "బాహాటంగా సాగిన సిగ్గుమాలిన దోపిడి రోజులవి" అంటూ వ్యాఖ్యానించాడు. ఒకప్పుడు సకల సంపదలతో తులతూగిన బెంగాల్ క్రమంగా సర్వనాశనమైపోయింది.

ఈ దురాగతాలు ఇలాగే నిరాటంకంగా సాగిపోతే, బెంగాల్‌ని తాను ఇక ఎన్నటికీ పటిష్టంగా నిలబెట్టజాలననీ, అలాగే కంపెనీ నియంత్రణ నుంచి తాను ఎన్నడూ విముక్తుణ్ణి కాలేదనీ మీర్ ఖాసిమ్ గ్రహించాడు. అలా ఒక నిర్ణయానికి వచ్చిన ఖాసిమ్, ఇంగ్లీషువారు స్థానిక పాలకుల్ని శాసించి బలవంతంగా పన్నులు రద్దుచేయించుకుంటే, ఇపుడు తానే, తన భారతీయ వ్యాపారులకు ఎటువంటి పన్నుల బాధ ఇక లేకుండా అన్నింటినీ రద్దుచేశాడు. భారతీయుల్ని అలా తమతో సమానంగా పరిగణించడాన్ని ఇంగ్లీషు వారు సహించలేకపోయారు. భారతీయ వాణిజ్యంపై మళ్ళీ పన్నులు విధించాలని పట్టు పట్టారు. అలా మళ్ళీ మరో పోరాటానికి పూర్వరూపం సిద్ధమైంది. ఒకే బెంగాల్‌లో ఇరువురు పాలకులు కొనసాగడం ఎలా సాధ్యం? తాను స్వతంత్ర పాలకుడినని మీర్ ఖాసిమ్ భావిస్తున్నాడు. కాగా అతడు తమ చేతిలో కీలుబొమ్మలా ఒదిగి ఉండాలని ఇంగ్లీషువారి హుకుమ్. అతడు, తాము అధికార పీఠంపై కూర్చోపెట్టిన వ్యక్తి కదా?

1763లో జరిగిన అనేక యుద్ధాలలో మీర్ ఖాసిమ్ ఓడిపోయాడు. ఆ తర్వాత అవధ్ పారిపోయి, అవధ్ నవాబ్ షుజా ఉద్దౌలాతోను, ప్రవాసిగా ఉంటున్న మొగల్ చక్రవర్తి రెండవ షా ఆలమ్‌తోను చెలిమి చేసి ఒక కూటమి ఏర్పాటుచేశాడు. ఈ

ముగ్గురు మిత్రులు 1764 అక్టోబర్ 22న బక్సర్‌వద్ద ఇంగ్లీషు కంపెనీ సైన్యంతో తలపడ్డారు. చిత్తుచిత్తుగా ఓడిపోయారు. భారత చరిత్రలో అతి ముఖ్యమైన నిర్ణాయక యుద్ధాలలో ఇది ఒకటి అని చెప్పవచ్చు. ఎందుకంటే, ఆనాటి రెండు బలవత్తర రాజ్యాల సమిష్టి సైనిక శక్తి కంటే ఇంగ్లీషు ఆయుధ శక్తి ప్రబలమైనదని విస్పష్టంగా రుజువైన యుద్ధం ఇదే. దీనితో బెంగాల్, బీహార్, ఒరిస్సాలకు బ్రిటిష్ వారు ఎదురులేని పాలకులుగా స్థిరపడ్డారు. అవధ్, వారి దయా దాక్షిణ్యాలకు లోబడి బతకవలసిన దుస్థితి ఏర్పడింది.

1765లో బెంగాల్‌కి గవర్నర్‌గా తిరిగి వచ్చిన క్లైవ్, అందివచ్చిన అధికారాన్ని బెంగాల్‌పై పట్టు బిగించడానికి, పాలకాధికారాన్ని క్రమంగా నవాబుచేతుల్లో నుంచి కంపెనీకి బదలాయించడానికి పావులు కదపడం ప్రారంభించాడు. 1763లో బ్రిటిష్‌వారు, మీర్ జాఫర్‌ని నవాబు పీఠం మీద పునఃప్రతిష్ఠించి, ఆయన వద్ద నుంచి కంపెనీకి ఉన్నతాధికారులకు భారీగా డబ్బు వసూలు చేశారు. మీర్ జాఫర్ మరణానంతరం, ఆయన రెండవ కుమారుడు నిజాముద్దౌలాను సింహాసనాధీశుణ్ణిచేసి, తమకు ప్రతిఫలంగా, 1765 ఫిబ్రవరి 20వ తేదీన, అతడి చేత ఒక కొత్త ఒడంబడికపై సంతకం చేయించారు. ఈ ఒడంబడిక ప్రకారం నవాబ్ తన సైన్యంలో అత్యధిక భాగాన్ని తొలగించాలి. కంపెనీ నియమించే ఒక డిప్యూటీ సుబేదార్ ద్వారా బెంగాల్ పాలన సాగించాలి. కంపెనీ అనుమతి లేకుండా ఆ అధికారిని తొలగించే వీలులేదు. ఆ విధంగా బెంగాల్ పాలనపై (నిజామత్) సర్వాధికారాలు కంపెనీ వశమయ్యాయి. కంపెనీ బెంగాల్ కౌన్సిల్‌లో ఉండే సభ్యులు, కొత్త నవాబు దగ్గర నుంచి కూడా సుమారు పదిహేను లక్షల రూపాయలు దండుకున్నారు.

అప్పటికి ఇంకా నామమాత్రపు మొగల్ చక్రవర్తిగా, కొనసాగుతున్న రెండవ షా ఆలమ్ దగ్గర నుంచి, బీహార్, బెంగాల్ ఒరిస్సాలలో రెవిన్యూ వసూలు చేసే 'దివాని' అధికారాన్ని కూడా చేజిక్కించుకున్నారు కంపెనీ నిర్వాహకులు, దానితో బెంగాల్‌పై బ్రిటిష్ పాలకుల ఆధిపత్యం చట్టబద్ధమైపోయింది. దేశంలో రాజ్యాలు అన్నింటికంటే భాగ్యవంతమైన బెంగాల్ రెవిన్యూ పూర్తిగా బ్రిటిష్ పాలకుల అధీనంలోకి వచ్చింది. ఇందుకు ప్రతిఫలంగా, చక్రవర్తికి ఇరవై ఆరు లక్షల రూపాయలు సబ్సిడీ ఇస్తూ వచ్చింది. కోరా, అలహాబాద్ జిల్లాల్ని ఆయన ఆధీనంలో ఉంచింది. చక్రవర్తి ఆరేళ్ళపాటు అలహాబాద్ కోటలో ఇంచుమించు బందీగా పడి ఉన్నాడు.

ఇక, అవధ్ నవాబ్ షుజా ఉద్దౌలాని, యుద్ధ నష్టాలకు పరిహారంగా యాభై లక్షల రూపాయలు కంపెనీకి చెల్లించమని ఆదేశించారు. ఆపైన, అవధ్‌పై బయటి శక్తులు ఏవైనా దాడి చేయడానికి వస్తే కంపెనీ ఆదుకుంటుందని నవాబుకి హామీ

ఇస్తూ, అయితే సహాయంగా సైన్యాన్ని పంపినందుకు రుసుము చెల్లించవలసి ఉంటుందని షరతు విధిస్తూ ఒక ఒడంబడిక పత్రం మీద సంతకాలు చేయించారు. ఈ ఒడంబడికతో నవాబ్, కంపెనీ మీద ఆధారపడి బతికే స్థితిలో పడ్డాడు.

బెంగాల్‌లో ద్వంద్వ పాలనా పద్ధతి

ఈస్ట్ ఇండియా కంపెనీ 1765 నాటికి, బెంగాల్‌కి నిజమైన అధిపతి కాగలిగింది. ఆ రాజ్యం పూర్తి రక్షణ కంపెనీ సైన్యం చేతికి చిక్కింది. అలాగే తిరుగులేని రాజకీయాధికారమూ కైవసమైంది. నవాబు తన ప్రాంతం అంతర్గత భద్రత కోసం బయటి శక్తుల నుంచి ముందుకు వచ్చే ఆపదల నుంచి కాపాడుకోవడం కోసం పూర్తిగా బ్రిటిష్ పాలకులపైనే ఆధారపడడం ప్రారంభించారు. 'దివాన్'గా కంపెనీ, నేరుగా రెవిన్యూ వసూళ్ళు అన్నీ తానే చేసుకునేది, తనకు ఒక ఒడంబడిక ద్వారా సంక్రమించిన (1765 ఫిబ్రవరి 20) హక్కు ప్రకారం తానే నియమించిన డిప్యూటీ సుబేదార్ ద్వారా పోలీసు, న్యాయ వ్యవస్థల్ని తానే శాసించేది. (దీనిని 'నిజామత్' అంటారు). చరిత్రలో దీనినే ద్వంద్వ పాలనా పద్ధతిగా అభివర్ణించారు. ఈ పద్ధతి బ్రిటిష్ పాలకులకు చాలా ఉపయుక్తమైంది. బాధ్యతలు ఏవీ లేని ప్రభుత్వాధికారాన్ని అనుభవించారు. నవాబుకి ఆయన అధికార బృందానికి పాలనా బాధ్యతలు ఉండేవికాని, ఆ బాధ్యతలకు అవసరమైన అధికారాలు మాత్రం ఉండేవికావు. ప్రభుత్వ వైఫల్యాలన్నింటికీ భారతీయుల్ని నిందించవచ్చు. సత్ఫలితాల్ని దర్జాగా బ్రిటిష్‌వారు అనుభవించవచ్చు. ఈ విధానం చివరకు బెంగాలీ ప్రజలకు శాపంగా పరిణమించింది. వారి సంక్షేమాన్ని గురించి ఇటు నవాబు పట్టించుకోలేదు. కంపెనీ అంతకంటే పట్టించుకోలేదు.

బెంగాల్ మొత్తం కంపెనీ ఉద్యోగుల చేతుల్లో బందీ అయిపోయింది. వారి దమనకాండకు అవధులు లేకుండా పోయింది. ఈ సందర్భంలో క్లైవ్ మాటల్నే ఉటంకించుకోవచ్చు :

"అంతటి అరాచకం, అస్తవ్యస్త స్థితి, లంచగొండి తనం, అవినీతి, నిర్బంధ వసూళ్ళు ఒక్క బెంగాల్‌లో తప్ప మరి ఏ దేశంలోనూ కనీవినీ ఎరుగం. అలాగే, అంతటి అక్రమ, దుష్ట మార్గాల్లో రకరకాలైన సంపదల్ని ఆ తరహాలో దోచుకున్న సందర్భం కూడా ఎక్కడా ఉండదు. మీర్ జాఫర్‌ని రెండవసారి అధికారపీఠంపై కూర్చోపెట్టిన తర్వాత, ముప్పై లక్షల పౌన్ల రెవిన్యూ అందించే బెంగాల్, బీహార్, ఒరిస్సా రాష్ట్రాలు మూడు పూర్తిగా కంపెనీ ఉద్యోగుల గుప్పిట్లోకి పోయాయి. కంపెనీలో పనిచేసే సివిల్, మిలిటరీ అధికారులు, అతి కింది స్థాయి నుంచి పైన ఉండే నవాబు వరకూ అధికారమూ, అంతో ఇంతో పలుకుబడీ ఉండే ప్రతి వ్యక్తి వద్ద నుంచి

రకరకాలుగా డబ్బు దండుకున్నారు."

విలువైన సంపదను అలా దోచుకుపోతూ, బెంగాల్‌ని గుల్ల చేయడమే తమ లక్ష్యంగా కంపెనీ అధికారులు యథేచ్ఛగా సాగిపోయారు. భారతీయ వస్తువుల కొనుగోలుకు అవసరమైన ధనాన్ని ఇంగ్లండ్ నుంచి పంపించడం మానేశారు. ఇంకా ఆపైన, భారతీయ వస్తువుల్ని బెంగాల్ వసూళ్ళతోనే కొనుగోలుచేసి, వాటిని విదేశాల్లో విక్రయించేవారు. వీటిని కంపెనీ పెట్టుబడిగా, విక్రయాలవల్ల వచ్చే రాబడిని లాభాల్లో భాగంగా పరిగణిస్తూ వచ్చారు. ఇంకా ఆపైన, ఆ రాబడిలో తనకూ వాటా కోరింది బ్రిటిష్ ప్రభుత్వం. ఏడాదికి నాలుగు లక్షల పౌన్లు చెల్లించాలని 1767లో కంపెనీని ఆదేశించింది.

1766, 1767, 1768 సంవత్సరాల్లో, బెంగాల్ నుంచి 57 లక్షల పౌన్ల సొమ్ము వెళ్ళిపోయింది. ద్వంద్వ పాలనా పద్ధతివల్ల, సంపద సమస్తం తరలిపోతూండడంవల్ల దురదృష్టం వెంటాడగా, పేదరికం ఆవహించి బెంగాల్ క్రుంగి కృశించిపోయింది. 1770లో బెంగాల్‌ని భయంకర క్షామం కబళించింది. మానవ చరిత్రలోనే అదొక మహాక్షామం. లక్షల్లో జనం రాలిపోయారు. బెంగాల్‌లో మూడవ వంతు జనం ఆ మహాక్షామానికి బలి అయిపోయారు. తీవ్ర వర్షాభావం వల్లనే క్షామం వచ్చిపడినా, కంపెనీ అనుసరించిన విధానాలవల్ల క్షామం మరింత దెబ్బతీసింది.

వారెన్ హేస్టింగ్స్ (1772-85)

కార్నవాలిస్ (1786-93)ల హయాంలో యుద్ధాలు

1772 నాటికి ఈస్ట్ ఇండియా కంపెనీ, ఒక బలీయమైన భారతశక్తిగా తయారైంది. మరో దఫా దండయాత్రకు ఉపక్రమించే ముందు, బెంగాల్‌పై తమ పట్టు మరింత బిగించుకోవాలని ఇంగ్లండ్‌లో ఉన్న కంపెనీ డైరెక్టర్లు, ఇండియాలో ఉన్న కంపెనీ అధికారులు సంకల్పించి తదనుగుణంగా అడుగులు వేయడం ప్రారంభించారు. అయితే, భారతీయ రాజ్యాల ఆంతరంగిక వ్యవహారాలలో జోక్యం చేసుకునే వారి అలవాటు, రాజ్య విస్తరణ కాంక్ష, ధన మోహం అనేక యుద్ధాలకు దారితీశాయి.

1766లో మైసూరు సంస్థానాధీశుడు హైదర్ అలీపై దాడి చేయడానికి, హైదరాబాద్ నిజామ్‌తో చేతులు కలిపాడు. కాని, హైదర్ అలీ తన షరతులపై, మద్రాసు కౌన్సిల్ చేత ఒక శాంతి ఒప్పందంపై సంతకాలు చేయించాడు. ఆ తర్వాత 1775లో ఇంగ్లీషు వారు మరాఠాలతో తలపడ్డారు. ఆ సమయంలో మరాఠాలు

అంతఃకలహాల్లో సతమతమౌతున్నారు. నానా ఫడ్నీస్ నేతృత్వంలో రెండవ పీష్వా మాధవరావు అనుయాయులకు రఘునాథరావుకు మధ్య అధికారం కోసం భీషణ సమరం సాగుతోంది. రఘునాథరావు పక్షం వహించి జోక్యానికి దిగాలని బొంబాయిలో ఉన్న బ్రిటిష్ అధికారులు నిర్ణయించారు. మద్రాసులోనూ, బెంగాల్‌లోను తమ వారు నడిపించిన తంత్రాంగాన్నే ఇక్కడ కూడా ప్రయోగించి, అదే తరహాలో ధనరాశులు పోగుచేసుకోవచ్చునని భావించారు. ఇది మరాఠాలతో సుదీర్ఘ పోరాటానికి దారితీసింది. అది 1775 నుంచి 1782 వరకు సాగింది.

నిజానికి ఆ సమయాన్ని ఇండియాలో బ్రిటిష్ అధికార చరిత్ర ఒక చీకటి అధ్యాయంగానే అభివర్ణించాలి. మరాఠా పాలకులు అంతా ఒకటై, పీష్వానీ ఆయన ముఖ్యమంత్రి నానాఫడ్నీస్‌నీ బలపరచారు. తమ మధ్య బ్రిటిష్‌వారు ఉండడాన్ని దక్షిణ భారత పాలకులు అప్పటికి కొంతకాలంగా సహించలేకపోతున్నారు. దాన్ని

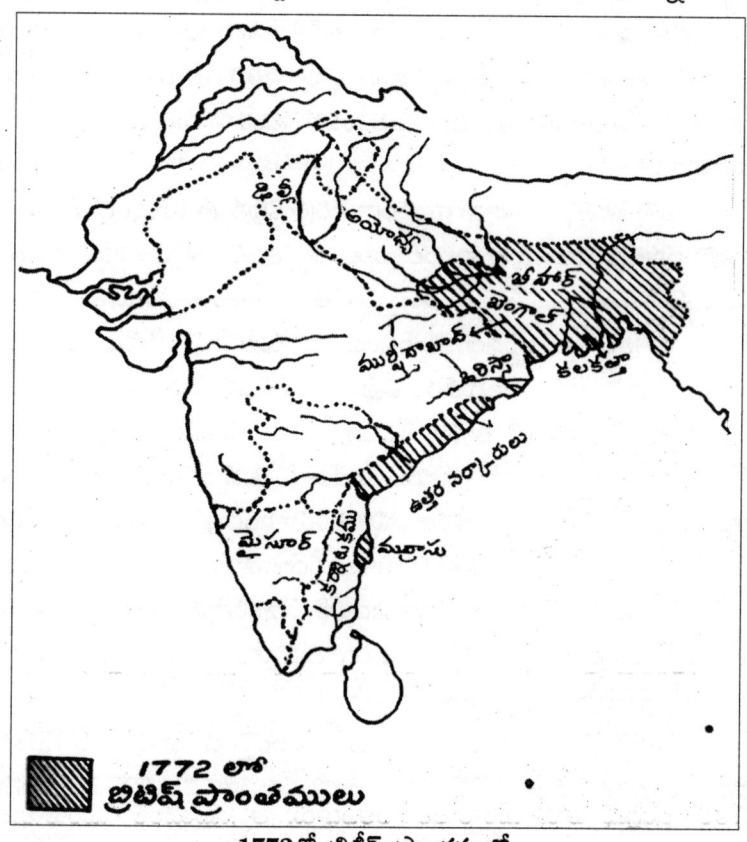

1772లో బ్రిటీష్ ప్రాంతములో

మంచి అదనుగా భావించిన హైదర్ అలీ, నిజామ్ కంపెనీపై యుద్ధం ప్రకటించారు. మరాఠాలు, మైసూరు, హైదరాబాద్ సంస్థానాలు ఒకటై సవాలు విసరడంతో బ్రిటిష్‌వారు దిక్కుతోచని పరిస్థితిలో పడ్డారు. అక్కడ విదేశాలలో కూడా ఇటువంటి ప్రతికూల పరిస్థితులే ఎదుర్కొంటున్నారు బ్రిటిష్ పాలకులు. 1776లో జనం తిరగబడిన అమెరికాలోని తమ వలస ప్రాంతంలో కూడా యుద్ధాలలో దెబ్బతింటున్నారు. మరోవైపున, కష్టాలలో చిక్కుకుని ఉన్న తన పాత శత్రువును దెబ్బతీయడానికి తగు వ్యూహంతో సమాయత్తమౌతున్న ఫ్రెంచి వారిని కూడా ఎదుర్కోవలసిన పరిస్థితి ఉత్పన్నమైనది బ్రిటిష్‌వారికి.

అయితే, ఆ సమయంలో వారెన్‌హేస్టింగ్స్ అనే ఒక శక్తిమంతుడు, అనుభవజ్ఞుడు అయిన గవర్నర్ జనరల్ ఇండియాలో బ్రిటిష్‌వారికి నేతృత్వ స్థానంలో ఉన్నాడు. ఆయన కృతనిశ్చయంతో వ్యవహరించాడు. యుద్ధంలో గెలుపు ఎవరినీ వరించలేదు. యుద్ధం ఆగిపోయింది. 'సావ్‌బాయ్' ఒప్పందంతో (1782) శాంతి సిద్ధించింది. ఈ ఒప్పందం ప్రకారం యధాపూర్వ స్థితిని పునరుద్ధరించుకున్నారు. అలా భారత రాజ్యాల సంఘటిత ప్రతిఘటన ముప్పు నుంచి బ్రిటిష్ వారు బయటపడ్డారు.

తొలి ఆంగ్లో - మరాఠా యుద్ధంగా చరిత్ర కెక్కిన ఈ యుద్ధంలో గెలుపు ఏ పక్షానికో దక్కలేదు. అయితే ఆ కాలంలో యావద్భారతంలో అత్యంత శక్తివంతులుగా నిలిచిన మరాఠాలతో బ్రిటిష్ వారు ఇరవై సంవత్సరాలపాటు శాంతియుతంగా బతికే ఆస్కారం మాత్రం ఈ యుద్ధం కల్పించింది. ఆ సమయాన్ని బ్రిటిష్ పాలకులు, బెంగాల్‌లో తమ పాలనను సంఘటితం చేసుకోవడానికి ఉపయోగించుకోగా, మరాఠా పాలకులు మాత్రం తమలో తాము తీవ్రంగా కలహించుకుంటూ, సంఘటితమైన తమ శక్తిని సర్వనాశనం చేసుకున్నారు. సాల్‌బాయ్ ఒప్పందం ఫలితంగా శాంతి ఏర్పడటంతో బ్రిటిష్ వారు ఆ అవకాశాన్ని ఉపయోగించుకొని, మైసూరుపై ఒత్తిడి తీసుకువచ్చే ఆలోచన చేశారు. గతంలో తాము వదులుకోవలసి వచ్చిన ప్రాంతాలను హైదర్ అలీ నుంచి మళ్ళీ కైవసం చేసుకోవడానికి సహకరిస్తామని మరాఠాలు ఇచ్చిన హామీ బ్రిటిష్ వారికి ఉపకరించింది. ఆ విధంగా మరోసారి భారత రాజ్యాన్ని విభజించే ప్రక్రియలో బ్రిటిష్‌వారు కృతకృత్యులయ్యారు.

1780లో హైదర్ అలీతో మళ్ళీ యుద్ధం మొదలైంది. హైదర్ అలీ గతంలో వలెనే, కర్నాటకలో ఉన్న బ్రిటిష్ సైన్యం మీద వరుసగా దెబ్బమీద దెబ్బ తీస్తూ చివరకు బ్రిటిష్ సైనికుల్ని భారీ సంఖ్యలో లొంగదీసుకున్నాడు. ఆ వెనువెంటనే, ఇంచుమించు కర్నాటకను పూర్తిగా తన ఆధీనంలోకి తెచ్చుకున్నాడు. అయితే ఏం?

బ్రిటిష్ వారు ఆయుధాలు ఎరవేసి, తమదైన శైలిలో దౌత్యాన్ని ప్రయోగించారు. వారెన్ హేస్టింగ్స్, నిజామ్‌కి గుంటూరు జిల్లాను లంచంగా దత్తం చేసి, అందుకు ప్రతిఫలంగా బ్రిటిష్ వ్యతిరేక కూటమి నుండి నిజామ్‌ను ఇవతలకు లాగేశాడు. 1781-82లో హేస్టింగ్స్, మరాఠాలతో చెలిమి చేసుకుని, మైసూరుతో తలపడడానికి వీలుగా తన సైన్యంలో అత్యధిక భాగాన్ని వెనుకకు పిలిపించుకుని అన్ని విధాలా సమాయత్తమయ్యాడు. 1781 జులైలో బ్రిటిష్ సైన్యం ఏర్ కూటే నేతృత్వంలో పోర్ట్ నోవో వద్ద హైదర్ అలీని ఓడించి, మద్రాసును కాపాడుకుంది. 1782 డిసెంబరులో హైదర్‌అలీ తదనంతరం అతని కుమారుడు టిప్పు సుల్తాన్ యుద్ధం కొనసాగించాడు. పై చేయి సాధించి ఓడించే శక్తి ఇరువురిలో ఎవరికీ లేకపోవడంతో, 1784 మార్చి నెలలో ఒక శాంతి ఒప్పందంపై సంతకాలు చేసుకున్నారు. గెలిచినవన్నీ మళ్ళీ ఎవరిని వారు స్వాధీనం చేసుకున్నారు. మరాఠాల్నికాని, మైసూరును కాని ఓడించే సత్తా బ్రిటిష్ వారికి లేదని రుజువైనా, ఇండియాలో తమ ఆధీనంలో ఉన్న ప్రాంతాలను కాపాడుకోగలిగిన సామర్థ్యం వారికి ఉన్నదని నిర్ద్వంద్వంగా రుజువు చేసుకోగలిగారు.

బ్రిటిష్ వారికి ఎంతవరకు కలిసివచ్చింది అనే దృష్టితో పరిశీలించినప్పుడు, మైసూరుతో మూడవ దఫా పోరు, బ్రిటిష్ వారికి ఎంతో ఉపయోగించిందనే చెప్పాలి. 1784లో కుదిరిన శాంతి ఒప్పందంతో, టిప్పు సుల్తాన్‌కు బ్రిటిష్ వారికి మధ్య యుద్ధ కారణాలన్నీ తొలగిపోలేదు. యుద్ధం ఆ దశలో వాయిదా పడినట్టే భావించాలి. ఈస్ట్ ఇండియా కంపెనీ నిర్వాహకులు టిప్పు సుల్తాన్ మీద తీవ్ర ద్వేషంతో ఊగిపోతున్నారు. దక్షిణ భారతంలో అతడిని తమకు ప్రబల శత్రువుగా, తాము పూర్తి ఆధిపత్యం సాధించుకోవడానికి అడ్డుపడుతున్న ముఖ్యమైన అవరోధంగా పరిగణిస్తున్నారు. అదేవిధంగా టిప్పు కూడా ఇంగ్లీషు వారిని తీవ్రంగా వ్యతిరేకిస్తున్నాడు. తన స్వేచ్ఛా స్వాతంత్ర్యాలకు వారివల్లనే ముప్పు వస్తోందనే గ్రహించాడు. భారతదేశం నుండి వారిని తరిమి కొట్టాలనే ప్రబల కాంక్ష పెంచుకున్నాడు. ఇరుపక్షాల మధ్య 1789లో యుద్ధం ప్రారంభమై, 1792లో టిప్పు ఓటమితో ముగిసింది. శ్రీరంగపట్టణం ఒప్పందాన్ని పురస్కరించుకుని, తన ఆధీనంలో ఉన్న భూభాగాలలో సగభాగాన్ని ఇంగ్లీషు వారికి, వారి మిత్రులకు దత్తం చేసి, ఇంకా ఆపైన 330 లక్షల రూపాయలు పరిహారంగా చెల్లించుకోవలసి వచ్చింది.

లార్డ్ వెల్లస్లీ హయాంలో విస్తరణ (1798-1805)

ఆ తర్వాత ఇండియాలో భారీ స్థాయిలో బ్రిటిష్ సామ్రాజ్య విస్తరణ లార్డ్ వెల్లస్లీ గవర్నర్ జనరల్‌గా ఉన్నప్పుడు జరిగింది. ఆయన 1798లో ఇండియా వచ్చాడు.

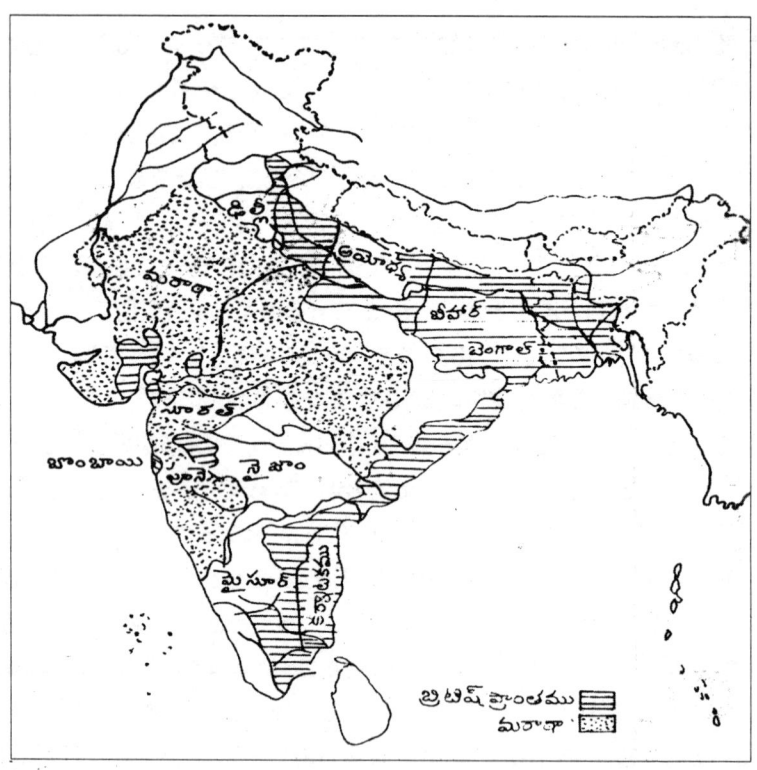

బ్రిటిష్ ప్రాంతము
మరాఠా

ప్రపంచం అంతటా బ్రిటిష్‌వారు ఫ్రాన్స్‌తో జీవన్మరణ పోరాటం సాగిస్తున్న రోజులు అవి.

అప్పటి వరకు బ్రిటిష్ పాలకులు, సాధించిన విజయాల్ని చేజిక్కించుకున్న వనరుల్ని సంఘటితం చేసుకుంటూ, ముఖ్యమైన భారతీయ సంస్థానాల్ని రెచ్చగొట్టకుండా, ముప్పు ముంచుకు రాకుండా, సాధ్యమైనప్పుడే భూభాగాల్ని ఆక్రమించుకునే విధానాన్నే అనుసరిస్తూ వచ్చారు. అయితే, సాధ్యమైనన్ని భారతీయ సంస్థానాలను బ్రిటిష్ పాలకుల గుప్పిట్లోకి తెచ్చుకోవడానికి సమయం ఆసన్నమైందని లార్డ్ వెల్లస్లీ భావించాడు. 1798 నాటికి భారతీయ సంస్థానాలలో మహాశక్తివంతంగా ఉన్న మరాఠా, మైసూరు సంస్థానాలు శక్తి కోల్పోయి పతన దశకు చేరుకున్నాయి. ఇండియాలో అప్పుడు సామ్రాజ్య విస్తరణకు అనువైన రాజకీయ పరిస్థితులు ఏర్పడి ఉన్నాయి. ఆనాడు దురాక్రమణ మరీ మరీ సులభం. ప్రయోజనకరం.

లార్డ్ వెల్లస్లీ తన రాజకీయ లక్ష్యాలు సాధించుకోవడానికి మూడు పద్ధతులపై ఆధారపడ్డాడు. వీటిలో మొదటిది 'నిర్బంధ సహాయ బాంధవ్య' పద్ధతి, రెండవది ప్రత్యక్ష యుద్ధానికి తెగబడడం, మూడవది, అంతకుముందే లొంగదీసుకున్న పాలకుల

భూభాగాన్ని వశపరచుకోవడం. ఖర్చులు వసూలు చేసి బ్రిటిష్ భారతీయ సంస్థాన పాలకులకు సైనిక సహాయంఅందివ్వడం పాత పద్ధతే. దీనికి వెల్లస్లీ మరో రూపం తొడిగి, కంపెనీకి ఉన్న తిరుగులేని అధికారాన్ని గుర్తించి భారతీయ సంస్థానాలు తొత్తులుగా పడివుండే తంత్రాంగం చేశాడు. అతడు ప్రవేశపెట్టిన ఈ నిర్బంధ సైనిక సహాయ బాంధవ్య పద్ధతి ప్రకారం కంపెనీతో చెలిమిచేసే సంస్థానం తమ భూభాగంలో బ్రిటిష్ సైన్యం శాశ్వతంగా స్థిరపడటానికి అంగీకరించి తీరాలి, అలాగే ఆ సైన్యం పోషణకు అవసరమైన ఖర్చుల్ని సబ్సిడీగా ఇచ్చుకోవాలి. ఈ ఏర్పాటు సంస్థాన రక్షణకే అని పైకి చెప్పుకున్నా, నిజానికి సంస్థానాధీశుడు కంపెనీకి భృత్యుడైపడి వుండటానికేనన్నది స్పష్టం. సంస్థానాధీశులు వార్షిక సబ్సిడీ చెల్లించడానికి బదులు తమ భూభాగాన్ని సమర్పించుకున్న సందర్భాలూ ఉన్నాయి. ఈ ఒప్పందంలో ఇంకా మరికొన్ని షరతులు కూడా ఉన్నాయి. సంస్థానాధీశుడు తన దర్బారులో ఒక బ్రిటిష్ పౌరుణ్ణి నియమించడానికి అంగీకరించాలి. అలాగే బ్రిటిష్ వారి అనుమతి లేకుండా ఏ యూరోపియన్‌ని సర్వీసులోకి తీసుకోకూడదు, గవర్నర్ జనరల్‌ను సంప్రదించకుండా మరీ ఏ ఇతర సంస్థానాధీశుడితోను ఎటువంటి సంప్రదింపులు జరపడానికి వీలులేదు. ఈ షరతులన్నింటికీ ప్రతిఫలంగా, శత్రువులు ఎవరైనా వచ్చిపడితే ఆ సంస్థానాధీశుణ్ణి ఆదుకోవడానికి అంగీకరించారు బ్రిటిష్‌వారు. సంస్థానం అంతర్గత వ్యవహారాలలో తాము ఎన్నడూ జోక్యం చేసుకోబోమని వాగ్దానం చేశారు బ్రిటిష్ పాలకులు. కాని, ఆ వాగ్దానాన్ని వారు మన్నించిన సందర్భాలు మాత్రం పూజ్యం.

నిజానికి ఈ నిర్బంధ సహాయం ఒప్పందం మీద సంతకం చేయడం అంటే, ఆ సంస్థానం స్వాతంత్ర్యాన్ని పూర్తిగా దఖలు పరిచినట్టే. ఆత్మ రక్షణ హక్కు లేదు, దౌత్య సంబంధాలు ఏర్పరుచుకునే హక్కు లేదు. విదేశీ నిపుణుల్ని నియమించుకునే హక్కులేదు, ఇరుగుపొరుగు సంస్థానాలతో వివాదాన్ని పరిష్కరించుకునే హక్కులేదు. విదేశీ వ్యవహారాలలో సంస్థాన పాలకులకు సార్వభౌమాధికారం అనేది ఈ ఒప్పందం ప్రకారం రేఖామాత్రంగా మిగలలేదు. దర్బారులో నియుక్తుడైన బ్రిటిష్ వ్యక్తికి సంస్థానాధీశుడు విధేయుడై వ్యవహరించవలసిన పరిస్థితి దాపురించింది. ఆ బ్రిటిష్ వ్యక్తి దైనందిన పాలనా వ్యవహారాలలో కూడా జోక్యం చేసుకునే వాడు. పైకి బ్రిటిష్ రక్షణలోనే ఉన్నట్టు కనిపించినా, సంస్థానం క్రమంగా లోలోపల క్షీణిస్తూ వచ్చేది. బ్రిటిష్ వారు పంపిన సైన్యానికి చెల్లించుకునే మొత్తం చాలా భారీగా, వాస్తవానికి సంస్థానం స్తోమతకు మించి ఉండేది. ఏకపక్షంగా నిర్ణయించిన, కృత్రిమంగా పెంచి నిర్ణయించిన సబ్సిడీ చెల్లింపులతో సంస్థానం ఆర్థిక పరిస్థితి కుదేలయ్యేది. జనం

కృశించిపోయేవారు. అంతేకాదు, ఈ నిర్బంధ సహాయం ఒప్పందాలవల్ల, ఒప్పందాలపై సంతకాలు చేసిన సంస్థానాలు తమ సైన్యాల్ని రద్దు చేసుకోవలసి వచ్చింది. లక్షలాది మంది సైనికులకు ఆఫీసర్లకు జీవనోపాధి పోయి, అంతటా దైన్యం ఆవహించి దేశం దిగజారి పోయింది. ఈ బ్రిటిష్ రక్షిత సంస్థానాల పాలకులకు, జనాగ్రహ భయం లేకపోవడంవల్ల, జనశ్రేయస్సును విస్మరించారు. వారిని అణచివేశారు. అంతర్గత, విదేశీ శత్రువులు దాడిచేస్తే రక్షించడానికి బ్రిటిష్ వారు ఉన్నారన్న భరోసా ఎటూ ఉండడంతో, సంస్థానాధీశులకు మంచి పాలకులు అనిపించుకోవాలన్న ఆరాటమూ లేకుండాపోయింది.

ఇక బ్రిటిష్ పాలకులకు ఈ నిర్బంధ సహాయ ఒప్పందం ఎంతో ఉపయోగపడింది. భారత సంస్థానాల ఖర్చుతో, వారికి భారీ సైన్యాన్ని తమ వెంట నిలుపుకొనే అవకాశం దక్కింది. ఈ వెసులుబాటుతో బ్రిటిష్ వారు తమ ఆధీనంలో ఉన్న ప్రాంతాల నుండి సుదూర ప్రాంతాలకు పోయి యుద్ధాలు చేసే వీలు చిక్కింది. యుద్ధం అంటే అది బ్రిటిష్ మిత్ర భూముల్లో అయినా కావాలి లేదా బ్రిటిష్ శత్రు భూముల్లో అయినా కావాలి. అటువంటివి ఎంత దూరంలో ఉన్నా వెళ్ళి యుద్ధం చేసి రావడానికి సంసిద్ధులయ్యారు. బ్రిటిష్ రక్షిత సంస్థానంలో రక్షణ, విదేశీ వ్యవహారాలు పూర్తిగా వారి ఆధీనంలోనే ఉండడంవల్ల, ఎంతో శక్తివంతమైన సైన్యం సంస్థాన కేంద్రంలోనే సిద్ధంగా ఉంటూ ఉండడంవల్ల, తమ ఇష్టానుసారం ఉన్న ఫళాన ఆ పాలకుణ్ణి తొలగించి, అతడి మీద అసమర్థుడన్న ముద్రవేసి, ఆ సంస్థానాన్ని తమ సామ్రాజ్యంలో విలీనం చేసేసుకున్నారు. ఒక బ్రిటిష్ రచయిత మాటల్లో చెప్పాలంటే, ఎద్దుల్ని బాగా బలిసేలా మేపి, ఆ తర్వాత ఆరగించాలనుకున్నపుడు వాటిని హతమార్చినట్టే ఉండేది ఈ మిత్ర సంస్థానాల పోషణా పద్ధతి కూడా.

లార్డ్ వెల్లస్లీ ఇదే విధమైన నిర్బంధ సైనిక సహాయ ఒప్పందాన్ని 1798లోను, 1800లోను నిజాం నవాబుతో కుర్చుకున్నాడు. సైన్యానికి సబ్సిడీ కింద నగదు చెల్లించడానికి బదులు నిజాం తన ఆధీనంలో ఉన్న కొన్ని భూభాగాల్ని కంపెనీకి దఖలు పరచాడు.

ఇలాగే 1801లో అతన్ నవాజ్ చేత కూడా ఇటువంటి ఒప్పందం మీదే నిర్బంధంగా సంతకం చేయించారు బ్రిటిష్ పాలకులు. భారీ సైనిక దళాన్ని పంపించి అందుకు ప్రతిగా, రోహిత్ఖండ్నీ, గంగా యమునా నదుల మధ్యగల ప్రాంతం సహా సంస్థానంలో ఇంచుమించు సగభాగాన్నీ నిర్బంధంగా వశపరుచుకున్నారు. ఆయన సొంత సైన్యం ఎపుడో అంతరించిపోయింది. ఇక మిగిలిన సంస్థానంలో ఎక్కడైనా సరే బ్రిటిష్ వారు తమ సైన్యాన్ని నిలుపుకోవచ్చు.

మైసూరు, కర్నాటక, తంజావూరు, సూరత్‌లపట్ల వెల్లస్లీ ఇంతకంటే కఠినంగా వ్యవహరించాడు. మైసూరు పాలకుడు టిప్పు సుల్తాన్ ఆయన సహజ ధోరణికి అనుగుణంగానే, నిర్బంధ సహాయ ఒప్పందానికి అంగీకరించలేదు. ఆపైన, 1792లో తన భూభాగంలో సగం పోగొట్టుకున్న తర్వాత గాని టిప్పు మెట్టు దిగలేదు. బ్రిటిష్ వారితో తుది సమరానికి వీలుగా తన సేవలను పటిష్టం చేసుకోవడానికి తీవ్రంగా శ్రమిస్తూనే ఉన్నాడు. 'రివల్యూషనరీ ఫ్రాన్స్'తో ఒప్పందం కుదుర్చుకోవడానికి సంప్రతింపులు జరిపాడు. బ్రిటిష్ వ్యతిరేక కూటమి ఏర్పాటు లక్ష్యంగా ఆఫ్ఘనిస్తాన్, అరేబియా, టర్కీలకు దూతల్ని పంపించాడు.

ఫ్రెంచి సహాయం అందేలోపుగానే, 1799లో బ్రిటిష్ సైన్యం ఆయన మీద విరుచుకుపడి, స్వల్ప కాలమే అయినా భీకరంగా పోరాటం చేసి టిప్పును ఓడించింది. అయినా సరే, అవమానకరమైన షరతులపై బ్రిటిష్ పాలకులతో శాంతి ఒప్పందం కుదుర్చుకోవడానికి టిప్పు అంగీకరించలేదు. "ఆర్దఓహులపై ఆధారపడి, ఇంత భృతి అందుకుంటూ బతుకీడ్చే రాజుల నవాబుల జాబితాలో చేరి హీనంగా దీనంగా బతకడం కంటే ఒక వీర సైనికుడివలె మరణించడం గొప్ప" అని భావిస్తాను అంటూ నిర్ద్వంద్వంగా ప్రకటించాడు టిప్పు. తన రాజధాని శ్రీరంగపట్టణాన్ని కాపాడుకోవడానికి యుద్ధం చేస్తూ 1799లో మే 4వ తేదీన వీరోచితంగా మరణించాడు. చిట్టచివరి క్షణం వరకు ఆయన సైన్యం ఆయనకు విధేయంగానే పోరాటం సాగించింది.

టిప్పు ఆధీనంలో ఉన్న ప్రాంతాలలో సగభాగాన్ని బ్రిటిష్ వారు, వారి మిత్రుడు నిజామ్ పంచుకున్నారు. మిగిలిన కొద్దిపాటి మైసూర్ రాజ్యాన్ని, హైదర్ అలీ ఓడించిన అసలు రాజులకే అప్పగించాడు. నిర్బంధ సైనిక బాంధవ్య పద్ధతిని ఆ కొత్త రాజుకు కూడా నిర్బంధంగా వర్తింపచేస్తూ ఒక ప్రత్యేక ఒప్పందంపై సంతకాలు చేయించాడు. ఈ ఒప్పందం ప్రకారం, అవసరమైతే, మైసూరు పాలనా బాధ్యతల్ని గవర్నర్ జనరల్ స్వీకరించవచ్చు. నిజానికి మైసూరు అప్పటి నుండి ఇంగ్లీషు కంపెనీకి ఒక సామంత రాజ్యంగానే మిగిలింది!

లార్డ్ వెల్లస్లీ 1801లో కర్నాటక కీలుబొమ్మ నవాబ్ చేత ఒక ఒప్పందం మీద బలవంతంగా సంతకం పెట్టించి, అతడికి కొంత భృతి చెల్లిస్తామని భరోసా ఇచ్చి కర్నాటక రాజ్యాన్ని స్వాధీనం చేసుకున్నాడు. మలబార్ సహా కర్నాటక భూభాగాల్ని మద్రాసుకు జోడించి, మద్రాసు ప్రెసిడెన్సీని సృష్టించారు. 1947 వరకు మద్రాసు ప్రెసిడెన్సీగా చెలామణి అయిన ప్రాంతం అదే. ఇదేవిధంగా, తంజావూరు, సూరత్ పాలకుల్ని తప్పించి, వారి భూభాగాల్ని స్వాధీనం చేసుకున్నారు. ప్రతిఫలంగా భృతి ఇస్తూ వచ్చారు.

అప్పటికి బ్రిటిష్ ఆధీనంలోకి రాని, పెద్ద భారతీయ పాలకులు మరాఠాలు మాత్రమే. కనుక, వెల్లస్లీ ఇపుడు వారిపై దృష్టి సారించి, వారి అంతర్గత వ్యవహారాలలో దూకుడుగా జోక్యం చేసుకోవడం ప్రారంభించాడు.

ఆనాటికి మరాఠా సామ్రాజ్యం ఐదుగురు ముఖ్య పాలకుల నేతృత్వ సమాఖ్యగా ఉండేది. ఆ ఐదుగురు పూనా పీష్వా, బరోడా గాయక్వాడ్, గ్వాలియర్ సింధియా, ఇండోర్ హోల్కార్, నాగపూర్ భోంస్లే కాగా, పూనా పీష్వా ఈ సమాఖ్యకు నామమాత్రపు నాయకుడుగా ఉన్నారు. కాని, అతివేగంగా, ముందుకు వస్తున్న విదేశీ మహోపద్రవాన్ని గుర్తించకుండా, ఆ ఐదుగురు వారిలో వారు భీకరంగా కలహించుకుంటున్నారు.

వెల్లస్లీ, తమ నిర్బంధ సైనిక సహాయ ప్రతిపాదనను పీష్వా, సింధియాల ముందు పలుమార్లు ఉంచాడు. కాని ఎంతో దూరదృష్టిగల నానాఫడ్నీస్, బ్రిటిష్ వారి ఉచ్చులో పడడానికి అంగీకరించలేదు. కాని 1802 అక్టోబరు 25 దీపావళి పండుగ రోజున, పీష్వా, సింధియా ఉమ్మడి సైన్యాన్ని హోల్కార్ ఓడించినపుడు, పిరికివాడైన రెండవ పీష్వా బాజీరావు, ఇంగ్లీషు వారి వైపు పరుగులు తీశాడు. విధివశాన, 1802 చివరి రోజున బసైన్ వద్ద, బ్రిటిష్ వారి నిర్బంధ ఒప్పందం మీద సంతకం చేసేశాడు!

కాని, గెలుపు అంత తేలికగా మాత్రం దక్కలేదు. వెల్లస్లీ వ్యూహం ఎంత ఫలించిందనుకున్నా, వెల్లస్లీ అర్థం చేసుకోలేకపోయి వాస్తవం ఒకటి ఉంది : గర్వాతిశయంగల మహారాష్ట్రులు సర్వస్వతంత్రంగా ఉండే తమదైన మహా సంప్రదాయాన్ని పోరాడకుండా విడిచి పెట్టజాలరు. కాని, అంతటి విపత్కర పరిస్థితిలోనూ, వారు తమ ఉమ్మడి శత్రువుకు వ్యతిరేకంగా సంఘటితం కాలేకపోయారు. సింధియా, బోంస్లేలు బ్రిటిష్‌వారితో యుద్ధం చేస్తుంటే, హోల్కార్ ప్రేక్షక పాత్ర వహించాడు. గాయక్వాడ్ బ్రిటిష్ వారికి అండగా నిలబడ్డాడు. హోల్కార్ యుద్ధానికి దిగినపుడు భోంస్లే, సింధియాలు యుద్ధ నష్టాలు బేరీజు వేసుకోవడంలో మునిగిపోయారు!

ఇక దక్షిణాదిన ఆర్థర్ వెల్లస్లీ నేతృత్వంలో బ్రిటిష్ సేనలు, 1803 సెప్టెంబరులో సింధియా, భోంస్లేల ఉమ్మడి సేనల్ని అసాయే వద్ద, నవంబరులో ఆర్గాన్ వద్ద ఓడించాయి. ఉత్తరాన లార్డ్ లేక్ నేతృత్వంలో బ్రిటిష్ సేనలు, నవంబరు ఒకటివ తేదీన సింధియా సైన్యాన్ని లాస్వారీ వద్ద తుడిచిపెట్టి, అలీగడ్, ఢిల్లీ, ఆగ్రాల్ని ఆక్రమించాయి. మరోసారి భారత చక్రవర్తి కంపెనీకి భృత్యుడైపోయాడు. మరాఠా మిత్రులు శాంతి కోసం ప్రాధేయపడవలసి వచ్చింది. సింధియా, భోంస్లేలు ఇరువురూ

కంపెనీ సైనిక సహాయ బృందంలో చేరిపోయారు. తమ భూభాగాలలో కొన్నింటిని బ్రిటిష్ వారికి సమర్పించుకుని, తమ దర్బారులలో బ్రిటిష్ పర్యవేక్షకుల నియామకానికి అంగీకరించి, బ్రిటిష్ వారి అనుమతి లేకుండా యూరప్ దేశస్థులు ఎవరినీ నియమించబోమని హామీ ఇచ్చుకోవలసి వచ్చింది. ఒరిస్సా తీర ప్రాంతాలు, గంగా, యమునా మధ్యగల ప్రాంతాలు పూర్తిగా బ్రిటిష్ వారి ఆధీనంలోకిపోయాయి. పీష్వా తన ఆగ్రహాన్ని దిగమింగి వారి చేతుల్లో కీలుబొమ్మగా మిగిలిపోయాడు.

వెల్లస్లీ ఆ తర్వాత తన దృష్టి హోల్కార్ వైపు తిప్పాడు. కాని బ్రిటిష్ వారు యశ్వంతరావు హోల్కార్‌తో సరితూగలేకపోయారు. బ్రిటిష్ సైన్యాన్ని చిత్తుగా ఓడించి నిర్వీర్యం చేశాడు. లార్డ్ లేక్ భరత్‌పూర్ కోటపై విరుచుకుపడటానికి విఫలయత్నం చేస్తే, హోల్కార్ మిత్రుడైన భరత్‌పూర్ రాజా లేక్‌ని తీవ్రంగా దెబ్బతీశాడు. అంతేకాక, హోల్కార్ కుటుంబంతో తమకు తరతరాలుగా ఉన్న వైషమ్యాన్ని పక్కనపెట్టి హోల్కార్‌కి సన్నిహితమయ్యే ప్రయత్నాలు ప్రారంభించాడు సింధియా. యుద్ధాల ద్వారా సామ్రాజ్యవిస్తరణ వ్యూహంవల్ల ఆర్థికంగా ఎంతో నష్టం వస్తున్నదనీ లాభాలు క్షీణిస్తున్నాయనీ అటు ఈస్ట్ ఇండియా కంపెనీ భాగస్వాములూ గ్రహించారు. 1797 నాటికి పదిహేడు మిలియన్ల పౌన్ల స్థాయిలో ఉన్న కంపెనీ రుణ భారం, 1806 నాటికి 31 మిలియన్ల పౌన్లకు పెరిగి కూర్చుంది. అక్కడ యూరప్‌లో నెపోలియన్ ఒక ప్రబల శక్తిగా ఎదిగి పెను ముప్పుగా పరిణమిస్తుంటే, బ్రిటన్ ఆర్థిక శక్తి క్షీణిస్తోంది. అందువల్ల, విస్తరణ ప్రయత్నాలు ఆపి, వినాశకర న్యాయాన్ని నిలిపివేసి, అప్పటికి ఇండియాలో సాధించిన విజయాన్ని సంఘటితం చేసుకుని ముందుకు సాగవలసిన దశలో ఉన్నామని బ్రిటిష్ రాజనీతిజ్ఞులు, కంపెనీ డైరెక్టర్లు భావించారు. వెంటనే, వెల్లస్లీని ఇండియా నుంచి వెనుకకు పిలిపించారు. 1806 జనవరిలో కోల్కార్‌తో రాయ్‌ఘాట్‌లో శాంతి ఒప్పందం కుదుర్చుకుని, అంతకుముందు హోల్కార్ వద్ద నుంచి తాము స్వాధీనం చేసుకున్న చాలా ప్రాంతాల్ని మళ్ళీ ఆయనకు అప్పగించేశారు.

వెల్లస్లీ విస్తరణ విధానం చివరకు అలా ముగిసింది. అయినా, అప్పటికే ఈస్ట్ ఇండియా కంపెనీ, ఇండియాలో ఎదురులేని శక్తిగా స్థిరపడి పోయింది. కంపెనీ న్యాయ విభాగంలో పనిచేస్తున్న హెన్రీ రోబర్క్లా అనే ఒక యువ అధికారి (180వ ప్రాంతంలో) ఇలా రాశాడు:

"ఇండియాలో ఇంగ్లిషు వాళ్ళ గర్వాతిశయంతో మంకుపట్టు మొనగాళ్ళవలె ఉంటారు. పరాజితుల మధ్య తమను తాము మహా విజేతలుగా సంభావించుకుని, అగ్రేసరులమనే భావంతో తమ కిందివారందరినీ హీనాతి హీనంగా చూస్తారు".

లార్డ్ హేస్టింగ్స్ (1813-22) హయాంలో విస్తరణ

రెండవ ఆంగ్లో – మరాఠా యుద్ధం మరాఠా పాలకుల ఆధిపత్యాన్ని తీవ్రంగా దెబ్బతీసింది కాని, వారి ఆత్మస్థైర్యాన్ని కాదు. కోల్పోయిన స్వాతంత్ర్యాన్ని పూర్వ ప్రతిష్టను తిరిగి చేజిక్కించుకునే, చిట్టచివరి అమీతుమీ ప్రయత్నం వారు 1817లో చేశారు. అప్పటికి 'బ్రిటిష్ రెసిడెంట్' నియంతృత్వ పోకడతో వేగలేక రగిలిపోతున్న పీష్వా, చొరవ తీసుకుని, మరాఠా పాలకుల్ని ఏకశక్తిగా సంఘటితపర్చే ప్రయత్నం చేశాడు. 1817 నవంబరులో పీష్వా పూనాలో ఉన్న బ్రిటిష్ రెసిడెన్సీపై దాడి చేశాడు. అక్కడ నాగపూర్ రెసిడెన్సీపై అప్పా సాహిబ్ విరుచుకుపడితే, మాధవరావు హోల్కార్ యుద్ధ సన్నాహాలు చేశాడు.

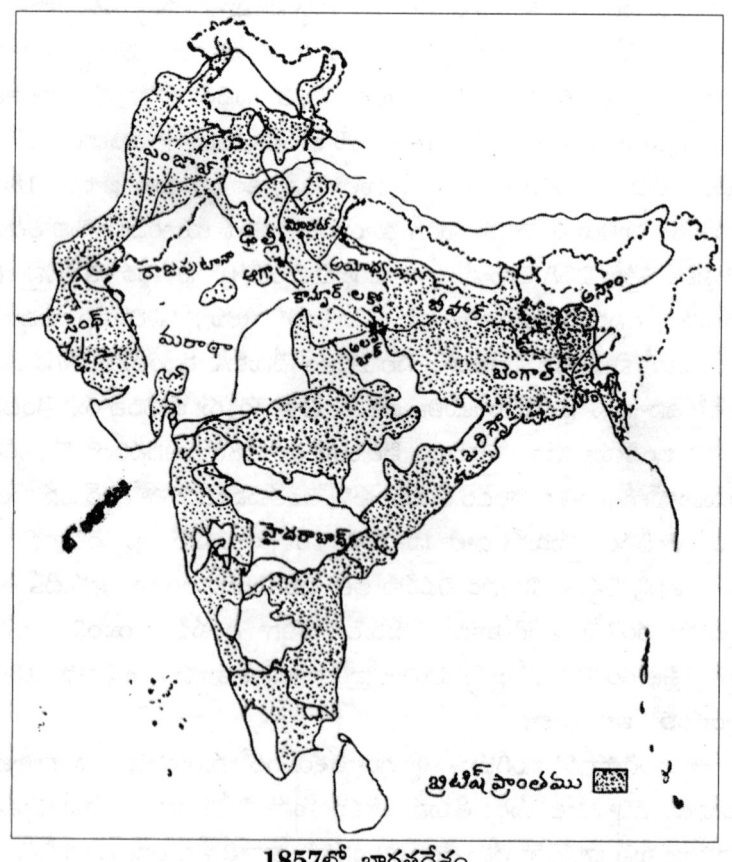

బ్రిటిష్ ప్రాంతము

1857లో భారతదేశం

గవర్నర్ జనరల్ లార్డ్ హేస్టింగ్స్ మరచిపోలేనంత బలంగా దెబ్బతీశాడు. సింధియా చేత బ్రిటిష్ సార్వభౌమాధిపత్యాన్ని బలవంతంగా అంగీకరింపజేశాడు. పీష్వా, బోంస్లే, హోల్కార్ సైన్యాన్ని ఓడించాడు. పీష్వాను పదవీచ్యుతుణ్ణిచేసి, కాన్పూర్ సమీపంలో ఉన్న బితూర్ పంపించేశాడు. పీష్వా ఆధీనంలో ఉన్న ప్రాంతాన్ని స్వాధీనం చేసుకుని సువిశాలమైన బొంబాయి ప్రెసిడెన్సీని ఏర్పాటుచేశాడు. హోల్కార్, భోంస్లేలు ఇరువురూ కూడా నిర్బంధ మిత్ర కూటమి పద్ధతికి అంగీకరించారు. మరాఠా పౌరుషాన్ని తృప్తి పరచడానికి, పీష్వా భూభాగాలలో కొన్నింటితో సతారా రాజ్యం పేరుతో ఒక చిన్న సంస్థానాన్ని ఏర్పాటుచేసి, ఛత్రపతి శివాజీ వంశస్థుడికి అప్పగించాడు. ఆయన పూర్తిగా బ్రిటిష్ వారిపై ఆధారపడి ఒక సామంత సంస్థానంగా పరిపాలించాడు. తక్కిన భారతీయ సంస్థానాధీశుల వలెనే, మరాఠా పాలకులు కూడా, బ్రిటిష్ వారి దయాదాక్షిణ్యాల మీదనే మనుగడ సాగించవలసిన పరిస్థితి ఏర్పడింది.

అనేక దశాబ్దాలపాటు రాజపుత్ర సంస్థానాలు సింధియా, హోల్కార్‌ల ఆధీనంలోనే ఉండిపోయాయి. మరాఠాల పతనం తర్వాత, స్వతంత్రులుగా కొనసాగే శక్తి పోగొట్టుకుని, బ్రిటిష్ ఆధిపత్యాన్ని అంగీకరించాడు.

కథ అలాసాగి, 1818 నాటికి, పంజాబ్, సింధ్ మినహా తక్కిన భారత ఉపఖండం యావత్తూ బ్రిటిష్ వారి ఆధీనంలోకి పోయింది. కొంత భాగాన్ని బ్రిటిష్ పాలకులే నేరుగా పరిపాలిస్తే, తక్కిన భాగాల్ని బ్రిటిష్‌వారు తిరుగులేని ఆధిపత్యం కింద ఉన్న భారతీయ పాలకుల ద్వారా పరిపాలించారు. ఆ రాజ్యాలకు సొంత సాయుధ బలగాలూ లేవు, విదేశాలతో సంబంధాలు పెట్టుకునే స్వాతంత్ర్యమూలేదు. తమ భూభాగాలకు కాపలాగా సైన్యాన్ని ఉంచినందుకు బ్రిటిష్ ప్రభుత్వానికి భారీగా చెల్లించుకోవలసి వచ్చేది. అంతర్గత వ్యవహారాలలో స్వయం ప్రతిపత్తి పేరుకు మాత్రం ఉండేది. కాని ఆ స్వయం పాలన కూడా, బ్రిటిష్ ప్రభుత్వం పేరిట, రెసిడెంట్ దొరగారి ద్వారానే సాగిపోతూండేది. నిరంతరం వెంటాడే నీడ.

అధికార క్రోడీకరణ దిశగా

బ్రిటిష్ ప్రస్థానం (1818-57)

బ్రిటిష్ పాలకులు యావద్భారతాన్ని జయించే బృహత్కార్యాన్ని 1818 – 57 మధ్య పూర్తి చేశారు. సింధ్, పంజాబ్ రాజ్యాల్ని జయించారు. అవధ్‌ని, సెంట్రల్ ప్రావిన్సుల్నీ అనేక చిన్న చిన్న రాజ్యాల్నీ కలిపేసుకున్నారు.

సింధ్‌పై గెలుపు

యూరప్‌లో, ఆసియాలో ఇంగ్లీషువారికీ రష్యన్లకీ వైరం అంతకంతకూ పెరుగుతుండడంవల్ల, తత్ఫలితంగా ఆఫ్ఘనిస్తాన్ మీదగానో పర్షియా మీదగానో రష్యా ఇండియాపై దాడికి దిగవచ్చునన్న భయాలు బ్రిటిష్ వారిని ఆవహించడంవల్ల బ్రిటిష్ వారు సింధ్‌ని గెలిచి తమ ఆధీనంలోకి తెచ్చుకున్నారు. రష్యాని ప్రతిఘటించడానికి బ్రిటిష్ ప్రభుత్వం, ఆఫ్ఘనిస్తాన్, పర్షియాలలో తమ ప్రభావం పలుకుబడి పెంచుకోవాలని నిర్ణయించుకున్నది. సింధ్ బ్రిటిష్ ఆధీనంలోకి వచ్చిననాడే అటువంటి విధానాన్ని విజయవంతంగా అమలు జరిపే వీలుంటుందని వారు భావించారు. సింధ్ పాలకులచేత, నిర్బంధ సైనిక సహాయం ఒప్పందం మీద 1839లో బలవంతంగా సంతకం చేయించారు. సింధ్ ప్రాదేశిక సమగ్రతకు ఎటువంటి ముప్పు ఉండదని గతంలో ఎటువంటి హామీలు ఇచ్చినా, బ్రిటిష్ పాలకులు చివరకు 1843లో ఆ రాజ్యాన్ని హస్తగతం చేసుకున్నారు. దానికి వీలుగా, సర్‌చార్లెస్ నేపియల్ అనే దొరగారు కొంత మంత్రాంగం నడిపించాడు. "సింధ్‌ని స్వాధీనం చేసుకునే హక్కు మాకు లేదు. అయినా అలా చేసి తీరుతాం. అది ఎంతో ప్రయోజనకరమైన, ఉపయుక్తమైన మానవతా మహాద్రోహంగా మిగిలిపోతుంది" అంటూ అంతకుముందే సర్ చార్లెస్ నేపియర్ తన డైరీలో రాసుకున్నాడు. ఆ మహత్కార్యాన్ని సాధించినందుకు ఆయన ఏడు లక్షల రూపాయలు పారితోషికంగా అందుకున్నాడు కూడా.

పంజాబ్‌పై విజయం

1839లో మహారాజా రంజిత్ సింగ్ మీర్ మరణానంతరం రాజకీయ అస్థిరత ఏర్పడి, పంజాబ్‌లో ప్రభుత్వాలు పదేపదే మారిపోతూ వచ్చాయి. స్వార్థపరులూ అవినీతిపరులూ దూసుకువచ్చారు. చివరకు, వీరులూ దేశభక్తి పరాయణులే అయినా, క్రమశిక్షణ ఏ మాత్రం లేని సైన్యం చేతికి చిక్కింది అధికారం. దీనితో బ్రిటిష్ వారిలో అత్యాశ రగగిలి, గతంలో 1809లో మహరాజా రంజిత్ సింగ్‌తో శాశ్వత మైత్రీ ఒప్పందం కుదుర్చుకుని ఉన్నా, ఐదు నదుల భూమిపై కన్నువేశారు.

బ్రిటిష్ పాలకులు యుద్ధ సన్నాహాలు ఏవో సాగిస్తున్న అభిప్రాయం కలిగిస్తూ, అవినీతి పరులైన పంజాబ్ పాలకులతో తంత్రాంగం నడిపించడంతో పంజాబ్ సైన్యం రెచ్చిపోయే పరిస్థితి తలెత్తింది. సట్లెజ్ నది మీదుగా బొంబాయి నుంచి ఫిరోజ్‌పూర్ వైపు వంతెనలు నిర్మించడానికి అవసరమైన బోట్లను పంపించారన్న వార్త 1845లో ఆకులురాలే కాలం నాటికి పంజాబ్ చేరింది. అదనపు బలగాల కోసం అగ్రస్థావరాలలో బారకాసులు నిర్మించారు. పంజాబ్‌లో ఉన్న సరిహద్దు ప్రాంతాలను అదనపు దళాల

తరలింపు మొదలైంది. పంజాబ్‌ను ఆక్రమించుకోవడానికే బ్రిటిష్ పాలకులు కృతనిశ్చయమైనట్లు నిర్ధారణకు వచ్చిన పంజాబ్ సైన్యం ప్రతి చర్యలకు ఉపక్రమించింది. డిసెంబరులో, సైనిక దళల ప్రధానాధికారి లార్డ్ గౌగ్, గవర్నర్ జనరల్ లార్డ్ హార్డింగ్ ఫిరోజ్‌పూర్ దిశగా తమ సైన్యాన్ని నడిపిస్తున్నట్టు తెలుసుకున్న వెంటనే, పంజాబ్ సైన్యం దెబ్బతీయడానికి నిర్ణయించింది. చివరకు 1845 డిసెంబరు 13వ తేదీన ఇరుపక్షాల మధ్య యుద్ధ ప్రకటన వెలువడింది. విదేశీ శక్తి నుంచి అలా ప్రమాదం ముందుకు రావడంతో హిందువులు, ముస్లిములు, సిక్కులు ఒక్కటయ్యారు. పంజాబ్ సైన్యం వీరోచితంగా మొక్కవోని ధైర్యంతో పోరాడింది. కాని, వారి నాయకులలో కొందరు అప్పటికే దేశ ద్రోహులుగా మారిపోయారు. ప్రధానమంత్రి రాజాలాల్‌సింగ్, సైనిక దళాల ప్రధానాధికారి మిసార్ తేజ్‌సింగ్ రహస్యంగా శత్రువుతో మంతనాలు సాగిస్తున్నారు. నిర్బంధంగా ఓటమికి అంగీకరింపజేసి, 1846 మార్చి 8వ తేదీన అవమానకరమైన 'లాహోర్ ఒప్పందం' మీద పంజాబ్ సైన్యం చేత సంతకం చేయించారు. బ్రిటిష్‌వారు జలంధర్ దావజ్‌ను కలుసుకుని, యాభై లక్షల రూపాయలు ముడుపు స్వీకరించి, జమ్ము కాశ్మీర్‌ని రాజా గులాబ్ సింగ్ డోగ్రాకి అప్పగించేశారు. పదాతి బలగం సంఖ్య ఇరవై వేలకు, ఆశ్విక దళం సంఖ్య పన్నెండువేలకు తగ్గించి పంజాబ్ సైన్యాన్ని కుదించి, లాహోర్‌లో ఒక బలమైన బ్రిటిష్ సైనిక పటాలాన్ని నియమించారు.

ఆ తర్వాత, ప్రభుత్వంలో ఉన్న అన్ని శాఖలకు సంబంధించిన అన్ని వ్యవహారాలపైన, లాహోర్‌లో ఉన్న 'బ్రిటిష్ రెసిడెంట్' అధికారికి సర్వాధికారాలూ దత్తం చేస్తూ 1846 డిసెంబరు 16వ తేదీన మరో ఒప్పందం చేయించారు. ఇంకా ఆపైన, పంజాబ్‌లో ఏ ప్రాంతంలో అయినా సరే బ్రిటిష్‌వారు తమ సేవల్ని నిలబెట్టుకునే వెసులుబాటు సైతం కల్పించారు. అప్పటి నుంచి 'బ్రిటిష్ రెసిడెంట్' పంజాబ్‌కి నిజమైన పాలకుడయ్యాడు. స్వాతంత్ర్యం పోగొట్టుకుని పంజాబ్ ఒక భృత్యరాజ్యంగా మిగిలిపోయింది.

'ఇంత జరిగిన తర్వాత కూడా, ఇండియాలో ఉంటున్న బ్రిటిష్ అధికారగణంలో దూకుడుగా ఉండే సామ్రాజ్య విస్తరణ వర్గాలు అసంతృప్తిగానే ఉన్నాయి. పంజాబ్‌ని బ్రిటిష్ ప్రత్యక్ష పాలనలోకి తేవాలన్నది వారి వాదం. వారికి అటువంటి అవకాశం 1848లో చిక్కింది. స్వాతంత్ర్య ప్రియులైన పంజాబీలు చాలా చోట్ల స్థానిక తిరుగుబాట్లకు సిద్ధపడ్డారు. అటువంటి రెండు తిరుగుబాట్లలో ఒక తిరుగుబాటుకు ముల్తాన్‌లో ముల్‌రాజ్, లాహోర్ వద్ద చత్తర్‌సింగ్ అత్తారివాలా నేతృత్వం వహించారు. మరోసారి

పంజాబీలు ఇక నిలదొక్కుకోలేని విధంగా ఓడిపోయారు. లార్డ్ డల్హౌసి ఆ అవకాశాన్ని ఉపయోగించుకుని పంజాబ్‌ని హస్తగతం చేసుకున్నాడు. అలా ఇండియాలో చిట్టచివరి స్వతంత్ర రాజ్యమైన పంజాబ్ బ్రిటిష్ సామ్రాజ్యంలో విలీనమైపోయింది.

డల్హౌసీ - ఆక్రమణ విధానం (1848-56)

లార్డ్ డల్హౌసీ 1848లో ఇండియాకి గవర్నర్ జనరల్‌గా వచ్చాడు. ఆది నుండి అతడి లక్ష్యం ఇండియాలో వీలైనంత ప్రాంతానికి బ్రిటిష్ ప్రత్యక్ష పాలనను విస్తరించడం. "భారతీయ రాజ్యాలన్నీ అంతరించడం ఖాయం, నేడో రేపో... అదే తేలవలసి వుంది" అంటూ ఓ విస్పష్ట ప్రకటన కూడా చేశాడాయన. ఈ విధానం వెనుక అసలు లక్ష్యం భారతదేశానికి బ్రిటిష్ ఎగుమతులను వృద్ధి చేసుకోవడం. భారతీయ రాజ్యాల్ని పాలిస్తున్నవారి లోపభూయిష్ట పాలనా విధానాల వల్లనే ఆ రాజ్యాలకు బ్రిటిష్ ఎగుమతులు సక్రమంగా సాగడం లేదనే భావం, దూకుడుగా ఉండే తక్కిన బ్రిటిష్ సామ్రాజ్యవాదుల మాదిరిగానే డల్హౌసీకీ కలిగింది. అదీకాక, బ్రిటిష్ విజయానికి భారతీయ " మిత్ర రాజ్యాలు" అన్ని విధాలా బ్రిటిష్ వారికి సహాయ సహకారాలు అందించి ఉన్నాయి కనుక ఇక వాటిని వదిలించుకోవడమే లాభదాయకమనే అభిప్రాయానికి బ్రిటిష్ పాలకులు వచ్చారు.

లార్డ్ డల్హౌసీ తాను సిద్ధం చేసుకున్న ఆక్రమ విధానాన్ని అమలు జరపడానికి ఒక తెలివైన సాధనం ఎంచుకున్నాడు. దాని పేరు 'కాలదోష సూత్రం'. ఈ సూత్రం ప్రకారం, బ్రిటిష్ వారి రక్షణలో ఉన్న ఏదైనా ఒక రాజ్యం పాలకుడు మరణిస్తే, అతడికి కుటుంబ వారసుడు ఎవరూ లేకపోతే, సంప్రదాయాల సారం ఎవరినీ దత్తత తీసుకోవడం నిషిద్ధం. అంతకుముందు ఎపుడైనా బ్రిటిష్ వారు స్పష్టంగా దత్తత స్వీకారానికి అనుమతించి ఉండకపోతే, ఇక ఆ రాజ్యం బ్రిటిష్ సామ్రాజ్యంలో కలిసిపోయినట్టే. 1848లో సతారా, 1854లో నాగ్‌పూర్, ఝాన్సీ, ఇంకా చాలా రాజ్యాలు ఈ సూత్రం ప్రకారమే బ్రిటిష్ వారి గుప్పిట్లోకి వెళ్ళి పోయాయి.

డల్హౌసీ చాలా మంది మాజీ పాలకుల హోదాల్నీ తిరస్కరించాడు, భృతి చెల్లింపులూ నిలిపివేశాడు. కర్నాటక, సూరత్ నవాబుల హోదాలు తంజావూర్ రాజు గౌరవ స్థానం అలాగే రద్దు అయ్యాయి. ఇదేవిధంగా బియార్ పాలకుడుగా నియమితుడైన మాజీ పీష్వా రెండవ బాజీరావు మరణానంతరం, అతని దత్తపుత్రుడు నానాసాహెబ్‌కి వేతనం కాని భృతికాని చెల్లించడానికి డల్హౌసీ అంగీకరించలేదు.

అవధ్ రాజ్యాన్ని ఎలాగైనా సరే అక్రమించుకోవాలనుకున్నాడు డల్హౌసీ. బక్సర్ యుద్ధం తర్వాత ఒకప్పుడు అవధ్ నవాబులు బ్రిటిష్ వారికి మిత్రులుగా ఉన్నవారే.

చాలా సంవత్సరాలపాటు బ్రిటిష్ పాలకులకు చాలా చాలా విధేయులే కూడా! అవధ్ నవాబుకి వారసులు చాలా మందే ఉండడంవల్ల, 'కాలదోష సూత్రా'న్ని వర్తింపజేయడం సాధ్యం కాలేదు. కనుక రాజ్యాధికారం నుంచి ఆయనను తప్పించడానికి మరొక సాకు వెతుక్కోవలసి వచ్చింది. చివరకు, అవధ్ ప్రజల్ని కష్టాల నుంచి ఉద్ధరించడం అనే ఒక సాకు దొరికింది డల్హౌసీకి. నవాబ్ వజీద్ అలీషా సక్రమంగా పాలించడంలేదనీ, సంస్కరణలు ప్రవేశపెట్టడానికి అంగీకరించడం లేదనీ ఒక ముద్రవేశారు. ఆ కారణాన, 1856లో ఆయన రాజ్యాన్ని బ్రిటిష్ సామ్రాజ్యంతో కలిపేసుకున్నారు.

అయితే, నిస్సందేహంగా అవధ్‌లో పరిపాలన క్షీణించే ఉంది. జనం అంగీకరించక తప్పని బాధాకరమైన వాస్తవం అది. ఆ కాలం నాటి తక్కిన సంస్థానాధీశుల వలెనే, అవధ్ నవాబులు కూడా స్వార్థపరులు. పరిపాలన గురించి కాని, జన సంక్షేమాన్ని గురించికాని, ఏ మాత్రం పట్టించుకోని భోగలాలసులు. అయితే ఇంచుమించు 1801 నుంచి, తమ నియంత్రణలో ఉంచుకుంటూ పరోక్షంగా అవధ్‌ని పాలిస్తూ వస్తున్న బ్రిటిష్ పాలకులకు కూడా అవధ్ అవ్యవస్థలో కొంత బాధ్యత ఉందనే చెప్పాలి. నిజానికి, మాంచస్టర్ నుంచి దిగుమతి అయ్యే వస్తువుల వాణిజ్యానికి అవధ్‌లో అవకాశాలు విపరీతంగా కనిపించడంతో డల్హౌసీలో అత్యాశ రేగింది. జనం మీద దయతన్నుకు వచ్చింది. అంతకుముందు, అంటే అవధ్ ఆక్రమణకు ముందే, 1856లోనే, బ్రిటన్‌లో ముడిపత్తి అవసరం అంతకంతకూ పెరిగిపోవడంతో, నిజాం ఆధీనంలో ఉన్న పత్తి – బాగా ఉత్పత్తి అయ్యే బీదర్ రాష్ట్రాన్ని హస్తగతం చేసుకున్నాడు డల్హౌసీ.

ఆ కాలం నాటికి, భారతీయ సంస్థానాల్ని స్వాధీనం చేసుకోవడం, లేదా వాటిని పోషించుకోవడం అనేది అంత ముఖ్యమైన అంశం కాదని స్పష్టంగా చెప్పుకోవాలి. నిజానికి, అప్పటికి భారతీయ సంస్థానాలు అంటూ ఏవీలేవు. రక్షిత సంస్థానాలుగా ఉన్నవి కంపెనీ ప్రత్యక్ష పాలనలో ఉంటూ అలా బ్రిటిష్ సామ్రాజ్యంలో భాగమై ఉన్నవే. బ్రిటిష్ వారి సౌలభ్యానికి అనుగుణంగా వాటిలో పాలనా స్వరూపాన్ని మార్చుకుంటూ వచ్చారు. అటువంటి మార్పులు జరిగిన సందర్భాలలో జనశ్రేయస్సు అనేది వారికి ఎప్పుడూ అప్రధానమే.

నాల్గవ అధ్యాయం

ప్రభుత్వ నిర్మాణం, ఇండియాలో బ్రిటిష్ సామ్రాజ్య ఆర్థిక విధానాలు (1757-1857)

ఇండియా వంటి మరో సామ్రాజ్యాన్ని స్వాధీనం చేసుకున్న ఈస్ట్ ఇండియా కంపెనీ, దేశాన్ని అదుపులో ఉంచుకుంటూ పరిపాలించడానికి అనువైన ప్రభుత్వ విధానాన్ని ఎంచుకోవలసి వచ్చింది. 1757 నుంచి 1857 వరకు గల సుదీర్ఘకాలంలో కంపెనీ పరిపాలనా విధానంలో తరచు మార్పులు చోటు చేసుకుంటూ వచ్చాయి. అయితే కంపెనీ లాభాల్ని వృద్ధి చేసుకోవడం, ఇండియాలో ఉన్న ఆస్తుల లాభదాయకశక్తిని వృద్ధి చేసుకోవడం, ఇండియాపై తమ పట్టును కొనసాగించుకుంటూ, మరింత పటిష్టం చేసుకోవడం అనే తన ప్రధాన లక్ష్యాలపట్ల ఎన్నడూ అలసత్వం వహించలేదు. తక్కిన ప్రయోజనాలన్నీ వారికి ఆ ముఖ్య లక్ష్యాల తర్వాతనే అయ్యాయి. ఈ లక్ష్యాలు సాధించుకోవడానికి అనుగుణంగా ఉండే పరిపాలనా యంత్రాంగాన్నే వారు నిర్మించుకున్నారు. పటిష్టం చేసుకున్నారు. ఎటువంటి అవాంతరాలు లేకుండా ఇండియాతో వాణిజ్య సంబంధాలు కొనసాగించుకోవడానికీ, వనరుల్ని పిండుకోవడానికీ శాంతి భద్రతల పరిరక్షణ అనేది మరీ మరీ ముఖ్యం కనుక, పరిపాలనలో దానికే అగ్రతర ప్రాముఖ్యం ఇచ్చారు.

ప్రభుత్వ రూపం

ఈస్ట్ ఇండియా కంపెనీ అధికారులు 1765లో బెంగాల్‌ని తమ ఆధీనంలోకి తెచ్చుకున్నప్పుడు ఆ ప్రాంతానికి సంబంధించి పరిపాలనలో కొత్త పద్ధతులు ఏవైనా ప్రవేశపెట్టాలన్న తలంపు వారికి లేదు. లాభసాటిగా వ్యాపారం చేయడం, ఇంగ్లండ్ పంపించుకోవడానికి అవసరమైన పన్నులు వసూలు చేయడం మాత్రమే వారి ఏకైక

లక్ష్యం. 1765 నుండి 1772 వరకు 'ద్వంద్వ ప్రభుత్వం' ఉన్న కాలంలో భారతీయులైన అధికారుల్ని అంతకు ముందువలె విధులు నిర్వర్తించుకోనిచ్చారు కానీ, బ్రిటిష్ గవర్నర్‌కి బ్రిటిష్ అధికారులకు లోబడి మాత్రమే వారు పనిచేయవలసి వచ్చేది. భారతీయ అధికారులకు బాధ్యతలు మాత్రమే ఉండేవి. అధికారం ఉండేది కాదు, కంపెనీ అధికారులకు అధికారం ఉండేది. బాధ్యతలు మాత్రం లేవు! ఎవరైనా అధికారులంతా అవినీతిపరులే! 1772లో కంపెనీ 'ద్వంద్వ పాలన'కు స్వస్తి చెప్పి, తన సొంత సిబ్బంది ద్వారా బెంగాల్‌లో ప్రత్యక్ష పాలన ప్రవేశపెట్టింది. అయితే, ఒక పూర్తి వాణిజ్య సంస్థ ఒక దేశాన్ని పరిపాలిస్తే సహజంగానే ఉత్పన్నం కాగల అవలక్షణాలే వెల్లడైనాయి.

ఈస్ట్ ఇండియా కంపెనీ అప్పటికి తూర్పు దేశాలతో వాణిజ్యం నెరపడానికి ఏర్పాటైన వాణిజ్య సంస్థ మాత్రమే. ఆపైన, ఆ సంస్థపై అధికారులు భారతదేశానికి కొన్ని వేల కిలోమీటర్ల దూరంలో ఇంగ్లండ్‌లో ఉన్నారు. అయినా, కొన్ని కోట్ల మంది ప్రజల మీద రాజకీయాధికారం చలాయించేది. ఇటువంటి అసంబద్ధ వ్యవహార సరళివల్ల బ్రిటిష్ ప్రభుత్వానికి ఎన్నో సమస్యలు ఎదురయ్యాయి. ఈస్ట్ ఇండియా కంపెనీకి, ఆ సంస్థ ఆధీనంలో ఉన్న ఆస్తులకు బ్రిటిష్ ప్రభుత్వానికీ ఎటువంటి సంబంధం ఉన్నట్టు? బ్రిటన్‌లో ఉన్న కంపెనీ అధికారులు ఎక్కడో ఎంతో దూరాన ఇండియాలో విశేష సంఖ్యలో ఉన్న అధికారుల్నీ సైనికుల్నీ ఎలా నడిపించాలి? ఇండియాలో ఎక్కడో సుదూరాన బెంగాల్‌లో, మద్రాసులో, బొంబాయిలో ఉంటున్న బ్రిటిష్ ఆస్తులపై ఏకీకృత నియంత్రణా కేంద్రాన్ని నెలకొల్పడం ఎలా?

వీటిలో మొట్టమొదటిది అత్యవసరమైనదీ అతి ముఖ్యమైనదీ కూడా. పార్టీలతోను, బ్రిటన్‌లో పార్లమెంటులో ఉన్న వైషమ్యాలతోను, ఇంగ్లీషు రాజకీయ నాయకుల రాజకీయ పరమైన ఆశలతోను, ఇంగ్లీషు వ్యాపారుల వాణిజ్య దాహంతోను ముడిపడి పెనవేసుకున్న ప్రశ్న అది. ఎంతో విలువైన బెంగాల్ సంపద కంపెనీ హస్తగతం కావడంతో 1767లో కంపెనీ డైరెక్టర్లు డివిడెంట్లను పది శాతానికి హెచ్చించారు. 1771 నాటికి దానిని 12.5 శాతానికి పెంచారు. కంపెనీలో పనిచేస్తున్న ఇంగ్లీషు ఉద్యోగులు తమ ఉద్యోగాల్ని అడ్డం పెట్టుకుని అక్రమ, అసమంజస వ్యాపార పద్ధతుల ద్వారా, భారతీయ పాలకుల నుంచి జమిందార్ల నుంచి బలవంతపు లంచాల, బహుమానాల వసూళ్ళ ద్వారా అతి త్వరితంగా భాగ్యవంతులయ్యారు. రాబర్ట్ క్లైవ్, ఏడాదికి నలభైవేలసార్లు తెచ్చిపెట్టిన ఆస్తితో 34వ ఏట ఇంగ్లండ్ తిరిగివెళ్ళాడు!

కంపెనీ ఇస్తున్న డివిడెండ్లనూ, కంపెనీ అధికారులు ఇంటికి మోసుకు తెచ్చుకుంటున్న అపార సంపదనూ చూస్తూ వచ్చిన బ్రిటిష్ సమాజంలో ఇతర వర్గాల్లో ఈర్ష్య రగిలింది. ఈస్ట్ ఇండియా కంపెనీ గుత్తాధిపత్యం వల్ల తూర్పు దేశాలతో

వాణిజ్యానికి దూరంగా ఉండిపోవలసి వచ్చిన వ్యాపారులు, క్రమంగా బలపడుతున్న ఉత్పత్తిదారులు, ఇలా, మొత్తం మీద బ్రిటన్‌లో స్వేచ్ఛా వాణిజ్య వాతావరణంలో ముందుకు దూసుకువస్తున్న వాణిజ్య శక్తులు, అంతవరకూ కంపెనీకి కంపెనీ ఉద్యోగులకు మాత్రమే దక్కుతున్న భారతీయ వాణిజ్యంలో సంపదలో తమకూ వాటా ఉండాలన్న తహతహ బయల్దేరింది. దానితో ఇక అప్పటి నుంచి వారు, కంపెనీ గుత్తాధిపత్యాన్ని దెబ్బతీయడానికి ఉపక్రమించారు. అందుకోసం బెంగాల్‌లో కంపెనీ నిర్వహణ తీరుపై విరుచుకుపడటం మొదలుపెట్టారు. ఇండియా నుంచి తిరిగి వచ్చిన కంపెనీ అధికారుల మీద కూడా ప్రత్యేకంగా గురిపెట్టారు. ఆ అధికారుల్ని అవహేళన చేస్తూ 'నవాబులు' అని పిలిచేవారు. పత్రికలలోనూ సభా వేదికల మీదా అలాగే గేలిచేసేవారు. సంపన్న వర్గాలవారు, ఇండియా నుంచి తిరిగివచ్చిన కంపెనీ అధికారుల్ని వెలివేసేవారు. వారంతా భారతీయుల్ని అణచివేసి దోచుకుతింటున్న దోపిడీదార్ల వద్దే నివసించేవారు. వారి దాడి అంతా ముఖ్యంగా, క్లైవ్, వారెన్ హేస్టింగ్స్‌ల మీదే. 'నవాబుల్ని' నిరసించడం ద్వారా కంపెనీ వ్యతిరేకులు, కంపెనీని అప్రతిష్టపాలు చేయవచ్చుననీ, ఇక ఆ తర్వాత ఆ స్థానాన్ని తాము చేజిక్కించుకోవచ్చుననీ ఆశించారు.

బెంగాల్ స్వాధీన ప్రక్రియలో తాము కూడా ప్రయోజనం పొందాలని చాలా మంది మంత్రులు పార్లమెంటు సభ్యులు తహతహలాడారు. బ్రిటిష్ ప్రభుత్వానికి కంపెనీ చేత కొంత కప్పం చెల్లించేలా బలవంతంగా ఒప్పించి ప్రజాభిప్రాయాన్ని తమకు అనుకూలంగా కూడగట్టుకోవడానికి వారు ప్రయత్నించారు. ఆ రూపేణా ఇండియా నుంచి ఆదాయం సాధిస్తే, ఆ రాబడితో పన్నులు కాని ఇంగ్లండ్ రుణ భారం కాని తగ్గించుకోవచ్చునన్నది వారు వినిపించిన వాదం. చివరకు, కంపెనీ ఏడాదికి నాలుగు లక్షల పౌన్లు బ్రిటిష్ ఖజానాకి చెల్లించాలని నిర్దేశిస్తూ, 1767లో పార్లమెంటు ఒక చట్టం ఆమోదించింది. ఒక బలవత్తర శక్తిగా తయారైన కంపెనీ, సంపన్నులైన ఆ కంపెనీ అధికారులు ఇంగ్లీషు జాతినీ రాజకీయాన్నీ పూర్తిగా భ్రష్టు పట్టిస్తాయన్న భయం కలిగిన అనేక మంది బ్రిటిష్ రాజకీయ మేధావులు రాజనీతిజ్ఞులు కంపెనీ కార్యకలాపాలపైన, ఆ కంపెనీ అధికారుల కార్యకలాపాలపైన నియంత్రణ ఉండాలని భావించారు. పద్దెనిమిదవ శతాబ్ది ద్వితీయార్థంలో బ్రిటన్‌లో పార్లమెంటరీ రాజకీయాలు పరమ అవినీతి భూయిష్టంగా తయారయ్యాయి. కంపెనీ, ఆ కంపెనీ మాజీ అధికారులు, తమ ఏజెంట్లను కామన్స్ సభకు సంధించుకోవడానికి కామన్స్ సభ సీట్లు కొనుక్కునేవారు. కంపెనీ, ఆ కంపెనీ అధికారులు ఇండియా నుంచి దోచుకువచ్చిన సంపదతో బ్రిటిష్ ప్రభుత్వాన్ని తమ అదుపాజ్ఞలలో పెట్టుకునే స్థాయికి ఎదిగి కూర్చుంటారని అనేకమంది ఇంగ్లీషు రాజనీతిజ్ఞులు కలవరపడ్డారు. కంపెనీని,

ఇండియాలో ఆ కంపెనీ సామ్రాజ్యాన్ని అదుపులో పెట్టకపోతే, ఇండియాకి గుత్తాధిపతిగా తయారైన కంపెనీ, అతి త్వరితంగానే బ్రిటిష్ ప్రభుత్వాన్ని తన గుప్పిట బంధించి బ్రిటిష్ ప్రజల స్వేచ్ఛా స్వాతంత్ర్యాన్నే నాశనం చేయవచ్చుననిపించింది.

స్వేచ్ఛా వాణిజ్యాన్ని వస్తూత్పత్తి రంగంలో పెట్టుబడిదారీ విధానాన్ని సమర్థిస్తూ అప్పుడప్పుడే ముందుకు వస్తున్న ఆర్థిక శాస్త్రవేత్తలు కూడా, కంపెనీ అనుభవిస్తున్న ప్రత్యేక హక్కు అని నిరసించారు. ఆధునిక ఆర్థిక శాస్త్ర ప్రవక్త ఆడమ్ స్మిత్ "దివెల్త్ ఆఫ్ నేషన్స్" పేరిట వెలువరించిన తన ప్రసిద్ధ రచనలో కొన్ని కంపెనీల్ని ప్రత్యేక హక్కులతో నెత్తికెక్కించుకోవడాన్ని ఖండించారు :

"అటువంటి ప్రత్యేక హక్కుల కంపెనీలు ఎన్నో విధాల అరిష్టదాయకాలు. ఆ కంపెనీ ఏర్పాటైన దేశాలకు అవి ప్రతిబంధకాలు. అటువంటి కంపెనీలు ఏ ప్రభుత్వాల హయాంలో దురదృష్టవశాన పుట్టుకువస్తాయో అవి ఆ ప్రభుత్వాలకు వినాశకాలే అవుతాయి."

అటువంటి పరిస్థితుల్లో, బ్రిటిష్ ప్రభుత్వానికీ కంపెనీ అధికార వ్యవస్థకు గల బాంధవ్యాల్ని పునర్నిర్వచించుకుని తగు విధంగా మార్పులు చేసుకోవలసిన అవసరం ఏర్పడింది. ఒక దశలో కంపెనీ ప్రభుత్వాన్ని పది లక్షల పౌన్ల రుణం అర్థించవలసి వచ్చింది. అయితే, కంపెనీకి శత్రువులు చాలామందే వున్నా వారంతా శక్తిమంతులే అయినా, కంపెనీకి పార్లమెంటులో శక్తిమంతులైన మిత్రులు సైతం లేకపోలేదు. అంతేకాదు, మూడవ జార్జి ప్రభువు కంపెనీకి మహాపోషకుడు! తత్ఫలితంగా, కంపెనీ తీవ్రంగా ప్రతిఘటించింది. చివరకు, కంపెనీ ప్రయోజనాలకు, బ్రిటిష్ సమాజంలో ఉన్న పలుకుబడి గలిగిన విభిన్న వర్గాల ప్రయోజనాలకు మధ్య సమతౌల్యాన్ని జాగ్రత్తగా పరిరక్షించే విధంగా పార్లమెంటు ఒక రాజీ సూత్రాన్ని ఖరారు చేసింది. బ్రిటిష్ ఉన్నత సామాజిక వర్గాల సమిష్టి ప్రయోజనాలకు అనుగుణంగా ఇండియాలో బ్రిటిష్ పాలన సాగేందుకు వీలుగా, భారత పాలనా వ్యవస్థకు సంబంధించిన కంపెనీ మౌలిక విధానాలపై తన నియంత్రణ ఉండాలని బ్రిటిష్ ప్రభుత్వం నిర్ణయించింది. అయినా, తూర్పు దేశాలలో కంపెనీ వాణిజ్య గుత్తాధిపత్యానికి డోకా ఉండదు. ఇండియాలో కంపెనీ తనకు నచ్చిన అధికారులను నియమించుకునే ఎంతో కీలకమైన అధికారానికీ ఢోకా ఉండదు. అలాగే, భారత పాలనా వ్యవస్థకు సంబంధించిన తక్కిన వివరాలన్నింటినీ కంపెనీ డైరెక్టర్లకే విడిచిపెట్టాలని కూడా నిర్ణయించారు.

'కంపెనీ వ్యవహారాలకు సంబంధించి తొలి ముఖ్యమైన పార్లమెంటరీ చట్టం' రెగ్యులేటింగ్ యాక్ట్' పేరిట 1773లో వచ్చింది. కంపెనీ డైరెక్టర్ల బోర్డు నియమావళిలో

ఈ చట్టం మార్పులు తీసుకువచ్చింది. డైరెక్టర్ల చర్యలపై పర్యవేక్షణాధికారం బ్రిటిష్ ప్రభుత్వానికే ఉంటుంది. అయితే, ఆచరణకు వచ్చే సరికి ఈ రెగ్యులేటింగ్ యాక్ట్ భగ్నమైపోయింది. ఈ యాక్ట్, బ్రిటిష్ ప్రభుత్వానికి, కంపెనీ మీద బలమైన నిర్ణయాత్మకమైన నియంత్రణాధికారాన్ని దత్తం చేయలేదు. అదేవిధంగా, కంపెనీకీ, రోజు రోజుకూ బలపడుతున్న, వ్యతిరేక వ్యాఖ్యలతో విరుచుకుపడుతున్న ఇంగ్లడ్‌లోని కంపెనీ ప్రత్యర్థులకూ మధ్య సంఘర్షణను నిలువరించడంలో కూడా ఈ యాక్ట్ విఫలమైంది. దీనికితోడు, ఇండియాలో కంపెనీపాలన సమస్తం అవినీతి భూయిష్టంగా, ప్రజాకంటకంగా, ఆర్థికంగా వినాశకరంగా తయారవడంతో ప్రత్యర్థుల దాడుల్ని కంపెనీ ఎదుర్కోలేని పరిస్థితిలో పడిపోయింది.

'రెగ్యులేటింగ్ యాక్ట్‌లో లోపాలవల్ల బ్రిటిష్ రాజకీయ తక్షణావసరాలవల్ల 'పిట్స్ ఇండియా యాక్ట్' పేరిట 1784లో మరొక ముఖ్యమైన చట్టాన్ని తీసుకురావలసి వచ్చింది. కంపెనీ వ్యవహారాల మీద, ఇండియాలో ఆ కంపెనీ పాలన మీద బ్రిటిష్ ప్రభుత్వానికి ఈ కొత్త చట్టం పూర్తి ఆధిపత్యం ఇచ్చింది. ఈ చట్టాన్ని పురస్కరించుకుని, ఇండియా వ్యవహారాల కోసం బ్రిటిష్ ప్రభుత్వం బోర్డ్ ఆఫ్ కంట్రోల్ పేరిట ఆరుగురు కమిషనర్లను, ఇద్దరు కేబినెట్ మంత్రులను నియమించింది. కంపెనీ కోర్టు ఆఫ్ డైరెక్టర్లకు, భారత ప్రభుత్వానికి మార్గనిర్దేశనం చేస్తూ వాటి కార్యకలాపాల మీద అజమాయిషీ చేస్తూఉండటం ఈ బోర్డ్ ఆఫ్ కంట్రోల్ బాధ్యత. ఈ చట్టాన్ని పురస్కరించుకుని భారత ప్రభుత్వాన్ని గవర్నర్ జనరల్ ఆధీనంలోను, ఒక త్రిసభ్య కౌన్సిల్ ఆధీనంలోను ఉంచారు. ఆ త్రిసభ్య సమితిలోని ఏ ఒక్కరి మద్దతు పొందగలిగినా, గవర్నర్ జనరల్ తాను సంకల్పించిన కార్యక్రమాన్ని నిరాటంకంగా అమలు జరుపుకోవచ్చు. యుద్ధం, దౌత్యం, రెవిన్యూ వ్యవహారాలు మొదలైన ముఖ్యమైన అంశాలన్నింటా, బొంబాయి, మద్రాసు ప్రెసిడెన్సీలు బెంగాల్‌కి లోబడి వ్యవహరించాలని కొత్త యాక్ట్ స్పష్టంగా నిర్దేశించింది. ఈ చట్టంతోనే ఇండియాలో బ్రిటిష్ జైత్రయాత్ర ఒక కొత్త దశలో ప్రవేశించిందని చెప్పాలి. బ్రిటిష్ జాతీయ విధాన రూపకల్పనకు ఈస్ట్ ఇండియా కంపెనీ ఒక ఉపకరణమే అయితే, ఇండియాని బ్రిటన్‌లో ఉన్న సకల పాలకవర్గాల ప్రయోజనాల పరిరక్షణకు సాధనంగా వాడుకున్నారు. ఇక, ఈస్ట్ ఇండియా కంపెనీ, ఇండియా చైనా దేశాలలో తన వాణిజ్య గుత్తాధిపత్యం చెక్కు చెదరకుండా నిలబడినందుకు సంతోషపడింది. ఇండియాలో బ్రిటిష్ అధికారుల నియామకాలు, బర్తరఫ్‌లకు సంబంధించి తమ లాభసాటి హక్కు కంపెనీ డైరెక్టర్ల చేతుల్లో పదిలంగా కొనసాగింది. అంతేకాక, తమ సంస్థ అయిన ఈస్ట్ ఇండియా కంపెనీ ద్వారానే భారత పాలన కొనసాగుతోంది. అంతకంటే వారికి ఏం కావాలి?

భారతదేశంలో బ్రిటిష్ పాలన పిట్స్ ఇండియా యాక్ట్ నిర్దేశించిన స్థూల పరిధికి లోబడి 1857 వరకు కొనసాగుతూపోతే, ఆ తర్వాత వచ్చిన శాసనాలవల్ల ఎన్నో ముఖ్యమైన మార్పులు చోటు చేసుకున్నాయి. వాటివల్ల కంపెనీ అధికారాలు హక్కులు క్రమంగా తగ్గిపోతూ వచ్చాయి. 1786లో గవర్నర్ జనరల్‌కి ఒక విశేషమైన అధికారాన్ని దఖలు పరిచారు. భద్రతతో, శాంతి పరిరక్షణతో ఇండియాలో బ్రిటిష్ సామ్రాజ్య ప్రయోజనాల పరిరక్షణతో ముడిపడి ఉన్న కీలకమైన అంశాలలో త్రిసభ్య కౌన్సిల్‌ని తోసివేసి వ్యవహరించే అధికారాన్ని గవర్నర్ జనరల్‌కి ఇచ్చారు.

1813లో చార్టర్ యాక్ట్ వచ్చింది. దీనిని పురస్కరించుకుని, ఇండియాలో కంపెనీ వాణిజ్య గుత్తాధిపత్యం ముగిసింది. బ్రిటిష్ పౌరులు ఎవరైనా సరే ఇండియాతో వాణిజ్య సంబంధాలు పెట్టుకునే వీలు కలిగింది. అయినాసరే, తేయాకు వాణిజ్యం, చైనాతో వాణిజ్యం మాత్రం కంపెనీ ఆధీనంలోనే కొనసాగింది. అలాగే ఇండియాలో ప్రభుత్వ నిర్వహణ, రెవిన్యూ వసూళ్ళు కూడా కంపెనీ చేతుల్లోనే కొనసాగాయి. ఇండియాలో కంపెనీ అధికారుల నియామకాధికారం కూడా కంపెనీ ఆధీనంలోనే ఉంది.

1833లో వచ్చిన 'చార్టర్ యాక్ట్'తో తేయాకు వాణిజ్యంలో కంపెనీ గుత్తాధిపత్యం, చైనాతో కంపెనీ వాణిజ్య హక్కు కూడా రద్దయ్యాయి. కంపెనీ రుణభారాన్ని భారత ప్రభుత్వానికి బదలాయించారు. కంపెనీ షేర్ హోల్డర్లకు పదిన్నర శాతం డివిడెండుల చెల్లించే బాధ్యతను కూడా భారత ప్రభుత్వం మీదే వేశారు. కాని, బోర్డ్ ఆఫ్ కంట్రోల్ కఠిన నియంత్రణకు లోబడి, భారత ప్రభుత్వాన్ని కంపెనీయే నడిపిస్తూ వచ్చింది.

పైన వివరించిన వివిధ పార్లమెంటరీ చట్టాలవల్ల, కంపెనీని, ఇండియాతో కంపెనీ పాలనను బ్రిటిష్ ప్రభుత్వానికి లోబడి వ్యవహరించవలసిన స్థాయికి నెట్టివేశాయి. అయితే, ఆరువేల మైళ్ళ దూరం నుంచి, ఇండియాలో రోజువారి పాలనా కార్యక్రమాల్ని నడిపించడం కాని, లేక, పర్యవేక్షించడంకాని సాధ్యం కాదన్న వాస్తవాన్నీ బ్రిటిష్ పాలకులు గుర్తించారు. అందువల్ల ఇండియాపై సంపూర్ణ పాలనాధికారాన్ని గవర్నర్ జనరల్‌కి, ఆయనకు అనుబంధంగా పనిచేసే కౌన్సిల్‌కి దత్తం చేశారు. కీలకమైన వ్యవహారంలో కౌన్సిల్ సలహాలను తిరస్కరించే హక్కు గవర్నర్ జనరల్‌కి దఖలు పరచి ఉండడంవల్ల, బ్రిటిష్ ప్రభుత్వ పర్యవేక్షణలో నియంత్రణలో మార్గనిర్దేశంలో ప్రత్యక్షంగా నిజమైన పాలకుడుగా గవర్నర్ జనరల్ మాత్రమే మిగిలాడు.

తమ లక్ష్యాన్ని సాధించుకోవడానికి అనువుగా ఉండే ఒక కొత్త పాలనా వ్యవస్థను సృష్టించింది బ్రిటిష్ ప్రభుత్వం. ఈ కొత్త వ్యవస్థ ముఖ్య లక్షణాన్ని గురించి చర్చించే

ముందు, ఏ దేశంలో అయినాసరే, పరిపాలకులు నిర్దేశించుకున్న ముఖ్య లక్ష్యాల సాధన మాత్రమే ఏ పాలనా యంత్రాంగానికైనా ముఖ్య విధి అవుతుంది. కనుక, ఏ లక్ష్యాల సాధనకు వీలుగా అటువంటి కొత్త వ్యవస్థను ఏర్పరచుకున్నారో ముందుగా పరిశీలించుకోవడం సమంజసంగా ఉంటుంది. ఈస్ట్ ఇండియా కంపెనీ నుంచి లాంక్‌షైర్ పారిశ్రామిక వేత్తల వరకు, బ్రిటన్‌లో ఉన్న వివిధ వర్గాలవారి గరిష్ట ప్రయోజనాలకు అనుగుణంగా ఆర్థికంగా భారతదేశాన్ని దోచుకోవడమే బ్రిటిష్ వారి ముఖ్యాతి ముఖ్య లక్ష్యం. 1793లో గవర్నర్ జనరల్‌గా ఉన్న లార్డ్ కార్న్‌వారిస్, బెంగాల్ ప్రభుత్వం ముందు రెండు ప్రాథమిక లక్ష్యాలు ఉంచాడు. రాజకీయ భద్రతల పరిరక్షించుకోవాలి. అలా పరిరక్షించుకుంటూనే, బ్రిటన్ ఆధీనంలో ఉన్న ఇండియా, ఇటు ఈస్ట్ ఇండియా కంపెనీకి అటు బ్రిటిష్ జాతికీ వీలైనంత ప్రయోజనకరంగా ఉండేలా వ్యవహరించాలని నిర్దేశించాడు. అలా వ్యవహరిస్తూనే, ఇండియాపై బ్రిటన్ ఆధిపత్యం సాధించడానికి అయ్యే పూర్తి వ్యయాన్నీ, విదేశీ పాలకులకు అయ్యే సమస్త వ్యయాన్నీ కూడా ఇండియాయే భరించేలా చేయాలి. ఈ కారణాలవల్లనే, ఇండియాలో బ్రిటిష్ ఆర్థిక విధానాల పరిశీలనకు అగ్రతర ప్రాముఖ్యం ఉంది.

వాణిజ్య విధానం

1600 నుంచి 1757 వరకు ఈస్ట్ ఇండియా కంపెనీ ఇండియాలో ఒక ట్రేడింగ్ సంస్థలాగే వ్యవహరించింది. కొన్ని రకాల వస్తువుల్నీ బంగారం, వెండి వంటి విలువైన లోహాల్ని ఇండియా తీసుకువచ్చి, వాటిని వస్త్రాలు, సుగంధ ద్రవ్యాల వంటి భారతీయ వస్తువులతో వినిమయం చేసుకుని వాటిని ఇతర దేశాలలో విక్రయించేవారు. భారతీయ వస్తువుల్ని ఇతర దేశాలలో విక్రయించడం ద్వారానే కంపెనీ ఎక్కువ లాభాలు ఆర్జించేది. అందువల్ల కంపెనీ సహజంగానే భారతీయ వస్తువుల వ్యాపారాన్ని బ్రిటన్‌లోను ఇతర దేశాలలోను కొత్త కొత్త ప్రాంతాలకు విస్తరించే ప్రయత్నాలు చేస్తూ ఉండేది. ఆ విధంగా భారతీయ వస్తూత్పత్తిదార్ల ఎగుమతులు పెరిగేలా చేసి, వారి ఉత్పత్తికి ఊతం ఇచ్చింది. భారతీయ సంస్థానాధీశులు ఎంతో సహనం ప్రదర్శించడానికే ఇండియాలో కంపెనీ ఫ్యాక్టరీల ఏర్పాటును ప్రోత్సహించడానికీ ఇదే కారణం.

అయితే, బ్రిటన్‌లో భారతీయ వస్త్రాలకు ఎంతో ఆదరణ ఉండడం బ్రిటిష్ ఉత్పత్తిదార్లకు ఆది నుంచి కంటగింపుగానే ఉండేది. ఉన్నట్టుండి ఒక్కసారిగా దుస్తుల ఫ్యాషన్లు మారిపోయి, ఇంగ్లీషు ముతక ఉన్ని దుస్తుల స్థానే తేలికపాటి నూలు వస్త్రాలకు గిరాకీ పెరిగిపోయింది. "మన ఇళ్ళల్లోకి మన బీరువాల్లోకి పడక గదుల్లోకి భారతీయ

వస్త్రం చొచ్చుకువచ్చేసింది. గుమ్మాలకు, కిటికీలకు వేసుకునే తెరలు, కుర్చీలకు వాడే వస్త్రాలు చివరకు పరుపులమీద అన్నింటికీ అవే ఇంఇయా నుంచి వచ్చిన ఆ నూలు బట్టలే...” అంటూ ప్రసిద్ధ నవల “రాబిన్‌సన్ క్రూసో” రచయిత వాపోయాడు కూడా! ఇక ఆ తర్వాత ఇంగ్లండ్‌లో భారతీయ వస్తువుల విక్రయాన్ని నియంత్రించాలనీ నిషేధించాలనీ బ్రిటిష్ వస్తూత్పత్తిదార్లు వారి ప్రభుత్వం మీద ఒత్తిడి తీసుకువచ్చారు. అద్దకం బట్టల్నీ రంగులు అద్దిన వస్త్రాల్నీ ధరించడాన్నీ ఉపయోగించడాన్నీ నిషేధిస్తూ 1720 నాటికి చట్టాలు తీసుకువచ్చారు. దిగుమతి చేసుకున్న చేతిరుమాలు కలిగివున్నందుకు, 1760లో ఒక స్త్రీ రెండువందల పౌన్లు జరిమానా చెల్లించవలసి వచ్చింది! ఇంకా ఆపైన, అద్దకం చేయని మామూలు వస్త్రాల మీద భారీగా దిగుమతి సుంకం విధించారు. అలాగే, హాలండ్ మినహా ఇతర యూరోపియన్ దేశాలు కూడా, భారతీయ వస్త్రాల దిగుమతుల్ని నిషేధించడమో, లేక వాటిపై భారీగా దిగుమతి సుంకాలు విధించడమో చేశాయి. ఇన్ని చట్టాలు వచ్చినా సరే, పద్దెనిమిదవ శతాబ్ది మధ్యకాలంలో, ఇంగ్లీషు జౌళి పరిశ్రమ ఆధునిక సాంకేతిక పరిజ్ఞానం ఆధారంగా అభివృద్ధి సాధించేవరకు భారతీయ పట్టు వస్త్రాలకు నూలు వస్త్రాలకు విదేశీ మార్కెట్లలో గిరాకీ కొనసాగింది.

1757లో ప్లాసీ యుద్ధానంతరం, కంపెనీకి అంతవరకు ఇండియాతో ఉన్న వాణిజ్య సంబంధాలలో ఒక గుణాత్మకమైన మార్పు వచ్చింది. భారతీయ వాణిజ్యం మీద ఉత్పత్తి రంగం మీద గుత్తాధిపత్యం సాధించడానికీ, ఇండియాతో వాణిజ్యాన్ని మరింత ముందుకు తీసుకుపోవడానికీ, కంపెనీ బెంగాల్‌పై తమకున్న రాజకీయాధిపత్యాన్ని ఉపయోగించుకోవడం ప్రారంభించింది. భారతీయ వస్తువుల ఎగుమతికి అవసరమయ్యే ఆర్థిక వనరుల్ని బెంగాల్ రాబడి నుంచే సమకూర్చుకోవడం ప్రారంభించింది. 1750-51లో బ్రిటన్‌కి ఇండియా నుంచి 15 లక్షల పౌన్ల స్థాయిలో ఉన్న ఎగుమతులు 1797-98 నాటికి 58 లక్షల పౌన్ల స్థాయికి పెరిగాయి కనుక, కంపెనీ భారతీయ ఉత్పత్తిదార్లను బాగా ప్రోత్సహించి ఉండాలి. కాని, నిజానికి అలా జరగనే లేదు. కంపెనీ తనకున్న రాజకీయాధిపత్యాన్ని ఉపయోగించి బెంగాల్ నేత పనివారికి కొన్ని నిర్బంధాలు విధించింది. వాటివల్ల నేత పనివారు తాము తయారు చేసిన వస్త్రాలను కంపెనీ నిర్దేశించిన ధరలకు చౌకగా, ఒక్కొక్కప్పుడు నష్టాలకే అమ్ముకోవలసి వచ్చింది. ఇంకా ఆపైన వారికి కార్మిక స్వేచ్ఛ కూడా లేదు. వారిలో చాలా మంది తక్కువ కూలికి నిర్బంధంగా కంపెనీకి పనిచేయవలసి వచ్చింది. ఇంకా ఆపైన వారు భారతీయ వ్యాపారుల వద్ద పనిచేయడానికి వీలులేదు. బెంగాల్ చేతివృత్తి పనివారికి ఎక్కువ వేతనాలు కాని, వారి ఉత్పత్తులకు ఎక్కువ ధరలు కాని చెల్లించడానికి

వీలులేదని శాసించి, కంపెనీ, భారతీయ, విదేశీ ప్రత్యర్థి వ్యాపారుల్ని పోటీలు లేకుండా తొలగించుకున్నది. ముడి నూలు వాణిజ్యాన్ని కంపెనీ ఉద్యోగులే పూర్తిగా తమ గుప్పిట్లోకి తీసుకుని బెంగాల్ నేత పనివారు విపరీతమైన ధరలు చెల్లించి కొనుగోలు చేసుకోవలసిన పరిస్థితి సృష్టించారు. అలా నేతవృత్తివనివారు ఇటు కొనుగోలుదారుగానూ, అటు అమ్మకందారుగానూ రెండు విధాలా నష్టపోయారు. ఈ పరిస్థితికితోడు, ఇంగ్లండ్ చేరిన భారతీయ వస్త్రాల మీద భారీగా సుంకాలు ఉండేవి! తక్కువ ధరకే దొరుకుతున్న భారతీయ వస్తువుల నాణ్యతా స్థాయికి అప్పటికి ఇంకా చేరుకోలేకపోతున్న తమ పరిశ్రమల్ని రక్షించుకోవడానికే బ్రిటిష్ ప్రభుత్వం కృతనిశ్చయమైంది. అయినాసరే, భారతీయ వస్తువులు కొంతమేరకు నిలదొక్కుకున్నాయి. కాని, 1813 తర్వాతనే, హస్త నైపుణ్యంతో తయారైన భారతీయ వస్త్ర పరిశ్రమపై నిజమైన పెద్ద వేటు పడింది. విదేశీ వాణిజ్యమూ పోయింది. అంతకుమించి, ఇండియాలోనే మార్కెట్ కూలిపోయింది.

బ్రిటన్‌లో పారిశ్రామిక విప్లవం బ్రిటిష్ ఆర్థిక వ్యవస్థను, ఇండియాతో ఆర్థిక సంబంధాలను పూర్తిగా మార్చివేసింది. 18వ శతాబ్ది ద్వితీయార్థంలో, 19వ శతాబ్ది తొలి దశాబ్దాలలో బ్రిటిష్ సామాజిక ఆర్థిక స్వరూపం పూర్తిగా మారిపోయింది. ఆధునిక యంత్రాల రాకతో, ఫ్యాక్టరీల పద్ధతి, పెట్టుబడిదారీ తరహా ప్రారంభమై బ్రిటిష్ పరిశ్రమ పురోగమించి అతి త్వరితంగా విస్తరించింది. ఈ ప్రగతికి అనేకానేక కారణాలు దోహదం చేశాయి.

అంతకుముందు శతాబ్దాలలో బ్రిటిష్ విదేశీ వాణిజ్యం త్వరితగతిన విస్తరిస్తూ వచ్చింది. యుద్ధాలతో తన వలస విధానంతో బ్రిటన్ ఎన్నో విదేశీ మార్కెట్లను వశపరచుకుని వాటిపై గుత్తాధిపత్యం సాధించింది. ఎగుమతి చేయడానికి అవసరమైన వస్తువుల్ని ఉత్పత్తిచేసే పరిశ్రమలు, ఉత్పత్తి రంగంలో నిర్వహణ రంగంలో వస్తున్న ఆధునిక పద్ధతుల్ని ఉపయోగించుకుని త్వరితంగా ముందుకుపోవడానికి, అందుబాటులోకి వచ్చిన ఈ విదేశీ మార్కెట్లు బాగా కలిసివచ్చాయి. ఆఫ్రికా, వెస్ట్ ఇండీస్, లాటిన్ అమెరికా, కెనడా, ఆస్ట్రేలియా, చైనా, వీటన్నింటినీ మించి ఇండియా, బ్రిటిష్ ఎగుమతులకు అపరిమితమైన అవకాశాలు కల్పించాయి. ముఖ్యంగా నూలు వస్త్ర పరిశ్రమ బ్రిటిష్ పారిశ్రామిక విప్లవానికి స్తంభంలా నిలబడింది. బ్రిటన్ అప్పటికే వలస తరహా వాణిజ్యం మీద మంచిపట్టుసాధించి ఉంది. అది పారిశ్రామిక విప్లవానికి దోహదం చేస్తే, పారిశ్రామిక విప్లవం ఆ తరహా వాణిజ్యాన్ని పటిష్టం చేసింది. బ్రిటిష్ వలస ప్రాంతాలు, వెనుకబడి ఉన్న దేశాలు తమ వ్యవసాయోత్పత్తుల్ని, ముడి ఖనిజాన్ని బ్రిటన్‌కి ఎగుమతి చేస్తే, వాటి ఆధారంగా తయారైన వస్తువుల్ని బ్రిటన్ తిరిగి వారికి

విక్రయించేది.

రెండవది : నూతన యంత్ర సామాగ్రి మీద ఫ్యాక్టరీ వ్యవస్థ మీద పెట్టుబడి పెట్టడానికి అవసరమైన ధనం దేశంలో అప్పటికే తగినంతగా పోగుపడి ఉంది. దానికి తోడు ఆ డబ్బంతా, విలాసవంతమైన జీవితానికి తగులబెట్టే ధనికవర్గాల చేతికి కాక, వాణిజ్య, పరిశ్రమల మీద పెట్టుబడి పెట్టాలన్న తపన గలిగిన వ్యాపారుల, పారిశ్రామికవేత్తల చేతులకే చేరింది. ఆఫ్రికా, ఆసియా, వెస్ట్ ఇండీస్, దక్షిణ అమెరికా దేశాల నుంచి, ప్లాసీ యుద్ధం తర్వాత ఈస్ట్ ఇండియా కంపెనీ నుంచి కంపెనీ ఉద్యోగుల నుంచి వచ్చి చేరిన భారీ సంపద యావత్తూ పారిశ్రామిక విస్తరణలో కీలకపాత్ర వహించిందనే చెప్పాలి.

మూడవది : జనాభా త్వరితంగా పెరగడం వల్ల విస్తరిస్తున్న పారిశ్రామిక రంగానికి కార్మికశక్తి అవసరమైనంతగా చౌకగా అందుబాటులోకి వచ్చింది. బ్రిటన్‌లో జనాభా 1740 తర్వాత త్వరితంగా పెరిగింది. 1780 తర్వాత, యాభై సంవత్సరాలలో రెట్టింపు అయింది.

భూమి శిస్తు విధానం

ఇండియాలో తయారయ్యే చేతివస్తువుల్నీ ఇంతర సరుకుల్నీ ఎగుమతి కోసం కొనుగోలు చేయడానికీ, యావద్భారతాన్నీ జయించి బ్రిటిష్ పాలనను సంఘటితం చేసుకోవడానికి అవసరమయ్యే ధనం సమకూర్చుకోవడానికీ, ఇప్పటి ప్రమాణాల ప్రకారం ఎక్కడా ఎవరూ చెల్లించనంతటి ఎక్కువ స్థాయిలో జీతాలు చెల్లించి, పాలనా వ్యవస్థలో సైన్యంలో ఉన్నతస్థాయి ఉద్యోగాల్లో వేలాది మంది ఇంగ్లీషువారిని నియమించుకోవడానికీ, తమ వలస పాలన గ్రామీణ ప్రాంతాలకు దేశంలో మారుమూల ప్రాంతాలకు చొచ్చుకుపోయేలా చేసుకోవడానికి అవసరమయ్యే పాలనా వ్యయాల్ని సమకూర్చుకోవడానికీ కంపెనీకి ఇండియా నుంచి మరింత రెవిన్యూ వసూలు చేసుకోవడం అవసరమనిపించింది. అందుకు భారతీయ రైతుపై పన్నుల భారాన్ని మరింతగా పెంచక తప్పదు. నిజానికి, 1813 వరకు పాలనా వ్యవస్థలోను న్యాయ వ్యవస్థలోను ప్రవేశపెట్టిన ప్రధానమైన మార్పులన్నింటి లక్ష్యం భూమిశిస్తు వసూళ్ళు పెంచడమే. కంపెనీ వ్యాపారానికీ, లాభార్జనకు అవసరమైన పెట్టుబడి సమకూర్చాలన్నా, పాలనా వ్యయానికి ధనం సమకూర్చాలన్నా, ఇండియాలో బ్రిటిష్ వలస పాలన విస్తరణ కోసం యుద్ధాలు సాగించాలన్నా ఇలా ఏ రకమైన వ్యయ భారం అయినా ప్రధానంగా భారతీయ రైతు మీదే పడేది. నిజానికి ఇక్కడి రైతులపై ఆ స్థాయిలో పన్నులు విధించి ఉండకపోతే ఇండియా వంటి సువిశాల దేశాన్ని

బ్రిటిష్ వారు జయించగలిగి ఉండేవారు కారు.

వ్యవసాయోత్పత్తిలో, అంటే పంటలో కొంత భాగాన్ని ప్రభుత్వం భూమి శిస్తుగా వసూలు చేసే పద్ధతి భారతదేశంలో అనాదిగా అమలులో ఉన్నదే. ప్రభుత్వం తన ఉద్యోగుల ద్వారా నేరుగాగాని లేదా, జమిందార్లు, రెవిన్యూ రైతుల వంటి దళాలరుల ద్వారాగాని భూమిశిస్తు వసూలు చేసుకునేది. దళారులు వసూలుచేస్తే, రైతు నుంచి వసూలు చేసిన సొమ్ములో వారు కొంత భాగాల్ని కమిషన్‌గా మినహాయించుకునేవారు. తాము శిస్తు వసూలు చేసే ప్రాంతాలలో ఈ దళారులలో కొందరికి కొంత సొంత భూమి ఉన్నప్పటికీ వారి ముఖ్య బాధ్యత రెవిన్యూ వసూలు చేయడమే.

శాశ్వత శిస్తు సెటిల్మెంట్

ఈస్ట్ ఇండియా కంపెనీ 1765లో బెంగాల్, బీహార్, ఒరిస్సాలపై 'దివానీ' పేరిట రెవిన్యూ హక్కు పొందిన విషయాన్ని గురించి ఇంతకుముందే చెప్పుకున్నాం. మొదట, కంపెనీ రెవిన్యూ వసూలుకు సంబంధించి పాతపద్ధతినే కొనసాగించే ప్రయత్నం చేసింది. కాని, వసూలు చేయవలసిన మొత్తాన్ని 1722లో ఒక కోటీ నలభై రెండు లక్షల తొంభై వేల రూపాయలు గాను, 1764లో ఒక కోటీ ఎనభై ఒక్క లక్షల ఎనభై వేల రూపాయలుగాను ఉంచి, 1771 నాటికి ఆ మొత్తాన్ని రెండు కోట్ల ముప్పై లక్షలకు పెంచింది. 1773లో భూమిశిస్తు వసూళ్ళను తానే నేరుగా చేపట్టాలని నిర్ణయించింది. వారెన్ హేస్టింగ్స్, రెవిన్యూ వసూళ్ళ హక్కును వేలం వేసే పద్ధతి ప్రవేశపెట్టి ఎక్కువ మొత్తానికి పాడుకునే వారికి వసూలు హక్కు కల్పించాడు. అయితే ఆయన ప్రయోగం విజయవంతం కాలేదు. జమిందార్లు, ఇంకా వేలంపాటలో పాల్గనే వారు వారిలో వారు పోటీపడి రెవిన్యూ మొత్తాన్ని పెంచుకుంటూ పోయినా, వసూళు ళ్ళ మాత్రం ఏడాదికి ఒక విధంగా ఉండేవి. పాలకులు ఆశించిన స్థాయిలో ఏనాడూ ఉండేవి కావు. కంపెనీ డబ్బుకు ఎంతో కటకటపడుతున్న సమయంలో ఈ పద్ధతి, కంపెనీ రాబడిలో అస్తవ్యస్థ పరిస్థితిని సృష్టించింది. దీనికితోడు, రాబోయే సంవత్సరానికి రెవిన్యూ వసూలు లక్ష్యం ఎంత ఉంటుందో, ఎవరు వసూళ్ళకు వస్తారో తెలియక పోవడం వల్ల ఇటు రైతులు కాని, అటు జమీందార్లుకాని సేద్యాభివృద్ధికి ఏమీ చేసేవారు కాదు.

ఈ దశలో, భూమి శిస్తుగా ఒక శాశ్వత మొత్తాన్ని నిర్దేశించాలన్న ఆలోచన ఉదయించింది. సుదర్ఘీంగా చర్చలు వాదోపవాదాలు సాగిన తర్వాత, లార్డ్ కార్న్‌వాలిస్ 1793లో 'పర్మినెంట్ సెటిల్మెంట్' పద్ధతిని బెంగాల్, బీహార్‌లలో ప్రవేశపెట్టాడు. ఇందులో రెండు బిగింపులు ప్రవేశపెట్టారు. మొదటిది : జమిందార్లనీ రెవిన్యూ కలెక్టర్లని

(వసూళ్ళకు నియమితులైన వారిని) భూస్వాములుగా మార్చారు. వీరు రైతుల వద్ద నుంచి వసూలు చేసే ప్రభుత్వ ప్రతినిధులుగా మాత్రమే కాక, తమ జమిందారీలలో ఉన్న మొత్తం భూమికి యజమానులు కూడా అవుతారు. ఆ భూములపై వారికి వారసత్వపు హక్కు, విక్రయాధికారం (బదలాయింపు) కూడా ఉంటుంది. ఇక, రైతులు కేవలం కౌలుదార్లుగా మాత్రమే మిగిలిపోతారు. ఎంతో కాలంగా వారికి భూమి మీద ఉన్న హక్కు సేద్యంతో ముడిపడి ఉన్న ఇతర హక్కులు రద్దయిపోతాయి. పచ్చిక బీళ్ళల్లో, అటవీ భూముల్లో పశువుల్ని మేపుకునే సదుపాయం, ఇరిగేషన్ కాల్వల్నీ చేపల చెరువుల్నీ వాడుకునే సదుపాయం, ఇళ్ళ కోసం స్థలాలు వాడుకునే సదుపాయం, ఇంకా ఆపైన, శిస్తు హెచ్చింపును వ్యతిరేకించే హక్కు... వీటన్నింటినీ రైతులు వదులుకోవలసి వచ్చింది. ఒక్క ముక్కలో చెప్పాలంటే, బెంగాల్, బీహార్‌లలో కౌలుదార్లు జమిందార్ల దయాదాక్షిణ్యాలపై బతుకులు వెళ్ళదీయవలసిన దుస్థితి దాపురించింది. ఇలా చేస్తే, విపరీతంగా పెంచిన భూమిశిస్తును జమిందార్లు సకాలంలో చెల్లిస్తారన్నది కంపెనీ ఆలోచన. రెండవది : జమిందార్లు, రైతుల నుంచి వసూలుచేసిన శిస్తులో 11 భాగాలలో ఒక్క భాగాన్ని మాత్రమే తాము ఉంచుకుని, తక్కిన 10 భాగాల్నీ కంపెనీకి జమకట్టాలి. అలా చెల్లించవలసిన శిస్తు మొత్తాన్ని ఒకేసారి శాశ్వతంగా నిర్ణయిస్తారు. సేద్య విస్తరణ వల్లకాని, సేద్యంలో మేలైన పద్ధతులు అనుసరించడం వల్లకాని, తన శక్తియుక్తుల వల్ల రైతుల వద్ద నుంచి ఎక్కువ శిస్తు పెంచుకోవడంవల్ల కాని, ఇక మరి ఏ ఇతర కారణావల్ల కాని జమిందారు తన ఆధీనంలో ఉన్న భూముల మీద ఎంత ఎక్కువగా ఆర్జించినా, కంపెనీ చెల్లించగా మిగిలే రాబడిని తానే అనుభవించవచ్చు. అతడిపై ఎటువంటి ప్రభుత్వ నిర్బంధం ఉండదు. అదేవిధంగా, ఏ కారణం వల్లనైనా పంట పండకపోయినా సరే జమిందారు కంపెనీకి గడువు తేదీ నాటికి కచ్చితంగా శిస్తు జమకట్టవలసిందే. అదీ చేయకపోతే, అతడి భూముల్ని కంపెనీ విక్రయిస్తుంది!

మొట్టమొదట ఏకపక్షంగా జమిందార్లతో మాటమాత్రంగానైనా సంప్రదించకుండా శిస్తు నిర్ణయించారు. వీలైనంత ఎక్కువ మొత్తం రాబట్టడాన్ని అధికారులు తమ లక్ష్యంగా పెట్టుకున్నారు. అందువల్ల శిస్తు రేట్లను చాలా ఎక్కువ స్థాయిలో నిర్ణయించారు. 1765-66 నుంచి 1793 నాటికి శిస్తు ఇంచుమించు రెట్టింపు అయింది. ఈ పర్మినెంట్ సెటిల్మెంట్ పద్ధతిని రూపొందించిన, ఆ తర్వాత కార్న్‌వాలిస్‌కి వారసుడుగా గవర్నర్ జనరల్‌గా వచ్చిన జాన్‌షోర్, తయారుచేసిన లెక్కల ప్రకారం, ఒక్క బెంగాల్ స్థూల ఆదాయాన్ని 'నూరు'గా భావించుకుంటే, అందులో ప్రభుత్వానికి 45 భాగాలు చేరాలి. జమిందార్లు, వారికి దిగువ స్థాయిలో ఉన్న మధ్య

స్థాయి వారికి 15 భాగాలు దక్కుతుంది. పంట పండించే వ్యక్తికి 40 భాగాలే దక్కుతుంది. ఇంత హెచ్చుగా చెల్లించడానికి అసాధ్యమైన స్థాయికి శిస్తు పెంచడంతో, 1794 నుంచి 1807 మధ్య కాలంలో, జమిందారీ భూముల్లో ఇంచుమించు సగభాగం భూముల్ని అమ్మకానికి పెట్టారు.

బెంగాల్, బీహార్‌లలో 1783కి ముందు జమిందార్లకు తమ ఆధీనంలో ఉన్న భూములపై యాజమాన్య హక్కులు లేవన్న విషయం అప్పటి అధికారులు కాని అధికారేతరులు కాని స్థూలంగా అంగీకరించిందే. అది వాస్తవం కాగా, మరి బ్రిటిష్ పాలకులు వారిని హక్కులు కలిగిన వారుగా ఎలా గుర్తించారన్న ప్రశ్న ఉదయిస్తుంది. ఇందుకు వారి అవగాహనా రాహిత్యం కొంత వరకు కారణం అనే సంజాయిషీ వినిపిస్తుంది. ఆ కాలంలో ఇంగ్లండ్‌లో వ్యవసాయం అనేది పూర్తిగా 'భూస్వామి' చుట్టూ అల్లుకుని ఉండేది. అతడే అన్నీ. కాని, తమ దేశంలో భూస్వాముల వంటివారే ఇండియాలో జమిందార్లు అని పొరపడ్డారు బ్రిటిష్ అధికారులు. అయితే, ఒక కీలకమైన విషయంలో ఇరువురి ప్రతిపత్తిలో ఉన్న వ్యత్యాసాన్ని బ్రిటిష్ అధికారులు స్పష్టంగా గుర్తించగలిగారు. బ్రిటన్‌లో అటు కౌలుదారుకు మాత్రమే కాక, ఇటు రాజ్యం (ప్రభుత్వం) దృష్టిలో కూడా భూస్వామి అంటే భూ యజమానే. కాని బెంగాల్‌లో అలా కాదు. ఇక్కడ కౌలుదారుకు సంబంధించినంతవరకు జమిందారే భూస్వామి, అంటే యజమాని. కాని, రాజ్యం (ప్రభుత్వం) మాత్రం జమిందారును యజమానిగా గుర్తించలేదు. అతడు రాజ్యానికి పూర్తిగా లోబడి ఉండవలసిందే. వాస్తవానికి, అతడిని, ఈస్ట్ ఇండియా కంపెనీ కౌలుదారు స్థాయికి మాత్రమే పరిమితం చేశారు. మరింత వ్యత్యాసం ఏమిటంటే, బ్రిటన్‌లో భూస్వామి తన వ్యవసాయాదాయంలో స్వల్పభాగాన్ని మాత్రమే ప్రభుత్వానికి భూమి శిస్తుగా చెల్లిస్తే సరిపోయేది. కాని, ఇక్కడ బెంగాల్‌లో భూమికి యజమానిగా చెలామణి అవుతున్న జమిందారు తన వ్యవసాయాదాయంలో పదకొండింట పది భాగాన్ని శిస్తుగా చెల్లించాలి. ఆ శిస్తును నిర్దేశిత సమయంలోపల చెల్లించకపోతే, అతడిని ఆ భూమి నుండి బయటకు నెట్టివేసి, ఆ భూమిని కంపెనీ అమ్మివేయవచ్చు!

అయితే, అప్పటి రాజకీయ, ఆర్థిక పాలనాపరమైన అవసరాలపైనే మౌలికంగా ఆధారపడి, జమిందార్లను భూములకు యజమానులుగా గుర్తించాలన్న నిర్ణయం బ్రిటిష్ ప్రభుత్వం తీసుకుని ఉండవచ్చునని కొందరు చరిత్రకారులు భావించారు. ఈ నిర్ణయానికి దారితీసిన కారణాలు మూడు ఉన్నాయి. వీటిలో మొదటిది, రాజకీయ మిత్రుల్ని సృష్టించుకోవలసిన అవసరం, ఇది రాజనీతి చాతుర్యంలో నుంచే ఈ ఆలోచన పుట్టిందని చెప్పాలి. తాము ఇండియాలో విదేశీయులే కనుక, తమకు భారత ప్రజలకు

నడుమ భద్రతా శ్రేణిగా ఉపయోగపడగల స్థానిక మద్దతుదార్లను సమాయత్తం చేసుకొనకపోతే తమ ప్రభుత్వం అస్థిరమౌతుందని బ్రిటిష్ అధికారులు గ్రహించారు. పద్దెనిమిదవ శతాబ్ది చివరి దశాబ్దాలలో బెంగాల్‌లో పలుసార్లు తిరుగుబాట్లు జరిగి ఉండడంవల్ల ఈ వాదానికి అపుడు మరింత ప్రాముఖ్యం వచ్చింది. అందువల్ల, తమకు అస్తిత్వం కల్పించింది బ్రిటిష్ వాడే కనుక, బ్రిటిష్ ప్రభుత్వానికి సర్వదా కృతజ్ఞులై ఉంటూ, తమ మౌలిక ప్రయోజనాలు పరిరక్షించుకుంటూనే విధిగా బ్రిటిష్ ప్రభుత్వాన్ని సమర్థించక తప్పని, ఒక ప్రత్యేక హోదా కలిగిన, 'జమిందార్లు' అనే సంపన్న వర్గాన్ని సృష్టించారు బ్రిటిష్ పాలకులు. అలా పుట్టుకు వచ్చిన జమిందారీ వర్గం, స్వాతంత్ర్యం కోసం దేశంలో ఉద్యమం ఊపందుకుంటున్నప్పటికీ దానికి వ్యతిరేకంగా ఒక విదేశీ ప్రభుత్వాన్ని బలపరుస్తూ నిలబడి నపుడు బ్రిటిష్ వారి అంచనా సహేతుకమైందనే తెలింది. ఇక రెండవ కారణం, బహుశా అన్నింటినీ మించినది ఆర్థిక భద్రతకు సంబంధించినది. 1793కి ముందు, కంపెనీ, తన ఆదాయానికి ముఖ్య వనరు అయిన భూమి శిస్తు రాబడిలో అస్థిర పరిస్థితులు నెలకొనడంవల్ల ఎన్నో ఒడిదుడుకులు ఎదుర్కోవలసి వచ్చింది. సామ్రాజ్య విస్తరణ యుద్ధాలకు అవసరమయ్యే సైనిక వ్యయం కోసం బెంగాల్, మద్రాసు, బొంబాయి రాష్ట్రాలలో పాత ప్రభుత్వ నిర్వహణకు అవసరమయ్యే ఖర్చు కోసం, ఎగుమతులకు అవసరమయ్యే సరుకుల కొనుగోలు కోసం, ఇలా అన్నింటికీ బెంగాల్ రెవిన్యూ మీదనే ఆధారపడటంవల్ల కంపెనీ ఎపుడూ ఆర్థిక సంక్షోభం ఎదుర్కొనవలసి వచ్చేది. పర్మినెంట్ సెటిల్మెంట్ వల్ల ఆదాయం స్థిర పడుతుందన్న భరోసా కలిగించింది. జమిందార్లకు కొత్తగా దఖలు పరచిన ఆస్తి ఇందుకు ఒక భద్రతగా నిలిచింది. మరొక విషయం ఏమిటంటే, భూమి శిస్తును గతంలో ఎన్నడూ లేనంతగా హెచ్చించడం వల్ల, పర్మినెంట్ సెటిల్మెంట్‌తో కంపెనీ తన ఆదాయాన్ని గరిష్ట స్థాయికి పెంచుకోగలిగింది. లక్షల సంఖ్యలో ఉన్న రైతుల నుంచి నేరుగా శిస్తు వసూలు చేయడంకంటే, తక్కువ సంఖ్యలో ఉన్న జమిందార్ల ద్వారా వసూలు చేసే పద్ధతి సరళంగానూ వ్యయకర్తనంగానూ కూడా కనిపించింది. ఇక మూడవ కారణం ఏమిటంటే పర్మినెంట్ సెటిల్మెర్ వల్ల వ్యవసాయోత్పత్తి పెరిగే అవకాశం కనిపించడం. జమిందారు ఆదాయం ఎంత పెరిగినా, భవిష్యత్తులో అతడు చెల్లించవలసిన శిస్తు పెంచబోమన్న భరోసా ఇవ్వడంవల్ల, బ్రిటన్‌లో భూస్వాములవలె ఇండియాలో జమిందార్లు కూడా ఎంతో ఉత్సాహపడి వ్యవసాయాన్ని విస్తరించి, వ్యవసాయ ఉత్పాదకతను పెంచే అవకాశం కల్పించబడింది.

ఈ పర్మనెంట్ జమిందారీ సెటిల్మెంట్ పద్ధతిని ఆ తర్వాత ఒరిస్సాకి, మద్రాసులోకి ఉత్తరాది జిల్లాలకు, వారణాసి జిల్లాకు విస్తరించారు.

మధ్య భారతంలోని కొన్ని ప్రాంతాలలోను, అవధ్‌లోను బ్రిటిష్ పాలకులు తాత్కాలిక జమిందారీ సెటిల్మెంట్ పద్ధతి ప్రవేశపెట్టారు. ఈ పద్ధతి ప్రకారంకూడా జమిందార్లే భూములకు యజమానులు అవుతారు కాని, వారు చెల్లించవలసిన భూమిశిస్తును మాత్రం ఎప్పటికప్పుడు సవరిస్తూపోతారు. విదేశీ పాలకులను విశ్వాసపాత్రంగా భావించే వారికి భూములు బహూకరించే పద్ధతిని ప్రభుత్వం ప్రవేశపెట్టడంతో దేశవ్యాప్తంగా మరో తరహా భూస్వామ్య వర్గం తయారైంది.

రైతువారీ సెటిల్మెంట్

దక్షిన, నైరుతి భారత ప్రాంతాలకు బ్రిటిష్ పాలన విస్తరించిన తర్వాత భూముల సెటిల్మెంటుకు సంబంధించి కొత్త సమస్యలు ఎదురయ్యాయి. ఈ ప్రాంతాలలో, భూమి శిస్తు సెటిల్మెంట్ చేసుకోతగిన స్థాయిగల భారీ భూవసతి ఉన్న జమిందార్లు లేరనీ, అటువంటి పరిస్థితుల్లో అక్కడ జమిందారీ పద్ధతి ప్రవేశపెడితే, అమలులో ఉన్న స్థితి అదుపు తప్పి అంతా అస్తవ్యస్థంగా తయారయ్యే ప్రమాదం ఉన్నదని బ్రిటిష్ అధికారులు భావించారు. అందువల్ల, భూములు సాగుచేస్తున్న వారితోనే నేరుగా సెటిల్మెంట్ చేసుకోవడం శ్రేయస్కరమని రీడ్, మన్రో అనే ఇరువురు బ్రిటిష్ అధికారుల నాయకత్వంలో పలువురు మద్రాసుకు సిఫార్సు చేశారు. పర్మనెంట్ సెటిల్మెంట్ పద్ధతి ప్రకారం, జమిందారు కొంత తీసుకోగా మిగిలిన రెవిన్యూతోనే ప్రభుత్వం సరిపెట్టుకోవలసి ఉంటుందనీ, అలాగే భూమి మీద ఎంత రాబడి పెరిగినా అందులో ప్రభుత్వానికి వాటా అడిగే హక్కు ఉండదనీ కనుక, ఆ పద్ధతి కంపెనీకి ఆర్థికంగా నష్టదాయకమైనదనీ వారు వాదించారు. అదీకాక, భూమిని సాగుచేసే రైతును జమిందారు అణచివేస్తాడనీ, అతడి దయాదాక్షిణ్యాలపైనే రైతు బతకవలసి వస్తుందనీ కూడా అధికారులు స్పష్టం చేశారు. ఈ అధికారులు ప్రతిపాదించిన ప్రత్యామ్నాయ పద్ధతిని 'రైతువారీ సెటిల్మెంట్' అన్నారు. ఈ పద్ధతి ప్రకారం, భూమిని సాగుచేస్తున్న రైతును ఆ భూమికి యజమానిగానే గుర్తిస్తారు. కాని అతడు భూమి శిస్తు విధిగా చెల్లించవలసి వుంటుంది. గతంలో ఇదే పద్ధతి అమలులో ఉండేదనీ, ఇది ఆ పద్ధతికి కొనసాగింపు మాత్రమేననీ, ఈ 'రైతువారీ' పద్ధతి ప్రతిపాదకులు వివరించారు. 'ఇండియాలో ఇది ఎప్పటి నుంచో ఉన్న పద్ధతే' అన్నారు మన్రో. ఎట్టకేలకు ఈ 'రైతువారీ సెటిల్మెంట్' పద్ధతిని పంతొమ్మిదవ శతాబ్ది ఆరంభంలో మద్రాసు, బొంబాయి ప్రెసిడెన్సీలలో కొన్ని ప్రాంతాలలో ప్రవేశపెట్టారు. ఈ రైతువారీ సెటిల్మెంట్‌ను శాశ్వత ప్రాతిపదికపై మాత్రం అమలుజరపలేదు. ఇరవై ముప్ఫై సంవత్సరాల తర్వాత సవరిస్తూ వచ్చారు. సవరించినపుడు శిస్తును హెచ్చిస్తూ వచ్చారు.

ఈ రైతువారీ సెటిల్మెంట్ వల్ల కర్షకుడే భూమి యజమానిగా నిలబడగలిగే పద్ధతి అనుసరించలేదు. అసంఖ్యాకంగా ఉన్న జమిందార్లు తొలగిపోయి, వారి స్థానే, 'రాజ్యం' అనే ఒక భారీ జమిందారు పైకి తేలాడనీ, నిర్దేశించిన సమయానికి తాము భూమి శిస్తు చెల్లించకపోతే తమ భూముల్ని ప్రభుత్వం అమ్మివేస్తుంది కనుక తాము కేవలం ప్రభుత్వ కౌలుదార్లుగా మాత్రమే మిగిలామనీ కర్షకుడు త్వరితంగానే గ్రహించాడు. నిజానికి ప్రభుత్వం ఆ తర్వాత బాహాటంగా ప్రకటించనే ప్రకటించింది. తాము వసూలు చేస్తున్న భూమి శిస్తు కేవలం అద్దె మాత్రమేననీ, 'పన్ను' కానే కాదని! రైతుకు భూమి మీద యాజమాన్య హక్కులేదని మరో మూడు అంశాల్ని గమనించినా స్పష్టం అవుతుంది

1. చాలా ప్రాంతాలలో ప్రభుత్వం నిర్ణయించిన భూమి శిస్తు చాలా హెచ్చు స్థాయిలో ఉంది, వాతావరణ పరిస్థితులు పంటలకు బాగా అనుకూలించిన సంవత్సరంలో కూడా, శిస్తు చెల్లించగా రైతుకు మిగిలేది అంతంత మాత్రమే. ఉదాహరణకు మద్రాసులో ప్రభుత్వం నిర్ణయించిన శిస్తు, రైతు పండించిన పంటలలో 45 నుండి 55 శాతం బంబాయి రాష్ట్రంలోనూ రైతు మీద ఇదే స్థాయి భారం.
2. శిస్తును తన ఇష్టం వచ్చినట్టు హెచ్చించుకునే హక్కును ప్రభుత్వం తన గుప్పిట్లో పెట్టుకున్నది.
3. రైతు తన పంటను అనావృష్టివల్లకాని, వరదలవల్ల కాని పాక్షికంగా కాని, పూర్తిగాకాని నష్టపోయినా సరే శిస్తు మాత్రం విధిగా చెల్లించవలసిందే.

'మహల్వారీ' పద్ధతి

జమిందారీ పద్ధతినే సవరించి రూపొందించిన ఒక కొత్త పద్ధతిని గంగాలోయ ప్రాంతంలోను, వాయువ్య రాష్ట్రాలలోను, మధ్య భారతంలో కొన్ని ప్రాంతాలలోను పంజాబ్‌లోను ప్రవేశపెట్టారు. దీని పేరు 'మహల్వారీ' పద్ధతి. ఈ పద్ధతి ప్రకారం, గ్రామాల వారీగా కాని ఎస్టేట్లు (మహల్) వారీగా కాని, ఆ గ్రామానికో ఎస్టేట్‌కో సమిష్టిగా నాయకుడుగా చెలామణి అవుతున్న భూస్వాములతో లేదా కుటుంబాల పెద్దలతో రెవిన్యూ సెటిల్మెంట్ కుదుర్చుకుంటుంది ప్రభుత్వం. పంజాబ్‌లో ఈ మహల్వారీ పద్ధతినే సవరించి 'గ్రామీణ పద్ధతి' అనే పేరుతో సెటిల్మెంట్ విధానం ప్రవేశపెట్టారు. ఈ 'మహల్వారీ' పద్ధతిలో కూడా శిస్తును సవరిస్తూనే ఉండేవారు.

జమిందారీ పద్ధతి అయినా రైతువారీ పద్ధతి అయినా మౌలికంగా ఇవి రెండు దేశంలో అమలులో ఉన్న సంప్రదాయక రెవిన్యూ శిస్తు విధానానికి భిన్నమైనవే. బ్రిటిష్ వారు భూమి రూపంలో ఒక కొత్త ప్రయివేటు ఆస్తి సృష్టించారు. అంతవరకు

నిజమేకాని, వారి ఈ సృజన వల్ల ఫలితం మాత్రం దున్నేవాడికి దక్కకుండా మాత్రం చేశారు. దేశవ్యాప్తంగా, భూమిని అమ్ముకోవచ్చు, ఎవరికైనా దఖలు పరుచుకోవచ్చు, తనఖా పెట్టుకోవచ్చు. ప్రధానంగా ప్రభుత్వాదాయాన్ని పరిరక్షించుకోవడానికే అలా చేశారు. భూమి బదలాయింపు హక్కుకాని విక్రయ హక్కుకాని కల్పించకపోతే, మదుపు చేసుకున్న సొమ్ము కాని ఇతరత్రా ఆస్తిపాస్తులు కాని లేని రైతు వద్ద నుంచి శిస్తు వసూలు చేయడం ప్రభుత్వానికి కష్టసాధ్యమే అవుతుంది. ఇపుడు ఆస్తి మీద విక్రయాది సమస్త హక్కులు సంప్రదింపులు కనుక, శిస్తు చెల్లించడానికి అవసరమైతే భూమిని తనఖా పెట్టి, లేదా కొంత భూమిని విక్రయించి ప్రభుత్వానికి శిస్తు చెల్లించుకుంటాడు. అతడు అలా చేయకపోతే ప్రభుత్వం అతడి భూమిని వేలం వేయవచ్చు. తనకు రావలసిన శిస్తు బకాయిల్నీ రాబట్టు కోవచ్చు. నిజానికి అలా చేసేవారు కూడా. భూమి మీద యాజమాన్య హక్కు ఉన్నప్పుడే భూస్వామికాని, రైతు కాని వ్యవసాయాభివృద్ధి పట్ల శ్రద్ధ వహిస్తాడన్న నమ్మకం కూడా భూమి మీద యాజమాన్య హక్కు కల్పించడానికి మరొక కారణం.

బ్రిటిష్ పాలకులు భూమిని స్వేచ్ఛగా అమ్ముకునే లేదా కొనుగోలు చేసుకునే ఒక వస్తువుగా మార్చివేసి, తద్వారా అప్పటికి దేశంలో ఉన్న భూసంబంధాల వ్యవస్థలో ఒక మౌలికమైన మార్పు తీసుకువచ్చారనే చెప్పాలి. భారతీయ గ్రామాల సుస్థిరత, గమనగతి చెదిరిపోయాయి. నిజానికి గ్రామీణ సామాజిక స్వరూపమే విచ్ఛిన్నం కావడం మొదలైంది.

ఐదవ అధ్యాయం

పాలనా వ్యవస్థ, సాంఘిక సాంస్కృతిక విధానం

ఇండియాలో ఈస్ట్ ఇండియా కంపెనీ నిర్వహణను 1784 నాటికి బ్రిటిష్ ప్రభుత్వం అధీనంలోకి తీసుకువచ్చారనీ, కంపెనీ ఆర్థిక విధానాలను బ్రిటిష్ ఆర్థిక వ్యవస్థ అవసరాలకు అనుగుణంగా నిర్దేశించడమూ అప్పుడే మొదలైందనీ ఇంతకు ముందటి అధ్యాయంలో చెప్పుకున్నాం. కంపెనీ, అప్పుడే తన ఆధీనంలోకి తెచ్చుకున్న ప్రాంతాలలో (ఇండియాలో) పాలన నిర్వహిస్తున్న వ్యవస్థ ఎలా ఉన్నదో ఇపుడు చర్చించుకుందాం.

ఆరంభ దశలో కంపెనీ, ఇండియాలో ఉన్న తమ ఆస్తుల పాలనా బాధ్యతలను భారతీయుల చేతుల్లోనే ఉంచి, తన కార్యకలాపాలను కేవలం పర్యవేక్షణకు మాత్రమే పరిమితం చేసుకున్నది. అయితే, పాలనలో పాత పద్ధతుల్నే అనుసరిస్తే, బ్రిటిష్ లక్ష్యాలను అనుకున్నవి అనుకున్నట్లుగా సాధించుకోవడం సాధ్యం కాదని కంపెనీ త్వరితంగానే గ్రహించింది. తదనుగుణంగా, కంపెనీ పరిపాలనకు సంబంధించిన కొన్ని అంశాలను తన ఆధీనంలోకి తీసుకున్నది. వారన్ హేస్టింగ్స్, కార్న్‌వారిస్‌ల హయాంలో అగ్రస్థాయి పాలనా యంత్రాంగాన్ని సంస్కరించి ఇంగ్లీషు తరహాలో ఉండే సరికొత్త పద్ధతికి పునాదులు వేశారు. పంతొమ్మిదవ శతాబ్దిలో బ్రిటిష్ ఆధిపత్యం కొత్త ప్రాంతాలకు విస్తరించడంతో కొత్త సమస్యలు, కొత్త అవసరాలు, కొత్త అనుభవాలు, కొత్త ఆలోచనలు పాలనా వ్యవస్థలో మౌలికమైన మార్పులు చేయడానికి దారితీశాయి. అయితే, సామ్రాజ్య విస్తరణ ముఖ్య లక్ష్యాల విస్మరణ మాత్రం ఎన్నడూ జరగలేదు.

ఇండియాలో బ్రిటిష్ పాలనా వ్యవస్థ మూడు ముఖ్య స్తంభాలపై ఆధారపడి ఉండేది : అవి సివిల్ సర్వీసు, సైన్యం, పోలీసు. ఇందుకు రెండు కారణాలు ఉన్నాయి. ఇండియాలో బ్రిటిష్ పాలన ముఖ్యోద్దేశం శాంతి భద్రతల్ని పరిరక్షించుకుంటూ బ్రిటిష్ ఆధిపత్యాన్ని శాశ్వతంగా కొనసాగించడం. శాంతి భద్రతలు లేకుండా బ్రిటిష్ వ్యాపారులు బ్రిటిష్ ఉత్పత్తిదార్లు ఇండియాలో మారుమూల ప్రాంతాలకు తమ సరుకుల్ని చేరవేసి అమ్ముకోలేరు. అదీకాక, తాము విదేశీయులం కనుక భారతీయుల ప్రేమాభిమానాలు చూరగొనడం సాధ్యం కాదని బ్రిటిష్ వారు భావించారు. అందువల్ల, ఇండియాలో తమ ఆధిపత్యం కొనసాగడానికి స్థానిక ప్రజలు మద్దతు కంటే పై స్థాయి నుంచి దన్ను ఉండడం శ్రేయస్కరమనుకున్నారు. తన సోదరుడు లార్డ్ వెల్లస్లీ ఇండియాలో ఉన్నపుడు ఆయా వద్ద పని చేసిన అనుభవం గల డ్యూక్ ఆఫ్ వెల్లింగ్‌టన్ ఇలా వ్యాఖ్యానించాడు :

"ఇండియాలో ప్రభుత్వ వ్యవస్థ, ప్రభుత్వాధికారానికి మూలధార బిందువు. దానిని నిలబెట్టే ఉపాంగాలూ, ప్రభుత్వ కార్యకలాపాల్ని అమలు జరిపే పద్ధతులు, యూరప్‌లో ప్రభుత్వాన్ని నడిపించడానికి ఏర్పరుచుకున్న వ్యవస్థలకంటే, పద్ధతుల కంటే పూర్తిగా భిన్నమైనవి... అక్కడ సమస్త పాలనాధికారానికి కేంద్ర శక్తి, అమలు జరిపే ఉపకరణం ఒక్కటే, ఖడ్గం."

సివిల్ సర్వీసులు

సివిల్ సర్వీస్ అనేది లార్డ్ కార్న్‌వాలిస్ హయాంలో వచ్చింది. ఈస్ట్ ఇండియా కంపెనీ ఆది నుంచి తూర్పు దేశాలలో తక్కువ వేతనాలతో, ప్రయివేటుగా వ్యాపారాలు చేసుకుంటూ బతికే ఉద్యోగుల ద్వారా తన వ్యాపారం సాగించేదని ఇంతకుముందు ఒక అధ్యాయంలో చెప్పుకున్నాం. ఆ తర్వాత, కంపెనీ ఒక ప్రాదేశిక శక్తిగా ఎదిగినపుడు ఆ ఉద్యోగులకే పాలనా బాధ్యతలు కూడా అప్పగించారు. వారే చెప్పలేనంత అవినీతిపరులయ్యారు. నేతపనివారిని చేతివృత్తులవారిని, వ్యాపారుల్ని జమిందారుల్ని అణగదొక్కి, రాజాల నుండి నవాబుల నుంచి నిర్బంధంగా లంచాలు, బహుమానాలు దండుకుని, అక్రమ వ్యాపారులు సాగించి, ఊహకు అందనంతగా సంపద కూడబెట్టుకుని అదంతా మూటకట్టుకుని చల్లగా ఇంగ్లండ్ జారుకున్నారు. వారి అవినీతిని అరికట్టడానికి క్లైవ్, వారన్ హేస్టింగ్స్ ప్రయత్నించారు కాని, పాక్షికంగానే సాధించగలిగారు.

1786లో గవర్నర్ జనరల్‌గా ఇండియా వచ్చిన కార్న్‌వారిస్, పాలనా యంత్రాంగ క్షాళన చేయాలనే గట్టిగా సంకల్పించుకున్నాడు. కాని, తగినంతగా

వేతనాలు ఇవ్వనంతకాలం కంపెనీ ఉద్యోగులు నిజాయితీగా సమర్థంగా పనిచేయబోరని ఆయన గ్రహించాడు. అధికారులు ప్రయివేటు వ్యాపారులు చేసుకోవడాన్నీ, బహుమానాలూ లంచాలూ స్వీకరించడాన్నీ నిషేధించే నిబంధనల్ని కఠినంగా అమలు జరిపించాడు. అలాగే, కంపెనీ ఉద్యోగుల జీతాల్ని కూడా హెచ్చించాడు. ఉదాహరణకు, జిల్లా కలెక్టర్ జీతం నెలకు 1,500 రూపాయలుగా నిర్ణయించి, ఇంకా ఆపైన జిల్లాలో అతను వసూలు చేసిన రెవిన్యూలో నూటికి ఒక రూపాయి (ఒకటి శాతం) కమిషన్ కూడా చెల్లించే పద్ధతి ప్రవేశపెట్టాడు. నిజానికి అలా చేయడంతో ఈస్ట్ ఇండియా కంపెనీ సివిల్ సర్వీసు యావత్ప్రపంచంలోనే అత్యధికంగా వేతనాలు చెల్లించే సర్వీసుగా పేరు తెచ్చుకున్నది. కార్న్‌వాలిస్, సివిల్ సర్వీసులో సీనియారిటీ ప్రాతిపదికన ప్రమోషన్లు ఇచ్చే పద్ధతి కూడా ప్రవేశపెట్టాడు. దీనివల్ల సివిల్ సర్వీసులో ఉన్నవారు బయటివారి ప్రభావం పడకుండా స్వతంత్రంగా పనిచేయగలుగుతారని ఆయన భావించాడు.

సివిల్ సర్వీసుకు ఉపయోగపడే యువకుల్ని చేర్చుకుని చదివించడానికి లార్డ్ వెల్లస్లీ 1800లో కాలేజ్ ఆఫ్ ఫోర్ట్ విలియమ్ పేరుతో కలకత్తాలో ఒక కాలేజి స్థాపించాడు. అయితే, కంపెనీ డైరెక్టర్లు ఆయన నిర్ణయాన్ని తిరస్కరించి, 1806లో ఇంగ్లండ్‌లోనే, హెలీబరీ వద్ద ఈస్ట్ ఇండియన్ కాలేజ్ పేరిట సొంత కాలేజీని నెలకొల్పారు.

1853 వరకు సివిల్ సర్వీసు నియామకాలు ఈస్ట్ ఇండియా కంపెనీ డైరెక్టర్లే చేసే వారు. వీరు బోర్డ్ ఆఫ్ కంట్రోల్ సభ్యుల్ని పక్కకు తప్పించి, ఏవో కొన్ని నియామకాలు మాత్రం వారిని చేయనిచ్చారు. ఎంతో లాభసాటిగా ఉండే ఎంతో అపురూపమైన ఈ హక్కును తమ గుప్పిట్లోనే నిలుపుకోవడానికి డైరెక్టర్లు పోరాటం సాగించారు. వారికి ఉన్న ఇతర రాజకీయ హక్కుల్ని పార్లమెంటు ఉపసంహరించుకొన్నప్పటికీ సివిల్ సర్వీసు నియామకాల హక్కును మాత్రం త్యజించబోమని తిరస్కరించారు. అయితే, పోటీ పరీక్ష ద్వారానే సివిల్ సర్వీసులకు అభ్యర్థుల్ని ఎంచుకోవాలంటూ 'చార్టర్ చట్టం' విస్పష్టంగా నిర్దేశించడంతో, ఎట్టకేలకు 1853లో వారు ఆ హక్కును కోల్పోయారు.

భారతీయుల్ని పూర్తి దూరంగా ఉంచే నియమాల్ని కఠినంగా, కార్న్‌వారిస్ రోజుల నుంచి పాటించడం అనేది ఇండియన్ సివిల్ సర్వీసులో ఒక ప్రత్యేక లక్షణం అని చెప్పాలి. ఏడాదికి ఐదు వందల పౌన్లకు పైబడిన జీతం ఉండే పాలనా వ్యవస్థలో ప్రభుత్వోద్యోగాలు అన్నింటికీ ఇంగ్లీషువారినే ఎంచుకోవాలని 1793లో అధికారికంగా ఒక నిబంధనే ప్రవేశపెట్టారు. సైన్యం, పోలీసు, న్యాయ, ఇంజనీరింగ్ వంటి ఇతర

విభాగాలకు కూడా ఇదేవిధానాన్ని వర్తింపచేశారు. కార్న్‌వాలిస్ వారసుడుగా వచ్చిన జాన్‌షోర్ ఇలా చెప్పాడు :

"యావద్భారతాన్నీ, మా ఆకాంక్షలకు ప్రయోజనాలకు అన్ని విధాలా లోబడి అణగిమణిగి ఉండే జాతిగా తొక్కిపట్టి ఉంచడమే ఇంగ్లీషువారు నిర్దేశించుకున్న ప్రాథమిక సూత్రం. ఇంగ్లీషువారిలో మరీమరీ దిగువ స్థాయి వారినైనా ఏదో విధంగా ఒప్పించి కట్టబెట్టే అవకాశం ఉన్న ఏ గౌరవానికైనా పురస్కారానికైనా పదవికైనా సరే భారతీయుల్ని దూరంగా ఉంచారు".

బ్రిటిష్ వారు అటువంటి విధానాన్ని ఎందుకు అనుసరించారు? అనేక కారణాలు వారిని అటు నడిపించాయి. బ్రిటిష్ ఆలోచనలపై, సంస్థలపై కార్యాచరణ పద్ధతులపై ఆధారపడిన పాలనా వ్యవస్థ ఇంగ్లీషు ఉద్యోగులవల్లనే సువ్యవస్థితం కాగలదని వారు విశ్వసించారు. ఇంకా ఆపైన భారతీయుల సామర్థ్యం మీద నిజాయితీ మీద వారికి నమ్మకం లేదు. ఉదాహరణకు, భారతీయులు అంటే "ఎక్కడో రవ్వంత నైతిక స్పృహ మిగిలిన, వ్యసనదాసులై దైన్యంలో కూరుకుపోయిన, దారుణంగా భ్రష్టుపట్టిన, అధవస్థ జాతి" అని కోర్ట్ ఆఫ్ డైరెక్టర్స్ ఛైర్మన్‌గా ఉన్న చార్లెస్ గ్రాంట్ అభిశంసించాడు. అదేవిధంగా "హిందూస్థాన్‌లో ప్రతిమనిషి రూపు కట్టిన అవినీతి" అన్నాడు కార్న్‌వాలీస్. అయితే ఈ విమర్శ కొంతవరకు, ఆకాలంనాటి భారతీయ అధికారగణంలో జమిందార్లలో ఒక చిన్న వర్గానికి మాత్రమే వర్తిస్తుందని చెప్పుకోవచ్చు. ఇక్కడే మరో మాట. ఇదే విమర్శ ఇండియాలో ఉన్న బ్రిటిష్ అధికారులకు కూడా ఇంచుమించు సమానంగా వర్తిస్తుంది. బ్రిటిష్ అధికారులు ప్రలోభాలకు లొంగిపోకుండా వారు నిజాయితీపరులుగా వినయంగా విశ్వాసపాత్రంగా సేవచేయాలన్న తలంపుతోనే కార్న్‌వాలిస్ వారికి ఎక్కువ జీతాలు ఇవ్వాలని ప్రతిపాదించాడు. అయితే, భారతీయ అధికారులలో అవినీతిని నిర్మూలించడానికి అదే జీతాల హెచ్చింపు చికిత్స చేపట్టాలన్న ఆలోచన ఆయనకు రాలేదు.

నిజానికి, బ్రిటిష్ సర్వీసులలో పై స్థాయి ఉద్యోగాలకు భారతీయులను దూరంగా ఉంచాలన్నది వారు బుద్ధిపూర్వకంగా ప్రవేశపెట్టుకున్న విధానమే. ఇండియాలో బ్రిటిష్ పాలనా పద్ధతిని వ్యవస్థాపించి సుస్థిరం చేయడానికి అప్పట్లో ఈ సర్వీసులు వారికి అవసరమయ్యాయి. బ్రిటిష్ ప్రయోజనాల పట్ల స్వతస్సిద్ధమైన సానుభూతిగాని అవగాహన కాని, ఇంగ్లీషువారి వలె ఉండజాలని భారతీయులకు అటువంటి బాధ్యతలు విడిచిపెట్టడం తమకు శ్రేయస్కరం కాదని వారు భావించి ఉండవచ్చు. ఇంకా ఆపైన, ఇండియన్ సివిల్ సర్వీసులోను. ఇతర సర్వీసులలోను, ఆర్జన రీత్యా ఎంతో లాభసాటిగా ఉండే ఉద్యోగాలపై తమ బిడ్డలకు గుత్తాధిపత్యం కొనసాగాలని బ్రిటిష్ సమాజంలో

పలుకుబడిగల వర్గాలు పట్టుపట్టాయి. ఈ ఉద్యోగాల కోసం తమలో తాము తీవ్రంగా సంఘర్షించుకోవడం మరో వాస్తవం. ఈ ఉద్యోగ నియామకాల హక్కు అనేది ఇటు కంపెనీ డైరెక్టర్లకు అటు బ్రిటిష్ మంత్రివర్గానికి మధ్య నిరంతర సంఘర్షణాంశం. అటువంటి పరిస్థితుల్లో భారతీయులు అటువంటి ఉద్యోగాలకు భారతీయులకు ఎలా దక్కనిస్తారు? అయితే, అతి తక్కువ జీతాలపై వచ్చి చేరడానికి చవకగా దొరుకుతారు కనుక, ఇంగ్లీషువారి కంటే అధిక సంఖ్యలో సిద్ధంగా ఉన్నారు కనుక, దిగువ స్థాయి (సబార్డినేట్) ఉద్యోగాలకు భారీ సంఖ్యలో భారతీయుల్ని 'రిక్రూట్' చేశారు.

ఇండియన్ సివిల్ సర్వీసు అనేది క్రమంగా యావత్ప్రపంచంలోనే ఎంతో సమర్థమైన, శక్తిమంతమైన సివిల్ సర్వీసులలో ఒకటిగా ఎదిగింది. సివిల్ సర్వీసులో ఉన్నవారికి అధికారమూ విస్తృతంగానే ఉండేది. అలాగే, విధాన నిర్ణాయక స్థాయిలోనూ వారికి పాత్ర ఉండేది. స్వతంత్రంగా వ్యవహరించడం, నిజాయితీ కలిగి ఉండడం, అవిశ్రాంతంగా సేవ చేయడం వంటి కొన్ని మంచి సంప్రదాయాలు వారు పాటించారు. కాని ఈ గుణగణాలు సహజంగానే బ్రిటిష్‌వారికే ఉపయోగపడ్డాయి. కాని భారత ప్రయోజనాల పరిరక్షణకు ఏ మాత్రం దోహదం చేయలేదు. భారతదేశాన్ని పాలించడం అనేది తమకు సంక్రమించిన ఒక దైవిక హక్కు అని విశ్వసించే స్థాయికి వచ్చారు వారు. ఇండియన్ సివిల్ సర్వీసు అనేది ఇండియాలో బ్రిటిష్ పాలనా వ్యవస్థను పెంచి నిలబెడుతున్న 'ఉక్కు చట్రం'గా పేరు తెచ్చుకున్నది. ఆ తర్వాత క్రమంగా అది భారతీయ జీవనంలో అభ్యుదయ అధునాతన పోకడలన్నింటినీ వ్యతిరేకించే ముఖ్య శక్తిగా తయారైంది. అందుకే, ముందుకు ఉరుకుతున్న భారతీయ జాతీయోద్యమం తాను దాడి చేయడానికి ఎంచుకున్న ముఖ్య లక్ష్యాలలో ఒకటైంది.

సైన్యం

ఇండియలో బ్రిటిష్ పాలనా వ్యవస్థకు రెండవ ముఖ్య మూల స్తంభం సైన్యం. అది నాలుగు ముఖ్య విధులు నిర్వర్తించేది. భారతీయ రాజ్యాల్ని ఓడించడానికి పాలకుల చేతుల్లో ముఖ్యమైన ఉపకరణంగా ఉపయోగపడేది, విదేశీ ప్రత్యర్థుల నుంచి ఇండియాలో బ్రిటిష్ సామ్రాజ్యాన్ని కాపాడే శక్తిగా నిలబడేది : ఎల్లవేళలా సంభవించే అంతర్గత తిరుగుబాట్ల నుంచి బ్రిటిష్ ఆధిపత్యాన్ని కాపాడే బాధ్యతను నిర్వర్తించేది: ఆసియాలో ఆఫ్రికాలో బ్రిటిష్ సామ్రాజ్య విస్తరణకు పరిరక్షణకు ముఖ్య సాధనంగా నిలబడేది.

కంపెనీ సైన్యంలో ఎక్కువ మంది, ముఖ్యంగా ఇపుడు యుపి, బీహార్‌లలో ఉన్న ప్రాంతాల నుంచి వచ్చి చేరిన భారతీయ సైనికులే ఉండేవారు. ఉదాహరణకు,

1857లో భారతీయ సైన్యంలో సైనికుల సంఖ్య 311400. వీరిలో 265900 మంది భారతీయులు. అయితే, సైన్యంలో ఆఫీసర్లు మాత్రం పూర్తిగా బ్రిటిష్‌వారే. కనీసం కార్న్‌వారిస్ కాలం నుంచి అయినా అదే పరిస్థితి. 1856లో సైన్యంలో నెలకు మూడువందల రూపాయలు జీతం అందుకునే భారతీయులు ముగ్గురే. అలాగే సైన్యంలో అత్యున్నత హోదాలో ఉన్న భారతీయుడు ఒక సుబేదార్! బ్రిటిష్ సైనికుల నియామకం అంటే అది చాలా వ్యయ భారం తలకెత్తుకోవడమే అవుతుంది కనుక భారీ సంఖ్యలో భారతీయుల్ని సైన్యంలోకి తీసుకున్నారు. అదీకాక భారతదేశాన్ని జయించడానికి అవసరమైన భారీ స్థాయిలో సైనిక బలగాన్ని సమకూర్చుకోవడానికి బ్రిటిష్ జన సంఖ్యే సరిపోదన్నది కూడా కారణం కావచ్చు. ఇటువంటి పరిస్థితుల్లో ఒక సమతూక స్థితిని సాధించడానికి సైన్యంలో ఆఫీసర్లుగా పూర్తిగా బ్రిటిష్ వారినే నియమించి, దానితోపాటు, భారతీయ సైనికుల్ని అదుపులో ఉంచుకోవడానికి, కొద్దిమంది బ్రిటిష్ వారిని సైనికులుగా కూడా నియమిస్తూ వచ్చారు. అయినాసరే, ప్రధానంగా భారతీయులే ఎక్కువగా ఉన్న సైన్యం కలిగిన భారతదేశాన్ని, కొద్దిమంది విదేశీయులు గెలిచి తమ అదుపులోకి తెచ్చుకోగలగడం ఆశ్చర్యంగానే కనిపిస్తుంది. రెండు కారణాలవల్ల ఇది సాధ్యమైందని చెప్పుకోవచ్చు. ఆ కాలానికి దేశంలో ఆధునిక జాతీయ దృక్పథం లేకపోడం ఒక కారణం. బీహార్‌కో, అవధ్‌కో చెందిన సైనికుడు, మరాఠాలనో, పంజాబీలనో ఓడించడంలో కంపెనీకి సహకరించడం అంటే భారత వ్యతిరేకిగా పనిచేయడమే అవుతుందని భావించలేకపోయాడు. మరో కారణం, తాను ఎవరి ఉప్పుతింటున్నాడో వారికి విశ్వాసపాత్రంగా ఉండడం అనేది భారతీయ సైనికుడి సంప్రదాయక లక్షణం. మరో విధంగా చెప్పాలంటే భారతీయ సైనికుడు మంచి కిరాయి మనిషి. అలాగే కంపెనీ కూడా మంచి యజమాని. భారతీయ పాలకుల వలె సంస్థానాధీశుల వలె కాక, కంపెనీ సైనికులకు క్రమం తప్పకుండా తగినంతగా సైనికులకు వేతనాలు చెల్లిస్తూ ఉండేవి.

పోలీసు వ్యవస్థ

బ్రిటిష్ పాలనలో మూడవ స్తంభం పోలీసు వ్యవస్థ. దీని నిర్మాత కూడా మళ్ళీ అదే కార్న్‌వాలిస్. జమిందార్లకు పోలీసు బాధ్యతలు లేకుండా చేసి, శాంతి భద్రతల పరిరక్షణకు ఒక శాశ్వత యంత్రాంగంగా పోలీసు వ్యవస్థని ఏర్పాటుచేశాడు. ఈ వ్యవస్థను నెలకొల్పే సందర్భంలో ఆయన వెనుకటి భారతీయ ఠాణాల పద్ధతివైపు దృష్టి మళ్ళించి, వాటిని ఆధునీకరించేవాడు. అప్పటికి ఇంకా ఒక వ్యవసాయ రూపం సంతరించుకోని బ్రిటిష్ పోలీసు కంటే ఇక్కడ అది ఒక అడుగుముందుకే ఉండేదని

చెప్పాలి. కార్న్‌వాలిస్ ఠాణాల 'సర్కిళ్ళు' ఏర్పాటుచేసి, ఒక 'దరోగా'ని అధిపతిని చేశాడు. అతడు భారతీయుడే కావాలి. ఆ తర్వాత జిల్లా స్థాయిలో ఈ పోలీసు యంత్రాంగానికి సారథ్యం వహించడానికి జిల్లా పోలీసు సూపరింటెండెంట్లను సృష్టించాడు. ఇక్కడ మళ్ళీ పై స్థాయి ఉద్యోగాలన్నింటా భారతీయుల్ని దూరంగానే ఉంచారు. గ్రామాలలో గ్రామస్థులే నియమించుకున్న కాపలాదార్లే పోలీసు విధుల్లో ఉండేవారు. దోపిడీల వంటి పెద్ద నేరాల్ని అదుపులో ఉంచడంలో క్రమంగా పోలీసులు కృతకృత్యులయ్యారు. విదేశీ పాలకులకు వ్యతిరేకంగా భారీ స్థాయి కుట్రలేవీ జరగకుండా పోలీసులు నిరోధించేవారు. జాతీయోద్యమం తలెత్తిన సందర్భాలలో అణచివేయడానికి ఇదే పోలీసు యంత్రాంగాన్ని ఉపయోగించుకునేవారు. ఈ భారతీయ పోలీసు యంత్రాంగానికి జనం పట్ల దయాదాక్షిణ్యాలు ఉండేవి కావు. బందిపోట్లను అణచివేయడానికి, నియమితులై పోలీసులు, బందిపోట్ల తరహాల్లోనే, శాంతియుతంగా జీవనం సాగించే జనాన్ని హింసించేవారని పేర్కొంటూ 1813లో ఒక పార్లమెంటరీ కమిటీ ఒక నివేదిక సమర్పించింది. విలియమ్ బెంటింక్ అనే గవర్నర్ జనరల్ 1832లో ఇలా రాశాడు :

"పోలీసులకు ప్రజల భద్రత అనేది పట్టడం లేదు సరే, వారిని గురించి జనం ఏమనుకుంటున్నారో చెప్పాలంటే, నేను ఇక్కడ ఒక వాస్తవాన్ని ఉదహరించక తప్పదు. ఇటీవలే అమలులోకి వచ్చిన ఒక నిబంధనను మించి, జనం మెచ్చినది మరొకటి ఉంటుందని నేను అనుకోను. అది ఏమిటీ అంటే, ఎక్కడైనా ఒక పెద్ద దోపిడీ జరిగితే, ఆ దోపిడీలో నష్టపోయిన వారు ప్రార్థిస్తే తప్ప దర్యాప్తు చేసే హక్కు పోలీసులకు లేదు అన్నది ఆ నిబంధన నిర్దేశం. అంటే, పశువుల్ని కాసేవాడే (పోలీసు) తోడేళ్ళి మించిన ఆకలితో ఉంటాడు అని! (అంతరార్థం కాదూ..!)".

న్యాయ వ్యవస్థ

వివిధ స్థాయిల్లో ఉండే సివిల్, క్రిమినల్ కోర్టుల శ్రేణి ద్వారా న్యాయం అందించే ఒక కొత్త వ్యవస్థకు బ్రిటిష్‌వారు పునాదివేశారు. ఈ వ్యవస్థను వారెన్ హేస్టింగ్స్ ప్రారంభించినా, దీనిని స్థిరీకరించింది మాత్రం 1793లో కార్న్‌వాలిస్. ప్రతి జిల్లాలోను 'దివానీ అదాలత్' పేరిట సివిల్ కోర్టుల్ని ఏర్పాటుచేశారు. సివిల్ సర్వీసులో ఉన్న జిల్లా జడ్జి ఈ కోర్టుకు అధిపతిగా ఉండేవారు. కార్న్‌వాలిస్ అలా సివిల్ జడ్జి, కలెక్టర్ ఉద్యోగాలు రెండింటినీ వేరు చేశారు. జిల్లా కోర్టు నుంచి అప్పీళ్ళు మొదట నాలుగు ప్రొవిన్షియల్ సివిల్ అప్పీల్ కోర్టులకు వెళ్ళాలి. ఆ తర్వాత చిట్టచివర 'సదర్ దివానీ అదాలత్' కి చేరాలి. జిల్లా కోర్టుకు దిగువన రిజిస్ట్రార్ కోర్టులు ఉండేవి. వీటికి

యూరోపియన్లే అధిపతులుగా ఉండేవారు. రిజిస్ట్రార్ కోర్టుల వలెనే, ఎక్కువ సంఖ్యలో సబార్డినేట్ కోర్టులు ఉండేవి. మున్సిఫ్‌లుగా అమీన్లుగా పిలబడే భారతీయ జడ్జిలు ఈ కోర్టులకు అధిపతులుగా ఉండేవారు. క్రిమినల్ కేసుల విచారణకు, కార్న్‌వాలిస్, బెంగాల్ ప్రెసిడెన్సీని నాలుగు డివిజన్లుగా విభజించాడు. ప్రతి డివిజన్‌లో, సివిల్ ఉద్యోగాలు అధిపతులుగా సర్క్యూట్ కోర్టులు నెలకొల్పాడు. ఈ కోర్టులకు దిగువన చిన్న కేసుల విచారణకు భారతీయులే మెజిస్ట్రేట్లుగా ఉండే కోర్టులు అధిక సంఖ్యలో ఏర్పాటుచేశారు. సర్క్యూట్ కోర్టుల నుంచి అప్పీళ్ళు సదర్ నిజామత్ అదాలత్‌కి వెళ్ళే పద్ధతి ప్రవేశపెట్టారు. క్రిమినల్ కోర్టులు ముస్లిమ్ క్రిమినల్ చట్టాన్ని బట్టి కూడా తీర్పులు చెప్పేవి. అయితే, కాళ్ళూ చేతులు నరకడం, ఇంకా అటువంటి ఇతర శిక్షలకు అవకాశం లేకుండా చేసి, కాఠిన్యాన్ని తగ్గించి, సరళీకరించి శిక్షలు విధించే పద్ధతి ప్రవేశపెట్టారు. ఏ ప్రాంతంలో అయినాకాని, లేదా సమాజంలో ఒక వర్గానికి సంబంధించి కాని, అనాదిగా ప్రామాణికంగా పెట్టుకున్న సంప్రదాయక న్యాయ సూత్రాలనే ఈ సివిల్ కోర్టులు కూడా అనుసరించేవి. 1831లో విలియమ్ బెంటింక్ ప్రొవిన్షియల్ అప్పీలు, సర్క్యూట్ కోర్టుల్ని రద్దుచేశాడు. మొదట ఇవి నిర్వర్తించే విధుల్ని కమిషన్లకు, ఆ తర్వాత జిల్లా కలెక్టర్లకు జిల్లా కలెక్టర్లకు అప్పగించారు. అదేవిధంగా, బెంటింక్, జ్యూడీషియల్ సర్వీసులో ఉన్న భారతీయుల హోదానీ అధికారాల్నీ పెంచి, వారిని డిప్యూటీ మెజిస్ట్రేట్లుగా సబార్డినేట్ జడ్జీలుగా ప్రిన్సిపల్ సదర్ అమీన్లుగా నియమింపజేశాడు. ఆ తర్వాత 1865లో సదర్ దివానీ కోర్టుల్ని, నిజామత్ కోర్టుల్నీ తొలగించి వాటి స్థానే కలకత్తా, మద్రాసు, బొంబాయి నగరాలలో హైకోర్టులు ఏర్పాటుచేశారు.

కొత్త చట్టాల్ని ప్రవేశపెట్టడం ద్వారా, పాత చట్టాల క్రోడీకరణ ద్వారా ఒక కొత్త చట్ట వ్యవస్థను ప్రవేశపెట్టారు బ్రిటిష్ వారు. భారతదేశంలో న్యాయ వ్యవస్థ అనేది అనూచానంగా వస్తున్న న్యాయ నిర్ధారణ పద్ధతిపైనే ఆధారపడి సాగిపోతూ వచ్చింది. అనేక చట్టాలు, శాస్త్రాలపైన షరియత్‌పైన రాజ శాసనాలపైనే ఆధారపడి వచ్చినా, అన్నింటి వెనుక దీర్ఘకాలంగా వస్తున్న సంప్రదాయాలూ పద్ధతులూ ఉన్నాయి. సంప్రదాయక న్యాయ నిర్ణాయక పద్ధతుల్నే సాధారణంగా పాటిస్తూనే వస్తున్నా బ్రిటిష్ వారు క్రమంగా కొత్త చట్ట వ్యవస్థను తీసుకువచ్చారు. నిబంధనలు ప్రవేశపెట్టారు, ఉన్న చట్టాల్ని క్రోడీకరించారు. న్యాయశాస్త్ర దృష్టిలో అన్వయింపచేసి, నిర్దిష్ట రూపం ఇచ్చారు. వాటిని ఆధునికం చేశారు. 1833లో వచ్చిన చార్టర్ యాక్ట్ ప్రకారం, చట్టాలు చేసే సర్వాధికారాలు 'గవర్నర్ జనరల్ – ఇన్ – కౌన్సిల్'కి సంక్రమించాయి. ఈ మొత్తం కసరత్తుకు అర్థం ఏమిటంటే, భారతీయులు గతంలో కంటే ఇపుడు

ఎక్కువగా మనిషి చేసిన చట్టాల ప్రకారమే జీవించాలి. అవి మంచివి కావచ్చు, చెడ్డవి కావచ్చు. ఎటువంటివి అయినా వాటికి గుడ్డిగా విధేయంగా ఉండవలసిందే. వాటిని దైవశాసనాలుగాను, అందువల్ల అవి పవిత్రమైనవిగాను భావించి ప్రశ్నించకుండా పాటించి తీరవలసిందే.

భారతీయ చట్టాల్ని క్రోడీకరించడానికి బ్రిటిష్ ప్రభుత్వం 1833లో, లార్డ్ మెకాలే సారథ్యంలో ఒక లా కమిషన్‌ను నియమించింది. ఆ కమిషన్ కృషి ఫలితంగానే, ఇండియన్ పీనల్ కోడ్, పాశ్చాత్య నమూనాలో సివిల్, క్రిమినల్ ప్రొసీజర్ కోడ్‌లు, ఇతర చట్టాలు వచ్చాయి. దేశం అంతటికీ అవే చట్టాలు వర్తించాయి. ఒకే విధమైన న్యాయ స్థాన వ్యవస్థ వాటిని అమలు జరిపేది. క్లుప్తంగా చెప్పుకోవాలంటే, న్యాయ వ్యవస్థాపరంగా యావద్భారతం ఒక్కటైంది.

చట్టబద్ధమైన పాలన

చట్టబద్ధ పాలన అనే ఆధునిక లక్షణాన్ని తీసుకువచ్చారు బ్రిటిష్‌వారు. చట్టబద్ధ పాలన అంటే, పరిపాలన అనేది కనీసం సూత్ర రీత్యా అయినా, చట్టాలకు లోబడి సాగాలి, పాలకుడి వ్యక్తిగత ఇష్టాయిష్టాల ప్రకారం లేదా కోపతాపాలకు ఒదిగిపోయి కాదు. పాలితులైన ప్రజల హక్కుల్నీ అధికారాల్నీ బాధ్యతల్నీ ఆ చట్టాలు స్పష్టంగా తేల్చి చెప్పాయి కూడా. అయితే ఆచరణలో పరిస్థితి వేరు. అధికార యంత్రాంగం పోలీసులూ నిరంకుశమైన అధికారాలు అనుభవించేవారు. ప్రజల హక్కులకూ స్వేచ్ఛా జీవనానికీ అడ్డుతగులుతూనే ఉండేవారు. కాని, చట్టం ప్రకారం సాగే పాలనలో మనిషి వ్యక్తిగత స్వేచ్ఛకు కొంతవరకైనా హామీ ఉంటుంది. దేశంలో అంతవరకు పాలన సాగించిన ప్రభువులు సంప్రదాయాచారాలకు బద్ధులై వ్యవహరించేవారు. అయితే తమ ఇష్టానుసారం పాలనా సంబంధమైన చర్యలు తీసుకునే న్యాయాధికారం వారికి ఎపుడూ ఉండేది. జనం, ఆ ప్రభువుల చర్యలను ప్రశ్నించడానికి తగిన మరో అధికారిక వ్యవస్థ అంటూ ఏదీ ఉండేది కాదు. భారతీయ పాలకులూ ముఖ్యులూ తమకు ఉన్న ఈ అధికారాన్ని ఒక్కొక్కప్పుడు తమ ఇష్టం వచ్చినట్టు వాడుకునేవారు. అయితే, బ్రిటిష్ పాలనలో, చట్టాలు లోపభూయిష్టంగా ఉన్నా, వాటిని ప్రజాస్వామిక పద్ధతిలో ప్రజలే రూపొందించకపోయినా విదేశీ పాలకులే నిరంకుశంగా రూపొందించినా, ఆ చట్టాలు సివిల్ అధికారులకూ, పోలీసులకే విస్తృతాధికారాలు కట్టబెట్టినా, బ్రిటిష్ పాలన మాత్రం అవే చట్టాలకు న్యాయస్థానాలు చెప్పే భాష్యానికి లోబడి సాగిపోయేది. ప్రజాస్వామిక, వ్యక్తి స్వేచ్ఛా మార్గానికి స్వభావరీత్యానే వ్యతిరేకించే ఒక విదేశీ ప్రభుత్వంలో బహుశా ఇది అనివార్యమేమో.

చట్టం - సర్వసమాన దృష్టి

చట్టం ముందు అంతా సమానమే అనే సూత్రం ఆధారంగానే బ్రిటిష్ హయాంలో భారత న్యాయ వ్యవస్థా నిర్మాణం జరిగింది. అంటే, చట్టం దృష్టిలో మనుషులంతా సమానులే. వర్గాలతో నిమిత్తం లేకుండా ఏ చట్టం అయినా అందరికీ ఒకే విధంగా వర్తిస్తుంది. అంతకుముందు న్యాయ వ్యవస్థ కుల వ్యత్యాసాల్ని గుర్తించేది. ఉన్నత కులాలు, నిమ్న కులాలు అన్న వివక్ష పాటించేది. ఒకే నేరానికి బ్రాహ్మణుడికి, ఒక బ్రాహ్మణేతరుడి కంటే తక్కువ శిక్షపడేది. అదేవిధంగా, న్యాయ నిర్ణయంలో సామాన్యులపట్ల ఉన్నంత కాఠిన్యం జమిందార్లపట్ల ప్రముఖులపట్ల ఉండేది కాదు. నిజానికి వారు ఏం చేసినా విషయం కోర్టు వరకు వెళ్ళడమే అరుదు. అయితే, చట్టం ముందు అంతా సమానమే అనే సూత్రంతో న్యాయ వ్యవస్థ అవతరించిన తర్వాత, మరీ మరీ సామాన్యుడైన వ్యక్తి కూడా న్యాయస్థానం తలుపుతట్టే అవకాశం ఏర్పడింది.

అయితే చట్టం దృష్టిలో సర్వసమానత్వం అనే ఈ అద్భుతమైన సూత్రానికి ఒక మినహాయింపు ఉంది. యూరోపియన్లకు, వారి వంశాల వారికి ప్రత్యేక చట్టాలూ, కోర్టులూ ఉండేవి. క్రిమినల్ కేసుల్లో వారిపై విచారణ యూరోపియన్ న్యాయమూర్తులే చేసేవారు. చాలా మంది ఇంగ్లీషు అధికారులు, మిలిటరీ అధికారులు, తోటల యజమానులు, వ్యాపారులు భారతీయులపట్ల చాలా దురుసుగా కఠినంగా ఇంకా చెప్పాలంటే చాలా పాశవికంగా వ్యవహరించేవారు. వారిని న్యాయస్థానం ముందుకు తీసుకువచ్చే ప్రయత్నాలు ఏవైనా జరిగితే, వారికి పరోక్షంగా, అక్రమంగా రక్షణ కల్పించేవారు. వారిని విచారించవలసింది యూరోపియన్ న్యాయమూర్తులే కనుక శిక్షలు స్వల్పంగానే వేసేవారు. ఒక్కొక్కప్పుడు అసలే ఉండేవి కావు. తత్ఫలితంగా న్యాయం అనేది తరచు పట్టాలు తప్పేది.

అలాగే ఆచరణలోకి వచ్చేసరికి, ఈ 'న్యాయం'లో మరో విధమైన అసమానత బయటపడేది. కోర్టుకు వెళ్ళడం అంటే, కోర్టు ఫీజు చెల్లించాలి. న్యాయవాదుల్ని కుదుర్చుకోవాలి. ఇంకా, ఆ పైన సాక్షుల ఖర్చులు భరించాలి. వీటివల్ల 'న్యాయం' చాలా ఖరీదైపోయింది. కోర్టులు చాలా దూరంగా ఉన్న పట్టణాల్లో ఉండేవి. ఇక కోర్టు కేసులు ఏళ్ళతరబడి సాగేవి. ఎంతో సంక్లిష్టంగా ఉండే చట్టాలు నిరక్షరాస్యులకు అమాయకులైన రైతు జనానికీ అంతు చిక్కేవి కావు. అందువల్ల, ధనికులు చట్టాలకు వక్రభాష్యం చెప్పించి, కోర్టుల్ని తమకు అనుకూలంగా మలుచుకునేవారు. కింది కోర్టు నుంచి అత్యున్నత న్యాయస్థానం వరకు అప్పీళ్ళకుపోతూ దీర్ఘకాలం న్యాయ పోరాటం సాగించడం అంటే సర్వనాశనమైపోడమే అనే భయం పేదవాడి మనసులో

కలిగిస్తే, ఇక అతడు కాళ్ళ బేరానికి రావలసిందే. దీనికి తోడు, పోలీసు వ్యవస్థలో అధికార యంత్రాంగంలో వివిధ స్థాయిల్లో సర్వత్రా అవినీతి వ్యాపించి ఉండడంవల్ల కూడా 'న్యాయం' అందరికీ అందేది కాదు. అధికారులు ఎపుడూ ధనవంతులవైపే. ప్రభుత్వం తమపై ఎటువంటి చర్యతీసుకోదన్న భరోసాతో జమిందార్లు రైతుల్ని పీడించేవారు. ఈ పరిస్థితికి భిన్నంగా, బ్రిటిష్ పాలనకు ముందు న్యాయ సాధన అనేది చాలా సాఫీగా త్వరితంగా తక్కువ ఖర్చుతో సాగిపోయేది. అందువల్ల, చట్టం ప్రకారం పాలన, చట్టం ముందు సర్వసమానత్వం, హేతుబద్ధంగా, మానవతా దృష్టితో రూపొందించిన చట్టాలకు అనుగుణంగా న్యాయసాధన సాగాలి అనే ఎంతో ప్రశంసనీయమైన సూత్రాలు ఆధారంగా అవతరించిన కొత్త న్యాయ వ్యవస్థ ఒక గొప్ప ముందడుగే అయినా మరికొన్ని ఇతర అంశాల దృష్ట్యా ఆ వ్యవస్థ ఏర్పాటు ఒక అభివృద్ధి నిరోధక చర్య. అంతకు ముందు కంటే 'న్యాయం' పెనుభారంగా మారింది. కాలహరణం సరేసరి.

సామాజిక సాంస్కృతిక విధానం

బ్రిటిష్ వాణిజ్య పారిశ్రామిక ప్రయోజనాల పరిరక్షణ కోసం బ్రిటిష్ అధికారులు భారత ఆర్థిక వ్యవస్థను పునర్వ్యవస్థీకరించి క్రమబద్ధంచేసిన వైనాన్ని గురించి, అంతా శాంతి భద్రతలకు హామీపడగల ఆధునిక పాలనా వ్యవస్థను కల్పించిన వైనాన్ని గురించి చెప్పుకున్నాం. 1813 వరకు భారత మత, సామాజిక, సాంస్కృతిక జీవనంలో జోక్యం చేసుకోరాదన్న విధానాన్నే పాటించారు కాని, 1813 తర్వాత భారతీయ సమాజాన్ని సంస్కృతినీ మార్చివేసే దిశగా కొన్ని తీవ్ర చర్యలే తీసుకున్నారు. 19వ శతాబ్దిలో తలెత్తిన కొత్త స్వప్రయోజన దృష్టి బ్రిటన్‌లో పుట్టుకు వచ్చిన కొత్త కొత్త ఆలోచనలకు ఇండియా పట్ల వారి దృక్పథంలో మార్పుకు దారితీశాయి. పద్దెనిమిదవ శతాబ్ది మధ్య కాలంలో ప్రారంభమైన పారిశ్రామిక విప్లవం, దానివల్ల వృద్ధిచెందిన పారిశ్రామిక పెట్టుబడిదారీ పోకడ బ్రిటిష్ సమాజంలో అన్నిరంగాల్నీ త్వరితగతిని ప్రభావితం చేశాయి. బ్రిటన్‌లో పెరుగుతూ వస్తున్న పారిశ్రామిక సంస్థలు భారతదేశాన్ని, తమ వస్తు వాణిజ్యానికి ఒక పెద్ద విపణిగా ఉపయోగించుకోవాలన్న ఆలోచనకు వచ్చాయి. ఈ లక్ష్యాన్ని సాధించుకోవాలంటే, భారతదేశంలో శాంతిని సుస్థిరం చేయడం ఒక్క విధానంగా పెట్టుకుంటే సరిపోదు. భారతీయ సమాజంలో పాక్షికంగానైనా పరివర్తన తీసుకువచ్చి ఆధునికంగా తీర్చిదిద్దవలసిందే. చరిత్రకారులు థాంప్సన్, గారట్‌ల మాటల్లో చెప్పాలంటే "పాత తరం వారి దృష్టి, పద్ధతులు ఆధునిక పారిశ్రామిక పెట్టుబడిదారీ మార్గంవైపు మళ్ళిపోయాయి".

మనిషి ప్రగతికి వైజ్ఞానిక సాంకేతిక జ్ఞాన రంగాలు సైతం నవద్వారాలు తెరిచాయి. పద్దెనిమిది, పంతొమ్మిది శతాబ్దాల్లో బ్రిటన్‌లో యూరప్‌లో నవమార్గ మథనం ఉధృతంగానే సాగింది. ఇది భారతీయ సమస్యల పట్ల బ్రిటిష్ దృక్పథాన్ని ప్రభావితం చేసింది. యూరప్ అంతటా, దృక్పథాల్లో మర్యాదల్లో నైతిక వర్తనంలో కొత్త కొత్త ధోరణులు పుట్టుకువచ్చాయి." 1789 నాటి ఫ్రెంచి విప్లవం స్వేచ్ఛా, సమానత్వ, సంఘీభావ సూత్రాల్ని ప్రబోధించడంతో పాటు ప్రజాస్వామిక దృక్పథాన్ని శక్తిమంతంగా రేకెత్తించి, ఆధునిక జాతీయతావాదాన్ని ప్రభంజన సదృశం చేసింది. తాత్విక రంగంలో బేకన్, లాకె, వోల్టేర్, రూసో, కాంట్, ఆడమ్‌స్మిత్, బెన్‌తామ్ నవీన ధోరణికి ప్రతినిధులుగా నిలబడితే, సాహిత్యంలో వర్డ్స్‌వర్త్, బైరన్, షెల్లీ, చార్లెస్ డికెన్స్ నవమార్గం అందుకున్న వారయ్యారు. పద్దెనిమిదవ శతాబ్ది ఆవిష్కరించిన మేథో విప్లవం ఫ్రెంచి, పారిశ్రామిక విప్లవాలు – వీటితో ప్రభవించిన ఆధునిక దృక్పథం ప్రభావం సహజంగానే భారతదేశానికి వ్యాపించింది. కొంతవరకు ప్రభుత్వం స్థిరపరుచుకున్న అధికారికమైన ఆలోచనా సరళిమీద కూడా ఆ ప్రభావం కనిపించింది.

హేతువాద దృష్టిలేదా తార్కిక మార్గంపై విజ్ఞాన శాస్త్రంపై విశ్వాసం, మానవతా దృక్పథం లేదా మనిషిపట్ల ప్రేమ, మనిషికి ఉండే పురోగమించే శక్తిపై విశ్వాసం... ఇవే ఈ ఆధునిక దృక్పథం ముఖ్య లక్షణాలు. హేతుబద్ధ వైజ్ఞానిక దృక్పథం కలిగి ఉండడం అంటే మానవ తర్కానికి, ఆచరణలో పరీక్షకు నిలబడేవే సత్యమైనదిగా పరిగణించడం. పదిహేడు, పద్దెనిమిది, పంతొమ్మిది శతాబ్దాల్లో సాధించిన వైజ్ఞానిక ప్రగతి, శాస్త్ర విజ్ఞానాన్ని పరిశ్రమలకు మళ్ళించడం ద్వారా సాధించిన పరమాద్భుత వస్తూత్పత్తి శక్తి ఇవి మనిషి తార్కిక శక్తికి ప్రబల నిదర్శనాలుగా ముందుకొచ్చాయి. ప్రతి మనిషికి అతడికి అతడే చివరిమెట్టు. సర్వోన్నతుడు, అతడిని ఆ విధంగానే గౌరవించాలి, అలాగే సంభాళించుకోవాలి. మానవతావాదానికి ఈ భావనే పునాది. మరొక మనిషిని కేవలం తన ఆనందం కోసమే ఉన్నాడని భావించే హక్కు ఏ ఒక్కరికీ లేదు. ఈ మానవతా వీక్షణం లోనుంచే వ్యక్తిత్వ, స్వేచ్ఛావాద, సోషలిస్టువాదాలు ప్రభవించాయి. ప్రగతిని ఒక సూత్రంగా నిర్దేశించుకుంటే ఆ సూత్రానికి అనుగుణంగా కాలాన్ని బట్టి అన్ని సమాజాలూ మారితీరాలి. చలన రహిత సమాజం ఏదీ మనజాలదు. చుట్టూ ఉన్న ప్రవృత్తినీ సమాజాన్నీ హేతుబద్ధ, న్యాయబద్ధ పద్ధతుల్లో తీర్చిదిద్దుకునే శక్తి మనిషికి ఉంది.

యూరప్‌లో బయల్దేరిన ఆధునిక దృక్పథాల సరళికి వెనుకటి ఆలోచనా రీతులకు మధ్య సంఘర్షణ తలఎత్తింది. తత్ఫలితంగా బ్రిటిష్ ప్రభుత్వంలో ఉన్న భారత విధాన నిర్ణేతల, భారత పాలనా వ్యవహారాల నిర్వాహకుల మధ్య అభిప్రాయ

భేదాలు పొటమరించాయి. సంప్రదాయ, మితవాద దృక్పథంతో ఉన్న పాతతరం వారి ఆలోచనల ప్రకారం ఇండియాలో వీలైనంత తక్కువ మార్పులే తీసుకురావాలి. వారన్ హేస్టింగ్స్, ప్రఖ్యాత రచయిత పార్లమెంటేరియన్ అయిన ఎడ్మండ్ ఒక్ సంప్రదాయవాదుల్లో తొలి తరం వారైతే, మన్రో, మాల్కోమ్, ఎల్ఫిన్‌స్టన్, మెట్‌కాఫ్ వంటి ప్రసిద్ధులైన అధికారులు, ఆ తర్వాతి తరంవారు. భారతీయ నాగరికత యూరోపియన్ నాగరికత కంటే భిన్నమైనదనీ అంతమాత్రాన భారతీయ నాగరికత యూరోపియన్ నాగరికత కంటే హీనమైనదేమీ కాదని ఈ మితవాదుల వాదం. వీరిలో చాలా మంది భారతీయ తత్వశాస్త్రాన్నీ సంస్కృతినీ ఎంతో గౌరవించేవారు, అభిమానించేవారు. కొన్ని పాశ్చాత్య ఆలోచనా ధోరణుల్నీ పద్ధతుల్నీ ప్రవేశపెట్టడం మంచిదని గ్రహించిన వీరు వాటిని ఎంతో జాగ్రత్తగా, ఒకేసారి కాకుండా క్రమంగా ప్రవేశపెట్టాలని ప్రతిపాదించారు. అన్నింటినీ మించి సామాజిక సుస్థిరతకే ప్రాముఖ్యం ఇస్తూ వారు త్వరపడి మార్పు తీసుకువచ్చే ఏ కార్యక్రమానికైనా తాము వ్యతిరేకం అన్నారు. సమూలంగా లేదా తొందరపాటుతో ఎటువంటి ప్రయోగం చేసినా అది దేశంలో హింసాత్మక ప్రతిస్పందనకు దారితీస్తుందని వారు భావించారు. ఇండియాలో బ్రిటిష్ పాలన ముగిసే వరకు ఈ విధమైన మితవాద దృక్పథానికే ఇటు ఇండియాలోనూ అటు ఇంగ్లండ్‌లోనూ విలువ ఉండేది. నిజానికి ఇండియాలో ఉన్న బ్రిటిష్ అధికారులలో అత్యధికులు సాధారణంగా మితవాద మార్గీయులే!

అయితే 1800వ సంవత్సరం నాటికి, ఈ మితవాద దృక్పథం త్వరితగతిన తొలగడం ప్రారంభమై, భారతీయ సమాజాలనీ, సంస్కృతినీ తీవ్రంగా దుయ్యబట్టే ఒక కొత్త ధోరణి ప్రవేశించింది. భారతీయ నాగరికతకు కదలికే లేదని ఖండిస్తూ ద్వేషించడం ప్రారంభించారు. భారతీయ సంప్రదాయాలు అనాగరికమైనవి అన్నారు, భారతీయ సంస్థలన్నీ అవినీతిలో కూరుకుపోయాయనీ వాటిలో నైతిక ప్రమాణాలు లేనేలేవనీ అన్నారు. భారతీయ దృక్పథం సంకుచితమైనదీ, అశాస్త్రీయమైనదీ అన్నారు. భారతదేశాన్ని రాజకీయంగా ఆర్థికంగా అణగతొక్కి వుంచడాన్ని సమర్థించుకోవడానికీ, ఇక బాగుపడగల శక్తి ఆ దేశానికి లేదు కనుక అది శాశ్వతంగా బ్రిటిష్ తొత్తుగానే ఉండవలసిందేనని వాదించారు. ఎక్కువ మంది బ్రిటిష్ అధికారులు, రచయితలు రాజకీయ ప్రముఖులు అదే ధోరణిలో విమర్శనాత్మక వ్యాఖ్యలు చేస్తూ ఉండేవారు. అయితే, 'రాడికల్స్'గా ముద్రపడిన కొంతమంది ఆంగ్లేయులు మాత్రం, ఈ సంకుచిత సామ్రాజ్యవాద దృక్పథానికి అతీతంగా నిలబడి, ఇప్పటికే పాశ్చాత్య సమాజాలు అలవరుచుకున్న ఆధునిక మానవతావాదాన్నీ హేతువాద దృక్పథాన్నీ తాము అర్థం చేసుకున్న భారత స్థితిగతులకు అన్వయించారు. వారికి ఈ తార్కిక దృక్పథం

ఉండడం వల్లనే, భారతదేశం ఇక ఎప్పటికీ అలా పతన స్థితిలోనే అఘోరించవలసిన అగత్యం లేదనీ, తార్కిక, వైజ్ఞానిక దృక్పథాన్ని అలవరుచుకుని అనుసరించి బాగుపడే శక్తి అన్ని సమాజాలకు ఉంటుందనీ వారు విశ్వసించారు. వారిలో ఉన్న మానవతావాదం, భారత ప్రజానీకం బాగుపడాలనే ఆకాంక్ష వారిలో కలిగించింది. అదేవిధంగా, ప్రగతిపట్ల వారికిగల విశ్వాసం, వారిలో భారతీయులు అభివృద్ధి చెంది తీరుతారన్న నిశ్చితాభిప్రాయం కలిగించింది. ఈ రాడికల్స్ సంఖ్యాపరంగా తక్కువగానే కనిపించినా, బ్రిటిష్ సమాజంలో ఉత్తమ శ్రేణికి ప్రతినిధులే. వైజ్ఞానిక దృష్టితో మానవతావాద దృక్పథంతో సాగుతున్న ఆధునిక ప్రగతిశీల ప్రపంచంలో భారత దేశం కూడా ఒక భాగం కావాలని వారు కాంక్షించారు. ఆధునిక పాశ్చాత్య విజ్ఞాన శాస్త్రాన్నీ తత్వశాస్త్రాన్నీ, సాహిత్యాన్నీ ప్రవేశపెట్టడమే ఇండియా ఎదుర్కొంటున్న సమస్యలకు పరిష్కారమనీ, ఆధునిక మార్గాలలో త్వరితగతిన ప్రగతి సాధించడానికి అన్నివిధాలా కృషి ప్రారంభం కావాలని వారు భావించారు. 1820 దశకంలోనూ ఆ తర్వాత భారతదేశానికి వచ్చిన కొందరు బ్రిటిష్ అధికారులు ఈ తరహా 'రాడికల్' ఆలోచనా సరళితో ప్రభావితులైనవారే.

ఇక్కడే మరొక విషయం నొక్కి చెప్పుకోవాలి. ఇంగ్లీషువారిలో అంతటి నిజాయితీపరులూ, ధర్మబుద్ధిగలవారూ చాలా తక్కువే. ఇండియాలో బ్రిటిష్ పాలనకు సంబంధించి వారి ప్రభావం నిర్ణయాత్మకమైనది ఎంత మాత్రం కాదు. బ్రిటిష్ - భారత పాలనా వ్యవస్థలో అధికారం చెలాయించే వ్యక్తులు సామ్రాజ్యవాద దృక్పథం తలకెక్కినవారే. స్వప్రయోజన సాధకులే. వారు కొత్త ఆలోచనల్ని స్వాగతిస్తారు, సంస్కరణాత్మక చర్యలు చేపట్టగలరు. కాని, అటువంటివి ఏవైనా బ్రిటిష్ వ్యాపార ప్రయోజనాలకు లాభార్జనా లక్ష్యాలకు విఘాతం కలిగించకుండా ఉండాలి, ఆర్థికంగా ఇండియాలో మరింత చొచ్చుకుపోవడానికీ, బ్రిటిష్ పాలనను మరింత సంఘటితం చేసుకోవడానికీ దోహదపడే విధంగా ఉండాలి! మరింత సులభంగా, మరింత హెచ్చు స్థాయిలో ఇండియాలో ఉన్న వనరుల్ని కొల్లగొట్టుకోవడం అన్నదే బ్రిటిష్ పాలకుల ముఖ్య లక్ష్యం కాగా, ఆ లక్ష్య సాధన విధించే స్థూల పరిమితులకు లోబడే భారత ఆధునికీకరణ జరగాలి. ఇండియా ఆధునికత సంతరించుకుంటే, భారతీయులు బ్రిటిష్ వస్తువులను మరింతగా ఇష్టపడతారనీ ఇక ఆ పైన విదేశీపాలనకు సైతం సుముఖులవుతారనీ విశ్వసించి చాలా మంది బ్రిటిష్ అధికారులు, వ్యాపారులు, రాజకీయ ప్రముఖులు ఇండియాను ఆదునికతవైపు మళ్ళించే ప్రయత్నాలకు అంగీకరించారు. నిజానికి, చాలామంది 'రాడికల్స్' కూడా, భారత విధానాన్ని గురించి తర్కించే సందర్భంలో తమ మౌలిక దృక్పథాన్ని సంపూర్ణంగా అన్వయించలేదనే

చెప్పాలి. బ్రిటన్‌లో ఒక ప్రజాస్వామిక ప్రభుత్వాన్ని ఏర్పాటు చేయడానికై పాటుపడినట్లు కాక, వారు భారతదేశంపై మరింత కఠినంగా పెత్తనం చెలాయించే ప్రభుత్వం ఉండాలన్నారు. తమ ఆధీనంలో ఉన్న దేశంలో జనాన్ని రక్షిస్తూనే వారి స్వేచ్ఛా స్వాతంత్ర్యాల్నీ బాధ్యతల్నీ నియంత్రించే తరహాలో ఆ పెత్తనం ఉండాలన్నారు. ఈ విషయంలో రాడికల్స్, మితవాదులతోనే ఏకీభవించారు. భారతీయుల్ని చిన్నపిల్లలుగానే పరిగణించి, వారిని స్వీయ పాలనా బాధ్యతలకు దూరంగా ఉంచాలనే 'ఇంటిపెద్ద' పోకడే మితవాదులు సైతం పెంచుకున్న మార్గం. అయితే, కొంతమేరకైనా భారతదేశాన్ని ఆధునిక మార్గం వైపు మళ్ళించకపోతే, బ్రిటన్ తన ప్రయోజనాల్ని సాధించుకోజాలదు. అదే విధంగా పూర్తిగా ఆధునీకరిస్తే బ్రిటిష్ ప్రయోజనాలకు విఘాతం కలిగించే శక్తులు ఇండియాలో పుట్టుకువచ్చి, ఇక ఆపైన బ్రిటిష్ ఆధిపత్యానికే ముప్పు ఏర్పడవచ్చు. ఇదీ ఆనాడు ఇండియాలో బ్రిటిష్ పాలకులకు ఎదురైన సంకటం. అందువల్ల, కొన్ని రంగాలలో ఆధునికత ప్రవేశపెట్టి, తక్కిన రంగాలకు ఆధునికత సోకకుండా అడ్డుపడుతూ, నిరోధించే పాక్షిక ఆధునికీకరణ విధానాన్ని అమలు జరుపుతూ, అలా ఒక క్లిష్టమైన సమతూకమార్గాన్ని వారు ఎంచుకోవలసి వచ్చింది. మరో విధంగా చెప్పుకోవాలంటే, వారి వలస పాలన పరిమితులకు లోబడి, వలస వాదాన్ని పటిష్టం చేసుకుంటూ భారతదేశాన్ని ఒక ఆధునిక వలసగా తీర్చిదిద్దాలన్నది వారి సంకల్పం.

భారతదేశంలో క్రైస్తవ మతాన్ని విస్తరింపచేయాలని కాంక్షిస్తున్న క్రైస్తవ మిషనరీలు, విలియమ్ విల్బర్‌ఫోర్స్, ఈస్ట్ ఇండియా కంపెనీ కోర్ట్ ఆఫ్ డైరెక్టర్ల అధ్యక్షుడు చార్లెస్ గ్రాంట్ వంటి మత దృష్టిగల వారంతా భారత సమాజాన్నీ సంస్కృతినీ ఆధునికం చేసే విధానాన్ని ప్రోత్సహించారు. వారికి కూడా భారతీయ సమాజం పట్ల ఆక్షేపణా దృష్టే వుండేది కాదు. అది మతపరమైన అంశాలకే పరిమితం. క్రైస్తవమే నిజమైన మతమనీ తక్కిన మతాలన్నీ బూటకపు మతాలేననీ వారు గాఢంగా విశ్వసించేవారు. పాశ్చాత్యీకరిస్తే ఇండియా ఒక నాటికి క్రైస్తవంలోకి మారిపోతుందన్న ఆశతో వారు అటువంటి కార్యక్రమాన్ని సమర్థించారు. పాశ్చాత్య విజ్ఞాన కాంతిరేఖలు పడితే సమాజాలకు స్వీయ మతాల పట్ల విశ్వాసం నాశనమైపోతుందనీ, తత్ఫలితంగా క్రైస్తవాన్ని స్వాగతించి అక్కున చేర్చుకుంటారనీ వారు భావించారు. అందుకే వారు దేశంలో ఆధునిక పాఠశాలలు, కళాశాలలు, ఆస్పత్రులు ప్రారంభించారు. అయితే, హేతువాదులైన 'రాడికల్స్' అనుసరించే వైజ్ఞానిక మార్గం, హిందూ, ముస్లిమ్ మత గ్రంథాలనే కాక, క్రైస్తవ మత గ్రంథాలను దెబ్బతీస్తుంది కనుక, క్రైస్తవ మిషనరీలు అయిష్టంగానే రాడికల్స్ సరసన నిలబడేవారు. ప్రొఫెసర్ హెచ్‌హెచ్ డాడ్‌వెల్

వ్యాఖ్యానించినట్టు : "సొంత దేవుళ్ళ గొప్ప ఏమిటి అని ప్రశ్నించాలన్న ప్రబోధం తలకెక్కించుకున్న వారు (పాశ్చాత్యీకరించబడిన భారతీయులు) బైబిల్ వైశిష్ట్యాల్నీ ఆ కథనంలోని వాస్తవాన్నీ కూడా ప్రశ్నించారు". తమ మత ప్రచార కార్యక్రమాలకు బ్రిటిష్ సర్వాధిపత్యం, శాంతి భద్రతలు చాలా చాల ముఖ్యం కనుక, పెత్తనం చెలాయించే సామ్రాజ్యవాద విధానాన్ని మిషనరీలు సమర్థించేవారు. అంతేకాక, క్రైస్తవ మతం స్వీకరించినవారు బ్రిటిష్ వస్తువులను మరింతగా కొనుగోలు చేసి ఆదరిస్తారన్న ఆశలు రేకెత్తించి, మిషనరీలు, బ్రిటిష్ వ్యాపారుల్నీ ఉత్పత్తిదారుల్నీ తమ వైపు తిప్పుకున్నారు.

రాజారామ్‌మోహన్‌రాయ్, ఇంకా అదేవిధమైన దృక్పథం కలిగిన భారతీయ ప్రముఖులు బ్రిటిష్ 'రాడికల్స్'కు పెద్ద అండగా నిలబడ్డారు. కుల విద్వేషాలు ఇతర సామాజిక రుగ్మతలు ఆవహించిన భారతదేశం, భారతీయ సమాజం ఎంతటి హీన స్థితికి దిగజారిపోయాయో కళ్ళారా గమనిస్తున్న రాయ్ ప్రభృతులు వైజ్ఞానిక దృక్పథాన్ని, మానవతావాదాన్నీ అలవరుచుకున్నప్పుడే భారత సమాజం విముక్తం కాగలదని గాఢంగా విశ్వసించారు. ఇటువంటి భారతీయ ప్రముఖుల ఆలోచనా సరళిని గురించి వారి కార్యకలాపాల్ని గురించి తర్వాతి అధ్యాయంలో సవివరంగా చర్చించుకుందాం.

ఒకేసారి భారతీయ సమాజం ఆధునికీకరణకు ప్రయత్నించడం కాక, క్రమంగా మార్పులు ప్రవేశపెట్టే, ఆచితూచి వ్యవహరించే విధానాన్నే భారత ప్రభుత్వం ఎంచుకోవడానికి మరో కారణం, ఇండియాలో ఉంటున్న బ్రిటిష్ అధికారులలో మితవాద దృక్పథమే ప్రబలంగా ఉండడం. భారతీయుల మతవిశ్వాసాలలో సామాజిక ఆచార వ్యవహారాలలో జోక్యం చేసుకుంటే వారు బ్రిటిష్ ప్రభుత్వంపై తిరగబడే ప్రమాదం ఉందన్న అభిప్రాయం సైతం బలంగా ఉండేది. ఇండియాలో బ్రిటిష్ పాలన భద్రంగా శాశ్వతంగా కొనసాగాలన్న కాంక్ష తక్కిన బ్రిటిష్ పాలకవర్గాలతో సమానంగా తమకూ ఉండడం వల్లనే రాడికల్స్‌లో మరీ తీవ్రవాదులైనవారు సైతం మితవాద వర్గీయుల హెచ్చరికల్ని గౌరవించారు. కాగా, తక్కిన విషయాలన్నీ ఆ తర్వాతనే. నిజానికి భారతీయులు బుద్ధిమంతులైన పిల్లలవలె, తమ సమాజ ఆధునీకరణ దిశగా వేగంగానే అడుగులు వేస్తూ, తమ సంస్కృతిని అలక్ష్యం చేయరాదంటూనే, స్వేచ్ఛా, సమానత్వం జాతీయత అనే ఆధునిక సూత్రాలు ఆధారంగా సాగే పరిపాలనే కావాలని పట్టుపట్టడం ప్రారంభించారు. తత్ఫలితంగా అంతవరకు సందేహిస్తూ సందేహిస్తూ మందకొడిగా సాగిస్తున్న ఆధునికీకరణ విధానాన్ని 1858 తర్వాత బ్రిటిష్ పాలకులు క్రమంగా విడనాడారు. సంస్కరణ వాదులకు త్వరితగతిన దూరంగా జరిగిన బ్రిటిష్ పాలకులు సమాజంలో ఉన్న మితవాద శక్తులకు ఛాంసద వాద శక్తులకు

క్రమంగా దగ్గరయ్యారు. అంతేకాదు, కులతత్వ మతతత్వ పోకడల్ని సైతం ప్రోత్సహించడం ప్రారంభించారు.

మానవతావాద చర్యలు

భారతీయ సమాజంలో సాగుతున్న దురన్యాయాల్ని తొలగించి సమాజాన్ని సంస్కరించే దిశగా బ్రిటిష్ పాలకులు అధికారికంగా చేసిన కృషి స్వల్పాతి స్వల్పం. కనుక గొప్ప ఫలితాలూ లేవు. అయితే 1829లో సతీసహగమన దురాచారాన్ని నిషేధించడం మాత్రం బ్రిటిష్ వారు సాధించిన ఘనాతిఘన విజయం అని చెప్పక తప్పదు. భర్త శవం మీద భార్యను కూడా దహనం చేయడాన్ని ఆ దురాచారానికి ఏ విధంగానైనా సరే తోడ్పడడాన్నీ ఒక నేరంగా ప్రకటించాడు విలియమ్ బెంటింక్. అంతకుముందు, ఛాందసవాద భారతీయులు విరుచుకుపడవచ్చునని భయపడి బ్రిటిష్ పాలకులు ఆ దురాచారాన్ని చూసీచూడనట్లు వదిలివేశారు. రాజారామ్‌మోహన్‌రాయ్, ఇంకా మరికొందరు మేధావులు, మిషనరీలు ఈ దారుణ దురాచారాన్ని నిర్మూలించడానికి అవిశ్రాంతంగా పోరాటం సాగించిన ఫలితంగా ప్రభుత్వం మానవతా దృక్పథంతో ఈ చర్య తీసుకున్నది. గతంలో అక్బర్, ఔరంగజేబు, పీష్వాలు, జైపూర్ సంస్థానాధీశుడు జైసింగ్ వంటి ఎందరో భారతీయ పాలకులు ఈ రాక్షస దురాచారాన్ని అంతమొందించడానికి విఫలయత్నాలు చేశారు. ఒక్క బెంగాల్‌లోనే, 1815 నుంచి 1818 వరకు గల మధ్య కాలంలో 800 మంది మహిళల్ని బలిగొన్న ఈ దురాచారాన్ని నిషేధించడానికి కృతనిశ్చయంతో వ్యవహరించినందుకు, సతీసహగమన దురాచారాన్ని సమర్థించే ఛాందసవాదుల తీవ్ర ప్రతిఘటనకు తలవంచకుండా ముందుకు సాగినందుకు బెంటింక్‌ను అభినందించి తీరవలసిందే.

యుద్ధాలలో అసంఖ్యాకంగా యువకులు మరణిస్తూండడంవల్ల, పంటలు పండని ప్రాంతాలలో యువకులకు ఉపాధి లభించక, పశ్చిమ, మధ్య భారతంలోని కొన్ని ప్రాంతాలలో వరకట్న దురాచారం ఒక మహమ్మారిగా విస్తరించి ఉండడంవల్ల, కొన్ని రాజపుత్ర తెగలలోనూ, ఇతర కులాలలోనూ, భ్రూణహత్యలు, పుట్టిన వెంటనే ఆడపిల్లల్ని వధించడం నిర్నిరోధంగా సాగిపోతూండేవి. స్త్రీ, శిశు హననాల్ని నిషేధిస్తూ 1795లోనూ 1802లోనూ ఉత్తర్వులు ప్రవేశపెట్టారు కాని, బెంటింక్, హార్డింగ్ హయాంలోనే అవి కఠినంగా అమలు జరిగాయి. హైందవ వితంతువులు పునర్వివాహాలు చేసుకోవడానికి వీలు కలిగిస్తూ భారత ప్రభుత్వం 1856లో ఒక చట్టాన్ని ప్రవేశపెట్టింది. అటువంటి చట్టం ఒకటి రావాలని కోరుతూ పండిట్ ఈశ్వర్ చంద్ర విద్యాసాగర్, ఇంకా మరికొందరు సంఘ సంస్కర్తలు దీర్ఘకాలం ఉద్యమం సాగించిన

ఫలితంగానే ప్రభుత్వం ఆ చట్టం తీసుకువచ్చింది. అయితే ఈ చట్టం వల్ల తక్షణ ప్రయోజనం అంతంత మాత్రమే అని చెప్పాలి.

ప్రభుత్వపరంగా జరిగిన ఈ సంస్కరణలు ఏవీ భారత సామాజిక వ్యవస్థ దరిదాపులకైనా చేరలేకపోయాయి. దేశంలో అత్యధిక సంఖ్యాకుల జీవితాలపై వీటి ప్రభావం ఎంత మాత్రం లేదు. బహుశా ఒక విదేశీ ప్రభుత్వం అంతకుమించి ఏమీ చేయజాలదేమో.

ఆధునిక విద్యా విస్తరణ

ఆధునిక విద్యను ప్రవేశపెట్టడంలో తక్కిన రంగాలలో కంటే ఎక్కువగానే విజయం సాధించారని చెప్పాలి. ఆధునిక విద్యా వ్యాప్తి అనేది పూర్తిగా ప్రభుత్వమే సాగించింది కాదు. క్రైస్తవ మిషనరీలు, ఎందరో భారతీయ మేధావులు ఈ రంగంలో ముఖ్యపాత్ర పోషించారు.

వ్యాపారం, లాభార్జన లక్ష్యంగా పుట్టిన ఈస్ట్ ఇండియా కంపెనీ తొలి అరవై సంవత్సరాల కాలంలో తన ఏలుబడిలో ఉన్న ప్రజల విద్యావసరాలను గురించి శ్రద్ధ వహించిన దాఖలాలే లేవు. అయితే వారు అనుసరించిన విధానంలో రెండు చిన్న మినహాయింపులు మాత్రం ఉన్నాయి. ముస్లిమ్ న్యాయశాస్త్రం అధ్యయనానికీ బోధనకు 1781లో వారెన్ హేస్టింగ్స్ కలకత్తా మదరసాని స్థాపించారు. వారణాసిలో 'రెసిడెంట్' అధికారిగా వ్యవహరించిన జొనాథన్ డంకన్ అనే ఆయన 1791లో అక్కడ, హైందవ న్యాయశాస్త్ర, తత్వశాస్త్రాల అధ్యయనానికి ఒక సంస్కృత కళాశాలను నెలకొల్పారు. కంపెనీ నిర్వహణలో ఉన్న న్యాయస్థానాల పాలనకు అవసరమైన అర్హులైన భారతీయుల్ని నిరంతరంగా సిద్ధం చేసుకుంటూ పోవడమే లక్ష్యంగా ఏర్పాటైనవే ఈ సంస్థలు రెండూ.

ఇక ఆ తర్వాత, భారతదేశంలో ఆధునిక, సెక్యులర్, పాశ్చాత్య రీతి విద్యను ప్రవేశపెట్టాలని ప్రోత్సహించాలనీ క్రైస్తవ మిషనరీ సంస్థలు, వాటిని సమర్థించే వారు ఇంకా ఎందరో మానవతా దృక్పథం కలవారు కంపెనీ మీద ఒత్తిడి తీసుకురాసాగారు. దేశం ఎదుర్కొంటున్న సామాజిక, ఆర్థిక, రాజకీయ రుగ్మతలకు ఆధునిక విజ్ఞానం నిజమైన ఔషధమే కాగలదని ఎందరో భారతీయులతో సహా మానవతా దృక్పథం కలవారు భావిస్తే, ఆధునిక విద్యను ప్రవేశపెడితే ప్రజల్లో స్వీయ మతాలపట్ల విశ్వాసం నశించి వారిని క్రైస్తవ మత స్వీకారం వైపు నడిపిస్తుందని క్రైస్తవ మిషనరీలు భావించారు. ఉన్నత విద్యావంతులైన భారతీయుల్ని ప్రోత్సహించడం దేశంలో ఆధునిక విజ్ఞాన శాస్త్ర పరిజ్ఞానాన్ని అభివృద్ధి చేయడం అనే సూత్రాలను చార్టర్ యాక్ట్‌లో చేర్చడంతో 1813లో ఆధునిక విద్యకు సాధారణ స్థాయిలో ఒక ఆరంభం జరిగింది. ఇందుకు

ఒక లక్ష రూపాయలు ఖర్చు చేయాలని యాక్ట్ ద్వారా కంపెనీని ఆదేశించారు కూడా. ఇంత చిన్న మొత్తాన్ని కూడా కంపెనీ అధికారులు 1823 వరకు అందించలేకపోయారు.

ఈ మొత్తాన్ని ఎలా ఖర్చు చేయాలన్న అంశం మీద దేశంలో ఒక పెద్ద వివాదమే చెలరేగింది. ఆధునిక పాశ్చాత్య విద్యాభివృద్ధికే ఆ మొత్తాన్ని ఖర్చు చేయాలని ఒక వర్గం వాదిస్తే, పాశ్చాత్య విజ్ఞాన శాస్త్రాన్నీ సాహిత్యాన్నీ బోధించి విద్యార్థుల్ని ఉద్యోగార్థులుగా తీర్చిదిద్దుతూనే సంప్రదాయ భారతీయ జ్ఞాన విస్తరణపై ప్రత్యేక శ్రద్ధ పెట్టాలని మరొక వర్గం భావించింది. పాశ్చాత్య విద్యా బోధనను సమర్థించే వారిలో కూడా, ఆధునిక పాఠశాలల్లో కళాశాలల్లో ప్రవేశపెట్టవలసిన బోధనా మాధ్యమంపై విభేదాలు తలఎత్తాయి. కొందరు ఆ రోజుల్లో స్థానిక భాషలుగా (వెర్నాక్యులర్) పరిగణించబడే భారతీయ భాషల్లోనే ఉండాలని కొందరు సిఫార్సు చేస్తే, మరికొందరు ఇంగ్లీషు ఉండాలని వాదించారు. ఈ విషయం మీద దురదృష్టవశాత్తూ చాలా గందరగోళమే జరిగింది. బోధనా మాధ్యమంగా ఇంగ్లీషు, పాఠ్యాంశంగా ఇంగ్లీషు అనే రెండింటి మధ్య తేడాను, అలాగే, బోధనా మాధ్యమాలుగా భారతీయ భాషలు, సంప్రదాయాలు వుండాలన్న లార్డ్ మెకాలే వ్యాఖ్యల్ని తప్పుపట్టలేం. అందుకే, రాజారామ్‌మోహన్‌రాయ్ నేతృత్వంలో, అత్యాధునిక దృక్పథం కలిగిన కొందరు భారతీయులు పాశ్చాత్య విజ్ఞానాధ్యయనాన్ని గట్టిగా సమర్థించారు. ఆధునిక పాశ్చాత్య ప్రపంచం ఆధీనంలో ఉన్న శాస్త్రీయ, ప్రజాస్వామిక ఆలోచనా స్రవంతి అనే పెన్నిధిని చేజిక్కించుకోవడానికి వారి విజ్ఞానాధ్యయనమే కీలకమని వారు వాదించారు. సంప్రదాయక విద్య మూఢ విశ్వాసాల్నీ, భయాల్నీ, నియంతృత్వ పోకడల్నీ పెంచి పోషిస్తుందని కూడా వారు భావించారు. మరికొంత వివరించుకోవాలంటే తిరోగమన దృక్పథం కాక, పురోగమన దృష్టి వల్ల మాత్రమే దేశం విముక్తం అవుతుందని వారు గ్రహించారు. నిజానికి పంతొమ్మిది, ఇరవై శతాబ్దాలకు చెందిన ఏ భారతీయ ప్రముఖుడు ఇందుకు భిన్నంగా ఆలోచించలేదు. ఇంకా ఆ పైన, విద్యా కార్యక్రమాల్ని ఆధునిక పద్ధతుల్లో విస్తరింపచేయడానికి ప్రభుత్వాన్ని ఒప్పించడంలో, పాశ్చాత్య విజ్ఞాన ఆవాహనకు ఆరాటపడుతున్న భారతీయులు తెచ్చిన ఒత్తిడి భారత ఆధునిక చరిత్ర అంతటా ప్రస్ఫుటంగా కనిపిస్తుంది.

భారత ప్రభుత్వం త్వరితంగా ఉపక్రమించింది, ముఖ్యంగా బెంగాల్‌లో. 1835 నాటి నిర్ణయాన్ని పురస్కరించుకుని పాఠశాలల్లో, కళాశాలల్లో భారతీయ విద్యే ప్రధాన అధ్యయనాంశం అనే రెండింటి మధ్య తేడాను చాలా మంది గుర్తించలేకపోయారు.

ఈ రెండు వివాదాలకు 1835లో తెరపడింది. పాశ్చాత్య విజ్ఞాన శాస్త్రాల్నీ సాహిత్యాన్నీ ఒక్క ఇంగ్లీషు భాషా మాధ్యమంలోనే బోధించడానికే తమ వద్ద పరిమితంగానే అందుబాటులో ఉన్న ధనాన్ని ఖర్చు చేయాలని భారత ప్రభుత్వం నిర్ణయించి వివాదాలకు తెరదించింది. గవర్నర్ జనరల్ సలహా మండలిలో న్యాయశాస్త్ర సభ్యుడుగా ఉన్న లార్డ్ మెకాలే, భారతీయ భాషలు ఏవీ కూడా బోధనా మాధ్యమ స్థాయికి తగినంతగా అభివృద్ధి కాలేదనీ, ప్రాచ్య విద్య, యూరోపియన్ విద్యకంటే పూర్తిగా హీనమైనదనీ ఒక అధికారిక పత్రంలో వ్యాఖ్యానించారు. మెకాలే అభిప్రాయ వ్యక్తీకరణ వెనుక ఇండియా పట్ల ఆయనకు గల ద్వేషభావం, శాస్త్రజ్ఞాన, తాత్విక రంగాలలో ఇండియా గతంలో సాధించిన పురోగతిపట్ల ఆయన అజ్ఞానం స్పష్టంగానే వెల్లడవుతున్నా, భౌతిక, సామాజిక శాస్త్ర రంగాలలో ఇండియా ఒకనాడు ఎంతో ప్రగతి సాధించి ఇక అక్కడ ఆ స్థాయిలోనే స్తంభించిపోయి సమకాలీన వాస్తవ పరిస్థితులకు దూరంగా ఉండిపోయిన మాట, తత్ఫలితంగా యూరోపియన్ విజ్ఞాన స్థాయి ఇండియాని మించిన మాట నిజమే. ఆ మేరకు ఇంగ్లీషును బోధనా మాధ్యమంగా ప్రవేశపెట్టింది. ఎక్కువ సంఖ్యలో ప్రాథమిక పాఠశాలలు నెలకొల్పడానికి బదులు, తక్కువ సంఖ్యలోనే ఇంగ్లీషు పాఠశాలల్ని కళాశాలల్ని తెరిచింది. అట్టడుగు వర్గాల విద్యను ప్రభుత్వం అలక్ష్యం చేసిందంటూ ప్రభుత్వ విధానాన్ని ఆ తర్వాత తీవ్రంగా దుయ్యబట్టారు. అయితే, నిజానికి, ఆధునిక ఉన్నత విద్యా సంస్థల ఏర్పాటుకే ప్రాముఖ్యం ఇవ్వడం తప్పేమీ కాదు. ప్రాథమిక పాఠశాలలకు అవసరమైన ఉపాధ్యాయులకు చదువు చెప్పించి శిక్షణ ఇవ్వడానికైనా ఎక్కువ సంఖ్యలో పాఠశాలలు కళాశాలలు అవసరమే. అయితే, ఉన్నత విద్యా వ్యాప్తికి కృషి చేస్తూనే బడుగు వర్గాల్ని విద్యావంతుల్ని చేసే చర్యలు కూడా చేపట్టి ఉండవలసింది. కాని, విద్య మీద స్వల్పాతి స్వల్పంగా తప్ప హెచ్చు మొత్తం ఖర్చు చేయడానికి సుముఖంగా లేని ప్రభుత్వం అలా చేయబోదు. విద్యారంగం మీద తక్కువే ఖర్చు చేస్తున్న వాస్తవాన్ని కప్పిపుచ్చుకోవడానికి అధికారులు 'వడపోత' సూత్రాన్ని అందుకున్నారు. ప్రభుత్వం కేటాయించిన నిధులు ఎవరో కొద్దిమంది భారతీయుల్ని మాత్రమే విద్యావంతుల్ని చేయడానికి సరిపోతాయి కనుక, సమాజంలో ఎగువ తరగతికి మధ్య తరగతికి చెందిన కొద్దిమందిని విద్యావంతుల్ని చేస్తే, దిగువన ఉన్న బడుగువర్గాల్ని విద్యావంతుల్ని చేసి వారిలో ఆధునిక భావాలు వ్యాపింపచేసే బాధ్యతను పై వర్గాలే స్వీకరించాలని నిర్ణయించారు. ఆ విధంగా, విద్యకాని, ఆధునిక భావజాలం కాని ఉన్నతవర్గాల నుండి దిగువశ్రేణికి దిగివస్తాయని భావించారు. దేశంలో బ్రిటిష్ పాలన ముగిసేవరకు ఈ విధానమే కొనసాగింది. విద్య దిగువ స్థాయి వరకు చేరకపోయినా, పాలకులు ఆశించిన రూపంలో

కాకపోయినా, ఆధునిక భావాలు మాత్రం చాలా వ్యాపించాయనే ఈ సందర్భంలోనే చెప్పుకోవాలి. పాఠశాలల ద్వారా పాఠ్యపుస్తకాల ద్వారా కాకపోయినా, రాజకీయ పార్టీల ద్వారా, పత్రికలు కరపత్రాల ద్వారా సాహిత్యం, సభా వేదికల ద్వారా, విద్యావంతులైన భారతీయులు, మేధావులు ప్రజాస్వామ్యం, జాతీయతావాదం, సామ్రాజ్య వ్యతిరేకత, సామాజిక ఆర్థిక సమానత్వం, న్యాయం మొదలైన అంశాన్ని గ్రామీణ పట్టణ ప్రాంతాల జన సామాన్యంలో విస్తృతంగా ప్రచారం చేశారు. విద్యా వ్యవస్థ ఈ భావజాల వ్యాప్తికి ఒక వాహిక వలె దోహదం చేసింది. భౌతిక, విజ్ఞాన శాస్త్రాలలోను, సాహిత్యం చరిత్ర వంటి సంస్కృతీ సంబంధ శాస్త్రాలలోను అవసరమైన మౌలిక రచనల్ని విద్యావంతులైన వారికి అందుబాటులోకి తేవడం ద్వారా పరోక్షంగా దోహదం చేసింది. నిజానికి బ్రిటిష్ పాలకులు ఎంచుకున్న చట్రం, విద్యాబోధన పద్ధతులు, లక్ష్యాలు పాఠ్య ప్రణాళికలు, పుస్తకాలకు ఎక్కించిన పాఠ్యాంశాలు సమస్తం వలసవాదాన్ని పెంచి పోషించడానికి ఉద్దేశించినవే.

బోర్డ్ ఆఫ్ కంట్రోల్ అధ్యక్షుడు సర్ చార్లెస్ వుడ్ పేరిట రూపొందించిన 'వుడ్స్ డిస్పాచ్'గా ప్రసిద్ధమైన 1854 నాటి పత్రం ఇండియాలో విద్యా వ్యాప్తికై జరిపిన కృషిలో మరొక ముఖ్య చర్య. బడుగు వర్గాల్ని విద్యావంతుల్ని చేసే బాధ్యతను భారత ప్రభుత్వమే స్వీకరించాలని ఈ పత్రం నిర్దేశించింది. అంటే, 'వడపోత విధానా'న్ని కనీసం కాగితం మీదనైనా పక్కనపెట్టినట్లయింది. వాస్తవానికి, విద్యా వ్యాప్తికి ప్రభుత్వం చేసిందీ లేదు, అందుకు ఖర్చు పెట్టిందీ లేదు. 'వుడ్స్ డిస్పాచ్' నిర్దేశాల్ని పురస్కరించుకుని అన్ని ప్రావిన్సులలోను విద్యాశాఖల్ని ఏర్పాటుచేశారు. కలకత్తా, బొంబాయి, మద్రాసు నగరాలలో 1857లో విశ్వవిద్యాలయాల్ని నెలకొల్పారు. ప్రఖ్యాత బెంగాలీ నవలా రచయిత బంకించంద్ర చటర్జీ, కలకత్తా విశ్వవిద్యాలయంలో చదువుకున్న తొలి పట్టభద్రులలో ఒకరు.

ఎన్నెన్ని పెద్ద కబుర్లు చెప్పినా, కంపెనీ ఆధీనంలో ఉన్నపుడు కాని, ఆ తర్వాత బ్రిటిష్ ప్రభుత్వ ఏలుబడిలో ఉన్నప్పుడుకాని, భారత ప్రభుత్వం, పాశ్చాత్య విద్యా వ్యాప్తికి లేదా ఇతర విద్యల వ్యాప్తికి మనసుపెట్టి చేసింది పూజ్యం. ఏవో ఇతరేతర కారణాల వల్ల, కొన్ని పరిస్థితులు తీసుకురావడం వల్లనే కొంతమాత్రంగానైనా విద్యావ్యాప్తికి కృషి జరిగింది కాని, బ్రిటిష్ పాలకులు ఉదారబుద్ధితో ఉదాత్త లక్ష్యంతో పాటుపడినదేమీ లేదు. అభ్యుదయ దృక్పథం కలిగిన కొందరు భారతీయులు, విదేశీ క్రైస్తవ మత సంస్థలు, మానవతా దృష్టి కలిగిన అధికారులు ఇంగ్లీషు ప్రముఖులు ఆధునిక విద్యను ప్రవేశపెట్టాలని కోరుతూ ఉద్యమించడం ఈ సందర్భంలో ప్రముఖంగా పేర్కొనదగినది. బ్రిటిష్ పాలనా వ్యవస్థలోను, బ్రిటిష్ వాణిజ్య సంస్థలలోను ఎక్కువ

సంఖ్యలో ఉంటూ ఇంకా పెరిగిపోతున్న దిగువ స్థాయి ఉద్యోగాలకు తక్కువ వేతనాలకు దొరికే విద్యావంతులైన భారతీయుల్ని తయారుచేసుకుని తద్వారా పాలనలో వ్యయ భారాన్ని వీలైనంత తగ్గించుకోవడం అనేది ఆనాడు బ్రిటిష్ ప్రభుత్వాన్ని వెంటాడిన తక్షణావసరం. ఆ చిన్న ఉద్యోగాలకు ఇంగ్లండ్‌నుండి ఇంగ్లీషువారిని ఇండియా పిలిపించుకోవడం చాలా చాలా వ్యయభరితం మాత్రమేకాక, ఆచరణ సాధ్యం కాదు కూడా. పాఠశాలల్లో కళాశాలల్లో ఆధునిక విద్యనుప్రవేశపెట్టడం, పాశ్చాత్య తరహాలో సాగుతున్న కంపెనీ పరిపాలనకు అనువుగా వారిని తీర్చిదిద్దడం, పాలకుల భాష పరిపాలనా భాష అయిన ఇంగ్లీషుకు ఈ విద్యా సంస్థల్లో అత్యధిక ప్రాముఖ్యం ఇవ్వడం – ఇవన్నీ చౌకగా గుమస్తాల్ని తయారు చేసుకోవాలన్న లక్ష్యంతో ఎంచుకున్న విధానాలే అని స్పష్టం అవుతుంది. విద్యావంతులైన భారతీయులు ఇండియాలో బ్రిటిష్ వస్తూత్పత్తిదార్ల వ్యాపార విస్తరణకు దోహదం చేస్తారన్నది బ్రిటిష్ విద్యా విధాన రూపకల్పన వెనుక మరొక ముఖ్య కారణం. పాశ్చాత్య విద్య అనేది, ఇండియాని జయించిన బ్రిటిష్ పాలకుల్నీ వారి పాలనా దక్షతను కీర్తించేదే కనుక భారతీయుల్ని బ్రిటిష్ పాలనకు అనుకూలంగా మార్చివేయగదన్నది బ్రిటిష్ విద్యావిధాన రూపకర్తల మరొక లక్ష్యం. ఈ సందర్భంలోనే, ఉదాహరణగా, లార్డ్ మెకాలే వ్యాఖ్య ఇది :

"మనకు మనం పాలించే కోట్లాది మంది జనానికీ మధ్య దుబాసీలుగా వ్యవహరించగల ఒక తరగతి జనాన్ని, రంగు రక్తం భారతీయమైనదే అయినా, అభిరుచిలో అభిప్రాయాల్లో నీతి నియామాల్లో మేధాసంపత్తిలో ఆంగ్లేయులే కాగల మరో వర్గం భారతీయుల్ని రూపొందించుకోవడానికి మనం శాయశక్తులా కృషిచేయాలి."

ఆ విధంగా, ఇండియాలో తమ రాజకీయాధికారం పునాదుల్ని పటిష్టం చేసుకోవడానికి ఆధునిక విద్యా విధానాన్ని ఉపయోగించుకోవాలని సంకల్పించారు బ్రిటిష్ పాలకులు.

పాలకుల ఆదరణలేక, ఇంకా ఆపైన, ప్రభుత్వోద్యోగాలకు దరఖాస్తులు పంపించుకోవాలంటే ఇంగ్లీషు పరిజ్ఞానం ఉండి తీరాలని నిర్దేశిస్తూ 1844లో ఒక అధికారిక ప్రకటన వెలువడడంతో భారతీయ సంప్రదాయక విద్య క్రమంగా క్షీణించి పోయింది. ఆ ప్రభుత్వ ప్రకటన వల్ల ఇంగ్లీషు మాధ్యమంతో నడుస్తున్న పాఠశాలలకు ఒక్కసారిగా ప్రజాదరణ పెరిగిపోయింది. విద్యార్థులు విశేష సంఖ్యలో భారతీయ సంప్రదాయిక పాఠశాలల్ని విడిచిపెట్టి వెళ్ళిపోయారు.

విద్యా వ్యవస్థలో చోటు చేసుకున్న మరొక పెద్ద బలహీనత ఏమిటంటే, సాధారణ జనానికి అవసరమైన విద్య పూర్తిగా అలక్ష్యం చేయబడింది. తత్ఫలితంగా అక్షరాస్యత అనేది 1821లో ఏ స్థాయిలో ఉందో 1921లోనూ అలాగే అఘోరించింది.

1911లో భారతీయులలో 94 శాతం మంది నిరక్షరాస్యులైతే, 1921 నాటికి వారి సంఖ్య 92 శాతం. భారతీయ భాషల్ని పక్కకునెట్టి ఇంగ్లీషును బోధనా మాధ్యమంగా ప్రవేశపెట్టడం వల్ల కూడా విద్య జనసామాన్యానికి చేరలేదు. విద్యావంతులకు బడుగు జనానికీ మధ్య భాషాపరంగా, సాంస్కృతికంగా ఒక పెద్ద అగాధం ఏర్పడటానికి కూడా దారితీసింది. ఇంకా ఆ పైన, స్కూళ్ళల్లో కాలేజీల్లో చదివే విద్యార్థులు ఫీజు కట్టవలసి వచ్చింది. విద్యార్జన డబ్బుతో ముడిపడి, సంపన్న వర్గాల నగర వాసుల గుత్తాధిపత్యం లోకి పోయింది. ఒకవైపున సంప్రదాయిక విద్యా వ్యవస్థ నాశనమైపోగా, అందుకు పరిహారంగానైనా ఆధునిక విద్య సైతం అందక సుమారు నూరు సంవత్సరాలపాటు భారతదేశంలో విద్యా వ్యవస్థ శిథిలమైపోయింది.

ఈ విద్యా విధానం అమలులోకి వచ్చిన ఆరంభ దశలో జరిగిన మరో భారీ అన్యాయం - బాలికల విద్యను పూర్తిగా అలక్ష్యం చేయడం. ఆ రంగానికి అసలు నిధులే కేటాయించలేదు! సంప్రదాయబద్ధులైన భారతీయుల సున్నితమైన భావాల జోలికి పోరాదన్న ప్రభుత్వ అతి జాగ్రత్త ధోరణి ఇందుకు కొంతవరకు కారణం అని చెప్పవచ్చు. ప్రభుత్వ సర్వీసులలో స్త్రీలను గుమస్తాలుగా నియమించే పద్ధతి లేదు కనుక, విదేశీ అధికారుల దృష్టిలో స్త్రీల విద్యకు తక్షణ ప్రాముఖ్యం లేకపోయింది. ఈ విధానం పర్యవసానంగా 1921 నాటికి ప్రతి వంద మంది స్త్రీలలో చదవడం రాయడం నేర్చినవారు ఇద్దరే! 1919లో బెంగాల్ ప్రెసిడెన్సీలో ఉన్న నాలుగు అతి ముఖ్యమైన హైస్కూళ్ళలోను కలిసి 490 మంది బాలికలు మాత్రమే చదువుతుండేవారు.

కంపెనీ పాలనా యంత్రాంగం శాస్త్ర విజ్ఞానం, సాంకేతిక విద్యల్ని కూడా ఉపేక్షించింది. 1857 నాటికి దేశంలో కలకత్తా, బొంబాయి, మద్రాసులు మూడింట మూడు వైద్య కళాశాలలు మాత్రమే ఉన్నాయి. ఉన్నత సాంకేతి విద్యా బోధనకు మార్కీలో మాత్రమే మంచి ఇంజనీరింగ్ కాలేజీ ఉండేది. అందులో కూడా యూరోపియన్లకు యూరేషియన్లకు మాత్రమే ప్రవేశం.

ఈ బలహీనతల్లో చాలా వాటికి ఆర్థిక సమస్యే మూల కారణం. విద్యకు ఏదో మొక్కుబడి మొత్తాలకు మించి కేటాయించే ఉద్దేశ్యం ప్రభుత్వానికి ఎన్నడూ లేకపోయింది. సుమారు 47 కోట్ల రూపాయలు ఆదాయం వస్తున్నా 1886 నాటికి కూడా విద్యారంగానికి కేటాయించిన మొత్తం సుమారు ఒక కోటి రూపాయలే!

ఆరవ అధ్యాయం

పంతొమ్మిదవ శతాబ్ది ప్రథమార్థంలో

సామాజిక సాంస్కృతిక పునరుజ్జీవనం

భారతదేశం ఎన్నో తీవ్ర మేధో, సాంస్కృతిక ప్రభంజనాల్నే చూసింది. పంతొమ్మిదవ శతాబ్ది అంతటా. పాశ్చాత్య ఆధునిక సంస్కృతి ప్రభావం, ఒక విదేశీ శక్తి తమను ఓడించిందన్న గ్రహింపు. ఈ రెండూ భారతీయులలో ఒక కొత్త జాగృతిని కలిగించాయి. భారతీయ సామాజిక వ్యవస్థా నిర్మాణంలో, సంస్కృతిలో అంతర్గతంగా స్థిరపడి ఉన్న బలహీనతల వల్లనే ఇంత సువిశాల భారతం కొద్ది మంది విదేశీయుల వలసగా మారిపోయిందనే ఎరుక స్థిరపడింది. తమ సామాజిక వ్యవస్థ శక్తియుక్తుల్ని గురించి బలహీనతల్ని గురించి, ఉన్న బలహీనతల్ని పోగొట్టుకునే మార్గాల్ని గురించి భారతీయులలో ఆలోచనాపరులైనవారు మథనం ప్రారంభించారు. భారతీయులలో అధిక సంఖ్యాకులు పాశ్చాత్య దేశాల బాణీలో ఆధునికమార్గం వైపు మళ్ళడాన్ని వ్యతిరేకించారు. సంప్రదాయిక భారతీయ దృక్పథం పట్ల ఇక్కడి వ్యవస్థలపట్ల తమ విశ్వాసాన్ని అలా పదిలంగా ఉంచుకోవాలనే అనుకున్నారు. అయితే, భారతీయ సమాజం పునరుజ్జీవితం కావాలంటే ఆధునిక పాశ్చాత్య ఆలోచనా మార్గంలోని ముఖ్య సూత్రాల్ని ఆకళింపుచేసుకుని తీరవలసిందేనన్న అభిప్రాయం ఇతరులలో చాలా మందికి క్రమంగా కలిగింది. ముఖ్యంగా ఆధునిక విజ్ఞాన శాస్త్రం, తార్కిక దృష్టి మానవతా దృక్పథం వారిని మరీ మరీ ఆకట్టుకున్నాయి. సంస్కరణల స్వభావం పట్ల, స్వీకరించవలసిన విస్తృతిపట్ల కొంత విభేదం ఉన్నా సామాజిక, మత సంస్కరణ అనేది వెనువెంటనే ప్రారంభం కావాలనే పంతొమ్మిదవ శతాబ్ది మేధావులలో ఇంచుమించు అందరూ గట్టిగా విశ్వసించారు.

రామ్‌మోహన్‌రాయ్

ఈ జాగృతికి మూల పురుషుడుగా పైకి వచ్చిన వ్యక్తి రామ్‌మోహన్‌రాయ్. సహజంగానే ఆయనను ఆధునిక భారత ప్రథమ మహా నాయకుడుగా కీర్తించారు. రామ్‌మోహన్‌రాయ్ తన దేశాన్నీ, ప్రజల్నీ అమితంగా ప్రేమించాడు. వారి సామాజిక, మత, మేధో, రాజకీయ పునరుజ్జీవానికి జీవితాంతం శ్రమించాడు. కులం, సంప్రదాయం ఆధిపత్యం చెలాయిస్తున్న ఆనాటి భారతీయ సమాజం చలన రహితంగా అవినీతి భూయిష్టంగా పడిఉండడం ఆయనను ఎంతో బాధించింది. జనం అనుసరించి ఆదరిస్తున్న మతం మూఢాచార భూయిష్టం. జ్ఞానహీనులు, అవినీతిపరులైన మతాధిపతులు అటువంటి పరిస్థితిని స్వప్రయోజనాలకు వాడుకుంటున్నారు. అగ్రవర్ణాలవారు స్వార్థపరులై సంకుచిత స్వార్థ ప్రయోజనాల కోసం సమాజహితాన్ని ఆవలకు నెట్టారు. రామ్‌మోహన్‌రాయ్‌కి ప్రాచ్య సంప్రదాయిక తాత్విక చింతనా వ్యవస్థలపట్ల ఎనలేని ప్రేమాభిమానాలు ఉండేవి, కాని, ఆధునిక సంస్కృతి ఒక్కటే భారతీయ సమాజాన్ని పునరుజ్జీవింపచేయగలదని గాఢంగా విశ్వసించాడు. ముఖ్యంగా, హేతువాద దృక్పథాన్నీ, వైజ్ఞానిక దృష్టినీ, వ్యక్తి ఆత్మగౌరవ సూత్రాన్నీ, స్త్రీ పురుషులు అందరూ సమానులేనన్న సామాజిక సూత్రాన్నీ గుర్తించి గౌరవించి తన దేశవాసులు అందరూ తదనుగుణంగా నడుచుకోవాలని వాంఛించాడు రామ్‌మోహన్‌రాయ్. ఆధునిక పెట్టుబడిదారీ వ్యవస్థను ప్రవేశపెట్టుకోవాలనీ పారిశ్రామికంగా ముందుకు నడవాలనీ ఆయన కోరుకున్నాడు.

ప్రాచ్య పాశ్చాత్య ఆలోచనా రీతులు రెండూ సంగమించిన విశిష్ట వ్యక్తిత్వం రామ్‌మోహన్‌రాయ్‌ది. సంస్కృతం, పర్షియన్, అరబిక్, ఇంగ్లీషు, ఫ్రెంచి, లాటిన్, గ్రీకు, హీబ్రూ సహా సుమారు డజనుకు పైగా భాషలలో రాయ్ పండితుడు. ఆయన యువకుడుగా ఉన్నప్పుడు సంస్కృత సాహిత్యాన్ని హిందూ తత్వశాస్త్రాన్నీ వారణాశిలోను, బరాన్‌ను, అరబిక్, పర్షియన్ సాహిత్యాన్ని పాట్నాలోను అధ్యయం చేశాడు. జైనం వంటి విభిన్న మత సంబంధ ఉద్యమాల స్వరూప స్వభావాలు క్షుణ్ణంగా ఆకళింపు చేసుకున్న వ్యక్తి ఆయన. ఆ తర్వాత ఆయన పాశ్చాత్య తత్వ శాస్త్రాన్ని, సంస్కృతినీ సర్వసమగ్రంగా అధ్యయనం చేశాడు. బైబిల్ మూల పాఠాన్ని స్వయంగా చదివి అర్థం చేసుకోవాలన్న తలంపుతో ఆయన గ్రీకు, హీబ్రూ నేర్చుకున్నాడు. "గిఫ్ట్ టు మోనోథీయిస్ట్స్" అనే ప్రసిద్ధ గ్రంథాల్ని 1809లో పర్షియన్‌లో రాశారు. బహు దేవతారాధనకు వ్యతిరేకంగా ఏకేశ్వరో పాసనకు అనుకూలంగా బలంగా ఈ రచనలో తన వాదనను వినిపించాడు రాయ్.

ఈయన 1814లో కలకత్తాలో స్థిరపడ్డాడు. ఎందరో యువతీయువకులు ఆకర్షితులు కాగా, వారి సహకారంతో "ఆత్మీయ సభ" అనే సంస్థను స్థాపించాడు. అప్పటి నుంచి ఆయన బెంగాల్ హిందువులు పాటిస్తూ వస్తున్న సామాజిక, మతపర దురాచారాలకు వ్యతిరేకంగా అవిశ్రాంతంగా ఉద్యమిస్తూనే సాగిపోయాడు. మరీ ముఖ్యంగా విగ్రహారాధనను, కులదురహంకారాల్నీ సమాజాన్ని పీడిస్తున్న అర్థరహితమైన, మతపరమైన కర్మకాండల్నీ తీవ్రంగా అధిక్షేపించాడు. అటువంటి దురాచారాల్ని ప్రోత్సహిస్తున్నందుకు మతాచార్య వర్గాల్ని ఖండించాడాయన. హైందవ ప్రామాణిక ఉద్గ్రంధాలన్నీ ఏకేశ్వరోపాసననే ప్రబోధించాయని ఆయన వాదించాడు. తన ఈ వాదాన్ని సప్రమాణంగా నిరూపించుకోవడానికి ఆయన వేదాల్ని ఉపనిషత్తులలో ముఖ్యమైన ఐదింటినీ బెంగాలీ భాషలోకి అనువదించాడు కూడా. ఏకేశ్వరోపాసనను సమర్థిస్తూ కొన్ని సంక్షిప్త రచనలూ కరపత్రాలూ కూడా ప్రచురించాడు.

తన తాత్విక విచారానికి ప్రాచీన ప్రమాణాలనే ఉటంకించినా రాయ్, మానవ తర్కం మీదనే ప్రధానంగా ఆధారపడ్డాడు. అది ప్రాచ్యమైనదైనా, పాశ్చాత్యమైనదైనా సత్య నిరూపణకు తర్కమే గీటురాయి కావాలని ఆయన గాఢంగా భావించాడు. వేదాంతం మొత్తం ఈ తర్క సూత్రం మీదే నిలబడిందని ఆయన విశ్వసించాడు. ఏదిఏమైనా, మనం పాటిస్తూ వస్తున్న సంప్రదాయాలు ఆచార వ్యవహారాలు సమాజానికి హానికరంగా పరిణమిస్తున్నప్పుడు మానవుని తార్కిక దృష్టి నిర్దేశిస్తే మన ప్రాచీన గ్రంథాలనైనా శ్రుతి స్మృత్యాదులనైనా పక్కనపెట్టవలసిందేనన్నది ఆయన అభిమతం.

రామ్‌మోహనరాయ్ తన హేతువాద దృక్పథాన్ని భారతీయ మతాలకు సంప్రదాయాలకు మాత్రమే పరిమితం చేసుకోలేదు. హైందవాన్ని అంతగా హేతుబద్ధంగా తూర్పార పడుతున్న ఆయన ఎప్పటికైనా క్రైస్తవ మత స్వీకారం చేస్తారని ఆశించిన తన స్నేహితులైన క్రైస్తవ మతాచార్యులకు ఆశాభంగమే మిగిల్చాడు. హేతువాద దృష్టి అనేది క్రైస్తవానికీ అన్వయించుకోవలసిందేనని, ముఖ్యంగా అందులో ఉన్న 'విశ్వాస' నిర్దేశాలకు దానిని వర్తింపచేయవలసిందేనని ఆయన స్పష్టం చేశాడు. 1820లో ఆయన "ప్రిసెప్ట్స్ ఆఫ్ జీసస్" అనే తన రచనను వెలువరించాడు. 'కొత్త నిబంధన'లోని నైతిక తాత్విక సందేశాంశాన్ని ప్రశంసిస్తూనే, దైవలీలా కథనాల్ని మాత్రం ఆయన పక్కనపెట్టే ప్రయత్నం చేశారు. ఏసుక్రీస్తు ప్రబోధించిన ఉత్కృష్టమైన నైతిక సందేశాన్ని హిందూ మతంలో చేర్చుకోవాలని సూచించారాయన. దీనివల్ల క్రైస్తవ మిషనరీలు ఆయనపై కినుక వహించారు.

ఇదంతా చూసినపుడు, రామ్‌మోహన్‌రాయ్ దృష్టిలో భారతదేశం గుడ్డిగా

తన గతం మీద ఆధారపడకూడదు. అలాగే, గుడ్డిగా పాశ్చాత్యుల్ని అనుకరించనూ కూడదు. అంతేకాక, తర్కాన్నే మార్గనిర్దేశక శక్తిగా పెట్టుకుని, ప్రాచ్య, పాశ్చాత్య రీతులు రెండింటిలోను అత్యుత్తమమైన వాటినే నవభారతం ఎంచుకుని పదిలపరుచుకోవాలని ఆయన సూచించారు. అంటే, ఇండియా, పాశ్చాత్య దేశాల నుంచి నేర్చుకోవాలి కాని, అది మేధోపరంగా సృజనాత్మక మార్గంలో సాగాలి, దానివల్ల భారతీయ సంస్కృతి, తాత్విక ప్రవంతి పునరుజ్జీవితం కావాలి, అది ఇండియాపై పాశ్చాత్య సంస్కృతిని బలవంతంగా రుద్దడానికి దారితీయకూడదు. అలా, ఆయన హిందూమతాన్ని సంస్కరించాలన్నాడు. క్రైస్తవం హైందవాన్ని అణచివేయడాన్ని ఆయన వ్యతిరేకించాడు. క్రైస్తవ మత సంస్థలు అజ్ఞానంతో చేసే విమర్శల్ని తిప్పికొడుతూ ఆయన హిందూ మతాన్ని తాత్వికతనూ సమర్థిస్తూ సాగిపోయాడు. అదే సమయంలో ఆయన ఇతర మతాలపట్ల ఎంతో మైత్రీ భావాన్నే ప్రదర్శించేవాడు. అన్ని మతాలు అందించేది ఒకే సందేశమనీ, ఏ మతాన్ని అనుసరించేవారైనా అంతా సోదరులేననీ ఆయన మౌలికంగా విశ్వసించాడు.

మతానికి సంబంధించి సాహసోపేతమైన దృక్పథం ప్రదర్శించినందుకు యావజ్జీవితం రామ్‌మోహన్‌రాయ్ వ్యక్తిగతంగా భారీ మూల్యమే చెల్లించుకున్నాడు. విగ్రహారాధనను ఖండించినందుకు, క్రైస్తవాన్ని, ఇస్లామ్‌నీ తాత్వికంగా ప్రశంసించినందుకు ఛాందసవాదులు ఆయనను నిరసించారు. వారంతా ఆయనను సాంఘికంగా బహిష్కరిస్తే, ఆయన తల్లి సైతం వారికి అండగా నిలిచారు. ఆయనది పెడమార్గం అన్నారు. బహిష్కృతుణ్ణి చేశారు.

1828లో ఆయన 'బ్రహ్మ సభ' అనే పేరుతో ఒక కొత్త మత సంస్థను స్థాపించాడు. అదే ఆ తర్వాత 'బ్రహ్మ సమాజం'గా మారింది. హిందూమతాన్ని ప్రక్షాళన చేసి, ఏకేశ్వరోపాసనా మార్గాన్ని ప్రబోధించడం ఈ సంస్థ లక్ష్యం. ఇటు హేతువాదం అటు వేదాలు, ఉపనిషత్తులు అనే రెండు మూల స్తంభాలపై ఈ కొత్త సంస్థను నిలబెట్టారాయన. ఇతర మతాల ప్రబోధాన్ని కూడా అందులో చేర్చాడు. మనిషి ఆత్మ గౌరవ రక్షణకు 'బ్రహ్మ సమాజం' కంకణబద్ధమైంది. విగ్రహారాధనను వ్యతిరేకించింది. సతీసహగమనం వంటి సాంఘిక రుగ్మతలను నిరసించింది.

రామ్‌మోహన్‌రాయ్ గొప్ప మేధావి. క్రియాశీలి కూడా. ఆయన స్పృశించని జాతి నిర్మాణాంశం ఏదీ లేదనే చెప్పాలి. హిందూ మతాన్ని అంతర్గతంగా సంస్కరించడానికి ఉద్యమించినట్టే ఆయన, భారతీయ సమాజాన్ని సంస్కరించడానికి కూడా పునాదులు వేశాడు. సాంఘిక దురాచారాలపై ఆయన యావజ్జీవితం సాగించిన ఉద్యమ ప్రస్థానానికి అత్యుత్తమైన ఉదాహరణ అమానవీయమైన సతీసహగమనానికి

వ్యతిరేకంగా సాగిన చారిత్రాత్మక ఉద్యమం. ఈ సమస్యపై 1818లో ఉద్యమం ప్రారంభించి ప్రజాభిప్రాయాన్ని సమీకరిస్తూ ముందుకు సాగిపోయాడాయన. ఈ దురాచారం హిందూమతానికి విరుద్ధమైనదని స్పష్టం చేస్తూ, ఒకవైపున ప్రాచీన మత గ్రంథాల్ని ఉటంకిస్తూనే ఆయన సమాజంలో తార్కిక దృక్పథాన్నీ మానవతా దృష్టినీ సాటివారిపట్ల ఆదర భావాన్నీ జాగృతం చేయడానికి పరిశ్రమించాడు. వితంతువుల్ని ఆత్మాహుతికి ప్రోత్సహించవద్దని వారి బంధువుల్ని ఒప్పించడం కోసం రామ్ మోహన్‌రాయ్ కలకత్తాలో స్వయంగా స్మశానాలకు కూడా వెళ్తుండేవాడు. ఆ దురాచారం ఎక్కడ జరుగుతున్నదో ఎప్పటికప్పుడు కనిపెడుతూ ఉండటానికీ, వితంతువుల్ని బలవంతంగా చితికెక్కించే ప్రయత్నాల్ని నిరోధించడానికీ ఆయన భావస్వామ్యంగల వారితో నిఘా బృందాల్ని సైతం ఏర్పాటుచేశాడు. సతీసహగమనాన్ని నిషేధిస్తూ బెంటింక్ తీసుకున్న నిర్ణయాన్ని ఆమోదించరాదని హిందూ ఛాందసవాదులు పార్లమెంటుకు పిటిషన్ పంపిస్తే, బెంటింక్ చర్యను సమర్థిస్తూ, అభ్యుదయ దృక్పథం కలిగిన వివేకవంతుల చేత ప్రతిగా ఒక పిటిషన్‌ను సమర్పింపజేశారు రామ్‌మోహన్‌రాయ్.

మహిళల హక్కుల పోరాటాలకు రాయ్ కొండంత అండగా నిలబడ్డాడు. మహిళల అణచివేతను తీవ్రంగా ఖండించాడు. మేధోశక్తిలో నైతికవర్తనలో మహిళలు పురుషులకంటే హీనమైనవారన్న ఆనాటి అభిప్రాయాన్ని అధిక్షేపించాడు రాయ్. బహు భార్యాత్వంపై విరుచుకుపడ్డాడాయన. వితంతువుల దుర్భర జీవనాన్నీ చీల్చి చెండాడాడు. అణగారిపోతున్న మహిళాలోకాన్ని ఉద్ధరించాలంటే వారికి ఆస్తి హక్కు వారసత్వ హక్కు ఇచ్చి తీరవలసిందేనన్నాడు రాయ్.

దేశంలో ఆధునిక భావజాలం వ్యాప్తం కావడానికి ఆధునిక విద్యా విధానాన్ని తక్షణం ప్రవేశపెట్టి తీరవలసిందేనని ఉద్యమంచిన తొలి భారతీయులలో రాయ్ ఒకరు. వాచీల తయారీదారుగా 1800లో ఇండియాలో అడుగుపెట్టిన డేవిడ్ హారే తన జీవితం అంతా ఇండియా ఆధునిక విద్యా వ్యాప్తికే శ్రమించాడు. ఆయనే 1817లో ప్రసిద్ధమైన హిందూ కాలేజీని స్థాపించాడు కూడా. ఆ కళాశాల ఏర్పాటులోను, ఇతర విద్యా సంబంధ కార్యక్రమాలలోను రామ్‌మోహన్‌రాయ్, హారేకి అన్ని విధాలా తోడ్పడ్డాడు. అంతేకాక, ఖర్చంతా తానే భరించి 1817 నుంచి కలకత్తాలో ఒక ఇంగ్లీషు స్కూలును కూడా నిర్వహించాడు. ఈ స్కూలులో ఇతర పాఠ్యాంశాలతో పాటు మెకానిక్సనీ వోల్టేర్ ఫిలాసఫీని కూడా బోధించారు. 1825లో ఆయన ఒక వేదాంత కళాశాలనూ స్థాపించి, భారతీయ విద్యనీ, పాశ్చాత్య సామాజిక, భౌతిక శాస్త్రాల్నీ బోధించాడు.

బెంగాల్‌లో మేధోమధనం బెంగాలీ భాషలోనే సాగాలని రామ్‌మోహన్‌రాయ్

కాంక్షించాడు. బెంగాలీ వ్యాకరణాన్ని కూడా సిద్ధం చేశాడాయన. తన అనువాదాల ద్వారా కరపత్ర రచనల ద్వారా పత్రికల ద్వారా బెంగాలీ భాష ఒక ఆధునిక విశిష్ట వచన శైలి సంతరించుకోవడానికి ఆయన అవిరళంగా కృషి చేశాడు.

భారతదేశంలో ప్రభవిస్తున్న జాతీయతా స్ఫూర్తికి తార్కాణమై తొలికిరణమై ప్రత్యక్షమైనవాడు రామ్‌మోహన్‌రాయ్. ఒక స్వతంత్రమైన పునరుజ్జీవితమైన భారతం అవతరించబోతున్నదన్న భవిష్యత్ దర్శనం ఆయన ఆలోచనల్నీ కార్యక్రమాల్నీ ముందుకు నడిపించింది. భారతీయ మతాల నుంచి సమాజం నుంచి అవినీతిమయ శక్తుల్ని వేరుచేసి, ఏకేశ్వరోపాసనను నిర్దేశిస్తున్న భారతీయ వేదాంత జ్ఞాన సందేశాన్ని విస్తృతంగా ప్రచారం చేయడం ద్వారా భిన్నవర్గాలుగా చీలిపోయి ఉన్న భారతీయ సమాజాన్ని సమైక్యంగా తీర్చిదిద్దడానికి పునాదులు వేసినట్టే కాగలదని ఆయన విశ్వసించాడు. సమైక్యతకు అడ్డుతగులుతున్న కుల వ్యవస్థలోని కాఠిన్యాన్ని ఆయన వ్యతిరేకించాడు. కుల వ్యవస్థ రెండు విధాల సమాజాన్ని దెబ్బతీస్తున్నదని ఆయన భావించాడు. కుల వ్యవస్థ అసమానతల్ని సృష్టించి తద్వారా ప్రజల్ని విభజించిందనీ ఇంకా ఆపైన వారిలో దేశ భక్తి భావనల్ని తుడిచిపెట్టిందనీ ఆయన అభిప్రాయపడ్డాడు. అందువల్లనే, ఆయన దృష్టిలో మత సంస్కరణ లక్ష్యాలలో రాజకీయాభ్యున్నతి ఒకటి.

భారతీయ పత్రికారచనా రంగానికి వైతాళిక శ్రేణిలోని వ్యక్తి రాయ్. బెంగాలీ, పర్షియన్, హిందీ, ఇంగ్లీషు భాషలలో పత్రికలు నడుపుతూ, విజ్ఞాన శాస్త్ర, సాహిత్య, రాజకీయ రంగాలలో జ్ఞానాన్ని ప్రజలకు చేర్చడానికీ, వర్తమాన సమస్యలపై ప్రజలకు అవగాహన పెంచడానికి ప్రజల సమస్యల్నీ వారి కోర్కెల్నీ ప్రభుత్వం ముందుంచడానికీ ఎంతో కృషి చేశాడు.

రాజకీయ సమస్యలపై ప్రజా ఉద్యమాలకు శ్రీకారం చుట్టినవాడు కూడా రాయ్. రైతుల్ని అతి హీన స్థితికి అణగదొక్కిన బెంగాలీ జమీందార్ల దురాగతాల్ని తీవ్రంగా నిరసించాడాయన. 1793 నాటి పర్మనెంట్ సెటిల్మెంట్ ఉత్తర్వువల్ల ప్రయోజనం పొందడానికి వీలుగా భూముల్ని నిర్ణయించాలని ఆయన డిమాండ్‌చేశారు. ఏ పన్నులు చెల్లించవలసిన అవసరం లేని భూములపై పన్నులు విధించే ప్రయత్నాల్ని రాయ్ తీవ్రంగా నిరసించాడు. ఈస్ట్ ఇండియా కంపెనీకి ఉన్న వాణిజ్య హక్కుల్ని రద్దుచేయాలనీ భారతీయ వస్తువులపై భారీగా ఉన్న ఎగుమతి సుంకాల్ని తొలగించాలనీ ఆయన డిమాండ్ చేశాడు. అదే విధంగా ఉన్నతోద్యోగాలలో భారతీయుల్నే నియమించాలనీ పాలనా న్యాయ విభాగాల్ని విభజించాలనీ, న్యాయమూర్తులే విచారణ జరపాలనీ, న్యాయ స్థానాలలో భారతీయుల్నీ యూరోపియన్లనీ సమానులుగానే పరిగణించాలనీ కూడా ఆయన వాదిస్తూ వచ్చాడు.

అంతర్జాతీయ దృక్పథం పట్ల పూర్తి విశ్వాసం కలిగిన వ్యక్తి రామ్‌మోహన్‌రాయ్. అలాగే ప్రపంచ దేశాల మధ్య నిర్నిబంధమైన సహకారం ఉండాలని కూడా ఆయన విశ్వసించాడు. విశ్వకవి రవీంద్రనాథ్ ఠాగూర్, రామ్‌మోహన్‌రాయ్‌ని గురించి ఇలా సముచితంగానే వ్యాఖ్యానించారు. "ఆధునిక యుగం ప్రాముఖ్యాన్ని పూర్తిగా గుర్తించిన, తన కాలంనాటి ఈ మానవ ప్రపంచంలో ఒకే ఒక్కడు రామ్‌మోహన్. మానవ నాగరికతకు పరమార్థం ఎవరికి వారు స్వతంత్రంగా మనుగడ సాగించడంలో కాక, వ్యక్తులు, అలాగే దేశాలు, ఆలోచనలో కార్యరంగంలో ఒకరిపై మరొకరు ఆధారపడి సాగించే సౌభ్రాతృత్వ జీవనంలోనే ఉంటుందని అతడికి తెలుసు." రామ్‌మోహన్‌రాయ్ అంతర్జాతీయ పరిణామాల పట్ల ఎంతో ఆసక్తి కనబరచేవాడు. అది ఏ దేశానికి సంబంధించినదైనా, స్వేచ్ఛ, ప్రజాస్వామ్యం, జాతీయతావాదాన్నే సమర్థిస్తూ అన్యాయం, అణచివేత, నిరంకుశత్వం ఏ రూపంలో కనిపించినా వాటిని వ్యతిరేకిస్తూ సాగిపోయాడాయన. 1821లో నేపుల్స్‌లో విప్లవం విఫలమైందన్న వార్త ఆయనను కుంగదీసింది. తన కార్యక్రమాలన్నింటినీ రద్దు చేసుకున్నాడు కూడా. అదే విధంగా 1823 స్పానిష్ అమెరికాలో విప్లవం విజవంతమైనపుడు ఎంతో ఆనందించి ఒక భారీ విందే ఏర్పాటుచేశాడు రాయ్. ఎక్కడో ఉండి సాగిస్తున్న ఇంగ్లీషు దుష్ట పాలనలో అణగారిపోతున్న ఐర్లాండ్ పరిస్థితి పట్ల తన నిరసన వ్యక్తం చేశాడు. పార్లమెంటు, రిఫార్మ్ బిల్లును ఆమోదించకపోతే బ్రిటిష్ సామ్రాజ్యం విడిచి వెళ్ళి పోతానని ఆయన నిర్ద్వంద్వంగా ప్రకటించాడు.

రామ్‌మోహన్‌రాయ్ భయం అనేది దరిచేరనివాడు, సింహం వంటివాడు. న్యాయబద్ధమైన ఏ పోరాటాన్ని అయినా సరే ముందుకు దూకి అండగా నిలబడడానికి ఆయన ఎన్నడూ వెనుకాడలేదు. వ్యక్తిగతంగా తాను ఎంతటి నష్టం అనుభవించవలసి వచ్చినా తనకు ఎంతటి కష్టం ఎదురైనా ఆయన జీవితమంతా అన్యాయానికీ అసమానతలకీ వ్యతిరేకంగా పోరాటాలు సాగిస్తూనే ఉన్నాడు. తన సామాజిక సేవా జీవితంలో తన కుటుంబంతో సంపన్నమైన జమీందార్లతో, శక్తివంతులైన మిషనరీలతో ఉన్నతాధికారులతో విదేశీ పాలకులతో తరచు ఘర్షణ పడ్డాడు. అయినా ఆయన ఎన్నడూ భయపడలేదు. తాను నిర్దేశించుకున్న మార్గం నుంచి ఎన్నడూ పక్కకు తప్పుకోలేదు.

పంతొమ్మిదవ శతాబ్ది ప్రథమార్థంలో భారత విహాయసంలో నిరుపమానంగా వెలుగులు విరజిమ్మిన 'తార' రాజారామోహన్‌రాయ్. ఆ తారకు తోడు వెలిగిన విశిష్టులైన సహచరులు, అనుచరులు వారసత్వం అందుకున్నవారు ఎందరో ఉన్నారు. విద్యారంగంలో డచ్ వాచ్ మేకర్ డేవిడ్ హారే, స్కాట్లండ్ మిషనరీ అలెగ్జాండర్ ఆయనకు

ఎంతో సహాయపడ్డాడు. ఇక రాయ్ భారతీయ సహచరులలో ద్వారకానాథ్ టాగూర్ ముఖ్యుడు. ప్రసన్నకుమార్ ఠాగూర్, చంద్రశేఖర్ దేవ్, బ్రహ్మసభ తొలి కార్యదర్శి తారాచంద్ చక్రవర్తి తక్కిన అనుచరులతో చెప్పుకోతగినవారు.

డెరోజియో, యువ బెంగాల్

పద్దెనిమిది వందల ఇరవయ్యవ దశకం చివరి కాలంలోను 1830వ దశకంలోను బెంగాలీ మేధావుల్ని తిరగబడే నవ్య ధోరణి ఆవహించింది. ఈ ధోరణి నిజానికి రామ్‌మోహన్‌రాయ్ అందుకున్న మార్గం కంటే ఆధునికమైనది. "యువ బెంగాల్ ఉద్యమం" అన్నారు దానిని. ఈ ఉద్యమ సారథి, ప్రేరక శక్తి ఒక ఆంగ్లో-ఇండియన్ కుటుంబంలో జన్మించిన హెన్రీ విలియన్ డెరోడియో. అతడు 1809లో పుట్టాడు. 1826 నుంచి 1831 వరకు అతడు హిందూ కాలేజీలో అధ్యాపకుడుగా పనిచేశాడు. జాతీయమైన మేధాశక్తితో పైకిలేచిన డెరోజియో ఫ్రెంచి విప్లవ మార్గంలో ప్రభావితుడై ఆ కాలం నాటి అతి తీవ్రవాద భావాల్ని తనలో దట్టించుకున్నాడు. గొప్ప అధ్యాపకుడిగా పేరు తెచ్చుకుంటూ, తనను విశేషంగా అభిమానించే తెలివైన విద్యార్థులు ఎందరినో చేరదీసి తన వెంట నడిపించాడు. హేతుబద్ధంగా స్వేచ్ఛగా ఆలోచించమని వారిని ప్రేరేపించాడు. నియంతృత్వ ధోరణుల్ని ప్రశ్నించమన్నాడు. స్వేచ్ఛనీ సమానత్వాన్నీ స్వాతంత్ర్యాన్నీ కాంక్షించమన్నాడు. సత్యాన్ని ఆరాధించమన్నాడు. డెరోజియోని ఆయన అనుచరుల్నీ డెరోజియన్లనీ, యంగ్ బెంగాల్ బృందమనీ వ్యవహరించేవారు. వారంతా వీర దేశభక్తులే. నవ భారతంలో ప్రభవించిన తొలి నేషనలిస్టు కవి బహుశా అతడే. ఉదాహరణకు, 1827లో ఆయన ఇలా రాశాడు :

"కాంతిచ్ఛటా పరివేరిత సుందర వదనా
నాటి ఆరాధ్య దైవమా!
కడచిన దినాల వైభవాలు ప్రాభవాలు
ఏవి తల్లీ ఎక్కడమ్మా!
ఓ నా దేశమా!
లోహ శృంఖలా బద్ధ విహంగానివై
కడకు వాలిపోతే
హీనంగా ధూళిలో దీనంగా నువు రోదిస్తే
నీ సంకీర్తకుల కడపటి
కైదండకే గతిలేకపోతే
ఎలా చెప్పను తల్లీ నీవు మోసిన విషాదం!!"

ఆయన విద్యార్థుల్లో ఒకరైన కాశీ ప్రసాద్ ఘోష్
1861లో ఇలా రాశాడు :
"ఓ భూతల స్వర్గమా! ఉదాత్త చరితా
మాన్య మహాజన భూషిత సరదనా, సౌందర్య రాశీ
ఘన యశస్వీబృంద మండిత మండలా
జననీ! నా మాతృ భూమీ!
శాశ్వతంగా నీ కిదే సెలవు.. సెలవు.. (1830)
కాని...
ఒక్కమాట... అది నిజం... తథ్యం
విజేతవై గెలుపు రెక్కలపై నీవు
సగర్వంగా గగన మార్గాన
విజ్ఞాన సీమల వైపు స్వేచ్ఛా ప్రాంగణాలవైపు సాగిపోయే
ఆ అద్భుత పర్వం
వీక్షిస్తే అదొక మహద్భాగ్యం
అది నాకు దక్కేనా! దక్కదు గాక దక్కదు..."

అతివాద పంథాలో సాగిపోతున్న డెరోజియోను హిందూ కాలేజీ యాజమాన్యం ఉద్యోగం నుండి తొలగించింది. ఆ తర్వాత కొద్ది రోజులకే ఆయన కలరా సోకి 22వ ఏటనే మరణించాడు. కాలదోషం పట్టిన పాత ఆచారాలపై సంప్రదాయాలపై డెరోజియన్లు విరుచుకుపడ్డారు. మహిళల హక్కుల కోసం మరింత ఉధృతంగా ఉద్యమించారు. మహిళల్ని విద్యావంతుల్ని చేసి తీరాలన్నారు. అయితే వారి ఉద్యమం ఊపందుకోలేదు. వారి ఆశయాలు ఫలించి ఆకాంక్ష నెరవేరడానికి సామాజిక స్థితిగతులు వారికి అనుకూలించలేదు. వారు రైతు సమస్యల జోలికి పోలేదు. కాలం కంటే ఎంతో ముందున్న వారి ఆలోచనా సరళిని అందుకోవడానికి నాటి భారతీయ సమాజంలో మరి ఏ ఇతర వర్గం ముందుకు రాలేదు. ఆపైన, ప్రజలతో ఎల్లవేళలా సన్నిహిత బాంధవ్యం ఉండాలన్న సూక్ష్మాన్ని వారు విస్మరించారు. నిజానికి వారి అత్యాధునిక మార్గం ప్రధానంగా పుస్తకాధారం. భారతీయ వర్తమాన స్థితిగతుల పట్ల వాస్తవిక దృష్టి వారిలో కొరవడింది. అయినా సరే, సామాజిక, ఆర్థిక, సామాజికాంశాలపై, పత్రికలు, కరపత్రాల ద్వారా ప్రజా సంఘాల ద్వారా ప్రజల్ని చైతన్యవంతుల్ని చేసే రామ్‌మోహన్‌రాయ్ చూపించిన మార్గంలోనే వారు ముందుకు సాగిపోయారు. కంపెనీ చార్టర్ పునఃపరిశీలన, పత్రికా స్వాతంత్ర్యం, విదేశాలలో ఉన్న బ్రిటిష్ వలస ప్రాంతాలలో భారతీయ శ్రామికుల స్థితిగతుల మెరుగుదల,

జ్యూరీల ద్వారా విచారణ, నిరంకుశంగా వ్యవహరించే జమిందార్ల నుంచి రైతులకు రక్షణ, ప్రభుత్వ సర్వీసులలో ఉన్నతోద్యోగాలకు భారతీయుల్ని ఎంపిక చేయడం వంటి ప్రజాసమస్యలపై ప్రజలతో కలిసి ఆందోళనలు కొనసాగిస్తూ వచ్చారు. డెరోజియన్లు, బెంగాల్‌లో నవ నాగరికతావిర్భావానికి శ్రమించిన వైతాళికులేననీ, జాతిని సంఘటితం చేసిన శాసకులేననీ, వారి సద్గుణాలు వారిపట్ల గౌరవ భావాన్నే ప్రేరేపిస్తాయనీ, అంతేకాక వారిలో లోపాలు ఏవైనా కనిపించినా వారిపట్ల వీలైనంతగా జాదా సేద్యమే జనియిస్తుందనీ, ప్రఖ్యాత జాతీయోద్యమ నాయకుడు సురేంద్రనాథ్ బెనర్జీ అభివర్ణించారు.

దేవేంద్రనాథ్ టాగూర్, ఈశ్వర చంద్ర విద్యాసాగర్

ఈ పరిణామాలన్నీ అలా ఉంటే, 'బ్రహ్మ సమాజం' రవీంద్రనాథ్ టాగూర్ తట్టి లేపి మళ్ళీ బలోపేతం చేసే వరకు అలా కొంత కాలం నిద్రాణంగానే ఉండిపోయింది. దేవేంద్రనాథ్, ఇటు భారతీయ సంప్రదాయ జ్ఞానంలోను అటు పాశ్చాత్య నవీన ఆలోచనా స్రవంతిలోను సమాన ప్రజ్ఞగల విశిష్ట వ్యక్తి. రామ్‌మోహన్‌రాయ్ ఆశయాల్ని విస్తృతంగా ప్రాచుర్యంలోకి తీసుకురావడానికి ఆయన 1839లో 'తత్వబోధన సభ'ను స్థాపించాడు. రామ్‌మోహన్‌రాయ్ అనుచరులలో ముఖ్యులైన వారినీ డెరోజియా అనుచరులను, ఈశ్వర చంద్ర విద్యాసాగర్, అక్షయ కుమార్ దత్ వంటి ఇతర స్వతంత్ర మేధావుల్నీ ఒక చోటకు చేర్చడానికి 'తత్వబోధనీ సభ' సరియైన సమయానికే అంతరించినట్లయింది. భారత దేశానికి సంబంధించి బెంగాలీ భాషలో చక్కని అవగాహన కలిగించడానికి తత్వబోధనా సభ, ఆ సంస్థ ప్రచురించిన 'తత్వబోధనా పత్రిక' అవిరళంగా కృషి చేశాయి. బెంగాల్ మేధావులలో హేతువాద దృక్పథం విస్తరించడానికి సభ కృషి చేసింది. దేవేంద్రనాథ్ టాగూర్ 1843లో బ్రహ్మ సమాజాన్ని పునర్వ్యవస్థీకరించి కొత్త జవజీవాలు దట్టించారు. వితంతు పునర్వివాహాలు, బహుభార్యాత్వం రద్దు, స్త్రీ విద్య, కర్షకుల స్థితిగతుల మెరుగుదల, మద్యపాన నిషేధం మొదలైన సమస్యలపై జరిగే ఉద్యమానికి 'సమాజ్' అండగా నిలబడింది.

రామ్‌మోహన్‌రాయ్ తర్వాత భారత వేదికపై సాక్షాత్కరించిన మహా వ్యక్తి, మహా పండితుడు సంఘ సంస్కర్త అయిన ఈశ్వర చంద్ర విద్యాసాగర్. ఆయన తన జీవితాన్ని సంఘ సంస్కరణకే అంకితం చేశాడు. ఒక నిరుపేద కుటుంబంలో 1820లో జన్మించిన విద్యాసాగర్, అష్టకష్టాలు అనుభవిస్తూ విద్యావంతుడై, 1851లో సంస్కృత కళాశాల ప్రధానాధ్యాపకుడు కాగలిగారు. ఆయన సంస్కృతంలో మహా

పండితుడేఅయినా, పాశ్చాత్యతత్వ ప్రవంతిలో ఉత్తమాంశాలను గౌరవించేవాడు. అలా ఆయన ప్రాచ్య పాశ్చాత్య సంస్కృతుల సంగమమై నిలబడ్డాడు. నైతిక వర్తనలో మేధాసంపత్తిలో శిఖర సమానుడుగా వెలుగొందాడు. అసమాన ధైర్యశాలి, ఏ భయాల్నీ దరికి రానివ్వని వ్యక్తి కావడంవల్ల విద్యాసాగర్, తాను నమ్మినదానినే ఆచరిస్తూ సాగిపోయాడు. ఆయన విశ్వాసాలకు కార్యాచరణకు, ఆలోచనలకు వాటిని అనుసరించే తరహాకు మధ్య అంతరమే లేదు. ఆ హర్మ్యంలో, అలవాట్లలో నిరాడంబరుడు. ముక్కుసూటి మనిషి. గొప్ప మానవతావాది, పేదల పట్ల, నిర్భాగ్యులపట్ల, అణగారిపోతున్న వర్గాలపట్ల ఎంతో సానుభూతి పెంచుకున్న పేదల పక్షపాతి.

విద్యాసాగర్ శీల వైశిష్ట్యాన్ని గురించి నైతిక గుణగణాల్ని గురించి ప్రగాఢ మానవతా వాద ప్రవృత్తిని గురించి బెంగాల్‌లో ఈనాటికీ ఎన్నెన్నో కథనాలు వినిపిస్తుంటాయి. నిర్హేతుకమైన అధికార జోక్యాన్ని సహించలేకనే ఆయన ప్రభుత్వోద్యోగానికి రాజీనామా చేసేశారు. పేదలపట్ల ఆయన ఔదార్యం మహత్తరమైనది. రోడ్డు మీద పోతున్నపుడు చుట్టుకోవడానికి సరియైన బట్టలేక అర్ధనగ్నంగా ఎదురైన తొలి యాచకుడికి తాను ధరించిన కోటును ఇప్పి ఇచ్చివేస్తుండడంవల్ల ఆయనకు ఎన్నడూ ఒక మంచి కోటు అయినా ఉండేది కాదు!

నవ భారత నిర్మాణానికి ఈశ్వర చంద్ర విద్యాసాగర్ అందించిన సేవ బహుముఖీనమైనది. సంస్కృత భాషాబోధనకు ఆయన ఒక సరికొత్త పద్ధతిని రూపొందించారు. ఆయన రూపకల్పన చేసిన బెంగాలీ వాచకమే ఈనాటికీ వాడుకలో కొనసాగుతోంది. బెంగాలీలో ఆధునిక వచన ఆవిర్భావానికి ఆయన రచనలు ఎంతో దోహదం చేశాయి. ఆ కాలంలో సంస్కృత భాషాధ్యయనంపై బ్రహ్మణ కులస్థుల గుత్తాధిపత్యాన్ని తీవ్రంగా వ్యతిరేకించే విద్యాసాగర్ సంస్కృత కళాశాలల్లో బ్రాహ్మణేతర కులాల విద్యార్థులకు ప్రవేశం కల్పించాడు. వేద పురాణ శాస్త్ర జ్ఞానంపై బ్రాహ్మణుల ఆధిపత్యాన్ని నిలువరించడానికే ఆయన కంకణం కట్టుకున్నాడు. తనకు తానే బందీగా పడి ఉన్న సంస్కృత భాషాధ్యయనాన్ని, తత్ఫలితంగా ఉత్పన్నమౌతున్న విష పరిణామాల నుంచి విముక్తం చేయాలన్న లక్ష్యంతో విద్యాసాగర్ సంస్కృత కళాశాలలో పాశ్చాత్య తత్వాధ్యయనాన్ని ప్రవేశపెట్టాడు. ఒక కాలేజీ కూడా ఆయన తోడ్పాటుతోనే అవతరించింది. దానికి ఆయన పేరే పెట్టారు కూడా.

వీటన్నింటినీ మించి, అణగారిన స్త్రీ జనోద్ధరణకు ఆయన సాగించిన కృషి ఈ దేశవాసులకు మరింత స్మరణీయమై నిలిచిపోయింది. ఈ రంగాన ఆయన రామ్‌మోహన్‌రాయ్‌కి దీటైన వారసుడనిపించుకున్నాడు. వితంతు పునర్వివాహాన్ని సమాజం ఆమోదించాలన్న లక్ష్యంగా ఆయన సుదీర్ఘ పోరాటం సాగించాడు. హిందూ

వితంతువులు అనుభవిస్తున్న దుర్భర జీవితాన్ని చూసి చలించిపోయిన విద్యాసాగర్‌లో మానవీయత ఇనుమడించింది. వారి సముద్ధరణ కోసం తనకు ఉన్నదంతా అర్పించి ఏమీ లేని వాడయ్యాడు. తనకు ఉన్న సంప్రదాయ పాండిత్య ప్రకర్షనంతా ఉపయోగించుకుంటూ, 1855లో వితంతు పునర్వివాహాలకు అనుకూలంగా గొంతు హెచ్చించి మహోధృతంగా విరుచుకుపడ్డారు. ఆ వెనువెంటనే ఒక మహోద్యమమే మొదలైంది. అదే నేటికీ కొనసాగుతూనే ఉందని చెప్పాలి. ఆ తర్వాత 1855లోనే, వితంతు వివాహాల్ని చట్టబద్ధం చేయాలని కోరుతూ, బెంగాల్, మద్రాసు, బొంబాయి, నాగపూర్ తదితర నగరాలలో ప్రభుత్వానికి అసంఖ్యాకంగా పిటిషన్లు సమర్పించారు. ఆ ఉద్యమం సఫలమైంది. చట్టం రానే వచ్చింది. ఆ చట్టాన్ని పురస్కరించుకుని దేశంలోనే తొలి అగ్రవర్ణ వితంతు వివాహం, 1856లో డిసెంబరు 7వ తేదీన కలకత్తాలో, విద్యాసాగర్ స్ఫూర్తితో ఆయన స్వయం పర్యవేక్షణలో జరిగింది. ఇతర కులాలలో వితంతు వివాహాలు దేశంలో వివిధ ప్రాంతాలలో, సాధారణ చట్టాల అనుగుణంగా అప్పటికే సాగుతూనే ఉన్నాయి. తొలి అగ్రవర్ణ వితంతు వివాహాన్ని గురించి ఒక పరిశీలకుడు ఇలా వ్యాఖ్యానించాడు :

"ఆ రోజును నేనెన్నటికీ మరచిపోలేను. పండిట్ విద్యాసాగర్ తన మిత్రుడే అయిన వరుణ్ణి వెంట పెట్టుకుని భారీ ఊరేగింపుగా వివాహం జరిగే చోటుకు వచ్చాడు. ఒక్క అంగుళం కూడా ముందుకు కదలలేనంతగా భారీ సంఖ్యలో జనం పెళ్ళిని చూడటానికి వచ్చారు. ఆ రోజుల్లో రోడ్లకు ఇరువైపులా పెద్ద పెద్ద మురుగు కాల్వలు ఉండేవి. జనం అతి విశేష సంఖ్యలో రావడంతో చాలా మంది మురుగు కాల్వల్లో పడిపోయారు. ఆ కార్యక్రమం పూర్తయిన తర్వాత, బజార్లలో, దుకాణాలలో, వీధుల్లో, వీధి కూడళ్ళలో, విద్యార్థి వసతి గృహాల్లో, ఉన్నత వర్గాల డ్రాయింగ్ రూముల్లో, కార్యాలయాల్లో సుదూర ప్రాంతాల్లో ఉన్న గ్రామీణ ప్రాంతాలలో, ఆ వితంతు వివాహ ఘట్టాన్ని గురించే, మహిళలు సైతం ఎంతో విడ్డూరంగా ముచ్చటించుకున్నారు. శాంతిపూర్ నేత పనివారు ఓ కొత్తరకం చీర తయారుచేసి విక్రయించడం మొదలుపెట్టారు. ఆ చీర అంచుల పొడవుగా "విద్యాసాగర్ వర్ధిల్లాలి" అనే మాటలతో అల్లిన ఓ సరికొత్త పాటను చేర్చి నేశారు".

వితంతు పునర్వివాహాల కోసం ఉద్యమించినందుకు, విద్యాసాగర్, హైందవ ఛాందసవాదుల ఆగ్రహాన్ని ఎదుర్కోవలసి వచ్చింది. ఆయన ప్రాణానికే ముప్పు వాటిల్లే పరిస్థితులు సైతం తలెత్తాయి. అయినా ఆయన నిర్భయంగా తన లక్ష్యం వైపు సాగిపోతూనే ఉన్నాడు. అవసరమైన కొత్త జంటలకు ఆర్థిక సహాయం అందించడంతో అనేక విధాల తోడ్పడుతూ, 1855-1860 మధ్య కాలంలో ఇరవై ఐదు వితంతు

పునర్వివాహాలు జరిపించాడాయన.

1850లో విద్యాసాగర్ బాల్య వివాహాలపై నిరసనకు ఉపక్రమించాడు. బహు భార్యాత్వానికి వ్యతిరేకంగా జీవితాంతం పోరాడుతూనే ఉన్నాడు. స్త్రీ విద్య ఆయనకు ఎంతో ప్రియమైన అంశం. ప్రభుత్వ సర్వీసులో ఉన్నపుడు, పాఠశాలల ఇన్‌స్పెక్టర్‌గా, బాలికల కోసం 35 పాఠశాలలు ఏర్పాటు చేయించాడు. వాటిలో చాలా స్కూళ్ళు ఆయన ఖర్చుతోనే నడిచేవి. "బెతూన్ స్కూలు" సెక్రటరీగా ఉంటూ, మహిళల ఉన్నత విద్యాభివృద్ధికి పరిశ్రమిస్తూ అగ్రభాగాన సాగిపోయిన వ్యక్తి ఈశ్వర చంద్ర విద్యాసాగర్.

1849లో కలకత్తాలో స్థాపించబడిన 'బెతూన్ స్కూలు' 1840-50 మధ్య మహిళా విద్య కోసం సాగిన మహోద్యమానికి తొలి ఫలితంగా లభించిందని చెప్పాలి. మహిళలు విద్యావంతులు కావడం అన్నది భారతదేశానికి తెలియనిదేమీ కాకపోయినా, ఆ కాలంలో తీవ్ర వ్యతిరేకత మాత్రం ఉండేది. చదువుకున్న ఆడవారి భర్తలు పోతారన్న విశ్వాసం సైతం కొందరిలో ఉండేది. బాలికలకు ఆధునిక విద్యా బోధనకు తొలి ప్రయత్నాలు 1821లో క్రైస్తవ విద్యా సంస్థలు ప్రారంభించాయి. అయితే, క్రైస్తవ మత బోధనకే అగ్రప్రాధాన్యం ఇవ్వడంతో ఆ తొలి ప్రయత్నాలు బెడిసి కొట్టాయి. తత్ఫలితంగా బెతూన్ స్కూల్‌కి విద్యార్థులు దొరకడం కష్టమైపోయింది. చిన్న పిల్లల్ని కేకలు వేయడం తిట్టడం జరిగేది. ఒక్కొక్కప్పుడు పిల్లల తల్లితండ్రుల్ని సంఘ బహిష్కారం చేసి వేధించేవారు. పాశ్చాత్య విద్యాభ్యాసం చేసిన ఆడపిల్లలు తమ భర్తల్ని బానిసలవలె చూస్తారని కొందరు నమ్మేవారు.

పశ్చిమ భారతంలో సంస్కరణలకు వైతాళికులు

పాశ్చాత్య యోచనా ధోరణుల ప్రభావం బెంగాల్‌పై పశ్చిమ భారతం కంటే ముందే పడింది. కొంత ఆలస్యంగా, అనగా సుమారు 1818 ప్రాంతంలో పశ్చిమ భారతం బ్రిటిష్ పాలకుల ఆధీనంలోకి వచ్చింది. బాలశాస్త్రి జంబేకర్ బొంబాయిలో తొలి సంస్కరణలలో ఒకరు. బ్రాహ్మణీయ ఛాందసవాదంపై విరుచుకుపడుతూ ఆయన హిందూమతాన్ని సంస్కరించే ప్రయత్నం చేశాడు. "మనుషుల మస్తిష్కాల్ని పొగలా ఆవరించి ఉన్న అజ్ఞానాన్నీ తప్పుతప్పు (ఛాందసమార్గీయుల దృష్టిలో) అన్న భావాల్నీ తరిమికొట్టి, ప్రపంచంలో తక్కిన దేశాలకంటే ముందుగానే ఎంతో ముందుకు సాగిపోయిన యూరప్ దేశాల ప్రజలు వశపరుచుకున్న విజ్ఞాన కాంతుల్ని ఇటు ప్రసరింపజేయాలన్న" లక్ష్యంతో ఆయన 1832లో "దర్పణ్" అనే ఒక వారపత్రికను స్థాపించాడు. ఆ తర్వాత 1849లో మహారాష్ట్రలో 'పరమహంస మండలి' అనే పేరుతో

ఒక సంస్థను నెలకొల్పారు. ఈశ్వరుడు ఒక్కడే అన్నది ఈ సంస్థ వ్యవస్థాపకుల ప్రగాఢ విశ్వాసం. కుల నియమాల్ని విచ్ఛిన్నం చేయడం వారి మౌలిక లక్ష్యం. ఈ సంస్థ సమావేశాలు జరిపినపుడు, కింది కులాల వారు వండిన ఆహారాన్నే విధిగా తీసుకునేవారు. వితంతు పునర్వివాహాల్ని స్త్రీ విద్యను సమర్థించారు. పూనా, సతారాలలోను మహారాష్ట్రలోని ఇతర పట్టణాలలోను ఈ మండలి శాఖల్ని ఏర్పాటు చేశారు. ప్రఖ్యాత చరిత్రకారుడు ఆర్‌జి భండార్కర్, యువతరంపై ఈ మండలి ప్రభావాల్ని గురించి ఇలా రాశాడు : "సాయంత్రంవేళల్లో వాహ్యాళిగా చాలా దూరంగా నడిచిపోతూ కుల వ్యత్యాసాలవల్ల అనర్థాల్ని గురించి, అగ్ర, నిమ్న కులాలన్న విభజనవల్ల వాటిల్లుతున్న హాని గురించి, ఈ వ్యత్యాసాలు నిర్మూలించకుండా ఈ దేశం నిజమైన ప్రగతికి దూరం అవుతున్న వాస్తవాల్ని గురించి ఎంతో చర్చించుకునేవాళ్ళం". 1848లో విద్యావంతులైన యువకులు పలువురు ఒకటై, విద్యార్థుల సాహితీ వైజ్ఞానిక సొసైటీ పేరిట ఒక కొత్త సంస్థను స్థాపించారు. ధ్యాన ప్రసారక్ మండలి అనే పేరుతో ఒక గుజరాతీ శాఖను ఒక మరాఠీ శాఖను కూడా ఏర్పాటుచేశారు. వైజ్ఞానికాంశాల మీద సామాజిక సమస్యలమీద ఈ సొసైటీ ఉపన్యాస కార్యక్రమాలు నిర్వహించేది. మహిళల్ని విద్యావంతుల్ని చేయడానికి పాఠశాలలు ప్రారంభించడం ఈ సొసైటీ లక్ష్యాలలో ఒకటి. 1851లో జ్యోతిబాపూలే, ఆయన భార్య పూనాలో బాలికల కోసం ఒక పాఠశాల ప్రారంభించారు. ఆ తర్వాత చాలా పాఠశాలలు వచ్చాయి. ఇటువంటి పాఠశాలల్ని ప్రోత్సహించినవారిలో జగన్నాథ్ శంకర్ సేఠ్, భావ్ దాజీ ముఖ్యులు. మహారాష్ట్రలో వితంతు పునర్వివాహ ఉద్యమ వైతాళికుల్లో పూలే కూడా ఉన్నారు. విష్ణు శాస్త్రి పండిట్ అనే ఆయన 1850వ దశకంలో వితంతు పునర్వివాహ సంఘాన్ని స్థాపించారు. ఇదే లక్ష్యంతో ఉద్యమించిన మరో ప్రముఖ సేవకుడు కర్సోందాస్ మల్జీ. ఈయన వితంతు పునర్వివాహ ప్రాముఖ్యాల్ని గురించి విస్తృతంగా ప్రచారం చేయడానికి 1852లో "సత్య ప్రకాష్" అనే పేరుతో ఒక పత్రిక ప్రారంభించాడు.

ఆధునిక విద్య, సాంఘిక సంస్కరణ లక్ష్యాలుగా ఉద్యమించిన వారిలో అరగేసరుడుగా ఎన్నతగిన మరొక వ్యక్తి గోపాల్ హరిదేశ్‌ముఖ్. మహారాష్ట్ర అంతటా ఆయన "లోకహితవాది" అనే కలం పేరుతో ప్రసిద్ధుడయ్యాడు. హేతుబద్ధమైన సూత్రాలపై ఆధునిక మానవతా దృష్టితో సెక్యులర్ విలువల్ని పాటించే విధంగా భారతీయ సమాజాన్ని పునర్వ్యవస్థీకరించాలన్నాడాయన. నిమ్న కులమైన 'మాలి' కులంలో జన్మించిన జ్యోతిబాపూలే, మహారాష్ట్రలో బ్రాహ్మణేతరుల్ని అస్పృశ్యుల్నీ సామాజికులు ఎంత హీనంగా చూస్తున్నారో బాగా గ్రహించిన వ్యక్తి. అగ్రవర్ణ దురహంకారాలపై బ్రాహ్మణాధిపత్య ధోరణిపై జీవితాంతం ఉద్యమించిన మహనీయుడు

జ్యోతిబాఫూలే.

బొంబాయిలో మరో అగ్రేసరుడైన సంఘ సంస్కర్త దాదాభాయ్ నౌరోజీ. జొరాష్ట్ర మతాన్ని సంస్కరించడానికై అవతరించిన ఒక సంఘం వ్యవస్థాపకులలో ఆయన ఒకరు. అలాగే పార్సీలా అసోసియేషన్ వ్యవస్తాపకులలో కూడా ఆయన ఒకరు. మహిళలకు చట్టబద్ధమైన హక్కుల కోసం, పార్సీలకు ఒకేవిధమైన వారసత్వ, వివాహ హక్కుల కోసం ఈ పార్సీలా అసోసియేషన్ తీవ్రంగా కృషిచేసింది.

ప్రారంభం నుంచి కూడా, ఈ సంఘ సంస్కర్తలు అందరూ ప్రధానంగా ప్రాంతీయ భాషా పత్రికల ద్వారా, సాహిత్యం ద్వారానే తమ ఉద్యమాన్ని ముందుకు నడిపించుకున్నారు. భారతీయ భాషలు తమ ఉద్యమ ప్రచారానికి అన్ని విధాలా ఉపకరించాలన్న భావంతో వారు భాషాబోధనకు అవసరమైన వాచకాల్ని రూపొందించడం వంటి అంతగా ఉత్తేజం కలిగించని పనుల్ని కూడా నెత్తిన వేసుకున్నారు. ఉదాహరణకు, ఈశ్వర చంద్ర విద్యాసాగర్, రవీంద్రనాథ్ టాగూర్‌లు ఇరువురూ కూడా బెంగాలీ ప్రాథమిక వాచకాల్ని సిద్ధంచేశారు. ఇప్పటికీ అవే వాడుకలో ఉన్నాయి. నిజం చెప్పాలంటే, ఆధునిక, సంస్కరణ భావజాలం సమస్తం ప్రధానంగా ప్రాంతీయ భాషల ద్వారానే విస్తరించి సామాన్య ప్రజానీకానికి చేరాయి.

పంతొమ్మిదవ శతాబ్ది సంస్కర్తల ప్రాముఖ్యాల్ని గురించి ముచ్చటించుకునేటపుడు ఒక ముఖ్య విషయాల్ని గుర్తించుకోవాలి. వారి సంఖ్య గణనీయం కాకపోవచ్చు. కాని వారు నవ మార్గం చూపించిన ఆద్యులు. వైతాళికులు. వారి ఆలోచనా సరళి కార్యాచరణ ఇవే నవభారత నిర్మాణాన్ని నిర్ణయాత్మకంగా ప్రభావితం చేశాయి.

ఏడవ అధ్యాయం

1857 తిరుగుబాటు

పద్దెనిమిది వందల యాభై ఏడవ సంవత్సరంలో, ఉత్తర, మధ్య భారతాల్లో జల బలంతో భారీ ఎత్తున ఒక తిరుగుబాటు జరిగింది. ఇది బ్రిటిష్ పాలనను ఇంచుమించు తుడిచిపెట్టింది. ఇది ముందు, ఈస్ట్ ఇండియా కంపెనీ సైన్యంలో పని చేస్తున్న సైనికుల తిరుగుబాటుతో అది మొదలైంది. ఆ సైనికులనే సిపాయిలు అంటాము. ముందు సామాన్య స్థాయిలో మొదలైన ఆ తిరుగుబాటు క్రమంగా ఎన్నెన్నో ప్రాంతాలకు విస్తరించింది. సామాన్య ప్రజానీకం సైతం తిరగబడ్డారు. లక్షలాదిగా రైతులు వృత్తిపనివారు సైనికులు సుమారు ఒక ఏడాదికి పైగానే వీరోచితంగా పోరు సాగించారు. అలా వారి నిరుపమాన ధైర్య సాహసాలతో త్యాగాలతో భారత చరిత్రలో ఒక మహోజ్వల అధ్యాయాన్ని లిఖించారు.

స్థూల కారణాలు

1857 నాటి తిరుగుబాటు కేవలం సిపాయిల అసంతృప్తి కారణంగానే సంభవించింది కాదు. వలసపాలన విధనాల స్వభావం, కంపెనీ పాలన పట్ల ప్రజలలో స్థిరపడి పోయిన తీవ్ర వ్యతిరేకత విదేశీపాలనపట్ల అయిష్టత ఇవన్నీ ఘనీభవించి కడకు తిరుగుబాటుకు దారితీశాయని చెప్పాలి. బ్రిటిష్ పాలకులు సుమారు ఒక శతాబ్దం పాటు దేశాన్ని కొంచెం కొంచెంగా తమ అధీనంలోకి తీసుకుంటూ పోతూండడం వల్ల భారత సమాజంలో వివిధ వర్గాల ప్రజలలో విదేశీపాలనపట్ల వ్యతిరేకత ద్వేషం పెరుగుతూ వచ్చాయి. ఇదే పెరిగి పెరిగి కడకు మహావిస్ఫోటమై జనం మహోద్ధృతంగా తిరగబడ్డారు.

బ్రిటిష్ పాలకులు భారతదేశాన్ని ఆర్థికంగా అన్ని విధాలా స్వప్రయోజనాల కోసం వినియోగించుకోవడం, అలాగే భారత సంప్రదాయక ఆర్థిక వ్యవస్థను పూర్తిగా నాశనం చేయడం బహుశా జనంలో అసంతృప్తి రగలడానికి అతి ముఖ్యకారణాలు

కావచ్చు. బ్రిటిష్ విధానాలవల్ల దేశం అంతటా అతి పెద్ద సంఖ్యలో ఉన్న కర్షకులు, చేతివృత్తి పనివారు హస్తకళల మీద ఆధారపడి ఉన్నవారు. అలాగే వారితోపాటు ఎందరో జమిందార్లు స్థానిక ముఖ్యులు కూడా ఆర్థికంగా చితికిపోయారు. బ్రిటిష్ పాలన ఆరంభ కాలంలో ఆర్థిక రంగంపై వినాశకర ప్రభావాన్ని గురించి మరో అధ్యాయంలో చర్చించి ఉన్నాం. బ్రిటిష్ ప్రభుత్వం అనుసరించిన భూ విధానం, రెవిన్యూ విధానం న్యాయ, పరిపాలనా పద్ధతులు దెబ్బతీసిన తక్కిన కారణాలు. సొంతంగా సేద్యం చేసుకుంటున్న భూ యజమానులు విపరీతంగా పెరిగిన శిస్తులు కట్టలేక అప్పులపాలై వ్యాపారులకు వడ్డీ వ్యాపారులకు భూములు అప్పగించుకుని నిస్సహాయంగా నిలబడవలసి వచ్చింది. కొత్తగా భూస్వాములైన వారికి, అంతవరకు ఉన్న పాత జమిందార్ – రైతు బాంధవ్య సంప్రదాయాల్ని గురించి సరియైన అవగాహన లేకపోవడంతో, కౌలుదార్లు చెల్లించవలసిన శిస్తుల్ని తట్టుకోలేనంతగా హెచ్చించారు. చెల్లించలేనివారిని భూముల నుంచి వెళ్ళగొట్టారు. 1770 నుంచి 1857 వరకు వచ్చి పడిన పన్నెండు క్షామాల్లోను, చిన్న స్థాయి క్షామాల్లోనూ కర్షకుల ఆర్థిక నూతన స్థితి విస్పష్టంగా పైకి వెల్లడైంది. అదేవిధంగా జమిందార్ల మీద విపరీతంగా ఒత్తిడి పెంచారు. విపరీతంగా పెంచిన శిస్తుల్ని చెల్లించకపోతే భూములు వదులుకోవలసివస్తుందని పాలకులు బెదిరించారు. జమిందారీ హక్కులు పోగొట్టుకోవడం అంటే గ్రామాలలో పరువు మంటగలిసినట్టే. ఆ విధంగా జమిందారీ హక్కులు కోల్పోవడం కంటే వారిని మరింతగా క్షోభ పెట్టింది తమ స్థానాలలో అధికారులను, వ్యాపారుల్ని వడ్డీ వ్యాపారుల్ని నియమించడం. దీనికి తోడు, పాలనా వ్యవస్థలో దిగువ స్థాయిలో అవినీతి విపరీతంగా పెరిగి పోవడంతో సామాన్య జనం అల్లాడిపోయారు. పోలీసులు చిన్న స్థాయి అధికారులు రెండు చేతులా దోచుకున్నారు. దిగువ స్థాయి న్యాయ స్థానాలు అవినీతి స్థావరాలుగా తయారయ్యాయి. విలియమ్ ఎడ్వర్డ్స్ అనే ఒక బ్రిటిష్ అధికారి 1859లో తిరుగుబాటుకు దారితీసిన పరిస్థితుల్ని గురించి రాస్తూ, ప్రజల దృష్టిలో పోలీసులు పీడకులే అయ్యానీ, వారు సాగించిన దమనకాండ, బలవంతపు వసూళ్ళు బ్రిటిష్ ప్రభుత్వం పట్ల జనంలో తీవ్ర వ్యతిరేకత ప్రబలడానికి ముఖ్య కారణాలలో ఒకటనీ స్పష్టం చేశారు. రైతుల్నీ జమిదార్లనీ పీడించి సొమ్ము దోచుకోవడానికి గల ఏ అవకాశాన్నీ కింది స్థాయి అధికారులు వదులుకోలేదు. సంక్లిష్టమైన న్యాయ వ్యవస్థ కూడా సంపన్నులు పేద వారిని అణగదొక్కడానికే దోహదం చేసింది. శిస్తులు, బకాయిలు అప్పులపై వడ్డీలు సక్రమంగా చెల్లించలేకపోయిన రైతుల్ని కొరడాలతో చితకకొట్టడం, హింసించడం, జైళ్ళలో నిర్బంధించడం సర్వసాధారణమే అయ్యాయి. దుర్భర దారిద్ర్యంలో కూరుకుపోయిన జనాన్ని నైరాశ్యం ఆవహించింది. తమ బతుకుల్ని

ఇకనైనా మెరుగుపరుచుకోవాలన్న తపన వారిని తిరుగుబాటువైపు నడిపించింది.

పాలనా యంత్రాంగంలో, ఎక్కువ జీతాలు లభించే ఉన్నత స్థాయి ఉద్యోగాలలో అవకాశాలు చిక్కని, ముఖ్యంగా ఉత్తర భారత, మధ్యతరగతి ఎగువ తరగతి వర్గాలు మరింతగా నష్టపోయాయి. భారతీయ సంస్థానాలు క్రమంగా అంతరించిపోవడంతో, అంతవరకు వాటిలో, పాలనా యంత్రాంగంలోను న్యాయ వ్యవస్థలోను ఉన్నతోద్యోగాలలో ఉంటూ వచ్చిన వర్గాలు జీవనోపాధి కోల్పోయాయి. సాంస్కృతిక రంగంలో ఉంటూ జీవనం సాగించే వర్గాలు బ్రిటిష్ ఆధిపత్యంవల్ల నాశనమైపోయాయి. భారతీయ సంస్థానాధీశులు కళల్నీ సాహిత్యాన్నీ పోషించేవారు. పండితుల్ని, మతాధిపతుల్నీ, ఆధ్యాత్మిక ప్రముఖుల్నీ ఆదుకునేవారు. ఆదరించేవారు. వారి స్థానే ఈస్ట్ ఇండియా కంపెనీ పరిపాలన వచ్చి పడడంతో అంతవరకు ఉన్న ఆదరణ అదృశ్యమై, ఆ వర్గాలు నీరసించిపోయాయి. తమకు ఇక భవిష్యత్తే లేదన్న అభిప్రాయానికి వచ్చిన మత ప్రచారకులు, పండితులు, మౌల్వీలు నడుంకట్టి విదేశీ పాలనపై విద్వేష ప్రచారానికి ఉపక్రమించారు.

బ్రిటిష్ పాలన మరింత జనకంటకం కావడానికి అది మౌలికంగా విదేశీయమైనది కావడం కూడా మరొక ముఖ్య కారణం. బ్రిటిష్‌వారు ఈ దేశంలో అలా విదేశీయులుగానే మిగిలిపోయారు! వారికీ భారతీయుల మధ్య సామాజిక బాంధవ్యంకానీ, భావజాల వినిమయంకానీ లేనేలేవు. వారికి ముందు భారతదేశం మీద దాడులుచేసిన విదేశీయులవలె బ్రిటిష్ పాలకులు భారతీయులలో ఉన్నత వర్గాలతో సామాజికంగా సాన్నిహిత్యం పెంచుకోలేకపోయారు. అలాచేయలేకపోగా, ఆపైన తాము అధికులమన్న జాత్యహంకారం తలకెక్కించుకుని భారతీయుల్ని ఏవగించుకుని పురుగుల్లా చూశారు. “భారతీయులలో మరీ మరీ ప్రముఖులైన వారు కూడా బ్రిటిష్ అధికారుల సమక్షానికి వెళ్ళాలంటే భయపడిపోయేవారు. గజగజలాడిపోయేవారు” అని సయ్యిద్ అహ్మద్ ఖాన్ అనే ఆయన రాశాడు. ఇక్కడే మనం చెప్పుకోవలసిన ముఖ్యాంశం ఏమిటి అంటే, బ్రిటిష్ వారు, భారతదేశంలోనే స్థిరపడిపోవాలన్న తలంపుతో ఇక దీనినే తమ శాశ్వత నివాసం చేసుకోవాలన్న భావంతో రాలేదు. వీలైనంత చేజిక్కించుకుని, చేజిక్కించుకున్న సంపదతో మళ్ళీ బ్రిటన్ వెళ్ళి పోవడమే వారి ముఖ్యోద్దేశం. ఈ పాలకుల విదేశీ నైజాన్ని భారతీయులు గ్రహించారు. బ్రిటిష్ వారిని తమను ఉద్ధరించడానికి వచ్చిన వారని భారతీయులు ఏనాడూ విశ్వసించలేదు. వారి ప్రతి చర్యను శంకిస్తూనే వచ్చారు. ఇంకా చెప్పాలంటే, బ్రిటిష్ వ్యతిరేక భావం అనేది భారతీయులలో అస్పష్టంగానైనా ఆది నుంచి ఉంది. 1857 తిరుగుబాటుకు ముందు బ్రిటిష్ పాలనకు వ్యతిరేకంగా జరిగిన అనేక తిరుగుబాట్లలో భారతీయుల

వ్యతిరేకత వ్యక్తం అవుతూనే ఉంది.

బ్రిటిష్ పాలన పట్ల అసంతృప్తి ప్రబలుతున్న సమయంలోనే, బ్రిటిష్ ఆయుధ శక్తి అజేయమైనదనే విశ్వాసాన్ని తుత్తునియులు చేసే కొన్ని సంఘటనలు సంభవించడంతో, బ్రిటిష్ పాలన అంతమయ్యే రోజులు ఇక దగ్గర పడ్డాయనే భావం భారతీయులలో బలపడసాగింది. 1838–42 మధ్యకాలంలో జరిగిన తొలి ఆఫ్ఘన్ యుద్ధంలో, 1845–1849 మధ్య జరిగిన పంజాబ్ యుద్ధాలలో 1854–56 క్రిమియన్ యుద్ధంలో బ్రిటిష్ సైన్యం ఘోర పరాజయాల్నే చవి చూసింది. 1855–56లో బీహార్‌లో బెంగాల్‌లో సంతాల్ గిరిజనులు ఎదురు తిరిగి గొడ్డళ్ళతో విల్లంబులతో విరుచుకుపడినపుడు, వారి భూభాగాల్లో బ్రిటిష్ పాలన తాత్కాలికంగానైనా తుడిచిపెట్టుకుపోగా తిరగబడిన జనశక్తి ఎంతటిదో రుజువైంది. ఈ పోరాటాలలో కడకు బ్రిటిష్‌వారు గెలిచినా, సంతాల్ గిరిజనుల్ని అణచివేసినా, కృతనిశ్చయంతో నిలబడి పోరు సాగిస్తే ఏ ఆసియా దేశమైనా బ్రిటిష్ సైన్యాన్ని ఓడించడం సాధ్యమేనని ముఖ్యమైన పోరాటాలలో బ్రిటిష్ సైన్యానికి ఎదురైన పరాభవాలు నిర్ద్వంద్వంగా రుజువుచేశాయి. అయితే, ఇక్కడే ఒక్కమాట చెప్పుకోవాలి. బ్రిటిష్ బలాన్ని తక్కువగా అంచనా వేసి భారతీయులు రాజకీయంగా ఒక పెద్ద పొరపాటు చేశారు. ఈ పొరపాటుకు 1857 తిరుగుబాటుదార్లు మూల్యం చెల్లించవలసి వచ్చింది. అయినా ఆ సంఘటనకు ఉన్న చారిత్రక ప్రాముఖ్యాన్ని తగ్గించలేం. పాలకుల్ని పడగొట్టాలన్న కాంక్ష బయల్దేరింది కనుకనే జనం తిరగబడ్డారు. విజయులం కాగలమన్న విశ్వాసం కూడా వారిలో పుష్కలంగా ఉండాలి.

1856లో లార్డ్ డల్‌హౌసీ అవధ్ సంస్థానాన్ని వశపరుచుకున్నపుడు యావద్భారతం, ముఖ్యంగా అవధ్ తీవ్రంగా నిరసించింది. మరీ ముఖ్యంగా అవధ్‌లోను, కంపెనీ సైన్యంలోను ఒక తిరుగుబాటు వాతావరణం ఉద్భవించింది. డల్‌హౌసీ చర్య వల్ల కంపెనీ సైన్యం ఎందుకు భగ్గుమన్నదంటే, సైన్యంలో 75 వేల మంది అవధ్ ప్రాంతీయులు. బ్రిటిష్ వారు తక్కిన భారత ప్రాంతాల మీద దాడులు జరుపుతున్నపుడు, భారతీయ దృక్పథం కొరవడిన అవధ్ సైనికులు బ్రిటిష్ పాలకులకు అన్ని విధాలా తోడ్పడ్డారు. అయితే వారిలో ప్రాంతీయాభిమానం తమ ప్రాంతాలపట్ల భక్తి ప్రపత్తులు పుష్కలంగా ఉన్నాయి. కనుకనే తమ ప్రాంతాలు ఒక విదేశీ పాలకుడి హస్తగతం కావడాన్ని వారు జీర్ణించుకోలేకపోయారు. ఇంకా ఆ పైన, అవధ్ బ్రిటిష్ వారి వశం కావడం సిపాయిల్ని ఆర్థికంగా కూడా దెబ్బతీసింది. సిపాయిల కుటుంబాల ఆధీనంలో ఉన్న భూములకు ఎక్కువ పన్నులు చెల్లించుకోవలసి వచ్చింది.

నవాబు అస్తవ్యస్త పాలన నుంచి తాలూక్‌దార్ల దమనకాండ నుంచి జనాన్ని

విముక్తం చేయడానికే అవధ్‌ని స్వాధీనం చేసుకున్నాం అని డల్‌హౌస్ సంజాయిషీ ఇచ్చారు. కాని నిజానికి జనానికి లభించిన ఊరట శూన్యం. ఊరట లభించకపోగా భూమి శిస్తులు పెరిగి, ఆహార పదార్థాల ధరలు ఇంటి పన్నులు పెరిగి రేవుల్లో రేట్లు పెరిగి, నల్లమందుపై న్యాయ స్థానాలకు పోయే వారిపై చెల్లింపుల భారాలు పెరిగి ప్రజలు మరింతగా కష్టాలపాలయ్యారు. నవాబు పరిపాలన అంతం కావడంవల్ల, సైన్యం తొలగింపువల్ల ఆ స్థానంలో ఉద్యోగాలు రకరకాల కొలువులు, వేల సంఖ్యలో పోయి, అధికారులు సైనికులు ఉపాధి కోల్పోయారు. ఇంచుమించు ప్రతి రైతు ఇంటిని నిరుద్యోగం పీడించింది. అదేవిధంగా వ్యాపారులు దుకాణదార్లు, అవధ్ రాజస్థానంపై ప్రజల పోషణపై ఆధారపడి మనుగడ సాగిస్తూ వచ్చిన హస్తకళల నిపుణులు జీవనోపాధి కోల్పోయారు. ఇంకా ఆపైన తాలూక్‌దార్లలో జమిందార్లలో అధిక సంఖ్యాకుల ఎస్టేట్లను బ్రిటిష్ పాలకులు స్వాధీనం చేసుకున్నారు. అలా ఎస్టేట్లు పోగొట్టుకున్న తాలూక్‌దార్లు సుమారు 21 వేల మంది తమ ఎస్టేట్లను తిరిగి సాధించుకోవాలన్న ఆరాటంలో బ్రిటిష్ పాలనకు అతి ప్రమాదకర వ్యతిరేక శక్తులుగా మారిపోయారు.

డల్‌హౌసీ అవధ్‌తోపాటు ఇంకా మరికొన్నింటిని కూడా స్వాధీనం చేసుకోవడంతో స్వదేశీ సంస్థానాలు భయకంపితమైపోయాయి. తాము ఎంతగా అణగిమణిగి విశ్వాసపాత్రంగా పడి ఉన్నా బ్రిటిష్ పాలకుల భూదాహం తీరడంలేదని వారంతా గ్రహించారు. ఇంతకంటే ముఖ్యమైన విషయం మరొకటి ఉంది. భారతీయ స్థానిక పాలకులకు తాము రాతపూర్వకంగాను మౌలికంగాను ఇచ్చిన హామీలను వారితో చేసుకున్న ఒప్పందాలను పదే పదే ఆవలకునెట్టి, వారి భూభాగాలను స్వాధీనం చేసుకోవడమో, అణగదొక్కడమో చేస్తూ, తమ గులాములను సింహాసనాలపై కూర్చోపెడుతూ పోవడం వల్ల బ్రిటిష్ రాజకీయ ప్రతిష్ట దారుణంగా దెబ్బతిన్నది. బ్రిటిష్ పాలకులు స్థానిక పాలకులపట్ల ప్రదర్శించిన విధానం వల్లనే, ఉదాహరణగా చెప్పుకోవాలంటే నానా సాహిబ్, ఝాన్సీ రాణి, బహదూర్‌షా ప్రబల శత్రువులుగా మారిపోయారు. నానా సాహిబ్, చివరి పీష్వా అయిన రెండవ బాజీరావు దత్తపుత్రుడు. బాజీరావుకు చెల్లిస్తూ వచ్చిన భరణాన్ని నానా సాహెబ్‌కి ఇవ్వడానికి తిరస్కరించి, అతడిని స్వక్షేత్రమైన పూనా నుంచి బలవంతంగా ఎక్కడో ఉన్న కాన్పూర్ పంపంచివేశారు. ఇదేవిధంగా రాణీ లక్ష్మీబాయి తన దత్తపుత్రుడు సింహాసనాధీశుడు కావాలని కోరుకుంటే, బ్రిటిష్ పాలకులు ఝాన్సీని స్వాధీనం చేసుకోవడం అభిజాత్యంగల ఆమెకు తీవ్ర ఆగ్రహం తెప్పించింది. ఇక మొగలాయిలపట్ల అలాగే వ్యవహరించారు బ్రిటిష్ పాలకులు. బహదూర్ షా వారసుడు ఎర్రకోట విడిచి ఢిల్లీ శివారు ప్రాంతమైన 'కుతుబ్'కి వెళ్ళిపోవాలని డల్‌హౌసీ 1849లో హుకుమ్ జారీ

చేశాడు. బహదూర్‌షా మరణానంతరం మొగల్ పాలకులకు ఇక 'రాజు' అనే మకుటం ఉండదనీ వారసులందరినీ ఇక 'రాజకుమారులు'గానే వ్యవహరిస్తామని 1856లో లార్డ్ కేనింగ్ ప్రకటించాడు.

బ్రిటిష్ పాలన తమ మతానికే ముప్పు తెస్తున్నదనే భయం ప్రజలు బ్రిటిష్ పాలకులకు ఎదురు తిరిగే పరిస్థితికి మరొక ముఖ్య కారణం. ఈ భయానికి ముఖ్యహేతువు క్రైస్తవ మిషనరీల కార్యకలాపాలే. పాఠశాలల్లో, ఆస్పత్రుల్లో, జైళ్ళలో, వ్యాపార కేంద్రాల్లో ఈ మిషనరీలు తమ కార్యకలాపాల్ని విస్తృతంగా నిర్వహిస్తుండేవి. క్రైస్తవ మత సంస్థలు మత మార్పిడులు ప్రోత్సహిస్తూ హిందూమతం పైన, ఇస్లాంపైన రెచ్చగొట్టే ప్రసంగాలు చేస్తూ ఉండేవి. ప్రజలు తరతరాలుగా ఆచరిస్తూ వస్తున్న సంప్రదాయాల్నీ ఆచారాల్నీ వారు బాహాటంగానే విమర్శిస్తూ కించపరచే విధంగా మాట్లాడేవారు. వారికి పోలీసు భద్రత ఉండేది. మత మార్పిడులు తమ మతానికి ముంచుకొస్తున్న ప్రమాదానికి ప్రత్యక్ష నిదర్శనాలుగా ఇక్కడి ప్రజలకు కనిపించేవి. ఈ మిషనరీల కార్యకలాపాలకు విదేశీ ప్రభుత్వం అండదండలు పూర్తిగా ఉన్నాయని జనంలో ఉన్న అనుమానం కొన్ని ప్రభుత్వ చర్యలవల్ల కొందరు అధికారుల చర్యల వల్ల మరింత బలపడసాగింది. క్రైస్తవ మత స్వీకారం చేసిన వ్యక్తికి అనువంశిక ఆస్తి హక్కు వీలు కలిగిస్తూ బ్రిటిష్ ప్రభుత్వం 1850లో ఒక చట్టం తీసుకువచ్చింది. అంతేకాక, ప్రభుత్వం సైన్యంలో క్రైస్తవ మతాచార్యుల్ని నియమించి వారి ఖర్చులన్నింటినీ తానే భరించేది. క్రైస్తవ మత ప్రచారాల్ని ప్రోత్సహించడం, ప్రభుత్వ పాఠశాలల్లో జైళ్ళలో క్రైస్తవ మత బోధనకు అన్ని ఏర్పాట్లు చేయడం సివిల్ సర్వీసుల్లోను సైన్యంలోను ఉన్న చాలా మంది అధికారులు తమ మత విద్యుక్త ధర్మంగా భావించేవారు.

కొందరు భారతీయ సంఘ సంస్కర్తల సలహాలపై ప్రభుత్వం మానవతా దృక్పథంతో తీసుకున్న కొన్ని చర్యలు ఎందరిలోనో ఉన్న మత సంబంధమైన మితవాద భావాలు సామాజిక విశ్వాసాలు దెబ్బతిన్నాయి. తమ మతంలో ఆచార వ్యవహారాలలో జోక్యం చేసుకునే హక్కు ఒక పరాయి క్రైస్తవ ప్రభుత్వానికి లేదని వారు భావించారు. సతీసహగమన నిషేధం, వితంతు పునర్వివాహాలకు చట్టబద్ధత కల్పించడం, బాలికలకు పాశ్చాత్య విద్యాబోధన వంటివి అటువంటి జోక్యానికి నిదర్శనాలుగా వారికి కనిపించాయి. భారతీయ పాలకులు దేవాలయాల, మసీదుల, మతాచార్యుల ఆస్తులకు, ధర్మాదాయ సంస్థల ఆస్తులకు పన్నులు మినహాయిస్తే, వాటిపైనే బ్రిటిష్ ప్రభుత్వం పన్నులు విధించడం వల్ల కూడా భారతీయుల మతభావాలు దెబ్బతిన్నాయి. ఈ రకమైన భూములపైనే ఆధారపడి జీవిస్తున్న బ్రాహ్మణ, ముస్లిమ్ కుటుంబాలు తీవ్రంగా ఆగ్రహించాయి. బ్రిటిష్ పాలకులు భారతదేశంలో ఉన్న మతాల్ని నాశనం

చేసేస్తున్నాయని ప్రచారం చేయడం ప్రారంభించారు.

ఈస్ట్ ఇండియా కంపెనీ సిపాయిలు తిరగబడడంతోనే 1857 తిరుగుబాటు మొదలైంది. అందువల్ల, ఎంతో నిబద్ధంగా కంపెనీకి సేవచేస్తూ, భారతదేశాన్ని జయించడానికి కంపెనీకి అన్నివిధాలా సేవచేసిన, ఎంతో మంచి పేరు ప్రతిష్టలు ఆర్జించుకున్న, ఆర్థికంగా భద్రతంగానే ఉన్న సిపాయిలు ఆకస్మికంగా ఎందుకు తిరుగుబాటు బావుటా ఎగురవేశారో మనం పరిశీలించవలసి ఉంటుంది. ఇక్కడ మనం దృష్టిలో ఉంచుకోవలసిన మొదటి వాస్తవం ఒకటి ఉంది. తిరగబడిన సిపాయిలు కూడా ఇదే భారతీయ సమాజంలోని వారే కనుక తక్కిన భారతీయులకు ఏ విధమైన కష్టనష్టాలు ఎదురయ్యాయో వీరికే అంతేకదా! సమాజంలో తక్కిన వర్గాలు ముఖ్యంగా, కర్షక జనుల ఆశలు ఆకాంక్షలు నైరాశ్యాలూ అన్నీ సిపాయిలలోను సమాజంలోను ప్రస్ఫుటంగా పైకి తేలాయి. సిపాయి అంటే నిజానికి యూనిఫారమ్‌లో ఉన్న రైతు! బ్రిటిష్ పాలకుల వినాశకర ఆర్థిక విధానాలవల్ల తామంతా కడగండ్ల పాలు కావడం వారిని అమితంగా బాధించింది. బ్రిటిష్ వారు తమ మత వ్యవహారాలలో జోక్యం చేసుకుంటున్నారనీ, భారతీయుల్ని క్రైస్తవులుగా మార్చడానికే వారు కృతనిశ్చయులై ఉన్నారని తక్కిన సమాజం భావించినట్టే సిపాయిలు భావించారు. నిజానిక వారి స్వీయానుభవమూ అదే. అందుకే తాము వింటున్నదే నిజమని నిర్ణయానికి త్వరితంగానే వచ్చేశారు. ప్రభుత్వ వ్యయంతో సైన్యం మతబోధకుల్ని నియమించిందనీ వారికి తెలుసు. తీవ్ర మతాభిమానంగల కొందరు బ్రిటిష్ అధికారులు సైన్యంలో మత ప్రచారం చేసేవారు కూడా. సిపాయిలలో మతపరమైన, కులపరమైన సమస్యలూ ఉన్నాయి. ఆ రోజుల్లో భారతీయులలో కులాల పట్టింపులు మరీ మరీ ఎక్కువ. గడ్డాలు పెంచడం తలపాగా చుట్టుకోవడం వంటి కుల మత సంబంధమైన ఆచారాలన్నింటినీ సైనికాధికారులు నిషేధించారు. సైన్యంలో చేరే ప్రతి వ్యక్తి అవసరమైతే విదేశీయానానికీ సిద్ధంగా ఉండవలసిందేనని నిర్దేశిస్తూ 1856లో ఒక చట్టాన్ని ఆమోదించారు. హిందువులకు సముద్రయానం నిషిద్ధం. సముద్రయానం చేసిన వ్యక్తిని ఆ రోజుల్లో కులం నుంచి వెలివేసేవారు. కనుక, బ్రిటిష్ ప్రభుత్వం విధించిన కొత్త నిర్బంధం సిపాయిల మతవిశ్వాసాల్ని దెబ్బతీసింది.

సిపాయిలకు ఇంకా అనేకానేక ఇతర సమస్యలున్నాయి. సైన్యంలో ఉన్న బ్రిటిష్ ఆఫీసర్లు సిపాయిల్ని ఎప్పుడూ హీనంగా ద్వేష దృష్టితోనే చూస్తూ రావడం వల్ల ఆఫీసర్లకు సిపాయిలకు మధ్య ఓ పెద్ద అగాధమే ఏర్పడింది. "ఆఫీసర్లు సిపాయిలు ఎన్నడూ మిత్రుల వలె లేనేలేరు. పరాయివాళ్ళుగానే ఉంటూ వచ్చారు. సిపాయి అంటే పై వాళ్ళ దృష్టిలో అథమస్థుడే. ఒక పురుగుతో సమానం. పాపాల భైరవుడే!

ఎల్లవేళలా అతడి మీద విరుచుకుపడడమే. సిపాయిని 'ఆ నల్లవాడు' అనే వారు. ఇంకా 'ఏయ్... పందీ' అని పిలిచేవారు. ఆఫీసర్లకు దిగువ స్థాయి వాళ్ళు అయితే, సిపాయిని ఏదో అథమస్థ జంతువుగానే చూసేవారు" అంటూ రాశాడు ఆనాటి ఒక ఇంగ్లీషు పరిశీలకుడు. భారతీయుడైన సిపాయి, బ్రిటిష్ సైనికులతో సమానమైన సామర్థ్యం కలవాడే అయినా సిపాయి వేతనం తక్కువే, అతడికి కల్పించిన వసతి, పెట్టే తిండీ అన్నీ తెల్ల సైనికుడి కంటే అన్ని విధాలా హీనమైనవే. అతడికి ఆ కొలువులో ఎదుగుదల అసలే ఉండదు. నెలకు అరవై డెబ్బై రూపాయలు జీతం ఉండే సుబేదారు స్థాయికి మించి ఏ భారతీయ సిపాయి ఎదిగే అవకాశం లేనేలేదు. ఒక్క ముక్కలో చెప్పాలంటే సిపాయి బతుకే దుర్భరం. అందువల్లనే, ఇలా కృత్రిమంగా తన స్థాయిని అధమ స్థాయికి అణగదొక్కే వ్యవస్థను భారతీయ సిపాయి సహజంగానే నిరసించాడు. బ్రిటిష్ చరిత్రకారుడు టిఆర్ హోమ్స్ ఏం చెప్పాడో చూడండి :

"అతడు (సిపాయి) ఒక హైదర్ తరహా సైనిక సామర్థ్యాన్ని తళుక్కు మనిపించినా, తాను జీతంలో ఏ నాటికీ ఒక ఇంగ్లీషు కెప్టెన్ స్థాయికి చేరజాలననీ, ఏ ముప్పై సంవత్సరాలో ఎంతో విశ్వాసపాత్రంగా సేవ చేసి ఎట్టకేలకు ఏదో ఒక మెట్టుకు చేరినా, ఇంగ్లండ్ నుంచి అప్పుడే వచ్చి సైన్యంలో చేరిన ఏ కొత్త కుర్రవాడో తలపొగరుతో ఏదైనా ఒక హుకుమ్ జారీ చేస్తే, తన స్థాయి ఏదైనా, అది ఏదీ తనను కాపాడజాలదనీ అతడికి తెలుసు".

సింధ్‌లోకాని పంజాబ్‌లోకాని పనిచేస్తుంటే, విదేశీ సర్వీసు అలవెన్సు చెల్లించబోవడం లేదని స్పష్టం చేస్తూ తాజాగా వెలువడిన ఒక ప్రభుత్వ ఉత్తర్వు సిపాయిలలో అసంతృప్తి రగలడానికి ఓ తక్షణ కారణమైంది. ఈ ఉత్తర్వువల్ల సిపాయిలలో చాలా ఎక్కువ మంది జీతాలపై వేటు పడింది. సిపాయిలలో చాలా ఎక్కువ మందికి సొంత ప్రాంతమైన అవధ్‌ను బ్రిటిష్ పాలకులు స్వాధీనం చేసుకోవడం సిపాయిల ఆగ్రహాన్ని మరింత పెంచింది.

నిజానికి సిపాయిల అసంతృప్తికి చాలా పెద్ద చరిత్రే ఉంది. బెంగాల్‌లో 1764లోనే సిపాయిలు తిరగబడ్డారు. ముప్పై మందికి సిపాయిల్ని తూటాలకు బలి ఇచ్చి ఆ తిరుగుబాటును అణచివేశారు బ్రిటిష్ అధికారులు. అలాగే 1806లో వెల్లూరులో సిపాయిలు తిరుగుబాటు చేస్తే బ్రిటిష్ అధికారులు వారిపై భయానకంగా విరుచుకుపడి అణగదొక్కారు. ఆ సమయంలో జరిగిన పోరులో కొన్ని వందల మంది మరణించారు. 1824లో బాకర్‌పూర్‌లో ఉన్న 47వ రెజిమెంటు సిపాయిలు సముద్ర మార్గం మీదుగా బర్మా వెళ్ళడానికి తిరస్కరించారు. బ్రిటిష్ పాలకులు ఆ దళాన్నే రద్దుచేసి, నిరాయుధులైన సిపాయిలపై అగ్నివర్షం కురిపించారు. సిపాయిలలో

నాయకులైనవారిని ఉరితీశారు. 1844లో జీతాలు, అలవెన్సుల సమస్యపై ఏడు బెటాలియన్లు ఎదురుతిరిగాయి. ఇదే విధంగా ఆఫ్ఘనిస్తాన్‌లో, ఆఫ్ఘన్ యుద్ధం సందర్భంగా సిపాయిలు తిరగబడేవరకు వచ్చారు. అసంతృప్తి వ్యక్తం చేసిన నేరానికి ఒక ముస్లిమ్ సుబేదార్‌నీ ఒక హిందూ సుబేదార్‌ని కాల్చి చంపేశారు. సిపాయిలు, అంతటి అసంతృప్తితో ఊగిపోయేవారు. అప్పటి పరిస్థితిని గురించి బెంగాల్ లెఫ్టినెంట్ గవర్నర్‌గా ఉన్న ఫ్రెడరిక్ హల్లీడే, 1858లో ఇలా రాశాడు. బెంగాల్ సైన్యం ఇంచుమించు తిరుగుబాట్లకు సంసిద్ధంగా ఉండేది. ఎప్పుడూ తిరుగుబాటు అంచుమీదే ఉండేది. కవ్వింపు, దానికి తోడు సరియైన అదను కలిసివస్తే ఏదో ఒకనాడు తప్పకుండా తిరగబడి ఉండేది".

అత్యధిక సంఖ్యలో భారత ప్రజానీకంలోను, ఈస్ట్ ఇండియా కంపెనీ నిర్వహిస్తున్న సైన్యంలోను విదేశీ పాలనపట్ల తీవ్ర వ్యతిరేకత, ఇంకా చెప్పాలంటే ద్వేషం విస్తృతంగానే ఉండేది. ఆ తర్వాత సయ్యిద్ అహ్మద్‌ఖాన్ తాను రాసిన "కాజెస్ ఆఫ్ ఇండియన్ మ్యూటినీ" (భారత దేశంలో తిరుగుబాటుకు కారణాలు) లో అప్పటి భావోద్వేగాల్ని గురించి ఇలా వ్యాఖ్యానించాడు :

"తనను మరింత దిగజార్చి కడకు సర్వనాశనంచేసి, తమ మతాన్ని తమకు కాకుండా చేయడానికే రకరకాల చట్టాలు తీసుకువస్తున్నారనే దిశగా ఆలోచించడానికే భారతీయులు అలవాటు పడిపోయారనే స్థూలంగా చెప్పుకోవచ్చు... చివరకు దేశంలో జనం అంతా, ఇంగ్లీషు ప్రభుత్వాన్ని నెమ్మదిగా ప్రాణం తీసే విషంలా, కుత్తుకలు ఉత్తరించే తాడులా, నిలువునా కాల్చివేసే చిచ్చులా భావించే స్థితికి వచ్చారు. ఈ రోజు ఏదో విధంగా ప్రభుత్వం పట్టు నుంచి తప్పించుకున్నా, రేపు అయినా చిక్కక తప్పదనీ, ఆ రోజు తప్పించుకున్నా మూడో నాడు అయినా తమ సర్వనాశనం తప్పదనే నిశ్చయానికి వచ్చేవారు. ఈ ప్రభుత్వం మారితే బావుండుననుకున్నారు జనం. బ్రిటిష్ ప్రభుత్వం నిష్క్రమించి మరో ప్రభుత్వం ఏదో రాబోతున్నదన్న మాట ఏదో వినిపించి ఎంతో సంబరపడ్డారు".

ఇదేవిధంగా తిరుగుబాటుదార్లు ఢిల్లీలో విడుదల చేసిన ఒక ప్రకటనలో ఇలా తమ ఆగ్రహం వెళ్ళగక్కారు :

"మొదట... ఈ హిందూస్థాన్‌లో వసూలు చేయవలసిన అసలు రెవిన్యూ 200 రూపాయలు కాగా 300 రూపాయలు పిండుకున్నారు. అలాగే 400 రూపాయలు మాత్రమే వసూలు చేయవలసిన చోట 500 తీసుకున్నారు. అయినా ఇంకా మరింత దండుకోవడానికి ఉత్సహపడుతున్నారు. అంటే జనం సర్వనాశనమై ముష్టివాళ్ళుగా మిగిలిపోవాలి! రెండవది... చౌకీదారు పన్నును రెండురెట్లు నాలుగురెట్లు పదిరెట్లు

పెంచేసి జనాన్ని సర్వనాశనం చేయాలనుకుంటున్నాడు. మూడవది... మర్యాదతో బతకవలసిన బుద్ధిజీవులకు ఉపాధి లేదు. కొన్ని కోట్ల మంది కనీస స్థాయి జీవనాధారం లేక దిక్కులేకుండా పడి వున్నారు. ఎవరైనా ఉద్యోగం వెతుక్కుంటూ ఒక జిల్లా నుంచి మరో జిల్లాకు పోవాలంటే రోడ్డు పన్నుగా ఆరు పైసలు కట్టాలి. ఇక ప్రతి బండికి నాలుగు నుంచి ఎనిమిది అణాలు సమర్పించుకోవాలి. అలా కట్టగలిగిన వాళ్ళే పబ్లిక్ రోడ్డు మీదుగా ప్రయాణం చేయగలుగుతారు. ఈ నిరంకుశ పాలకుల దౌష్ట్యాన్ని గురించి ఇంకా ఎంతెంతో చెప్పాలి! ప్రతి మనిషి మతాన్ని కూడా అణచివేసే స్థితికి చేరింది క్రమంగా ఈ ప్రభుత్వం".

బ్రిటిష్ పాలకుల విధానాలవల్ల వలస దోపిడీ పాలన వల్ల జనంలో అసంతృప్తి రగిలి రగిలి పరాకాష్టగా 1857లో సిపాయిల తిరుగూటు జరిగింది. అయితే అది ఏదో ఆకస్మికంగా వచ్చి పడింది కాదు. భారతదేశం అంతటా బ్రిటిష్ ఆధిపత్యాన్ని జనం ఇంచుమించు ఒక శతాబ్ది కాలం తీవ్రాతి తీవ్రంగా ప్రతిఘటిస్తూ వచ్చారు. బెంగాల్, బీహార్ ప్రావిన్సుల్లో బ్రిటిష్ పాలన ప్రారంభమైన తర్వాత సాయుధ తిరుగుబాట్లు మొదలయ్యాయి. బ్రిటిష్ వారు స్వాధీనం చేసుకున్న ప్రతి ప్రాంతంలోను తిరుగుబాట్లు జరుగుతూనే వచ్చాయి. సాయుధ తిరుగుబాటులేని సంవత్సరం కాని, దేశంలో ఏదో ఒక చోట భారీ తిరుగుబాటులేని దశాబ్దంకాని లేనేలేదు. 1763 నంచి 1856 వరకు నలభైకి పైగానే భారీ తిరుగుబాట్లు వందల సంఖ్యలో చిన్న చిన్న తిరుగుబాట్లు జరుగుతూనే ఉన్నాయి. ఈ తిరుగుబాట్లకు రాజాలు, నవాబులు, జమిందార్లు, భూస్వాములు, పాలెగాళ్ళు సామాన్యంగా నాయకత్వం వహిస్తే, రైతులు, చేతివృత్తులవారు, సంస్థానాలు పోగొట్టుకున్న పాలకుల జమిందార్ల, పాలెగాళ్ళ మాజీ సైనికులు వీరే సైన్యంగా వెళ్ళేవారు. అలా నిరంతరంగా సాగుతూనే ఉన్న తిరుగుబాట్లు స్థాయిలో భారీగానే ఉండేవి. కాని అవి ప్రాంతీయంగానే సాగేవి. ఎక్కడివి అక్కడికే పరిమితం అయ్యేవి. వాటి ప్రభావం కూడా స్థానికంగానే కనిపించేవి.

చిట్టచివరి కారణం

1857 నాటికి భారీ ప్రమాణంలో తిరుగుబాటుకు సర్వం సిద్ధమైపోయింది. కావలసిందల్లా ఒక్క నిప్పురవ్వ మాత్రమే! కొవ్వు పూసిన తూటాల ప్రవేశంతో అదీ జరిగిపోయింది. అంటుకున్నది. సిపాయిలు జ్వలించిపోయారు. జనానికి తిరగబడే అదనూ దొరికింది.

కొత్తగా వచ్చిన 'ఎన్‌ఫీల్డ్' రైఫిల్‌ని తొలిసారిగా సైన్యానికి అందించారు. ఆ రైఫిల్‌లో దట్టించవలసిన తూటాలపై గ్రీజు పూతపూసిన కాగితం ఉండేది. దానిని

రైఫిల్‌లోకి ఎక్కించే ముందు ఒక చివరి నోటితో కొరకవలసి ఉంటుంది. ఆ గ్రీజును కొన్ని సందర్భాల్లో పశువుల కొవ్వుతోనో పంది కొవ్వుతోనో తయారుచేసేవారు. సిపాయిలలో ఇటు హిందువులు అటు ముస్లిములు కూడా జ్వలించిపోయారు. ఈ కొవ్వు పూత తూటాలు తమ మతానికే ముప్పు తెస్తోందనిపించింది సిపాయిలకు! ప్రభుత్వం బుద్ధిపూర్వకంగానే, తమ మతాన్ని నాశనం చేయడానికే, తమలో అదరినీ క్రైస్తవంలోకి బలవంతంగా మళ్ళించడానికే అలా చూసిందనే దృఢంగా భావించారు. తిరుగుబాటు ఘడియ అదే... అదే....

తిరుగుబాటు ప్రారంభం, గమనం

1857 తిరుగుబాటు అప్పటికి అప్పుడు ఏ ప్రణాళిక లేకుండానే పుట్టుకు వచ్చిందా, లేక ముందే సిద్ధం చేసుకున్న ఒక రహస్య వ్యూహం ప్రకారమే వచ్చిందా? ఈ ప్రశ్నకు ఇతమిత్థంగా సమాధానం చెప్పడం కష్టం. 1857 తిరుగుబాటు చరిత్ర అధ్యయనానికి సంబంధించి ఒక చిత్రమైన అంశం ఏమిటంటే, ఆ తిరుగుబాటు గురించి తెలుసుకోవాలంటే బ్రిటిష్ రికార్డులే శరణ్యం. తిరుగుబాటుదార్లవైపు నుంచి మనకు దొరికిన రికార్డులు ఏవీ లేవు. వారు ఎంచుకున్న మార్గం చట్టబద్ధమైనది కాకపోవడంవల్ల బహుశా ఏ ఆనవాళ్లు ఉంచలేదేమో! అంతేకాక, వారిని ఓడించారు. అణగదొక్కేశారు. కనుక వారి వైపు నుంచి భావితరాలకు అందవలసిన వాస్తవాలూ వారితోనే సమాధి అయి ఉంటాయి. మరో మాట ఏమిటంటే, ఆ తిరుగుబాటు జరిగిన తర్వాత కొన్ని సంవత్సరాలపాటు, దానికి సంబంధించి ఏ అనుకూల ప్రస్థావన ఎవరూ చేయకుండా అణచివేశారు బ్రిటిష్ పాలకులు. అంతేకాదు, తిరుగుబాటుదార్ల పక్షాన చెప్పవలసిన కథనం ఏదైనా ఎవరైనా వినిపించే ప్రయత్నం చేస్తే అటువంటి వారిని బ్రిటిష్ పాలకులు కఠినంగా శిక్షించారు.

కాగా, విస్తృత ప్రాతిపదికపై, ఒక వ్యూహం ప్రకారం జరిగిన కుట్ర ఫలితంగానే సిపాయిల తిరుగుబాటు జరిగిందని చరిత్రకారులలో, రచయితలలో ఒక వర్గం వారు గట్టిగా వాదించారు. చపాతీలు, ఎర్ర కలువలు పంపిణీ చేశారనీ దేశ దిమ్మరులైన సన్యాసులు, ఫకీర్లు, మదరసాలు ప్రచారం చేశారనీ ఇవే కుట్రకు నిదర్శనాలనీ వారు వాదించారు. అయితే, తిరుగుబాటు వెనుక జాగ్రత్తగా సిద్ధం చేసుకున్న ఒక ప్రణాళిక అంటూ ఏదీ లేదని తక్కిన రచయితలు స్పష్టం చేశారు. తిరుగుబాటుకు ముందుకాని, ఆ తర్వాత కాని, కుట్ర జరిగినట్టు సూచించే ఒక్క కాగితం ముక్క కూడా దొరకలేదనీ, కుట్రను నిర్ధారిస్తూ మాట్లాడటానికి ఒక్కరంటే ఒక్కసాక్షి అయినా ముందుకు రాలేదనీ వీరు చెప్పారు.

1857 మే నెల 10వ తేదీన, ఢిల్లీకి 58 కిలో మీటర్ల దూరంలో ఉన్న మీరట్‌లో తిరుగుబాటు మొదలైంది. అది అతి వేగంగా మహోధృతమై అది ఏదో కత్తితో కోసి గిరిగేసినట్లు ఉత్తర భారతం అంతటా పాకిపోయింది. అది వెనువెంటనే ఉత్తరాన పంజాబ్ నుంచి చాలా ప్రాంతానికి, దక్షిణాన నర్మద నుంచి తూర్పున బీహార్ వరకు పశ్చిమ దిక్కున రాజపుటానా వరకు విస్తరించింది.

మీరట్‌లో తిరుగుబాటు ప్రారంభం కావడానికి ముందే బారక్‌పూర్‌లో మంగళ్‌పాండే అమరుడయ్యాడు. ఒంటరిగా ఎదురుతిరిగి తనపై అధికారుల మీద దాడిచేసిన నేరానికి మంగళ్‌పాండే అనే ఒక యువ సైనికుడిని 1857 మార్చి 29న బ్రిటిష్ పాలకులు ఉరితీశారు. ఈ సంఘటన, ఇంకా మరికొన్ని ఘటనలు, సిపాయిలలో ప్రబలం అవుతున్న అసంతృప్తికి లోలోపల రగులుతున్న తిరుగుబాటుకు సంకేతాలే. అలా రగిలి రగిలి మీరట్‌లో ఒక్కసారిగా మరో విస్ఫోటమే అయింది. ఏప్రిల్ 24న మూడవ నేటివ్ కేవల్రీ దళానికి చెందిన తొంభై మంది సైనికులు కొవ్వు పూత తూటాల్ని ఉపయోగించడానికి అంగీకరించలేదు. మే 9వ తేదీన వారిలో 85 మందిని బర్తరఫ్ చేసి పది సంవత్సరాల కారాగార శిక్ష విధించి సంకెళ్ళు వేశారు. దీనితో మీరట్ భగ్గుమన్నది. అక్కడ ఉన్న భారతీయ సైనికులంతా ఒక్కసారిగా తిరగబడ్డారు. ఆ మర్నాడు, అంటే మే నెల 10వ తేదీన కారాగారాల్లో ఉన్న తమ సహచరులందరినీ విడిపించి, తమ ఆఫీసర్లని వధించి తిరుగుబాటు బావుటా ఎగురవేశారు. ఏ అయస్కాంతమో లాగివేసినట్లు చీకటి పడేవేళ వారంతా ఢిల్లీ వైపు సాగిపోయారు. మర్నాడు ఉదయం మీరట్ సైనికులు ఢిల్లీలో కనిపించగానే అక్కడి సైనికులు కూడా వారితో చేరి, అక్కడ ఉన్న యూరోపియన్ ఆఫీసర్లని చంపివేసి నగరాన్ని వశపరచుకున్నారు. ఆ తర్వాత తిరగబడిన సైనికులు, ఏ అధికారం లేక పడి ఉన్న వృద్ధుడు బహదూర్‌షాని భారత చక్రవర్తిగా ప్రకటించారు. అలా ఢిల్లీ, తిరుగుబాటుకు ముఖ్య కేంద్రమే అయింది. బహదూర్‌షా ఒక కేంద్ర బిందువు అయ్యాడు. ఇపుడు, చివరి మొగలాయి చక్రవర్తి అయిన బహదూర్ షా మళ్ళీ ప్రత్యక్షం కావడం దేశ నాయకత్వాన్ని అందుకోవడంతో, అంతకుముందు దీర్ఘకాలం పాలించిన మొగలాయి రాజవంశం భారత రాజకీయ ఐక్యతకు ప్రతీక అనే వాస్తవాన్ని గుర్తించినట్లయింది. సిపాయిలు తిరగబడి, ఆ ఒక్క చర్యతో, సిపాయిల తిరుగుబాటును ఒక విప్లవ పోరాటంగా మార్చినట్టే అయింది. దేశంలో అన్ని ప్రాంతాలలోను తిరుగుబాటు బావుటా ఎగురవేసిన సిపాయిలు అంతా ఢిల్లీ బాట పట్టారు. తిరుగుబాటులో భాగస్వాములైన భారతీయ సైనికాధికారులతంతా మొగల్ చక్రవర్తి పట్ల తమ విధేయత ప్రకటించారు. బహుదూర్‌షా, సిపాయిలు ప్రేరేపించడం వల్లనో,

బహుశా వారి ఒత్తిడి వల్లనో, మొదట్లో కొంత తటపటాయించినా, ఆ తర్వాత భారతీయ సంస్థానాధీశులకు స్థానిక పాలక ప్రముఖులకు లేఖలు రాస్తూ, భారతీయ రాజ్యాల సమాఖ్యను ఒకదానిని స్థాపించుకుని బ్రిటిష్ పాలనను తొలగించాలని కోరాడు.

బెంగాల్ సైన్యం యావత్తూ ఒక్కసారిగా తిరగబడింది. ఆ తిరుగుబాటు అతి త్వరితంగా అన్నివైపులా విస్తరించింది. అవధ్, రోహిల్‌ఖండ్, ద్వారాబ్, బుందేల్‌ఖండ్, మధ్య భారతం, బీహార్‌లో విస్తృత ప్రాంతాలు, తూర్పు పంజాబ్... ఇవన్నీ బ్రిటిష్ పాలకులలో తెగతెంపులు చేసేసుకున్నాయి. చాలా సంస్థానాలలో పాలకులు బ్రిటిష్ ప్రభువులకు విధేయంగా ఉండిపోతే, సైనికులు తిరగబడడమో తిరగబడటానికి సంసిద్ధులై ఉండడమో జరిగింది. ఇండోర్‌లో ఉన్న సైనికులలో చాలా మంది తిరుగుబాటు చేసి సిపాయిల వైపు వెళ్ళిపోయాయారు. అదేవిధంగా, గ్వాలియర్ సైనికులలో సుమారు ఇరవై వేల మంది సైనికులు తాంతియా తోపే వైపు ఝాన్సీ రాణివైపు చేరిపోయారు. రాజస్థాన్, మహారాష్ట్రలలో చాలామంది చిన్న స్థాయి స్థానిక ప్రముఖులు, బ్రిటిష్ పాలనపట్ల అప్పటికే ఎంతో విసిగిపోయి ఉన్న ప్రజల మద్దతుతో బ్రిటిష్ పాలకులకు ఎదురుతిరిగారు. ఇలాగే హైదరాబాద్‌లోను బెంగాల్‌లోను కూడా స్థానికంగా తిరుగుబాట్లు జరిగాయి.

భారీ స్థాయిలో జరిగిన ఈ తిరుగుబాటు విస్తృతిలో మాత్రమే కాదు. గాఢతలో కూడా అంతటిదే. ఉత్తర, మధ్య భారతాలలో సిపాయిల తిరుగుబాటు పౌర సమాజాన్ని కూడా ప్రభావితం చేసింది. జనం కూడా తిరగబడ్డారు. సిపాయిలు బ్రిటిష్ ఆధిపత్యాన్ని మట్టుపెట్టిన తర్వాత సామాన్య జనం బల్లేలు, గొడ్డళ్ళు విల్లంబులు, లాఠీలు, కొడవళ్ళు, నాటు తుపాకులు ధరించి పోరాటాలకు దిగారు. చాలా చోట్ల సిపాయిలు తిరగబడడానికి ముందే కాని, అసలు సిపాయి దళాలు లేకపోయినా జనం తిరగబడ్డారు. ముఖ్యంగా ఇప్పుడు ఉత్తర ప్రదేశ్, బీహార్ రాష్ట్రాలలో ఉన్న ప్రాంతాలలో రైతులు, చేతివృత్తులవారు, దుకాణాల యజమానులు, రోజు కూలీలు, జమిందార్లు భారీ సంఖ్యలో విస్తృతంగా పాల్గొనడం, ఆపైన తిరుగుబాటు మౌలిక లక్ష్యానికి ఉన్న ప్రాముఖ్యం – వీటివల్ల తిరుగుబాటుకు ఎంతో బలం చేకూరింది. ఇదే సందర్భంలో, వడ్డీ వ్యాపారులపైన, భూములు గుంజుకుని కొత్తగా జమిందార్లుగా అవతరించిన వారిపైన, రైతులు, పాత జమిందార్లు కక్షసాధింపులకు కూడా దిగారు. సిపాయిల తిరుగుబాటును అవకాశంగా తీసుకుని వారు, వడ్డీ వ్యాపారుల అకౌంట్ పుస్తకాలు, రుణపత్రాలు ధ్వంసం చేశారు. బ్రిటిష్ పాలకులు నెలకొల్పిన న్యాయ స్థానాలపైన, రెవిన్యూ కార్యాలయాల (తహసీల్)పైన, ఠాణాలపైన కూడా దాడులు చేసి, వాటిలో ఉండే రికార్డుల్ని ధ్వంసం చేశారు. గమనించవలసిన మరో ముఖ్యాంశం ఏమిటంటే,

ఈ పోరాటాలన్నింటా, సామాన్య ప్రజలే సంఖ్యాపరంగా సిపాయిల్ని మించిపోయారు! ఒక అంచనా ప్రకారం అవధ్‌లో ఇంగ్లీషు వారితో జరిగిన పోరాటాలలో మరణించిన మొత్తం లక్షా యాభైవేల మందిలో సుమారు లక్షమందికి పైగా సాధారణ పౌరులే!

జనం వీధికెక్కి తిరగబడని ప్రాంతాలలో కూడా తిరుగుబాటుదార్ల పట్ల ఎంతో సానుభూతి ప్రదర్శించేవారు. తిరుగుబాటుదార్లు విజయాలు సాధిస్తుంటే వారు సంబరాలు జరుపుకున్నారు. అలాగే అప్పటికీ ఇంకా బ్రిటిష్ పాలకులకు విధేయంగానే ఉండిపోయిన సిపాయిల్ని సామాజికంగా బహిష్కరించేవారు. బ్రిటిష్ సేనలపట్ల తీవ్ర వ్యతిరేకత కనబరచేవారు. వారికి ఎటువంటి సహాయం చేసేవారు కాదు. వారికి ఏ సమాచారం ఇవ్వకపోగా, బ్రిటిష్ అధికారులకు తప్పుడు సమాచారం ఇచ్చి తప్పుతోవ పట్టించేవారు! 1858లోను 1859లోను లండన్ టైమ్స్ విలేకరిగా భారతదేశంలో పర్యటించిన డబ్ల్యు.హెచ్. రసెల్ ఇలా రాశాడు:

తెల్లవాడి వాహనం వైపు కన్నెత్తి చిరునవ్వుతో చూసిన వారే లేరు... ఆ నేత్ర భాష గురించి ఏమని చెప్పమంటారు! సందేహించడం ఎందుకు? దాన్ని ఎవరైనా మరో విధంగా ఎలా అన్వయించగలరు? ఆ చూపులోనే గ్రహించాను చాలా మందికి మన జాతి అంటే భయం ఎంత మాత్రంలేదని, ఇంకా ఆపైన, ప్రతి ఒక్కరూ అసహ్యించుకుంటున్నారనీ...".

1857 తిరుగుబాటు వెనుక జనామోదం ఎంతటిదో, బ్రిటిష్ వారు దానిని అణచివేయడానికి ప్రయత్నించినపుడు స్పష్టమైంది. బ్రిటిష్‌వారు ఢిల్లీ, అవధ్ వాయువ్య ప్రాంత ప్రావిన్సులలో ఆగ్రా కో మధ్య భారతంలో పశ్చిమ బీహార్‌లో ఊళ్ళకు ఊళ్ళే తగలబెడుతూ పల్లెవాసుల్నీ పట్టణ వాసుల్నీ ఊచకోతకోస్తూ తిరగబడ్డ సిపాయిలతోనేకాక జనంతో కూడా భయానకంగా కర్కశంగా యుద్ధం చేయవలసి వచ్చింది. ఒక్కొక్క గ్రామంతోనే పోరాటం చేసి ఉత్తర భారతంలో చాలా ప్రాంతాల్లో జయించవలసి వచ్చింది. ఏ విచారణ లేకుండా జనాన్ని బహిరంగంగా ఉరితీస్తూ జనాన్ని భయభ్రాంతుల్ని చేసి లొంగదీసుకున్న ఘట్టాల్ని చూస్తే ఆ ప్రాంతాలలో తిరుగుబాటు ఎంతటి లోతులకు చొచ్చుకుపోయిందో తెలిసింది.

1857 తిరుగుబాటుకు కీలకమైన బలం హిందూ – ముస్లిమ్ ఐక్యత. హిందువులు ముస్లిముల మధ్య పూర్తి సహకారం, సైనికులలో జనంలో, నాయకులలో ఉండేది. ముస్లిమ్ అయిన బహదూర్‌షాని తిరుగుబాటుదార్లు అందరూ తమ చక్రవర్తిగా గుర్తించారు. మీరట్‌లో హిందూ సిపాయిలకు కలిగిన తొలి ఆలోచన నేరుగా ఢిల్లీ వైపు సాగిపోవాలనే! హిందూ, ముస్లిమ్ తిరుగుబాటుదార్లు అయినా, సిపాయిలైనా ఒకరి విశ్వాసాన్ని మరొకరు గౌరవించుకునేవారు. ఉదాహరణకు, తిరుగుబాటు

విజయవంతమైన ప్రతీ చోటా, హిందువుల మత విశ్వాసాల్ని గౌరవిస్తూ, తక్షణం గోవధ నిషేధం ఉత్తర్వులు జారీ చేసేవారు. నాయకత్వంలో హిందువులకు ముస్లిములకు అన్ని స్థాయిలలో సమాన ప్రాతినిధ్యం ఉండేది. తిరుగుబాటులో హిందూ ముస్లిమ్ సఖ్యత పోషించిన పాత్ర ప్రాముఖ్యాన్ని ఆ తర్వాత, అయిచిసన్ అనే ఒక సీనియర్ బ్రిటిష్ అధికారి పరోక్షంగా గుర్తించాడు. “ఈసారి మాత్రం ముస్లిములకు హిందువులకు మధ్య చిచ్చు పెట్టలేకపోయాం “అంటూ బాధపడిపోయాడు ఆయన. మధ్య యుగాలలోను 1858కి ముందు భారతదేశంలో జనం కాని రాజకీయాలు కాని మౌలికంగా మతంతో పెనవేసుకుని ఉండేవి కావని 1857 నాటి పరిణామాలు నిర్ద్వంద్వంగా రుజువుచేశాయి.

1857 తిరుగుబాటుకు, ఢిల్లీ, కాన్పూర్, లక్నో, బరేలీ, ఝాన్సీ, బీహార్‌లోని అర్రా తుపాను కేంద్రీకృత ప్రాంతాల వంటివనే చెప్పాలి. ఢిల్లీలో అలంకారప్రాయమైన నాయకత్వ పీఠం మాత్రం చక్రవర్తి బహదూర్ షా ఆధీనంలో ఉండేది. కాని శాసించే నిజమైన అధికారం మాత్రం జనరల్ బఖ్త్‌ఖాన్ నాయకత్వంలో ఉన్న సైనికుల న్యాయస్థానం చేతుల్లోనే ఉండేది. జనరల్ బఖ్మ్‌ఖాన్, బరేలీ సైనికుల తిరుగుబాటుకు నాయకత్వం వహించి వారిని ఢిల్లీ తీసుకువచ్చిన వ్యక్తి. బ్రిటిష్ సైన్యంలో అతడు ఫిరంగి దళంలో ఒక మామూలు సుబేదారుగా పనిచేసేవాడు. బుఖ్త్‌ఖాన్ ఇప్పటి సామాజిక వర్గాల్లో ఒక దిగువ తరగతికి చెందిన మనిషి. తిరుగుబాటు జరిగిన ముఖ్య స్థావరంలో ఉండేవాడు. తిరుగుబాటు నాయకత్వ శ్రేణిలో బహదూర్‌షా బహుశా అతి బలహీనమైన వ్యక్తి అనే చెప్పాలి. అతడు భౌతికంగా బలహీనుడు. ఆ పైన వృద్ధుడు. నాయకత్వ లక్షణాలూ లేవు. ఈ కారణావల్ల తిరుగుబాటు మూల కేంద్రం రాజకీయంగా బలహీనపడినట్లయింది. దీనివల్ల తిరుగుబాటు ఉద్యమానికి చెప్పజాలనంత నష్టం వాటిల్లింది.

కాన్పూర్‌లో, చివరి పీష్వా అయిన రెండవ బాజీ రావు దత్తపుత్రుడైన నానాసాహెబ్ తిరుగుబాటు నాయకత్వం వహించాడు. నానా సాహిబ్ సిపాయిల తోడ్పాటుతో ఇంగ్లీషు వారిని కాన్పూర్ నుంచి తరిమికొట్టి తనను పీష్వాగా ప్రకటించుకున్నాడు. అదేవిధంగా అతడు బహదూర్‌షాని చక్రవర్తిగా గుర్తిస్తూ తాను ఆయనకు గవర్నర్‌ని అన్నాడు. నానాసాహెబ్ తరపున పోరాటం సాగించవలసిన ముఖ్య బాధ్యత ఎంతో విశ్వాసపాత్రుడైన తాంతియాతోపే భుజ స్కంధాలపై పడింది. తన నిరుపమాన దేశ భక్తితో పోరాట పటిమతో గెరిల్లా యుద్ధ ప్రావీణ్యంతో శాశ్వత ఖ్యాతిని ఆర్జించాడు. నానాసాహెబ్‌కి ఎంతో విశ్వాసపాత్రుడైన మరోవ్యక్తి అజీముల్లా. ఇతడు రాజకీయ ప్రచారంలో నిష్ణాతుడు. కాన్పూర్‌లో ఉంటున్న బ్రిటిష్ సైనిక దళం నిష్క్రమణకు అజీబుల్లా అనుమతి ఇస్తే, నానాసాహిబ్ వంచనకు పాల్పడి దళాన్ని

మట్టుపెట్టడంతో మంచి పేరున్న అజీముల్లాపై మచ్చపడింది.

లక్నోలో తిరుగుబాటుకు అవధ్ రాణి హజ్రత్ మహల్ సారథ్యం వహించి, ఆ తర్వాత తన కుమారుడు బ్రిటిష్ కదర్‌ని అవధ్ నవాబుగ ప్రకటించింది. లోక్నోలో ఉన్న సాపియాలు, అవధ్ జమిందార్లు రైతులు సహాయపడగా బేగమ్ హజ్రత్ మహర్ బ్రిటిష్ వారిపై విరుచుకుపడింది. నగరాన్ని విడిచి వెళ్ళక తప్పని బ్రిటిష్ సైన్యం 'రెసిడెన్సీ' భవనంలో తలదాచుకున్నారు. కాని, సంఖ్యాపరంగా చిన్నదే అయిన బ్రిటిష్ దళం ధైర్యసాహసాలు ప్రదర్శించి వీరోచితంగా పోరు సాగించడంతో బేగమ్ సైన్యం విఫలమై రెసిడెన్సీని విముక్తం చేయవలసి వచ్చింది.

1857 తిరుగుబాటు మహా నాయకులలో అతి ముఖ్యవ్యక్తి బహుశా భారత చరిత్రలోనే అందరినీ మించిన మహావీరనారి ఝాన్సీ రాణి లక్ష్మీబాయి. ఝాన్సీ సింహాసనానికి ఒక వారసుణ్ణి ఎంచుకోవడానికి ఆమెకు గల హక్కును కాలరాసి, ఆమె ఆధీనంలో ఉన్న సంస్థానాన్ని స్వాధీనం చేసుకుని, ఝాన్సీలో సిపాయిల తిరుగుబాటుకు ఆమెనే ప్రధాన బాధ్యురాలుగా చేస్తామని బ్రిటిష్ పాలకులు బెదిరించడంతో ఝాన్సీ లక్ష్మీబాయి తిరుగుబాటుదార్లతో చేయి కలిపింది. అయినా ఝాన్సీ లక్ష్మీబాయి కొన్నాళ్ళపాటు ఊగిసలాటలో పడింది. కాని ఇక తిరుగుబాటుదార్ల పక్షాన నిలబడాలనే నిర్ణయానికి వచ్చిన తర్వాత ఆమె తన సైన్యానికి సారథ్యం వహించి మహోధృతంగా పోరాటం సాగించింది. ఆమె ప్రదర్శించిన వీరోచిత విన్యాసాల, సైనిక వ్యూహ రచన ప్రావీణ్యాల గాథలు నేటికీ యావద్భారతానికీ స్ఫూర్తిదాయకాలై స్థిరపడ్డాయి. మహిళలు సైతం సేనల్ని నడిపిస్తూ మందుగుండు సామాగ్రి రవాణా చేస్తూ సాగించిన భయానక సమాజంలో, బ్రిటిష్ సైన్యాలు ఆమెను ఝాన్సీ నుంచి తరిమివేస్తే 'మన స్వహస్తాలతోనే మన ఆజాద్‌షాహీ (స్వాతంత్ర్యాన్ని)ని సమాధి చేసుకునే ప్రసక్తే లేదు.. లేనేలేదు" అంటూ తన అనుచరుల చేత భీషణ ప్రతిజ్ఞ చేయించింది లక్ష్మీబాయి. తాంతియా తోపే సహాయంతో తనకు విశ్వాస పాత్రుడైన ఆఫ్ఘన్‌రక్షక దళం తోడ్పాటుతో ఆమె గ్వాలియర్‌ని వశపరచుకున్నది. బ్రిటిష్ పాలకులకు విధేయుడై ఉన్న మహా రాజా సింధియా, ఝాన్సీరాణిపై పోరాటానికి ప్రయత్నించాడు కాని, ఆయన సైనికులలోనే అత్యధికులు రాణి పక్షంలో చేరిపోయారు. సింధియా ఇంగ్లీషువారిని అర్థించి ఆగ్రాలో ఆశ్రయం పొందాడు. సైనికాహార్యం ధరించి తన గుర్రంతో ముందుకు సాగిపోతూ మహోధృతంగా పోరాటం చేస్తూ 1858 జూన్ 17వ తేదీన ఝాన్సీ లక్ష్మీబాయి ప్రాణాలు కోల్పోయింది. జీవితాంతం స్నేహితురాలుగా, సహచరిగా ఉన్న ఒక ముస్లిమ్ యువతి కూడా ఆమె చెంతనే వాలిపోయింది.

బీహార్‌లో తిరుగుబాటుకు ప్రధాన సూత్రధారి, ఆర్రా సమీపంలో ఉన్న

జగదీష్‌పూర్ జమిందారు కన్వర్‌సింగ్. అప్పటి కన్వర్ అన్ని విధాలా నాశనమై అసంతృప్తితో రగిలిపోతున్నాడు. ఆయనకు ఇంచుమించు 80 ఏళ్ళ వయస్సుపైబడినా, విశేష సైనిక సారథ్య ప్రజ్ఞగలవాడు. తిరుగుబాటు వెనుక ముఖ్య వ్యూహకర్త. తిరుగుబాటులో మరో ముఖ్య నాయకుడు ఫైజాబాద్‌కి చెఇందిన మౌలాలీ అహ్మదుల్లా. నిజానికి ఆయన స్వస్థలం మద్రాసు. అక్కడే ఆయన సాయుధ తిరుగుబాటు పాఠాలు చదవడం ప్రారంభించాడు. 1857 జనవరిలో ఆయన ఉత్తరాదిన ఉన్న ఫైజాబాద్ చేరుకున్నాడు. ఆయన దేశ ద్రోహాన్ని ప్రేరేపిస్తున్నాడన్న కారణంగా ఆయన నిలువరించడానికి బ్రిటిష్ పాలకులు సైనిక దళాన్ని ఆయన మీదకు పంపిస్తే, ఆ దళంలో భీకరంగా పోరు సాగించాడు. మే నెలలో తిరుగుబాటు మొదలై అంతటా విస్తరిస్తున్నపుడు ఆయన అవధ్ ప్రాంతంలో ఒక ప్రముఖ సైనిక సారధిగా ముందుకు వచ్చాడు.

ఈ పరిణామాలన్నీ ఎలా ఉన్నా, ఈ తిరుగుబాటుకు ప్రప్రధాన సారధులు సిపాయిలే. వారిలో ఎందరో యుద్ధ భూమిలో మహాద్భుత ధైర్య సాహసాలు ప్రదర్శించారు. కొన్ని వేల మంది త్యాగమూర్తులై ప్రాణాలు అర్పించారు. అన్నింటినీ మించింది వారి కృతనిశ్చయం. త్యాగనిరతి. ఇవే భారతదేశం నుంచి బ్రిటిష్ పాలకుల్ని ఇంచుమించు తరిమికొట్టాయని చెప్పాలి. అణువణువునా దేశభక్తిని దట్టించుకుని వారు సాగించిన ఈ మహాసమయంలో తమలో అప్పటి వరకు గూడు కట్టుకుని ఉన్న మత వైషమ్యాల్ని కూడా త్యజించారు. అంతకుముందు కొవ్వు పూత తూటాల సమస్యపైనే వారు తిరగబడ్డారు. కాని ఆ తర్వాత, తాము ద్వేషిస్తున్న విదేశీ పాలకుడిని తరిమి కొట్టాలన్న లక్ష్యంతో తమ సమరంలో అవే తూటాలను యధేచ్ఛగా వాడుకున్నారు!

తిరుగుబాటులో బలహీనతలు

తిరుగుబాటు అణచివేత

1857 తిరుగుబాటు దేశంలో చాలా హెచ్చు ప్రాంతానికే విస్తరించినా, ప్రజల అందదండలు పుష్కలంగా ఉన్నా యావద్భారతాన్నీ కాని, అదేవిధంగా, సమాజంలో ఉంటున్న అన్ని తరగతుల ప్రజల్ని కాని తనవైపు తిప్పుకోలేకపోయిందనే చెప్పాలి. తిరుగుబాటు దక్షిణ భారతానికి కాని, తూర్పు, పశ్చిమ భారత ప్రాంతాలకు కాని విస్తరించలేదు. ఇందుకు కారణం, అంతకుముందే ఆ ప్రాంతాలు పదేపదే బ్రిటిష్ పాలనపై తిరగబడి ఉండడమే. భారతీయ సంస్థానాల పాలకులు, పెద్ద పెద్ద జమిందార్లు పూర్తిగా స్వార్థపరులు, బ్రిటిష్ బలాన్ని చూసి భయపడేవారు కావడంవల్ల, తిరుగుబాటులో భాగస్వాములు కాలేదు. వీరి పోకడ ఇలా ఉంటే, గ్వాలియర్ సింధియా,

ఇండోర్ హోల్కర్, హైదరాబాద్ నిజామ్, జోధ్‌పూర్ రావ్, ఇతర రాజపుత్ర పాలకులు, భోపాల్ నవాబు, పాటియాలా, నాభా, జింద్, తదితర పంజాబీ స్థానిక పాలన ప్రముఖులు కాశ్మీర్ మహారాజు, నేపాల్ రాణాలు, ఇంకా అనేక మంది స్థానిక పాలక ముఖ్యులు ఎందరో పెద్ద జమిందార్లు తిరుగుబాటు అణచివేతలో బ్రిటిష్ పాలకులకు అన్నివిధాలా తోడ్పడ్డారు. నిజానికి భారతదేశంలో ఉన్న పాలక ముఖ్యులలో ఒక శాతానికి మించి తిరుగుబాటులో చేరలేదనే చెప్పాలి. వీరంతా "ఒక్క కెరటం ఊపుతో మమ్మల్ని తుడిచిపెట్టగల తుపాను తాకిడికి ఒక అడ్డుకట్టలా నిలబడ్డారు" అని గవర్నర్ జనరల్ కేనింగ్ ఆ తర్వాత వ్యాఖ్యానించాడు. మద్రాసు, బొంబాయి, బెంగాల్, పశ్చిమ పంజాబ్ ప్రావిన్సులలో జనాభిప్రాయం తిరుగుబాటుకు పూర్తిగా అనుకూలంగానే ఉన్నా, ఆ ప్రావిన్సులలో ఎక్కడా అలజడి ఏమీ లేకపోయింది. అసంతృప్తులుగా ఉన్న లేదా జమిందారీలు కోల్పోయిన జమిందార్లు, సమాజంలో ఎగువ తరగతి మధ్య తరగతులలో ఎక్కువ మంది తిరుగుబాటుదార్లను నిరసించేవారు. అలాగే సంపన్నులలో ఇంచుమించు అందరూ తిరుగుబాటుదార్ల పట్ల ఉదాసీనంగా ఉండేవారు, లేదా బాహాటంగానే వ్యతిరేకించేవారు. అవధ్‌లో ముందు, తిరుగుబాటులో చేరిన తాలూకాదార్ల (పెద్ద జమిందార్ల)లో చాలా మంది, ఆ తర్వాత, తమ ఎస్టేట్లను తిరిగి స్వాధీనం చేసేస్తామని ప్రభుత్వం హామీ ఇవ్వడంతో తిరుగుబాటుకు దూరంగా జరిగిపోయారు. ఈ పరిణామాలవల్ల అవధ్ ప్రాంతంలో కర్షకులు, సైనికులు గెరిల్లా పోరాటాన్ని దీర్ఘకాలం కొనసాగించడం చాలా కష్టమై పోయింది.

గ్రామీణుల దాడులకు వడ్డీ వ్యాపారులే ముఖ్య లక్ష్యాలైపోయారు. తత్ఫలితంగా వడ్డీ వ్యాపారులు సహజంగానే తిరుగుబాటుకు వ్యతిరేకులైపోయారు. ఇక వ్యాపారులూ క్రమంగా దూరంగా జరిగారు. పోరాటానికి అవసరమైన ఆర్థిక వనరులు సమకూర్చుకోవడానికి తిరుగుబాటుదార్లు వ్యాపారులపై భారీగా పన్నులు విధించేవారు, లేదా, సైన్యానికి తిండి పెట్టడం కోసం వారి వద్ద ఉన్న ఆహార పదార్థాలను స్వాధీనం చేసుకునేవారు. ఇది గమనించిన వ్యాపారులు తమ డబ్బును ఆహార పదార్థాల నిల్వలను దాచివేసేవారు. తిరుగుబాటుదార్లకు ఉచితంగా ఏమీ ఇచ్చేవారు కాదు. బెంగాల్ జమిందార్లు కూడా బ్రిటిష్ పాలకులకు విధేయంగానే నిలబడ్డారు. నిజానికి మరి వారంతా బ్రిటిష్ వారు సృష్టించిన వారే కదా! అదీకాక, బీహార్‌లో కర్షకులు తమ జమిందార్ల పట్ల ఎంతటి శత్రుత్వం ప్రదర్శించారో చూసిన బెంగాల్ జెమిందార్లు భయపడిపోయారు. అదేవిధంగా, బొంబాయి, కలకత్తా, మద్రాసులలో ఉన్న పెద్ద పెద్ద వ్యాపారులకు అసలైన లాభాలు విదేశీ వాణిజ్యం ద్వారాను, బ్రిటిష్ వ్యాపారులతో వారికి ఏర్పడి ఉన్న ఆర్థిక సంబంధాల కారణంగానే కావడంతో వారంతా బ్రిటిష్

పాలకులకే వంతపాడుతూ వచ్చారు.

విద్యావంతులైన ఆధునికులైన భారతీయులు కూడా 1857 తిరుగుబాటును సమర్థించలేదు. తిరుగుబాటుదార్లు మూఢవిశ్వాసాన్ని సమర్థిస్తూ ప్రగతిశీల సామాజిక విధానాన్ని సైతం వ్యతిరేకిస్తుండడంవల్ల, విద్యావంతులు దూరంగా జరిగిపోయారు. మనం ఇదివరకే చెప్పుకున్నాం, దేశంలో వెనుకబాటుతనం అంతరించాలన్నది భారతీయ విద్యావంతుల అభిలాష. తాము కలగంటున్న ఆధునికతా లక్ష్యాన్ని బ్రిటిష్ పాలకులు అందించగలరని ఆశించివారు పొరపడ్డారు. కాగా, జమిందార్లు, పాత పాలకుల, స్థానిక ముఖ్యులు, ఫ్యూడల్ శక్తుల నాయకత్వంలో ఉన్న తిరుగుబాటుదార్ల సారథ్యంలో దేశం తిరోగమనంలో పడిపోతుందని వారు గ్రహించగలిగారు. విదేశీ పాలనకు దేశాన్ని ఆధునికంగా తీర్చిదిద్దగలిగే శక్తి ఉండదనీ, అలా చేయలేకపోగా, మరింత దారిద్ర్యంలోకి వెనుకబాటుతనంలోకి నెట్టివేస్తుందనీ విద్యావంతులైన భారతీయులు స్వీయానుభవంతోనే గ్రహించగలిగారు. 1857 విప్లవకారులు ఈ విషయంలో దూరదృష్టికలవారేనని చెప్పాలి. విదేశీ పాలనపట్ల వచ్చిపడే అనర్థాల్ని మరింత స్పష్టంగానే ఊహించారు. ఆ పాలనను తొలగించుకోవలసిన అవసరాన్ని గుర్తించారు. అయితే, ఈ దేశం కాలదోషం పట్టిన కుళ్ళిపోయిన విశ్వాసాల్లో ఆ దేశ సంప్రదాయాల్లో కూరుకుపోవడం వల్లనే వాటినే పాటించే సంస్థలకు ఒదిగి ఉండడంవల్లనే విదేశీ పాలకుల వశమైందని, విద్యావంతులైన మేదావుల వలె, తిరుగుబాటుకు దిగినవారు గ్రహించలేకపోయారు. దేశాన్ని మళ్ళీ ఫ్యూడల్ రాచరిక వ్యవస్థవైపు, ఆధునిక ఆర్థిక వ్యవస్థ దిశగా, విజ్ఞాన శాస్త్రాధ్యాయనం వైపు ఆధునిక రాజకీయ సంస్థలవైపు అడుగులు వేయించినప్పుడే భవితవ్యం ఉజ్వలంగా ఉంటుందని తిరుగుబాటు సూత్రధారులకు అవగతం కాలేదు. ఏదిఏమైనా, విద్యాధికులైన భారతీయులు జాతీయ వ్యతిరేకులనో విదేశీ పాలకులకు తొత్తులనో భావించడం సరియైనది కాదన్నది సుస్పష్టం. బ్రిటిష్ పాలనకు వ్యతిరేకంగా శక్తిమంతమైన ఆధునిక జాతీయోద్యమానికి సారథ్యం వహించింది వారేనని 1858 తర్వాతి పరిణామాలు రుజవు చేశాయి.

భారతీయులలో అనైక్యతకు కారణాలు ఏవైనా, అవి తిరుగుబాటుపై చావుదెబ్బతీశాయని రుజువైంది. అయితే, తిరుగుబాటుదార్ల లక్ష్యం దెబ్బతినడానికి ఈ ఒక్క బలహీనతే కారణం కాదు. వారికి ఆధునిక ఆయుధాలు యుద్ధానికి అవసరమైన ఇతర సాధన సంపత్తి లేదు. వారిలో చాలామంది కత్తులు బల్లేల వంటి వెనుకటి తరం ఆయుధాలతోనే పోరాటానికి దిగారు. వ్యవస్థీకృతమైన శిక్షణ తీసుకున్నవారూ కారు. సిపాయిలు ధైర్యసాహసాలు మూర్తీభవించినవారే. స్వార్థం

లేనివారే. అయితే వారికి క్రమశిక్షణ లేదు. ఒక్కొక్కపుడు క్రమశిక్షణగల సైన్యంవలె కాక, అల్లరి మూకవలె వ్యవహరించేవారు. తిరుగుబాటుదళాలకు సైనిక చర్యకు సంబంధించి ఉమ్మడి కార్యాచరణ ప్రణాళిక లేదు. సాధికారికంగా నడిపించే అధిపతులూ లేరు, కేంద్రీకృత నాయకత్వమూ లేదు. దేశంలోని వివిధ ప్రాంతాలలో తలఎత్తిన తిరుగుబట్లు మధ్య సమన్వయం అసలేలేదు. మరి ఏ ఇతర కారణంవల్లకాక, కేవలం విదేశీ పాలనపట్లగల అందరిలోను ఉన్న ద్వేషభావమే నాయనకులందరినీ కలిపింది. ఒక ప్రాంతం నుంచి బ్రిటిష్ పాలకుల్ని తరిమివేస్తే, అక్కడ ఏ విధమైన రాజకీయ శక్తిని వ్యవస్థనీ ప్రతిష్ఠించాలో వారికి తెలియదు. ఒకరిపై మరొకరికి అనుమానాలు, ఈర్ష్యాద్వేషాలు ఆత్మహత్యా సదృశ్యమైన అంతఃలహాలు! ఇదేవిధంగా, రెవిన్యూ రికార్డుల్నీ వడ్డీ వ్యాపారుల లెక్కల పుస్తకాల్నీ ధ్వంసం చేసి, కొత్త జమిందార్లను పడగొట్టిన రైతులకు, ఇక ఆ తర్వాత అడుగు ఎటు వేయాలో దిక్కుతోచక స్తబ్దంగా ఉండిపోయారు.

వ్యక్తుల వైఫల్యాల కంటే, తిరుగుబాటు మౌలిక బలహీనత మరింత లోతుగా వుందని చెప్పాలి. భారతదేశాన్ని వశపరుచుకున్న వలసపాలన గురించి కాని, ఆధునిక ప్రపంచాన్ని గురించికాని ఉద్యమించిన వారికి సరియైన అవగాహనలేదు. ప్రగతిశీల కార్యక్రమంకాని, విస్పష్టమైన సిద్ధాంత బలంకాని ఒక రాజకీయ లక్ష్య దృష్టికాని, భవిష్య సమాజాన్ని గురించి ఆర్థిక వ్యవస్థను గురించి ఒక దృక్పథం కాని ఉద్యమానికి లేనేలేదు. అధికారాన్ని చేజిక్కించుకుంటే ఇక ఆ తర్వాత అందుకోవలసిన వ్యవస్థ నమూనాకు సంబంధించి తిరుగుబాటు ఉద్యమానికి అవగాహనే లేదు. తిరుగుబాటులో పాల్గొన్న విభిన్న శక్తులు కేవలం బ్రిటిష్ పాలన పట్ల ద్వేష భావంతోనే ఏకీకృతమయ్యాయి. కాని వారిలో తమకు జరిగిన రకరకాల అన్యాయాల ఫిర్యాదుల జాబితాలు ఉన్నాయి. స్వేచ్ఛా భారత రాజకీయాల్ని గురించి పరస్పర విరుద్ధమైన దృక్పథాలూ ఉన్నాయి. వారిలో ఆధునిక ప్రగతిశీల కార్యక్రమం లుప్తంకావడంవల్ల అభివృద్ధి నిరోధక దృక్పథంగల సంస్థానాధీశులు జమిందార్లు విప్లవోద్యమం నియంత్రణాశక్తిని హస్తగతం చేసుకున్నారు. అయితే, తిరుగుబాటులో తొంగిచూసిన ఫ్యూడల్ స్వభావాన్ని అతిగా చేసి చెప్పుకోవలసిన అవసరమూలేదు. క్రమంగా సైనికులు జనం కూడా మరో తరహా నాయకత్వాన్ని ఏర్పరుచుకునే దిశగా అడుగులు వేయనారంభించారు. తిరుగుబాటును విజయవంతం చేయడానికి కృషి చేసి ఉండడంవల్ల వ్యవస్థా నిర్మాణానికి కొత్త తరహాల్ని ఎంచుకునే ప్రయత్నం చేయక తప్పలేదు. ఉదాహరణకు, ఢిల్లీలో ఆరుగురు సైనికోద్యోగులతో నలుగురు పౌర ప్రతినిధులతో మొత్తం పది మంది సభ్యుల పాలక మండలిగల కోర్టును ఏర్పాటుచేశారు.

అందులో మెజారిటీ సభ్యుల అభిప్రాయం ప్రకారం నిర్ణయాలు తీసుకునేవారు. ఈ కోర్టులో సైనిక, పాలనాపరమైన నిర్ణయాలన్నింటినీ చక్రవర్తి పేరు మీదుగానే తీసుకునేవారు. తిరుగుబాటు జరిగిన తక్కిన కేంద్రాలలో కూడా కొత్త సంస్థల నిర్మాణానికి ఇదే విధమైన ప్రయత్నాలు సాగాయి. తిరుగుబాటును సకాలంలో అణచివేయకపోతే, భారత సంస్థానాధీశులతో పాటు మరికొన్ని కొత్త పాత్రలూ వేదిక మీద ప్రత్యక్షం అవుతాయని బెంజమిన్ డిజ్రేలీ ఆనాటి బ్రిటిష్ పాలకుల్ని హెచ్చరించాడు.

భారత చరిత్రలో ఆ దశలో అప్పటి పరిస్థితుల్ని బట్టి చూస్తే భారతీయులలో ఐక్యతా రాహిత్యం తప్పించగలిగిన పరిణామం కాదేమో అనిపిస్తుంది. అప్పటికి ఆధునిక జాతీయతావాదం అనేది తెలియదు. దేశభక్తి అంటే తన చుట్టూ ఉన్న చిన్న ప్రాంతం పట్ల ప్రేమ, లేదా మహా అయితే తాను ఉంటున్న రాష్ట్రం పట్ల ప్రేమ! అఖిల భారత స్థాయి ప్రయోజన దృష్టి, అటువంటి ప్రయోజనాలే భారతీయులు అందరినీ కలిపి నిలబెడుతున్నాయనే స్పృహ అప్పటికి ఇంకా ప్రవేశించలేదు. నిజానికి, భారతీయులు అందరినీ ఏకీకృతం చేయడంలో, అందరం ఒకే దేశ వాసులం అన్న భావం దేశవాసులలో కలిగించడంలో 1857 తిరుగుబాటు ప్రముఖపాత్ర వహించింది.

కాని, పెట్టుబడిదారీ ఆర్థిక వ్యవస్థలో వర్ధమానమౌతూ, యావత్ ప్రపంచంలో ఎదురులేని శక్తిగా నిలబడి ఉన్న బ్రిటిష్ వలస ప్రభుత్వానికి, భారతీయ సంస్థానాధీశులు, స్థానిక పాలకులు తోడు కావడంతో, ఆ సమష్టి సైనిక బలాన్ని ఎదిరించడం తిరుగుబాటుదార్లకు శక్తికిమించిన పని అని చివరకు స్పష్టమైంది. బ్రిటిష్ ప్రభుత్వం సైనిక బలగాల్ని, ధనాన్ని, ఆయుధాల్ని భారీ ఎత్తున భారతదేశానికి తరలించింది. అణచివేతకు అయిన మొత్తం వ్యయాన్ని ఆ తర్వాత భారతీయులే చెల్లించుకోవలసి వచ్చింది. తిరుగుబాటు అణగారిపోయింది.

కృతనిశ్చయంతో ప్రతి అడుగు ఆచితూచివేసే మహాబలవంతుడైన శత్రువును కేవలం ధైర్యసాహసాలతోనే నిర్జించడం సాధ్యం కాదు. బ్రిటిష్ పాలకులు భీషణ సమరం సాగించి, 1857 సెప్టెంబరు 20వ తేదీన ఢిల్లీని వశపరుచుకుని, తిరుగుబాటుదార్లపై త్వరితంగానే దెబ్బతీశారు. వృద్ధ చక్రవర్తి బహదూర్ షాని నిర్బంధించారు. రాకుమారుడ్ని కూడా నిర్బంధించి అక్కడికక్కడే వధించారు. చక్రవర్తిపై విచారణ జరిపి, దేశ బహిష్కృతుణ్ణి చేసి, రంగూన్ పంపించారు. విధిని నిందించుకుంటూ 1862లో అక్కడే రంగూన్‌లోనే కన్నుమూశాడు. తాను పుట్టిన నగరానికి ఎంతో దూరంలో అదే విధి ఆర్మీని అతడిని సమాధి చేసింది. మొగలాయి పాలనా ప్రస్థానం ఎట్టకేలకు అలా ముగిసింది.

ఢిల్లీ పతనంతో తిరుగుబాటు ప్రాముఖ్యం కోల్పోయింది. తక్కిన నాయకులు వీరోచితంగా పోరాటం కొనసాగించారు. కాని అది సమఉజ్జీల మధ్య యుద్ధం కాలేకపోయింది. బ్రిటిష్ వారు మహా శక్తివంతులై విరుచుకుపడ్డారు. ఈ పోరువల్లనే, జాన లారెన్స్, ఆట్రామ్, హేవ్‌లాక్, నీల్, కేంస్‌బెల్, హ్యూగ్ రోజ్ వంటి కొందరు సైనికాధికారులు సైనిక పాటవం ప్రదర్శించి మంచి పేరు తెచ్చుకున్నారు. తిరుగుబాటుకు సారథ్యం వహించిన ముఖ్య నాయకులు ఒక్కక్కరే నిహతులయ్యారు. కాన్పూర్‌లో నానా సాహిబ్ ఓడిపోయాడు. చివరి వరకు పోరు సాగించి, లొంగడానికి అంగీకరించక 1859 ఆరంభంలో నేపాల్ పారిపోయాడు. ఆ తర్వాత ఆయన ఆచూకీ తెలియలేదు. తాంతియా తోపే మధ్య భారతంలో అడవుల్లోకి వెళ్ళిపోయాడు. అక్కడి నుంచే ఆయన 1859 ఏప్రిల్ వరకు బ్రిటిష్ సైనికులతో మహోధృతంగా గెరిల్లా యుద్ధం కొనసాగించాడు. చివరకు ఆయన స్నేహితుడైన ఒక జమిందారు వంచించగా, ఆయన నిద్రించి ఉన్న సమయంలో బ్రిటిష్ వారు ఆయనను పట్టుకున్నారు. 1859 ఏప్రిల్ 15న ఆదరాబాదరాగా విచారణ తతంగం నడిపించి ఆయనను హతమార్చారు. అంతకుముందు 1858 జూన్ 17న ఝన్సీరాణి యుద్ధరంగంలోనే అసువులు బాసింది. 1859 నాటికి కన్వర్‌సింగ్, బఖ్తుఖాన్, ఖాన్ బహదూర్‌ఖాన్ (బరేలీ) నానా సాహిబ్ సోదరుడు రావు సాహిబ్ మౌలానీ అహ్మదుల్లా... ఇలా అంతా మరణించారు. అవధ్ బేగమ్‌ను మాత్రం నేపాల్ పంపించారు.

1859 పూర్తయ్యే నాటికి ఇండియాలో బ్రిటిష్ ఆధిపత్యం పూర్తి స్థాయిలో పున్నప్రారంభమైంది. అయితే 1857 తిరుగుబాటు పూర్తిగా నిష్ఫలం కాలేదు. మన చరిత్రలో అది ఒక మహోజ్వల ఘట్టం. భారతదేశాన్ని కాపాడుకోవడానికి, అది సంప్రదాయిక నాయకత్వం కింద పాత పద్ధతిలో ఇక గత్యంతరం లేకనే చేసిన ప్రయత్నమే అయినప్పటికీ, బ్రిటిష్ సామ్రాజ్యవాదం నుంచి విముక్తులు కావడానికి భారత ప్రజానీకం సాగించిన మొట్టమొదటి మహోద్యమం. ఆ తర్వాత, ఆధునిక జాతీయోద్యమం ప్రారంభం కావడానికి అది మార్గం సుగమం చేసింది. దేశభక్తి వెల్లివిరుస్తూ వీరోచితంగా సాగిన 1857 నాటి మహోద్యమం, దానికి ముందు జరిగిన అనేక తిరుగుబాట్లు భారత ప్రజానీకం హృదయాలపై మరచిపోలేని ముద్రవేశాయి. బ్రిటిష్ పాలనను వ్యతిరేకించే విలువైన స్థానిక సంప్రదాయాల్ని సృష్టించాయి. ఆ తర్వాత జరిగిన స్వాతంత్ర్యోద్యమ స్ఫూర్తికి నిరంతరం స్ఫూర్తిదాయకమై నిలిచాయి. తిరుగుబాటు వీరుల పేర్లు చెవిన పడగానే బ్రిటిష్ పాలకులు ఎంతగా చీదరించుకున్నా, వారంతా యావద్భారతాన ఇంటింటా సదా స్మరణీయులే అయ్యారు.

◻

ఎనిమిదవ అధ్యాయం

1858 తర్వాత
పాలనాపరమైన మార్పులు

1857 తిరుగుబాటు భారతదేశంలోని బ్రిటిష్ పాలనని తీవ్రంగా కుదిపివేసింది. పాలనా వ్యవస్థ పునర్వ్యవస్థీకరణని అనివార్యం చేసింది. తిరుగుబాటు తరువాతి దశాబ్దాలలో భారత ప్రభుత్వ వ్యవస్థ, విధానాలు గణనీయమైన మార్పులకు గురయ్యాయి. ఈ మార్పులతో భారతదేశంలో వలసవాదం నూతన దశ ప్రారంభమయింది.

19వ శతాబ్దం ద్వితీయార్థంలో పారిశ్రామిక విప్లవం తీవ్రత, విస్తరణ పెరిగాయి. క్రమంగా యూరప్‌లోని ఇతర దేశాలు, అమెరికా, జపాన్ పారిశ్రామికీకరణ చెందాయి. ప్రపంచ ఆర్థిక వ్యవస్థలో బ్రిటన్ పారిశ్రామిక ఉత్పత్తికి ఆర్థిక ఆధిపత్యానికి సవాళ్ళు ఎదురయ్యాయి. మార్కెట్ల కొరకు, ముడిసరుకుల వనరుల కొరకు, పెట్టుబడులు పెట్టే కొత్త రంగాల కొరకు ప్రపంచవ్యాప్తంగా తీవ్రమైన పోటీ ప్రారంభమయింది. వలసాధిపత్యానికి కొత్త ప్రాంతాలు పరిమితంగా వుండటంతో వలసల కొరకు అర్ధవలసల కొరకు పోటీ మరీ తీవ్రమైంది. ప్రపంచ పెట్టుబడిదారీ విధానంలో తన ఆధిపత్య స్థానానికి కొత్త పోటీదారుల నుండి సవాళ్ళు ఎదుర్కొంటున్న బ్రిటన్ అప్పటికే తన ఆధీనంలో వున్న సామ్రాజ్యంపై అదుపుని పటిష్ట పరచుకొనేందుకు ఇంకా విస్తరించుకొనేందుకు తీవ్రమైన ప్రయత్నాలు ప్రారంభించింది.

అంతేగాక 1850 తరువాత బ్రిటీష్ పెట్టుబడి రైలు మార్గాలకు, భారతదేశ ప్రభుత్వానికి అప్పులుగా, తేయాకు తోటలు, బొగ్గుగనులు, జనపనార మిల్లులు నౌకాయాన వాణిజ్యం, బ్యాంకింగ్ రంగాలలోకి పెద్ద మొత్తాలలో తరలివచ్చింది. బ్రిటిష్ పెట్టుబడికి ఆర్థిక రాజకీయ ప్రమాదాల నుంచి రక్షణ కల్పించేందుకు బ్రిటీష్ పాలన దృఢతరంగా సాగించడం అవసరమయింది. ఫలితంగా సామ్రాజ్యవాద

భావజాలాన్ని, సామ్రాజ్యవాద ఆధిపత్యాన్ని మరింత తీవ్రం చేయడం అవసరమైంది. ఇదే లిట్టన్, డఫరిన్, లాన్స్డౌనే, ఎల్గిన్, అందరినీ మించి కర్జన్ల లాంటి వైస్రాయిల అభివృద్ధి నిరోధక విధానాలలో ప్రతిఫలించింది.

పరిపాలన

1858 పార్లమెంటు చట్టం పరిపాలనాధికారాన్ని ఈస్టిండియా కంపెనీ నుండి బ్రిటీష్ చక్రవర్తికి మార్చివేసింది. గతంలో భారతదేశ పాలనాధికారం కంపెనీ డైరెక్టర్లు, కంట్రోలు బోర్డు చేతుల్లో వుండగా ఇపుడా అధికారం సలహామండలి (Council) సహకారం గల భారత రాజ్య కార్యదర్శికి దఖలు పడింది. భారత రాజ్య కార్యదర్శి బ్రిటన్ మంత్రివర్గంలో సభ్యుడు. కాబట్టి అతడు పార్లమెంటుకు బాధ్యత వహిస్తాడు. ఆ విధంగా భారతదేశంపై సర్వాధికారం పార్లమెంటుకి వుంటుంది.

పరిపాలన గతంలోలాగానే గవర్నరు జనరల్ నిర్వహిస్తాడు. అతడు వైస్రాయి లేక రాజప్రతినిధిగా పిలువబడతాడు. కాని క్రమంగా విధానపరమైన అంశాలలోను, వాటిని అమలుపరచడంలోను వైస్రాయి పదవి బ్రిటిష్ ప్రభుత్వ అనుబంధ అధికారి స్థాయికి దిగజార్చబడింది. భారత రాజ్య కార్యదర్శి పరిపాలనకి చెందిన ప్రతి చిన్న అంశంపై అజమాయిషీ చేస్తాడు. ఆ విధంగా భారతదేశ పాలనా వ్యవహారాలపై సర్వాధికారం చెలాయించే వ్యక్తి, భారతదేశానికి వేల మైళ్ళ దూరంలో లండన్లో వుంటాడు. ఈ పరిస్థితులలో ప్రజాభిప్రాయం ప్రభుత్వ విధానాన్ని ప్రభావితం చేసే అవకాశాలు గతంలో కంటే మరీ తక్కువ. మరోవైపు బ్రిటిష్ పారిశ్రామికవేత్తలు, వాణిజ్యవేత్తలు, బ్యాంకర్లు భారతదేశ ప్రభుత్వంపై వారి పలుకుబడి పెంచుకొన్నారు. ఇది భారత పాలనా వ్యవహారాలను 1858 ముందునాటి కంటే మరింత అభివృద్ధి నిరోధకం చేసింది. ఇప్పుడు ప్రభుత్వం క్రమంగా ఉదారవాద నటనని కూడా వదిలివేసింది.

1858 పార్లమెంటు చట్టాన్ని అనుసరించి గవర్నర్ జనరల్కి ఒక కార్యనిర్వాహక మండలి (executive council) వుంటుంది. మండలి సభ్యులు వివిధ ప్రభుత్వ శాఖల అధిపతులుగాను, గవర్నరు జనరల్ సలహాదారులుగాను పనిచేస్తారు. అన్ని ముఖ్యమైన విషయాలను చర్చించి మెజారిటీ ఓటు ప్రకారం నిర్ణయాలు చేస్తుంది. కాని మండలి చేసిన ఏ ముఖ్యమైన నిర్ణయాన్ని అయినా తోసిపుచ్చే అధికారం గవర్నరు జనరల్కి వుంటుంది.

శాసనాలను చేసేందుకు గాను 1861 శాసన సభల చట్టం (Indian council Act of 1861) గవర్నరు జనరల్ కార్యనిర్వాహక మండలి సభ్యుల సంఖ్యని పెంచింది. దానికి సామ్రాజ్య విధాన పరిషత్తు హోదా (Inperial Legislative council)

కల్పించబడింది. గవర్నర్ జనరల్ తన కార్యనిర్వాహక మండలికి ఆరుగురి నుండి 12 మంది వరకు సభ్యులను నియమించుకోవచ్చు. వారిలో కనీసం సగం మంది అనధికార సభ్యులై వుండాలి. వారు భారతీయులు కావచ్చు లేక ఇంగ్లీషువారు కావచ్చు. ఈ విధాన పరిషత్తుకు నిజమైన అధికారాలేమీ లేవు. కాబట్టి దీనిని ప్రాథమిక రూపంలో వున్న పార్లమెంటు అనిగాని లేక బలహీనమైన పార్లమెంటు అనిగాని భావించడం తప్పవుతుంది. అది కేవలం సలహా సంఘం మాత్రమే. ముందుగా ప్రభుత్వ అనుమతి లేకుండా అది ముఖ్యమైన అంశాలను చర్చించకూడదు. ఆర్థిక విషయాలను గురించి అసలే చర్చించకూడదు. సభ్యులు వాటిని గురించి ప్రశ్నలు కూడా అడగకూడదు. మరొక విధంగా చెప్పాలంటే విధాన పరిషత్తుకు ప్రభుత్వ కార్యనిర్వాహక శాఖపై ఎలాంటి అదుపులేదు. అంతేగాక అది ఆమోదించిన ఏ బిల్లు కూడా గవర్నర్ జనరల్ ఆమోదం పొందేవరకు శాసనరూపం ధరించదు. అన్నిటినీ మించి భారత రాజ్య కార్యదర్శి వీటిలో దేన్నైనా త్రోసిపుచ్చవచ్చు. ఆ విధంగా ఈ విధాన పరిషత్ చేసే ఒక ముఖ్యమైన పని ఏమంటే ప్రభుత్వ చర్యలకు ఆమోదం తెలిపి, అవి అన్నీ శాసనసభచే ఆమోదం పొందాయనే అభిప్రాయం కలిగించడం. సిద్ధాంతరీత్యా భారత ప్రజల అభిప్రాయాలకు చట్టసభలో ప్రాతినిధ్యం కల్పించేందుకు భారత సభ్యులను విధాన పరిషత్తులో చేర్చడం జరిగింది. కాని విధాన పరిషత్తులో భారతీయ సభ్యులు సంఖ్యారీత్యా తక్కువ. వారు కూడా ప్రజల చేత ఎన్నుకోబడిన వారు కాదు. వారు గవర్నర్ జనరల్ చేత నామినేట్ చేయబడినవారు. సాధారణంగా గవర్నర్ జనరల్ దృష్టి సంస్థానాధీశులు, వారి మంత్రులు, పెద్ద జమిందారులు, పెద్ద వ్యాపారవేత్తలు లేక పదవీ విరమణ చేసిన ప్రభుత్వ ఉద్యోగుల మీద పడేది. వారేవిధంగాను భారత ప్రజలకు గాని జాతీయాభిప్రాయానికి గాని ప్రతినిధులు కారు. భారత ప్రభుత్వం 1858కి ముందులాగానే విదేశీ నియంతగా వుండిపోయింది. ఇది యాదృచ్ఛికంగా జరిగింది కాదు. ఉద్దేశపూర్వకమైన విధానం. భారత పార్లమెంటు చట్టం 1861ని ప్రతిపాదిస్తూ భారత రాజ్య కార్యదర్శి ఛార్లెస్ వుడ్ ఇలా అన్నాడు. "ఆధిక్యత కలిగిన ఒక జాతి వేరొక జాతిని పాలిస్తున్న చోట నిరంకుశపాలనమే అత్యంత సమాధాన పూర్వకమైన ప్రభుత్వ పద్ధతి".

రాష్ట్ర పరిపాలన

బ్రిటిష్ పాలకులు పరిపాలనా సౌలభ్యం కొరకు భారతదేశాన్ని రాష్ట్రాలుగా విభజించారు. బెంగాలు, మద్రాసు, బొంబాయిలను ప్రెసిడెన్సీలన్నారు. ప్రెసిడెన్సీల పరిపాలన ముగ్గురు సభ్యులతో కూడిన సలహామండలి సహకారంతో గవర్నర్ నిర్వహిస్తాడు. గవర్నర్లను బ్రిటిష్ చక్రవర్తి నియమిస్తాడు. ప్రెసిడెన్సీ ప్రభుత్వాలకు

ఇతర రాష్ట్ర ప్రభుత్వాలకంటే ఎక్కువ అధికారాలు, బాధ్యతలు వుంటాయి. ఇతర రాష్ట్ర ప్రభుత్వాలను లెఫ్టినెంట్ గవర్నర్లు చీఫ్ కమిషనర్లు పరిపాలిస్తారు. వీరిని గవర్నర్ జనరల్ నియమిస్తాడు.

రాష్ట్ర ప్రభుత్వాలు గతంలో చాలా స్వయం ప్రతిపత్తి కలిగి వుండేవి. కాని 1833లో చట్టాలు చేసే అధికారాన్ని కేంద్రం లాగేసుకున్నది. అవి చేసే ఖర్చు మీద కూడా కేంద్రం అదుపు పెరిగింది. కాని భారతదేశం లాంటి విశాలమైన దేశాన్ని కఠినమైన కేంద్రీకరణ సూత్రంతో సమర్థవంతంగా పాలించడం సాధ్యపడదని అనుభవం తెలియజెప్పింది. విపరీతమైన కేంద్రీకరణ వల్ల కలిగే చెడు ఆర్థికరంగంలో స్పష్టంగా కనిపించింది. దేశవ్యాప్తంగా వివిధ వనరుల నుండి ఆదాయాన్ని కేంద్రం పోగుచేసుకుంటుంది. ఆ తరువాత రాష్ట్ర ప్రభుత్వాలకు పంపిణీ చేస్తుంది. రాష్ట్ర ప్రభుత్వం చేసే ఖర్చుపై కేంద్రం గట్టి నిఘా పెడుతుంది. కానీ ఈ విధానం ఆచరణలో వృథా అని నిరూపితమయింది. రాష్ట్ర ప్రభుత్వం యొక్క సమర్థవంతమైన ఆదాయ వసూళ్ళను గాని వ్యయాన్నిగాని పర్యవేక్షించడం కేంద్ర ప్రభుత్వానికి సాధ్యంకాని పనయింది. కాబట్టి పాలకులు ప్రభుత్వ ఆదాయం (public finance)లో వికేంద్రీకరణ ప్రవేశపెట్టాలని నిర్ణయించారు.

కేంద్ర, రాష్ట్ర ఆదాయాలను విభజించే దిశగా మొదటి చర్య 1870లో మేయో చేపట్టారు. కేంద్రం తన ఆదాయ వనరుల నుండి రాష్ట్ర ప్రభుత్వాలకు పోలీసు, జైళ్ళు, విద్య, వైద్య సేవలు, రోడ్లు లాంటి సేవలు నిర్వహణకు నిర్ణీత మొత్తాలు మంజూరు చేయడం మొదలయింది. లార్డ్‌మేయో పథకాన్ని 1877లో లార్డ్ లిట్టన్ విస్తృత పరచాడు. అతడు భూమి శిస్తు ఎక్సైజు, సాధారణ పరిపాలన, చట్టం, న్యాయం లాంటి కొన్ని ఇతర కొత్త పద్ధతుల్ని రాష్ట్రాలకు బదిలీ చేశాడు. రాష్ట్ర ప్రభుత్వం ఇతర ఖర్చుల్ని భరించేందుకు రాష్ట్రం నుండి కేంద్రానికి స్టాంపులు, పన్నులు, ఆదాయపు పన్నుల రూపంలో వసూలయ్యే మొత్తంలో రాష్ట్రం నిర్ణీత వాటాపొందుతుంది. ఈ ఏర్పాట్లలో మరికొన్ని మార్పులు 1882లో జరిగాయి. కేంద్ర ప్రభుత్వం రాష్ట్రాలకు నిర్ణీత మొత్తాలు మంజూరు చేసే పద్ధతి రద్దయింది. దానికి బదులుగా రాష్ట్రాలకు కొన్ని ప్రత్యేక ఆదాయ వనరులు పూర్తిగా కేటాయించబడ్డాయి. రాష్ట్రాలలో వాటి ద్వారా వసూలయ్యే మొత్తాలు రాష్ట్ర ప్రభుత్వాలకే. అంతేగాక రాష్ట్రాలు ఇతర ఆదాయ వనరులలో వాటాలు పొందాయి. ఆ విధంగా ఆదాయ వనరులన్నీ మూడుగా విడగొట్టబడ్డాయి. కేంద్ర ప్రభుత్వ ఆదాయం, రాష్ట్ర ప్రభుత్వ ఆదాయం, కేంద్ర రాష్ట్ర ప్రభుత్వాల మధ్య నిర్ణీత నిష్పత్తిలో విభజింపబడే ఆదాయం.

పైన చర్చించబడిన వివిధ ఆర్థిక వికేంద్రీకరణ చర్యలు నిజమైన రాష్ట్ర స్వయం ప్రతిపత్తి కొరకుగాని రాష్ట్ర పరిపాలనలో భారతీయుల భాగస్వామ్యం కొరకు

ఉద్దేశింపబడినవి కావు. అవి పరిపాలనా పునర్నిర్మాణ స్వభావం కలవి. వాటి ప్రధాన లక్ష్యాలు వ్యయాన్ని తగ్గించడం, ఆదాయాన్ని పెంచడం. విధానపరంగాను ఆచరణలోను కేంద్ర ప్రభుత్వానిదే సర్వాధిపత్యం. కేంద్రం రాష్ట్ర ప్రభుత్వాలపై పూర్తి అదుపు కలిగి వుంటుంది. కేంద్ర రాష్ట్ర ప్రభుత్వాలు రెండూ కూడా రాజ్య కార్యదర్శికి, బ్రిటిష్ ప్రభుత్వానికి లోబడి వుంటాయి గనుక ఇది అనివార్యం.

స్థానిక సంస్థలు

ఆర్థిక ఇబ్బందులు మరికొంత వికేంద్రీకరణకు దారితీశాయి. ఫలితంగా ప్రభుత్వం మునిసిపాలిటీలను జిల్లా బోర్డులను ప్రోత్సహించింది. 19వ శతాబ్దంలో పారిశ్రామిక విప్లవం యూరప్ సమాజాన్ని, ఆర్థిక వ్యవస్థను క్రమంగా మార్చివేసింది. యూరప్‌తో భారతదేశానికి పెరుగుతున్న సంబంధాల కారణంగాను, సామ్రాజ్యవాదం ఆర్థిక దోపిడీల నూతన రూపాల కారణంగానూ ఆర్థిక వ్యవస్థలో, పారిశుధ్యంలో, విద్యలో ఐరోపా సాధించిన అభివృద్ధిని భారతదేశంలోనూ ప్రవేశపెట్టడం అవసరమయింది. అంతేగాక అభివృద్ధి చెందుతున్న భారత జాతీయోద్యమం పౌర జీవితంలో ఆధునిక సదుపాయాల కోసం ఒత్తిడి చేసింది. ఆ విధంగా విద్య, పారిశుధ్యం, నీటి సరఫరా, మంచిరోడ్లు, ఇతర పౌర వసతుల అవసరం గుర్తించబడింది. ప్రభుత్వం వీటిని విస్మరించలేని పరిస్థితి వచ్చింది. కాని ప్రభుత్వం సైన్యం, రైలు మార్గాలపై చాలా వెచ్చించడం వలన ఆర్థిక పరిస్థితులు అస్తవ్యస్తంగా వున్నాయి. ఆదాయాన్ని కొత్త పన్నుల ద్వారా పెంచడానికి వీలుపడదు. ఎందుకంటే ఇప్పటికే పన్నులు పేద ప్రజల్ని కుంగదీస్తున్నాయి. మరి ఏ కాస్త పెంచినా అది ప్రభుత్వంపై అసంతృప్తిని పెంచుతుంది. మరొకవైపు ప్రభుత్వం పై తరగతులపై ప్రత్యేకించి బ్రిటిష్ సివిల్ ఉద్యోగుల, టీ తోటల యజమానుల, వర్తకులపై పన్నులు విధించదలచలేదు. కానీ ప్రజల నుండి వసూలు చేసిన పన్నులు ప్రజల సంక్షేమానికే వెచ్చిస్తే, కొత్త పన్నులు చెల్లించేందుకు వెనుకాడరని పాలకులు భావించారు. కాబట్టి విద్య, ఆరోగ్యం, పారిశుధ్యం, నీటి సరఫరా లాంటి సేవలను స్థానిక సంస్థలకు బదిలీ చేయాలని నిర్ణయించారు. స్థానిక సంస్థలు పన్నుల ద్వారా వసూలైన మొత్తాలను సంక్షేమ కార్యక్రమాలకు వినియోగిస్తాయి. చాలా మంది ఆంగ్లేయులు మరొక కోణం నుంచీ స్థానిక సంస్థలనేర్పాటు చేయాలన్నారు. పాలనా వ్యవహారాలలో భారతీయులకు ఏదో ఒక రూపంలో భాగస్వామ్యం కల్పించడం వారి రాజకీయ వ్యతిరేకతని అడ్డుకుంటుందని ఆశించారు. ఈ భాగస్వామ్యం స్థానిక సంస్థల స్థాయిలో కల్పించవచ్చు. ఇది భారతదేశంలో బ్రిటిష్ గుత్తాధికారానికి ఎలాంటి ప్రమాదం కలిగించదు.

స్థానిక సంస్థలు 1864-68 కాలంలో ఏర్పరచబడ్డాయి. వాటిలో నామినేటెడ్ సభ్యులున్నారు. జిల్లా మేజిస్ట్రేట్స్ వాటికి అధ్యక్షులుగా వ్యవహరించారు. కాబట్టి అవి స్థానిక స్వయం పాలనకు ప్రాతినిధ్యం వహించలేదు. భారతీయ మేధావులు కూడా స్థానిక సంస్థల్ని ఆ రూపంలో ఆమోదించలేదు. వాటిని ప్రజల నుండి అదనంగా పన్నులు రాబట్టే సాధనాలుగా మాత్రమే గుర్తించారు.

1882లో లార్డ్ రిప్పన్ ప్రభుత్వం స్థానిక స్వపరిపాలనా దిశలో మొదటి అడుగువేసింది. స్థానిక పాలనా వ్యవహారాల నిర్వహణ బాధ్యత గ్రామీణ పట్టణ స్థానిక సంస్థలద్వారా జరగాలని ప్రభుత్వం తీర్మానించింది. వీటిలో మెజారిటీ సభ్యులు అనధికారులు. ఎక్కడ ఎప్పుడు ఎన్నికలు జరపడం సాధ్యపడుతుందని అధికారులు భావిస్తారో అపుడు అనధికార సభ్యులు ప్రజల చేత ఎన్నుకోబడతారు. అనధికార సభ్యుడు స్థానిక సంస్థ అధ్యక్షునిగా ఎన్నిక కావడానికి ప్రభుత్వ తీర్మానం అవకాశం కల్పించింది. ఈ తీర్మానం అమలుకు రాష్ట్ర ప్రభుత్వాలు చట్టాలు చేశాయి. అన్నీ జిల్లా బోర్డులలోనూ చాలా మునిసిపాలిటీలలోను ఎన్నిక కాబడే సభ్యులు మైనారిటీగా వున్నారు. అంతేగాక ఓటు హక్కు చాలా పరిమితం చేయబడింది. గనుక చాలా కొద్దిమంది చేతనే ఎన్నుకోబడతారు. జిల్లా అధికారులు జిల్లా బోర్డు అధ్యక్షులుగా కొనసాగారు. క్రమంగా అనధికార సభ్యులు మునిసిపల్ కమిటీల అధ్యక్షులుగా ఎన్నికవడం మొదలయింది. స్థానిక సంస్థల కార్యకలాపాలపై పూర్తి అదుపుని ప్రభుత్వం అట్టిపెట్టుకొన్నది. అది తన విచక్షణ మేరకు స్థానిక సంస్థల్ని స్వాధీనం చేసుకోవచ్చు. రద్దుచేయవచ్చు. ఫలితంగా కలకత్తా, మద్రాసు, బొంబాయి ప్రెసిడెన్సీ నగరాలలో మినహాయించి మిగిలిన అన్ని చోట్లా స్థానిక సంస్థలు ప్రభుత్వ శాఖలలాగనే పనిచేశాయి. స్వయం పరిపాలనకు సరైన ఉదాహరణలుగా లేవు. అయినప్పటికీ రాజకీయంగా చైతన్యవంతులైన భారతీయులు రిప్పన్ తీర్మానాన్ని స్వాగతించారు. స్థానిక సంస్థల్ని స్వయం పరిపాలనకు మంచి సాధనాలుగా మార్చుకోవచ్చుననే ఆశతో వాటిలో చురుకుగా పనిచేశారు.

సైన్యంలో మార్పులు

మరొక తిరుగుబాటుని నివారించేందుకు 1858 తరువాత భారతీయ సైన్యం చాలా జాగ్రత్తగా పునర్నిర్మించబడింది. పాలకులు తమ పాలనని తమ తుపాకులే రక్షిస్తాయని భావించారు. భారతీయ సైనికుల తిరగబడే శక్తిని పూర్తిగా తుడిచిపెట్టలేకపోయినా తగ్గించేందుకు చర్యలు తీసుకొన్నారు. మొదటిది: సైన్యంలో బ్రిటిష్‌వారి ఆధిక్యత బలంగా ఉండేలా చూసుకున్నారు. సైన్యంలో బ్రిటిష్, భారతీయుల నిష్పత్తిని పెంచారు. బెంగాల్ ఆర్మీలో 1:2, మద్రాసు బొంబాయి ఆర్మీలో 2:5 వుండేలా

చేశారు. అంతేగాక బ్రిటిష్ సైన్యాన్ని కీలకమైన భౌగోళిక, సైనిక స్థావరాలలో వుంచారు. సైన్యంలో కీలకమైన శతఘ్నిదళం లాంటి శాఖలు – ఆ తరువాత 20వ శతాబ్దంలో టాంకులు ఇతర యుద్ధ పరికరాలు గల శాఖలు పూర్తిగా బ్రిటిష్‌వారి ఆధీనంలో వుంటాయి. ఆఫీసర్ల స్థానాల్లో భారతీయులు లేకుండా జాగ్రత్తపడ్డారు. 1914 వరకు ఏ భారతీయుడు సుబేదారు స్థాయిని మించి ఎదగకుండా కట్టుదిట్టం చేశారు. రెండవది: : బ్రిటిష్ పాలకులకు వ్యతిరేకంగా సమైక్యంగా తిరుగబడే అవకాశాన్ని నివారించేందుకు విభజించి పాలించే విధానాన్ని అవలంభించారు. సైనిక నియామకాలలో కుల, ప్రాంత, మత వివక్షతని పాటించారు. భారతీయులో యుద్ధ ప్రియవర్గం, యుద్ధ ప్రియులు కాని వర్గం అంటూ ఒక అభూత కల్పనని సృష్టించారు. బ్రిటిష్ వారు మొదట భారతదేశాన్ని జయించడానికి తోడ్పడి, ఆ తరువాత 1857 తిరుగుబాటులో పాల్గొన్న అవధ్, బీహార్, మధ్య భారతదేశం, దక్షిణ భారతదేశానికి చెందిన సైనికులపై యుద్ధ ప్రియులు కాని వర్గం ముద్రవేశారు. సైన్యంలో వారిని పెద్ద సంఖ్యలో నియమించలేదు. మరోవైపు తిరుగుబాటు అణచివేతలో తోడ్పడిన పంజాబీ, గూర్ఖా, పఠాన్లపై యుద్ధ ప్రియవర్గం ముద్రవేశారు. వారిని సైన్యంలో పెద్ద సంఖ్యలో నియమించారు. 1875 నాటికి బ్రిటిష్ ఇండియా సైన్యంలో సగం మంది పంజాబీలే. అంతేగాక భారతీయ పటాలాల్లో వివిధ కులాల మతాలు గ్రూపులవారిని కలగాపులగంగా వుండేలా చేశారు. ఒకరికొకర్ని పోటీగా పెట్టి సమతూకం సాధించారు. సైనికులలో జాతీయతా భావం పెరగకుండా కుల, మత, తెగ, ప్రాంతీయ విధేయతల్ని ప్రోత్సహించారు. ఉదాహరణకు చాల పటాలాల్లో కుల, మత దళాల్ని ప్రవేశపెట్టారు. భారత రాజ్య కార్యదర్శి చార్లెస్‌వుడ్ వైస్రాయి కానింగ్‌కి 1861లో ఇలా వ్రాశాడు :

"అనుభూతులలో భావనలలో సంబంధాలలో ఏకీభావం కలిగి తమ శక్తిపై విశ్వాసం పెంచుకుని సమైక్యంగా తిరుగుబాటు చేయడానికి అవకాశంగల ఒక గొప్ప సైన్యాన్ని మరలా చూడాలని నేను కోరుకొనను. ఒక పటాలం తిరుగుబాటు చేస్తే దానికి పూర్తిగా పరాయిదిగా వుండే మరొక పటాలం దానిపై కాల్పులు జరపడానికి సంసిద్ధంగా వుండాలి".

ఆ విధంగా భారతసైన్యం పూర్తిగా కిరాయి సైన్యంగా వుండిపోయింది. పాలకులు సైన్యాన్ని ప్రజల జీవితం నుండి, ప్రజల ఆలోచనా విధానాన్నుండి వేరుగా వుంచడానికి చేయగలిగిన ప్రయత్నాలన్నీ చేశారు. జాతీయవాద భావాలకు దూరంగా వుంచారు. వార్తా పత్రికలు, జర్నల్స్, జాతీయవాద ప్రచురణలు సైన్యం దరిదాపులకు చేరకుండా అడ్డుకున్నారు. కాని కాలక్రమేణా అలాంటి ప్రయత్నాలు విఫలమయ్యాయి. అదెలాగో చూస్తాం. భారత స్వాతంత్ర్య పోరాటంలో సైన్యంలోని కొన్ని సెక్షన్లు ముఖ్యమైన పాత్ర పోషించాయి.

రానురాను భారతసైన్యం చాలా ఖరీదైన యంత్రాంగమయింది. 1904లో భారతదేశ ఆదాయంలో 52 శాతం సైన్యానికే ఖర్చయింది. పాలకులు సైన్యాన్ని పలువిధాలుగా ఉపయోగించుకున్నారు. భారతదేశం చాలా విలువైన వలసదేశం గనుక దాని కొరకు పోటీపడుతున్న ఇతర సామ్రాజ్యవాద దేశాలైన రష్యా, ఫ్రాన్స్, జర్మనీల నుండి నిరంతరం రక్షించుకొనవలసి వచ్చింది. అంతేగాక భారత సైన్యం భారతదేశ రక్షణకు మాత్రమే గాక సామ్రాజ్యవాద విస్తరణకు ముఖ్యమైన సాధనంగా పనిచేసింది.

ప్రభుత్వ ఉద్యోగాలు

భారత ప్రభుత్వంపై భారతీయులకు ఎలాంటి అదుపులేదు. చట్టాలు చేయడంలోగాని, పాలనాపరమైన విధానాల్ని నిర్ణయించడంలోగాని భారతీయులకు ఎలాంటి పాత్ర లేదు. అంతేగాక ఈ విధానాలను అమలుజరిపే ఉన్నతోద్యోగి వర్గంలో కూడా భారతీయులకు స్థానంలేదు. పరిపాలనలో అధికారం, బాధ్యతలుగల స్థానాలు ఇండియన్ సివిల్ సర్వీసు సభ్యులకు కట్టబెట్టబడేవి. ఇండియన్ సివిల్ సర్వీసు (ఐసిఎస్) పోటీ పరీక్షలు లండన్‌లో నిర్వహించబడేవి. భారతీయులు కూడా ఈ పోటీ పరీక్షలలో పాల్గొనవచ్చు. రవీంద్రనాథ్ ఠాగూర్ సోదరుడు సత్యేంద్రనాథ్ ఠాగూర్ ఈ పరీక్షలో 1863లో ఎన్నికైన మొదటి భారతీయుడు. అప్పటి నుండి ప్రతీ సంవత్సరం ఒకరూ, ఇద్దరూ సివిలు సర్వీసుకు ఎంపికవుతూ వచ్చారు. కాని ఇంగ్లాండు నుండి వచ్చే ఐ.సి.ఎస్. ఆఫీసర్లతో పోల్చితే ఈ సంఖ్య బహుస్వల్పం. సివిలు సర్వీసులో ఎంపిక కావడానికి చాలా ఆటంకాలున్నందున ఆచరణలో ఆ తలుపులు భారతీయులకు మూసివేయబడినట్లే. పోటీ పరీక్ష భారతదేశంలోగాక ఎక్కడో చాలా సుదూరంలో వున్న లండన్‌లో జరుపబడుతుంది. పోటీపరీక్ష మాధ్యమం విదేశీ భాషయైన ఇంగ్లీషు. పరీక్షకు సాంప్రదాయ గ్రీకు, లాటిన్ భాషల పరిజ్ఞానం అవసరమయ్యేది. ఆ పరిజ్ఞానం పొందేందుకు ఇంగ్లాండులో వుండి చాలాకాలం శిక్షణ పొందవలసివుండేది. అంతేగాక సివిలు సర్వీసులో చేరడానికి 1859 నాటికి 23 సంవత్సరాలు వున్న గరిష్ట వయోపరిమితి 1878 నాటికి 19కి తగ్గించబడింది. 23 ఏళ్ళ భారతీయుడికి చాలా కష్టసాధ్యమైన సివిలు సర్వీసు ఎంపిక 19 ఏళ్ళకి అసాధ్యమయింది.

అలాగే పోలీసు, పబ్లిక్ వర్క్స్, వైద్యం, తంతి తపాలా, అడువులు, ఇంజనీరింగ్, పన్నులు, రైల్వేలు ఇలాంటి ఇతర పరిపాలనా శాఖలలోని ఎక్కువ వేతనాలు పొందే ఉన్నతోద్యోగాలు బ్రిటిష్ పౌరులకు రిజర్వు చేయబడ్డాయి.

అన్ని కీలక స్థానాలలో యూరోపియన్ల ఆధిక్యత యాదృచ్ఛికం కాదు. భారతదేశంపై బ్రిటిష్ ఆధిక్యతని నిలబెట్టుకొనడానికి అది తప్పనిసరైన షరతుగా పాలకులు విశ్వసించారు. "తగిన సంఖ్యలో యూరోపియన్లు సివిలు సర్వీసు ఆఫీసర్లుగా

వుండడం తప్పనిసరి" అని 1893లో రాజ్య కార్యదర్శి లార్డ్ కింబర్లే స్పష్టం చేశారు. ఇంత విస్తృతమైన సామ్రాజ్యాన్ని నిర్వహించే ప్రభుత్వం యూరోపియన్ల చేతుల్లో వుండాలంటే కీలకస్థానాల్లో యూరోపియన్లు వుండటం చాలా అవసరం" - వైస్రాయ్ లార్డ్ లాన్స్‌డౌనే.

భారతీయుల ఒత్తిడి మేరకు 1918 తరువాత వివిధ పాలనా శాఖలు క్రమంగా భారతీయీకరణ చేయబడ్డాయి. కానీ ఆయా శాఖల్ని అదుపుచేసే కీలకమైన స్థానాలు బ్రిటిష్ వారి ఆధీనంలోనే వుంచబడ్డాయి. ఆయా శాఖలలోని కొన్ని ఉద్యోగాలు భారతీయులకు ఇచ్చినంత మాత్రాన అధికారంలో పిసరంత భాగం కూడా భారతీయుల వశం కాలేదని ప్రజలు గుర్తించారు. ఆయా శాఖలలోని భారతీయులు బ్రిటిష్ పాలనకు ఏజెంట్లుగా పనిచేశారు. బ్రిటన్ సామ్రాజ్యవాద ప్రయోజనాలకు విధేయతతో సేవలు చేశారు.

స్వదేశీ సంస్థానాలతో సంబంధాలు

1857 తిరుగుబాటు బ్రిటిష్ ప్రభుత్వాన్ని స్వదేశీ సంస్థానాల పట్ల దాని వైఖరిని మార్చుకొనడానికి దారితీసింది. 1857కు ముందు బ్రిటిష్ వారు ప్రతీ అవకాశాన్నీ స్వదేశీ సంస్థానాల్ని కలుపుకొనడానికి ఉపయోగించుకొన్నారు. ఇప్పుడు ఈ పద్ధతి వదిలివేశారు. అత్యధిక స్వదేశీ సంస్థానాలు బ్రిటిష్ వారికి విధేయతగా వుండడమేగాక తిరుగుబాటుని అణచివేయడంలో సహకరించాయి. వైస్రాయి లార్డ్ కానింగ్ ప్రస్తావించినట్లుగా వారు 'తుఫానులో అలల విజృంభణని అడ్డుకొనే గోడగా' పనిచేశారు. వారి విధేయతకు బహుమతిగా వారసులను దత్తత తీసుకొనే హక్కు లభించింది. ప్రాదేశిక సమగ్రతకి రక్షణ కల్పించబడింది. ప్రజా వ్యతిరేకత లేక తిరుగుబాటు వచ్చినపుడు స్వదేశీ సంస్థానాలు ఉపయోగకరమైన మిత్రులుగా, మద్దతుదారులుగా పనిచేస్తాయని తిరుగుబాటు అనుభవం బ్రిటిష్ పాలకులకు నమ్మకం కలిగించింది.

1860లో కానింగ్ ఇలా రాశాడు :

"భారతదేశం మొత్తాన్ని జిల్లాలుగా చేస్తే మన సామ్రాజ్యం 50 సంవత్సరాలు వుండకపోవచ్చు. కాని రాజకీయాధికారం లేకుండా రాచరిక సాధనాలుగా స్వదేశీ సంస్థానాల్ని నిలబెట్టగలిగితే మనం భారతదేశంలో మన ఏకాధిపత్యం కొనసాగినంతకాలం వుండగలుగుతామని, చాలా కాలం క్రితం సర్‌జాన్ మల్కోం చెప్పారు. గతంలో కంటే ఇటీవలి సంఘటనలు ఈ అంశంపై మన దృష్టినాకర్షిస్తున్నాయని చెప్పేందుకు నాకెలాంటి సందేహం లేదు".

కాబట్టి స్వదేశీ సంస్థానాల మద్దతుని ఉపయోగించుకోవాలని బ్రిటిష్ పాలకులు నిర్ణయించారు. "అప్పటి నుండి సామ్రాజ్యాన్ని, సంస్థానాల్ని రక్షణ బురుజులుగా ఉపయోగించుకొనడం బ్రిటిష్ విధానమయింది" అని పి.ఇ. రాబర్ట్స్ పేర్కొన్నారు.

స్వదేశీ సంస్థానాలనగానే కొనసాగనివ్వడం బ్రిటిష్ విధానంలో ఒక అంశం. అవి పూర్తిగా బ్రిటిష్ పాలనకి లొంగి వుండటం. 1857 తిరుగుబాటుకి ముందు కూడా బ్రిటిష్ పాలకులు సంస్థానాల అంతర్గత వ్యవహారాలలో జోక్యం చేసుకొన్నారు. సిద్ధాంతపరంగా అవి అధీన రాజ్యాలుగా భావించబడ్డాయి. ఈ స్థితి ఇపుడు పూర్తిగా మారింది. వాటి కొనసాగింపుకి మూల్యంగా సంస్థానాధీశులు బ్రిటన్ సర్వసమున్నతత్వాన్ని అంగీకరించవలసి వచ్చింది. 1876లో భారత ఉపఖండంపై బ్రిటిష్ సార్వభౌమాధికారాన్ని నొక్కి చెప్పేందుకు బ్రిటన్ రాణి భారత సామ్రాజ్యానికి మహారాణిగా ప్రకటించుకొన్నది. సంస్థానాధీశులు తమ రాజ్యాలను కేవలం బ్రిటిష్ ప్రభుత్వం ఏజెంట్లుగానే పరిపాలించుకున్నారు. సంస్థానాధీశులు వారి పాలన కొనసాగింపుకి హామీ పొందినందువలన తమ పరాధీన (Subordinate) స్థితిని అంగీకరించి ఇష్టపూర్తిగా సామ్రాజ్యానికి జూనియర్ భాగస్వామి అయ్యారు.

సార్వభౌమాధికారంతో బ్రిటిష్ పాలకులు సంస్థానాల అంతర్గత పాలనా వ్యవహారాలలో జోక్యం చేసుకొన్నారు. వారు తమ రాజ ప్రతినిధుల (రెసిడెంట్ల) ద్వారా దైనందనిక పాలనా వ్యవహారాలలో జోక్యం చేసుకోవడమేగాక మంత్రులను ఇతర ఉన్నతాధికారుల్ని నియమించడం, తొలగించడంలో కూడా ఒత్తిడి తెచ్చారు. కొన్ని సందర్భాలలో పాలకుల అధికారాలు తగ్గించారు. పాలకుల్ని కూడా తొలగించారు. అలాంటి జోక్యానికి కారణం ఈ రాజ్యాలకు ఆధునిక పాలననందించి బ్రిటిష్ ఇండియాలో వాటి విలీనం పూర్తిచేయడం. ఈ విలీనం, ఫలితంగా వారి జోక్యం రైలు మార్గాల, తంతి తపాలా వ్యవస్థలు కరెన్సీ, సామాన్య ఆర్థిక జీవితం వగైరాలను ప్రోత్సహించాయి. చాలా సంస్థానాలలో ప్రజాతంత్ర జాతీయ ఉద్యమాల పెరుగుదల కూడా వారి జోక్యానికి మరో కారణం. ఒకవైపు బ్రిటిష్ అధికారులు ఈ ప్రజాస్వామ్య ఉద్యమాలను అణచివేయడానికి సంస్థానాధీశులకు తోడ్పడ్డారు. మరోవైపు పాలనాపరంగా వారికెదురయ్యే ప్రమాదాలను తొలగించయత్నించారు.

పాలనా విధానాలు

1857 తిరుగుబాటు తరువాత భారతదేశం పట్ల బ్రిటిష్ వైఖరి ఫలితంగా భారత ఉప ఖండంలో వారి విధానాలు చాలా బాధాకరంగా పరిణమించాయి. 1857కి ముందు వారు సందేహాస్పదంగా, అర్ధమనస్కతతోనైనప్పటికి భారతదేశాన్ని ఆధునీకరించ యత్నించారు. కాని ఆ తరువాత ఉద్దేశ్యపూర్వకంగా అభివృద్ధి నిరోధక

విధానాల్ని అనుసరించడం ప్రారంభించారు. చరిత్రకారుడు పెర్సివల్ స్పియర్ పేర్కొన్నట్లుగా "అభివృద్ధిలో భారత ప్రభుత్వం యొక్క భారత ప్రేమ యాత్ర ముగిసింది".

భారతీయులకు పరిపాలనా వ్యవహారాల్లో సమర్థవంతమైన భాగస్వామ్యం లేకుండా చేసేందుకు భారతదేశంలోను ఇంగ్లాండుల్లోనూ పాలనా నియంత్రణ శాఖలు, భారత సైన్యం సివిల్ సర్వీసులు ఎలా పునర్నిర్మించబడ్డాయో ఇంతకుముందు గమనించాం. బ్రిటిష్‌వారు స్వయం పరిపాలనకు భారతీయులకు శిక్షణ ఇస్తున్నామని, సన్నద్ధం చేస్తున్నామని, క్రమంగా వారికి రాజకీయాధికారం బదిలీ చేస్తామని మాటవరుసకైనా గతంలో చెబుతుండేవారు. కానీ ఇపుడు అంతర్గత సామాజిక సాంస్కృతిక లోపాల కారణంగా భారతీయులు వారిని వారు పాలించుకొనడానికి అనర్హులని, కాబట్టి వారు నిరవధికంగా బ్రిటన్‌చే పాలింపబడాలని బాహాటంగా ప్రకటించారు. ఈ అభివృద్ధి నిరోధక విధానం చాలా రంగాలలో ప్రతిఫలించింది.

విభజించి పాలించు : బ్రిటిష్ వారు భారత పాలకులలోని అనైక్యతని అవకాశంగా తీసుకొని, ఒకరికి వ్యతిరేకంగా మరొకరిని ప్రయోగించి భారతదేశాన్ని జయించారు. 1858 తరువాత సంస్థానాధీశులకు వ్యతిరేకంగా ప్రజల్ని, రాష్ట్రానికి వ్యతిరేకంగా రాష్ట్రాన్ని, కులానికి వ్యతిరేకంగా కులాన్ని గ్రూపుకు వ్యతిరేకంగా గ్రూపుని – అన్నింటిని మించి హిందువులకు వ్యతిరేకంగా ముస్లిముల్ని రెచ్చగొడుతూ విభజించి పాలించే కుటిల నీతిని ప్రయోగించడం కొనసాగించారు.

1857 తిరుగుబాటు కాలంలో హిందువులు ముస్లింలు ప్రదర్శించిన ఐక్యత విదేశీ పాలకులను కలవరపరిచింది. అభివృద్ధిచెందుతున్న జాతీయోద్యమాన్ని బలహీనపరిచేందుకు పాలకులు ఈ ఐక్యతను విచ్ఛిన్నం చేయాలని నిర్ణయించుకొన్నారు. వాస్తవంగా అలాంటి ఏ అవకాశాన్ని వారు జారవిడుచుకోలేదు. తిరుగుబాటు తరువాత ముందుగా ముస్లిముల్ని అణచివేశారు. పెద్దఎత్తున వారి భూముల్ని ఆస్తుల్ని స్వాధీనం చేసుకున్నారు. హిందువులు తమ అభిమాన పాత్రులని ప్రకటించారు. 1870 తరువాత ఈ విధానాన్ని తలకిందులు చేశారు. పై తరగతి మధ్య తరగతి, ముస్లిముల్ని జాతీయోద్యమానికి వ్యతిరేకంగా తిప్పే ప్రయత్నం చేశారు.

విద్యావంతులైన భారతీయులలో మతపరమైన చీలిక తెచ్చేందుకు ప్రభుత్వం తెలివిగా ప్రభుత్వ ఉద్యోగాలను ఎరగా వాడుకొన్నది. పారిశ్రామిక, వాణిజ్య వెనుకబాటుతనం కారణంగా భారతీయ విద్యావంతులు ఉపాధి కొరకు ప్రభుత్వ ఉద్యోగాలపై ఆధారపడ్డారు. బతుకు దెరువుకు ఇతర అవకాశాలు బహు తక్కువగా వున్నాయి. పరిమితంగా వున్న ప్రభుత్వ ఉద్యోగాల కొరకు వారి మధ్య విపరీతమైన పోటీ పెరిగింది. ఈ పోటీని ప్రాంతీయపరమైన, మతపరమైన ద్వేషాన్ని, శతృత్వాన్ని పెంచడానికి ప్రభుత్వం ఉపయోగించుకొన్నది. విధేయతగా వుంటే మత ప్రాతిపదికన

ఉద్యోగాలు కల్పిస్తానన్నది. విద్యావంతులైన ముస్లిముల్ని విద్యావంతులైన హిందువులకు వ్యతిరేకంగా రెచ్చగొట్టింది.

విద్యావంతులైన భారతీయుల పట్ల శతృత్వ వైఖరి

భారత ప్రభుత్వం 1833 తరువాత ఆధునిక విద్యని బాగా ప్రోత్సహించింది. 1857లో కలకత్తా, బొంబాయి, మద్రాసు విశ్వవిద్యాలయాలు ప్రారంభించబడ్డాయి. ఆ తరువాత ఉన్నత విద్య త్వరగా వ్యాప్తి చెందింది. 1857 తిరుగుబాటులో భారతీయ విద్యావంతులు భాగస్వామ్యం వహించ నిరాకరించినందుకు చాలా మంది బ్రిటిష్ అధికారులు అభినందించారు. కాని భారతీయ విద్యావంతుల పట్ల బ్రిటిష్ అధికారులకు గల సానుకూల వైఖరి త్వరలోనే మారిపోయింది. అందుకు కారణం బ్రిటిష్ పాలన యొక్క సామ్రాజ్యవాద స్వభావాన్ని విశ్లేషించడానికి, పాలనా వ్యవహారాలలో భారతీయుల భాగస్వామ్యం కొరకు డిమాండ్లను ప్రతిపాదించడానికి వారు తాము పొందిన ఆధునిక విజ్ఞానాన్ని ఉపయోగించుకొన్నారు. విద్యావంతులు ప్రజలలో జాతీయోద్యమాన్ని నిర్మిస్తూ 1885లో కాంగ్రెస్‌ని స్థాపించడంతో అధికారులు ఉన్నత విద్యపట్ల విద్యావంతులైన భారతీయులపట్ల కఠినమైన ప్రతికూల వైఖరి చేపట్టారు. ఉన్నత విద్యకు అడ్డుకట్టలు వేసే చురుకైన చర్యలు చేపట్టారు. విద్యావంతులైన భారతీయుల్ని "బాబు"లని అవహేళన చేశారు.

బ్రిటిష్‌వారు ఆధునిక పాశ్చాత్య విజ్ఞానాన్ని అలవరచుకొన్న, ఆధునిక పద్ధతులలో అభివృద్ధి కొరకు పాటుపడుతున్న భారతీయ గ్రూపుకి వ్యతిరేక వైఖరి చేపట్టారు. ఏమైనప్పటికీ అలాంటి అభివృద్ధి భారతదేశంలో బ్రిటిష్ సామ్రాజ్యవాద విధానాలను ప్రాథమిక ప్రయోజనాలను వ్యతిరేకించింది. భారతదేశంలో అభివృద్ధి సాధించేందుకు బ్రిటిష్ పరిపాలనకు గల వనరులన్నీ ఖాళీ అయిపోయాయన్న వాస్తవం విద్యావంతులైన భారతీయుల పట్ల, ఉన్నత విద్యపట్ల బ్రిటిష్ అధికారులు ప్రదర్శించిన ప్రతికూల వైఖరి ద్వారా స్పష్టమయింది.

జమిందార్ల పట్ల వైఖరి

ముందుచూపుగల విద్యావంతులైన భారతీయుల పట్ల ప్రతికూల వైఖరితో వున్న బ్రిటిష్ వారు భారతీయులలో అత్యంత అభివృద్ధి నిరోధకులైన సంస్థానాధీశులకు, జమిందారులకు, భూస్వాములకు స్నేహ హస్తం చాచారు. సంస్థానాధీశులపట్ల మారిన వైఖరిని గురించి పెరుగుతున్న ప్రజా జాతీయోద్యమాల వెల్లువకు వారికి అడ్డుకట్టగా ఉపయోగించుకొనడానికి చేస్తున్న ప్రభుత్వ ప్రయత్నాన్ని గురించి ఇంతకు ముందు పరిశీలించాం. జమిందారుల్ని భూస్వాముల్ని కూడా అదేవిధంగా ప్రభుత్వం

అక్కున చేర్చుకొన్నది. ఉదాహరణకు చాలా మంది అవధ్ తాలూకాదార్ల భూములు వారికి తిరిగి ఇచ్చివేసింది. జమిందారులు, భూస్వాములు సాంప్రదాయబద్ధమైన సహజసిద్ధమైన నాయకులని ప్రశంసించింది. వారి ప్రయోజనాల్ని ప్రత్యేక హక్కుల్ని పరిరక్షించింది. రైతాంగం పొట్టగొట్టి జమిందార్లకు భూములు అప్పగించింది. జాతీయ భావాలు కలిగిన మేధావి వర్గానికి సరితూకంగా జమిందారీ భూస్వామ్య వర్గాల్ని ఉపయోగించుకుంది. ఇక మీదట శక్తివంతమైన జాతీయ కులీనవర్గం యొక్క ఆశలు, ఆకాంక్షలు, ప్రయోజనాలతో బ్రిటిష్ సింహాసనం మమేకమవుతుందని వైస్రాయి లార్డ్ లిట్టన్ 1876లో బాహాటంగా ప్రకటించారు. దానికి బదులుగా జమిందారులు, భూస్వాములు వారి స్థితిగతులు బ్రిటిష్ పాలన కొనసాగింపుతో ముడిబడి వున్నాయని గుర్తించి, దానికి గట్టి మద్దతుదారులయ్యారు.

సంఘ సంస్కరణల పట్ల వైఖరి

కులీన వర్గాలతో మైత్రీ విధానంలో భాగంగా బ్రిటిష్ పాలకులు సంఘ సంస్కర్తలకు సహాయపడే పాత విధానాన్ని వదలిపెట్టారు. సతీదురాచారం రద్దు, వితంతు వివాహాలకు అనుమతి లాంటి వారి సంఘ సంస్కరణ చర్యలు 1857 తిరుగుబాటుకి పెద్ద కారణమని విశ్వసించారు. కాబట్టి వారు సంస్కర్తలకు మద్దతు నిలిపివేసి సాంప్రదాయవాదుల్ని సమర్థించారు.

జవహర్‌లాల్ నెహ్రూ డిస్కవరీ ఆఫ్ ఇండియాలో ప్రస్తావించినట్లు “ బ్రిటిష్ పాలకులు భారతదేశంలోని అభివృద్ధి నిరోధకులతో నెరపిన సహజమైత్రి కారణంగా చాలా దురాచారాలకు సాంప్రదాయాలకు సంరక్షకులుగా నిలిచారు. ఈ స్నేహ బంధం లేకపోతే ఖండించి వుండేవారు” ఈ అంశంలో బ్రిటిష్‌వారు సందిగ్ధపు అంచులలో నిలిచారు. వారు సంఘ సంస్కరణల్ని ప్రోత్సహించి చట్టాలు చేస్తే సంప్రదాయవాదులు వ్యతిరేకిస్తారు. విదేశీ ప్రభుత్వానికి భారతీయుల అంతరంగిక సాంఘిక ఆచార వ్యవహారాలలో జోక్యం చేసుకొనే హక్కులేదని గగ్గోలు పెడతారు. అలాంటి చట్టాలు చేయకపోతే సాంఘిక దురాచారాల కొనసాగింపునకు తోడ్పడ్డారని సామాజిక అభివృద్ధిని కోరే భారతీయులు దుయ్యబడతారు. కాని ఏమైనప్పటికీ బ్రిటిష్ పాలకులు సామాజిక సమస్యలపై తటస్థ వైఖరితో వుండిపోలేదు. యథాతథ స్థితిని బలపరచడం ద్వారా పాలకులు సాంఘిక దురాచారాలకు పరోక్షంగా రక్షణ కల్పించారు. అంతేగాక రాజకీయ ప్రయోజనాల కొరకు కులతత్వాన్ని మతతత్వాన్ని ప్రోత్సహించడం ద్వారా వారు సామాజిక విచ్ఛిన్నాన్ని వెనుకబాటుతనాన్ని ప్రోత్సహించారు.

సామాజిక సేవలలో విపరీతమైన వెనుకబాటుతనం

విద్య, పారిశుధ్యము, ప్రజారోగ్యం, నీటి సరఫరా గ్రామీణ ప్రాంతాలకు రోడ్లు లాంటి సామాజిక సేవా రంగాలు యూరపులో 19వ శతాబ్దంలోనే చాలా అభివృద్ధి చెందగా భారతదేశంలో చాలా వెనుకబడి వున్నాయి. భారతదేశ ప్రభుత్వం తన ఆదాయంలో అత్యధిక భాగం సైన్యం, యుద్ధాలు, పాలనాపరమైన సేవలకు వెచ్చించింది. సామాజిక సేవా రంగాలకు నిధులు కేటాయించలేదు. ఉదాహరణకు 1886లో భారత ప్రభుత్వం మొత్తం నికరాదాయం 47 కోట్లలో దాదాపు 19.41 కోట్లు సైన్యానికి 17 కోట్ల పాలనా వ్యవహారాలకు వెచ్చించింది. కాని విద్య, వైద్యం, ప్రజారోగ్యంలకు కేవలం 2 కోట్లకులోపుగాను, నీటిపారుదలకు కేవలం 65 లక్షలు వెచ్చించింది. పారిశుధ్యం, నీటి సరఫరా, ప్రజారోగ్యాలకు వెచ్చించిన అరకొర నిధులు కూడా నగరాలలోని ఆధునిక ప్రాంతాలకు వెచ్చించింది. అవి యూరోపియన్లకు, నగరాలలో యూరోపియన్లు నివశించే ప్రాంతాలలో ఉన్నత వర్గాలకు చెందిన భారతీయులకు మాత్రమే ఈ సేవలు అందుబాటులోకి వచ్చాయి.

కార్మిక చట్టాలు

19వ శతాబ్దంలో ఆధునిక కర్మాగారాలలో కాఫీ, తేయాకు వంటి తోటల్లో పనిచేసే కార్మికుల పరిస్థితి దయనీయం. వారు రోజుకి 12-16 గంటలు పనిచేయవలసి వచ్చేది. వారానికి ఒక్క రోజు కూడా సెలవు లేదు. స్త్రీలు, పిల్లలు కూడా పురుషులతో పాటు పనిచేసేవారు. వేతనాలు బహు తక్కువ. నెలకు రు. 4లు నుండి రు. 20ల వరకు వుండేది. ఫ్యాక్టరీలలో కూలీలు క్రిక్కిరిసి వుండేవారు. సరియైన గాలి లేదు. వెలుతురు లేదు. మురికి కూపాలుగా వుండేవి. యంత్రాలపై పని ప్రమాదకరంగా వుండేది. ప్రమాదాలు సర్వసామాన్యం.

పెట్టుబడిదారీ విధానానికి అనుకూలంగా వున్న బ్రిటిష్ ఇండియా ప్రభుత్వం భారతీయుల యాజమాన్యంలో వున్న ఫ్యాక్టరీలలోని పరిస్థితుల్ని చక్కదిద్దేందుకు అర్ధమనస్కతతో అరకొర చర్యలు చేపట్టింది. బ్రిటన్ పారిశ్రామికవేత్తలు ఫ్యాక్టరీ చట్టాలు చేయమని ఒత్తిడి తెచ్చారు. చౌకగా కూలీలు దొరుకుతారు గనుక తమకంటే దేశీయ పారిశ్రామిక వేత్తలు ఎక్కువగా అమ్ముకుంటారని యూరపు పారిశ్రామికవేత్తలు ఆందోళన చెందారు. 1881లో మొదటి భారతీయ ఫ్యాక్టరీ చట్టం చేయబడింది. చట్టం ప్రధానంగా బాల కార్మికులకు సంబంధించింది. చట్టం 7-12 వయస్సుగల పిల్లలు 9 గంటల కంటే ఎక్కువ కాలం పనిచేయకూడదని నిర్దేశించింది. పిల్లలకు నెలకు 4 రోజులు సెలవులు లభిస్తాయి. చట్టం ప్రమాదకరమైన యంత్రాల చుట్టూ సరియైన కంచె ఏర్పాటుచేయాలన్నది. భారతదేశ రెండవ ఫ్యాక్టరీ చట్టం 1891లో చేయబడింది.

చట్టం ప్రధానంగా బాల కార్మికులకు సంబంధించింది. చట్టం 7-12 వయస్సుగల పిల్లలు 9 గంటల కంటే ఎక్కువ కాలం పనిచేయకూడదని నిర్దేశించింది. పిల్లలకు నెలకు 4 రోజులు సెలవులు లభిస్తాయి. చట్టం ప్రమాదకరమైన యంత్రాల చుట్టూ సరియైన కంచె ఏర్పాటుచేయాలన్నది. భారతదేశ రెండవ ఫ్యాక్టరీ చట్టం 1891లో చేయబడింది. ఈ చట్టం కార్మికులందరికీ ఒకరోజు సెలవు వసతి కల్పించింది. మహిళా కార్మికులు రోజుకు 11 గంటలు పనిచేయాలి. పిల్లల పనిగంటలు 7కి తగ్గించబడ్డాయి. పురుషుల పనిగంటలలో ఎలాంటి మార్పులేదు.

ఈ రెండు చట్టాలు కూడా బ్రిటిష్ యాజమాన్యంలోని టీ, కాఫీ తోటలకు వర్తించవు. అంతేగాక విదేశీ టీ తోటల యజమానులు కార్మికుల్ని దారుణంగా అణచివేసేందుకు ప్రభుత్వం పూర్తి సహాయం చేసింది. అత్యధిక టీ తోటలు అస్సాంలో వున్నాయి. అక్కడ జనసాంద్రత తక్కువ. అనారోగ్య వాతావరణం కాబట్టి ఈ తోటలలో పని చేసేందుకు కూలీలను బయటి నుండి రప్పించవలసి వుండేది. ప్లాంటర్లు ఎక్కువ వేతనాలిచ్చి బయటి నుండి కార్మికుల్ని ఆకర్షించవచ్చు. కాని దానికి బదులుగా నియామకాలలో ఒత్తిడి అవినీతి పద్ధతుల్ని ఆశ్రయించారు. ఆ తరువాత బానిసలుగా ప్లాంటేషన్లలో కట్టిపడేశారు. అందుకు అనుకూలంగా ప్రభుత్వం 1863, 1865, 1870, 1873, 1882లలో చట్టాలు చేసింది. కార్మికుడు టీ తోటలలో పనిచేస్తానని ఒప్పందంపై సంతకం చేస్తే ఇక దాని నుండి బయటపడడం సాధ్యంకాదు. ఒప్పందం అతిక్రమించటం నేరం. అలా చేసిన కార్మికుల్ని యజమాని అరెస్టు చేయవచ్చు.

20 వ శతాబ్దంలో అభివృద్ధి చెందుతున్న కార్మికోద్యమం ఒత్తిడితో మెరుగైన చట్టాలు చేయబడ్డాయి. కాని భారత కార్మిక వర్గం యొక్క స్థితి అత్యంత దయనీయంగానే వుంది. సగటు కార్మికుడు కనీస మనుగడ సాగించలేని స్థితిలో వున్నాడు. బ్రిటిష్ పాలనలో భారతీయ కార్మికుల స్థితిని గురించి ప్రముఖ జర్మన్ ఆర్థిక చరిత్రకారుడు కుజెన్స్కి 1938లో ఇలా వ్రాశాడు. "కాలే కడుపులతో జంతువులలాగా పాకలలో నిర్బంధింపబడి, తగినంత గాలి, నీరు, వెలుతురు లేక ప్రపంచ పారిశ్రామిక పెట్టుబడిదారీ విధానంలో భారతపారిశ్రామిక కార్మికుడు అత్యంత దోపిడీకి గురయిన వాడుగా వున్నాడు".

పత్రికలపై ఆంక్షలు

బ్రిటిష్ వారు భారతదేశంలో ముద్రణాలయాల్ని ప్రవేశపెట్టి ఆధునిక పత్రికల అభివృద్ధి ప్రారంభించారు. ప్రజాభిప్రాయాన్ని చైతన్య పరచడంలోను విమర్శ, అభిశంసనలతో ప్రభుత్వ విధానాలను ప్రభావితం చేయడంలోనూ పత్రికలు ప్రముఖపాత్ర నిర్వహించగలవని భారతీయ విద్యావంతులు గుర్తించారు.

రామ్మోహన్‌రాయ్, విద్యాసాగర్, దాదాభాయ్ నౌరోజి, జస్టిస్ రనడే, సురేంద్రనాథ్ బెనర్జీ, లోకమాన్య తిలక్, జి సుబ్రమణ్య అయ్యర్, సి. కరుణాకర మీనన్, మదన్‌మోహన మాలవ్య, లాలాలజపతిరాయ్, బిపిన్ చంద్రపాల్ లాంటి ప్రముఖ భారతీయ నాయకులు వార్తా పత్రికల్ని ప్రారంభించడంలోనూ, వాటిని బలమైన రాజకీయ శక్తిగా మలచడంలోనూ, చాలా ముఖ్యమైన పాత్ర నిర్వహించారు. క్రమంగా పత్రిక జాతీయోద్యమానికి ప్రధానమైన ఆయుధంగా పరిణతి చెందింది.

చార్లెస్ మెట్కాఫ్ భారతీయ పత్రికలపై గల ఆంక్షలను తొలగించాడు. భారతీయ విద్యావంతులు ఈ చర్యను స్వాగతించారు. వారు భారతదేశంలో బ్రిటిషు పాలనకు కొంతకాలం మద్దతు తెలపడానికి ఇదొక కారణం. కానీ జాతీయవాదులు ప్రజలలో జాతీయ చైతన్యాన్ని పెంచడానికి ప్రభుత్వ అభివృద్ధి నిరోధక విధానాల్ని తీవ్రంగా విమర్శించడానికి పత్రికల్ని ఉపయోగించుకొనడం ప్రారంభించారు. ఫలితంగా బ్రిటిష్ పాలకులు పత్రికలపై కత్తిగట్టి పత్రికా స్వేచ్ఛని హరించాలని నిర్ణయించారు. 1878లో చేసిన దేశ భాషా పత్రికల చట్టం ఈ దిశలో చేపట్టిన మొట్టమొదటి చర్య. ఈ చట్టానికి భారతీయులు తీవ్ర నిరసన వ్యక్తం చేశారు. నిరసన ఫలించింది. చట్టం 1882లో రద్దు చేయబడింది. ఆ తరువాత దాదాపు 25 సంవత్సరాలపాటు భారతీయ పత్రికలు గణనీయమైన స్వేచ్ఛననుభవించాయి. కాని 1905 తరువాత చెలరేగిన సమరశీల స్వదేశీ బహిష్కరణ ఉద్యమాలు 1908లో, 1910లో పత్రికల అణచివేత చట్టాలకు దారితీశాయి.

జాతి వైషమ్యం

బ్రిటిష్ వారు భారతీయులపై వారి అధికారాన్ని నిలబెట్టుకునేందుకు తమకు వారికి మధ్య కొంత దూరం పాటించడం అవసరమని నమ్మి వారికి దూరంగా వున్నారు. జాతి పరంగా తాము అధికులమని భావించారు. 1857 తిరుగుబాటు, అప్పుడు ఇరువైపుల జరిగిన అత్యాచారాలు బ్రిటిష్ వారికి భారతీయులకు మధ్యగల అగాధాన్ని మరికొంత పెంచాయి. బ్రిటిష్‌వారు జాతి ఆధిక్యతని బాహాటంగా చాటుకోవడం, జాత్యహంకారాన్ని ప్రదర్శించడం ప్రారంభించారు. రైలు బోగీలు, రైల్వే స్టేషన్లలో, విశ్రాంతి గదులు, పార్కులు, హోటళ్ళు, స్విమ్మింగ్ ఫూల్స్, క్లబ్బులు లాంటివి యూరోపియన్లకు రిజర్వు చేయబడడం జాతి వివక్షకు తార్కాణాలు. దాంతో భారతీయులు అవమానింపబడినట్లు భావించారు.

జవహర్‌లాల్ నెహ్రూ మాటల్లో :

"భారతదేశంలో బ్రిటిష్ పాలన మొదలయినప్పటి నుండి జాతి వివక్ష వివిధ

రూపాల్లో ప్రదర్శితమయింది. ఈ పాలనకు సైద్ధాంతిక పునాది యజమాని జాతి అనే భావన. ఈ భావన సామ్రాజ్యవాదం యొక్క అంతర్గత లక్షణం. అధికారంలో ఉన్నవారు దీనిని స్పష్టంగా ప్రకటించారు. మాటలకంటే ఆ తరువాత చేసి చూపిన చేష్టలు శక్తివంతమైనవి. భారతదేశం ఒక జాతిగా, భారతీయులు వ్యక్తులుగా తరతరాలుగా అవమానానికి, తిరస్కారానికి, నిరాదరణకు గురయ్యారు. ఇంగ్లీషువారు తమది సామ్రాజ్యవాద జాతి అని మనల్ని పాలించడం అణచివుంచడం వారికి భగవంతుని నుండి సంక్రమించిన హక్కుని, మనకు చెపుతూ వచ్చారు. మనం ప్రతిఘటించినప్పుడు సామ్రాజ్యవాద జాతి యొక్క పెద్దపులి లక్షణాన్ని గుర్తుచేశారు".

విదేశాంగ విధానం

బ్రిటిష్ పాలనలో భారతదేశం నూతన ప్రాతిపదికపై పొరుగు రాజ్యాలతో సంబంధాలు పెంపొందించుకొన్నది. ఇది రెండు కారణాల పర్యవసానం. ఆధునిక ప్రయాణ సౌకర్యాల అభివృద్ధి : దేశం యొక్క రాజకీయ పాలనా పరమైన ఏకీకరణ – ఈ రెండూ భారతదేశ ప్రభుత్వాన్ని సహజ భౌగోళిక సరిహద్దులలోకి చొచ్చుకుపోయేలా చేశాయి. ఇది దేశ రక్షణకు అంతరంగిక సమగ్రతకు అత్యంత అవసరమయింది. అనివార్యంగా ఇది కొన్ని సరిహద్దు ఘర్షణలకు దారితీసింది. దురదృష్టవశాత్తు భారత ప్రభుత్వం కొన్నిసార్లు తన సహజ సాంప్రదాయక సరిహద్దుల్ని దాటి ముందుకు పోయింది. మరొక కారణం భారత ప్రభుత్వం యొక్క విదేశీ స్వభావం. ఒక స్వతంత్ర దేశం యొక్క విదేశాంగ విధానానికి విదేశీ పాలనలో వున్న దేశం యొక్క విదేశాంగ విధానానికి మౌలికంగా తేడా వుంటుంది. స్వతంత్ర దేశం యొక్క విదేశాంగ విధానం ఆ దేశ ప్రజల అవసరాలకు ప్రయోజనాలకు అనుగుణంగా వుంటుంది. పరాయి పాలనలో వున్న దేశం యొక్క విదేశాంగ విధానం పాలించే దేశం యొక్క ప్రయోజనాల కనుగుణంగా వుంటుంది. భారతదేశ విషయంలో భారతదేశం అనుసరించిన విదేశాంగ విధానాన్ని బ్రిటిష్ ప్రభుత్వం నియంత్రించింది. బ్రిటిష్ ప్రభుత్వానికి ఆసియా ఆఫ్రికాలలో రెండు ప్రధాన లక్ష్యాలున్నాయి. మొదటిది : అమూల్యమైన భారత సామ్రాజ్యాన్ని పరిరక్షించుకోవడం. రెండవది : ఆఫ్రికా ఆసియాలలో బ్రిటిష్ వాణిజ్యాన్ని ఇతర ఆర్థిక ప్రయోజనాలను విస్తరించుకొనడం. ఈ రెండు లక్ష్యాలు భారతదేశపు సహజ సరిహద్దుల వెలుపల బ్రిటిష్ విస్తరణకు ప్రాదేశిక అక్రమణలకు దారితీశాయి. అంతేగాక ఈ లక్ష్యాలే బ్రిటిష్ ప్రభుత్వాన్ని ఆఫ్రికా, ఆసియాలలో తమ స్థావరాలను పెంపొందించుకోవాలని, వాణిజ్యాన్ని విస్తరించుకోవాలని ఉవ్విళ్ళూరుతున్న యూరపులోని ఇతర సామ్రాజ్యవాద దేశాలతో ఘర్షణకు పురిగొల్పాయి.

భారత సామ్రాజ్య రక్షణ, బ్రిటిష్ ఆర్థిక ప్రయోజనాల పెంపుదల, తనతో

పోటీకి వచ్చే ఇతర యూరపు రాజ్యాలను భారతదేశానికి అల్లంత దూరంలో వుంచడం. ఈ మూడు లక్ష్యాలు బ్రిటీషిండియా ప్రభుత్వాన్ని పొరుగు రాజ్యాలపై దురాక్రమణకు పురిగొల్పాయి. మరొక విధంగా చెప్పాలంటే బ్రిటిష్ పాలనలో వున్న కాలంలో పొరుగు దేశాలతో భారతదేశం యొక్క సంబంధాలను బ్రిటిష్ సామ్రాజ్యవాదం యొక్క అవసరాలు, ప్రయోజనాలే నిర్ణయించాయి.

భారత విదేశాంగ విధానం బ్రిటిష్ సామ్రాజ్యవాద ప్రయోజనాలను కాపాడుతుండగా, విదేశాంగ విధానం యొక్క వ్యయాన్ని భారతదేశమే భరించింది. బ్రిటిష్ ప్రయోజనాల పరిరక్షణకు భారతదేశం పొరుగుదేశాలతో చాలా యుద్ధాలు చేయవలసి వచ్చింది. భారత సిపాయిలు రక్తాన్ని చిందించవలసి వచ్చింది. భారత ప్రజలు యుద్ధాలకైన విపరీతమైన ఖర్చుల్ని భరించవలసి వచ్చింది.

నేపాల్‌తో యుద్ధం 1814

భారత సామ్రాజ్యాన్ని దాని సహజ భౌగోళిక సరిహద్దుల వరకు విస్తరించాలనే బ్రిటిష్ పాలకుల ఆకాంక్ష నేపాల్ రాజ్యంతో యుద్ధాన్ని తెచ్చిపెట్టింది. 1814లో రెండు దేశాల గస్తీదళాల మధ్య ఘర్షణ యుద్ధానికి దారితీసింది. అంగబలం, ఆర్థికబలం, ఇతర వనరులు అన్నింటా బ్రిటిష్‌వారు ఆధిక్యతలో వున్నారు. ఫలితంగా నేపాల్ ప్రభుత్వం బ్రిటిష్ వారి షరతులతో శాంతి ఒప్పందం చేసుకొనవలసి వచ్చింది. నేపాల్ ప్రభుత్వం బ్రిటిష్ రాజ ప్రతినిధిని అంగీకరించింది. ఘర్వాల్, కుమావూ జిల్లాలను ధారాదత్తం చేసింది. తరామ్ ప్రాంతాలపై హక్కుల్ని వదులుకొన్నది. సిక్కిం నుండి కూడా వైదొలగింది. ఒప్పందం వలన బ్రిటిష్ వారికి చాలా ప్రయోజనాలు చేకూరాయి. వారి భారత సామ్రాజ్యం హిమాలయాల వరకు విస్తరించింది. మధ్య ఆసియాతో వాణిజ్యానికి సౌకర్యాలు పెరిగాయి. సిమ్లా, ముస్సోరి, నైనిటాల్ లాంటి ముఖ్యమైన వేసవి విడుదలకు చోటు దొరికింది. అంతేగాక గూర్ఖాలు పెద్ద సంఖ్యలో బ్రిటీషిండియా సైన్యంలో చేరడం వలన దానికి అదనపు బలం చేకూరింది.

బర్మాపై విజయం

19వ శతాబ్దంలో మూడు వరుస యుద్ధాలతో స్వతంత్ర బర్మా రాజ్యం బ్రిటిష్ వారి వశమయింది. బర్మా, బ్రిటీషిండియాల మధ్య యుద్ధం సరిహద్దు ఘర్షణలతో ప్రారంభమయింది. దురాక్రమణ దుగ్ధతో పెద్దదయింది. బ్రిటిష్ వర్తకుల దురాశాపూరిత మైన చూపులు బర్మా అటవీ వనరులపై పడ్డాయి. వారి ఉత్పత్తులు బర్మా ప్రజలకు అమ్ముకోవాలని ఆతురత పడ్డారు. బ్రిటిష్ పాలకులు బర్మాలోను ఇతర ఆగ్నేయాసియాలోనూ ఫ్రెంచి వారి వాణిజ్య రాజకీయ పలుకుబడి వ్యాప్తికి

అడ్డుకట్టవేయాలని ఆకాంక్షించారు.

18వ శతాబ్దాంతంలో బర్మా, బ్రిటీషిండియా రెండూ విస్తరణ వాద శక్తులుగా వున్న కాలంలో రెండిటి మధ్య ఉమ్మడి సరిహద్దు వుంది. శతాబ్దాల తరబడిసాగిన అంతరంగిక సంక్షోభం తరువాత 1752-60 సంవత్సరాల మధ్య బర్మారాజు అలాంగ్‌పాయా బర్మాని సమైక్య పరచాడు. ఆయన వారసుడు బోడాపాయ ఐరావతి నది ఒడ్డున గల 'ఆవా' నుండి పాలన సాగిస్తూ పలుమార్లు సియాపై దండయాత్రలు చేశాడు. చైనీయుల దండయాత్రల్ని తిప్పికొట్టాడు. సరిహద్దు రాజ్యాలయిన అరకాన్ (1785)ను మణిపూర్ (1813)ను జయించి బర్మా సరిహద్దును బ్రిటీషిండియా వరకు విస్తరింపజేశాడు. పశ్చిమ దిశగా దండయాత్రల్ని కొనసాగిస్తూ అస్సాం, బ్రహ్మపుత్ర లోయలలో బెదురు పుట్టించాడు. తుదకు 1822లో బర్మీయులు అస్సాంను జయించారు. అరకాన్ అస్సాం ప్రాంతాల్ని బర్మా ఆక్రమించుకోవడంతో సంధిగ్ధంలో వున్న సరిహద్దు పొడుగునా బెంగాల్ - బర్మాల మధ్య ఎడతెగకుండా వివాదాలు ఘర్షణలు చోటుచేసుకొన్నాయి.

1824లో బ్రిటీషిండియా అధికారులు బర్మాపై యుద్ధం ప్రకటించారు. మొదట ఎదురుదెబ్బతిన్నప్పటికీ బ్రిటీష్ సైన్యాలు బర్మీయులను అస్సాం, కచార్, మణిపూర్, అరకాన్‌ల నుండి తరిమివేశాయి. బ్రిటిష్ నౌకాదళాలు 1824 మేలో రంగూన్ ఆక్రమించాయి. బ్రిటిషు సేనలు రాజధాని నగర్ ఆవాకి 72 కి.మీ. సమీపంలోకి చేరుకున్నాయి. 1826 ఫిబ్రవరిలో 'యండాబో' శాంతి ఒప్పందం కుదిరింది. బర్మా ప్రభుత్వం ఈ క్రింది షరతులను ఆమోదించింది.

1. యుద్ధ నష్టపరిహారంగా కోటి రూపాయలు చెల్లించడానికి
2. కోస్తా రాష్ట్రాలైన అరకాన్, తెనస్సెరింలను ధారాదత్తం చేయడానికి
3. అస్సాం, కచార్, జైంటియాలపై హక్కులు వదులుకోవడానికి
4. మణిపూర్‌ని స్వతంత్ర రాజ్యంగా గుర్తించడానికి
5. బ్రిటన్‌తో వాణిజ్య ఒప్పందం కుదుర్చుకోవడానికి
6. బ్రిటిషు రాజప్రతినిధి ఆవాలోను బర్మా రాయబారి కలకత్తాలోను వుండేందుకు అంగీకరించుట.

ఈ ఒప్పందం వలన తీర ప్రాంతంలో చాలా భాగాన్ని బర్మా కోల్పోయింది. బ్రిటిషు వారి భవిష్యత్తు విస్తరణకు బర్మాలో బలమైన స్థావరం ఏర్పడింది.

బ్రిటిషు వారి వాణిజ్య పరమైన పేరాశ కారణంగా 1852లో రెండవ బర్మా యుద్ధం జరిగింది. బ్రిటిషు కలపసంస్థలు ఎగువ బర్మా కలప వనరులపై ఆసక్తి చూపడం ప్రారంభించాయి. అంతేగాక బ్రిటిషు వారి నూలు బట్టలకు ఇతర పారిశ్రామిక ఉత్పత్తులకు బర్మా ప్రజలు పెద్ద మార్కెట్‌గా కన్పించారు. అప్పటికే

రెండు కోస్తా రాష్ట్రాలు బ్రిటిషు వారి ఆక్రమణలో వున్నాయి. ఇపుడు దేశంలోని ఇతర ప్రాంతాలతో వాణిజ్య సంబంధాలపై ఆధిపత్యం చెలాయించాలని ఆకాంక్షించారు. వారి వర్తక పోటీదారులైన ఫ్రెంచివారు, అమెరికా వారు స్థిరపడకముందే శాంతితో గాని, యుద్ధంతోగాని బర్మాపై పట్టు బిగించాలని కోరుకున్నారు. 1852 ఏప్రిల్‌లో పూర్తిస్థాయి యుద్ధానికి దిగారు. 1824-26 నాటి కంటే తక్కువ కాలం యుద్ధం జరిగింది. బ్రిటిషు వారు నిర్ణయాత్మక విజయం సాధించారు. బర్మాలో మిగిలిన కోస్తా రాష్ట్రం పెగూని కలుపుకొన్నారు. కాని దిగువ బర్మా పూర్తి ఆధీనంలోకి రావడానికి 3 సంవత్సరాలపాటు గెరిల్లా ప్రతిఘటన నెదుర్కొనవలసి వచ్చింది. ఇపుడు బర్మా కోస్తా తీరం, పూర్తి సముద్ర వాణిజ్యం బ్రిటిషు ఆధీనమయింది. యుద్ధ తీవ్రతని భారత సైనికులు ఎదుర్కొన్నారు. యుద్ధ ఖర్చుల్ని భారత ప్రజలు భరించారు.

పెగూని కలుపుకొన్న తరువాత చాలా సంవత్సరాల వరకు బర్మా, బ్రిటిషు సంబంధాలు శాంతియుతంగా కొనసాగాయి. బ్రిటిషు వారు ఎగువ బర్మాని కబళించే ప్రయత్నాలు కొనసాగించారు. ప్రత్యేకించి బ్రిటిషు వర్తకులు పారిశ్రామిక వేత్తలు బర్మా ద్వారా చైనాతో వర్తకానికి గల అవకాశాలపట్ల ఆకర్షితులయ్యారు. బర్మా రాజు తిబా 1885లో ఫ్రాన్స్‌తో వాణిజ్య ఒప్పందంపై సంతకం చేశారు. బర్మాలో ఫ్రాన్స్ పలుకుబడి పెరగడం పట్ల బ్రిటిషు వారు అసూయతో తుకతుక ఉడికిపోయారు. బర్మా మార్కెట్టుని ఫ్రెంచి, అమెరికా ప్రత్యర్థులు కబళిస్తారని బ్రిటిషు వర్తకులు ఆదోళన చెందారు. బ్రిటన్‌లోని వర్తక సంఘం రంగూన్‌లో వున్న బ్రిటిషు వర్తకులు ఎగువ బర్మాని స్వాధీనం చేసుకోవాలని బ్రిటిషు ప్రభుత్వంపై ఒత్తిడి తెచ్చారు. బ్రిటిషు వారు 1885 నవంబరు 13న బర్మాపై దాడి చేశారు. తిబారాజు 1885 నవంబరు 28న లొంగిపోయాడు. అతడి ఆధీనంలో వున్న ప్రాంతాలన్నీ వెంటనే భారత సామ్రాజ్యంలో కలుపుకోబడ్డాయి.

అంత సులభంగా బర్మా జయింపబడడం మోసపూరితమని నిరూపితమైంది. బర్మా సైన్యానికి చెందిన దేశభక్తియుత సైనికులు అధికారులు బ్రిటిషు వారికి లొంగిపోలేదు. దట్టమైన అడవులలోకి వెళ్ళారు. అక్కడ నుండి విస్తృతమైన గెరిల్లా యుద్ధం కొనసాగించారు. దిగువ బర్మా ప్రజలు కూడా తిరుగుబాటు చేశారు. బ్రిటిషు పాలకులు 40,000 బలమైన సైన్యాన్ని దించారు. ప్రజల తిరుగుబాటుని అణచడానికి 5 సంవత్సరాల కాలం పట్టింది. యుద్ధఖర్చులు, తిరుగుబాటు అణచివేత ఖర్చులు భారత ప్రజలపై రద్దుబడ్డాయి.

మొదటి ప్రపంచయుద్ధం తరువాత బర్మాలో చురుకైన ఆధునిక జాతీయవాద ఉద్యమం ప్రారంభమైంది. విదేశీ వస్తువుల్ని విదేశీ పాలనని బహిష్కరించాలంటూ విస్తృత ప్రచారం చేపట్టబడింది. హోంరూలు ప్రతిపాదన చేయబడింది. బర్మా జాతీయ

వాదులు భారత జాతీయ కాంగ్రెస్‌తో చేతులు కలిపారు. బర్మా స్వాతంత్ర్య పోరాటాన్ని బలహీన పరచాలని బ్రిటిష్ పాలకులు 1935లో బర్మాను భారతదేశం నుండి విడగొట్టారు. బర్మా జాతీయవాదులు ఈ చర్యను వ్యతిరేకించారు. రెండవ ప్రపంచ యుద్ధ కాలంలో బర్మా జాతీయోద్యమం యు అంగ్‌సాన్ నాయకత్వంలో నూతన శిఖరాలను చేరుకొన్నది. బర్మా 1948 జనవరి 4న స్వతంత్రాన్ని సాధించింది.

ఆఫ్ఘనిస్తాన్‌తో సంబంధాలు

బ్రిటిషిండియా ప్రభుత్వం దాని సంబంధాలు ఆఫ్ఘనిస్తాన్ ప్రభుత్వంతో కుదుటపడటానికి ముందు రెండు యుద్ధాలు చేసింది. బ్రిటిషువారి దృష్టికోణాన్ని అనుసరించి ఆఫ్ఘనిస్తాన్ భౌగోళికంగా చాలా కీలకమైన స్థానంలో ఉంది. రష్యా నుండి రాబోయే సైనిక ప్రమాదాన్ని అదుపులో పెట్టేందుకు అలాగే మధ్య ఆసియాలో బ్రిటిషు వాణిజ్య ప్రయోజనాలు నెరవేర్చుకొనేందుకు వీలుగా ఆఫ్ఘనిస్తాన్ భారతదేశ సరిహద్దుల కావల సైనిక స్థావరంగా ఉపయోగపడుతుంది. అలాకాకపోయినప్పటికి రెండు శత్రురాజ్యాల మధ్య తటస్థ రాజ్యంగా వుంటుంది. బ్రిటిషువారు ఆఫ్ఘనిస్తాన్‌పై రష్యా ప్రభావాన్ని బలహీనపరచి అసలు లేకుండా చేయాలని కోరుకున్నారు. ఆఫ్ఘనిస్తాన్ బలంగా వుండటం వారికి ఇష్టం లేదు. అది బలహీనపడి ముక్కలు చెక్కలుగా విడిపోతే సులభంగా దానిపై అదుపు సాధించవచ్చునని ఆశపడ్డారు.

ఆఫ్ఘనిస్తాన్‌కు స్వతంత్ర రాజుగా వున్న దోస్త్ మహమ్మద్ స్థానంలో తమకు విధేయుడుగా వుండే కీలుబొమ్మని పెట్టాలని బ్రిటిషువారు నిర్ణయించారు. వారి దృష్టి షా షుజాపై పడింది. ఆఫ్ఘన్ రాజుగా వున్న అతడు 1809లో పదవీచ్యుతుడైనాడు. బ్రిటిషు ఫించనుదారుగా లూథియానాలో బతుకు వెళ్ళబుచ్చుతున్నాడు. అతణ్ణి మరలా ఆఫ్ఘనిస్తాన్ సింహాసనంపై కూర్చొండబెట్టాలని నిర్ణయించారు. ఆ విధంగా బ్రిటిషు ప్రభుత్వం ఎలాంటి కారణమూ, సాకూ లేకుండానే ఆఫ్ఘనిస్తాన్ అంతర్గత వ్యవహారాలలో జోక్యం చేసుకోవాలని, ఆ చిన్న పొరుగు రాజ్యంపై దాడి చేయాలని నిర్ణయించింది. 1839 ఫిబ్రవరిలో దాడి చేసింది. చాలా తెగలను లంచాలతో తనవైపు తిప్పుకొన్నది. 1839 ఆగస్టు 7న కాబూల్‌ను వశం చేసుకొన్నది. వెంటనే షా షుజాను సింహాసనంపై కూర్చుండబెట్టింది. షాషుజా గతంలోనే ఆఫ్ఘన్ ప్రజలచే తిరస్కరింపబడినవాడు. ఇపుడు విదేశీ తుపాకుల సాయంతో తిరిగి వచ్చాడు కనుక ప్రజలు మరీ ద్వేషించారు. చాలా ఆఫ్ఘన్ తెగలు తిరుగుబాటు చేశాయి. 1841 నవంబరు 2న కాబూల్‌లో హఠాత్తుగా తిరుగుబాటు చెలరేగింది. దృఢకాయులైన ఆఫ్ఘన్ ప్రజలు బ్రిటిష్ సైన్యంపై విరుచుకుపడ్డారు.

1841 డిసెంబరు 11న బ్రిటిషు పాలకులు ఆఫ్ఘన్‌లతో ఒప్పందానికి రాక

తప్పలేదు. బ్రిటిష వారు ఆఫ్ఘనిస్తాన్ వదలి వెళ్ళడానికి, దోస్త్ మహమ్మద్‌ను తిరిగి రాజును చేయడానికి అంగీకరించారు. కాని కథ అంతటితో ముగియలేదు. బ్రిటిష సైన్యం వెనక్కి వెళుతుండగా దారిపొడుగునా వారిపై దాడులు జరిగాయి. 16,000 మంది సైనికులలో ఒక్కడు మాత్రమే సజీవంగా సరిహద్దుకి చేరగలిగాడు. కొద్దిమంది ఖైదీలుగా పట్టుబడ్డారు. ఆ విధంగా ఆఫ్ఘనిస్తాన్‌పై చేసిన సాహసం పూర్తి వైఫల్యంగా ముగిసింది. బ్రిటిష ఇండియా ప్రభుత్వం మరలా కొత్తగా దాడి చేసింది. 1842 సెప్టెంబరు 16న కాబూల్ బ్రిటిషిండియా వశమయింది. కాని బ్రిటిష పాలకులు గతం నుండి గుణపాఠం నేర్చుకొన్నారు. ఇటీవల జరిగిన పరాజయం పరాభవాలకు పగతీర్చుకొని దోస్త్ మహమ్మద్‌తో ఒప్పందం చేసుకొన్నారు. ఒప్పందం ప్రకారం బ్రిటిష వారు కాబూల్ వదలి వెళ్ళారు. దోస్త్ మహమ్మద్‌ని ఆఫ్ఘన్ స్వతంత్ర రాజుగా గుర్తించారు.

మొదటి ఆఫ్ఘన్ యుద్ధానికి భారతదేశం ఒకటిన్నర కోట్ల రూపాయల ధనాన్ని వెచ్చించింది. 20,000 మంది సైనికుల్ని కోల్పోయింది. బ్రిటిష వారు ఇపుడు ఆఫ్ఘనిస్తాన్ అంతర్గత వ్యవహారాలలో జోక్యం చేసుకోకూడదనే విధానాన్ని అనుసరించారు. 1860లలో క్రిమియా యుద్ధంలో పరాజయం తరువాత రష్యా మరలా తన దృష్టిని మధ్య ఆసియాపై మరల్చగా బ్రిటన్ ఆఫ్ఘనిస్తాన్‌ను శక్తివంతమైన తటస్థ రాజ్యంగా బలపరిచే విధానాన్ని అనుసరించింది. కాబూల్ అమీర్ తన అంతర్గత శత్రువుల్ని అణచివేసేందుకు, విదేశీ శత్రువుల నుండి స్వతంత్రాన్ని నిలబెట్టుకొనేందుకు సహాయ సహకారాలు అందించింది. ఆ విధంగా తరచుగా సహాయం చేస్తూ జోక్యం చేసుకోని విధానం ద్వారా రష్యాతో అమీర్ మిత్రత్వం నెరపకుండా అడ్డుకొన్నది.

1870ల నుండి ప్రపంచమంతటా సామ్రాజ్యవాదం పునరుజ్జీవం పొందింది. ఆంగ్లో-రష్యన్ స్పర్థలు తీవ్రమయ్యాయి. ఆఫ్ఘన్ మధ్య ఆసియాలో బ్రిటిష విస్తరణకు స్థావరంగా ఉపయోగపడుతుందనే ఆశతో దానిని ప్రత్యక్ష రాజకీయ ఆధిపత్యం క్రిందకు తీసుకురావాలని బ్రిటిష రాజనీతిజ్ఞులు తలపెట్టారు. బ్రిటన్ షరతుల్ని ఆఫ్ఘన్ పాలకుడైన షేర్ అలీపై రుద్దేందుకు 1878లో మరలా దాడిచేసింది. దీనినే రెండవ ఆఫ్ఘన్ యుద్ధం అంటారు. షేర్ అలీ కుమారుడు యాకూబ్‌ఖాన్ గండామక్ ఒప్పందంపై సంతకం పెట్టడంతో 1879 మేలో శాంతి స్థాపన జరిగింది. ఈ ఒప్పందంతో బ్రిటిష వారు ఆశించినవన్నీ సాధించుకొన్నారు. వారు కొన్ని సరిహద్దు జిల్లాలను సాధించుకొన్నారు. కాబూల్‌లో రాజ ప్రతినిధిని నియమించుకొనే హక్కు పొందారు. ఆఫ్ఘనిస్తాన్ విదేశీ విధానంపై అదుపు సాధించారు.

కాని బ్రిటిష వారి విజయం మూడునాళ్ళ ముచ్చటయింది. ఆఫ్ఘన్‌లు తమ

ఆత్మగౌరవం కించపరచబడినట్లు భావించారు. తమ స్వతంత్రాన్ని రక్షించుకొనడానికి సమాయత్తమయ్యారు. తిరుగుబాటు చేసిన ఆఫ్ఘన్ దళాలు 1879 సెప్టెంబరు 3న బ్రిటిష్ రెసిడెంట్ మేజర్ కవాగ్నరీ, అతని అంగరక్షకుడిపైన దాడిచేసి హత్య చేశారు. బ్రిటిషవారు మరొకసారి ఆఫ్ఘనిస్తాన్‌పై దాడిచేసి ఆక్రమించుకొన్నారు. కాని ఆఫ్ఘన్లు తమ స్వాతంత్ర్య కాంక్ష వదులుకోలేదు. బ్రిటిషవారే తమ విధానాన్ని మార్చుకొని బలమైన, స్నేహశీలమైన ఆఫ్ఘనిస్తాన్ అంతరంగిక వ్యవహారాలలో జోక్యం చేసుకోకూడదనే విధానాన్ని అవలంబించారు. దోస్త్ మహమ్మద్ మనుమడైన అబ్దుల్ రహమాన్ ఆఫ్ఘన్ నూతన పాలకుడుగా గుర్తింపబడ్డాడు. అబ్దుల్ రహమాన్ బ్రిటిష్‌వారితో తప్ప ఏ ఇతర రాజ్యంతో రాజకీయ సంబంధాలు పెట్టుకొనకుండా ఉండటానికి అంగీకరించాడు. ఆ విధంగా ఆఫ్ఘనిస్తాన్ అమీర్ తన విదేశాంగ విధానంపై నియంత్రణ కోల్పోయాడు. ఆ మేరకు అతడు పరాధీన పాలకుడయ్యాడు. అదేసమయంలో తన దేశం యొక్క అంతర్గత వ్యవహారాలపై పూర్తి నియంత్రణ కలిగి వున్నాడు.

మొదటి ప్రపంచయుద్ధం, 1917 రష్యా విప్లవం, ఆంగ్లో–ఆఫ్ఘన్ సంబంధాలలో నూతన పరిస్థితిని సృష్టించాయి. ఆఫ్ఘన్ ప్రజలు తమపై ఎలాంటి బ్రిటిష్ అదుపులేని పూర్తి స్వతంత్ర్యాన్ని డిమాండు చేశారు. అబ్దుల్ రహమాన్ తరువాత 1901లో అమీర్ అయిన హబీబుల్లా 1919 ఫిబ్రవరి20న హత్య చేయబడ్డాడు. అతడి కుమారుడు కొత్త అమీర్ అమానుల్లా బ్రిటిషిండియాపై బాహాటమైన యుద్ధం ప్రకటించాడు. 1921లో శాంతి ఒప్పందం కుదిరింది. ఆఫ్ఘనిస్తాన్ విదేశీ వ్యవహారాలపై ఎవరి అదుపులేని స్వతంత్రం సాధించింది.

తొమ్మిదవ అధ్యాయం

బ్రిటిషు పాలన - ఆర్థిక ప్రభావం

బ్రిటిషు విజయం భారతదేశంపై స్పష్టమైన, ప్రగాఢమైన ఆర్థిక ప్రభావం చూపింది. 1947 వరకు సాగిన బ్రిటిషు పాలనాకాలంలో భారత ఆర్థిక విధానంలో మంచికో చెడ్డకో మార్పుకి గురికాని అంశం దాదాపులేదు.

సాంప్రదాయక ఆర్థిక విధానం విధ్వంసం

బ్రిటిష్ వారు అనుసరించిన ఆర్థిక విధానాలు భారత ఆర్థిక వ్యవస్థను వలస ఆర్థిక వ్యవస్థలోకి త్వరితగతిని మార్చడానికి దారితీశాయి. బ్రిటిషు ఆర్థిక వ్యవస్థ ప్రయోజనాలు వలస ఆర్థిక వ్యవస్థ స్వభావాన్ని నిర్మాణాన్ని నిర్ణయించాయి. ఈ విషయంలో భారతదేశంపై బ్రిటిష్ విజయం గతంలోకి విదేశీ విజయాల కంటే పూర్తిగా భిన్నమైనది. గతంలోని విజేతలు స్వదేశీరాజుల్ని కూలదోశారేగాని దేశ ఆర్థిక వ్యవస్థలో మౌలికమార్పులు చేయలేదు. వారు క్రమంగా భారత ఆర్థిక రాజకీయ జీవనంలో భాగమయ్యారు. రైతు, వృత్తిదారుడు, వర్తకుడు అంతకుముందు ఎలా జీవించారో అలాంటి జీవితమే కొనసాగించారు. స్వయం సమృద్ధి గ్రామీణ ఆర్థిక వ్యవస్థ యొక్క మౌలిక నమూనా చెక్కుచెదరకుండా కొనసాగింది. పాలకుల మార్పు అంటే రైతు మిగులును హరించే సిబ్బంది మార్పుగానే వుంది. కాని బ్రిటిష్ విజేతల పరిస్థితి వేరు. వారు సాంప్రదాయ భారత ఆర్థిక వ్యవస్థ చట్రాన్నే పూర్తిగా ధ్వంసం చేశారు. అంతేగాక వారు భారతీయ జీవనంలో ఎప్పుడూ అంతర్భాగం కాలేదు. వారు భారతదేశంలో విదేశీయులుగానే వుండిపోయారు. భారతదేశ వనరుల్ని దోచుకుంటూ సంపదని తరలించుకు పోయే విదేశీయులుగానే కొనసాగారు.

బ్రిటిష్ పాలకులు బ్రిటిష్ వాణిజ్య పారిశ్రామిక ప్రయోజనాల కొరకు భారత ఆర్థిక వ్యవస్థను లోబరచుకొనడం వలన వైవిధ్య భరితమైన ఫలితాలు పొందారు.

చేతివృత్తుల హస్తకళాకారుల వినాశనం

శతాబ్దాల తరబడి నాగరిక ప్రపంచ విఫణివీధుల్లో పేరెన్నికగన్న భారతదేశ చేతివృత్తుల పరిశ్రమ ఒక్కసారిగా కుప్పకూలింది. బ్రిటన్ నుండి దిగుమతి అయిన చౌక మిల్లు వస్తువులు ఈ పతనానికి కారణం. మనం ఇంతకుముందు గమనించిన విధంగా 1813 తరువాత ఒకవైపు నుండి మాత్రమే సాగే ఏకపక్ష స్వేచ్ఛా వాణిజ్యాన్ని భారత దేశంపై రుద్దారు. వెంటనే బ్రిటిష్ ఉత్పత్తులు - ప్రత్యేకించి నూలు బట్టలు కుప్పలుతెప్పలుగా వచ్చిపడ్డాయి. పురాతన పద్ధతులతో తయారయ్యే భారతదేశ వస్తువులు పెద్ద ఎత్తున ఆవిరి యంత్రాలతో తయారయ్యే ఆ వస్తువులతో పోటీకి నిలవలేకపోయాయి.

రైలు మార్గాల నిర్మాణంలో భారత పరిశ్రమలు ప్రత్యేకించి గ్రామీణ చేతివృత్తుల విధ్వంసం అతివేగంగా జరిగిపోయింది. రైలు మార్గాలు బ్రిటిష్ వస్తువుల్ని మారుమూల పల్లె ప్రాంతాలకు చేరవేసి సాంప్రదాయ స్వదేశీ పరిశ్రమల్ని కూకటివేళ్లతో పెకలించి వేశాయి. అమెరికన్ రచయిత డి. హెచ్. బుచానన్ వర్ణించినట్లుగా 'బయటి ప్రపంచంతో సంబంధం లేకుండా వేరుగా వున్న స్వయం సమృద్ధ గ్రామ కవచాన్ని ఉక్కుపట్టాలు తూట్లు పొడిచాయి. వాటి జీవరక్తం ఇంకిపోయింది'.

నూలు వడికి బట్టలునేసే పరిశ్రమలు దారుణంగా దెబ్బతిన్నాయి. సిల్కు ఊలు బట్టల పరిస్థితి మెరుగ్గాలేదు. ఇనుము, పాత్రల తయారీ, గాజు కాగితం, లోహాలు తుపాకులు నౌకలు తోలు శుద్ధి పరిశ్రమల పరిస్థితీ అదే రీతిలో వుంది.

కుప్పలుతెప్పలుగా వచ్చి పడుతున్న విదేశీ వస్తువులతోపాటు భారత పరిశ్రమల విధ్వంసానికి మరికొన్ని కారణాలు కూడా తోడయ్యాయి. 18వ శతాబ్దం ద్వితీయార్థంలో ఈస్టిండియా కంపెనీ, కంపెనీ అధికారులు బెంగాల్ వృత్తి పనివారిని వస్తువులు మార్కెట్ రేటు కంటే తక్కువకి అమ్ముకునేలా ఒత్తిడి చేశారు. తక్కువ వేతనాలకు పనిచేసేలా నిర్బంధపెట్టారు. ఫలితంగా పనివారు వారి వృత్తుల్ని వదలిపెట్టకతప్పలేదు. చేతివృత్తుల ఉత్పత్తుల్ని కంపెనీ ప్రోత్సాహించి వున్నట్లయితే అవి మంచి లాభాలు గడించివుండేవి. కాని ఈ అణచివేత వ్యతిరేక ఫలితాన్ని ఇచ్చింది.

18, 19 శతాబ్దాలలో బ్రిటన్, యూరపులలోకి భారతీయ వస్తువుల దిగుమతిపై భారీ దిగుమతి సుంకాలు విధించారు. ఇతర ఆంక్షలు పెట్టారు. వాటికితోడు బ్రిటన్‌లో ఆధునిక పరిశ్రమల అభివృద్ధి 1820 తరువాత భారతదేశ ఉత్పత్తులకు యూరోపియన్ మార్కెట్లు మూతపడడానికి దారితీశాయి. హస్తకళాకారుల ఉత్పత్తులకు ప్రధాన వినియోగదారులుగా ఉన్న రాజులు, వారి దర్బారులు క్రమంగా అంతరించిపోవడం

కూడా ఈ పరిశ్రమలకు పెద్ద దెబ్బ. సైనిక ఆయుధాల ఉత్పత్తి విషయంలో స్వదేశీ సంస్థానాలు పూర్తిగా బ్రిటిషు వారిపై ఆధారపడ్డాయి. బ్రిటిషు ఇండియా పాలకులు తమ సైనిక, ప్రభుత్వ అవసరాలకు పూర్తిగా బ్రిటన్‌లో కొనేవారు. అంతేగాక సంస్థానాధిపతులు, వారి మంత్రులు, ఇతర అధికారుల స్థానంలో పాలకులుగా బ్రిటిషు అధికారులు మిలిటరీ అధికారులు వచ్చారు. వారు పూర్తిగా తమ స్వదేశీవస్తువుల్ని అభిమానించారు. అంతేగాక కంపెనీ ఈ దేశం నుండి ముడిపదార్థాల్ని ఎగుమతి చేస్తూ వాటి ధరల్ని విపరీతంగా పెంచింది. ముడిపదార్థాల ధరల పెరుగుదల చేతిపనుల ఉత్పత్తి వ్యయాన్ని పెంచింది. ఫలితంగా చేతిపనుల ఉత్పత్తులు విదేశీ వస్తువులతో పోటీపడలేకపోయాయి.

చేతిపనులు నాశనం కావడంతో వీటిని ఉత్పత్తి చేసే పట్టణాలు నాశనమయ్యాయి. యుద్ధం, లూటీ విధ్వంసాల్ని తట్టుకొని నిలిచిన పట్టణాలు బ్రిటిషు విజయాన్ని తట్టుకొని మనలేకపోయాయి. అధిక జనాభా కలిగి పారిశ్రామిక కేంద్రాలుగా విలసిల్లిన ఢాకా, సూరత్ ముర్షిదాబాద్ లాంటి కేంద్రాలు వెలవెలబోయాయి. 19వ శతాబ్దాంతానికి పట్టణ జనాభా మొత్తం జనాభాలో 10 శాతం మాత్రమే. గవర్నరు జనరల్ విలియం బెంటింక్ 1834-35లో ఇలా రిపోర్టు చేశాడు : “వాణిజ్య చరిత్రలో ఇంతటి దైన్యస్థితికి ఎక్కడా పోలిక దొరకదు. చేనేత పనివారి ఎముకలతో భారత మైదానాలు తెల్లబారాయి.”

బ్రిటన్ పాశ్చాత్య యూరపులలో లాగా భారతదేశంలో ఆధునిక యంత్ర పరిశ్రమల అభివృద్ధి జరగడం వలన సాంప్రదాయ పరిశ్రమలు క్షీణించలేదు. ఇది మన దైన్య స్థితి యొక్క తీవ్రతని మరీ పెంచింది. ఫలితంగా వినాశనానికి గురయిన చేతివృత్తుల వారికి ప్రత్యామ్నాయ ఉపాధి దొరకలేదు. అందువలన ఉపాధి దొరకని వారంతా మూకుమ్మడిగా వ్యవసాయంవైపు మరలక తప్పలేదు. అంతేగాక బ్రిటిషు పాలన గ్రామాలలోని ఆర్థిక జీవన సమతుల్యతని తారుమారుచేసింది. గ్రామీణ చేతివృత్తుల విధ్వంసం గ్రామీణ ప్రాంతాలలో వ్యవసాయానికి కుటీర పరిశ్రమలకు మధ్యగల సంబంధాన్ని తెగగొట్టింది. ఆ విధంగా స్వయం సమృద్ధ గ్రామీణ ఆర్థిక వ్యవస్థ విచ్ఛిన్నమయింది. ఒకవైపు నూలు వడకడం, బట్టలు నేయడంలాంటి పనులతో వేన్నీళ్లకు చన్నీళ్లు తోడులాగా కొద్దిపాటి ఆదాయం పొందుతున్న లక్షలాది రైతులు ఇపుడు పూర్తిగా వ్యవసాయంపై ఆధారపడవలసి వచ్చింది. మరోవైపు లక్షలాది గ్రామీణ చేతివృత్తులవారు వారి సాంప్రదాయ బతుకుదెరువుని కోల్పోయారు. వ్యవసాయ కూలీలయ్యారు. లేదా చిన్నపాటి కమతాల కౌలుదారులయ్యారు. దాంతో భూమిపైనా ఒత్తిడి పెరిగింది.

ఆ విధంగా బ్రిటిషు విజయం గ్రామీణ పారిశ్రామిక విధ్వంసానికి దారితీసింది. వ్యవసాయంపై అధికాధికంగా ఆధారపడేలా చేసింది. గత కాలానికి చెందిన గణాంక వివరాలు అంతగా లభ్యమవడం లేదు. కాని 1901-1941 జనాభా లెక్కలననుసరించి వ్యవసాయంపై ఆధారపడిన జనాభా శాతం 63.7 నుండి 70కి పెరిగింది. వ్యవసాయంపై పెరిగిన ఈ ఒత్తిడి బ్రిటిషు పాలనలో భారతదేశపు పేదరికం పెరుగుదలకు ప్రధాన కారణాలలో ఒకటి.

వాస్తవానికి పారిశ్రామిక బ్రిటన్‌కు భారత దేశం వ్యవసాయక వలసగా మారింది. అది బ్రిటిష్ పరిశ్రమలకు అవసరమయిన ముడి పదార్థాలు సరఫరా చేసే దేశమయింది. ఈ మార్పు వస్త్ర పరిశ్రమలో ప్రస్ఫుటంగా వ్యక్తమయింది. శతాబ్దాల తరబడి నూలు బట్టల ఎగుమతిలో ప్రపంచంలో ప్రథమ స్థానంలో వున్న భారతదేశం ముడి పత్తిని ఎగుమతి చేసి బ్రిటిషు నూలుబట్టలు దిగుమతి చేసుకునే దేశంగా మార్చబడింది.

రైతాంగం పేదరికం

బ్రిటిషు పాలనలో రైతు క్రమక్రమంగా పేదరికంలోకి నెట్టివేయబడ్డాడు. దేశంలో అంతర్గత యుద్ధాలు లేకపోయినప్పటికీ అతడి భౌతిక జీవన పరిస్థితులు దిగజారాయి. రైతు క్రమంగా పేదరికంలో కూరుకుపోయాడు.

బ్రిటిషు పాలన ప్రారంభంలోనే బెంగాలులో భూమిశిస్తు ద్వారా వీలైనంత ఎక్కువ రాబట్టేందుకు క్లైవ్, వారన్‌హేస్టింగ్స్‌లు అనుసరించిన విధానం విధ్వంసానికి దారితీసింది. దీనిని గమనించిన కారన్‌వాలీస్ "బెంగాల్‌లో మూడవవంతు క్రూర జంతువులు నివసించే అరణ్యంగా మార్చబడింది" అని వ్యాఖ్యానించాడు. ఆ తరువాత కూడా పరిస్థితిలో ఎలాంటి మార్పులేదు. శాశ్వత, తాత్కాలిక శిస్తు పద్ధతులు అమలులో వున్న జమిందారీ ప్రాంతాలలో కూడా అత్యధిక రైతుల పరిస్థితి దయనీయంగా వుంది. జమిందారులు హద్దూపద్దూ లేకుండా శిస్తు పెంచారు. రకరకాల పేర్లతో రైతుల నుండి నిర్బంధ వసూళ్లు చేశారు. వెట్టి చాకిరి చేయించారు. రైతులు జమిందారుల దయాదాక్షిణ్యాలకు వదలివేయబడ్డారు.

రైత్వారీ, మహల్వారీ పద్ధతులు అమలులో వున్న ప్రాంతాలలోని పరిస్థితి కూడా దీనికి భిన్నంగాలేదు. ఇక్కడ ప్రభుత్వం జమిందారుల పాత్ర నిర్వహించింది. ప్రారంభంలోనే రైతు ఉత్పత్తిలో మూడవ వంతునుండి సగం వరకు విధించిన శిస్తుని ఆ తరువాత మరీ పెంచింది. 19వ శతాబ్దంలో భరించరాని శిస్తు భారం పేదరికం పెరుగుదలకు, వ్యవసాయ క్షీణతకు ప్రధాన కారణాలలో ఒకటి. సమకాలీన రచయితలు, అధికారులు ఈ వాస్తవాన్ని గుర్తించారు. ఉదాహరణకు బిషప్ హెబర్

1826లో ఇలా రాశాడు:

"యూరప్ వ్యవసాయదారుడుగాని దేశీయ వ్యవసాయదారుడుగాని ఇలాంటి పన్నుల వసూలుకి తట్టుకొనగలిగే స్థితిలో లేడు. ఉత్పత్తిలో సగాన్ని ప్రభుత్వం పన్నుగా నిర్ధారించింది. హిందూస్తాన్ (ఉత్తర భారతదేశం)లో కంపెనీ పాలనలో వున్న రాష్ట్రాలలోని రైతులు స్వదేశీ సంస్థానాల రైతులకంటే పేదరికంలో క్రుంగిపోయారు. తక్కువ సారవంతమైన భూములున్న మద్రాసులో తేడా ఇంకా స్పష్టంగా కన్పిస్తుంది. వాస్తవంగా ఏ స్వదేశీరాజు కూడా మనం విధించినంత భూమిశిస్తు విధించలేదు".

రైతు తన శ్రమకు తగిన ఆర్థిక ప్రయోజనం లేని నేపథ్యంలో శిస్తు పెంపుదల పరిస్థితిని మరీ అధ్వాన్నం చేసింది. వ్యవసాయాభివృద్ధికి ప్రభుత్వం ఏమీ వెచ్చించలేదు. ప్రభుత్వం ఆదాయం మొత్తాన్ని బ్రిటిష్ ఇండియా ప్రభుత్వ పాలనా నిర్వహణ అవసరాలకు, ఇంగ్లాండుకు ప్రత్యక్షంగా, పరోక్షంగా కప్పం చెల్లించడానికి వెచ్చించింది. బ్రిటిషు వాణిజ్య పరిశ్రమల ప్రయోజనాల సంరక్షణకు వెచ్చించింది. చివరికి శాంతి భద్రతల పరిరక్షణ కూడా రైతులకంటే వడ్డీ వ్యాపారులకు ప్రయోజనాలు చేకూర్చింది.

అధిక భూమిశిస్తు దుష్ఫలితాలు, శిస్తు వసూలులో అవలంబించిన కఠిన వైఖరి వలన మరీ ఎక్కువయ్యాయి. పంటలు పండినా, ఎండినా నిర్ణయించిన తేదీలలో భూమిశిస్తు చెల్లించి తీరాలి. పంటలు పండిన సంవత్సరాలలో చెల్లించగలిగిన రైతుకి పంటలు దెబ్బతిన్న సంవత్సరాలలో చెల్లించడం చాలా ఇబ్బంది కలిగించింది.

రైతు శిస్తు చెల్లించలేకపోయినప్పుడు శిస్తు బకాయిలను వసూలు చేసేందుకు ప్రభుత్వం అతడి పొలాన్ని జప్తు చేసేది. చాలా సందర్భాలలో రైతు తన పొలంలో కొంత భాగాన్ని అమ్ముకొని శిస్తులు చెల్లించేవాడు. కాని రైతు ఈ రెండు సందర్భాలలోనూ తన పొలాన్ని కోల్పోయేవాడు.

శిస్తు చెల్లించలేని అశక్తత రైతుని అధిక వడ్డీరేటుకి అప్పు తెచ్చుకునేందుకు వడ్డీ వ్యాపారి వద్దకు తరిమేది. రైతు తన పొలాన్ని పోగొట్టుకోవడం కంటే వడ్డీ వ్యాపారికి గాని లేక ధనిక భూస్వామికి తనఖా పెట్టడాన్ని కోరుకుంటాడు. తన అవసరాలు తీరనప్పుడు కూడా అతడు వడ్డీ వ్యాపారి నాశ్రయిస్తాడు. కాని ఒకసారి అప్పు ఊబిలో పడితే బయటపడడం సాధ్యపడేది కాదు. వడ్డీ వ్యాపారి ఎక్కువ వడ్డీరేటుకి అప్పులిచ్చేవాడు. తప్పుడు లెక్కలు, నకిలీ సంతకాలు, ఇచ్చిన దాని కంటే ఎక్కువ మొత్తాలకు రాసిన రుణపత్రాలపై వేలి ముద్రలు తీసుకోవడం లాంటి జిత్తులమారి మోసపూరితమైన పద్ధతులు ప్రయోగించి వడ్డీ వ్యాపారి రైతుని ఊబిలో దించిపొలాన్ని అతడి నుంచి లాగివేసేవాడు.

నూతన న్యాయ విధానం, నూతన రెవెన్యూ విధానం వడ్డీ వ్యాపారికి చాలా

సహాయపడ్డాయి. బ్రిటిషు వారు రాకముందు వడ్డీ వ్యాపారి గ్రామ సంఘానికి లోబడి వుండేవాడు. గ్రామ ప్రజలు తనను ఏవగించుకొనేలా ప్రవర్తించగలిగేవాడు కాదు. ఎక్కువ వడ్డీరేట్లకి అప్పులివ్వగలిగేవాడు కాదు. వడ్డీరేటును సంప్రదాయం, ప్రజాభిప్రాయం నిర్ణయించేవి. రుణగ్రహీత పొలం ఆక్రమించుకునే సాంప్రదాయంలేదు. మహా అయితే రుణ గ్రహీత నగానట్రా లేక పంటలో కొంత భాగం స్వాధీనం చేసుకోగలిగేవాడు. బ్రిటిషు రెవెన్యూ విధానం భూమిని బదిలీ చేసే విధానం ప్రవేశపెట్టడం వలన వడ్డీ వ్యాపారి లేక ధనిక రైతుకి పొలాన్ని స్వాధీనం చేసుకునే అవకాశం లభించింది. బ్రిటిషు న్యాయవిధానం, పోలీసులు నెలకొల్పిన శాంతి భద్రతల లాభాలు కూడా వడ్డీ వ్యాపారికే దక్కాయి. చట్టం అతడి చేతికి చాలా అధికారాన్ని ఇచ్చింది. ధనబలం గల వడ్డీ వ్యాపారి ఖర్చుతో కూడిన కోర్టు లావాదేవీల్ని తనకనుకూలంగా మార్చుకోగలిగాడు. పోలీసుల్ని తన కనుకూలంగా వాడుకోగలిగాడు. అంతేగాక కాస్త చదువుకున్నవాడు కటువైనవాడు అయిన వడ్డీ వ్యాపారి కోర్టు వ్యవహారాలలో మెలికలు పెట్టడానికి, తనకనుకూలంగా న్యాయ నిర్ణయాలు రాబట్టుకొనడానికి రైతు నిరక్షరాస్యతని అజ్ఞానాన్ని అవకాశంగా వాడుకొనేవాడు.

క్రమంగా రైత్వారీ మహల్దారీ ప్రాంతాల రైతులు కూడా పీకల్లోతు అప్పుల్లో కూరుకుపోయాడు. అధికారికంగా పొలం వడ్డీ వ్యాపారుల, వర్తకుల, ధనిక రైతుల ఇతర సంపన్నవర్గాల చేతుల్లోకి పోయింది. జమిందారీ ప్రాంతాలలో ఇదే పద్ధతి కొనసాగింది. రైతులు తమ కౌలు హక్కులు కోల్పోయారు. భూముల నుండి గెంటివేయబడ్డారు. కాదంటే వడ్డీ వ్యాపారుల క్రింద ఉప కౌలుదారులయ్యారు.

కరువులు, కాటకాల కాలంలో రైతుల భూములు అన్యాక్రాంతమవడం ఎక్కువయింది. రైతుకి కష్టకాలంలో ఆదుకునే పొదుపు మొత్తాలు వుండేవి కావు. పంటలు దెబ్బతింటే రైతు వడ్డీ వ్యాపారిపై ఆధారపడాలి. కేవలం శిస్తు చెల్లించడానికే కాదు, కుటుంబం జరుగుబాటుకి కూడా.

19వ శతాబ్దాంతానికి వడ్డీ వ్యాపారి గ్రామీణ ప్రాంతాలకు శాపంగా మారాడు. గ్రామీణ ప్రజల పేదరికం పెరగడానికి ముఖ్యకారకుడయ్యాడు. 1911లో మొత్తం గ్రామీణ రుణం 300 కోట్ల రూపాయలుగా అంచనా వేయబడింది. 1937 నాటికి అది 1800 కోట్లకు పెరిగిపోయింది. ఈ మొత్తం క్రమంగా ఒక విషవలయమయింది. పన్నుల ఒత్తిడి, పెరుగుతున్న పేదరికం రైతుల్ని అప్పుల్లోకి ముంచాయి. అప్పులు పేదరికాన్ని పెంచాయి. సామ్రాజ్యవాద దోపిడీ యంత్రాంగంలో వడ్డీ వ్యాపారి అనివార్యమైన ఒక చిన్న పనిముట్టు మాత్రమేనని గ్రహించలేకపోయిన రైతులు తమ పేదరికానికి కారణంగా కట్టెదుట కన్పించిన వడ్డీ వ్యాపారస్తులపై విరుచుకుపడ్డారు.

ఉదాహరణకు 1857 తిరుగుబాటు కాలంలో రైతులు పాల్గన్న ప్రతి చోటా వారి దాడి లక్ష్యం వడ్డీ వ్యాపారి, అతడి కవిలకట్టలే.

వ్యవసాయంలో పెరుగుతున్న వ్యాపారీకరణ కూడా రైతుని దోచుకునేందుకు వడ్డీ వ్యాపారికి తోడ్పడింది. రైతు పొలం నుండి తన పంట ఇల్లు చేరీచేరకముందే అమ్ముకుని తీరాలి. ప్రభుత్వం శిస్తు వసూళ్లు, భూస్వామి కౌలు వసూలు, వడ్డీ వ్యాపారి అప్పు వసూళ్ల ఒత్తిడి పెరుగుతుంది. ఇప్పుడతడు దాన్యం వ్యాపారి దయాదాక్షిణ్యాల మీద ఆధారపడతాడు. ధాన్యం వ్యాపారి షరతు విధిస్తాడు. మార్కెట్ రేటు కంటే తక్కువకు కొంటాడు. ఆ విధంగా వ్యవసాయ ఉత్పత్తుల వ్యాపారంలోని లాభాలలో పెద్దవాటా వ్యాపారికి దక్కుతుంది. సాధారణంగా ఈ వ్యాపారే వడ్డీ వ్యాపారి కూడా.

పారిశ్రామిక విధ్వంసం, ఆధునిక పరిశ్రమల కొరత – భూమిలేని రైతుపైన వినాశనానికి గురయిన చేతివృత్తుల వారిపైన ఒత్తిడి పెంచాయి. వారు వడ్డీ వ్యాపారుల, జమిందారుల కౌలు రైతులుగానో లేక చాలీచాలని కూలికి చాకిరీ చేసే వ్యవసాయ కూలీలు గానో పనిచేయవలసి వచ్చింది. ప్రభుత్వం, జమిందారు లేక భూస్వామి, వడ్డీ వ్యాపారి రైతుల్ని పీల్చి పిప్పి చేశారు. ఈ ముగ్గురు వారి వారి వాటాలు గుంజుకున్న తరువాత రైతు కుటుంబం జరుగుబాటుకి మిగిలేది అంతంత మాత్రమే. 1950–51లో భూమిశిస్తు, వడ్డీ వ్యాపారి వడ్డీ కలసి రు. 1,400 కోట్లు. అంటే ఆ సంవత్సరం మొత్తం వ్యవసాయోత్పత్తిలో మూడవ వంతుకు సమానం. ఫలితంగా కరువు కాటకాలతోపాటు రైతు పేదరికమూ పెరిగింది. కరువులు వరదలు వచ్చినపుడు పంటలు దెబ్బతిని కొరతలు ఏర్పడినప్పుడూ లక్షలాది ప్రజలు చనిపోయారు.

పాత జమిందార్ల పతనం - నూతన భూస్వామ్య అవతరణ

బ్రిటిష్ పాలనా కాలం నాటి తొలి దశాబ్దాలలో బెంగాల్, మద్రాసులకు చెందిన అత్యధిక పాత జమిందారులు చితికిపోయారు. వేలంపాటలో ఎక్కువ పాడినవారికి శిస్తు వసూలు చేసే హక్కు కల్పించిన వారన్‌హేస్టింగ్స్ విధానం వలన పాత జమిందారీలు పతనమయ్యారు. 1793 నాటి శాశ్వతశిస్తు పద్ధతిలో కూడా మొదట ఇదే జరిగింది. జమిందారులు వసూలుచేసే శిస్తులు పదకొండింట పదివంతులు ప్రభుత్వమే పుచ్చుకోవడం వలనా, వసూలుకు సంబంధించిన కఠిన నిబంధనల వలనా చాలా జమీలు శిస్తు చెల్లింపులు జరిగిన జాప్యానికి, నిర్దాక్షిణ్యంగా అమ్మివేయబడ్డాయి. బెంగాల్లో చాలా మంది పెద్ద జమిందార్లు వారి జమిందారీ హక్కుల్ని అమ్ముకోవలసి వచ్చింది. 1815 నాటికి బెంగాల్లోని భూముల్లో సగభాగం గ్రామాలలో నివశిస్తూ వారి కౌలుదారులపట్ల ఉదారంగా వ్యవహరించే పాత జమిందార్ల చేతుల్లో

నుండి జారి పోయింది. పట్టణాల్లో నివశిస్తూ కౌలుదార్ల కష్టనష్టాలు పట్టించుకోకుండా చివరిపైసా వరకు నిర్దాక్షిణ్యంగా నిక్కచ్చిగా వసూలు చేసే వర్తకుల, ఇతర సంపన్న వర్గాల చేతుల్లోకి వచ్చింది. ఈ నూతన భూస్వాములు కౌలురేట్లు పెంచారు. సకాలంలో చెల్లించలేకపోతే నిష్కర్షగా రైతుల్ని పొలాల నుండి ఖాళీ చేయించారు.

ఉత్తర మద్రాసు ప్రాంతంలో శాశ్వత శిస్తు పద్ధతి, ఉత్తరప్రదేశ్‌లోని తాత్కాలిక జమిందారీ పద్ధతి స్థానిక జమిందార్లపట్ల అంతే కఠినంగా తయారయ్యాయి.

కాని జమిందార్ల పరిస్థితులు త్వరలోనే మెరుగయ్యాయి. జమిందార్లు సకాలంలో శిస్తులు చెల్లించటానికి వీలుగా ప్రభుత్వం కౌలుదార్ల సాంప్రదాయ హక్కుల్ని రద్దుచేసి జమిందార్ల అధికారాల్ని పెంచింది. జమిందార్లు కౌలురేట్లు విపరీతంగా పెంచడం ప్రారంభించారు. ఫలితంగా జమిందార్లు సిరిసంపదలతో వర్ధిల్లారు.

రైత్వారీ పద్ధతి అమలులో వున్న ప్రాంతాలలో కూడా భూస్వామి- కౌలు రైతు సంబంధాలు క్రమంగా వ్యాప్తిచెందాయి. మనం ఇంతకుముందు గమనించిన విధంగా భూమి అధికాధికంగా వడ్డీ వ్యాపారులు, వర్తకులు ధనిక రైతుల చేతుల్లోకి పోయింది. వీరంతా స్వయంగా పొలం సాగుచేయరు. కౌలు రైతుల చేత చేయిస్తారు. భారతీయ సంపన్నవర్గాలు పొలాలు కొని పెద్ద భూస్వాములు కావాలనే తహతహకి కారణం వారి డబ్బుని పరిశ్రమలలో పెట్టుబడిగా పెట్టడానికి సరియైన మార్గాంతరం లేకపోవడం. స్వంత భూములు సాగుచేయించుకునే వారూ, భూమి స్వాధీనం చేసుకుని శాశ్వత హక్కు అనుభవిస్తున్న కౌలుదారులూ తాము స్వయంగా వ్యవసాయం చేయడం కంటే భూమి కొరకు తపించిపోయే సాగుదార్లకు అధికరేట్లకి కౌలుకివ్వడమే లాభసాటని గుర్తించారు. కాలక్రమంలో ఈ నూతన భూస్వామ్య విధానం జమిందారీ ప్రాంతాలలోనే గాక రైత్వారీ ప్రాంతాలలో కూడా ప్రధాన లక్షణమయింది.

భూస్వామ్య విధానం యొక్క వ్యాప్తిలో గమనించదగిన అంశం మధ్యదళారీల పెరుగుదల. కౌలు రైతులకు రక్షణ లేకపోవడం వలన, భూమి కొరకు విపరీతంగా ఎగబడడం వలనా కౌలుదార్లు భూముల కొరకు తీవ్రంగా పోటీపడ్డారు. ఫలితంగా కౌలురేటు విపరీతంగా పెరిగింది. జమిందార్లు, కొత్త భూస్వాములు తమకు శిస్తు వసూలుచేసి పెట్టేందుకు లాభసాటి షరతుల మీద శిస్తు వసూలు చేసే హక్కు ఇతరులకు ఇచ్చారు. వారు మరలా దళారుల్ని నియమించుకొన్నారు. ఇది గొలుసుకట్టుగా సాగి అసలు సాగుచేసే కౌలుదారుకి – ప్రభుత్వానికి మధ్య దళారీల సంఖ్య విపరీతంగా పెరిగిపోయింది. బెంగాలులో కొన్ని సందర్భాలలో వారి సంఖ్య 50 దాకా వుంది. వాస్తవంగా పొలంలో వ్యవసాయం చేసే రైతులు దళారీ దొంతర భారం వహిస్తూ పడే బాధలు ఊహకి అందవు. వారి స్థితి ఇంచుమించు బానిస స్థితి.

జమిందార్లు భూస్వాములు పెరుగుదల వలన మరొక పరిణామం సంభవించింది. అది స్వతంత్ర పోరాటంలో వారు నిర్వహించిన దుష్టపాత్ర. స్వదేశీ సంస్థానాధీశులతోపాటు జమిందార్లు, భూస్వాములలో అత్యధికులు విదేశీ పాలనకు గట్టి మద్దతుదారులుగా నిలిచి అభివృద్ధి చెందుతున్న జాతీయోద్యమాన్ని ప్రతిఘటించారు. వారి ఉనికికి బ్రిటిషు పాలన కారణమని గుర్తించి దాని నిర్వహణకు కొనసాగింపునకు తోడ్పడ్డారు.

వ్యవసాయ స్తబ్ధత, క్షీణత

వ్యవసాయంపై పెరిగిన ఒత్తిడి, అధిక భూమిశిస్తు, భూస్వామ్య విధానం పెరుగుదల, క్రుంగదీస్తున్న రుణభారం, పెరుగుతున్న పేదరికం – ఫలితంగా భారతదేశ వ్యవసాయంలో స్తబ్ధత క్షీణత చోటుచేసుకున్నాయి. దిగుబడి పడిపోయింది. 1901–1939 కాలంలో వ్యవసాయోత్పత్తి 14 శాతం పడిపోయింది.

వ్యవసాయంలో రద్దీ పెరగటంవలన, ఉప భూస్వామ్యం మితిమీరిపోవడంవలన, భూమి ముక్కలు చెక్కలైపోయి రైతుకు గిట్టుబాటు కాకుండాపోయింది. రైతుల దుర్భర పేదరికం కారణంగా మేలిరకం పశువులు, విత్తనాలు ఎరువులు సాంకేతిక పరిజ్ఞానం సమకూర్చుకోలేకపోయారు. ప్రభుత్వానికి భూస్వాములకు శిస్తు కౌలు చెల్లింపులతో కుదేలవుతున్న రైతుకి వ్యవసాయాన్ని అభివృద్ధి పరచడానికి ప్రోత్సాహకాలు లేవు. రైతు సాగుచేస్తున్న పొలం అతడిది కాదు. వ్యవసాయాభివృద్ధి వలన లభించే అధిక ఫలసాయం భూస్వాములకు వడ్డీ వ్యాపారులకు దక్కుతుంది. ముక్కలు చెక్కలుగా వున్న చిన్న కమతాలు కూడా వ్యవసాయాభివృద్ధికి అనువుగాలేవు.

ఇంగ్లాండు ఇతర యూరపు దేశాలలో అధిక దిగుబడిలో వాటా పొందేందుకు సంపన్న భూస్వాములు వారి పొలాలపై పెట్టుబడులు పెట్టారు. కాని భారతదేశంలో పాత, కొత్త భూస్వాములు అలాంటి ఆసక్తి చూపలేదు. వారికి కౌలు వసూలు చేసుకొనడంపై వున్న శ్రద్ధ పొలంపై లేదు. వారు పొలంతో సంబంధాలు వున్నవారు కాదు. పొలంపై పెట్టుబడులు పెట్టడం కంటే రైతుల్ని పిండి వసూళ్ళు పెంచుకోవడానికే ప్రాధాన్యత ఇచ్చారు.

ప్రభుత్వం వ్యవసాయాన్ని మెరుగుపరచడంలోను, ఆధునికీకరించడంలోను తోడ్పడి వుండవలసింది. కాని ప్రభుత్వం ఆ బాధ్యతను నిరాకరించింది. పన్నుల భారం రైతుపై మోపింది. కాని అతడికి చేసిందేమీ లేదు. రైతుని, వ్యవసాయాన్ని పట్టించుకోకుండా సవతితల్లి వైఖరి ప్రదర్శించింది. బ్రిటిషు వ్యాపార ప్రయోజనాల్ని

పరిరక్షించేందుకు బ్రిటిష్ ఇండియా ప్రభుత్వం 1905 నాటికి రైల్వేలపై 360 కోట్ల రూపాయలకు పైగా వెచ్చించింది. కాని అదేకాలంలో లక్షలాది భారత రైతులకు 50 కోట్ల కంటే తక్కువ మొత్తం ఖర్చుచేసింది. ప్రభుత్వం ఏదైనా చర్యలు తీసుకుందంటే అది ఒక్క నీటిపారుదల రంగంలోనే.

ప్రపంచవ్యాప్తంగా వ్యవసాయం ఆధునీకరింపబడుతూ విప్లవీకరింపబడుతున్న సమయంలో భారతదేశ వ్యవసాయం స్తబ్ధత దాల్చింది. భారతదేశం ఆధునిక యంత్రాల్ని ఉపయోగించలేదు. సాధారణ పరికరాలు కూడా శతాబ్దాల కాలం నాటివి. 1951లో వాడుకలో వున్న ఇనుపనాగళ్లు 9,30,000, కొయ్య నాగళ్ళు 3,18,00,000. రసాయనిక ఎరువుల వాడకం తెలియదు. పశువుల ఎరువు, ఎముకలు లాంటి సహజ ఎరువులో ఎక్కువభాగం వృథా చేయబడింది. 1922–23 నాటికి పంటలు పండిస్తున్న పొలంలో కేవలం 1.9 శాతం భూమిలో మాత్రమే మేలిరకమైన విత్తనాలు వాడారు. 1938–39 నాటికి ఈ శాతం 11కి చేరింది. వ్యవసాయ విద్య పూర్తిగా నిర్లక్ష్యం చేయబడింది. 1939లో 1306 మంది విద్యార్థులతో 6 వ్యవసాయ కళాశాలలు మాత్రమే వున్నాయి. బెంగాల్, బీహార్, ఒరిస్సా, సింధులలో కనీసం ఒక్క వ్యవసాయ కళాశాల కూడా లేదు. గ్రామీణ ప్రాంతాలలో ప్రాథమిక విద్యావ్యాప్తి కనీసం అక్షరాస్యత వ్యాప్తి కూడా జరగలేదు.

ఆధునిక పరిశ్రమల అభివృద్ధి

19వ శతాబ్దం ద్వితీయార్థంలో భారతదేశంలో భారీ యంత్రాలతో కూడిన పరిశ్రమల స్థాపన ఒక ముఖ్యమైన పరిణామం. 1850లలో నూలు బట్టలు, జనపనార మిల్లులు, గనుల నుండి బొగ్గు తవ్వితీసే పరిశ్రమల స్థాపనతో యంత్రయుగం ప్రారంభమయింది. మొదటి బట్టలమిల్లు కవాస్జీ నానాభాయ్ 1853లో బొంబాయిలో నెలకొల్పాడు. మొదటి జనపనార మిల్లు రిస్రా (బెంగాల్)లో 1855లో స్థాపించబడింది. ఈ పరిశ్రమలు నెమ్మదిగా నిరంతరాయంగా అభివృద్ధి చెందాయి. 1879 నాటికి 43,000 మందికి ఉపాధి కల్పించిన 56 బట్టల మిల్లులున్నాయి. 1882 నాటికి 20,000 మంది కార్మికులు పనిచేసే 20 జనపనార మిల్లులు (ఎక్కువగా బెంగాల్‌లో) వున్నాయి. 1905 నాటికి దాదాపు 1,96,000 మంది కార్మికులు పనిచేస్తున్న 206 నూలు బట్టల మిల్లులున్నాయి. 1901లో 36 జనపనార మిల్లులు 1,15,000 మంది కార్మికులకు ఉపాధి కల్పించాయి. బొగ్గు గనుల పరిశ్రమ 1906 నాటికి దాదాపు ఒక లక్ష మందికి ఉపాధి కల్పించింది. 19వ శతాబ్దం ద్వితీయార్థంలోను 20వ శతాబ్దపు ప్రారంభంలోను ఇతర పరిశ్రమలు అభివృద్ధి చెందాయి. ప్రత్తి నుండి గింజల్ని

వేరు చేసే యంత్రాలు, బియ్యం మిల్లులు, పిండి మరలు, కలప మిల్లులు, తోళ్ళ శుద్ధి కర్మాగారాలు, ఉన్ని మిల్లులు, కాగితం పంచదార మిల్లులు ఇనుము ఉక్కు కార్ఖానాలు, ఉప్పు అభ్రకం సురేకారం లాంటి ఖనిజ పరిశ్రమలు ప్రారంభమయ్యాయి. ఇక సిమెంటు, కాగితం, అగ్గిపెట్టెలు, చక్కెర, గ్లాసు పరిశ్రమలు 1930లలో ప్రారంభమయ్యాయి. ఈ పరిశ్రమలు వేగంగా అభివృద్ధి చెందక గిడసబారాయి.

అత్యధిక ఆధునిక భారతదేశ పరిశ్రమలు బ్రిటిషు పెట్టుబడి యాజమాన్యంలో అదుపులో వున్నాయి. అధిక లాభావకాశాలు వుండటం వలన విదేశీ పెట్టుబడిదారులు పరిశ్రమల స్థాపన పట్ల ఆకర్షితులయ్యారు. కార్మికశక్తి కారుచౌక. ముడి వనరులు సమృద్ధిగా, చౌకగా లభ్యమయ్యాయి. చాలా వస్తువులకు భారతదేశమూ, పొరుగుదేశాలు మార్కెట్లుగా ఉపయోగపడ్డాయి. తేయాకు, జనపనార, మాంగనీసు ఉత్పత్తులకు ప్రపంచవ్యాప్తంగా డిమాండు ఉంది. మరోవైపు వారి స్వదేశాలలో లాభాలు తెచ్చిపెట్టే పెట్టుబడి అవకాశాలు కుచించుకుపోతున్నాయి. అదేసమయంలో వలస ప్రభుత్వం, అధికారులు అన్నిరకాల సహాయ సహకారాలందించడానికి సిద్ధంగా వున్నారు.

అనేక పరిశ్రమలలో భారత పెట్టుబడిని విదేశీ పెట్టుబడి ముంచెత్తింది. కాని ప్రారంభం నుండి బట్టల మిల్లుల్లో మాత్రం భారతీయులకు పెద్దవాటా వుంది. 1930లలో చక్కెర పరిశ్రమని భారతీయులే అభివృద్ధి చేశారు. భారతీయ పెట్టుబడిదారుడు ప్రారంభం నుండి బ్రిటిషు మేనేజింగు సంస్థలకు బ్రిటిష్ బ్యాంకులకు వ్యతిరేకంగా పోరాడవలసి వచ్చింది. వాణిజ్య రంగంలో ప్రవేశించేందుకు భారత వాణిజ్యవేత్త ఆ రంగంలో ఆధిపత్యం సాధించిన బ్రిటిషు మేనేజింగ్ సంస్థల ఎదుట తలదించాలి. చాలా సందర్భాలలో భారత యాజమాన్య కంపెనీలు విదేశీ యాజమాన్య లేక నియంత్రణలో గల మేనేజింగు సంస్థలచేత నియంత్రించబడేవి. బ్రిటిష్ పెట్టుబడిదారుల ఆధిపత్యంలోగల బ్యాంకుల నుండి అప్పు తెచ్చుకొనడం కూడా భారతీయులకు కష్టమయింది. ఒకవేళ తెచ్చుకోగలిగినా ఎక్కువ వడ్డీ రేట్లు చెల్లించవలసి వచ్చేది. విదేశీయులు చాలా సరళమైన షరతులపై తెచ్చుకోగలిగేవారు. క్రమంగా భారతీయులు తమ బ్యాంకుల్ని ఇన్సూరెన్స్ ఏజెన్సీలను అభివృద్ధి పరచుకొనటం ప్రారంభించారు. 1914లో భారతదేశంలోని మొత్తం బ్యాంకు డిపాజిట్లలో 70 శాతం విదేశీ బ్యాంకుల ఆధీనంలో వున్నాయి 1937 నాటికి వాటి వాటా 57 శాతానికి పడిపోయింది.

భారతదేశంలోని బ్రిటిష్ పారిశ్రామిక వేత్తలు యంత్ర పరికరాలు సరఫరా చేసే కంపెనీలతో నౌకా సంస్థలతో భీమా కంపెనీలతో మార్కెటింగు సంస్థలతో, ప్రభుత్వ అధికారులతో రాజకీయ నాయకులతో తమకుగల సన్నిహిత సంబంధాన్ని

అవకాశంగా తీసుకొని భారతదేశ ఆర్థిక జీవనంలో తమ ప్రాబల్యాన్ని నిలబెట్టుకొనేందుకు ప్రయత్నించారు. అంతేగాక ప్రభుత్వం భారతీయ పెట్టుబడికి వ్యతిరేకంగా విదేశీ పెట్టుబడికి అనుకూలమైన విధానాన్ని అనుసరించింది.

ప్రభుత్వ రైల్వే విధానం కూడా భారతీయ పరిశ్రమలకు వ్యతిరేకంగా వివక్ష పాటించింది. రైల్వే రవాణా ఛార్జీలు విదేశీ దిగుమతుల్ని ప్రోత్సహించాయి. విదేశీ వస్తువుల్ని సంపిణీ చేయడం కంటే భారతదేశ వస్తువుల్ని పంపిణీ చేయడం కష్టతరం, ఖరీదుతో కూడుకున్నది.

భారీ పరిశ్రమలు లేదా యంత్ర నిర్మాణం లాంటి విడి భాగాల్ని ఉత్పత్తి చేసే పరిశ్రమలు లేకపోవడం భారతీయ పారిశ్రామికాభివృద్ధి కృషిలో మరొక బలహీనత. అవి లేకపోతే స్వతంత్ర పారిశ్రామికాభివృద్ధి సాధ్యపడదు. భారతదేశంలో ఇనుము ఉక్కు ఉత్పత్తి చేసే కర్మాగారాలుగాని యంత్రాలను ఉత్పత్తి చేసే కర్మాగారాలు గాని లేవు. కొద్దిగా వున్న రిపేరింగ్ షాపులు ఇంజనీరింగ్ పరిశ్రమలుగా చలామణి అయ్యాయి. కొద్దిపాటి ఇనుము ఇత్తడి ఫౌండ్రీలే లోహ నిర్మాణ పరిశ్రమలకు ప్రాతినిధ్యం వహించాయి. 1913లో మాత్రమే భారతదేశంలో మొదటిసారిగా ఉక్కు ఉత్పత్తి చేయబడింది. ఆవిధంగా భారతదేశంలో ఉక్కు, లోహ నిర్మాణం, యంత్రాలు, రసాయనాలు లాంటి మౌలిక పరిశ్రమలు లేవు. విద్యుదుత్పాదనలో కూడా వెనుకపడింది.

యంత్రాధార పరిశ్రమలతోపాటు 19వ శతాబ్దంలో నీలిమందు తేయాకు కాఫీలాంటి తోటల పరిశ్రమలు కూడా అభివృద్ధి చెందాయి. అవి పూర్తిగా యూరోపియన్ల యాజమాన్యంలో వున్నాయి. నీలి మందు వస్త్ర పరిశ్రమలో అద్దకంగా

ఉపయోగింపబడింది. నీలిమందు పరిశ్రమ భారతదేశంలో 18వ శతాబ్దాంతంలో ప్రవేశపెట్టబడింది. నీలి మందు ఉత్పత్తికి బెంగాల్, బీహార్ ప్రసిద్ధి పొందాయి. తోటల యజమానులు నీలిమందు సాగు చేయమని రైతుల్ని నిర్బంధించారు. 1860లో బెంగాలీ రచయిత దీనబంధు మిత్రా తన నీల్ దర్పణ్ అనే నాటకంలో రైతుల అణచివేతని కళ్లకు కట్టినట్లు చిత్రించాడు. కృతకమైన రంగు కనుగొనడం నీలిమందు పరిశ్రమని దెబ్బతీసింది. నీలిమందు పరిశ్రమ క్రమంగా క్షీణించింది. 1850 తరువాత అస్సాం, బెంగాల్, దక్షిణ భారతదేశం, హిమాచల్‌ప్రదేశ్ కొండల్లో తేయాకు పరిశ్రమ అభివృద్ధి చెందింది. విదేశీ యాజమాన్యంలోగల తోటల పెంపకానికి ప్రభుత్వం కౌలు చెల్లించనవసరంలేకుండా భూమి, ఇంకా ఇతర సదుపాయాలు సమకూర్చింది. అనతికాలంలోనే టీ వినియోగం భారతదేశమంతటా విస్తరించింది. ఎగుమతికి కూడా ముఖ్యమైన సరుకయింది. ఈ కాలంలోనే దక్షిణ

భారతదేశంలో కాఫీతోటలు అభివృద్ధి చెందాయి.

తోటల పెంపకం వలన భారత ప్రజలకు ఒనగూడిందేమీలేదు. తోటల యజమానుల లాభాలు దేశం నుండి తరలివెళ్లాయి. జీతాల బిల్లులోని ఎక్కువ భాగం విదేశీయుల వేతనాలుగా చెల్లించబడింది. వారికవసరమైన పరికరాలు విదేశాల్లో కొన్నారు. వారి దగ్గర సాంకేతిక సిబ్బంది విదేశీయులే. వారి ఉత్పత్తులు ఎక్కువగా విదేశీ మార్కెట్లలో అమ్మబడ్డాయి. ఆ విధంగా లభించిన విదేశీ మారక ద్రవ్యాన్ని బ్రిటన్ వినియోగించుకొన్నది. పరిశ్రమల వలన భారత ప్రజలు పొందిన ఒకే ఒక ప్రయోజనం క్రింది తరగతి నిపుణత అవసరంలేని ఉద్యోగాల సృష్టి మాత్రమే. కాని ఈ సంస్థలలోని కార్మికులకు చాలా తక్కువ వేతనాలు ఇచ్చి పనిచేయించారు. కార్మికులు చాలా నికృష్టమైన, దయనీయమైన పరిస్థితులలో ఎక్కువ గంటలు పనిచేశారు. బానిసల్లాగా పనిచేశారు.

మొత్తం మీద భారతదేశంలో పారిశ్రామికాభివృద్ధి చాలా నెమ్మదిగా కుంటినడకతో జరిగింది. అది 19వ శతాబ్దంలో బట్టలు జనపనార పరిశ్రమలకు తేయాకు తోటలకు, 1930లో చక్కెర సిమెంటు పరిశ్రమలకు పరిమితమయింది. 1946 నాటికి బట్టలు జనపనార పరిశ్రమల కార్మికులు ఫ్యాక్టరీలలో పనిచేసే మొత్తం కార్మికులలో 40 శాతం వున్నారు. ఉత్పత్తి ఉపాధిరీత్యా భారతదేశ ఆధునిక పారిశ్రామికాభివృద్ధి ఇతర దేశాల ఆర్థికాభివృద్ధిలో పోల్చితేగాని లేక భారతదేశ ఆర్థికావసరాలతో పోల్చితేగాని చాలా స్వల్పం. అది దేశీయ చేతి వృత్తుల్ని తొలగించడం వలన కలిగిన నష్టాన్ని కూడా పూడ్చలేదు. పేదరికం, జనాభా పెరుగుదల సమస్యలపై కూడా దాని ప్రభావం తక్కువ. 1951లో 35.7 మిలియన్లలో కేవలం 23 మిలియన్ల మందికి మత్రమే ఆధునిక పారిశ్రామిక సంస్థలలో ఉపాధి దొరికింది. అంతేగాక 1858 తరువాత పట్టణ గ్రామీణ చేతివృత్తుల పరిశ్రమలు కల్పించి నశించి పోవడం కొనసాగింది. ఉత్పాదక రంగంలో ప్రత్యేక ప్రక్రియలు నిర్వహించే ప్రాసెసింగ్ రంగంలో పనిచేసేవారి సంఖ్య 1901లో 10.3 మిలియన్లు వుండగా 1951 నాటికి 8.8 మిలియన్లకు పడిపోయింది. అదేసమయంలో జనాభా దాదాపు 40 శాతం పెరిగింది. ఈ దేశీయ పరిశ్రమల్ని రక్షించడానికి పునరావాసం కల్పించడానికి పునర్నిర్మించడానికి ఆధునీకరించడానికి ప్రభుత్వం ఎలాంటి ప్రయత్నమూ చేయలేదు.

ఆధునిక పరిశ్రమలు ప్రభుత్వ సహాయం లేకుండా ప్రభుత్వ ప్రతికూలతను తట్టుకుని అభివృద్ధి చెందవలసి వచ్చింది. వస్త్ర పరిశ్రమని ఇతర పరిశ్రమల్ని తమకు పోటీగా భావించి బ్రిటిషు పారిశ్రామిక వేత్తలు భారత పారిశ్రామికాభివృద్ధిని ప్రోత్సహించవద్దనడమే గాక ఆటంకాలు కల్పించి అడ్డుకొమ్మని ఒత్తిడి తెచ్చారు.

ఫలితంగా బ్రిటిషు ప్రభుత్వ విధానం భారత పరిశ్రమల అభివృద్ధిని అదుపుచేసింది. ఆటంకపరచింది.

శైశవ దశలో వున్న భారత పరిశ్రమలు రక్షణ కోరాయి. బ్రిటన్ ఫ్రాన్స్ జర్మనీ అమెరికా దేశాలు బలమైన పరిశ్రమలు స్థాపించి పాతుకుపోయాయి. భారత పరిశ్రమలు వాటితో పోటీపడలేవు. వాస్తవంగా బ్రిటన్‌తో సహా ఇతర దేశాలన్నీ పరిశ్రమలు శైశవ దశలో వున్నప్పుడు విదేశీ దిగుమతులపై భారీ సుంకాలు విధించి స్వదేశీ పరిశ్రమలకు రక్షణ కల్పించుకొన్నాయి. కాని భారతదేశం స్వతంత్రదేశం కాదు. దాని విధానాలు వారి వలస రాజ్యంపై స్వేచ్ఛా వాణిజ్యాన్ని బలవంతంగా రుద్దిన బ్రిటిషు పారిశ్రామికవేత్తల ప్రయోజనాల కనుకూలంగా బ్రిటన్‌లో రూపొందింపబడ్డాయి. ఆ కారణంగానే బ్రిటిష్ ఇండియా ప్రభుత్వం కొత్తగా స్థాపించబడిన భారతీయ పరిశ్రమలకు ఆర్థిక ఇతర సహాయం అందించ నిరాకరించింది. అంతేగాక సాంకేతిక విద్యకి సరియైన వసతులు కల్పించలేదు. 1951 వరకు చాలా వెనుకబడి వున్న సాంకేతిక విద్య కూడా పారిశ్రామిక వెనుకబాటుకు కారణమయింది. 1939లో దేశంలో 2217 మంది విద్యార్థులతో 7 ఇంజనీరింగు కాలేజీలు మాత్రమే వున్నాయి. నౌకా నిర్మాణం, రైళ్లు, కార్లు విమానాలకు చెందిన అనేకమైన ప్రాజెక్టులకు ఎలాంటి సహాయం అందించేందుకు ప్రభుత్వం నిరాకరించి నందువల్లనే అవి ప్రారంభించబడలేదు.

చివరికి 1920లలో 1930లలో అభివృద్ధి చెందుతున్న జాతీయోద్యమం, పెట్టుబడిదారీ వర్గం ఒత్తిడితో ప్రభుత్వం ఒక మేరకు సుంకాల రక్షణ కల్పించక తప్పలేదు. అయినప్పటికీ భారతీయుల యాజమాన్యంలో గల సిమెంటు ఇనుము ఉక్కులాంటి పరిశ్రమలకు రక్షణ కల్పించలేదు. ఏదో అరకొర రక్షణ కల్పించింది. విదేశీ ఆధిపత్యం క్రింద వున్న అగ్గిపెట్టెల లాంటి పరిశ్రమలకు వారు కోరిన విధంగా రక్షణ కల్పించింది. భారతీయులు తీవ్ర నిరసనలు వ్యక్తం చేసినప్పటికీ బ్రిటిషు దిగుమతులకు 'సామ్రాజ్య ప్రాధాన్యత' విధానం క్రింద ప్రత్యేక రాయితీలు కల్పించింది.

భారత పారిశ్రామికాభివృద్ధి యొక్క మరొక లక్షణం దానిలో సమతూకం లేకపోవడం. అభివృద్ధి ప్రాంతీయంగానూ అసమగ్రంగానూ జరిగింది. పరిశ్రమలు దేశంలోని కొన్ని ప్రాంతాలలో పట్టణాలలో కేంద్రీకరింపబడ్డాయి. దేశంలోని పలు ప్రాంతాలు అభివృద్ధికి ఆమడదూరంలో వున్నాయి. ఈ అసమాన ప్రాంతీయ ఆర్థికాభివృద్ధి ఆదాయంలో ప్రాంతీయ అసమానతలకు దారితీయడమే గాక జాతీయ సమైక్యతను కూడా ప్రభావితం చేసింది. సమైక్య భారతజాతి నిర్మాణ కర్తవ్యాన్ని జటిలం చేసింది.

దేశంలో ఈ పరిమిత పారిశ్రామికాభివృద్ధిమూలంగా భారత సమాజంలో రెండు నూతన సామాజిక వర్గాలు ఆవిర్భవించడం ఒక ముఖ్యమైన సామాజిక పరిణామం. ఆ రెండు వర్గాలు : 1. పారిశ్రామిక పెట్టుబడిదారీ వర్గం 2. ఆధునిక కార్మికవర్గం. ఆధునిక గనులు, పరిశ్రమలు రవాణా సాధనాలు కొత్తవి గనుక ఈ రెండు వర్గాలు భారతదేశ చరిత్రలో పూర్తిగా కొత్తవి. భారతదేశ జనాభాలో ఈ రెండువర్గాలు చిన్న భాగమే అయినప్పటికీ వారు నూతన సాంకేతిక పరిజ్ఞానానికి, ఆర్థిక నిర్మాణం యొక్క నూతన విధానానికి నూతన సామాజిక సంబంధాలకు, నూతనమైన ఆలోచనలకు, నూతన దృక్పథానికి ప్రాతినిధ్యం వహించారు. ఈ రెండు వర్గాలు దేశ పారిశ్రామికాభివృద్ధి పట్ల చాలా ఆసక్తి గలవి. కాబట్టి వీటి యొక్క ఆర్థిక రాజకీయ ప్రాధాన్యత పాత్రలు సంఖ్యల నిష్పత్తితో సంబంధంలేనివి.

పేదరికం - కరువులు

భారతదేశంలో బ్రిటిషు పాలన, బ్రిటిషు ఆర్థిక విధానాల ఫలితం ముఖ్య లక్షణం ఏమిటంటే భారత ప్రజలలో విపరీతమైన పేదరికం వ్యాప్తి చెందడం. బ్రిటిష్ పాలనలో భారతదేశంలో పేదరికం పెరిగిందా లేదా? అనే సమస్యపై చరిత్రకారులలో విభేదాలున్నప్పటికీ ఆ పాలనలో అత్యధిక భారతీయులు ఆకలితో అలమటించారనడంలో భిన్నాభిప్రాయం లేదు. కాలం గడచిన కొద్దీ ఉపాధి కరువయింది. బతుకు భారమయింది. బ్రిటిషు ఆర్థిక దోపిడి, దేశీయ పరిశ్రమల క్షీణత, వాటి స్థానంలో ఆధునిక పరిశ్రమలు అభివృద్ధి చెందడంలో వైఫల్యం, పన్నుల భారం, బ్రిటన్‌కు సంపద తరలింపు, వ్యవసాయ స్తబ్ధతకు దారితీసిన వెనుకబడిన వ్యవసాయక వ్యవస్థ, జమిందార్లు, భూస్వాములు, వడ్డీ వ్యాపారులు, వ్యాపారులు ప్రభుత్వం సాగించిన దోపిడి – భారత ప్రజల్ని పేదరికంలోకి నెట్టాయి, ఎదగకుండా అడ్డుకున్నాయి.

19వ శతాబ్దం ద్వితీయార్థంలో వరుసగా వచ్చిన కరువు కాటకాలు భారతదేశంలోని అన్ని ప్రాంతాల్ని అతలాకుతలం చేశాయి. ప్రజలు పేదరికంలో మగ్గిపోయారు. మొదటి కరువు 1860–61లో ఉత్తరప్రదేశ్ పశ్చిమ ప్రాంతంలో సంభవించింది. రెండు లక్షల మందిని బలిగొన్నది. 1865–66లో ఒరిస్సా బెంగాల్ బీహార్ మద్రాసుల్ని చుట్టముట్టిన కరువు 20 లక్షల మందిని కబళించింది. ఒక్క ఒరిస్సాలోనే 10 లక్షల మంది చనిపోయారు. పశ్చిమ ఉత్తర ప్రదేశ్ బొంబాయి పంజాబులలో 1868–70 కరువులో 14 లక్షల మందికి పైగా చనిపోయారు.

రాజపుతాణలోని చాలా సంస్థానాలు నాల్గవ వంతు నుండి మూడవ వంతు వరకు ప్రజల్ని కోల్పోయాయి.

భారతదేశ చరిత్రలో అతి పెద్ద కరువు 1876-78 కాలంలో మద్రాసు, మైసూరు, హైదరాబాద్, మహారాష్ట్ర, పశ్చిమ ఉత్తరప్రదేశ్, పంజాబులలో సంభవించింది. మహారాష్ట్రలో 8 లక్షల మంది, మద్రాసు రాష్ట్రంలో దాదాపు 35 లక్షలమంది మైసూరు జనాభాలో దాదాపు 20 శాతం, ఉత్తర ప్రదేశ్‌లో 12 లక్షల మంది మరణించారు. 1896-97 నాటి అనావృష్టితో దేశవ్యాప్తంగా కరువు సంభవించింది. కరువు ప్రభావం 9.5 కోట్ల ప్రజలపై పడింది. 45 లక్షల మంది చనిపోయారు. వెనువెంటనే 1899-1900 కరువు వచ్చిపడింది. ప్రజల్ని క్రుంగదీసింది. ప్రజల ప్రాణాల్ని కాపాడేందుకు ప్రభుత్వం సహాయ చర్యలు చేపట్టినప్పటికి 25 లక్షల మంది ప్రాణాలు కోల్పోయారు. ఈ పెద్ద కరువులతోపాటు చాలా స్థానిక కరువులు కొరతలు వచ్చిపడ్డాయి. బ్రిటిష రచయిత విలియం దిగ్బీ 1854-1901 కాలంలో 2,88,25,000 మంది ప్రజలు కరువు రక్కసికి బలయ్యారని అంచనా వేశాడు. 1943లో సంభవించిన బెంగాల్ కరువు రక్కసి దాదాపు 30 లక్షల మందిని బలిగొన్నది. ఈ కరువులు వీటి వలన జరిగిన ప్రాణనష్టం భారత దేశంలో పేదరికం ఎంతగా పాతుకుపోయిందో స్పష్టం చేశాయి.

19వ శతాబ్దంలో చాలా మంది బ్రిటిష అధికారులు భారతదేశంలోని పేదరికాన్ని గుర్తించారు. గవర్నరు జనరల్ సలహామండలి సభ్యుడు ఛార్లెస్ ఇలియట్ 'వ్యవసాయం మీద జీవించే ప్రజలలో సగం మంది ఏడాది మొత్తంలో కడుపు నిండా భోజనం అంటే ఏమిటో ఎరగరు' - అని వ్యాఖ్యానించాడు.

'4 కోట్ల జనాభా చాలీచాలని తిండితో బతుకులీడుస్తున్నారు' - ఇంపీరియల్ గజెటీర్ సంకలన కర్త విలియం హంటర్ వ్యాఖ్య. 20వ శతాబ్దంలో పరిస్థితి మరీ క్షీణించింది. 1911-1941 మధ్యగల 30 సంవత్సరాలలో భారతీయుని తలసరి ఆహార లభ్యత 29 శాతం తగ్గింది.

భారతదేశం యొక్క ఆర్థిక వెనుకబాటుతనం పేదరికాన్ని వ్యక్తం చేసే సూచికలు చాలా వున్నాయి. 1925-34 కాలంలో ప్రపంచంలో అత్యంత తక్కువ తలసరి ఆదాయాలుగల దేశాలు భారతదేశం, చైనాలని జాతీయాదాయాల గణాంక నిపుణుడు కలిన్ క్లార్ల్ పేర్కొన్నాడు. భారతీయుని ఆదాయం కంటే ఇంగ్లీషువాని ఆదాయం 5రెట్లు వుంది. ఆధునిక వైద్య శాస్త్రాలు, పారిశుధ్యం అమోఘంగా అభివృద్ధిచెందినప్పటికీ 1930లలో భారతీయుని సగటు జీవ కాలం 32 సంవత్సరాలు మాత్రమే. అత్యధిక పశ్చిమ యూరపు, ఉత్తర అమెరికా దేశాలలో సగటు ఆయుర్ధాయం అప్పటికే 60

సంవత్సరాలు దాటింది.

భారతదేశ ఆర్థిక వెనుకబాటుతనం పేదరికాలకు కారణం ప్రకృతి వనరుల లోపం కాదు. మానవ కల్పితాలే. భారతదేశంలో ప్రకృతి వనరులు సమృద్ధిగా వున్నాయి. సరిగా వినియోగించుకుంటే సిరిసంపదలు తెచ్చి పెట్టివుండేవి. కాని విదేశీ పాలన దోపిడీ కారణంగా, వెనుకబడిన వ్యవసాయక పారిశ్రామిక ఆర్థిక నిర్మాణం వలన - చారిత్రక సామాజిక పరిణామం వలన - భారతదేశం పేద ప్రజలు నివసించే సంపన్న దేశమయింది.

భారతదేశ పేదరికానికి కారణం భౌగోళిక స్థితిగతులు కాదు, సహజ వనరుల కొరత కాదు, ప్రజల శక్తి సామర్థ్యాలలోపమూ కాదు, మొగలు పాలనాకాలంలేక బ్రిటిషు వారికి ముందు కాలం నాటి అవశేషమూ కాదు. అంతకుముందు భారతదేశం పాశ్చాత్య యూరపు దేశాల కంటే వెనుకబడి లేదు. అప్పుడు ప్రపంచ ప్రజల జీవన స్థాయిలో అంతగా వ్యత్యాసాలు లేవు. సరిగ్గా పాశ్చాత్య దేశాలు అభివృద్ధి చెందిన కాలంలోనే భారతదేశం వలస దేశంగా మార్చబడింది. అభివృద్ధి చెందకుండా ఆటంకపరచబడింది. ఈనాడు అభివృద్ధి చెందిన దేశాలన్నీ భారతదేశం బ్రిటిషు పాలనలో వున్న కాలంలోనే అభివృద్ధి చెందాయి. అత్యధిక దేశాలు 1850 తరువాతవే. 1750 వరకు ప్రపంచంలోని వివిధ ప్రాంతాల మధ్య జీవన స్థాయిల్లో అంతరాలు ఎక్కువగా లేవు. ఈ సందర్భంగా బ్రిటన్‌లో పారిశ్రామిక విప్లవమూ, బెంగాల్‌పై బ్రిటిషు విజయమూ ఒక సమయంలో సంభవించడం గమనార్హం.

బ్రిటన్ పారిశ్రామికాభివృద్ధి, సాంఘిక సాంస్కృతికాభివృద్ధి తెచ్చిపెట్టిన సామాజిక రాజకీయ ఆర్థిక పరిణామాలే భారతదేశంలో ఆర్థిక వెనుకబాటుతనం, సాంఘిక సంస్కృతిక వెనుకబాటుతనం తెచ్చిపెట్టి కొనసాగేలా చేశాయి. అందుకు కారణం చాలా స్పష్టమే. బ్రిటన్ తన ఆర్థికవిధానానికి భారతదేశ ఆర్థిక విధానాన్ని లోబరుచుకొన్నది. తన అవసరాల కనుగుణంగా భారతదేశ మౌలిక సామాజిక ధోరణుల్ని నిర్దేశించింది. ఫలితంగా భారత వ్యవసాయం పరిశ్రమల స్తంభన, రైతులు వ్యవసాయదారులపై జమిందార్లు, భూస్వాములు, వడ్డీ వ్యాపారులు వర్తకులు, పెట్టుబడిదారులు, విదేశీ ప్రభుత్వం దాని అధికారులు సాగించిన దోపిడి ఫలితంగా విస్తరించిన పేదరికం, రోగాలు, అర్ధాకలి సంభవించాయి.

పదవ అధ్యాయం

జాతీయోద్యమం : 1858-1905

19వ శతాబ్దం ద్వితీయార్థంలో భారతదేశంలో జాతీయ రాజకీయ చైతన్యం వెల్లి విరిసింది. సంఘటిత జాతీయోద్యమం అభివృద్ధి చెందింది. 1885 డిసెంబరులో భారత జాతీయ కాంగ్రెస్ ఆవిర్భవించింది. కాంగ్రెస్ నాయకత్వంలో భారతీయులు విదేశీ పాలన నుండి స్వాతంత్ర్యం కొరకు సుదీర్ఘమైన, సాహసోపేతమైన పోరాటం సాగించారు. భారతదేశం 1947 ఆగస్టు 15న స్వతంత్రం సాధించింది.

విదేశీ ఆధిపత్య ఫలితం

ప్రాథమికంగా విదేశీ ఆధిపత్యం సవాలు చేసేందుకు ఆధునిక భారత జాతీయవాదం తలెత్తింది. బ్రిటిషు పాలన పరిస్థితులే భారత ప్రజలలో జాతీయవాదం వ్యాప్తికి తోడ్పడ్డాయి. బ్రిటిషు పాలన, దాని ప్రత్యక్ష, పరోక్ష ఫలితాలు భారతదేశంలో జాతీయోద్యమ అభివృద్ధికి, భౌతిక, నైతిక, బౌద్ధిక పరిస్థితుల్ని సమకూర్చాయి.

భారతదేశంలో భారత ప్రజల ప్రయోజనాలను, బ్రిటిషు ప్రయోజనాలకు మధ్యగల ఘర్షణ జాతీయోద్యమ ఆవిర్భావానికి మూలం. బ్రిటిషువారు తమ ప్రయోజనాల సాధనకు భారతదేశాన్ని జయించారు. ప్రధానంగా దానినే గమనంలో వుంచుకొనే పాలన సాగించారు. తరచుగా బ్రిటిషువారి లాభం కొరకు భారతీయుల సంక్షేమాన్ని బలిపెట్టారు. లాంక్‌షైర్ పారిశ్రామిక, ఇంకా ఇతర బ్రిటన్ ఆధిపత్య వర్గాల ప్రయోజనాల కొరకు తమ ప్రయోజనాలు బలివ్వబడ్డాయని భారతీయులు క్రమేణా గుర్తించారు.

భారతదేశ ఆర్థిక వెనుకబాటుతనానికి బ్రిటిషు పాలన ప్రధాన కారణం. భారతదేశ ఆర్థిక సాంఘిక సాంస్కృతిక బౌద్ధిక రాజకీయ అభివృద్ధికి బ్రిటిషు పాలన పెద్ద ఆటంకంగా నిలిచింది. అంతేకాక ఈ వాస్తవాన్ని అంతకంతకు భారతీయులలో అత్యధికులు గుర్తించడం ప్రారంభమైంది.

భారతీయ సమాజంలోని ప్రతీ వర్గం, ప్రతీ తరగతి విదేశీ పాలకుల చేతుల్లో తమ ప్రయోజనాలు దెబ్బతింటున్నాయని క్రమంగా గుర్తించింది. రైతు పంటలో పెద్ద భాగాన్ని ప్రభుత్వం శిస్తు రూపంలో తీసుకొంటుందని రైతుకి అర్థమయింది. కౌలు రూపంలో పెద్ద మొత్తాల్ని గుంజుతూ పీల్చిపిప్పి చేస్తున్న జమిందారులకు, భూస్వాములకు, వివిధ పద్ధతులలో మోసం చేస్తూ దోపిడి సాగిస్తూ తమ పొలాన్ని తమ నుండి లాక్కొంటున్న వర్తకులకు, వడ్డీ వ్యాపారులకు అనుగుణంగా ప్రభుత్వం, ప్రభుత్వ యంత్రాంగం - పోలీసులు, కోర్టులు, అధికారులు అండగా నిలబడి రక్షణ కల్పిస్తున్నారని రైతు గ్రహించాడు. భూస్వామి, వడ్డీ వ్యాపారి అణచివేతకు వ్యతిరేకంగా రైతు పోరాడినపుడల్లా శాంతి భద్రతల పేరుతో పోలీసులు, సైన్యం అణచివేశారు.

తమను నాశనం చేయడానికి వచ్చిన విదేశీ పోటీకి ఈ ప్రభుత్వం మద్దతు ఇచ్చిందని చేతి వృత్తి కార్మికులు అర్థం చేసుకున్నారు. విదేశీ పాలన తమకు ఎలాంటి పునరావాసం కల్పించకపోవడాన్ని చేతివృత్తులవారు గమనించారు.

ఆ తరువాత 20 శతాబ్దంలో ఆధునిక ఫ్యాక్టరీలలో, గనులలో, ప్లాంటేషన్లలోని కార్మికుల పట్ల ప్రభుత్వం మాటవరుసకు సానుభూతిని ప్రకటిస్తూ పెట్టుబడిదారులకు ప్రత్యేకించి విదేశీ పెట్టుబడిదారులకు సహాయపడింది. కార్మికులు తమ స్థితిగతుల్ని మెరుగుపరచు కొనేందుకు సమ్మెలు, ప్రదర్శనలు, ఇతర పోరాట రూపాలతో కార్మిక సంఘాల ద్వారా సంఘటితపడటానికి ప్రయత్నిస్తే ప్రభుత్వ యంత్రాంగం తమపై విచక్షణా రహితంగా విరుచుకుపడుతున్నదని కార్మికులు గమనించారు. అంతేగాక పెరుగుతున్న నిరుద్యోగాన్ని శీఘ్రంగా పారిశ్రామికీకరణ చేపట్టడం ద్వారా నియంత్రించవచ్చునని గుర్తించారు. స్వతంత్ర ప్రభుత్వం మాత్రమే ఈ కర్తవ్యం నిర్వహించగలదని కార్మికులకు కనువిప్పు కలిగింది.

భారతీయ సమాజంలోని ఇతర తరగతులు కూడా తీవ్రమైన అసంతృప్తికి గురయ్యాయి. అభివృద్ధి చెందుతున్న మేధావులు - విద్యావంతులైన భారతీయులు తమ దేశ దయనీయమైన ఆర్థిక రాజకీయ పరిస్థితిని అర్థం చేసుకొనేందుకు వారు కొత్తగా పొందిన ఆధునిక విజ్ఞానం తోడ్పడింది. గతంలో 1857లో లాగానే విదేశీ పాలనని సమర్థించిన విద్యావంతులు విదేశీ పాలన అయినప్పటికీ దేశాన్ని ఆధునీకరణ, పారిశ్రామికీకరణ చేస్తాయనే ఆశతో బ్రిటీషు పాలనని సమర్థించిన వారు క్రమంగా అసంతృప్తి చెందారు. బ్రిటిషు పెట్టుబడిదారీ విధానం స్వదేశంలో లాగానే భారతదేశంలో కూడా ఉత్పత్తి శక్తుల అభివృద్ధికి తోడ్పడుతుందని విద్యావంతులు ఆశించారు. కాని దానికి బదులుగా బ్రిటిషు పెట్టుబడిదారుల చెప్పుచేతల్లో నడిచే బ్రిటిషిండియా ప్రభుత్వ విధానాలు భారతదేశంలోని ఉత్పత్తి శక్తుల పెరుగుదలను అడ్డుకుంటూ దేశాన్ని

పేదరికంలో వుంచుతున్నాయని అర్థం చేసుకున్నారు. భారత ఆర్థిక వ్యవస్థమీద సామ్రాజ్యవాదుల నియంత్రణ సాగినంతకాలం దాన్ని అభివృద్ధి చేయడం అసంభవం. పారిశ్రామికీకరణ పూర్తిగా అసాధ్యమని గ్రహించారు.

రాజకీయంగా బ్రిటిషు వారు భారతదేశాన్ని స్వయం పరిపాలన దిశగా నడిపిస్తున్నట్లు గతంలో ఆడిన నాటకాన్ని కట్టిపెట్టినట్లు విద్యావంతులయిన భారతీయులకు అర్థమయింది. బ్రిటిషువారు భారతదేశంలో స్థిరంగా వుండిపోతారని బ్రిటిషు అధికారులు, రాజకీయ నాయకులలోని అత్యధికులు బాహాటంగా ప్రకటించారు. అంతేగాక వాక్ స్వాతంత్ర్యాన్ని, పత్రికా స్వాతంత్ర్యాన్ని, వ్యక్తి స్వాతంత్ర్యాన్ని ప్రోత్సహించడానికి బదులుగా వాటిపై అంతకంతకు నిర్బంధాలు ఎక్కువయ్యాయి. భారతీయులు ప్రజాస్వామ్యానికి స్వయం పరిపాలనకు అనర్హులని బ్రిటిషు అధికారులు, రచయితలు బాహాటంగా ప్రకటించారు. సంస్కృతీ రంగంలో పాలకులు ఉన్నత విద్య, ఆధునిక భావజాల వ్యాప్తిపట్ల ప్రతికూలమైన వైఖరినే గాక శత్రువైఖరిని చేపట్టారు.

భారత పెట్టుబడిదారీ వర్గంలో జాతీయ రాజకీయ చైతన్యం చాలా నెమ్మదిగా పెరిగింది. కానీ ఈ వర్గం కూడా సామ్రాజ్యవాదం తనను క్రమంగా అణచివేస్తుందని గుర్తించింది. ప్రభుత్వం అనుసరించే వాణిజ్య విధానం, టారిఫ్, పన్నులు రవాణా విధానాలు భారత పెట్టుబడిదారీ విధానం యొక్క అభివృద్ధిని అడ్డుకున్నాయి. కొత్తదిగానూ, బలహీనమైదిగాను వున్న ఈ వర్గం బలహీనతల నధిగమించేందుకు ప్రభుత్వం నుండి ఇతోధికమైన సహాయాన్ని అభిలషించింది. కానీ ప్రభుత్వం అలాంటి సహాయం చేయలేదు. అంతేగాక విస్తారమైన వనరులతో వచ్చి, పరిమితంగా వున్న పారిశ్రామిక రంగాన్ని కబళించిన విదేశీ పెట్టుబడిదారుల్ని ప్రభుత్వం, ఉన్నతాధికారవర్గమూ ప్రోత్సహించాయి. భారతదేశ పెట్టుబడిదారులు, విదేశీ పెట్టుబడిదారుల బలమైన పోటీని వ్యతిరేకించారు కాబట్టి భారతీయ పెట్టుబడిదారులు తాము స్వయగా అభివృద్ధి చెందడానికి, సామ్రాజ్యవాదానికి మధ్య వైరుధ్యముందనీ, జాతీయ ప్రభుత్వం మాత్రమే భారత వాణిజ్య పరిశ్రమలు వేగంగా అభివృద్ధి చెందడానికి అనువైన పరిస్థితులు కల్పిస్తుందని గుర్తించారు.

ఇంతకుముందు అధ్యాయంలో జమిందారుల, భూస్వాముల, రాజుల, ప్రయోజనాలు విదేశీ పాలకుల ప్రయోజనాలతో ఏకీభవించాయని, అందుకే వారు విదేశీ పాలనని చివరి వరకు సమర్థించారని గమనించాలి. కాని ఈ వర్గాల నుండి కూడా వ్యక్తులుగా చాలా మంది జాతీయోద్యమంలో చేరారు. అప్పటి జాతీయవాద

వాతావరణంలో దేశ భక్తి చాలా మందిని ఆకట్టుకున్నది. ఆలోచనాపరుడు, ఆత్మాభిమానంగల భారతీయుడు - అతడు ఏ వర్గానికి చెందిన వాడైనప్పటికీ బ్రిటిషు జాత్యహంకార వివక్ష విధానాలకు వ్యతిరేకంగా నిలడ్డాడు. అన్నింటినీ మించి విదేశీ ఆధిక్యత అనివార్యంగా ప్రజల హృదయాలలో దేశభక్తి భావాల్ని ప్రేరేపిస్తుంది. గనుక బ్రిటిషు పాలన యొక్క విదేశీ స్వభావం జాతీయవాద స్పందనని రేకెత్తించింది.

సంక్షిప్త సారాంశంగా విదేశీ సామ్రాజ్యవాద అంతర్గత స్వభావం, భారత ప్రజల జీవితంపై దాని ప్రమాదకరమైన ప్రభావం ఫలితంగా శక్తి వంతమైన సామ్రాజ్యవాద వ్యతిరేక ఉద్యమం ఆవిర్భవించి క్రమంగా అభివృద్ధి చెందింది. ఈ ఉద్యమం ఉమ్మడి శత్రువుకి వ్యతిరేకంగా విభేదాల్ని విస్మరించి సమాజంలోని వివిధ వర్గాల, సెక్షన్ల ప్రజానీకాన్ని సమైక్యపరచింది కనుక ఇది జాతీయ ఉద్యమం.

ఆర్థికపరమైన, పాలనాపరమైన ఏకీకరణ

19, 20 శతాబ్దాలలో భారతదేశం ఏకీకృతం చేయబడింది. జాతిగా సమన్వయం చేయబడింది గనుక ప్రజలలో జాతీయ భావాలు సులభంగా వ్యాప్తి చెందాయి. క్రమంగా బ్రిటిషు వారు దేశవ్యాప్తంగా ఒకే విధమైన పాలనా విధానాన్ని ప్రవేశపెట్టి పాలనా పరంగా ఐక్యం చేశారు. దేశవ్యాప్తంగా గ్రామీణ స్వయం సంపూర్ణ ఆర్థిక వ్యవస్థ విచ్ఛిన్నం, ఆధునిక వాణిజ్య పరిశ్రమల స్థాపన భారత ఆర్థిక జీవితాన్ని ఒకటిగా చేశాయి. దేశంలో వివిధ ప్రాంతాలలో నివశించే ప్రజల ఆర్థిక పరిస్థితుల మధ్య సంబంధాల నేర్పరచాయి. ఉదాహరణకు దేశంలోని ఒక ప్రాంతంలో కరువు లేక కొరత ఏర్పడితే దాని ప్రభావం అన్ని ప్రాంతాల ధరలు, ఆహార లభ్యతపై పడింది. అంతేగాక రైల్వేలు, టెలిగ్రాఫ్, పోస్టల్ విధానం ప్రవేశపెట్టడం వివిధ ప్రాంతాల్ని దగ్గరకు చేర్చింది. ప్రజల మధ్య ప్రత్యేకించి నాయకుల మధ్య పరస్పర సంబంధాల్ని పెంచింది.

ఇక్కడ కూడా సామాజిక వర్గం, కులం, మతం, ప్రాంతం వగైరాలతో సంబంధం లేకుండా భారత ప్రజలందరినీ అణచివేసిన విదేశీ పాలన అందరినీ ఐక్యం చేసే అంశంగా పనిచేసింది. దేశవ్యాప్తంగా ప్రజలు బ్రిటిషు పాలన అనే ఉమ్మడి శత్రువు వలన బాధలకు గురవుతున్నామని గ్రహించారు. ఒకవైపు జాతీయ వాదం పెరగుదలకు జాతి ఆవిర్భావం ప్రధానంశంగా పనిచేసింది. మరొకవైపు సామ్రాజ్యవాద వ్యతిరేక పోరాటం, పోరాట క్రమంలో ఆవిర్భవించిన ఐక్యతా భావం - భారత జాతిగా రూపొందడానికి శక్తివంతంగా తోడ్పడ్డాయి.

పాశ్చాత్య ఆలోచనలు - విద్య

19వ శతాబ్దంలో ఆధునిక పాశ్చాత్య విద్య, ఆలోచనా విధానం వ్యాప్తి చెందిన ఫలితంగా భారతీయులలో చాలా మంది ఒక నూతన హేతువాద లౌకిక ప్రజాస్వామిక జాతీయవాద, రాజకీయ దృక్పధాన్ని అలవరచుకొన్నారు. వారు సమకాలీన యూరపు దేశాల జాతీయోద్యమాలను అధ్యయనం చేయడం, అభిమానించడం, అనుసరించడం ప్రారంభించారు. రూసో, పేన్, జాన్‌స్టువర్ట్‌మిల్, తదితర పాశ్చాత్యతత్వవేత్తలు వారికి మార్గదర్శకులయ్యారు. మాజినీ, గారిబాల్డి ఇంకా ఇతర ఐరిష్ జాతీయ నాయకులు వారికి రాజకీయపరంగా నాయకులయ్యారు.

విద్యావంతులైన భారతీయులు విదేశీపాలన కింద మగ్గడం అవమానకరంగా భావించారు. ఆలోచనాపరంగా ఆధునికతని అలవరచుకొని విదేశీ పాలన దుష్ఫలితాల్ని అధ్యయనం చేసే సమర్థతని సాధించారు. బలమైన సంపద్వంతమైన ఆధునిక సమైక్య భారతదేశాన్ని గురించి కలలుగని ఉద్యుక్తులైనారు. కాలక్రమంలో వారిలో అత్యున్నతమైన వారు జాతీయోద్యమ నాయకులు, కార్యకర్తలు అయ్యారు.

బ్రిటన్, భారతదేశాల ప్రయోజనాల మధ్యగల ఘర్షణ నుండి జాతీయోద్యమం ఆవిర్భవించింది. ఆధునిక విద్యా విధానం జాతీయోద్యమాన్ని సృష్టించలేదు. కాని విద్యావంతులయిన భారతీయులు పాశ్చాత్య ఆలోచనా విధానాన్ని అలవర్చుకోటానికి తద్వారా జాతీయోద్యమ నాయకత్వం స్వీకరించడానికి, దానికి ఒక నవీన ప్రజాస్వామిక దృష్టినందించడానికి ఆధునిక విద్యా విధానం తోడ్పడింది. వాస్తవంగా పాఠశాలలు, కళాశాలలు విదేశీ పాలన పట్ల నమ్రత, విధేయతలను చొప్పించ ప్రయత్నించాయి. ఆధునిక భావాల సార్వత్రిక వ్యాప్తిలోజాతీయోద్యమ భావాలు ఒక భాగం. చైనా ఇండోనేషియా లాంటి ఇతర ఆసియా దేశాలలో అలాగే, ఆఫ్రికా అంతటా ఆధునిక జాతీయవాద భావాలు చాలా తక్కువ సంఖ్యలో ఉన్న ఆధునిక పాఠశాలలు, కళాశాలల ద్వారా వ్యాప్తి చెందాయి.

ఆధునిక విద్య, విద్యావంతులయిన భారతీయులలో సమిష్టి దృష్టి, ఉమ్మడి ప్రయోజనాల పట్ల అవగాహన కలిగించింది. ఇంగ్లీషు భాష ఈ విషయంలో ముఖ్య పాత్ర నిర్వహించింది. ఆధునిక ఆలోచనల వ్యాప్తికి అది మాధ్యమం అయ్యింది. దేశంలోని విభిన్న భాషా, ప్రాంతాలలోని విద్యావంతులయిన భారతీయుల మధ్య ఆలోచనల మార్పిడికి సాధనమయింది. కాని అదే సమయంలో సాధారణ ప్రజలలో ఆధునిక విజ్ఞాన వ్యాప్తికి ఇంగ్లీషు ఆటంకంగా నిలిచింది. గ్రామీణ ప్రాంతాలలోని సాధారణ ప్రజల నుండి పట్టణ విద్యావంతుల్ని వేరు చేసే అడ్డుగోడగా నిలిచింది. ఈ

వాస్తవాన్ని భారతీయ రాజకీయ నాయకులు స్పష్టంగా గుర్తించారు. దాదాభాయి నౌరోజి, సయ్యద్ అహ్మద్‌ఖాన్, జస్టిస్ రనడేల నుండి తిలక్, గాంధీల వరకు విద్యా విధానంలో భారతీయ భాషలకు ప్రాధాన్యత ఇవ్వాలని ఆందోళన చేశారు. వాస్తవంగా సాధారణ ప్రజల విషయానికి వస్తే వారిలో ఆధునిక భావాల వ్యాప్తి అభివృద్ధి చెందుతున్న భారతీయ భాషల ద్వారా, ఆ భాషలలో అభివృద్ధి చెందుతున్న సాహిత్యం ద్వారా, భారతీయ భాషలలో వచ్చే పత్రికల ద్వారా జరిగింది.

పత్రికలు సాహిత్యం పాత్ర

జాతీయవాదులు దేశభక్తిని ఆధునిక ఆర్థిక, సాంఘిక రాజకీయ భావాలను, అఖిల భారత చైతన్యాన్ని వ్యాప్తి చేయడానికి పత్రికలు సాధనంగా తోడ్పడ్డాయి. 19వ శతాబ్దం ద్వితీయార్థంలో జాతీయ వాద పత్రికలు పెద్ద సంఖ్యలో ప్రారంభమయ్యాయి. అది ప్రభుత్వ విధానాల్ని తీవ్రంగా విమర్శించాయి. భారతీయుల దృక్పథాన్ని వివరించాయి. ప్రజలు సమైక్యంగా నిలబడి జాతి సంక్షేమం కొరకు పనిచేయాలని పిలుపునిచ్చాయి. స్వయం పరిపాలన, ప్రజాస్వామ్యం, పారిశ్రామికీకరణ లాంటి ఆలోచనల్ని ప్రజల్లో ప్రచారం చేశాయి. దేశంలోని వివిధ ప్రాంతాలలో నివశించే జాతీయవాద కార్యకర్తలు తమ భావాలు ఇచ్చిపుచ్చుకోవడానికి పత్రికలు తోడ్పడ్డాయి. జాతీయ సాహిత్యం, నవల, వ్యాసం, దేశభక్తి గేయాల రూపంలో ప్రజలలో జాతీయాభిమానాన్ని, చైతన్యాన్ని రేకెత్తించడంలో ముఖ్యపాత్ర నిర్వహించాయి. బెంగాలీలో బంకించంద్ర చటర్జీ, రవీంద్రనాథ్ ఠాగూర్, అస్సామీలో లక్ష్మీనాథ్ బెజ్ బారువా, మరాఠీలో విష్ణుశాస్త్రి చిప్లొంకర్, తమిళంలో సుబ్రమణ్య భారతి, హిందీలో భరతేందు హరీష్ చంద్ర, ఉర్దూలో అల్తాఫ్ హుస్సేన్ అలీ, ఆ కాలం నాటి ప్రముఖ జాతీయవాద రచయితలు.

భారతదేశ గతం పునరావిష్కరణ

భారతీయులలో చాలా మందికి తాము స్వయం పరిపాలన సాగించుకోగలమనే విశ్వాసం సన్నగిల్లింది. అంతేకాక చాలా మంది బ్రిటిషు అధికారులు, రచయితలు, భారతీయులు గతంలో కూడా తమ పరిపాలన తాము సాగించుకోలేని దుర్బలురనే సిద్ధాంతాన్ని ముందుకు తెచ్చారు. హిందువులు, ముస్లింలు నిరంతరం కలహించుకొన్నారనీ, భారతీయులు విదేశీయులచే పాలింపబడాలని వారి నొసట రాసి వుందని, వారి మతం, సామాజిక జీవితం అనాగరికమైనవి గనుక వారు ప్రజాస్వామ్యానికి, స్వయం పాలనకు అనర్హులని బ్రిటిషు అధికారులు రచయితలు

ఈసడించారు. జాతీయవాద నాయకులు ఈ ప్రచారాన్ని త్రిప్పికొట్టి ప్రజలలో ఆత్మ విశ్వాసాన్ని, ఆత్మగౌరవాన్ని ప్రేరేపించ యత్నించారు. వారు భారతదేశ సాంస్కృతిక వారసత్వాన్ని సగర్వంగా చాటి చెప్పారు. అశోకుడు, చంద్రగుప్త విక్రమాదిత్యుడు, అక్బరు లాంటి వారు రాజకీయంగా సాధించిన ఘన విజయాలను జ్ఞప్తికి తెచ్చారు. కళలు, శిల్పం, సాహిత్యం, తత్వశాస్త్రం, విజ్ఞాన శాస్త్రం, రాజకీయ రంగాలలో మన జాతీయ వారసత్వాన్ని పునరావిష్కరించడంలో వారికి ఐరోపా, భారతదేశ పండితులు జరిపిన కృషి తోడ్పాటునందించింది, ప్రోత్సహించింది. దురదృష్టవశాత్తు కొందరు జాతీయ వాదులు విపరీతవైఖరి చేపట్టి బలహీనతల్ని వెనుకబాటుతనాన్ని విస్మరించి గత వైభవాన్ని విచక్షణారహితంగా ఆకాశానికెత్తారు. ప్రాచీన భారతదేశ వారసత్వాన్ని అతిగా చెప్పి అంటే ప్రాధాన్యత గల మధ్యయుగాల వారసత్వాన్ని విస్మరించడం వలన చాలా నష్టం జరిగింది. ఇది హిందువులలో మతపరమైన భావాల పెరుగుదలను ప్రోత్సహించింది. ఈ వైఖరి సాంస్కృతిక, చారిత్రక ప్రేరణకొరకు ముస్లింలను అరబ్బుల, టర్కీల చరిత్ర వైపు నెట్టింది. ఈ వైఖరి దురభిమానాన్ని పెంచింది. ఫలితంగా ప్రాచీన సమాజాన్ని విమర్శనాత్మకంగా అధ్యయనం చేయడాన్ని అడ్డుకొన్నది. ఇది సాంఘిక సాంస్కృతిక వెనుకబాటుతనానికి వ్యతిరేకంగా చేసే పోరాటాన్ని బలహీనపరచింది. ప్రపంచంలోని ఇతర ప్రాంతాలకు చెందిన ఆరోగ్యకరమైన ఆధునిక ధోరణులను ఆలోచనలను భారతీయులు స్వీకరించకుండా అడ్డుకొన్నది.

పాలకుల జాత్యహంకారం

ఇంగ్లీషువారు పలు సందర్భాలలో ఆధిక్యతని జాత్యహంకారాన్ని ప్రదర్శించారు. ఒక ఇంగ్లీషు వాడికి భారతీయుడికి వివాదం వస్తే జాత్యహంకారం రీత్యానే భారతీయుడికి న్యాయం జరిగేది కాదు. 1864లో జి.డి. ట్రిలియన్ ప్రస్తావించినట్లు "న్యాయస్థానంలో ఒక ఇంగ్లీషు వ్యక్తి ఇచ్చే సాక్ష్యానికి ఎంతో మంది హిందువులు ఇచ్చే సాక్ష్యం కంటే ఎక్కువ విలువ వుంది. నీతి నియమాలు లేని లేక అన్యాయానికి వెనుకాడని దురాశా పరుడైన, ఇంగ్లీషువాడి చేతుల్లో ఒక భయంకర అధికార సాధనాన్ని పెట్టినటువంటి పరిస్థితి ఇది".

జాత్యహంకారము కులం, మతం, ప్రాంతం వర్గంతో సంబంధం లేకుండా భారతీయులందరిపై క్రింది స్థాయికి చెందినవారు అనే ముద్రవేసింది. యూరోపియన్ క్లబ్బులలో వారికి ప్రవేశం లేదు. యూరపు ప్రయాణీకుల రైల్వే బోగిలో వారికి అనుమతి నిషిద్ధం. ఇది జాతికి జరిగిన అవమానమనే చైతన్యం ప్రజలలో కలిగింది. ఇంగ్లీషు వారిని ఎదుర్కొనేటప్పుడు మన మంతా ఒకటి అనే ఆలోచనకు దారితీసింది.

భారతీయ జాతీయ కాంగ్రెస్‌కి ముందుగల నాయకులు

1870ల నాటికి భారత రాజకీయ రంగంపై ఒక ప్రధానమైన శక్తిగా కనిపించేటంత బలాన్ని, వేగాన్ని భారత జాతీయవాదం పుంజుకొంది. 1885 డిసెంబరులో స్థాపించబడిన భారత జాతీయ కాంగ్రెస్ అఖిల భారత స్థాయిలో భారత జాతీయోద్యమం యొక్క మొదటి నిర్మాణాత్మకమైన వ్యక్తీకరణ. కాని అంతకుముందు ఉద్యమాలు నడిపిన ప్రముఖులు చాలా మంది ఉన్నారు.

ఇంతకు ముందు అధ్యాయంలో గమనించిన విధంగా భారతదేశంలో రాజకీయ సంస్కరణల కొరకు ఆందోళన చేసిన మొదటి నాయకుడు రాజా రామ్మోహన్‌రాయ్. 1836 తరువాత దేశంలోని వివిధ ప్రాంతాలలో ప్రజా సంస్థలు స్థాపించబడ్డాయి. ఆ సంస్థలపై ఆధిపత్యం సంపన్నులదీ, కులీనులదీ. వీరు ప్రముఖ వ్యక్తులుగా గుర్తింపు పొందినవారు. వీరే ఆనాటి ప్రాంతీయ, స్థానిక నాయకులు. వీరు పాలనా సంస్కరణలు, పాలనా వ్యవహారాలలో, భారతీయుల భాగస్వామ్యం కొరకు, విద్యా వ్యాప్తి కొరకు కృషి చేశారు. బ్రిటిషు పార్లమెంటుకి భారతీయుల డిమాండ్లను సుదీర్ఘమైన పిటిషన్ల రూపంలో పంపించారు.

1858 తరువాత కాలంలో విద్యావంతులైన భారతీయులకు బ్రిటిషిండియా పాలనా వ్యవస్థకు మధ్య క్రమంగా అంతరం పెరిగింది. విద్యావంతులయిన భారతీయులు బ్రిటిషు పాలన యొక్క స్వభావాన్ని భారతదేశంపై దాని దుష్ఫలితాల్ని అధ్యయనం చేశారు. భారతదేశంలో బ్రిటిషు పాలకులు అవలంభించే విధానాల్ని విమర్శించారు. ఆ అసంతృప్తి రాజకీయ కార్యకలాపాల రూపంలో వ్యక్తమయింది. రాజకీయంగా చైతన్యవంతులైన భారతీయుల్ని ఆనాటి సంస్థలు సంతృప్తిపరచలేకపోయాయి.

దాదాభాయ్ నౌరోజి లండన్‌లో 1866లో భారతీయుల సంక్షేమం చేపట్టమని బ్రిటిషు ప్రజాభిప్రాయాన్ని ప్రభావితం చేసేందుకు ఈస్టిండియా అసోసియేషన్ స్థాపించాడు. ఆ తరువాత భారతదేశ నగరాలలో ఆ సంస్థ శాఖల్ని నిర్వహించారు. 1825లో జన్మించిన దాదాభాయ్ నౌరోజి తన జీవితమంతా జాతీయోద్యమానికి ధారపోశాడు. భారత కురువృద్ధుడిగా గుర్తింపు పొందారు. భారతదేశ ఆర్థిక దోపిడీని గురించి వివరించాడు. ఆర్థికాంశాలపై ఆయన చేసిన రచనలలో భారతదేశ పేదరికానికి మూలకారణం భారతదేశాన్ని బ్రిటిషు వారు సాగించే దోపిడీలోనూ, సంపద తరలింపులోనూ వున్నదని నిరూపించాడు. భారత జాతీయ కాంగ్రెస్‌కు ఆయన మూడుసార్లు అధ్యక్షులుగా పనిచేశారు. ప్రజాదరణ పొందిన జాతీయ నాయకులలో

ఆయన ప్రథముడు. ఆయన పేరు వింటేచాలు ప్రజల హృదయాలు ఉద్రూతలూగిపోయేవి.

కాంగ్రెస్‌కి ముందు ప్రారంభమైన జాతీయ సంస్థలలో కలకత్తా భారతీయ సంఘం అత్యంత ముఖ్యమైనది. బెంగాల్ యువ జాతీయవాదులు బ్రిటిషిండియా అసోసియేషన్ యొక్క కులీన భూస్వామ్య అనుకూల విధానంపట్ల క్రమంగా అసంతృప్తి చెందారు. వారు ప్రజల సమస్యలపై నిరంతరంగా ఆందోళనలు జరగాలని కోరుకున్నారు. ప్రముఖ రచయిత, వక్త అయిన సురేంద్రనాథ్ బెనర్జీని నాయకుడిగా గుర్తించారు. స్వతంత్ర ఆలోచనలు గల సురేంద్రనాథ్ సివిల్ సర్వీసులో వుండటం సహించలేని ఉన్నతాధికారులు ఆయనను అన్యాయంగా గెంటివేశారు. 1875లో జాతీయవాద అంశాలపై కలకత్తా విద్యార్థులకు గంభీరమైన ఉపన్యాసాలు ఇవ్వడం ద్వారా ఆయన రాజకీయ జీవితం ప్రారంభమయింది. సురేంద్రనాథ్, ఆనందమోహన్‌బోస్‌ల నాయకత్వంలో బెంగాల్‌లో యువ జాతీయవాదులు 1876 జులైలో భారతీయ సంఘం (Indian Association) స్థాపించారు. రాజకీయ సమస్యలపై బలమైన ప్రజాభిప్రాయాన్ని సృష్టించడం, ఉమ్మడి రాజకీయ కార్యక్రమంపై ప్రజల్ని ఐక్యపరచడం భారతీయ సంఘం లక్ష్యాలు. దీనిలోకి విస్తృత సంఖ్యలో ప్రజల్ని ఆకర్షించేందుకు పేద వర్గాలవారికి చాలా తక్కువ మొత్తం సభ్యత్వ రుసుంగా నిర్ణయించబడింది. బెంగాల్ పట్టణాలలో పల్లెల్లోనేగాక బెంగాల్ వెలుపల చాలా పట్టణాలలో ఈ సంఘం శాఖలు ప్రారంభించబడ్డాయి. దేశంలోని ఇతర ప్రాంతాల యువత కూడా చాలా చురుకుగా కదిలారు. జస్టిస్ రనడే, మరికొందరు 1870లో పూనా సార్వజనిక సభను నిర్వహించారు. ఎం.వీరరాఘవాచారి, జి.సుబ్రమణ్య అయ్యర్ ఆనందాచార్లు తదితరులు 1884లో మద్రాసు మహజన్ సభని ప్రారంభించారు. ఫిరోజ్ షా మెహతా, కె.టి. తెలంగ్, బద్రుద్దీన్ త్యాజ్జీ తదితరులు 1885లో బాంబే ప్రెసిడెన్సీ అసోసియేషన్ స్థాపించారు.

ఉమ్మడి శత్రువైన విదేశీపాలన, దోపిడీలకు వ్యతిరేకంగా రాజకీయంగా ఐక్యపరచవలసిన అవసరాన్ని గుర్తించినవారు జాతీయ వాదుల అఖిల భారత రాజకీయ సంస్థను స్థాపించేందుకు పరిస్థితులు పరిపక్వమయ్యాయయని గ్రహించారు. అప్పటి సంస్థలు ప్రయోజనకరంగా ఉన్నాయి. కాని వాటి లక్ష్యాలు పరిమితమైనవి. అవి ప్రధానంగా స్థానిక సమస్యల్ని చేపట్టాయి. సభ్యత్వం, నాయకత్వం ఒక పట్టణానికి, ఒక ప్రాంతానికి చెందిన కొద్దిమందికి పరిమితమైనది. ఇండియన్ అసోసియేషన్ కూడా అఖిల భారత సంస్థ కాలేకపోయింది.

భారత జాతీయ కాంగ్రెస్

జాతీయవాద రాజకీయ కార్యకర్తల అఖిల భారత సంస్థను స్థాపించాలని జాతీయవాదులు ఆలోచిస్తూనే వున్నారు. కాని దానికి నిర్దిష్టమైన తుది రూపం ఇచ్చిన ఘనత ఇంగ్లీషు రిటైర్డు సివిల్ సర్వీసు అధికారి ఎ.ఒ.హ్యూమ్‌కు దక్కింది. అతడు ప్రముఖ భారతీయ నాయకులలో సంబంధాలు పెట్టుకొన్నాడు. వారి సహకారంతో భారత జాతీయ కాంగ్రెస్ మొదటి సదస్సు 1885 డిసెంబరులో బొంబాయిలో నిర్వహించాడు. డబ్ల్యు.సి. బెనర్జీ అధ్యక్షతన జరిగిన ఆ సదస్సుకి 72 మంది ప్రతినిధులు హాజరయ్యారు. దేశంలోని వివిధ ప్రాంతాలకు చెందిన జాతీయవాద కార్యకర్తల మధ్య స్నేహ సంబంధాలను ప్రోత్సహించడం, కులం, మతం, ప్రాంతాలకు అతీతంగా జాతీయ సమైక్యతను పెంపొందించి పటిష్ట పరచడం, ప్రజల డిమాండ్లను క్రోడీకరించి వాటికి పరిణత రూపమిచ్చి ప్రభుత్వానికి సమర్పించడం, అన్నిటినీమించి ప్రజాభిప్రాయాన్ని సుశిక్షితం చేయడం, సమీకరించడం కాంగ్రెస్ లక్ష్యాలుగా ప్రకటించబడ్డాయి.

కాంగ్రెస్ స్థాపనను ప్రోత్సహించడంలో హ్యూమ్ ఉద్దేశ్యం ఒక రక్షక కవాటాన్ని సమకూర్చడమని లేక విద్యావంతులైన భారతీయులలో పెల్లుబికుతున్న అసంతృప్తిని వ్యక్తం చేసేందుకు ఒక మార్గాన్ని కనుగొనేందుకనే భావన వుంది. అసంతృప్తి చెందిన జాతీయవాద మేధావుల, అసంతృప్తి చెందిన రైతుల కలయికను నివారించాలని హ్యూం కోరుకున్నాడు.

కాని రక్షక కవాటం సిద్ధాంతం వాస్తవంలో చిన్న భాగం మాత్రమే. అది పొసగనిదిగానూ దారి తప్పించేదిగానూ వుంది. రాజకీయంగా చైతన్యవంతులైన భారతీయులు, వారి రాజకీయ, ఆర్థిక, పురోగతి కొరకు జాతీయ సంస్థని స్థాపించాలనే కోరికకు కాంగ్రెస్ ప్రాతినిధ్యం వహించింది. బలమైన శక్తులు పనిచేస్తున్న ఫలితంగా దేశంలో జాతీయోద్యమం అభివృద్ధి చెందుతుందని మనం ఇంతకుముందే గమనించాం. ఈ ఉద్యమాన్ని సృష్టించిన ఘనత ఒక వ్యక్తికిగాని, ఒక గ్రూపుకుగాని చెందదు. హ్యూం కూడా కేవలం ప్రజల్లో పెల్లుబికే అసంతృప్తి శాంతియుతంగా వెలికిరావడానికి అనువైన మార్గాన్ని అన్వేషించే లక్ష్యాన్ని మించిన ఉన్నతమైన లక్ష్యంతో ప్రేరేపితుడయ్యాడు. రక్షక కవాటం కంటే ఉన్నతమైన ఉద్దేశాలు హ్యూంని ప్రభావితం చేశాయి. భారతదేశం పట్ల, భారతదేశంలోని పేద వ్యవసాయదారులపట్ల హ్యూంకి చిత్తశుద్ధితో కూడిన ప్రేమ, అభిమానం వున్నాయి. ఏమైనప్పటికీ జాతీయ కాంగ్రెస్ స్థాపనకి హ్యూంతో సహకరించిన భారతీయ నాయకులు అత్యున్నత స్థాయి దేశభక్తులు.

అంత ప్రారంభ దశలో వారి ప్రయత్నాలకు పాలకుల నుండి ప్రతికూలత రాకుండా నివారించేందుకు హ్యూం సహాయాన్ని మనస్ఫూర్తిగా స్వీకరించారు. పదవీ విరమణ చేసిన సివిల్ సర్వీసు అధికారి తమతో వుంటే పాలకులు తమను అనుమానంగా చూడరని ఆశించారు. హ్యూం కాంగ్రెస్‌ని రక్షక కవాటంగా ఉపయోగించుకోవాలనుకొంటే కాంగ్రెస్ నాయకులు అతడిని విద్యుత్‌ను ప్రవహింపచేసే వాహకంగా వాడుకోవాలని ఆశించారు.

ఆ విధంగా 1885లో జాతీయ కాంగ్రెస్ స్థాపనతో విదేశీ పాలన నుండి స్వతంత్రం కొరకు మొదలైన పోరాటం తక్కువ స్థాయిలోదైనప్పటికీ నిర్మాణ బద్ధంగా సాగింది. జాతీయోద్యమం పెరిగి పెద్దదవ్వాలి. స్వతంత్రం సాధించే వరకు విరామ మెరుగక పోరాడాలని ప్రజలకు తెలియాలి. కాంగ్రెస్ కూడా మొదటి నుంచి ఒక పార్టీగా గాక ఒక ఉద్యమంగా పనిచేయాలి. 1886లో రెండవ కాంగ్రెస్ సదస్సులో వివిధ ప్రాంతీయ సంఘాల నుండి గ్రూపుల నుండి 436 మంది ప్రతినిధులు ఎన్నుకోబడ్డారు. అప్పటి నుండి జాతీయ కాంగ్రెస్ దేశంలోని వివిధ ప్రాంతాలలో డిసెంబరులో వార్షిక సమావేశాలు జరుపుకొంది. చాలా త్వరలో ప్రతినిధుల సంఖ్య వేలకు పెరిగింది. ప్రతినిధులలో ప్రధానంగా లాయర్లు, పత్రికా రచయితలు, వర్తకులు, పారిశ్రామికవేత్తలు, ఉపాధ్యాయులు, భూస్వాములు ఉన్నారు. 1890లో కలకత్తా యూనివర్శిటీ మొట్టమొదటి మహిళా పట్టభద్రురాలు కాదంబని గంగూలి కాంగ్రెస్ సదస్సును ఉద్దేశించి ప్రసంగించారు. తరతరాలుగా అణచివేయబడిన భారతీయ మహిళల్ని స్వతంత్ర పోరాటం మేల్కొల్పిందనడానికి ఇది సంకేతం.

జాతీయవాద వెల్లువకు జాతీయ కాంగ్రెస్ ఒక్కటే ఏకైక ప్రవాహ మార్గం కాదు. రాష్ట్ర సదస్సులు, ప్రాంతీయ స్థానిక సంఘాలు, జాతీయవాద పత్రికలు వెల్లువెత్తే జాతీయోద్యమానికి సాధనాలయ్యాయి. ముఖ్యంగా పత్రికలు జాతీయ భావాల్ని, జాతీయోద్యమాన్ని అభివృద్ధి పరచడంలో శక్తివంతమైన సాధనాలుగా పనిచేశాయి. అప్పటి పత్రికలు వ్యాపార కార్యకలాపాలకు, ప్రకటనలకు ప్రాధాన్యత ఇవ్వలేదు. జాతీయ కార్యకలాపాల ప్రచారాన్ని సాగించే సాధనాలుగా ప్రారంభించబడ్డాయి. ప్రారంభదశలో జాతీయ కాంగ్రెస్‌కు దాదాభాయ్ నౌరోజి, బద్రుద్దీన్ త్యాబ్జి, ఫిరోజ్‌షా మెహతా, పి ఆనందాచార్లు, సురేంద్రనాథ్ బెనర్జీ, రమేష్ చంద్రదత్, ఆనంద్ మోహన్‌బోస్, గోపాలకృష్ణ గోఖలే వంటి అతిరధులు అధ్యక్షులుగా వున్నారు. ఆ కాలంనాటి ప్రముఖ కాంగ్రెస్ నాయకులు, జాతీయోద్యమ నాయకులలో ప్రముఖులు మహదేవ్ గోవింద రనడే, బాలగంగాధర్ తిలక్, శిశిరకుమార్, మోతీలాల్, ఘోష్

సోదరులు, మదన్ మోహన్ మాలవ్య, జి.సుబ్రమణ్య అయ్యర్, సి.విజయరాఘవాచారియార్, దిన్‌షా యి.వాచాలు.

తొలినాటి జాతీయవాదుల కార్యక్రమం, కార్యకలాపాలు

తొలినాటి జాతీయవాద నాయకత్వం దేశ రాజకీయ విముక్తి కొరకు పోరాటం తక్షణ చర్చనీయాంశం కాదని విశ్వసించింది. జాతీయ భావాల్ని రేకెత్తించి వాటిని సంఘటిత పరచడం, విస్తృత సంఖ్యలో భారత ప్రజల్ని జాతీయ రాజకీయాలలోకి తీసుకొని రావడం, రాజకీయాలలో, రాజకీయ ఆందోళనలలో శిక్షణ ఇవ్వడం చర్చనీయాంశాలుగా స్వీకరించింది. రాజకీయ సమస్యలపై ప్రజలలో ఆసక్తిని కలిగించి ప్రజాభిప్రాయాన్ని కూడగట్టడం మొదటిపనిగా పెట్టుకున్నారు. రెండవది : దేశవ్యాప్తంగా ప్రజల డిమాండ్లను రూపొందించి, వాటిపై ప్రజాభిప్రాయాన్ని కేంద్రీకరింపచేయడం. అన్నిటికంటే ముఖ్యంగా ముందుగా రాజకీయ చైతన్యం గల ప్రజలలో, రాజకీయ కార్యకర్తలలో, నాయకులలో జాతీయైక్యతను సృష్టించడం. భారతదేశం జాతిగా రూపొందుతున్న దశలో వుందని తొలినాటి జాతీయ నాయకులకు స్పష్టమైన అవగాహన వుంది. జాతీయతను జాగ్రత్తగా పెంచవలసి వుంది. రాజకీయ చైతన్యంగల భారతీయులు కులం, మతం, ప్రాంతంతో సంబంధం లేకుండా జాతీయైక్యతా భావాన్ని పెంచి పటిష్టపరచేందుకు నిరంతరాయంగా కృషి చేయవలసి వుంది. ఉమ్మడి ఆర్థిక రాజకీయ కార్యక్రమం ప్రాతిపదికపై భారత ప్రజల్ని ఐక్యపరచే లక్ష్యంతో తొలినాటి జాతీయవాదుల ఆర్థిక, రాజకీయ డిమాండ్లు రూపొందించబడ్డాయి.

సామ్రాజ్యవాద ఆర్థిక విధానాలపై విమర్శ

తొలినాటి జాతీయవాదుల రాజకీయ కార్యకలాపాలలో అత్యంత ముఖ్యమైనది సామ్రాజ్యవాద ఆర్థిక విధానాలపై చేసిన విమర్శ.సమకాలీన వలసవాద ఆర్థిక దోపిడీ యొక్క మూడు రూపాలను - వర్తకం ద్వారా, పరిశ్రమల ద్వారా విత్త పెట్టుబడుల ద్వారా సాగుతున్న దోపిడీని జాతీయవాదులు గుర్తించారు. భారత ఆర్థిక వ్యవస్థని బ్రిటిషు ఆర్థిక వ్యవస్థకి లోబడి వుండేలా చేయడం బ్రిటిషు సామ్రాజ్యవాద ప్రధాన లక్ష్యమని జాతీయవాదులు స్పష్టంగా అర్థం చేసుకున్నారు. వలసవాద విధానం ప్రాథమికాంశాల్ని భారతదేశంలో అభివృద్ధి పరచాలనే బ్రిటిషు పాలకుల ప్రయత్నాల్ని - అంటే భారతదేశాన్ని ముడిసరుకుల సరఫరాదారుగా మార్చడం, బ్రిటన్‌లో తయారైన వస్తువులకు మార్కెట్టుగా చేయడం, విదేశీ పెట్టుబడికి కార్యక్షేత్రంగా మార్చడాన్ని జాతీయవాదులు తీవ్రంగా వ్యతిరేకించారు. వలసవాద ప్రాతిపదికపై సాగే పాలకుల ఆర్థిక విధానాలకు వ్యతిరేకంగా శక్తివంతమైన ఆందోళన చేశారు.

తొలినాటి జాతీయవాదులు భారతదేశంలో పెరుగుతున్న పేదరికం, ఆర్థిక వెనుకబాటుతనం, ఆధునిక పరిశ్రమలు, వ్యవసాయం ఎదుగుదలలో వైఫల్యం పట్ల అసంతృప్తి చెందారు. ఆందోళన వ్యక్తం చేశారు. అందుకు బ్రిటిష్‌వారి ఆర్థిక దోపిడి కారణమని నిందించారు. 1881లోనే దాదాభాయ్ నౌరోజి బ్రిటిష్ పాలన "క్రమక్రమంగా దేశాన్ని నాశనం చేస్తున్న, శాశ్వతమైన, పెరుగుతున్న అనునిత్యం పెరుగుతున్న విదేశీ దోపిడి"యని స్పష్టం చేశాడు. దేశీయ సాంప్రదాయ పరిశ్రమల్ని చేతివృత్తుల్ని ధ్వంసం చేస్తున్న, ఆధునిక పరిశ్రమల అభివృద్ధిని ఆటంకపరుస్తున్నా పాలకుల ఆర్థిక విధానాల్ని జాతీయవాదులు విమర్శించారు. విదేశీ పెట్టుబడి, భారతదేశ పెట్టుబడిదారుల్ని అణచివేయడానికి దారితీస్తుందని భారత ఆర్థిక విధానాలపై రాజకీయాలపై బ్రిటిష్ పట్టుబిగిస్తుందని అంచనావేసిన జాతీయవాదులు భారత రైల్వేలలో, ప్లాంటేషన్లలో పరిశ్రమలలో పెడుతున్న విదేశీ పెట్టుబడుల్ని వ్యతిరేకించారు. విదేశీ పెట్టుబడి వర్తమానానికే గాక రానున్న తరాలకు కూడా తీవ్రమైన ఆర్థిక రాజకీయ ప్రమాదాన్ని తెస్తుందని విశ్వసించారు. దేశ దారిద్ర్య నిర్మూలనకు ఆధునిక పరిశ్రమల్ని వేగంగా అభివృద్ధి పరచాలని సూచించారు. ప్రత్యక్ష సహాయం ద్వారా, సుంకాల రక్షణ ద్వారా ప్రభుత్వం ఆధునిక పరిశ్రమల్ని ప్రోత్సహించాలని కోరారు. భారతీయ పరిశ్రమల అభివృద్ధి కొరకు బ్రిటిషు వస్తువుల బహిష్కరణ, స్వదేశీ వస్తువుల వినియోగానికి ప్రచారమిచ్చారు. ఉదాహరణకు 1896లో స్వదేశీ ప్రచారంలో భాగంగా పూనాలోనూ, మహారాష్ట్రలోని ఇతర పట్టణాలలోను విదేశీ వస్త్రాల్ని బాహాటంగా తగులబెట్టారు.

భారతదేశ సంపద బ్రిటన్‌కి తరలింపబడుతుందని, ఈ తరలింపు ఆపివేయబడాలని జాతీయవాదులు డిమాండ్ చేశారు. రైతుపై పన్నుల భారం తగ్గించేందుకు, భూమిశిస్తు తగ్గింపు కొరకు జాతీయవాదులు నిరంతర ఆందోళన సాగించారు. బ్రిటిషు పాలకులు కొనసాగించదలచిన అర్ధ భూస్వామ్య వ్యవసాయ సంబంధాలను విమర్శించారు. ప్లాంటేషన్ కార్మికుల పని పరిస్థితుల మెరుగుదల కొరకు ఆందోళన చేశారు. భారతదేశ పేదరికానికి అధిక పన్నుల విధింపు కారణమని, అందువలన ఉప్పు పన్ను రద్దుచేయాలని భూమిశిస్తు తగ్గించాలని డిమాండ్‌చేశారు. భారత ప్రభుత్వం యొక్క సైనిక వ్యయం ఎక్కువగా ఉండడాన్ని నిరసిస్తూ దానిని తగ్గించాలని డిమాండ్ చేశారు. ఆర్థిక దోపిడీ, దుర్భర దారిద్ర్యం, మారని ఆర్థిక దైన్యస్థితి వగైరాలు విదేశీ పాలన వలన కలిగిన లాభాలను దిగమింగి వేశాయని అనేక మంది జాతీయవాదులు క్రమేణా ఒక నిర్ణయానికి వచ్చారు. ఆస్తికి, ప్రాణానికి భద్రత చేకూరుతుందని చేసే ప్రచారాన్ని గురించి దాదాభాయ్ నౌరోజీ ఇలా

వ్యాఖ్యానించాడు.

"భారతదేశంలో ఆస్తికి ప్రాణానికి భద్రత వుందనేది ఒక కాల్పనిక ఊహ. వాస్తవానికి అటువంటిదేమీలేదు. ఒకవిధంగా ధన ప్రాణ రక్షణ వున్నది. జనం పరస్పరం హింసకు పాల్పడకుండా భద్రత వున్నది. స్వదేశీ నిరంకుశుల నుంచి రక్షణ వున్నది. కాని బ్రిటిష్ కబంధ హస్తాల నుండి రక్షణ లేదు. తద్వారా ప్రాణానికి భద్రత లేదు. భారతదేశ సంపదకు భద్రతలేదు. ఏది భద్రంగా కదు భద్రంగా వున్నదంటే ఇంగ్లాండు కడుపులో నీళ్ళు కదలకుండా క్షేమంగా భద్రంగా వుంది. భారతదేశం నుండి సంపదని తరలించుకుపోవడానికి ఇక్కడ కూర్చొని తేరగా మెక్కడానికి ఇంగ్లాండుకు సంపూర్ణ భద్రత వుంది. ఏటా భారతదేశపు ఆస్తిని మూడు, నాలుగు కోట్ల పౌండ్ల వంతున కొల్లగొట్టుకుపోవడానికి భద్రత వుంది. కాబట్టి భారతదేశంలో ఆస్తికి, ప్రాణానికి భద్రతలేదని మనవి చెయ్యడానికి సాహసిస్తున్నాను. భారతదేశంలో కోట్లాది ప్రజలకు జీవితం అంటే అర్ధాకలి, పస్తులు, కరువులు, రోగాలు.

శాంతిభద్రతల గురించి ఆయనింకా ఇలా అన్నారు. 'కొడితే వీపు మీద కొట్టు కాని పొట్టమీద కొట్టొద్దు' - అని. భారతదేశంలో ఒక నానుడి వుంది. స్వదేశీ నిరంకుశరాజుల పాలనలో ప్రజలు తాము పండించింది దాచుకొని అనుభవించేవారు. అప్పుడప్పుడు వీపు మోగిపోతే భరించారు. కాని బ్రిటిష్ ఇండియా నిరంకుశ ప్రభువుల కింద మనిషి శాంతిగానే బతుకుతున్నాడు. హింసలేదు. కాని అతని జీవనాధారం తన్నుకుపోతున్నారు. కానరాకుండా, చప్పుడుకాకుండా, అతిగోప్యంగా. ఆ మనిషి పస్తులు వుండటానికి శాంతి వుంది. పస్తుల్తో చావడానికి శాంతి వుంది. శాంతి భద్రతలకేం భేషుగ్గా వున్నాయి".

ఆర్థికాంశాలపై జాతీయవాదుల ఆందోళన బ్రిటిషు పాలన భారతదేశాన్ని దోపిడీ చేయడం ప్రాతిపదికగా సాగుతుందని, భారతదేశాన్ని పేదరికంలోకి వెనుకబాటుతనంలోకి నెట్టివేస్తున్నదని అఖిల భారత స్థాయిలో బలమైన ప్రజాభిప్రాయం పెంపొందింది.

పరిపాలనా సంస్కరణలు

జాతీయవాదులు మొదటి నుండి భారతదేశం ప్రజాస్వామ్య స్వయం పరిపాలన దిశగా ముందుకు సాగాలని వాంఛించారు. వారి లక్ష్యాన్ని వెంటనే చేరుకోవాలని కోరలేదు. వారి తక్షణ డిమాండ్లు చాలా సాదాసీదాగా వున్నాయి. అంచెలంచెలుగా స్వతంత్రాన్ని సాధించాలని ఆశించారు. తొందరపడితే ప్రభుత్వం వారి కార్యకలాపాల్ని అణచివేయవచ్చుగనుక వారు చాలా జాగ్రత్తగా ముందుకుసాగారు. 1885 నుండి

1892 వరకు వారు శాసనమండలుల విస్తరణ, సంస్కరణల కొరకు మాత్రమే డిమాండ్ చేశారు.

వారి ఆందోళన ఫలితంగా బ్రిటిషు ప్రభుత్వం భారత చట్టసభల శాసనం 1892 చేయక తప్పలేదు. ఈ చట్టం కేంద్ర శాసనసభ, అలాగే రాష్ట్రాల శాసనసభల సభ్యుల సంఖ్యని పెంచింది. వారిలో కొందరిని భారతీయులు పరోక్షంగా ఎన్నుకొనే వీలు కలిగింది. కాని ప్రభుత్వంచే నియమింపబడే సభ్యుల సంఖ్యాధిక్యత అంతకుముందు లాగానే కొనసాగుతుంది. 1892 చట్టం పట్ల జాతీయవాదులు పూర్తిగా అసంతృప్తి చెందారు. ప్రత్యేకించి ప్రభుత్వ ధనంపై భారతీయుల అదుపు వుండాలని డిమాండ్‌చేశారు. అమెరికా స్వతంత్ర పోరాట కాలంలో ఆ ప్రజల నినాదాన్ని - 'ప్రాతినిధ్యం లేకపోతే పన్నులు లేవు' అని అందిపుచ్చుకున్నారు. అదేసమయంలో జాతీయవాదులు ప్రజాస్వామ్య డిమాండ్ల పునాదిని విస్తృత పరచుకోవడంలో విఫలమయ్యారు. సాధారణ ప్రజలకు, స్త్రీలకు ఓటు హక్కునివ్వాలని డిమాండ్ చేయలేదు.

20వ శతాబ్దం ప్రారంభానికి జాతీయవాదులు బ్రిటిషు సామ్రాజ్యంలో స్వయం పాలన చేసుకొంటున్న వలస దేశాలయిన ఆస్ట్రేలియా, కెనడా, తరహాలో స్వరాజ్యం లేక స్వయం పరిపాలన ప్రతిపత్తి కావాలని డిమాండ్ చేశారు. ఈ డిమాండు కాంగ్రెస్ వేదిక నుండి 1905లో గోఖలే, 1906లో దాదాభాయ్ నౌరోజీ చేశారు.

పాలనాపరమైన మరియు ఇతర సంస్కరణలు

తొలినాటి జాతీయవాదులు పాలనా పరమైన చర్యల్ని నిర్భయంగా విమర్శించేవారు. లంచగొండితనం, అసమర్థత, అణచివేతలతో కూడిన పాలనా వ్యవస్థలో సంస్కరణల కొరకు నిరంతరంగా కృషి చేశారు. పాలనాపరమైన పై స్థాయి ఉద్యోగాలలో భారతీయులకు అవకాశం కల్పించాలనేది పాలనా రంగంలో వారు కోరిన ముఖ్యమైన సంస్కరణ. వారు ఆర్థిక రాజకీయ నైతిక కారణాల రీత్యా ఈ డిమాండ్‌చేశారు. ఆర్థికంగా పైస్థాయి ఉద్యోగాలలో యూరోపియన్ గుత్తాధిపత్యం రెండు రకాలుగా చెరుపు చేస్తుంది. యూరోపియన్లకు ఎక్కువ జీతాలు చెల్లించేవారు. ఫలితంగా పాలనా నిర్వహణ ఖర్చు పెరిగింది. అవే అర్హతలున్న భారతీయుల్ని తక్కువ జీతాలతో నియమించవచ్చు. యూరోపియన్లు వారి జీతాలలో ఎక్కువ భాగాన్ని దేశం నుండి బయటికి పంపిస్తారు. వారి పెన్షన్లు ఇంగ్లాండులో చెల్లించబడతాయి. ఫలితాలు భారతదేశం నుండి సంపద తరలింపు మరికొంత పెరుగుతుంది. రాజకీయంగా పైస్థాయి ఉద్యోగాల భారతీయీకరణ జరిగితే పరిపాలన భారతదేశ అవసరాల

కనుగుణంగా బాధ్యతాయుతంగా జరుగుతుందని జాతీయవాదులు ఆశించారు. ఈ సమస్యకి సంబంధించిన నైతిక అంశాన్ని గురించి గోపాలకృష్ణ గోఖలే 1897లో ఇలా వివరించాడు:

"విదేశీ ఏజెన్సీ యొక్క మితిమీరిన ఖరీదొక్కటే దానిలోని చెడుగు కాదు. అంతకుమించిన నైతిక అనర్థం వుంది. వర్తమాన వ్యవస్థలో భారత జాతిని ఎదగనివ్వకుండా మరగుజ్జుల్ని చేసే ప్రమాదం జరిగిపోతుంది. మనం జీవించినన్నాళ్ళు ఒక న్యూనతా వాతావరణంలో గడపాలి. మనలో మహోన్నతుడు కూడా తలవంచాలి. మన పురుషత్వం ఎదగగలిగిన పాటి సంపూర్ణ ఔన్నత్యాన్ని ఈ వ్యవస్థలో ఎన్నటికీ సాధించలేం. స్వయం పాలిత ప్రజ పొందే నైతిక గౌరవానుభూతి మనకు కలగదు. మన పరిపాలనా ప్రతిభ, మన సైనిక శక్తియుక్తులు ఉపయోగపరచుకొనే మార్గం లేక క్రమేణ వాడి వత్తలై పోక తప్పదు. చివరికి మన బ్రతుకు మన స్వంతదేశంలోనే కట్టెలు కొట్టేవాళ్ళు, నీళ్ళు మోసేవాళ్లుగా తెల్లవారుతుంది".

కార్యనిర్వాహక అధికారాల నుండి న్యాయాధికారాలను వేరుపరచాలని జాతీయవాదులు కోరారు. అలా చేస్తే పోలీసుల, ఉన్నతాధికారుల తాత్కాలిక చర్యల నుండి ఒక మేరకైనా సాధారణ ప్రజలకు రక్షణ కల్పించినట్ల అవుతుందని భావించారు. వారు సాధారణ ప్రజల పట్ల పోలీసుల ఇతర ప్రభుత్వ ఏజంట్ల యొక్క అణచివేత, నిరంకుశ వైఖరికి వ్యతిరేకంగా ఆందోళనలు చేశారు. న్యాయ విచారణకు పట్టే కాల వ్యవధిని, అందుకయ్యే వ్యయాన్ని జాతీయవాదులు విమర్శించారు. పొరుగుదేశాలపట్ల అవలంభించే దురాక్రమణ పూరిత విదేశాంగ విధానాన్ని వ్యతిరేకించారు. బర్మాని కలుపుకొనడాన్ని, ఆఫ్ఘనిస్తాన్‌పై దాడిని, వాయువ్య భారతదేశంలోని తెగల ప్రజల అణచివేతని నిరసించారు.

సంక్షేమ కార్యక్రమాలు చేపట్టవలసిందిగా ప్రభుత్వానికి విజ్ఞప్తి చేశారు. సాధారణ ప్రజలలో ప్రాథమిక విద్యా వ్యాప్తికి ప్రాధాన్యతనివ్వాలని కోరారు. ఉన్నత సాంకేతిక విద్యకి ఇతోధికంగా వసతులు కల్పించాలని డిమాండ్ చేశారు.

రైతుని వడ్డీవ్యాపారి పట్టు నుండి విముక్తుణ్ణి చేసేందుకు వ్యవసాయ పరపతి బ్యాంకుల్ని అభివృద్ధి పరచాలని డిమాండ్ చేశారు. వ్యవసాయాభివృద్ధికి, దేశాన్ని కరువు కాటకాల నుండి రక్షించేందుకు విస్తృత స్థాయిలో సాగునీటి పథకాలు చేపట్టాలని కోరారు. వైద్య,ఆరోగ్య వసతుల్ని విస్తృత పరచాలని, గౌరవప్రదంగా, సమర్థవంతంగా ప్రజలకు చేరువగా వుండి పనిచేసే విధంగా పోలీసు వ్యవస్థని అభివృద్ధి పరచాలని డిమాండ్ చేశారు.

పేదరికం ఒత్తిడితో ఉపాధికొరకు దక్షిణాఫ్రికా, మలయా, మారిషస్, వెస్టిండీస్, బ్రిటిష్, గుహనాలాంటి విదేశాలకు, వలసపోయిన భారత కార్మికులకు రక్షణ కల్పించాలని కోరారు. చాలా విదేశాలలో భారతీయులు అణచివేతకు జాతి వివక్షతకు గురి చేయబడుతున్నారు. దక్షిణాఫ్రికాలో మోహన్‌దాస్ కరంచంద్ గాంధీ భారతీయుల కనీస మానవ హక్కుల రక్షణ కొరకు పోరాడుతున్నాడు.

పౌర హక్కుల రక్షణ

మొదటి నుండి రాజకీయంగా చైతన్యవంతులైన భారతీయులు ప్రజాస్వామ్యం వైపేగాక వాక్సభా పత్రికా స్వాతంత్ర్యాలవైపు కూడా ఆకర్షితులయ్యారు. ప్రభుత్వం పౌర హక్కుల్ని కుదించాలని ప్రయత్నించిన ప్రతి సందర్భంలో వాటిని రక్షించుకొనడానికి దృఢంగా నిలబడ్డారు. ఈ కాలంలో జాతీయవాద కార్యకలాపాల ఫలితంగా భారత ప్రజానీకంలో ప్రత్యేకించి విద్యావంతులలో ప్రజాస్వామ్య భావజాలం వేరూనడం ప్రారంభమయింది. వాస్తవంగా ప్రజాస్వామ్య స్వేచ్ఛ కొరకు చేసే పోరాటం స్వతంత్రం కొరకు సాగే జాతీయపోరాటంలో విడదీయరాని భాగమయింది. 1897లో ప్రభుత్వంపై వ్యతిరేకతని రెచ్చగొడుతున్నందుకు బొంబాయి ప్రభుత్వం జి.జి. తిలక్‌ని, ఇంకా పలువురు ఇతర నాయకుల్ని వార్తా పత్రికల సంపాదకుల్ని అరెస్టుచేసి విచారణ జరిపింది. వారికి దీర్ఘకాల కారాగారవార శిక్షలు విధించబడ్డాయి. అదేకాలంలో విచారణ కూడా జరపకుండా పూనా నాయకులు నాథూ సోదరులకు ద్వీపాంతర వాస శిక్ష విధించబడింది. ప్రజల స్వేచ్ఛపై జరిగిన ఈ దాడికి వ్యతిరేకంగా దేశం యావత్తు నిరసన వ్యక్తం చేసింది. అప్పటివరకు మహారాష్ట్రకే తెలిసిన తిలక్ ఒక్కసారిగా అఖిల భారత నాయకుడయ్యాడు.

రాజకీయ కార్యకలాపాల పద్ధతులు

1905 వరకు జాతీయోద్యమం మితవాద జాతీయవాదులు లేక మితవాదులుగా వర్ణించబడిన నాయకుల ప్రాబల్యంలో నడిచింది. మితవాదుల రాజకీయ విధానాలు సంక్షిప్తంగా చెప్పాలంటే చట్టం నాలుగు గోడల మధ్య రాజ్యాంగ బద్ధమైన ఆందోళన జరపడం. మితవాదులు ఎంచుకున్న రాజకీయ పద్ధతి నెమ్మదిగా క్రమబద్ధంగా ప్రగతి సాధించడం. దేశంలో ప్రజాభిప్రాయాన్ని సృష్టించి ప్రజల కోర్కెలను, విజ్ఞప్తులు, సభలు సమావేశాలు, తీర్మానాలు, ఉపన్యాసాలు ద్వారా విన్నవించుకుంటే పాలకులు క్రమంగా అంచెలంచెలుగా అంగీకరిస్తారని మితవాదులు విశ్వసించారు.

కాబట్టి వారి రాజకీయ పని పద్ధతి రెండు దశలుగా సాగింది. ఒకటి ప్రజలలో రాజకీయ చైతన్యాన్ని జాతీయ స్ఫూర్తిని రగిల్చి బలమైన ప్రజాభిప్రాయాన్ని కూడగట్టడం. రాజకీయ సమస్యలపై వారిని చైతన్యవంతుల్ని చేసి ఐక్యపరచడం. మౌలికంగా జాతీయ కాంగ్రెస్ యొక్క విజ్ఞాపనలు తీర్మానాలు ఈ గమ్యం దిశగానే సాగాయి. వారు విజ్ఞప్తులు విజ్ఞాపనలు ప్రభుత్వాన్ని ఉద్దేశించి చేసినప్పటికీ ఆయా అంశాలపై ప్రజల్ని చైతన్యపరచడమే వారి అసలు ఉద్దేశం. ఉదాహరణకు 1891లో పూనా సార్వత్రిక సభ పొందికైన పదాలతో పంపుకున్న విజ్ఞాపన పత్రానికి ప్రభుత్వం రెండు పంక్తుల జవాబు ఇచ్చింది. యువకుడైన గోఖలే అసంతృప్తి వ్యక్తం చేశాడు. జస్టిస్ రనడే ఈ విధంగా జవాబు చెప్పాడు.

"మన దేశ చరిత్రలో మన స్థానాన్ని నీవు గుర్తించలేదు. ఈ విజ్ఞాపన పత్రాలు నామమాత్రంగా ప్రభుత్వాన్ని ఉద్దేశిస్తాయి. వాస్తవంగా అవి ప్రజల నుద్దేశించి రాసినవి. ఇలాంటి అంశాలలో వారు ఎలా ఆలోచించాలో తెలియచెప్పేందుకు వ్రాసినవి. ఈ తరహా రాజకీయాలు మన దేశంలో పూర్తిగా కొత్తవి గనుక ఎలాంటి ఫలితాలు ఆశించకుండా ఈ పని చాలా సంవత్సరాలు చేయాలి. రెండవది: జాతీయవాదులు తాము సూచించిన పద్ధతిలో సంస్కరణలు ప్రవేశపెట్టాలని బ్రిటిషు ప్రభుత్వానికి, బ్రిటిషు ప్రజలకు నచ్చజెప్పాలని కోరుకున్నారు. బ్రిటిషు ప్రజలు పార్లమెంటు భారత ప్రజల పట్ల న్యాయంగా వ్యవహరిస్తుందని, కానీ వారికి ఇచ్చటి వాస్తవ పరిస్థితులు తెలియవనీ మితవాద నాయకులు నమ్మారు. కాబట్టి భారతదేశంలో ప్రజాభిప్రాయాన్ని కూడగట్టిన తరువాత బ్రిటిష్ ప్రజాభిప్రాయాన్ని కూడగట్ట యత్నించారు. అందుకు బ్రిటన్‌లో చురుకైన ప్రచారం సాగించారు. భారత ప్రజల దృక్పథాన్ని ప్రచారం చేసేందుకు ప్రముఖుల్ని బ్రిటన్‌కి పంపించారు. 1889లో భారత జాతీయ కాంగ్రెస్ యొక్క బ్రిటిషు కమిటీ స్థాపించబడింది. 1890లో ఈ కమిటీ 'ఇండియా' అనే పత్రికను ప్రారంభించింది. దాదాభాయ్ నౌరోజీ తన జీవితంలోనూ, ఆదాయంలోనూ ఎక్కువ భాగాన్ని భారతదేశానికి అనుకూలంగా బ్రిటన్‌లో ప్రజాభిప్రాయాన్ని కూడగట్టేందుకు వెచ్చించారు."

బ్రిటషు పాలన పట్ల విధేయత వ్యక్తం చేస్తూ ప్రముఖ మితవాద నాయకులు చేసిన ప్రకటనల్ని చదివిన పాఠకులు గందరగోళపడతారు. బ్రిటిషు పాలన పట్ల విధేయతని అంగీకరించడం అంటే వారు నిజమైన దేశభక్తులు కారని గాని పిరికివారని గాని అర్థం చేసుకోరాదు. చరిత్ర యొక్క ఆ దశలో బ్రిటన్‌లో భారతదేశం యొక్క రాజకీయ సంబంధం కొనసాగింపు భారతదేశ ప్రయోజనాల రీత్యా అవసరమని విశ్వసించారు. కాబట్టి వారు బ్రిటిషు వారిని వెళ్ళగొట్టాలనుకోలేదు. బ్రిటిషు పాలనని

దాదాపు జాతీయపాలనగా మార్పు చెందించాలనుకొన్నారు. ఆ తరువాత బ్రిటిషు పాలనలోని చెడుగుల్ని గమనించినపుడు, సంస్కరణ కొరకు జాతీయవాదులు చేసిన డిమాండ్లని నిరాకరించినపుడు మితవాదులలో చాలా మంది బ్రిటిషు పాలనపట్ల విధేయత ప్రకటించడం ఆపివేశారు. స్వయం పరిపాలన కావాలని డిమాండ్ చేయడం ప్రారంభించారు. అంతేగాక విదేశీ పాలకులకు ప్రత్యక్ష సవాలు విసిరేందుకు అప్పటికి పరిస్థితులు పరిపక్వం కాలేదని భావించారు.

ప్రజల పాత్ర

ప్రారంభదశలో జాతీయోద్యమం బలహీనత ఏమిటంటే దాని పరిమితమైన సామాజిక పునాది. ఉద్యమం అప్పటికి ప్రజలలో చొచ్చుకుపోలేదు. చురుకైన రాజకీయ పోరాటంగా దానిని మలచడంలోగల ఇబ్బందుల్ని గోపాలకృష్ణ గోఖలే "దేశంలో అసంఖ్యాకమైన విభజనలు, ఉప విభజనలు, అత్యధిక ప్రజానీకం అజ్ఞానంలో మగ్గిపోవడం, మార్పుని అర్థం చేసుకొని, మార్పుని నిరోధించే పాత తరహా ఆలోచనలకు, ఆచార సాంప్రదాయాలు అంటిపెట్టుకొని వుండడం"గా పేర్కొన్నారు. భారతీయ సమాజంలోని వైవిధ్య భరితమైన శక్తుల్ని కలిపి జాతిగా రూపొందించిన తరువాత మాత్రమే వలస పాలనకి వ్యతిరేకంగా సమరశీల పోరాటం చేయడం సాధ్యపడుతుందని మితవాద నాయకులు విశ్వసించారు. కాని వాస్తవంగా అలాంటి పోరాట క్రమంలోనే జాతి నిర్మాణం రూపుదిద్దుకుంటుంది. ప్రజల పట్ల గల ఈ పొరబాటు వైఖరి ఫలితంగా జాతీయోద్యమ తొలిదశలో ప్రజలు ఉదాసీనమైన ప్రేక్షకపాత్రకి పరిమితం చేయబడ్డారు. ఈ వైఖరి రాజకీయ మితవాదానికి దారితీసింది. ప్రజల మద్దతు లేకుండా వారు సమరశీలమైన రాజకీయ చర్య చేపట్టలేరు. సరిగ్గా ఇదే అంశంపై తరువాత కాలం నాటి జాతీయవాదులు మితవాదులతో విభేదించారు. జాతీయోద్యమం యొక్క పునాది పరిమితమైనది. అంతమాత్రాన దానిలో చేరిన సామాజిక గ్రూపుల సంకుచిత ప్రయోజనాల కొరకు పోరాడిందనే నిర్ణయానికి రావడం తప్పవుతుంది. దాని కార్యక్రమం, విధానాలు భారత ప్రజలలోని అన్ని సెక్షన్లు సమర్థించాయి. అది వలసవాద ఆధిపత్యానికి వ్యతిరేకంగా రూపుదిద్దుకుంటున్న భారతజాతి ప్రయోజనాలకు ప్రాతినిధ్యం వహించింది.

ప్రభుత్వ వైఖరి

అభివృద్ధి చెందుతున్న జాతీయోద్యమం పట్ల బ్రిటిషు పాలకులు ప్రారంభం నుండి ప్రతికూల వైఖరి చేపట్టారు. జాతీయ కాంగ్రెస్‌ని ఒక కంట కనిపెడుతూ

వచ్చారు. జాతీయోద్యమాన్ని పక్కదారి పట్టించేందుకు కాంగ్రెస్ రాజకీయ వ్యవహారాల కంటే సాంఘిక కార్యకలాపాలు చేపట్టాలని వైస్రాయి డఫరిన్ హ్యూంకి సూచించారు. కాని కాంగ్రెస్ నాయకులు అందుకు తిరస్కరించారు. బ్రిటీష అధికారులు జాతీయ కాంగ్రెస్‌ని, కాంగ్రెస్ ప్రతినిధుల్ని బాహాటంగా విమర్శించడం ప్రారంభించారు. డఫరిన్ నుండి క్రింది అధికారుల వరకు జాతీయ నాయకులపై 'అవిధేయులని', 'రాజద్రోహ బ్రాహ్మణులని', 'హింసను ప్రేరేపించే క్రూరులు' అనే ముద్రవేశారు. కాంగ్రెస్‌ని రాజద్రోహ కర్మాగారంగా అభివర్ణించారు. 1887లో డఫరిన్ బహిరంగంగా చేసిన ఉపన్యాసంలో జాతీయ కాంగ్రెస్‌పై విరుచుకుపడ్డాడు. కాంగ్రెస్ 'ప్రజారాశిలో ఒక నలుసు' అని అపహాస్యం చేశాడు. "కాంగ్రెస్ కూలిపోవడానికి సిద్ధంగా వుంది. నేను భారతదేశంలో ఉండగానే దాని శాంతియుతమైన చావుకి సహాయపడడం నా ప్రగాఢమైన ఆకాంక్షలలో ఒకటి" అని లార్ట్ కర్జన్ 1900లో భారత రాజ్య కార్యదర్శికి తెలియజేశారు. పెరుగుతున్న భారతీయ ప్రజల ఐక్యత తమ పాలనకి పెద్ద దెబ్బని గ్రహించిన పాలకులు' విభజించి పాలించే విధానాన్ని వేగంగా అమలు జరుపనారంభించారు. సయ్యద్ అహ్మద్‌ఖాన్‌ని, బనారస్‌కు చెందిన రాజా శివప్రసాద్ - ఇంకా ఇతర బ్రాహ్మణ అనుకూల వ్యక్తులతో కాంగ్రెస్ వ్యతిరేక ఉద్యమాన్ని ప్రారంభించాల్సిందిగా ప్రోత్సహించారు. ఇంకా హిందువులు, ముస్లింల మధ్య గండికొట్ట ప్రయత్నించారు. జాతీయవాదాన్ని అణచివేయడానికి ఒకవైపు చిన్నపాటి రాయితీలిచ్చారు. మరొకవైపు విచక్షణారహితమైన అణచివేత చేపట్టారు. కాని జాతీయోద్యమ పెరుగుదలను నియంత్రించడానికి పాలకులు చేపట్టిన కుటిలయత్నాలు విఫలమయ్యాయి.

తొలినాటి జాతీయోద్యమం - మదింపు

కొంతమంది విమర్శకుల అంచనానుసరించి జాతీయోద్యమం, జాతీయ కాంగ్రెస్ - వాటి తొలిదశలో అంతగా విజయాన్ని సాధించలేదు. ఏ కొద్ది సంస్కరణల కొరకు వారు ఆందోళనలు జరిపారో ఆ సంస్కరణల్ని ప్రభుత్వమే ప్రవేశపెట్టింది.

ఈ విమర్శలో చాలా వరకు వాస్తవం వుంది కాని విమర్శకులు తొలినాటి జాతీయోద్యమం విఫలమయిందని ప్రకటించడం సరియైనది కాదు. చారిత్రకంగా పరిశీలిస్తే వారు చేపట్టిన కర్తవ్యానికి తక్షణం ఎదురయ్యే ఇబ్బందుల్ని గమనంలో పెట్టుకొన్నట్లయితే సాధించింది తక్కువేమీ కాదు. ఆనాటి అత్యంత అభివృద్ధికరమైన శక్తులకు జాతీయోద్యమం ప్రాతినిధ్యం వహించింది. విస్తృతంగా జాతీయ చైతన్యాన్ని సృష్టించడంలో విజయవంతమైంది. ప్రజలు తామంతా ఒకే ఒక జాతికి - భారత జాతికి చెందినవారమనే భావం కల్పించడంలో విజయవంతమైంది. భారతీయులంతా

రాజకీయ, ఆర్థిక, సాంఘిక సంస్కృతిక ప్రయోజనాలు అనే ఉమ్మడి బంధాలతో ముడి వేయబడి ఉన్నారనే చైతన్యాన్ని కలిగించింది. సామ్రాజ్యవాదం ఉమ్మడి శత్రువని ప్రజలకు తెలియజెప్పి జాతిపరంగా వారిని ఐక్యపరచింది. రాజకీయ పని విధానంలో ప్రజలకు శిక్షణ ఇచ్చింది. ప్రజాస్వామ్యం, పౌరహక్కులు, లౌకికతత్వం జాతీయత - లాంటి భావాలకు ప్రచారం ఇచ్చింది. ప్రజలలో ఆధునిక దృక్పథాన్ని ప్రచారం చేసి బ్రిటిషు పాలనా దుష్ఫలితాలను బహిర్గత పరచింది. అన్నిటినీ మించి తొలినాటి జాతీయవాదులు భారతదేశంలో బ్రిటిషు సామ్రాజ్యవాదం యొక్క నిజమైన స్వభావాన్ని నిర్దాక్షణ్యంగా బహిర్గత పరచడంలో అగ్రగాములుగా పనిచేశారు. ప్రతీ ముఖ్యమైన ఆర్థిక సమస్యను దేశం యొక్క రాజకీయ పరాధీన స్థితితో అనుసంధానం చేశారు. బ్రిటిషు సామ్రాజ్యవాదంపై వారి శక్తివంతమైన ఆర్థిక విమర్శ ఆ తరువాత సంవత్సరాలలో సామ్రాజ్యవాదానికి వ్యతిరేకంగా ప్రజల చురుకైన భాగస్వామ్యంతో చేసిన ప్రజా పోరాటానికి ప్రధానమైన సాధనంగా పనిచేసింది. వారి ఆర్థికమైన ఆందోళన ద్వారా బ్రిటిషు పాలకుల క్రూరమైన దోపిడీ స్వభావాన్ని బహిర్గతపరచి బ్రిటిషు పాలకుల నైతిక పునాదుల్ని బలహీనపరచారు. తొలినాటి జాతీయోద్యమం తరువాత కాలంలో ప్రజలు సమిష్టిగా రాజకీయ పోరాటాలు చేయడానికి అనువైన ఉమ్మడి రాజకీయ ఆర్థిక కార్యక్రమాన్ని కూడా రూపొందించింది. భారతదేశం భారతీయుల ప్రయోజనాల కొరకే పాలింపబడాలి - అనే రాజకీయ వాస్తవాన్ని సుస్థిరపరచింది. అంతేగాక మితవాదుల రాజకీయ పని విధానం, ప్రజల జీవితం యొక్క కటువైన వాస్తవంపై జరిపిన అధ్యయనం విశ్లేషణపై రూపొందింప బడింది గాని సంకుచితమైన మతపరమైన విజ్ఞప్తులు, డొల్లతతనంతో కూడిన భావోద్వేగాలపై రూపొందింపబడింది కాదు. తొలినాటి ఉద్యమంలోని బలహీనతల్ని తరువాతి తరం అధిగమించవలసి వుంటుంది. అలాగే సాధించిన విజయాలు పైకి ఎదగడానికి బలమైన పునాదులుగా పనిచేశాయి. కాబట్టి తొలినాటి జాతీయవాదుల బలహీనతలు ఎన్ని ఉన్నప్పటికీ జాతీయోద్యమానికి బలమైన పునాదులు వేశారు. ఆధునిక భారత నిర్మాతలలో ఉన్నత స్థానానికి వారు అర్హులు.

◊

పదకొండవ అధ్యాయం

1858 తరువాత మత సంఘ సంస్కరణ

స్వాతంత్ర్యపోరాటానికి దారితీసిన జాతీయాభిమానం ప్రజాస్వామ్యాల వెల్లువ భారత ప్రజల సాంఘిక సంస్థల్ని సంస్కరించి ప్రజాస్వామ్యబద్ధం చేయడానికి పూనుకున్న ఉద్యమాలను కూడా ప్రభావితం చేశాయి. ఆధునిక పద్ధతులలో దేశ సర్వతోముఖాభివృద్ధికి గాని జాతీయ సమైక్యత పెంపొందడానికిగాని సంఘ, మత సంస్కరణ అవసరమని చాలా మంది భారతీయులు గుర్తించారు. జాతీయభావాల పెరుగుదల, నూతన ఆర్థిక శక్తుల ఆవిర్భావం, విద్యావ్యాప్తి, ఆధునిక పాశ్చాత్య భావజాలం సంస్కృతుల ప్రభావం, పెరిగిన ప్రపంచ చైతన్యం - భారతీయ సమాజానికి దాని వెనుకబాటుతనాన్ని దైన్యస్థితిని గురించిన అవగాహన పెంచడమేగాక సంస్కరించాలనే పట్టుదల మరింత పెంచాయి. కేశవ చంద్రసేన్ భారత సమాజ దయనీయ స్థితిని గురించి ఇలా చెప్పాడు.

"ఈనాడు మనం చూస్తున్న జాతి పతనమైన జాతి - ప్రాచీన వైభవ శిధిలాలలో కూరుకుపోయిన జాతి. ఈ జాతి సాహిత్యం, విజ్ఞాన శాస్త్రం, ధర్మశాస్త్రాలు తాత్వికత, పరిశ్రమలు వాణిజ్యం, సామాజిక సౌభాగ్యం గ్రహజీవన నిరాడంబరత్వ మాధుర్యం - అన్నీ ఒకనాటి సంగతులు. ఈనాడు మన చుట్టూ పరచుకొని వున్న నిరాశాజనకమైన విషాదభరితమైన దృశ్యాన్ని - ఆధ్యాత్మికంగా, సామాజికంగా, మేధాపరంగా క్షీణదశకి చేరుకొన్న దృశ్యాన్ని నిశితంగా చూస్తూ దానిలో మహాకవి కాళిదాసుకి జన్మనిచ్చిన భూమిని, కవిత్వం కళలు విజ్ఞాన శాస్త్రం నాగరికతలు దేదీప్యమానంగా విరాజిల్లిన భూమిని చూడాలని వ్యర్థ ప్రయత్నం చేస్తున్నాం."

అలాగే స్వామి వివేకానంద భారత ప్రజల స్థితిగతుల్ని గురించి ఇలా చెప్పారు.

"చింకిపాతలతో శుష్కించి కదలాడుతున్న వృద్ధుల యువకుల నీడల్లాంటి

ఆకారాలు - ముఖాల మీద శతాబ్దాల పేదరికపు నిరాశా నిస్పృహల ముడుతలు. అంతటా చిక్కి శల్యావస్థలో వున్న ఆవులు ఎద్దులు గేదెలు - వాటి కన్నుల్లో వ్యక్తమయ్యే దయనీయమైన బాధ. దారి అంతటా చెత్తాచెదారం. ఇదీ ఈనాటి భారతదేశం. భవనాల నీడల్లో కూలిపోవడానికి సిద్ధంగా వున్న గుడిసెలు. దేవాలయాల ప్రక్కనే చెత్త కుప్పలు. ఆడంబరంగా దుస్తులు ధరించినవారి ప్రక్కనే మొలకు చాలీచాలని బట్ట చుట్టుకొన్న సన్యాసులు. అన్నీ అమరి తెగతిని బలిసినవారి కేసి కడుపు కాలుతున్నవారి కాంతి విహీనమైన ఆకలిచూపులు. ఇదీ మన మాతృభూమి. భయంకరమైన ప్లేగు, కలరాల విధ్వంసం - జాతి జీవనాడుల్ని కొరుక్కుతింటున్న మలేరియా - రెండవ ప్రకృతిగా మారిన ఆకలిమంటలు - కళ్లముందు కరాళనృత్యం చేస్తున్న కరువు కాటకాలు - వీటి మధ్య స్వదేశీయుల చేత విదేశీ జాతుల చేత అణచివేయబడ్డ అణగతొక్కబడి జీవసారం కోల్పోయి ఆకారానికి మాత్రమే మనుషులుగా మిగిలి కదలాడుతున్న మూడు కోట్ల నీడలు. వారికి ఎలాంటి గతంలేదు, ఎలాంటి భవిష్యత్తు లేదు. ఆశా లేదు. బానిసలకి మాత్రమే వుండిన ద్వేషభావం వారిని ఆవహించింది. వారు తోటి వారి ఆస్తిపాస్తుల్ని సహించలేరు. బలవంతుల పాదాల కంటిన దుమ్ము నాకుతారు. బలహీనుల్ని, భవిష్యత్తు మీద ఆశలేని వాళ్లని మూఢ విశ్వాసాలు తమ ఆధీనంలోకి తెచ్చుకొంటాయి. కుళ్లి కంపుగొట్టే కళేబరం మీద కదలాడుతున్న పురుగుల్లాగా ముప్పయికోట్ల జీవాలు భారతదేశం మీద ముసురుకుంటున్నాయి. ఇదీ మనకు సంబంధించిన మన దృశ్యం. ఇంగ్లీషు అధికారి కళ్లకు కనపడేది ఇదే దృశ్యం."

1858 తరువాత తొలినాటి సంస్కరణ ధోరణి విస్తృతి సంతరించుకొంది. తొలినాటి సంస్కర్తలు రాజారామ్మోహన్‌రాయ్, పండిట్ విద్యాసాగర్ ప్రారంభించిన కార్యకలాపాలు మత సంఘ సంస్కరణ ఉద్యమాలుగా అభివృద్ధిపరచబడ్డాయి.

మత సంస్కరణ

ఆధునిక ప్రపంచంలోని విజ్ఞానశాస్త్రం, ప్రజాస్వామ్యం జాతీయవాదం అందించే ప్రయోజనాల్ని పొందగలిగే విధంగా తమ సమాజాన్ని మార్చుకోవాలనే బలమైన కోరిక పట్టుదల భారతీయ మేధావులకు కలిగింది. కాని అప్పటి మతం ప్రజల జీవితంలో ప్రధానమైన మౌలికమైన భాగం. మత సంస్కరణ చేపట్టకుండా సంఘ సంస్కరణ సాధ్యపడని కాలం. అందువలన ముందుగా సాంప్రదాయమతాన్ని సంస్కరించే ప్రయత్నాలు ప్రారంభించారు. మతపరమైన మూలాలకు విశ్వాసపాత్రంగానే ఉంటూ భారత ప్రజల కొత్త అవసరాలకు సరిపడేలా వాటిని ఆధునీకరించారు.

బ్రహ్మ సమాజం

రామ్మోహన్‌రాయ్ స్థాపించిన బ్రహ్మసమాజ సాంప్రదాయాన్ని 1843 తరువాత దేవేంద్రనాథ్ ఠాగూర్, 1866 తరువాత కేశవ చంద్రసేన్ ముందుకు తీసుకుపోయారు. వేదాలలో చెప్పిందంతా అక్షరసత్యం అనే సిద్ధాంతాన్ని దేవేంద్రనాథ్ ఠాగూర్ త్రోసిపుచ్చాడు. ఏకేశ్వరోపాసన మీద, వేదోపనిషత్తుల ప్రబోధాల మీద ఆధారపడి ఆధునిక పాశ్చాత్య భావనలలోని మంచిని కూడా స్వీకరించి బ్రహ్మ సమాజం హిందూమతాన్ని సంస్కరించ యత్నించింది. అన్నిటిని మించి గతకాలం నాటి లేక ప్రస్తుత కాలంలోని మతపరమైన బోధనలలో ఆచరణలలో ఏవి ఉపయోగపడేవో, ఏవి నిరుపయోగమైనవో నిర్ణయించేది మానవుని హేతుబద్ధమైన ఆలోచనే అని చెప్పింది. అందువలననే బ్రహ్మ సమాజం మతపరమైన అంశాన్ని పూజారి వర్గం వ్యాఖ్యానించడాన్ని నిరాకరించింది. బ్రహ్మ సమాజవాదులు విగ్రహారాధనను మూఢాచారాల్ని సాంప్రదాయాల్ని మొత్తంగా బ్రాహ్మణ వ్యవస్థని వ్యతిరేకించారు. పూజారుల మధ్యవర్తిత్వాన్ని వ్యతిరేకించారు. పూజారి మధ్యవర్తిత్వం లేకుండా ఏకేశ్వరోపాసన చేసుకోవచ్చునన్నారు.

బ్రాహ్మ సమాజవాదులు గొప్ప సంఘ సంస్కర్తలు. వారు కుల వ్యవస్థని బాల్య వివాహాలను ప్రతిఘటించారు. వితంతు పునర్వివాహంతో సహా స్త్రీ సముద్ధరణని బలపరచారు. ఆధునిక విద్యావ్యాప్తిని ప్రోత్సహించారు.

19వ శతాబ్దపు ద్వితీయార్థంలో అంతర్గత కలహాలతో బ్రహ్మసమాజం బలహీనపడింది. దాని ప్రభావం పట్టణ విద్యావంతుల గ్రూపులకే పరిమితమయింది. అయినప్పటికీ 19, 20 శతాబ్దాలలో బ్రహ్మసమాజ నిర్ణయాత్మక ప్రభావం బెంగాల్‌లోనూ తక్కిన భారతదేశంలోనూ మేధాపరమైన సామాజిక సాంస్కృతిక రాజకీయ జీవితంపై పడింది.

మహారాష్ట్రలో మత సంస్కరణ

విగ్రహారాధనకు కుల వ్యవస్థకు వ్యతిరేకంగా పోరాడే లక్ష్యంతో 1840లో బొంబాయిలో పరమహంస మండలి స్థాపనతో మత సంస్కరణ ప్రారంభమయింది. పశ్చిమ భారతదేశంలో మొదటి మత సంస్కర్త లోక హితవాదిగా ప్రజాదరణ పొందిన హరిదేశ్‌ముఖ్ మరాఠీలో రచనలు చేశాడు. హిందూ సనాతనత్వంపై బలమైనదాడులు చేశాడు. మత సాంఘిక సమానత్వాన్ని ప్రబోధించాడు. 1840లలో ఆయన ఇలా రాశాడు :

"ఈ పురోహితులు చాలా అపవిత్రులు. మాటల అర్థం తెలియకుండా మంత్రాలు పదే పదే వల్లిస్తుంటారు. విజ్ఞానాన్ని పునరుచ్ఛరించే మాటల స్థాయికి దిగజార్చారు. పండితులు పురోహితుల కంటే భ్రష్టులు. వారు అజ్ఞానులు అహంకారులు. బ్రాహ్మణులు ఎవరు? వారు మనకంటే ఏ విధంగా భిన్నమైన వారు? వారికేమైనా ఇరవై చేతులున్నాయా? వారిలో వుండి మనలో లేనిదేమైనా వుందా? బ్రాహ్మణులు వారి మూర్ఖమైన భావనల్ని త్యజించాలి. మనుషులందరూ సమానులని వారంగీకరించాలి. ప్రతి ఒక్కరికీ విజ్ఞానం పొందే హక్కు వుందని వారంగీకరించాలి."

మతాన్ని రూపొందించింది మనుషులే గనుక సంఘ సంస్కరణని మతం ఆమోదించకపోతే మతాన్ని మార్చాలన్నాడు. ఎపుడో రాసిన మత గ్రంథాలు ఈ కాలానికి సరిపడవన్నాడు. ఆ తరువాత ఆధునిక విజ్ఞానపు వెలుగులో హిందూమతపరమైన ఆచరణని సంస్కరించేందుకు ప్రార్థనా సమాజం స్థాపించబడింది. అది ఏకేశ్వరోపాసనను బోధించింది. మత ఛాందసం నుండి పురోహితవర్గ ఆధిపత్యం నుండి మతానికి విముక్తి కలిగించేందుకు కృషి చేసింది. ప్రముఖ సంస్కృత పండితుడు చరిత్రకారుడు అయిన ఆర్.జె. భండార్కర్, మహాదేవ గోవింద రనడే (1842-1901) ప్రార్థనా సమాజ ప్రముఖ నాయకులు. ప్రార్థనా సమాజంపై బ్రహ్మ సమాజం ప్రభావం ప్రబలంగా వుంది. తెలుగు సంస్కర్త వీరేశలింగం కృషి ఫలితంగా ప్రార్థనా సమాజ కార్యకలాపాలు దక్షిణ భారతదేశానికి విస్తరించాయి. ఈ కాలంలోనే ఆధునిక భారతదేశంలోని అత్యంత ప్రముఖ హేతువాది గోపాల్ గణేష్ అగార్కర్ మహారాష్ట్రలో తన కార్యకలాపాలు కొనసాగించాడు. అగార్కర్ హేతువాద చింతనకు గల శక్తిని గురించి ప్రచారం చేశాడు. సాంప్రదాయాన్ని గుడ్డిగా అనుసరించడాన్ని, భారతదేశ గత వైభవాన్ని తప్పుడు పద్ధతులలో అతిశయించి ఆకాశానికెత్తటాన్ని ఆయన తీవ్రంగా విమర్శించాడు.

రామకృష్ణ, వివేకానందుడు

రామకృష్ణ పరమహంస ఒక యోగి. సర్వసంగ పరిత్యాగం, ధ్యానం, భక్తిలాంటి సాంప్రదాయ మోక్షాన్ని సాధించాలని కోరుకున్నాడు. సత్యాన్వేషణలో మోక్షసాధనలో ముస్లిం, క్రైస్తవ మతాల సారాన్ని కూడా స్వీకరించాడు. భగవంతుని చేరేందుకు ముక్తి సాధనకు చాలా మార్గాలున్నాయని ఆయన పదేపదే చెప్పాడు. మానవుడు దేవుని ప్రతిరూపం గనుక మానవసేవే మాధవసేవని చెప్పాడు.

ఆయన ప్రముఖ శిష్యుడు వివేకానంద (1863-1902) గురువుగారి సందేశానికి విస్తృత ప్రచారమిచ్చాడు. ఈ సందేశానికి సమకాలీన భారత సమాజ

అవసరాలకు సరిపడే రూపం ఇచ్చేందుకు కృషి చేశాడు. అన్నిటిని మించి వివేకానందుడు ఆచరణకు ప్రాధాన్యత నిచ్చాడు. ఆచరణ నోచుకొనని విజ్ఞానం నిరుపయోగమన్నాడు. ఆయన కూడా తన గురువులాగానే అన్నిమతాల సారాంశం ఒకటేనని ఉద్ఘాటించాడు. మతపరమైన వ్యవహారాలలో సంకుచితత్వాన్ని ఖండించాడు. 1898లో ఆయన ఇలా రాశాడు:

"మన మాతృదేశానికి హిందూ-ఇస్లాం మహావ్యవస్థల సంగమం ఏకైక ఆశాకిరణం" ఇదే సమయంలో భారతీయ తాత్విక సాంప్రదాయం యొక్క శ్రేష్టతమైన దృక్పథాన్ని విశ్వసించాడు. వేదాంతం పరిపూర్ణమైన తర్కబద్ధమైన సంవిధానమని ప్రకటించాడు. స్వయంగా దాన్ని వృద్ధి చేశాడు.

మిగిలిన ప్రపంచంతో సంబంధాలు కోల్పోయి స్తబ్దతగా శవప్రాయంగా మిగిలిపోయినందుకు వివేకానందుడు భారతీయుల్ని నిందించాడు. ఆయన ఇలా రాశాడు. "ప్రపంచంలోని ఇతర జాతుల నుండి విడిపోవడమే మన దౌర్భాగ్యానికి కారణం. మనం మరలా మిగిలిన ప్రపంచపు వెల్లువలో కలవడమే తరుణోపాయం. చలనం లేదా గతి జీవన సంకేతం."

వివేకానందుడు కుల వ్యవస్థని ఖండించాడు. మూఢనమ్మకాల్ని, ఆచారాల్ని పట్టుకొని వేళ్ళాడడాన్ని నిరసించాడు. స్వేచ్ఛా, సమానత్వం, స్వేచ్ఛాయుతమైన ఆలోచన అలవరచుకొమ్మని కోరాడు. ఆయన వ్యంగ్యంగా ఇలా వ్యాఖ్యానించాడు :

"మన మతం వంటగదికి పరిమితమయ్యే ప్రమాదం ఉంది. మనం వేదాంతులం కాము. పురాణికులమూ కాము. తాత్వికులమూ కాము. నన్ను ముట్టుకోకు - అని దూరంగా జరిగేవాళ్లం. మన మతం వంటగదిలో వుంది. మన దేవుడు వంటపాత్రలో వున్నాడు. "నన్ను ముట్టుకోకు, నేను పవిత్రురాల్ని" అంటుంది మన మతం. ఈ వైఖరి మరొక శతాబ్ది కాలం పాటు కొనసాగితే మనలో ప్రతి ఒక్కరూ పిచ్చాసుపత్రిలో వుంటారు".

ఆలోచనా స్వేచ్ఛని గురించి ఇలా చెప్పాడు. "ఆలోచనలో ఆచరణలో స్వతంత్రం జీవిత వికాసానికి సంక్షేమానికి తప్పనిసరి. స్వేచ్ఛలేని చోట మానవుడు, తెగ, జాతి పతనం కాక తప్పదు." తన గురువులాగానే వివేకానందుడు గొప్ప మానవతావాది. దేశ ప్రజల పేదరికాన్ని దైన్యాన్ని కష్టాల్ని కడగండ్లని చూచి చలించిపోయాడు. "అన్ని జాతుల్లో వున్న పేదలే నేను విశ్వసించే దైవం" అన్నాడు వివేకానందుడు.

విద్యావంతులైన భారతీయుల్ని ఉద్దేశించి ఆయనిలా రాశాడు. "లక్షలాది మంది ఆకలితో అజ్ఞానంతో మగ్గుతున్నంత కాలం ప్రజల కష్టంతో చదువుకుని వారిని పట్టించుకోని ప్రతి ఒక్కడూ దేశ ద్రోహే."

వివేకానందుడు మానవతా దృక్పథంతో సంఘసేవ చేసేందుకు 1897లో రామకృష్ణ మఠాన్ని స్థాపించాడు. మఠానికి దేశంలోని వివిధ ప్రాంతాలలో శాఖలు ఏర్పాటయ్యాయి. విద్యాలయాలు, అనాధశరణాలయాలు, ఆస్పత్రులు, గ్రంథాలయాలు లాంటి సేవా సంస్థల్ని స్థాపించి రామకృష్ణమఠం సంక్షేమ కార్యక్రమాలు సాగిస్తుంది. వ్యక్తిగత మోక్షానికి గాక సంఘసేవ ఆదర్శంగా సంస్థ పనిచేస్తుంది.

స్వామి దయానంద - ఆర్య సమాజం

ఆర్య సమాజం ఉత్తర భారతదేశంలో హిందూమతాన్ని సంస్కరించే కర్తవ్యాన్ని చేపట్టింది. స్వామి దయానంద సరస్వతి (1824-83) ఆర్య సమాజాన్ని 1875లో స్థాపించాడు. అజ్ఞానులు స్వార్థపరులైన పురోహితులు పురాణాల తప్పుడు బోధనలతో హిందూమతాన్ని భ్రష్టుపట్టించారని స్వామిదయానంద సరస్వతి విశ్వసించాడు. స్వీయ ప్రేరణతో స్వామి వేదాలను అధ్యయనం చేశాడు. వేదాల్ని అపౌరుషేయాలుగా సర్వవిజ్ఞాన ఖనిగా విశ్వసించాడు. వేదాలు సమస్త విజ్ఞానానికి ఉత్పత్తి స్థానంగా భావించాడు. వేదాలకు విరుద్ధంగా వున్న మతపరమైన తాత్విక చింతనని ఆయన తిరస్కరించాడు. వేదాల్ని అపౌరుషేయాలుగా విశ్వసించడంలో హేతుబద్ధమైన మానవ ఆలోచన నిర్ణయాత్మకమైనదిగా అంగీకరించకపోవడం వుంది. గనుక వేదాల్ని ప్రమాణాలుగా స్వీకరించి చేసిన ఆయన బోధనలు సాంప్రదాయరంగు పులుముకొన్నాయి. అయినప్పటికీ ఆయన వైఖరిలో తర్కం వుంది. తాను తనలాంటి మనుషులే వేదాలను వ్యాఖ్యానిస్తారు. గనుక వ్యక్తి యొక్క హేతువాద ఆలోచనే నిర్ణయాత్మకమవుతుంది.

ప్రతి మనిషికి నేరుగా భగవంతుని తెలుసుకునే హక్కువుందని ఆయన విశ్వసించాడు. అంతేగాక హిందూ సనాతన ధర్మాన్ని బలపరచడానికి బదులుగా దానిపై తిరుగుబాటు చేశాడు. ఫలితంగా వేదాలను వ్యాఖ్యానిస్తూ ఆయన చేసిన బోధనలు ఇతర మతసంస్కర్తలు చేస్తున్న బోధనల్ని పోలివున్నాయి. ఆయన విగ్రహారాధనకు వ్యతిరేకి. మత సంస్కారాలకు, పూజా పునస్కారాలకు పౌరోహిత వర్గానికి వ్యతిరేకి. కులాచారాలకు ప్రజలలో ప్రబలంగా వ్యాప్తమైవున్న హైందవ సిద్ధాంతానికి ఆయన వ్యతిరేకి. ప్రజలు ఎదుర్కొంటున్న వాస్తవ సమస్యలపై ఆయన దృష్టి కేంద్రీకరించాడు. ఆయన పాశ్చాత్య విజ్ఞాన శాస్త్రాల అధ్యయనానికి అనుకూలుడు. కేశవ చంద్రసేన్, విద్యాసాగర్, జస్టిస్ రనడే, గోపాల్ హర్‌దేశ్‌ముఖ్ లాంటి ఆధునిక మత సంఘ సంస్కర్తల్ని కలిసి చర్చలు జరిపాడు.

స్వామి దయానంద అనుచరులు ఆ తరువాత పాశ్చాత్య పద్ధతులలో విద్యావ్యాప్తికి దేశవ్యాప్తంగా పాఠశాలలు కళాశాలలు స్థాపించారు. ఈ ప్రయత్నంలో లాలా హన్స్‌రాజ్ ముఖ్యపాత్ర నిర్వహించాడు. మరోవైపు సాంప్రదాయ విద్యావ్యాప్తి కొరకు హర్ద్వార్ సమీపంలో గురుకులాల్ని స్థాపించారు.

ఆర్య సమాజ వాదులు చురుకైన సంఘ సంస్కరణ కార్యకర్తలు, మహిళల స్థితిగతుల మెరుగుదల కొరకు వారిలో విద్యావ్యాప్తి కొరకు చురుకుగా పనిచేశారు. అస్పృశ్యతకు, వారసత్వంగా సంక్రమించే కులవ్యవస్థలోని కఠినమైన కట్టుబాట్లకు వ్యతిరేకంగా పోరాడారు. సాంఘిక సమానతని ప్రచారం చేశారు. సామాజిక ఏకీకరణని పటిష్టతని ప్రోత్సహించారు. ప్రజలలో ఆత్మాభిమానాన్ని స్వావలంబనని అలవరచారు. జాతీయ భావాల్ని ప్రచారం చేశారు. అదేసమయంలో హిందువులు ఇతర మతాలలోకి మారకుండా ఆటంకపరచడం ఆర్య సమాజవాదుల లక్ష్యాలలో ఒకటి. ఇది ఇతర మతాలకు వ్యతిరేకంగా మత యుద్ధానికి దారితీసింది. ఈ మత యుద్ధం 20వ శతాబ్దంలో మతతత్వవాద పెరుగుదలకి తోడ్పడింది. ఆర్యసమాజ సంస్కరణ కార్యకలాపాలు సామాజిక రుగ్మతల్ని తొలగించి ప్రజల్ని ఐక్యపరచాలని ప్రయత్నించగా దాని మతపరమైన కార్యకలాపాలు ఉద్దేశపూర్వకంగా కాకపోయినప్పటికీ హిందువులు, ముస్లిములు, పార్శీలు, సిక్కులు క్రైస్తవుల మధ్య పెరుగుతున్న జాతీయైక్యత విచ్ఛిత్తికి దారితీశాయి. భారతదేశంలో జాతీయైక్యత మతానికతీతంగా సెక్యులర్ స్వభావం సంతరించుకోవలసి వుందనీ, అప్పుడే అన్ని మతాల ప్రజల్ని తనలో ఇముడ్చుకొనగలుగుతుందనే స్పష్టమైన అవగాహన కొరవడింది.

దివ్యజ్ఞాన సమాజం

దివ్యజ్ఞాన సమాజం అమెరికాలో మేడం హెచ్.పి. బ్లావట్స్కీ, కల్నల్ హెచ్.ఎస్ ఆల్కాట్‌లచే స్థాపించబడింది. ఆ తరువాత వారు భారతదేశానికి వచ్చి ఆ సమాజం యొక్క ప్రధాన కేంద్రాన్ని 1886లో మద్రాసు సమీపంలో అడయార్ వద్ద నెలకొల్పారు. 1893లో భారతదేశానికి వచ్చిన అనిబిసెంట్ నాయకత్వంలో దివ్య జ్ఞాన ఉద్యమం అభివృద్ధి చెందింది. దివ్యజ్ఞాన సమాజవాదులు ప్రాచీనమతాలైన హిందూమతం, జోరాస్ట్రియనిజం, బౌద్ధమతాలను పునరుద్ధరించి బలపరచాలని ప్రచారం చేశారు. వారు ఆత్మ, పునర్జన్మ సిద్ధాంతాన్ని ఆమోదించారు. విశ్వమానవ సౌభ్రాతృత్వాన్ని ఆమోదించారు. మతపునరుద్ధరణ వాదులుగా వారు అంతగా జయప్రదం కాలేకపోయారు. కాని ఆధునిక భారతదేశంలోని పరిణామాలకు తోడ్పడ్డారు. దివ్యజ్ఞాన సమాజం భారతీయ మతతాత్విక చింతనని అతిశయించి చెప్పేందుకు పాశ్చాత్యుల

నాయకత్వంలో సాగిన ఉద్యమం. ఇది భారతీయులు ఆత్మవిశ్వాసం తిరిగి పొందడానికి సహాయపడింది. దానితోపాటు వారి గత ఔన్నత్యాన్ని అతిశయించి చెప్పి దురహంకారాన్ని పెంచడానికి కూడా దోహదం చేసింది.

అనిబిసెంట్ వారణాసి సెంట్రల్ హిందూ స్కూలు స్థాపించారు. ఆ తరువాత అది మదనమోహన్ మాలవ్యాచే హిందూ విశ్వవిద్యాలయంగా అభివృద్ధి పరచబడింది.

సయ్యద్ అహ్మద్‌ఖాన్ - అలీఘర్ ఉద్యమం

ముస్లింలలో మతసంస్కరణ ఉద్యమాలు ఆలస్యంగా మొదలయ్యాయి. ముస్లింలలోని ఉన్నతవర్గాలు పాశ్చాత్య విద్యా సంస్కృతులకు దూరంగా వుండే వైఖరి నవలంభించారు. వారిలో 1857 తిరుగుబాటు తరువాత మాత్రమే ఆధునిక మత సంస్కరణ భావనలు ప్రారంభమయ్యాయి. 1863లో కలకత్తాలో మహమ్మదీయ అక్షరాస్యతా సంఘం స్థాపనతో ఈ దిశలో తొలి అడుగులు వేయడం జరిగింది. ఈ సంఘం ఆధునిక ఆలోచనల వెలుగులో మత సామాజిక రాజకీయ సమస్యలపై చర్చను ప్రోత్సహించింది. ఉన్నత మధ్యతరగతి ముస్లిములు పాశ్చాత్య విద్య నేర్చుకొనడాన్ని ప్రోత్సహించింది.

ముస్లిములలో అత్యంత ముఖ్యమైన సంస్కర్త సయ్యద్ అహమ్మద్‌ఖాన్ (1817–98). ఆయన ఆధునిక శాస్త్రీయ ఆలోచనలతో తీవ్రంగా ప్రభావితుడయ్యాడు. దాన్ని ఇస్లాంతో అనుసంధానం చేయడానికి జీవితాంతం కృషిచేశాడు. ఖురాన్ ముస్లిములకు ప్రామాణిక గ్రంథమని, ఇతర ముస్లిం రచనలన్నీ ద్వితీయశ్రేణికి చెందినవనీ ప్రకటించాడు. ఖురాన్‌ని సమకాలీన హేతువాద శాస్త్రీయ దృష్టితో వ్యాఖ్యానించాడు. హేతువాద శాస్త్రీయ దృక్పథానికి భిన్నంగా చేసే వ్యాఖ్యానం తప్పుడు వ్యాఖ్యానం అన్నాడు. మతపరమైన సూత్రాలు మార్పులకతీతమైనవి కావన్నాడు. మతం కాలగమనంతో మార్పు చెందకుంటే అది భారతదేశంలో లాగా శిలాసదృశ్యమవుతుందన్నాడు. గుడ్డిగా సాంప్రదాయానికి విధేయంగా వుండడానికి, ఆచారం అమాయకత్వం హేతురాహిత్యాలపై ఆధారపడటానికి వ్యతిరేకంగా జీవితాంతం పోరాడాడు. ఆలోచనా స్వేచ్ఛని విమర్శనాత్మక వైఖరిని అభివృద్ధి పరచుకొమ్మని అర్థించాడు. "ఆలోచనా స్వేచ్ఛ నభివృద్ధిపరచుకోనంతకాలం నాగరిక జీవితం వుండదని స్పష్టంగా ప్రకటించాడు. మతమౌఢ్యాన్ని సంకుచితత్వాన్ని ప్రజలలో కలవకుండా నేరుగా వుండడాన్ని ఆయన వ్యతిరేకించాడు. విశాల దృక్పథాన్ని సహనాన్ని అలవరచుకోమని విద్యార్థులకు ఇతరులకు ఉద్బోధించాడు. సంకుచితమైన ఆలోచన సాంఘిక బౌద్ధిక వెనుకబాటుతనానికి సంకేతమన్నాడు.

ఆధునిక పాశ్చాత్య శాస్త్రీయ విజ్ఞానం, సంస్కృతి అలవరచడం ద్వారా మాత్రమే ముస్లింల మత సాంఘిక జీవితాన్ని అభివృద్ధిపరచడం సాధ్యపడుతుందని సయ్యద్ అహమ్మద్ ఖాన్ విశ్వసించాడు. కాబట్టి ఆధునిక విద్యని ప్రోత్సహించడం ఆయన ప్రధాన కర్తవ్యమయింది. ఆయన చాలా పట్టణాలలో పాఠశాలల్ని స్థాపించాడు. అనేక గ్రంథాల్ని ఉర్దూలోకి అనువదింపచేశాడు. పాశ్చాత్య విజ్ఞానాన్ని సంస్కృతిని వ్యాప్తి చేసే కేంద్రంగా 1875లో అలీఘర్ వద్ద మహమ్మదీయ ఆంగ్ల ప్రాచ్య కళాశాలని స్థాపించాడు. తరువాత ఆలీఘర్ ముస్లిం యూనివర్శిటీగా అభివృద్ధి చెందింది.

సయ్యద్ అహమ్మద్‌ఖాన్ మత సహనంపట్ల దృఢమైన నమ్మకం గలవాడు. మతాలన్నీ అంతర్లీనమైన ఐక్యతతో వున్నాయని ఆ ఐక్యతే ఆచరణీయమైన నైతికత అని నమ్మాడు. మతం వ్యక్తిగత వ్యవహారమని విశ్వసించిన ఆయన వ్యక్తి సంబంధాలలో మత దురభిమాన ధోరణులను తీవ్రంగా ఖండించాడు. మతపరమైన ఘర్షణలను వ్యతిరేకించాడు. హిందువులు ముస్లింలు ఐక్యంగా వుండాలని ఆయన 1883లో ఇలా విజ్ఞప్తి చేశాడు.

"మనం (హిందువులం, ముస్లింలము) భారతదేశపు గాలి పీలుస్తున్నాం. గంగా, యమునల పవిత్ర జలాన్ని త్రాగుతున్నాం. భారతదేశపు పొలాల్లో పండిన పంటల్ని తిని బతుకుతున్నాం. భారతదేశంలో బతుకుతూ మన రక్తాలు మార్చుకున్నాం. మన శరీరాల రంగూ ఒకటే అయింది. మన శరీరాకృతులలో పోలికలున్నాయి. ముస్లింలు అనేక హిందూ సాంప్రదాయాల్ని స్వీకరించారు. హిందువులు ముస్లిం పద్ధతుల్ని ఆమోదించారు. మనం ఎంతగా కలిసిపోయామంటే మనం ఇటు ముస్లింలది కాని, అటు హిందువులది కానిది అయిన కొత్త భాష ఉర్దూని అభివృద్ధి పరుచుకొన్నాం. కాబట్టి మన జీవితాలలో దేవునికి చెందిన ఆ భాగాన్ని మినహాయిస్తే మనం ఉ భయులమూ ఒకే దేశానికి చెందినవారం గనుక మనది ఒక జాతి. దేశం యొక్క అభివృద్ధి, సంక్షేమం మన ఐక్యతపై ప్రేమపై ఆధారపడి వుంటాయి. మన పరస్పర అనంగీకారం, మొండితనం, ప్రతికూలత, దురవగాహన మనల్ని నాశనం చేస్తాయి."

అంతేగాక ఆయన స్థాపించిన కళాశాల అభివృద్ధికి హిందువులు, పార్శీలు, క్రైస్తవులు విరివిగా విరాళాలిచ్చారు. కళాశాలలో భారతీయులందరికీ ప్రవేశం కల్పించబడింది. 1898 కళాశాల విద్యార్థులలో 64 మంది హిందూ, 285 మంది ముస్లింలు వున్నారు. భారతీయ అధ్యాపకులు ఏడుగురిలో ఇద్దరు హిందువులు. వారిలో ఒకరు సంస్కృత ప్రొఫెసర్.

కాని సయ్యద్ అహమ్మద్‌ఖాన్ జీవిత చరమాంకంలో చాలా మారిపోయాడు. పెరుగుతున్న జాతీయోద్యమంలో తన అనుచరులు చేరటాన్ని హిందూ ఆధిపత్యం

అడ్డుకుంటుందని మాట్లాడటం ప్రారంభించాడు. ఆయన ప్రాథమికంగా మతవాది కాకపోయినప్పటికీ అలాంటి వైఖరినవలంభించడం దురదృష్టకరం. ఆయన ఉన్నత, మధ్యతరగతుల ముస్లింల వెనుకబాటుతనం పోవాలని కోరుకున్నాడు. బ్రిటిషు ప్రభుత్వాన్ని వెంటనే తొలగించటం సులభంగా సాధ్యపడదు గనుక తక్షణ రాజకీయ అభివృద్ధి సాధ్యపడదనే దృఢమైన విశ్వాసంతో ఆయన అలాంటి వైఖరి చేపట్టారు. మరొకవైపు అప్పటి అవసరమైన విద్యాభివృద్ధికి బ్రిటిషు ప్రతికూల వైఖరి ప్రమాదకరంగా పరిణమిస్తుందని భావించాడు. ఇంగ్లీషు ప్రజలలాగా భారతీయులు ఆలోచనలలో ఆచరణలో ఆధునికులయినప్పుడు విదేశీ పాలనని విజయవంతంగా సవాలు చేయగలరని విశ్వసించాడు. కాబట్టి ఆయన భారతీయులందరినీ ప్రత్యేకించి విద్యాపరంగా వెనుకబడిన ముస్లింలను రానున్న కొంత కాలం వరకు రాజకీయాలకు దూరంగా వుండాలని కోరాడు. అంత వరకూ రాజకీయాలకు సమయం కాదన్నాడు. ఆయనకు విద్యపట్ల కాలేజిపట్లగల నిబద్ధతతో ఇతర ప్రయోజనాల్ని త్యజించాడు. ఫలితంగా సాంప్రదాయ ముస్లింలు తన కాలేజీని అడ్డుకొనకుండా చేసేందుకు మత సంస్కరణ ఉద్యమాన్ని విరమించాడు. ఆ కారణంగానే ప్రభుత్వానికి ఆగ్రహం తెప్పించే పని ఏదీ చేయలేదు. అంతేగాక మతవాదాన్ని, వేర్పాటువాదాన్ని ప్రోత్సహించాడు. ఇది తరువాతి కాలంలో ప్రమాదకరమైన పర్యవసానాలకు దారితీసిన తీవ్ర రాజకీయ తప్పిదం. అంతేగాక అనుచరులలో కొందరు ఆయన విశాల దృక్పథం నుండి వైదొలగారు. ఇతర మతాల్ని విమర్శిస్తూ ఇస్లాంని ఆకాశానికెత్తే వైఖరి చేపట్టారు.

సయ్యద్ అహమ్మద్‌ఖాన్ సంస్కరణాభిలాష సామాజిక రంగానికి విస్తరించింది. ఆయన మధ్యయుగాల నాటి సాంప్రదాయాల్ని ఆలోచనా పద్ధతుల్ని విడనాడాలని ముస్లింల్ని కోరాడు. ప్రత్యేకించి మహిళల సామాజిక స్థాయిని పెంచాలని, పర్దా (బురఖా) పద్ధతి విడనాడాలని, మహిళలలో విద్యా వ్యాప్తి జరగాలని ఉద్భోదిస్తూ రచనలు చేశాడు. బహు భార్యత్వాన్ని, సులభంగా విడాకులిచ్చే పద్ధతులను నిరసించాడు.

అలీఘర్ ఉద్యమం అని పిలువబడే విశ్వసనీయులైన అనుచరులు సయ్యద్ అహమ్మద్‌ఖాన్‌కి సహకరించారు. చిరాగ్ అలీ, ఉర్దూకవి అల్తఫ్ హుస్సన్ హాలి, నజీర్ అహమ్మద్, మౌలానా షిబ్లీ నొమాని - అలీఘర్ ఉద్యమంలో ఇతర ప్రముఖ నాయకులు.

మహమ్మద్ ఇక్బాల్

ఆధునిక భారతదేశ ప్రముఖ కవులలో ఒకరైన మహమ్మద్ ఇక్బాల్ (1876-1938) తన కవిత్వంతో తాత్విక మత చింతనతో హిందూ ముస్లిం యువతరాన్ని

విశేషంగా ప్రభావితుల్ని చేశాడు. వివేకానందుని లాగా ఇక్బాల్ నిరంతర మార్పుని నిర్విరామ కార్యశీలతని ఆహ్వానించాడు. విరక్తి భావాన్ని, ధ్యాన నిమగ్నతని, ఉన్నంతమేరకు తృప్తిపడటాన్ని నిరసించాడు. ప్రపంచ మార్పుకి తోడ్పడే చైతన్యయుతమైన దృక్పథాన్ని అలవరచుకొమ్మని కోరాడు. ఆయన ప్రాథమికంగా మానవ కార్యాచరణను అత్యుత్తమ సుగుణంగా పరిగణించాడు. మానవుడు ప్రకృతికిగాని అధికారంలో వున్న వారికి గాని లొంగిపోకూడదు. నిరంతర కార్యాచరణ ద్వారా ప్రపంచాన్ని అదుపు చేయాలి. పరిస్థితుల్ని యధాతథంగా వుంచేందుకు ఉదాసీనంగా అంగీకరించడంకంటే పెద్ద పాపం మరొకటి లేదు. సాంప్రదాయవాదాన్ని, పార లౌకిక చింతనని ఖండిస్తూ నిరంతర కృషి ద్వారా సుఖసంతోషాలు పొందయత్నించాలని కోరాడు. తరువాత కాలంలో ముస్లిం వేర్పాటువాదాన్ని ప్రోత్సహించినప్పటికీ ఆయన తొలినాటి కవిత్వంలో దేశభక్తిని ప్రబోధించాడు.

పార్శీలలో మత సంస్కరణలు

19వ శతాబ్దం మధ్యకాలంలో బొంబాయిలో పార్శీలలో మత సంస్కరణ ప్రారంభమైంది. నౌరోజీ ఫర్దోన్జీ, దాదాభాయ్ నౌరోజీ, ఎస్.ఎస్. బెంగాలీ తదితరులచే 1851లో రెహనుమాయ్ మజీదయన్ సభ లేక మత సంస్కరణ సంస్థ స్థాపించబడింది. ఈ సంస్థ మతంలో ఛాందస ధోరణుల్ని వ్యతిరేకించింది. స్త్రీ విద్య, వివాహం లాంటి సామాజిక సాంప్రదాయాలలో ఆధునీకరణను ప్రవేశపెట్టింది. కాలక్రమంలో పార్శీలు భారత సమాజంలో అత్యంత పాశ్చాత్యీకరణ చెందిన వర్గంగా రూపొందారు.

సిక్కులలో మత సంస్కరణ

19వ శతాబ్దంలో అమృత్‌సర్‌లో ఖాల్సా కళాశాల స్థాపించబడడంతో సిక్కు మత సంస్కరణ ప్రారంభమయింది. కాని 1920 తరువాత పంజాబులో అకాలీ ఉద్యమం అభివృద్ధి చెందడంతో సంస్కరణ యత్నాలు ఊపందుకున్నాయి. అకాలీల ప్రధాన లక్ష్యం గురుద్వారాల యాజమాన్యాన్ని ప్రక్షాళన చేయడం, సిక్కు భక్తులు ఉదారంగా ఇచ్చినభూములు విరాళాలతో గురుద్వారాలు సంపద్వంతమైన కేంద్రాలయ్యాయి. కాని గురుద్వారాలు లంచగొండులు, స్వార్థపరులయిన మహంతుల నిరంకుశాధికార యాజమాన్యం క్రిందికి వచ్చాయి. మహంతులకు, వారికి వత్తాసుగా వున్న ప్రభుత్వానికి వ్యతిరేకంగా సిక్కులు అకాలీల నాయకత్వంలో శక్తివంతమైన సత్యాగ్రహ ఉద్యమం ప్రారంభించారు.

అకాలీలు ప్రభుత్వంపై ఒత్తిడి తెచ్చి 1922లో నూతన గురుద్వారా చట్టం సాధించారు. అది 1925లో సవరించబడింది. ఈ చట్టం సహాయంతో, అంతకంటే

ఎక్కువగా ప్రత్యక్ష చర్యల ద్వారా సిక్కులు నిరంకుశ మహంతుల్ని గురుద్వారాల నుండి గెంటివేయగలిగారు. ఈ క్రమంలో సిక్కులు వందల సంఖ్యలో తమ ప్రాణాల్ని బలిపెట్టారు.

పైన చెప్పబడిన సంస్కరణ ఉద్యమాలు, సంస్కర్తలతోపాటు 1920 శతాబ్దాలలో ఇంకా అసంఖ్యాకమైన ఉద్యమాలు పలువురు సంస్కర్తల నాయకత్వంలో నిర్వహించబడ్డాయి.

ఆధునిక కాలపు మత ఉద్యమాలలో ఒక అంతర్లీనమైన ఐక్యత వుంది. వీటిలో అత్యధికం హేతువాదం, మానవతావాదం సిద్ధాంతాల్ని ప్రాతిపదికగా చేసుకున్నాయి. అవి కొన్నిసార్లు మద్దతు కూడగట్టేందుకు ప్రాచీన ఔన్నత్యాన్ని జ్ఞప్తికి తెచ్చే వైఖరి అవలంభించాయి. అంతేగాక అవి అభివృద్ధి చెందుతున్న మధ్య తరగతుల్ని ఆధునిక విద్యనేర్చిన మేధావుల్ని ఎక్కువగా ఆకట్టుకున్నాయి. అవి మానవ మేధస్సుని మూర్ఖ మత పిడివాదం నుండి విముక్తి కల్పించడానికి ఆలోచనాపటిమ, హేతువాదం అలవరచేందుకు యత్నించాయి. మతంలోని లేక పవిత్ర గ్రంథాలలోని సత్యాన్ని తర్కంతో హేతువాదంతో శాస్త్ర విజ్ఞానంతో ఏకీభవించిన మేరకు ఆమోదించాయి. స్వామి వివేకానంద ఇలా చెప్పారు.

"విజ్ఞాన శాస్త్రాలకు బాహ్య జ్ఞానానికి ఏ పరిశోధనా పద్ధతులు వర్తిస్తాయో అవే పద్ధతుల్ని మతం అనే శాస్త్రానికి వర్తింపజేయవచ్చా? వర్తింపచేయవచ్చునని నా అభిప్రాయం. ఆ పని ఎంత త్వరగా చేస్తే అంత మంచిది".

ఈ మత సంస్కర్తలలో కొందరు సాంప్రదాయం వైపు దృష్టి మరల్చారు. వారు గత కాలపు పవిత్ర సిద్ధాంతాలను విశ్వాసాలను ఆచారాలను పునరుద్ధరిస్తున్నామని చెప్పుకున్నారు. వాస్తవంగా గతం పునరుద్ధరింపబడదు. వాస్తవంగా అందరూ ఆమోదించే గతం వుండదు. గతకాలపు మంచి సాంప్రదాయాల్ని పునరుద్ధరించాలని తరచుగా చెప్పిన జస్టిస్ రనడే కూడా అలాంటి విజ్ఞప్తులు ఎలాంటి సమస్యల్ని సృష్టిస్తాయో ఈ క్రింది మాటల్లో చెప్పారు.

"మనం వేటిని పునుద్ధరించాలి? మన కులాల్లో అత్యంత పవిత్రమనుకుంటున్నవి మత్తు పానీయాల్లో తూగుతూ గొడ్డు మాసం తిన్న హేయమైన సాంప్రదాయాన్ని పునరుద్ధరించాలా? 12 రకాల కొడుకుల్నీ దౌర్జన్యంగా ఎత్తుకుపోయి చేసుకున్న రాక్షస వివాహంతో సహా 8 రకాల వివాహాలను పునరుద్ధరించాలా? దేవుడికి జంతుబలుల్ని కొన్ని సందర్భాలలో మనుషుల్ని బలియివ్వడాన్ని పునరుద్ధరించాలా? సతి శిశుహత్య సాంప్రదాయాల్ని పునరుద్ధరించాలా?".

సమాజం సజీవమైనది. నిరంతర చలనశీలమైనది. గతంలోకి జారిపోలేదు. చచ్చిపోయి పూడ్చిపెట్టబడిన లేక తగులబెట్టబడిన వారు ఎప్పటికీ మట్టి చేయబడినవారు లేక చితాభస్మం చేయబడిన వారూ అవుతారు. కాబట్టి పునరుద్ధరింపబడరు".

సంస్కరణలు, వాటి దృక్పథం నవీనమైనది. కాని వాటి సమర్థన గత పునరుద్ధరణ ప్రాతిపదికగా సాగింది. ఆధునిక శాస్త్ర విజ్ఞానానికి విరుద్ధంగా పరిణమించిన ఆలోచనల్ని భావాల్ని తప్పుడు వ్యాఖ్యానాలుగా ప్రకటించడం జరిగింది. పురాతన భావాలు గలవారు ఈ దృక్పథాన్ని ఆమోదించరు గనుక మత సంస్కర్తలు సాంప్రదాయ తరగతుల ఘర్షణ పడ్డారు. తొలి కాలంలో మత సాంఘిక తిరుగుబాటుదారులయ్యారు. ఉదాహరణకు స్వామి దయానంద పట్ల పురాతన భావాలు గలవారి వ్యతిరేకతని గురించి లాలాలజపతిరాయ్ ఇలా రాశాడు.

"ఆయన జీవిత కాలంలో ఎన్నో నిందలకు పీడనలకు గురయ్యారు. సనాతన హిందువులు ఆయనపై హత్యా ప్రయత్నాలు చేశారు. కిరాయి హంతకుల్ని నియమించారు. ఆయన చర్చలు, ఉపన్యాసాల సమయంలో బాంబులు విసిరారు. ఆయన క్రైస్తవుల కిరాయి దూత, మత భ్రష్టుడు నాస్తికుడు అని దూషించారు".

అదేవిధంగా సయ్యద్ అహమ్మద్ ఖాన్ సాంప్రదాయ వాదుల ఆగ్రహానికి గురయ్యాడు. వారు ఆయన్ని తిట్టారు. ఫత్వాలు జారీ చేశారు. చంపుతామని బెదిరించారు.

మత సంస్కరణ ఉద్యమాల మానవతా వైఖరి సంప్రదాయాలపై దాడి రూపంలో వ్యక్తమయింది. మత గ్రంథాల్ని హేతుబుద్ధి మానవతా సంక్షేమం కోణం నుండి వ్యాఖ్యానించే హక్కు ప్రతి ఒక్కరికీ వుందని నొక్కి చెప్పడంలో వ్యక్తమయింది. మానవజాతి పురోగమించగలదు. అది పురోగమించింది. మానవజాతి పురోగమనానికి అనుకూలించేవే అంతిమంగా నైతిక సూత్రాలు. ఈ నైతిక సూత్రాలకు సంఘ సంస్కరణోద్యమాలు అండగా నిలిచాయి.

సంస్కర్తలు వారి వారి మతాన్ని సంస్కరించ యత్నించినప్పటికీ వారి సాధారణ దృక్పథం సార్వజనీనమైంది. వివిధ మతాలు దేవుని సత్యం వేర్వేరు వ్యక్తీకరణలుగా రామ్మోహన్‌రాయ్‌కి కన్పించాయి. సయ్యద్ మహమ్మద్‌ఖాన్ ప్రవక్తలకు ఒకే విశ్వాసం కలదని, దేవుడు వేర్వేరు సమూహాల కొరకు వేర్వేరు ప్రవక్తల్ని పంపించాడని చెప్పాడు. అదే అంశాన్ని గురించి కేశవ చంద్రసేన్ ఇలా చెప్పాడు : **"అన్ని మతాలలోని సత్యాలను కనుగొనడం కాదు మన పని. కాని అన్ని మతాలు వాస్తవం."** ఈ **మత సంస్కరణ ఉద్యమాలు మతపరమైన భావాలతోపాటు భారతీయులలో ఆత్మగౌరవాన్ని, ఆత్మవిశ్వాసాన్ని, దేశాభిమానాన్ని పెంచాయి. గత కాలం నాటి మతాలను ఆధునిక**

హేతువాద పదజాలంతో వ్యాఖ్యానించడం ద్వారా, 19వ శతాబ్దపు మత విశ్వాసాల ఆచరణతో హేతురాహిత్యమైన అంశాల్ని తొలగించడం ద్వారా, వారి మతాలు, సమాజం క్షీణదశలో ఉన్నాయని పాశ్చాత్యులు చేసే అధిక్షేపణల్ని సంస్కర్తలు తిప్పికొట్టగలిగారు. జవహర్‌లాల్ నెహ్రూ "అభివృద్ధి చెందుతున్న మధ్యతరగతులు రాజకీయాలపట్ల ఆసక్తిగా వున్నారు. మతపరమైన సత్యాన్వేషణలో లేరు. కాని విదేశీ విజయం విదేశీ పాలన కలిగించిన నిరాశ, న్యూనతా భావాల్ని తగ్గించి వారి యోగ్యతపై విశ్వాసాన్ని పెంచే సాంస్కృతిక మూలాలు కావాలి" అన్నారు.

మత సంస్కరణ ఉద్యమాలు అనేకమంది భారతీయులు ఆధునిక ప్రపంచం వాస్తవాలను అర్థం చేసుకోడానికి తోడ్పడ్డాయి. అవి పాతమతాల్ని సమాజం నూతన సామాజిక గ్రూపుల అవసరాలకు సరిపడే విధంగా కొత్త మూసలో పోశాయి. గత కాలానికి చెందిన వైభవం ఆధునిక ప్రపంచం యొక్క ప్రత్యేకించి శాస్త్ర విజ్ఞానం యొక్క ఆధిక్యతని అంగీకరించడానికి అడ్డురాలేదు. కాని కొందరు మాత్రం సరిగ్గా వ్యాఖ్యానించబడిన ప్రాచీన గ్రంథాల మూలాల్లోకి వెళ్లాలని పట్టుబడ్డారు. సంస్కరణవాద దృష్టికోణ ఫలితంగా చాలా మంది భారతీయులు కుల మతాల ఆధిక్యతతో కూడిన సంకుచిత దృక్పథం స్థానంలో ఆధునిక ప్రపంచపు జాతీయ లౌకిక దృక్పథం అలవరచుకొనడం ప్రారంభించారు. చనిపోయిన తరువాత పరలోక సుఖాలు పొందుతామని ఆశించడం కంటే ప్రాపంచిక వాస్తవాల్ని గురించి ఆలోచించారు. ఈ ఉద్యమాలు ఒక మేరకు ఇతర ప్రపంచం నుండి భారతదేశం ఏకాకిగా వుండి పోవడానికి స్వస్తి పలికాయి. ప్రపంచ ఆలోచనలలో భారతీయులు భాగం పంచుకొనేలా చేశాయి. అదే సమయంలో వారు పాశ్చాత్య దేశాలలోని ప్రతి అంశం చేత ప్రభావితులు కాలేదు. పాశ్చాత్యుల్ని గుడ్డిగా అనుకరించిన వారు హీనంగా చూడబడ్డారు. సంప్రదాయ సంస్కృతి మతాలలో వెనుకబడిన అంశాలపై విమర్శనాత్మక వైఖరినవలంబిస్తూ, ఆధునిక సంస్కృతిలోని సానుకూలమైన అంశాల్ని స్వాగతిస్తూ చాలా మంది సంస్కర్తలు పాశ్చాత్యుల్ని గుడ్డిగా అనుకరించడాన్ని వ్యతిరేకించారు. భారతీయ సంస్కృతి ఆలోచనల్ని వలసవాద ప్రభావంలోకి తీసుకొని రావడానికి వ్యతిరేకంగా సైద్ధాంతిక పోరాటాన్ని సాగించారు. కాని రెండింటి మధ్య సమతుల్యతని సాధించడం అసలు సమస్య. కొందరు ఆధునీకరణ మార్గంలో చాలా ముందుకుపోయి వలసవాద సంస్కృతిని ప్రోత్సహించే వైఖరి చేపట్టారు. మరికొందరు సాంప్రదాయ సంస్కృతిని ఆలోచనాధారని, సంస్థల్ని ఆకాశానికెత్తుతూ, ఆధునిక ఆలోచనల్ని సంస్కృతిని అడ్డుకునే వరకు వెళ్లారు. కాని సంస్కర్తలలో విజ్ఞులు ఆధునిక ఆలోచనల్ని సంస్కృతిని భారతీయ సంస్కృతీ స్రవంతులతో సమన్వయం చేసి స్వాయత్తం చేసుకోవాలని వాదించారు.

మత సంస్కరణ ఉద్యమాలలోని రెండు ప్రతికూల అంశాల్ని కూడా గమనించాలి. మొదటిది: ఇవన్నీ కూడా కొద్ది శాతంగా వున్న పట్టణ మధ్యతరగతి, పై తరగతుల అవసరాలకు చెందిన అంశాలు. ఇవన్నీ కూడా సాంప్రదాయాలు ఆచారాలు పాటిస్తూ అత్యధిక సంఖ్యాకులుగా వున్న గ్రామీణ రైతాంగం పట్టణ పేదలదరికి చేరలేదు. ఇవి విద్యావంతులైన పట్టణ ప్రజల ఆకాంక్షలనే వ్యక్తం చేశాయి.

రెండవది : వెనుకచూపు, గత వైభవ పునరుద్ధరణ, పవిత్ర గ్రంథాల ప్రామాణికతపై ఆధారపడటం. ఇవి మానవ హేతుబుద్ధిని శాస్త్రీయ దృక్పథాన్ని ఒక మేరకు బలహీనపరచాయి. కొత్త తొడుగులు తొడుక్కున్న మార్మికతని ప్రోత్సహించాయి. కుహన శాస్త్రీయ ఆలోచనని పెంచిపోషించాయి. గత వైభవం కొరకు ఇచ్చే పిలుపులు దురహంకారాన్ని స్తబ్ధతని పెంచాయి. గతకాలపు స్వర్ణయుగం కొరకు వెతుకులాట ఆధునిక నాగరికతని అంగీకరించేందుకు ఆటంకంగా నిలిచింది. ప్రస్తుత పరిస్థితిని మెరుగుపరచుకొనే కృషికి విఘాతం కలిగించింది. అన్నిటిని మించి ఈ వైఖరులు హిందువులు, ముస్లింలు, సిక్కులు, పార్శీలను విభజించ యత్నించాయి. హిందువులలో అగ్రవర్ణాలను దిగువ వర్ణాలను కూడా విభజించాయి. పలు మతాలున్న దేశంలో మతానికి అధిక ప్రాధాన్యత ఇవ్వడం తప్పకుండా చీలికలు తెచ్చిపెడుతుంది. అంతేగాక మత సంస్కర్తలు సాంస్కృతిక వారసత్వం యొక్క మతతాత్విక అంశాలపై ఒకవైపు నుండి ఒత్తిడి తెచ్చారు. ఈ అంశాలు, ఈ వారసత్వం ప్రజలందరికి చెందిన ఉమ్మడి వారసత్వం కాదు. అన్ని సెక్షన్ల ప్రజానీకం సమాన పాత్ర నిర్వహించిన కళలు, శిల్పం, సాహిత్యం సంగీతం విజ్ఞానం, సాంకేతిక శాస్త్రం వగైరాలకు మన సంస్కర్తలు సముచిత ప్రచారం ఇవ్వలేదు. అంతేగాక హిందూ సంస్కర్తలు భారతదేశ గత వైభవమంతా ప్రాచీన కాలానికే పరిమితం చేశారు. విశాల దృక్పథంగల వివేకానందుడు లాంటి వాడు కూడా భారతీయాత్మ, భారతదేశం గత కాలంలో సాధించిన ఘనకార్యాల్ని గురించి ఈ అర్థంలోనే చెప్పాడు. ఈ సంస్కర్తలు మధ్యయుగాల నాటి భారతీయ చరిత్రని క్షీణయుగంగా పరిగణించారు. ఇది చరిత్ర విరుద్ధమైనదేగాక సామాజికంగా, రాజకీయంగా రెండు భిన్న జాతుల సిద్ధాంతాల్ని సృష్టించడానికి కారణమయింది గనుక ప్రమాదకరం కూడా. అలాగే ప్రాచీన కాలంలో మతాన్నిగురించిన విమర్శనారహితమైన ప్రశంసలు కూడా శతాబ్దాల తరబడి విధ్వంసకరమైన కులపరమైన అణచివేతకు గురియిన క్రింది కులాల వారికి అంగీకారమోగని కాదు. ఈ అంశాలన్నిటి ఫలితం ఏమంటే గత కాలంలో సాధించిన భౌతిక సాంస్కృతిక విజయాల నుండి అందరూసమానంగా స్ఫూర్తి పొందడంగాక గతం కొంత మందికే వారసత్వమయింది. అంతేగాక పాక్షికత ప్రాతిపదికపై గతం అనేది వేర్వేరు విభాగాలుగా చీలిపోయింది.

ముస్లిం మధ్య తరగతులలోని అనేకమంది స్ఫూర్తి పొందడానికి పశ్చిమాసియా చరిత్రకేసి చూసేవరకు వెళ్లారు. అంతకంతకు హిందువులు, ముస్లింలు, సిక్కులు, పార్శీలు ఆ తరువాత సంస్కరణ ఉద్యమాలచే ప్రభావితులైన హిందువులలోని దిగువ కులాలవారు పరస్పరం వేరయిపోయారు. మరోవైపు సంస్కరణ ఉద్యమాల ప్రభావంసోకని సాధారణ హిందూ ముస్లిం ప్రజలు, వారి వారి ఆచార సాంప్రదాయాల్ని అనుసరిస్తూ కలిసిమెలిసి జీవనం సాగించారు. కొన్ని ఇతర రంగాలలో భారత ప్రజల్ని ఐక్యం చేసే క్రమం వేగం పుంజుకుంటున్నప్పటికీ ఒక మేరకు శతాబ్దాల తరబడిగా రూపుదిద్దుకుంటున్న ఉమ్మడి సంస్కృతీ క్రమానికి కొంత విఘాతం కలిగింది. జాతీయ చైతన్యం వేగంగా పెరగడంతోపాటు మధ్యతరగతిలో మరొక చైతన్యం - మత చైతన్యం పెరగడం ప్రారంభమైంది. ఆధునిక కాలంలో మత చైతన్యం పుట్టుకకు చాలా అంశాలు కారణమయ్యాయి. కాని నిస్సందేహంగా మత సంస్కరణ ఉద్యమాల సంఘ సంస్కరణ స్వభావం కూడా అందుకు తోడ్పడింది.

సంఘ సంస్కరణ

19వ శతాబ్దంలో భారతీయ చైతన్యం ప్రభావం సంఘ సంస్కరణ రంగంలో వ్యక్తమయింది. కొత్తగా చదువుకున్న యువకులు కఠినమైన సామాజిక సాంప్రదాయాలకు కాలం చెల్లిపోయిన ఆచారాలకు వ్యతిరేకంగా తిరుగుబాటు చేశారు. అమానవీయమైన సంఘం కట్టుబాట్లను భరించలేకపోయారు. సాంఘిక సమానత, సర్వమానవ సమానార్హతలు - అనే మానవతావాద ఆదర్శాలు వారిని తిరుగుబాటుకి ఉత్తేజితుల్ని చేశాయి.

దాదాపు మత సంస్కర్తలందరూ సంఘ సంస్కరణ ఉద్యమానికి తోడ్పడ్డారు. అందుకు కారణం భారతీయ సమాజంలో కుల వ్యవస్థ లేక స్త్రీ పురుష వివక్ష లాంటి వెనుకబాటు లక్షణాలకు గతంలో మతపరమైన ఆమోదం వుంది. అంతేగాక సోషల్ కాన్ఫరెన్స్, సర్వెంట్స్ ఆఫ్ ఇండియా సొసైటీ, క్రైస్తవ మిషనరీలు ఇంకా ఇతర సంస్థలు సంఘ సంస్కరణ రంగంలో చురుకుగా పనిచేశాయి. జ్యోతిబా గోవింద పూలే, గోపాల్ హరిదేశ్‌ముఖ్, జస్టిస్ రనడే, కె.టి. తెలాంగ్, బి.ఎం. మల్బారీ, డి.కె.కార్వే, శశిపద బెనర్జీ, బి.సి. పాల్, వీరేశలింగం, శ్రీ నారాయణగురు, ఇ.వి. రామస్వామినాయకర్, బి.ఆర్. అంబేద్కర్ ఇంకా ఎందరో ప్రముఖులు కూడా సంఘ సంస్కరణోద్యమంలో చాలా ముఖ్యమైన పాత్ర నిర్వహించారు. 20వ శతాబ్దంలో ప్రత్యేకించి 1919 తరువాత సంఘ సంస్కరణకు జాతీయోద్యమం చాలా ప్రచారమిచ్చింది. సంస్కర్తలు తమ సందేశం ప్రజలకు చేరేందుకు ప్రాంతీయ భాషల్ని ఆశ్రయించారు. వారి ఆలోచనల్ని విస్తృతంగా

ప్రజలలోకి తీసుకుపోయేందుకు నవలలు, నాటకాలు, కవితలు, కథలు, పత్రికలు, 1930లలో సినిమాల్ని ప్రచారసాధనాలుగా ఉపయోగించుకొన్నారు.

19వ శతాబ్దంలో సంఘ సంస్కరణ మత సంస్కరణతో చెలిమిచేసినప్పటికి ఆ తరువాత కాలంలో అంతకంతకు లౌకిక స్వభావాన్ని సంతరించుకొన్నది. అంతేగాక మతపరంగా సనాతన భావాలు గలవారు అనేకులు సంఘ సంస్కరణోద్యమంలో పాల్గొన్నారు. అలాగే ప్రారంభంలో కొత్తగా విద్యావంతులైన ఉన్నత కులాలకు చెందిన భారతీయులు ఆధునిక పాశ్చాత్య సంస్కృతి విలువల కనుకూలంగా సర్దుబాటు చేసుకునేందుకు సంఘ సంస్కరణ నాశ్రయించారు. కాని క్రమంగా అది సమాజంలోని క్రింది పొరలలోకి చొచ్చుకుపోయింది. సామాజిక రంగాన్ని విప్లవీకరించి పునర్నిర్మించడం ప్రారంభమయింది. క్రమంగా సంస్కర్తల ఆలోచనలు ఆదర్శాలు దాదాపు సార్వత్రిక అంగీకారాన్ని పొందాయి. తరువాత రాజ్యాంగంలో పొందుపరచబడ్డాయి.

సంఘ సంస్కరణ ఉద్యమాలు రెండు ప్రధాన లక్ష్యాల్ని సాధించయత్నించాయి. స్త్రీ విముక్తి స్త్రీలకు సమాన హక్కులు వర్తింపజేయడం, కుల పట్టింపులను తొలగించడం ప్రత్యేకించి అస్పృశ్యతా నిర్మూలనం.

స్త్రీ విముక్తి

భారతదేశంలో స్త్రీలు శతాబ్దాల తరబడి పురుషాధిక్యత క్రింద నలిగిపోయారు. సామాజికంగా అణచివేయబడ్డారు. భారతదేశంలోని వివిధ మతాలు, మతాలపై ఆధారపడిన చట్టాలు కట్టుబాట్లు స్త్రీలను పురుషుల కంటే తక్కువ స్థాయిలో వుంచాయి. పై వర్గాల స్త్రీల పరిస్థితి వ్యవసాయ మహిళల కంటే అధ్వాన్నం. వ్యవసాయక మహిళలు పురుషులతో కలసి పనిచేస్తారు. గనుక వారి కదలికలపై ఆంక్షలు తక్కువ. కొన్ని అంశాలలో వారు పై తరగతి మహిళల కంటే మంచి స్థితిలో వున్నారు. ఉదాహరణకు వారికి బురఖా పద్ధతిలేదు. వారిలో చాలామందికి పునర్వివాహ హక్కు వుంది. స్త్రీలను గృహిణులు గా తల్లులుగా సాంప్రదాయ దృక్పథం ప్రశంసించింది. కాని వారికి చాలా తక్కువ సామాజిక స్థాయి కల్పించింది. భర్తలతో సంబంధాలు తప్ప స్వంత వ్యక్తిత్వం వుండరాదని శాసించింది. గృహిణులుగా తప్ప వారి ప్రతిభని ఆకాంక్షల్ని వ్యక్తీకరించుకోలేరు. వాస్తవంగా వారు పురుషులకు అనుబంధ వస్తువులు మాత్రమే. ఉదాహరణకు హిందువులలో స్త్రీ ఒకసారి మాత్రమే పెళ్లి చేసుకోగలదు. కాని పురుషుడు ఒకరి కంటే ఎక్కువ మంది భార్యలను కలిగి వుండవచ్చు. ముస్లింలలోనూ బహుభార్యాత్వం అమలులో వుంది. దేశంలోని చాలా ప్రాంతాలలో స్త్రీలు పరదా

వెనుకబతకాలి. బాల్య వివాహాలు సర్వసామాన్యం. 8, 9 సంవత్సరాల బాలికలకు, పెళ్లిళ్లు జరిగేవి. వితంతువులు పెళ్లి చేసుకోకూడదు. వారునియమ నిష్టలకు లోబడి సన్యాసిజీవితం గడపాలి. హిందూ స్త్రీలకు ఆస్తిని వారసత్వంగా పొందే హక్కులేదు. ఇష్టం లేకపోతే పెళ్లిని రద్దుచేసుకొనే హక్కులేదు. ముస్లిం స్త్రీలకు ఆస్తిని వారసత్వంగా పొందే హక్కు వుంది. కాని పురుషుడు పొందే దానిలో సగం మాత్రమే పొందగలుగుతుంది. విడాకుల విషయంలో సూత్రరీత్యా కూడా భార్యాభర్తల మధ్య సమానత్వం లేదు. ముస్లిం మహిళలు విడాకులంటే గజగజ వణికిపోతారు. హిందూ ముస్లిం మహిళల సామాజిక స్థాయి విలువలు ఒకేలా వున్నాయి. వారు ఆర్థికంగా సామాజికంగా భర్తలపై ఆధారపడి బతకాలి. వారిలో అత్యధికులకు విద్యాపరమైన ప్రయోజనం నిరాకరింపబడింది. పురుషులకు అణిగిమణిగి వుండాలని స్త్రీలకు బోధలు చేస్తారు. అణగిమణిగి వుండడాన్ని గౌరవ చిహ్నంగా స్వాగతించాలి. భారతదేశంలో రజియా సుల్తానా, చాంద్ బీబీ, అహల్యా బాయి హోల్కర్ లాంటి మహిళలు పుట్టి పెరిగారు. వారు సాధారణ రీతికి మినహాయింపులు మాత్రమే. స్త్రీల స్థితిగతులలో మార్పులు లేవు.

19వ శతాబ్దపు మానవతావాదం సమానత్వ భావాలతో ప్రభావితులైన సంస్కరణ వాదులు స్త్రీల స్థితిగతుల్ని అభివృద్ధి పరచేందుకు శక్తివంతమైన ఉద్యమాలు ప్రారంభించారు. కొందరు సంస్కర్తలు వ్యక్తిత్వం సమానత్వం ఆదర్శాలను ప్రస్తావించగా మరికొందరు నిజమైన హిందూ, ముస్లిం, జొరాస్ట్రియన్ మతాలు స్త్రీలను తక్కువగా చూడలేదని, సమాజంలో ఉన్నత స్థానాలను గౌరవించాయని పేర్కొన్నారు.

మహిళల్లో విద్యావ్యాప్తి కొరకు వితంతు పునర్వివాహాల కొరకు, వితంతువుల జీవన స్థితి మెరుగుదల కొరకు బాల్య వివాహాల్ని అడ్డుకొనేందుకు పరదాల నుండి స్త్రీలను బయటికి రప్పించేందుకు బహుభార్యాత్వాన్ని ఎదుర్కొనేందుకు, మధ్యతరగతికి చెందిన మహిళలు ఉద్యోగాలు చేపట్టేందుకు అసంఖ్యాకంగా వ్యక్తులు, సంస్కరణ సంస్థలు మత సంస్థలు తీవ్రంగా కృషిచేశాయి. డఫరిన్ ఆస్పత్రులు (వైస్రాయి డఫరిన్ భార్య - లేడీ డఫరిన్ పేరుమీద) ప్రారంభమైన తరువాత ఆధునిక వైద్య ప్రసూతి విధానాలు స్త్రీలకు అందుబాటులోకి తెచ్చే ప్రయత్నాలు జరిగాయి.

20వ శతాబ్దంలో సమరశీల జాతీయోద్యమం పెరుగుదల నుండి మహిళావిముక్తి ఉద్యమానికి మంచి ఊపు లభించింది. స్వతంత్ర పోరాటంలో మహిళలు చాలా చురుకైన ముఖ్యమైన పాత్ర నిర్వహించారు. బెంగాల్ విభజన వ్యతిరేక ఉద్యమంలోనూ, హోం రూల్ ఉద్యమంలోనూ స్త్రీలు పెద్ద సంఖ్యలో పాల్గొన్నారు. 1918 తరువాత స్త్రీలు రాజకీయ ప్రదర్శనలలో పాల్గొన్నారు. విదేశీ బట్టలు, మద్యం అమ్మే

షాపుల ఎదుట పికెటింగులు జరిపారు. నూలు వడికారు. ఖద్దరు ప్రచారం చేశారు. సహాయ నిరాకరణోద్యమాలలో పాల్గొని జైళ్లకు వెళ్లారు. ప్రజా ప్రదర్శనలలో పాల్గొని లాఠీదెబ్బలు తిన్నారు. తూటాలనెదుర్కొన్నారు. విప్లవకారుల టెర్రరిస్టు ఉద్యమాలలో పాల్గొన్నారు. చట్టసభల ఎన్నికల్లో ఓటు హక్కు వినియోగించుకున్నారు. వారే స్వయంగా అభ్యర్థులుగా పోటీచేశారు. ప్రఖ్యాత కవయిత్రి సరోజినీ నాయుడు జాతీయ కాంగ్రెస్ అధ్యక్షురాలయ్యారు. 1937లో ఏర్పడిన మంత్రివర్గాలలో మహిళలు మంత్రులయ్యారు. వందలాది మంది స్త్రీలు మునిసిపాలిటీలు స్థానిక సంస్థల సభ్యులయ్యారు. 1920లలో కార్మిక సంఘాలు, కిసాన్ సభలు స్థాపించబడినప్పుడు వాటిలోనూ మహిళలు ముందంజలో వున్నారు. అన్నిటికంటే జాతీయోద్యమంలో పాల్గొనడం మహిళల చైతన్యానికి విముక్తికి తోడ్పడింది. బ్రిటిషు పాలకుల జైళ్లను లాఠీల్ని తూటాల్ని లక్ష్యపెట్టని వారు తక్కువ వారెలా అవుతారు? వారింక ఎంతకాలం ఇంటి నాలుగు గోడలకు పరిమితమై కీలుబొమ్మల బతుకులు బతుకుతారు? మనుషులుగా తమ హక్కుల కొరకు నిలబడతారు. పోరాడి తీరతారు.

దేశంలో మహిళా ఉద్యమ ఆవిర్భావం మరొక ముఖ్యమైన పరిణామం. 1920-30 దశాబ్దం వరకు చైతన్యవంతులైన పురుషులు మహిళాభివృద్ధి కొరకు కృషిచేశారు. ఆ తరువాత ఆ కర్తవ్యాన్ని ఆత్మవిశ్వాసం పొందిన స్త్రీలు చేపట్టారు. పలు సంఘాలు సంస్థలు స్థాపించారు. వాటిలో అతి ముఖ్యమైనది 1927 స్థాపించబడిన అఖిల భారత మహిళా సంఘం.

దేశ స్వాతంత్ర్య సాధనతో సమానత్వం కొరకు సాగుతున్న పోరాటం పెద్ద ముందడుగు వేసింది. భారత రాజ్యాంగం (1950)లోని ఆర్టికల్స్ 14, 15 స్త్రీ, పురుషుల సమానత్వానికి హామీ ఇచ్చాయి. హిందూ వారసత్వ చట్టం 1956 కూతుర్ని కొడుకుతో సమానమైన హక్కుదారుని చేసింది. హిందూ వివాహ చట్టం 1955 ప్రత్యేకమైన పరిస్థితుల్లో వివాహాన్ని రద్దు చేసుకొనటాన్ని అనుమతించింది. బహుభార్యత్వాన్ని రద్దుచేసింది. వరకట్నాన్ని నిషేధించినప్పటికీ ఆ దురాచారం కొనసాగుతోంది. రాజ్యాంగం స్త్రీలకు పురుషులతో పాటు పనిచేసేందుకు ప్రభుత్వ సంస్థల్లో ఉద్యోగాలు చేసేందుకు సమాన హక్కుని కల్పించింది. స్త్రీ పురుషులకు సమానమైన పనికి సమాన వేతనమివ్వాలని రాజ్యాగంలోని ఆదేశిక సూత్రాలు స్పష్టం చేశాయి. కాని స్త్రీ పురుషుల సమానత్వాన్ని అమలు జరపడంలో అవరోధాలు కల్పించేవి కల్పించనివి - ఇప్పటికీ కొనసాగుతున్నాయి. సరియైన సామాజిక వాతావరణం ఇంకా కల్పించవలసి వుంది. సంఘ సంస్కరణోద్యమాలు స్వతంత్ర పోరాటం మహిళా ఉద్యమాలు, స్వతంత్ర భారతదేశ రాజ్యాంగం ఈ దిశలో మంచి తోడ్పాటునందించాయి.

కుల వ్యతిరేక పోరాటం

సంఘ సంస్కరణ ఉద్యమం కులవ్యవస్థ పైనా పోరాడింది. హిందువులు అసంఖ్యాకమైన కులాలుగా విభజింపబడి వున్నారు. ఒకవ్యక్తి పుట్టిన కులం అతణ్ణి చాలా అంశాలలో ప్రభావితుడ్ని చేస్తుంది. అతడు ఎవరిని పెళ్లిచేసుకోవాలో, ఎవరితో కలసి తినవచ్చో నిర్ణయించింది. అతడి వృత్తిని, సాంఘిక విశ్వాసాన్ని నిర్ణయించింది. అంతేగాక కులాలు సామాజిక స్థాయిల దొంతరలుగా వర్గీకరింపబడ్డాయి. హిందూ జనాభాలో 20 శాతంగా వున్న అస్పృశ్యులు (ఆ తరువాత షెడ్యూల్డు కులాలుగా పిలువబడ్డారు). నిచ్చెన దిగువన వున్నారు. అస్పృశ్యులు అసంఖ్యాకమైన అనర్హతలు, ఆంక్షలతో సతమతమయ్యారు. అవి ఒక్కొక్క ప్రాంతంలో ఒక్కొక్క రకంగా వుండేవి. అగ్రవర్ణాల హిందువులు వారిని అంటుకుంటే మైలపడిపోయినట్లు భావించేవారు. దేశంలోని కొన్ని ప్రాంతాలలో ప్రత్యేకించి దక్షిణ భారతదేశంలో అస్పృశ్యుల నీడ కూడా సోకరాదు. బ్రాహ్మణుడ్ని చూస్తే గాని, అతడు వస్తున్నట్లు తెలిస్తేగాని వారు తప్పుకొని దూరంగా వెళ్ళిపోవాలి. అస్పృశ్యుని బట్టలు ఆహారం నివాస ప్రాంతంపై – అన్నిటిపై ఆంక్షలు విధించబడ్డాయి. అగ్రవర్ణాల వారు తెచ్చుకొనే బావులు, చెరువుల నుండి నీరు తెచ్చుకోకూడదు. వారికి కేటాయించిన బావులు, చెరువుల నుండే తెచ్చుకోవాలి. అలాంటి బావిగాని చెరువుగాని లేకపోతే పంట కాలువలలోని లేక మురికి గుంటలలోని నీరు త్రాగాలి. హిందూ దేవాలయాలలోనికి ప్రవేశించకూడదు. శాస్త్రాల్ని చదవకూడదు. సవర్ణ హిందువుల పిల్లలు చదువుకునే బడికి అస్పృశ్యుల పిల్లలు వెళ్ళకూడదు. పోలీసు మిలటరీ ఉద్యోగాలు నిషిద్ధం. పాకీపని, చెప్పులు కుట్టడం, శవాల్ని తొలగించడం, చచ్చిన జంతువుల తోళ్లుతీయడం, తోళ్లని శుద్ధి చేయడం – లాంటి పనులు చేయకతప్పని పరిస్థితులు కల్పించబడ్డాయి. భూమిపై యాజమాన్యం కూడా నిషిద్ధం కావడంతో చాలా మంది కౌలుదారులుగా వ్యవసాయ కూలీలుగా పనిచేశారు.

కుల వ్యవస్థ మరొక రకంగా కూడా చెరుపు చేసింది. పుట్టుకతోనే అసమానత ప్రాతిపదికగా గల కులవ్యవస్థ న్యూనత పరచేది అమానవీయమైనది మాత్రమేగాక సామాజిక విచ్ఛిత్తికి దారితీసేది. అది మనుషుల్ని అసంఖ్యాకమైన చిన్న వర్గాలుగా విభజించింది. సమైక్య జాతీయభావాల పెరుగుదలకి ప్రజాస్వామ్య వ్యాప్తికి ప్రధానమైన అవరోధమయింది. కులపరమైన చైతన్యం ప్రత్యేకించి పెళ్లికి సంబంధించినంతవరకు ముస్లింలు, క్రైస్తవులు, సిక్కులలో కూడా వ్యాప్తిచెందింది. ఈ మతాలలో కూడా కాస్త తక్కువ మోతాదు అస్పృశ్యత పాటించబడింది.

కులవ్యవస్థని దెబ్బకొట్టే అనేక శక్తులు బ్రిటిషు పాలనలో పెంపొందాయి. ఆధునిక పరిశ్రమలు, రైలు మార్గాలు, బస్సులు, పెరుగుతున్న పట్టణీకరణలు ప్రవేశపెట్టడంతో వివిధ కులాల మధ్య, ప్రజల మధ్య సంబంధాల్ని - ప్రత్యేకించి నగరాలలో అడ్డుకొనడం కష్టతరమయింది. ఆధునిక వాణిజ్యం పరిశ్రమలు అందరికీ కొత్త రంగాల ఆర్థిక కార్యకలాపాల అవకాశాలు కల్పించాయి. ఉదాహరణకు ఒక బ్రాహ్మణుడు లేక పై కులానికి చెందిన వర్తకుడు చర్మాలు, చెప్పుల వర్తక అవకాశాల్ని చేజార్చుకోడు. అలాగే అతడు ఒక డాక్టరు లేక సైనికుడయ్యే అవకాశాన్ని వదులుకోడు. స్వేచ్ఛగా పొలాల్ని అమ్ముకొనడం చాలా గ్రామాలలో కుల సమతుల్యతని తారుమారుచేసింది. లాభార్జనే ప్రధాన ధ్యేయంగాగల ప్రస్తుత పారిశ్రామిక సమాజంలో కులానికి వృత్తికి మధ్యగల దగ్గరి సంబంధం కొనసాగలేదు.

పాలనా వ్యవహారాలలో 'చట్టం ముందు అందరి సమానత' కుల పెద్దలు న్యాయ విచారణ జరపటాన్ని అడ్డుకొన్నది. క్రమంగా పాలనా వ్యవహారాలలో ఉద్యోగాలలో అన్ని కులాలకు అవకాశం లభించింది. అంతేగాక లౌకిక స్వభావం గల నూతన విద్యావిధానం ప్రాథమికంగా కుల దృక్పథానికి, కుల వ్యత్యాసాలకు మౌలికంగా వ్యతిరేకమైంది.

జాతీయోద్యమం పెరుగుదల కుల వ్యవస్థను బలహీనపరచడంలో గణనీయమైన పాత్ర నిర్వహించింది. భారత ప్రజల్ని విభజించ యత్నించే అన్ని సంస్థల్ని జాతీయోద్యమం వ్యతిరేకించింది. ప్రజా ప్రదర్శనలలో ఉమ్మడి భాగస్వామ్యం, పెద్ద బహిరంగ సభలు, సత్యాగ్రహ పోరాటాలు కుల చైతన్యాన్ని బలహీనపరచాయి. ఏమైనప్పటికీ స్వేచ్ఛ సమానత్వం పేరుతో విదేశీ పాలన నుండి స్వతంత్రం కావాలని పోరాడే వారందరూ - ఆ సూత్రాలకు విరుద్ధమైన కుల వ్యవస్థని బలపరచలేకపోయారు. ఆ విధంగా ప్రారంభం నుండి జాతీయ కాంగ్రెస్ - వాస్తవంగా జాతీయోద్యమం మొత్తంగా కులపరంగా వుండే ప్రత్యేక హక్కుల్ని వ్యతిరేకించింది. సమాన పౌర హక్కులు సమాన స్వేచ్ఛ కొరకు కుల, మత, స్త్రీ పురుష వివక్షతలు లేని వ్యక్తి వికాసం కొరకు పోరాడింది.

గాంధీజీ జీవితాంతం తన ప్రజాకార్యకలాపాలలో అస్పృశ్యత నిర్మూలనకు అత్యధిక ప్రాధాన్యత నిచ్చాడు. అందుకొరకు ఆయన 1932లో అఖిల భారత హరిజన సంఘాన్ని స్థాపించాడు. అస్పృశ్యత తొలగింపుకు ఆయన సాగించిన పోరాటం మానవతావాదం హేతుబుద్ధి పునాదులపై ఆధారపడింది. ఆయన హిందూ శాస్త్రాలలో అస్పృశ్యతకు అనుమతి లేదని వాదించాడు. కాని ఏ శాస్త్రమైనా అస్పృశ్యతకు

అనుమతిస్తే అది మానవుని ఆత్మగౌరవాన్ని కించపరుస్తుంది. గనుక దానిని విస్మరించాలన్నాడు. సత్యం పుస్తకాల పేజీలకు పరిమితం కాదన్నాడు.

19వ శతాబ్దం మధ్య కాలం నుండి అస్పృశ్యులలో విద్యావ్యాప్తి కొరకు, పాఠశాలల దేవాలయాల తలుపులు అస్పృశ్యుల కొరకు తెరిచేందుకు, బావులు, చెరువులు వారు ఉపయోగించుకొనేందుకు, ఇంకా సామాజిక అనర్హతల్ని వివక్షతల్ని తొలగించేందుకు ఎందరెందరో వ్యక్తులు, ఎన్నో సంస్థల ఆధ్వర్యంలో కృషి జరిగింది.

విద్య చైతన్యం వ్యాప్తి చెందడంతో దిగువ కులాలవారు, వారంతటవారు కదలటం ప్రారంభమయింది. ప్రాథమిక మానవ హక్కుల పట్ల వారిలో చైతన్యం పెరిగింది. ఈ హక్కుల పరిరక్షణ కొరకు ఉద్యమించడం ప్రారంభించారు. అగ్రకులాల సాంప్రదాయక అణచివేతకు వ్యతిరేకంగా క్రమక్రమంగా శక్తివంతమైన ఉద్యమాన్ని నిర్మించారు. 19వ శతాబ్దం ద్వితీయార్థంలో దిగువ కులంలో పుట్టిన జ్యోతిబాఫూలే అగ్రవర్ణ ఆధిపత్య వ్యతిరేక పోరాటంలో భాగంగా బ్రాహ్మణ మతాధిపత్యానికి వ్యతిరేకంగా జీవిత కాలం ఉద్యమాన్ని నడిపాడు. దిగువ కులాల విముక్తికి ఆధునిక విద్యని అత్యంత శక్తివంతమైన ఆయుధంగా పరిగణించాడు. దిగువ కులాల బాలికల కొరకు పాఠశాలలు తెరిచిన మొట్టమొదటివాడు జ్యోతిబాఫూలే. షెడ్యూల్డు కులానికి చెందిన బి.ఆర్. అంబేద్కర్ కుల నిరంకుశత్వానికి వ్యతిరేకంగా జీవితాంతం అలుపెరుగని పోరాటం చేశాడు. అందుకు ఆయన అఖిల భారత షెడ్యూల్డ్ కులాల ఫెడరేషన్ స్థాపించాడు. చాలా మంది ఇతర షెడ్యూల్డ్ కులాల నాయకులు అఖిల భారత అణగారిన వర్గాల సంఘాన్ని స్థాపించారు. కేరళలో కుల వ్యవస్థకి వ్యతిరేకంగా శ్రీ నారాయణగురు జీవిత కాలం పోరాటం నడిపాడు. 'మానవులందరిదీ ఒకే మతం ఒకే కులం ఒకే దేవుడు' అనే ప్రఖ్యాత నినాదాన్నిచ్చాడు. 1920లలో దక్షిణ భారతదేశంలో బ్రాహ్మణులు తమపై రుద్దిన అనర్హతలపై పోరాడేందుకు బ్రాహ్మణేతరులు ఆత్మగౌరవ ఉద్యమాన్ని చేపట్టారు. దిగువ కులాలవారి దేవాలయ ప్రవేశం, ఇతర ఆంక్షల రద్దుకొరకు దేశవ్యాప్తంగా ఎగువ దిగుమతి కులాలవారు అసంఖ్యాకమైన సత్యాగ్రహ ఉద్యమాలు నిర్వహించారు.

కాని అస్పృశ్యతా వ్యతిరేక పోరాటం విదేశీపాలనలో పూర్తిగా విజయవంతం కాలేదు. దీనివల్ల సమాజంలోని సాంప్రదాయ సెక్షన్ల ప్రతి కూలత పెరగటంపట్ల విదేశీ ప్రభుత్వం ఆందోళన చెందింది. స్వతంత్ర భారత ప్రభుత్వం మాత్రమే సమూలమైన సంఘ సంస్కరణ చేపట్టగలుగుతుంది. అంతేగాక సామాజిక సముద్ధరణ సమస్య రాజకీయ ఆర్థికాభివృద్ధి సమస్యతో బాగా ముడిబడివుంది. ఉదాహరణకు అణగారిన

కులాల సామాజిక స్థాయిని పెంచడానికి ఆర్థికాభివృద్ధి అత్యంత అవసరం. అలాగే విద్యావ్యాప్తి రాజకీయ హక్కులు అవసరం. దీనిని భారత జాతీయ నాయకులు పూర్తిగా గుర్తించారు. అంబేద్కర్ ఇలా చెప్పారు :

"మీ బాధల్ని మరొకరు తొలగించలేరు. మీరే తొలగించుకోవాలి. రాజ్యాధికారం మీ చేతుల్లోకి రాకపోతే మీరు తొలగించుకోలేరు.... సామాజిక ఆర్థిక జీవన విధానాన్ని సవరించడానికి జంకని వారు అధికారంలో వుండే ప్రభుత్వం వుండితీరాలి. ఈ ప్రాంత బ్రిటిషు ప్రభుత్వం ఎప్పటికీ నిర్వహించజాలదు. ప్రజల కొరకు ప్రజల చేత ఎన్నుకోబడిన ప్రభుత్వం మాత్రమే అంటే స్వరాజ్య ప్రభుత్వం మాత్రమే దీనిని సుసాధ్యం చేయగలదు."

1950 రాజ్యాంగం అస్పృశ్యతను రద్దుచేసేందుకు చట్టపరమైన చట్రాన్ని సమకూర్చింది. అస్పృశ్యతని రద్దుచేసినట్లు రాజ్యాంగం ప్రకటించింది. ఏ రూపంలోనైనా అస్పృశ్యత పాటించడాన్ని నిషేధించింది. అస్పృశ్యత కారణంగా ఉత్పన్నమయ్యే అనర్హతకు ఆమోదం తెలపడం చట్టరీత్యా శిక్షార్హమైన నేరం.

బావులు, చెరువులు స్నాన ఘట్టాల్ని ఉపయోగించుకొనడంపై ఆంక్షలు పెట్టటానికి వీలులేకుండా రాజ్యాంగం నిషేధించింది. షాపులు, రెస్టారెంట్లు, సినిమాల అందుబాటుపై ఆంక్షల్ని రాజ్యాంగం నిషేధించింది. అంతేగాక ప్రభుత్వానికి మార్గదర్శకంగా ఉండే ఆదేశిక సూత్రాలలో ఒకటి ఇలా చెపుతుంది : "జాతీయ జీవనంలోని అన్ని రంగాలలో సాంఘిక ఆర్థిక రాజకీయ న్యాయాన్ని సమర్థవంతంగా సమకూర్చగలిగే సాంఘిక వ్యవస్థని చేకూర్చి, దానిని పరిరక్షించడం ద్వారా రాజ్యం ప్రజల సంక్షేమాన్ని పెంపొందించడానికి కృషిచేయాలి". ఏమైనప్పటికి కుల వ్యవస్థలోని చెడుకి వ్యతిరేకంగా పోరాటం – ప్రత్యేకించి గ్రామీణా ప్రాంతాలలో పోరాటం ఇప్పటికీ భారత ప్రజల తక్షణ కర్తవ్యంగా మిగిలివుంది.

పన్నెండవ అధ్యాయం

జాతీయోద్యమం : 1905-18

క్రమంగా దేశంలో సమరశీల జాతీయవాదం పెరుగుతూ వచ్చింది. అది 1905లో బెంగాల్ విభజన వ్యతిరేక ఉద్యమంతో పెల్లుబికింది.

జాతీయోద్యమం తొలి దినాల్లోనే విదేశీ ఆధిపత్యం వలన కలిగే దుష్పరిణామాలను గురించి దేశభక్తిని పెంపొందించుకోవలసిన అవసరాన్ని గురించి చైతన్యం కలిగించింది. విద్యావంతులైన భారతీయులకు తగు శిక్షణనిచ్చింది. ప్రజల ఆలోచనల్ని ప్రభావితం చేసింది. నూతన జవసత్వాలు సమకూర్చింది.

అదే సమయంలో జాతీయవాదుల ముఖ్యమైన డిమాండ్లలో వేటినీ కూడా బ్రిటిష్ ప్రభుత్వం అంగీకరించ నిరాకరించడంతో రాజకీయంగా చైతన్యవంతులైన ప్రజలలో మితవాద నాయకత్వం యొక్క సూత్రాలు విధానాలపై భ్రమలు తొలగిపోయాయి. మితవాదుల్ని సమాధాన పరచటానికి బదులుగా బ్రిటిషు పాలకులు వారిని హీనంగా చూశారు. అవమానపరచారు. ఫలితంగా సమావేశాలు, విజ్ఞప్తులు, చట్టసభలలో ఉపన్యాసాలు కంటే తీవ్రమైన రాజకీయ చర్యలుచేపట్టాలని బలమైన డిమాండు ముందుకు వచ్చింది.

బ్రిటిషు పాలన నిజస్వరూపం

బ్రిటిషు పాలనని లోపల నుండి సంస్కరించవచ్చుననే విశ్వాసంపై మితవాదుల రాజకీయాలు రూపొందించబడ్డాయి. కాని రాజకీయ ఆర్థిక సమస్యలపై ప్రజలలో విస్తరించిన పరిజ్ఞానం ఈ విశ్వాసాన్ని బలహీనపరిచింది. ఈ విశ్వాసం బలహీనపడటానికి మితవాదుల రాజకీయ ఆందోళనే చాలా వరకు కారణం. ప్రజల పేదరికానికి బ్రిటిషు పాలన కారణమని జాతీయవాద రచయితలు, ఆందోళనాకారులు ధ్వజమెత్తారు. భారతదేశాన్ని ఆర్థికంగా దోచుకోవడం అంటే భారతదేశాన్ని కొల్లగొట్టి ఇంగ్లాండుని సంపన్నవంతం చేసుకోవడమే, బ్రిటిషు పాలన లక్ష్యమని రాజకీయంగా

చైతన్యవంతులైన భారతీయులు దృఢంగా నమ్మారు. బ్రిటిషు సామ్రాజ్యవాదం స్థానంలో భారతీయుల అదుపులో వుండి భారతీయులచే నిర్వహించబడే ప్రభుత్వం రానిదే ఆర్థిక రంగంలో అభివృద్ధి సాధ్యం కాదని గుర్తించారు. పరిశ్రమల్ని రక్షించి ప్రోత్సహించే భారతీయ ప్రభుత్వం ఆధ్వర్యంలోనే భారతీయ పరిశ్రమలు అభివృద్ధి చెందుతాయయని జాతీయవాదులు నమ్మారు. 1896 నుండి 1900 వరకు 90 లక్షలకు పైగా ప్రజలు ప్రాణాలను బలిగొన్న విధ్వంసకర కరువులు ప్రజల దృష్టిలో విదేశీపాలన ఆర్థిక దుష్ఫలితాలకు ప్రతీకలుగా నిలిచాయి.

1892-1905 కాలానికి చెందిన రాజకీయ ఘటనలు కూడా జాతీయవాదుల్ని నిరుత్సాహపరచాయి. 10వ అధ్యాయంలో చర్చించబడిన భారతీయ చట్ట సభల చట్టం 1892 చాలా నిరాశని మిగిల్చింది. మరొకవైపు అప్పటికి ప్రజలకు వున్న రాజకీయ హక్కులపై దాడులు జరిగాయి. విదేశీ ప్రభుత్వంపై అవిశ్వాసాన్ని రేకెత్తించడం నేరమని ప్రకటిస్తూ 1898లో చట్టం చేయబడింది. 1898లో కలకత్తా పురపాలక సంఘంలో భారతీయ సభ్యుల సంఖ్య తగ్గించబడింది. 1904లో పత్రికా స్వేచ్ఛని హరిస్తూ భారత ప్రభుత్వ అధికార రహస్యాల చట్టం చేయబడింది. 1897లో నాతూ సోదరులు విచారణ లేకుండా దేశం నుండి బహిష్కరించబడ్డారు. కనీసం వారిపై మోపబడిన అభియోగాలు కూడా ప్రకటింపబడలేదు. అదే సంవత్సరం విదేశీ ప్రభుత్వానికి వ్యతిరేకంగా ప్రజల్ని రెచ్చగొట్టారనే నేరం మీద లోకమాన్య తిలక్, తదితర పత్రికా సంపాదకులు దీర్ఘకాల కారాగార వాస శిక్షలకు గురయ్యారు. ఆ విధంగా అదనంగా రాజకీయ హక్కులు ఇవ్వకపోగా అప్పటికి వున్న హక్కుల్ని కూడా హరించి వేస్తున్నట్లు ప్రజలు గుర్తించారు. బ్రిటన్ భారత దేశాన్ని పరిపాలించినంతకాలం ఎలాంటి రాజకీయ, ఆర్థికాభివృద్ధిని ఆశించడం అవివేకమని లార్డ్ కర్జన్ అవలంభించిన కాంగ్రెస్ వ్యతిరేక వైఖరితో ఇంకా స్పష్టంగా అర్థం చేసుకున్నారు. గోఖలేవంటి మితవాద నాయకుడు సైతం "బ్యూరోక్రసి నిర్మొహమాటంగా స్వార్థ పరత్వం పెంచుకుంటోంది. భారత జాతీయ వాంఛలకు వ్యతిరేకంగా కత్తిగట్టింది" అన్నాడు.

బ్రిటిష్ పాలన సామాజికంగా సాంస్కృతికంగా ఏ మాత్రం అభివృద్ధికరమైనది కాదు. ప్రాథమిక సాంకేతిక విద్యా వ్యాప్తి స్తంభించిపోయింది. అదే సమయంలో ఉన్నత విద్యపట్ల అసహనంగా వుంది. ఉన్నత విద్యావ్యాప్తిని అడ్డుకోవడానికి యత్నించింది. జాతీయ నాయకులు 1904లో వచ్చిన భారత విశ్వవిద్యాలయాల చట్టాన్ని ఆమోదించలేదు. భారతీయ విశ్వవిద్యాలయాల్ని ప్రభుత్వం పూర్తిగా తన అదుపాజ్ఞలలో పెట్టుకోవడానికి, ఉన్నత విద్యా వ్యాప్తికి అడ్డుకట్టలు వేయడానికి ఉద్దేశించబడిన చట్టంగా జాతీయ నాయకులు దీనిని పరిగణించారు.

దేశ ఆర్థిక, రాజకీయ, సాంస్కృతిక అభివృద్ధికి స్వయం పాలన అవసరమని భారతీయులలో అత్యధికులు నమ్మారు. రాజకీయ దాస్యం అంటే భారతీయ ప్రజల అభివృద్ధిని కుంటుపరచడమేనని నమ్మారు.

ఆత్మగౌరవం, ఆత్మవిశ్వాసం

19వ శతాబ్దానికి భారత జాతీయవాదుల ఆత్మగౌరవం, ఆత్మవిశ్వాసం పెరిగాయి. స్వయం పరిపాలన సాగించుకోగల దేశ భవిష్యదభివృద్ధి సాధించుకోగల తమ శక్తిపై విశ్వాసాన్ని పెంచుకొన్నారు. తిలక్, అరవిందఘోష్, బిపిన్ చంద్రపాల్ లాంటి నాయకులు ఆత్మగౌరవ సందేశాన్ని ప్రబోధించారు. భారత ప్రజల శక్తియుక్తులపై విశ్వాసం వుంచాలని జాతీయవాదుల్ని కోరారు. ప్రజల దయనీయమైన స్థితికి విరుగుడు వారి చేతుల్లోనే వుందని, కాబట్టి వారు నిర్భయంగా దృఢంగా వ్యవహరించాలని కోరారు. స్వామి వివేకానంద రాజకీయ నాయకుడు కాకపోయినప్పటికీ సందేశాన్నిచ్చాడు. ఆయన స్పష్టంగా ఇలా ప్రకటించారు.

"ప్రపంచంలో పాపమేదైనా వుంటే అది బలహీనత. బలహీనత నధిగమించు. బలహీనత పాపం. బలహీనత మరణం... ఇది సత్యానికి పరీక్ష - మిమ్మల్ని శారీరకంగా, బౌద్ధికంగా, ఆధ్యాత్మికంగా బలహీన పరచే దానిని విషంగా తిరస్కరించండి. దానిలో జీవం లేదు. అది సత్యం కాదు".

గత వైభవాలను గురించి కలలుగనడం మాని భవిష్యత్తు నిర్మాణాన్ని చేపట్టమని ఆయన ప్రజలకు ఉద్బోధించాడు. "ఓ భగవంతుడా గతం నుండి నాదేశం ఎప్పుడు విముక్తి పొందుతుంది?" అని ఆవేదన వ్యక్తం చేశాడు.

స్వయంకృషిపై విశ్వాసం జాతీయోద్యమాన్ని విస్తరించే ఆకాంక్ష కలిగించింది. జాతి ఆశయం కేవలం కొద్దిమంది ఉన్నత వర్గాల విద్యావంతులకే పరిమితం కాకూడదు. దానికి బదులుగా సాధారణ ప్రజలలో రాజకీయ చైతన్యాన్ని రగిల్చాలి. అందుకే స్వామి వివేకానంద ఇలా రాశాడు. "భారతదేశ భవిష్యత్తు సాధారణ ప్రజలు. ఉన్నత వర్గాల వారు భౌతికంగా, నైతికంగా మృతప్రాయులు."

స్వతంత్ర సాధనకవసరమైన అసాధారణ త్యాగాలు సాధారణ ప్రజలు మాత్రమే చేయగలరని జాతీయవాదులు గుర్తించారు.

విద్య, నిరుద్యోగం - పెరుగుదల

19వ శతాబ్దాంతానికి విద్యావంతులైన భారతీయుల సంఖ్య గణనీయంగా పెరిగింది. వారిలో కొందరు పాలనా రంగంలో చాలా తక్కువ వేతనాలతో చిన్న

ఉద్యోగాలలో చేరారు. చాలా మంది నిరుద్యోగులుగా మిగిలారు. వారి ఆర్థిక దుస్థితి బ్రిటిషు పాలనని విమర్శనాత్మకంగా అధ్యయనం చేసేలా చేసింది. వారిలో చాలామంది జాతీయవాద రాజకీయాలవైపు ఆకర్షితులయ్యారు.

అంతకంటే ముఖ్యమైనది విద్యావ్యాప్తి యొక్క సైద్ధాంతిక పరమైన అంశం. భారతీయులలో విద్యావంతుల సంఖ్య పెరిగిన కొద్దీ ప్రజాస్వామ్యం, జాతీయవాదం, సమూలమైన మార్పులు లాంటి పాశ్చాత్య ఆలోచనల ప్రభావం విస్తరించింది. చదువుకున్నవారు, చిన్న ఉద్యోగులు, నిరుద్యోగులు, చదువులో భాగంగా ఆధునిక ఆలోచనలు, రాజకీయాలు, యూరపు చరిత్ర, ప్రపంచ చరిత్ర పాఠాలుగా నేర్చినవారు కాబట్టి వారు సమరశీల జాతీయవాదానికి మంచి ప్రచారకులు అనుచరులయ్యారు.

అంతర్జాతీయ ప్రభావాలు

ఈ కాలం నాటి చాలా విదేశాల ఘటనలు భారతదేశంలో సమరశీల జాతీయవాదం పెరుగుదలకి తోడ్పడ్డాయి. 1868 తరువాత ఒక వెనుకబడిన ఆసియా దేశం పాశ్చాత్యుల పెత్తనం లేకుండా ఎలా అభివృద్ధి చెందగలదో ఆధునిక జపాన్ అవతరణ తెలియజెప్పింది. కొద్ది దశాబ్దాలలో జపాన్ నాయకులు వారి దేశాన్ని ప్రథమ శ్రేణి పారిశ్రామిక, సైనిక శక్తిగా అభివృద్ధి పరచారు. సార్వత్రిక ప్రాథమిక విద్య ప్రవేశపెట్టారు. సమర్థవంతమైన ఆధునిక పాలనా విధానాన్ని నిర్మించారు. ఇథియోపియన్ల చేతిలో 1896లో ఇటాలియన్ సైన్యం ఓటమి, 1905లో జపాన్ చేతిలో రష్యా ఓటమి ఐరోపా గొప్పతనపు మాయతెరని చింపివేశాయి. ఆసియాలోని ఒక చిన్నదేశం ఐరోపా ఖండంలోని అత్యంత శక్తివంతమైన సైనిక బలంగల దేశాన్ని జయించిందన్న వార్త ఆసియాలోని ప్రజల్ని ఆనందంలో ముంచెత్తింది. 1905 జూన్ 18న కరాచి క్రానికల్ వార్తా పత్రిక ప్రజాభిప్రాయాన్ని ఇలా వ్యక్తం చేసింది.

"ఒక ఆసియా దేశం సాధించింది, ఇతర దేశాలూ సాధించగలవు. జపాన్ ఆసియాని జయించగలిగితే భారతదేశం అంతే సులభంగా ఇంగ్లాండుని జయించగలుగుతుంది. బ్రిటిషు పాలనని సముద్రంలోకి తోసివేసి ప్రపంచంలో బలమైన శక్తులలో ఒకటిగా మన దేశాన్ని జపాన్ పక్కన నిలుపుదాం".

ఇంగ్లాండు, రష్యా, ఈజిప్టు, టర్కీలలోని విప్లవోద్యమాలు, దక్షిణాఫ్రికాలో బోమరు యుద్ధం వగైరాలు త్యాగాలకు సిద్ధపడి సమైక్యంగా వున్న ప్రజలు చాలా శక్తివంతమైన నిరంకుశ ప్రభుత్వాలను కూడా సవాలు చేయగలవని భారత ప్రజలకు నమ్మకం కలిగించాయి. కావలసిందల్లా దేశభక్తి, ఆత్మత్యాగం.

సమరశీల జాతీయవాదం

జాతీయోద్యమ ప్రారంభం నుండి దేశంలో సమరశీల జాతీయవాద భావాలు వ్యాప్తిలో వున్నాయి. ఈ భావాలకు బెంగాల్‌లో రాజనారాయణబోస్, అశ్వనీకుమార్ దత్తు, మహారాష్ట్రలో విష్ణుశాస్త్రి, చిప్లొంకర్ ప్రాతినిధ్యం వహించారు. వీరిలో అత్యంత ప్రముఖుడు లోకమాన్య తిలక్‌గా ప్రసిద్ధిగాంచిన బాలగంగాధర్ తిలక్. ఆయన 1856లో జన్మించాడు. బొంబాయి విశ్వవిద్యాలయం నుండి పట్టభద్రుడైనప్పటి నుండి ఆయన జీవితమంతా దేశసేవకి అంకితం చేశాడు. ఆయన 1880లలో న్యూ ఇంగ్లీషు స్కూల్ స్థాపనకు తోడ్పడ్డాడు. తరువాత అది పెర్గూసన్ కాలేజీగా అభివృద్ధి చెందింది. ఇంగ్లీషులో మరాఠా, మరాటీలో కేసరి పత్రికల స్థాపనకి తోడ్పడ్డాడు. 1889 నుండి సంపాదకత్వం వహించి జాతీయభావాలు ప్రచారం చేశాడు. భారత స్వతంత్ర సాధనకు సాహసోపేతమైన, నిస్వార్థమైనయోధులుగా పోరాడాలని ప్రజలకు బోధించారు. 1893 నుండి ఆయన సాంప్రదాయ మతపరమైన గణపతి ఉత్సవాన్ని, పాటలు, ఉపన్యాసాల ద్వారా జాతీయ భావాల ప్రచారానికి ఉపయోగించడం ప్రారంభించాడు. 1895లో మహారాష్ట్ర యువకులలో జాతీయవాదాన్ని ప్రేరేపించేందుకు శివాజి ఉత్సవాన్ని ప్రారంభించాడు. 1896-97లో మహారాష్ట్రలో పన్నుల వ్యతిరేక ఉద్యమాన్ని మొదలుపెట్టాడు. పంటలు దెబ్బతిని కరువు వాత పడ్డ రైతులు శిస్తులు చెల్లించవద్దని ఉద్బోధించాడు. 1897లో ప్రభుత్వానికి వ్యతిరేకంగా ద్వేషాన్ని రాజద్రోహాన్ని రెచ్చగొట్టాడనే ఆరోపణతో నిర్బంధించినపుడు ఆయన ధైర్యానికి, త్యాగానికి ప్రతీకగా నిలిచాడు. ప్రభుత్వానికి క్షమాపణలు చెప్పేందుకు నిరాకరించాడు. ప్రభుత్వం 18 నెలల కఠిన కారాగార శిక్ష విధించింది. ఆ విధంగా ఆయన నూతన జాతీయవాద స్ఫూర్తికి ఆత్మ త్యాగానికి ప్రతీకగా నిలిచాడు.

20వ శతాబ్ద ప్రారంభంలో సమరశీల జాతీయవాదులు అనుకూలమైన రాజకీయ వాతావరణాన్ని గమనించారు. జాతీయవాదం యొక్క రెండవ దశకి నాయకత్వం వహించడానికి ముందుకు వచ్చారు. లోకమాన్య తిలక్‌తోపాటు అత్యంత సమరశీల జాతీయవాద నాయకులుగా ముందుకు వచ్చిన వారు బిపిన్ చంద్రపాల్, అరవింద ఘోష్, లాలా లజపతిరాయ్. సమరశీల జాతీయవాదుల కార్యక్రమంలోని ప్రత్యేక రాజకీయ కార్యకలాపాలు ఈ క్రింది విధంగా ఉన్నాయి.

భారతీయులు తమ విముక్తికై తామే, కార్యక్రమాన్ని రూపొందించుకోవాలి. వారిని పతనావస్థ నుండి పైకి వచ్చేందుకు స్వయంగా పాటుపడాలని దృఢంగా విశ్వసించారు. ఈ కర్తవ్య నిర్వహణకు గొప్ప త్యాగాలు చేయాలని, బాధలు భరించడానికి

సిద్ధపడాలని ప్రకటించారు. వారి ఉపన్యాసాలలో, రచనలలో రాజకీయ కార్యకలాపాలలో సాహసం, ఆత్మవిశ్వాసం వ్యక్తమయ్యాయి. దేశం కొరకు ఎంత వ్యక్తిగత త్యాగమైనా స్వల్పమేనని వారు నమ్మారు.

ఇంగ్లీషువారి అదుపులో వారి ఉదారమైన మార్గ దర్శకత్వంలో భారతదేశం అభివృద్ధి చెందుతుందనే వాదాన్ని జాతీయవాదులు నిరాకరించారు. వారు విదేశీ పాలనని తీవ్రంగా గర్హించారు. జాతీయోద్యమం లక్ష్యం స్వరాజ్యం లేక స్వతంత్రం అని వారు విస్పష్టంగా ప్రకటించారు.

వారికి ప్రజల బలంపై ప్రగాఢమైన విశ్వాసం వుంది. ప్రజల కార్యాచరణ ద్వారా స్వరాజ్య సాధనకు ఉపక్రమించారు. కాబట్టి వారు సాధారణ ప్రజలలో రాజకీయ కృషి జరగాలని, సాధారణ ప్రజలు ప్రత్యక్ష రాజకీయ కార్యాచరణ చేపట్టాలని పట్టుబట్టారు.

శిక్షణ పొందిన నాయకత్వం

1905 నాటికి భారతదేశంలో అంతకుముందు కాలంలో రాజకీయ ఆందోళనలను, రాజకీయ పోరాటాలను నడపడంలో విలువైన అనుభవం గడించిన నాయకులు పెద్ద సంఖ్యలో వున్నారు. శిక్షణ పొందిన రాజకీయ కార్యకర్తలు లేకుండా జాతీయోద్యమాన్ని ఉన్నత రాజకీయ స్థాయికి తీసుకొనిపోవడం సాధ్యం కాదు.

బెంగాల్ విభజన

1905లో బెంగాల్ విభజన ప్రకటించబడింది. సమరశీల జాతీయవాద ఆవిర్భావానికి పరిస్థితులు పరిపక్వమయ్యాయి. 1905 జులై 20న లార్డ్ కర్జన్ బెంగాల్ రాష్ట్రాన్ని రెండుగా విభజిస్తూ ప్రకటన జారీ చేశాడు. 31 మిలియన్ల జనాభాగల తూర్పు బెంగాల్ అస్సాం కలిసి ఒక భాగం. మిగిలిన 54 మిలియన్ల జనాభాగల మిగిలిన బెంగాల్ రెండవ భాగం. వారిలో 18 మిలియన్ల మంది బెంగాలీలు, మిగిలిన 36 మిలియన్ల బీహారీలు, ఒరియాలు. బెంగాల్ రాష్ట్రం పెద్దది గనుక పరిపాలన సౌలభ్యం కొరకు విభజింపబడిందని ప్రభుత్వం ప్రకటించింది. కాని విభజన ఆ లక్ష్యాలు వేరుగా వున్నాయి. బెంగాలులో వెల్లువెత్తుతున్న జాతీయోద్యమానికి అడ్డుకట్టలు వేయడం ప్రధాన లక్ష్యం. 1904 డిసెంబరు 6న ప్రభుత్వ హోం శాఖ కార్యదర్శి రాసిన నోట్‌లో ఇలా వుంది.

"అవిభక్త బెంగాల్ ఒక శక్తి. దాన్ని విభజిస్తే కకావికలవుతుంది. కాంగ్రెస్ నాయకులు అదే అంటున్నారు. వారి అనుమానాలు సరైనవే. ప్రతిపాదనలో వున్న ముఖ్యమైన అంశం అదే. బెంగాల్‌ని విభజించి మన పాలనకు వ్యతిరేకంగా దృఢంగా

నిలిచిన వారిని బలహీన పరచడం మన ధ్యేయం".

భారత జాతీయ కాంగ్రెస్, బెంగాలు జాతీయవాదులు విభజనని దృఢంగా వ్యతిరేకించారు. బెంగాలులో వివిధ సెక్షన్ల ప్రజానీకం - జమిందారులు, వర్తకులు, లాయర్లు, విద్యార్థులు, పట్టణ పేదలు, మహిళలు - రాష్ట్ర విభజనకు వ్యతిరేకిస్తూ ఉవ్వెత్తున లేచారు.

జాతీయవాదులు విభజనని పాలనాపరమైన చర్యగాగాక జాతీయవాదానికి సవాలుగా పరిగణించారు. బెంగాలీలను మతపరమైన ప్రాతిపదికన విభజించే ఉద్దేశపూర్వక చర్యగా భావించారు. బెంగాలు, తూర్పు ప్రాంతాలలో ముస్లింల సంఖ్య ఎక్కువ. పశ్చిమ ప్రాంతంలో హిందువులు ఎక్కువ మత ప్రాతిపదికన విభజించి బెంగాలులోని జాతీయవాదుల్ని బలహీనపరచడం బ్రిటిషు పాలకుల లక్ష్యం. విభజన బెంగాలు భాషా సంస్కృతుల అభివృద్ధికి కూడా పెద్ద దెబ్బ. బెంగాల్ రాష్ట్రం నుండి హిందీ మాట్లాడే బీహారుని, ఒరియా మాట్లాడే ఒరిస్సాని విభజించడం వలన పరిపాలనా సౌలభ్యం సాధించవచ్చని జాతీయవాదులు సూచించారు. అంతేగాక ప్రజాభిప్రాయాన్ని పూర్తిగా విస్మరించి విభజన జరిగింది. ఈ విభజనకు వ్యతిరేకంగా వ్యక్తమైన బెంగాలీ నిరసన తీవ్రతని సున్నితమైన, సాహసోపేతమైన ప్రజల భావోద్వేగాలపై పడిన దెబ్బకి స్పందనగా జాతీయవాదులు వ్యాఖ్యానించారు.

విభజన వ్యతిరేక ఉద్యమం

విభజన వ్యతిరేక ఉద్యమం బెంగాలులోని ఒక సెక్షన్ ప్రజానీకం చేపట్టిన ఉద్యమం కాదు. బెంగాల్ జాతీయ నాయకత్వం చేపట్టిన ఉద్యమం. తొలిదశలో సురేంద్రనాథ్ బెనర్జీ, కృష్ణకుమార్ మిత్రా లాంటి ప్రముఖ మితవాద నాయకులు ఉద్యమానికి నాయకత్వం వహించారు. తరువాత దశలలో నాయకత్వం సమరశీల విప్లవ జాతీయవాదుల చేతుల్లోకి పోయింది. వాస్తవంగా ఈ ఉద్యమ కాలంలో మితవాద, సమరశీల జాతీయవాదులు పరస్పరం సహకరించుకొన్నారు.

విభజన వ్యతిరేక ఉద్యమం 1905 ఆగస్టు 7న ప్రారంభించబడింది. ఆ రోజున విభజనకు వ్యతిరేకంగా కలకత్తాలోని టౌన్‌హాలులో పెద్ద ప్రజా ప్రదర్శన నిర్వహించబడింది. ప్రతినిధులు ఈ సమావేశం నుండి రాష్ట్రం నలుమూలలా ఉద్యమ వ్యాప్తికై బయలుదేరి వెళ్ళారు.

విభజన 1905 అక్టోబరు 16న అమలులోకి వచ్చింది. నిరసనోద్యమ నాయకులు, బెంగాలు అంతటా విభజన దినాన్ని జాతీయ సంతాపదినంగా ప్రకటించారు. నిరాహారదీక్ష పాటించారు. కలకత్తాలో హర్తాళ్ జరిగింది. ప్రజలు

వేకువజామున లేచి పాదరక్షలు లేకుండా గంగానదికి వెళ్ళి స్నానాలు చేశారు. ఆ సందర్భాన్ని పురస్కరించుకొని, రవీంద్రనాథ్ ఠాగూర్ 'అమర్‌సోనార్ బంగ్లా' అనే జాతీయ గీతాన్ని రాశారు. 'అమర్ సోనార్ బంగ్లా' గీతాన్ని ఆలపిస్తూ ప్రజలు నగర వీదుల్లో ప్రదర్శనలు నిర్వహించారు. 1971లో బంగ్లాదేశ్ విముక్తి పొందిన తరువాత ఈ గీతాన్ని బంగ్లాదేశ్ తన జాతీయ గీతంగా స్వీకరించింది. కలకత్తా వీధులు వందేమాతరం నినాదంతో మార్మ్రోగాయి. ఆ తరువాత 'వందేమాతరం' జాతీయోద్యమ గీతమయింది. 'రక్షాబంధన్' ఉత్సవం కొత్త పద్ధతిలో జరిగింది. బెంగాలీల ఐక్యతకు, రెండు సగభాగాల బెంగాలీల మధ్య ఐక్యతకు చిహ్నంగా హిందువులు, ముస్లింలు రాఖీలు కట్టుకున్నారు.

సాయంత్రం పెద్ద ప్రదర్శన జరిగింది. ప్రముఖ నాయకుడు ఆనందమోహన్ బోస్ సమైక్యతకు ప్రతీకగా ఫెడరేషన్ హాలుకు శంకుస్థాపన చేశాడు. 50 వేల మందికి పైగా హాజరైన బహిరంగ సభలో ప్రసంగించాడు.

స్వదేశీ, బహిష్కరణ

కేవలం ప్రదర్శనలు, సభలు, తీర్మానాలు పాలకులపై అంత ప్రభావం చూపవని బెంగాలీ నాయకులు భావించారు. ప్రజల భావాల తీవ్రతని వ్యక్తం చేయగల సానుకూలమైన చర్య అవసరమయింది. అదే స్వదేశీ ఉద్యమం లేక విదేశీ వస్తు బహిష్కరణ ఉద్యమం. బెంగాల్ అంతటా బహిరంగ సభలు నిర్వహించబడ్డాయి. స్వదేశీ లేక భారతీయ వస్తువులు ఉపయోగిస్తామని, బ్రిటిషు వస్తువులు బహిష్కరిస్తామని ప్రతిజ్ఞలు చేయబడ్డాయి. చాలా చోట్ల విదేశీ వస్త్రాలు బహిరంగంగా కాల్చివేయబడ్డాయి. విదేశీ వస్త్రాలు అమ్మే షాపుల ఎదుట పికెటింగులు నిర్వహించబడ్డాయి. స్వదేశీ ఉద్యమం చాలా బాగా జయప్రదమయింది. సురేంద్రనాథ్ బెనర్జీ చెప్పిన విధంగా :

"స్వదేశీ ఉద్యమం బలంగా వున్న రోజులలో అది మా సామాజిక గృహ జీవన నిర్మాణం మొత్తాన్ని కాంతివంతం చేసింది. పెళ్ళి కానుకలుగా విదేశీ వస్తువులు ఇచ్చిన సందర్భాలలో అవి తిరిగి ఇచ్చివేయబడ్డాయి. దేవతా సమర్పణకు విదేశీ వస్తువులు వుంచిన ఉత్సవాలు, వత్రాలలో పురోహితులు, పూజాదికాలు నిర్వహించ నిరాకరించారు. విదేశీ చక్కెరని గాని, ఉప్పునిగాని వాడే విందులకు హాజరయ్యేందుకు నిరాకరించారు.

స్వదేశీ ఉద్యమంలో మరొక ముఖ్యమైన అంశం స్వావలంబన. అంటే స్వశక్తిపై ఆధారపడటం. ఆర్థిక రంగంలో దేశీయ పారిశ్రామిక ఇంకా ఇతర రంగాలను ప్రోత్సహించడం. చాలా బట్టల మిల్లుల్లో సబ్బుల, అగ్గిపెట్టెల ఫ్యాక్టరీలు, చేనేత

పరిశ్రమలు, జాతీయ బ్యాంకులు, భీమా కంపెనీలు ప్రారంభించబడ్డాయి. ఆచార్య పి.సి. రే తన ప్రఖ్యాత బెంగాల్ కెమికల్ స్వదేశీ స్టోర్సు తెరిచారు. ప్రముఖ కవి రవీంద్రనాథ ఠాగూర్ కూడా ఒక స్వదేశీ స్టోర్సుకి సహకరించారు.

స్వదేశీ ఉద్యమం సాంస్కృతిక రంగంలో చాలా ఫలితాలు సాధించింది. జాతీయ కవిత్వం, వచనం, సంస్కృతి వేయి రేకులతో వికసించాయి. రవీంద్రనాథ్ ఠాగూర్, రజనీకాంత్ సేన్, సయ్యద్ అబూ మహమ్మద్, ముకుందదాస్ లాంటి కవులు రాసిన దేశభక్తి గేయాలు ఈనాటికి బెంగాలీ ప్రజలు పాడుకుంటున్నారు. ఆనాడు చేపట్టిన మరొక నిర్మాణాత్మక కార్యక్రమం జాతీయ విద్య. అప్పటి విద్య జాతి నిర్మాణానికి సరిపడినది కాదని, అసమగ్రమైనదనే భావనతో సాహిత్య, సాంకేతిక, వ్యాయామ విద్యా సంస్థలు ప్రారంభించబడ్డాయి. 1906 ఆగస్టు 15న జాతీయ విద్యాసమితి స్థాపించబడింది. కలకత్తాలో అరవిందఘోష్ ప్రిన్సిపాల్‌గా జాతీయ కళాశాల ప్రారంభమయింది.

విద్యార్థుల, మహిళల, ముస్లిం ప్రజల పాత్ర

స్వదేశీ ఉద్యమంలో బెంగాలీ విద్యార్థులు ప్రముఖమైన పాత్ర నిర్వహించారు. వారు స్వయంగా స్వదేశీ వస్తువుల్ని వాడారు. స్వదేశీ వస్తు వాడకాన్ని విస్తృతంగా ప్రచారంచేశారు. విదేశీ బట్టలు, అమ్మేషాపుల ముందు పికెటింగులకు నాయకత్వం వహించారు. విద్యార్థుల్ని అణచడానికి ప్రభుత్వం అన్ని ప్రయత్నాలూ చేసింది. స్వదేశీ ఆందోళనలో చురుకుగా పాల్గొన్న విద్యార్థులు చదువుతున్న పాఠశాలలకు కళాశాలలకు జరిమానాలు విధించబడ్డాయి. వాటికి ఇచ్చే గ్రాంటు - ఇన్ - ఎయిడ్, ఇతర సౌకర్యాలు ఉపసంహరించబడ్డాయి. అవి విశ్వ విద్యాలయాలకు అనుబంధంగా వుండే సౌకర్యం రద్దు చేయబడింది. ఆయా విద్యా సంస్థల విద్యార్థులు ఉపకార వేతనాలకు పోటీపడే అర్హతను లాగివేశారు. ఆ విద్యార్థులు ప్రభుత్వ ఉద్యోగాలలో చేరే అవకాశం నిరాకరించబడింది. జాతీయ ఆందోళనలో పాల్గొన్న విద్యార్థులపై క్రమశిక్షణా చర్యలు చేపట్టబడ్డాయి. చాలా మంది విద్యార్థులకు జరిమానాలు విధించబడ్డాయి. విద్యార్థులు పాఠశాలల నుండి, కళాశాలల నుండి బహిష్కరింపబడ్డారు. లాఠీదెబ్బలు తిన్నారు. జైళ్ళలో నిర్బంధింపబడ్డారు. అయినప్పటికీ నిర్బంధకాండకు తలొగ్గలేదు.

స్వదేశీ ఉద్యమంలో మహిళలు చురుకుగా పాల్గొన్నారు. సాంప్రదాయకంగా ఇంటికి పరిమితమయ్యే పట్టణ మధ్య తరగతి మహిళలు ప్రదర్శనలలో పికెటింగ్‌లలో పాల్గొన్నారు. అప్పటి నుండి మహిళలు జాతీయోద్యమంలో చురుకుగా పాల్గొనడం మొదలయింది.

ప్రఖ్యాత బారిస్టర్ అబ్దుల్ రసూల్, ప్రముఖ ప్రచారకుడు లియాఖత్ హుస్సేన్, ప్రఖ్యాత వాణిజ్యవేత్త గజ్నవిలతో సహా చాలా మంది ప్రముఖ ముస్లింలు స్వదేశీ ఉద్యమంలో చేరారు. రివల్యూషనరీ టెర్రరిస్టు గ్రూపులలో ఒక దానిలో మౌలానా అబుల్ కలాం ఆజాద్ చేరాడు. కానీ చాలా మంది ఇతర మధ్యతరగతి, పై తరగతి ముస్లింలు తటస్థంగా వుండిపోయారు. కొందరు ఢక్కా నవాబు నాయకత్వం క్రిందికి వచ్చారు. బ్రిటిష్ ఇండియా ప్రభుత్వం ఢక్కా నవాబుకి 14 లక్షల రుణం మంజూరు చేసింది. ఢక్కా నవాబు బెంగాల్ విభజనను బలపరచాడు. విభజన వలన తూర్పు బెంగాల్‌లో ముస్లింలకు ఆధిక్యత లభిస్తుందని సంతోషించాడు. బ్రిటిష్ అధికారులు ఢక్కా నవాబు, ఇతర ముస్లిం ప్రముఖుల మతతత్వ వైఖరిని ప్రోత్సహించారు. "వెనుకబటి ముస్లిం రాజులు వైస్రాయిల కాలం తరువాత ఎరుగని ఐక్యతను ముస్లింలకు తిరిగి ఇవ్వడం" బెంగాల్ విభజన కారణాలలో ఒకటని లార్డ్ కర్జన్ తన ఢక్కా ప్రసంగంలో స్పష్టం చేశాడు.

ఉద్యమం - అఖిల భారత దృక్పథం

'స్వదేశీ –స్వరాజ్' నినాదాల్ని దేశంలోని ఇతర రాష్ట్రాలు అందిపుచ్చుకొన్నాయి. బెంగాల్ ఐక్యతకు విదేశీ వస్తు బహిష్కరణకు మద్దతుగా బంబాయిలో, మద్రాసులో, ఉత్తర భారతదేశంలో ఉద్యమాలు నిర్వహించబడ్డాయి. దేశంలోని ఇతర ప్రాంతాలకు ఉద్యమాన్ని విస్తరింపచేయడంలో తిలక్ నాయకత్వ పాత్ర పోషించాడు. బెంగాల్‌లో ఉద్యమంతో భారత జాతీయోద్యమ చరిత్రలో కొత్త అధ్యాయం ప్రారంభమయిందని తిలక్ గుర్తించాడు. బ్రిటిషు సామ్రాజ్యానికి వ్యతిరేకంగా ప్రజా పోరాటాన్ని నడిపేందుకు దేశం మొత్తాన్ని సంఘటిత పరచేందుకు ఇదొక సవాలు, అవకాశం.

సమరశీలత అభివృద్ధి

విభజన వ్యతిరేక ఉద్యమం నాయకత్వం త్వరలో తిలక్, బిపిన్ చంద్రపాల్, అరవిందఘోష్‌ల లాంటి సమరశీల జాతీయవాదుల చేతుల్లోకి పోయింది. ఇందుకు చాలా కారణాలు వున్నాయి.

మొదటిది: మితవాదుల నాయకత్వంలోని తొలి ఉద్యమం ఫలితాలనివ్వటంలో విఫలమయింది. మితవాదులు అప్పటి ఉదార భారత రాజ్య కార్యదర్శి జాన్ మోర్లే నుండి చాలా ఆశించారు. కాని విభజన నిర్ణయం జరిగింది. దానిని తిరగతోడే ప్రసక్తి లేదని మోర్లే ప్రకటించాడు. రెండవది : రెండు బెంగాలు రాష్ట్ర ప్రభుత్వాలు, ప్రత్యేకించి తూర్పు బెంగాల్ ప్రభుత్వం హిందువులు, ముస్లింలను విభజించేందుకు

తీవ్ర ప్రయత్నాలు చేపట్టాయి. బెంగాలు రాజకీయాలలో హిందూ ముస్లిం అనైక్యతా బీజాలు ఈ కాలంలో నాటబడ్డాయి. ఇది జాతీయవాదుల్ని కలవరపరచింది. కాని అన్నిటిని మించి ప్రభుత్వ నిర్బంధ విధానం ప్రజల్ని సమరశీల విప్లవ రాజకీయాలవైపు తోసింది. ప్రత్యేకించి తూర్పు బెంగాల్ ప్రభుత్వం జాతీయోద్యమాన్ని అణచివేయ యత్నించింది. స్వదేశీ ఆందోళనలో విద్యార్థుల భాగస్వామ్యాన్ని అడ్డుకొన్న ప్రభుత్వ ప్రయత్నాలు ఇంతకుముందు ప్రస్తావించబడ్డాయి. తూర్పు బెంగాల్ వీధులలో వందేమాతర గీతాలాపన నిషేధించబడింది. బహిరంగ సభలు అదుపుచేయబడ్డాయి. కొన్ని సందర్భాలలో నిషేధింపబడ్డాయి. పత్రికల్ని అదుపు చేస్తూ చట్టాలు తెచ్చారు. స్వదేశీ కార్యకర్తలపై కేసులు నమోదు చేశారు. దీర్ఘకాలిక శిక్షలు విధించబడ్డాయి. చాలామంది విద్యార్థులకు కఠిన శిక్షలు విధించబడ్డాయి. 1906-1909 కాలంలో 550 రాజకీయ కేసులు బెంగాలు కోర్టులలో విచారణకు వచ్చాయి. ప్రభుత్వం జాతీయ దిన పత్రికల మీద కేసులు బనాయించి పత్రికా స్వేచ్ఛని పూర్తిగా హరించివేసింది. చాలా పట్టణాలలో సైనికులు, పోలీసులు ప్రజల మీద విరుచుకుపడ్డారు. 1906 ఏప్రియల్ బారిసాల్ వద్ద వంగ రాష్ట్ర సదస్సుకు హాజరైన శాంతియుత ప్రతినిధులపై పోలీసులు జరిపిన దాడి ప్రభుత్వ దారుణ దమనకాండకు ఒక పెద్ద ఉదాహరణ. యువ కార్యకర్తల్ని కొట్టారు. దౌర్జన్యం చేసి సదస్సు జరగకుండా ప్రతినిధుల్ని చెల్లాచెదురు చేశారు. 1908 డిసెంబరులో కృష్ణకుమార్ మిత్రా, అశ్వనీ కుమార్ దత్‌లతో సహా 9 మందికి ప్రభుత్వం దేశాంతర వాసశిక్ష విధించింది. అంతకుముందు 1907 ప్రారంభంలో పంజాబు కెనాల్ కాలనీ ఘర్షణలను పురస్కరించుకొని లాలా లజపతిరాయ్, అజిత్‌సింగ్‌లకు దేశ బహిష్కరణ శిక్ష విధించింది. 1908లో ప్రభుత్వం తిలక్‌ని మరలా నిర్బంధించి 6 సంవత్సరాల కఠిన కారాగారవాస శిక్ష విధించింది. మద్రాసులోని చిదంబరం పిళ్లై, ఆంధ్రలోని హరిసర్వోత్తమరావు తదితరులు జైళ్ళలో కుక్కబడ్డారు.

సమరశీల జాతీయవాదులు 'స్వదేశీ' 'బహిష్కరణ'లతోపాటు 'సహాయ నిరాకరణ'కు పిలుపునిచ్చారు. వారు ప్రభుత్వానికి సహకరించవద్దని ప్రజల్ని కోరారు. ప్రభుత్వ ఉద్యోగాలను, కోర్టులను, ప్రభుత్వ పాఠశాలలు, కళాశాలలను, మునిసిపాలిటీలను, చట్టసభలను బహిష్కరించమని ప్రజలకు విజ్ఞప్తి చేశారు. అరవిందఘోష్ మాటల్లో చెప్పాలంటే "ప్రస్తుత పరిస్థితులలో పరిపాలన సాగించటాన్ని అసాధ్యం" చేయమన్నారు. సమరశీల జాతీయవాదులు 'స్వదేశీ', విభజన వ్యతిరేక ఆందోళనలను ప్రజా ఉద్యమంగా మార్చ యత్నించారు. 'విదేశీపాలన నుండి స్వతంత్రం' నినాదాన్నిచ్చారు. 'రాజకీయ స్వేచ్ఛ జాతికి ఊపిరి' అని అరవింద ఘోష్

బాహాటంగా ప్రకటించాడు. ఆ విధంగా భారత రాజకీయాలలో బెంగాలు విభజన సమస్య వెనక్కినెట్టబడి భారత స్వాతంత్ర్యం ప్రధాన సమస్యగా ముందుకు వచ్చింది. ఆత్మత్యాగం చేయనిదే ఏ ఘన కార్యం సాధింపబడదు గనుక ఆత్మ త్యాగానికి సిద్ధపడవలసిందిగా సమరశీల జాతీయవాదులు పిలుపునిచ్చారు.

ఏమైనప్పటికీ సమరశీల జాతీయవాదులు ప్రజలకు సానుకూలమైన నాయకత్వం సమకూర్చడంలో విఫలమయ్యారు. వారు ఉద్యమానికి మార్గనిర్దేశం చేసే ఒక పటిష్టమైన సంస్థను నిర్మించలేకపోయారు. వారు ప్రజల్ని ఉత్తేజితుల్ని చేశారు. కాని పెల్లుబికిన ప్రజల శక్తిని ఎలా వినియోగించుకోవాలో వారికి తెలియలేదు. రాజకీయ పోరాటానికి కొత్త రూపాలు అందించలేకపోయారు. శాంతియుత ప్రతిఘటన, సహాయ నిరాకరణలు కేవలం ఆలోచనలుగానే మిగిలిపోయాయి. గ్రామీణ ప్రాంతాల ప్రజలు, రైతుల వద్దకు పోవడంలో వారు విఫలమయ్యారు. వారి ఉద్యమం పట్టణ ప్రాంతాల దిగువ మధ్య తరగతుల ప్రజలకు, జమిందారులకు పరిమితమయింది. 1908 ప్రారంభానికి ఇదొక రాజకీయ ప్రతిష్టంభనకి చేరుకున్నది. ఫలితంగా ప్రభుత్వం వారిని అణచివేయడంలో చాలా వరకు జయప్రదమయింది. ముఖ్య నాయకుడైన తిలక్ అరెస్టు, క్రియాశీల రాజకీయాల నుండి బిపిన్ చంద్రపాల్, అరవింద ఘోష్‌లు తప్పుకొనడంతో ఆ ఉద్యమం మనుగడ సాగించడం కష్టమయింది.

కాని జాతీయవాద భావాల వెల్లువ అణగారిపోలేదు. శతాబ్దాల స్తబ్ధత నుండి ప్రజలు మేల్కొన్నారు. రాజకీయాలలో నిర్భయమైన, సాహసోపేతమయిన వైఖరి చేపట్టడం నేర్చుకొన్నారు. ఆత్మవిశ్వాసం స్వావలంబన అలవరచుకొన్నారు. ప్రజా సమీకరణ, రాజకీయ కార్యకలాపాల కొత్త రూపాలతో భాగస్వామ్యం వహించడం నేర్చుకొన్నారు. కొత్త ఉద్యమం కొరకు నిరీక్షిస్తున్నారు. అంతేగాక వారు అనుభవాల నుండి విలువైన పాఠాలు నేర్చుకొనగలిగారు. తరువాత కాలంలో గాంధీజీ ఇలా రాశాడు. **"విభజన తరువాత ప్రజలు మహజర్లకు మద్దతుగా ప్రజా బలముండాలని గ్రహించారు. తమకు కష్టనష్టాలు భరించే శక్తి వుండాలని గుర్తించారు".** బెంగాల్ విభజన వ్యతిరేక ఆందోళన ఒక విప్లవాత్మకమైన ముందడుగు. ఆ తరువాత జాతీయోద్యమం దాని వారసత్వం నుండి చాలా స్వీకరించింది.

విప్లవ హింసావాదం

ప్రభుత్వ అణచివేత, ప్రజల్ని నడిపించడంలో నాయకత్వ వైఫల్యం కారణంగా కలిగిన నిస్పృహ అంతిమంగా విప్లవ హింసావాదంగా పరిణమించాయి. శాంతియుతమైన నిరసనకు రాజకీయ కార్యకలాపాలకుగల మార్గాలన్నీ

మూసివేయబడినట్లు బెంగాల్ యువకులు గమనించారు. నిరాశా నిస్పృహలతో వారు వ్యక్తిగత సాహస కార్యాలను బాంబు సంస్కృతిని చేపట్టారు. శాంతియుత ప్రతిఘటన జాతీయ లక్ష్యాన్ని సాధిస్తుందని విశ్వసించలేదు. కాబట్టి బ్రిటిషు వారిని బలప్రయోగంతో తోసివేయాలి. బారిసాల్ సభ తరువాత 1906 ఏప్రిల్ 22న యుగంతర్ ఇలా రాసింది. **"విరుగుడు ప్రజల చేతుల్లోనే ఉంది. భారతదేశంలో వున్న 30 కోట్ల భారతీయులు తమ 60 కోట్ల పిడికిళ్లను బిగించాలి. హింసను హింసతోనే ఎదుర్కొన్నాలి"** కాని విప్లవకారులైన యువకులు ప్రజా విప్లవం కొరకు ప్రయత్నించలేదు. దానికి బదులుగా వారు ఐరిష్ టెర్రరిస్టుల, రష్యన్ నిహిలిస్టుల పద్ధతుల్ని అనుకరించాలని నిర్ణయించారు. అంటే ప్రజాదరణ పొందిన అధికారుల్ని హత్య చేయాలనుకొన్నారు. దీనికి ప్రారంభంగా ఇద్దరు బ్రిటిషు అధికారుల్ని చాపేకర్ సోదరులు 1897లో పూనాలో హత్య చేశారు. 1904లో వి.డి. సావర్కర్ 'అభినవ భారత్' అనే విప్లవకారుల రహస్య సంస్థని ప్రారంభించారు. 1905 తరువాత అనేక వార్తా పత్రికలు విప్లవ హింసావాదాన్ని ప్రచారం చేశాయి. బెంగాల్‌లో 'సంధ్య', 'యుగాంతర్', మహారాష్ట్రలో "కాల్" వాటిల్లో ప్రముఖంగా చెప్పుకోదగినవి.

1907లో బెంగాల్ లెఫ్టినెంట్ గవర్నరుపై హత్యాప్రయత్నం జరిగింది. 1908 ఏప్రిల్‌లో ఖుదీరాంబోస్, ప్రఫుల్ల చకీ అనే విప్లవకారులు ముజఫర్ పూర్ జడ్జీ వాహనంపై బాంబు విసిరారు. ప్రఫుల్లచకీ తనని తాను కాల్చుకుని చనిపోయాడు. ఖుదీరాంపై విచారణ తరువాత ఉరిశిక్ష విధించబడింది. విప్లవ హింసావాద శకం ప్రారంభమయింది. యువకుల రహస్య విప్లవ సంస్థలు స్థాపించబడ్డాయి. వాటిలో అత్యంత ప్రసిద్ధి చెందినది 'అనుశీలన్ సమితి'. అనుశీలన్ సమితి ఢక్కా విభాగానికి 500 శాఖలున్నాయి. ఆ తరువాత దేశంలోని ఇతర ప్రాంతాలలో కూడా విప్లవకర టెర్రరిస్టులు చురుకుగా చాలా సాహసోపేతంగా పనిచేశారు. ఢిల్లీలో ప్రభుత్వ ఊరేగింపులో ఏనుగు మీద వెళుతున్న వైస్రాయి లార్డ్ హార్డింగ్‌పై విప్లవకారులు బాంబు విసిరారు. వైస్రాయి గాయపడ్డాడు.

టెర్రరిస్టులు విదేశాలలో కూడా కార్యకలాపాల కేంద్రాలను నెలకొల్పారు. లండల్ శ్యామ్జీ కృష్ణవర్మ, వి.డి. సావర్కర్, హార్‌దయాళ్ టెర్రరిస్టు కార్యకలాపాలు నడిపారు. యూరప్‌లో మేడమ్ కామా, అజిత్‌సింగ్ ప్రముఖ టెర్రరిస్టులు.

టెర్రరిజం కూడా క్రమంగా క్షీణించింది. వాస్తవంగా రాజకీయ సాధనంగా టెర్రరిజం విఫలం కాక తప్పదు. టెర్రరిజం ప్రజల్ని సమీకరించలేకపోయింది. దానికి ప్రజా పునాది లేదు. కాని భారతదేశంలో జాతీయవాదం అభివృద్ధి చెందడానికి టెర్రరిస్టులు విలువైన తోడ్పాటునందించారు. ఒక చరిత్రకారుడు పేర్కొన్నట్లు "వారు

మన పౌరుషాన్ని మనకి అందించారు". రాజకీయంగా చైతన్యవంతులైన ప్రజలలో అత్యధికులు టెర్రరిస్టుల రాజకీయ వైఖరిని ఆమోదించకపోయినప్పటికీ టెర్రరిస్టులు ప్రదర్శించిన సాహసం కారణంగా వారు విశేష ప్రజాదరణ పొందారు.

భారత జాతీయ కాంగ్రెస్ (1905-1914)

బెంగాల్ విభజన వ్యతిరేక ఆందోళన భారత జాతీయ కాంగ్రెస్‌పై తీవ్ర ప్రభావం చూపింది. విభజనని వ్యతిరేకిస్తూ జాతీయ కాంగ్రెస్‌లోని అన్ని సెక్షన్లు ఏకమయ్యాయి. 1905 సదస్సులో కాంగ్రెస్ అధ్యక్షుడు గోఖలే విభజనని, అలాగే కర్జన్ అభివృద్ధి నిరోధక పాలనని నిర్ద్వంధంగా ఖండించాడు. బెంగాల్ స్వదేశీ ఉద్యమాన్ని విదేశీ వస్తు బహిష్కరణ ఉద్యమాన్ని జాతీయ కాంగ్రెస్ బలపరచింది.

మితవాదులకు, అతివాదులకు మధ్య బహిరంగంగా వివాదాలు, విభేదాలు తలెత్తాయి. బెంగాల్ నుండి స్వదేశీ బహిష్కరణ ఉద్యమాన్ని దేశంలోని ఇతర ప్రాంతాలకు విస్తరింపచేయాలని అతివాదులు వాదించారు. బహిష్కరణ ఉద్యమాన్ని బెంగాల్‌కి పరిమితం చేయాలని అక్కడ కూడా బహిష్కరణ విదేశీ వస్తువులకు పరిమితం చేయాలని మితవాదులు కోరారు. రెండు గ్రూపులు జాతీయ అధ్యక్ష పదవి (1906)కై పెనుగులాడాయి. చివరికి రాజీగా జాతీయవాదులందరిచే గొప్ప దేశభక్తునిగా గౌరవింపబడే దాదాభాయ్‌నౌరోజీని ఎంపిక చేయడం జరిగింది. దాదాభాయ్ నౌరోజి తన అధ్యక్షోపన్యాసంతో జాతీయ వాద శ్రేణులలో ఉత్సాహం నింపాడు. ఇంగ్లాండులోను లేక ఇతర వలసలలో లాగా స్వపరిపాలనలేక స్వరాజ్యం భారత జాతీయోద్యమ లక్ష్యం అని బాహాటంగా ప్రకటించాడు.

జాతీయోద్యమంలోని మితవాద, అతివాద పక్షాల మధ్యగల విభేదాలను అదుపులో పెట్టడం ఎక్కువ కాలం సాధ్యపడలేదు. మారుతున్న ఘటనలకనుగుణంగా మితవాద నాయకులలో చాలామంది మారలేకపోయారు. గతంలో నిజమైన ప్రయోజనాన్ని సాధించిన వారి దృక్పథం, పద్ధతులు ఇక సరిపడవని వారు గ్రహించలేకపోయారు. జాతీయోద్యమంలోని కొత్తదశకి పురోగమించడంలో వారు విఫలమయ్యారు. మరొకవైపు సమరశీల జాతీయవాదులు వెనక్కి తగ్గడానికి సిద్ధపడలేదు. జాతీయ కాంగ్రెస్‌లోని రెండు పక్షాలు సూరత్ సదస్సులో 1907 డిసెంబరులో చీలిపోయాయి. కాంగ్రెస్ యంత్రాంగాన్ని కైవశం చేసుకున్న మితవాద నాయకులు, అతివాద శక్తుల్ని దాని నుండి తొలగించారు.

కాని దీర్ఘకాలికంగా విభజన ఏ పక్షానికి ఉపయోగకరంగా లేదు. మితవాద నాయకులు జాతీయవాదులలోని యువతరంతో సంబంధాలు కోల్పోయారు. బ్రిటిష

ప్రభుత్వం 'విభజించి పాలించే' నాటకమాడింది. సమరశీల జాతీయవాదుల్ని విడదీసి అణచివేయడానికి వీలుగా మితవాదుల్ని బుజ్జగించింది. మితవాదుల్ని సంతృప్తి పరచేందుకు మోర్లే - మింటో సంస్కరణలని పిలవబడే చట్ట సభల చట్టం 1919ని (Indian Concils Act of 1909) ప్రకటించింది. 1911లో ప్రభుత్వం బెంగాల్ విభజన రద్దు చేస్తున్నట్లు ప్రకటించింది. తూర్పు బెంగాల్‌లో, పశ్చిమ బెంగాల్ తిరిగి ఐక్యం చేయబడ్డాయి. బీహార్, ఒరిస్సాలతో కూడిన కొత్త రాష్ట్రం ఏర్పాటు ప్రకటించబడింది. అదే సమయంలో కేంద్ర ప్రభుత్వ పాలనా కేంద్రం అంటే రాజధాని కలకత్తా నుండి ఢిల్లీకి మార్చబడింది.

మోర్లే - మింటో సంస్కరణలు

కేంద్ర, రాష్ట్ర శాసనసభలలోని ఎన్నికకాబడే సభ్యుల సంఖ్యని పెంచాయి. కాని ఎన్నికయ్యే సభ్యులలో అత్యధికులు పరోక్షంగా ఎన్నిక అవుతారు. కేంద్ర శాసనసభకు, రాష్ట్ర శాసనసభల చేత, రాష్ట్ర శాసనసభలకు మున్సిపల్ కమిటీలు, జిల్లా బోర్డుల చేత సభ్యులు ఎన్నుకోబడతారు. ఎన్నికయ్యే సీట్లు కొన్ని భూస్వాములకు, భారత దేశంలోని బ్రిటిషు పెట్టుబడిదారులకు కేటాయించబడ్డాయి. ఉదాహరణకు కేంద్ర శాసనసభలోని 68 మంది సభ్యులలో 36 మంది అధికార సభ్యులు. 5 మంది నామినేట్ చేయబడిన అనధికార సభ్యులు. ఇక ఎన్నికల ద్వారా వచ్చే మిగిలిన 27 మంది సభ్యులలో ఆరుగురు పెద్ద భూస్వాములు, ఇరువురు బ్రిటిషు పెట్టుబడిదార్లు. అంతేగాక సంస్కరింపబడిన శాసనసభలకు నిజమైన అధికారాలు లేవు. కేవలం సలహా సంఘాలు మాత్రమే. కాబట్టి సంస్కరణలు బ్రిటిషు పాలన అప్రజాస్వామిక, విదేశీ స్వభావాన్ని లేక విదేశీ ఆర్థిక దోపిడీని ఏ మాత్రం మార్చలేదు. అవి భారతదేశ పాలనని ప్రజాస్వామ్య బద్ధం చేసేందుకు ఉద్దేశింపబడినవి కాదు. మోర్లే ఆనాడే బహిరంగంగా ఇలా చెప్పాడు :

"ఈ సంస్కరణలు భారతదేశంలో పార్లమెంటరీ వ్యవస్థ స్థాపనకు ప్రత్యక్షంగా తప్పనిసరిగా దారితీస్తాయని చెప్పవచ్చుని అంటే నాకు దానితో ఎలాంటి సంబంధంలేదు". మోర్లే స్థానంలో భారతరాజ్య కార్యదర్శిగా వచ్చిన లార్డ్ క్రేవే మరికాస్త స్పష్టంగా ఇలా వివరించాడు. **"అధినివేశ రాజ్యాలకు ఇవ్వబడిన స్వయం ప్రతిపత్తికి దగ్గరగా తీసుకుపోయే స్వయం పరిపాలన గురించి భారతదేశంలో ఒకవర్గం ఆశిస్తుంది. కాని భారతదేశానికి ఆ విధమైన భవిష్యత్తు వుందని నేననుకోవడంలేదు."** 1909 సంస్కరణల నిజమైన ఉద్దేశం మితవాదుల్ని గందరగోళపరచడం, కార్యకర్తలలో చీలికలు తీసుకొని రావడం భారతీయులలో ఐక్యత పెరగకుండా నిరోధించడం.

సంస్కరణలు ప్రత్యేక నియోజక వర్గాల విధానాన్ని కూడా ప్రవేశపెట్టాయి. ఈ విధానం ప్రకారం ముస్లింలకు ప్రత్యేక నియోజకవర్గాలుంటాయి. వాటిలో ముస్లింలు మాత్రమే ఎన్నుకోబడతారు. ముస్లిం మైనారిటీ రక్షణ పేరుతో ఈ విధానం ప్రవేశపెట్టబడింది. కాని వాస్తవంగా ఇది హిందువులను, ముస్లింలను విభజించి పాలించే నీతిలో భాగం. భారతదేశంలో బ్రిటిష ఆధిపత్యాన్ని నిలబెట్టుకొనే మార్గం. హిందువుల యొక్క, ముస్లింల యొక్క రాజకీయ, ఆర్థిక ప్రయోజనాలు వేర్వేరుగా వుంటాయనే ప్రాతిపదికపై ప్రత్యేక నియోజకవర్గాల విధానం రూపొందింపబడింది. మతాలు రాజకీయ, ఆర్థిక ప్రయోజనాలకు ప్రాతిపదిక కాదు గనుక ఇది పూర్తిగా అశాస్త్రీయం. అంతకంటే ముఖ్యమైన విషయమేమంటే ఈ విధానం ఆచరణలో చాలా ప్రమాదకరమైనదిగా నిరూపితమయింది. అది నిరంతర చారిత్రక క్రమంగా సాగుతున్న భారత ఐక్యతాభివృద్ధిని అడ్డుకొన్నది. దేశంలో మతతత్వానికి - హిందూ, ముస్లిం మతతత్వం పెరుగుదలకు తోడ్పడింది. మధ్యతరగతి ముస్లింల విద్యాపరమైన, ఆర్థికపరమైన వెనుకబాటుతనాన్ని తొలగించి భారత జాతీయ ప్రధాన స్రవంతిలో సమైక్యం చేయడానికి బదులుగా ప్రత్యేక నియోజకవర్గాల విధానం అభివృద్ధి చెందుతున్న జాతీయోద్యమం నుండి వారిని విడగొట్టి ఏకాకుల్ని చేసే వైఖరిని పెంచింది. వేర్పాటువాద ధోరణుల్ని ప్రోత్సహించింది. హిందువులు, ముస్లింలు అనే భేదం లేకుండా మొత్తం భారతీయుల ఆర్థిక, రాజకీయ సమస్యలపై ప్రజలు దృష్టి కేంద్రీకరించకుండా చేసింది.

మితవాదులు మోర్లే - మింటో సంస్కరణల్ని పూర్తిగా బలపరచలేదు. సంస్కరణలు ఒరగబెట్టిందేమీ లేదని వారు వెంటనే గ్రహించారు. ప్రభుత్వానికి సహకారం, సమరశీలవాదుల కార్యక్రమానికి వ్యతిరేకత అనే పద్ధతి అనుసరించిన మితవాదులు భారీ మూల్యాన్ని చెల్లించవలసి వచ్చింది. వారు క్రమంగా ప్రజల గౌరవం మద్దతు కోల్పోయి ఒక చిన్న రాజకీయ వర్గం స్థాయికి దిగజారిపోయారు.

మతతత్వం పెరుగుదల

జాతీయవాదం పెరుగుదలతోపాటు 19వ శతాబ్దాంతానికి మతవాదం కూడా పుట్టి భారత ప్రజల ఐక్యతకు, జాతీయోద్యమానికి పెద్ద సవాలుగా తయారైంది. మతవాద ఆవిర్భావం, అభివృద్ధి గురించి చర్చించడానికి ముందు మతతత్వాన్ని నిర్వచించడం అవసరం.

మతతత్వం ప్రాథమికంగా ఒక సిద్ధాంతం. మత ఘర్షణలు ఈ సిద్ధాంత వ్యాప్తి ఫలితం. ఒక మతానికి చెందిన ప్రజల గ్రూపుకు ఒకే రకమైన లౌకిక ప్రయోజనాలు - అంటే ఒకే రకమైన సామాజిక, ఆర్థిక రాజకీయ ప్రయోజనాలు

వుంటాయని విశ్వసించడం మతతత్వం. భారతదేశంలో హిందువులు, ముస్లింలు, సిక్కులు, క్రైస్తవులు లాంటి మతపరమైన గ్రూపులు వేర్వేరు ప్రత్యేకమైన సమూహాలుగా ఏర్పడతాయి. ఒక మతానికి చెందినవారికి ఒకే రకమైన మత ప్రయోజనాలేగాక ఒకే రకమైన లౌకిక ప్రయోజనాలు కూడా ఉంటాయి. కాబట్టి భారత జాతి అనేది లేదు. ఉన్నది హిందూ జాతి. లేక ముస్లిం జాతి వగైరాలు. కాబట్టి భారతదేశం మత సమూహాల సమాహారం. ఒక మతానికి చెందిన ప్రజల సామాజిక, సాంస్కృతిక ఆర్థిక, రాజకీయ ప్రయోజనాలు మరొక మతానికి చెందిన ప్రజల ప్రయోజనాలకు భిన్నంగా వుంటాయి. ఇది మతతత్వంలోని రెండవ దశ.

వివిధ మతాలకు చెందిన ప్రజల ప్రయోజనాలు పరస్పర విరుద్ధంగానే గాక శత్రుభావంతో కూడుకొన్నవిగా పరిగణించగలగడం మతతత్వం యొక్క మూడవ దశ. ఈ దశకు చేరిన మతతత్వవాదులు హిందువులకు, ముస్లింలకు ఉమ్మడి సెక్యులర్ ప్రయోజనాలేమీ వుండవని, హిందూ ముస్లింల ప్రయోజనాలు పరస్పరం విరుద్ధంగా వుంటాయని నొక్కి వక్కాణిస్తారు.

మతతత్వ వాదం మధ్యయుగాల అవశేషం కాదు. మధ్యయుగాల నుండి కొనసాగుతూ వచ్చింది కాదు. ప్రజల జీవితంలో మతం చాలా ముఖ్యమైన భాగమైనప్పటికీ, కొన్ని సందర్భాలలో మతపరంగా పోట్లాడుకొన్నప్పటికీ 1870-80 దశాబ్దానికి ముందు మతతత్వ సిద్ధాంతం గాని మత రాజకీయాలు గాని లేవు. మతతత్వవాదం మూలాలు ఆధునిక వలసవాద సామాజిక ఆర్థిక రాజకీయ నిర్మాణంలో వున్నాయి.

ప్రజలపైన ప్రజల భాగస్వామ్యం, సమీకరణపైన ఆధారపడిన రాజకీయాల ఆవిర్భావం ఫలితంగా మతతత్వవాదం పుట్టింది. ఇది ప్రజల మధ్య విస్తృతమైన నూతన సంబంధాలను విధేయతలకు, కొత్త గుర్తింపులను ఏర్పాటుచేసుకోవలసిన అవసరాన్ని కలుగచేసింది. ఈ క్రమం కష్టతరమైనది. సంక్లిష్టమైనది. ఈ క్రమానికి ఆధునిక ఆలోచనల వ్యాప్తి, వర్గ పరమైన సాంస్కృతిక భాషాపరమైన గుర్తింపు అవసరమవుతాయి. కొత్తవి అటవాటుపడనివైనా ఈ గుర్తింపులు నెమ్మదిగా, క్రమరాహిత్యంగా పెరిగాయి. తరచుగా ప్రజలు నూతన వాస్తవికతను అర్థం చేసుకునేందుకు కొత్త గుర్తింపులను, సిద్ధాంతాలను రూపొందించుకోవలసి వచ్చింది. అందుకోసం అనివార్యంగా గతంలో అలవాటుపడిన, ఆధునిక కాలానికి ముందు నాటి కులం, మతం, ప్రాంతం, తెగ, వృత్తి - లాంటి వాటిని ఆశ్రయిస్తారు. ఇది ప్రపంచవ్యాప్తంగా జరిగింది. కాని చాలా సందర్భాల్లో పాతవైన, అసమగ్రమైన తప్పుడు ఆలోచనలు క్రమంగా కొత్త చారిత్రకంగా అవసరమైన ఆలోచనలకు జాతి జాతీయత

వర్గ గుర్తింపులకు అవకాశం కల్పించాయి. కాని దురదృష్టవశాత్తు ఈ క్రమం దశాబ్దాల తరబడి అసంపూర్తిగా మిగిలిపోయింది. కారణం ఇంతకుముందు ప్రస్తావించినట్లు భారతదేశం 150 సంవత్సరాలకు పైగా జాతిగా రూపుదిద్దుకొనే క్రమంలోనే వుంది. ప్రత్యేకించి దేశంలోని కొన్ని ప్రాంతాలలో కొన్ని సెక్షన్ల ప్రజానీకంలో మత చైతన్యం సామాజిక చైతన్యంగా మార్పుచెందించబడింది. ఇలా ఎందుకు జరిగింది?

ముస్లిములలో ఆధునిక రాజకీయ చైతన్యం కాస్త ఆలస్యంగా అభివృద్ధి చెందింది. దిగువ మధ్య తరగతికి చెందిన హిందువులు, పార్శీలలో జాతీయవాదం వ్యాపించగా అదే వర్గానికి చెందిన ముస్లింలలో అంత వేగంగా వ్యాప్తి చెందలేదు.

ఇంతకుముందు గమనించిన విధంగా 1857 తిరుగుబాటు కాలంలో హిందువులు, ముస్లింలు భుజం భుజం కలిపి పోరాడారు. తిరుగుబాటుని అణచివేసిన తరువాత బ్రిటిషు పాలకులు ముస్లింలపై పగ తీర్చుకొనే వైఖరిని చేపట్టారు. ఒక్క ఢిల్లీలోనే 27,000 మంది ముస్లింలను ఉరితీశారు. అప్పటి నుండి ముస్లింల్ని అనుమానంగా చూడడం మొదలెట్టారు. కాని ఈ వైఖరి 1870లలో మారింది. జాతీయోద్యమం ఆవిర్భావంతో భారతదేశంలో బ్రిటిషు రాజనీతిజ్ఞులు వారి భద్రతపై స్థిరత్వంపై ఆందోళన చెందారు. బ్రిటిషు పాలకులు భారతదేశంలో సమైక్య జాతీయవాదం వ్యాప్తిని అడ్డుకునేందుకు విభజించి పాలించే విధానాన్ని చురుకుగా అమలు జరపాలని నిర్ణయించారు. ప్రజల్ని మతపరంగా విభజించడానికి భారత రాజకీయాలలో మతపరమైన, వేర్పాటువాద ధోరణుల్ని ప్రోత్సహించారు. ముస్లిం జమిందారుల్ని భూస్వాముల్ని, కొత్తగా విద్యావంతులైన వారిని తమవైపు తిప్పుకొనేందుకు ముస్లిం సంరక్షకులుగా ముందుకు వచ్చారు. భారత సమాజంలోని ఇతర విభజనలను కూడా ప్రోత్సహించారు. బెంగాలీల ఆధిక్యతను ప్రస్తావించి ప్రాంతీయవాదాన్ని ప్రోత్సహించారు. బ్రాహ్మణులకు వ్యతిరేకంగా బ్రాహ్మణేతరుల్ని, ఉన్నత కులాలకు వ్యతిరేకంగా దిగువ కులాలను మార్చేందుకు కుల చక్రాన్ని ఉపయోగించుకొన యత్నించారు. హిందువులు, ముస్లింలు ప్రశాంతంగా జీవిస్తూ వచ్చిన ఉత్తరప్రదేశ్, బీహారులలో కోర్టు భాషగా ఉన్న ఉర్దూ స్థానంలో హిందీని ప్రవేశపెట్టాలనే ఉద్యమాన్ని ప్రోత్సహించారు. భారత ప్రజలలో విభజన తెచ్చేందుకు భారత సమాజంలోని వివిధ సెక్షన్లు డిమాండ్లను ఉపయోగించుకొన యత్నించారు. వలసవాద ప్రభుత్వం హిందువులను, ముస్లింలను, సిక్కులను ప్రత్యేక సమూహాలుగా పరిగణించింది. మతనాయకులను ఆయా మతాల ప్రజల ప్రతినిధులుగా గుర్తించింది. పత్రికలు, కరపత్రాలు, సాహిత్యం, ఇతర వేదికల ద్వారా మత ప్రచారాన్ని మత విద్వేషాన్ని ప్రచారం చేసేందుకు అనుమతించింది. ఇవి అంతకు ముందు కాలంలో

జాతీయవాద పత్రికలపై రచయితల పట్ల అనుసరించిన అణచివేత వైఖరులకు, నిషేధాలకు భిన్నమైన ధోరణి ఇది.

మతవాద వేర్పాటు ధోరణి తలెత్తడానికి సయ్యద్ అహమ్మద్ ఖాన్ ముఖ్యమైన పాత్ర నిర్వహించాడు. గొప్ప విద్యావేత్త, సంఘ సంస్కర్త అయినప్పటికీ సయ్యిద్ అహమ్మద్ ఖాన్ ఆయన జీవిత చరమాంకంలో రాజకీయాలలో సనాతన వాదిగా మారిపోయాడు. 1880లలో ఆయన తొలినాటి భావాలను వదిలిపెట్టి, హిందువుల, ముస్లింల రాజకీయ ప్రయోజనాలు ఒకే విధంగా వుండవని విభిన్నంగా వుంటాయని ప్రకటించి ముస్లిం మతతత్వ వాదానికి పునాదులు వేశాడు. ఆయన బ్రిటిషు పాలన పట్ల పూర్తి విధేయత ప్రబోధించాడు. 1885లో భారత జాతీయ కాంగ్రెస్ స్థాపించబడినపుడు దానిని వ్యతిరేకించాలని నిర్ణయించుకొన్నాడు. బ్రిటిషు పాలనకు విధేయంగా వుండే ఉద్యమాన్ని వారణాసికి చెందిన రాణా రవివర్మతో కలసి నిర్వహించ యత్నించాడు. బ్రిటిషు వారు బలహీనపడితేగాని, లేక దేశాన్ని వదిలివెళ్ళితేగాని భారతదేశ జనాభాలో ఎక్కువగా వున్న హిందువులు ముస్లింలపై ఆధిపత్యం చెలాయిస్తారని ప్రచారం చేశాడు. జాతీయ కాంగ్రెస్‌లో చేరమని బద్రుద్దీన్ త్యాబ్జి చేసే విజ్ఞప్తిని పట్టించుకోవద్దని ముస్లింలను అర్థించాడు. ఈ అభిప్రాయాలు అశాస్త్రీయమైనవి వాస్తవ ప్రాతిపదికలేనివి. హిందువులు, ముస్లింలు వేర్వేరు మతాల వారైనప్పటికి మత కారణంగా వారి ఆర్థిక రాజకీయ ప్రయోజనాలు వేరువేరుగా ఉండవు. భాష, సంస్కృతి, కులం, వర్గం సామాజిక స్థాయి, ఆహారం, వస్త్రధారణ సామాజిక ఆచారాలు వగైరాల రీత్యా హిందువులు హిందువుల నుండి, ముస్లింలు ముస్లింల నుండి విడగొట్టబడివున్నారు. హిందూ ముస్లిం సాధారణ ప్రజానీకం సామాజికంగా, సాంస్కృతికంగా ఉమ్మడి జీవన విధానాలను పెంపొందించుకున్నారు. ఒక బెంగాలీ ముస్లింకి – ఒక పంజాబీ ముస్లింకి మధ్య కంటే ఒక బెంగాలీ ముస్లింకి, బెంగాలీ హిందువుకి మధ్య జీవితానికి సంబంధించిన సామాన్య అంశాలు, సామాన్య ప్రయోజనాలు ఎక్కువ వుంటాయి. అంతేగాక హిందువులు ముస్లింలు సమానంగా కలసికట్టుగా బ్రిటిషు సామ్రాజ్యవాదం చేత అణచివేయబడుతున్నారు. సయ్యాద్ అహమ్మద్ ఖాన్ కూడా 1884లో ఇలా చెప్పాడు.

"ఇదే భూమిపై మీరు నివశించడంలేదా? ఇదే మట్టిలో ఖననం చేయబడడం లేదా? పూడ్చి పెట్టబడడంలేదా? ఇదే నేలపై నడవడంలేదా, బతకడం లేదా". హిందువు, మహమ్మదీయుడు మతపరమైన భేదాల్ని సూచించేవి మాత్రమే. ఈ దేశంలో నివసించే వ్యక్తులు హిందువు, మహమ్మదీయుడు, క్రైస్తవుడు. అందరూ ఒకే ఒక్క జాతికి చెందినవారు. ఈ విభిన్నమైన తెగలన్నీ ఒక జాతిగా పిలవబడుతున్నపుడు

ప్రతీ ఒక్కటి దేశ ప్రయోజనం కొరకు ఐక్యంగా ఉండాలి".

అపుడు తలెత్తే ప్రశ్న : ముస్లింలలో మతపరమైన వేర్పాటువాద ఆలోచనలు ఎలా పెరిగాయి?

ఇందుకు ఒక కారణం విద్య, వాణిజ్యం, పరిశ్రమలలో సాపేక్షికంగా ముస్లింల వెనుకబాటుతనం. ముస్లిం ఉన్నత తరగతులలో ఎక్కువగా జమిందారులు, జాగీరుదారులు, కులీనులు వున్నారు. 19వ శతాబ్దానికి చెందిన ముస్లింలు తీవ్రమైన బ్రిటిషు వ్యతిరేకులుగా సాంప్రదాయవాదులుగా ఆధునిక విద్యకి ప్రతికూలురుగా ఉండడం వలన దేశంలో ముస్లిములలో విద్యావంతుల సంఖ్య చాలా తక్కువగా వుంది. ఫలితంగా విజ్ఞాన శాస్త్రం, ప్రజాస్వామ్యం జాతీయతలకు ప్రాధాన్యతనిచ్చిన ఆదునిక పాశ్చాత్య విచారధార వెనుకబడినవారిగా సాంప్రదాయులుగా మిగిలిపోయిన ముస్లిం మేధావులలో వ్యాప్తి చెందలేదు. కాని తరువాత సయ్యద్ అహ్మద్ ఖాన్, నవాబ్ అబ్దుల్ లతీఫ్, బద్రుద్దీన్ త్యాబ్జి తదితరులు ప్రయత్నాల ఫలితంగా ముస్లిములలో ఆధునిక విద్యా వ్యాప్తి జెందింది. కాని హిందూ, పార్శీ, క్రైస్తవ ప్రజలలోని విద్యావంతులతో పోల్చితే ముస్లిం విద్యావంతుల సంఖ్య చాలా తక్కువగా వుంది. అలాగే వాణిజ్యం పరిశ్రమల పెరుగుదలలో ముస్లిముల పాత్ర చాలా తక్కువ. ముస్లిములలో విద్యావంతులు, వాణిజ్య పారిశ్రామికవేత్తలు బహు తక్కువగా వుండటం వలన సాధారణ ముస్లిం జన బాహుళ్యంపై అభివృద్ధి నిరోధక బడా భూస్వాములు తమ పట్టుకాపాడుకున్నారు. ఇంతకుముందు మనం గమనించిన విధంగా భూస్వాములు, జమిందారులు, వారు హిందువులైనా, ముస్లింలైనా స్వప్రయోజనాల రీత్యా బ్రిటిషు పాలనని సమర్థించారు. కాని హిందువులలో ఆధునిక విద్యావంతులు అభివృద్ధిచెందుతున్న వాణిజ్య పారిశ్రామిక వర్గం నాయకత్వం నుండి భూస్వాముల్ని నెట్టివేశారు. దురదృష్టవశాత్తూ ముస్లింలలో అందుకు పూర్తిగా విరుద్ధంగా జరిగింది.

విద్యలో ముస్లిముల, వెనుకబాటుతనం కారణంగా వారికి మరొక నష్టం జరిగింది. ప్రభుత్వోద్యోగులకు, వృత్తులకు ఆధునిక విద్య తప్పనిసరి. వీటిలో కూడా ముస్లిమేతరుల కంటే ముస్లింలు వెనుకబడిపోయారు. అంతేగాక 1857 తిరుగుబాటుకు ప్రధానంగా ముస్లిముల్ని బాధ్యులుగా చేసి 1858 తరువాత ప్రభుత్వం ముస్లిముల పట్ల వివక్ష చూపింది. ముస్లిములలో విద్యా వ్యాప్తి జరిగాక, ముస్లిం విద్యావంతులకు వాణిజ్యం, వృత్తులలో అవకాశాలు తగ్గిపోయాయి. వారు అనివార్యంగా ప్రభుత్వోద్యోగాలకేసి చూశారు. భారతదేశం వెనుకబడిన వలసదేశం గనుక ప్రజలకు ఉద్యోగ అవకాశాలు బహు తక్కువ. ఈ పరిస్థితులలో విద్యావంతులైన హిందువులకు వ్యతిరేకంగా విద్యావంతులైన ముస్లిముల్ని రెచ్చగొట్టడం బ్రిటిషు అధికారులకు, బ్రిటిషు

వారికి విధేయులు:గా వున్న ముస్లిం నాయకులకు సులభతరమయింది. ప్రభుత్వోద్యోగాలలో ముస్లింలకు ప్రత్యేక అవకాశాలు కల్పించాలని సయ్యద్ అహమ్మద్‌ఖాన్ తదితరులు డిమాండ్ చేశారు. ముస్లిం విద్యావంతులు బ్రిటిషు ప్రభుత్వానికి విధేయులుగా వుండే ప్రభుత్వం వారికి ప్రభుత్వ ఉద్యోగాలు ఇతర సౌకర్యాలు కల్పిస్తుందని ప్రకటించారు. కొందరు విధేయులైన హిందువులు, పార్శీలు అదేరకంగా వాదించారు. కాని అలాంటివారు చాలా తక్కువ. ఫలితంగా దేశం మొత్తం మీద స్వతంత్ర భావాలుగల న్యాయవాదులు, పాత్రికేయులు, విద్యార్థులు, వ్యాపారులు, పారిశ్రామిక వేత్తలు, రాజకీయ నాయకులవుతూ వుంటే, ముస్లిములలో ప్రభుత్వ విధేయులైన భూస్వాములు, పదవీ విరమణ చేసిన ప్రభుత్వ ఉద్యోగులు ఇంకా రాజకీయ ప్రాబల్యం వహించారు. బొంబాయి రాష్ట్రంలో మాత్రమే ముస్లింలు విద్యా వాణిజ్య రంగాలలోకి ముందుగా ప్రవేశించారు. అక్కడ జాతీయ కాంగ్రెస్‌లో బద్రుద్దీన్ త్యాబ్జీ, ఆర్.ఎం.సయాని, ఎ.భౌమ్జీ యువ న్యాయవాది మహమ్మదాలిజిన్నా లాంటి ప్రతిభావంతులైన నాయకులున్నారు. ఈ అంశాన్ని నెహ్రూ 'డిస్కవరీ ఆఫ్ ఇండియా' లో ఇలా వర్ణించాడు.

"హిందూ ముస్లిం మధ్య తరగతుల అభివృద్ధిలో ఒక తరం ఇంకా అంతకంటే ఎక్కువ అంతరం వుంది. ఆ అంతరం రాజకీయ ఆర్థిక ఇతర రంగాలలో కొనసాగుతూ వచ్చింది. ఆ అంతరమే ముస్లింలలో మానసిక భయాన్ని సృష్టించింది."

ఆ రోజులలో పాఠశాలల్లో, కళాశాలల్లో చరిత్ర బోధించిన పద్ధతి కూడా హిందువులలోనూ, ముస్లిములలోనూ మతతత్వ పెరుగుదలకు తోడ్పడిందని చరిత్ర విద్యార్థులుగా మనం గమనించాలి. బ్రిటిషు చరిత్రకారులు, వారిని అనుసరించి భారతీయ చరిత్రకారులు మధ్యయుగాన్ని, ముస్లిం యుగంగా వర్ణించారు. టర్కీ, ఆఫ్ఘన్, మొఘల్, పాలకుల పరిపాలన ముస్లిం పాలనగా పిలవబడింది. సాధారణ ముస్లిం ప్రజలు హిందూ సాధారణ ప్రజలలాగానే పేదరికంతో పన్నుల భారంతో అణగారిపోయారు. రాజులు, సర్దార్లు, జమిందార్లు, జాగీర్దార్లు – వారు హిందువులైనా, ముస్లిములైనా సాధారణ హిందూ, ముస్లిం జనబాహుళ్యాన్ని, అల్ప ప్రాణులుగా, నీచులుగా పరిగణించారు. అయినప్పటికీ భారత మధ్యయుగంలో ముస్లిములు అంతా పాలకులని ముస్లిమేతరులంతా పాలితులు అని ఈ చరిత్రకారులు వర్ణించారు. ఇతర చోట్ల లాగానే భారతదేశంలో ప్రాచీన మధ్యయుగాల రాజకీయాలు ఆర్థిక రాజకీయ ప్రయోజనాల్ని ప్రాతిపదికగా చేసుకొన్నాయి గాని మతపరమైన పరిగణల్ని కాదు అనే వాస్తవాన్ని వివరించటంలో ఈ చరిత్రకారులు విఫలమయ్యారు. పాలకులు, అలాగే తిరుగుబాటుదారులు వారి ప్రయోజనాలను, ఆకాంక్షలను కప్పి పుచ్చేందుకు

మతాన్ని పై ముసుగుగా వాడుకున్నారు. అంతేగాక బ్రిటిషు చరిత్రకారులు ఇతర మతతత్వ చరిత్ర కారులు భారతదేశ సమ్మిశ్ర సంస్కృతి సిద్ధాంతంపై దాడి చేశారు.

ప్రాచీన కాలంలో భారతీయ సమాజం సంస్కృతి సమున్నతమై ఆదర్శ శిఖరాలను చేరుకున్నదని, కాని ముస్లిముల పాలన, ఆధిపత్యం కారణంగా మధ్యయుగంలో ఉన్నత శిఖరాలపైనున్న భారతీయ సమాజం, సంస్కృతి క్రమంగా క్షీణించాయనే భ్రమపై హిందూ మతతత్వవాదుల చారిత్రక దృక్పథం ఆధారపడింది. భారతదేశ మత, తాత్విక సాంస్కృతిక, కళల అభివృద్ధికేగాక కూరగాయలు, పండ్లు, వస్త్రధారణ అభివృద్ధికి మధ్యయుగాల తోడ్పాటు తిరస్కరించబడింది.

ఈ అంశాన్ని సమకాలీన పరిశీలకులు గమనించారు. గాంధీజీ ఇలా రాశారు. “మన పాఠశాలల్లో, కళాశాలల్లో చరిత్ర పాఠ్యపుస్తకాల ద్వారా వక్రీకరించబడిన చరిత్ర బోధించినంత కాలం భారతదేశంలో శాశ్వత ప్రాతిపదికన మతసామరస్యం సాధించడం సాధ్యపడదు” అంతేగాక కవిత్వం, నాటకం, చారిత్రక నవలలు, కథానికలు, వార్తా పత్రికలు, కరపత్రాలు, అన్నిటినీ మించి బహిరంగ ఉపన్యాసాలు, తరగతి గది బోధన, కుటుంబ ప్రవేటు సంభాషణ ద్వారా సామాజీకరణ, వగైరాలతో చరిత్రపై మతతత్వవాద దృక్పథం వ్యాప్తిచెందింది.

భారతీయుల్ని ఒక జాతిగా ఐక్యం చేయడం క్రమబద్ధమైన ప్రక్రియ అనీ దానికి ప్రజల్ని దీర్ఘకాలిక రాజకీయ చైతన్యం ద్వారా సుశిక్షితుల్ని చేయవలసి వుంటుందనీ భారత జాతీయవాద సృష్టికర్తలు పూర్తిగా గుర్తించారు. కాబట్టి వారు భారతీయుల్ని ఉమ్మడి జాతీయ, ఆర్థిక, రాజకీయ ప్రయోజనాల రీత్యా ఐక్యం చేస్తూ, జాతీయోద్యమం మైనారిటీల మత, సాంఘిక, హక్కుల్ని పరిరక్షిస్తూన్నదని వారికి నచ్చచెప్పడం ప్రారంభించారు. కాంగ్రెస్ జాతీయ సమస్యల్ని మాత్రమే చేపడుతుందని, మత, సాంఘిక సమస్యల జోలికి పోదని 1886 జాతీయ కాంగ్రెస్ అధ్యక్షోపన్యాసంలో దాదాబాయ్ నౌరోజీ స్పష్టమైన హామీ ఇచ్చాడు. ముస్లింలకు హాని కలిగించే ఎలాంటి ప్రతిపాదన కూడా అంగీకరించరాదని 1889 కాంగ్రెస్ సదస్సు స్పష్టంగా పేర్కొన్నది. తొలి సంవత్సరాలలో చాలా మంది ముస్లిములు కాంగ్రెస్‌లో చేరారు. మరొక విధంగా చెప్పాలంటే, రాజకీయాలు కులం, మతం ప్రాతిపదికపై ఆధారపడరాదని బోధించడం ద్వారా తొలి జాతీయ వాదులు ప్రజల రాజకీయ దృష్టిని ఆధునికంగా తీర్చిదిద్దటానికి ప్రయత్నించారు.

సమరశీల జాతీయవాదం ప్రతీ అంశంలో ముందడుగు వేసినప్పటికీ జాతీయైక్యత విషయంలో వెనకపడింది. కొంతమంది సమరశీల జాతీయవాదుల ఉపన్యాసాలు, రచనలలో చాలా బలమైన మతపరమైన – హిందూ మతపరమైన

ఛాయ వుంది. వారు ప్రాచీన భారతదేశ సంస్కృతిని ఆకాశానికెత్తారు. మధ్యయుగ సంస్కృతిని వదిలివేశారు. వారు భారతీయ సంస్కృతిని భారత జాతిని హిందూ మతంతోనూ, హిందువులతోనూ మమేకం చేశారు. సమ్మిశ్ర సంస్కృతిని తమ దరిదాపులకు రానివ్వలేదు. ఉదాహరణకు తిలక్, శివాజీ, గణపతి ఉత్సవాలు, భారతదేశాన్ని తల్లిగా జాతీయత మతంగా చిత్రించిన అరవిందఘోష్ అర్ధమార్మిక వాదం, కాళికాదేవి ఎదుట టెర్రరిస్టుల ప్రమాణాలు, విభజన వ్యతిరేక ఆందోళన గంగా స్నానాలతో ప్రారంభం వగైరాలు ముస్లిముల్ని కదిలించలేవు. అలాంటి చర్యలు వారి మత స్ఫూర్తికి భిన్నమైనవి. ఇవీ ఇలాంటి కార్యకలాపాలతో మమేకమైపోతే వారు ముస్లిములుగా భావించబడరు. అలాగే శివాజి లేక రాణా ప్రతాప్‌ల చారిత్రక పాత్రలను చూడకుండా కేవలం విదేశీయులకు వ్యతిరేకంగా పోరాడిన జాతీయ నాయకులుగా గుర్తించి స్పందించడం ముస్లిముల కోణంనించి దుర్లభం. ముస్లిం విదేశీయుడు అని సూత్రీకరిస్తే తప్ప అక్బరు లేక ఔరంగజేబులను విదేశీయులుగా పరిగణించలేము. వాస్తవంగా రాణా ప్రతాప్ అక్బర్‌ల మధ్య పోరాటాన్ని గానీ లేక శివాజి – ఔరంగజేబుల మధ్య పోరాటాన్ని గానీ ఒక ప్రత్యేకమైన చారిత్రక నేపథ్యంలో జరిగిన రాజకీయ పోరాటంగా పరిగణించాలి. అక్బరుని లేక ఔరంగజేబుని విదేశీయునిగా అలాగే రాణా ప్రతాప్‌ని లేక శివాజీని జాతీయ పౌరునిగా పరిగణించడమంటే ఈ 20వ శతాబ్దపు మతతత్వ దృక్పథాన్ని గత చరిత్రలోకి చొప్పించడమే అవుతుంది. ఇది చరిత్ర వక్రీకరణకు, చరిత్ర మాత్రమేగాక జాతీయైక్యతకు కూడా పెద్ద దెబ్బ.

అలాగని సమరశీల జాతీయవాదులు ముస్లిం వ్యతిరేకులని గాని, మతతత్వవాదులని గాని నిర్ధారించడం తప్పు. దీనికి భిన్నంగా తిలక్‌తో సహా వారిలో అత్యధికులు హిందూ ముస్లిం ఐక్యతకు అనుకూలురు. వారిలో చాలా మందికి మాతృభూమి లేక భరతమాత అనేది మతంతో ఎలాంటి సంబంధం లేని ఒక నూతన భావన. వారిలో చాలా మంది రాజకీయ ఆలోచనలలో ఆధునికులు. గతం పట్టుకొని వేళ్లాడేవారు కాదు. వారి రాజకీయ ఆయుధమైన ఆర్థిక బహిష్కరణ కూడా ఆధునికమైనదే. తిలక్ 1916లో ఇలా ప్రకటించాడు. **"ఈ దేశం ప్రజలకు మేలు చేసేవాడు – అతడు మహమ్మదీయుడు కావచ్చు, ఇంగ్లీషు వాడు కావచ్చు – విదేశీయుడు కాడు. విదేశీయత ప్రయోజనాలతో ముడిబడి వుంటుంది. విదేశీయుతకు నలుపు తెలుపు చర్మంతోగాని మతంతోగాని సంబంధంలేదు".** విప్లవకర టెర్రరిస్టులు కూడా కాళీ, భవానీ ఉపాసనల కంటే, ఐర్లాండు, రష్యా, ఇటలీల విప్లవోద్యమాలతో ప్రేరితులయ్యారు. కాని ఇంతకు ముందు ప్రస్తావించినట్లు సమరశీల జాతీయవాదుల

రాజకీయ కార్యకలాపాలలో కొంతవరకు హిందూ ఛాయ వుంది. బ్రిటిష్ వారు బ్రిటిష్ అనుకూలురు ముస్లిముల ఆలోచనల్ని విషపూరితం చేయడానికి దీనిని అవకాశంగా తీసుకున్నారు. ఫలితంగా విద్యావంతులైన ముస్లిములలో అనేకమంది దినదినాభివృద్ధి చెందుతున్న జాతీయోద్యమానికి దూరంగా వుండిపోయారు. ప్రతికూలురయ్యారు. హిందూ ఛాయ హిందూ మతతత్వవాదానికి సైద్ధాంతిక ద్వారాలను సృష్టించింది. జాతీయోద్యమం తన శ్రేణుల నుండి హిందూ మత రాజకీయ, సైద్ధాంతిక అంశాలను తొలగించడాన్ని కష్టసాధ్యం చేసింది. ముస్లిం జాతీయవాదులలో ముస్లిం ఛాయ వ్యాప్తికి దోహదపడింది. అయినప్పటికీ అబ్దుల్ రసూల్, వాస్రత్ మొహని లాంటి ముస్లిం మేధావులు పెద్ద సంఖ్యలో స్వదేశీ ఉద్యమంలో చేరారు. మౌలానా ఆజాద్ రివల్యూషనరీ టెర్రరిస్టులలో చేరాడు. మహమ్మదాలి జిన్నా జాతీయ కాంగ్రెస్ యువ నాయకులలో ముఖ్యుడయ్యాడు. ఇందుకు కారణం జాతీయోద్యమం దాని వైఖరి రీత్యాను, సిద్ధాంతపరంగానూ ప్రాథమికంగా లౌకిక స్వభావం కలిగి వుండడం. ఈ లౌకిక స్వభావం గాంధీజీ, సి.ఆర్.దాస్, మోతీలాల్ నెహ్రూ, జవహర్‌లాల్ నెహ్రూ, మౌలానా అబుల్ కలాం ఆజాద్, ఎం.ఎ. అన్సారి, హకీమ్ అజ్మల్‌ఖాన్, ఖాన్ అబ్దుల్ గఫార్ ఖాన్, సుభాష్ బోస్, సర్దార్ పటేల్, రాజేంద్రప్రసాద్, సి. రాజగోపాలాచారి లాంటి ప్రముఖుల నాయకత్వంలో దృఢతరమయింది.

వలసవాద పాలన తెచ్చిపెట్టిన ఆర్థిక వెనుకబాటుతనం కూడా మతతత్వ పెరుగుదలకు దోహదపడింది. ఆధునిక పరిశ్రమలు అభివృద్ధి చెందకపోవడంతో భారతదేశంలో ప్రత్యేకించి విద్యావంతులలో నిరుద్యోగం తీవ్ర సమస్య అయింది. ఫలితంగా వున్న ఉద్యోగాల కొరకు పోటీ పెరిగింది. దూరదృష్టి గల భారతీయులు దేశం ఆర్థికంగా అభివృద్ధి చెందే ఆర్థిక రాజకీయ వ్యవస్థకు రూపకల్పన చేశారు. మరికొందరు ఉద్యోగాల విషయంలో హ్రస్వదృష్టి స్వల్ప వ్యవధిలో ఫలితాలనిచ్చే మత, ప్రాంతీయ కుల పరమైన రిజర్వేషన్లను గురించి ఆలోచించారు. అప్పటికి వున్న పరిమితమైన అవకాశాలలో పెద్దవాటా సాధించేందుకు మత, కుల ప్రాంతీయ ధోరణులను రెచ్చగొట్టారు. ఉపాధి దొరకక నిరాశా నిస్పృహలలో కూరుకుపోయిన వారిని ఇలాంటి సంకుచిత ధోరణులు ఆకర్షిస్తాయి. ఈ పరిస్థితిలో హిందూ, ముస్లిం మత నాయకులు, కుల నాయకులు, విభజించి పాలించే విధానాన్ని అనుసరించే అధికారులు ఒక మేరకు విజయాలు సాధించారు. చాలా మంది హిందువులు హిందూ జాతీయవాదాన్ని, ముస్లిములు ముస్లిం జాతీయవాదాన్ని చెప్పడం మొదలెట్టారు. రాజకీయంగా పరిణతి చెందని ప్రజలు తమ ఆర్థికపరమైన, విద్యాపరమైన సాంస్కృతిక పరమైన ఇబ్బందులు విదేశీపాలన ఆర్థిక వెనుకబాటుతనం ఫలితాలని

తెలుసుకోలేకపోయారు, హిందూ ముస్లింలు కలసికట్టుగా పోరాడి దేశానికి విముక్తి సాధించగలరని, ఆర్థికంగా అభివృద్ధి పరచగలమని, తద్వారా నిరుద్యోగంలాంటి ఉమ్మడి సమస్యలు పరిష్కరించుకోగలరని గ్రహించలేకపోయారు.

భారతదేశంలో మతతత్వ వాదం పెరుగుదలకు కారణం చాలా మతాలుండటం - అని కొందరు నమ్ముతున్నారు. కాని పలు మతాలున్న సమాజంలో మతతత్వం అనివార్యంగా పెరగడం వాస్తవం కాదు. ఎందుకంటే వ్యక్తిగత విశ్వాసంలో భాగంగా ప్రజలు అనుసరించే నమ్మకాల విధానమైన మతానికి, మత ప్రాతిపదికగా సామాజిక, రాజకీయ గుర్తింపుని నిర్ధారించే సిద్ధాంతమైన మతతత్వవాదానికి మధ్యగల తేడాని గుర్తించడం అవసరం. మతతత్వ వాదానికి మతం కారణం కాదు. మతతత్వవాదం మతంచే ప్రేరేపించబడదు. మతేతర రంగాలలో పెరిగే రాజకీయాలకు ఉపయోగపడే మేరకు మతం మతతత్వవాదంలోకి వస్తుంది. మతతత్వవాదం మతంలో రాజకీయ వ్యాపారం అని చాలా చక్కగా స్వీకరించబడింది. 1937 తరువాత మతాన్ని సమీకరించే శక్తిగా మతతత్వవాదం ఉపయోగించుకొన్నది. లౌకికవాదం మతాన్ని వ్యతిరేకించదు. మతాన్ని రాజకీయాల నుండి రాజ్యం నుండి విడగొట్టి వ్యక్తిగత జీవితానికి పరిమితం చేయడం లౌకికవాదం. గాంధీజీ పలుమార్లు ప్రస్తావించినట్లు "మతం ప్రతీ వ్యక్తి యొక్క వ్యక్తిగత వ్యవహారం. దానిని రాజకీయాలతోగాని, జాతీయాంశాలతోగాని కలగలపకూడదు".

విద్యావంతులైన ముస్లిములు, ముస్లిం నవాబులు బడా భూస్వాములలోని ఒక సెక్షన్ యొక్క వేర్పాటువాద విధేయ ధోరణులు 1906 నాటికి పరాకాష్ట చెందాయి. ఢక్కా నవాబు ఆగాఖాన్, నవాబు మొహిసిన్, ఉల్-ముల్క్ నాయకత్వంలో అఖిల భారత ముస్లిం లీగు స్థాపించబడింది. విధేయ, మతతత్వ, కులీన రాజకీయ సంస్థగా స్థాపించబడిన ముస్లింలీగు వలసవాదాన్ని విమర్శించలేదు. బెంగాల్ విభజనని సమర్థించింది. ఉద్యోగాలలో ముస్లింలకు ప్రత్యేక రక్షణలు కల్పించాలని కోరింది. ఆ తరువాత వైస్రాయి లార్ట్ మింటో సహాయంతో ప్రత్యేక నియోజకవర్గాలను సాధించుకోగలిగింది. ఆ విధంగా జాతీయ కాంగ్రెస్ సామ్రాజ్యవాద వ్యతిరేక ఆర్థిక, రాజకీయ సమస్యల్ని చేపట్టగా ముస్లింలీగు, ముస్లిం లీగు అభివృద్ధి నిరోధక నాయకులు ముస్లిముల ప్రయోజనాలు హిందువుల ప్రయోజనాలకు భిన్నంగా ఉంటాయని ప్రచారం సాగించారు. ముస్లింలీగు రాజకీయ కార్యకలాపాలు విదేశీ పాలకులకు వ్యతిరేకంగా గాక హిందువులకు, జాతీయ కాంగ్రెస్‌కు వ్యతిరేకంగా సాగాయి. అప్పటి నుండి కాంగ్రెస్ యొక్క ప్రతి జాతీయ, ప్రజాస్వామ్య డిమాండును లీగు వ్యతిరేకించడం ప్రారంభించింది. ముస్లిం ప్రత్యేక ప్రయోజనాలకు రక్షణ కల్పిస్తామని ప్రకటించిన

బ్రిటిష్ వారి చేతులలో పనిముట్టుగా మారింది. అభివృద్ధి చెందుతున్న జాతీయోద్యమంతో పోరాడటానికి, ముస్లిములలో పైకి వస్తున్న మేధావుల్ని జాతీయోద్యమంలో చేరకుండా అడ్డుకొనటానికి బ్రిటిష్ పాలకులకు ముస్లిం లీగు ఒక సాధనమయింది.

ముస్లింలీగును బాగా ఉపయోగించుకునేందుకు బ్రిటిష్ పాలకులు, ముస్లింలీగు నాయకులు ప్రజా బాహుళ్యంలోకి చొచ్చుకుపోవడాన్ని, తద్వారా వారి నాయకత్వాన్ని బలపరచుకోవడాన్ని ప్రోత్సహించారు. ఈ కాలంలో జాతీయోద్యమం విద్యావంతులైన పట్టణ వాసులలో ప్రాబల్యం సాధించింది. కాని సామ్రాజ్యవాద వ్యతిరేకతలో అది పేద, ధనిక, హిందూ, ముస్లిం, మొత్తం భారతీయుల ప్రయోజనాలకు ప్రాతినిధ్యం వహించింది. మరొకవైపు బ్రిటిష్ సామ్రాజ్యవాదం చేతుల్లో హిందూ ప్రజా బాహుళ్యం లాగానే బాధలకు గురవుతున్న ముస్లిం ప్రజాబాహుళ్యం యొక్క ప్రయోజనాలతో ముస్లింలీగుకి గాని, దాని యొక్క పై తరగతి నాయకులకుగాని అంతగా సంబంధంలేదు.

ముస్లింలీగు యొక్క ఈ ప్రాథమిక బలహీనతని దేశభక్తిగల ముస్లింలు గుర్తించనారంభించారు. ప్రత్యేకించి విద్యావంతులైన ముస్లిం యువకులు విప్లవాత్మక జాతీయభావాల పట్ల ఆకర్షితులయ్యారు. ఈ కాలంలో మౌలానా మహమ్మదాలి, హకీం అజ్మల్ ఖాన్, హుస్సాక్ ఇమాం, మౌలానా జఫర్ అలీఖాన్, మజహర్ – ఉల్–హక్‌ల నాయకత్వంలో సమరశీల జాతీయవాద అహ్రార్ ఉద్యమం ప్రారంభమయింది. ఈ యువకుల యొక్క అలీఘర్ ఉద్యమం బడా నవాబుల జమిందార్ల విధేయతా రాజకీయాల్ని ఈసడించింది. స్వయం పాలన నాటి ఆధునిక భావాలచే ప్రభావితులైన ఈ యువకులు సమరశీల జాతీయోద్యమంలో చురుకైన భాగస్వామ్యాన్ని ప్రచారం చేశారు.

దియోబండ్ నాయకత్వంలో సాంప్రదాయ ముస్లిం పండితులలోని ఒక భాగంలో కూడా ఇలాంటి జాతీయ భావాలు మొలకెత్తాయి. వీరిలో అత్యంత ముఖ్యుడు మౌలానా అబుల్ కలాం అజాద్. ఆయన 24 సంవత్సరాల వయస్సులో 1912లో "అల్ హిలాల్" అనే తన పత్రిక ద్వారా జాతీయ భావాలను ప్రచారం చేశాడు. మౌలానా మహమ్మదాలి, అజాద్ తదితర యువకులు 'సాహసం, నిర్భయత్వం' సందేశాన్ని ప్రచారం చేశారు. ఇస్లాం జాతీయవాదానికి మధ్య వైరుధ్యం లేదని చెప్పారు.

1911లో ఒట్టోమన్ సామ్రాజ్యానికి (టర్కీకి) ఇటలీకి మధ్య యుద్ధం చెలరేగింది. 1912, 1913 సంవత్సరాలలో టర్కీ బాల్కన్ రాజ్యాలతో పోరాడవలసి వచ్చింది. అపుడు టర్కి పాలకుడు సుల్తాన్ ఖలీషా, ముస్లిం మతస్థులందరికీ పెద్ద. అంతేగాక దాదాపు ముస్లిం పవిత్ర స్థలాలన్ని టర్కీ సామ్రాజ్యంలో వున్నాయి. భారతదేశమంతటా టర్కీపై సానుభూతి వ్యక్తమయింది. డాక్టర్ ఎం.ఎ. అన్సారీ

నాయకత్వంలో వైద్య సహాయక బృందం టర్కీకి పంపించబడింది. బాల్కన్ యుద్ధ కాలంలోనూ, ఆ తరువాత బ్రిటన్ విధానం టర్కీకి వ్యతిరేకంగా వుంది. ఖలాఫత్ అనుకూల భావాలు సామ్రాజ్యవాద వ్యతిరేక భావాలయ్యాయి. చాలా సంవత్సరాల వరకు 1912 నుండి 1924 వరకు ముస్లింలీగులో ప్రభుత్వ విధేయుల ప్రభావం తగ్గి యువ జాతీయవాదుల ప్రాబల్యం పెరిగింది.

అయినప్పటికీ హేతువాద దృష్టి కలిగిన అజాద్ లాంటి కొద్దిమందిని మినహాయించి, ముస్లిం యువకులలోని జాతీయవాదులలో అత్యధికులు రాజకీయాల పట్ల ఆధునిక లౌకిక దృక్పథాన్ని పూర్తిగా అంగీకరించలేదు. కాబట్టి వారు చేపట్టిన అత్యంత ముఖ్యమైన సమస్య రాజకీయ స్వాతంత్ర్యం కాకుండా టర్కీ సామ్రాజ్యరక్షణ, టర్కీ సామ్రాజ్యంలోని పవిత్ర స్థలాల రక్షణ అయింది. సామ్రాజ్యవాద ఆర్థిక రాజకీయ దుష్ఫలితాల్ని అర్థం చేసుకొని దానిని వ్యతిరేకించడానికి బదులుగా, సామ్రాజ్యవాదం కేలిఫ్‌కి ముస్లిం పవిత్ర స్థలాలకు ప్రమాదకరంగా వుందనే ప్రాతిపదికపై సామ్రాజ్యవాదంతో పోరాడారు. టర్కీ పట్ల సానుభూతి కూడా మత ప్రాతిపదిక మీద కలిగింది. వారి రాజకీయ విజ్ఞప్తి కూడా మత భావాల్ని కదిలించే పిలుపే, అంతేగాక వారు ప్రస్తావించిన వీరులు, పురాణగాథలు, సాంస్కృతిక సాంప్రదాయాలు కూడా ప్రాచీన లేక మధ్యయుగాల భారతదేశ చరిత్రకి చెందినవి కావు. పశ్చిమాసియా చరిత్రకి చెందినవి. ఈ వైఖరి భారత జాతీయవాదంతో తక్షణ ఘర్షణకి దిగని మాట వాస్తవమే. అంతేగాక మద్దతుదారుల్ని సామ్రాజ్యవాద వ్యతిరేకుల్ని చేసింది. పట్టణ ముస్లిములలో జాతీయవాద ధోరణులు పెంపొందించింది. కాని ఇది రాజకీయ సమస్యల్ని మతపరమైన దృష్టికోణం నుండి చూసే అలవాటుని ప్రోత్సహించింది. గనుక దీర్ఘకాలికంగా పరిశీలిస్తే ప్రమాదకారిగా నిరూపితమయింది. ఏమైనప్పటికి అలాంటి రాజకీయ కార్యక్రమం ముస్లిం జన బాహుళ్యంలో రాజకీయ ఆర్థిక సమస్యల పట్ల ఆధునిక, లౌకిక దృక్పథాన్ని ప్రోత్సహించలేదు.

అదేకాలంలో హిందూ మతతత్వవాదులు ఒక సంస్థని నిర్మించకపోయినా, హిందూ మతతత్వ భావాలు మొలకెత్తాయి. చాలా మంది హిందూ రచయితలు రాజకీయ కార్యకర్తలు ముస్లిం లీగు తరహాలో అటువంటి భావాల్ని, కార్యక్రమాన్ని ప్రతిధ్వనించారు. 1880ల నుండి హిందూ జమిందారులు, వడ్డీ వ్యాపారులు, మధ్యతరగతి వృత్తిదారులలోని ఒక భాగము ముస్లిం వ్యతిరేక భావాలను రెచ్చగొట్టనారంభించారు. భారతదేశ చరిత్రపై వలసవాద దృక్పథాన్ని పూర్తిగా ఆమోదిస్తూ మధ్యయుగాలలో ముస్లిముల నిరంకుశ పాలనని గురించి, ముస్లిముల అణచివేత నుండి రక్షించేందుకు బ్రిటిషువారు నిర్వహించిన విముక్తి పాత్రను గురించి

రచనలు చేశారు, ఉపన్యాసాలిచ్చారు. ఉత్తరప్రదేశ్, బీహారులలో హిందీ సమస్యని చేపట్టారు. మంచిదే కాని చరిత్రకు పూర్తిగా విరుద్ధంగా 'ఉర్దూ ముస్లిముల భాష, హిందీ హిందువుల భాష' అని భాషలకు మతపరమైన మెలిక పెట్టారు. 1890-1900 దశాబ్ది ప్రారంభ సంవత్సరాలలో గోవధ వ్యతిరేక ప్రచారం చేపట్టారు. ఈ ప్రచారం ప్రాథమికంగా బ్రిటిషువారికి వ్యతిరేకంగా గాక ముస్లిములకు వ్యతిరేకంగా చేపట్టబడింది. బ్రిటిషు కేంటన్ మెంట్లలో పెద్దఎత్తున జరుగుతున్న గోవధని ఈ ప్రచారకులు పూర్తిగా విస్మరించారు.

1909లో పంజాబు హిందూ సభ స్థాపించబడింది. సభ నాయకులు భారతీయులందరినీ ఒక జాతిగా ఐక్యం చేయడానికి ప్రయత్నిస్తున్న కాంగ్రెస్‌పై దాడి చేశారు. కాంగ్రెస్ యొక్క సామ్రాజ్యవాద వ్యతిరేక రాజకీయాలను ప్రతిఘటించారు. హిందువులు, ముస్లిములకు వ్యతిరేకంగా జరిపే పోరాటంలో భాగంగా విదేశీ ప్రభుత్వాన్ని ప్రసన్నం చేసుకోవాలని వాదించారు. 'ముందుగా హిందువుని, ఆ తరువాతనే భారతీయుణ్ణి' అని ప్రతీ హిందువూ విశ్వసించాలని సభ నాయకులలో ఒకరైన లాల్ చంద్ ప్రకటించారు. అఖిల భారత హిందూ మహాసభ మొదటి సదస్సు 1915 ఏప్రిల్‌లో కాశింబజారు మహారాజ అధ్యక్షతన జరిగింది. కాని చాలా సంవత్సరాల వరకు అది బలహీనమైన సంస్థగానే వుండిపోయింది. అందుకు కారణం హిందువులలోని మేధావులలో మధ్యతరగతి ప్రజలలో ఆధునిక లౌకిక భావ జాలం ప్రభావం ఎక్కువగా ఉండడం. మరోవైపు ముస్లిములపై ఇంకా భూస్వాముల, బ్యూరోక్రాట్ల, సాంప్రదాయ మతనాయకుల పట్ల కొనసాగుతుంది. అంతేగాక వలసవాద ప్రభుత్వం ఎక్కువగా ముస్లిం మతతత్వవాదంపై ఆధారపడింది. గనుక ఒకేసారి రెండు మతతత్వ వాదులను సంతృప్తి పరచడం సాధ్యపడలేదు. గనుక హిందూ మతతత్వవాదానికి పరిమితమైన రాయితీలు కొద్ది మద్దతు మాత్రమే ఇచ్చింది.

జాతీయవాదులు - మొదటి ప్రపంచయుద్ధం

1914 జూన్‌లో మొదటి ప్రపంచయుద్ధం ప్రారంభమయింది. గ్రేట్ బ్రిటన్, ఫ్రాన్స్, రష్యా, జపాన్‌లు, అమెరికా సంయుక్త రాష్ట్రాలు కలసి ఒక పక్షం, జర్మనీ, ఆస్ట్రియా, హంగేరి, టర్కీలు మరోపక్షం. భారతదేశంలో యుద్ధకాలంలో జాతీయవాదం పరిణతి చెందింది.

ప్రభుత్వానికి విధేయతగా వుంటే ప్రభుత్వం కూడా కృతజ్ఞతతో స్వయం పరిపాలన దిశగా వేసే పెద్ద ముందడుగుకి సహాయపడుతుందనే పొరపాటు అవగాహనతో జైలు నుండి 1914 జూన్‌లో విడుదలయిన లోకమాన్య తిలక్‌తో

సహా జాతీయవాద నాయకులు ప్రభుత్వ యుద్ధ ప్రయత్నాలకు మద్దతు ఇవ్వాలని మొదట నిర్ణయించారు. కాని తమ ఆధీనంలో వున్న వలసలను కాపాడుకునేందుకు సామ్రాజ్యవాద దేశాలు కాట్లాడుకుంటున్నాయని గ్రహించలేకపోయారు.

హోంరూలు సంస్థలు

అదే సమయంలో ప్రజాపరమైన ఒత్తిడి తీసుకురానిదే ప్రభుత్వం ఎలాంటి రాయితీలు ఇవ్వదని చాలా మంది నాయకులు స్పష్టంగా అర్థం చేసుకున్నారు. కాబట్టి నిజమైన ప్రజా రాజకీయ ఉద్యమం అవసరమయింది. మరికొన్ని అంశాలు కూడా జాతీయోద్యమాన్ని అదే దిశలో నడిపించాయి. ఐరోపా ఖండంలోని సామ్రాజ్యవాద శక్తుల మధ్య ఘర్షణగా చెలరేగిన మొదటి ప్రపంచయుద్ధం ఆసియా ప్రజలపై పాశ్చాత్య దేశాల జాత్యాహంకార మాయ పొరని చించివేసింది. యుద్ధం భారతదేశంలోని పేద వర్గాల పేదరికాన్ని పెంచింది. వారికి యుద్ధం అంటే నిత్యావసర వస్తువుల ధరలు చుక్కల్ని చూపటం, మోయరాని పన్నుల భారం వారు ఎలాంటి ప్రతిఘటనోద్యమంలోనైనా చేరటానికి సిద్ధంగా వున్నారు. ఫలితంగా యుద్ధ కాలం తీవ్రమైన జాతీయవాద రాజకీయ ఆందోళనల కాలం అయింది. కాని మితవాదుల నాయకత్వంలో కాంగ్రెస్ ప్రజలతో ఎలాంటి రాజకీయ కార్యక్రమాలు నిర్వహించని స్తబ్దత దాల్చిన సంస్థ అయింది. కాంగ్రెస్ పెద్ద ఎత్తున ప్రజాందోళన నడపలేని స్థితిలో వుంది. కాబట్టి 1915-16లో రెండు హోం రూలు సంఘాలు స్థాపించబడ్డాయి. ఒకటి లోకమాన్య తిలక్ నాయకత్వంలో, మరొకటి అనిబిసెంటు, సుబ్రమణ్య అయ్యర్ నాయకత్వంలో. అనిబిసెంట్ భారత ప్రజల్ని, భారతీయ సంస్కృతిని అభిమానించే ఇంగ్లీషు వనిత. యుద్ధానంతరం భారతదేశంలో హోంరూలు లేక స్వయం పరిపాలనని డిమాండు చేస్తూ హోం రూలు ఉద్యమాలు రెండు పరస్పర సహకారంతో దేశ వ్యాప్తంగా ప్రచారం నిర్వహించాయి. ఈ ఉద్యమ కాలంలోనే తిలక్ 'స్వరాజ్యం నా జన్మహక్కు - నేను దాన్ని సాధిస్తాను' అనే నినాదం ఇచ్చారు. రెండు లీగులు వేగంగా అభివృద్ధి చెందాయి. హోంరూలు నినాదం దేశమంతటా మార్మోగింది. కాంగ్రెస్ క్రియా రాహిత్యం కారణంగా అసంతృప్తి చెందిన చాలా మంది మితవాద జాతీయవాదులు హోం రూలు ఆందోళనలో చేరారు. చాలా త్వరలో హోంరూలు సంఘాలు ప్రభుత్వ ఆగ్రహానికి గురయ్యాయి. 1917 జూన్‌లో అనిబిసెంట్‌ని ప్రభుత్వం నిర్బంధించింది. ప్రజా నిరసన, ఒత్తిడితో 1917 సెప్టెంబరులో విడుదల చేసింది.

యుద్ధకాలంలో ఒక విప్లవోద్యమం పెరిగింది. టెర్రరిస్టు గ్రూపులు బెంగాల్ మహారాష్ట్రల నుండి ఉత్తర భారతదేశం మొత్తానికి విస్తరించాయి. అంతేగాక చాలా

మంది భారతీయులు బ్రిటిష పాలనను కూల్చేందుకు హింసాయుత తిరుగుబాటుకై పథకాల రూపకల్పన ప్రారంభించారు. అమెరికా, కెనడాలలోని భారతీయ విప్లవకారులు 1913లో గదర్‌పార్టీని స్థాపించారు. పార్టీ సభ్యులలోని అత్యధికులు బ్రతుకుదెరువుకై వలసపోయి జాతి, ఆర్థిక, వివక్ష దాడికి గురయిన పంజాబీ సిక్కు రైతులు, మాజీ సైనికులు, లాల్ హరదయాళ్, మహమ్మద్ బర్కతుల్లా, భగవాన్‌సింగ్, రామచంద్ర, సోహన్ సింగ్ భాక్నా గదర్‌పార్టీ ప్రముఖ నాయకులలో కొందరు. పతాక శీర్షిక 'అంగ్రేజి రాజ్‌కా దుష్మన్' (బ్రిటిషు పాలన యొక్క శత్రువు)గా గల వార పత్రిక గదర్ కేంద్రంగా గదర్‌పార్టీ నిర్మాణం జరిగింది. "సాహసోపేతమయిన సైనికులు కావాలి, భారతదేశంలో విప్లవం కొరకు, జీతం –మరణం, మూల్యం – బలిదానం, పెన్షన్ – స్వేచ్ఛ, యుద్ధ భూమి – భారతదేశం" పార్టీ సిద్ధాంతం బలమైన లౌకికవాదం. తరుహాత పంజాబ్‌లో పెద్ద రైతు నాయకుడైన సాహన్‌సింగ్ –భాక్నా మాటల్లో – "మేము సిక్కులం కాము, పంజాబీలం కాము, మా మతం దేశభక్తి". "పార్టీకి మెక్సికో, జపాన్, చైనా, ఫిలిప్పైన్స్, మలయా, సింగపూర్, థాయ్‌లాండ్, ఇండో చైనా, తూర్పు ఆఫ్రికా, దక్షిణాఫ్రికా లాంటి ఇతర దేశాలలో క్రియాశీల సభ్యులున్నారు".

భారతదేశంలోని బ్రిటిషు ప్రభుత్వంపై విప్లవపోరాటం చేస్తామని గదర్‌పార్టీ ప్రతిజ్ఞ చేసింది. 1914లో మొదటి ప్రపంచ యుద్ధం మొదలయిన తరువాత గదర్ పార్టీ వారు సైనికుల, స్థానిక విప్లవకారుల సహాయంతో భారతదేశంలో తిరుగుబాటుకి ఆయుధాలు పంపాలని నిర్ణయించారు. కొన్ని వేల మంది స్వచ్ఛందంగా భారతదేశానికి తిరిగిపోవడానికి సిద్ధపడ్డారు. మిలియన్ల డాలర్ల విరాళాలు సేకరించారు. అనేకులు జీవితకాలం దాచుకున్న పొదుపు సొమ్మును విరాళంగా ఇచ్చారు. మరికొందరు భూములు, ఇతర ఆస్తులు అమ్మి ఆర్థిక సహాయం సమకూర్చారు. గదర్ వీరులు దూర ప్రాచ్యంలో ఆగ్నేయాసియాలో, భారతదేశంలో పని చేసే సైనికులతో సంబంధాలు పెట్టుకున్నారు. బ్రిటిషువారికి వ్యతిరేకంగా తిరుగుబాటు చేయవలసిందిగా అనేక సైనిక పటాలాలకు నచ్చజెప్పారు. చివరికి 1915 ఫిబ్రవరి 21 పంజాబులో సాయుధ తిరుగుబాటు దినంగా నిర్ధారించబడింది. ప్రభుత్వానికి ఈ రహస్య పథకం వెల్లడి కావడంతో తక్షణ చర్యలు చేపట్టింది. తిరుగుబాటుకి సమాయత్తమైన పటాలాలను రద్దుచేసింది. నాయకులు నిర్బంధింపబడ్డారు. లేక ఉరితీయబడ్డారు. ఉదాహరణకు 23వ అశ్విక దళంలోని 12 మంది ఉరితీయబడ్డారు. ప్రభుత్వం పంజాబుకి చెందిన గదర్‌పార్టీ నాయకుల్ని సభ్యుల్ని పెద్ద సంఖ్యలో అరెస్టు చేసి విచారణలు జరిపింది. 42 మందికి ఉరిశిక్షలు విధించింది. 114 మందికి జీవిత కాల జైలు శిక్ష విధించింది.

93 మందికి దీర్ఘకాలిక కారాగార వాస శిక్షలు విధించింది. విడుదలైన తరువాత వారిలో చాలా మంది పంజాబులో కీర్తి, కమ్యూనిస్టు ఉద్యమాలను స్థాపించారు. గదర్ వీరులలో ప్రముఖులు, బాబా గురుముఖ్‌సింగ్, కర్తార్ సింగ్ – గురబ, సోహన్ సింగ్ భాక్నా, రహమత్ ఆలీషా, ఖాయి పరమానంద్, మహమ్మద్ బర్కతుల్లా.

గదర్ పార్టీతో ప్రేరితులై జయేదార్ చిస్తీఖాన్, సుబేదార్ దుండీఖాన్ నాయకత్వంలో సింగపూర్ వద్దగల 5వ పదాతి దళానికి చెందిన 700 మంది సైనికులు సాయుధ తిరుగుబాటు చేశారు. తీవ్రమైన పోరాటం తరువాత వారు అణచివేయబడ్డారు. వారిలో చాలా మంది హతులయ్యారు. 37 మంది బహిరంగంగా ఉరితీయబడ్డారు. 41 మందికి జీవితకాలం శిక్ష విధించబడింది.

భారతదేశంలోను ఇతర దేశాల్లోను ఇతర విప్లవకారులు చురుకుగా పనిచేశారు. 1915లో విఫలమైన తిరుగుబాటు యత్నంలో బాఘాజతిన్‌గా ప్రసిద్ధుడైన జతిన్ ముఖర్జీ బాలసోర్ వద్ద పోలీసులతో పోరాడుతూ నేలకొరిగాడు. భారతదేశం వెలుపల సోషలిస్టుల ఇతర సామ్రాజ్యవాద వ్యతిరేకుల మద్దతు కూడగట్టుకొని విప్లవ కార్యక్రమాలు సాగించిన ప్రముఖ భారతీయులలో కొందరు రాష్ బిహారీబోస్, రాజామహేంద్ర ప్రతాప్, లాలా హర్‌దయాళ్, అబ్దుల్ రహీం, మౌలానా ఒబైదుల్లా సింధీ, చంపకరామన్ పిళ్ళై, సర్దార్‌సింగ్ రాణా, మేడమ్ కామా.

లక్నో కాంగ్రెస్ సదస్సు (1916)

జాతీయవాదులు తమ శ్రేణులలోని అనైక్యత వలన వారి లక్ష్యానికి నష్టం జరుగుతుందని, కాబట్టి ప్రభుత్వానికి వ్యతిరేకంగా ఐక్య సంఘటన నిర్మించాలని గుర్తించారు. దేశంలో పెరుగుతున్న జాతీయభావాలు వలన, జాతీయైక్యతపట్ల తపన వలన 1916లో భారత జాతీయ కాంగ్రెస్ లక్నో సదస్సులో రెండు చారిత్రక పరిణామాలు సంభవించాయి. ఒకటి, కాంగ్రెస్‌లోని అతివాదులు, మితవాదులు ఒక్కటయ్యారు. పాత వైరుధ్యాలు అర్థం కోల్పోయాయి. కాంగ్రెస్‌లో చీలిక స్తబ్ధతకి దారితీసింది. 1914లో జైలు నుండి విడుదలైన తిలక్ వెంటనే పరిస్థితులలోని మార్పుని గుర్తించాడు. రెండు గ్రూపులకు చెందిన కాంగ్రెస్ వాదుల్ని ఐక్యం చేయనడుం కట్టాడు. మితవాదుల్ని సమాధానపరచేందుకు ఆయన ఇలా ప్రకటన చేశాడు.

"ప్రభుత్వాన్ని పడగొట్టడానికి గాక పాలనా వ్యవస్థలో సంస్కరణ కొరకు ఐర్లాండులో హోంరూలు వాదులు ప్రయత్నిస్తున్నట్లుగా భారతదేశంలో మనం ప్రయత్నిస్తున్నాము. భారతదేశంలోని వివిధ ప్రాంతాలలో చేపట్టబడిన హింసాయుత ఘటనలు నా దృష్టిలో ప్రతికూలమైనవేగాక మన రాజకీయ ప్రగతిని చాలావరకు

ఆటంకపరచాయి".

మరొకవైపు వెల్లువెత్తుతున్న జాతీయవాదం లోకమాన్య తిలక్ తదితర సమరశీల జాతీయవాదుల్ని కాంగ్రెస్‌లోకి ఆహ్వానించే విధంగా పాత నాయకులపై ఒత్తిడి తెచ్చింది. లక్నో కాంగ్రెస్ సదస్సు 1907 తరువాత జరిగిన మొదటి ఐక్య కాంగ్రెస్ సదస్సు. స్వయం పరిపాలన మరికొన్ని రాజ్యాంగ సంస్కరణల్ని లక్నో సదస్సు డిమాండ్ చేసింది.

రెండవది: లక్నోలో కాంగ్రెస్, అఖిల భారత ముస్లింలీగు వాటి విభేదాలను విస్మరించి ప్రభుత్వం ముందు ఉమ్మడి రాజకీయ డిమాండ్లను ప్రతిపాదించాయి. యుద్ధం, రెండు హోంరూలు సంస్థలు నూతన అనుభూతిని రేకెత్తిస్తూ, కాంగ్రెస్ స్వభావాన్ని మార్చివేస్తున్నట్లే, ముస్లిం లీగులో కూడా క్రమబద్ధమైన మార్పులు చోటు చేసుకున్నాయి. విద్యావంతులైన ముస్లిములలోని యువకులు సాహసోపేతమైన జాతీయ రాజకీయాలవైపు మరలుతున్నట్లు ఇంతకుముందు గమనించాం. యుద్ధ కాలంలో ఈ దిశలో మరికొన్ని పరిణామాలు సంభవించాయి. 1914లో ప్రభుత్వం అబుల్ కాలం అజాద్ పత్రిక 'అల్ హిలాల్' అలాగే మౌలానా మహమ్మదాలి పత్రిక 'కామ్రేడ్' – ప్రచురణని నిలిపివేసింది. అంతేగాక అలీసోదరులైన మౌలానా మహమ్మదాలీ, షౌకత్ అలీ, ఇంకా హస్రత్ మొహానీ, అబుల్ కలాం అజాద్‌లను నిర్బంధంలో వుంచింది. ముస్లింలీగు పాక్షికంగానైనా తన యువ సభ్యుల రాజకీయ సమరశీలతని ప్రతిఫలించింది. అది అలీఘడ్ ఉద్యమం యొక్క పరిమితమైన రాజకీయ దృక్పథాన్ని అధిగమించి పెరగడం ప్రారంభించింది.

లక్నో ఒప్పందంగా ప్రసిద్ధిగాంచిన కాంగ్రెస్‌లీగ్ ఒప్పందంపై సంతకం చేయడం ద్వారా కాంగ్రెస్ లీగుల మధ్య ఐక్యత సాధించబడింది. కాంగ్రెస్‌ని, లీగుని హిందూ ముస్లిం ఐక్యత ద్వారా భారతదేశం స్వయంపరిపాలన సాధించగలుగుతుందని లోకమాన్య తిలక్, మహమ్మదాలీజిన్నా నమ్మారు. గనుక కాంగ్రెస్ లీగులను దగ్గరికి చేర్చడంలో వీరిరువురు ముఖ్యమైన పాత్ర నిర్వహించారు.

తిలక్ ఇలా చెప్పారు :

"మనం హిందువులం. మన ముస్లిం సోదరులకు చాలా లొంగిపోయామని కొందరు చెపుతున్నారు. మనం అలా లొంగిపోలేదని చెప్పటంలో దేశవ్యాప్తంగా గల హిందువుల భావానికి ప్రాతినిధ్యం వహిస్తున్నాను. స్వయం పరిపాలనా హక్కులు మహమ్మదీయ సమాజానికి మాత్రమే ప్రసాదించినా నేను లక్ష్యపెట్టను. హిందూ ప్రజానీకంలోని దిగువ అత్యంత దిగువ తరగతులకు ప్రసాదించినా లక్ష్యపెట్టను. మనం మూడవ పక్షంలో పోరాడవలసి వచ్చినపుడు మనం ఈ వేదికపై ఐక్యంగా

జాతిపరంగా ఐక్యంగా, మతపరంగా ఐక్యంగా నిలబడడం చాలా ముఖ్యమైన అంశం".

రెండు సంస్థలు వాటి సదస్సులలో ఒకే తీర్మానాన్ని ఆమోదించాయి. ప్రత్యేక నియోజకవర్గాల ప్రాతిపదికన సంయుక్తంగా రాజకీయ సంస్కరణల పథకాన్ని ప్రతిపాదించాయి. త్వరలో భారతదేశానికి స్వయం పరిపాలన ప్రసాదిస్తామని బ్రిటిష ప్రభుత్వం ప్రకటించాలని డిమాండ్ చేశారు. హిందూ-ముస్లిం ఐక్యతకు లక్నో ఒప్పందం గొప్ప ముందంజ. దురదృష్టవశాత్తు ఈ ఒప్పందం హిందూ, ముస్లిం జనబాహుళ్యాన్ని భాగస్వాముల్ని చేయలేదు. అది వినాశకరమైన ప్రత్యేక నియోజకవర్గాల ఏర్పాటుని ఆమోదించింది. కాని విద్యావంతులైన హిందువుల్ని, ముస్లిముల్ని భిన్న అస్తిత్వాలుగా అంగీకరించి ఉభయుల మధ్య సంఘీభావం నెలకొల్పే సిద్ధాంతాన్ని లక్నో ఒడంబడిక ప్రాతిపదికగా చేసుకొన్నది. మరొక విధంగా చెప్పాలంటే వారి రాజకీయ దృక్పథం లౌకిక స్వభావాన్ని సంతరించుకుంటేగాని రాజకీయాలలో హిందూ, ముస్లింల రాజకీయ ప్రయోజనాలు వేరువేరనే భావం వారిలో పోదు. లౌకిక రాజకీయ దృక్పథం ద్వారా మాత్రమే వారు హిందువుల, ముస్లిముల రాజకీయ ప్రయోజనాలు ఒకటే అని గ్రహించ గలుగుతారు. కాబట్టి లక్నో ఒప్పందం భారత రాజకీయాలలో మతతత్వవాదం పునరుజ్జీవం పొందడానికి ద్వారాలు తెరిచే వుంచింది.

కాని లక్నో పరిణామాల తక్షణ ఫలితం అద్భుతమైనది. మితవాదుల, అతివాదుల మధ్య, జాతీయ కాంగ్రెస్ ముస్లిం లీగుల మధ్య ఐక్యత దేశంలో గొప్ప రాజకీయ ఉత్సాహాన్ని రేకెత్తించింది. బ్రిటిష ప్రభుత్వం కూడా జాతీయవాదుల్ని సంతృప్తిపరచడం అవసరంగా భావించింది. అప్పటి వరకు జాతీయవాద ఆందోళనని శాంతింపచేయడానికి, అణచివేత మీదనే ఆధారపడింది. పెద్ద సంఖ్యలో జాతీయవాదులు, విప్లవకారులు భారత రక్షణ చట్టం ఇంకా అలాంటి దుర్మార్గమైన చట్టాలతో నిర్బంధింపబడ్డారు. ఇపుడు జాతీయవాద భావాలను సమాధాన పరచాలని నిర్ణయించింది. "బ్రిటిష సామ్రాజ్యంలో అంతర్భాగంగా బాధ్యతాయుత భారతదేశ ప్రభుత్వాన్ని సిద్ధింపజేసే లక్ష్యంతో దేశంలోని స్వయం పరిపాలనా సంస్థల్ని క్రమబద్ధంగా అభివృద్ధి పరచడం" తన విధానమని ప్రభుత్వం 1917 ఆగస్టు 20న ప్రకటించింది. 1918 జులైలో మాంటెగ్ - చెమ్స్‌ఫర్డ్ సంస్కరణలు ప్రకటించబడ్డాయి. కాని ఈ సంస్కరణలు జాతీయవాదుల్ని తృప్తిపరచలేదు. భారత జాతీయోద్యమం త్వరలో మూడవ చివరి దశయైన ప్రజా పోరాట శకం లేక గాంధేయ శకంలో ప్రవేశించబోతుంది.

◻

పదమూడవ అధ్యాయం

స్వరాజ్య సమరం (1919–27)

1919లో ప్రజా ఉద్యమం మొదలవడంతో జాతీయోద్యమం యొక్క మూడవ దశ – చివరిదశ ప్రారంభమయింది. భారత ప్రజలు బహుశా ప్రపంచ చరిత్రలోనే అత్యంత గొప్ప ప్రజా పోరాటం చేశారు. భారత జాతీయ విప్లవం విజయం సాధించింది.

వెనుకటి అధ్యాయాలలో గమనించినట్లు 1914–18 యుద్ధ సంవత్సరాలలో నూతన రాజకీయ పరిస్థితి పరిపక్వమయింది. జాతీయవాదం బలాన్ని కూడగట్టుకున్నది. యుద్ధం తరువాత జాతీయవాదులు పెద్ద రాజకీయ మార్పుల్ని ఆశించారు. ఆశించిన మార్పుల్ని అడ్డుకొంటే పోరాడాలని దృఢ నిర్ణయంతో వున్నారు. యుద్ధానంతర సంవత్సరాలలో ఆర్థిక పరిస్థితులు మరీ క్షీణించాయి. మొదట ధరలు పెరిగాయి. తరువాత మాంద్యం ఆవహించింది. యుద్ధకాలంలో విదేశీ వస్తువుల దిగుమతులు ఆగిపోవడం వలన భారతీయ పరిశ్రమలు అభివృద్ధి చెందాయి. కాని ఇపుడు నష్టాలపాలయ్యాయి. కొన్ని మూతపడే పరిస్థితి ఎదురయింది. అంతేగాక విదేశీ పెట్టుబడులు పెద్ద ఎత్తున వచ్చిపడుతున్నాయి. భారత పారిశ్రామిక వేత్తలు సుంకాలు పెంచడం ద్వారా, ప్రభుత్వం గ్రాంట్లు మంజూరు చేయడం ద్వారా తమ పరిశ్రమలకు రక్షణ కల్పించమని కోరారు. బలమైన జాతీయోద్యమం అభివృద్ధి చెంది స్వతంత్ర భారత ప్రభుత్వం ఏర్పడితే తప్ప తమ కోర్కెలు నెరవేరవని వారు గ్రహించారు. నిరుద్యోగం, అధిక ధరలతో సతమతమవుతున్న కార్మికులు, చేతివృత్తుల వారు చురుకుగా జాతీయోద్యమంలో చేరారు. ఆఫ్రికా, ఆసియా యూరపులలో విజయాలు సాధించి తిరిగి వచ్చిన భారత సైనికులు వారి ఆత్మ విశ్వాసాన్ని, విస్తృత ప్రాపంచిక జ్ఞానాన్ని, గ్రామీణ ప్రాంతాల ప్రజలకు అందజేశారు. పేదరికం, పన్నుల భారంతో క్రుంగిపోతున్న రైతాంగం నాయకత్వం కొరకు ఎదురుతెన్నులు చూస్తోంది. పట్టణ విద్యావంతులు అంతకంతకు నిరుద్యోగ తీవ్రతని ఎదుర్కొన్నారు. ఆ విధంగా భారత సమాజంలోని అన్ని తరగతుల ప్రజలు తీవ్రమైన ఆర్థిక దుస్థితిలో

క్రుంగిపోతున్నారు. పులి మీద పుట్రలా కరువులు, అధిక ధరలు, అంటువ్యాధులు.

జాతీయవాద పునరుజ్జీవానికి అంతర్జాతీయ పరిస్థితి కూడా అనుకూలంగా వుంది. మొదటి ప్రపంచ యుద్ధం ఆసియా ఆఫ్రికా ఖండాలలోని జాతీయవాదానికి అద్భుతమైన ఊపునిచ్చింది. తమ యుద్ధ ప్రయత్నానికి ప్రజల మద్దతు పొందేందుకు మిత్రరాజ్యాలు - బ్రిటన్, అమెరికా, ఫ్రాన్స్, ఇటలీ, జపాన్‌లు ప్రపంచవ్యాప్తంగా గల ప్రజలకు జాతీయ స్వయం నిర్ణయాధికారం, ప్రజాస్వామ్యాల నూతన శకాన్ని వాగ్దానం చేశాయి. కాని యుద్ధంలో విజయం సాధించిన తరువాత వలసల్ని వదులుకొనేందుకు ఎలాంటి ఆసక్తి కనపరచలేదు. అందుకు విరుద్ధంగా పారిస్ శాంతి సదస్సులోను ఇంకా వేర్వేరు శాంతి ఒప్పందాలలోనూ యుద్ధకాల వాగ్దానాలను సమయోచితంగా విస్మరించాయి. వంచించాయి. పరాజయం పాలైన సామ్రాజ్యవాద దేశాలైన - జర్మనీ, టర్కీలకు ఆఫ్రికా, తూర్పు ఆసియా, పశ్చిమ ఆసియాలలోగల వలస రాజ్యాలను విజయం సాధించిన సామ్రాజ్యవాద దేశాలు పంచుకున్నాయి. ఆసియా, ఆఫ్రికా ప్రజల తొలగిన భ్రమల నుండి సమరశీల జాతీయవాదం ఆవిర్భవించిది. భారతదేశంలో బ్రిటిషు ప్రభుత్వం అర్ధమనస్కతతో రాజ్యాంగ సంస్కరణల ప్రయత్నం చేపట్టింది. కాని రాజకీయాధికారాన్ని వదులుకొనే ఉద్దేశం కాని, భారతీయులతో పంచుకొనే ఉద్దేశం గాని లేదని స్పష్టం చేసింది.

ప్రపంచయుద్ధం యొక్క మరొక పెద్ద పరిణామం తెల్లవాడి ప్రతిష్ట తుడిచిపెట్టబడింది. సామ్రాజ్యవాదం ప్రారంభం నుండి యూరప్ శక్తులు తమ ఆధిక్యతని కొనసాగించేందుకు జాతి సంస్కృతుల ఆధిక్యతా భావాన్ని ఉపయోగించుకొన్నాయి. కాని యుద్ధ కాలంలో రెండు గ్రూపులుగా విడిపోయిన సామ్రాజ్యవాద దేశాలు ఒక గ్రూపు వలస రాజ్యాలతో సాగించిన పరమ కిరాతకమైన అకృత్యాలను మరొక గ్రూపు బహిర్గతం చేస్తూ తీవ్రమైన ప్రచారాలు సాగించాయి. సహజంగానే వలస రాజ్యాల ప్రజలు రెండు గ్రూపుల ఖండన మండనల్ని గమనించి తెల్లజాతి ఆధిక్యతలోని డొల్లతనాన్ని అవగతం చేసుకున్నారు.

వలస దేశాలలోని జాతీయోద్యమాలకు రష్యా విప్లవం పెద్ద ఊపునిచ్చింది. 1917 నవంబరు 7న రష్యాలో వి.ఐ.లెనిన్ నాయకత్వంలో బోల్షివిక్ (కమ్యూనిస్టు) పార్టీ జార్ చక్రవర్తుల పాలనని కూల్చివేసింది. ప్రపంచ చరిత్రలో మొదటి సోషలిస్టు రాజ్యం సోవియట్ యూనియన్ ఏర్పడినట్లు ప్రకటించింది. సోవియట్ యూనియన్ చైనా పైన ఆసియా దేశాలపైన వున్న తన సామ్రాజ్యవాద హక్కుల్ని ఏకపక్షంగా త్యజించింది. ఆసియాలో గతంలో జార్ చక్రవర్తులకు వున్న వలసలకు స్వయం నిర్ణయాధికారం ప్రకటించింది. గత ప్రభుత్వంచే అణచివేయబడి పాలిత ప్రజలుగా, తక్కువ వారిగా పరిగణింపబడుతూ తన సరిహద్దులలో వున్న ఆసియా జాతులకు

సమాన స్థాయి కల్పించింది. ఈ విధంగా సోవియట్ పాలన వలన ప్రపంచంలో వెలుగుల జల్లులు కురిపించింది. రష్యా విప్లవం వలన ప్రపంచాన్ని ప్రభావితం చేసింది. ఉత్తేజపరిచింది. అది సాధారణ ప్రజలలో అసాధారణమైన శక్తి సామర్థ్యాలు దాగి వున్నాయని వలస దేశాల ప్రజలకు ముఖ్యమైన పాఠాన్ని తెలియజెప్పింది. నిరాయుధులైన కర్షకులు, కార్మికులు తమ స్థానిక నియంతలకు వ్యతిరేకంగా విప్లవం సాగించగలిగారంటే వలస రాజ్యాల ప్రజలు కూడా ఐక్యంగా సంఘటితంగా స్వేచ్ఛ కొరకు పోరాడాలని కృత నిశ్చయంతో వుంటే తమ స్వతంత్రం కొరకు పోరాడగలరు.

యుద్ధం తరువాత మిగిలిన ఆఫ్రో ఆసియా దేశాలను కూడా జాతీయోద్యమాలు ఊపివేశాయి. ఈ ప్రభావం భారత జాతీయోద్యమంపై కూడా పడింది. భారతదేశంలోనే గాక ఐర్లాండ్, టర్కీ, ఈజిప్టు, ఉత్తర ఆఫ్రికా, పశ్చిమాసియాలోని ఇతర దేశాలు, ఇరాన్, ఆఫ్ఘనిస్తాన్, బర్మా, మలయా, ఇండోనేషియా, ఇండో చైనా, ఫిలిప్పైన్స్, చైనా, కొరియాలలో జాతీయోద్యమ కెరటాలు ఉవ్వెత్తున లేచాయి.

జాతీయవాద, ప్రభుత్వ వ్యతిరేక భావాలు వెల్లువెత్తుతుండటాన్ని గ్రహించిన బ్రిటిషు పాలకులు ఒక చేత రాయితీలు మరొక చేత దండం చూపించే పద్ధతిని అనుసరించాలని నిర్ణయించుకున్నారు.

మాంటేగ్ - చెమ్స్ ఫర్డ్ సంస్కరణలు

1918లో భారత రాజ్య కార్యదర్శి ఎడ్విన్ మాంటేగ్ వైస్రాయి లార్డ్ చెమ్స్ ఫర్డ్ కలిసి ఒక రాజ్యాంగ సంస్కరణల పథకాన్ని రూపొందించారు. ఈ పథకాన్ని పార్లమెంటు ఆమోదించి దానిని భారత ప్రభుత్వ చట్టం 1919 పేరుతో అమలు జరిపింది. రాష్ట్ర శాసనసభలు విస్తరించబడ్డాయి. సభలలోని మెజారిటీ సభ్యులు ఎన్నుకోబడతారు. ద్వంద్వ ప్రభుత్వ విధానం (DYARCHY) క్రింద రాష్ట్ర శాసనసభలకు ఎక్కువ అధికారాలు ఇవ్వబడ్డాయి. ఈ విధానం క్రింద ఆర్థిక వ్యవహారాలు : శాంతి భద్రతల లాంటి కొన్ని విషయాల్ని 'ప్రభుత్వాధీన అంశాలు' (Reserved Subjects) అంటారు. ఇవి గవర్నర్ యొక్క ప్రత్యక్ష అదుపులో వుంటాయి. ఇక విద్య, ఆరోగ్యం, వ్యవసాయం స్థానిక స్వపరిపాలన లాంటి విషయాల్ని 'శాసన సభాధీన అంశాలు' (Transferred Subjects) అంటారు. ఇవి శాసనసభలకు బాధ్యులైన మంత్రుల ఆధీనంలో వుంటాయి. ఖర్చుకి సంబంధించిన కొన్ని శాఖలు శాసనసభాధీన శాఖలయినప్పటికీ ఆర్థికం మీద పూర్తి అదుపు గవర్నరుదే. అంతేగాక తాను ప్రత్యేకమని భావించిన ఏ నిబంధనల క్రిందినైనా గవర్నరు, మంత్రుల ప్రతిపాదనల్ని త్రోసిపుచ్చవచ్చు. ఇక కేంద్రంలో రెండు చట్ట సభలుంటాయి. ఒకటి ఎగువ సభ, రెండవది దిగువ సభ. ఇదే భారత శాసనసభ (Legislative Assembly). దిగువ సభలో మొత్తం 144 మంది సభ్యులకు

గాను 41 మంది ప్రభుత్వం చేత నియమితులైన (Nominated) సభ్యులుంటారు. ఎగువ సభ (The Council of State) లో 26 మంది నియమితులైన సభ్యులు, 34 మంది ఎన్నిక కాబడే సభ్యులుంటారు. ఈ శాసనసభలకు గవర్నర్ జనరల్ మీద అతడి కార్యనిర్వాహక మండలి మీద ఎలాంటి అధికారం వుండదు. ఇక కేంద్ర ప్రభుత్వానికి రాష్ట్ర ప్రభుత్వాల మీద నిర్నిబంధమైన అజమాయిషీ ఉంటుంది. అంతేగాక ఓటు హక్కు చాలా పరిమితం చేయబడింది. 1920లో మొత్తం ఓటర్ల సంఖ్య దిగువ సభకి 9,09,874. ఎగువ సభకి 17,364.

భారత జాతీయవాదులు కోరింది ఇలాంటి అరకొర రాయితీలను కాదు. రాజకీయాధికారం నీడని చూపి ఇదే రాజకీయాధికారం అంటే నమ్మటానికి సిద్ధంగా లేరు. భారత జాతీయకాంగ్రెస్ ప్రత్యేక సదస్సు సంస్కరణల ప్రతిపాదనలను పరిశీలించేందుకు 1918 ఆగస్టులో బొంబాయిలో హస్సాన్ ఇమామ్ అధ్యక్షతన జరిగింది. సంస్కరణలు నిరుత్సాహ పరిచేవిగా అసంతృప్తికరంగా వున్నాయని సదస్సు ఖండించింది. వాటికి బదులుగా స్వయం పరిపాలనని డిమాండ్ చేసింది. సురేంద్రనాథ్ బెనర్జీ నాయకత్వంలో కొందరు కాంగ్రెస్ నాయకులు ప్రభుత్వ ప్రతిపాదనల ఆమోదానికి అనుకూలంగా వున్నారు. వారు కాంగ్రెస్‌ను వదలి 'ఇండియన్ లేబర్ ఫెడరేషన్' అనే సంస్థని స్థాపించారు. వారు ఉదారవాదులుగా (Liberals)గా పిలువబడ్డారు. ఆ తరువాత వారు కాంగ్రెస్‌లో నామమాత్రమైన పాత్ర పోషించారు.

రౌలట్ చట్టం

ప్రభుత్వం భారతీయుల్ని ఒకవైపు సమాధానపరచటానికి ప్రయత్నిస్తూనే మరొకవైపు అణచివేతకు సమాయత్తమయింది. యుద్ధకాలంలో జాతీయవాదుల అణచివేత కొనసాగింది. టెర్రరిస్టులు, రివల్యూషనరీలు వేటాడబడ్డారు. జైళ్ళలో కుక్కబడ్డారు. ఉరితీయబడ్డారు. అబుల్ కలాం ఆజాద్ లాంటి ఇతర జాతీయవాదుల్ని కూడా ప్రభుత్వం జైళ్ళలో నిర్బంధించింది. ప్రభుత్వ సంస్కరణలతో సంతృప్తిపడని జాతీయవాదులందరినీ అణచివేయబడానికి వీలుకల్పించే చట్టబద్ధపాలన సూత్రాలకు భిన్నమైన అధికారాలు సంక్రమింపచేసుకోవాలని ప్రభుత్వం నిర్ణయించింది. కేంద్ర శాసనసభలోని ప్రతి భారతీయ సభ్యుడు వ్యతిరేకించినప్పటికీ ప్రభుత్వం 1919 మార్చి రౌలట్ చట్టం చేసింది. ఈ చట్టం ద్వారా ఏ వ్యక్తినైనా విచారణ లేకుండా, కోర్టు తీర్పు చెప్పకుండా నిర్బంధించే హక్కు ప్రభుత్వానికి కట్టబెట్టింది. బ్రిటన్‌లో పౌర స్వేచ్ఛా, స్వాతంత్ర్యాలకు పునాది అయిన హెబియస్ కార్పస్ హక్కుని నిలుపుదల చేయడానికి ఈ చట్టం ద్వారా ప్రభుత్వానికి అవకాశం కలిగింది.

మహాత్మగాంధీ నాయకత్వం

రౌలట్ చట్టం హఠాత్తుగా మీదపడిన దెబ్బలా వచ్చిపడింది. యుద్ధకాలంలో ప్రజాస్వామ్యం విస్తరించబడుతుందని వాగ్దానం పొందిన భారత ప్రజలకు ప్రభుత్వ చర్య క్రూరమైన అపహాస్యంగా కన్పించింది. ఆకలితో అన్నమాసించే వాడి పళ్ళెంలో రాళ్ళు వేసినట్లుంది. ప్రజాస్వామ్య విస్తరణకు బదులుగా పౌరహక్కులు కుదింపబడ్డాయి. దేశంలో అసంతృప్తి వ్యాపించింది. ప్రజలు కోపోద్రిక్తులయ్యారు. చట్టానికి వ్యతిరేకంగా శక్తివంతమైన ఆందోళన చెలరేగింది. ఈ ఆందోళనా కాలంలో నూతన నాయకుడు మోహన్‌దాస్ కరమ్‌చంద్ గాంధీ జాతీయోద్యమ నాయకత్వ బాధ్యతలు స్వీకరించాడు. కొత్త నాయకుడు గత నాయకత్వం యొక్క మౌలిక బలహీనతలలో నొకదానిని సవరించాడు. దక్షిణాఫ్రికాలో జాతి విద్వేషానికి వ్యతిరేకంగా ఆయన సాగించిన పోరాటంలో నూతన పోరాట రూపం - సహాయ నిరాకరణ - నూతన పోరాట సాధనం సత్యాగ్రహం. భారతదేశంలో బ్రిటిషు పాలకులకు వ్యతిరేకంగా ప్రయోగించడానికి రూపొందించాడు. అంతేగాక ఆయన భారత రైతాంగం యొక్క సమస్యల్ని, మనస్తత్వాన్ని అవగాహన చేసుకొన్నాడు. కాబట్టి ఆయన రైతాంగానికి విజ్ఞప్తి చేసి వారిని సమరశీల జాతీయోద్యమ ప్రధాన స్రవంతిలోకి తీసుకురాగలిగాడు.

గాంధీజీ - ఆయన ఆలోచనలు

మోహన్‌దాస్ కరంచంగ్ గాంధీ-1869 అక్టోబర్ 2న గుజరాత్‌లోని పోర్‌బందర్‌లో జన్మించాడు. బ్రిటన్‌లో బారిస్టర్ పొందిన తరువాత న్యాయవాద వృత్తి సాగించడానికి దక్షిణాఫ్రికా వెళ్లాడు. దక్షిణాఫ్రికాలో భారతీయుల పట్ల తెల్లవారు ప్రదర్శిస్తున్న జాత్యాహంకారానికి, వివక్షకు వ్యతిరేకంగా తిరుగుబాటు చేశాడు. దక్షిణాఫ్రికాలో వున్న భారతీయ కార్మికులకు వర్తకులకు ఓటు హక్కు లేదు. భారతీయులు వారి పేర్లు నమోదు చేసుకోవాలి. పోల్ టాక్స్ చెల్లించాలి. వారు నిర్దేశింపబడిన అపరిశుభ్రంగా ఇరుకుగా వుండే ప్రాంతాలలో తప్ప నివశించడానికి వీలులేదు. కొన్ని దక్షిణాఫ్రికా వలసలలో ఆసియన్లు, ఆఫ్రికన్లు రాత్రి 9 గంటల తరువాత వీధుల్లో వుండటానికి వీలులేదు. అచటి ప్రజలు నడిచే కాలి బాటల మీద నడవకూడదు. ఈ పరిస్థితులకు వ్యతిరేకంగా జరిగిన పోరాటానికి గాంధీ నాయకుడయ్యాడు.

1893-1914 కాలంలో దక్షిణాఫ్రికా జాత్యాహంకార పాలకులకు వ్యతిరేకంగా అసమాన పోరాటం వీరోచితంగా చేశాడు. దాదాపు రెండు దశాబ్దాల కాలంగా సాగిన సుదీర్ఘ పోరాటంలో సత్యం, అహింసలు ప్రాతిపదికగా గల సత్యాగ్రహం అనే నూతన పోరాట పద్ధతిని రూపొందించాడు. నిజమైన సత్యాగ్రాహి నిజాయితీగా పూర్తిగా శాంతియుతంగా వుండాలి. అతడు తనకు తప్పుగా తోచిన దానిని చేయ నిరాకరిస్తాడు.

తప్పు చేసే వాడికి వ్యతిరేకంగా సాగే పోరాట క్రమంలో అతడు సంతోషంగా కష్టాలు సహిస్తాడు. ఈ పోరాటం సత్యాన్ని ప్రేమించడంలో భాగంగా వుంటుంది. చెడుని ప్రతిఘటించేటప్పుడు కూడా అతడు చెడు చేసేవాడిని ప్రేమిస్తాడు. నిజమైన సత్యాగ్రాహి స్వభావంలో ద్వేషానికి తావు వుండదు. అంతేగాక అతడు పూర్తిగా నిర్భయంగా వుండాలి. ఫలితాలెలా వున్నప్పటికీ చెడుమందు తలవంచకూడదు. గాంధీ దృష్టిలో అహింస పిరికివాని బలహీనుని ఆయుధం కాదు. బలవంతుడు, సాహసవంతుడు మాత్రమే అహింసని పాటించగలడు. పిరికితనం కంటే హింస ఎన్నదగినది. గాంధీ 1920లో తన ప్రసిద్ధ వార పత్రిక "యంగ్ ఇండియా"లోని ఒక వ్యాసంలో "హింస మృగధర్మం. అహింస మానవ ధర్మం", కాని పిరికితనం - బలప్రయోగాల మధ్య ఒక దాన్ని ఎంపిక చేసుకోవలసి వస్తే నేను బలప్రయోగాన్నే ఎంపిక చేసుకుంటాను. భారతదేశం అవమానాన్ని పిరికితనంతో నిస్సహాయంగా భరించటం కంటే గౌరవ రక్షణ కొరకు ఆయుధం పట్టడమే మేలు" ఆయన తన జీవిత తాత్వికత మొత్తాన్ని ఇలా సంక్షిప్తీకరించాడు.

"నేను కోరుకొనే ఏకైక ధర్మం - సత్యాహింసలు. మానవతాతీత శక్తుల్ని కోరను. అవి నాకు వద్దు".

గాంధీజీ దృక్పథంలోని మరొక ముఖ్యమైన లక్షణం - సిద్ధాంతాన్ని ఆచరణ నుండి విశ్వాసాన్ని, కార్యాచరణ నుండి వేరు చేయకపోవడం. ఆయన సత్యాహింసలు గంభీరమైన ఉపన్యాసాలకు రచనల కొరకు గాక, దైనందిన జీవితానికి ఉద్దేశించినవే.

అంతేగాక గాంధీజీ సాధారణ ప్రజల పోరాట శక్తి మీద అపారమైన విశ్వాసం వుంది. ఉదాహరణకు దక్షిణాఫ్రికాలో తనతో పాటు పోట్లాడి తనకు మద్రాసులో స్వాగతం చెప్పిన సాధారణ ప్రజలనుద్దేశించి మాట్లాడుతూ ఇలా చెప్పారు :

"గొప్పవారైనా ఈ స్త్రీ పురుషులకు నేను ప్రేరణ నిచ్చానని చెప్పారు. కాని ఈ ప్రతిపాదనని నేను అంగీకరించలేను. పట్టుదలతో, ఎలాంటి ప్రతిఫలం ఆశించకుండా పనిచేసిన ఈ సాధారణ ప్రజలు నాకు స్ఫూర్తినిచ్చారు. వారి త్యాగంతో, పట్టుదలతో భగవంతునిపై దృఢమైన విశ్వాసంతో నేను చేయగల పని చేసేలా ఒత్తిడి తెచ్చారు. నన్ను సరియైన స్థాయిలో నిలబెట్టారు".

అలాగే 1942లో సామ్రాజ్యశక్తిని ప్రతిఘటించాలని ఎలా అంచనావేశావు అని అడిగితే "లక్షలాది మూగజీవుల (సాధారణ ప్రజలు) బలంతో" అని గాంధీజీ జవాబు చెప్పాడు.

గాంధీజీ 1915లో 46 సంవత్సరాల వయస్సులో స్వదేశానికి తిరిగి వచ్చాడు. భారతదేశం యొక్క భారత ప్రజల యొక్క పరిస్థితులనధ్యయనం చేస్తూ ఒక సంవత్సర కాలం దేశమంతటా పర్యటించాడు. తన స్నేహితులు అనుచరులు సత్యాహింసల

భావాలని నేర్చుకొనటానికి, ఆచరించడానికి అహమ్మదాబాద్ వద్ద సబర్మతి ఆశ్రమాన్ని స్థాపించాడు. తన నూతన పోరాట పద్ధతిలో ప్రయోగం కూడా ప్రారంభించాడు.

చంపారన్ సత్యాగ్రహం

గాంధీజీ మొదటి సత్యాగ్రహ పోరాటం 1917లో బీహారులోని చంపారన్‌లో ప్రారంభమయింది. ఢిల్లీలోని నీలిమందు తోటల రైతులు యూరోపియన్ యజమానులచే తీవ్రంగా అణచివేయబడ్డారు. రైతులు తమ పొలంలో 3/20 వంతులో నీలిమందు సాగుచేసి తీరాలి. యజమానులు నిర్ధారించిన ధరలకు అమ్ముకోవాలి. గతంలో బెంగాలులో కూడా అలాంటి పరిస్థితులే వుండేవి. కాని 1859-61లో వచ్చిన పెద్ద తిరుగుబాటు ఫలితంగా అక్కడ రైతులు యజమానుల నుండి స్వేచ్ఛ సాధించారు.

దక్షిణాఫ్రికాలో గాంధీజీ పోరాటాలను గురించి విన్న చంపారన్ రైతులు తమకు సహాయ పడవలసిందిగా గాంధీజీని కోరారు. బాబూ రాజేంద్రప్రసాద్, మజ్‌హర్ - ఉల్-హక్, జె.బి. కృపలానీ, నరహరి పరేఖ్, మహదేవ్ దేశాయ్‌లతో సహా గాంధీ 1917లో చంపారన్ వెళ్ళాడు. రైతుల స్థితిగతుల వివరాలు సేకరించాడు. కోపోద్రిక్తులైన అధికారులు చంపారన్ నుండి వెళ్ళవలసిందిగా గాంధీజీని ఆదేశించారు. కానీ గాంధీజీ ఆదేశాలను తిరస్కరించి విచారణకు శిక్షకు సిద్ధపడ్డాడు. ప్రభుత్వం ఆదేశాలను వెనక్కి తీసుకుని గాంధీజీ సభ్యుడుగా గల విచారణ కమిటీని నియమించింది. ఫలితంగా రైతుల సమస్యలు ఒక మేరకు పరిష్కారమయ్యాయి. గాంధీజీ తన శాసనోల్లంఘన పోరాటంలో తొలి విజయం సాధించాడు. భారతదేశ రైతుల కటిక పేదరికాన్ని గాంధీ గమనించాడు.

అహ్మదాబాద్ మిల్లు సమ్మె

మహాత్మాగాంధీ 1918లో అహమ్మదాబాద్ కార్మికుల మిల్లు యజమానుల వివాదంలో జోక్యం చేసుకున్నాడు. వేతనాలలో 35 శాతం పెంపుదల డిమాండు చేస్తూ సమ్మె చేయవలసిందిగా కార్మికులకు సలహాఇచ్చాడు. కాని సమ్మె కాలంలో యజమానులకు వ్యతిరేకంగా హింసని చేపట్టవద్దని కార్మికులకు నొక్కి చెప్పాడు. సమ్మెకు మద్దతుగా గాంధీజీ ఆమరణ నిరాహారదీక్ష చేపట్టాడు. ఆయన దీక్ష ఒత్తిడి పెంచింది. యజమానులు మెత్తబడ్డారు. 4వ రోజు 35 శాతం వేతనాలు పెంచేందుకు అంగీకరించారు.

గుజరాత్‌లోని ఖేదా జిల్లాలో 1918లో పంటలు దెబ్బతిన్నాయి. భూమిశిస్తు తగ్గించేందుకు ప్రభుత్వం తిరస్కరించింది. పూర్తిగా వసూళ్ళు చేయాలని పట్టుబట్టింది. గాంధీజీ రైతులకు మద్దతు ఇచ్చాడు. శిస్తులు తగ్గించే వరకు చెల్లించవద్దని రైతులకు

సలహా ఇచ్చారు. చెల్లించగలిగే రైతుల నుండి మాత్రమే వసూలు చేయమని ప్రభుత్వం ఆదేశాలు జారీ చేసిన మీదట పోరాటం విరమించబడింది. ఖేదా రైతాంగ పోరాట కాలంలో గాంధీజీ అనుచరులయిన యువకులలో సర్దార్ వల్లభాయ్ పటేలు ఒకరు.

ఈ అనుభవాలతో గాంధీజీకి ప్రజాబాహుళ్యంతో సన్నిహిత సంబంధాలు పెరిగాయి. ఆ ప్రజల ప్రయోజనాల కొరకే ఆయన జీవితాంతం కృషిచేశారు. వాస్తవంగా గాంధీజీ తన జీవితాన్ని జీవన విధానాన్ని సాధారణ ప్రజల జీవితంతో మమేకం చేసుకున్న మొట్టమొదటి జాతీయ నాయకుడు. కాలక్రమంలో బడుగు భారతదేశానికి, జాతీయవాద భారతదేశానికి, తిరుగబడే భారతదేశానికి గాంధీజీ ప్రతీక అయ్యాడు. గాంధీజీకి మరి మూడు అంశాలు అత్యంత ప్రియతమమైనవి. అవి: మొదటిది : హిందూ ముస్లిం ఐక్యత, రెండవది : అస్పృశ్యతా వ్యతిరేక పోరాటం, మూడవది : దేశంలో మహిళల సామాజిక స్థాయిని పెంచడం. ఆయన తన లక్ష్యాలను సంక్షిప్తీకరించి ఇలా చెప్పాడు. "నిరుపేదలు తమ దేశంగా భావించేటటువంటి, దాని నిర్మాణంలో తమ మాటకువిలువ వుండేటటువంటి, ప్రజలలో పై తరగతి దిగువ తరగతి అనే విభేదాలు లేనటువంటి ప్రజా సమూహాలన్నీ సంపూర్ణ సామరస్యంతో బతికేటటువంటి భారతదేశం కొరకు నేను పాటుపడతాను.... అలాంటి భారతదేశంలో అస్పృశ్యతకు చోటు వుండదు. స్త్రీలు పురుషులతో సమానమైన హక్కులు అనుభవిస్తారు. ఇది నేను కలలుగనే భారతదేశం".

గాంధీజీ హిందూ మతం పట్ల శ్రద్ధాశక్తులున్న వాడైనప్పటికీ ఆయన సాంస్కృతిక మత దృక్పథం సంకుచితమైనది కాదు. సార్వత్రికమైనది. "భారతీయ సంస్కృతి పూర్తిగా హిందువులది కాదు, మహ్మదీయులదీ కాదు. మరెవరిదీ కాదు. అది అన్నిమతాల సమ్మిశ్రితం" అని గాంధీ రాశాడు. భారతీయులు వారి సంస్కృతితో బలమైన సంబంధాలు కలిగి వుండాలి కాని అదే సమయంలో ప్రపంచ సంస్కృతులు అందించే మంచిని స్వీకరించాలని గాంధీ కోరాడు. గాంధీ ఇలా చెప్పాడు :

"అన్ని దేశాల సంస్కృతులు స్వేచ్ఛగా మా ఇంటిలోకి ప్రసరించాలి. కాని అవి బలంగా వీచి నా కాళ్ళను లాగి వేయడాన్ని అంగీకరించను. ఇతరుల ఇళ్ళలో అనుమతి లేకుండా ప్రవేశించే వాడిగా, బిచ్చగాడిగా, లేక బానిసగా వుండాలని కోరుకోను".

రౌలట్ చట్టానికి వ్యతిరేకంగా సత్యాగ్రహం

ఇతర జాతీయ వాదులతో పాటు గాంధీజీ రౌలట్ చట్టానికి వ్యతిరేకంగా స్పందించాడు. 1919 ఫిబ్రవరిలో ఆయన సత్యాగ్రహ సభని స్థాపించాడు. ఈ సభ సభ్యులు చట్టాన్ని ఉల్లంఘించి అరెస్టులకు, శిక్షలకు సిద్ధపడతామని ప్రమాణం చేశారు. ఇది ఒక నూతన పోరాట పద్ధతి. మితవాదులు లేక అతివాదుల నాయకత్వంలో

వున్న జాతీయోద్యమం అప్పటి వరకు దాని పోరాటాన్ని ఆందోళనకే పరిమితం చేసింది. పెద్ద సభలు, ప్రదర్శనలు, ప్రభుత్వంతో సహకరించేందుకు నిరాకరణ, విదేశీ వస్త్ర బహిష్కరణ, పాఠశాలల బహిష్కరణ, వ్యక్తులుగా చేపట్టిన టెర్రరిస్టు చర్యలు - జాతీయవాదులకు అప్పటివరకు తెలిసిన రాజకీయ కార్యాచరణ రూపాలు. సత్యాగ్రహం ఉద్యమాన్ని తక్షణమే ఒక నూతనమైన, ఉన్నతమైన స్థాయికి తీసుకుపోయింది. ఇపుడు జాతీయవాదులు వారి అసంతృప్తి, ఆగ్రహాలను మాటల్లో వ్యక్తీకరించడం ఆందోళనలు చేయడానికి పరిమితం కాకుండా ప్రత్యక్ష కార్యాచరణకు ఉద్యమించవచ్చు. జాతీయ కాంగ్రెస్ ఇపుడు కార్యాచరణ సంస్థగా రూపొందనుంది.

అంతేగాక ఉద్యమం అంతకంతకు రైతుల చేతివృత్తులవారి, పట్టణపేదల రాజకీయ మద్దతుపై ఆధారపడాలి. జాతీయవాద కార్యకర్తల్ని గ్రామాలకు వెళ్ళవలసిందిగా గాంధీజీ చెప్పారు. భారతదేశం అక్కడుందని చెప్పారు. జాతీయోద్యమాన్ని సాధారణ ప్రజలవైపు మరల్చాడు... ఫలితంగా చేతితో వడికిన నూలు, నేసిన బట్ట జాతీయవాదుల యూనిఫారమయింది. శ్రమ గౌరవాన్ని స్వావలంబన విలువని నొక్కి చెప్పేందుకు ఆయన ప్రతిరోజూ నూలు వడికాడు. సాధారణ ప్రజలు నిద్ర నుండి మేల్కొలపబడి, రాజకీయాలలో చురుకుగా పాల్గొన్నప్పుడే భారతదేశానికి విముక్తి అని చెప్పాడు. గాంధీజీ పిలుపుకి ప్రజలు విశేషంగా స్పందించారు. 1919 మార్చి, ఏప్రిల్‌లలో గణనీయమైన రాజకీయ చైతన్యం వెల్లివిరిసింది. ఊరేగింపులు, ప్రదర్శనలు, హర్తాళ్ళు, సమ్మెలు జరిగాయి. హిందూ-ముస్లిం ఐక్యతా నినాదాలు మార్మోగాయి. దేశం మొత్తాన్ని ఆవేశం ఆవహించింది. భారత ప్రజలు విదేశీపాలనను ఇక ఏ మాత్రం భరించేలా లేరు.

జలియన్ వాలాబాగ్ హత్యాకాండ

ప్రభుత్వం ప్రజాందోళనని అణచివేయాలని నిర్ణయించింది. బొంబాయి, అహమ్మదాబాద్, కలకత్తా, ఢిల్లీ తదితర నగరాలలో పలుమార్లు లాఠీఛార్జీలు చేసింది. నిరాయుధులైన ప్రదర్శనకారులపై కాల్పులు జరిపింది. 1919 ఏప్రిల్ 6న గాంధీ పెద్ద హర్తాళ్ జరపమని పిలుపునిచ్చాడు. గతంలో ఎన్నడూ లేనంత ఉత్సుకతతో ప్రజలు స్పందించారు. ప్రజల నిరసనని - ప్రత్యేకించి పంజాబులో అణచివేయాలని ప్రభుత్వం నిర్ణయించింది. ఆధునిక చరిత్రలో అత్యంత కిరాతకమైన రాజకీయ నేరానికి సమాయత్తమయింది. ప్రముఖ నాయకులైన సైపుద్దీన్ కిచ్లూ, డాక్టర్ సత్యపాల్‌ల అరెస్టుకు నిరసన తెలిపేందుకు పెద్ద సంఖ్యలో నిరాయుధులైన ప్రజలు అమృతసర్‌లోని జలియన్‌వాలాబాగ్ వద్దకు చేరుకున్నారు. మిలటరీ కమాండరు జనరల్ డయ్యర్

ప్రజల్ని భయభ్రాంతుల్ని చేయాలనుకొన్నారు. జలియన్ వాలాబాగ్ మూడువైపుల భవనాలు, ఒకవైపు మాత్రమే ఇరుకుదారి గల ఖాళీ ప్రదేశం. డయ్యర్ తన సైన్యంతో బాగ్‌ని చుట్టుముట్టాడు. వారిని సైనికులతో మూసివేశాడు. తుపాకులతో, మర తుపాకులతో కాల్చివేయమని ఆదేశాలు జారీ చేశాడు. మందుగుండు సామాను అయిపోయేవరకు కాల్పులు జరిగాయి. వేలాది మంది గాయపడ్డారు. హతులయ్యారు. ఈ హత్యాకాండ తరువాత పంజాబ్ అంతటా సైనిక చట్టం (Martial Law) ప్రకటించబడింది. ప్రజలు అత్యంత అనాగరిక, పాశవిక అత్యాచారాలకు గురయ్యారు. ప్రభుత్వం నుండి నైట్‌హుడ్ సత్కారం పొందిన శివస్వామి అయ్యర్ అనే లాయరు పంజాబు అత్యాచారాలను గురించి ఇలా రాశాడు.

ప్రజలు వెళ్ళిపోయే అవకాశం కల్పించకుండా జలియన్ వాలాబాగ్ వద్ద పెద్ద ఎత్తున జరిపిన హత్యాకాండ, కాల్పులలో గాయపడిన వేలాది మంది ప్రజల పట్ల జనరల్ డయ్యర్ ప్రదర్శించిన నిరాసక్తత, ప్రాణ రక్షణకై పరుగులు తీస్తున్న గుంపులపై మరతుపాకుల కాల్పులు : బహిరంగంగా కొట్టిన కొరడా దెబ్బలు, హజరు చెప్పేందుకు రోజుకి 16 మైళ్ళు నడచి తీరాలని వేలాది మంది విద్యార్థులకిచ్చిన ఆదేశం, 500 మంది విద్యార్థుల్ని ప్రొఫెసర్లను జైళ్ళలో నిర్బంధించడం, 5-7 సంవత్సరాల బిడ్డలను జెండా వందనానికి రమ్మని నిర్బంధించడం,... పెళ్ళి బృందాన్ని కొరడాలతో కొట్టించడం, బీదుషాహి మసీదుని ఆరువారాలపాటు మూసివేయించడం, సరియైన కారణాలు లేకుండా ప్రజల్ని నిర్బంధించి జైళ్ళలో పెట్టడం, ఇస్లామియా పాఠశాలలోని ఆరుగురు పెద్ద పిల్లవాళ్ళను కేవలం వారు పెద్ద పిల్లవాళ్లుగా వున్నందుకు కొట్టించడం, అరెస్టు చేసిన వ్యక్తుల్ని వుంచేందుకు పై కప్పులేని పంజరాన్ని నిర్మించడం, సివిలు మిలటరీ చట్టానికి తెలియని ప్రాకుట, దూకుట, గెంతుట లాంటి కొత్త రకమైన శిక్షల్ని ప్రవేశపెట్టడం, బేడీలతో, తాళ్ళతో కలిపి కట్టిన వాళ్ళను పై కప్పులేని ట్రక్కులలో 15 గంటలకు పైగా వుంచడం, నిరాయుధులైన సాధారణ ప్రజలపై ఆధునిక యుద్ధ పరికరాలను ప్రయోగించడం, హాజరుకాని వారిని రప్పించేందుకు వారి ఆస్తులను స్వాధీనం చేసుకొని, ధ్వంసం చేయడం, హిందూ ముస్లిం ఐక్యతా ఫలితాన్ని ప్రదర్శించేందుకు ఒక హిందువు ఒక ముస్లిం చేతులకు కలిపి బేడీలు వేయడం, భారతీయ ఇళ్ళకు విద్యుత్, నీటి సరఫరాని నిలిపివేయడం, భారతీయుల ఇళ్ళలోని గాలి పంకాలను తొలగించి బ్రిటిషు వాళ్ళు వుండే ఇళ్ళలో బిగించడం, భారతీయుల వాహనాలు స్వాధీనం చేసుకుని బ్రిటిషు వారి ఉపయోగార్థం ఇచ్చివేయడం... ఇవి సైనిక శాసనం అమలులో వున్నపుడు పాలనాపరంగా జరిగిన అవకతవకలలో కొన్ని మాత్రమే. ఇవి పంజాబులో భయోత్పాతాన్ని సృష్టించి ప్రజలను దిగ్భ్రమకు గురి చేశాయి.

పంజాబులో జరిగిన దారుణ దమనకాండ గురించిన సమాచారం తెలియటంతో దేశం మొత్తం భయాక్రాంతమయింది. సామ్రాజ్యవాదం, విదేశీపాలనలు ఘనంగా చెప్పుకొన్న నాగరికత ముసుగు వెనుక దాగిన వికృతత్వం, కర్కశత్వం మెరుపు మెరిసినట్లుగా కళ్ళకు కట్టాయి. మహాకవి మానవతావాది రవీంద్రనాథ్ ఠాగూర్ ప్రభుత్వం ఇచ్చిన నైట్‌హుడ్ బిరుదుని త్యజించాడు.

ఖిలాఫత్ - సహాయ నిరాకరణోద్యమం (1919-22)

ఖిలాఫత్ ఉద్యమంలో జాతీయోద్యమంలోకి నూతన ప్రవాహం వచ్చి చేరింది. విద్యావంతులైన ముస్లిముల యువతరం, సాంప్రదాయ వాదులలోని ఒక సెక్షన్ జాతీయవాదులుగా మారుతూ వుండటాన్ని ఇంతకుముందు గమనించాం. లక్నో ఒప్పందం ద్వారా హిందువుల, ముస్లింల ఉమ్మడి రాజకీయ కార్యాచరణకు రంగం సిద్ధమయింది. రౌలట్ చట్టానికి వ్యతిరేకంగా జరిగిన ఆందోళన భారత ప్రజల్ని కదిలించింది. హిందూ ముస్లింల్ని దగ్గరికి చేర్చింది.

హిందూ-ముస్లిం ఐక్యతను ప్రపంచానికి చాటి చెప్పేందుకు ఆర్య సమాజ నాయకుడైన స్వామి సహజానందని ఢిల్లీలోని జమా మసీదు నుండి మాట్లాడవలసిందిగా ముస్లిములు కోరారు. అమృత్‌సర్‌లోని సిక్కుల పవిత్ర స్థలం స్వర్ణ దేవాలయం (స్త్రళిజిఖిలిదీ ఊలిళీచీజిలి) తాళాలను సిక్కులు ముస్లిం నాయకుడైన డాక్టర్ కిచ్లూకి ఇచ్చారు. ప్రభుత్వ నిర్బంధమే అమృతసర్‌లో అలాంటి ఐక్యతని తెచ్చిపెట్టింది. మామూలు పరిస్థితులలో హిందువు ముస్లిం చేతినీళ్ళు త్రాగడు. ప్రభుత్వం హిందువుల ముస్లిముల చేతులకు కలిపి బేడీలు వేసింది. కలిసి నేల మీద పాకేలా నిర్బంధం పెట్టింది. కలిసి నీరు తాగేలా చేసింది. ఈ పరిస్థితులలో హిందువులలోని జాతీయవాదం ఖిలాఫత్ ఆందోళన రూపం తీసుకొన్నది. రాజకీయంగా చైతన్యవంతులైన ముస్లిములు బ్రిటను, దాని మిత్ర రాజ్యాలు ఒట్టామన్ (టర్కీ) సామ్రాజ్యంతో వ్యవహరించిన తీరుపట్ల ఆగ్రహం చెందారు. బ్రిటన్, దాని మిత్ర రాజ్యాలు టర్కీ నుంచి ట్రాన్‌ను విడగొట్టాయి. ఇలా విడగొట్టడం అంతకు ముందు బ్రిటిష ప్రధాని చేసిన ప్రకటన "సంపన్నమైన ప్రఖ్యాతి గాంచిన ఆసియా మైనరు భూభాగాలను, ట్రాన్‌ను జాతిరీత్యా ప్రధానంగా టర్కీకి చెందిన వాటిని టర్కీకి రాకుండా చేసేందుకు మేము పోరాడటం లేదు" అని చేసిన ప్రకటనని అతిక్రమించింది. ముస్లిం పవిత్ర స్థలాలకు అధిపతి, టర్కీ సుల్తాన్ అధికారాన్ని న్యూనత పరచకూడదని ముస్లింలు భావించారు. ఆలీ సోదరులు, మౌలానా అజాద్, హకీం అజ్మల్‌ఖాన్, హస్రత్ మోహనీల నాయకత్వంలో ఖిలాఫత్ కమిటీని నియమించుకొని ముస్లిముల దేశవ్యాప్త ఆందోళన చేపట్టారు.

1919 నవంబరులో నిర్వహించబడిన అఖిల భారత ఖిలాఫత్ సదస్సు

ప్రభుత్వం తమ డిమాండ్లను పరిష్కరించకపోతే సహాయ నిరాకరణ చేయాలని తీర్మానించింది. ఇపుడు జాతీయవాద నాయకత్వంలో వున్న ముస్లింలీగు జాతీయ కాంగ్రెస్‌కు, రాజకీయ సమస్యలపై అది నడిపే ఆందోళనకు పూర్తి మద్దతునిచ్చింది. ఇక లోకమాన్య తిలక్, గాంధీజీతో సహా కాంగ్రెస్ నాయకులు ఖిలాఫత్ ఆందోళనను హిందూ ముస్లిం ఐక్యతని దృఢతరం చేసేందుకు, ముస్లిం జన బాహుళ్యాన్ని జాతీయోద్యమంలోకి రప్పించేందుకు లభించిన సువర్ణావకాశంగా పరిగణించారు. హిందువులు, ముస్లిములు, సిక్కులు, క్రైస్తవులు, పెట్టుబడిదారులు, కార్మికులు, రైతులు, చేతివృత్తులవారు, మహిళలు, యువకులు, తెగల ప్రజలు, ఇంకా వివిధ ప్రాంతాలకు చెందిన ప్రజలు - వారి వారి డిమాండ్లను పోరాడే అనుభవాల ద్వారా, విదేశీ ప్రభుత్వం వారందరి ప్రయోజనాలకు ప్రతికూలంగా వుందని గమనించడం ద్వారా జాతీయోద్యమంలోకి వస్తారని గుర్తించారు. గాంధీజీ ఖిలాఫత్ ఉద్యమాన్ని హిందూ ముస్లిముల్ని ఐక్యం చేయడానికి 100 సంవత్సరాల వరకు రాని అవకాశంగా భావించారు. ఖిలాఫత్ సమస్య రాజ్యాంగ సంస్కరణ సమస్య. పంజాబు అత్యాచారాల సమస్యని కప్పివేసిందని, టర్కీ శాంతి షరతులు ముస్లిముల్ని సంతృప్తి పరచకపోతే తాను సహాయ నిరాకరణోద్యమానికి నాయకత్వం వహిస్తానని గాంధీజీ ప్రకటించాడు. గాంధీజీ ఖిలాఫత్ ఉద్యమ నాయకులలో ఒకడయ్యాడు.

ఇక ప్రభుత్వం రౌలట్ చట్టాన్ని రద్దుచేసేందుకు గాని, పంజాబు తప్పులను సరిదిద్దుకోవడానికి గాని స్వయం పరిపాలనని కోరుతున్న జాతీయవాదుల్ని సంతృప్తి పరచేందుకుగాని నిరాకరించింది. 1920 జూన్‌లో అల్హాబాద్‌లో జరిగిన అఖిలపక్ష సమావేశం పాఠశాలల్ని, కళాశాలలన్ని, కోర్టుల్ని బహిష్కరించాలనే కార్యక్రమాన్ని ఆమోదించింది. ఖిలాఫత్ కమిటీ 1920 ఆగస్టు 31న సహాయ నిరాకరణోద్యమాన్ని ప్రారంభించింది.

1920 సెప్టెంబరులో కాంగ్రెస్ కలకత్తాలో ప్రత్యేక సదస్సు జరుపుకొన్నది. అంతకుముందు కొద్దివారాల క్రితం ఆగస్టు 1న 64 సంవత్సరాల లోకమాన్య తిలక్ చనిపోవడం కాంగ్రెస్‌కి పెద్ద దెబ్బ. కాని కాంగ్రెస్‌లో ఆయన స్థానంలోకి గాంధీజీ, సి.ఆర్. దాస్, మోతీలాల్ నెహ్రూ వచ్చారు. పంజాబు ఖిలాఫత్ తప్పుల్ని సరిదిద్దుకోనడం, స్వరాజ్యం సాధించడం - జరిగే వరకు ప్రభుత్వంతో సహాయ నిరాకరణ పాటించాలనే గాంధీ పథకాన్ని కాంగ్రెస్ ఆమోదించింది. ప్రభుత్వ విద్యా సంస్థల్ని న్యాయస్థానాలను చట్ట సభలను బహిష్కరించమని ప్రజలకు విజ్ఞప్తి చేసింది. విదేశీ వస్త్రాలను ప్రభుత్వ బిరుదుల్ని త్యజించమని, నూలు వడికి ఖద్దరు ఉత్పత్తి చేయమని కోరింది. ఆ తరువాత కార్యక్రమంలో ప్రభుత్వ ఉద్యోగాలకు రాజీనామా, సామూహిక శాసనోల్లంఘన, పన్నుల చెల్లింపు నిరాకరణ కూడా చేర్చబడ్డాయి. ఎన్నికల

నుండి కాంగ్రెస్ అభ్యర్థులు విరమించుకొన్నారు. ప్రజలు కూడా ఎన్నికలను బహిష్కరించారు. ప్రభుత్వాన్ని, ప్రభుత్వ చట్టాలను అత్యంత శాంతియుత పద్ధతులలో తిరస్కరించాలనే ఈ నిర్ణయానికి 1920 డిసెంబరు నాగపూర్ కాంగ్రెస్ సదస్సు ఆమోదం తెలిపింది. "బ్రిటిషు వారు న్యాయం చేయకపోతే సామ్రాజ్యాన్ని ధ్వంస చేయటం ప్రతీ భారతీయుని కర్తవ్యమవుతుందని బ్రిటిషు వారు గుర్తించాలి" అని నాగపూర్ కాంగ్రెస్ సదస్సులో గాంధీజీ హెచ్చరించాడు. నాగపూర్ సదస్సు కాంగ్రెస్ నిర్మాణ నిబంధనలలో మార్పులు చేసింది. రాష్ట్ర కాంగ్రెస్ కమిటీలు భాషల ప్రాంతాల ప్రాతిపదికన పునర్నిర్మించబడ్డాయి. అధ్యక్షుడు, కార్యదర్శులతో సహా 15 మంది సభ్యులతో కూడిన కార్యవర్గం కాంగ్రెస్‌కి నాయకత్వం వహిస్తుంది. ఇది కాంగ్రెస్‌ని నిరంతర రాజకీయ సంస్థగా పనిచేయించగలుగుతుంది. దాని తీర్మానాలను అమలు జరపడానికి అవసరమైన యంత్రాంగాన్ని సమకూర్చుతుంది. కాంగ్రెస్‌ని దేశవ్యాప్తంగా బస్తీలకు, పల్లెలకు మారు మూలలకు తీసుకుపోవలసి వున్న గ్రామీణ, పట్టణ పేదలు సభ్యులుగా చేరేందుకు వీలుగా సభ్యత్వ రుసుం 4 అణాల (రూపాయలో నాల్గవవంతు)కు తగ్గించబడింది.

ఇపుడు కాంగ్రెస్ స్వభావమే మారిపోయింది. స్వతంత్రం కొరకు జరిగే జాతీయ పోరాటంలో కాంగ్రెస్ జనబాహుళ్యం యొక్క నాయకుడయింది. నిర్వాహకుడయింది. అంతటా ఆనందం ఉత్సాహం వెల్లివిరిసాయి. రాజకీయ స్వతంత్రం కొన్ని సంవత్సరాలు గడిచిన తరువాత రావచ్చు. కాని ప్రజలు తమ బానిస భావాలను వదిలించుకోవడం ప్రారంభించారు. భారతదేశం పీల్చేగాలే మారిపోయినట్లయింది. గాఢ నిద్ర నుండి ప్రజలు మేల్కొనడం మొదలయింది. ఆ రోజుల ఆనందం, ఉత్సాహం అంతావేరు. అంతేగాక హిందువులు, ముస్లింలు భుజం భుజం కలిపి నడుస్తున్నారు. అదే సమయంలో కొందరు పాత నాయకులు కాంగ్రెస్ వదలివెళ్ళారు. జాతీయోద్యమం తీసుకొన్న కొత్త మలుపు వారికి నచ్చలేదు. వారికి అప్పటికి చట్టం నాలుగు గోడలకు పరిమితమయ్యే సాంప్రదాయ ఆందోళనా పద్దతులు కార్యకలాపాలపై విశ్వాసం వుంది. ప్రజల సమీకరణ, హర్తాళ్ళు, సమ్మెలు, సత్యాగ్రహాలు, చట్టాల ఉల్లంఘున, జైళ్ళకు సంసిద్ధత లాంటి అతివాద పోరాట రూపాల్ని వారు వ్యతిరేకించారు. ఈ కాలంలో మహమ్మదాలీ జిన్నా, జి.ఎస్.ఖపర్డే, బిపిన్ చంద్రపాల్, అనిబిసెంట్, కాంగ్రెస్‌ను వదిలివెళ్ళిన ప్రముఖులలో కొందరు.

1921, 1922 సంవత్సరాలలో గతంలో ఎన్నడూలేనంతగా ప్రజలు కదిలారు. వేలాది మంది విద్యార్థులు ప్రభుత్వ పాఠశాలల్ని, కళాశాలల్ని వదిలి జాతీయ పాఠశాలలు, కళాశాలల్లో చేరారు. ఈ కాలంలో జామియా మిలియా ఇస్లామియా (జాతీయ ముస్లిం విశ్వ విద్యాలయం) అలీఘర్, బీహార్ విద్యాపీఠ్, కాశీ విద్యాపీఠ్,

గుజరాత్ విద్యాపీఠ్‌లు ప్రారంభించబడ్డాయి. జామియా మిలియా ఆ తరువాత ఢిల్లీకి మార్చబడింది. ఆచార్య నరేంద్ర దేవ్, డాక్టర్ జాకిర్ హుస్సేన్, లాలాలజపతిరాయ్‌లు ఈ కళాశాలల్లో, విశ్వవిద్యాలయాల్లో ఆచార్యులుగా పనిచేసిన ప్రముఖులలో కొందరు. దేశబంధుగా ప్రసిద్ధిగాంచిన చిత్తరంజన్‌దాస్, మోతీలాల్ నెహ్రూ, రాజేంద్రప్రసాద్, సైఫుద్దీన్ కిచ్లూ, సి. రాజగోపాలాచారి, సర్దార్ పటేల్, టి. ప్రకాశం, అసఫ్ ఆలి - లాంటి వందలాది మంది విశేషంగా ఆదాయం తెచ్చిపెట్టే న్యాయవాద వృత్తిని త్యజించారు. సహాయ నిరాకరణోద్యమానికి డబ్బు సమకూర్చడానికి తిలక్ స్వరాజ్‌నిధి ప్రారంభించబడింది. ఆరు నెలల లోపలే కోటి రూపాయలకు పైగా విరాళాలందాయి. మహిళలు ఆసక్తిగా ముందుకువచ్చి నగలిచ్చారు. విదేశీ వస్త్ర బహిష్కరణ ప్రజా ఉద్యమమయింది. దేశమంతటా విదేశీ వస్త్రాలు తగులబెట్టారు. ఖాదీ స్వతంత్రానికి సంకేతమయింది. ముస్లిమెవరూ బ్రిటీషిండియా సైన్యంలో పనిచేయరాదని ప్రకటిస్తూ అఖిల భారత ఖిలాఫత్ కమిటీ 1921 జులైలో తీర్మానం చేసింది. సెప్టెంబరులో ఆలీ సోదరులు దేశద్రోహం నేరం క్రింద నిర్బంధింపబడ్డారు. వెంటనే గాంధీజీ ఇదే తీర్మానాన్ని వందలాది సమావేశాలలో చేయమని పిలుపునిచ్చాడు. భారతదేశాన్ని సామాజికంగా ఆర్థికంగా రాజకీయంగా అధోగతి పాల్జేసిన బ్రిటిష ప్రభుత్వంలో భారతీయుడెవ్వరూ పనిచెయ్యరాదని 50 మంది అఖిల భారత కాంగ్రెస్ కమిటీ సభ్యులు ప్రకటన చేశారు. కాంగ్రెస్ కార్యవర్గం కూడా అలాంటి ప్రకటన చేసింది.

కాంగ్రెస్ ఉద్యమాన్ని ఉన్నతస్థాయికి తీసుకుపోవాలని నిర్ణయించింది. ప్రజలు సన్నద్ధంగా వున్నట్లు భావిస్తే శాసనోల్లంఘన, పన్నుల చెల్లింపు నిరాకరణతోపాటు బ్రిటిష చట్టాలు ఉల్లంఘన ప్రారంభించవలసిందిగా రాష్ట్ర కాంగ్రెస్ కమిటీలకు అనుమతి ఇచ్చింది.

కాంగ్రెస్ ఖిలాఫత్ కార్యకర్తలు కలిసి కవాతు చేస్తూ హిందూ, ముస్లిముల మధ్య ఐక్యత పెంచుకొనడానికి చేపట్టిన చర్యలు చట్టవిరుద్ధమైనవిగా ప్రభుత్వం ప్రకటించింది. 1921 సంవత్సరాంతానికి గాంధీజీ తప్ప ఇతర ముఖ్య నాయకులు, మరి 3,000 మంది జైళ్ళలో నిర్బంధింపబడ్డారు. 1921 నవంబరులో బ్రిటిష సింహాసనానికి వారసుడైన వేల్సు యువరాజు భారతదేశాన్ని సందర్శించారు. ప్రజలకు, సంస్థానాధీశులకు ప్రభుత్వం పట్ల విధేయతని బోధించవలసిందిగా ప్రభుత్వం యువరాజుని అర్థించింది. యువరాజు సందర్శనని నిరసిస్తూ పెద్ద ఎత్తున ప్రదర్శనలు జరిగాయి. బొంబాయిలో ప్రదర్శనను అణచివేసేందుకు జరిపిన కాల్పులలో 53 మంది హతులయ్యారు. 400 మందికిపైగా గాయపడ్డారు. పంజాబు ఖిలాఫత్ తప్పిదాలు సరిదిద్దబడే వరకుస్వరాజ్యం సిద్ధించే వరకు అహింసాయుత సహాయ నిరాకరణ

కార్యక్రమం గతంలో కంటే పట్టుదలగా కొనసాగించాలని 1921 డిసెంబరులో అహమ్మదాబాద్ కాంగ్రెస్ సదస్సు తీర్మానించింది. ప్రజలు ముఖ్యంగా విద్యార్థులు స్వచ్ఛందంగా పెద్ద ఆర్భాటం లేకుండా అరెస్టులకు సిద్ధపడాలని తీర్మానం కోరింది. సత్యాగ్రహులందరూ అహింసాయుతంగా ఉంటామని, హిందువులు, ముస్లిములు, సిక్కులు, పార్శీలు, క్రైస్తవులు, యూదుల మధ్య ఐక్యత పెంపొందిస్తామని, స్వదేశీ పాటిస్తామని, ఖద్దరు మాత్రమే ధరిస్తామని ప్రమాణం చేయవలసి వుంటుంది. హిందూ వాలంటీరు అంటరానితనానికి వ్యతిరేకంగా పోరాడాలి. ప్రజలు వీలుపడినపుడు అహింసా పద్ధతులలో వ్యక్తిగత లేక సామూహిక శాసనోల్లంఘన కార్యక్రమాలు నిర్వహించాలని కాంగ్రెస్ తీర్మానం కోరింది.

ప్రజలు మరొక పోరాట పిలుపు కొరకు అసహనంతో నిరీక్షించారు. ఉద్యమం ప్రజలలోకి చొచ్చుకుపోయింది. ఉత్తరప్రదేశ్, బెంగాల్‌లలో వేలాది మంది రైతులు సహాయ నిరాకరణ పిలుపుకి స్పందించారు. ఉత్తరప్రదేశ్‌లోని కొన్ని ప్రాంతాలలో రైతులు చట్టవిరుద్ధమైన బకాయిలు చెల్లించ నిరాకరించారు.

పంజాబులో గురుద్వారాల నుండి అవినీతి మహంతలను తొలగించాలని అహింసాయుతంగా అకాలీ ఉద్యమం నడిపారు. అస్సాంలో టీ తోటల కార్మికులు సమ్మె చేశారు. మిద్నపూర్ రైతులు యూనియన్ బోర్డు టాక్సులు చెల్లించ నిరాకరించారు. గుంటూరు జిల్లాలో దుగ్గిరాల గోపాలకృష్ణయ్య శక్తివంతమైన ఉద్యమం నడిపారు. చీరాల ప్రజలు మునిసిపల్ పన్నులు చెల్లించకుండా పట్టణం ఖాళీచేసి వెళ్ళారు. పెదనందిపాడులో గ్రామాధికారులందరూ రాజీనామా చేశారు. మలబారు (ఉత్తర కేరళ)లో మోప్లాలు లేక ముస్లిం రైతులు బలమైన జమిందారీ వ్యతిరేక ఉద్యమం సాగించారు. "సహాయ నిరాకరణోద్యమం పట్టణాలోని దిగువ తరగతులపై చాలా ప్రభావం చూపింది. కొన్ని ప్రాంతాలలో, ప్రత్యేకించి అస్సాంలోయ ప్రాంతాలలో యునైటెడ్ ప్రావిన్స్, బీహారు, ఒరిస్సా, బెంగాలులలో రైతాంగం ప్రభావితమయింది" అని వివరిస్తూ 1919 ఫిబ్రవరిలో భారత రాజ్య కార్యదర్శికి వైస్రాయి లేఖ రాశాడు. 7 రోజులలో రాజకీయ ఖైదీలను విడుదల చేయకపోతే, ప్రభుత్వ నియంత్రణ నుండి పత్రికలకు స్వేచ్ఛ కల్పించకపోతే పన్నుల చెల్లింపుల నిలుపుదలతో సహా సామూహిక శాసనోల్లంఘన ప్రారంభిస్తామని గాంధీజీ 1922 ఫిబ్రవరి 1న ప్రకటించాడు.

కాని ఈ పోరాటం తీవ్రత ఒక సంఘటన కారణంగా వెనుకపట్టు పట్టింది. ఉత్తరప్రదేశ్‌లో గోరఖ్‌పూర్ జిల్లాలోని చౌరీ చౌరా గ్రామంలో 3,000 మంది రైతులతో నిర్వహిస్తున్న కాంగ్రెస్ ప్రదర్శనపై ఫిబ్రవరి 5న పోలీసులు కాల్పులు జరిపారు. కోపోద్రిక్తులైన ప్రజలు పోలీసు స్టేషన్‌పై దాడి చేసి తగులబెట్టారు. 22 మంది పోలీసులు హతులయ్యారు. అంతకుముందు కూడా దేశంలోని, పలు ప్రాంతాలలో

హింసాయుత ఘటనలు జరిగాయి. ఈ ఉద్రిక్త పరిస్థితులలో ఉద్యమం హింసాయుత రూపం తీసుకుంటుందని గాంధీజీ ఆందోళన చెందాడు. అహింసని ఆచరించడం జాతీయవాద కార్యకర్తలు సరిగా అర్థం చేసుకోలేదని, నేర్చుకోలేదని గాంధీజీ నమ్మాడు. అహింసని పాటించకపోతే సహాయ నిరాకరణ జయప్రదం కాలేదని ఆయన విశ్వసించాడు. ప్రభుత్వ అణచివేతను ప్రతిఘటించేందుకు ప్రజలు తగినంత బలాన్ని సమకూర్చుకోలేదని, హింసాయుత ఉద్యమాన్ని ప్రభుత్వం సులభంగా అణచివేయగలుగుతుందనీ ఆయన నమ్మాడు. ఆ కారణంతో జాతీయోద్యమాన్ని ఆపివేయాలని నిర్ణయించాడు. కాంగ్రెస్ కార్యవర్గం గుజరాతులోని బర్దోలిలో ఫిబ్రవరి 12న సమావేశమయింది. చట్టాలను ఉల్లంఘించడానికి దారితీసే కార్యకలాపాలన్నింటినీ ఆపివేస్తూ తీర్మానం చేసింది. కాంగ్రెస్ కార్యకర్తలు వారి కాలాన్ని ఖద్దరు, జాతీయ పాఠశాలలు, అస్పృశ్యతా నివారణ, హిందూ ముస్లిం ఐక్యతలకు ప్రచారం లాంటి నిర్మాణాత్మక కార్యక్రమానికి వెచ్చించాలని కోరింది.

బార్డోలి తీర్మానం దేశం మొత్తాన్ని దిగ్భ్రమకి గురిచేసింది. గందరగోళ పడిన జాతీయ వాదుల నుండి మిశ్రమ స్పందన వ్యక్తమయింది. వెనుకంజ వేయటం పోరాట వ్యూహంలో ఒక భాగమని కొందరు గాంధీజీపై గల అపారమైన విశ్వాసంతో నమ్మారు. మరికొందరు ప్రత్యేకించి యువ జాతీయవాదులు వెనుకంజ నిర్ణయాన్ని నిరసించారు. ప్రజాదరణ పొందిన యువ నాయకులలో ఒకరైన సుభాష్‌బోస్ తన స్వీయ చరిత్ర "ది ఇండియన్ స్ట్రగుల్"లో ఇలా రాశాడు :

"ప్రజల ఉత్సాహం అత్యున్నత స్థాయికి చేరుతున్నపుడు వెనుకంజ వేయమని ఆదేశించడం జాతీయ ఉపద్రవం కంటే తక్కువది కాదు. జైలులో వున్న మహాత్ముని ముఖ్యమైన అనుచరులైన దేశబంధు దాస్, పండిట్ మోతీలాల్ నెహ్రూ, లాలాలజపతిరాయ్ ప్రజల నిరసనలో పాలు పంచుకొన్నారు. అపుడు నేను దేశబంధుతో వున్నాను. మహాత్మాగాంధీ మాటి మాటికి అస్తవ్యస్తం చేయటం పట్ల ఆయన కోపంతో దుఃఖంతో వుండటాన్ని నేను చూడగలిగాను".

జవహర్‌లాల్ నెహ్రూ లాంటి చాలా మంది యువ నాయకుల నుండి కూడా అలాంటి స్పందనే వ్యక్తమయింది. కాని ప్రజలకు నాయకులకూ గాంధీపట్ల విశ్వాసం ఉంది. కనుక బాహాటంగా అవిధేయత ప్రకటించలేకపోయారు. అసమ్మతి తెలుపకుండా ఆయన నిర్ణయాన్ని ఆమోదించాడు. మొదటి సహాయ నిరాకరణ శాసనలోల్లంఘనోద్యమం ఆ విధంగా ముగిసింది. పరిస్థితిని పూర్తిగా అవకాశంగా తీసుకొని ఉద్యమాన్ని కాలరాయాలని ప్రభుత్వం నిర్ణయించటంతో నాటకంలోని చివరి అంకం ప్రారంభమయింది. ప్రభుత్వం మహాత్మాగాంధీని 1922 మార్చి 10న అరెస్టు చేసింది. ప్రభుత్వంపై అవిధేయత ప్రచారం చేస్తున్నట్లు ఆరోపించింది. కోర్టులో విచారణ

జరిగింది. విచారణ తరువాత 6 సం॥ల కారాగారవాస శిక్ష విధించబడింది. కోర్టులో గాంధీ చారిత్రాత్మక ప్రకటన చేశాడు. అభియోగం మేరకు నేరాన్ని అంగీకరిస్తూ "చట్టం రీత్యా బాహాటమైన నేరం గనుక నాకు అత్యంతమైన కఠిన శిక్ష విధించండి. కానీ యిది పౌరునిగా నాకు అత్యున్నతమైన బాధ్యతగా గోచరిస్తుంది" అన్నాడు. బ్రిటిషు పాలనకు మద్దతుదారుగా వున్న తాను, దానికి తీవ్రమైన విమర్శకుడిగా మారిన రాజకీయ పరిణామాన్ని వివరించారు : ఇంకా ఇలా చెప్పాడు.

"బ్రిటిషు పాలన భారతదేశాన్ని రాజకీయంగా, ఆర్థికంగా గతంలో ఎన్నడూ లేనంత నిస్సహాయ స్థితికి నెట్టివేసింది. నిరాయుధమైన భారతదేశానికి దాడిని ప్రతిఘటించే శక్తి వుండదు. కరువు కాటకాలను తట్టుకొనే శక్తి లేని పేద దేశమయింది. అర్థాకలితో అలమటిస్తున్న జీవచ్ఛవాలుగా మారుతున్నారని పట్టణ ప్రజలకు తెలియదు. వారికి గల అంతంత మాత్రం వసతి కూడా విదేశీ దోపిడీదారుకి చేస్తున్న సేవలకు ఫలితంగా దక్కుతున్న దళారీ రుసుమని, లాభాలు, దళారీ రుసుము ప్రజల నుండి పిండబడుతున్నాయని తెలియదు. బ్రిటిషిండియాలో చట్టబద్ధంగా ఏర్పాటుచేయబడిన ప్రభుత్వం ప్రజాబాహుళ్యాన్ని దోచుకొనడానికేనని వారు గుర్తించలేదు. గ్రామాలలో కంటికి కనపడే అస్థిపంజరాల సాక్ష్యాన్ని ఏ కుతర్కమూ, ఏ అంకెలగారడీ వివరించలేదు. నా అభిప్రాయం ప్రకారం చట్టబద్ధపాలన దోపిడీదారుడికి కాపలా కుక్కలా పనిచేస్తుంది. పెద్ద దురదృష్టమేమిటంటే ఇంగ్లీషువారు, వారికి పాలనలో సహకరిస్తున్న భారతీయులు నేను వివరించ యత్నిస్తున్న నేరంలో తెలిసో తెలియకో భాగస్వాములవుతున్నారు. ప్రపంచంలోనే చెప్పుకోదగిన గొప్ప పాలనా వ్యవస్థ నడుపుతున్నామని, భారతదేశం క్రమబద్దంగా నెమ్మదిగా అభివృద్ధి చెందుతుందని చాలా మంది ఇంగ్లీషువారు, భారతీయ అధికారులు నిజంగానే నమ్ముతున్నారు.

ఖిలాఫత్ సమస్య ప్రాధాన్యత కోల్పోయింది. టర్కీ ప్రజలు ముస్తఫా కమల్ పాషా నాయకత్వంలో తిరుగుబాటు చేసి 1922 నవంబరులో సుల్తాన్ రాజకీయాధికారాన్ని కైవశం చేసుకొన్నారు. కమాల్ పాషా టర్కీ ఆధునీకరణకు, దానిని లౌకిక రాజ్యం చేసేందుకు చాలా చర్యలు చేపట్టాడు. అతడు ఖలీఫా వ్యవస్థని రద్దుచేశాడు. రాజ్యాంగం నుండి ఇస్లాంని తొలగించి రాజ్యాన్ని మతం నుండి వేరు చేశాడు. అతడు విద్యను జాతీయం చేశాడు. మహిళలకు విస్తృతమైన హక్కులు కల్పించాడు. యూరోపియన్ నమూనాలో న్యాయ స్మృతుల్ని ప్రవేశపెట్టాడు. వ్యవసాయాభివృద్ధికి ఆధునిక పరిశ్రమలు ప్రవేశపెట్టడానికి చర్యలు చేపట్టాడు. ఈ చర్యలు ఖిలాఫత్ ఉద్యమం వెన్నువిరిచాయి.

ఖిలాఫత్ ఆందోళన సహాయ నిరాకరణోద్యమానికి చాలా

తోడ్పాటునందించింది. అది పట్టణ ముస్లిముల్ని జాతీయోద్యమంలోకి తీసుకువచ్చింది. దేశంలో ఆ రోజులలో వెల్లివిరిసిన జాతీయవాద సంరంభానికి అదీ కొంత కారణమైంది. అది మతాన్ని రాజకీయాలతో కలగలిసినందుకు కొందరు చరిత్రకారులు విమర్శించారు. ఫలితంగా మత చైతన్యం రాజకీయాలకు విస్తరించిందని, కాలక్రమేణా మతతత్వ శక్తులు బలపడ్డాయని వారంటారు. ఇది ఒక మేరకు వాస్తవం. జాతీయోద్యమం ముస్లిముల్ని మాత్రమే ప్రభావితం చేసే సమస్య చేపట్టడంలో తప్పులేదు. సమాజంలోని వివిధ సెక్షన్ల స్వేచ్ఛ యొక్క ఆవశ్యకతను వారి వారి ప్రత్యేక డిమాండ్లు అనుభవాల ద్వారా అవగతం చేసుకోవడం అనివార్యమవుతుంది. కాని జాతీయవాద నాయకత్వం ముస్లిముల మత రాజకీయ చైతన్యాన్ని లౌకిక రాజకీయ చైతన్య స్థాయికి పెంచడంలో కొంత వరకు విఫలమయింది. అదే సమయంలో ఖిలాఫత్ ఆందోళన ఖలీఫా పట్ల ముస్లిముల ఆందోళన కంటే ఇంకా విస్తృతమైన ముస్లిముల మనోభావాలకు ప్రాతినిధ్యం వహించింది. ఇది ముస్లిములలో సామ్రాజ్యవాద వ్యతిరేక భావాల విస్తృతికి తోడ్పడింది. 1924లో కమాల్ పాషా ఖలీషా వ్యవస్థని రద్దు చేసినపుడు భారతదేశంలో ఎలాంటి నిరసన వ్యక్తం కాలేదు.

సహాయ నిరాకరణ, శాసనోల్లంఘనోద్యమం విఫలమైనప్పటికీ ఈ దశలో జాతీయోద్యమం అనేక విధాలుగా బలపడడం గమనార్హం. జాతీయభావాలు, జాతీయోద్యమం ఇప్పటికి దేశం మారుమూలలకు చేరాయి. లక్షలాది రైతులు చేతివృత్తుల వారు పట్టణ పేదలు జాతీయోద్యమంలో తీసుకురాబడ్డారు. విస్తృత ప్రజానీకం యొక్క ఈ రాజకీయీకరణ భారత జాతీయోద్యమానికి విప్లవ స్వభావం సంతరించి పెట్టింది.

బ్రిటిషుపాలన రెండు భావాల ప్రాతిపదికన సాగింది. బ్రిటిషు పాలకులు భారత ప్రజల శ్రేయస్సు కొరకు పాలన సాగించారు. బ్రిటిషు రాజ్యం అజేయమూ, పడదోయడానికి సాధ్యపడనిది. మనం ఇంతకు ముందు గమనించిన విధంగా వలస పాలనపై పెరిగిన బలమైన ఆర్థిక విమర్శతో మితవాదులు బ్రిటిషు పాలనని సవాలు చేశారు. ఇపుడు జాతీయోద్యమం ప్రజలలోకి చొచ్చుకుపోయిన దశలో యువ ఆందోళనకారులు ఉపన్యాసాలు, కరపత్రాలు, నాటకాలు, పాటలు, ప్రభాతభేరీలు, వార్తాపత్రికల ద్వారా ప్రజలలోకి ఆర్థిక విమర్శలను తీసుకుపోయి ప్రచారం చేశారు.

సత్యాగ్రహం, ప్రజా పోరాటం బ్రిటిషు పాలనపై అజేయమని సవాలు చేశాయి. జవహర్‌లాల్ నెహ్రూ 'డిస్కవరీ ఆఫ్ ఇండియా'లో రాసినట్లుగా :

"ఆయన (గాంధీజీ) బోధనల సారాంశం నిర్భయం. కేవలం శారీరకంగా ధైర్యం మాత్రమే, కాక మనస్సులో కూడా భయం లేకుండటం... బ్రిటిషు పాలన క్రింద భారతదేశంలో సహజాతోద్వేగం, భయం, అంతటా వ్యాపించి అణచివేసే,

ఉక్కిరిబిక్కిరి చేసే భయం, సైన్యం భయం, పోలీసుల భయం, గూఢచారి భయం, అధికార వర్గ భయం అణచివేసి నిర్బంధించే చట్టాల భయం, భూస్వాముల ఏజెంట్ల భయం, వడ్డీ వ్యాపారి భయం, నిరుద్యోగం, కడుపుమంట భయం, నిరంతరం గుమ్మంలో పొంచివున్న, అంతటా పరచుకొని వున్న ఈ భయానికి వ్యతిరేకంగా గాంధీజీ ప్రశాంతమైన దృఢ నిశ్చయంతో కూడిన గళమెత్తి 'భయపడవద్దు' అని ఉద్బోధించాడు".

సహాయ నిరాకరణోద్యమంతో భారత ప్రజలు భయాన్ని తరిమేశారు.. బ్రిటిష పాలన పాశవిక బలం ఇక ఏ మాత్రం వారిని భయపెట్టలేదు. ప్రజలు పరాజయాలు వెనుకంజలతో చలించని అద్భుతమైన ఆత్మవిశ్వాసం పొందారు. ప్రజల ఆత్మవిశ్వాసాన్ని గాంధీజీ ఇలా ప్రకటించాడు. "1920లో ప్రారంభమైన పోరాటం చివరి వరకూ సాగుతుంది. పోరాటం ఒక నెల జరగవచ్చు లేక ఒక సంవత్సరం జరగవచ్చు. లేదా చాలా నెలలు లేదా చాలా సంవత్సరాలు కావచ్చు."

స్వరాజ్యవాదులు

భారత రాజకీయాలలో 1922-28 కాలంలో పెద్ద పరిణామాలు సంభవించాయి. సహాయ నిరాకరణోద్యమ విరమణ జాతీయవాదులలో నిరుత్సాహానికి దారి తీసింది. అంతేగాక ఉద్యమం స్తబ్దతలోకి జారిపోకుండా ఎలా నివారించాలో నిర్ణయించవలసిన నాయకుల మధ్య తీవ్రమైన విభేదాలు తలెత్తాయి. ఒక ఆలోచనా ధోరణికి నాయకత్వం వహించిన సి.ఆర్.దాస్, మోతీలాల్ నెహ్రూలు మారిన పరిస్థితులలో నూతన రాజకీయ కార్యకలాపాల పద్ధతిని సూచించారు. వారు చెప్పిన పద్ధతి ఇది : జాతీయవాదుల చట్ట సభల బహిష్కరణని విరమించి వాటిలో ప్రవేశించి కార్యకలాపాలను అడ్డుకోవాలి. వాటి బలహీనతలను బహిర్గతం చేయాలి. వాటిని రాజకీయ పోరాట వేదికలుగా మార్చాలి. ఆ విధంగా ప్రజల ఆసక్తిని చైతన్యాన్ని రగుల్కొలపాలి. ఇక మార్పులు కోరనివారు (No Changes) గా పిలవబడిన సర్దార్ వల్లభాయ్ పటేల్, డాక్టర్ అన్సారి, బాబూ రాజేంద్ర ప్రసాద్ తదితరులు చట్టసభల ప్రవేశాన్ని వ్యతిరేకించారు. చట్టసభల రాజకీయాలు ప్రజలలో కార్యాచరణ పట్ల అలసత్వాన్ని పెంచుతాయని, జాతీయవాద ఆకాంక్షని బలహీనపరుస్తాయని, నాయకులలో వైషమ్యాల్ని సృష్టిస్తాయని వారు హెచ్చరించారు. కాబట్టి నూలు వడకటం, స్వయం పోషణ, హిందూ ముస్లిం ఐక్యత, అంటరానితనం నిర్మూలన, గ్రామాలలో పేదల కొరకు పనిచేయటం లాంటి నిర్మాణాత్మక కార్యక్రమాలను కొనసాగించాలన్నారు. ఇది మరొకసారి ప్రజా పోరాటానికి దేశాన్ని సన్నద్ధం చేస్తుందన్నారు. 1922 డిసెంబరులో సి.ఆర్. దాస్, మోతీలాల్ నెహ్రూలు కాంగ్రెస్... ఖిలాఫత్ స్వరాజ్యపార్టీని స్థాపించారు. దీనికి సి.ఆర్. దాస్ అధ్యక్షుడు. మోతీలాల్ నెహ్రూ కార్యదర్శులలో

ఒకరు. కొత్త పార్టీ కాంగ్రెస్‌లో ఒక గ్రూపుగా పనిచేస్తుంది. ఇది కాంగ్రెస్ కార్యక్రమాన్ని ఆమోదించింది. కాని ఎన్నికలలో పాల్గొంటుంది.

ఇపుడు స్వరాజ్యవాదులు, యధాతథవాదులు తీవ్రమైన రాజకీయ వైరుధ్యంలో చిక్కుకొన్నారు. ఆరోగ్య కారణాలరీత్యా జైలు నుండి 1924 ఫిబ్రవరి 24న విడుదలైన గాంధీజీ ఐక్యత కొరకు చేసిన ప్రయత్నాలు విఫలమయ్యాయి. ఇరుపక్షాలు చీలికను నివారించాలని కృతనిశ్చయానికి వచ్చాయి. గాంధీ సలహా మేరకు రెండు గ్రూపులు వేర్వేరు పద్ధతులలో పనిచేస్తున్నప్పటికీ కాంగ్రెస్‌లో వుండటానికి అంగీకరించాయి.

ముందస్తుగా సన్నద్ధం కావడానికి అంతగా వ్యవధి లేకపోయినప్పటికీ స్వరాజ్యవాదులు 1923 నవంబరు ఎన్నికలలో మంచి ఫలితాలు సాధించారు. కేంద్ర శాసనసభకు గల 101 స్థానాలకు గాను, 42 స్థానాలలో విజయం సాధించారు. రాష్ట్ర శాసనసభలలో కూడా స్వరాజ్యపార్టీ అభ్యర్థులు అదేవిధంగా గెలిచారు. స్వయం పరిపాలన, పౌర స్వేచ్ఛ, పారిశ్రామికాభివృద్ధి సమస్యలపై శక్తివంతమైన ఉపన్యాసాల ద్వారా ఆందోళన సాగించారు. 1925 మార్చిలో ప్రముఖ జాతీయ నాయకుడైన విఠల్ భాయ్ జె. పటేల్‌ని కేంద్ర శాసనసభ అధ్యక్షుని (Speaker) గా ఎన్నిక చేయడంలో విజయం సాధించారు. జాతీయోద్యమం తన బలాన్ని కూడగట్టుకుంటున్న ఆ కాలంలో రాజకీయ శూన్యతని పూరించారు. సంస్కరణల చట్టం 1919లోని డొల్లతనాన్ని బహిర్గతం చేశారు. కాని భారత ప్రభుత్వ నిరంకుశ విధానాలను మార్చటంలో విఫలమయ్యారు. మొదట 1926 మార్చిలో, తరువాత 1930 జనవరిలో కేంద్ర శాసనసభ నుండి వాకౌట్ చేయడం అవసరమనీ భావించారు.

ఈ కాలంలో యధాతథవాదులు నిర్మాణాత్మక కార్యక్రమాన్ని కొనసాగించారు. దేశవ్యాప్తంగా యువకులు, యువతులు చరఖా ఖాదీని ప్రోత్సహించే వందలాది ఆశ్రమాలు నెలకొల్పారు. దిగువ కులాలలో, తెగల ప్రజలలో పనిచేశారు. వందలాది జాతీయ పాఠశాలలు, కళాశాలలు ప్రారంభించబడ్డాయి. అక్కడ యువకులు వలసవాదేతర సైద్ధాంతిక చట్రంలో శిక్షణ పొందారు. అంతేగాక నిర్మాణాత్మక కార్యకర్తలు చురుకైన నిర్వాహకులుగా శాసనోల్లంఘనోద్యమాలకు వెన్నుముకగా పనిచేశారు.

స్వరాజ్యవాదులు, యధాతథవాదులు వారి వారి ప్రత్యేక పద్ధతులలో పని చేసినప్పటికి వారి మధ్య స్నేహ సంబంధాలు కొనసాగాయి. ఒక పక్షం మరొక పక్షపు సామ్రాజ్యవాద వ్యతిరేక స్వభావాన్ని గుర్తించింది. వాటి మధ్య మౌలికమైన వ్యత్యాసం లేదు. అందువల్ల ఆ తరువాత నూతన జాతీయ పోరాటానికి సమయం పరిపక్వమైనపుడు అవి ఏకం కాగలిగాయి. ఈ మధ్య కాలంలో 1925 జూన్‌లో సి.ఆర్.దాస్ మరణంతో జాతీయోద్యమానికి, స్వరాజ్యవాదులకు పెద్ద దెబ్బ తగిలింది.

సహాయ నిరాకరణోద్యమం క్రమంగా తగ్గుముఖం పట్టడంతో ప్రజలు నిస్పృహ చెందారు. మతతత్వవాదం వికృత శిరస్సు పైకెత్తింది. పరిస్థితిని అవకాశంగా తీసుకున్న మితవాద శక్తులు తమ భావాల్ని ప్రచారం చేశారు. 1923 తరువాత దేశం పలుమార్లు మత ఘర్షణలతో విలవిలలాడింది. ముస్లింలీగు, హిందూ మహాసభ చురుకుగా కదిలాయి. ఫలితంగా అప్పటివరకు బలపడుతున్న 'అందరూ భారతీయులే' అనే భావానికి ఎదురుదెబ్బ తగిలింది. ప్రముఖ జాతీయవాదులైన మోతీలాల్ నెహ్రూ, సి.ఆర్.దాస్‌లు ముఖ్య నాయకులుగా వున్న స్వరాజ్యపార్టీ కూడా మతతత్వ వాదంతో చీలిపోయింది. మదనమోహన్ మాలవ్య, లాలా లజపతిరాయ్, ఎన్.సి. కేల్కర్‌లతో సహా 'సమాధాన వాదులు'గా పిలువబడిన వారు హిందూ ప్రయోజనాలు పరిరక్షింపబడతాయని ప్రభుత్వంతో సహకరించ సమాయత్తమయ్యారు. మోతీలాల్ నెహ్రూ హిందువుల్ని కించపరుస్తాడని, గోవధకి గోమాంస భక్షణకి అనుకూలుడని ఆరోపించారు. ఇక ముస్లిం మతతత్వ వాదులు కూడా వారికి తీసిపోకుండా స్వలాభం ఆశించి పోరాటానికి దిగారు. "ఎట్టి పరిస్థితులలోనూ ఎల్లవేళలా హిందూ - ముస్లిం ఐక్యత మన సాంప్రదాయంగా వుండాలి" అని మాటి మాటికి ఉద్ఘాటించిన గాంధీజీ జోక్యం చేసుకొని పరిస్థితిని చక్కదిద్దటానికి ప్రయత్నించాడు. గాంధీజీ మత ఘర్షణలలో వ్యక్తమయిన రాక్షసత్వానికి ప్రాయశ్చిత్తంగా 1924 సెప్టెంబరులో మౌలానా అహమ్మదాలీ ఇంటిలో 21 రోజులు నిరాహారదీక్ష చేశాడు. ఆయన ప్రయత్నాలు ఫలించలేదు.

దేశంలో పరిస్థితి అంధకారబంధురమయింది. అంతటా రాజకీయ ఉదాశీనత ఆవరించింది. గాంధీజీ విశ్రాంతిలో వున్నాడు. స్వరాజ్యవాదులు చీలిపోయారు. మతతత్వం పెరిగిపోతుంది. 1927 మేలో ఇలా రాశాడు. 'నా ఒకే ఒక ఆశ ప్రార్థనలో వుంది'. కాని తెరవెనుక జాతీయవాద శక్తులు అభివృద్ధి చెందుతున్నాయి. 1927 సైమన్ కమిషన్ ఏర్పాటు ప్రకటన వెలువడిన వెంటనే భారత దేశం చీకటి తెరలు చించుకొని నూతన రాజకీయ పోరాట దశలోకి ప్రవేశించింది.

పదునాల్గవ అధ్యాయం

స్వరాజ్య సమరం (1927-47)

నూతన శక్తుల ఆవిర్భావం

1927 భారత జాతి పుంజుకుంటున్న సూచనలు కల్పించిన సంవత్సరం. నూతన ధోరణి సోషలిజం ఆవిర్భవించిన సంవత్సరం. మార్క్సిజం ఇతర సోషలిస్టు భావాలు వేగంగా వ్యాపించాయి. రాజకీయంగా ఈ బలమూ,శక్తి, జవహర్‌లాల్‌నెహ్రూ, సుభాష్ చంద్రబోస్‌ల నాయకత్వంలో కాంగ్రెస్‌లో నూతన వామపక్ష ఆవిర్భావంలో వ్యక్తమయింది. వామపక్షం తన దృష్టిని సామ్రాజ్యవాద వ్యతిరేక పోరాటానికి పరిమితం చేయలేదు. పెట్టుబడిదారుల భూస్వాముల అణచివేత సమస్యని ముందుకు తెచ్చింది.

భారత యువతలో కదలిక పెరిగింది. దేశ వ్యాప్తంగా యువజన సంఘాలు ఏర్పడ్డాయి. విద్యార్థుల సదస్సులు జరిగాయి. మొదటి అఖిల భారత బెంగాల్ విద్యార్థుల సదస్సు 1928 ఆగస్టులో జవహర్‌లాల్ నెహ్రూ అధ్యక్షత జరిగింది. ఆ తరువాత పలు విద్యార్థి సంఘాలు ప్రారంభించబడ్డాయి. వందలాది విద్యార్థి యువజన సదస్సులు నిర్వహించబడ్డాయి. అంతేగాక దేశం ఎదుర్కొంటున్న పలు రాజకీయ, ఆర్థిక, సామాజిక సమస్యలకు సమూలమైన మార్పులు తెచ్చే పరిష్కారాన్ని ప్రచారం చేసేందుకు యువ జాతీయవాదులు క్రమంగా సోషలిజం వైపు మరలటం మొదలయింది. వారు సంపూర్ణ స్వరాజ్య కార్యక్రమాన్ని ప్రతిపాదించి ప్రచారం చేశారు. 1920-30 దశాబ్దంలో సోషలిస్టు, కమ్యూనిస్టు గ్రూపులు ప్రారంభమయ్యాయి. రష్యా విప్లవం యువ జాతీయవాదుల ఆసక్తిని పెంచింది. వారిలో చాలా మంది గాంధీజీ రాజకీయ ఆలోచనలు కార్యక్రమాలపట్ల అసంతృప్తి చెందారు : మార్గదర్శకత్వం కొరకు సోషలిస్టు సిద్ధాంతం వైపు మరలారు. కమ్యూనిస్టు ఇంటర్నేషనల్‌కు ఎన్నికైన మొట్ట మొదటి భారతీయుడు ఎం.ఎన్.రాయ్. 1924లో ప్రభుత్వం కమ్యూనిస్టు భావ జాలాన్ని ప్రచారం చేస్తున్నారనే ఆరోపణతో ముజఫర్ అహమ్మద్, ఎస్.ఎ. డాంగేలను నిర్బంధించి,

వారితోపాటు మరికొందరిని కలిపి కాన్పూరు కుట్రకేసు బనాయించి విచారణ జరిపింది. 1925లో కమ్యూనిస్టు పార్టీ స్థాపించబడింది. అంతేగాక దేశంలోని పలు ప్రాంతాలలో కార్మిక, కర్షక పార్టీలు స్థాపించబడ్డాయి. ఈ పార్టీల గ్రూపులు మార్క్సిస్టు, కమ్యూనిస్టు భావాల్ని ప్రచారంచేశాయి. అదే సమయంలో అవి జాతీయోద్యమంలో, జాతీయ కాంగ్రెస్‌లో అంతర్గత భాగాలుగా కొనసాగాయి.

రైతుల కార్మికుల కదలిక మొదలయింది. ఉత్తర ప్రదేశ్‌లో కౌలు చట్టాల మార్పు కొరకు రైతులు పెద్ద ఎత్తున ఆందోళన చేశారు. కౌలుదారులు కౌలురేట్లు తగ్గించాలని, పొలాలు ఖాళీ చేయించకుండా రక్షణ కల్పించాలని, రుణభారం నుండి కొంత ఉపశమనం కల్పించాలని కోరారు. గుజరాత్‌లో భూమిశిస్తు పెంపు ప్రయత్నాలకు వ్యతిరేకంగా రైతులు నిరసన తెలిపారు. ఈ కాలంలోనే ప్రఖ్యాత బార్డోలి సత్యాగ్రహం జరిగింది. 1928లో సర్దార్ వల్లభాయ్ పటేల్ నాయకత్వంలో రైతులు పన్ను చెల్లింపు నిరాకరణ ఉద్యమం చేపట్టి వారి డిమాండు సాధించుకొన్నారు. అఖిల భారత కార్మిక సంఘం (All India Trade Union Congress) నాయకత్వంలో కార్మిక ఉద్యమాలు వేగంగా విస్తరించాయి. 1928లో చాలా సమ్మెలు జరిగాయి. ఖరగ్‌పూర్ రైల్వే వర్కు షాపులో కార్మికులు రెండు నెలలపాటు సమ్మె చేశారు. దక్షిణ భారత రైల్వే కార్మికులు కూడా సమ్మె చేశారు. జంషెడ్‌పూర్ తాతా ఇనుము ఉక్కు కర్మాగారంలో కార్మికులు సమ్మె చేశారు. ఈ సమ్మె పరిష్కారంలో సుభాష్ చంద్రబోస్ కీలక పాత్ర నిర్వహించాడు. ఈ కాలంలో జరిగిన అత్యంత ముఖ్యమైన సమ్మె బొంబాయి జౌళి మిల్లుల్లో జరిగిన దాదాపు 1,50,000 మంది కార్మికులు 5 నెలల పాటు సమ్మె చేశారు. సమ్మె కమ్యూనిస్టుల నాయకత్వంలో జరిగింది. 1928లో 5 లక్షలకుపైగా కార్మికులు సమ్మెలలో పాల్గొన్నారు.

అంతేగాక పెరుగుతున్న విప్లవోద్యమ కార్యకలాపాలు కూడా సోషలిస్టు మలుపు తిరగడం ప్రారంభమయింది. మొదటి సహాయ నిరాకరణోద్యమం వైఫల్యం, విప్లవోద్యమ పునరుద్ధరణకు దారితీసింది. మొదటి అఖిల భారత సదస్సు తరువాత సాయుధ తిరుగుబాటు చేసేందుకు 1924 అక్టోబరులో హిందుస్థాన్ రిపబ్లిక్ అసోసియేషన్ స్థాపించబడింది. ప్రభుత్వం పెద్ద ఎత్తున యువకుల్ని అరెస్టు చేసి కాకోరి కుట్రకేసు (1925) పేరుతో విచారణ జరిపింది. 17 మందికి దీర్ఘకాలిక కారాగార శిక్షలు విధించింది. నలుగురికి యావజ్జీవ ద్వీపాంతర వాస శిక్ష విధించింది. రాంప్రసాద్ బిస్మల్, అష్ఫుబుల్లాలతో సహా నలుగురు ఉరి తీయబడ్డారు. టెర్రరిస్టు యువకులు సోషలిజం భావజాలంతో ప్రభావితులయ్యారు. 1928లో విప్లవకారులు చంద్రశేఖర్

అజాద్ నాయకత్వంలో వారి సంస్థ పేరుని హిందుస్తాన్ సోషలిస్టు రిపబ్లికన్ అసోసియేషన్ (హెచ్.ఎస్.ఆర్.ఎ)గా మార్చుకున్నారు.

వారు క్రమంగా వ్యక్తిగత వీరోచిత, హింసాయుత చర్యల నుండి దూరమవటం మొదలయింది. కాని సైమన్ కమిషన్ వ్యతిరేక ప్రదర్శనపై జరిపిన పాశవిక లాఠీఛార్జి ఒక్కసారిగా మార్పుకి దారితీసింది. లాటీ దెబ్బలతో గొప్ప పంజాబీ నాయకుడు లాలా లజపతిరాయ్ చనిపోయాడు. యువకులు ఆగ్రహావేశాలకు గురయ్యారు. 1928 డిసెంబరు 17న భగత్సింగ్, అజాద్, రాజ్‌గురులు లాఠీఛార్జి చేయించిన బ్రిటిషు పోలీసు ఆఫీసరు శాండర్సుని హత్యచేశారు.

హెచ్.ఎస్.ఆర్.ఎ. నాయకత్వం తమ మార్చుకొన్న రాజకీయ లక్ష్యాన్ని ప్రజా విప్లవ ఆవశ్యకతని గురించి ప్రజలకు తెలియజెప్పాలనుకున్నారు. భగత్సింగ్, బి.కె.దత్ 1829 ఏప్రిల్ 8న సెంట్రల్ లెజిస్లేటివ్ అసెంబ్లీలో బాంబు విసిరారు. బాంబు ఎవరినీ గాయపరచలేదు. ఎవరికీ హాని కలిగించని విధంగా వారు దానిని తయారుచేశారు. వారి లక్ష్యం కరపత్రంలో వివరించినట్లుగా ఎవరినీ చంపటం కాదు. చెవిటి వారికి వినపడేలా చేయడం. బాంబు విసిరిన వెంటనే భగత్‌సింగ్, బి.కె.దత్‌లు కావాలనుకుంటే పారిపోయి వుండేవారు. కాని వారి విప్లవ భావాల ప్రచారానికి కోర్టుని వేదికగా చేసుకోవాలనుకున్నారు. గనుక ఉద్దేశపూర్వకంగా అక్కడే వుండి అరెస్టు అయ్యారు.

బెంగాలులో కూడా విప్లవ కార్యకలాపాలు పునరుద్ధరింపబడ్డాయి. సూర్యసేన్ నాయకత్వంలో 1930 ఏప్రిల్‌లో చిట్టగాంగ్ ఆయుధాగారంపై ప్రణాళికా బద్ధంగా పెద్ద ఎత్తున దాడి జరిగింది. ఆ తరువాత ప్రజా పీడకులైన ప్రభుత్వ అధికారులపైన కూడా దాడులు జరిగాయి. యువతులు పాల్గొనడం బెంగాలు టెర్రరిస్టు ఉద్యమంలో ప్రత్యేకత. చిట్టగాంగ్ విప్లవకారులు పెద్ద ముందడుగు వేశారు. చిట్టగాంగ్‌లో చేపట్టిన చర్య ఒకరిద్దరు చేపట్టిన హింసా చర్య కాదు. వలస వాద రాజ్య సంస్థల్ని ధ్వంసం చేయటానికి చేపట్టిన గ్రూపుచర్య.

ప్రభుత్వం విప్లవకారులపై ఉక్కుపాదం మోపింది. చాలా మందిని అరెస్టుచేసి పలు రకాల కేసులు పెట్టి విచారణలు జరిపింది. శాండర్స్ హత్య కేసులో భగత్‌సింగ్‌ని ఇతరులని విచారించింది. కోర్టులలో యువ విప్లవకారుల ప్రకటనలు, భయమెరుగని వారి వైఖరి ప్రజల సానుభూతి చూరగొన్నాయి. అహింసావాదులైన కాంగ్రెస్ నాయకులు వారి రక్షణ కొరకు వాదించారు. జైళ్ళలోని దారుణమైన పరిస్థితులకు వ్యతిరేకంగా విప్లవకారులు నిరాహారదీక్షలు చేపట్టారు. రాజకీయ ఖైదీలుగా జైలులో వారిని మర్యాదగా గౌరవ ప్రదంగా చూడాలని డిమాండ్ చేశారు. చారిత్రాత్మక నిరాహారదీక్ష కొనసాగిస్తూ

63 రోజుల తరువాత జతిన్‌దాస్ అనే యువకుడు అమరుడయ్యాడు. ప్రజలు పెద్ద ఎత్తున నిరసనలు వ్యక్తం చేసినప్పటికీ 1931 మార్చి 23న భగత్‌సింగ్, సుఖదేవ్, రాజ్‌గురులు ఉరితీయబడ్డారు. ఉరితీయబడడానికి కొద్ది రోజుల ముందు వారు జైలు సూపరింటెంట్‌కు రాసిన లేఖలో ఇలా పేర్కొన్నారు.

"చాలా త్వరలో తుది సమరం మొదలవుతుంది. దాని ఫలితం నిర్ణయాత్మకంగా వుంటుంది. మేము పోరాటంలో పాల్గొన్నాం. అందుకు మేము గర్విస్తున్నాం."

23 సంవత్సరాల భగత్‌సింగ్ ఆయన చివర రాసిన రెండు లేఖలలో సోషలిజంపై తనకు గల దృఢ విశ్వాసాన్ని ప్రకటించాడు. ఆయన ఇలా రాశాడు:

"రైతులు విదేశీ బానిసత్వం నుండేగాక భూస్వాములు, పెట్టుబడిదారుల బానిసత్వం నుండి కూడా తమకు తాము విముక్తి కల్పించుకోవాలి."

1931 మార్చి 3న భగత్‌సింగ్ ఇచ్చిన తుది సందేశంలో "కొద్దిమంది దోపిడీదారులు తమ స్వప్రయోజనాల కొరకుసాధారణ ప్రజల్ని దోచుకున్నంత కాలం పోరాటం కొనసాగుతుంది. ఈ దోపిడీదారులు పూర్తిగా బ్రిటిషు పెట్టుబడిదారులా, కలయికగా వున్న బ్రిటిషు భారత పెట్టుబడిదారులా లేక పూర్తిగా భారతీయ పెట్టుబడిదారులా అనే దానితో సంబంధంలేదు". సోషలిజాన్ని భగత్‌సింగ్ శాస్త్రీయ పద్ధతిలో నిర్వచించాడు. సోషలిజం అంటే పెట్టుబడిదారీ విధానం, వర్గాధిపత్యం రద్దుకావడం అన్నాడు. 1930కి చాలా ముందే, ఆయన, ఆయన అనుచరులు టెర్రరిజాన్ని విడనాడామని స్పష్టం చేశాడు. 1931 ఫిబ్రవరి 2న రాసిన చివరి రాజకీయ వీలునామాలో ఇలా ప్రకటించాడు.

"బయటికి నేను టెర్రరిస్టులా కనిపించాను. కాని నేను టెర్రరిస్టుకాను... నేను మనస్ఫూర్తిగా దృఢ సంకల్పంతో చెబుతున్నాను. నేను, నా విప్లవ జీవిత ప్రారంభ కాలంలో తప్ప టెర్రరిస్టుని కాను. ఈ పద్ధతుల ద్వారా మన మేమీ సాధించలేము."

భగత్‌సింగ్ చైతన్యవంతమైన లౌకికవాది. వలసవాదం ఎంత ప్రబల శత్రువో మతతత్వవాదం కూడా అంతే ప్రబల శత్రువని, దానిని దృఢంగా వ్యతిరేకించాలని భగత్‌సింగ్ తన సహచరులతో తరచుగా చెప్పేవాడు. 1926లో పంజాబ్ నౌజవాన్ భారత సభ స్థాపనకు తోడ్పడ్డాడు. ఆయన ఆ సభ మొదటి కార్యదర్శి అయ్యాడు. ఆయన పేర్కొన్న సభ యొక్క రెండు నియమాలు...

"మతతత్వ సంస్థలతోగాని మత భావాలను ప్రచారం చేసే ఇతర పార్టీలతోగాని ఎలాంటి సంబంధం వుండకూడదు. మతాన్ని మానవుని యొక్క వ్యక్తిగత విశ్వాసంగా పరిగణించి ప్రజలలో సాధారణ సహనశీలతా స్ఫూర్తిని పెంచాలి."

అప్పుడప్పుడు కొన్ని సంవత్సరాల పాటు అడపా దడపా కార్యక్రమాలు చేపట్టినప్పటికీ జాతీయ విప్లవోద్యమం వెనుకపట్టు పట్టింది. అలహాబాద్‌లోని ఒక పార్కులో జరిగిన పోలీసు ఎదురుకాల్పుల్లో 1931 ఫిబ్రవరిలో చంద్రశేఖర్ అజాద్ మరణించాడు. తరువాత ఆ పార్కు పేరు అజాద్ పార్కుగా మార్చబడింది. 1933 ఫిబ్రవరిలో సూర్యసేన్ నిర్బంధింపబడ్డాడు. వెంటనే ప్రభుత్వం ఉరితీసింది. వందలాది ఇతర విప్లవకారులు అరెస్టు చేయబడ్డారు. దీర్ఘకాలిక శిక్షలు విధించబడ్డాయి. కొందరు అండమాన్స్‌లోని సెల్యులాయర్ జైలుకు పంపబడ్డారు.

ఆ విధంగా 1920 దశాబ్దంతానికి నూతన రాజకీయ పరిస్థితి ఏర్పడటం ప్రారంభమయింది. తరువాత కాలంలో వైస్రాయి లార్డ్ ఇర్విన్ ఈ సంవత్సరాలను గురించి రాస్తూ **"నూతన శక్తి పనిచేస్తున్నది. భారతదేశం గురించి 20, 30 సంవత్సరాల పరిజ్ఞానం వున్న వారు కూడా దాని పూర్తి ప్రాధాన్యతని గుర్తించలేకపోయారు."** ప్రభుత్వం ఈ నూతన రాజకీయ ధోరణిని అణచివేయాలని నిర్ణయించింది. విప్లవకారులు చాలా క్రూరంగా అణచివేయబడ్డారని గమనించాం. అభివృద్ధి చెందుతున్న కార్మికోద్యమం, కమ్యూనిస్టు ఉద్యమం అదేరకమైన అణచివేతలకు గురయ్యాయి. 1929 మార్చిలో 31 మంది ప్రముఖ కార్మిక సంఘ నాయకులు కమ్యూనిస్టు నాయకులు (ముగ్గురు ఇంగ్లీషు వారితో సహా) అరెస్టు చేయబడ్డారు. నాలుగు సంవత్సరాలపాటు జరిపిన విచారణ (కాన్పూరు కుట్ర కేసు) తరువాత దీర్ఘకాలిక కారాగారవాస శిక్షలు విధించబడ్డాయి.

సైమన్ కమిషన్ బహిష్కరణ

1927 నవంబరులో బ్రిటిషు ప్రభుత్వం సైమన్ కమిషన్‌ను నియమించటం జాతీయోద్యమ నూతన దశకి ప్రేరకంగా పనిచేసింది. అదనంగా చేపట్టవలసిన రాజ్యాంగ సంస్కరణలను పరిశీలించేందుకు సైమన్ కమిషన్ నియమించబడింది. సైమన్ కమిషన్‌లోని సభ్యులందరూ ఇంగ్లీషువారే. కమిషన్ ప్రకటనను భారతీయులందరూ ముక్త కంఠంతో నిరసించారు. ఒక్క భారతీయ సభ్యుడు కూడా లేకుండా కమిషన్‌ని నియమించటంతో భారతీయులు ఆగ్రహోదగ్రులయ్యారు. అంటే స్వయం పరిపాలనకు భారతదేశ అర్హతని విదేశీయులు చర్చించి నిర్ణయిస్తారన్నమాట. మరొక విధంగా చెప్పాలంటే బ్రిటిషువారి ఈ చర్య భారతీయుల స్వయం నిర్ణయాధికార సూత్రాన్ని ఉల్లంఘించడంగాను, భారతీయుల ఆత్మగౌరవానికి ఉద్దేశపూర్వకంగా చేసిన అవమానంగాను భావించారు. 1927లో మద్రాసులో డాక్టర్ అన్సారి అధ్యక్షతన జరిగిన కాంగ్రెస్ సదస్సు సైమన్ కమిషన్‌ని 'ప్రతి స్థాయిలో ప్రతి రూపంలో

బహిష్కరించాలని నిర్ణయించింది. ముస్లింలీగు, హిందూ మహాసభ – రెండూ కూడా కాంగ్రెస్‌కి మద్దతు ఇవ్వాలన్ని నిర్ణయించాయి. వాస్తవంగా సైమన్ కమిషన్ దేశంలోని వివిధ గ్రూపుల్ని పార్టీలను తాత్కాలికంగానైనా ఐక్యం చేసింది. జాతీయవాదులతో సంఘీభావ సూచికంగా సీట్లు ముస్లింలకు రిజర్వు చేయబడితే ఉమ్మడి నియోజకవర్గాలకు కూడా ముస్లింలీగు అంగీకారం తెలిపింది.

అందరూ ముఖ్యమైన భారతీయ నాయకులు, పార్టీలు కూడా సైమన్ కమిషన్ సవాలును ఎదుర్కొనేందుకు ప్రత్యామ్నాయ రాజకీయ సంస్కరణల పథకాన్ని రూపొందించ యత్నించారు. ముఖ్యమైన రాజకీయ కార్యకర్తలతో పలు సదస్సులు సమావేశాలు నిర్వహించబడ్డాయి. ఫలితంగా దాని రూపశిల్పి అయిన మోతీలాల్ నెహ్రూ పేరుతో వెలువడిన నెహ్రూ రిపోర్టుకు తుది రూపం ఇవ్వబడింది. దురదృష్టవశాత్తు 1928 డిసెంబరులో కలకత్తాలో నిర్వహించబడిన అఖిలపక్ష (All Party Concetion) సదస్సు రిపోర్టుని ఆమోదింపచేయడంలో విఫలమయింది. ముస్లింలీగు, హిందూ మహాసభ, సిక్కులీగులకు చెందిన కొందరు మతతత్వ వాద నాయకులు అభ్యంతరాలు లేవనెత్తారు. ఆ విధంగా జాతీయైక్యతకుగల అవకాశాలు, మతతత్వవాద నాయకులచే భగ్నం చేయబడ్డాయి. ఆ తరువాత క్రమంగా మతతత్వవాదం పెరగడం ప్రారంభమయింది.

జాతీయవాదుల రాజకీయాలు మతతత్వవాదుల రాజకీయాల మధ్య మౌలికమైన తేడా వుందని గమనించాలి. జాతీయవాదులు రాజకీయ హక్కులు, దేశానికి స్వాతంత్ర్యం సాధించేందుకు విదేశీ ప్రభుత్వానికి వ్యతిరేకంగా రాజకీయ పోరాటం సాగించారు. హిందూ, ముస్లిం మతతత్వవాదులు అలా కాదు. వారు జాతీయవాదులపై ఒత్తిడి తెచ్చి డిమాండ్లు చేశారు. వాటిని సాధించుకునేందుకు విదేశీ ప్రభుత్వ మద్దతును, అనుగ్రహాన్ని కోరారు. వారు తరచుగా కాంగ్రెస్‌కి వ్యతిరేకంగా పోరాడారు. ప్రభుత్వానికి సహకరించారు.

అఖిలపక్ష సదస్సు నిర్ణయాలకంటే చాలా ముఖ్యమైన అంశం సైమన్ కమిషన్‌కు వ్యతిరేకంగా ఉప్పొంగిన ప్రజా వెల్లువ. కమిషన్ రాక శక్తివంతమైన నిరసన ఉద్యమానికి దారితీసింది. ఉద్యమంలో ఉత్సాహం, ఐక్యత నూతన శిఖరాలకు చేరుకున్నాయి.

ఫిబ్రవరి 3న అంటే కమిషన్ బొంబాయి చేరుకున్న రోజున అఖిల భారత హర్తాళ్ నిర్వహించబడింది. కమిషన్ వెళ్ళిన ప్రతి చోటా హర్తాళ్లు, 'సైమన్ గో బ్యాక్' నినాదాలతో నల్లజెండా ప్రదర్శనలు నిర్వహించబడ్డాయి. ప్రజా వ్యతిరేకతని విచ్ఛిన్నం చేసేందుకు ప్రభుత్వం పాశవిక అణచివేతను, పోలీసు దాడుల్ని ప్రయోగించింది.

అప్పటి అప్రకటిత నాయకుడైనప్పటికీ ఎదురులేని నాయకుడుగా వున్న గాంధీజీకి పోరాటానికి సమయం ఆసన్నమైనట్లు నమ్మకం కుదరలేదు. అందువలన సైమన్ కమిషన్ వ్యతిరేక ఉద్యమం వెంటనే విస్తృతమైన రాజకీయ పోరాటానికి దారితీయలేదు. కాని వాస్తవంగా దేశం యావత్తూ పోరాటానికి సన్నద్ధమై వుంది గనుక ప్రజల ఉత్సాహానికి కళ్ళెం వేయటం సాధ్యపడలేదు.

పూర్ణ స్వరాజ్యం

ప్రజల ఉత్సాహం జాతీయ కాంగ్రెస్ ప్రతిబింబించింది. గాంధీ తిరిగి క్రియాశీల రాజకీయాలలోకి వచ్చాడు. 1928 డిసెంబరులో జరిగిన కలకత్తా కాంగ్రెస్ సదస్సుకి హాజరయ్యాడు. గాంధీజీ జాతీయ శ్రేణుల్ని సంఘటిత పరచడం ప్రారంభించాడు. మొదటి పని కాంగ్రెస్‌లోని వామపక్షాల్ని సమాధాన పరచడం. 1929 చారిత్రాత్మక లాహోరు కాంగ్రెస్ సదస్సు జవహర్‌లాల్ నెహ్రూని అధ్యక్షుని చేసింది. తండ్రి స్థానంలోకి కొడుకు వచ్చాడు (మోతీలాల్ నెహ్రూ 1928లో కాంగ్రెస్ అధ్యక్షుడు).

లాహోరు సదస్సు నూతన సమరశీల స్ఫూర్తికి గళాన్నిచ్చింది. పూర్ణ స్వరాజ్యం కాంగ్రెస్ లక్ష్యమని సదస్సు తీర్మానాన్ని ఆమోదించింది. 1929 డిసెంబరు 31న నూతనంగా ఆమోదం పొందిన త్రివర్ణ పతాకం ఎగురవేయబడింది. మొదటి స్వాతంత్రోత్సవ దినంగా 1930 జనవరి 26 నిర్ణయించబడింది. ప్రతి సంవత్సరం ఆ రోజును స్వాతంత్ర్యదినం జరుపుకోవాలని 'బ్రిటిషు పాలనకు ఇక మీదట లొంగి వుండటం మానవుడికి, దేవుడికి చేసిన ద్రోహమని' ప్రజలు ఆ రోజున ప్రమాణం చేయాలని నిర్ణయం చేయబడింది. కాంగ్రెస్ సదస్సు శాసనోల్లంఘన ఉద్యమం ప్రారంభించాలని కూడా ప్రకటించబడింది. కాని కాంగ్రెస్ పోరాట కార్యక్రమాన్ని ప్రకటించలేదు. అది మహాత్మాగాంధీకి వదిలివేయబడింది. కాంగ్రెస్ సంస్థనే ఆయన అభీష్టానికి వదలివేయబడింది. గాంధీ నాయకత్వంలోని జాతీయోద్యమం ప్రభుత్వాన్ని ఎదుర్కొంది. దేశంలో మరొకసారి ఆశ, ఆనందం, స్వాతంత్ర్య దీక్ష వెల్లి విరిశాయి.

శాసనోల్లంఘనోద్యమం

గాంధీజీ 1930 మార్చి 12న తన ప్రఖ్యాత దండియాత్రతో శాసనోల్లంఘనోద్యమం ప్రారంభించాడు. ఎంపిక చేసుకొన్న 78 మంది అనుచరులతో గాంధీజీ సబర్మతి ఆశ్రమం నుండి 375 కి.మీ. పాదయాత్ర చేసి గుజరాత్ కోస్తా తీరంలోగల దండి గ్రామాన్ని చేరాడు. యాత్రాక్రమం, ఆయన ఉపన్యాసాలు, ప్రజలపై వాటి ప్రభావం అన్నింటిని పత్రికలు ఎప్పటికప్పుడు ప్రచురించాయి. గాంధీజీ

పాదయాత్ర జరిపిన మార్గంలో గల గ్రామాలలో వందలాది మంది గ్రామాధికారులు రాజీనామాలు చేశారు. గాంధీజీ ఏప్రిల్ 6న దండి చేరాడు. పిడికెడు ఉప్పు చేతిలోకి తీసుకొన్నాడు. బ్రిటిషు చట్టాల క్రింద మనుగడ సాగించడానికి అంటే బ్రిటిషు పాలనలో మనుగడ సాగించడానికి భారత ప్రజల తిరస్కారానికి సంకేతంగా గాంధీజీ ఉప్పు చట్టాన్ని ఉల్లంఘించాడు. గాంధీజీ ఇలా ప్రకటన చేశాడు :

"భారతదేశంలో బ్రిటీషు పాలన ఈ గొప్ప దేశం యొక్క నైతిక భౌతిక సాంస్కృతిక ఆధ్యాత్మిక నాశనాన్ని తీసుకువచ్చింది". ఈ పాలనని నేను ఒక శాపంగా పరిగణిస్తాను. ఈ ప్రభుత్వ విధానాన్ని ధ్వంసం చేయటానికి నేను సన్నద్ధమయ్యాను...

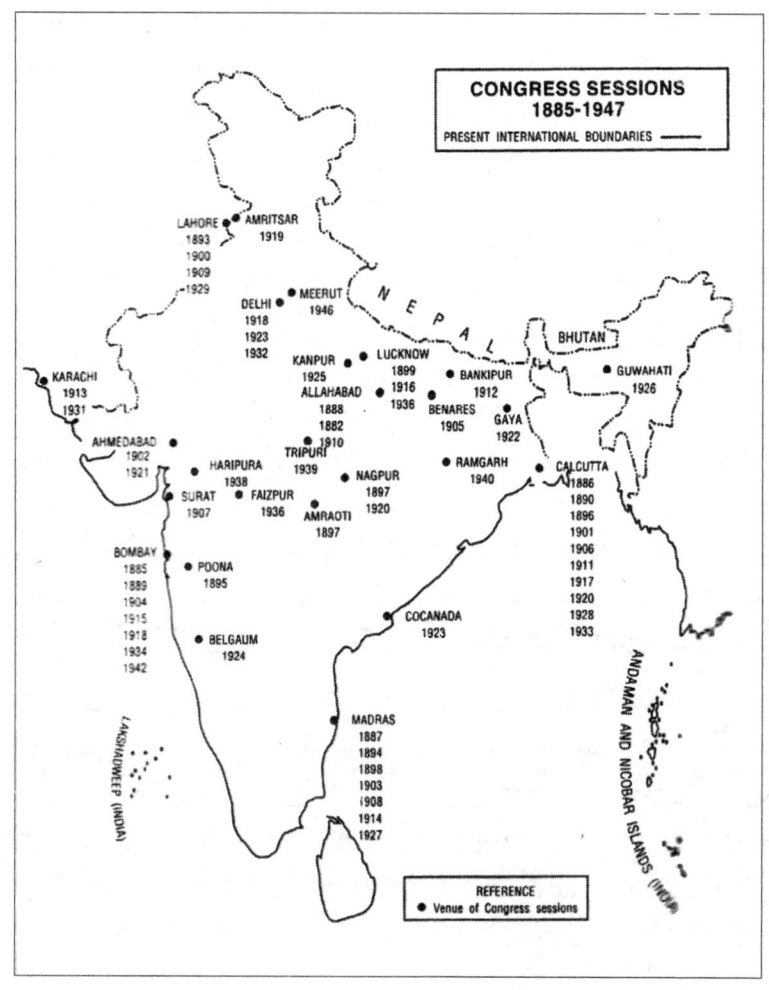

రాజద్రోహం (అధికారం మీద తిరుగుబాటు) నా మతం. మనది అహింసా పోరాటం. మనం ఎవరినీ చంపటానికి లేము. ఈ ప్రభుత్వాన్ని తుడిచిపెట్టడం మన ధర్మం.”

ఉద్యమం వేగంగా వ్యాప్తి చెందింది. ఉప్పు చట్టాల ఉల్లంఘనతోపాటు మహారాష్ట్ర కర్నాటక, సెంట్రల్ ప్రావిన్సెస్‌లలో అటవీ చట్టాల ఉల్లంఘన, తూర్పు భారతదేశంలోని గ్రామాలలో చౌకీదారు పన్ను చెల్లింపు నిరాకరణ చేపట్టబడ్డాయి. దేశవ్యాప్తంగా ప్రజలు హర్తాళ్ళు, ప్రదర్శనలు జరిపారు. విదేశీ వస్తువుల్ని బహిష్కరించాలని, పన్నులు చెల్లించవద్దని ప్రచారం సాగించారు. లక్షలాది మంది సత్యాగ్రహానికి సన్నద్ధమయ్యారు. దేశంలోని పలు ప్రాంతాలలో రైతులు భూమి శిస్తు, పన్నులు చెల్లించ నిరాకరించారు. వారి పొలాలు జప్తు చేయబడ్డాయి. ఉద్యమంలో ప్రత్యేకంగా గమనించదగిన అంశం మహిళల విస్తృత భాగస్వామ్యం. వేలాది మంది వారి వారి ఇళ్ళ ఏకాంత వాసాల నుండి బయటపడ్డారు. సత్యాగ్రహానికి సన్నద్ధమయ్యారు. విదేశీ వస్త్రాలు, మద్యం అమ్మేషాపుల పికెటింగులో చురుకుగా పాల్గొన్నారు. పురుషులతో భుజం, భుజం కలిపి ప్రదర్శనలలో పాల్గొన్నారు.

ఉద్యమం ఉత్తర భారతదేశంలో వాయువ్య హద్దుకి చేరింది. సాహసులు, దృఢకాయులు అయిన పఠానుల్ని కదిలించింది. సరిహద్దు గాంధీగా ప్రసిద్ధిగాంచిన ఖాన్ అబ్దుల్ గఫార్ ఖాన్ నాయకత్వంలో రెడ్‌షర్ట్స్‌గా పేరుగాంచిన ఖుదాయ్ ఖిద్మత్‌గార్స్ (భగవంతుని సేవకులు) సంస్థని స్థాపించారు. స్వతంత్ర పోరాటంలో అహింసాయుతంగా పాల్గొంటామని ప్రమాణం చేశారు. ఈ కాలంలో పెషావరులో గమనించదగిన మరొక ఘటన సంభవించింది. రెండు పటాలాల ఘర్వాలీ సైనికులు కోర్టు మార్షల్‌ని, దీర్ఘకాలిక కారాగారవాస శిక్షని ఎదుర్కొనవలసి వస్తుందని తెలిసికూడా అహింసాయుత ప్రదర్శకులపై కాల్పులు జరిపేందుకు నిరాకరించారు. బ్రిటిషు పాలనకు ముఖ్య సాధనమైన భారత సైన్యం జాతీయవాదంలోకి చొచ్చుకుపోవడం ప్రారంభమయిందని ఈ సంఘటన స్పష్టం చేసింది.

అదేవిధంగా ఉద్యమ ప్రతిధ్వని భారతదేశం తూర్పు చివరలో విన్పించింది. ఉద్యమంలో మణిపురి సాహసోపేతమైన పాత్ర నిర్వహించింది. 13 సంవత్సరాల వయస్సులో గాంధీ, కాంగ్రెస్‌ల పిలుపుకి స్పందించి విదేశీ పాలనకు వ్యతిరేకంగా తిరుగుబాటు జెండా ఎగురవేసిన సాహసోపేతమైన రాణి గైడిన్‌లియూని నాగాలాండ్ ఉద్యమానికి అందజేసింది. చిన్నప్రాయంలో వున్న రాణి 1932లో పట్టుబడింది. ప్రభుత్వం జీవిత కాలం కారాగారవాస శిక్ష విధించింది. ఆమె యవ్వన ప్రాయమంతా అస్సాం జైళ్ళలోని చీకటి గదులలో గడిచిపోయింది. స్వతంత్ర భారత ప్రభుత్వం

ఆమెని 1947లో విడుదల చేసింది. జవహర్‌లాల్ నెహ్రూ ఆమెని గురించి 1937లో ఇలా రాశాడు.

"భారతదేశం ఆమెని జ్ఞప్తికి తెచ్చుకొనే రోజు, మనసులో పదిలంగా దాచుకొనే రోజు వస్తుంది."

జాతీయపోరాటానికి ప్రభుత్వ స్పందన గతంలో లాగానే వుంది. నిరాయుధులైన స్త్రీ, పురుష గుంపులపై లాఠీచార్జీ, కాల్పులతో పాశవికమైన అణచివేతతో ఉద్యమాన్ని తొక్కిపెట్టే పద్ధతి కొనసాగింది. గాంధీజీ, ఇతర కాంగ్రెస్ నాయకులతో సహా 90,000 సత్యాగ్రహులు జైళ్ళలో నిర్బంధింపబడ్డారు. కాంగ్రెస్ చట్ట విరుద్ధమైనదిగా ప్రకటించబడింది. పత్రికలపై కఠినమైన సెన్సార్‌షిప్ నిబంధనలు విధించబడ్డాయి. ప్రభుత్వ గణాంకాలననుసరించి పోలీసు కాల్పులలో 110 మంది చనిపోయారు. 300 మందికి తీవ్రమైన గాయాలయ్యాయి. అనధికార అంచనాలను బట్టి చనిపోయిన వారు ఇంకా చాలా ఎక్కువ. అంతేగాక లాఠీఛార్జీలో వేలాది మంది తలలు పగిలాయి. ఎముకలు విరిగాయి. ప్రత్యేకించి దక్షిణ భారతదేశం అత్యంత తీవ్రమైన అణచివేతకు గురయింది. పోలీసులు చాలాసార్లు కేవలం ఖద్దరు ధరించినందుకు, ఖద్దరు టోపీలు పెట్టుకొన్నందుకు తీవ్రంగా కొట్టిన ఘటనలు కోకొల్లలు.

బ్రిటిషు ప్రభుత్వం 1930లో లండన్‌లో సైమన్ కమిషన్ రిపోర్టుపై చర్చించేందుకు భారతీయ నాయకుల్ని బ్రిటిషు ప్రభుత్వ ప్రతినిధుల్ని మొదటి రౌండ్ టేబుల్ సదస్సుకి పిలిచింది. కాని జాతీయ కాంగ్రెస్ సదస్సుని బహిష్కరించింది. భారతదేశ సమస్యలపై కాంగ్రెస్ లేకుండా చర్చించడం రాముడు లేకుండా రామాయణ నాటకమాడటం లాంటిది గనుక చర్చలు విఫలమయ్యాయి.

కాంగ్రెస్‌ని రెండవ రౌండు టేబుల్ సదస్సుకి రప్పించేందుకు ప్రభుత్వం కాంగ్రెస్‌తో ఒక ఒప్పందానికి వచ్చే ప్రయత్నాలు ప్రారంభించింది. లార్డ్ ఇర్విన్ గాంధీజీల మధ్య 1931 మార్చిలో ఒప్పందం కుదిరింది. ప్రభుత్వం అహింసాయుతంగా ఆందోళన జరిపిన రాజకీయ ఖైదీలను విడుదల చేయడానికి అంగీకరించింది. ఉపయోగం కొరకు ఉప్పు తయారు చేసుకొనే హక్కుని అంగీకరించింది. విదేశీ బట్టల షాపుల ముందు శాంతియుతంగా పికెటింగ్ చేసుకొనే హక్కుని కూడా అంగీకరించింది. కాంగ్రెస్ శాసనోల్లంఘనోద్యమాన్ని ఆపివేసింది. రెండవ రౌండ్ టేబుల్ సదస్సులో పాల్గొనేందుకు అంగీకరించింది. జాతీయవాదుల ముఖ్యమైన డిమాండ్లలో ఒక్కదానిని కూడా ప్రభుత్వం అంగీకరించనందుకు కాంగ్రెస్ నాయకులలో చాలా మంది, ప్రత్యేకించి యువతరం, వామపక్ష వాదులు గాంధీ ఇర్విన్ ఒప్పందాన్ని వ్యతిరేకించారు. భగత్‌సింగ్ ఆయన అనుచరులిద్దరికి విధించిన ఉరిశిక్షని జీవితకాల

కారాగారవాస శిక్షగా మార్చేందుకు కూడా ప్రభుత్వం అంగీకరించలేదు. కాని లార్డ్ ఇర్విన్ బ్రిటిషు పాలకులు భారతీయుల డిమాండ్లపై చర్చలు జరపాలని చిత్తశుద్ధితో వున్నారని గాంధీ విశ్వసించాడు. ఆయన సత్యాగ్రహ భావనలో ప్రత్యర్థి మనసు మార్చుకొనడానికి అన్ని అవకాశాలు ఇవ్వాలి. ప్రజలకు త్యాగం చేసే శక్తి పరిమితంగా వుంటుంది. గనుక ప్రజా ఉద్యమం తక్కువ కాల వ్యవధికి పరిమితం కావాలి గాని దానిని ఎక్కువ కాలం పొడిగించకూడదనే ప్రాతిపదికపై గాంధీజీ వ్యూహం రూపొందింపబడింది. గాంధీజీ ఇపుడు వైస్రాయితో సమాన స్థాయిలో చర్చలు జరిపాడు. ఒక్క దెబ్బతో కాంగ్రెస్ స్థాయి ప్రభుత్వ స్థాయికి సమానంగా పెరిగింది. ఒప్పందానికి కరాచీ కాంగ్రెస్ చేత గాంధీజీ ఆమోద ముద్రవేయించాడు.

గాంధీజీ 1931 సెప్టెంబరులో రెండవ రౌండ్ టేబుల్ సమావేశంలో పాల్గొనడానికి ఇంగ్లాండు వెళ్ళాడు. ఆయన చాలా బలంగా వాదించినప్పటికి బ్రిటిషు ప్రభుత్వం జాతీయవాదుల ప్రాథమిక డిమాండు అయిన తక్షణ అధినివేశ ప్రతిపత్తి, ఆ తరువాత స్వతంత్రం ఇచ్చేందుకు అంగీకరించలేదు.

ప్రపంచ మాంద్యం కారణంగా భూమిశిస్తు కౌలు భారం విపరీతంగా పెరగడం, వ్యవసాయ ఉత్పత్తుల ధరలు పడిపోవడంతో దేశంలోని పలు ప్రాంతాలలో రైతాంగ ఆందోళనలు పెరిగాయి. ఉత్తరప్రదేశ్‌లో కౌలు తగ్గింపుకి, భూముల నుండి రైతుల్ని ఖాళీ చేయించకుండా అడ్డుకునేందుకు కాంగ్రెస్ ఆందోళన చేసింది. కాంగ్రెస్ 1931 డిసెంబరులో పన్నుల నిరాకరణ ఉద్యమం ప్రారంభించింది. ప్రభుత్వం జవహర్‌లాల్ నెహ్రూని డిసెంబరు 26న అరెస్టు చేసింది. ప్రభుత్వ భూమిశిస్తు విధానానికి వ్యతిరేకంగా వాయువ్య సరిహద్దు రాష్ట్రంలో ఖుదాయ్ ఖిద్మగార్ రైతు ఉద్యమానికి నాయకత్వం వహించింది. దాని నాయకుడు ఖాన్ అబ్దుల్ గఫార్ ఖాన్ డిసెంబరు 24న అరెస్టు చేయబడ్డాడు. బీహార్, ఆంధ్ర, ఉత్తరప్రదేశ్, పంజాబులలో రైతు ఉద్యమాలు పెచ్చుపెరిగాయి. భారతదేశానికి తిరిగి రాగానే గాంధీకి శాసనోల్లంఘనోద్యమం తిరిగి చేపట్టక మార్గాంతరం లేని పరిస్థితి ఏర్పడింది.

కాంగ్రెస్‌తో ఒప్పందానికి రావడంలో పెద్ద తప్పు జరిగిందని విశ్వసించిన వైస్రాయి లార్డ్ విల్లింగ్టన్ ప్రభుత్వం భావించింది. అందుకే కాంగ్రెస్‌ని అణచివేయాలని నిర్ణయించి అందుకు సన్నద్ధమయింది. వాస్తవంగా ఉన్నతాధికారి వర్గం ఎప్పుడూ మెత్తబడలేదు. గాంధీ ఇర్విన్ ఒప్పందంపై సంతకాలు జరగగానే కేవలం గాంధీ చిత్రపటం పెట్టినందుకే ఆంధ్రలోని తూర్పు గోదావరిలో గుంపుపై కాల్పులు జరిగాయి. ఆ కాల్పులలో నలుగురు మరణించారు. 1932 జనవరి 4న గాంధీజీ, ఇతర కాంగ్రెస్ నాయకులు మరలా అరెస్టు చేయబడ్డారు. కాంగ్రెస్ చట్టవిరుద్ధమైన సంస్థగా

ప్రకటించబడింది. సాధారణ చట్టాలు ప్రక్కనపెట్టబడ్డాయి. ప్రత్యేకమైన ఆర్డినెన్సుల ద్వారా పరిపాలన సాగించబడింది. పోలీసులు బాహాటంగా భయోత్పాతాన్ని సృష్టించారు. స్వాతంత్ర్య పోరాట యోధులపై అసంఖ్యాకమైన అత్యాచారాలు జరిగాయి. లక్షమందికిపైగా సత్యాగ్రహులు అరెస్టు చేయబడ్డారు. వేలాది మంది భూముల్ని, ఇళ్ళని, ఇతర ఆస్తుల్ని ప్రభుత్వం స్వాధీనం చేసుకుంది. జాతీయవాద సాహిత్యం నిషేధింపబడింది. జాతీయవాద పత్రికలపై సెన్సార్ షిప్ విధించబడింది.

ప్రభుత్వ అణచివేత ఫలించింది. మతపరమైన ఇంకా ఇతర సమస్యలపై నాయకులలో విభేదాలు పొడసూపటం వలన ప్రభుత్వానికి విజయం చేకూరింది. శాసనోల్లంఘనోద్యమం క్రమంగా తగ్గుముఖం పట్టింది. కాంగ్రెస్ ఉద్యమాన్ని 1933 మేలో తాత్కాలికంగా నిలిపివేసింది. 1934 మేలో పూర్తిగా విరమించింది. గాంధీజీ మరొకసారి క్రియాశీల రాజకీయాల నుండి విరమించుకొన్నాడు. చురుకైన కార్యకర్తలనేకమంది నిరాశ నిస్పృహలకు గురయ్యారు. **'రాజకీయ నాయకుడిగా మహాత్మాగాంధీ విఫలమయ్యాడని' 1933లోనే సుభాష్ బోస్, విఠల్‌భాయ్ పటేల్ ప్రకటించారు. "కాంగ్రెస్ స్పష్టంగా 1930లో కంటే తక్కువ అనుకూలమైన పరిస్థితిలో వుంది: ప్రజలపై పట్టు కోల్పోయింది"** అని వైస్రాయి విల్లింగ్టన్ కూడా ప్రకటించారు. కాని అది వాస్తవం కాదు. ఉద్యమం స్వతంత్రం సాధించడంలో జయప్రదం కాలేదు. నిజమే, కాని ప్రజల్ని ఇంకా రాజకీయాకరణ చేయటంలోను స్వాతంత్ర పోరాట మూలాలు బలంగా పాతుకొని పోయేలా చేయటంలోను జయప్రదమయింది. బ్రిటిష పత్రికా రచయిత హెచ్.ఎన్.బ్రెయిల్‌ఫర్డ్ చెప్పినట్లు, ఇటీవలి పోరాట ఫలితంగా భారతీయులు **"వారి మనసుల్ని స్వేచ్ఛాయుతం చేసుకొన్నారు. వారి హృదయాలలో స్వతంత్రాన్ని గెలుచుకొన్నారు."** 1934లో విడుదలైన రాజకీయ ఖైదీలకు లభించిన వీరోచిత స్వాగతం శాసనోల్లంఘనోద్యమ నిజమైన ఫలితానికి, ప్రభావానికి అద్దం పట్టింది.

జాతీయవాద రాజకీయాలు1935-39

1935 భారత ప్రభుత్వ రాజ్యాంగ చట్టం

కాంగ్రెస్ పోరాటంలో నిమగ్నమై వుండగా కాంగ్రెస్ నాయకులు లేకుండా మూడవ రౌండ్ టేబుల్ కాన్ఫరెన్స్ లండన్‌లో 1932 నవంబరులో జరిగింది. ఆ చర్చలు 1935 భారత ప్రభుత్వ రాజ్యాంగ చట్టం రూపొందడానికి దారితీశాయి. ఆ చట్టం భారత ఫెడరల్ రాజ్య స్థాపన, రాష్ట్రాలకు స్వపరిపాలనా బాధ్యత వగైరాలను

ప్రతిపాదించింది. ఫెడరల్ రాజ్యం బ్రిటిష్ ఇండియాలోని అన్ని రాష్ట్రాలు, స్వదేశీ సంస్థానాల సమాఖ్య మీద ఆధారపడి వుంటుంది. బ్రిటిష్ ఇండియా రాష్ట్ర ప్రతినిధులు, స్వదేశీ సంస్థానాల ప్రతినిధులు కూడిన శాసనసభ కేంద్రంలో ఏర్పాటు చేయబడుతుంది. అంతేగాక సంస్థానాల ప్రతినిధులు ప్రజలచేత ఎన్నుకోబడటం కాక పాలకులచే నియమింపబడతారు. బ్రిటిష్ ఇండియా జనాభాలో కేవలం 14 శాతం ప్రజానీకానికే ఓటు హక్కు కల్పించబడింది. జాతీయవాదుల్ని అదుపులో వుంచటానికి సంస్థానాధీశుల్ని వాడుకుంటున్న ఈ సభ అధికారాలు నామమాత్రమే. రక్షణ, విదేశీ వ్యవహారాలు ఈ సభ నియంత్రణలో వుండవు. ఇంకా ఇతర శాఖలపై ప్రత్యేక నియంత్రణ హక్కు గవర్నర్ జనరల్ చేతుల్లో ఉంటుంది. గవర్నర్ జనరల్, గవర్నర్లు బ్రిటిషు ప్రభుత్వంచే నియమింపబడతారు. వారు బ్రిటిషు ప్రభుత్వానికి మాత్రమే జవాబుదారీగా వుంటారు. రాష్ట్రాలలో స్థానిక పాలనాధికారం పెంచబడింది. రాష్ట్రాల అసెంబ్లీలకు బాధ్యత వహించే మంత్రులు రాష్ట్ర పరిపాలనా శాఖలను నిర్వహిస్తారు. కాని గవర్నర్లకు ప్రత్యేక అధికారాలు ఇవ్వబడ్డాయి. గవర్నర్లు చట్ట సభలు ఆమోదించిన చర్యని వీటో చేయవచ్చు. వారి అభీష్టం మేరకు చట్టం చేయవచ్చు. అంతేగాక ప్రభుత్వోద్యోగ వ్యవస్థ మీద పోలీసు శాఖ మీద పూర్తి నియంత్రణ అదుపు గవర్నర్‌కే ఉంటుంది. రాజకీయ, ఆర్థిక అధికారాలన్నీ గతంలో లాగానే బ్రిటిషు ప్రభుత్వం చేతుల్లో కేంద్రీకృతమై ఉంటాయి గనుక ఈ చట్టం జాతీయవాదుల్ని తృప్తిపరచలేదు. ఈ చట్టం ప్రకారం బ్రిటిషు పాలన గతంలో లాగానే కొనసాగుతుంది. కొద్దిమంది ప్రజలచే ఎన్నుకోబడిన మంత్రులు మాత్రం పాలనా వ్యవహారాల చట్రంలో చేర్చబడతారు. పూర్తి నిరాశాజనకంగా వుందని కాంగ్రెస్ ఈ చట్టాన్ని నిరసించింది.

చట్టంలోని ఫెడరల్ భాగం అమలులోకి రాలేదు. రాష్ట్రాల భాగం అమలుపరచబడింది. ఈ చట్టాన్ని కాంగ్రెస్ తీవ్రంగా వ్యతిరేకించినప్పటికీ ఎన్నికలలో పాల్గొనాలని నిర్ణయించింది. చట్టం ఎంత ప్రజా వ్యతిరేకమైనదో ప్రజలకు తెలియజెప్పడం కాంగ్రెస్ లక్ష్యం. గాంధీజీ ఒక్క ఎన్నికల సభలో కూడా ప్రసంగించక పోయినప్పటికీ కాంగ్రెస్ సుడిగాలి ఎన్నికల ప్రచారానికి ప్రజల నుండి మంచి స్పందన లభించింది. మెజారిటీ ప్రజలు కాంగ్రెస్‌ని బలపరుస్తున్నారని 1937 ఫిబ్రవరిలో జరిగిన ఎన్నికలు నిర్ణయాత్మకంగా నిరూపించాయి. చాలా రాష్ట్రాలలో కాంగ్రెస్ ఘన విజయాలు సాధించింది. 11 రాష్ట్రాలకుగానూ 7 రాష్ట్రాలలో 1937 జులైలో కాంగ్రెస్ మంత్రివర్గాల నేర్పరచింది. బెంగాల్, పంజాబ్‌లలో మాత్రం కాంగ్రేసేతర మంత్రివర్గాలు ఏర్పడ్డాయి. పంజాబులో యూనియనిస్టు పార్టీ, బెంగాలులో కృషిక్ ప్రజాపార్టీ, ముస్లింలీగుల కూటమి పాలనా పగ్గాలు పట్టాయి.

కాంగ్రెస్ మంత్రివర్గాలు

కాంగ్రెస్ మంత్రివర్గాలు భారతదేశంలోని బ్రిటిష పరిపాలన మౌలిక సామ్రాజ్యవాద స్వభావాన్ని మార్చలేవు. అందుకే అవి సమూలమైన మార్పులు తీసుకొని రాలేకపోయాయి. కాని 1935 చట్టం సమకూర్చిన పరిమితమైన అధికారాలతో ప్రజల స్థితిగతుల్ని మెరుగుపరచేందుకు ప్రయత్నించాయి. కాంగ్రెస్ మంత్రులు తమ జీతాలను రు.500లకు తగ్గించుకొన్నారు. వారిలో చాలా మంది రెండవ, మూడవ తరగతి రైలు బోగీలలో ప్రయాణం చేశారు. చాలా రంగాలలో సానుకూలమైన చర్యలు చేపట్టారు. పౌర స్వేచ్ఛని ప్రోత్సహించారు. పత్రికలపైన, సంస్థలపైన ఆంక్షలను తొలగించారు. రైతు, కార్మిక సంఘాలు పనిచేస్తూ ఎదగడానికి అనుమతించారు. పోలీసుల అధికారాలను నియంత్రించారు. అనేకమంది విప్లవ టెర్రరిస్టులతో సహా రాజకీయ ఖైదీలను విడుదల చేశారు. కౌలు హక్కులు, కౌలు కాలపరిమితికి రక్షణ–లాంటి వ్యవసాయ చట్టాలు చేశారు. కార్మిక సంఘాలకు స్వేచ్ఛ లభించింది. అవి కార్మికుల వేతనాలు పెంపు సాధించగలిగాయి. కాంగ్రెస్ ప్రభుత్వాలు ఎంపిక చేసిన కొన్ని ప్రాంతాలలో మద్యనిషేధం అమలు జరిపాయి. హరిజనోద్ధరణ చేపట్టాయి. ప్రాథమిక, ఉన్నత సాంకేతిక విద్య మీద ప్రజారోగ్యం మీద ఎక్కువ శ్రద్ధ చూపాయి. ఖాదీకి ఇతర గ్రామీణ పరిశ్రమలకు మద్దతిచ్చాయి. ఆధునిక పరిశ్రమల్ని కూడా ప్రోత్సహించాయి. కాంగ్రెస్ మంత్రివర్గాలు సాధించిన పెద్ద విజయాలలో ఒకటి మత ఘర్షణల పట్ల దృఢంగా వ్యవహరించడం. అన్నిటికంటే గొప్ప విజయం మానసికపరమైనది. నిన్న మొన్నటివరకు కారాగారాల్లో మగ్గినవారు ఇపుడు సచివాలయాల నుండి పాలన సాగించడం చాలా గొప్ప విజయం. ప్రజలు కూడా విజయం సాధించి తమ పరిపాలన తాము చేసుకొంటున్నట్లుగా స్వేచ్ఛా వాయువులు పీలుస్తున్నట్లుగా భావించారు.

1935, 1939 సంవత్సరాల మధ్యకాలంలో జాతీయోద్యమాన్నీ, కాంగ్రెస్‌నూ కొత్త మలుపు తిప్పిన అనేక ముఖ్యమైన రాజకీయ పరిణామాలు సంభవించాయి.

సోషలిస్టు భావాల పెరుగుదల

1930లలో కాంగ్రెస్ లోపల వెలుపలా త్వరగా సోషలిస్టు భావాలు వ్యాప్తి చెందాయి. 1929లో అమెరికాలో పెద్ద ఆర్థిక మాంద్యం వచ్చింది. క్రమంగా అది ప్రపంచంలోని ఇతర దేశాలకు వ్యాపించింది. పెట్టుబడిదారీ దేశాలన్నింటా ఉత్పత్తి, విదేశీ వాణిజ్యం ఒక్కసారిగా పడిపోయాయి. ఫలితంగా ఆర్థిక విపత్తు, నిరుద్యోగం పెరిగాయి. ఒక దశలో బ్రిటన్‌లో నిరుద్యోగుల సంఖ్య 30 లక్షలు, జర్మనీలో 60

లక్షలు, అమెరికాలో [illegible] 20 లక్షలకు చేరుకుంది. మరొకవైపు సోవియట్ యూనియన్ యొక్క ఆర్థిక పరిస్థితి ఇందుకు భిన్నంగా వుంది. అక్కడ ఆర్థిక మాంద్యం లేదు. 1929-36 కాలంలో మొదటి రెండు పంచవర్ష ప్రణాళికలు జయప్రదంగా పూర్తి చేసుకుంది. ఈ ప్రణాళికలు సోవియట్ పారిశ్రామిక ఉత్పత్తిని నాలుగురెట్లు పైగా పెంచాయి. ఆ విధంగా ప్రపంచ ఆర్థిక మాంద్యం పెట్టుబడిదారీ ప్రతిష్టని దెబ్బతీసింది. ప్రజల దృష్టిని మార్క్సిజం, సోషలిజం, ఆర్థిక ప్రణాళికల వైపు మరల్చింది. ఫలితంగా సోషలిస్టు భావజాలం ప్రజల్ని - మరీ ముఖ్యంగా యువతని, కార్మిక, కర్షకుల్ని ఆకర్షించడం ప్రారంభమయింది.

జాతీయోద్యమం తొలినాళ్ళ నుండి పేదల కనుకూలమైన వైఖరిని స్వీకరించింది. 1917 రష్యా విప్లవం ప్రభావం, రాజకీయ రంగం మీదికి గాంధీజీ రాక, 1920లలో 1930లలో బలమైన వామపక్ష గ్రూపుల అభివృద్ధితో ఈ వైఖరి బలం పుంజుకుంది. సోషలిస్టు భారతదేశ స్వప్నానికి కాంగ్రెస్‌లోనే గాక మొత్తం దేశంలో కూడా విస్తృత ప్రచారం ఇవ్వటంలో జవహర్‌లాల్ నెహ్రూ అత్యంత ముఖ్యమైన పాత్ర నిర్వహించారు. కాంగ్రెస్‌లో వామపక్ష ధోరణి జవహర్‌లాల్ నెహ్రూని కాంగ్రెస్ అధ్యక్షునిగా 1929, 1936, 1937లలో ఎన్నుకొనడంలోను సుభాష్ చంద్రబోస్‌ని 1938, 1939లలో ఎన్నుకోవడంలోను ప్రతిఫలించింది. రాజకీయ స్వతంత్రం అంటే ప్రజలకు ప్రత్యేకించి ఫ్యూడల్ దోపిడీ నుండి చెమటోడ్చే రైతులకు ఆర్థికపరమైన విముక్తి కల్పించడమని జవహర్‌లాల్ నెహ్రూ స్పష్టం చేశాడు. సోషలిజాన్ని కాంగ్రెస్ లక్ష్యంగా ప్రకటించాలని కాంగ్రెస్‌ని రైతులకు, కార్మిక వర్గానికి సన్నిహితం చేయాలని 1936 లక్నో కాంగ్రెస్ సదస్సు అధ్యక్షోపన్యాసంలో నెహ్రూ కోరారు. ఇది ముస్లిం ప్రజల్ని అభివృద్ధి నిరోధక మతతత్వ నాయకుల పట్టు నుండి విడిపించేందుకు సరియైన విధానమని నెహ్రూ అభిప్రాయపడ్డాడు. ఆయన ఇలా అన్నాడు:

"ప్రపంచ సమస్యలకు భారతదేశ సమస్యలకు పరిష్కారం సోషలిజంలో వుందని నేను నమ్ముతున్నాను. సోషలిజం అనే పదాన్ని నేను అస్పష్టమైన మానవతావాద దృష్టితో వాడటంలేదు. శాస్త్రీయమైన ఆర్థికపరమైన అర్థంలోనే చెబుతున్నాను. అది మన సాంఘిక రాజకీయ వ్యవస్థలో విస్తృతమైన విప్లవాత్మకమైన మార్పుల్ని తెస్తుంది. భూమి పరిశ్రమలలో గుత్తాధిపత్యాన్ని అంతమొందిస్తుంది. ఫ్యూడల్ నిరంకుశ స్వదేశీ సంస్థానాల వ్యవస్థని అంతమొందిస్తుంది. అంటే ప్రైవేటు ఆస్తికి చరమగీతం పాడుతుంది. ప్రస్తుత లాభార్జనా విధానాన్ని తోసిపుచ్చి పరస్పర సహకారంతో ఉన్నతమైన ఆదర్శ విధానాన్ని స్థాపిస్తుంది. అంటే మన సహజాతాలలో అలవాట్లలో ఆకాంక్షలలో మార్పు మౌలికంగా సోషలిజం ప్రస్తుత పెట్టుబడిదారీ వ్యవస్థకి పూర్తిగా

భిన్నమైన నూతన నాగరికత."

దేశంలో సమూలమైన మార్పులు తెచ్చేశక్తుల పెరుగుదల కాంగ్రెస్ కార్యక్రమంలో, రాజకీయాలలో ప్రతిఫలించింది. జవహర్‌లాల్‌నెహ్రూ కోరిక మేరకు ప్రాథమిక హక్కులు, ఆర్థిక విధానంపై తీర్మానాన్ని కరాచీ కాంగ్రెస్ ఆమోదించింది. తీర్మానం ఇలా ప్రకటించింది. "ప్రజలపై దోపిడీని అంతమొందించేందుకు రాజకీయ స్వతంత్రంలో భాగంగా ఆకలితో అలమటిస్తున్న లక్షలాది ప్రజల ఆర్థిక స్వతంత్రం ఇమిడి వుండాలి". తీర్మానం ప్రజల మౌలిక, ప్రాథమిక, పౌర హక్కులకు, కులం, మతం, స్త్రీ పురుష భేదం పాటించక చట్టం ఎదుట అందరి సమానత్వం, సార్వత్రిక ఓటింగు ప్రాతిపదికన ఎన్నికలు, నిర్బంధ ఉచిత ప్రాథమిక విద్యకి రక్షణ కల్పించింది. శిస్తు, కౌలులో గణనీయమైన తగ్గింపు, ఆర్థికంగా గిట్టుబాటు కానప్పుడు కౌలు మినహాయింపు, వ్యవసాయ రుణగ్రస్తత నుండి ఉపశమనం, వడ్డీ వ్యాపారంపై అదుపు, కనీస వేతనం, పరిమిత గంటల పని, మహిళా కార్మికులకు రక్షణతో సహా కార్మికుల పరిస్థితుల మెరుగుదల, కార్మికులు, కర్షకులు సంఘాలు స్థాపించుకొని నిర్వహించుకునే హక్కు, కీలకమైన పరిశ్రమలు, గనులు, రవాణా సాధనాలపై ప్రభుత్వ యాజమాన్యం వగైరాలను తీర్మానం వాగ్దానం చేసింది.

సమూలమైన మార్పులు కోరే విధానం కాంగ్రెస్‌లో ఫైజాపూర్ కాంగ్రెస్ తీర్మానాలలోను, 1936 ఎన్నికల ప్రణాళికలోను వ్యక్తమయింది. కాంగ్రెస్ వ్యవసాయ విధానంలో సమూలమైన మార్పు, కౌలు శిస్తులలో గణనీయమైన తగ్గింపు, గ్రామీణ రుణ భారాల తగ్గింపు, రుణ సదుపాయం, భూస్వామ్య అక్రమ వసూళ్లు రద్దు, నిర్ణీత కాల వ్యవధి వరకు కౌలుదారులు పొలం చేసుకొనే హక్కు, వ్యవసాయ కార్మికులకు కనీస వేతనం, రైతు సంఘాలు, కార్మిక సంఘాలు ఏర్పరచుకొనే హక్కు, సమ్మె చేసే హక్కులను కాంగ్రెస్ వాగ్దానం చేసింది. భూస్వామ్య విధానం రద్దుని సిఫార్సు చేస్తూ కాంగ్రెస్ వర్కింగ్ కమిటీ 1945లో తీర్మానం ఆమోదించింది.

సుభాష్ చంద్రబోస్ కాంగ్రెస్ అధ్యక్షుడుగా ఉన్న 1938లో కాంగ్రెస్ ఆర్థిక ప్రణాళికపట్ల నిబద్ధతని ప్రకటించుకొని జవహర్‌లాల్ నెహ్రూ అధ్యక్షతన జాతీయ ప్రణాళికా సంఘాన్ని నియమించింది. కొద్దిమంది చేతుల్లో సంపద కేంద్రీకరణని నివారించే సాధనాలుగా భారీ పరిశ్రమలలో ప్రభుత్వ రంగం కొరకు నెహ్రూ ఇతర వామపక్షవాదులు, గాంధీ కూడా వాదించారు. వాస్తవంగా 1930లలో వచ్చిన పెద్ద పరిణామం గాంధీజీ కూడా సమూలమైన మార్పులు కోరే ఆర్థిక విధానాన్ని అంగీకరించటం. "కొద్దిమంది స్వప్రయోజనాలను అడ్డుకొనకుండా సాధారణ ప్రజల స్థితిగతులు మెరుగుపడవు" - అనే నెహ్రూ అభిప్రాయంతో గాంధీ ఏకీభవించాడు.

దున్నేవాడికే భూమి - అనే సూత్రాన్ని కూడా గాంధీ ఆమోదించాడు. 'పొలంలో పనిచేసే వానికే గాని మరొకరికి కాదు' - 1942లో గాంధీ స్పష్టం చేశాడు.

కాంగ్రెస్ వెలుపల సోషలిస్టు ధోరణుల వ్యాప్తి 1935 తరువాత పి.సి.జోషి నాయకత్వంలో కమ్యూనిస్టు పార్టీ పెరుగుదలకు దారి తీసింది. 1934లో ఆచార్య నరేంద్ర దేవ్, జయప్రకాష్ నారాయణ నాయకత్వంలో కాంగ్రెస్ సోషలిస్టు పార్టీ స్థాపనకు దారితీసింది. 1939లో గాంధీ వ్యతిరేకించినప్పటికీ సుభాష్ చంద్రబోస్ మరలా కాంగ్రెస్ అధ్యక్షుడుగా ఎన్నికయ్యాడు. కాని గాంధీజీ, కాంగ్రెస్ వర్కింగ్ కమిటీలోని ఆయన మద్దతుదారుల వ్యతిరేకత కారణంగా బోస్ తన అధ్యక్ష పదవికి 1939 ఏప్రిల్‌లో రాజీనామా చేయక తప్పలేదు. బోస్, ఆయన వామపక్ష అనుచరులు 'ఫార్వర్డ్ బ్లాక్' స్థాపించారు. 1939 నాటికి కాంగ్రెస్‌లో వామపక్ష వాదులు ముఖ్యమైన అంశాలపై మూడవ వంతుకి పైగా ఓట్లు పొందగల పలుకుబడి సాధించారు. అంతేగాక 1930, 1940లలో రాజకీయ చైతన్యం పొందిన యువకులంతా సోషలిజం పట్ల ఆకర్షితులయ్యారు. 1930లలో అఖిల భారత విద్యార్థి ఫెడరేషన్, అఖిల భారత అభ్యుదయ రచయితల సంఘం స్థాపించబడ్డాయి.

రైతు కార్మిక ఉద్యమాలు

1930లలో దేశవ్యాప్తంగా రైతుల, కార్మికుల చైతన్యం వెల్లివిరిసింది. రైతు సంఘాలు, కార్మిక సంఘాలు స్థాపించబడ్డాయి. 1920-22, 1930-34 జాతీయోద్యమాలు పెద్ద ఎత్తున రైతుల్ని కార్మికుల్ని రాజకీయాకరణ చెందించాయి. భారతదేశంపై తీవ్ర ప్రభావం చూపిన ఆర్థిక మాంద్యం, 1929 తరువాతి ప్రపంచ యుద్ధం రైతుల కార్మికుల స్థితిగతుల్ని దిగజార్చాయి. 1932 చివరికి వ్యవసాయోత్పత్తుల ధరలు 50 శాతానికి పైగా పడిపోయాయి. యజమానులు వేతనాలు తగ్గించ యత్నించారు. దేశవ్యాప్తంగా రైతులు, భూ సంస్కరణల్ని భూమిశిస్తు, పన్నుల తగ్గింపుని, రుణభారం నుండి ఉపశమనాన్ని డిమాండ్ చేశారు. ఫ్యాక్టరీలు ప్లాంటేషన్లలోని కార్మికులు పని పరిస్థితుల మెరుగుదలను కార్మిక సంఘ హక్కు గుర్తింపును డిమాండ్ చేశారు.

శాసనోల్లంఘనోద్యమం, వామపక్ష పార్టీల గ్రూపుల ఆవిర్భావం - రైతు సంఘాలలో కార్మిక సంఘాలలో నిబద్ధతతో పనిచేసే రాజకీయ కార్యకర్తల నూతన తరాల్ని తయారుచేశాయి. ఫలితంగా పట్టణాలలో కార్మిక సంఘాలు దేశవ్యాప్తంగా ప్రత్యేకించి ఉత్తరప్రదేశ్, బీహార్, తమిళనాడు, ఆంధ్రప్రదేశ్, కేరళ, పంజాబులలో రైతు సంఘాలు వేగంగా అభివృద్ధి చెందాయి. మొదటి అఖిల భారత రైతు సంఘం,

అఖిల భారత కిసాన్‌సభ' స్వామి సహజానంద అధ్యక్షుడుగా 1936లో స్థాపించబడింది.

కాంగ్రెస్ - ప్రపంచ వ్యవహారాలు

1935-39 కాలంలో మూడవ ప్రధాన పరిణామం ప్రపంచ వ్యవహారాలలో కాంగ్రెస్ చాలా ఆసక్తిని కనబరచడం. 1885లో కాంగ్రెస్ స్థాపించబడినప్పటి నుండి ఆసియా, ఆఫ్రికాలలో బ్రిటిషు ప్రయోజనాల సంరక్షణ కొరకు భారత సైన్యాన్ని, వనరుల్ని ఉపయోగించటాన్ని వ్యతిరేకిస్తూనే వుంది. విస్తరణను వ్యతిరేకించే ప్రాతిపదికపై విదేశీ విధానాన్ని క్రమంగా పెంపొందించుకుంది. జవహర్‌లాల్ నెహ్రూ భారత జాతీయ కాంగ్రెస్ తరపున 1927 ఫిబ్రవరిలో బ్రసెల్స్‌లో జరిగిన పీడిత జాతుల సదస్సు (Concress of Oppressed Nationalities) కు హాజరయ్యాడు. పాశ్చాత్య రాజ్యాల ఆర్థిక రాజకీయ సామ్రాజ్యవాదం క్రింద నలిగిపోతున్న ఆసియా, ఆఫ్రికా, లాటిన్ అమెరికా దేశాల రాజకీయ ప్రవాసితులు విప్లవకారులు కలిసి పీడిత జాతుల కాంగ్రెస్‌ని ఏర్పాటుచేశారు. యూరప్‌కి చెందిన పలువురు వామపక్ష మేధావులు రాజకీయ నాయకులు సదస్సుకు హాజరయ్యారు. సామ్రాజ్యవాదానికి వ్యతిరేకంగా పీడిత జాతులు సమన్వయంతో పోరాడాలని సదస్సు పిలుపునిచ్చింది. సదస్సునుద్దేశించి నెహ్రూ ఇలా చెప్పారు :

"వివిధ వలస దేశాలు, అర్ధవలస దేశాలు, అణగారిన ప్రజలు సాగిస్తున్న పోరాటాలలో ఉమ్మడి అంశాలు చాలా వున్నాయి. తరచుగా ప్రత్యర్థులు వాళ్ళే - (సామ్రాజ్యవాదులే). కాని వాళ్ళు వేర్వేరు ముసుగుల్లో కన్పిస్తారు. వాళ్ల అణచివేత సాధనాలు కూడా ఒకే రకంగా వుంటాయి".

ఈ సదస్సులో ఆవిర్భవించిన సామ్రాజ్యవాద వ్యతిరేక లీగు కార్యనిర్వాహక మండలిలో నెహ్రూ సభ్యుడుగా ఎన్నికయ్యాడు. బ్రిటన్ తన సామ్రాజ్యవాద లక్ష్యాల కొరకు చేసే ఎలాంటి యుద్ధాన్నైనా భారత ప్రజలు బలపరచరని 1927లో జాతీయ కాంగ్రెస్ మద్రాసు సదస్సు ప్రభుత్వాన్ని హెచ్చరించింది.

1930లలో కాంగ్రెస్ దృఢమైన సామ్రాజ్యవాద వ్యతిరేక వైఖరి చేపట్టింది. ఆసియా, ఆఫ్రికాలలోని జాతీయోద్యమాలను బలపరచింది. అపుడు ఇటలీ, జర్మనీ, జపాన్‌లలో బలపడుతున్న ఫాసిజాన్ని సామ్రాజ్యవాదం, జాత్యహంకారాల వికృత రూపంగా ఖండించింది. ఫాసిస్టుశక్తుల దురాక్రమణకి వ్యతిరేకంగా పోరాడుతున్న ఇథియోపియా, స్పెయిన్, జకోస్లావేకియా, చైనా ప్రజలకు పూర్తి మద్దతు తెలిపింది. 1937లో జపాన్, చైనాపై దాడి చేసినపుడు చైనాపట్ల సానుభూతి చిహ్నంగా జపాన్ వస్తువుల్ని బహిష్కరించమని జాతీయ కాంగ్రెస్ భారత ప్రజలకు పిలుపునిచ్చింది.

1938లో చైనా సాయుధ బలగాలకు సహాయపడేందుకు కాంగ్రెస్ డాక్టర్ ఎం. అటల్ నాయకత్వాన ఒక వైద్య బృందాన్ని పంపించింది.

ఫాసిజానికి - సోషలిజం, ప్రజాస్వామ్య శక్తులకు మధ్య జరుగుతున్న పోరాటంతో భారతదేశ భవిష్యత్తు ముడిపడివుందని జాతీయ కాంగ్రెస్ గుర్తించింది. ప్రపంచ సమస్యలపట్ల రూపుదిద్దుకున్న కాంగ్రెస్ వైఖరి, ప్రపంచంలో భారతదేశం యొక్క స్థానం పట్ల చైతన్యాన్ని గురించి 1936లో లక్నో కాంగ్రెస్ సదస్సు అధ్యక్షోపన్యాసంలో నెహ్రూ చాలా చక్కగా వివరించాడు.

"మన పోరాటం స్వాతంత్ర్యం కొరకు జరుగుతున్న విస్తృత పోరాటంలో భాగం మాత్రమే. మనల్ని కదిలించిన శక్తులు ప్రపంచవ్యాప్తంగా లక్షలాదిమందిని కదిలిస్తూ కార్యరంగంలోకి లాగుతున్నాయి. సంక్షోభంలో చిక్కుకున్న పెట్టుబడిదారీ విధానం ఫాసిజాన్ని ఆశ్రయించింది. ఫాసిజం, సామ్రాజ్యవాదం - క్షీణిస్తున్న పెట్టుబడిదారీ విధానపు రెండు ముఖాలు. పశ్చిమంలోని సోషలిజం, తూర్పు పరాధీన దేశాలలో అభివృద్ధి చెందుతున్న జాతీయవాదం కలిసి ఫాసిజం సామ్రాజ్యవాదం కూటమిని ప్రతిఘటిస్తాయి."

సామ్రాజ్యవాద శక్తుల మధ్య యుద్ధంలో భారత ప్రభుత్వ భాగస్వామ్యం పట్ల కాంగ్రెస్ వ్యతిరేకతను నొక్కి చెబుతూ నెహ్రూ "ప్రపంచంలోని సామ్రాజ్యవాదానికి ఫాసిస్టు శక్తులకు వ్యతిరేకంగా జరుపుతున్న పోరాటంలో సామాజిక, రాజకీయ బంధాలను తెంచుకుంటూ స్వతంత్రం కొరకు పోరాడుతున్న అభివృద్ధికరమైన శక్తులకు పూర్తి సహకారాన్ని ప్రకటించారు."

స్వదేశీ సంస్థానాల్లో ప్రజా పోరాటం

ఈ కాలంలో సంభవించిన నాల్గవ ముఖ్య పరిణామం - జాతీయోద్యమం స్వదేశీ సంస్థానాలకు విస్తరించడం. చాలా స్వదేశీ సంస్థానాలలో ఆందోళనకరమైన సామాజిక, ఆర్థిక, రాజకీయ పరిస్థితులు వ్యాపించి వున్నాయి. శిస్తులు,పన్నులు భరించరానంత ఎక్కువగా వున్నాయి. రైతులు కష్టాలు, కడగండ్లలో కూరుకుపోయారు. విద్యావకాశాలకు ఆటంకాలు కల్పించబడ్డాయి. ఆరోగ్యం, ఇతర సామాజిక సేవలు అధ్వాన్నంగా వున్నాయి. పౌర హక్కులు దాదాపు లేవు. ఆదాయం రాజుల విలాసాలకు ఖర్చవుతుంది. అనేక సంస్థానాలలో బానిసత్వం, అర్ధబానిసత్వం వెట్టిచాకిరి సర్వసామాన్యమయింది. అవినీతి పాలకులు చరిత్ర అంతటా అంతర్గత తిరుగుబాటు, బయటి నుండి దాడి సవాళ్లతో ఒకమేరకు అదుపు చేయబడ్డారు. బ్రిటిషు పాలన సంస్థానాధీశుల్ని ఈ ప్రమాదాల నుండి రక్షించింది. తమ ఇష్టానుసారం పాలించే

స్వేచ్ఛ లభించింది.

జాతి సమైక్యత పెరుగుదలను, జాతీయోద్యమాన్ని అడ్డుకొనేందుకు బ్రిటిషు పాలకులు సంస్థానాధీశుల్ని వాడుకొనడం ప్రారంభించారు. అందుకు ప్రతిగా ప్రజల తిరుగుబాటు నుండి తమను రక్షించుకొనేందుకు రాజులు బ్రిటిషు పాలకులపై ఆధారపడ్డారు. జాతీయోద్యమం పట్ల శత్రువైఖరి నవలంభించారు. సంస్థానాధీశులు వారి ఉమ్మడి సమస్యల్ని బ్రిటిషు వారి మార్గదర్శకత్వంలో చర్చించుకొనేందుకు 1921లో సంస్థానాధీశుల సమాఖ్య (Camber of Princes) స్థాపించబడింది. భారత ప్రభుత్వ చట్టం 1935లో జాతీయవాద శక్తుల్ని నియంత్రణ చేసే విధంగా సమాఖ్య చట్రం రూపకల్పన చేయబడింది. సంస్థానాధీశులకు ఎగువ సభలో 2/5 వంతు స్థానాలు దిగువ సభలో 1/3 వంతు స్థానాలు కేటాయించబడ్డాయి.

చాలా సంస్థానాల ప్రజలు ప్రజాస్వామ్య హక్కుల కొరకు ప్రజా ప్రభుత్వాల కొరకు ఉద్యమాలు ప్రారంభించారు. వివిధ సంస్థానాలలోని రాజకీయ కార్యకలాపాలను సమన్వయ పరచేందుకు 1927లో అఖిల భారత సంస్థాన ప్రజా సభ (All India States People's Conference) స్థాపించబడింది. సహాయ నిరాకరణోద్యమం సంస్థానాల ప్రజలపై తీవ్ర ప్రభావం చూపింది. వారిని రాజకీయ కార్యకలాపాల వైపు లాగింది. చాలా సంస్థానాలలో – ప్రత్యేకించి రాజకోట, జయపూర్, కాశ్మీర్, హైదరాబాద్, తిరువాన్కూరులలో ప్రజా పోరాటాలు ముమ్మరమయ్యాయి. సంస్థానాధీశులు పోరాటాలపై హింసాయుతమైన అణచివేత ప్రయోగించారు. కొందరు మతతత్వాన్ని ఆశ్రయించారు. ప్రజాందోళనపై హైదరాబాద్ నిజాం 'ముస్లిం వ్యతిరేక' కాశ్మీర్ మహరాజా 'హిందూ వ్యతిరేక' ముద్రలు వేశారు. తిరువాన్కూరు మహారాజా ప్రజాందోళన వెనుక క్రైస్తవులున్నారని ఆరోపించాడు.

సంస్థానాల ప్రజా పోరాటాలకు జాతీయ కాంగ్రెస్ మద్దతునిచ్చింది. ప్రజా ప్రాతినిధ్య ప్రభుత్వాలను ప్రవేశపెట్టమని సంస్థానాధీశుల్ని అర్థించింది. ప్రాథమిక పౌర హక్కులు కల్పించమని కోరింది. 1938లో కాంగ్రెస్ స్వతంత్రం తన లక్ష్యమని ప్రకటించినపుడు సంస్థానాల స్వతంత్రం కూడా దానిలో చేర్చింది. మరుసటి సంవత్సరం త్రిపుర సదస్సులో సంస్థానాల ప్రజా ఉద్యమాలలో చురుకైన పాత్ర నిర్వహించాలని నిర్ణయించింది. బ్రిటిష్ ఇండియా, సంస్థానాల్లో రాజకీయ పోరాటాలల్లోని ఉమ్మడి జాతీయ లక్ష్యాన్ని నొక్కి చెప్పేందుకు అన్నట్లు 1939లో జవహర్‌లాల్ నెహ్రూ అఖిల భారత సంస్థాన సభకు అధ్యక్షుడయ్యాడు. సంస్థానాల ప్రజా ఉద్యమం సంస్థానాల ప్రజలలో జాతీయ చైతన్యాన్ని మేల్కొలిపింది. దేశమంతటా ఐక్యతా భావాన్ని వ్యాపింపచేసింది.

మతతత్వవాదం పెరుగుదల

ఐదవ పరిణామం మతతత్వవాదం పెరుగుదల. పరిమిత ఓటింగు హక్కు, ప్రత్యేక నియోజకవర్గాల ప్రాతిపదికన ఎన్నికల నిర్వహణ వేర్పాటువాద భావాల్ని సృష్టించాయి. అంతేగాక మైనారిటీలకు కేటాయించబడిన నియోజకవర్గాలలో కాంగ్రెస్ ఎక్కువ స్థానాల్ని గెలుచుకోలేకపోయింది. ముస్లింలీగుకు కేటాయించబడిన 482 సీట్లలో కాంగ్రెస్ కేవలం 26 సీట్లలో మాత్రమే గెలిచింది. ఈ 26 సీట్లలో కూడా వాయువ్య సరిహద్దు రాష్ట్రంలో 15 సీట్లు గెలిచింది. ముస్లింలీగు కూడా ఎక్కువ స్థానాల్ని గెలవలేదు. హిందూ మహాసభ కూడా పూర్తిగా విఫలమయింది. అంతేగాక భూస్వామ్య వడ్డీ వ్యాపారుల పార్టీలు కూడా మట్టికరిచాయి. కాంగ్రెస్ వ్యవసాయ కార్యక్రమాన్ని చేపట్టడంతో రైతు ఉద్యమాలు అభివృద్ధి చెందటాన్ని గమనించిన భూస్వాములు, వడ్డీ వ్యాపారులు మతతత్వపార్టీలకు మద్దతు ఇవ్వడం మొదలయింది. ప్రజా రాజకీయాల యుగంలో వారి ప్రయోజనాలు పరిరక్షించబడవని గుర్తించారు. ఫలితంగా మతతత్వ పార్టీలు బలాన్ని సమకూర్చుకొనడం ప్రారంభమయింది. జిన్నా నాయకత్వంలోని ముస్లింలీగు కాంగ్రెస్‌కి తీవ్రమైన ప్రత్యర్థిగా మారింది. హిందూ మెజారిటీ చేత ముస్లిం మైనారిటీ మ్రింగివేయబడే ప్రమాదముందనే ప్రచారం ప్రారంభించింది. హిందువులు, ముస్లింలు రెండు వేర్వేరు జాతులని, కాబట్టి అవి కలిసి మనుగడ సాగించలేవనీ అశాస్త్రీయమైన చారిత్రక విరుద్ధమైన ప్రచారం చేసింది. ముస్లింలీగు 1940లో దేశాన్ని విభజించమని, స్వాతంత్ర్యం తరువాత పాకిస్తాన్ అనే కొత్త రాజ్యాన్ని సృష్టించమని డిమాండు చేస్తూ తీర్మానం చేసింది.

హిందువులలో హిందూ మహాసభలాంటి మతతత్వ సంస్థలుండటం వలన ముస్లింలీగు ప్రచారం లబ్ధిపొందింది. హిందువులు ప్రత్యేక జాతి అని, భారతదేశం హిందూ దేశమనీ ప్రకటిస్తూ హిందూ మతతత్వవాదులు ముస్లిం మతతత్వవాదుల నినాదాన్ని ప్రతిధ్వనించారు. ఆ విధంగా వారు కూడా స్వజాతి సిద్ధాంతాన్ని ఆమోదించారు. మెజారిటీ ఆధిక్యత వలన కలిగే భయాందోళనల్ని తొలగించేందుకు మైనారిటీలకు తగినన్ని రక్షణలు కల్పించాలనే విధానాన్ని తీవ్రంగా వ్యతిరేకించారు. హిందూ మతతత్వ వాదంలో న్యాయబద్ధత మరీ తక్కువ. ప్రతి దేశంలో మతపరమైన లేక భాషాపరమైన లేక జాతిపరమైన మైనారిటీలు సంఖ్యారీత్యా వారి స్థితిని బట్టి ఎపుడో ఒకపుడు వారి సామాజిక సాంస్కృతిక ప్రయోజనాలు దెబ్బతింటాయని ఆందోళన చెందారు. కాని ఈ భయాందోళనలు ఆధారరహితాలని మెజారిటీ ప్రజలు మాటల్లో చేతల్లో నిరూపించినపుడు మైనారిటీ ప్రజల భయాందోళనలు తొలగిపోయాయి.

అలాగాక మెజారిటీ ప్రజలలోని ఒక సెక్షన్ మతతత్వవాదానికి చెందినవారై మైనారిటీలకు వ్యతిరేకంగా మాట్లాడటం, పనిచేయడం మొదలెడితే మైనారిటీలు అభద్రతా భావానికి లోనవుతారు. మైనారిటీల మతతత్వవాద నాయకత్వానికి బలాన్ని చేకూర్చడమవుతుంది. ఉదాహరణకు 1930లలో ముస్లిములు మైనారిటీగా వున్న ప్రాంతాలలోనే ముస్లింలీగు బలంగా వుంది. అలాకాక ముస్లిములు మెజారిటీగా వున్న వాయువ్య సరిహద్దు రాష్ట్రం, పంజాబు, సింధు, బెంగాల్ లాంటి ప్రాంతాలలో ముస్లిములు తమకు రక్షణ వున్నట్లు భావించారు. ముస్లింలీగు బలహీనంగా వుండిపోయింది. ఆసక్తికరంగా మతతత్వ గ్రూపులు - హిందూ అలాగే ముస్లిం - కాంగ్రెస్‌కి వ్యతిరేకంగా చేతులు కలపడానికి సందేహించలేదు. వాయువ్య సరిహద్దు రాష్ట్రం, పంజాబు, సింధు, బెంగాల్‌లలో కాంగ్రెస్‌ని వ్యతిరేకించిన ముస్లింలీగు ఇతర మతతత్వవాద గ్రూపులు మంత్రివర్గాల నేర్పాటు చేసేందుకు హిందూ మతతత్వ వాదులు సహకరించారు. ప్రభుత్వానికి అనుకూలమైన రాజకీయ వైఖరులు అనుసరించటం, వివిధ మతతత్వ గ్రూపులకు వున్న మరొక సామాన్య లక్షణం. అంతేకాక హిందూ, ముస్లిం జాతీయవాదాన్ని గురించి మాట్లాడిన మతతత్వవాద గ్రూపులలో, పార్టీలలో ఏ ఒక్కటి కూడా విదేశీ పాలనకు వ్యతిరేకంగా జరిగిన పోరాటంలో చురుకైన పాత్ర నిర్వహించలేదు. ఇతర మతాలకు చెందిన ప్రజల్ని, జాతీయ నాయకుల్ని వారి శత్రువులుగా పరిగణించారు.

మతతత్వ గ్రూపులు, పార్టీలు సాధారణ ప్రజల సామాజిక ఆర్థిక డిమాండ్లను పట్టించుకోలేదు. అలాంటి సమస్యల్ని జాతీయోద్యమం చేపట్టింది. కాని మతతత్వ గ్రూపులు పై తరగతుల ప్రయోజనాలకు ప్రాతినిధ్యం వహించాయి. జవహర్‌లాల్ నెహ్రూ 1933లోనే ఇలా చెప్పాడు :

"ఈనాడు మతతత్వవాదం ప్రధాన శక్తి రాజకీయ అభివృద్ధి నిరోధకత. కాబట్టి మతతత్వ నాయకులు రాజకీయ, ఆర్థిక వ్యవహారాలలో అనివార్యంగా అభివృద్ధి నిరోధకులుగా మారతారు. ఉన్నత వర్గానికి చెందిన గ్రూపులు మతపరమైన మైనారిటీల లేక మెజారిటీల మతపరమైన డిమాండ్ల కొరకు పాటు పడుతున్నట్లు నటిస్తూ వారి వర్గ ప్రయోజనాలు సాధించుకుంటారు. హిందువులు, ముస్లిముల తదితరుల తరుపున నివేదించిన వివిధ మతపరమైన డిమాండ్లను విమర్శనాత్మకంగా పరిశీలించినట్లయితే వారికి ప్రజా సామాన్యంతో నిమిత్తం లేదని స్పష్టమవుతుంది."

లౌకికవాదం పట్ల జాతీయోద్యమానికి గల నిబద్ధత పరిపూర్ణమైనది గనుక జాతీయోద్యమం మతతత్వ శక్తుల్ని దృఢంగా వ్యతిరేకించింది. అయినప్పటికీ అది మతతత్వ సవాలుని పూర్తిగా తిప్పికొట్టలేకపోయింది. చివరికి మతతత్వ వాదం దేశాన్ని

విభజించడంలో సఫలమయింది. ఈ వైఫల్యాన్ని ఎలా వివరించాలి? తరచుగా వచ్చే ఒక జవాబు ఏమిటంటే జాతీయవాద నాయకులు మతతత్వవాద నాయకుల్ని సమాధానపరచడానికి తగినంతగా ప్రయత్నాలు చేయలేదు అని.

మా అభిప్రాయం పూర్తిగా భిన్నమైంది. ప్రారంభం నుండి జాతీయవాద నాయకులు మతతత్వవాద నాయకులతో చర్చలపై ఎక్కువగా ఆధారపడ్డారు. కాని మతతత్వ వాదాన్ని సమాధానపరచటంగాని లేక సంతృప్తిపరచడంగాని సాధ్యపడలేదు. అంతేగాక ఒక మతతత్వవాదాన్ని సంతృప్తిపరచడానికి చేసే ప్రయత్నాలు అనివార్యంగా మరొక మతతత్వవాదం పెరుగుదలకి దారితీశాయి. 1937-39 కాలంలో కాంగ్రెస్ నాయకులు జిన్నాని సమాధానపరచేందుకు చాలాసార్లు కలిశారు. కాని జిన్నా నిర్దిష్టమైన ప్రతిపాదనలు చేయలేదు. అంతేగాక అతడు ఒక అసాధారణమైన డిమాండుని ముందుకు తెచ్చాడు. కాంగ్రెస్ ఒక హిందూ పార్టీ అని, అది హిందువులకు మాత్రమే ప్రాతినిధ్యం వహిస్తున్నదని అంగీకరిస్తేనే తాను కాంగ్రెస్‌తో చర్చలు జరుపుతానన్నాడు. కాంగ్రెస్ అందుకు అంగీకరించలేదు. అంగీకరించి వుంటే కాంగ్రెస్ దాని మౌలిక లౌకిక జాతీయవాద స్వభావాన్ని వదులుకున్నట్లవుతుంది. మతతత్వవాదాన్ని సమాధానపరచిన కొద్దీ ఘనీభవించింది.

కావలసింది మతతత్వ వాదాన్ని శాంతింపచేయటం కాదు. దానికి వ్యతిరేకంగా పెద్దఎత్తున సైద్ధాంతిక రాజకీయ పోరాటం సాగించడం. చేయవలసింది మతతత్వ వాదానికి వ్యతిరేకంగా విస్తృత స్థాయి ప్రచారం. వలసవాద సిద్ధాంతానికి వ్యతిరేకంగా 1880ల నుండి చేస్తున్నంత విస్తృత స్థాయి ప్రచారం కాని జాతీయవాదులు చెదురుమదురుగా చేశారేగాని అంత పెద్ద ఎత్తున ప్రచారం చేయలేదు. ఏమైనప్పటికీ లౌకిక జాతీయవాద విజయాల్ని తక్కువగా అంచనా వేయకూడదు. విభజన ఘర్షణలు జరిగినప్పటికీ, మతతత్వ శక్తులు 1946-47 కాలంలో పునరుజ్జీవం పొందినప్పటికీ స్వాతంత్ర్యానంతరం భారతదేశం ఒక సెక్యులర్ రాజ్యాంగాన్ని రూపొందించుకోవడంలోను, మౌలికంగా సెక్యులర్ రాజకీయాల్ని, సమాజాన్ని నిర్మించుకోవడంలోను విజయం సాధించింది. హిందూ మతతత్వవాదం సమాజంలోని - జాతీయవాద శ్రేణులలోకి చొచ్చుకుపోయింది. హిందువులలో మైనారిటీ శక్తిగా వుండి పోయింది. 1946-47 కాలంలో చాలా మంది ముస్లింలు మత ఛాందసవాద, మతతత్వవాద ప్రవాహంలో కొట్టుకుపోగా ఇతరులు (మిగిలినవారు) మతతత్వవాదానికి వ్యతిరేకంగా కొండలా అడ్డునిలిచారు. వారిలో అబ్దుల్ కలాం ఆజాద్, ఖాన్ అబ్దుల్ గఫార్ ఖాన్, ప్రముఖ సోషలిస్టు యూసుఫ్ మెహరాలి, భయమెరుగని పత్రికా రచయిత బ్రెల్వే, చరిత్రకారులు మహమ్మద్ హబీబ్, కె.ఎం. అష్రఫ్, జోష్ మాలిహబాది, ఫెయిజ్

అహమ్మద్ ఫెయిజ్, సర్దార్ జాఫ్రి, షహీర్ లూథిమాన్వి కైఫీ ఆజ్మి, ఉర్దూ కవిత్వంలో ప్రభజనం సృష్టించిన మౌలానా మదానీ లాంటి ప్రముఖులు వెంటనే స్ఫురణకు వస్తారు.

రెండవ ప్రపంచ యుద్ధ కాలంలో జాతీయోద్యం

జర్మనీ విస్తరణకు హిట్లర్ పథకాన్ని అనుసరించి నాజీ జర్మనీ పోలెండ్‌పై దాడి చేయడంతో 1939 సెప్టెంబర్‌లో రెండవ ప్రపంచ యుద్ధం ప్రారంభమయింది. అంతకు ముందు హిట్లర్ 1938 మార్చిలో ఆస్ట్రియాను, 1939 మార్చిలో జెకోస్లేవేకియాని ఆక్రమించాడు. హిట్లర్‌ని బుజ్జగించాలని ఎంతగానో ప్రయత్నించిన బ్రిటన్, ఫ్రాన్స్‌లు పోలండ్ పక్షం వహించక తప్పలేదు. జాతీయ కాంగ్రెస్‌నిగాని, ఎన్నికైన కేంద్ర శాసనసభ సభ్యుల్ని గాని సంప్రదించకుండానే బ్రిటిష్ ఇండియా ప్రభుత్వం యుద్ధంలో చేరింది. జాతీయ ఫాసిస్టు దాడికి గురయిన బాధితుల పట్ల కాంగ్రెస్‌కి పూర్తి సానుభూతి వుంది. ఫాసిజానికి వ్యతిరేకంగా జరిగే పోరాటంలో ప్రజాస్వామ్య శక్తులకు సహాయపడేందుకు కాంగ్రెస్ సిద్ధంగా వుంది. కాని ఒక పరాధీన జాతి స్వతంత్రం కొరకు పోరాడుతున్న ఇతరులకు సహాయపడటం ఎలా సాధ్యపడుతుంది? - అని కాంగ్రెస్ నాయకులు ప్రశ్నించారు. కాబట్టి భారతదేశానికి స్వతంత్రం ప్రకటించాలని కోరారు. యుద్ధంలో పాల్గనటానికి ముందు భారతీయుల చేతుల్లో అర్ధవంతమైన అధికారాలైనా వుంచండని అడిగారు. బ్రిటిషు ప్రభుత్వం అంగీకరించలేదు. కాంగ్రెస్‌కి వ్యతిరేకంగా మతపరమైన మైనారిటీలను సంస్థానాధీశులను మోహరించయత్నించింది. కాబట్టి కాంగ్రెస్ తన మంత్రివర్గాలను రాజీనామా చేయమన్నది. 1940 అక్టోబరులో గాంధీజీ ఎంపిక చేయబడిన కొద్దిమంది వ్యక్తులతో పరిమిత సత్యాగ్రహానికి పిలుపునిచ్చారు. పెద్ద ప్రజావెల్లువతో బ్రిటన్ యుద్ధ ప్రయత్నాలకు విఘాతం కలగకుండా వుండేందుకు సత్యాగ్రహాన్ని పరిమితం చేశారు. గాంధీజీ ఈ ఉద్యమం యొక్క లక్ష్యాలను వైస్రాయికి లేఖ ద్వారా వివరించాడు.

"నాజీల విజయాన్ని బ్రిటిషు వారు ఎంత వ్యతిరేకిస్తున్నారో కాంగ్రెస్ కూడా అంతగా వ్యతిరేకిస్తుంది. వారి అభ్యంతరాన్ని యుద్ధంలో వారి భాగస్వామ్యం వరకు సాగదీయకూడదు. యుద్ధ ప్రయత్నానికి భారతదేశం స్వచ్ఛందంగా సహకరిస్తుందని మీరూ, భారత రాజ్య కార్యదర్శి ప్రకటించి వున్నారు. గనుక భారతదేశంలోని అత్యధిక ప్రజానీకానికి దానిలో ఆసక్తి లేదని స్పష్టం చేయడం అవసరమయింది. నాజీయిజానికి భారతదేశాన్ని పాలిస్తున్న ద్విగుణీకృత నిరంకుశత్వానికి మధ్య తేడాని వారు గుర్తించారు."

గాంధీ ప్రకటించిన పరిమిత సత్యాగ్రహానికి మొట్టమొదటి సత్యాగ్రహి వినోభాభావే. 1941 మే 15 నాటికి 25,000 మంది జైళ్ళలో నిర్బంధింపబడ్డారు. 1941లో ప్రపంచ రాజకీయాలలో రెండు పెద్ద మార్పులు సంభవించాయి. పశ్చిమాన పోలండ్, బెల్జియం, హాలెండ్, నార్వే, ఫ్రాన్స్‌లను, అలాగే తూర్పు యూరప్‌లోని చాలా భాగాలను ఆక్రమించిన జర్మనీ 1941 జూన్ 22న సోవియట్ యూనియన్‌పై దాడి చేసింది. డిసెంబరు 7న పెరల్ హార్బర్ వద్ద అమెరికా నౌకాదళంపై జపాన్ మెరుపుదాడి చేసి జర్మనీ, ఇటలీలపక్షాన జపాన్ యుద్ధంలో చేరింది. త్వరత్వరగా ఫిలిప్పైన్స్, ఇండో చైనా, ఇండోనేషియా, మలయా, బర్మాలను కబళించింది. 1942 మార్చిలో రంగూన్‌ని ఆక్రమించింది. దీనితో యుద్ధం భారతదేశం ముంగిటకు వచ్చిపడింది. జైలు నుండి విడుదలైన కాంగ్రెస్ నాయకులు జపాన్ దురాక్రమణని ఖండించారు. బ్రిటన్ భారతదేశానికి వెంటనే పరిమితమైన అధికారాలను బదిలీ చేసి, యుద్ధానంతరం పూర్తి స్వతంత్రాన్ని వాగ్దానం చేస్తే మిత్ర రాజ్యాలకు పూర్తిగా సహకరిస్తామన్నారు.

బ్రిటిషు ప్రభుత్వం యుద్ధ ప్రయత్నాలలో భారతదేశ క్రియాశీలక సహకారాన్ని కోరింది. ఈ సహకారాన్ని సాధించేందుకు బ్రిటిషు కాబినేట్ మంత్రి సర్ సాఫర్డ్‌క్రిప్సు ఆధ్వర్యంలో 1942 మార్చిలో ఒక రాయబార వర్గాన్ని భారతదేశానికి పంపించింది. క్రిప్స్ గతంలో లేబర్ పార్టీ సభ్యుడు. భారత జాతీయోద్యమానికి బలమైన మద్దతుదారుడు. భారతదేశానికి స్వయం పరిపాలనాధికారం త్వరలో కల్పించబడం బ్రిటిషు విధానమని క్రిప్సు ప్రకటించాడు. కాని క్రిప్స్, కాంగ్రెస్ నాయకుల మధ్య చర్చలు విఫలమయ్యాయి. వెంటనే పరిపాలనాధికారం బదిలీ చేయాలన్న కాంగ్రెస్ నాయకుల డిమాండును బ్రిటిషు ప్రభుత్వం త్రోసిపుచ్చింది. మరోవైపు ప్రస్తుతం వైస్రాయి నిరంకుశాధికారాన్ని తన గుప్పెట్లో పెట్టుకొని చెలాయిస్తుండగా భవిష్యత్తు కొరకు ఇచ్చే వాగ్దానాలు కాంగ్రెస్ నాయకుల్ని సంతృప్తి పరచలేకపోయాయి. జపాన్ సైన్యం భారత సరిహద్దులకు ప్రమాదరకంగా పరిణమించటంతో యుద్ధ ప్రయత్నాలకు సహకరించాలని కాంగ్రెస్ నాయకులు ఆసక్తిగా వున్నారు. కాని దేశంలో జాతీయ ప్రభుత్వం ఏర్పడినపుడు మాత్రమే తాము సహకరించగలమని భావించారు.

క్రిప్సు రాయబార వైఫల్యం భారత ప్రజల్ని కలతపరచింది. వారికి ఫాసిస్టు వ్యతిరేక శక్తులపట్ల పూర్తిగా సానుభూతి ఉన్నప్పటికీ, అపుడు దేశంలో నెలకొని వున్న రాజకీయ పరిస్థితి భరింపరానిదిగా భావించారు. వారి అసంతృప్తికి యుద్ధకాల కొరతలు, ధరల పెరుగుదల తోడయ్యాయి. అగ్నికి ఆజ్యం తోడయినట్లయింది. 1942 ఏప్రిల్ నుండి ఆగస్టు వరకు గడచిన కాలంలో ప్రతి రోజూ ఉద్రిక్తతని పెంచింది.

జపాన్ సైన్యం భారతదేశం దిశగా వస్తుండటంతో గాంధీ సమరశీలత పెరిగింది. జపాన్ విజయం అనే భూతం భారత ప్రజల్ని, వారి నాయకుల్ని వెన్నాడింది. బ్రిటిష పాలకులు స్వతంత్రానికి అంగీకరించే విధంగా ఒత్తిడిచేసేందుకు చురుకైన చర్యలు చేపట్టాలని కాంగ్రెస్ నిర్ణయించింది. అఖిల భారత కాంగ్రెస్ కమిటీ 1942 ఆగస్టు 8న బొంబాయిలో సమావేశమయింది. క్విట్ ఇండియా తీర్మానం ఆమోదించింది. లక్ష్యం సాధించేందుకు గాంధీ నాయకత్వంలో అహింసాయుత ప్రజా పోరాటం ప్రారంభించాలని ప్రతిపాదించింది. తీర్మానం ఇలా చెప్పింది :

"భారతదేశం కొరకు, మిత్రరాజ్యాల విజయం కొరకు భారతదేశంలో బ్రిటిష పాలన అంతం కావడం తక్షణావసరం. భారతదేశం సమస్యకి కీలకాంశం. ఎందుకంటే భారతదేశ స్వతంత్రంతో ఆసియా, ఆఫ్రికా ప్రజల ఆశలు ఆంక్షలు నెరవేరతాయి. భారతదేశ స్వతంత్రాన్ని బట్టి బ్రిటన్ అమెరికాలను అంచనా వేయవలసి వుంటుంది. గనుక ఆ విధంగా భారతదేశంలో బ్రిటిష పాలన అంతం కావడం కీలకమైన తక్షణ సమస్య. దీని మీదనే యుద్ధం యొక్క స్వేచ్ఛ, ప్రజాస్వామ్యాల యొక్క భవితవ్యం ఆధారపడుతుంది. నాజీయిజం, ఫాసిజం, సామ్రాజ్యవాదులకు వ్యతిరేకంగా జరుగుతున్న యుద్ధంలో తన అన్ని వనరుల్ని సర్వశక్తుల్ని ఒడ్డి విజయం సాధించేందుకు స్వతంత్ర భారతదేశం హామీ ఇవ్వగలదు."

గాంధీజీ ఆగస్టు 8 రాత్రి కాంగ్రెస్ ప్రతినిధులనుద్దేశించి ప్రసంగిస్తూ ఇలా చెప్పారు:

"నేను తక్షణమే స్వతంత్రాన్ని కోరుతున్నాను. ఈ రాత్రే, తెల్లవారకముందే, వైస్రాయితో నేను మంత్రివర్గాలు వగైరాల కోసం ఒప్పందానికి రావాలనుకోవడం లేదు. సంపూర్ణ స్వరాజ్యానికి తక్కువదేదీ నాకు సంతృప్తి కలిగించదు. ఇక్కడొక చిన్న మంత్రం వుంది. చాలా చిన్నది. మీకు చెబుతాను. దానిని మీ హృదయాలలో ముద్రించుకోండి. మీ ప్రతి శ్వాసా దానిని వ్యక్తీకరించాలి. మంత్రం : 'విజయమో, వీరస్వర్గమో' (Do or Die). మనం భారతదేశాన్ని విముక్తి చేయాలి. లేక ఆ ప్రయత్నంలో మరణించాలి. మన బానిసత్వం కలకాలం కొనసాగటాన్ని చూసేందుకు మనం జీవించం."

కాంగ్రెస్ ఉద్యమం ప్రారంభించకముందే ప్రభుత్వం కఠిన వైఖరి చేపట్టింది. ఆగస్టు9న తెల్లవారకముందే ప్రభుత్వం గాంధీని ఇతర కాంగ్రెస్ నాయకుల్ని అరెస్టు చేసి తెలియని ప్రాంతాలకు తరలించింది. కాంగ్రెస్‌ని మరొకసారి చట్టవిరుద్ధమైన సంస్థగా ప్రకటించింది.

అరెస్టుల వార్త ప్రజల్ని నిశ్చేష్టుల్ని చేసింది. అప్పటికప్పుడు నిరసనోద్యమాలు పెల్లుబికాయి. అణచిపెట్టబడిన ప్రజాగ్రహం కట్టలు తెంచుకుంది. నడిపించే నాయకులు, సంస్థలు లేక ప్రజలు తమకు తోచిన రీతిలో తెగబడ్డారు. ఉప్పెనలా లేచారు. దేశవ్యాప్తంగా హర్తాళ్ళు జరిగాయి. ఫ్యాక్టరీలలో, పాఠశాలల్లో, కళాశాలల్లో సమ్మెలు జరిగాయి. ప్రదర్శనలు జరిగాయి. వాటిపై లాఠీఛార్జి కాల్పులు జరిగాయి. చాలా చోట్ల అణచివేతతో కాల్పులతో కోపోద్రిక్తులై ప్రజలు హింసకి దిగారు. పోలీసు స్టేషన్లు, పోస్టాఫీసులు, రైల్వే స్టేషన్లు లాంటి బ్రిటిషు అధికార చిహ్నాలపై దాడులు చేశారు. టెలిగ్రాఫ్, టెలిఫోన్ తీగలు తెంచారు. రైలు పట్టాలు తొలగించారు. ప్రభుత్వ భవనాల్ని దగ్ధం చేశారు. ఇలాంటి చర్యలు మద్రాసు, బెంగాలులలో ఎక్కువ జరిగాయి. చాలా చోట్ల తిరుగుబాటుదారులు నగరాలు, పట్టణాలు, గ్రామాలపై తాత్కాలిక అదుపు సాధించారు. ఉత్తరప్రదేశ్, బీహార్, పశ్చిమబెంగాల్, ఒరిస్సా, ఆంధ్ర, తమిళనాడు, మహారాష్ట్రలోని కొన్ని ప్రాంతాలలో బ్రిటిషు అధికారం తాత్కాలికంగా అదృశ్యమయింది. తూర్పు ఉత్తరప్రదేశ్‌లోని బాలియా బెంగాలుకి చెందిన మిడ్నాపూర్ జిల్లాలోని తామ్‌లుక్, బంబాయిలోని సలూరా జిల్లా లాంటి ప్రాంతాలలో విప్లవకారులు సమానాంతర ప్రభుత్వాన్ని స్థాపించారు. విద్యార్థులు, కార్మికులు, రైతులు తిరుగుబాటుకి వెన్నుముకగా నిలిచారు. ఉన్నతవర్గాలు, ఉన్నతోద్యోగి వర్గం ప్రభుత్వానికి విధేయులుగా మిగిలారు.

ప్రభుత్వం 1942 ఉద్యమాన్ని కాలరాయాలని సమకట్టింది. అణచివేతకు హద్దులులేవు. పత్రికల నోరు నొక్కబడింది. ప్రదర్శకులపై తుపాకి కాల్పులు జరిగాయి. విమానాల నుండి బాంబులు కురిశాయి. ఖైదీలు చిత్రహింసలకు గురయ్యారు. పోలీసులు, రహస్య పోలీసులు స్వైరవిహారం చేశారు. నగరాలు, పట్టణాలు మిలటరీ వశమయ్యాయి. 10,000 మందికి పైగా ప్రజలు పోలీసు మిలిటరీ కాల్పులలో హతులయ్యారు. తిరుగుబాటు గ్రామాలు పెద్ద మొత్తాల జరిమానాలు చెల్లించవలసి వచ్చింది. ప్రజలు చిత్రహింసలకు గురయ్యారు. 1857 తిరుగుబాటు తరువాత భారతదేశం ఎన్నడూ కనీవినీ ఎరుగని అణచివేతకు గురయింది.

చివరికి ప్రభుత్వం ఉద్యమాన్ని అణచివేయడంలో సఫలమయింది. 1942 తిరుగుబాటు ఎక్కువ కాలం మనలేకపోయింది. దాని ప్రాధాన్యత జాతి ఆవేదన లోతుల్ని ప్రజల పోరాట పటిమని, త్యాగశీలాన్ని బహిర్గతం చేయటంలో వ్యక్తమయింది. ప్రజాభీష్టానికి వ్యతిరేకంగా బ్రిటిషు పాలకులు భారతదేశాన్ని ఇక ఎంత మాత్రం పాలించడం సాధ్యపడదని స్పష్టమైంది.

1942 తిరుగుబాటు అణచివేత తరువాత 1945లో యుద్ధం ముగిసేవరకు

దేశంలో ఎలాంటి రాజకీయ కార్యక్రమం లేదు. జాతీయోద్యమ ప్రముఖ నాయకులు జైళ్ళలో ఉన్నారు. వారి స్థానాలాక్రమించేందుకు లేక మరో దారి చూపేందుకు కొత్త నాయకులు ఎదగలేదు. ఇటీవలి చరిత్రలో కనీవినని కరువు కాటకాలు బెంగాల్‌ని ముంచెత్తాయి. కొద్ది నెలల్లో 30 లక్షల మంది ప్రజలు ఆకలి మంటలతో అలమటించి ప్రాణాలు విడిచారు. అంత ఎక్కువ ప్రాణ నష్టాన్ని ప్రభుత్వం నివారించి వుండగలిగేదని గ్రహించిన ప్రజలు ఆగ్రహోదగ్రులయ్యారు. కాని ప్రజల ఆగ్రహం రాజకీయంగా వ్యక్తం కాలేదు.

జాతీయోద్యమం దేశ సరిహద్దులకావల వ్యక్తమయింది. సుభాష్‌చంద్రబోస్ సోవియట్ యూనియన్ సహాయం కొరకు భారతదేశం నుండి 1941 మార్చిలో తప్పించుకొన్నారు. కాని సోవియట్ యూనియన్ 1941 మార్చిలో మిత్రపక్షాలతో చేరింది. బోస్ జర్మనీ వెళ్ళాడు. జపాన్ సహాయంతో బ్రిటిషు పాలనపై సాయుధ పోరాటం నడిపేందుకు 1943 ఫిబ్రవరిలో జపాన్ వెళ్ళాడు. భారతదేశ విముక్తి కొరకు సింగపూర్‌లో అజాద్‌హింద్ ఫౌజ్ (భారత జాతీయ సైన్యం ఐఎన్ఎ) నిర్మించాడు. ఒకప్పటి టెర్రరిస్టు విప్లవకారుడు రాస్ బిహారీబోస్ ఆయనకు సహకరించాడు.

సుభాష్ బోస్ రాకముందు భారత జాతీయ సైన్యం నిర్వహణకు జనరల్ మోహన్ సింగ్ (బ్రిటిష్ ఇండియా సైన్యంలో కెప్టెన్) చర్యలు చేపట్టాడు. ఆగ్నేయాసియాలో నివసిస్తున్న భారతీయులు, మలయా, సింగపూర్, బర్మాలలో జపనీయులకు పట్టుబడ్డ బ్రిటిష్ ఇండియా సైనికులు, అధికారులు పెద్ద సంఖ్యలో ఐఎన్ఎలో చేరారు. ఐఎన్ఎచే నేతాజీగా పిలవబడ్డ సుబాస్ బోస్ తన అనుచరులకు జైహింద్ నినాదమిచ్చారు. బర్మా నుండి భారతదేశంపై దాడి చేస్తున్న జపాన్ సైన్యంతో ఐఎన్ఎ కలిసింది. మాతృ భూమికి విముక్తి కల్పించాలనే లక్ష్యంతో ప్రేరితులైన ఐఎన్ఎ సైనికులు ఆఫీసర్లు, తాత్కాలిక స్వతంత్ర భారత ప్రభుత్వ నాయకుడైన సుభాష్‌బోస్‌తో విముక్తి సైనికులుగా భారతదేశంలో ప్రవేశించాలని ఆశించారు.

1944-45 కాలంలో యుద్ధంలో జపాన్ ఓడిపోయింది. దానితో ఐఎన్ఎ కూడా పరాజయం పాలయింది. బోస్ టోక్యో వెళుతూ విమాన ప్రమాదంలో మరణించాడు. ఫాసిస్టు శక్తుల సహకారంతో స్వతంత్రం సాధించాలనే బోస్ వ్యూహాన్ని అత్యధిక భారత జాతీయవాదులు విమర్శించినప్పటికీ ఐఎన్ఎని నడిపి, భారత ప్రజలలో భారతీయ సైన్యంలో ఆయన దేశభక్తి స్ఫూర్తికి ప్రతీకగా నిలిచాడు. యావద్భారత దేశం చేత నేతాజీగా ప్రశంసలందుకున్నాడు.

యుద్ధానంతర పోరాటం

1945 ఏప్రిల్‌లో యూరపులో యుద్ధం ముగియడంతో భారత స్వతంత్ర పోరాటం నూతన దశలోకి ప్రవేశించింది. 1942 తిరుగుబాటు భారత జాతీయ సైన్యం భారత ప్రజల వీరత్వాన్ని దృఢ సంకల్పాన్ని వ్యక్తం చేశాయి. జైళ్ల నుండి జాతీయ నాయకుల విడుదలతో ప్రజలు తుది సమరానికి సన్నద్ధమయ్యారు.

తుది పోరాటం భారత జాతీయ సైన్యం సైనికుల, ఆఫీసర్లపై విచారణకు వ్యతిరేకంగా ప్రజా ఉద్యమ రూపం తీసుకున్నది. గతంలో బ్రిటిషిండియా ఆఫీసర్లుగా వుండి ఆ తరువాత భారత జాతీయ సైన్యం ఆఫీసర్లుగా మారిన షానవాజ్ ఖాన్, గుర్దియల్ సింగ్ ధిల్లాన్, ప్రేమ్ సెహగల్‌లపై ఢిల్లీలోని ఎర్రకోటలో విచారణ జరపాలని ప్రభుత్వం నిర్ణయించింది. బ్రిటీషు చక్రవర్తికి విధేయతగా వుంటాయని చేసిన ప్రమాణాన్ని ఉల్లంఘించి దేశ ద్రోహులుగా మారారని వారిపై ఆరోపణ. మరోవైపు వీర యోధులుగా వారికి ప్రజలు స్వాగతం పలికారు. వారిని విడుదల చేయవలసిందిగా దేశవ్యాప్తంగా పెద్ద ప్రజా ప్రదర్శనలు జరిపారు. ఈసారి పోరాటం విజయం సాధిస్తుందని యావద్భారత దేశం ఆసక్తితో విశ్వాసంతో వుంది. ఈ వీరుల్ని శిక్షించేందుకు ప్రజలు అనుమతించరు. భారత ప్రజాభిప్రాయాన్ని విస్మరించగలిగిన స్థితిలో ప్రభుత్వం లేదు. ఐఎన్ఏ ఖైదీలు దోషులని సైనిక న్యాయస్థానం నిర్ధారించినప్పటికీ ప్రభుత్వం వారిని విడుదల చేయటం ప్రయోజనకరమని నిర్ధారించింది.

బ్రిటిషు ప్రభుత్వ వైఖరిలో మార్పుకి చాలా కారణాలున్నాయి.

మొదటిది : ప్రపంచంలో వివిధ రాజ్యాల బలాల సమతూకాన్ని యుద్ధం మార్చివేసింది. యుద్ధం వలన బ్రిటన్ కాకుండా అమెరికా, సోవియట్ యూనియన్‌లు అగ్రరాజ్యాలుగా ఆవిర్భవించాయి. ఈ రెండూ కూడా భారత దేశ స్వాతంత్ర్యాన్ని బలపరచాయి.

రెండవది : బ్రిటన్ యుద్ధంలో గెలిచిన పక్షంలో వున్నప్పటికి దాని ఆర్థిక మిలటరీ శక్తి ధ్వంసమయింది. బ్రిటన్ స్థిమితపడేందుకు సంవత్సరాల కాలం పడుతుంది. అంతేగాక బ్రిటన్‌లో ప్రభుత్వం మారింది. కన్సర్వేటివ్ పార్టీ స్థానంలో లేబర్ పార్టీ అధికారంలోకి వచ్చింది. లేబర్ పార్టీ సభ్యులలో చాలా మంది కాంగ్రెస్ డిమాండ్లను బలపరిచారు. బ్రిటిషు సైనికులు యుద్ధంతో అలసిపోయారు. దాదాపు 6 సంవత్సరాల పాటు పోరాడి రక్తం చిందించిన బ్రిటిషు సైనికులకు భారత ప్రజల స్వతంత్ర పోరాటాన్ని అణచివేసేందుకు స్వదేశానికి దూరంగా జీవించటం ఇష్టంలేదు.

మూడవది : బ్రిటిష్ ఇండియా ప్రభుత్వం జాతీయోద్యమాన్ని అణచివేసేందుకు ఇక ఏ మాత్రం పౌర పరిపాలన, సైనిక బలగాలలో భారతీయులపై ఆధారపడలేని స్థితి వచ్చింది. భారతదేశంలో బ్రిటిషు పాలనకు ముఖ్యమైన సాధనంగా వున్న భారత సైన్య శ్రేణులలోకి దేశభక్తి భావాలు ప్రవేశించాయని ఐఎన్ఏ స్పష్టం చేసింది. 1946లో బొంబాయి వద్ద నావికా సైనికులు చేసిన ప్రఖ్యాతమైన తిరుగుబాటులో నావికా సైనికులు సైన్యంతోనూ నౌకాబలంతోనూ 7 గంటలపాటు యుద్ధం చేశారు. జాతీయ నాయకులు కోరిన మీదటనే లొంగిపోయారు. దేశంలోని ఇతర ప్రాంతాలలో నావికా సైనికులు కూడా సానుభూతి సమ్మె చేశారు. అంతేగాక భారత వైమానిక దళంలో కూడా విస్తృతమైన సమ్మెలు జరిగాయి. జబల్పూర్ వద్ద గల భారత సిగ్నల్ దళం కూడా సమ్మె చేసింది. బ్రిటిషు పాలనకు మరి రెండు పెద్ద సాధనాలుగా పనిచేస్తున్న పోలీసులు, ఉన్నతాధికార వర్గం జాతీయవాదం వైపు మొగ్గు చూపుతున్న సూచికలు కనిపించాయి. జాతీయోద్యమాన్ని అణచడానికి వారిని ఉపయోగించటం సాధ్యం కాని పరిస్థితి ఏర్పడింది. ఉదాహరణకు బీహార్, ఢిల్లీలలో పోలీసులు సమ్మె చేశారు.

నాల్గవది : అన్నింటినీ మించి భారత ప్రజల దృఢ విశ్వాసం గల మనోభావాలు వ్యక్తమయ్యాయి. విదేశీ పాలన కలిగించే న్యూనతా భావాన్ని ఇక ఏ మాత్రం సహించలేరు. స్వతంత్రం వచ్చేదాకా విశ్రమించరు. నౌకాదళ తిరుగుబాటు, ఐఎన్ఏ ఖైదీల విడుదలకైపోరాటం జరిపారు. వీటికి తోడు 1945-46 కాలంలో హైదరాబాద్, తిరువాన్కూర్, కాశ్మీర్ లాంటి స్వదేశీ సంస్థానాలతోపాటు దేశవ్యాప్తంగా అసంఖ్యాకమైన ఆందోళనలు, సమ్మెలు, హర్తాళ్లు, ప్రదర్శనలు జరిగాయి. ఉదాహరణకు 1945 నవంబరులో ఐఎన్ఏ ఖైదీల విడుదలను డిమాండు చేస్తూ లక్షలాది మంది కలకత్తా వీధులలో ప్రదర్శనలు జరిపారు. మూడు రోజులపాటు ప్రభుత్వం పనిచేస్తున్న జాడలే లేవు. ఐఎన్ఏ ఖైదీలలో ఒకరైన అబ్దుల్ రషీద్ విడుదలను డిమాండ్ చేస్తూ 1946 ఫిబ్రవరి 12 నగరంలో పెద్ద ప్రదర్శన జరిగింది. నావికా సైనికుల తిరుగుబాటుకి సానుభూతిగా ఫిబ్రవరి 22న బొంబాయి హర్తాళ్ పాటించింది. ఫ్యాక్టరీలలో ఆఫీసులలో సాధారణ సమ్మె జరిగింది. ప్రజావెల్లువను అణచివేసేందుకు సైన్యం రంగంలోకి దిగింది. 48 గంటలలో 250 మంది కాల్చి చంపబడ్డారు.

దేశమంతటా పెద్ద ఎత్తున కార్మిక అశాంతి నెలకొన్నది. సమ్మెలు జరగని పరిశ్రమ లేదు. 1946 జులైలో పోస్టల్ టెలిగ్రాఫ్ సమ్మె జరిగింది. దక్షిణ భారత దేశంలోని రైల్వే కార్మికులు 1946 ఆగస్టులో సమ్మె చేశారు. 1945 తరువాత రైతు ఉద్యమాలు బలం పుంజుకొన్నాయి. యుద్ధానంతర పోరాటాలలో బెంగాల్ పాలికాపులు

సాగించిన తెబాగ పోరాటం అత్యంత సమరశీలమైనది. వారు పంటలో సగం గాక మూడవవంతు మాత్రమే చెల్లిస్తామన్నారు. హైదరాబాద్, మలబారు, బెంగాలు, ఉత్తరప్రదేశ్, బీహారు, మహారాష్ట్రలలో భూ పోరాటాలు, కౌలురేట్లకు వ్యతిరేకంగా పోరాటాలు జరిగాయి. సమ్మెలు, హర్తాళ్లు, ప్రదర్శనలు నిర్వహించటంలో పాఠశాలల కళాశాలల విద్యార్థులు నాయకత్వ పాత్ర నిర్వహించారు. హైదరాబాద్, తరువాన్కూరు, కాశ్మీర్, పాటియాలతోపాటు పలు స్వదేశీ సంస్థానాల్ని ప్రజా ఉద్యమాలు, తిరుగుబాట్లు చుట్టుముట్టాయి. 1946 ప్రారంభంలో రాష్ట్ర అసెంబ్లీలకు జరుపబడిన ఎన్నికలు మరొక పెద్ద రాజకీయ పరిణామం. సాధారణ (జనరల్) సీట్లలో కాంగ్రెస్ అత్యధిక సీట్లని గెలుచుకొన్నది. అలాగే రిజర్వుడు సీట్లలో ముస్లింలీగు అత్యధిక స్థానాలు గెలుచుకొంది.

బ్రిటిషు ప్రభుత్వం అధికార బదిలీకి సంబంధించిన విధి విధానాల్ని భారత నాయకులతో చర్చించటానికి 1946 మార్చిలో మంత్రివర్గ రాయబార బృందాన్ని (Cabinet Mission) భారతదేశానికి పంపించింది. ప్రాంతీయ స్వయం ప్రతిపత్తికి అత్యధిక ప్రాధాన్యతనిస్తూ జాతీయైక్యతను కాపాడే రెండు దశల సమాఖ్య పథకాన్ని కేబినెట్ మిషన్ ప్రతిపాదించింది. రాష్ట్రాల స్వదేశీ సంస్థానాల కలయికతో సమాఖ్య ప్రభుత్వం ఉంటుంది. రక్షణ, విదేశీ వ్యవహారాలు రవాణా సౌకర్యాలు సమాఖ్య కేంద్రం నియంత్రణలో వుంటాయి. జాతీయ కాంగ్రెస్, ముస్లింలీగు - రెండూ ఈ పథకాన్ని ఆమోదించాయి. కాని స్వతంత్ర భారత సమాఖ్యకు రాజ్యాంగాన్ని తయారు చేసేందుకు రాజ్యాంగ పరిషత్‌ని సమావేశపరచే తాత్కాలిక ప్రభుత్వంపై ఒక అంగీకారానికి రాలేకపోయాయి. అంతకుముందు అంగీకరించిన కేబినెట్ మిషన్ పథకానికి కూడా రెండూ వేర్వేరు వ్యాఖ్యానాలు చేశాయి. చివరికి 1946 సెప్టెంబరులో కాంగ్రెస్ జవహర్‌లాల్ నెహ్రూ నాయకత్వంలో తాత్కాలిక మంత్రివర్గాన్ని ఏర్పాటుచేసింది. కొంత తటపటాయించిన మీదట ముస్లింలీగు అక్టోబరులో మంత్రివర్గంలో చేరింది. కాని రాజ్యాంగ పరిషత్‌ని బహిష్కరించాలని నిర్ణయించింది. 1948 జూన్ నాటికి బ్రిటిషు పాలకులు భారతదేశాన్ని వదలివెళతారని బ్రిటిషు ప్రధానమంత్రి క్లెమెంట్ అట్లీ 1947 ఫిబ్రవరి 20న ప్రకటించాడు.

కాని స్వతంత్రం రానున్నదనే ఆనందోత్సాహాన్ని 1946 ఆగస్టు, ఆ తరువాత చెలరేగిన మత ఘర్షణలు హరించివేశాయి. ఘోరాతిఘోరమైన హత్యాకాండని ప్రారంభించింది. మీరంటే మీరని హిందూ ముస్లిం మతతత్వవాదులు పరస్పరం నిందించుకున్నారు. పైశాచిక మారణకాండలో పరస్పరం పోటీ పడ్డారు. సత్యాహింసల్ని

గాలికి వదిలి, మానవత్వాన్ని మంటగలపడం పట్ల ఖిన్నుడైన మహాత్మాగాంధీ ఘర్షణల్ని అదుపుచేసేందుకు బెంగాల్ బీహారుల్లో పాదయాత్ర చేపట్టారు. మతాగ్ని కీలల్ని చల్లార్చే ప్రయత్నంలో ఎందరో హిందూ ముస్లిం నాయకులు ప్రాణత్యాగం చేశారు. మతతత్వ వాదులు బీజాలు లోతుగా నాటారు. ఏపుగా ఎదిగేందుకు అవసరమైన నారూ నీరూ విదేశీ ప్రభుత్వం సమకూర్చింది. గాంధీజీ ఇతర జాతీయ నాయకులు మత ఉద్రిక్తతలకు వ్యతిరేకంగా విఫలపోరాటం చేశారు.

1947 మార్చిలో భారతదేశానికి వైస్రాయిగా వచ్చిన లార్డ్ మౌంట్ బాటన్ కాంగ్రెస్ ముస్లింలీగు నాయకులతో సుదీర్ఘమైన చర్చలు జరిపిన మీదట ఒక రాజీ సూత్రాన్ని ప్రతిపాదించాడు. దేశం స్వతంత్రమవుతుంది. కాని ఐక్యంగా వుండదు. దేశం విభజింపబడుతుంది. స్వతంత్ర భారతదేశంతోపాటు కొత్త రాజ్యం పాకిస్తాన్ సృష్టించబడుతుంది. పెద్ద ఎత్తున జరుగనున్న మత ఘర్షణల్ని రక్తపాతాన్ని నివారించేందుకు జాతీయ నాయకులు దేశ విభజన నంగీకరించారు. కాని ద్విజాతి సిద్ధాంతాన్ని అంగీకరించలేదు. జనాభా నిష్పత్తిననుసరించి మూడవ వంతు దేశాన్ని పంచి ఇచ్చేందుకు ఒప్పుకోలేదు. ముస్లింలీగు ప్రాబల్యం అధికంగా వున్న ప్రాంతాల విభజనకు అంగీకరించారు. ఆ విధంగా పంజాబు బెంగాల్ అస్సాం విభజింపబడతాయి. ముస్లింలీగుకి 'పురుగు కొరికిన' పాకిస్తాన్ లభిస్తుంది. ముస్లింలీగు ప్రభావం సందేహాస్పదంగా వున్న వాయవ్య సరిహద్దు రాష్ట్రం, అస్సాంలోని సిల్హెట్ జిల్లాలో ప్రజాభిప్రాయ సేకరణ జరుపబడుతుంది. మరొక విధంగా చెప్పాలంటే దేశం విభజింపబడుతుంది. కాని మత ప్రాతిపదికన కాదు.

భారత జాతీయవాదులు విభజన నంగీకరించటం భారతదేశంలో హిందూజాతి, ముస్లిం జాతి - అనే రెండు జాతులున్నాయని అంగీకరించి కాదు. విభజన వద్దనడమంటే అనాగరిక మత ఘర్షణలలో లక్షలాది అమాయక ప్రజల హత్యాకాండ జరిగే స్థితి ఫలితం. 70 సంవత్సరాలకు పైగా హిందూ ముస్లిం మతతత్వవాద చారిత్రక పరిణామం సృష్టించిన పరిస్థితి కారణంగా జాతీయవాదులు విభజనకు అంగీకరించారు. ఈ ఘర్షణ ఒక సెక్షన్‌కి పరిమితమై వుండి వుంటే కాంగ్రెస్ నాయకులు లొంగదీసి వుండేవారు. విభజనకు వ్యతిరేకంగా దృఢమైన వైఖరి చేపట్టి వుండేవారు. కాని భ్రాతృహత్యలు ఒక ప్రాంతంలో కాదు, దేశమంతటా జరిగాయి. హిందువులు ముస్లింలు హత్యాకాండలో పాల్గొన్నారు. అంతేగాక దేశం ఇంకా విదేశీ పాలనలో వుంది. విదేశీ పాలకులు ఘర్షణల్ని అదుపు చేయడానికి ఎలాంటి చర్యలు చేపట్టలేదు. అంతేగాక విచ్ఛిన్నకరమైన ఎత్తుగడలతో ఘర్షణల్ని ప్రోత్సహించారు. మతతత్వవాదాన్ని ప్రస్తావిస్తూ జవహర్‌లాల్ నెహ్రూ 1948లో తన 'డిస్కవరీ ఆఫ్ ఇండియా'లో ఇలా రాశాడు :

"ఇది మన వైఫల్యం. మన వైఫల్యాల ఫలితం మనం అనుభవించక తప్పదు. భారతదేశంలో విధ్వంసాన్ని ఉద్దేశపూర్వకంగా సృష్టించడంలో విదేశీయులు నిర్వహించిన పాత్ర క్షమార్హం కాదు. చాలా గాయలు మానిపోతాయి. కాని ఇది మాత్రం చాలా కాలం వరకు మనల్ని పీడిస్తూనే ఉంటుంది." చివరికి జిన్నా కూడా తన ద్విజాతి సిద్ధాంతాన్ని గురించి పునరాలోచించక తప్పలేదు. భారతదేశంలో వుండిపోయే ముస్లింలు తామేం చేయాలని అడిగితే భారతదేశానికి విధేయులైన పౌరులుగా వుండి పొమ్మని సలహా ఇచ్చాడు. 1947 ఆగస్టు 11న పాకిస్తాన్ రాజ్యాంగ పరిషత్తుకి జిన్నా ఇలా చెప్పాడు. **"మీరు ఏ మతానికైనా కులానికైనా శాఖకైనా చెంది వుండవచ్చు. దానికి రాజ్య వ్యవహారాలతో ఎలాంటి సంబంధం వుండదు."** మత రాజకీయాల కొరకు అతడు సృష్టించిన భూతాన్ని సీసాలో బంధించేందుకు వ్యర్థ ప్రయత్నం చేశాడు.

భారతదేశం, పాకిస్తాన్ స్వతంత్ర దేశాలు కాబోతున్నాయనే ప్రకటన 1947 జూన్ 3న చేయబడింది. స్వదేశీ సంస్థానాలు భారతదేశంలోగాని లేక పాకిస్తాన్‌లోగాని విలీనం కావచ్చు. సంస్థానాల ప్రజా ఉద్యమాల ఒత్తిడితోను, దేశీయాంగ మంత్రి సర్దార్ పటేల్ రాజనీతిజ్ఞతతోనూ అత్యధిక సంస్థానాలు భారతదేశంలో విలీనమయ్యాయి. జూనాగడ్ నవాబు, హైదరాబాద్ నిజాం, జమ్మూకాశ్మీర్ మహారాజా - కొంత తటపటాయించారు. జూనాగడ్ కథియవాడ్ తీర ప్రాంతంలోని చిన్న సంస్థానం. సంస్థానం ప్రజలు భారతదేశంలో చేరాలని ఆకాంక్షతో వున్నప్పటికీ నవాబు పాకిస్తాన్‌లో విలీనమవనున్నట్లు ప్రకటించాడు. భారత సైన్యాలు సంస్థానాన్ని ఆక్రమించాయి. ప్రజాభిప్రాయం (ప్లెబిసైట్) భారతదేశానికనుకూలంగా వ్యక్తమయింది. ఆ సమస్య పరిష్కారమయింది. ఇక నిజాం నవాబు స్వయంప్రతిపత్తి కొరకు ప్రయత్నించాడు. కాని ఒకవైపు తెలంగాణాలో సాయుధ రైతాంగ తిరుగుబాటు చెలరేగటం, మరొకవైపు భారత సైన్యాలు హైదరాబాద్‌లో ప్రవేశించటంతో భారతదేశంలో విలీనం కాక తప్పలేదు. జమ్మూ కాశ్మీర్‌లో నేషనల్ కాన్ఫరెన్స్‌లోని ప్రజా శ్రేణులు భారతదేశంలో విలీనానికి అనుకూలంగా వున్నప్పటికీ కాశ్మీర్ మహారాజా జాప్యం చేశాడు. పఠాన్లు, పాకిస్తాన్ సైనికులు దాడి చేసిన తరువాత 1947 అక్టోబర్‌లో భారతదేశంలో విలీనానికి అంగీకరించాడు.

భారతదేశం 1947 ఆగస్టు 15న ఆనందోత్సాహాలతో ప్రథమ స్వాతంత్ర్య దినోత్సవాన్ని జరుపుకొన్నది. తరతరాల దేశభక్తుల త్యాగాలు అసంఖ్యాకమైన మృతవీరుల రక్తతర్పణం ఫలించింది. వారి కల నిజమమయింది. ఆగస్టు 14 రాత్రి పండిట్ జవహర్ లాల్ నెహ్రూ ప్రజల మనోభావాల్ని వ్యక్తీకరిస్తూ రాజ్యాంగ పరిషత్‌నుద్దేశించి చిరస్మరణీయ ప్రసంగం చేశాడు. **"చాలా సంవత్సరాల క్రితం మనం**

భవిష్యత్తులో సమావేశమైనాము. ఇప్పుడు మన ప్రతిజ్ఞని పూర్తిగా కాకపోయినా చాలా వరకు నెరవేర్చుకునే సమయం వచ్చింది. అర్ధరాత్రి గంట కొట్టిన క్షణాన ప్రపంచం నిద్రలో మునిగినపుడు భారతదేశం చైతన్యవంతమవుతూ వుంది. స్వతంత్రమవుతూ వుంది. చరిత్రలో అరుదుగా వచ్చే క్షణంలో మనం పాతశకం నుండి కొత్త శకంలోకి అడుగువేస్తున్నాం. చిరకాలం అణచిపెట్టబడిన జాతి ఆత్మగొంతుక విప్పుతుంది. ఈ మహత్తర క్షణాన మనం భారతదేశం, భారత ప్రజలు ఇంకా విస్తృతంగా మానవాళి సేవకు అంకితమవుదామని ప్రతిజ్ఞ తీసుకొనటం సముచితంగా వుంటుంది. దురదృష్టకాలం ఈనాటితో ముగిసింది. భారతదేశం తనను తాను వ్యక్తీకరించుకుంటుంది. ఈ విజయం ఒక ముందడుగు... మనం సాధించుకున్న గొప్ప విజయాలకు ఘన కార్యాలకు అవకాశం కల్పించే ఆరంభం." కాని అవధులు లేని ఆనందంలో తేలియాడవలసిన సమయంలో బాధ విచారాల నీలి నీడలు కమ్ముకున్నాయి. భారత సమైక్యతా స్వప్నం ఛిన్నాభిన్నం చేయబడింది. అన్నదమ్ములు విడదీయబడ్డారు. మరీ దారుణమైన అంశం స్వతంత్రం సాధించిన ఈ క్షణాన మాటలకందని అమానుష మతోన్మాదం జడలు విప్పి కరాళ నృత్యం చేస్తుంది. భారత – పాకిస్తాన్‌లలోని వేలాది మంది ప్రాణాల్ని బలిగొంటుంది. తను తాతముత్తాతల గడ్డని వదలి వెళ్లక తప్పని పరిస్థితులలో లక్షలాదిమంది కాందిశీకులు రెండు దేశాల్లోకి వరదలెత్తుతున్నారు.

ఈ దారుణ హత్యాకాండ జరిగిన నెలల్ని గురించి నెహ్రూ ఇలా రాశాడు:

"భయం, ద్వేషం మన మనసుల్ని ఆవహించాయి. నాగరికత తెచ్చిపెట్టిన కట్టుబాట్లు తుడిచిపెట్టబడ్డాయి. బీభత్సం గుట్టలుగా పోగుపడింది. ఒక్కసారిగా మనల్ని శూన్యం ఆవహించింది. కాంతి అదృశ్యమయినట్లుంది. కాని ఈ అంధకారంలో కూడా చెలరేగుతున్న తుఫానులో కాంతి మిణుకు మిణుకుమంటుంది. మత మారణకాండలో సమిధలైన వారిని గురించి సమిధలవుతున్న వారిని గురించి దుఃఖించాం. అంతకంటే ఎన్నో ఏళ్ళుగా ఏ దేశ స్వతంత్రం కోసం నిరంతరం పోరాడుతున్నామో ఆ దేశం, ఆ మాతృమూర్తి, భారతదేశాన్ని గురించి ఎక్కువగా దుఃఖించాం."

భారత ప్రజలకు సత్యం, అహింస, ప్రేమ, ధైర్యం, మానుషత్వం ప్రబోధించిన గాంధీజీ – భారతీయ సంస్కృతిలో సర్వోత్కృష్టమైన ప్రతి అంశానికీ సంకేతంగా నిలిచిన గాంధీజీ జాతి విజయోత్సవ సమయంలో విషాదానికి ప్రతీకగా ఒంటరిగా మిగిలిపోయాడు.

స్వతంత్రానికి మూల్యాన్ని మత మారణకాండ రూపంలో చెల్లిస్తున్న ప్రాంతాలలో మత విద్వేషానికి గురయిన బాధితులకు ఓదార్పునందిస్తూ గాంధీజీ పాదయాత్ర చేస్తున్నాడు. గాంధీజీ పంజాబు నుండి కలకత్తా వచ్చాడు. అక్కడ నుండి నౌఖాలీ వెళ్లే ఆలోచనలో వున్నాడు. ఆయన కలకత్తాలో మత ఘర్షణలతో అట్టుడికిన ప్రాంతంలో వున్నాడు. ఆయన స్వతంత్ర దినాన్ని నూలు వడుకుతూ నిరాహారదీక్షతో గడిపాడు. స్వతంత్ర ఉత్సవ సంబరాలు సద్దుమణగకముందే 1948 జనవరి 30న ఒక హిందూ మతోన్మాది 70 సంవత్సరాలకుపైగా దేదీప్యమానంగా వెలిగిన దీపశిఖని ఆర్పివేశాడు. ఆవిధంగా గాంధీజీ తన జీవిత కాలం నిబద్ధతగా పనిచేసిన ఐక్యతా ధర్మసాధనలో ప్రాణాలు బలిదానం చేశాడు.

అంతకుముందు 1947లో గాంధీజీ జన్మదిన సందర్భంగా ఒక జర్నలిస్టు అడిగిన ప్రశ్నకు జవాబుగా తాను ఎక్కువ కాలం జీవించాలని కోరుకోవడంలేదని, ఒక మనిషి హిందువు కావచ్చు, ముస్లిం కావచ్చు. మరెవరైనా కావచ్చు. మొరటుగామారి సాగిస్తున్న కసాయితనానికి నిస్సహాయంగా మౌనసాక్షిలా మిగిలేకంటే ఈ కన్నీటి కడలి నుండి తనను తీసుకొని పోవలసిందిగా భగవంతుణ్ణి అర్థిస్తున్నానని చెప్పాడు.

స్వతంత్ర సాధనతో దేశం ఒక అడుగు ముందుకేసింది. విదేశీ పాలనను అంతం చేయడంతో జాతి పునరుజ్జీవన పథంలోని ముఖ్యమైన అవరోధాన్ని తొలగించుకుంది. కాని శతాబ్దాల వెనుకబాటుతనం, దురావేశం, అసమానత, అజ్ఞానం, దేశాన్ని ఇంకా క్రుంగదీస్తూనే వున్నాయి. రవీంద్రనాథ్ ఠాగూర్ తన మరణానికి 3 నెలల ముందు 1941లో చెప్పినట్లుగా **"ఇంగ్లీషు వారు ఏదో ఒకనాటికి తమ భారత సామ్రాజ్యాన్ని వదిలివెళ్ళక తప్పదు. వారు వదలివెళ్లే భారతదేశం ఏ స్థితిలో వుంటుంది? ఎంతటి దయనీయమైన దైన్య స్థితిలో వుంటుంది? శతాబ్దాలపాటు సాగిన వారి పాలనా స్రవంతి ఎంత ˘కుళ్లుని మురికిని వదలివెళతారు?"**

ఏమైనప్పటికీ స్వతంత్ర పోరాటం వలసపాలన నంతమొందించడమేగాక స్వతంత్ర భారతదేశ స్వప్నానికి కూడా రూపకల్పన చేసింది. స్వతంత్ర స్వావలంబన ఆర్థిక విధానం, సామాజిక ఆర్థిక సమానత్వం, రాజకీయ చైతన్యం పునాదులపై నిర్మించబడే లౌకిక ప్రజాస్వామ్య భారతదేశం, స్వతంత్ర విదేశాంగ విధానం ప్రాతిపదికన పొరుగు దేశాలతోను ఇతర ప్రపంచ దేశాలతోను శాంతియుత సహజీవనం చేసే భారతదేశం – ఆ స్వప్నం.

ఈ స్వప్నాన్ని సాకారం చేసిన మొదటి ప్రయత్నం జవహర్‌లాల్ నెహ్రూ, బి.ఆర్. అంబేద్కర్‌ల మార్గదర్శకత్వంలో రాజ్యాంగ పరిషత్ చేత రూపుదిద్దబడిన రాజ్యాంగం. 1950 జనవరి 26 నుండి అమలులోకి వచ్చిన రాజ్యాంగం కొన్ని

సూత్రాల్ని, విలువల్ని నిర్ధారించింది. భారతదేశం వయోజనులైన స్త్రీ, పురుషుల ఓటింగు హక్కు ప్రాతిపదికగల పార్లమెంటరీ విధానంతో లౌకిక ప్రజాస్వామ్య రిపబ్లిక్‌గా వుంటుంది. రాజ్యాంగం పౌరులందరికీ కొన్ని ప్రాథమిక హక్కులు కల్పించింది. వాక్ స్వాతంత్ర్యం, భావ వ్యక్తీకరణ స్వతంత్రం, శాంతియుతంగా సమావేశాలు జరుపుకొనే స్వతంత్రం, సంఘాలు స్థాపించుకునే స్వతంత్రం, ఆస్తిని సంపాదించుకొని దానిని కలిగి వుండే స్వతంత్ర్యం, చట్టం ఎదుట సమానతకు ప్రభుత్వ ఉద్యోగాలలో సమానావకాశాలకు రాజ్యాంగం హామీ ఇచ్చింది. మతం, కులం, లింగబేధం, జన్మస్థలం ప్రాతిపదికగా రాజ్యం ఏ పౌరునికి వ్యతిరేకంగా వివక్ష చూపదు. అస్పృశ్యతా విధానం రద్దుచేయబడింది. ఏ రూపంలోనైనా అస్పృశ్యత ఆచరణ నిషేధించబడింది. ఏ మతాన్ని గురించియైనా చెప్పుకునే హక్కు, పాటించే హక్కు, ప్రచారం చేసుకొనే హక్కు, పౌరులందరికీ కల్పించబడింది. పూర్తిగా ప్రభుత్వ నిధులతో నిర్వహింపబడే ఏ విద్యాసంస్థలోనైనా మతపరమైన బోధన నిషేధించబడింది. రాజ్యాంగంలో కొన్ని ఆదేశిక సూత్రాలు వున్నాయి. వాటిని కోర్టుల ద్వారా అమలు జరిపించుకొనటం సాధ్యపడదు. కాని అవి చట్టాల రూపకల్పనలో రాజ్యానికి మార్గదర్శకంగా వుంటాయి. జాతీయ జీవనంలోని అన్ని రంగాలలో సాంఘిక, ఆర్థిక, రాజకీయ న్యాయం ప్రాతిపదికగల సామాజిక వ్యవస్థకు ప్రోత్సాహం, సంపద ఉత్పత్తి పరికరాల కేంద్రీకరణ నద్దుకొనటం, స్త్రీ పురుషులకు సమానమైన పనికి సమాన వేతనం, గ్రామ పంచాయతీల నిర్వహణ, విద్యా హక్కు, పని హక్కు, నిరుద్యోగులకు, వృద్ధులకు, జబ్బుతోనున్నవారికి ప్రభుత్వ సహాయం, దేశవ్యాప్తంగా ఒకే సివిల్ కోడ్, బలహీన వర్గాల - ప్రత్యేకించి షెడ్యూల్డు కులాల, షెడ్యూల్డు తెగల ప్రజల విద్య, ఆర్థిక ప్రయోజనాలకు ప్రోత్సాహంలాంటివి ఆదేశిక సూత్రాలలో ముఖ్యమైనవి.

భారత ప్రజలు స్వశక్తిపై విశ్వాసంతో సంకల్ప బలంతో దేశ స్వరూపాన్ని మార్చటానికి, న్యాయబద్ధమైన మంచి సమాజాన్ని, లౌకిక ప్రజాస్వామ్య సమసమాజ భారతదేశాన్ని నిర్మించుకునేందుకు సమాయత్తమయ్యారు.

ఈ పుస్తకం బ్రిటిష్ ఇండియాగా చెప్పబడే కాలానికి సంబంధించిన స్థూల చిత్రాన్ని అందిస్తుంది. భారతదేశంలో జాతీయవాదం, వలస వాదాలపై నా స్వీయ పరిశోధనలు, ఈ రంగంపై వెలువడిన అనేక విజ్ఞానదాయకమైన గ్రంథాలు కూడా అందుకు ఆధారంగా తీసుకున్నాను.

పాత సామ్రాజ్యవాద జాతీయవాద చరిత్ర కథనాలను సవాలు చేయడం, పునరుల్లేఖించడంతో పాటు ఈ పుస్తకం చరిత్ర రాజకీయ కథన శైలికి పరిమితం కాకుండా వివిధ పార్శ్వాల మధ్య అంతస్సంబంధాన్ని నొక్కి చెబుతుంది. చరిత్ర, రాజకీయాలు, అర్థశాస్త్రం, సామాజిక శాస్త్రం తదితర సంబంధిత రంగాల పరస్పర ప్రభావాన్ని చూపిస్తుంది. విశాల సామాజిక శక్తులు, సంస్థలు, వ్యక్తుల పాత్రను అధ్యయనం చేసేందుకు ప్రయత్నిస్తుంది. కొన్ని ఘటనలు జరగడానికి కారణమేమిటని పరిశీలిస్తుంది. అలాంటి పరిణామాల పర్యవసానాలను ఒక చారిత్రక చట్రంలో విశ్లేషిస్తుంది.

\- బిపన్ చంద్ర

PSBH
ప్రజాశక్తి బుక్‌హౌస్

ప్రాచీన భారతదేశం

డి.ఎన్ ఝా

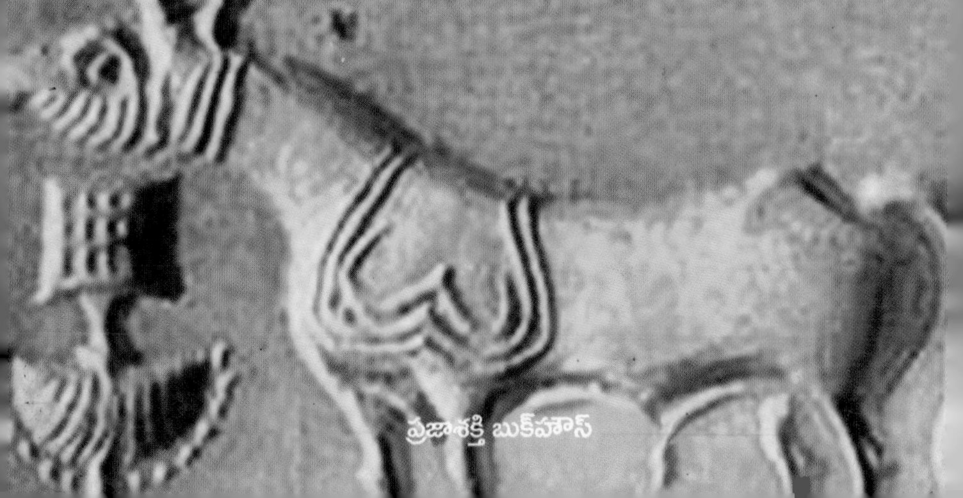

ప్రజాశక్తి బుక్‌హౌస్

ప్రాచీన భారత దేశం

డి.ఎన్. ఝా

ప్రజాశక్తి బుక్‌హౌస్

ఎమ్‌హెచ్ భవన్, ప్లాట్ నెం. 21/1, అజామాబాద్, ఆర్టిసి కళ్యాణమండపం దగ్గర

హైదరాబాద్-20. ఫోన్ : 040 - 27660013

Engligh Title : **Ancient INDIA**
In Historical Outline
Author : D.N. Jha

68085

అనువాదం : తల్లావఝ్ఝుల నళిని ఎం.ఎ.,బి.ఇడి.

ప్రచురణ సంఖ్య : 944
ప్రథమ ముద్రణ : ఏప్రిల్, 2005
నాల్గవ ముద్రణ : డిసెంబర్, 2011

వెల : ₹ 50/-

ప్రతులకు
ప్రజాశక్తి బుక్‌హౌస్
1-1-187/1/2, చిక్కడపల్లి
హైదరాబాద్-20. ఫోన్ : 27660013

బ్రాంచీలు
హైదరాబాద్, విజయవాడ,
విశాఖపట్నం, తిరుపతి, ఖమ్మం,
హన్మకొండ, నల్గొండ, గుంటూరు, ఒంగోలు

ముద్రణ
ప్రజాశక్తి డైలీ ప్రింటింగ్ ప్రెస్, హైదరాబాద్

విషయసూచిక

ఉపోద్ఘాతము

అనేక శతాబ్దాలపాటు భారతదేశం యితర ప్రపంచానికి గ్రీకు రోమన్ సాహిత్యాలలో అక్కడక్కడ ప్రస్తావించడం వలన మాత్రమే తెలిసింది. 18వ శతాబ్దంలో మాత్రం ఈ ద్వీపకల్పానికి వచ్చిన కొంతమంది మత ప్రచారకులు మన దేశీయుల గురించి తెలుసుకునే ప్రయత్నాలు చేశారు. మలబార్‌ప్రాంతంలో నివసించిన ఫాదర్ హంక్స్‌లెడెన్ యూరపియన్ భాషలో మొట్టమొదటిసారిగా సంస్కృతవ్యాకరణాన్ని రచించాడు. కాని అది అముద్రితం. 1767లో ఫాదర్ కొయర్ డౌక్స్ సంస్కృతానికీ ఇతర యూరప్‌భాషలకూ గల సామ్యాన్ని తెలుసుకొన్న మొట్టమొదటి వ్యక్తి. భారత చరిత్ర అధ్యయనానికి ప్రారంభం మతాధికారులచేకాక ఇంగ్లీష్ ఈస్టిండియా కంపెనీ అధికారులచే జరిగింది. 1600లో మన దేశంలో అడుగుపెట్టిన యీ వర్తక సంస్థ క్రమంగా మన దేశంలోని కొన్ని ప్రాంతాలను ఆక్రమించుకొని బ్రిటిష్ సామ్రాజ్యానికి పునాదులను వేసింది. ఒక వర్తకసంస్థ రాజ్యాధికారాన్ని ఎలా సంపాదించుకొన్నదో చర్చించడం యిక్కడ అవసరంలేదు. కాని ఆధునిక దృష్టితో ప్రాచీన భారత చరిత్ర రచన ఈస్టిండియా కంపెనీ స్థాపనానంతరమే జరిగిందన్న విషయం గుర్తుంచుకోవాలి 1765 తర్వాత నుండీ ఈస్టిండియా కంపెనీకి బెంగాల్‌లో పన్నులు వసూలు చేసే అధికారం, న్యాయాధికారం మొగలు చక్రవర్తులు యివ్వడంతో మన దేశీయుల చట్టాలు, ఆచారసంప్రదాయాలు చరిత్ర తెలుసుకోవల్సిన ఆవశ్యకత బ్రిటిష్ అధికారులకు ఏర్పడింది. వీరిలో చాలామంది పాలనాధికారులు మన సాహిత్య సంస్కృతులపై ఎంతో ఆసక్తి చూపారు. మన ప్రాచీన న్యాయగ్రంథాలలోకెల్ల ప్రామాణికమైన మనుధర్మ శాస్త్రాన్ని 1776లో హాల్హెడ్ ఇంగ్లీషులోకి అనువదించాడు. రెండు సంవత్సరాల తరువాత యిది జర్మన్ భాషలోకి కూడా అనువదింపబడింది. 1785లో చార్లెస్ విల్కిన్స్ మన ఆధ్యాత్మిక సాహిత్యమైన భగవద్గీతను, 1787లో నారాయణకవి రచించిన హితోపదేశాన్ని ఆంగ్లంలోకి అనువదించాడు. ఈ కాలంలోనే తిర్హుత్‌లో రెవెన్యూ అధికారిగా పనిచేసిన హెచ్.టి.కోల్ బ్రూక్ సంస్కృతంలో పాండిత్యం సంపాదించి ఆ భాషలోని మూలగ్రంథాలను చదివి మన కాలనిర్ణయం, మతానికి సంబంధించిన కర్మకాండలు, మన సంస్కృతికి సంబంధించిన అనేక అంశాలను గురించి రచించాడు.

కంపెనీ అధికారుల్లో సర్ విలియమ్‌జోన్స్ మనదేశానికి సంబంధించిన అధ్యయనానికి ప్రోత్సాహం కల్పించాడు. 1783లో బెంగాల్ సుప్రీమ్ కోర్టుకు న్యాయాధాకారిగా వచ్చి 1784లో

ఆసియాటిక్ సొసైటీ ఆఫ్ బెంగాల్‌ను స్థాపించాడు. ఈ సంస్థ, అది వెలువరించిన ఏసియాటిక్ రీసెర్చ్ జర్నల్ రెండూ ప్రాచ్యదేశాల అధ్యయనానికి (Oriental studies) పునాదివేసి మన సంస్కృతీ సంప్రదాయాలను వెలుగులోనికి తేవడానికి తోడ్పడ్డాయి. హీబ్రూ, అరబిక్, పర్షియన్, టర్కిష్, చైనీస్, సంస్కృతం వంటి బహుభాషల్లో పండితుడైనవిలియం జోన్స్ కాళిదాసు శాకుంతలాన్ని (హెర్డర్, గోథె వంటి వారు నిస్సందేహ హర్షాన్ని పొందింది. యూరప్‌లో పాఠకులు విస్తృతమయ్యారు), గీతగోవిందాన్ని, అల్ సిరాజియ్యా, మనుధర్మశాస్త్రంవంటి న్యాయగ్రంథాల్ని అనువదించాడు. ముస్లిమ్, హిందూ వారసత్వచట్టాలపై జోన్స్ మొదలగు బ్రిటిష్ అధికారులు చేసిన విస్తృతమైన పరిశోధన మన న్యాయ చట్టాలను మార్చి బ్రిటిష్ న్యాయాధికారాన్ని సుస్థిరం చేయడానికి చేసేప్రయత్నంలా కనిపిస్తుంది. విలియం జోన్స్ చేసిన ప్రయత్నాలు 1804లో బాంబే ఏషియాటిక్‌సొసైటీ, 1823లో ఏషియాటిక్ సొసైటీ ఆఫ్ గ్రేట్‌బ్రిటన్ స్థాపనకు కారణాలయ్యాయి. ఇవ్వన్నీ ప్రాచీన భారత చరిత్ర సంస్కృతులను అధ్యయనం చేసేందుకు ప్రోత్సాహకాలయ్యాయి. ఈ అధ్యయనం కేవలం బ్రిటిష్ అధికారులకే పరిమితమవలేదు. యూరప్‌లో అనేక విశ్వవిద్యాలయాల్లో అనేకమంది పండితులు సంస్కృతాన్ని దానికి సంబంధించిన యితర విషయాలనూ అధ్యయనం చేశారు. ఈరకమైన ప్రాచ్యసంస్కృతి, భారతసంస్కృతి యొక్క అధ్యయనకారుల్లో మాక్స్‌ముల్లర్ అగ్రగణ్యుడు. ఇతడు భారతదేశానికి ఎప్పుడూ రాలేదు. ఎక్కువ సమయాన్ని ఇంగ్లండ్‌లోనే గడిపాడు. సంస్కృతానికీ ఇతర యూరపియన్ భాషలకీగల సామ్యం గుర్తించడం నిర్ధారితమవగానే ఇంగ్లండ్‌లోనేగాక ఇతర యూరప్‌దేశాల్లో కూడా భారత చరిత్ర సంస్కృతుల అధ్యయనం పట్ల ఆసక్తి పెరిగింది. అంతేగాక ఇండో యూరపియన్‌లకు ఒకే మాతృదేశం ఉండవచ్చనే ఊహకలిగి మనదేశానికి వచ్చిన ఆర్యులు యూరోపియన్ల సోదరసమానులుగా భావించబడ్డారు. భారత దేశంలో అగ్రవర్ణాలకుచెందిన కేశవచంద్రసేన వంటి ప్రముఖులు కొందరు దాన్ని విశ్వసించి తమను యూరోపియన్ల సరసన నిలబెట్టుకొన్నారు. ఆర్యులకూ, అర్యేతరులకూ మధ్య భేదం స్పష్టంగా గుర్తించబడింది. ఆర్యులకు అనేక సుగుణాలు ఆపాదింపబడ్డాయి. అందువల్ల ఆర్య ద్రవిడభేదాలు తలెత్తి ప్రాచీన భారతచరిత్ర రచనపై తమ ప్రభావాన్ని చూపించాయి.

మొదట్లో ప్రాచ్యసంస్కృతి అధ్యయనకారుల్లో పలువురు విశ్లేషించి మాక్స్‌ముల్లర్ వంటివారు భారతదేశ గ్రామీణులను ఎంతో కొనియాడారు. వారి ఉద్దేశంలో "భారతదేశం తత్వవేత్తలకు, వేదాంతులకు ఆలవాలము. భారతీయుల ప్రధాన లక్ష్యం ఆధ్యాత్మికతయే గాని భౌతికవిషయాలపట్ల ఆసక్తి కాదు. వారు యిటువంటి విషయాలలో నిర్లిప్తంగా వ్యవహరించారు." భారతీయ సమాజం అందంగా, సామాజిక సంఘర్షణలు, పరివర్తనలు లేని ఆదర్శసమాజంగా ఆ పండితుల రచనల్లో చిత్రించబడింది. ఆ సరికే పాశ్చాత్యదేశాల్లో వ్యాపిస్తున్న పారిశ్రామిక విప్లవంపట్ల వారు అనాసక్తులై మనదేశంలో ఒక ఊహా ప్రపంచాన్ని (utopia) నిర్మించుకొని తమను అందులో భాగంగా గుర్తించుకొన్నారు. మాక్స్‌ముల్లర్ అయితే తన పేరు మోక్షమూల(Mokhamula)గా మార్చుకొన్నాడు. బ్రిటిష్‌వారు ఆయన భావనలకు విపరీతార్థాలు కల్పించి భారతీయులు వేదాంతులు కాబట్టి పరిపాలనకు అనర్హులని భావించారు.

మాక్స్‌ముల్లర్ అభిప్రాయాలు కొంతమందిచే ఇండోమేనియాగా వర్ణింపబడి 19వ శతాబ్దంలో క్రైస్తవమతాధికారులైన చార్లెస్ గ్రాంట్, జేమ్స్‌మిల్ వంటివారి తీవ్ర విమర్శలకు గురయ్యాయి. మిల్, గ్రాంట్ యిద్దరూ ప్రాచ్యచరిత్రకారుల ఉద్దేశాలను అంగీకరించలేదు. సరికదా తమ రచనల్లో భారతీయ సంస్కృతిపట్ల తీవ్రవ్యతిరేక తను వ్యక్తంచేశారు. అందువల్లవీరు కూడా ఇండోఫోబియాకు కారకులయ్యారని భావించబడింది.

క్రైస్తవమతాధికారులకు హిందూమతంపై ఎటువంటి గౌరవమూలేదు. వారిదృష్టిల్లో "హిందూమతం మానవ తప్పిదానికి ఫలితం, ప్రేతాత్మల ఆరాధనకు ప్రేరణ" చార్లెస్‌గ్రాంట్ ఉద్దేశంలో భారతీయులు హిందూమతం వలన పతనమయ్యారు, హిందూమతం స్వార్థానికే, వర్ణభేదాలకూ,భ్రష్టత్వానికీ, అసత్యాలకు, స్త్రీల అణచివేతకూ, లైంగిక దురాచారాలకూ మూలం. గ్రాంట్ మతాధికారికాకపోయినప్పటికీ, మతాధికారుల వర్గాల్లో పలుకుబడికలిగినవాడవడం వలన 19వశతాబ్దంలో మనదేశం పట్ల ఇంగ్లీషువారి ఆలోచనలను ఎంతో ప్రభావితం చేశాడు. భారతీయులనే క్రైస్తవమతంలోకి మారమని ప్రచారం చేశాడు. తరువాత కాలంలో మెకాలే రచించిన" మినిట్స్ ఆన్ ఇండియన్ ఎడ్యుకేషన్ (1835)లో గ్రాంట్ భావాలే దాదాపు వ్యక్తీకరించ బడ్డాయి.

జేమ్స్‌మిల్ మూడుసంపుటాలుగా రచించిన "హిస్టరీ ఆఫ్ బ్రిటిష్ ఇండియా"ను పరిశీలిస్తే క్రైస్తవమతప్రచారకులకూ, యుటిలిటేరియన్స్‌కూ భావాల్లో ఎంతో సామ్యం కనిపిస్తుంది. ఈ గ్రంథం మొదట 1817లో ప్రచురించబడింది. 1858 కల్లా 5 ముద్రణలు పొందింది. ఆక్స్‌ఫర్డ్ విశ్వవిద్యాలయంలో సంస్కృతాచార్యుడైన విల్సన్ భారతీయ సంస్కృతి పట్ల మిల్ అభిప్రాయాలను తృణీకరించి అతని రచనలలో చెడు భావనలు కన్పిస్తాయని అన్నాడు. మిల్ భారత చరిత్రను హిందూ ముస్లిమ్ బ్రిటిష్ యుగాలుగా విభజించాడు. చరిత్ర రచనలో మత పక్షపాతానికి అప్పుడే బీజాలు నాటబడ్డాయి. మనదేశ ప్రజలనూ, వారి సంస్కృతినీ నిష్కారణంగా విమర్శించి మిల్ ప్రాచీన, సమకాలీన భారతదేశం అనగారికమైనదనీ, నిర్హేతుకమైనదనీ విమర్శించాడు. అతని ఉద్దేశంలో భారతీయ నాగరికతలో రాజకీయవిలువలు లేవు. ఆ దేశం నిరంకుశులచే పాలించబడింది. ప్రారంభంనుండీ ఎదుగుదలలేకుండా మనసమాజం అభ్యుదయ నిరోధకమైనదని అతని భావన. ఇదంతా ప్రాచ్యచరిత్రకారుల రచనలను విపరీతంగా వక్రమార్గం పట్టించడం వల్ల జరిగింది. బ్రిటిష్ ప్రభుత్వ శాసనాల ద్వారా మన సమాజాన్ని మార్చాలని అతడు ప్రయత్నం చేశాడు. మనదేశాన్ని ఒక్కసారైన చూడకుండా, ఇక్కడిభాషలేవి తెలియకుండానే తాను ప్రామాణికమైన చరిత్రను రచించాననే భావించాడు. హెయిల్‌బర్‌కాలేజ్‌వంటి విద్యాసంస్థల్లో అతని గ్రంథం హిస్టరీ ఆఫ్ బ్రిటిష్ ఇండియాను పాఠ్యపుస్తకంగా ప్రవేశపెట్టారు. బ్రిటిష్ అధికారులు మనదేశానికి వచ్చేముందు ఆ సంస్థల్లో శిక్షణ పొందేవారు. ఇదంతా బ్రిటిష్ వారు మనదేశం గురించి చేసిన రచనల్లో ప్రభావం చూపించింది.

బ్రిటిష్ పాలనాధికారుల్లో మనదేశ ప్రాచీన చరిత్రను రచించిన వారిలో విన్సెంట్.ఎ.స్మిత్ అతిముఖ్యుడు. 1869లో సివిల్ సర్వీస్ అధికారిగా మన దేశానికి వచ్చి 1900 వరకూ ఉద్యోగం చేశాడు. పదవీ విరమణ తర్వాతనే మన దేశ చరిత్ర గురించి

తొమ్మిది పుస్తకాలు రచించాడు. వీటిలో 1904లో ప్రచురించబడిన " భారతదేశప్రాచీన చరిత్ర" ఆ కాలంలో లభించిన చారిత్రక ఆధారాలను క్షుణ్ణంగా పరిశీలించి వ్రాయబడింది. ప్రాచీన భారత చరిత్ర ఒక పద్ధతిలో రాయబడింది. యీ గ్రంథంలోనే దాదాపు 50 సం॥ల పాటు ఇది అత్యంత ముఖ్యమైన పాఠ్యపుస్తకంగా ఉపయోగపడింది. ఈనాటికీ విద్యార్థులూ, పండితులూ దీన్ని ఉపయోగిస్తారు. మిల్ అంతకాకపోయినా స్మిత్‌కూడా మనదేశం నిరంకుశల పాలనలో శతాబ్దాలపాటు ఉందనీ, యీ నిరంకుశత్వం బ్రిటిష్ వారి రాకతోనే సమాప్తమైందనీ భావించాడు. దీని అంతరార్థం భారతీయులు స్వతంత్రపరిపాలనకు అనర్హులనే. ఆరోజుల్లో బ్రిటిష్ చరిత్ర రచనా పద్ధతినే అనుసరించి స్మిత్ తన గ్రంథంలో అలెగ్జాండర్ అశోకుడు, రెండవ చంద్రగుప్తుడువంటి వీరులకు ప్రాధాన్యమిచ్చాడు. ప్రాచీన చక్రవర్తుల అధికారాన్ని అతడు అతిశయోక్తులలో వర్ణించాడు. అర్థశాస్త్రంలో వివరింపబడిన రాజ్యపాలనా సిద్ధాంతం జర్మనీలో రాచరికాన్ని గుర్తుచేస్తుందనీ కాటిల్యుని శిక్షాస్మృతి క్రూరమైనదనీ అతడు భావించాడు.

మన ప్రాచీనచరిత్ర విషయంలో బ్రిటిష్‌వారి రచనలన్నీ ఏకాభిప్రాయం ఉన్నవి కావు. అక్కడక్కడ వ్యక్తిగత రచనల్లో విభేదాలు కన్పిస్తాయి. కాని మొత్తంమీద చూస్తే వీరు చేసిన రచనలన్నీ మన దేశంలో వారి రాజ్యాన్ని సమర్థించుకోడానికీ, మన వనరులను దాచుకోడాన్ని సమర్థించుకోడానికే చేయబడ్డాయి. అందువలన వీరు చారిత్రక ఆధారాలను అనేకమార్లు వక్రమార్గం పట్టించారు. ఈరకమైన చిత్రమైన చిత్రీకరణకువారు "ప్రాచ్యదేశాలపై ఆధిపత్యం చూపించి ప్రాచ్యదేశాలను పునర్నిర్మించడమే" ప్రధానలక్ష్యంగా భావించారని తెలుస్తోంది.

భారత చరిత్ర పట్ల బ్రిటిష్ వారి దృక్పథాన్ని అనేక మంది భారతీయ విద్వాంసులు, సంఘసంస్కర్తలు వ్యతిరేకించారు. దీనికి కారణం ఆనాడు మనదేశంలో క్రమంగా అధికమవుతున్న రాజకీయచైతన్యం, జాతీయ భావాలు. రామకృష్ణ పరమహంస హిందుమతం అన్ని మతాల సారమనీ బోధించారు. ఆయన శిష్యుడైన వివేకానందుడు విదేశాలన్నీ పర్యటించి హిందూమత విశిష్టతను చాటారు. భారతజాతి పునరుద్ధరణకు హిందూమత పునరుద్ధరణ ఆవశ్యకమని బంకించంద్ర ఛటర్జీ ప్రబోధించాడు. ఆర్యసమాజ సంస్థాపకుడైన దయానంద సరస్వతి "తిరిగి వేదాలవైపు" అనే పిలుపునిచ్చారు. ఈ బోధనలన్నిటి ప్రభావం వలన భారతీయ మేధావులందరూ హిందూమతాన్ని సమర్థించి వేదాలు మన మతం యొక్క స్వచ్ఛమైన రూపమని అభిప్రాయపడ్డారు. విజ్ఞానానికంతటికీ, హేతుబద్ధమైన ఆలోచనకూ, నేటి శాస్త్రవిజ్ఞాన సంబంధితమైన ఆవిష్కరణలకూ వేదాలు మూలమని భావించారు. ఆర్యజాతి యొక్క మూలాన్ని కనుగొనడానికి చరిత్రకారులు, జాతీయ నాయకులు కూడా ప్రేరితులయ్యారు. ప్రాచ్యపరిశోధకులు అంతకుపూర్వమే సంస్కృతానికీ ఇతర యూరపియన్ భాషలకూ సంబంధ మున్నట్టు నిర్ధారించడంతో మన పండితులు మానవ నాగరికతకూ ఇండో ఆర్యన్‌లు ఆద్యులనీ, మనదేశం ఆ నాగరికతకు పట్టుకొమ్మనీ భావించారు. అందువలన వారు భారతీయ సంస్కృతి అత్యంత ప్రాచీనమైనదని నిరూపించడానికి ప్రయత్నించారు. వేదాలు క్రీ.పూ.3000 నాటివని తిలక్ భావించాడు. 1923-24లో హరప్పా నాగరికత బయల్పడి ఈ సిద్ధాంతాలన్నిటినీ తోసిరాజన్న

భారతీయ సంస్కృతికి విశేషించి వేదాలకు ఆపాదింపబడిన ప్రాచీనత ఈనాటికీ మేధావులకు ఇష్టమైన అంశమే. కానీ ఇది రాజేంద్రలాల్ మిత్రా(1822-91), రామకృష్ణ గోపాల్ భండార్కర్(1837-1925), విశ్వనాథ్ కాశీనాథ్ రాజ్‌వాడెలకు వర్తించదు. వీరు ముగ్గురూ మన ప్రాచీనచరిత్రను హేతుబద్ధంగా పరిశీలించారు. మిత్రా ప్రాచీనకాలంలో మాంసం నిషిద్ధం కాదని నిరూపించాడు. సంఘసంస్కర్త అయిన భండార్కర్ వితంతు పునర్వివాహాన్ని సమర్థించి ప్రాచీన గ్రంథాలను పరిశీలించి కుల వ్యవస్థ, బాల్యవివాహాలవల్ల గల దుష్ఫలితాలను నిరూపించాడు. ప్రాచీన భారతదేశం యొక్క రాజకీయ, మత చరిత్రను పునర్నిర్మించడానికి విశేష కృషి చేశాడు. భారతీయ వివాహవ్యవస్థయొక్క పరిణామక్రమంపై రాజ్‌వాడె మరాఠీలో చేసిన అధ్యయనం అతని విశిష్ట కృషిని తెలుపుతుంది. మరాఠా చరిత్రకు సంబంధించిన అనేక ప్రాచీన సంస్కృత వ్రాతప్రతులను సంపాదించిన కీర్తి కూడా ఆయనకే దక్కుతుంది. ఇది తరువాత 22 సంపుటాలుగా ప్రచురించబడింది.

మొదట్లో సంఘసంస్కరణ పట్ల ఆసక్తి చూపినా భారత చరిత్రకారులు క్రమంగా సామ్రాజ్యవాద వ్యతిరేకులుగా మారారు. 1905లో బెంగాల్ విభజనానంతరం భారతదేశంలోని రాజకీయవాతావరణం, అదే సమయంలో విప్లవ జాతీయవాదం పెరగడం ఈ రెండూ భారత చరిత్ర రచనపై సమకాలీన రాజకీయాల ప్రభావాన్ని తెలుపుతాయి. మన ప్రజలలో ఆత్మగౌరవాన్ని ఆత్మవిశ్వాసాన్ని కలిగించడానికి గతవైభవాన్ని గుర్తు చేసేందుకు భారత చరిత్రకారులు తీవ్రంగా కృషి చేశారు. ఆసియాలోని ఇతర దేశాల సంస్కృతికన్నా మన సంస్కృతి ప్రాచీనమని భావించబడింది. ఈ అభిప్రాయాలన్నీ ఆబిదీ హిందూఇజం సిద్ధాంతాన్ని సమర్థించాయి. భారతచరిత్రలో ప్రాచీనకాలం అభివృద్ధికీ సుఖసంతోషాలకూ నిలయంగా భావించ బడింది. సమాజంలో ఆనాడు ఉన్న తారతమ్యాలు విస్మరించబడి, ఆనాటి సమాజం సుఖశాంతులతో ఉన్నట్టుగా ఆదర్శ సమాజంగా చిత్రించబడింది. అందువలననే గుప్తులకాలానికి విశేష ప్రాముఖ్యతనిచ్చి దాన్ని స్వర్ణయుగంగా చరిత్రకారులు అభివర్ణించారు. ఇదే అభిప్రాయం పాఠ్యపుస్తకాల్లో ప్రాధాన్యతను సంతరించుకుని కొనసాగుతూ వస్తోంది.

1920 తర్వాత నుండీ రాజకీయ హక్కులనూ, పరిపాలనలో ప్రాతినిధ్యాన్నీ భారతీయులు కోరడం ప్రారంభించడంతో భారత చరిత్రను రచించిన జాతీయవాదులు ఎంతో గొప్పతనాన్ని ఆపాదించారు. ఇలాచేయడంలో వారొక్కక్కసారి అతిశయోక్తులకు పాల్పడ్డారు. 1905లో కౌటిల్యుని అర్థశాస్త్రం వెలుగులోకి వచ్చి 1909లో ముద్రించబడడంతో ఈ గ్రంథంలోని ఆర్థిక సామాజిక సిద్ధాంతాలకూ, జర్మనీలో బిస్మార్క్ ప్రవేశపెట్టిన సాంఘిక చట్టాలకూ పోలికతేబడింది. సాంఘిక ఆర్థిక విషయాల నిర్వహణపై కౌటిల్యుని భావాలను వారు స్వేచ్ఛావాణిజ్యం, సోషలిజంల సమ్మేళనంగా భావించారు. అర్థ శాస్త్రంలో పేర్కొన్న మంత్రిపరిషత్ బ్రిటన్‌లోని ప్రీవీకౌన్సిల్‌తో పోల్చబడి అర్థశాస్త్రంలోని రాచరికవ్యవస్థ బ్రిటన్‌లోని రాజ్యాంగ బద్ధమైన రాజరికంతో పోల్చబడింది. ప్రాచీనకాలంలో ఉన్న గిరిజన సమాజాలవ్యవస్థను ఏథెన్స్‌లోని ప్రజాస్వామ్యంతో పోల్చారు. వీటన్నిటి ఉద్దేశం భారతీయులకు ప్రాచీనకాలం నుండీ ప్రజాస్వామ్య పరిపాలనా సంప్రదాయం ఉందనీ, అది తిరిగి సాధించుకోవడానికే

బ్రిటిష్‌వారితో పోరాటం జరుపుతున్నామనీ చెప్పడమే. ఈ విధంగా చరిత్ర రచించిన వారిలో ఆద్యుడయిన కె.పి.జైస్వాల్ మన జాతీయోద్యమానికొక సైద్ధాంతికమైన ఆయుధాన్ని కల్పించాడు. ఈ విషయంలో భారతచరిత్రను పక్షపాత దృష్టితో రచించిన బ్రిటిష్ చరిత్రకారులకూ, మన జాతీయ చరిత్రకారులకూ పెద్దగా వ్యత్యాసం లేదు. ఆ చరిత్రకారులు(బ్రిటిష్) వారికి అనుకూలంగా మూల గ్రంథాల్లో దొరికిన కొన్ని సంస్కృత శ్లోకాలను ఉదహరించి వాటిని ఆధారంగా చేసుకొని మన ప్రాచీన చరిత్ర గురించి ఒక సాధారణ అభిప్రాయానికి వచ్చారు. ఇలా చేయడంలో మన సమాజంలో కాలక్రమేణా వచ్చిన మార్పులను వారు నిర్లక్ష్యం చేశారు. దీనినిబట్టే కార్ల్‌మార్క్స్ ఆసియా తరహా ఉత్పత్తి విధానం ప్రాచ్యదేశాల నిరంకుశత్వం గురించి సిద్ధాంతాలు చేశాడు.

జాతీయవాదులైన చరిత్రకారులు భారతదేశ వైభవాన్ని ప్రస్తుతించడంలో వారి ఉద్దేశాలకూ హిందూధర్మాన్ని పునరుద్ధరించడానికి ప్రయత్నం చేసిన వివేకానంద, దయానంద సరస్వతుల అభిప్రాయాలకూ ఒక విధంగా సంబంధం ఉన్నట్లు కనిపిస్తుంది. హిందూ పునరుద్ధరణ వాదులలో అతి ముఖ్యుడైన వీర్ సావర్కార్‌కు ఈ అభిప్రాయాలు ఊపునిచ్చాయి. హిందుత్వం, హిందూరాష్ట్రం అనే నినాదాలను అతడు సృష్టించి రాజకీయాలకు హిందుత్వాన్ని జోడించమనీ, హిందురాష్ట్రాన్ని వీరసేనగా తీర్చిదిద్దమనీ నినాదాన్నిచ్చాడు. అతనిని ప్రేరణగా తీసుకునే ఛాందస హిందూత్వాన్ని లక్ష్యంగా కలిగిన రాష్ట్రీయ స్వయంసేవక్ సంఘ్(ఆర్ఎస్ఎస్)ను 1925లో నాగపూర్‌లో కె.డి.హెడ్గేవార్ స్థాపించాడు. మన దేశంలో మత దురహంకారాన్ని, మతమౌఢ్యాన్ని వ్యాపింపచేయడంలో ఆర్ఎస్ఎస్ పాత్ర ఉంది. 1948లో ఆర్ఎస్ఎస్ శిక్షణ పొందిన గాడ్సే గాంధీజీని హత్యచేయడం 1992 డిసెంబర్ 6న అయోధ్యలో బాబ్రీమసీద్ కూల్చివేయడం ఈ రెండు సంఘటనలూ హిందూత్వవాదం హద్దులు మీరితే జరిగే అనర్థాలకు సమకాలీన సాక్ష్యాలు.

చరిత్రరచనా దృష్టితో పరిశీలిస్తే ఈ హిందూ అతివాద దృక్పథం, మిల్ యుగవిభజనబట్టి ఏర్పడిందని చెప్పవచ్చు. మిల్ తన గ్రంథంలో ప్రాచీన భారతీయ చక్రవర్తులు క్రీ.శ.1200 వరకూ హిందూమతాన్ని అనుసరించారని వ్రాశాడు. ఆ కాలంలోనే పరిపాలించిన ఇతర రాజవంశాలైన గ్రీకులు, శకులు, కుషాన్లు హిందువులు కారన్న విషయం అతడు పరిగణించ లేదు. నిజానికి మన ప్రాచీనులు తమనెప్పుడూ హిందువులు అని సంబోధించుకోలేదు. ఈ పదాన్ని మొట్టమొదట అరబ్బులూ, తర్వాతివారూ వాడారు. వారి భాషలో దీని అర్థం అల్‌హింద్ వాసులు హిందువులు. కాబట్టి ప్రాచీనులకు కాని వారి కాలంనాటి సాహిత్యానికి కానీ ఈ పదం పరిచితం కాదు. తరువాతే ఇది వ్యాప్తిలోకి వచ్చింది. పైగా ముస్లిం పరిపాలన ప్రారంభమైననాటి నుండే మధ్యయుగం వ్యాప్తిలోకి వచ్చిందనుకుంటే సమకాలికులైన పశ్చిమాసియాదేశాలను, పాకిస్తాన్‌ను కూడా ఈ మధ్యయుగ చరిత్రలోనే చేర్చాలి.

అయినప్పటికీ జాతీయవాదులైన భారతీయ చరిత్రకారులు మన చరిత్రను శాస్త్రీయంగా యుగవిభజనచేయకుండా మిల్ తన గ్రంథంలో ప్రతిపాదించిను కాలవిభజననే అనుసరించారు. మన సంస్కృతికి గల వైవిధ్యాన్ని వారు నిర్లక్ష్యం చేసి, హిందుత్వవాదంవైపు

మొగ్గుచూపి, ఆ దృష్టిలో చారిత్రక రచనకు పూనుకొని హేతుబద్ధమైన కాలనిర్ణయాన్ని చేయలేకపోయారు.

స్వాతంత్రం వచ్చాక మన చరిత్ర రచనలో సరైన కాలనిర్ణయం చేయాల్సిన అవసరం ఉందన్న చర్చ బయలుదేరింది. ఎందువల్లనంటే తమ ముందుతరం వారివలె గాక ఆధునిక చరిత్రకారులు మన సాంఘిక, ఆర్థిక సాంస్కృతిక పరిణామాలను అధ్యయనం చేసి వాటికి రాజకీయ పరిణామాలకూ గల పరస్పర సంబంధాన్ని గుర్తించారు. వీరి దృక్పథంలో వచ్చిన ఈ మార్పు చారిత్రిక ఆధారాలను క్షుణ్ణంగా పరిశీలనాదృష్టితో అధ్యయనం చేయడం వల్ల కలిగింది. ఉదాహరణకి చరిత్ర రచించేటపుడు బౌద్ధ భారదేశం, మహాకావ్య యుగం, సంగమ యుగం వంటి పదాలను వీరు వ్యతిరేకించారు. ఎందువలననంటే బౌద్ధ సాహిత్యం, మహాకావ్యాలైన రామాయణ, మహాభారతాలు ఫలానా కాలానికి చెందినవని చెప్పలేము. నిజానికి వీటిమధ్య కాలానికి సంబంధించిన అనేక అంతరాలున్నాయి. ఇదే సంగమసాహిత్యానికీ వర్తిస్తుంది. ప్రాచీన భారతీయ సాహిత్యంలో గల అంతరాలను గుర్తించి వాటిని, తమకు లభించిన పురావస్తు, మానవ శాస్త్ర ఆధారాలను అనుసరించి పరిశీలించడం వల్ల ప్రాచీన భారతీయ సాంస్కృతిక, సాంఘిక, ఆర్థిక వ్యవస్థలలో కాలానుగుణంగా వచ్చిన మార్పులను గుర్తించడానికి వీలయింది. ఈ విషయంలో ఇప్పటికీ చర్చలు సాగుతూనే ఉన్నాయి.

ప్రాచీన భారత చరిత్రకు కాలనిర్ణయం చేయాలంటే ఆనాటి ప్రజాజీవితంలో సంభవించిన ముఖ్యమైన మార్పులను గుర్తించాలని దామోదర్ ధర్మానంద్ కోశాంబీ తన ఇంట్రడక్షన్ టు ది స్టడీ ఆఫ్ ఇండియన్ హిస్టరీ (1957), కల్చర్ అండ్ సివిలిజేషన్ ఆఫ్ ఏన్సియంట్ ఇండియా ఇన్ హిస్టారికల్ పెర్స్పెక్టివ్ (1965) గ్రంధాలలో పేర్కొన్నాడు. మార్క్సిజంపట్ల ఆయన అభిమానంపై విమర్శలు వ్యక్తమయినప్పటికీ ఆ గ్రంథాలు ఎంతో ప్రామాణికమైనవిగా గుర్తింపు పొందాయి. సమాజం, సంస్కృతి, ఆర్థిక వ్యవస్థ వీటి చరిత్ర వస్తూత్పత్తిని పెంచే శక్తులతో విడదీయలేని సంబంధం కలిగి ఉంటుందనీ, దాన్నిబట్టే ఒక దేశ చరిత్ర కాలవిభజన చేయాలనీ ఆయన ఉద్దేశం. ఈ విషయంలో ఆధునిక చరిత్రకారులందరికీ తాత్కాలికమైన ఏకాభిప్రాయం కలిగింది. దీన్నిబట్టీ చూస్తే, మన చరిత్రలో మధ్యయుగం ప్రారంభం గుప్తుల పరిపాలన అంతమవడంతో జరిగిందని చెప్పవచ్చు. గుప్తుల పరిపాలన అంతరించాక దేశంలో ఫ్యూడల్ సంస్థానాలు ఏర్పడి విదేశీ వర్తకం క్షీణించింది. దీనివలన గ్రామీణ ఆర్థిక వ్యవస్థకు బయటి ప్రపంచంతో సంబంధం తగ్గి భూస్వామిక వ్యవస్థకు దారితీసింది. ఈవిధంగా దేశం చిన్న రాజ్యాలుగా విడిపోయి పరస్పర సంబంధాలు లేక వర్తకం కూడా క్షీణదశకు చేరుకుంది. అందువలన ఈనాటి ఆంధ్ర, అస్సాం, బెంగాల్, గుజరాత్, కర్ణాటక, కేరళ, మహారాష్ట్ర, ఒరిస్సా, రాజస్థాన్ మొదలగుచోట్ల ప్రాంతీయ సంస్కృతులు, భాషలు, శిల్పకళ, చిత్రకళ అభివృద్ధి చెందడానికి ఆస్కారం ఏర్పడింది. అలాగే మతానికి సంబంధించిన తతంగాలు, ఆచారాలలో కూడా మార్పు వచ్చింది. మతానికి సంబంధించినంతవరకూ భక్తి ఒక ప్రముఖ అంశంగా తయారయింది. ఇవన్నీ గుప్తుల కాలంలో అంకురించి తరువాతి కాలంలో వృద్ధి చెందాయి. మన చరిత్రలో క్రీ.శ. 6వ శతాబ్ది ముగింపు,

7వ శతాబ్ది ప్రారంభంలో ఉన్న సంధికాలం ప్రాచీన మధ్యయుగాలకు విభజనరేఖగా చెప్పవచ్చు.

ఈ గ్రంథం మన చరిత్రలో భూస్వామిక వ్యవస్థ ఆవిర్భవించే వరకూ ఏర్పడిన ముఖ్యమైన పరిణామాలను చర్చిస్తుంది. రాజవంశాల చరిత్ర స్థూలంగా చర్చించ బడింది. రాజ్యాల ఉత్థాన పతనాలను వాటి భౌతిక అంశాలను దృష్టిలో ఉంచుకొని చర్చించడం జరిగింది. చరిత్ర రచనలో జాతీయ దురహంకార భావాలకు భిన్నంగా స్వాతంత్ర్యోద్యమంలో అనేక పరిణామాల పున:పరిశీలను దృష్టిలో ఉంచుకొని ప్రాచీన చరిత్రలో, సంఘంలో ఆర్థిక వ్యవస్థలో వచ్చిన మార్పులను, క్రమపరిణామాలను ప్రత్యేక శ్రద్ధతో పరిశీలించడం జరిగింది. సాంఘిక వ్యవస్థలో వివిధ ఉద్రిక్తతలు, దోపిడీ, మతం మూఢవిశ్వాసాలు - ఈ విషయాలు చర్చించేప్పుడు ప్రత్యేక శ్రద్ధ కనబరిచాము.

రెండవ ప్రకరణం

ప్రాచీన చరిత్ర నుండీ హరప్పా నాగరికత వరకూ

భారత దేశంలో మానవుడు ఏనాటి నుండీ నివసిస్తున్నాడు అనే ప్రశ్నకు సమాధానం మన దేశంలో కాశ్మీర్ నుండి తమిళనాడు వరకూ గల వివిధ ప్రాంతాలలో దొరికిన రాతి పరికరాలు చెపుతాయి. ఈ పనిముట్లు, వీటిని తయారుచేసిన వారు దాదాపు రెండు మిలియన్ల సంవత్సరాల క్రితం వారు. అంటే ప్లిస్టోసిన్ కాలానికి చెందినవారు. పాతరాతి యుగానికి చెందిన (పాలియోలిథిక్ ఏజ్) మానవులు చిన్న చిన్న గుంపులుగా సంచార జీవనం సాగిస్తూ రాతి పనిముట్లను ఉపయోగించేవారు. ఈ పనిముట్లు రాతిని చెక్కి మొరటుగా తయారుచేయబడినవి. సింధు, గంగా, యయునా నదీపరీవాహక ప్రాంతాల్లో తప్ప మిగిలిన అన్ని ప్రదేశాల్లో యివి లభించాయి. ఈ రాతి పనిముట్లను వేటకు, దేనినైనా కోయడానికి ఆ ప్రజలు ఉపయోగించేవారు. ఆనాటి మానవులు జంతుచర్మాలు, చెట్ల బెరళ్లు, ఆకులను దుస్తులుగా ధరించేవారు. వ్యవసాయం గురించి గృహనిర్మాణం గురించి వారికి ఎటువంటి అవగాహనా ఉండేది కాదు. కాలక్రమేణా వారు నిప్పు రాజెయ్యడం, జంతువుల్ని మచ్చిక చేయడం నేర్చుకున్నారు. భారత దేశంలోనూ ప్రపంచంలోని యితర ప్రాంతాల్లోనూ కూడా ఈ కాలంలో మానవుడు వేట, ఆహార సంపాదనలోనే జీవితం గడిపాడు. కానీ అతడు వాడిన పనిముట్లు మాత్రం కాలక్రమేణా మార్పు చెందుతూ, మధ్యరాతి యుగానికి (మిసోలిథిక్ ఏజ్) దారి తీశాయి. ఈ కాలంలోని ప్రధాన పరిణామం జంతువుల్ని మచ్చిక చేసుకోవడం. పాలియోలిథిక్, మీసోలిథిక్ కాలం నాటి ప్రజలకు చిత్రకళ తెలుసుననడానికి అనేక ఆధారాలున్నాయి. మధ్యప్రదేశ్‌లోని భోపాల్‌కు దక్షిణంగా 45 కి.మీ. దూరంలో వున్న భీమ్‌బెట్కా పాలియోలిథిక్ కాలం నుండీ మీసోలిథిక్ కాలం వరకూ విస్తరించిన రాతిచిత్రాలకు ప్రధాన ఆధారం. భీమ్‌బెట్కా, అజమ్‌గర్, ప్రతాప్‌ఘర్ మొదలైన ప్రాంతాలు మధ్య రాతియుగానికి చెందిన చిత్రకళకు నిదర్శనాలు. ఈ చిత్రాలు ఆనాటి మానవుని, వేట, ఆహార సేకరణ, చేపలు పట్టడం మొదలగు పనులతోపాటు వారి మధ్య గల లైంగిక సంబంధాలు, శిశుజననం, మృతులను ఖననం చేయడం వంటి అనేక సాంఘిక ఆర్థిక కార్యకలాపాలను గురించి తెలియజేస్తాయి. పాతరాతి యుగంకన్నా యీ యుగంలో సాంఘిక జీవనం మరింత స్థిరత్వాన్ని సంతరించుకున్నాయి. జీవనానికి సంబంధించిన పరిస్థితులు వారి మతవిశ్వాసాలను రూపొందించాయి.

తరువాత మానవుడు అభివృద్ధి పథంలో ముందడుగు వేసి నూతన రాతియుగంలో (నియోలిథిక్ ఏజ్) ప్రవేశించాడు. ఈ యుగంలో మానవుడు ఎక్కువగా వేట, ఆహారసేకరణపై ఆధారపడలేదు. తనకు కావల్సిన ఆహారాన్ని తానే పండించు కోవడం ప్రారంభించాడు. ప్రపంచ వ్యాప్తంగా నూతన రాతియుగం క్రీ.పూ.9000 నాడే ప్రారంభమైనా దక్షిణాసియాలో మాత్రం నూతన రాతియుగం నాటి తొలి నివాసాలు పాకిస్తాన్‌లో బెలూచిస్తాన్‌లోని మెహ్రాగర్‌లో కనబడతాయి. ఈ కాలంనాటి నివాసాలు కొన్ని వింధ్యపర్వత ఉత్తర ప్రాంతాలలో లభించినవి క్రీ.పూ.5000కు చెందినవి కావచ్చు. భారతదేశంలో దక్షిణ ప్రాంతాలలోని నివాసాలు మాత్రం క్రీ.పూ.2500 కంటే పూర్వపువి కావు. దక్షిణ తూర్పుప్రాంతాలలోని కొన్ని నివాసాలు క్రీ.పూ.1000 ప్రాంతానికి చెందినవి. ఈ యుగంనాటి ప్రజలు బాగా పదునుపెట్టిన రాతి ఆయుధాలను ఉపయోగించారు. వారు ఎక్కువగా రాతిగొడ్డళ్లను ఉపయోగించారని తెలుస్తుంది. మన దేశంలోని పర్వత ప్రాంతాల్లో ఈ గొడ్డళ్ళు ఎక్కువగా లభించాయి. రాతిపరికరాలు, ఆయుధాల మీద ఎక్కువగా ఆధారపడడంతో ఈ కాలంనాటి ప్రజలు ఎక్కువగా కొండ ప్రాంతాలను దాటి విస్తరించలేదు. నిత్యజీవననానికి అవసరమైనంత మేరకే ఆహారాన్ని ఉత్పత్తి చేసుకునేవారు. కానీ వీరు వరి, గోధుమ, బార్లీ వంటి ముఖ్యమైన పంటలను పండించారు. ఈ విధమైన వ్యవసాయం, జంతువుల్ని మచ్చిక చేసుకోవడం వారి జీవనశైలిలో ఎంతో మార్పును తెచ్చాయి.

నూతన రాతియుగం చివరిదశలో ఒక ముఖ్యమైన మార్పు సంభవించింది. ప్రజలు లోహాన్ని ఉపయోగించడం తెలుసుకున్నారు. వారు మొదట ఉపయోగించినది రాగి. రాతి ఆయుధాలతోపాటు రాగి పరికరాలను గూడా వినియోగించిన చాకోలిథిక్ సంస్కృతిని పురావస్తు శాస్త్రజ్ఞులు కనుగొన్నారు. చాకోలిథిక్ ప్రజలు ప్రధానంగా వ్యవసాయం చేసుకుంటూ దేశంలోని వివిధ ప్రాంతాల్లో నివసించారు. అందుకు ఆధారాలు అనేక ప్రాంతాల్లో లభ్యమయ్యాయి. వాటిలో ముఖ్యమైనవి రాజస్తాన్‌లోని అహర్, గిలంద్, బాలాతల్, మధ్యప్రదేశ్ పశ్చిమ ప్రాంతంలోని ఎరాన్, కాయతా, మహారాష్ట్ర పశ్చిమప్రాంతంలోని జోర్వి, నెవాసా, దైమాబాద్, చందోలి, సోనాగావ్, ఇనామ్‌గావ్, ప్రకాష్, నాసిక్, ఉత్తరప్రదేశ్ తూర్పుప్రాంతంలో నర్హన్, పశ్చిమ బెంగాల్‌లో పాండురాజార్, ధిబీ, మహీష్‌దల్, అలాగే దక్షిణ భారతదేశంలోనూ, ఆంధ్రప్రదేశ్, కర్ణాటక ప్రాంతాలలో ఈ చాకోలిథిక్ ప్రజావాసాలను స్పష్టం చేసే అనేక ఆధారాలున్నాయి. ఈ ప్రాంతాలలో దొరికిన ఆధారాలతోపాటు తూర్పున బెంగాల్, ఒరిస్సాల నుండి, పశ్చిమాన గుజరాత్, హర్యానాల వరకూ, ఉత్తరాన ఉత్తరప్రదేశ్ నుండి దక్షిణాన ఆంధ్రప్రదేశ్ వరకూ జరిపిన తవ్వకాల్లో రాగి ఉంగరాలు, చిన్న గొడ్డళ్ళు, కత్తులు, ఈటెలు, దేవతల జంతువుల ఆకారాల్లో ఉన్న వస్తువుల భాండాగారాలు దాదాపు నలభైకి పైగా బయలపడ్డాయి. వీటన్నిటిలోకీ అతి పెద్దదైన భాండాగారం దాదాపు 424 వస్తువులతో ఉన్నది మధ్య ప్రదేశ్‌లోని గంగేరియాలో లభ్యమైంది. ఈ రాగి భాండాగారాలకు, ఒక విధమైన బ్రౌన్‌రంగులో ఉన్న పింగాణీ పాత్రలకు గల సామ్యాన్ని బట్టి పురావస్తు శాస్త్రజ్ఞులు వీటిని క్రీ.పూ.2000-1500 కాలం నాటివిగా భావిస్తున్నారు.

చాకోలిథిక్ ప్రజల కళానైపుణ్యం ఎన్నో విధాలుగా విస్తరించిందని చెప్పవచ్చు. రాగి పనిముట్లు, రాతి పరికరాల తయారీలో, వస్త్రాల తయారీలో, రాతిపూసల తయారీలోనూ వీరు అత్యంత నిపుణులని తెలుస్తోంది. మహారాష్ట్రలోని ఇనామ్‌గావ్‌లో వలె కొన్ని ప్రాంతాల్లో కుమ్మరులు, లోహకారులు, దంతపుపనివారు, మట్టిపాత్రలను తయారుచేసేవారు, సున్నం తయారుచేసేవారు- ఈ విధమైన వివిధ వృత్తులవారు ఉన్నట్టు మనకు తెలుస్తుంది. ఆవులు, గొర్రెలు, మేకలు, పందులు వంటి జంతువుల్ని ఆయా గ్రామీణులు పెంచుకొనేవారనీ లేళ్ళను వేటాడేవారనీ తెలుస్తోంది. వారికి బరువుల్ని మోసే జంతువు ఒంటె గూడా తెలుసు. వారు పశుమాంసం తినేవారు. పందిమాంసం తినేవారనడానికి దాఖలాలు లేవు. ఆనాటి ప్రజలు గోధుమ, వరి, బార్లీ పంటలతోపాటు అనేక పప్పు ధాన్యాలు, కందిపప్పు, మినుములు, బటాణీలు కూడా పండించారు. దేశంలోని అనేక ప్రాంతాల్లో విస్తరించినందువల్ల ఈ చాకోలిథిక్ ప్రజల జీవనవిధానంలో వ్యత్యాసాలు ప్రాంతీయంగా మనకు కన్పిస్తాయి. తూర్పు భారత దేశంలో వారు వరి పండించేవారు. వరితోపాటు చేపలు కూడా ఈ నాటికీ ఆ ప్రాంత ప్రజల ప్రధాన ఆహారం. పశ్చిమ భారతంలో గోధుమ, బార్లీ, దక్కన్ ప్రాంతంలో రాగి, బజ్రా, అనేకరకాల జొన్నలు పండించేవారు. మహారాష్ట్రలో జరిపిన తవ్వకాల ఆధారంగా ఆనాటి ప్రజలు చనిపోయినవారిని తమ యింటినేల కిందే పాతిపెట్టేవారని ఉత్తర, దక్షిణ ముఖంగా మృతదేహాన్ని పాతిపెట్టి మట్టిపాత్రలు, రాగి వస్తువులు కూడా ఉంచేవారని తెలుస్తోంది. ఈరకంగా పాతిపెట్టిన రాగి వస్తువులు ఆనాటి ప్రజలలో సాంఘిక పరంగా గల వ్యత్యాసాలను తెలియచేస్తాయి. చిన్న సముదాయాలపై పెద్ద సముదాయాల ఆధిపత్యాన్ని కూడా తెలియచేస్తాయి. ఇక్కడ దొరికిన టెర్రకోటా బొమ్మలు మట్టితో చేసిన నగ్నస్త్రీ మూర్తులు ఆనాడు దేవతారాధన ఉండేదన్న విషయాన్ని తెలియచేస్తాయి.

మనదేశంలో ఈ చాకోలిథిక్ ప్రజల ఆవాసాలు క్రీ.పూ. 3వ మిలీనియం నుండి క్రీ.పూ. 8వ శతాబ్ది వరకూ విస్తరించి ఉన్నాయి. వీనిలో కొన్ని హరప్పా సంస్కృతికి పూర్వం, కొన్ని ఆ సంస్కృతికి సమకాలీనంగా, కొన్ని ఆ సంస్కృతికి అనంతరం కూడా ఉన్నాయి. సాంకేతికంగా అభివృద్ధి సాధించిన హరప్పా ప్రజలకూ చాకోలిథిక్ ప్రజలకూ సంబంధాలు అసలు లేవని చెప్పలేము. కానీ ఈ ప్రజల జీవనవిధానంలోని పరిమితులవల్ల వీరొక నాగరికజాతిగా రూపొందలేదు. వారు రాగితో వస్తువుల్ని తయారు చేసినప్పటికీ, దానితో తగరం కలిపి బలమైన కంచులోహాన్ని తయారుచేయడం తెలియదు. ఈ కంచులోహమే క్రీట్, ఈజిప్ట్, మెసపుటోమియా సింధులోయలలో తొలి నాగరికతకు దారితీసింది. ఈ కాలంనాటి ప్రజలకు రాయడం తెలియదు. వారు నగరాల్లో జీవించలేదు. నాగరికతకు కీలకమైన ఈ లక్షణాలు మొదటిసారిగా సింధు ప్రాంతంలోనే బయల్పడ్డాయి.

సిందు(హరప్పా) నాగరికత భారత ఉపఖండానికి వాయవ్యప్రాంతంలో పుట్టి సమకాలీన నాగరికతలైన ఈజిప్టు, మెసపుటోమియా నాగరికతల కంటే ఎక్కువ భూభాగంలో విస్తరించింది. 1921లో కనుగొన్న ఈ నాగరికత పంజాబ్, హర్యానా, సింధు, బెలూచిస్తాన్, గుజరాత్, రాజస్తాన్, ఉత్తర ప్రదేశ్ యొక్క పశ్చిమప్రాంతాల్లోనూ విస్తరించి ఆనాటికి సంచార

జీవనం గడుపుతున్న యితర వర్గాలతో సహజీవనం సాగించింది. ఈ నాగరికతకు చెందిన దాదాపు వెయ్యి స్థలాలు ఇంతవరకూ జరిగిన తవ్వకాల్లో బయల్పడ్డాయి. వీనిలో కొన్ని ప్రాంతాలు మాత్రమే అభివృద్ధి చెందినవి. దాదాపు ఒక అరడజను ప్రాంతాలనే నగరాలుగా పేర్కొనవచ్చు. పశ్చిమ పంజాబ్‌లోని మాంట్ గొమరీ జిల్లాలో రావీ నదీ తీరంలోని హరప్పాయే మొదట తవ్వకాలు జరపబడిన ప్రాంతం. దాదాపు 5 కి.మీ.వరకూ విస్తరించిన ఈ హరప్పాలో జరిపిన తవ్వకాల్లో ఎన్నో వస్తువులు బయల్పడ్డాయి. ఈ తవ్వకాల్లో బయటపడిన మరోనగరం మొహంజదారో. ఇది సింధునదీ తీరంలోని 'లర్కాన' జిల్లాలో ఉంది. ఇక మూడవదైన చన్‌హుదారో మొహంజదారోకి దక్షిణంగా 130 కిలోమీటర్ల దూరంలో ఉంది. అలాగే గుజరాత్‌లోని కాంబే జలసంధి ప్రారంభంలో ఉన్న లోథాల్, రాజస్తాన్ ఉత్తర ప్రాంతంలోని ఘగ్గర్ నదీ తీరంలోని కాలీబంగన్, హర్యానాలోని హిస్సార్ జిల్లాలోని బన్‌వాలీలలో బయటపడ్డ ప్రాంతాలు మన దేశంలో హరప్పా నాగరికత వైభవాన్ని చాటుతాయి. ఇవేగాక గుజరాత్ తీర ప్రాంతంలోని సుర్కతోడ పాకిస్తాన్ ఇరాన్ సరిహద్దులకు సమీపంలోఉన్న మక్రాన్ తీరప్రాంతంలోని సుత్కజందర్ నగరాలు కూడా ఈ నాగరికతకు చెందినవే. గుజరాత్‌లోని కథియవాడ్ ప్రాంతంలోని రంగపూర్, రోజ్‌దీలు ఈ నాగరికతయొక్క అనంతర దశకు చెందినవి. ఈ నాగరికతకు చెందిన అనేక ప్రాంతాలు 1946 నుంచీ వెలుగు చూస్తున్నప్పటికీ ఈ సంస్కృతిని చాటిచెప్పేవి హరప్పా, మొహంజ దారోలు మాత్రమే. అయితే ఈ రెండునగరాలు నేడు పాకిస్తాన్‌లో ఉన్నందువల్ల హిందుత్వవాదులందరూ ఈ నాగరికత మూల కేంద్రాన్ని సరస్వతీలోయలో కనుగొనడానికి ప్రయత్నిస్తున్నారు.

హరప్పా, మొహంజదారోలు రెండూ దాదాపు ఒకే తీరులో ఉంటాయి. రెండింటికీ పశ్చిమ దిశలో పిట్టగోడలు కలిగిన ఎత్తయిన కోటవంటి నిర్మాణం ఉంది. దీనిపైనే భవనాలు ఉండేవి. హరప్పాలోని ఈ నిర్మాణం ఒక చతుర్భుజాకారంలో ఉత్తరం నుండి దక్షిణం వరకూ 420 మీటర్ల పొడవు, తూర్పు నుండి పశ్చిమానికి 196 మీటర్ల వెడల్పు కలిగి 13.7 నుండి 15.2 మీటర్ల ఎత్తు కలిగి ఉంది. మొహంజదారోలో ఈ నిర్మాణం దక్షిణాన 6 మీటర్లు, ఉత్తరాన 12 మీటర్లు ఎత్తు ఉంది. ఈ రెండు చోట్లా కూడా ఈ ఎత్తయిన నిర్మాణం ఒక ఎత్తయిన దిబ్బమీద పనిగట్టుకొని నిర్మించబడి ఉండవచ్చు. ఈ నిర్మాణపు లోపలి భాగాన్ని మతపరమైన ప్రభుత్వపరమైన పనులకు ఉపయోగించి ఉండవచ్చు. ఈ రెండు చోట్లా ఈ నిర్మాణానికి దిగువన ఒక చదరపుమైలు విస్తీర్ణంలో పట్టణం విస్తరించింది. ఈ పట్టణాల్లోని ప్రధాన రహదార్లు దాదాపు 9 మీటర్ల వెడల్పు కలిగి గ్రిడ్ ఆకారంలో నిర్మించబడ్డాయి. వీధులన్నీ సరళరేఖల్లా తిన్నగా ఉండి, వంపు తిరిగే చోట సమకోణంలో వంపు తిరిగి పట్టణాలన్నంతటినీ పెద్ద దీర్ఘచతురస్రాకారపు గడులుగా విభజించిస్తున్న ట్లుంటాయి. ఈ రహదారుల నిర్మాణాన్ని పరిశీలిస్తే పట్టణ నిర్మాణం ఎంతో అభివృద్ధి చెందిందనీ ఆనాటికి మెసపుటోమియాలోగాని ఇటువంటి నిర్మాణాలు లేవని తెలుస్తుంది. ఈ రెండు పట్టణాల్లోనేగాక అనేక ఇతర ప్రాంతాలలో ప్రతిభవనానికీ కాల్చిన ఇటుకతో చేసిన డ్రైనేజ్ సౌకర్యం ఉంది. అయితే కాలీబంగన్‌లో మాత్రం మట్టి ఇటుకలనే భవననిర్మాణంలో ఉపయోగించారు. ఈ

మొహంజొదారోలో స్నాన ఘట్టం

ఇళ్ళలో స్నానాల గదులు, చెత్తకుండీలు కూడా ఏర్పాటు చేయబడి కొన్ని చోట్ల కింది అంతస్తులోగాని, పై అంతస్తులోగానీ మరుగుదొడ్లు కూడా నిర్మించబడ్డాయి. ఈస్నానాల గదుల నుండి నీళ్ళు పోవడానికి ప్రధాన రహదారికి అడుగుభాగాన ప్రత్యేక గొట్టాల ద్వారా ఏర్పాటు చేయబడింది. మురికినీరు పోయే ఈ కాలువలు రాతిపలకలతోగాని ఇటుకలతోగాని కప్పబడ్డాయి. హరప్పావాసుల అభివృద్ధికి ఈ డ్రైనేజ్ విధానమే ఒక ముఖ్య దృష్టాంతం. దీన్నిబట్టే అప్పట్లో ఒక విధమైన పురపాలక వ్యవస్థ ఉండవచ్చని నిర్ధారించవచ్చు.

హరప్పా ప్రాంతాలలో రాతి భవనాలు లేవు. వారు భవన నిర్మాణానికి కాల్చిన ఇటుకలనుగాని, పచ్చి ఇటుకలనుగానీ ఉపయోగించారు. కాలీబుగన్ వంటి అనేక ప్రాంతాల్లో బంకమట్టితో చేసిన ఇటుకల్ని వాడారు. ఈ ఇళ్ళు కూడా అనేక విధాలుగా ఉన్నాయి. కొన్నింటికి రెండు లేదా అంతకన్న ఎక్కువ అంతస్తులు ఉండి గదులు ఉన్నాయి. ఈ ఇళ్లకు దీర్ఘ చతురస్రాకారపు ఆవరణ ఉంది. వీటిలో పెద్ద ఇళ్ళు ధనవంతులవి. ఇదే పద్ధతిలో చతురస్రాకారపు ఆవరణలో దాదాపు 12 గదులతో కొన్ని ఇళ్ళు ఉన్నాయి. మొహంజదారో, హరప్పాలలో బయల్పడిన కొన్ని ఇళ్ళు సమాంతరంగా రెండు వరసలలో నిర్మించబడి రెండు గదులతో ఉన్నాయి. బహుశా ఇవి సమాజంలో బీదవర్గాలవారివి అయి ఉండవచ్చు. ఇవి నేటి మన పట్టణాల్లో కూలీల కాలనీలవంటివి. దీన్ని బట్టి హరప్పా సమాజంలో వర్గభేదాలున్నట్టు గమనించవచ్చు.

హరప్పా, మొహంజదారో, కాలీబంగన్‌లలో ఎత్తయిన మట్టి ఇటుకల దిబ్బల మీద భారీ కట్టడాలున్నాయి. ఇప్పటి వరకూ కనుగొన్న పెద్ద కట్టడాల్లో అత్యంత ప్రధానమైనది మొహంజదారోలో బయల్పడ్డ స్నానఘట్టం. ఇదొక అద్భుతమైన ఇటుక నిర్మాణం. ఇదొక దీర్ఘచతురస్రాకారపు టాంక్. 11.8×7.01 మీటర్ల కొలతలతో 2.43 మీటర్ల లోతుతో ఉంది. దీనికి ఉత్తర దక్షిణ భాగాల్లో ఇటుకతో నిర్మించిన మెట్లు, లోపలికి దిగడానికి వీలుగా కట్టబడి ఉన్నాయి. దీనిలో నీటిని ఖాళీచేసే సౌకర్యం ఉంది. ఈ స్నానఘట్టం పవిత్ర స్నానాలకై కట్టినదయి ఉండవచ్చు.

మొహంజదారోలో బయల్పడ్డ మరో అతిపెద్ద కట్టడం 'ధాన్యాగారం'. ఇది 45.71 మీటర్ల పొడవు, 15.23 మీటర్ల వెడల్పు కలది. హరప్పాలోని కట్టడాల్లో కూడా పెద్ద ధాన్యాగారం ఉంది. ఇటుకదిబ్బల మీద రెండు వరసల్లో ఆరు ధాన్యాగారాలో కట్టబడ్డాయి. వీటికి దక్షిణంగా గుండ్రంనైనా ఇటుక కట్టడం ధాన్యం దంచడానికి కట్టబడింది. కాలీ బంగన్‌లోనూ ఇటువంటి ఇటుక దిబ్బలు బయల్పడ్డాయి. వీటిపై కూడా ధాన్యాగారాలుండి ఉండవచ్చు. ఈ ధాన్యాగారాలు హరప్పా నగరనిర్మాణంలో ఒక ముఖ్య భాగం. చన్‌హుదారోలో ఎత్తయిన కోట వంటి నిర్మాణం లేదు. కానీ మురుగునీటి సౌకర్యాలు, కాల్చిన ఇటుకతోనిర్మించిన ఇళ్లు ఉండేవనడానికి నిదర్శనాలున్నాయి. మొహంజదారోకి 720 కి.మీ ఆగ్నేయంగా గుజరాత్‌లోని లోథాల్‌లో కృత్రిమమైన వేదిక, వీధులు, గృహాలు గల ప్లాన్ బయటపడింది. పురావస్తు శాస్త్రజ్ఞుల ప్రకారం ఈ గృహాలేకాకుండా కాంబేజలసంధిని కలుపుతూ ఒక డాక్‌యార్డ్ కూడా ఇక్కడ బయల్పడింది. అరేబియా సముద్రానికి 48 కిలోమీటర్ల దూరంలో మక్రాన్ తీరంలో సక్తాజన్‌దార్‌లో ప్రముఖంగా కన్పించే కోటలాంటి కట్టడం, చిన్న చిన్న ఆవాసాలు ఉన్నాయి. ఇది వాణిజ్యానికి ఉపయోగించే రేవు పట్టణం కావుచ్చు. సముద్రతీరంలో ఉన్న హరప్పా పట్టణాల్లో పాకిస్తాన్‌లో పాస్నీ సమీపంలోగల 'సోక్తా-కోహ్', కరాచీకి వాయవ్యంగా 72 కిలోమీటర్ల దూరంలో వున్న బాలాకోట్ రెండూ అరేబియా సముద్రానికి 13, 19 కిలోమీటర్ల దూరంలో ఉన్నాయి. తీరంవెంబడి ఉన్న ప్రాంతాలు పశ్చిమాసియాలో నౌకావ్యాపారానికి రేవు పట్టణాలుగా ఉండేవి. ఈ ప్రాంతాలన్నిటిలో నగర నిర్మాణం, కట్టడాలు ఒకే విధంగా ఉండడం స్పష్టమవుతుంది.

నగరనిర్మాణం, కట్టడాలలో ఉన్న సామ్యాలను అనుసరించి హరప్పా ప్రజలకు ఉన్నతమైన పరిపాలనా వ్యవస్థ ఉందనీ, వారి విశాల సామ్రాజ్యానికి మొహంజదారో ముఖ్యపట్టణంగా, హరప్పా, కాలీబంగన్‌లు వాటి ఉప కేంద్రాలుగా ఉండేవని భావించవచ్చు. హరప్పా సంస్కృతికి సంబంధించి బయటపడిన ప్రాంతాల్లో స్నానఘట్టం తప్ప మరేయితర చోట్లా మతపరమైన నిర్మాణాలు లేని కారణంగా అప్పట్లో మతాధికారులు అధికారం చలాయించారనడానికి అవకాశం లేదు. దీనికి విరుద్ధంగా మెసపుటోమియా దిగువ ప్రాంతాల పట్టణాల్లో మతాధికారులే రాజ్యాధికారం చేపట్టారనడానికి దాఖలాలు లభించాయి. లోథాల్‌లో అగ్నిదేవుని పూజలు తర్వాత కాలంలో జరిగి ఉండవచ్చు. కానీ, ఆలయాలు ఉండేవనడానికి ఆధారలేవీ కనిపించవు. పశ్చిమాసియాతో హరప్పావాసులకు గల వాణిజ్య సంబంధాలు వారికి యుద్ధాలు ఆక్రమణల కంటే వాణిజ్యం మీదనే ఎక్కువ దృష్టి ఉండేదని సూచిస్తాయి. దీన్నిబట్టి వాణిజ్య వర్గాలే ఆధిపత్యం చలాయించారని చెప్పడానికి వీలు లేదు. హరప్పా నాగరికతకు సంబంధించిన లిపిని పూర్తిగా పరిష్కరించేవరకూ హరప్పాలోని రాజకీయ వ్యవస్థ గురించిన ఆలోచన కేవలం ఊహాగానంగానే ఉంది.

హరప్పాలిపికి సంబంధించిన ప్రతి 1853లో మొట్టమొదటిసారిగా గుర్తించబడి 1923నాటికి పూర్తిగా తెలుసుకోడానికి వీలయింది. ఈ అక్షరాలు వారికి సంబంధించిన అనేక వస్తు పరికరాలలోనూ, శిలాఫలకాల్లోనూ కుడి నుండి ఎడమకు రాయబడి ఉన్నాయి. ఎక్కువగా ఈ లిపి రాళ్లు పొదగబడిన ముద్రికలపై కనబడుతుంది. ఇవి ధనికులు తమ ఆస్తిని

గుర్తించడానికి ఉపయోగించి ఉంటారు. హరప్పా నాగరికత బయల్పడిన ప్రాంతాల్లో 2000కు పైగా ఇటువంటి ముద్రికలను కనుగొన్నారు. కొంతమంది పండితులు ఈ లిపికి ద్రావిడ భాషలిపితో, సంస్కృతి భాష లిపితో, సుమేరియా లిపితో పోలికలున్నాయని చెప్పేందుకు ప్రయత్నాలు చేశారు. కానీ వీరి అభిప్రాయాలేవి నమ్మకం కలిగించేవిగా లేవు.

భారతదేశంలోనూ, పాకిస్తాన్‌లోనూ అనేకప్రాంతాల్లో దశాబ్దాలుగా జరిపిన తవ్వకాల ఫలితంగా హరప్పా నాగరికతకు సంబంధించిన అనేక వస్తు సామగ్రి వెలుగుచూసింది. వారి ఆహారపుటలవాట్లు, జీవనవ్యవస్థను గురించిన సమాచారం అంతా ఆనాటి వృక్ష సంబంధమైన, జంతు సంబంధమైన అధ్యయనంపై, మట్టి పాత్రలపై గల చెట్లు, జంతువుల బొమ్మలు ముద్రికలపై గల బొమ్మలపై ఆధారపడినవే. ఆనాటి పర్యావరణ వైవిధ్యాన్ని బట్టి చూస్తే హరప్పా ప్రజల జీవనోపాధి పద్ధతులు ఒక క్రమంలో ఉన్నట్టు తోచదు. వీరి జీవనోపాధి విధానంలో ఉన్న వైవిధ్యం పట్టణవాసానికి అనువుగా కూడా తమను మలచుకొనేందుకు వీలయింది. వేట, ఆహారసేకరణలతోపాటు వారు వ్యవసాయం కూడా చేసి బటాణీలతోపాటు రెండు విధాలైన గోధుమ, బార్లీలను పండించేవారు. హర్యానాలోని బానావలిలో జరిపిన తవ్వకాల్లో బార్లీని అధిక మొత్తంలో కనుగొన్నారు. ఇవిగాక వారు ఆవాలు, నూనె గింజలను పండించేవారు. హరప్పా, మొహంజదారోలలో వరి పండించినట్టు దాఖలాలు లేవుగానీ, లోథాల్, రంగపూర్ ప్రజలు క్రీ.పూ,1800 నాటికి వరిని ఆహార ధాన్యంగా ఉపయోగించారు. ఖర్జూరం, బటాణీలు ఆనాటి ప్రజల ఆహారంలో ముఖ్యమైనవి. మొహంజదారో తవ్వకాల్లో చిన్నగుడ్డ పీలిక బయటపడడంతో ఆనాటి ప్రజలు పత్తిని పండించారన్నదీ స్పష్టమైంది.

వర్షపాతం ఎక్కువగాలేని ప్రాంతాలలోనే ఈ నాగరికత బయల్పడింది. వారి పంటలకు నీటి పారుదల సౌకర్యం అవసరం ఉంది. కాని హరాప్ప వాసులు కాలువల ద్వారా నీటి పారుదల పద్ధతులను అనుసరించినట్లులేదు. ఒండ్రుమట్టి ఎక్కువగా గల ప్రాంతాలు వరదలవల్లనే సారవంతమయ్యాయి. కొందరు శాస్త్రజ్ఞులు మాత్రం హరప్పా ప్రజలు నీటి కాలువ సౌకర్యం కలిగి ఉన్నారనీ లోథాల్ దగ్గర గల పెద్ద నీటి కట్టడం, డాక్‌యార్డ్ బయల్పడడం వల్ల ఆకట్టడం వరదనీటిని నిలువ చేసిన జలాశయం అయి ఉండవచ్చని భావిస్తున్నారు. వీటన్నిటినిబట్టి చూస్తే, ఆ కాలంవారు వ్యవసాయ నిమిత్తం నీటి కోసం అనేక పద్ధతులను అనుసరించారన్నది స్పష్టం. వారు భూమిని దున్నడానికి నాగలిని ఉపయోగించారా లేదా అన్నది వివాదాస్పదం. కానీ, కాలీబంగన్‌లో దున్నిన నేల బయల్పడడంతో వారు కర్రనాగలిని ఉపయోగించి ఉండవచ్చని శాస్త్రజ్ఞుల అభిప్రాయం. అయితే, ఈ నాగలితో దున్నేందుకు ఎద్దులను ఉపయోగించారో, లేక ఇతర జంతువులను ఉపయోగించారో తెలీదు.

హరప్పా వాసుల జీవనవిధానంలో వ్యవసాయంతోపాటు పశుసంరక్షణ కూడా ముఖ్యపాత్ర వహించింది. వారికి అనేక రకాల జంతువులు తెలుసు. హరప్పాలో బయటపడిన టెర్రకోట బొమ్మలు ఆనాటి పశువులను గూర్చి తెలియచేస్తాయి. వాటిలో ఆవు మాత్రం లేదు. గొర్రెలు, మేకలు, కుక్కలు, పిల్లులనే గాక వారు నీటి దున్నలు, ఏనుగులను కూడా మచ్చిక చేసుకున్నారు. గాడిదలను, ఒంటెలను బరువులు మొయ్యడానికి ఉపయోగించారు. ఈ

ప్రాంతాలలో దొరికిన జంతువుల ఎముకలనుబట్టి చూస్తే ఆనాటి ప్రజలకు లేడి, ఖడ్గమృగం, తాబేలు తెలుసునని స్పష్టమైతుంది. గుర్రం మాత్రం వీరికి తెలియదు. ఈ జంతువులన్నిటి మనుగడకీ వివిధ వాతావరణ పరిస్థితులు అవసరం కాబట్టి హరప్పా ప్రజలు వివిధ వాతావరణ పరిస్థితులకు జీవన పద్ధతులకు అలవాటు పడ్డవారని తెలుస్తుంది. హరప్పావాసుల జీవనశైలిలో గల వైవిధ్యం, వారి ఆర్థిక వ్యవస్థ, గ్రామాలతోపాటు పట్టణ ప్రజలకు కూడా దోహదపడింది.

వీరు రాతిపరికరాలను ఉపయోగించినప్పటికీ, తగరం, రాగిని కలిపి కంచును కూడా తయారు చేశారు. ఆఫ్ఘనిస్తాన్ నుండి బీహార్‌లోని హాజారీబాగ్‌నుండి తగరాన్ని, రాజస్తాన్ ఖేత్రీ గనుల నుండి, బెలూచిస్తాన్‌ల నుండి రాగిని వీరు దిగుమతి చేసికొని ఉండవచ్చు. వీరు తయారు చేసిన పరికరాలు గొడ్డళ్ళు, కత్తులు, ఉలులు, ఈటెలు, రాగి, కంచు మొనలుగలిగిన బాణాలు. రాగితో పరికరాలను తయారుచేసేటపుడు వీరు ఆ లోహాన్ని సుత్తితో సాగగొట్టి, పోతపోయడం వంటి పద్ధతులను అనుసరించారు. వీటితోపాటు అనేక ప్రాంతాల్లో ఇటుక బట్టీలు కూడా కనుగొనబడ్డాయి. కంచుతో పరికరాలు చేయడం తక్కువేనని, కంచులోహపు పనివారు సమాజంలో ఒక ముఖ్యవర్గం వారనీ తెలియవస్తోంది. వీరికి బంగారపు పని కూడా తెలుసు. పూసలు, పతకాలు, దండకడియాలు, అనేకరకాల ఆభరణాలు, సూదులు, బంగారంతో తయారు చేయబడ్డాయి. బంగారం కంటే వెండి ఎక్కువ ప్రాచారంలో ఉండేది.

హరప్పా ప్రజలు లోహపు పనేకాక అనేక ఇతర కళలను, చేతి పనులను అభ్యాసం చేసేవారు. ముద్రికలు తయారుచేయడం వీటిలో అత్యంత ప్రముఖమైనది. వాణిజ్యంలో కూడా ఈ ముద్రికలను ఉపయోగించేవారు. చన్‌హుదారో, లోథాల్‌లలో పూసల దుకాణాలను కనుగొన్నారు. బంగారం వెండి, రాగి, జాతిరాళ్లతో చేసిన అనేకరకాల పూసలు శంఖాలు, మట్టి పాత్రలు అనేకం ఈ ప్రాంతాల్లో దొరికాయి. కెంపుతో గొట్టపు ఆకారంలో తయారుచేసిన పూసలు వీరి సాంకేతిక నైపుణ్యానికి చిహ్నాలు. మొహంజదారో తవ్వకాల్లో బయల్పడ్డ నేతగుడ్డను బట్టి వీరికి నేతపని తెలుసుననీ, బట్టనేయడానికి దారపుకండెలు ఉపయోగించేవారనీ, ఉన్నితోనూ, పత్తితోనూ బట్టలునేసేవారని తెలుస్తోంది. హరప్పా నాగరిక ప్రాంతాల్లో బయల్పడ్డ పెద్ద ఇటుక నిర్మాణాలను చూస్తే ఇటుకలను తయారు చేయడం, తాపీ పని వీరి ప్రధాన వృత్తులని తెలుస్తోంది. పడవలనుకూడా వీరు తయారు చేసేవారు. ఆ కాలంలో కుమ్మరిపని బాగా అభివృద్ధి చెందింది. కుమ్మరులకు ప్రత్యేక వృత్తి కళాకారులుగా గుర్తింపు ఉండేది. కుమ్మరి చక్రాన్ని ఉపయోగించి అత్యధిక సంఖ్యలో తయారుచేయబడ్డ మట్టిపాత్రలు మనదేశపు వాయువ్యదిశలో సింధునదికి తూర్పు దిశలో కల సంప్రదాయాల సమ్మేళనంగా కన్పిస్తాయి. ఈ మట్టి పాత్రల్లో అత్యధికం సాదాగా తయారుచేయబడి నిత్యం వాడుకకు ఉపయోగపడేవి కొన్ని మాత్రం ఎర్రటి బంకమట్టి పూయబడి, నలుపు రంగుతో డిజైన్ వేయబడి దూరదేశాలతో వ్యాపారానికి ఉపయోగించే విలువైన వస్తువులుగా ఉపయోగించబడేవి.

హరప్పా హస్తకళలలో అతిముఖ్యమైనది ఒక నాట్యకత్తె కంచు ప్రతిమ. ఈ ప్రతిమనగ్నంగా కంఠాభరణంతో, ఒక చేతినిండా గాజులతో కన్పిస్తుంది. ఇటువంటివే కంచుతో చేసిన ఒక గేదె, గొర్రెపోతు రెండు బొమ్మ బళ్లు కూడా బయల్పడ్డాయి. వానిలో గడ్డంతో ఉన్న

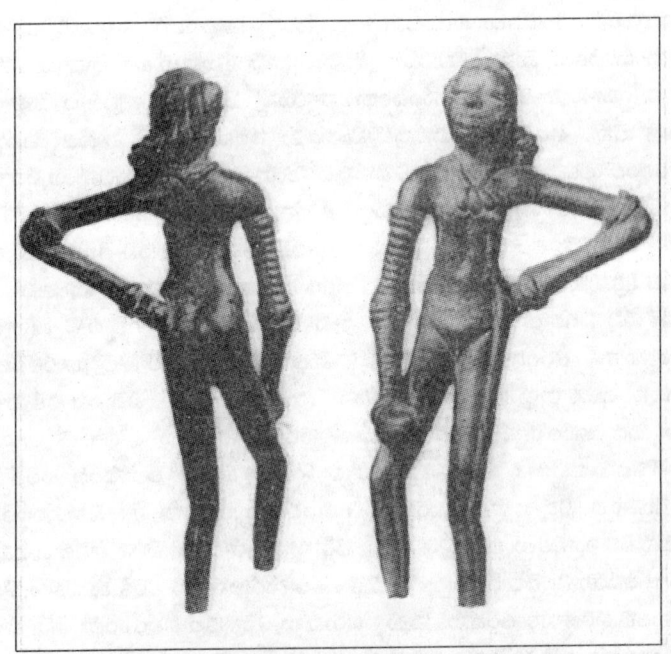

మొహంజొదారోలో బయల్పడ్డ స్త్రీ విగ్రహం (క్రీపూ.2100-1750)

ఒక వ్యక్తి ముఖం (బహుశా పూజారి అయ్యుండవచ్చు) వారి కళానైపుణ్యాన్ని తెలియచేస్తుంది. వీరి కళకు కంచు లేదా రాయిని ఉపయోగించడం చాలా పరిమితంగా కన్పిస్తుంది. టెర్రకోట బొమ్మలు వస్తువులు అనేకం.

ఇన్ని రకాల కళలు, చేతి పనులు తెలిసిన హరప్పా ప్రజలు అనేక వస్తువులను ఉత్పత్తి చేసి వాటికి కావాల్సిన ముడి సరుకులను మాత్రం ఇతర ప్రాంతాల నుండి తెచ్చుకున్నారు. బంగారాన్ని దక్షిణ భారతంలోని మైసూర్ నుండి, ఆఫ్ఘనిస్తాన్, ఇరాన్‌ల నుండి వెండినీ, బంగారాన్నీ, రాగిని దక్షిణ భారతదేశం నుండి, బెలూచిస్తాన్ అరేబియాల నుండి, తమ సంస్కృతిలోనే భాగమైన రాజస్తాన్ నుండి దిగుమతి చేసుకున్నారు. ఇక జాతి రాళ్లయిన నీలాలను ఇరాక్ నుండి, ఉదారంగు రాళ్ళను మహారాష్ట్ర నుండి కెంపులు స్పటికం వంటి రాళ్లను పశ్చిమ భారతం నుండి సౌరారరష్ట నుండి, అలాబాస్టర్ అనే మెత్తటి పాలరాయిని తూర్పు పశ్చిమ ప్రాంతాల నుండి పచ్చలను మధ్య ఆసియా నుండి తెచ్చి ఆభరణాల తయారీలో ఉపయోగించారు.

ఆ కాలంలో హరప్పా మెసపుటోమియాతో వర్తక సంబంధాలు కలిగి ఉండేదనడానికి నిదర్శనం, సుసా, ఉర్, నిప్పుర్, కిష్ మొదలైన పట్టణాల్లో బయటపడిన దాదాపు రెండు డజన్ల ముద్రికలు. పెర్షియన్ గల్ఫ్(ఫైలాక్, బహ్రెయిన్) ప్రాంతంలోని కొన్ని ప్రాచీన ప్రదేశాలలో

కూడా ఇటువంటి ముద్రికలు బయటపడ్డాయి. సింధు ప్రాంతంలో సిలిండర్ ఆకారంలో ఉన్నమూడు ముద్రికలు, మెసపుటోమియాలో కొన్ని లోహపు వస్తువులు బయల్పడ్డాయి. హరప్పా ప్రజలకు పశ్చిమాసియాతో వర్తక సంబంధాలన్నాయన్న పురావస్తు శాస్త్రజ్ఞుల సాక్ష్యాలంత బలీయంగా లేవు. అంతేగాక, మెసపుటోమియాకు సంబంధించిన వాణిజ్య వస్తువులు సింధుప్రాంతంలో లేకపోవడానికి కారణం, మెసపుటోమియా ఎక్కువగా నశించిపోయే పదార్థాలనే ఎగుమతి చేసిందని శాస్త్రజ్ఞులు అనడం కేవలం ఉహాగానం కావచ్చు. కానీ, మెసపుటోమియా సాహిత్యాన్ని పరిశీలిస్తే ఉర్ నుండి వర్తకులు విదేశాలతో వర్తకం చేశారని తెలుస్తుంది. అక్కడ రాజ్యాధిపతి (క్రీ.పూ. 2350) తన రాజధానీ నగరం గుండా దిల్మన్, మగన్, మెలూహా నుండి నౌకలు వెళ్ళేవని సగర్వంగా చెప్పుకున్నాడు. నాటి దిల్మన్ పెర్షియన్ గల్ఫ్‌లోని బహ్రెయిన్, మగన్ ను మక్రాన్ తీరంగానూ అనుకోవచ్చు. మెలూహా అంటే ఆరోజుల్లో భారతదేశానికి, ముఖ్యంగా సింధు సౌరాష్ట్ర ప్రాంతాలకి చెందిన పేరుగా తెలుస్తోంది. ఏమైనప్పటికీ హరప్పా ముద్రికల మీద అసంఖ్యాకంగా ఉన్న ఓడలు, పడవల బొమ్మలు లోథాల్‌లో బయల్పడ్డ టెర్రకోటానౌకలను బట్టి ఆ రోజుల్లో సముద్ర వ్యాపారం ఎలా జరిగేదో తెలుస్తుంది. అంతర్దేశీయ రవాణాకి బహుశా ఎడ్ల బళ్లను ఉపయోగించి ఉండవచ్చు. ఈ వ్యాపారానికి సంబంధించి అనేక బరువులు, తూనికలు అమల్లో ఉండేవి. చెర్ట్ సున్నపురాయితో చేసిన అనేక వస్తువులను బరువులుగా ఉపయోగించేవారు. కర్రల మీద కొలతల గుర్తులనుబట్టి వీరికి తూనికలు,కొలతల గురించి మంచి పరిజ్ఞానం ఉందనుకోవచ్చు. బరువులు, తూనికల విషయంలో అన్ని హరప్పా నాగరిక స్థలాల్లోనూ ఒకే రకమైన పద్ధతి పాటించబడడం చూస్తే ఈ వ్యాపార వినిమ యాలకు సంబంధించి ఒక కేంద్రీకృతమైన వ్యవస్థ ఉండేదనేది విదితమవుతుంది.

ఈ ముద్రికలనూ టెర్రకోట ప్రతిమలనూ బట్టి హరప్పా ప్రజల మత విశ్వాసాల గురించి కొంతవరకూ తెలుసుకోవచ్చు. అనేక నగ్నస్త్రీ మూర్తుల ప్రతిమలనుబట్టీ వారు సంతాన దేవతను కొలిచేవారని అనుకోవచ్చు. హరాప్పావాసులు కొలిచే పురుష విగ్రహం నగ్నంగా అనేక హస్తాభరణాలతో, కంఠాభరణాలు, తలపైన కొమ్ములతో కూడిన ఒక తలపాగా వంటి దానితో వారుపయోగించిన ముద్రికల మీద దర్శనమిస్తాడు. ఒక ముద్రికపై ఈ దేవుడు, ఏనుగు, పులి, ఖడ్గమృగం, దున్నపోతుల మధ్య కూర్చొని ఉన్నట్టు కనిపిస్తాడు. ఆయన ఆసనం కింద రెండు లేళ్లున్నాయి. అనంతర కాలంలో సంస్కృత సాహిత్యంలో వర్ణించే 'శివుని' లక్షణాలు అనేకం వీరి దేవుడికి వర్తిస్తాయి. స్త్రీ,పురుష జననాంగాల గుర్తులు అనేక రాళ్ళమీద చెక్కబడి ఉండడం చూస్తే ఆకాలపు ప్రజలలో 'లింగార్చన' ప్రధానంగా ఉండేదని తెలుస్తోంది. రుగ్వేదం ఈ విధమైన ఆరాధన అనార్యులలో ఉండేదని, దాన్ని ఖండించినప్పటికీ తరువాతి కాలంలో ఆరకమైన అర్చనకు పవిత్రత ఆపాదింపబడింది. ఈనాటికీ మన దేశంలో కొన్ని ప్రాంతాల్లో మట్టితో లింగాకృతిని చేసి పూజించి దాన్ని మట్టిలో తిరిగి కలిపే అలవాటు ఉంది. సింధూ నాగరికత గల ప్రాంతాల్లో చెట్లను కూడా పూజించేవారని, అక్కడి ముద్రికలపై కనబడ్డ రావిచెట్టును చూస్తే దాన్ని వారు ప్రత్యేకంగా పూజించేవారనీ తెలుస్తోంది. ప్రాచీనకాలంలో ఈజిప్ట్, మెసపుటోమియాలలో వలె ఈ దేవుళ్ళకు గుళ్ళు కట్టి ఆరాధించారా లేదా అన్న

విషయం సందేహాస్పదం. రావి చెట్టుతోపాటు ఎత్తైన మూపుగల ఎద్దును కూడా వీరు ఆరాధించేవారు. హరప్పానాటి మతవిశ్వాసాలు కొన్ని అనంతర కాలంలో ఉన్న మతవిశ్వాసాలతో పోలిక కలిగి ఉండవచ్చు. కానీ సమకాలీన మతవిశ్వాసాలకు, కర్మకాండలకు మూలం హరాప్పా నాగరికతే అని నిరూపించడానికి ప్రయత్నిస్తే మాత్రం, తరువాతి కాలంలో కాలానుగుణంగా మతంలో వచ్చిన మార్పులను మనం ఉపేక్షించినట్టవుతుంది. ఉదాహరణకి హరప్పాలో బయల్పడ్డ స్మశానవాటికలను చూస్తే వారు చనిపోయినవారిని ఉత్తర-దక్షిణాభిముఖంగా పడుకోబెట్టి వివిధ దేవతల ప్రతిమలను పక్క నుంచీ పాతిపెట్టేవారని తెలుస్తుంది. ఇది తరువాతి కాలంలో అమల్లోకి వచ్చిన దహనపద్ధతికి పూర్తిగా విరుద్ధం.

రెండవ మిలీనియం బి.సి ప్రారంభంనాటికి హరప్పా పట్టణ సంస్కృతి అంతరించిందన్న విషయంలో శాస్త్రజ్ఞులంతా ఏకాభిప్రాయానికి వచ్చారు. దీనికంటే పూర్వమే హరప్పా, మొహంజదారో, కాలీబంగన్‌లలో అనేకచోట్ల పట్టణప్లానింగ్, కట్టడాలూ క్షీణించిపోయాయని చెప్పవచ్చు. మొహంజదారోలోని ప్రతి పెద్ద స్నానఘట్టం, ధాన్యాగారం నిరుపయోగాలయ్యాయి. పురావస్తు శాస్త్రజ్ఞుల ప్రకారం 85 హెక్టార్ల వైశాల్యం గల ఆ నగరం కేవలం మూడు హెక్టార్ల వైశాల్యం గల చిన్న ఆవాసంగా కుదించిపోయింది. హరప్పా, కాలీబంగన్, చన్‌హుదారోలు కూడా ఇదే విధంగా క్షీణదశ పట్టాయి. నగర నిర్మాణం, దాని సంస్కృతి క్షీణించడమేకాకుండా, హరప్పాలిపి, బరువులు, తూనికలు, కొలతలు, కంచు పరికరాలు, ఎర్రమట్టి పాత్రలు ఒక్కసారిగా అంతరించిపోయాయి. హరప్పా నగరాలన్నీ క్రీ.పూ.1800 నాటికి అంతరించిపోయాయి. ఈ కాలంనాటికే మెసపుటోమియా చరిత్రలో కూడా మెలూహా(ఇండియా) పేరు కూడా అంతరించింది. హరప్పా పట్టణాల్లోని జనాభా నశించి ఉండవచ్చు, లేదా ఇతర ప్రాంతాలకు వలసపోయి ఉండవచ్చు క్రీ.పూ.2500-1500నాటికి పాకిస్తాన్ లోనూ, మధ్య పశ్చిమ భారత దేశంలో పంజాబ్, రాజస్తాన్, హర్యానా, జమ్మూ కాశ్మీర్, ఢిల్లీ, ఉత్తరప్రదేశ్ పశ్చిమ ప్రాంతాల్లోనూ, హరప్పా పట్టణ నాగరికత అనంతర కాలంలోని విశేషాలు కన్పడతాయి. ఈ కాలంలో మన దేశంలోని వివిధ ప్రాంతాల్లో హరప్పాకు చెందనవి అయిన చాకోలిథిక్ వ్యవసాయ వర్గానికి చెందిన ప్రజల ఆవాసాలు అనేకం కనబడతాయి. బహుశా వీరు హరప్పా నాగరికత అనంతరకాలానికి ప్రత్యక్ష వారసులు కావచ్చు.

ఈ నాగరికత క్షీణించి అంతరించిపోవడానికి అనేక కారణాలున్నాయి. సింధు, రావీ నదుల పరీవాహాల్లో ఏర్పడిన తీవ్రమైన మార్పుల వల్ల ఈ నాగరికత గల గ్రామీణ ప్రాంతాల్లో భూమి ఎండిపోయి పంటలు నశించిపోయాయి. అందువల్ల నగరాలకు ఆహారం అందక ప్రజలు తప్పనిసరిగా ఇతర ప్రాంతాలకువలసపోవలసి వచ్చింది. దానితో ఆ నగరాలు క్షీణించాయి. తవ్వకాల వల్ల తెలిసిందేమంటే, మొహంజదారో పలుమార్లు వరద ప్రమాదానికి గురయింది. చన్‌హుదారో కూడా రెండుసార్లు తీవ్రమైన ముంపుకు గురయింది. సింధు నది లోతట్టు ప్రాంతాల్లో సంభవించిన "భౌగోళిక, వృక్ష జంతు సంబంధమైన మార్పుల (జియో మోర్ఫలాజికల్ ఛేంజెస్)" వల్ల హరప్పా నగరప్రాంతాలు ఆర్థికంగా క్షీణించాయి. క్రీ.పూ. 2వ

మిలీనియం నాటికి హరప్పా సంస్కృతి విస్తరించిన ప్రదేశాల్లో భూములు ఎండిపోయాయి. గఘ్గర్ నది ఎండిపోయి తద్వారా హరప్పా గ్రామీణ పట్టణ ఆవాసాలకు తట్టుకోలేని దెబ్బ తగిలింది. వీటన్నిటినీ మించి ఈ నాగరికతకు పెద్ద అఘాతం మనదేశంలోకి ప్రవేశించిన అనాగరిక 'బర్బర జాతుల' వల్ల ఏర్పడింది. బెలూచిస్తాన్ ఉత్తర ప్రాంతాల్లో వీరు పూర్తిగా ప్రజావాసాల్నేదగ్ధం చేసినట్టు నిదర్శనాలున్నాయి. మొహంజదారో నాగరికత అనంతర కాలానికి చెందిన ప్రజల అస్థిపంజరాలు అనేకం బయల్పడడంతో ఈ నగరంపై వారు దండెత్తి నాశనం చేశారని తెలుస్తోంది. ఒక ఇంట్లో దొరికిన ముడుచుకున్న భంగిమలో ఉన్న అస్థిపంజరాలు, నూతి మెట్ల మీద లభించిన ఒక స్త్రీ అస్థిపంజరాన్ని చూస్తే, ఈ నగర ప్రజలనూ ఆ అనాగరిక జాతులు బందీలుగా పట్టుకొని వధించారని తెలుస్తోంది. హరప్పాను ఆక్రమించిన ప్రజలు పశ్చిమ ప్రాంతాల నుండి వచ్చారనడానికి పరోక్ష సాక్ష్యాలు కూడా ఉన్నాయి. హరప్పాలని కోటకు నైరుతి దిశలో ఒక శ్మశాన వాటిక బయల్పడింది. దీన్ని బట్టి చూస్తే ఇతర ప్రాంతాల నుంచి వచ్చిన అనాగరిక జాతులు హరప్పాను నాశనం చేసి ఆక్రమించుకున్నాయనే శాస్త్రజ్ఞులు నమ్ముతున్నారు. చన్‌హుదారో కూడా ఇటువంటి ఆక్రమణకు గురైందనడానికి నిదర్శనాలు ఉన్నాయి.

ఆర్యుల ప్రాచీన గ్రంథమైన రుగ్వేదం కూడా ఆర్యేతర పట్టణాల విధ్వంసం గురించి పేర్కొంది. "హరి యుపియా" అనే ప్రదేశంలో ఒక యుద్ధం జరిగినట్టు రుగ్వేదం పేర్కొంది. అదే హరప్పా కావచ్చు. ఈ ఆక్రమణదారులు ఇండో ఆర్యన్ భాషా కుటుంబానికి చెందినవారనీ, అశ్వారూఢులైన అనాగరిక జాతులవారనీ ఇరాన్ నుండి పర్వతాల గుండా మనదేశంలో ప్రవేశించారనే అభిప్రాయం ఉంది. ఇంతవరకూ దొరికిన పురావస్తు సంబంధమైన, భాషాసంబంధమైన సాక్ష్యాలు హరప్పావాసులకీ, మనదేశానికి అనేక విడతలుగా వలసవచ్చిన ఆర్యులకీ మధ్య పెద్ద యుద్ధం జరిగిందనడానికి నమ్మకం కలిగించేవిగా లేవు.

3వ ప్రకరణం

ఆర్యులు - వైదిక జీవనము

హరప్పా ప్రజల నగరాలపై ఆర్యుల దాడి జరిపి ఆ నాగరికత అంతరించి పోవడానికి కారకులయ్యారన్న అభిప్రాయం ఈనాటికీ వివాదాస్పదమే. ఈ అభిప్రాయాన్ని కలిగించిన వ్యక్తి ఒక పురాతత్వశాస్త్రజ్ఞుడు. (మనకు స్వాతంత్ర్యం వచ్చాక కూడా అనేకమంది పురావస్తు శాస్త్రజ్ఞులకు శిక్షణ యిచ్చిన వ్యక్తి కూడా) ఆయన మరణానంతర గత 25-30 సంవత్సరాలుగా ఈ సిద్ధాంతం అనేక విమర్శలకు గురైంది. ముఖ్యంగా భారతీయ శాస్త్రజ్ఞులు దీన్ని తీవ్రంగా ఎదుర్కొన్నారు. ఈ సిద్ధాంతానికి సమర్ధకులూ విమర్శకులూ కూడా తమ అభిప్రాయ నిరూపణకోసం తమ దగ్గర ఉన్న అస్త్రాలన్నిటినీ ప్రయోగించారు. కానీ వారి ప్రయత్నాలన్నీ రాజకీయ ధోరణిలో వ్యక్తమయ్యేవి.

భారతదేశంలోనూ, యూరప్‌లోనూ కూడా ఆర్యులను ఒక జాతిగా పరిగణించి వారికి అనేక సాంస్కృతిక విజయాలను ఆపాదించారు. మనదేశంలో స్వామి దయానంద సరస్వతి నేతృత్వంలో అనేకమంది సాంఘిక ఆర్థిక సంస్కర్తలు భారతీయ సంస్కృతీ సంప్రదాయాలకు ఆర్యుల సంస్కృతే మూలమనీ, దానికి ఆధారంగా చూపించారు. కొంతమంది మేధావులు ఆర్యుల విశ్వవ్యాప్తి వాదనలో నమ్మకంతో ప్రపంచ సంస్కృతికే భారతదేశం మూలమని అన్నారు. ఈవిధంగా పక్షపాతదృష్టితో చూసేవారు. భారతదేశంలో ప్రతి విజయానికి ఆర్యులే మూలమనీ భావించడం మొదలు పెట్టారు. ఈ భావానికి కారణం సమాజంలో అగ్రవర్ణానికిచ్చిన ఆధిపత్యం ఎందువల్లనంటే ఆర్యులు తమలో శూద్రులను చండాలురను కలుపుకోలేదు. 19వశతాబ్దంలో దయానంద సరస్వతి ఆర్యసమాజ స్థాపనతో ఆర్యజాతి యొక్క అగ్రవర్ణాధిపత్యం విమర్శలకు గురయింది. దయానంద సమకాలికుడు మహారాష్ట్రలో బ్రాహ్మణేతర ఉద్యమాలకు నాయకుడు, సత్యశోధక సమాజస్థాపకుడు(1873) అయిన జ్యోతిబాఫూలే ఈ సిద్ధాంతాన్ని వ్యతిరేకించాడు. ఆర్యులు విదేశీయులనీ, మనదేశానికి వచ్చి ఇక్కడి ' దస్యులను' ' శూద్రులను' అణచివేశారనీ, ఈ దస్య శూద్ర జాతి ప్రజలే ఈ భూమికి నిజమైన వారసులనీ ఆయన భావించాడు. ఫూలేయొక్క ఈ సిద్ధాంతం దేశంలో ఇతర వర్ణాల ఉద్యమాలకు ఎంతో ప్రోత్సాహాన్నిచ్చింది. మనదేశంలోలాగే యూరోపియన్ దేశాలలో కూడా 19వ శతాబ్దిలో ఆర్యులే గొప్ప వారన్న సిద్ధాంతం బలపడి సాహిత్యంలో కాల్పినికోద్యమానికీ, రాజకీయంగా జాత్యహంకార భావనలకు ప్రేరణనిచ్చింది. ఈ జాత్యహంకార భావన జర్మనీలో నాజీ రాజ్యకాలంలో పరాకాష్టకు చేరుకొని చరిత్రలో

అత్యంత క్రూరమైన మారణహోమానికి కారణమైంది. రెండవ ప్రపంచయుద్ధానికి పూర్వం ప్రాధాన్యత పొందిన ఈ సిద్ధాంతానికి తరువాత మేధావివర్గంలో ప్రాధాన్యత లేకుండాపోయింది. ఎందువలననగా జీవశాస్త్రంలో జరిగిన పరిశోధనలవల్ల ఏదైనా ఒకజాతి తమ రక్తసంబంధమైన లక్షణాలను అట్టేకాలం నిలబెట్టుకోలేదని తేలింది. దీనివలన శరీరంలోని ఎముకల పరిమాణాన్ని బట్టి, శరీరం, జుట్టు,కళ్ళు, వీటి రంగుని బట్టి ఆ జాతి లక్షణాలను నిర్ణయించడం సక్రమంకాదని తేలింది.

ఇండోయురోపియన్,ఇండోఆర్యన్ భాషలకు సమీపభాషలను మాట్లాడే జాతులున్నాయన్న విషయం నిర్వివాదాంశం. సంస్కృతం, గ్రీక్, లాటిన్, జర్మన్, ఇంగ్లీష్, స్వీడిష్, స్లావ్(రష్యన్, పోలిష్) రోమాన్స్(ఇటాలియన్,స్పానిష్) భాషలు ఇండోఆర్యన్ భాషాకుటుంబానికి చెందినవి. ఈ భాషలమధ్య ఉన్న సామ్యాన్నిబట్టి దక్షిణరష్యా నుండి మధ్య ఆసియావరకు గల స్టెప్పీస్ ప్రాంతాలలో ఆర్యుల నివాసం ఉండవచ్చని ఊహించారు. ఈ ప్రాంతాల నుండి ఆర్యులు యూరప్ ఆసియాలలోని వివిధ ప్రాంతాలకు వలసవెళ్ళి ఉండవచ్చు. వారిలో కొంతమంది ఇరాన్‌లో స్థిరపడి చాలాకాలం అక్కడే నివసించారు. అక్కడినుండి అంటే ఇరాన్ పీఠభూమి(table land) నుండి వారు ఆగ్నేయంగా(south east) భారతదేశానికి వచ్చి అక్కడ ఉన్న సింధులోయ పట్టణనాగరికతను ఎదుర్కొన్నారు. ఆర్యులు మనదేశంలో వివిధ ప్రాంతాలకు విస్తరించడం అన్నది ఒక్కరోజులో జరిగిన సంఘటనకాదు. కొన్ని శతాబ్దాలపాటు అనేక జాతులవారు దశలవారీగా వచ్చి ఇక్కడ స్థిరపడ్డారు. బాహ్యంగా వీరిలో అనేక అంతరాలు కన్పించినా, సాంస్కృతికంగా ఈ జాతుల మధ్య ఎక్కువ సామ్యాలు కన్పిస్తాయి.

ఆర్యుల ప్రాచీన (తొలి) చరిత్రకు వేదాలు ఆధారాలు. ఇవి ఇండో యూరోపియన్ భాషాకుటుంబానికి చెందిన అత్యంత ప్రాచీన సాహిత్యం. 'వేద' అన్న పదానికి విజ్ఞానం అని అర్థం. ఇవి రుగ్వేద, సామవేద, యజుర్వేద, అధర్వణ వేదాలు నాలుగు. రుగ్వేదంలో దాదాపు 1028 మంత్రాలు యజ్ఞయాగాదుల్లో దేవుళ్ళను స్తోత్రం చేసేవి ఉన్నాయి. యజుర్వేదంలో యాగాలలో బలులను సమర్పించేటప్పుడు రుత్విక్కులు పఠింపదగిన స్తోత్రాలు ఉన్నాయి. సామవేదం సామూహిక ప్రార్ధనలకు సంబంధించిన గీతాలను అధర్వణవేదం తంత్రాలను కలిగి ఉంటాయి. ఒక్కొక్క వేదాన్ని వివరించేవి బ్రాహ్మణాలు. వీటి అంత్యభాగాలను అరణ్యకాలు అంటారు. వీనిలో ఉండే రహస్య మాంత్రిక శక్తుల వలన ఇవి (అరణ్యకాలు) అడవుల్లోనే బోధింపబడతాయి. ఈ అరణ్యకాలకు జతచేయబడినవి, వేదాలకు భాష్యం చేప్పేవి ఉపనిషత్తులు.

వేదాలను పవిత్రగ్రంధాలుగా మనం భావిస్తాం. ఎందువలనంటే అవి దైవికమైన మూలముగలవి. భారతీయుల అభిప్రాయంలో వేదాలు నిత్యములు. వీనిని కూర్చిన రుషులు మునులు ప్రత్యక్షంగా దైవం నుండే పొందారని తరతరాల పాటు మౌఖికంగా వ్యాప్తిచెందిన ఈ వేదాలు చాలా కాలం వరకు గ్రంధస్థం చేయబడలేదు. వేదాలను రచనా కాలాన్ని బట్టి రెండు రకాలుగా విభజింపవచ్చు. తొలివైదిక కాలం (క్రీ.పూ 1500-1000). ఈ సమయంలోనే రుగ్వేదంలో అనేక రుక్కులు కూర్చబడ్డాయి. తుదివైదికకాలం (క్రీ.పూ 1000-600వరకూ) ఈ కాలానికి మిగిలిన వేదాలు, వాని శాఖలు అన్నీ చెందుతాయి. ఈ రెండుకాలాలు మనదేశంలో

రెండుదశల్లో ఆర్యుల విస్తరణకు చెందినవి.

రుగ్వేదమంత్రాలలో చెప్పబడ్డ మనదేశం భౌగోళిక అంశాలను బట్టి ఏయేప్రాంతాల్లో ఆర్యులు స్థిరపడ్డారో తెలుస్తుంది. తొలిఆర్యులు తూర్పు ఆఫ్ఘనిస్తాన్‌లోనూ, పంజాబ్‌లోనూ, ఉత్తరప్రదేశ్ పశ్చిమభాగంలోనూ నివసించారు. గట్టి చారిత్రకాధారం లేకపోయినప్పటికీ, రుగ్వేదంలో మాత్రం సింధు నదికిగల పశ్చిమ ఉపనదులు గోమతి(నేటి గోమల్) క్రుమూ (నేటి కుర్రం), కుభా(నేటి కాబూల్) ప్రస్తావించబడ్డాయి. కాబూల్‌కు ఉత్తరప్రాంతంలో సువాస్తు నది అత్యంత ముఖ్యమైనదిగా ప్రస్తావించబడింది. ఈ పదానికి అర్ధం మంచి ఆవాసం. ఈ నదీలోయల్లో ఆర్యుల నివాసం గురించి ఇది తెలియచేస్తుంది. కానీ రుగ్వేద నాగరికత అంతా పంజాబ్ ఢిల్లీ ప్రాంతాలలో కేంద్రీకరించబడింది. ఇక్కడ రుగ్వేదంలో ఎక్కువగా ప్రస్తావించబడిన నదులు సింధు, సరస్వతి, దృషద్వతి(నేటి గగ్గర్) సింధునదికి గల ఐదు ఉపనదులు, దానికి ఆపేరే రావడానికి కారణమైనవి అయిన షతుద్రి(సట్లెజ్) విపాస్(బియాస్), పరుష్ని(-రావి) అసిక్ని (చీనాబ్) వితస్తా(జీలం) పేర్కొనబడ్డాయి. వీరి భౌగోళిక పరిజ్ఞానం యమునానదిని దాటి వెళ్ళ లేదు.

సప్తసింధు నదీప్రాంతాలను (నేటి సింధునది దాని ఉపనదులు ప్రవహించే ప్రదేశాన్ని) తొలికాలం నాటి ఆర్యులు ఆక్రమించడానికి ప్రయత్నించడంతో, వివిధ ఆర్యజాతుల మధ్య ఘర్షణలు తలెత్తాయి. ఈ విధమైన జాతుల మధ్య యుద్ధాలలో అతిముఖ్యమైనది "పదిమంది రాజుల యుద్ధం" (దశరాజ్ఞ) పంజాబ్ పశ్చిమ ప్రాంతంలో స్థిరపడ్డ ఆర్యులలో'భరత్' తెగకు చెందిన రాజు సుదాసుడు. ఆయన కులగురువు విశ్వామిత్రుడు. ఇతడే విపాస్, షతుద్రి ప్రాంతాలను ఆక్రమించడంలో రాజుకు తోడ్పడ్డాడు. తరువాత ఈ 'సుదాసుడే' విశ్వామిత్రుని తొలగించి వశిష్ఠుని తన కులగురువుగా నియమించుకుంటాడు. భంగపడ్డ విశ్వామిత్రుడు 10 తెగలవారితో ఒక సమాఖ్య నేర్పరిచి పురుష్ని నదీతీరంలో సుదాసునితో యుద్ధం చేసి పరాజితుడౌతాడు. ఈ పదితెగలలో ఐదుతెగల వారిని(పంచజన) రుగ్వేదం పేర్కొంది. ఈ విధంగా వివిధ తెగల మధ్య మరికొన్ని యుద్ధాలు జరిగి ఉండవచ్చు.

ఆర్యులను ప్రతిఘటించినవారు ఈ భూమిపై మొదటినుండీ నివసించినవారు. ఆర్యేతరులు అయినవారు. ఆర్యులకు ఈ జాతివారిలో ధనవంతులైన 'పణి' వర్గంవారి పట్ల శత్రుభావం ఉండేదని రుగ్వేదంలోని కొన్ని భాగాలు సూచిస్తున్నాయి. ఈ పణివర్గం వారు వేదపండితులను, వారి కర్మకాండలను ఆదరించలేదు సరిగదా వారి దగ్గరనున్న పశువులను దొంగలించేవారు. వీరికంటె ఆర్యులను ద్వేషించేవర్గాలు దాసులు, దస్యులు. ఈ దాసులనే ఇరాన్ సాహిత్యంలో పేర్కొన్న దహేస్‌తో సమానులుగా భావించి, తొలి ఆర్యులలో ఒక వర్గం వారిగా వీరిని భావించారు. ఆర్యులలో భరత తెగకు అధిపతియైన దివోదాసుడు ఆర్యేతరుడైన 'సంబార'ను ఓడించాడు. భరత తెగకు చెందిన అధిపతి పేరులో దాస అనేది చివర చేర్చడాన్ని బట్టి అతడికి పూర్వీకులు ఆర్యులై ఉండవచ్చని తెలుస్తోంది రుగ్వేదంలో ఆర్యులకు 'దాసు'లకు మధ్య యుద్ధాల కంటె ఎక్కువగా'దస్యు'లను వధించడమే(దస్యు-హత్య) పేర్కొనబడింది. వీనిని బట్టి వీరికి 'దాసుల'పట్ల అంత ద్వేషభావంలేదని చెప్పవచ్చు.

ప్రాచీన ఇరాన్ భాషలో 'దహ్యు' అన్నది దస్యుకి సమానార్థకం- దీన్నిబట్టి ఋగ్వేదకాలంనాటి ఆర్య తెగలకూ, దస్యులకూ మధ్య జరిగిన యుద్ధాలు మనదేశానికి వలసవచ్చిన ఇండో-ఇరానియన్ లేదా ఇండోఆర్యన్‌లలో రెండు ముఖ్యమైన తెగలకు జరిగిన యుద్ధాలని అనుకోవచ్చు. దాసులు, దస్యులు మొదట్లో ఆర్యజాతికి చెందిన వారైనప్పటికీ భరతఖండానికి వలసవచ్చిన తరువాత ఆర్యులకు భిన్నంగా ఇక్కడ సాంస్కృతిక లక్షణాలను అలవర్చుకున్నారు. అందువల్లనే రుగ్వేదం వారిని నల్లచర్మం కలిగినవారనీ, దుష్టులనీ, యజ్ఞాలు చేయనివారనీ, ఆర్యుల కంటె విభిన్నమైన భాష మాట్లాడేవారనీ పేర్కొంది.

ఒకవిధంగా ఆర్యులు మన దేశంలో పూర్వమే స్థిరపడ్డవారిని వశం చేసుకోవడం వల్ల వారికంటే నాగరికతలో ఒక మెట్టు కిందికి దిగినట్లే అని చెప్పవచ్చు. ఎందువల్లనంటే హరప్పావాసులు వీరి కంటే సాంస్కృతికంగా పురోగమించినవారు రుగ్వేదంలో పేర్కొనబడ్డ ఆర్యులు నగరాలను ధ్వంసం చేసినవారే కానీ నిర్మించినవారు కాదు. ఆర్యుల దేవత అయిన ఇంద్రుడు కోటలను ధ్వంసం చేసినవాడుగా (పురుందరుడు), 90 కోటలను అతడు తనకు ఆశ్రితుడైన దివోదాసు కోసం విధ్వంసం చేసినట్లుగా పేర్కొనబడింది. "అతడు కోటలను కాలక్రమంలో జీర్ణించిపోయిన వస్త్రంలా శిధిలం చేసేవాడని" వర్ణించబడింది. ఈ విధంగా అనేక నగరాలు విధ్వంసం చేయబడ్డట్టు, ఇవి అంతకు పూర్వం స్థిరపడ్డవారికి చెందినట్లు రుగ్వేదం పేర్కొంది. వారు హరప్పావాసులే కావచ్చు.

ఆర్యులలో తొలినాటివారు గుర్రాలనూ, రథాలనూ, అంతకుముందున్నవారికంటే ఉన్నతమైన కంచు ఆయుధాలను వాడినప్పటికీ, సాంకేతికంగా మాత్రం అంతగా అభివృద్ధి చెందలేదు. లోహాల గురించి వీరి పరిజ్ఞానం అంతంత మాత్రమే. వీరికి తెలిసింది ఒకే లోహమని దాన్ని అయాస్ (రాగి లేదా కంచు) అంటారనీ రుగ్వేదం పేర్కొంది. క్రీ.పూ. రెండవ మిలీనియం మధ్య కాలం నాటికి ఇరాన్‌లో కంచు ఎక్కువగా వాడకంలో ఉండడం చూస్తే ఈ పదానికి(అయాస్) అర్థం కంచు అని చెప్పవచ్చు. కానీ సప్తసింధు నదీ ప్రాంతంలో జరిపిన తవ్వకాలలో మాత్రం ఆర్యులకే చెందినవని చెప్పడానికి వీలయ్యే కంచువస్తువులు దొరకలేదు. అందువల్లనే తొలి ఆర్యులకాలం నాటి లోహకారులు అత్యంత నిపుణులనీ, హరప్పా వాసులకంటే ఉన్నత ప్రమాణాలతో కంచు పరికరాలుగానీ, ఆయుధాలుగానీ తయారుచేశారనడానికి మనకు ఎటువంటి పురావస్తు ఆధారాలు లభించలేదు. రుగ్వేదకాలం నాటి ఆర్యులకు ఇనుము కూడా తెలీదు.

మన దేశానికి వచ్చిన ఆర్యులు సంచారజీవితాన్ని గడిపేవారు, వ్యవసాయ ఆర్థిక వ్యవస్థ కలిగినవారు వీరి వ్యవస్థలో పశుపోషణ ప్రధానపాత్ర వహించింది. పశువులు ముఖ్యమైన సంపదగా పరిగణింపబడేవి. వారిలో ధనవంతుని పశుసంపద ఎక్కువగా కలిగినవానిని గోమత్ అనేవారు. పశుసంపదను వృద్ధిచేసేందుకు ప్రార్థనలు జరిపేవారు. ఈవిధంగా ప్రార్థనలు ఎక్కువగా చేసిన పురోహితులను బాగా సన్మానించేవారు. ఆ కాలంలో గోవు ప్రధాన వినిమయ మాధ్యమం పశువులకోసం వివిధ తెగల మధ్య యుద్ధాలు జరిగేవి. ఈ యుద్ధాలకు సంబంధించినవే గవిష్టి అంటే గోవుల కొరకు అన్వేషణ, గోషు గవ్యత్, గవేషణ మొదలగు

అనేక పశుసంబంధమైన పదాలు మనకు కనిపిస్తాయి. సాంఘికంగా ఈ పశు సంపదకున్న ప్రాధాన్యత చెప్పాలంటే తమ గోవులతో ఒక చోట నివసించిన వారినందరినీ ఒకే గోత్రానికి చెందినవారుగా పేర్కొన్నారు. ఈ 'గోత్ర' పదమే తరువాత ఒకే పూర్వీకుని వంశానికి చెందినవారిగా ప్రస్తావించడానికి, వారినందరినీ ఒక సమూహంగా ఒక వంశంగా వర్గీకరించడానికీ ఉపయోగపడింది. ఒక కుటుంబంలో కుమార్తె దుహిత్రి పాలుపితికే స్త్రీగా వర్ణింపబడింది. రెండు మూడుచోట్ల గోవు అవధ్యంగా(అఘ్న్య) పేర్కొనబడింది. దీనికి కారణం ఆర్థికమైనది కావచ్చు. అప్పటికింకా గోవుకి పవిత్రత ఆపాదింపబడలేదు. అందువలన ఆనాటివారు ఆవులను, ఎద్దులను గూడా చంపి తినేవారు. ఇంటికి వచ్చిన అతిథులకు(గోఘ్న) ఎద్దు మాంసం ప్రత్యేకంగా వండేవారు. ఆవులతోపాటు మేకలను గొర్రెలనుకూడా పాల కోసం, మాంసంకోసం పెంచేవారు. ఈ జంతువులకు సంబంధించిన కాలిన ఎముకలు తవ్వకాల్లో అనేక చోట్ల బయల్పడ్డాయి. ఈ రకమైన స్థలాలు హర్యానాలోని భగవన్‌పురా, దధేరి, హరప్పా నాగరికత అనంతరకాలానికి, తొలి ఆర్యుల కాలానికి చెందినవి పశువులన్నింటినీ కలిపి కాచే కొందరు సామాన్య కాపరులు ఉండడం వలన ఈ పశువులన్నీ కలిసి ఆ తెగకు చెందిన ఆస్తిగా పరిగణింపబడేవి.

రుగ్వేదకాలంనాటి ఆర్యులకు పశువుల పెంపకం ప్రధాన వృత్తి. వారు వ్యవసాయం కూడా చేసేవారు. వ్యవసాయ కార్యాకలాపాలకు చెందిన పదాలు కానీ, కృషి(వ్యవసాయం) అన్నపదం కాని రుగ్వేదంలో మనకు చాలా తక్కువ కనపడుతుంది. నాగలికి సంబంధించి 'హల' పదము కనబడదు. కానీ ఇంకో రెండు పదాలు- పూంగలము, సీరము అన్నవి ప్రస్తావించారు. ఈ నాగళ్లకు ఎద్దులను కట్టేవారు. వ్యవసాయానికి సంబంధం ఒక రుతు పరిజ్ఞానం తొలి ఆర్యులకు ఉంది. రుగ్వేదం అయిదు రుతువులను పేర్కొంది. అడవులను కాల్చి భూమిని వ్యవసాయార్హంగా తయారుచేసేవారు. రాగిని ఎక్కువగా వ్యవసాయపు పనిముట్లలో ఉపయోగించలేదు. రుగ్వేదంలోని చివరి భాగాల్లో దున్నడం, విత్తడం, పంటకోయడం, నూర్చడం, తూర్పారబట్టడం వంటివి పేర్కొనబడ్డాయి. తొలి ఆర్యుల కాలానికి చివరిభాగంలో వ్యవసాయం వారి ముఖ్య వృత్తి అయిందని చెప్పుకోవచ్చు. రుగ్వేదకాలంనాటి ఆర్యులు ఒక్క పంటనే 'యవ'(ఒక రకమైన బార్లీ)ని పండించేవారు. పశువుల వలె భూమి అంతా ఒకే తెగకు చెందీ లేదు. రుగ్వేదంలో పొలానికి, భూమి కొలతలకు సంబంధించిన అనేక పదాలు కన్పిస్తాయి. కానీ, ఎక్కడా భూమిని అమ్మడం, తాకట్టుపెట్టడం, ఇంకొకరికి సంక్రమింపచేయడం, బహుమానంగా ఇవ్వడం పేర్కొనబడలేదు. బహుశా ఆ కాలంనాటికి భూమి ఏ ఒక్కరి వ్యక్తిగత ఆస్తిగా పరిగణింపబడలేదు.

తొలి ఆర్యులు ఎక్కువగా పచ్చికబయళ్లలో జీవితం గడిపేవారు. కానీ ఏ విధమైన రాజ్యవ్యవస్థనీ వారు ఏర్పరచుకోలేదు. మొదట్లో వీరు స్థిరపడ్డ సప్తసింధునదీ ప్రాంతం వివిధ తెగలకు చెందిన చిన్న రాజ్యాలుగా ఉండేది. వీరిలో రుగ్వేదం 5 తెగలను (పంచజన) పేర్కొంది. ఈ తెగనాయకుడే రాజుగా వ్యవహరింపబడేవాడు. 'రాజన్' అన్న పదం తెగ నాయకుడికే ఉపయోగపడింది. ఈ తెగ నాయకుడు యుద్ధం చేస్తే పశువులకోసమే చేసేవాడు కానీ భూమి

కోసం కాదు. అతడు ప్రజలను ప్రధానంగా పాలించేవాడు. కానీ ఒక నిర్ణీత భూమిని కాదు. అందువలననే అతన్ని ప్రజారక్షకుడుగా (గోవులను రక్షించేవాడు) అన్న పదానికి అర్థం మారి విస్తృతమై ప్రజలను లేదా తెగలను రక్షించేవాడుగా మారింది రుగ్వేదంలో 'జన' అన్న పదం 27సార్లు, 'రాజ్య' అన్న పదం ఒక్కసారి మాత్రమే పేర్కొనబడింది. కానీ ఎక్కడా 'జనపదం' అన్నపదం కనపడదు. రుగ్వేదకాలం చివరినాటికి ప్రాదేశిక రాచరికం అన్న భావన జనించి 'రాజన్' లేదా రాజు రాజ్యానికి నాయకుడిగా పాలకుడిగా పరిగణింపబడ్డాడు. ఈ రాజు యుద్ధాలలో కొల్లగొట్టిన సంపదలేకాక వస్తు రూపంలో బహుమతులనుకూడా స్వీకరించేవాడు. ఈ రాజరికం కొన్ని వంశాలవారికే పరిమితమైనా ప్రజల ఇష్టమున్నంతకాలమే అతడు పదవిలో ఉండేవాడు. ఒకే వంశానికి చెందినవారు మూడు తరాలను మించి రాజులు అయినట్లు ఆధారాలు లేవు. దీన్నిబట్టి రాజరికం తండ్రి నుంచీ కొడుక్కి తరతరాల వారసత్వంగా సంక్రమించడం అప్పటికింకా లేదని చెప్పవచ్చు. ఈ తెగలలో ఉన్న సభ, సమితి అనే సంస్థలు న్యాయవ్యవహారాలు రాజ్యవ్యవహారాలు చూసేవి. కాబట్టి రాజు అధికారం వీటికి లోబడి ఉండేది. సభలో ఆ తెగకు చెందిన పెద్దలు సభ్యులుగా ఉండేవారు. బహుశా స్త్రీలు కూడా సభ్యులై ఉండి ఉండవచ్చు. 'సమితి' లో ఆ తెగకు చెందినవారంతా సభ్యులే. ఈ తెగలకు చెందిన ఇంకో సంస్థ విదాథ అనేది కూడా రాజు అధికారానికి అడ్డుకట్టగా నిలిచేది. రాజ్యవ్యవహారాల్లో అతడు పురోహితునిపై ఎక్కువగా ఆధారపడడం కూడా అతని అధికారానికి ఒక పరిమితిని విధించింది.

రుగ్వేదకాలంనాటి ఆర్యులకు పరిపాలనా వ్యవస్థ కట్టుదిట్టంగా ఉండేది కాదు. పంటలో అదనపు ఉత్పత్తి ఉండేది కాదు. ఇది ఒక్క 'బలి' (రాజకుమారునికి బహుమతిగా లేదా దేవునికి నైవేద్యంగా అర్పించబడేది) విషయంలోనే కన్పిస్తుంది ఈరకంగా రాజుకు సమర్థించే బహుమానం ఎల్లవేళలా ఉండేది కాదు. 'సేనాని' అన్నపదం పేర్కొనబడింది. కానీ రాజు వద్ద శాశ్వతసైన్యం ఉండేది కాదు. రుగ్వేదకాలంలో దొంగతనం, దోపిడీలు, వంచనలు, పశువులను అపహరించడం వంటి నేరాలు ఉన్నాయి. ఈ కాలంలో రక్షకభట వ్యవస్థ అసలు లేదని చెప్పలేము. రుగ్వేదం దాదాపు అరుగురు రాజ్యాధికారులను పేర్కొంది. వీరిలో పట్టాభిషిక్తురాలైన మహిషి, రథసారథి ఉన్నారు. వీరు ఎక్కువగా రథాలను, గుర్రాలను ఉపయోగించడం వల్ల 'సారథి'కి ప్రాధాన్యత ఉండేది. రాజ్యానికి సంబంధించిన కొంత ప్రాథమిక వ్యవస్థ నెమ్మదిగా అభివృద్ధి చెందింది. కానీ అప్పట్లో తెగల అధికారమో, ఆ తెగల నాయకుడి అధికారమో ఉండేది. కానీ ఒక నిర్దిష్ట భూభాగం కానీ శాశ్వతసైన్యంగానీ, విస్తృతమైన అధికారవ్యవస్థకానీ లేవు.

తొలి ఆర్యుల కాలంలో సామాజిక వ్యవస్థ ఒక తెగకు చెందిన వ్యవస్థ. జన, విష్ అనే రెండుపదాలు ఎక్కువగా రుగ్వేదంలో కన్పిస్తాయి. అనేక 'విష్'లు కలిసి 'జన'గా ఏర్పడింది. జన ఆ తెగకంతకూ, విష్ ఒక కుటుంబానికంతకూ ప్రాతినిధ్యం వహించాయి. విష్‌లు తిరిగి గ్రామాలుగా విభజింపబడ్డాయని అభిప్రాయం ఉంది కానీ ఆధారం లేదు. ఆనాటి ఆర్యసమాజానికి ప్రాథమిక విభాగం కులం. కుటుంబంలో యజమాని అయిన పురుషుని

కులపతి(కుటుంబ రక్షకుడు) అని వ్యవహరించేవారు. వేదమంత్రాలలో ప్రజల కోసం(సంతానం కోసం) ప్రార్థించడం కనబడేది. ఎక్కువగా ప్రజలు తమకు పుత్రులే, యుద్ధవీరులే కావాలని(సువీర) కోరుకునేవారు. ఈ రకమైన పితృస్వామిక వ్యవస్థ ఉన్నప్పటికీ రుగ్వేదకాలంలో స్త్రీల పరిస్థితి అనంతర కాలంలో కంటే చాలా మెరుగ్గా ఉండేది. ఆడపిల్లలకు రజస్వల కాగానే వివాహం చేసేవారు. అవివాహితలైన కన్యలు తల్లిదండ్రుల వద్దనే ఉండేవారు. 'ఘోష' అని వీరిని వ్యవహరించేవారు. కొన్ని సందర్భాలలో యువతులు స్వేచ్ఛగా మగవారితో కలిసి తిరిగేవారు. వివాహిత తన భర్తతో కలిసి యజ్ఞయాగాదులలో పాల్గొనేది. విశ్వవర, అసల వంటి స్త్రీలు మాత్రం ఒంటరిగా తామే ఈ యాగాలను నిర్వహించినట్లు కనబడుతోంది. రుగ్వేదంలోని కొన్ని రుక్కులను కొంతమంది స్త్రీలు రచించినట్లు చెప్పబడుతోంది. పిల్లలు లేని వితంతువు తనకు మగశిశువు జన్మించేవరకు తన మరిదితో కూడి ఉండవచ్చు. ఈ ఆచారాన్ని 'నియోగ' అనేవారు. ఆనాటికి వివాహవ్యవస్థ బలపడిందనే చెప్పవచ్చు. కానీ అక్కడక్కడ రక్తసంబంధీకులలో లైంగిక సంబంధాలు ఉన్నట్లు ఆధారాలున్నాయి. రుగ్వేదంలో యమ, యమిల సంభాషణను బట్టి అన్నాచెల్లెళ్ల మధ్య ఈ విధమైన సంబంధం ఉన్నట్టు తెలుస్తుంది. కొన్ని సందర్భాలలో తండ్రీకూతుళ్ళమధ్య కూడా ఈ సంబంధం ఉండేది. దీనిని బట్టి కుటుంబంలో తల్లికి ఉండే హక్కులు పూర్తిగా నిర్లక్ష్యం చేయబడలేదనీ, మొత్తం మీద కుటుంబం తండ్రి యాజమాన్యంలోనే నడిచిందని తెలుస్తుంది.

తొలి ఆర్యుల భౌతిక లక్షణాలు రూపురేఖలు నిర్దిష్టంగా ఉండేవి. వారు వచ్చేనాటికి ఇక్కడ ఉన్న స్థానికులు నల్లగాను, వీరు తెల్లగాను ఉండేవారు. వీరిని గుర్తించడానికి శరీరపు రంగు ప్రధానంగా ఉపయోగపడేది. దీనికే తరువాత పండితులు కొందరు విపరీతార్థాలు కల్పించి వర్ణ వ్యవస్థకు(caste system) ఇది మూలం అని వ్యాఖ్యానించారు. కానీ సంఘంలో ఈ తారతమ్యాలు ప్రాంతీయులైన దాసులు, దస్యులను ఆర్యులు ఓడించడం వలన ఏర్పడ్డాయి. ఓడిపోయినవారిని బానిసలుగా, శూద్రులుగా వ్యవహరించేవారు. తెగల నాయకులు, పురోహితులు ఈ యుద్ధాలలో అధిక లాభాన్ని పొంది అధికారం చలాయించేవారు. ఈవిధంగా కూడా సంఘంలో అసమానతలు ఏర్పడ్డాయి. పురోహితులకు రాజులు బానిసలను కానుకగా ఇచ్చేవారు. వీరిలో ఎక్కువగా స్త్రీలు ఉండేవారు. వీరిని కేవలం ఇంటి పనులకే ఉపయోగించే వారు. పురోహిత వర్గంలో కూడా అందరికీ ఈ కానుకలు సంపద ఉండేవి కావు. వామదేవుడనే బ్రాహ్మణుడు బీదరికం అనుభవిస్తూ "నేను అత్యంత దీన పరిస్థితిలో కుక్క మాంసాన్ని వండుకొని తిన్నాను. నా భార్యను అత్యంత హీనపరిస్థితిలో చూశాను. నన్ను ఏ దేవుడూ రక్షించలేదు" అని విలపిస్తాడు. ఇంకొక బ్రాహ్మణుడు అగ్నిదేవుడు "తాను సమర్పించే పుచ్చిపోయిన కర్రలనే ఆహుతిగా స్వీకరించమని తనకు ఒక గోవుగాని గొడ్డలిగానీ లేదని" ప్రార్థిస్తాడు. అలాగే ఇంకో చోట ఒక బ్రాహ్మణుడు రాజు బలవంతంగా అపహరించుకుపోయిన తన భార్యను తిరిగి తెమ్మని దేవతలను ప్రార్థిస్తాడు.

కాలక్రమేణా తెగల సంఘంలో వీరులు(క్షత్రియులు, రాజన్యులు), పురోహితులు (బ్రాహ్మణులు), సామాన్యులు అనే మూడు గ్రూపులు ఏర్పడ్డాయి. రుగ్వేదకాలం చివర్లో శూద్రులనే

నాలుగో గ్రూపు ఏర్పడింది. ఈ రకమైన నాలుగు విభాగాల వ్యవస్థకు మతం ఆమోదాన్ని తెలిపింది. (బ్రాహ్మణ, క్షత్రియ, వైశ్య, శూద్రులు) వేదంలో ఒకచోట బ్రాహ్మణుడు తొలిమానవుని నోటి నుండీ, క్షత్రియుడు చేతుల నుండీ, వైశ్యుడు తొడల నుండీ, శూద్రుడు పాదాల నుండీ ఉద్భవించారని చెప్పబడింది. దీన్నిబట్టి సంఘంలో ఆయా వర్ణాలవారు అవలంబించిన వృత్తులను చెప్పవచ్చును. కానీ రుగ్వేద సంఘంలో ఆనాడు ఈ వ్యవస్థ పూర్తిగా వృత్తిని బట్టి ఏర్పడలేదు. ఒక కుటుంబంలో తండ్రి వైద్యునిగా కుమారుడు కవిగా, తల్లి పిండి ఆడించే వ్యక్తిగా ఒక చోట మనకు ఉదాహరణ కనబడుతుంది.

యుద్ధాల ద్వారా సంపాదించుకున్న సంపదను సమానంగా ఆ కాలంనాటి తెగలవారు పంచుకోకపోవడం వల్ల సమాజంలో ఈ రకంగా నాలుగు విభాగాలు ఏర్పడ్డాయి. కానీ ఈ విభజన అనార్యులైన స్థానిక ప్రజలను తమ వ్యవస్థలో ఒక భాగంగా చేసుకోవడానికి జరిగి ఉండవచ్చు. రుగ్వేదంలో ఒకచోట విశ్వామిత్రుని స్థానంలో సుదాసుడనే రాజు కులగురువుగా నియమింపబడిన వశిష్ఠుడు వేద దైవాలయిన మిత్రవరుణుల బీజాలనుండి జన్మించినట్లుగా చెప్పబడింది. ఆయన తల్లి గురించి ప్రస్తావన లేదు. అదే చోట వశిష్ఠుడు ఊర్వశి మనోభావనలో జన్మించినవాడనీ, ఇద్దరు దేవతల వీర్యం గల ఒక పాత్రలో జన్మించి ఒక గొప్ప తేజస్సుతో ఒక పుష్కరం(చెరువు)లో కనుగొనబడ్డాడనీ చెప్పబడింది. బహుశా ఇది అనార్య మూలం కలిగిన వశిష్ఠుని ఆర్యసమాజంలో కలుపుకోవడానికి చేసిన ప్రయత్నం కావచ్చు. ఇదేవిధంగా అగస్త్యుడు కూడా శారీరక సంబంధమేమీ లేకుండా కుండలో జన్మించాడు. రుగ్వేదంలో రుషులైన కణ్వుడు, అంగీరసుడు నల్లనిశరీర వర్ణం కలవారని చెప్పబడింది. ఇది వారి అనార్య మూలాన్ని సూచిస్తుంది. ఈ విధంగా అనార్యులైన వారిని పురోహితులుగా చేయడమేకాకుండా తాము జయించిన ప్రజలలో కొందరికి ఉన్నత స్థానాలనిచ్చి ఆర్యులు తమలో కలుపుకున్నారు. అటువంటి దాసుల నాయకుల(దాసనాయకులు) బలభూతుడు తరుష్కుడనేవారు పురోహితులకు అనేక కానుకల నిచ్చి ఆర్య సమాజంలో ఉన్నతస్థానాన్ని ప్రశంసలనూ పొందారు. సుచాసుడనే రాజు కూడా ఈ 'దాస' జాతికి చెందినవాడే. రుగ్వేదం ఈ విధంగా అనార్యులను ఆర్యుల సంఘంలో కలుపుకునే పద్ధతిని గురించి ఏమీ చెప్పలేదు. బహుశా ఈ అనార్యులలో అతిసామాన్య సభ్యులకు వారు బానిసలుగా శూద్రులుగా చివరిస్థానాన్ని ఇచ్చి ఉండవచ్చు. కాలక్రమేణా ఆర్యులకూ, నల్లనిరంగు, నిండు పెదవులు, చట్టిముక్కుగల అనార్యులకు దూరం ఎక్కువైంది. బహుశా ఆర్యులు తమ రక్తాన్ని స్వచ్ఛంగా ఉంచుకోవాలనుకున్నారేమోకానీ, అప్పటికే తమలో అనార్యుల రక్తం కలిసిందని, వారు గ్రహించలేదు. అదేవిధంగా అనార్యుల దేవుళ్ళు కూడా ఆర్యులలో ప్రవేశించారు. ఉదాహరణకు రుద్రుడు, త్వష్టి హరప్పా వాసుల ఆరాధించిన దేవతలు. తరువాతి కాలంలో ఆర్యులకు దేవతలయ్యారు. ఆకాలంనాటికే ఆర్యుల, అనార్యుల మిశ్రమం అనేక విధాలుగా జరుగుతోంది అని చెప్పవచ్చు.

రుగ్వేదకాలం నాటి దేవతలు ప్రధానంగా పురుషులు ఆ దేవుళ్ళను తృప్తిపరచడానికి యాగాలను చేసేవారు. రుగ్వేదంలో అనేక గృహసంబంధమైన ప్రజాసంబంధమైన యాగాలు పేర్కొనబడ్డాయి. ఈ వేదంలోనే ఒకచోట విశ్వంలో జరిగిన ఒక మహాయజ్ఞం నుండి సృష్టి

జనించిందని చెప్పబడింది. దీని ప్రకారం ప్రజాపతి (తరువాత బ్రహ్మ) మొట్టమొదటి మానవుడు. అతడు తన సంతానం చేతనే బలిగా అర్పింపబడ్డాడనీ ఆవిధంగా బలైన ప్రజాపతి దేహం నుండి సృష్టి ఆవిర్భవించింది. దీన్ని బట్టి ప్రపంచం ఏర్పడి, నిర్వహింపబడడానికి బలి ముఖ్యమని తెలుతోంది. కానీ, ఈ విధమైన బలులు ఆర్యుల విస్తరణ రెండవదశలో చోటు చేసుకున్నాయి.

ఆర్యుల దైవాలలో ముఖ్యుడు ఇంద్రుడు. ఒక విధంగా గ్రీకు దేవత జ్యూస్‌తో సమానుడు. ఎప్పుడూ రాక్షసులను నాశనం చేసే వ్యక్తిగా పురవిధ్వంసకుడిగా ఇంద్రుడు పేర్కొనబడ్డాడు. వేదాలలో ఇంద్రుడు నీతిబాహ్యునిగా విందువినోదాలతో సోమపానంతో మత్తుగా వుండేవాడిగా వర్ణింపబడ్డాడు. రుగ్వేదంలో దాదాపు 250 రుక్కులు ఇంద్రస్తుతిని చేసేవే. అతనికి గంధర్వులు భృత్యులు. సౌందర్యరాసులైన అప్సరసలు దాసీజనం. వీరి దేవతలలో ఇంద్రుని తర్వాత స్థానం అగ్నిది. గృహస్థులయి ఇళ్లలో నిత్యం వెలుగుతూ భగవంతునికి, మానవులకు మధ్యవర్తియైనవాడు. రుగ్వేదంలో 200 రుక్కులు అగ్నిని స్తుతిస్తాయి. ఇంద్రాగ్నుల తరువాత వరుణుడు సూర్యుడు సావిత్రి (గాయత్రీ మంత్రానికి అధిదేవత) పుషన్(రహదార్లకు, పశువులకు పసులకాపర్లకు రక్షకుడు మొదలైనవారు సౌరకుటుంబానికి చెందిన దేవతలు. తరువాతివాడయిన విష్ణువు కూడా ఈ కోవకు చెందినవాడే. మూడు అడుగులతో విశ్వాన్నంతా ఆక్రమించాడని వర్ణింపబడింది. ఇండోయూరోపియన్ సమాజం నుండి ఆర్యులు ఇంకా విడివడని కాలానికి కొందరు దేవతలు చెందుతారు. వారిలో దౌ:(dyaus)(సూర్యదేవత) ముఖ్యుడు. కానీ వేదకాలంలో ఈయనకు ప్రాముఖ్యం లేదు. రుగ్వేదంలో అతి తక్కువమంది స్త్రీ దేవతలు ప్రస్తావించబడ్డారు. వీరిలో ఇళ, అదితి, ఉషస్సు. దేవుళ్ళు సామాన్యంగా వివాహితులు కారు. వారి భార్యలను సామూహికంగా గ్నా:(gnas) లేదా గ్నస్ అనీ పిలిచేవారు. దీన్నిబట్టీ ఆర్యులలో ఒకానొక దశలో సామూహిక వివాహాలు ఉండేవని చెప్పవచ్చు.

క్రీ.పూ. 1000 నుండి 600 వరకూ విస్తరించిన అనంతర వైదిక కాలంలో ఆర్యుల జీవనవిధానంలో గొప్ప మార్పులు కలిగాయి. ఈ కాలంలోనే సామ, యజుర్వేద, అధర్వ వేదాలు, బ్రాహ్మణాలు, కొన్ని ఉపనిషత్తులు రచించబడ్డాయి(కూర్చ బడ్డాయి). ఈకాలంనాటి సాహిత్యంలో రుగ్వేదకాలంకంటే అధికంగా మన దేశ భౌగోళిక పరిజ్ఞానం కన్పిస్తుంది. రెండు సముద్రాలు- అరేబియా, హిందూ మహాసముద్రాలు అనేక హిమాలయ శిఖరాలు ఈ సాహిత్యంలో పేర్కొబడ్డాయి. వింధ్య పర్వతాల గురించి పరోక్ష ప్రస్తావన ఉంది. అనంతరవైదిక సాహిత్యం రచింపబడిన కాలానికి ఆర్యులకు ఉత్తర భారతంలో గంగానదీ పరీవాహకప్రాంతంతో పరిచయమేర్పడి క్రమంగా వారు అక్కడే స్థిరపడ్డారు.

తుది వేదకాలంలో ఆర్యులు పంజాబ్ నుండి వచ్చి గంగ-యమునా పరీవాహ ప్రాంతంలో ఉత్తరప్రదేశ్ పశ్చిమ భాగంలో స్థిరపడ్డారు. భరతపుర వంశాలకు చెందిన తెగల వారు కలిసిపోయి కురువంశంగా ఏర్పడ్డారు. డోవాబ్ అంచుల నుండి వారు కొంచెం ఎగువగా కురుక్షేత్రానికి వెళ్ళారు. తరువాత పాంచాల వంశీయులతో కలిసి ఢిల్లీ, గంగా, యమునా ప్రాంతంలో ఎగువ మధ్య భాగాలను ఆక్రమించుకున్నారు. నేటి మీరట్ జిల్లాలోని హస్తినాపురాన్ని రాజధానిగా చేసుకున్నారు.

తుది వేదకాలం చివరిభాగంలో ఆర్యులు కొంచెం తూర్పుగా వెళ్ళి ఉత్తరప్రదేశ్ తూర్పు భాగంలో కోసల, ఉత్తర బీహార్‌లోని విదేహలో స్థిరపడ్డారు. ఈరకంగా వలసపోతున్నపుడు వారికి రాగిని ఉపయోగించే ప్రాంతీయులతో పరిచయమేర్పడింది. వీరే గోధుమవర్ణం గల మట్టి పాత్రలను, నలుపు, ఎరుపు రంగు గల మట్టి పాత్రలను ఉపయోగించేవారు. వీరు పంజాబ్‌లోపూర్వం తమ నివాసాల్ని మర్చిపోయి ఉండవచ్చు. వేద సాహిత్యంలో వీటి ప్రస్తావన చాలా తక్కువ. ప్రస్తావించిన కొద్ది చోట్ల ఈ ప్రాంతంలో వైదిక కర్మకాండ జరపలేదనీ, అది అపవిత్ర స్థల మనీ పేర్కొనబడింది.

తూర్పుదిశగా వలసవచ్చిన ఆర్యులు గంగానదికి ఉత్తరంగా హిమాలయ పర్వత పాద ప్రదేశంలో విస్తరించారనీ, కానీ ఈ నదికి దక్షిణ భాగంలో విస్తరించలేదనీ ఒక అభిప్రాయం ఉంది. ఇక్కడి భూభాగంలో చెట్లు కాల్చి ఆవాసయోగ్యంగా చేశారు. శతపథ బ్రాహ్మణంలో ఒక చోట, అగ్నిదేవుడు, భూమిని కాలుస్తూ తూర్పుదిశగా 'సదానీర' (నేటి గండక్) నది వరకూ ప్రయాణించి అక్కడ ఆగాడని చెప్పబడింది. అక్కడి తెగనాయకుడు విదేహ మాధవుడు వచ్చి అగ్నిదేవుడు నదిని దాటేటట్లు చేశాడనీ అందువల్ల ఆ ప్రాంతం ఆర్యులకు చెందనిదనీ, ఆవిధంగా దానికి పేరు కూడా విదేహమాధవుని బట్టి వచ్చిందనీ చెప్పబడింది. ఈ గాధను బట్టి ఆర్యులు కాల్చడం ద్వారా కొత్త భూమిని ఆవాసానికి, వ్యవసాయానికి యోగ్యంగా చేసుకొని కొత్త భూభాగాలలో స్థిరపడ్డారని తెలుస్తుంది. కొన్నిచోట్ల అడవులలోని చెట్లు నరకడానికి వారు గొడ్డళ్ళు ఉపయోగించారు. సాహిత్యంలో ఈ లోహాన్ని 'శ్యామ అయస్' నల్లని లోహంగా పేర్కొన్నారు. ఉత్తరప్రదేశ్ పశ్చిమభాగంలో అత్రంజిఖేరా, జఖేరా వాటి పరిసర ప్రాంతాలలో జరిపిన తవ్వకాలలో ఈ లోహం బయటపడింది. ఇనుముతో చేసిన వ్యవసాయ పరికరాలు ఆయుధాలకన్న తక్కువ. దీనినిబట్టి ఇనుప పరికరాలతో చెట్లను కొట్టడం అన్నది జరగలేదని కొందరు పండితుల అభిప్రాయం.

ఉత్తరప్రదేశ్ పశ్చిమభాగంలోని పరిసర ప్రాంతాలలోను రంగులతో చిత్రించిన మట్టి పాత్రలు దొరికాయి. గంగానదీ ఎగువ భాగంలో ఇటువంటి ప్రాంతాలు 700 కంటే ఎక్కువగానే ఉంటాయి. వీటిలో కొన్ని ప్రాంతాలోనే తవ్వకాలు జరిపారు. ఈ రకమైన మట్టి పాత్రలు అనంతరవేదకాల ప్రజలకు చెందినవి. ఇక్కడ తవ్వకాలు జరిపిన ప్రాంతాలను బట్టి ఆర్యుల సంచార జీవనం క్రమంగా క్షీణించిందని తెలుస్తుంది. వారొక చోట స్థిర నివాసమేర్పరచుకొని చెక్క రాటల మీద కట్టిన ఇళ్ళలో నివసించేవారు. పశువులను పెంచేవారు పూర్వం కంటే అధికంగా వ్యవసాయం చేశారు. వేదమంత్రాలలో తరచు తమకు పశుసంపదనిమ్మని ప్రార్థించేవారని తెలుస్తోంది. పశు సంపద ముఖ్యమైన చరాస్తిగా పరిగణింపబడేది. వ్యవసాయం ఈ కాలంలోనే ప్రధాన వృత్తిగా మారింది. వ్యక్తిగత ఆస్తిగా భూమిని భావించడం మొదలైంది. శతపథ బ్రాహ్మణం పొలం దున్నడానికి, ఇతర వ్యవసాయ కార్యకలాపాలకు సంబంధించిన తతంగాలను వర్ణిస్తుంది. నాగళ్ళకు 6,8,12, ఒక్కొక్కసారి 24 ఎద్దులను కూడా కట్టి లోతుగా దున్నేవారు. నదీ జలాలను కాలువలలోకి మళ్ళించేందుకు చేసే కర్మకాండను అధర్వ వేదం వర్ణిస్తుంది. అతివృష్టి, అనావృష్టులను నిరోధించడానికి చేయవలసిన మంత్ర తంత్రాలను

కూడా ఇది తెలుపుతుంది. వ్యవసాయం కోసం దున్నపోతుల్ని మచ్చిక చేసేవారు. బార్లీతోపాటు వీరు పండించిన ప్రధాన పంట గోధుమ. వరిపంట వ్రీహి మొట్టమొదటిసారిగా పేర్కొనబడింది. గంగానది ఎగువ ప్రాంతంలో ఇది అంత ముఖ్యమైన పంట కాదు. చిక్కుడు నువ్వులు కూడా వీరికి తెలుసు. నువ్వులకు తరువాత కర్మకాండలో స్థానం కలిగింది. వీటన్నిటిని బట్టి ఆర్యుల పశుపోషణ క్షీణించిందని చెప్పలేము. అది వారి జీవనంలో ప్రధాన అంశంగా ఉంటూనే వచ్చింది. హస్తినాపురం అత్రంజి ఖేరా వంటి ప్రాంతాలలో జరిపిన తవ్వకాలలో బయటపడ్డ పశువుల ఎముకలు, శతపథ బ్రాహ్మణంలో పేర్కొనబడిన, ఎద్దు మాంసం తినడం గురించి యాజ్ఞవల్క్యుడు చేసిన చర్చలు ఈ విషయాన్ని రుజువు చేస్తాయి. కానీ ఆర్యుల జనసంఖ్య క్రమంగా పెరగడంతో కేవలం పశుసంరక్షణే వృత్తిగా ఉన్న ఆర్థికవ్యవస్థకు ప్రాధాన్యం తగ్గి వ్యవసాయానికి ప్రాధాన్యం హెచ్చింది.

వ్యవసాయిక ఆర్థిక వ్యవస్థ పెరగడంతో అనేక కళలు, చేతిపనులు ప్రారంభమయ్యాయి. వీటి గురించి వైదిక సాహిత్యంలో ప్రస్తావన ఉంది. వడ్రంగం, నేత, తోళ్ళపని, నగల తయారీ, అద్దకం, మట్టి పాత్రల తయారీ మొదలైన చేతి వృత్తులు పేర్కొనబడ్డాయి. లోహకారులు ఇనుముతో ఎక్కువగా పనిచేశారని చెప్పలేము. కానీ రాగి వస్తువులను ఎక్కువగా తయారు చేశారు. నేత పని ఎక్కువగా స్త్రీలు చేసేవారు. తోళ్ళపని, కుండల తయారీ, వండ్రంగం ఎక్కువగా భవన నిర్మాణానికి సంబంధించి ఉండేవని ఆధారాలు ఉన్నాయి. గాజుపాత్రలు, గాజులు తవ్వకాలలో దొరకడంతో ఈ గాజు వస్తువులను కూడా కొద్దిమంది వాడేవారని తెలుస్తోంది. తుది వేదకాలం నాటి సాహిత్యం ఆర్థిక వ్యవస్థలో మార్పు తెచ్చిన అనేక చేతిపనులు, కళలతోపాటు సముద్ర ప్రయాణాల గురించి కూడా పేర్కొంది. దీనినిబట్టి వర్తకం ప్రాథమికదశలో ఉందనీ, వైశ్యులు ఈ వ్యాపారం చేసేవారని తెలుస్తుంది. శతపథ బ్రాహ్మణంలో రుణాలు ఇవ్వడం గురించి ప్రస్తావన ఉంది. కానీ డబ్బు వాడకంలో ఉండడాన్ని గురించిన సరైన ఆధారాలు లేవు. ఆనాటి సాహిత్యంలో 'నిష్క' అన్న పదం ఒక నాణెంగా భావించబడింది. కానీ, ఆ కాలంనాటి నాణాలేవీ వెలుగుచూడలేదు.

ఆర్యుల జీవనంలో వ్యవసాయానికి కాలక్రమేణా ప్రాధాన్యం పెరగడం, వివిధ హస్తకళలు పెరగడంతో రుగ్వేదకాలం కంటే తుది వేదకాలానికి చెందిన ప్రజలు తమ సంచార జీవనానికి స్వస్తి చెప్పారనుకోవచ్చు. వారికొక స్థిరమైన జీవనం ఏర్పడి తమకే గాక సమాజంలో క్షత్రియ, బ్రాహ్మణ విభాగాల వారికి సరిపడా ఆహారాన్ని పండించగలిగారు. వ్యవసాయం కాకుండా ఇతర చేతి పనులు చేసేవారికి కూడా సరిపడేంత ఆహారాన్ని వారు పండించలేకపోయారు. అందువలన వీరు, నగర నిర్మాణం చేయలేకపోయారు. పట్టణ జీవితానికి సంబంధించిన అత్యల్ప ప్రారంభ చిహ్నాలు అనంతరవేద కాలం చివరిదశలో కన్పిస్తాయి. మీరట్‌లోని హస్తినాపురం, అలహాబాద్‌లోని కౌశాంబి నగరజీవితానికి ఒక రకమైన నిదర్శనాలు.

వీరి స్థిర నివాసం సమాజంలో చాతుర్వర్ణ వ్యవస్థ ఏర్పడడానికి కారణమైంది. ప్రారంభంలో 16 పురోహిత వర్గాలకు చెందిన బ్రాహ్మణులు సమాజంలో అతి ముఖ్యవర్గంగా తయారయ్యారు. తమకు పోషకులైన రాజుల కోసం వీరు చేసే యాగాల వల్ల అనేక సామాజిక

రాజకీయ సౌకర్యాలను అనుభవించారు. క్షత్రియులు యుద్ధ వీరులై సమాజానికి రక్షకులుగా భావింపబడ్డారు. రాజు ఈ వర్గం నుండే ఎన్నుకోబడేవాడు. వైశ్యులు వర్తకం, వ్యవసాయం అనేక ఇతర వృత్తిపనులు చేస్తూ రాజుకు పన్ను కట్టేవారు. శూద్రులు ఈ మూడు వర్గాల వారికి భృత్యులుగా పనిచేస్తూ కాయకష్టం చేసే శ్రామికులుగా తయారయ్యారు. సమాజం మొత్తం ఈ నాలుగో వర్ణం మీద అధికారం కలిగి ఉండేది. ఈ విషయంలో వీరిని స్పార్టాకు చెందిన హెలట్స్‌తో పోల్చవచ్చు. వివిధ ప్రాంతాల నుండి పదివేలమంది దాసీ జనాన్ని నిర్బంధించి అంగరాజు తన పురోహితునికి సమర్పించినట్లు ఒకచోట పేర్కొనబడింది. కానీ, ఈ దాసజనంలో మగవారు లేరు.

ఈవిధమైన వర్ణవ్యవస్థ ఏర్పడడంతో సామాజిక కట్టుబాట్లు కొన్ని ఎక్కువయ్యాయి. ఒకే గోత్రానికి చెందిన వారి మధ్య వివాహం అనుమతించబడలేదు. ఇది ప్రధానంగా బ్రాహ్మణులకి వర్తించింది. ఈ కాలంనాటికి వారు గోత్రాలనుబట్టి అనేక విభాగాలుగా విభజింపబడ్డారు. అగ్రవర్ణాలకు చెందిన పురుషులు శూద్ర స్త్రీలను వివాహమాడరాదు. అగ్రవర్ణాల స్త్రీలు శూద్రజాతి పురుషులను వివాహమాడరాదు. సమాజంలో బ్రాహ్మణులు, క్షత్రియులు ప్రత్యేక స్థానాన్ని ఆక్రమించుకుని వైశ్యులు, శూద్రులకంటే భిన్నంగా పరిగణింపబడ్డారు. ఇది తరువాత శతాబ్దాలలోమరింత బలపడింది. అగ్రవర్ణాలవారు, ఇతర వర్ణాలవారు కలిసి భోజనం చేయడం పట్ల ఏ రకమైన నిబంధనలు ఆనాడు లేకపోయినప్పటికీ, తక్కువ వర్ణాలవారిని దూరంగా ఉంచడం ఈ కాలంలోనే ప్రారంభమయింది. తరువాతికాలంలో ఇది అస్పృశ్యతగా మారడానికి ఆరంభం ఈ కాలంలోనే జరిగింది. చండాలురు, పుల్కసులను అధమ జాతిగా పరిగణించి అసహ్యించు కోనేవారు.

కుటుంబ వ్యవస్థలో పితృస్వామ్యం అధికమై పుత్రుడు జన్మించడం విశేషంగా భావించబడింది. ఆడపిల్ల పుట్టడం కష్టాలకు కారణంగా భావించబడేది. రాజులు అనేక మందిని వివాహమాడవచ్చు. స్త్రీలకు కూడా ఒకరికంటే ఎక్కువమంది భర్తలుండవచ్చు. భర్త మరణించాక వితంతవు తనను తాను కాల్చుకోవడం ఒక చోట ప్రస్తావించబడడంతో తరువాత వచ్చిన 'సతి' అనే ఆచారానికి మూలంగా ఈ కాలం చూపించబడింది. కానీ ఆ కాలంలో సతి ఆచారం లేదని, వితంతువులు తిరిగి వివాహం చేసుకునేవారనీ(నియోగ) తెలియవస్తోంది. జూదం, సురాపానంతోపాటు స్త్రీలోలత్వం కూడా ముఖ్య వ్యసనాలుగా పేర్కొనబడ్డాయి. ఐతరేయ బ్రాహ్మణం ప్రకారం ఉత్తమురాలైన స్త్రీ ఎదురు చెప్పదు. ఈ కాలంలో వారి తెగలకు చెందిన 'సభ' సమితి సంస్థల చర్చలలో స్త్రీలు పాల్గొనేవారు కాదు. బాల్యవివాహాలు అప్పటికింకా ఆచారం కాలేదు. వారు గురువుల వద్దకు వెళ్ళి వేదాలు నేర్చుకున్న సందర్భాలు కూడా కానవస్తాయి. గార్గి, వాచక్నవి, యాజ్ఞవల్కునితో తర్కంలో పాల్గొని తన ప్రశ్నలతో ఆయనను ఇబ్బంది పెట్టిందని తెలుస్తోంది.

సాంఘిక భౌతిక పరిణామాల రాజకీయ వ్యవస్థలో కూడా ప్రతిబింబించాయి. రాచరిక వ్యవస్థలో అనేక మార్పులు వచ్చాయి. ఈ వ్యవస్థలో పూర్వపు తెగల లక్షణాలు పోయి భూమి ఆక్రమణకు ప్రాధాన్యం హెచ్చించింది. అధర్వ వేదంలో రాజు రాష్ట్రాన్ని పాలించేవాడనీ, అది

సుస్థిరంగా నిలబడేందుకు వరుణుడు, బృహస్పతి, ఇంద్రుడు, అగ్నిదేవుడు తోడ్పడేవారనీ చెప్పబడింది. రాజు పట్టాభిషేకం ఒక ప్రత్యేకమైన ప్రదేశంలో జరిగేది. ఇది పూర్తయ్యేసరికి రెండు సంవత్సరాలు పట్టేది. రాజరికంలో ఈ రాష్ట్రం అనే భావన వైదిక సాహిత్యంలో దేశంలో వివిధ ప్రాంతాల్లో అమల్లో ఉన్న పది రకాల ప్రభుత్వ వ్యవస్థలను పేర్కొనడం బట్టి తెలుస్తుంది. పూర్వంలో వలెగాక ఈ కాలంనాటి రాజులు సంచారులైన తెగలవారిని కాక భూమిని పాలించేవారు.

ఈ కాలంలో అనేక రాజ్యాలు ఏర్పడ్డాయి. కురు, పాంచాల ప్రాంతం(నేటి ఢిల్లీ, మీరట్, మధుర)లో కురువంశంవారు, హస్తినాపురాన్ని పాలించారు. ఇక్కడ జరిపిన తవ్వకాలలో క్రీ.పూ. 1000-700 నాటి నివాసాలు బయటపడ్డాయి. వీరు తమకు జ్ఞాతులైన పాండవులతో రాజ్యం కోసం క్రీ.పూ.950లో ఢిల్లీ దగ్గర కురుక్షేత్రం వద్ద యుద్ధం చేశారు. ఈ యుద్ధమే క్రీ.శ.4వ శతాబ్దిలో రచించబడిన మహాభారతానికి మూలము. గంగా, యమునల సంగమస్థలానికి తూర్పుదిశగా కోసల రాజ్యం ఉంది. రామాయణ మహాకావ్య నాయకుడయిన రాముడు ఈ దేశానికి చెందినవాడని చెప్పబడింది. కానీ ఆనాటి సాహిత్యంలో రాముడు కాని ఆయన తండ్రి దశరథుడు కానీ పేర్కొనబడలేదు. కానీ ఇప్పుడు దాన్ని రాజకీయం చేసి అనాలోచితంగా కొందరు వీర భక్తులు దేశ సామాజిక వ్యవస్థను దెబ్బ తీస్తున్నారు. కోసల దేశానికి తూర్పు దిశగా బెనారస్ ప్రాంతంలో కాశీ రాజ్యం ఉండేది. ఇంకొక రాజ్యం విదేహ. ఈ రాజ్యాధిపతి జనకుడు. ఇతని పేరు వేద సాహిత్యంలో ఎక్కువగా ప్రస్తావించబడింది. విదేహ రాజ్యానికి, గంగానదికి దక్షిణంగా మగధరాజ్యం ఉండేది. అప్పటికి దానికింకా ప్రాధాన్యత లేదు.

ఈ రాజ్యానికి ఆర్థికబలం పన్నుల ద్వారా కలిగింది. స్థిరనివాసం, వ్యవసాయం వృద్ధి చెందడంతో అధికంగా ఆహారాన్ని పండించడం జరిగింది. ఈ అధిక భాగాన్ని రాజు పన్నుగా ఆహార ధాన్యాల రూపంలోగాని, పశురూపంలోగాని వసూలు చేసేవాడు. ప్రజల నుండి పన్ను రూపంలో గ్రహించిన దానిమీదే రాజు జీవించేవాడు. కాబట్టి రాజు ప్రజా భక్షకునిగా(విషమిత్త) శతపథ బ్రాహ్మణంలో వర్ణింపబడ్డాడు. అంతకు పూర్వం ప్రజలు తమంతతాము అర్పించిన దానిని రాజు గ్రహించే పద్ధతికి ఇది పూర్తిగా విరుద్ధం. పంటలో రాజుకు చెందిన భాగాన్ని పన్నుగా వసూలు చేసే అధికారిని 'భాగదుష' అని పేర్కొన్నారు.

పన్నుల ద్వారా వచ్చిన ఆదాయంతో రాజు అనేక అధికారులను నియమించాడు. వీరిలో 'రత్నిన్'లు ఒకరు. రాజు పట్టాభిషేకానికి ముందు 12మంది రత్నిన్‌ల ఇళ్ళను దర్శించి అక్కడి దేవతలను అర్పించేవాడు అని పేర్కొనబడింది. బహుశా వీళ్ళు ఉన్నత పదవుల్లోని అధికారులై ఉండి లోహపు పని, రథాల తయారీ, రథచోదకత్వం మొదలైన పనులను పర్యవేక్షిస్తూ ఉండి ఉండవచ్చు. ఈ అధికారుల్లో రాజ్యకోశాగారానికి అధిపతియైన (సంగ్రహిత్ర)ప్రధాన పురోహితుడు ఉన్నాడు. వీరు రాజు ప్రత్యక్ష నియంత్రణలో ఉంటారు. పన్నుల నుండి కప్పముల నుండి వచ్చిన ఆదాయంతో రాజు వీరిని పోషించేవాడు. రాజుకి శాశ్వత సైన్యం లేకపోయినా, రాజపరివారం అతని అధికారాన్ని ప్రతిష్ఠనూ పెంచింది.

వేదకాలంనాటి 'సభ'లు క్షీణించడం కూడా రాజు అధికారాన్ని పెంచింది. విదథ పూర్తిగా అంతరించింది. సభ, సమితి తమ ప్రాధాన్యాన్ని కోల్పోయాయి. విశాలమైన భూభాగాలతో రాష్ట్రాలు ఏర్పడడంతో సామాన్య ప్రజలు ఈ సభల సమావేశాలకు వెళ్ళడానికి ఎక్కువ దూరం ప్రయాణించలేకపోయారు. సమావేశాలకు హాజరైనవారు ఆ తెగల నాయకులైనా లేదా శ్రీమంతులైనా అయిఉండేవారు. దీని వలన సభ, సమితి సంస్థలకు ప్రతిష్ఠ హెచ్చింది. పైగా రత్నిన్‌లనే కొత్త అధికారులు ఏర్పడడంతో వీటి కార్యకలాపాలు కొంచెం తగ్గాయి.

రాజును ఎన్నుకోవడం అన్న ఆచారం అంతరించిపోవడంతో రాజు అధికారం పెరిగింది. రాజు పట్టాభిషేక తతంగం కొంతవరకూ పూర్వపు పద్ధతిని అనుసరించినా, ఇతని అధికారం వంశానుగతంగా, ఒక తరంపాటు ఒక్కొక చోట రెండు మూడు తరాల పాటు, పది తరాలపాటు కూడా కొనసాగేందుకు సూత్రాలు ఆనాటి సాహిత్యంలో చెప్పబడ్డాయి. వీటన్నింటి వలన రాజు అధికారం వంశానుగతమై అతని చుట్టూ ఒక ప్రత్యేక వాతావరణం ఏర్పడింది. పట్టాభిషేక సమయంలో అనేకమంది దేవతలను పూజించి వారి గుణాలను రాజుకు ప్రసాదించమని ప్రార్థించేవారు. ఒక్కొక్కసారి ఈ తతంగాలలో రాజుని దైవ ప్రతినిధిగానే భావించేవారు.

ఈ రాజుకి బ్రాహ్మణ వర్గం నుండి సిద్ధాంతపరమైన సహకారం లభించింది. అధర్వవేదంలో రాజు బ్రాహ్మణ రక్షకుడుగాను, ప్రజాభక్షకుడుగాను వర్ణింపబడ్డాడు. అతను న్యాయానికి కట్టుబడి ఉంటానని బ్రాహ్మణుని వద్ద ప్రతిజ్ఞ చేయాలి. కొన్నిచోట్ల రాజు, శ్రోత్రియ బ్రాహ్మణుడు ఇద్దరూ కలిసి ధర్మాన్ని కాపాడేవారుగా వర్ణింపబడ్డారు. ఇతర వర్ణాల గురించి ప్రస్తావన లేదు. దీన్నిబట్టి రాజులకు బ్రాహ్మణులకు మధ్య ఒక ఒప్పందం ఉండేదని అనుకోవచ్చు. ఇదే విషయం శతపథ బ్రాహ్మణంలో కూడా చెప్పబడింది. అప్పుడప్పుడు ఈ రెండు వర్ణాల మధ్య ఘర్షణలు తలెత్తినా బ్రాహ్మణులు తమ అవసరార్థం ఒప్పందాలు కుదుర్చుకోవడం కోసం రాజులకు లొంగి ఉండేవారు.

ఈవిధంగా రాజుల ఆడంబరం, బ్రాహ్మణుల ఆశలు పెరగడంతో బలులు యాగాలకు ప్రాధాన్యత హెచ్చింది. రాజు సుదీర్ఘమైన యాగాలుచేయడం, వాటిని నియమం ప్రకారం చేయడానికి అవసరమైన నిబంధనలన్నీ మనకు ఆకాలంనాటి వైదిక సాహిత్యంలో కన్పిస్తాయి., వాజపేయయాగం 17 రోజుల నుండి ఒక్కొక్కసారి సంవత్సరం వరకూ కొనసాగేది. ఈ యాగం వల్ల మధ్య వయస్కుడైన రాజు బలం పెరిగి రాజు నుంచీ సామ్రాట్ స్థితికి అతన్ని పెంచడానికి, ఇతర రాజులపై సార్వభౌమాధికారం చలాయించడానికి వీలవుతుందని నమ్మేవారు. అదే విధంగా రాజసూయ యాగం కూడా అనేక నియమ నిబంధనలతో కూడిన క్లిష్టమైన యాగం. ఈ యజ్ఞాన్ని జరిపించే రుత్విక్కులకు ప్రత్యేక సందర్భాల్లో రాజు 2,40,000 ఆవులను దక్షిణగా చెల్లించేవాడు. వీటన్నిటికంటే ప్రసిద్ధమైనది, క్లిష్టమైనది అశ్వమేధయాగం. ఈ యాగం జరిగేది మూడు రోజులే అయినా దాని ఏర్పాట్లు మాత్రం ఒక సంవత్సరం లేదా రెండు సంవత్సరాలు జరిగేవి. నలుగురు రుత్విక్కులు రాజుగారి నలుగురు భార్యలు,వారికి గల 400 మంది భృత్యులు, అనేకమంది ప్రేక్షకులు ఈ యాగంలో పాల్గొనేవారు. ఈ యజ్ఞంలో పునీతమైన

ఒక అశ్వాన్ని స్వేచ్ఛగా రాజ్యమంతా తిరగడానికి వదిలిపెట్టేవారు. ఈ అశ్వంతోపాటు 400 మంది ప్రత్యేకమైన వీరులు వెళ్ళేవారు. ఎవరైనా ఈ అశ్వాన్ని బంధిస్తే అతడు రాజుతో యుద్ధం చేయాలి. సంవత్సరం అయ్యాక ఈ అశ్వాన్ని తిరిగి రాజధానికి తెచ్చి 600 ఎద్దులతోపాటు కలిపి బలి ఇచ్చేవారు. అశ్వం కళేబరం చుట్టూ రాజుగారి భార్యలు ప్రదక్షిణం చేసే వారు. రాజు పట్టమహిషి దాని పక్కనే సంభోగచిహ్నంగా పడుకునేది. ఈ యాగం 21 గొడ్డుటావులను బలియిచ్చి, బ్రాహ్మణులకు విశేష దక్షిణలు ఇవ్వడంతో పూర్తయ్యేది. అశ్వమేధయాగం రాజుకు విజయాన్ని, సార్వభౌమాధికారాన్ని ప్రసాదిస్తుందని నమ్మేవారు. తరువాతి కాలంలో దీన్ని అప్పుడపుడు జరిపేవారు. ఇవేకాకండా అనంతర వేదకాలంలో తక్కువ బలులతో కూడిన గృహస్థు నిర్వహించవలసిన కర్మకాండ కూడ జరిగేది.

ఈ యాగాల తతంగం వల్ల, కర్మకాండ వల్ల రుగ్వేదకాలంనాటి దేవతలు తెరమరుగయ్యారు. వీటన్నిటి వల్ల పురోహితవర్గం ఎంతో లాభాన్ని పొంది తన అధికారాన్ని పెంచుకొంది. ఈ యాగాలలో చాలా పశువులను బలి ఇచ్చేవారు. అత్రంజ్ ఖేరా తవ్వకాల్లో బయటపడ్డ గాట్లు కలిగిన జంతువుల ఎముకలన్నీ ఈ పశువులవే. ఈ విధమైన యాగాల వల్ల పశువుల సంఖ్య క్షీణించిపోయింది.

ఈ విధమైన బ్రాహ్మణాధిపత్యానికి వైదిక కర్మకాండకు వ్యతిరేకత వేదకాలం అంత్యదశలో ఉపనిషత్తులలో కన్పిస్తుంది. ఉపనిషత్తులలో మనకు ఆత్మ గురించి భావన కన్పిస్తుంది. ఈ ఉపనిషత్తుల్లోనే పరమాత్మ నుండి సృష్టి జనించిందనీ, ఒక జన్మ నుండి ఇంకో జన్మకు ఆత్మ ప్రయాణిస్తుందనే భావన కల్పిస్తుంది. గత జన్మలలో చేసిన మంచి చెడులనుబట్టి మరుజన్మలో ఆత్మలు సుఖాన్నిగాని దుఖాన్నిగాని అనుభవిస్తాయని చెప్పబడింది. దీని నుండే కర్మ సిద్ధాంతం జనించింది. ఈ సిద్ధాంతం మానవదుఃఖానికి కారణాలను కల్పించి తరువాతికాలంలో భారతీయ తాత్విక చింతనకు మూలమైంది.

ఉపనిషత్తుల కాలంనాటికి రుషిజీవనం బాగా ప్రచారం పొందింది. రుషులు (యతులు) సమాజానికి దూరంగా ఒక్కరేగాని చిన్న సమూహంగాగానీ జీవించేవారు. ఈ విధంగా సమాజానికి దూరంగా బ్రతికినప్పటికీ వారు సమాజానికి అతీతమైన ఒక సంస్కృతిని సృష్టించలేకపోయారు. కానీ వారు యోగం ద్వారా, స్వశిక్షణ ద్వారా కొన్ని శక్తులను పొందేవారు. ఈ విధమైన వారి జీవితం బ్రాహ్మణుల, యాగాల ఆధిక్యతను సవాలు చేసింది. దీనికి సమాధానంగా బ్రాహ్మణులు వ్యక్తి జీవితాన్ని నాలుగు దశలుగా(ఆశ్రమాలుగా) విభజించారు. మొదటి దశ బ్రహ్మచర్యాశ్రమం. ఈ దశలో వ్యక్తి బ్రహ్మచర్య ఆశ్రమ సూత్రాన్ని పాటిస్తూ గురువు దగ్గర వేదవిద్యలు నేర్చుకోవాలి. తరువాత గృహస్థ జీవనం గడపాలి. వయసు మళ్ళాక సంసారిక జీవితాన్ని విడిచిపెట్టి వానప్రస్తాశ్రమాన్ని స్వీకరించాలి. అంతిమ దశలో ధ్యానం ద్వారా తపస్సు ద్వారా భౌతిక బంధాల నుండి విడివడి దేశ సంచారిగా సన్యాసాశ్రమాన్ని స్వీకరించాలి. ఈ విధంగా సన్యాసాశ్రమాన్ని చివరికి ఉంచడానికి కారణం ఈలోగా వ్యక్తి తన సామాజిక బాధ్యతలను నిర్వర్తించాలనే ఉద్దేశం.

ఈ నాలుగు ఆశ్రమాలు శూద్రులకు వర్తించవు. వీరికి చదువుకూడా నిషిద్ధం.

విద్యకు ఉపనయమనం ద్వారా(బాలుని గురుకులానికి పంపడం కోసం) అంకురార్పణ జరిగేది. ఈ ఉపనయనం బ్రాహ్మణ, క్షత్రియ, వైశ్య వర్గాల వారికే పరిమితం. వేదకాలంలో ఒక్కొక్కసారి ఈ విధి ఆడపిల్లలకు కూడా నిర్వర్తించబడేది. ఇది బాలునికి మరో జన్మగా భావించబడే ఈ మూడు వర్గాలవారిని 'ద్విజు'లు అనేవారు. తరువాతి కాలంలోక్షత్రియ, వైశ్యులు ఈ ఉపనయన విధికి స్వస్తి చెప్పారు.

సిద్ధాంతపరంగా విద్య ద్విజులందరికీ అయినా, వేద విద్య మాత్రం బ్రాహ్మణులకే వర్తించేది. గురువు తన ఇంటి వద్ద విద్యార్థికి కొన్ని సంవత్సరాలు శిక్షణ ఇచ్చి ప్రధానంగా వేదాలు నేర్పేవాడు. ఈ విద్యనంతా మౌఖికంగా వల్లెవేసేవారు మన సంప్రదాయంలో ఈ మౌఖిక విద్య ఒక భాగమైంది(రుగ్వేదంలో ఒకచోట శిష్యులు గురువు చెప్పిన పాఠాలు వల్లెవేయడానికీ వర్షాకాలంలో కప్పలన్నీ ఒకచోట గుమిగూడి బెకబెకలాడడానికీ సామ్యం చెప్పబడింది.) విద్యార్థులు ఈ శ్రుతులన్నింటిని కంఠస్థం చేయాలి. బ్రాహ్మణాలు ఈ ధారణకు ఒక విశిష్టమైన పద్ధతిని పెంపొందించారు. కానీ వేదకాలం నాటి ప్రజలు హరప్పా ప్రజల వలె లిపిని ఉపయోగించలేదు. వేదసాహిత్యంలో ఎక్కడా లిపి గురించిగాని, రాయడం గురించిగాని ప్రస్తావనలేదు. క్రీ.పూ.3వ శతాబ్దంలో అశోకుని శాసనాలపై మనకు లిపికి సంబంధించిన మొట్టమొదటి లక్షణాలు కన్పిస్తాయి. ఈ లిపి బ్రాహ్మిలిపిగా పేర్కొనబడింది. ఈ లిపి ఈ దశకు రావడానికి అనేక శతాబ్దాలు పట్టి ఉండవచ్చు.

4వ ప్రకరణం

మతపరమైన అసమ్మతి -జైనబౌద్ధ మతాలు

వేదకాలంనాటి ఆర్యులు గంగానదీ ప్రాంతాలలో స్థిరపడడం వలన జరిగిన పరిణామాలు అనేక ఆధారాలబట్టి తెలుసుకోవచ్చు. బౌద్ధులు రచించిన పాలీభాషలోని సాహిత్యం ఈ విషయంలో చాలా విలువైనది. బౌద్ధసంఘానికి సంబంధించిన నియమాలను చెప్పే వినయపిటక, బుద్ధుని ఉపదేశాలను తెలియజేసే సుత్తపిటక తాత్విక చర్చలు చేసే అభిదమ్మ పిటక కాలక్రమేణ ప్రజాజీవనంలో ఆలోచనలలో వచ్చిన మార్పును తెలియజేస్తాయి. ఈ పిటకాల రచన కాలం గురించి 551 జాతక కథలు గల సుత్తపిటక గురించి పండితులలో భిన్నభిప్రాయాలున్నాయి. ఈ సాహిత్యంలో అధికభాగం క్రీ.పూ. 600-400 మధ్య కాలానివి. ఈ పాలీ భాష మగధకు చెందినది కావడం వల్ల ఈ సాహిత్యం ఉత్తరప్రదేశం యొక్క తూర్పు ప్రాంతంలోను బీహార్‌లోను ఉన్న పరిస్థితులను ప్రతిబింబిస్తుంది. పాణిని వ్యాకరణం క్రీ.పూ. (500-400) గృహసూత్రాలు, ధర్మసూత్రాలను (క్రీ.పూ. 600-300) బట్టి చూస్తే ఈ బౌద్ధసాహిత్యం ఉత్తర భారతదేశానికి సంబంధించి విశ్వస నీయమైనదే. గత 50 సంవత్సరాలలో అభిఛాత్ర, హస్తినాపుర కౌశాంబీ, ఉజ్జయిని,శ్రావస్తి, వైశాలి (యివన్నీ బౌద్ధ సాహిత్యంలో పేర్కొనబడినప్రాంతాలే) మొదలైన చోట్ల జరిపిన తవ్వకాలలో ఇళ్ళు,భవనాలు, నగరాలు వీని యొక్క శిధిలాలు బయటపడ్డాయి. అనేక రకాల వస్తువులు మెరుగుపెట్టిన నల్లటి అతిఖరీదైన పాత్రలు కూడా బయల్పడ్డాయి. ఆనాటి సాహిత్యాన్ని జోడించి చూస్తే క్రీ.పూ. మొదటి మిలీనియం రెండవ అర్ధభాగంలో ఈశాన్య భారతదేశంలో (ఉత్తరప్రదేశ్, బీహార్‌లలో సహా) జరిగిన ముఖ్యమైన సాంఘిక ఆర్థిక పరిణామాలు బోధపడతాయి. ఈ కాలంలోనే ఈ ప్రాంతంలో ఆర్యులు స్థిరపడి వ్యవసాయ ఆర్థిక వ్యవస్థను ప్రవేశ పెట్టారు.

గంగానదీ పరీవాహక ప్రాంతం మధ్యభాగంలో వార్షిక వర్షపాతం 114 - 140 సెం. మీ మధ్య ఉండేది. ఈ ప్రాంతం కీ.పూ 6.5 శతాబ్దాలలో దట్టమైన అడవులతో ఉండేదన్న విషయం ఆనాటి మహరణ్యాలుగా ప్రస్తావించబడిన 4 అరణ్యాలు కొన్ని ఆధునికమైన పేర్లను బట్టి తెలుస్తుంది. ఉదాహరణకు అర్రా అన్న పదం ప్రాచీనమైన అరణ్యం అన్న పదం నుండి సరన్ అన్న పదం నైమిశారణ్య నుండి చంపరాన్ అన్న పదం చంపారణ్యం నుండి ఏర్పడినవే. బౌద్ధకాలం ప్రారంభంలో ఆవాసం కల్పించుకోవడం, వ్యవసాయం విస్తరింపచేయడం అన్నది భూమిని బాగుచేయడానికి వ్యవసాయపు పనులను ఇనుప పరికరాలను ఉపయోగించడంవల్ల సాధ్యమైంది. కొలిమితిత్తి, సుత్తి, దాగలి ఉపయోగించడంవల్ల ఇనుప పరికరాలు ఎక్కువగా

తయారు చేయడం సాధ్యమైంది. ఆనాటి సాహిత్యంలో ఇనుప నాగళ్ళను గురించి ఎక్కువగా ప్రస్తావన కన్పిస్తుంది. కొంతవరకు పురావస్తు ఆధారాలు కూడా ఉన్నాయి. ఈ కాలానికి ముందు తవ్వకాలు జరిపిన రోపర్ జఖేరాలను మినహాయిస్తే, ఈ ఇనుపనాగళ్ళు అలహాబాద్‌లోని కౌశాంబీ, వైశాలి దగ్గరున్న రఘుసాయ్ ప్రాంతాలలో కనుగొనబడ్డాయి. బెనారస్ దగ్గరున్న రాజ్‌ఘట్‌బా అధికమొత్తంలో ఇనుప తుక్కు, గొడ్డళ్ళు, కొడవళ్ళు ఉలులు వంటి ఇనుప వస్తువులు తవ్వకాలలో బయల్పడ్డాయి. ఈ ప్రాంతాల్లో కనుగొనబడిన వ్యవసాయపు పనిముట్లు, పరికరాలు ఎక్కువ తేమ ,కోత ఉండడం అవచ్చు. 'కుద్దాల' (పార) మద్దాలిక (ఈ పారతో పనిచేసేవాడు) అన్న పదాలు ఒక గ్రంథంలో పేర్కొనబడడంబట్టి ఇనుపనాగలి బదులు పార ఉపయోగింప బడిందని చెప్పవచ్చు. వీటన్నిటినిబట్టి ఇనుము ఉపయోగంలో వైవిధ్యం కనిపిస్తుంది. యుద్ధంకాకుండా మిగిలిన పనుల కోసం కూడా ఇనుప వస్తువులను ఉపయోగించేవారు. అడవులను చదునుచేసి ఎక్కువ భూభాగాన్ని వ్యవసాయానికి ఉపయోగించడంకోసం కూడా ఇనుప పనిముట్లను ఉపయోగించేవారు. ఈవిధంగా అడవులను చదునుచేయడం కూడా శాస్త్రసమ్మతమైంది. ఈ శాస్త్రాల ప్రకారం రాజు యజ్ఞం కోసం, వ్యవసాయం కోసం పూలు, పళ్ళను ఇచ్చే వృక్షాలను పడగొట్టవచ్చు. ఈ విధంగా వ్యవసాయం కోసం ఎక్కువ భాగాన్ని ఉపయోగించడం ప్రజలకోసం కావచ్చు. ఈ విషయంలో సమాజానిదేకాక వ్యక్తుల పాత్రకూడా ఉంది. ఒక బౌద్ధగ్రంథంలో తన పూర్వీకులు చదును చేసిన అడవిని ఒకడు అమ్మడం అన్న విషయం గ్రంథస్థమైంది.

మెరుగైన పనిముట్లు ఉపయోగించడానికి వ్యవసాయం గురించి ఎక్కువ పరిజ్ఞానం వివిధ రకాలపంటలు వేయడం తోడయింది. క్రీ.స్తు.పూ 5వ శతాబ్దంలో నివసించినటువంటి వాడు సంస్కృతభాషలో మొదటి వైయాకరుణుడు అయిన పాణిని ఆనాటి పొలాలు ఒకటి రెండుసార్లు దున్నబడేవని, పండించే పంటలను బట్టి ఆ పొలాలు వర్గీకరించబడేవని పేర్కొన్నాడు. ప్రాచీనభౌద్ధ గ్రంథాలు ఉత్తమ, మధ్యమ, హీన లక్షణాలు కలిగిన పొలాలను గురించి, నీటిపారుదల గురించి, ఆనాటివారికున్న పరిజ్ఞానం గురించి, వ్యవసాయ పద్ధతులు (దున్నిన భూమిని పండించకుండా వదిలివేయడంవంటి పద్ధతులు) గురించి పేర్కొంటారు. అనంతర వేదకాలానికే తెలిసిన ఆరు రుతువులు, 27 రాశులగురించి జ్ఞానం ఈ కాలంలో ధృడమైంది. వరిని పండించడం అనంతర వేదకాలంలోనే ప్రారంభమైంది. ఈ కాలంలో ఈపంట మరింత ఎక్కువగా పండించబడి, అధిక ఆహారోత్పత్తికి కారణమైంది. రకరకాల ధాన్యాలతోపాటు రైతులు బార్లీ, గోధుమ, పత్తి, చెరకు, జొన్నలు పండించేవారు. పండ్ల చెట్లు కూడా ఈకాలం వారికి తెలుసు వీటిలో మామిడి అగ్రస్థానం. బుద్ధునికి సమకాలికురాలు, వైశాలీనగరంలో అత్యంత సుందరమైన వేశ్య పేరు అంబపాలి (సంస్కృతంలో ఆమ్రపాలి.) ఈ వ్యవసాయానికి పశుసంరక్షణ కూడాతోడైంది. పురావస్తు, శాస్త్రజ్ఞులు ఆనేక ప్రాంతాలలో తవ్వకాలు జరిపి పశువులు, గొర్రెలు, అశ్వాలు,పందులు వీని ఎముకలను కనుగొన్నారు. తుది వేదకాలంలో వ్యవసాయం అభివృద్ధిచెందినప్పటికి మొత్తం భూభాగమంతా వ్యవసాయం కిందకు తీసుకు రాబడకపోవడంతో చాలాప్రాంతాలలో ప్రజలు భౌతికమైన నాగరికతకు దూరంగా నివసించారు. మొత్తంమీద ఈ కాలంలో వ్యవసాయం అభివృద్ధిచెంది ప్రజలు వివిధ

ప్రాంతాలలో స్థిరపడ్డారు. దాదాపు 550 ప్రాంతాలలో మట్టి పాత్రలలో అత్యంత విలువైన నల్ల మెరుగు పెట్టబడిన ఉత్తరాది పాత్రలు తవ్వకాలలో ఎగువ, మధ్య గంగానదీ పరీవాహక ప్రాంతాలలో కనుగొనబడ్డాయి.

వ్యవసాయం అభివృద్ధి చెంది ఆహారోత్పత్తి పెరగడంతో నగరాలు కూడా పెరిగాయి. మహవీరుని కాలంలో వివిధ పట్టణాలున్నట్టు జైనశాస్త్రగ్రంథాలు పేర్కొన్నాయి. క్రీ.పూ 4వ శతాబ్దంలో అలెగ్జాండరుచే పంపబడిన అరిస్టాటిల్ ఇండస్ ప్రాంతంలో తాను వెయ్యికి పైగా పట్టణాల శిధిలాలను చూసినట్లు పేర్కొన్నాడు. ఇది అతిశయోక్తి అని భావించినప్పటికీ ఉత్తర భారతదేశంలో ఆనాడు అనేక పట్టణాలున్నాయన్నదాంట్లో సందేహంలేదు. మొత్తం దేశంలో క్రీ.పూ. 600-300 మధ్య దాదాపు అరవై పట్టణాలున్నాయి. శ్రావస్తి 20 పట్టణాలలో ముఖ్యమైనది. ఆ పట్టణాలకు గౌతమబుద్ధునితో సంబంధమున్నది. ఇవి చంపా(బీహార్‌లోని నేటి భాగత్‌పూర్) రాజగృహ (పాట్నాకు 96కి.మీ దక్షిణంగాఉంది) సాకేత (తూర్పు ఉత్తరప్రదేశ్) కౌశాంబి (అలహబాద్ నుండి 64 కిలోమీటర్ల దూరంలో) బెనారస్ తుశీనర (ఉత్తర ప్రదేశ్‌లోని నేటి కాసియా)(క్రీ.పూ. 600- 300) మధ్యకాలంలో గంగానదీ ప్రాంతంలో పురావస్తు ఆధారాలను బట్టి సమకాలిక సాహిత్యంబట్టి, దాదాపు పదిపట్టణ ప్రాంతాలు న్నట్లు తెలుస్తోంది. దీన్నిబట్టి క్రీ.పూ 6వ శతాబ్దంలో ఈశాన్య భారతదేశంలో పట్టణ జీవితం ప్రారంభ చిహ్నాలున్నాయని తెలుస్తోంది.

గ్రీసునుండి అలెగ్జాండరు సైన్యం భారతదేశానికి రావడం మన దేశంలో పట్టణాలు పెరగడానికి గల కారణలలో ముఖ్యమైనది. వీని వలన వాయవ్య భారతదేశానికి పశ్చిమాసియాకు మధ్య వాణిజ్య రహదారులు ఏర్పడి వర్తక సంబంధాలు ఉన్నట్టు తెలుస్తోంది. దక్షిణభారతదేశం నుండి వస్తువులు వ్యాపారార్థం పంపడానికి వీలయింది. గంగానదీ మైదానాల్లో కనుగొనబడిన నల్లటి మెరుగు పెట్టిన పాత్రలు మౌర్య పూర్వకాలానికి చెందిన ఇనుప పనిముట్లు దక్కన్ ప్రాంతంలో దొరకడంబట్టి చూస్తే ఉత్తర దక్షిణ భారతదేశాల మధ్య వర్తక సంబంధాలున్నట్టు అనుకోవచ్చు కానీ ముఖ్యమైన వాణిజ్యరహదారులు గంగానదిని ఆనుకొని రాజుగృహంనుండి కౌశాంబి వరకు ఉండి మధ్యప్రదేశ్‌లోని ఉజ్జయినిని పశ్చిమదిక్కునగల ముఖ్యమైన రేవు పట్టణమైన బ్రోచ్‌ను కలిపాయి. కౌశాంబి నుండి ప్రారంభమైనదారి పంజాబ్ నుండి తక్షశిల వరకు ఉండడంవల్ల వాయవ్య ప్రాంతంలో భారతదేశానికి భూమార్గం ద్వారా వాణిజ్య సంబంధం ఏర్పడింది.

వర్తకం పట్టణాలు పెరగడానికి కారణమైంది. బౌద్ధజాతక కథలు 500లేక 1000 బళ్ళలో వర్తక సమూహాలు (బిడారులు) ఒక చోట నుండి ఇంకోచోటికి తరలివెళుతూండేవని పేర్కొన్నాయి. గౌతమబుద్ధుడు ధ్యానం చేస్తున్న ప్రాంతం వైపునుండి 500 బళ్ళున్న ఒక బిడారము వెళ్ళినట్లు పేర్కొనబడింది. బుద్ధుడు రాజగృహానికి వెళ్తుండగా బేలత్త అనే వ్యాపారి పంచదారతో నిండిన కూజాలుగల 500 బళ్ళలో వెళుతున్నట్టు అతనిని బుద్ధుడు దారిలో కలుసుకున్నట్లు పేర్కొనబడింది. ఉత్తరాపథం నుండి అశ్వాలవ్యాపారులు తమ వస్తువులను అమ్మడానికి ఒక ప్రాంతంనుండి మరొకప్రాంతానికి వెళుతున్నట్లుగా వర్ణింపబడింది. ఈ వర్తకంలో ప్రధానవస్తువు నేత వస్త్రాలు. తొలి (పూర్వపు) పాలీ గ్రంధాలు ఈశాన్య భారతదేశంలో

బుద్ధని కాలంలో చేనేత వస్త్రాల వాడకం వుందని పేర్కొన్నాయి. కాని వర్తకం ప్రధానంగా విలాస వస్తువులకే పరిమితమైంది.

అనంతర వేదకాలంలో లోహపునాణాలు ఉపయోగించడంతో వర్తకానికి మరింత ప్రోత్సాహం లభించింది. తొలి వేదకాలంలో నాణాలున్నాయన్నది సందేహాస్పదం. మన దేశంలో లభించిన ప్రాచీన నాణాలు బుద్ధుని పూర్వకాలానికి చెందవు.

ఈ నాణాలు వర్తకులచేముద్రించబడేవి. వాటిపై రకరకాల ముద్రలు ఉండేవి. ఇటువంటి ముద్రలు కలిగిన దాదాపు 300 నిక్షేపాలు ఉన్నాయని కొందరి అభిప్రాయం. వీటిలో ఎక్కువభాగం మధ్యగంగామైదాన ప్రాంతాల్లో దొరకడంవల్ల డబ్బు వినిమయ సాధనంగా ఉందని తెలుస్తోంది. ఈ కాలంలో నాణాలవాడకం ఎంత సాధారణమైందంటే చనిపోయిన ఎలుక విలువ కూడా నాణాలరూపంలో చెప్పేవారు.

పట్టణాలు, వర్తకం, ధనరూపమైన ఆర్థిక వ్యవస్థ ఈ మూడింటికి వివిధ కళల చేత పనుల అభివృద్ధికీ సన్నిహిత సంబంధంఉంది. ప్రాచీన బౌద్ధసాహిత్యంలో బట్టలనేత, దుస్తులు కుట్టడం, అద్దకందుస్తులు ఉతకడం, రంగులు వేయడం, క్షురకర్మవంటి వృత్తులతో పాటు వివిధ రకాలైన వస్తువులను ఉత్పత్తి చేయడం పేర్కొనబడ్డాయి. ఇటువంటి పనులు చేసేవారిలో, వాద్యకారులు, కుమ్మరి, వాహనాలు తయారు చేసేవారు. కంసాలి, సూదులు తయారుచేసేవారు. లోహకారులు, వడ్రంగులు, దంతపుపని చేసేవారు, పట్టు తయారుచేసే వారు ఉన్నట్టు పేర్కొనబడింది. ఇన్ని చేతిపనులు ఉండడం బట్టి చూస్తే ఆనాడు వస్తువులను ఉత్పత్తి చేయడంలో ప్రత్యేక నైపుణ్యాలు కనబరిచినట్లు తెలుస్తోంది.

కళాకారులు, వృత్తిపనివారు వర్తక సంస్థలుగా ఏర్పడ్డారు. ఇటువంటి సంఘాలు రాజగృహంలో ఉన్నట్లుగా ఆనాటి బౌద్ధసాహిత్యం పేర్కొంది. కాని వానిలో వడ్రంగులు, లోహకారులు, తోటలలో పనిచేసేవారు, రంగులు వేసేవారు, ఈ నాలుగు రకాలవారే పేర్కొనబడ్డాయి. ఒక్కొక్క సంఘం నగరంలో ఒక్కొక్క ప్రాంతంలో నివాస మేర్పరుచుకొనేది. దీని వలన ఒక్కొక్క ప్రాంతంలో ఒక్కొక్క వృత్తి లేదా పరిశ్రమ అభివృద్ధి చెందింది. ఆ వృత్తివిద్య తండ్రి నుండి కొడుక్కి వారసత్వంగా సంక్రమించింది. ప్రతీవర్తక సంఘానికి ఒక పెద్ద (జేస్థక) ఉండేవాడు. సెట్లు(శ్రేష్ఠులు) ఒక్కొక్కసారి ఈ వర్తక సంఘాలకు పెద్దలుగా ఉంటూ వర్తకాన్ని పరిశ్రమలను నడిపేవారు. వీరు ఎక్కువగా నగరాల్లో జీవించేవారు. వీరిలో కొందరికి రాజు వాళ్ళవర్తకాభివృద్ధి నిమిత్తం కొన్ని గ్రామాల ఆదాయాన్ని ఇచ్చేవాడు(భోగగామ). అట్టివారికి మాత్రం గ్రామాలతో సంబంధం ఉండేది. సెట్టి అన్నవాడు ఒకవిధంగా ఋణాలనిచ్చేవాడు. ఒక్కొక్కసారి వర్తక సంఘానికి పెద్దగా కూడా ఉండేవాడే. వీరికి రాజులు నియంతలైనాసరే, గౌరవమిచ్చేవారు. దీన్నిబట్టి చూస్తే ఆకాలంలో పట్టణాల్లో ఇటువంటి శ్రేష్ఠులు, చేతివృత్తుల వారు సమాజంలో ఒక ముఖ్యవర్గంగా మారినట్లు తెలుస్తోంది.

గ్రామీణప్రాంతాలలో కూడా సంపదను బట్టి ఒక కొత్తసామాజిక వర్గం రూపుదిద్దుకొంది. ఎక్కువ భూభాగం 'గృహ పతుల' భూస్వాములు, అధీనంలో ఉండేది. బౌద్ధకాలానికి పూర్వం గృహపతి (అనగా ఇంటికి అధిపతి) అనే పదం ఏదైనా ఒక యాగాన్ని నిర్వహించి, బలులు యిచ్చేవానికి వర్తించేది. కాని బుద్ధుని కాలంలో ఈ పదానికి "ఏ వర్ణంలో

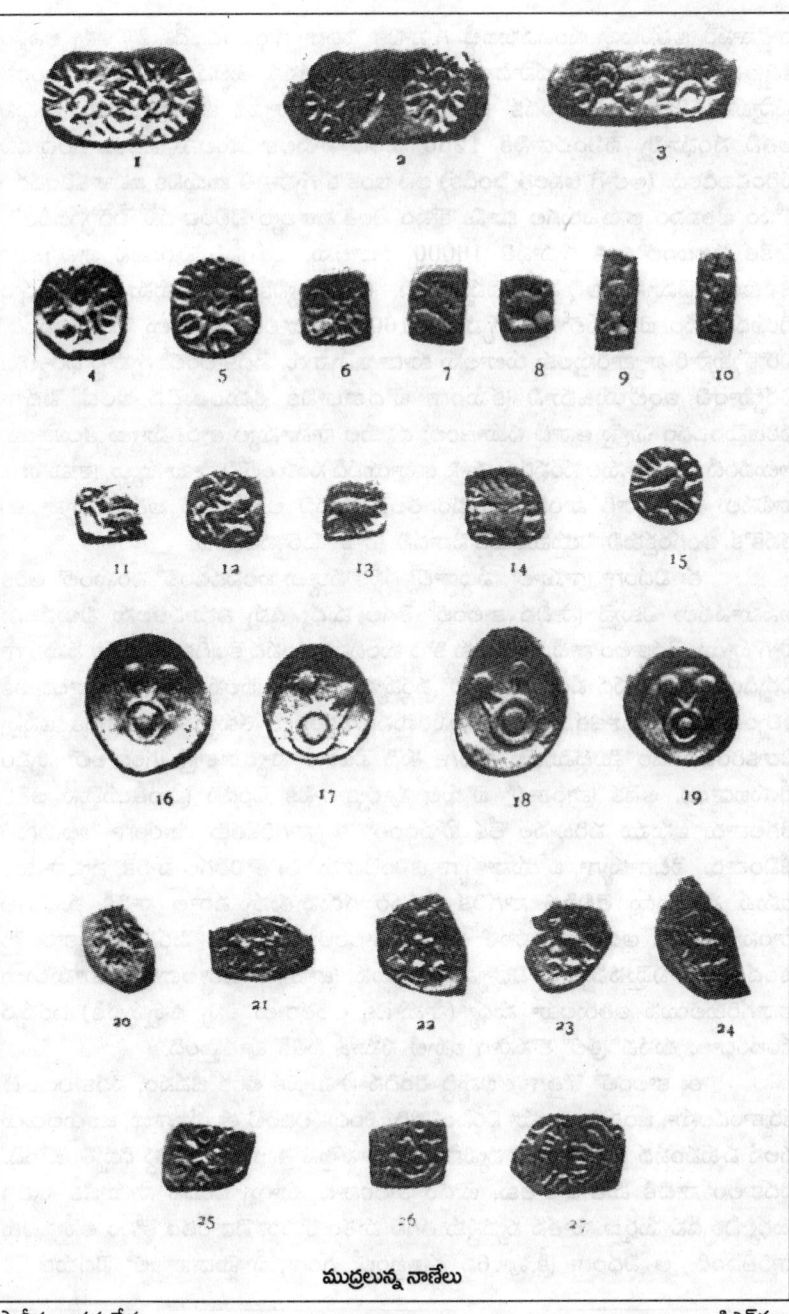

ముద్రలున్న నాణేలు

వాడైనాసరే అతనికున్న సంపదనుబట్టి గృహానికి పెద్దగా గౌరవించబడేవ్యక్తి" అన్న అనర్థం కల్పించబడింది. ప్రాచీన బౌద్ధసాహిత్యంలో ఇటువంటి ధనవంతులైన 'గృహపతుల' గురించి ప్రస్తావన కనిపిస్తుంది. 'మెండక' అనే గృహపతి రాజసైన్యానికి జీతాలిచ్చేవాడని, బుద్ధుని అతని సంఘాన్ని సేవించడానికి 1250 మంది పశులకాపరులను వినియోగించాడని వర్ణించబడింది. (అలాగే అనంత పిండిక) అనే ఇంకొక గృహపతి బుద్ధునికి బహూకరించడం కోసం జేతవనం అనుపేరుగల భూమి కోసం ఎంతోమూల్యం చెల్లించాడనీ పేర్కొనబడింది. సాకేత పట్టణంలో ఒక గృహపతి 16000 నాణాలను, ఒక స్త్రీని పురుషుని బానిసలుగా జీవకుడనే వైద్యునికి ఇచ్చినట్లు చెప్పబడింది. ఈ వైద్యునికే తనకు కుమారునికి వైద్యం చేయడంకోసం బెనారస్‌లో ఒక గృహపతి 16000 నాణాలను ఇచ్చినట్లు పేర్కొనబడింది. వీరొక్కొక్కసారి వ్యాపారస్తులకు ఋణాలను కూడా ఇచ్చేవారు. వేదకాలంలో గృహస్థ ధర్మాలను నిర్వహించి ఇంటియజమాని క్రమంగా బౌద్ధకాలానికి శ్రీమంతుడైన ఇంటి పెద్దగా పరిణమించడం చూస్తే ఆనాటి సమాజంలో ధనికుల సామాన్యుల తారతమ్యాలు తెలుస్తాయి. అటువంటి యజమానుల సంపదను చూసి అసూయపడి సంఘంలోని సామాన్యులు, శ్రామికులు, బానిసలు ఒక్కొక్కసారి వారికి ప్రమాదం తలపెట్టేవారని అందువలన అతడు (గృహపతి) తనకొక అంగరక్షకుని నియమించుకొనేవాడని కూడా పేర్కొనబడింది.

ఈ విధంగా గ్రామాల్లో, పట్టణాల్లో ధనిక వర్గాలు బలపడడంలో సంఘంలో ఆర్థిక అసమానతలు ఎక్కువై ప్రాచీన కాలంలో తెగల మధ్య ఉన్న సమానతలను విలువలను పోగొట్టాయి. వేదకాలం నాటి ఈతెగలకు కొద్ది మందివద్దే సంపద కేంద్రీకృతమవడం సమస్యగా ఏర్పడింది. ఈ సంపద వల్ల సమాజంలో వర్ణవ్యవస్థ మరింత బలపడింది. అగ్రవర్ణాలవారికి కల్పించబడిన సామాజిక, ఆర్థిక, చట్టపరమైన సౌకర్యాలు తక్కువ వర్ణాలవారికి ఇవన్నీ నిరాకరించబడడం మొట్టమొదట సారిగా తుది వేదకాల న్యాయాశాస్త్ర గ్రంధాలలో స్పష్టం చేయబడ్డాయి. అనేక ప్రాంతాల్లో బౌద్ధుల పూర్వకాలానికి చెందిన ప్రాంతీయమైన అనేక తెగలవారు ఇనుము పరిజ్ఞానం లేక పోవడంతో ఈ నాగరికతకు దూరంగా అట్టడుగున జీవించారు. వేటగాళ్ళుగా, బోయవాళ్ళుగా జీవించేవారు. ఈ తొలితెగల వారికే, వ్యవసాయం ఇనుప పనిముట్లు తెలిసిన నాగరిక జీవనం గడుపుతున్న వర్గాల వారికి మధ్యగల సాంస్కృతికమైన అంతరం బహుశ తుది వేదకాలంలో అస్పృశ్యత పెరగడానికి కారణమై ఉండవచ్చు. ఏమైనప్పటికి విద్యావంతులయిన బ్రాహ్మణ వర్గాలవారికి, పామరులు అనాగరికులయిన ఇతరులకూ మధ్య (సామాజిక అంతరాలు ఎన్ని ఉన్నప్పటికి) పరస్పర సంబంధాలు మనచరిత్రలో కొనసాగి ఇప్పటి సమాజ స్థితికి పూతమైంది.

ఈ కాలంలో కొత్తగా అభివృద్ధి చెందిన సామాజిక ఆర్థిక జీవనం, వేదకాలంనాటి కర్మకాండలనూ, జంతు బలులనూ నిరసించినది. ఎందువలనంటే ఈ యాగాలు, జంతుబలులు వలన పశుపంపద క్షీణించిపోయి వ్యవసాయ ప్రధానమైన తమ ఆర్థికవ్యవస్థ దెబ్బతింటోంది. వేదకాలం నాటికి మతాచారాలకు, బౌద్ధం కాలంనాటి మార్పు చెందిన సామాజిక వ్యవస్థ మధ్య ఏర్పడిన ఘర్షణ నూతన వ్యవస్థకు తగిన మతం కోసం, వేదాంతం కోసం అన్వేషణకు దారితీసింది. ఆ విధంగా క్రీ.పూ. 6వ శతాబ్దంలో గంగానదీ మైదానాలలో వేదమతానికి

విరుద్ధంగా బోధించే మత గురువులు బయలుదేరారు. బౌద్ధ సాహిత్యాధారాలు ఆనాడు 62 మత శాఖలు ఉండేవని జైన సాహిత్యం 363 శాఖలు ఉండేవని పేర్కొన్నాయి. వీనిలో అనేకం స్థానిక ఆచారాల తతంగాలమీద ఆధారపడినవే. కొన్ని శాఖలు ప్రబోధించిన విషయాలు తరువాతి కాలంలో అభివృద్ధి చెందిన వేదాంతానికి మూలమయ్యాయి. ఈ విధంగానే అజిత కేశకంబాలిన్ అత్యంత భౌతికమైన ఉచ్ఛేదవాదమనే సిద్ధాంతాన్ని ప్రతిపాదించాడు. దీనిని బట్టి అనంతర కాలంలో లోకాయత లేదా చార్వాకుని సిద్ధాంతాలు రూపుదిద్దుకున్నాయి. కాత్యాయనుడనే మరొక మత ప్రబోధకుడు భూమి, గాలి, నీరు, వెలుతురు ఏవిధంగా ప్రకృతిలోని అనశ్వరమైన అంశాలో అదేవిధంగా దు:ఖం, సంతోషం జీవితం కూడా అని ప్రబోధించాడు. ఇతని ఆలోచనలను ఆధారం చేసుకొని అంతరం వైశేషిక సిద్ధాంతం అవతరించిందని చెప్పబడింది. సమకాలీనుడైన పురాణ కాస్సప అనే ప్రబోధకుడు ఆత్మ దేహం కంటే భిన్నమైనదని చెప్పి, సాంఖ్య సిద్ధాంతానికి పునాది వేశాడు. ఇతని అనుచరులందరూ మఖ్ఖలిగోసల అజీవిక సిద్ధాంతంలో కలిసిపోయారు. ఈ సిద్ధాంతాన్ని అనుసరించేవారు స్వేచ్ఛగా తాగి నగ్నంగా తిరిగేవారు. వీరి సిద్ధాంతం ప్రకారం ఆత్మ ముందే నిర్ణయింపబడిన జన్మచక్రంలో తిరుగుతూ ఉంటుంది. ఒక్కొక్క జన్మలో అది ఏ పనిచేసినా, దాని ఫలితం జన్మచక్రం మీద ఉండదు.

క్రీ.పూ. 6వ శతాబ్దంలో ఉత్తర భారతదేశంలో ఎన్ని మతశాఖలుద్భవించినా జైన, బౌద్ధాలు మాత్రమే స్వతంత్ర మతాలుగా నిలబడగలిగాయి. జైన సిద్ధాంతాలు క్రీ.పూ. 7వ శతాబ్దంలోనే పార్శ్వనాధునిచే బోధింపబడ్డాయి. జైన మతానికి చెందిన 4 మౌలిక సూత్రాలు పార్శ్వనాధుడు బోధించినవే అంటారు. అవి అహింస, పరధనమును అపహరించకుండుట, వ్యక్తిగత ఆస్తి లేకుండుట, సత్యవర్తనము కలిగియుండుట. ఈ నాలుగింటికి మహావీరుడు బ్రహ్మచర్యాన్ని చేర్చాడు.

జ్ఞాత్రి క్షత్రియ కులానికి చెందిన వర్ధమానమహావీరుడు, వైశాలి దగ్గర్లో ఉన్న కుంద గ్రామంలో జన్మించాడు. అతని తండ్రి శ్రీమంతుడు, తల్లి త్రిశల వైశాలిలో లిచ్ఛవీరాజవంశానికి చెందిన చేతక రాకుమారుని సోదరి.

వర్ధమానుని భార్య యశోద వారిరువురికీ జన్మించిన కుమార్తెకు వర్ధమానుని మేనల్లుడైన జామాలికి వివాహం జరిగింది. 30 సంవత్సరాల వయసులో వర్ధమానుడు ఇల్లు విడిచి, సన్యాసియై దేశమంతా సంచారిగా తిరిగాడు. మూడేళ్ళ తరువాత నిరంతర ధ్యానం వలన, కఠినమైన తపస్సు వలన, ఒక సాలవృక్షం కింద రుజుపాలికా నదీ తీరాన(ఇది జృంభక గ్రామం దగ్గర ఉందని చెబుతారు) కైవల్య జ్ఞానం పొందాడు. మిగిలిన జీవితమంతా అతడు తన సిద్ధాంతాలను ప్రచారం చేస్తూ మగధ, అంగ దేశాలలో జైన సంఘాలను నిర్వహిస్తూ గడిపాడు. తరువాతి శతాబ్దాలలో జైనమతం గుజరాత్, రాజస్థాన్‌లో,కర్ణాటకలోని మైసూరు ప్రాంతంలో, ఉత్తర భారతంలోబాగాప్రచారం పొందింది. మహావీరుని బోధనలు మొదటిసారిగా క్రీ.పూ. 3వ శతాబ్దంలో గ్రంధస్థం చేయబడ్డాయి. కానీ వీటిని పూర్తిగా గ్రంధస్థం చేయడం జైనసమితి క్రీ.శ. 6వ శతాబ్దంలో వలభి దగ్గర సమావేశమైనపుడు జరిగింది. జైనమతం ప్రధానంగా నాస్తికం కానీ ఈ మతంలో తీర్థంకరులను (ప్రవక్తలను) దేవుళ్ళలా ఆరాధిస్తారు. ప్రతి మానవుడు ప్రయత్నిస్తే తీర్థంకరుడు కావచ్చు. జైనమత సిద్ధాంతం ప్రకారం ఈ విశ్వమంతా

ఒక శాశ్వత పద్ధతి ప్రకారం నడుస్తుంది. బ్రహ్మాండమంతా ఉద్ధానపతనాలనే పరిణామాలను పొందుతుంది. దీని ప్రకారం జీవితానికున్న ఏకైక లక్ష్యం ఆత్మను పరిశుద్ధం చేసుకోవడమే. విజ్ఞానం ఎప్పుడూ సాపేక్షం కాబట్టి ఖచ్చితమైన అంగీకారంకాని, అనంగీకారంగానీ ఉండదు. ఉపనిషత్తులు చెప్పినట్లుగా విజ్ఞానం ద్వారా ఆత్మపరిశుద్ధం కాదని, నిరంతర ఉపవాసాల ద్వారా అహింసను సత్యాన్ని, వైరాగ్యాన్ని, బ్రహ్మచర్యాన్ని పాటించడం ద్వారా ఆత్మ పరిశుద్ధమౌతుందని వీరి నమ్మకం. జైనులు ఈ అహింసను మితిమీరి పాటించారు. నడుస్తూ ఉండగా మనకు తెలియకుండా మన కాలు కింద చీమ పడితే వారి దృష్టిలో అది నేరం. వడగట్టకుండా నీరు తాగితే తమ వలన ఏ పురుగైనా చనిపోయిందేమోనని భయం. గాలిలో ఉండే ఏ క్రిములైనా చనిపోతాయేమోనని భయంతో నోటికి పల్చని గుడ్డ అడ్డంగా కట్టుకునేవారు. యుద్ధం, వ్యవసాయం కూడా చెయ్యరాదని, ఎందువల్లనంటే రెండు కూడా జీవహింసకు కారణమౌతాయని వారి ఉద్దేశం. జైనుల మతజీవితంలో ఉపవాసాలు, శరీరాన్ని శుష్కింపచేసుకోవడం, కష్టపెట్టుకోవడం అనేవి ఒక ముఖ్యభాగం. ఎండలో, వానలో దేహాన్ని శ్రమపెట్టడం వారికి సాధారణమైన విషయం. పార్శ్వనాధుడు ముఖ్యమైన మూడు వస్త్రాలు ధరిస్తే, మహావీరుడు నగ్నంగానే ఉండేవాడు. భోగజీవితం గడిపిన గోసలునికి పూర్తి విరుద్ధంగా మహావీరుడు కఠినమైన తపస్సు చేత, కఠినమైన శ్రమ వలన, శరీరాన్ని శుష్కింపచేసుకుంటేనే ఆత్మ దు:ఖాన్నించీ విముక్తి పొందుతుందని నమ్మేవాడు. వీరిద్దరి మధ్య గల సాధారణ అంశం – వీరి సిద్ధాంతాలు వాస్తవ జీవితానికి చాలా దూరంగా ఉండి జన సందోహాన్ని పెద్దగా ఆకర్షించలేకపోవడం.

క్రీ.పూ. 6వ శతాబ్దంలో ఉన్న మత బోధకులందరిలో గౌతమ బుద్ధుడు ప్రసిద్ధుడు. ఈయన బోధించినమతం జన సామాన్యం ఆదరణను పొందింది. గౌతముడు(సిద్ధార్థుడు) క్రీ.పూ. 586లో శాక్య రాజవంశానికి చెందిన శుద్ధోదనునికి, మహామాయకు జన్మించాడు. చిన్న వయసులోనే క్షత్రియ సామాన్యమైన యుద్ధ విద్యలలో శిక్షణ పొందాడు. మహావీరుని వలె ఇతనికి కూడా దగ్గర బంధువయిన యశోధరతో వివాహం జరిగింది. రాహులుడనే పుత్రుడు కూడా జన్మించాడు. జీవితంలో దు:ఖాన్ని చూశాక అతడు 29ఏళ్ళ వయసులో ఇల్లు వదిలి వెళ్ళిపోయి, కేశఖండనం చేయించుకొని సన్యాసి అయ్యాడు. తనకు మార్గం చూపించేవారి కోసం అతడు అనేక చోట్లకు తిరిగాడు. చివరకు మోక్షం సంపాదించడం కోసం అతడు సన్యాసి జీవితాన్ని వదిలిపెట్టి ధ్యాన నిమగ్నుడయ్యాడు. గయలో నిరంజనా నదీ తీరంలో(నేటి ఫాల్గునది) ఒక బోధి వృక్షం కింద అతనికి జ్ఞానోదయం కలిగింది. సారనాథ్ వద్ద అతడు తాను కనుగొన్న విషయాన్ని బోధించి అయిదుగురు శిష్యులను తిరిగి సంపాదించాడు. వీరు అయిదుగురు బుద్ధుడు సాధు జీవితాన్ని విడిచిపెట్టగానే అతనిని వదిలి వెళ్ళిపోయారు. సారనాథ్‌లో చేసిన బోధనయే "ధర్మచక్ర ప్రవర్తనం"గా పేర్కొంది, బుద్ధుని బోధనలన్నిటికీ కేంద్ర స్థానమయింది. 45 సంవత్సరాలుపాటు బుద్ధుడు తన బోధనలను ప్రచారం చేస్తూ కాలి నడకన తిరిగాడు. పశ్చిమ దిశలో అతడు కేశాంబిని దాటి వెళ్ళలేదు. తూర్పు దిశలో చాజ్‌గిర్, గయలను, గంగానదీ తీరాన గల దక్షిణగిరిని సందర్శించాడు. 80 ఏళ్ళ వయసులో కుశీవరలో నిర్యాణం చెందాడు. ఆయన మరణానికి పావా వద్ద ఒక శిష్యునితో కలిసి తిన్న

పంది మాంసం(సూకరమద్దవ) కారణంగా చెప్పబడింది.

బౌద్ధమతానికి ప్రధానమైన సూత్రం అష్టాంగమార్గం. దీనిలో మొదటిది సమ్యక్ దృష్టి- కోరికలు ఆశ వల్ల ప్రపంచమంతా దు:ఖమయం అన్నది. రెండవది సమ్యక్ లక్ష్యం ఇతరులకు ప్రేమించి ఆనందింపజేయడం, మూడవది సమ్యక్ వాక్కు సత్యాన్ని పలకడం, తద్వారా స్నేహాన్నిపెంచుకోవడం. నాలుగవది సమ్యక్ క్రియ అహింసను పాటించడం, దొంగతనం చేయకపోవడం, ఇతరులకు సాయపడటం. ఐదవది సమ్యక్ జీవనం వీరు నిజాయితీలకు లోబడి జీవించడం. ఆరవది సమ్యక్ కృషి చెడు ఆలోచనలను వదిలిపెట్టడం. మనస్సును నియంత్రించుకోవడం. ఏడవది సమ్యక్ చైతన్యం, ఎనిమిదవది సమ్యక్ ధ్యానం శరీరానికి మనస్సుకు లోబడి మానవుడు చేసే చెడును నిర్మూలించడం. సమాజంలో ఏ కులంవాడైనా సరే ఈ అష్టాంగ మార్గాన్ని అనుసరిస్తే ముక్తి (నిర్వాణాన్ని) పొందుతాడని చెప్పబడింది.

జైన, బౌద్ధమతాలు రెండింటిలో కొన్ని సాధారణాంశాలు ఉన్నాయి. మొదటిది ఈ మతాల ప్రబోధకులిద్దరూ కూడా శారీరకమైన మానసికమైన శ్రమకు లోనై ప్రయత్నం చేశారు. ఈ విషయం గౌతమ బుద్ధ, మహావీరులిద్దరూ గడిపిన కఠినమైన సన్యాసి జీవితాన్ని బట్టి తెలుస్తుంది. రెండోది రెండుమతాలు కూడా వేదాల ఆధిక్యాన్ని, జంతుబలులను వ్యతిరేకించి ఆనాటి ఛాందస బ్రాహ్మణ వర్గాలకు వ్యతిరేక మయ్యాయి. ఆకాలంలో ఇనుము యొక్క వాడకం, వ్యవసాయంలో ఇనుప పనిముట్లను ఉపయోగించడం, ఈ వ్యవసాయం పరోక్షంగా పశుసంపదపై ఆధారపడడం జరిగింది. వీటి దృష్ట్యా జీవహింస చేయరాదనే వీరి సిద్ధాంతం ప్రాముఖ్యతను సంతరించుకొంది. మొట్టమొదటిసారిగా అహింసా సిద్ధాంతం ప్రధానమైన వ్యవసాయాభివృద్ధికి తోడ్పడింది. ఈ వ్యవసాయం వలన ప్రజలు పూర్వం కంటే 10 రెట్లు ఎక్కువ ఆహారాన్ని పండించగలిగారు. కానీ జైనమతంలో అహింసకు ఇచ్చిన అతి ప్రాముఖ్యత వలన పొలాల్లో చీడపురుగుల్ని చంపే రైతులలో ఈ మతం ఎక్కువగా ప్రచారం పొందలేదు. వీరేగాక ఇతర వృత్తి కళాకారులకు(ఇతర జంతువుల మీద ఆధారపడి వృత్తులు చేసేవారికి) కూడా మహావీరుని సిద్ధాంతాలు నచ్చలేదు. వ్యక్తిగత ఆస్తులు సంపాదనపై జైన మతం విధించిన కఠిన నిబంధనలు భూమి సంపాదన విషయంలోనే వర్తింపచేయబడ్డాయి. జైనమతాన్ని అనుసరించేవారు తయారైన వస్తువులను రవాణా చెయ్యడం, డబ్బు వ్యవహారాలు చూడటం వంటి పనులకే పరిమితమయ్యారు. అందువల్లనే జైన మతానికీ, పట్టణ సంస్కృతికీ, సముద్ర వ్యాపారానికీ బంధం ఏర్పడింది. మన దేశం పశ్చిమ తీర ప్రాంతం నుండి విదేశాలతో ఎక్కువగా సముద్రమార్గం ద్వారా వర్తకం జరిగింది. అందువల్లనే ఈనాటికీ ఆ ప్రాంతంలో ఎక్కువగా జైనమతస్థులు ఉన్నారు.

జైనమతంతో పోల్చి చూస్తే బౌద్ధమతం అహింసా సిద్ధాంతంపై ఎక్కువ ఒత్తిడి తీసుకురాలేదు. బౌద్ధులు జీవ హింసకు పూర్తిగా విరుద్ధమైనప్పటికీ, బౌద్ధేతరులు తెచ్చిన మాంసాన్ని స్వీకరించేవారు. బుద్ధుడు మాత్రం జంతు హింస కూడదన్న నియమం కఠినంగా విధించాడు. ప్రాచీన బౌద్ధ సాహిత్యం మనకు తల్లిదండ్రులు, బంధువులు వలె పశువులు కూడా స్నేహితులేనని,వ్యవసాయం వీటిపై ఆధారపడి ఉంది కాబట్టి వాటిని వధించరాదని పేర్కొంది. వ్యవసాయానికి పశు సంపద ఆధారం అన్న విషయాన్ని బౌద్ధమతం గుర్తించింది.

దిఘానికయలో మహావిజితుడనే రాజుకు ఆయన పురోహితుడు రైతులకు విత్తనాలు ఇవ్వాలనీ పశువులనూ వ్యవసాయపరికరాలను ఇవ్వాలని సలహా ఇచ్చినట్టు బుద్ధుడు పేర్కొంటాడు. జైనమతంవలెగాక బౌద్ధమతం సమకాలీన వ్యవసాయం అవసరాలను గుర్తించింది కనుక ఆ మతం సామాన్యులకు బాగా చేరువయింది.

బౌద్ధ, జైనాలు రెండూ వ్యాపార విషయంలో ఒకే అభిప్రాయంగలవి. ప్రాచీన బ్రాహ్మణాలు సమాజంలో మూడవ వర్గంవారైన వైశ్యులు వ్యవసాయం, వర్తకం చేయాలనీ, అత్యవసర పరిస్థితుల్లో బ్రాహ్మణులు కూడా వర్తకం చేయవచ్చునీ కానీ వారు సుగంధ ద్రవ్యాలు, వస్త్రాలు,ఆహారపదార్థాలు, నెయ్యి వంటి వాటితో వర్తకం చేయరాదనీ నిబంధనలు విధించాయి. ఈ వస్తువులతో వ్యాపారం చేసేవారిని ఆనాటి న్యాయవేత్తలు చిన్నచూపు చేసేవారు. మగధ, అంగ దేశవాసులు కొన్ని రకాల వస్తువులతో వర్తకం చేయడం వల్ల వారికి అంతగా గౌరవం ఉండేది కాదు. బౌద్ధాయనుడు సముద్ర ప్రయాణాన్ని కూడా పాపంగా పరిగణించాడు. దీనికి విరుద్ధంగా బౌద్ధ సాహిత్యం సముద్రయానాన్ని సమ్మతించింది. బుద్ధుని అభిప్రాయం వర్తకానికి అనుకూలంగానే ఉండేది. బౌద్ధ సంఘాలకు అనంతపిండిక అనే వ్యాపారి నుండి ఇతర వర్తకుల నుండి ఉదారంగా కానుకలు లభించాయి. సమాజంలో కొత్తగా అంకురిస్తున్న వర్తక వర్గం బ్రాహ్మణులకు తమ పట్ల ఉన్న చిన్న చూపు వలన బౌద్ధమతం వైపు దృష్టి మళ్ళించింది. బుద్ధునికి జ్ఞానోదయం అయిన ఎనిమిది వారాల్లోనే ఆయనకు బుద్ధగయ మీదుగా ప్రయాణిస్తున్న ఇద్దరు వర్తక శ్రేష్టులు అనుయాయులయ్యారు. ఈ సంఘటన యాదృచ్ఛికం కాదు.

వర్తకం, డబ్బును వినిమయసాధనంగా ఉపయోగించడం, వడ్డీ వ్యారానికి కారణమైంది. కానీ ధర్మశాస్త్రకారులు ఈ కొత్త పద్ధతులకు అనుకూలురు కారు. ఆపస్తంబుడనే శాస్త్రకారుడు బ్రాహ్మణులు వడ్డీ వ్యాపారుల నుండి గాని తాకట్టు వ్యాపారుల నుండి గాని ఆహారాన్ని స్వీకరించరాదని నియమం విధించాడు. బౌద్ధాయనుడు వైశ్యులు రుణాలనివ్వవచ్చు కానీ బ్రాహ్మణుడు వడ్డీ వ్యాపారం చేయరాదని చెప్తాడు. ప్రాచీన బౌద్ధశాస్త్రం, సరైన చర్యలను, సరైన జీవనోపాధిని నిర్వచించింది కానీ, ఎక్కడా వడ్డీ వ్యాపారాన్ని ఖండించలేదు. బుద్ధునికీ ఆనాటి వర్తక శ్రేష్టులకూ మధ్య సన్నిహిత సంబంధాలున్నట్టు మనకు సాహిత్యంలో అనేకచోట్ల ప్రస్తావనలున్నాయి. బుద్ధుడు గృహస్థులను అప్పులను తీర్చివేయమని సలహా యిచ్చాడు. అప్పులున్నవారిని తన సంఘంలో చేర్చుకోలేదు. వేరే విధంగా చెప్పాలంటే బౌద్ధమతం ఆకాలంనాటి వ్యాపార ఆర్థిక వ్యవస్థకు చిహ్నంగా నిలిచిన వడ్డీ వ్యాపారానికి పరోక్షంగా తన సమర్ధతను తెలిపిందని అనుకోవచ్చు. దీనిని బ్రాహ్మణ వర్గం పూర్తిగా వ్యతిరేకించింది.

పట్టణ జీవనానికి సంబంధించిన కొన్ని విషయాల్లో బ్రాహ్మణులకు బౌద్ధులకు మధ్య అభిప్రాయభేదాలున్నాయి. బ్రాహ్మణ శాస్త్రకారులు పట్టణ జీవితానికి ఆవశ్యకమైన భోజనగృహాలను అనుమతించలేదు. ఆస్తంబుడు అగ్రవర్ణాలవారు ముఖ్యంగా బ్రాహ్మణులు దుకాణాలలో తయారుచేసిన ఆహారపదార్థాలను తినకూడదని సలహాయిచ్చాడు. ఇది మనకు బౌద్ధ గ్రంథాలలో కనబడదు. పట్టణ జీవితంలో వచ్చిన మరొక పరిణామం వేశ్యావృత్తి. పట్టణాలు ఏర్పడడం, వర్ణవ్యవస్థ వల్ల కొందరు స్త్రీలు వేరే జీవనాధారం లేక ఈ వృత్తిని అవలంబించారని అనుకోవచ్చు. ప్రాచీన బౌద్ధగ్రంథాలు ఇటువంటి వేశ్యలు ఎక్కువగా

పట్టణాలలో ఉన్నారని పేర్కొన్నాయి. వైశాలి నగరంలో ఆమ్రపాలి అనే వేశ్య ప్రసిద్ధురాలు. ఆమె ఒక రాత్రికి 50 కర్షపాణాలు మూల్యంగా తీసికొనేది. దీన్ని చూచి మగధరాజైన బింబిసారుడు తన రాజధానియైన రాజగృహంలో ఒక ఆస్థానవేశ్యను నియమించాడు. ఆమె ఒక రాత్రి తనతో గడపడానికి ఆమ్రపాలికంటే రెండురెట్లు ఎక్కువ డబ్బు తీసుకొనేది. కానీ ఈ వేశ్యావృత్తిని బ్రాహ్మణ శాస్త్రాలు ఖండించాయి. బౌద్ధాయనుడు, ఆపస్తంబుడు వేశ్యల(గణికల) నుండి బ్రాహ్మణులు ఆహారాన్ని స్వీకరించరాదని నిషేధించారు. దీనికి పూర్తిగా వ్యతిరేకంగా బుద్ధుడు ఒకసారి ఆమ్రపాలికి అతిథిగా ఆమె ఇంట్లో ఉన్నాడు. బుద్ధుడు మొదట్లో తన సంఘంలో స్త్రీలను చేర్చుకోడానికి అంగీకరించలేదు. తన పినతల్లియైన మహాప్రజాపతి గౌతమి అభ్యర్థనను ఆయన మూడుసార్లు తిరస్కరించాడు. కానీ చివరకు తన ప్రియశిష్యుడైన ఆనందుని అభ్యర్థనపై స్త్రీలు బౌద్ధసంఘంలో చేరడానికి అంగీకరించాడు. వేశ్యలకు కూడా బౌద్ధసంఘంలో స్థానం కల్పించబడింది. స్త్రీలు కూడా పురుష భిక్షకుల వలె మోక్షమును సంపాదించవచ్చని బుద్ధుడు నొక్కిచెప్పినప్పటికీ బౌద్ధులు ఎప్పుడూ తమ జీవన విధానంలో స్త్రీలకు సమానహోదాను కల్పించలేదు.

బౌద్ధ జైన మతాలురెండూ వైదిక ఛాందసాన్ని వ్యతిరేకించినప్పటికీ, సమకాలీన మార్పులను అంగీకరించినప్పటికీ ఆనాటి సంఘంలో ఉన్న వర్ణవ్యవస్థను నిర్మూలించాలని అనుకోలేదు. బ్రాహ్మణులకు క్షత్రియులకు స్వలాభాపేక్షతో జరిగిన పరస్పర సంఘర్షణలో బౌద్ధమతం క్షత్రియులకు ప్రథమస్థానం, బ్రాహ్మణులకు రెండవ స్థానం యిచ్చింది. బౌద్ధశాస్త్రాలన్నీ బ్రాహ్మణాచాచాలను కర్మకాండను అసాధారణ తార్కిక నైపుణ్యంతో ఎదుర్కొన్నాయి. ఇతర వర్ణాలవారిపట్ల ఈ రెండుమతాలు చాలా ఉదారమైన వైఖరిని ప్రదర్శించాయి. సమాజంలోని నాలుగు వర్ణాలవారు బౌద్ధసంఘంలో చేరి భిక్షుకులుగా మారవచ్చు. అస్పృశ్యులైన చండాలురు పుల్కసులు కూడా ముక్తి(నిర్వాణం) పొందగలరని బౌద్ధమతం చెప్తుంది. బుద్ధుడి లాగా మహావీరుడు కూడా తమ సంఘంలో స్త్రీలను చేర్చుకున్నాడని తెలుస్తోంది. మహావీరునికి మొదటి శిష్యురాలు బందీగా పట్టుబడ్డ బానిస స్త్రీ. ప్రాచీనమైన ఒక జైన గ్రంథం ప్రకారం జైనమతంలో అనేకమంది స్త్రీలు చేరినప్పటికీ వీరందరూ ముక్తిని పొందారా లేదా అన్నది వివాదాస్పదమైన విషయం.

ఈ రెండు మతాలూ కూడా బలహీనవర్గాలవారిని జ్ఞానసంపాదన నుండి నిషేధించలేదు. వీరి ప్రకారం ఏ కులస్థుడైనా సరే గురువైతే అతన్ని గౌరవించాలి. బౌద్ధజాతక కథలలో ఒకచోట ఒక బ్రాహ్మణుడు ఒక చండాలుని కులం తక్కువవాడని తన గురువుగా గుర్తించకపోవడంతో అతని వద్ద నుండి నేర్చుకొన్న మంత్రాన్ని కోల్పోతాడు. అదేవిధంగా ఒక రాజు చండాలుని వద్ద తంత్రవిద్యనేర్చుకొనేటప్పుడు కిందస్థానంలో కూర్చొనేవాడని చండాలుడు ఉన్నతస్థానంలో కూర్చునేవాడనీ ఒక జైనగ్రంథంలో పేర్కొనబడింది. ఈ కథలను బట్టి చూస్తే నాటి సమాజంలో తక్కువ కులాలవారు తమ బీదరికాన్నిబట్టి అయినప్పటికీ బౌద్ధ జైనసంఘాలలో చేరేవారని తెలుస్తోంది. ఈ విషయాన్ని ఈ రెండు మతాలకు చెందిన శాస్త్రగ్రంథాలు ధృవీకరిస్తాయి. బౌద్ధ భిక్షువు కానీ భిక్షుకి కానీ ఏ వర్ణంవారి నుండయినా ఆహారం స్వీకరించవచ్చు. వారి ఇళ్ళలో భోజనం చేయవచ్చు. అదే విధంగా జైనమతస్థులు కూడా తక్కువ కులం వారి నుండి ఆహారం తీసుకోవచ్చు. కానీ భిక్షువులు అనుసరించిన ఈ పద్ధతి

సామాన్యులను ఎంతవరకు ప్రభావితం చేసిందో మనం చెప్పలేము.

బానిసలనుగానీ రుణగ్రస్తులనుగానీ తమ సంఘాల్లోచేర్చుకోకపోవడం వల్ల ఈ రెండు మతాలు ఆనాటి సామాజిక సంబంధాలను వ్యతిరేకించలేదనే అనుకోవచ్చు. వీరిద్దరూ కుల వ్యవస్థను సమ్మతించారు. బౌద్ధ జాతక కథలలోబుద్ధులు అగ్రవర్ణాలైన బ్రాహ్మణ, క్షత్రియులలోనే జన్మించారనీ జైన ప్రాచీన గ్రంథాల్లో కూడా జైనమతబోధకులు బీద కుటుంబా లలో,తక్కువ కులాల్లో, బ్రాహ్మణ కుటుంబాలలో జన్మించలేదనీ చెప్పబడింది. కొన్ని జైన గాథల ప్రకారం మహావీరుడు ఒక బ్రాహ్మణ స్త్రీ గర్భంలో ఉండగా, ఆ పిండం ఒక క్షత్రియ ధనిక కుటుంబానికిచెందిన త్రిశల అనే ఆమె గర్భంలోకి మార్చబడిందనీ మహావీరుడామెకు జన్మించాడనీ చెప్పబడింది. దీన్నిబట్టీ జైనులకు బ్రాహ్మణుల పట్ల ద్వేషం ఎంత తీవ్రంగా ఉండేదో తెలుస్తుంది.

జైన బౌద్ధమతాలకు సంస్కరణ దృక్పథం ఉన్నప్పటికీ కులవ్యవస్థకూ అస్పృశ్యతకూ వ్యతిరేకంగా పోరాటం జరపలేదు. పైగా బౌద్ధమతం బ్రాహ్మణమతం వలె అస్పృశ్యతను గుర్తించినట్లు తెలుస్తోంది. ఈ అస్పృశ్యత తుది వేదకాలంలో జనించి ఈ నాటికీ మన సమాజానికి ఒక మచ్చగా ఉంది. బౌద్ధమత ఆవిర్భావ కాలానికి ఇక్కడ స్థిరపడ్డ ప్రాంతీయులైన(తొలి నివాసులైన-అబొరిజినల్స్) చండాలురు, నిషాదులు బౌద్ధులకు అంటరానివారు. ఒక సందర్భంలో బుద్ధుడే చట్టవిరుద్ధంగా సంపాదింపబడిన ఆహారాన్ని చండాలుడు వర్జించిన దానితో పోలుస్తాడు. ఇది ఆనాటి బ్రాహ్మణుల దృక్పథంతో సమానమే. అగ్రవర్ణాలవారు గనుక చండాలురను తాకితే తప్పని సరిగా స్నానం చేయాలని బ్రాహ్మణులు శాసించారు. ఈ రెండు నూతన మతాలు ఆనాటి సమాజంలోఉన్న సాంఘిక అసమానతలను నిర్మూలించడానికి ప్రయత్నించలేదు కానీ, మోక్షప్రాప్తికి కులం అడ్డుకాదని దృఢంగా నమ్మాయి.

ఈ రెండు మతాలూ బానిసల స్థితిని మెరుగుపరచడానికి కొంతవరకు ప్రయత్నించాయి. ఆపస్తంబుడు ఈ బానిస విధానం బ్రాహ్మణులకు పనికిరాదని నిషేధించగా ఈ రెండు మతాలు అది ఏ వర్ణంవారికీ పనికిరాదని నిషేధించాయి. 'దిఘానికయ' యజమానులకు తమ బానిసలను గౌరవప్రదంగా చూడమని సలహాయిస్తుంది. ఒక జైనగ్రంథం కూడా దాసదాసీలను, కర్మకాండలు చేసేవారిని ఆదరించాలని పేర్కొంటుంది. దీన్నిబట్టి బౌద్ధ జైన భిక్షువుల్లో దయ, ఉదారత అనే గుణాలుంటేవనీ అందువల్లనే ఈ మతాలు సామాన్యులలో బాగా ప్రచారం పొందాయని చెప్పవచ్చు.

5వ ప్రకరణం

తొలి ప్రాదేశిక రాజ్యాలు

మారుతున్న పరిస్థితులనుబట్టి మతంలాగే రాజకీయ పరిణామాలు కూడా ఆనాటి భౌతికమైన స్థితిగతులను బట్టి రూపొందాయి. వేదనాగరికత చివరి రుగ్వేదకాలంనాటి తెగల అధికారం అంతరించి ప్రాదేశికరాజ్యాలకు చోటిచ్చింది. క్రీ.పూ. 6వ శతాబ్దంలో నగరాలు అధికార కేంద్రాలుగా పెద్ద రాజ్యాలు ఏర్పడడంతో ప్రాదేశికతత్వం బలపడింది. ఆనాటి ప్రజలు తాము నివసించిన ప్రాంతానికి (జనపద) కట్టుబడి ఉండేవారని, పాణిని గ్రంథంలో ఒక చోట స్పష్టమవుతుంది. ఈ కాలంనాటి రాజకీయవ్యవస్థలో మనదేశంలోని అనేకభాగాల్లో ఈవిధమైన ప్రాదేశిక రాజ్యాలు (జనపదాలు) ఆవిర్భవించాయి.

ఆకాలంనాటి సాహిత్యాన్ని బట్టి చూస్తే క్రీ.పూ 6వ శతాబ్దంలో చిన్నచిన్న జనపదాలతో కూడిన 16 'మహాజనపదాలు' మనదేశంలో ఉన్నాయి. అవి గాంధార, కాంభోజ, వజ్జి (వృజ్జి), అంగ, కాశీ, అస్యాకవత్స, అవంతి, శౌరసేన, చేది, మల్ల, కురు, పాంచాల, మత్స్య, కోసల, మగధ జనపదాలు, మొదట్లో ఈ జనపదాలన్నిటిలో అత్యంత శక్తిమంతమైనది కాశీ. విదేహ రాజారికాన్ని అణచివేయడంలో ముఖ్యపాత్ర వహించింది. కాశీ జనపదానికి ముఖ్యపట్టణమైన వారణాసి ఒక ముఖ్య నగరంగా అనేక ఆధారాల్లో పేర్కొనబడింది. బోధిసత్వుని కథలలో ఒకటైన దశరథజాతక కథ ప్రకారం రాముడు కాశీనగరానికి అధిపతి, ఇప్పటి రామభక్తులు మసీదును కూల్చి దేశంలో కల్లోలం సృష్టించిన అయోధ్యకు కాదు. కొన్ని చోట్ల రాముడు సీతకు సోదరుడు గాను, కొన్ని చోట్ల భర్తగాను పేర్కొన్నాయి. బుద్ధుని కాలంలో ఈ కాశీరాజ్యం వస్త్రాల తయారీకి ముఖ్యకేంద్రం. బౌద్ధ భిక్షువులు ధరించే కాషాయ వస్త్రాలు ఇక్కడే తయారయ్యేవి.

కోసల జనపదానికి పడమరదిక్కున గోమతినది, దక్షిణాన సార్పిక లేదా శ్యాండిక (సాయి) తూర్పున సదానీర(నేటి గండక్ నది),ఉత్తరాన నేపాల్ పర్వతాలు ఎల్లలు. సరయూనదీ తీరానగల అయోధ్య(రామాయణానికి సంబంధించినది) దీని పక్కనే గల సాకేత, నేటి ఉత్తర ప్రదేశ్‌లోగల గోండా, బహ్రేయిచ్ జిల్లాల సరిహద్దుల్లోగల శ్రావస్తి (నేటి సాహేత-మహేత్) కోసల రాజ్యంలోని ముఖ్యనగరాలు. ఈప్రాంతాలలో జరిపిన తవ్వకాలనుబట్టి క్రీ.పూ 6వశతాబ్దికి పూర్వం ఈ ప్రాంతాలు ఏవీ ఏర్పడలేదని తెలుస్తోంది.

మగధ రాజ్యానికి తూర్పునగల అంగరాజ్యం చంపానది ద్వారా మగధరాజ్యం నుండి

వేరుచేయబడింది. నేటి భగల్‌పూర్,ముంగర్‌లే ఆనాటి అంగరాజ్యం. ఈ నదీతీరానగల చంపానగరం వర్తకానికీ, సంపదకూ పేరుగాంచినది.

అంగ, వత్సరాజ్యాల మధ్య గలది మగధరాజ్యం. నేటి పాట్నా, గయ జిల్లాలు కలసి ఆనాటి మగధరాజ్యం. ఉత్తరాన గంగానది, పడమరన సోన్‌నది దక్షిణాన వింధ్య, తూర్పున చంపానది ఈ రాజ్యానికి సరిహద్దులు. మగధరాజ్య ప్రజలు వర్ణవ్యవస్థను అను సరించక పోవడం వల్ల, బ్రాహ్మణులు చెప్పిన కర్మ కాండను పాటించకపోవడం వల్ల, బ్రాహ్మణ గ్రంధాలు మగధనూ, మగధప్రజలనూ అవహేళన చేశాయి. ఈ వర్ణవ్యవస్థ కర్మ కాండ బౌద్ధుల దృక్పధానికి పూర్తిగా విరుద్ధం. మగధ రాజులైన బింబిసారుడు, అజాతశత్రువు బుద్ధునికి స్నేహితులు శిష్యులు. గయ బుద్ధుడు జ్ఞానోదయం పొందిన ప్రదేశం. రాజగృహ ఆయనకు అభిమానప్రదేశం. ఐదు కొండలచే చుట్టబడి ఉన్న రాజగృహ(గిరివ్రజమని కూడా దీనికి పేరు) మగధ రాజ్యానికి రాజధాని.

వజ్జి జనపదం గంగానదికి ఉత్తరంగా నేపాల్ పర్వతాల వరకూ విస్తరించింది. దానికి పశ్చిమ సరిహద్దు సదానీర(గండక్) నది. ఈ నది మల్ల, కోసల రాజ్యాలనుండి దీన్ని వేరు చేస్తుంది. తూర్పుదిశగా యీ రాజ్యం కోసీ, మహానందానదీ తీరాలలోగల అరణ్యాల వరకూ విస్తరించింది. ఈ రాజ్యం తెగల సమాఖ్యగా చెప్పబడింది. ఈ సమాఖ్యలో ముఖ్యమైన తెగలు విదేహులు, విచ్ఛలీలు, జ్ఞాత్రికులు, వృజ్జి తెగవారు. బహుశా యీ వజ్జి సమాఖ్య విదేహ రాజరికం క్షీణించి అంతరించిన తరువాత ఏర్పడి మహావీరుని, గౌతమ బుద్ధుని కాలంలో రాజాధికారం లేని జనపదంగా, రాజ్యంగా ప్రసిద్ధి పొంది యుండవచ్చు.

ఈవిధంగానే సార్వభౌమత్వం లేని మల్ల రాజ్యం అయిదువందలమంది నాయకులచే పరిపాలింపబడి రెండు భాగాలుగా విభజింపబడింది. ఈ రెండు భాగాలకు వేరు వేరు ముఖ్యపట్టణాలున్నాయి. అవి కుశీనర నేటి గోరఖ్‌పూర్ జిల్లాలోని కాసియా) పావా(పాట్నా జిల్లాలోని పావాపురి) విదేహ రాజ కుటుంబం వలె మల్లులు కూడా ప్రారంభంలో సార్వభౌమరాజ్యంగా ఉన్నప్పటికీ, తరువాత అది కొందరి నాయకులచేత పాలింపబడి రిపబ్లికన్ వ్యవస్థగా రూపొందింది. ఆనాటి సాహిత్యాధారాలు ఈ మల్లులకూ, లిచ్ఛవీలకు, కాశీ, కోసల అధిపతులకూ మధ్య ఒక విధమైన మైత్రీ సంబంధం ఉండవచ్చని తెలుపుతున్నాయి. ఈ కూటమి ఆనాడు అధికారంలోకి వస్తున్న మగధ రాజ్యానికి వ్యతిరేకంగా ఏర్పడి ఉండవచ్చు.

చేది రాజ్యం సుమారుగా నేటి బుందేల్‌ఖండ్ పరిసర ప్రాంతాలకు పరిమితమైనది. బౌద్ధ జాతక కథలలో ఈ చేది వంశరాజులు పేర్కొనబడ్డారు. శిశుపాలుడు చేది రాజ్యానికి రాజు. కృష్ణునికి ప్రధాన శత్రువు. వీరిద్దరి గురించి మహాభారతంలో వర్ణింపబడింది. కృష్ణుని చేతిలో శిశుపాలుని వధను గూర్చి మాఘుడనే సంస్కృత కవి ఒక పద్యకావ్యం రచించాడు.

మధుర ముఖ్యపట్టణంగా గల శూరసేన రాజ్యం ఎగుడుదిగుడు దారుల వల్ల, ధూళి వల్ల, యక్షుల సంచారం వల్ల అంతగా ప్రసిద్ధిలోకి రాలేదు. పురాణాలు, మహాభారతం రెండూ మధురను పాలించిన రాజకుటుంబం యాదవులనే తెగకు చెందినదనీ ఈ యాదవ వంశానికి చెందినవాడే కృష్ణుడనీ చెప్పి, ఆయన భగవానుడనీ, వాని లీలలన్నీ వర్ణిస్తాయి.

కురు, పాంచాల, మత్స్య రాజ్యాలు మూడూపూర్వకాలానికి చెందిన 'తెగల రాజరిక

వ్యవస్థ' ఉన్నవి. కురు తెగకు చెందినవారు నేటి ఢిల్లీ, మీరట్ ప్రాంతాలలో స్థిరపడి పాంచాలులతో సంబంధం కలిగిఉన్నవారు. వీరి వర్తక కేంద్రాన్ని బుద్ధుడు సందర్శించినట్లు చెప్పబడింది. ఈ పాంచాలులలో ఒక శాఖ వారికి కాంపిల్ల నగరం ముఖ్యపట్టణము. బహుశా ఇది నేటి ఫరుఖాబాద్ జిల్లాలోని కాంపిల్ కావచ్చు. నేటి రాజస్థాన్‌లోని జైపూర్, భరత్‌పూర్, అల్వాల్ ప్రాంతాలకు చెందినవారైన మత్స్యుల గురించి ఎక్కువ సమాచారం లభించలేదు. ఈ ప్రాంతం పశుసంరక్షణకు అనుకూలమైనది.

కాంభోజ, గాంధార రాజ్యాలు మగధకు దూరంగా ఉన్నాయి. కాంభోజ నేటి ఆఫ్ఘనిస్తాన్‌లో, గాంధార రాజ్యం కాబూల్ లోయ వరకూ వ్యాపించి ఉండేవి. గాంధార రాజ్యంలో తక్షశిల ప్రసిద్ధపట్టణం. బౌద్ధ సాంప్రదాయం ప్రకారం గాంధార రాజైన పుక్కుసాతి మగధ రాజైన బింబిసారునికి కానుకలిచ్చి బుద్ధుని చూడడానికి కాలినడకన వెళ్ళాడు. క్రీ.పూ. 530కి కొంత పూర్వం పర్షియా రాజైన సైరస్ హిందూకుష్ పర్వతాలను దాటి కాంభోజ, గాంధార రాజ్య ప్రజల నుండి ట్రాన్స్ఇండస్ ప్రాంత ప్రజల నుండి కానుకలు అందుకున్నాడు. గ్రీకు చరిత్రకారుడు హెరోడొటస్ ప్రకారం గాంధార రాజ్యం ఎకెమినిడ్ సామ్రాజ్యంలో ఇరవయ్యవ రాష్ట్రం. ఇది ఎక్కువ జనసంఖ్య, సంపదలను కలిగి గ్రీకులనెదిరించి పోరాడుతున్న పర్షియా సైన్యానికి - సైనికులను, వస్తువులను సరఫరా చేసింది.

అస్సాకస్(అష్మకస్) రాజ్యం మహారాష్ట్రంలోని నేటి పైథాన్ వద్ద గోదావరీ తీరప్రాంతంలో నెలకొంది. కాలక్రమేణా ఇది వర్తకానికి ముఖ్యస్థానమయింది. అవంతి రాజ్యం నేటి మధ్యమాళవ ప్రాంతంలో, వానికి సన్నిహితంగా గల మధ్యప్రదేశ్‌లో విస్తరించింది. ఈ రాజ్యం రెండు భాగాలుగా విభజింపబడి దక్షిణప్రాంతానికి మాహిష్మతి, ఉత్తర ప్రాంతానికి ఉజ్జయిని రాజధానులుగా ఉన్నాయి. ఈ రెండింటిలో ఉజ్జయిని ప్రసిద్ధిగాంచింది. అవంతి రాజ్యాధిపతి ప్రద్యోతుడు ప్రసిద్ధుడు. కొన్ని గాథల ప్రకారం ఇతడు వత్సదేశ రాజైన ఉదయనునికి మొదట శత్రువుగా వ్యవహరించి తరువాత తన కుమార్తెనిచ్చి వివాహం చేశాడు.

వత్సరాజ్యానికి రాజధాని అలహాబాద్‌కు 64 కిలోమీటర్ల దూరంలో యమునా తీరాన గల కౌశాంబి(ఆధునిక కోసమ్). కౌశాంబి ఉజ్జయినులను కలుపుతూ ఆరోజుల్లో ఒక ముఖ్యమైన వర్తకపు రహదారి ఉండేది. ఈ రెండు పట్టణాలు ఉత్తరభారతంలో వర్తకం వల్ల లాభం పొందాయి.

నాటి సమకాలీన రాజకీయవ్యవస్థలో యీ 16 జనపదాలు ఒకేవిధమైన పాత్రను వహించలేదు. మొదట్లో ముఖ్య జనపదమైన కాశీ, కోసల, మగధ రాజ్యాల ముందు తన ప్రాధాన్యతను కోల్పోయింది. కోసల, మగధ రాజ్యాలు రెండూ గంగానదీ పరీవాహ ప్రాంతంపై ఆధిపత్యం కోసం పరస్పరం పోటీ పడ్డాయి. నదీ మార్గం ద్వారా జరిగే వర్తకం వల్ల గంగానది ఆ కాలంలో ఆర్థిక ప్రాధాన్యతను సంతరించుకొంది. క్రీ.పూ. 6వ శతాబ్దిలో కాశీ, కోసల, మగధ, వజ్జి సమాఖ్య- ఈ నాలుగే ప్రాధాన్యతను పొందాయి. రాజకీయమైన ఆధిపత్యం కోసం ఈ నాలుగు రాజ్యాలు దాదాపు వందసంవత్సరాలు పోరాటం జరిపాయి. చివరకు మగధ వీటన్నింటిని జయించి ఉత్తర భారతదేశంలో ప్రముఖ రాజకీయ శక్తిగా ఆవిర్భవించింది.

క్రీ.పూ. 6వ శతాబ్ది ఉత్తరార్థంలో మగధ సింహాసనాన్ని అధిష్ఠించిన తొలి చక్రవర్తి

బింబిసారుడు. ఇతడు బౌద్ధమతాన్ని పోషించినప్పటికీ బౌద్ధ గ్రంథాలలో ఇతని వంశచరిత్ర చర్చింపబడలేదు. ఈ గ్రంథాలు బింబిసారుని సేనియ "సైన్యం ఉన్న వాడు"అని పేర్కొన్నాయి. దీన్నిబట్టి శాశ్వత సైన్యం గల మొదటి రాజు ఇతడే అయి ఉండవచ్చును.

కోసల దేశానికి రాజైన ప్రసేనజిత్తు తనది ఇక్ష్వాకు వంశమని చెప్పుకున్నాడు. కాని దీన్ని ఇతర రాజులు అంగీకరించలేదు. ఒక కథ ప్రకారం ఇతడు ఒక శాక్యవంశపు కన్యను పరిణయం చేసుకుంటానని అడిగాడు. శాక్యవంశీయులు అతనికి సామంతులుగా ఉన్నప్పటికీ వారు తామే ఇక్ష్వాకు వంశానికి చెందినవారమని భావించడం వల్ల ప్రసేనజిత్తు కోరికను అంగీకరించలేకపోయారు. చివరికి వారు ప్రసేనజిత్తు కోరికను తీర్చడానికై వంచనతో, మహానామ శాక్యునికీ బానిస స్త్రీ అయిన 'నాగముండ'కూ జన్మించిన విశాఖఖత్తియ అనే అందమైన అమ్మాయిని పంపారు. ప్రసేనజిత్తుకూ, విశాఖఖత్తియకు జన్మించిన విదుదాభుడు మాత్రం కోసల రాజ్యానికి వారసుడయ్యాడు.

మగధ, కోసల రాజ్యాధిపతులు యిద్దరూ యుద్ధ ప్రియులు కారు. వీరిద్దరూ కూడా కొత్త మతబోధకులను పోషించారు. వారిద్దరి మధ్య వైవాహిక సంబంధాల నేర్పరచుకున్నారు. ప్రసేనజిత్తు బింబిసారునికి తన సోదరినిచ్చి వివాహం చేసి కాశీ గ్రామాన్ని కట్నంగా యిచ్చాడు. కొన్ని కథల ప్రకారం ప్రసేనజిత్తు కుమార్తె బింబిసారుని కోడలయింది. బింబిసారుడు ఆనాటి అనేక రాజవంశాలతో వివాహ సంబంధాలనేర్పరచుకున్నాడు. లిచ్ఛవీల నాయకుడైన చేతకుని కుమార్తె చెల్లనను అతడు వివాహం చేసుకున్నాడు. అలాగే మద్ర దేశాధిపతి కుమార్తె 'ఖేమ'ను కూడా వివాహం చేసుకున్నాడు. ఈ విధంగా బింబిసారుని వివాహసంబంధాలు ఆనాటి రాజవంశాలమధ్య సఖ్యతను పెంచాయి. బింబిసారుని ఆధిక్యతను పెంచాయి. బింబిసారుడు అవంతి రాజ్యాధిపతియైన ప్రద్యోతునితో కూడా మైత్రిని పెంచుకొని అతని ఆరోగ్యాన్ని బాగుచేసేందుకుతన ఆస్థానవైద్యుడైన జీవకుని ఉజ్జయినికి పంపాడు. బింబిసారుడు వైరంపెంచుకొన్న ఒకే ఒక్క మహాజనపదం అంగరాజ్యం. ఆ రాజ్యంపై దండెత్తి దాన్ని మగధలో విలీనం చేశాడు బింబిసారుడు. మగధ, కోసల రాజ్యాల మధ్య గల సఖ్యత ఆ రెండు రాజ్యాల అరణ్యాలలో గల తెగలతో యుద్ధం చేయడానికి వశం చేసుకోడానికి ఉపయోగపడింది.

కోసల, మగధ రాజ్యాల మధ్య ఘర్షణ అజాతశత్రు కాలంలో మొదలైంది. ఇతడు పదవీకాంక్షతో తన తండ్రినే బంధించి వధించాడు. దీన్ని భరించలేక బింబిసారుని భార్య(కోసల రాజవంశీయురాలు) మరణించింది. తన సోదరి మరణంతో ప్రతీకారంగా ప్రసేనజిత్తు తాను కట్నంగా యిచ్చిన కాశీ గ్రామాన్ని తిరిగి వశం చేసుకున్నాడు. ఈ గ్రామానికి ఆదాయరూపంగా కాకపోయినా వర్తకంవల్ల గల ప్రాధాన్యతనుబట్టి అజాతశత్రువు ప్రసేనజిత్తుతో యుద్ధంచేశాడు. వీరిద్దరిమధ్యా అనేక యుద్ధాలు జరిగాయి. చివరకు ప్రసేనజిత్తును అతనిని మంత్రియైన దీర్ఘచరాయనుడు మోసం చేసి ప్రసేనజిత్తు బుద్ధుని చూడడానికి వెళ్ళిన సమయంలో రాజముద్రికనూ, సైన్యాధికారాన్ని విదుదాభునికి యిచ్చాడు. రాజ్యభ్రష్టుడైన ప్రసేనజిత్తు రాజాని రాజగృహానికి చేరుకొని కోట తలుపులు మూసి ఉండడంతో అలసట వల్ల అక్కడే మరణించాడు. అజాతశత్రు అతనికి రాజోచితంగా దహన సంస్కారాలు జరిపించి తాను మేనల్లుడైనందున కోసల రాజ్యం తన హక్కని అడిగాడు. ఇదే సమయానికి రాప్తి నదికి అకస్మాత్తుగా సంభవించిన

వరదల వల్ల విదుదాభుడు అతని సైన్యం కొట్టుకుపోయారు. ఈవిధంగాయుద్ధం లేకుండానే కోసల రాజ్యం మగధలోవిలీనం చేయబడింది.

వైశాలిలో లిచ్ఛవీల నాయకత్వంలో ఉన్న వజ్జి సమాఖ్యను అజాతశత్రు వ్యతిరేకించాడు. తెగల ఆధిపత్యం మీద రాజరికం ఎప్పుడూ వ్యతిరేకతనే చూపించింది. విదుదాభుడు శాక్యులతో యుద్ధం చేసి వారిని అణచివేశాడు. తరువాత లిచ్ఛవీల ఆధిపత్యాన్ని అజాతశత్రు అణచివేశాడు. మల్లులు, లిచ్ఛవీలు మొదలగు వివిధ తెగల వల్ల రాచరికం అభివృద్ధి చెందడానికి ఆటంకం ఏర్పడింది. ఈ రాజరికాలకు తెగలకు లేని శాశ్వత సైన్యం నిజమైన బలం. లిచ్ఛవీలతో యుద్ధానికి అజాతశత్రు ఒక మిషను చూపాడు. అదేమిటంటే లిచ్ఛవీలు, మగధరాజూ ఇరువురూ గంగానదిపై తమకే ఆధిపత్యం ఉందని ప్రకటించుకొని వర్తకుల నుండి రెండు రెట్లు సుంకాలు వసూలు చేయడం. దీనికి పూర్వం గంగా, సోన్, గండక్ నదులు కలిసే చోట పాటలీపుత్రంలో అజాతశత్రు పటిష్ఠమైన రక్షణ ఏర్పాట్లు చేశాడు. ఈ పాటలీపుత్రమే అజాతశత్రుకాలంలో మగధకు రాజధాని. అజాతశత్రు లిచ్ఛవీలలో పరస్పర విభేదాలు కల్పించడానికి వస్యకారుడనే మంత్రిని పంపాడు. అతడాపనిలో కృతకృత్యుడై లిచ్ఛవీలలో 'తెగల నాయకుల' మధ్య వైరం సృష్టించాడు. ఫలితంగా వీరు తమ సభాసమావేశాలను, సైన్య శిక్షణను, న్యాయవ్యవస్థను నిర్లక్ష్యం చేశారు. దాని వల్ల వారి మధ్య సమైక్యత పూర్తిగా నశించింది. ఈ పరిస్థితుల్లో వస్యకారుని వర్తమానంపై అజాతశత్రువు సులభంగా వైశాలిలోకి ప్రవేశించి జయించగలిగాడు. అదేవిధంగా మల్లుల తెగ కూడా ఓటమిపాలయింది. వీటి వివరాలు మనకు పూర్తిగా తెలియవు. లిచ్ఛవీల పతనానికి కేవలం అంతర్గత విభేదాలే కారణం కాదు. పన్నుల ద్వారా, కానుకల ద్వారా సంపాదించిన సంపదతో తెగనాయకులు, వ్యక్తిగత ఆస్తిని సంపాదించుకోవడం వల్ల ఈ తెగ క్షీణించింది. అజాతశత్రు తన మంత్రి విస్సకారుని పంపేందుకు పూర్వమే ఈ తెగల జీవనవిధానంలో మార్పు వచ్చింది. లిచ్ఛవీలలో మతబోధకుడైన మహావీరుని ఆవిర్భావం, మల్లులలో బంధుల, కారాయన్, కోసల రాజు వద్ద ఉద్యోగాలనర్థించడం బట్టి చూస్తే వీరి జీవనవిధానం సమర్థులైన వ్యక్తులను తృప్తిపరచలేకపోయిందని తెలుస్తుంది. ఆనాటి ప్రసిద్ధ వైద్యుడైన జీవకుని కథ యిదే విషయాన్ని తెలుపుతుంది. రాజగృహంలో అనాథగా కనుగొనబడ్డ ఈ జీవకుడు వైద్యశాస్త్రం చదవడానికి తక్షశిల వెళ్ళి, తిరిగి వచ్చి బింబిసారునికి రాజవైద్యుడై ఆ హోదాలో బుద్ధుని ఆరోగ్యం పరీక్షించడం కోసం వెళ్ళేవాడు. ఇతడు చాలా శ్రీమంతుడై బౌద్ధ భిక్షువులకు కానుకలనిచ్చేవాడు.

అజాతశత్రు తన యుద్ధాల ద్వారా మగధ రాజ్యం సరిహద్దులను విస్తరింపచేసి భావి మగధసామ్రాజ్యానికి పునాదులు వేశాడు. మఝిమనికయ అవంతి రాజు ప్రద్యోతుడు మగధపై దండెత్త దలచాడనీ, అది గ్రహించి అజాతశత్రు తన రాజధాని రాజగృహను మరింత కట్టుదిట్టం చేశాడనీ పేర్కొంది. అజాతశత్రు అనంతరం ఉజ్జయిని ముఖ్యపట్టణంగా కల అవంతి రాజ్యం మగధ రాజ్యంలో కలపబడింది. ఉజ్జయినికి రాజైన ప్రద్యోతునికీ వత్సరాజైన ఉదయనునికీ పరస్పర ఘర్షణలు జరిగాయి. ఈ వత్సరాజైన ఉదయనునికీ వాసవదత్తకూ మధ్య గల ప్రణయమే సంస్కృత నాటక కర్త భాసుని రచనలో అమరమైంది. కానీ వత్సరాజ్యం మగధ రాజ్యంలో విలీనమైనట్లు తెలియరావడం లేదు. వేద కాలంనాటి పురు, శూరసేన,

మత్స్య తెగల రాజ్యాలు క్రీ.పూ.4వ శతాబ్ది తరువాత అంతరించాయి.

క్రీ.పూ.461లో అజాతశత్రు మరణించాడు. సిలోన్‌లోని బౌద్ధ రచనయైన 'మహావంశము' ప్రకారం అతని తరువాత సంహాసనాన్ని అధిష్టించిన అయిదుగురు రాజులూ అజాత శత్రువులాగే తమ తండ్రులను చంపి గద్దెనెక్కినవారే. ఈ విధంగా పితృహంతకులు వరుసగా రాజ్యాన్ని పాలించడంతో కోపించిన ప్రజలు క్రీ.పూ.413లో వీరిలో ఆఖరివానిని గద్దెదించి బెనారస్ రాజ్య ప్రతినిధిగా ఉన్న శిశునాగుని మగధకు రాజుగా చేశారు. ఈ శిశునాగవంశము మగధను దాదాపు అర్ధ శతాబ్దం పాటు పాలించింది. తరువాత మహాపద్మనందుడు ఈ వంశాన్ని గద్దెదించి మగధ సింహాసనాన్ని చేజిక్కించుకొన్నాడు. ఇతని వంశం మగధను క్రీ.పూ.321 వరకూ పాలించింది.

కొన్ని ఆధారాల ప్రకారం నందవంశానికి మూల పురుషుడైన మహాపద్మనందుడు ఒక శూద్ర స్త్రీకి జన్మించినవాడు. మరికొన్ని ఆధారాల ప్రకారం ఇతడొక వేశ్యకూ, మంగలివానికీ జన్మించినవాడు. ఎలా అయితేనేం మగధను పాలించిన క్షత్రియేతర వంశాలతో నందులు ప్రథములు. పురాణాలలో మహాపద్మనందుడు క్షత్రియ వంశ నిర్మూలకునిగా పేర్కొనబడ్డాడు. సమకాలీన రాజవంశాలను అంతరింపచేసినవాడుగా యితడు పేర్కొనబడ్డాడు. కొన్ని చోట్ల ఈ నందులు మొట్టమొదటి సామ్రాజ్య నిర్మాతలుగా పేర్కొనబడ్డారు. విశాలమైన మగధరాజ్యం వీరికి సంక్రమించిన తరువాత అపారమైన తమ సంపద ద్వారా, సైన్యం ద్వారా ఆ రాజ్యసరిహద్దులను సుదూర ప్రాంతాలకు విస్తరింపచేశారు. వీరి సైన్యంలో 20,000 మంది అశ్వికదళం, 20,000మంది పదాతిదళం, 2000 రథాలు, 3000గజబలం ఉంది. క్రీ.పూ. 1వ శతాబ్దానికి చెందిన కారవేలుని హాతిగుంఫ శాసనం ప్రకారం నందులు ఒరిస్సాలోని కళింగ ప్రాంతంపై కూడా అధికారం కలిగి ఉండేవారు. 12వ శతాబ్దికి చెందిన అనేక మైసూరు శాసనాలు ఆధారాలబట్టీ మహారాష్ట్రలోని కుంతల ప్రాంతంలోని దక్షిణ భాగం నందుల అధికారంలో ఉందని తెలుస్తోంది. దక్కనులోని కొన్ని ప్రాంతాలు కూడా వీరి అధికారంలో ఉండి ఉండవచ్చు. కానీ ఈ ఆధారాలు విశ్వసనీయము కావు. నంద సామ్రాజ్యానికి అసలు సరిహద్దులు నిర్ణయించడం కష్టం. కానీ క్రీ.పూ. 6వ శతాబ్దిలో ఆవిర్భవించిన 16 మహాజనపదాలన్నిటిలో మగధ అత్యంత శక్తివంతమైన రాజ్యంగా రూపొందింది.

మహాపద్మనందుని కాలంలోనే మగధ సామ్రాజ్య విస్తరణ, సుస్థిరపరచడం జరిగింది. అదే కాలంలో మాసిడోనియాకు చెందిన అలెగ్జాండర్ ఎకామినిడ్ చక్రవర్తి అయిన దారియస్-3ని ఓడించి అతని సామ్రాజ్యం అంతా ఆక్రమించుకొనే ప్రయత్నం చేశాడు. నేటి ఆఫ్ఘనిస్తాన్, రష్యాల సరిహద్దు ప్రాంతంలోనున్న బాక్ట్రియాలో చాలాకాలం ఉన్న తరువాత అలెగ్జాండర్ హిందూకుష్ పర్వతాలను దాటి క్రీ.పూ.327లో వాయవ్యభారత దేశంలోకి ప్రవేశించాడు. అదే సంవత్సరంలో తక్షశిల రాజైన అంభి అలెగ్జాండర్‌కు లొంగిపోయాడు. జీలమ్,రావి నదుల మధ్య ప్రాంతాన్ని పరిపాలిస్తున్న పోరస్(పురుషోత్తముడు) అలెగ్జాండర్‌ను ఎదిరించాడు. కానీ ఓడిపోయి బందీగా పట్టుబడ్డాడు. పురుషోత్తముని పరాక్రమాన్ని మెచ్చుకొని అలెగ్జాండర్ అతన్ని తిరిగి రాజును చేసి భారతదేశం నుండి తిరిగి వెళ్ళిపోయే ముందు పంజాబ్ పురుషోత్తముని నియంత్రణలో వదిలి వెళ్ళాడు. తరువాత అలెగ్జాండర్ గ్లౌగనికయ అనే గణతంత్ర

రాజ్యాన్ని (దానిలోగల 37 పట్టణాలతో సహా) జయించాడు.

గ్రీకు చరిత్రకారుల కథనం ప్రకారం మన దేశం వివిధ తెగలు- అశ్వాయన, అష్మకస్, కథాన్, మాళవ, క్షుద్రక, సివి, అగలసోయ్ మొదలైన తెగలు అలెగ్జాండర్‌ను తీవ్రంగా ప్రతిఘటించాయి. అరాష్ట్రులు క్షత్రియులు అలెగ్జాండర్‌ను ఎదిరించి యుద్ధం చేయలేదు. అశ్వాయనులతో జరిగిన యుద్ధంలో అలెగ్జాండర్ తీవ్రంగా గాయపడినప్పటికీ వారిని అణచివేశాడు. దాదాపు 40,000మందిని బందీలుగా పట్టుకొన్నాడు. 20,000 ఎద్దులను తీసుకొనిపోయాడు. అశ్వాయనుల సైన్యంలో 7000 మందిని వధించాడు. ఈ యుద్ధాలలో కథాన్ తెగ కూడా ఓడిపోయింది. యుద్ధంలో 17,000మంది మరణించారు. 70,000మంది బందీలయ్యారు. అలెగ్జాండర్‌కు మాళవులు, క్షుద్రకులు- ఈ రెండు తెగల సమాఖ్య నుండి తీవ్ర ప్రతిఘటన ఎదురైంది. మాళవుల కోటగోడను ఎక్కుతుండగా అలెగ్జాండర్‌కు ఒక బాణం తగిలి తీవ్రంగా గాయపడ్డాడు. దీనితో ఉద్రిక్తులైన గ్రీకు సైనికులు కోటలోని వారందరినీ చంపేశారు. మాళవుల ఓటమిని చూసి నిరాశ చెంది క్షుద్రికులు కూడా లొంగిపోయారు. వాయవ్యభారత దేశంలో గ్రీకుల దండయాత్ర రెండేళ్ళపాటు సాగింది. ఈ యుద్ధాలతో విసిగిపోయిన అలెగ్జాండర్ సైనికులు ఆయుధాలను విడిచిపెట్టి భారతదేశంలో యింకా తూర్పువైపు ఆక్రమణ కొనసాగించడానికి నిరాకరించారు. ఈ విధంగా గ్రీకు సైనికులకు, మగధను పాలిస్తున్న నందుల సైన్యానికి మధ్యయుద్ధం తప్పిపోయింది.

అలెగ్జాండర్ మన దేశంలో అనేక ప్రాంతాలకు గ్రీకు ప్రతినిధులను నియమించి వెళ్ళాడు. ఈ గ్రీకు ఆక్రమిత ప్రాంతాల ప్రతినిధులు దాదాపు అశోకుని కాలం వరకూ ఉన్నారు. కాబూల్ ప్రాంతంలో అలెగ్జాంద్రియా, జీలమ్ నది తూర్పు ప్రాంతంలో బౌకెఫాలా, సింధుప్రాంతంలోని అలెగ్జాంద్రియాలు గ్రీకు ప్రతినిధుల అధికారంలో ఉన్నవి. గ్రీస్ నుండి భారతదేశానికి ఈ సైన్యాలు రావడం వలన భూమార్గాలు ఏర్పడ్డాయి. దీనివలన అనంతర శతాబ్దాలలో వర్తకం పెరిగింది. కానీ అలెగ్జాండర్ దండయాత్ర యొక్క తక్షణ ఫలితం మనదేశంలోని వివిధ తెగల విధ్వంసం. దీని ఫలితంగా చిన్న చిన్న రాజ్యాలు పెద్ద రాజ్యాలలోకి విలీనం అయ్యాయి. రాజకీయ సమైక్యతకు ప్రారంభం జరిగింది. అలెగ్జాండర్ మన దేశం వదిలివెళ్ళిన కొద్ది సంవత్సరాలలోనే చంద్రగుప్త మౌర్యుడు మనదేశ వాయవ్యప్రాంతంలోగల చిన్న చిన్న రాజ్యాలనన్నింటినీ మగధ సార్వభౌమాధికారంలోకి తీసికొని వచ్చాడు.

ఈ శతాబ్దంలోని జనపదాలన్నింటిలోనూ మగధ మాత్రమే విశాలమైన సామ్రాజ్యాన్ని స్థాపించి శక్తివంతమైన రాచరికాన్ని ఎందుకు నెలకొల్పగలిగింది అన్నది పరిశీలించవలసిన ఆసక్తికరమైన ప్రశ్న. మగధ ఆవిర్భావం, విస్తరణ ఆ రాజ్యాన్ని పాలించిన బింబిసారుడు, అజాతశత్రు, మహాపద్మనందుడు మొదలగు రాజుల యొక్క శక్తిసామర్థ్యాల వల్లనే కేవలం జరిగింది అనుకోవడం సరైనది కాదు. అజాతశత్రు, మహాపద్మనందుల తరువాత మగధను అసమర్థులు పాలించినప్పటికీ ఆ రాజ్యం యొక్క బలం, విస్తరణ రెండూ పెరిగాయి. మగధ సామ్రాజ్య సుస్థిరత్వానికి యింతకన్నా లోతైన కారణాలున్నాయి. భౌగోళికంగా మగధ యొక్క ఉనికి దిగువ గంగానదీ ప్రాంతాన్నంతటినీ పాలించడానికి ప్రయోగపడింది. గంగానదీ ప్రాంతాలో గల సారవంతమైన భూమి వ్యవసాయం బలపడడానికి కారణమైంది. దక్షిణ

బీహార్‌లో గయకు ఆవల గల దట్టమైన అరణ్యాలు భవనాలకు కావలసిన కలపనూ, సైన్యానికి కావలసిన ఏనుగులనూ సమకూర్చాయి. గయకు ఆవల గల కొండ ప్రాంతాలలో అత్యధికమైన రాగి, ఇనుము గనులపై మగధ రాజ్యం అధికారం సంపాదించడం చాలా ముఖ్యమైంది. దీని వలన మంచి ఆయుధాలను, పరికరాలను తయారుచేయడానికి తద్వారా అధిక భూభాగాన్ని చదును చేసి చెట్లను కొట్టి వ్యవసాయానికి ఉపయోగపడేటట్లు తయారుచేయడం జరిగింది. అంతేకాదు ఈ లోహాలను ఉపయోగించి మగధ మంచి శక్తివంతమైన ఆయుధాలను తయారుచేయగలిగింది. వైశాలిలో జరిగిన యుద్ధంలో మగధ మెరుగైన ఆయుధాలను ఉపయోగించింది.

అజాతశత్రు కాలం వరకూ మగధ రాజ్యానికి రాజధానిగా ఉన్న రాజగృహ చుట్టూ కొండలున్నాయి. ఈ కొండలనానుకొని 40 కి.మీ పొడవుగల గోడలతో రాజగృహ నిర్మించబడింది. ఈ కొండల నుండి వచ్చే ప్రవాహాల వల్ల ఈ నగరంలో నీటికి కొరత లేదు. శత్రువుల దాడిని ఎన్నాళ్ళైనా ఎదుర్కోగల శక్తి వీటి వలన కలిగింది. మొదట్లో మగధ రాజ్యం వర్తకానికి అనుకూలంగా లేదు. రాజగృహ నుండి పాటలీపుత్రానికి రాజధానిని మార్చిన తరువాత నదుల ద్వారా వర్తకానికి వీలయింది. ఈ కారణాలన్నిటి వలన మగధ సామ్రాజ్యం భౌగోళికంగా విస్తరించి సుస్థిరమై మిగిలిన రాజ్యాలన్నిటినీ తనలోకలుపుకో గలిగింది.

మౌర్యులకాలానికి ముందున్న రాజ్యాలు అభివృద్ధి చెందడానికీ, సుస్థిరమవడానికీ భూమి పన్నులు ఎంతో తోడ్పడ్డాయి. ఈ పన్నులు కోశాగారానికి శాశ్వత ఆదాయంగా ఉండేవి. అంతకు పూర్వం స్వచ్ఛందంగా తెగలవారు యిచ్చే బలి తరువాత తప్పనిసరైంది. అదేవిధంగా అంతకు పూర్వంలేని భాగ, కర అనే కొత్త పన్నులు రాజ్యానికి ఆదాయంగా పరిణమించాయి. గంగానదీ ప్రాంతంలోని సారవంతమైన భూమి, పన్నులు కట్టగలిగిన ధనవంతులైన భూస్వాములు ఒక వర్గంగా తలెత్తడంతో రాజ్యాలకు ఆదాయం పెరిగింది. అంతకు పూర్వం కూడా రైతులు పన్నులు కట్టేవారు కాని యీ కాలంనాటికి వర్తకులు, వృత్తిపనులవారు కూడా పన్నులు కట్టేవర్గాలుగా తయారయ్యాయి. ఆనాటి శాస్త్రాధారాల ప్రకారం వృత్తికళాకారులు నెలలో ఒక రోజు రాజుగారి కోసం పనిచేయాలి, వర్తకులు తాము అమ్మినదానిపై పన్ను 'శౌల్కిక' లేక 'శుల్కాధ్యక్ష' అనే అధికారికి కట్టాలి.

ఇవిగాక కోశాగారానికి ఇంకొన్ని పనులు ఆదాయం కల్పించాయి. తుండీయులు, అకాసీయులు అనే రెండు రకాల అధికారులు ప్రజలను కట్టి కొట్టిగానీ, లేదా వారి ఆదాయాన్ని బలవంతంగా తీసుకొని ఆయినాగాని పన్ను రూపంలో సేకరించేవారని కొన్ని జాతక కథలలో వర్ణింపబడింది. ప్రభుత్వం యొక్క పన్నుల విధానం గురించి మనకు వివరాలు అంతగా తెలియపోయినా నందవంశపు రాజులు పన్నుల ద్వారానే ఎంతో సంపాదించారని ప్రస్తావనలు ఉన్నాయి. క్రీ.శ. 5వ శతాబ్దిలో సిలోన్ నుండి వెలువడిన గ్రంథస్థాధారాల ప్రకారం మగధను పాలించిన ఉగ్ర సేనుడు బలవంతంగా పన్నులు సేకరించడం ద్వారా 80 కోట్ల ఆదాయాన్ని సంపాదించాడని తెలుస్తోంది. తుది వేద కాలంలో భాగధుగ అనే పన్నుల అధికారి ఒక్కడే ఉండేవాడు. కానీ యీ కాలంలో దాదాపు 12 మంది పన్నుల సేకరణ అధికారులు ఉన్నారని బౌద్ధ జాతక కథలు పేర్కొన్నాయి.

ఈ పన్నుల విధానానికి సంబంధించి రాజోద్యోగ వ్యవస్థ పెరిగింది. అనంతరవేద కాలంలో రాజుకు సలహా దారులు, మంత్రులు ఉండేవారు. మగధలో వస్సకారుడు, కోసలలో దీర్ఘ చరాయనుడు, రాజకీయంగా పలుకుబడి కలిగి సమర్థమైన మంత్రులుగా పేరుపడ్డారు. గ్రామీణ ప్రాంతాల్లో పరిపాలనా వ్యవహారాలు 'గ్రామణి'(గ్రామానికి పెద్ద) అనే అధికారి చూసేవాడు. గ్రామణి అంటే ఆ గ్రామానికి లేదా ఆ తెగకు పెద్ద అని అర్థం. బుద్ధుని కాలంలో, ఈ తెగల ప్రాధాన్యం తగ్గడంతో గ్రామణి ఆ గ్రామానికి సంబంధించిన పాలనాధికారిగా మాత్రమే ఉండి గ్రామాధ్యక్ష లేదా గ్రామణి లేదా గ్రామిక అనే పేర్లతో పిలువబడేవాడు. బౌద్ధసాహిత్యంలో బింబిసారుని కాలంలో 80,000 గ్రామికులు ఉన్నట్లు పేర్కొనబడింది. ఇది అతిశయోక్తి కావచ్చు. అయినప్పటికీ యీ కాలంనాటికి పాలనావ్యవస్థ క్లిష్టమై రాజ్యం యొక్క అధికారం బలపడింది.

రాజ్యవ్యవస్థకు నిజమైన, సమర్థవంతమైన దోహదకారి రాజు యొక్క సైన్యమయింది. ఈ సైన్యం యింతకు పూర్వమే ఉన్నప్పటికీ బౌద్ధ కాలంలో సాంఘిక, ఆర్థిక పరిణామాలను బట్టి యింకా అభివృద్ధి చెందింది. పూర్వం ఉన్న తెగల వ్యవస్థ క్షీణించిపోవడంతో సంఘంలో వర్ణ వ్యవస్థ ఏర్పడడంతో ఈ కాలంలో రాజు వద్ద శాశ్వతమైన స్థిరమైన సైన్యం ఉండవలసిన అవసరం ఏర్పడింది. ప్రాముఖ్యం పెరిగింది. రాజ్యాధికారులలో సేనానాయకునిది ఉన్నత స్థానం. మగధను పాలించిన నందుల వద్ద అలెగ్జాండర్ దండయాత్రాకాలానికి 20,000 అశ్వికదళం, 2,00,000 పదాతిదళం, 2000 రథబలం, 3000 నుండి 6000 వరకూ గజబలం ఉండేది. నందుల వద్ద ఉన్న అపార సంపద యీ సైన్యాన్ని పోషించడానికి సమర్థమైనప్పటికీ మిగిలిన మహాజనపదాలలో యీ పరిస్థితిలేదు. ఆనాటి మహాజనపదాలలో ఆనాటి ఆర్థిక వ్యవస్థ పన్నుల విధానం బట్టి యీ సైన్యాలు ఏర్పడ్డాయి. ఈ విధమైన సూరిక వ్యవస్థ తుది వేదకాలంలో సుస్థిరపడింది.

ఈకాలంలో పాలకవర్గానికి, చట్ట వ్యవస్థ, న్యాయ వ్యవస్థ ఒక ఆయుధంగా తయారైంది. వర్గాలను బట్టి విభజింపబడిన యీనాటి సమాజానికి పూర్వపు తెగలవారి చట్టం పాతబడ్డదిగా అనిపించింది. అందువలన బ్రాహ్మణ వర్గాలవారు ప్రతీ కులానికి కొన్ని విధులను నిర్వచించి శూద్రులపై సాంఘిక, ఆర్థిక, రాజకీయ ఆంక్షలు అనేకం విధించారు. అంతేగాక స్త్రీల హోదాను మరింత దిగజార్చే సూత్రాలను విధించారు. ఆనాటి న్యాయశాస్త్ర గ్రంథాలలోని సివిల్, క్రిమినల్ చట్టాలను రూపొందించడంలో ఇదంతా ప్రతిఫలించింది. పూర్వముండే తెగల న్యాయవ్యవస్థకు బదులుగా వర్ణవ్యవస్థపై ఆధారపడిన యీ కొత్త చట్టాలు వచ్చి వేదకాలంనాటి సభ, సమితి అనే సంస్థలు అంతరించిపోయాయి.

వేదకాలం చివరిదశలో సభ, సమితులకు ప్రాధాన్యం తగ్గిపోయి వీటి స్థానంలో కులవర్గాలు వచ్చాయి. ఈ కులాలు తమ కార్యకలాపాలను సమాజం వరకూ పరిమితం చేసుకున్నాయి. క్రీ.పూ. 6వ శతాబ్దిలో అవతరించిన విశాల రాజ్యాలలో ఈ తెగల సంస్థలు యిమడలేకపోయాయి. అంతేగాక ఈ కొత్త రాజ్యాల్లో నివసించే అనార్యులను కూడా ఇవి తమలో కలుపుకోలేకపోయాయి. అనంతర వేదకాల గ్రంథాల్లో పాంచాలుల 'సమితి' పేర్కొనబడింది. కానీ తరువాతి తెగల ప్రజాసంస్థ లేవీ పేర్కొనబడలేదు. ఈ కాలంలో బ్రాహ్మణుల

శాస్త్ర గ్రంధాలు బ్రాహ్మణులే సభ్యులుగా కలిగిన 'పరిషత్తు' అనే సంస్థను గురించి పేర్కొంటాయి.

ఈ పరిణామాలన్నీ సారవంతమైన గంగానదీ మైదానంలో వెలసిన రాజరికాలకే వర్తించాయి. ఇవి నేటి పంజాబ్ ప్రాంతంలో విలసిల్లిన గణరాజ్యాలకు భిన్నమైనవి. ఈ గణరాజ్యాలు వేదకాలంనాటి తెగలలో ఆఖరి తరంవి కావచ్చు. అంతేగాక ఈ రాజ్యాలు గంగానది సరిహద్దుల్లో, హిమాలయపర్వతప్రాంతాలలో ఉన్న రాజ్యాలకంటే కూడా భిన్నమైనవి. అనంతరవేదకాలంనాటి జీవనవ్యవస్థకు వ్యతిరేకంగా హిమాలయ పర్వత ప్రాంతాలలో ఈగణతంత్ర రాజ్యాలు బయలుదేరి ఉండవచ్చు. తుది వేదకాలం నాటి వ్యవస్థకు ఈ వ్యతిరేకత వారి కుల వ్యవస్థకు, పశుబలులను ప్రోత్సహించే కర్మకాండదలను నిర్మూలించడానికి ఏర్పడింది. అంతేగాక బ్రాహ్మణులు విధించినట్లుగా రాజరికం వంశ పారంపర్యంగా సిధించడం పట్ల, బ్రాహ్మణులు యితర వర్ణాలవారి కంటే తామే ఆధికులమని భావించి ప్రత్యేక అధికారాలను హోదాలను అనుభవించడం పట్ల వ్యతిరేకతను చూపిస్తూ యీ గణరాజ్యాలు ఏర్పడ్డాయి.

ఈ విధంగా వేదకాలం నాటి ఛాందసతత్వానికి వ్యతిరేకతకు వర్ణ వ్యవస్థలు లేని, అగ్రవర్ణాల ఆధిక్యం, ప్రజాపీడనం, లేని పూర్వపు (అంటే తొలి వేదకాలం నాటి) వ్యవస్థ ప్రేరణ అయింది. అందువలననే మనకు రాజరికాల స్థానంలో వచ్చిన గణరాజ్యాల గురించి అనేక గాధలు కానవస్తాయి. బుద్ధుడు జన్మించిన శాక్యవంశ మూలమును గురించి ఉన్న కథ శాక్యులు కోసల రాజవంశానికి చెందినవారని తెలుపుతుంది. ఈ వంశంలోని ఒక రాజు తన కుమారులు నలుగురినీ, కుమార్తెలు నలుగురినీ వెళ్ళగొట్టగా వారు హిమాలయ పర్వతప్రాంతాలకు వెళ్ళి వారి జాతి పవిత్రతను కొనసాగించేందుకు వారిలో ఒకరినొకరు పెళ్ళి చేసుకున్నారు. దీన్ని బట్టి గణరాజ్యాలు సంస్థాపకులు తమ మూల వంశములను విడిచిపెట్టి కొత్త ప్రాంతాలలో స్థిరపడ్డారని తెలుస్తోంది. విదేహ, వైశాలి రాజ్యాలు కూడా ఈ విధంగా ఏర్పడినవే కావచ్చు.

ఈ విధంగా రాజరికాల నుండి విడిపోవడానికి కారణం ఆనాటి సాంఘిక రాజకీయ పరిస్థితులు కావచ్చు. ఇంతకు పూర్వకాలంలోపాలకులు తాము యుద్ధం చేసి ఓడించినవారి వద్ద నుండి సంపాదించిన కానుకలలో కొంతభాగం తీసుకొనేవారు. కానీ కాలక్రమేణా ఈ తెగల నాయకులు రాజ్యాలలో మంచి పదవులను వారసత్వంగా సంపాదించుకోవడంలో ఈ ఆదాయాన్నంతా వారే తీసుకోవడం ప్రారంభించారు. తెగలలో ప్రముఖులు ఈ పద్ధతిని నిరసించి రైతుల నుండి పన్నులు వసూలు చేసి, తమ సొంత సైన్యాన్ని, ఆయుధాలను కలిగి ఉండాలని కోరారు. ఇదే గణతంత్ర రాజ్యాలు, లేదా ప్రజాస్వామిక రాజ్యాలు ఏర్పడడానికి కారణమైంది.

ఈ విధమైన గణతంత్ర రాజ్యాలు ఒక సంస్థాగత స్వభావం కలిగినవి. తెగల ప్రతినిధులు, కుటుంబ యజమానులు రాజధానిలో ఒక చోట సమావేశమయ్యేవారు. ఈ బహిరంగ సమావేశానికి 'సంతగార' అని పేరు. ఈ సమావేశానికి రాజు, లేదా సేనాపతి అనే ప్రతినిధి అధ్యక్షుడుగా ఉండేవాడు. ఒక బౌద్ధకథలో సేనాపతి 'ఖంద' యొక్క ఆఖరి కుమారుడైన 'సింహ' తండ్రి తరువాత ఆ పదవిని పొందుతాడనీ, తరువాత అతడు తన అన్నగారికోసం ఆ పదవి నుండి తప్పుకోవాలనుకున్నాడనీ పేర్కొనబడింది. అప్పుడు ఆ సమావేశంలోని సభ్యులందరూ ఆ పదవి వారి కుటుంబానికి చెందినదికాదనీ, ఆ

తెగకుచెందుతుందనీ చెప్పారు. దీన్ని బట్టి తెగకు చెందిన ముఖ్య నిర్వహణాధికారి పదవి వంశపారంపర్యం కాదనీ, సేనాపతి అన్నవాడు తెగనాయకుడేగాని రాజుకాదనీ మనకు తెలుస్తుంది. ముఖ్యమైన సమస్యలన్నీ ఈ సమావేశం ముందుంచేవారు. సభ్యుల మధ్య ఏకాభిప్రాయం లేకపోతే ఏ నిర్ణయమూ తీసుకోబడేది కాదు. అందువలననే కొంతమంది చరిత్రకారులు అనంతర వేదకాలంలోని రాజులేని ఈ గణరాజ్యాలు ప్రజాసామికమైనవి అని పొగిడారు.

నిజానికి రాజరికం లేకపోవడం నిజమైన ప్రజాస్వామ్యం ఉందనడానికి నిదర్శనం కాదు. ఈ ప్రజాసమావేశాలు కొంతమంది ప్రముఖుల యొక్క ఆధిపత్యంలో జరిగేవి. ఈ సమావేశాల్లో అధికశాతం సభ్యులు క్షత్రియులు. లిచ్ఛవీల విషయానికి వస్తే, క్షత్రియేతరులు, బానిసలు, కూలివారు(శ్రామికులు) ఈ సభలలో పాల్గొనేవారుకాదు. వారికి ప్రవేశం ఉండేది కాదు. దీన్నిబట్టే ఆనాటి గణరాజ్యం కొంతమంది ప్రముఖులు ఆధిపత్యంలోని రాజ్యం అని తెలుస్తుంది. రాజకులానికి చెందిన పెద్దలు ఈ సమావేశంలో ప్రధానులు. కొన్నిచోట్ల ఈ రాజకులానికి చెందిన సభ్యులే యుద్ధాలు ప్రకటించేవారు. గణరాజ్యాలలోని సభ్యులు 'రాజు' అనే బిరుదు కలిగి ఉండేవారు. ఈ గణరాజ్యానికి పెద్ద సేనాపతి– అంటే సేనలకు నాయకుడు. ఈ రాజ్యాలలోని యితర ఉద్యోగులకు, రాజరికాలలోని ఉద్యోగులకూ ఒకేవిధమైన పేర్లు ఉండేవి. మహామాత్య, అమాత్య అనే పేర్లు గణరాజ్యాలలోని అధికారులకూ, రాజరిక వ్యవస్థలోని అధికారులకూ కూడా ఉండేవి. దీన్నిబట్టి తుది వేదకాలంలోని గణరాజ్యాలు ఆ కాలంనాటి రాజరికాలవల్ల బాగా ప్రభావితమైనట్లు చెప్పవచ్చు.

రాజరికాలు కాని ఈ ప్రభుత్వాలు కఠినమైన తమ శాసనాల ద్వారా, చట్టాల ద్వారా తమ అధీనంలో ఉన్న ప్రాంతాలను పాలించడం చూస్తే వాటి యొక్క అప్రజాస్వామిక తత్వం తెలుస్తుంది. బుద్ధుడు ఒకసారి 'పావా'నగరాన్ని సందర్శించినపుడు 'మల్లులు' బుద్ధునికి ప్రజలందరూ స్వాగతం ఇవ్వాలనీ, అది చేయనివారికి పెద్దమొత్తంలో జరిమానా విధించారనీ ఒక బౌద్ధకథ తెలుపుతోంది. తరువాతికాలంలో మౌర్యులు కేంద్రీకృతమైన రాజరికాన్ని, అధికారాన్ని చలాయించ డానికి ఇది ప్రారంభసూచకమైంది. శాక్యులలో తమ వంశపువాడు తప్ప తమ కంటే తక్కువ వంశంలోని వ్యక్తి రాజైన సరే అతనికి పిల్లనిచ్చి వివాహంచేయరాదని నిషేధం ఉన్నట్టు ఒక బౌద్ధ జాతక కథ పేర్కొంటుంది. ఒకే వంశంలో పుట్టని వారు కలిసి భోజనం చేయడానికి కూడా అనర్హులు. వైశాలి గణరాజ్యంలో తమ తెగలలోని ఆడపిల్లలను నగరంలోని యితరులకు ఇచ్చి వివాహంచేసే విషయంలో కొన్ని నిబంధనలు ఉన్నాయి. ఈ గణరాజ్యాలలోని ప్రజల యొక్క కుటుంబ జీవనంపై వ్యక్తిగతజీవనంపై వారు విధించిన ఆంక్షలు, నిబంధనలు ధర్మశాస్త్రాలు రచించిన బ్రాహ్మణుల నియమ నిబంధనలకు ఏమాత్రం తీసిపోవు. ఈ గణరాజ్యాలన్నీ కూడా రాజరికానికి చెందిన వ్యవస్థాపరమైన, సిద్ధాంతపరమైన విషయాలను వదలలేకపోయాయి. లిచ్ఛవీలు, శాక్యులు, మల్లులు రాజరికవ్యవస్థలో ప్రభుత్వానికి ఉండే అన్ని హంగులూ, ఆడంబరాలూ కలిగి ఉన్నారు. అందువలన వారు పేరుకు ప్రజాస్వామిక స్వభావం కలిగిన గణరాజ్యాలైన ఆచరణలో మాత్రం వదలలేక పోయారు. అందువలననే ఇవన్నీ తమతో చిరకాలం యుద్ధం సాగించి రాజకీయాధిపత్యం సంపాదించిన మగధకు

లొంగిపోయాయి.

6వ ప్రకరణం

మొట్ట మొదటి సామ్రాజ్యము

మగధలో నంద వంశాన్ని పడగొట్టి మౌర్యులు అధికారంలోకి వచ్చారు. వీరి చరిత్రను తెలుసుకోవడానికి అనేక విశ్వసనీయమైన ఆధారాలున్నాయి. బౌద్ధ సంప్రదాయాలు, పూర్వపు ధర్మశాస్త్ర గ్రంధాలు,పురావస్తు తవ్వకాలలో బయల్పడిన వస్తువులు వీరి చరిత్రను పునర్నిర్మించడానికి తోడ్పడే ఆధారాలు. ఇవిగాక మౌర్యుల చరిత్రను తెలుసుకోవడానికి అనేక ఇతర ఆధారాలు లభించాయి. కౌటిల్యుని అర్ధశాస్త్రం మౌర్య పరిపాలనలో పరిణామాలు గురించి తెలుపుతుంది. దీని రచనాకాలం చర్చనీయాంశం. కంప్యూటర్ ద్వారా ఈ గ్రంధాన్ని విశ్లేషించగా ఆ గ్రంధంలో మూడు విభిన్న శైలులు ఉన్నాయనీ, అందువల్ల ఈ గ్రంధరచన వివిధ శతాబ్దాలలో జరిగి ఉండవచ్చునీ తెలిసింది. అయినప్పటికీ ఈగ్రంధంలోని కొన్ని భాగాలు(II, III, IV) మౌర్యులకు సంబంధించిన ముఖ్యాధారాలని పండితులలో చాలామందికి ఏకాభిప్రాయం ఉంది. గ్రీకు చరిత్రకారుడైన మెగస్తనీస్ రచించిన 'ఇండికా' ఇంకొక ముఖ్య ఆధారం. ఈ గ్రంధంలో కొన్ని భాగాలే లభ్యమైనా, దీనికీ కౌటిల్యుని అర్ధశాస్త్రంలో విషయాలకీ పోలికలున్నాయి. మౌర్యుల గురించి ఖచ్చితమైన ఆధారాలు అశోకుడు వేయించిన శాసనాలు. భారతద్వీపకల్పంలో, ఆఫ్ఘనిస్తాన్‌లో అనేక రహదారులపై 45 ప్రాంతాలలో లభించిన ఈ శాసనాలు 181, ప్రాకృత భాషలో రచింపబడి బ్రాహ్మీలిపిలో వ్రాయబడి ఉన్నాయి. మౌర్య సామ్రాజ్యానికి వాయవ్యదిశలో లభించిన శాసనాలు మాత్రం అరామిక్, ఖరోష్ఠి లిపులలో వ్రాయబడి ఉన్నాయి. ఆఫ్ఘనిస్తాన్‌లో లభించిన శాసనాలు మాత్రం అరామిక్ గ్రీక్ భాషలలో ఆలివులలో వ్రాయబడి ఉన్నాయి. వీనికన్నా తరువాతి కాలంలో రచింపబడిన పురాణాలు కూడా వీరి చరిత్రకు ఆధారాలు అయినప్పటికీ వీటిని సమర్ధించే చారిత్రకాధారాలు లేక పోతే అవి ఖచ్చితమైనవని చెప్పలేము.

మౌర్యవంశ స్ధాపకుడైన చంద్రగుప్తుడు క్రీ.పూ321లో మగధ గద్దెనెక్కాడు. అతని వయస్సు అప్పటికి 25 ఏళ్ళు. మన సాంప్రదాయం ప్రకారం కౌటిల్యుడనే బ్రాహ్మణుడు చంద్రగుప్తునికి మార్గదర్శకుడు, ఆచార్యుడు. కౌటిల్యునికే చాణక్యుడు, విష్ణుగుప్తుడనే పేర్లున్నాయి. చంద్రగుప్తుని బాల్యం, పుట్టుక గురించి మనకు సరియైన ఆధారాలు లేవు. లభించిన వానినిబట్టి అతడు మోరియా తెగకుచెందినవాడు. తక్కువ కులంలో జన్మించినవాడు. ఇతని కులానికి సంబంధించిన వాదాన్ని చాలామంది చరిత్రకారులు అంగీకరించలేదు. భారత గ్రీకు ఆధారాల ప్రకారం అతడు నందవంశంలో ఆఖరిరాజును పడగొట్టి రాజధానియైన పాటలిపుత్రాన్ని (పాట్నా)

ఆక్రమించుకున్నాడు. గ్రీకు ఆధారాల ప్రకారం అతడు వాయవ్యదిశగా దండెతి అలెగ్జాండర్ వదిలివెళ్ళిన గ్రీకుసైన్యాలను అణచివేశాడు.

కాని అచిర కాలంలోనే మాసడోనియా సామ్రాజ్యంలో భాగాలైన ఆసియా రాజ్యభాగాలను సెల్యుకస్ నికొటర్ తిరిగి ఆక్రమించాడు. క్రీ.పూ 305లో అతడు చంద్రగుప్తుని కలుసుకొని అతనితో ఒక ఒడంబడికను కుదుర్చుకొని వివాహసంబంధ మేర్పరచుకున్నాడని తెలుస్తోంది. వీరిలో ఎవరు ఎవరి కుమార్తెను వివాహమాడారో తెలియదు కాని చంద్రగుప్తుడు సెల్యూకస్‌కు 500 ఏనుగులను కానుకగా ఇచ్చి సింధునదీ ప్రాంతంపై అధికారం సంపాదించాడు. సెల్యూకస్ రాయబారియైన మెగస్తనీస్ పాటలీపుత్రంలోని మౌర్యుల ఆస్థానంలో అనేక సంవత్సరాలుండి దేశమంతా పర్యటించాడు. చంద్రగుప్తుడు తన చివరి కాలంలో జైనమతాన్ని స్వీకరించి తన కుమారుని గద్దెనెక్కించాడు. అతడు భద్రబాహు అనే జైనభిక్షువుతో అనేకమంది ఇతర భిక్షువులతో కలిసి మైసూరు వద్దగల శ్రావణ బెళగొళకు వెళ్ళి జైన సంప్రదాయం ప్రకారం నిరహారదీక్షతో ప్రాణాలు త్యజించాడు.

క్రీ.పూ 297లో చంద్రగుప్తుని కుమారుడు బిందుసారుడు రాజయ్యాడు. గ్రీకులు ఇతన్ని అమిత్రోకేట్స్ (సంస్కృతంలో అమిత్రఘట- శత్రువులను అణచేవాడు) అనిపిలిచేవారు. ఇతనికీ, సిరియారాజైన ఆంటియోకస్-1కి- సంబంధాలుండేవి. ఇతనికి మంచి అభిరుచులు ఆసక్తి ఉండేవి. అంటియోకస్ తనకు తియ్యని మద్యం, మొదలగునవి పంపమని అడిగాడు. క్రీ.పూ 16వ శతాబ్దంలో మన దేశాన్ని సందర్శించిన తారానాథుడనే బౌద్ధ భిక్షువు ప్రకారం, బిందుసారుడు రెండు సముద్రాలమధ్య భూభాగాన్ని ఆక్రమించాడు. అంటే భారత పీఠభూమి ప్రాంతాన్ని మగధ సామ్రాజ్యంలో కలుపు కున్నాడు. ప్రాచీన తమిళ సాహిత్యం భారతదేశంలో దక్షిణప్రాంతపై కూడా మగధ దండయాత్ర జరిపినట్లు పేర్కొంది. దీనిని బట్టి మనం బిందుసారుడు 'దక్షిణభారతం చివరివరకూ' ఆక్రమించాడని చెప్పలేము. అతని సామ్రాజ్యం దక్షిణభారత దేశంలో మైసూరు వరకూ విస్తరించి ఉండవచ్చు. తూర్పువైపున ఉన్న కళింగ (నేటిఒరిస్సా)మగధ విస్తరణను వ్యతిరేకించింది. బిందుసారుని కుమారుడైన అశోకుడు దీన్ని జయించాడు.

దాదాపు 100 సంవత్సరాల క్రితం వరకూ అశోకుడు మౌర్యవంశపురాజుగా పురాణాలలో కనబడతాడు. 1837(?)లో జేమ్స్ ప్రిన్సెప్ బ్రాహ్మీలిపిలో వ్రాయబడిన ఒక శాసనాన్ని పరిష్కరించి,ఆశాసనంలో దేవానామ్ పియాదస్సి అను రాజు పేరు ఉండడం గమనించాడు. తరువాత అటువంటి శాసనాలే అనేకం కనుగొనబడ్డాయి. మొదట్లో ఈ శాసనాలన్నీ అశోకునికి చెందినవే అని చెప్పలేక పోయినప్పటికి 1915లో కనుగొనబడిన ఇంకో శాసనం' అశోకపియాదస్సి' అనే రాజును పేర్కొంది. ఈశాసనం,సిలోన్‌లోని (రికార్డు) గ్రంథం 'మహావంశం' ప్రకారం మౌర్యవంశానికి చెందిన అశోకుడనే చక్రవర్తి, శాసనాలలో పేర్కొనబడ్డ "దేవానామ్‌పించు పియాదస్సి" ఒకరేననితేలింది. బౌద్ధ ఆధారాల ప్రకారం అశోకుడు తన ప్రత్యర్థుల నందరినీ వధించి సింహాసనాన్ని దక్కించు కొని నిరంకుశంగా పాలించాడు. కాని ఈ వాదనను లభించిన శాసనాలు సమర్థించడంలేదు. అశోకుని పాలనాకాలంలో అతిముఖ్యమైన ఘట్టం క్రీ.పూ 260లో కళింగయుద్ధం. అనంతరం అతడు బౌద్ధాన్ని

స్వీకరించాడు. ఈ యుద్ధ నష్టాన్ని అశోకుడు స్వయంగా వర్ణించాడు. ఇది ఒక విధంగా అతిశయోక్తి అనవచ్చు. అశోకుని మాటల్లో 150,000 ప్రజలు వెళ్ళగొట్ట బడ్డారు. 100,000 మంది యుద్ధంలో చంపబడ్డారు. అనేకమంది మరణించారు. "కొంతమంది చరిత్రకారులు ఈ యుద్ధం వలన జరిగిన అపారమైన నష్టాన్ని, దుఖాన్ని చూసి చలించిపోయి బౌద్ధాన్ని స్వీకరించాడని అంటారు. కాని అశోకుని కొన్ని శాసనాల ప్రకారం కళింగ యుద్ధం జరిగిన 2 1/2 సంవత్సరాల తరువాతే అతడు బౌద్ధమతాన్ని సమర్ధించాడని తెలుస్తోంది. ఈ మతప్రభావం వలన అతడు యుద్ధం ద్వారా కాక ధర్మం ద్వారా జయించాలని నిర్ణయించుకున్నాడు. ఇతని కాలంలో బౌద్ధసంఘం పునర్వ్యవస్థీకరింపబడింది. క్రీ.పూ. 250లో పాటలీపుత్రంలో మూడవ బౌద్ధ సంఘ సమావేశం మొగలిపుత్త తిస్స అధ్యక్షతన జరిగింది. ఈ సమావేశం జరిగిన వెంటనే దక్షిణ భారతదేశం, సిలోన్, బర్మాలకు ఇతర దేశాలకు బౌద్ధ మత ప్రచారకులు పంపబడ్డారు. ఈ సమావేశంతో అశోకునికి సంబంధం లేదని ఆధారాలు చెప్తున్నాయి. కానీ అతను ప్రకటించిన ధర్మశాసనాలు (edicts) బౌద్ధమతం పట్ల అతనికి గల ఆదరణనూ, విశ్వాసాన్నీ, బౌద్ధ సంఘంతో అతనికి గల సంబంధాన్నీ తెలుపుతాయి. కానీ అశోకుడు బౌద్ధభిక్షువు ధరించే వస్త్రాలు ధరించినట్లు చెప్పబడే అభిప్రాయాలకు మూలమే లేదు.

మగధను పాలించిన మొదటి ముగ్గురు రాజులూ దేశాన్ని మగధ యొక్క ఏకఛత్రాధిపత్యం కిందకు తీసుకొని రావడానికి కారకులు. దాదాపు ఉత్తర భారతాన్నంతటినీ చంద్రగుప్తుడు మగధ ఆధిపత్యంలోకి తీసికొని వచ్చాడు. మౌర్య వంశపాలన తొలిదశలోనే సిలనీస్ రికార్డుల ప్రకారం, శాసనాల ప్రకారం బెంగాల్ కూడా మగధ సామ్రాజ్యంలో భాగమైంది. బిందుసారునికాలంలో దక్షిణభారతంలో అధికభాగం మౌర్యులపాలనలోకి వచ్చినట్లు పరోక్ష ఆధారాలున్నాయి. కళింగ అశోకుని చేత జయించబడింది. అశోకుని శాసనాల్లో దక్షిణ భారతదేశంలోని చోళులు, పాండ్యులు, సత్యపుత్రులు, కేరళపుత్రులు పేర్కొనబడ్డారు. కానీ వీరితో అశోకుని మైత్రీసంబంధం ఉండి ఉండవచ్చు. అశోకుని శాసనాలను బట్టి నిర్ధారించినంత వరకూ దక్షిణదేశంలో మైసూరు వరకూ పశ్చిమదిశలో కాందహార్ వరకూ మౌర్యుల అధికారం ఉంది. సంప్రదాయం ప్రకారం కాశ్మీర్ ఈ సామ్రాజ్యంలో భాగం, అశోకుడు శ్రీనగరాన్ని నిర్మించాడు. ఈ విధంగా మగధ రాజ్యం మన దేశంలో అత్యధిక భాగంపై అధికారం కలిగి ఉంది. దీని ప్రభావం వలన దక్షిణ భారత దేశంలోని మారుమూల ప్రాంతాల్లో, దక్కన్‌లో కూడా రాజ్యాలు ఏర్పడడం మరింత వేగంగా జరిగింది.

పలు సమకాలీన రాజ్యాలతో మౌర్యులు మైత్రీసంబంధాలు నెలకొల్పుకున్నారు. అశోకుడు తన కుమార్తెను నేపాల్‌కు చెందిన ఒక శ్రీమంతునికిచ్చి వివాహం చేసినట్లు, నేపాల్‌తో చాలా సన్నిహిత సంబంధాలు ఏర్పరచుకున్నట్లు చెప్పబడింది. టిబెట్‌లో లభించిన ఆధారాలు అశోకుడు మధ్యఆసియాలో ఖోటాన్ సందర్శించినట్లు చెపుతున్నాయి. కానీ ఇది అంత నమ్మదగినది కాదు. ఈ ప్రాంతానికి అశోకుడు ప్రచారకులను పంపడం నిజమే కానీ చైనా భారతదేశాల మధ్య మౌర్యుల కాలంలో పరస్పర సంబంధాలున్నట్లు ఇంకా ఆధారాలు లభించాలి. అశోకుడు తన శాసనాలలో సిరియాకు చెందిన ఆంటియోకస్ థియోస్ (క్రీ.పూ. 260–240 సెల్యూకస్ నికోటర్ మనుమడు) ఈజిప్ట్‌కు చెందిన టాలిమీ–(III) ఫిల

డెల్ఫియస్ (క్రీ.పూ. 285-247), మాసిడోనియాకు చెందిన ఆంటిగోనస్ గోనాటస్ (క్రీ.పూ.279-239), సైరీన్‌కు చెందిన మాగాస్, ఎపిరస్‌కు చెందిన అలెగ్జాండర్‌లను పేర్కొన్నాడు. వీరందరూ గ్రీకుదేశంలో అశోకునికి సమకాలికులు. వీరివద్దకు అశోకుడు తన ప్రచారకులను పంపాడు.సిలోన్ సాంప్రదాయిక ఆధారాలు మౌర్యులకూ, సిలోన్‌కు మధ్య ఉన్న స్నేహసంబంధాలను పేర్కొంటాయి. అశోకుడు తన కుమారుడైన మహేంద్రుని బౌద్ధమత ప్రచారానికై సిలోన్ పంపినట్లు తెలుస్తోంది. కానీ కుమార్తెను ప్రచారానికి పంపినట్లు సరైన ఆధారాలు లేవు. సిలోన్ పాలించిన, అశోకునికి సమకాలికుడైన తిస్సా అశోకుని నుండీ ఎంతో ప్రేరణ పొందాడు. విదేశపాలకులతో రాజకీయంగా సత్సంబంధాలు కల్పించుకోవడం వల్ల బయటి ప్రపంచంతో వర్తక సంబంధాలు, పరస్పర అభిప్రాయాలను తెలుసుకోవడం వృద్ధి చెందాయి.

మౌర్యులు తమ అపారసైన్యంతో దాదాపు భారతదేశమంతటా(దక్షిణాదిలో కొంత ప్రాంతం తప్ప) తమ రాజకీయాధికారం నెలకొల్పారు. ప్రాచీన భారత దేశంలో ఇంత పెద్ద సైన్యం ఏ పాలకులకూ లేదు. ప్లూటార్క్, జస్టిన్‌ల ప్రకారం, చంద్రగుప్తమౌర్యుడు భారత దేశాన్నంతానూ 600,000 సైన్యంతో జయించాడు. ఇది నందుల సైన్యం కంటే మూడు రెట్లు ఎక్కువ. మెగస్తనీస్ కధనం ప్రకారం మౌర్యుల సైన్యం 4,00,000. ఈ సంఖ్యలలో అతిశయోక్తి ఉండవచ్చు. కానీ మగధ సైనిక శక్తే మౌర్య చక్రవర్తి ప్రతిష్ఠను పెంచింది.

కౌటిల్యుని అర్ధశాస్త్రం రాజు అధికారం అన్నిటినీ, ధర్మాన్ని కూడా మించినది అని చెప్తుంది. ధర్మాన్ని మారుతున్న పరిస్థితులనుబట్టి రాజు వ్యాఖ్యానించవచ్చు. రాజు యొక్క ఈ సర్వంసహాధికారం అశోకుని శాసనాలలో స్పష్టంగా కనబడుతుంది. ఈ శాసనాలు ప్రజల యొక్క సాంఘిక, మత జీవితాన్ని కూడా రాజు అదుపు చేయగలడన్న విషయాన్ని తెలుపుతాయి. రాజ్యం తన అధికారయంత్రాంగం ద్వారా ప్రజాజీవితంలోని అన్ని అంశాలనూ శాసించడానికి ప్రయత్నించింది. కౌటిల్యుడు 18మంది తీర్థులనే అధికారులను(వీరినే మహామాత్రులని అంటారు) పేర్కొన్నాడు. ఆర్ధిక వ్యవహారాలకు సంబంధించిన 27మంది అధికారులను పేర్కొన్నాడు. వీరికి సైనిక సంబంధమైన విధులు కూడా ఉన్నాయి. వీరినేగాక గోప, స్థానిక, ధర్మస్థ, నాగరక మొదలగు అధికారుల మొక్క విధులను గూడా కౌటిల్యుడు పేర్కొంటాడు. అర్ధ శాస్త్రంలో చెప్పబడిన ఈ అంశాలు ఎంతవరకూ ఆచరించబడ్డాయో తెలుసుకోవడం కష్టం. పాలనా సంబంధమైన అవసరాల వల్ల మౌర్యులు అనేకమంది అధికారులను నియమించవలసివచ్చింది అన్నది నిజం. ఈ అధికార వ్యవస్థ, సైనికశక్తి ప్రాధాన్యత, ఈ రెండూ రాజు అధికారాన్ని ఎంతో పెంచాయి.

విశాలమైన రాజ్యాన్ని విస్తృతమైన అధికార యంత్రాంగంతోనూ, శాశ్వత సైన్యంతోనూ పాలించడం చాలా ఖర్చుతో కూడుకున్న పని కాబట్టి రాజకోశాగారమునకు కొత్తగా శాశ్వతంగా ఆదాయాన్నిచ్చే ఆధారాలు అవసరమయ్యాయి. తమకు లాభించే ఆర్ధిక కార్యకలాపాలను చేపట్టడం, నియంత్రించడంలో మౌర్య రాజ్యానికి ఇదే ప్రధాన సూత్రం. అధికంగా జనాభా ఉన్న ప్రాంతాల నుండి ప్రజలను కొత్త ప్రాంతాలకు తరలించడానికి రాజ్యం పూనుకొంది మొట్టమొదటిసారిగా ఈ కొత్త ప్రాంతాలలో శూద్రులు వ్యవసాయదారులుగా స్థిరపడడానికి

రాజ్యం సహాయం చేసింది. ప్రజలను తామున్న ప్రాంతాల నుండీ ప్రలోభపెట్టి, లేదా అధికజనసాంద్రతగల ప్రాంతాల నుండి బలవంతంగానైనా కొత్త ప్రాంతాలకు తరలించారు. కళింగయుద్ధం తరువాత 150,000 ప్రజలను వేరొక చోటికి పంపడంలో ప్రభుత్వం యొక్క ఉద్దేశం కొత్త ప్రాంతాలను సృష్టించడమే. ఈ కొత్త భూముల్ని సేద్యానికి అనువుగా చేసేందుకు శూద్రులకు పశువులను, విత్తనాలను, డబ్బును కూడా ఇచ్చి ప్రభుత్వం సహాయం చేసింది.

ఈ కొత్త ప్రాంతాలలో(సిత) పూజారులకు, పదవి నుంచి విరమించిన అధికారులకు భూమి ఇవ్వబడింది. కానీ దాన్ని అమ్మడానికి కానీ, తాకట్టుపెట్టడానికి కానీ, వారసత్వంగా సంక్రమింపచేయడానికి కానీ వీలులేదు. పన్ను కట్టనటువంటి వారికి సాధారణ రైతులు కూడా తమ భూములను కౌలుకివ్వడానికి లేదు. ఒకవేళ రైతులు ఆ భూముల్ని పండించలేకపోతే అది వేరొకరికి ఇవ్వబడేది. ఈ గ్రామాలలో ప్రజలపై నిబంధనలు చాలా కఠినంగా ఉండేవి. వీటి నుంచి తప్పించుకోవడం ప్రజలకు చాలా కష్టం. గృహస్థుగా జీవించకుండా ఎవడూ సన్యాసికావడానికి వీలులేదు. తన భార్యాపిల్లలకు, తనపై ఆధారపడ్డవారికి ఆధారం చూపించకుండా సన్యసించడం చట్టరీత్యానేరం, అదేవిధంగా స్త్రీలు సన్యసించడం కూడా నేరంగా పరిగణింపబడేది. ఈ విధంగా కొత్తగా ఏర్పడ్డ సిత గ్రామాలలో సన్యాసులకు ప్రవేశం లేదు. తక్కువ జాతివారు ఒక సమూహంగా సంస్థగా ఏర్పడడానికి వీలులేదు. ప్రజలకు వినోద కాలక్షేపం నిషేధింపబడింది ఎందువల్లననగా నటులు, నర్తకులు, గాయకులు మొదలైనవారు ఈ ప్రాంతాలకు వస్తే ప్రజల వ్యవసాయ కార్యకలాపాలకు భంగం కలుగుతుంది. దీని వెనుక నున్న కౌటిల్యనీతి ఏమిటంటే “ఏ రకమైన వ్యాపకం లేని ప్రజలు తమ వ్యవసాయం పైనే దృష్టి కేంద్రీకరిస్తారు. తద్వారా రాజ్యానికి అధిక పన్నులు, సంపద, శ్రామికులు, ధాన్యం లభిస్తాయి.”

ఈ గ్రామాల్లోని ప్రజలను నాగరికతకు దూరంగా ఉంచడానికి కారణం వారి నుండి అధిక ఆహారోత్పత్తిని పొందడం కోసమే. ఇది కౌటిల్యుని సిద్ధాంతం కావచ్చు. మౌర్య సామ్రాజ్యం ఏ విధంగా ప్రజలను స్వప్రయోజనాల కోసం ఉపయోగించిందో కౌటిల్యుని ఈ మాటల్లో మనకు తెలుస్తుంది. “కొత్తప్రాంతాలలో నాలుగు వర్ణాలవారు స్థిరపడడం కంటే అందరికన్నా తక్కువకులం వారు స్థిరపడడం వలన వారిని మన ప్రయోజనాల కోసం ఉపయోగించుకోవచ్చు.”

ఈవిధంగా కొత్తగా ఏర్పడ్డ ప్రాంతాలలో అధికభాగం రాజుకు చెందేది(సిత). మౌర్యులకు పూర్వపు పాళీ భాషా సాహిత్యంలో పెద్ద పెద్ద వ్యవసాయ భూముల గురించి చాలా తక్కువగా కనిపిస్తుంది. కానీ మౌర్యులకు అటువంటి విశాలమైన వ్యవసాయ భూములు అనేకం ఉండేవి. వీటన్నిటిలో సితాధ్యక్షుడు అనేకం ఉండేవారు. సితాధ్యక్షుడు అనేకమంది బానిసలను, కూలీలను పెట్టి వ్యవసాయం చేయించేవాడు. ఈ విధంగా రాజ్యానికి చెందిన వ్యవసాయ భూముల్లో మెరుగైన వ్యవసాయ పద్ధతులు అనుసరించడం వలన వచ్చిన ఆదాయం రాజ్యంలోని ఇతర రైతులు వ్యవసాయంపై కట్టే పన్నుల కంటే తక్కువ ఉండేది కాదు. రాజుకు ఇదొక ఆదాయంగా ఉండేది.

వ్యవసాయం కోసం ఎక్కువ భూభాగాన్ని ఏర్పాటు చేయడం, దానితోపాటు రాజ్యాధికారుల పర్యవేక్షణలో రాజ్యానికి చెందిన భూముల్లోన వ్యవసాయంచేయడంతో

వ్యవసాయం ఎక్కువగా విస్తరించింది. ముఖ్యంగా గంగానదీ ప్రాంతాలలో ఇది అధికం. ఈ విధమైన వ్యవసాయాభివృద్ధి రాజ్యం కల్పించిన నీటి పారుదల సౌకర్యం వల్ల కలిగింది. అర్ధశాస్త్రంలో వ్యవసాయం కోసం నీటిని కేటాయించడం కనిపిస్తుంది. ఈ విధంగా నీటిని అందించిన చోట్ల రాజ్యం ఆ రైతుల నుండి నీటిపన్నులను వసూలు చేసేది. సౌరాష్ట్రలోని గిర్నార్ వద్ద గల ఒక నదిపై చంద్రగుప్తుని రాజప్రతినిధియైన పుష్యగుప్తుడు ఆనకట్ట కట్టినట్లు తెలుస్తోంది.

ఈ విధంగా రాజ్యం వ్యవసాయాన్ని అభివృద్ధి చేయడంతో రాజ్యంలోని పలు ప్రాంతాల మధ్య సమాచార సంబంధాలు ఏర్పడి వర్తకం కూడా అభివృద్ధిచెందింది. అంతకు పూర్వం అడవులుగా ఉన్న ప్రాంతాలను నరికి వ్యవసాయానికి తగినట్టుగా చేయడంతో ఒకచోట నుండి మరొక చోటుకు ప్రజలు వెళ్ళడానికి వీలయింది. మౌర్యులు, సమాచార సంబంధాల విషయంలో సాధించిన అభివృద్ధికి ఆధారాలున్నాయి. వైశాలి ద్వారా పాటలీపుత్రానికి, నేపాల్‌కు సంబంధం ఏర్పడింది. నేపాల్ నుండి చంపరాన్ ద్వారా కపిలవస్తుకు, కాల్సీ డెహ్రాడూన్ జిల్లాకు, పాజ్రాకు అక్కడి నుండి పెషావర్ వరకు రోడ్డు మార్గమేర్పడింది. వాయవ్య భారతాన్ని పాటలీపుత్రంతో కలిపే ఒక రహదారి గురించి మెగస్తనీస్ పేర్కొన్నాడు. ఈ దారి ససారమ్, మీర్జాపూర్, మధ్యభారతాలతో కూడా కలుస్తుంది. మౌర్యుల రాజధానిని కళింగతో కలిపే దారి ఒకటుంది. ఈ దారి ఆంధ్ర, కర్ణాటక ప్రాంతాలనుకూడా కలుపుతుంది. దీనికి తోడు అశోకుని రాతి శాసనస్తంభాలు దూరప్రాంతాలకు నదుల ద్వారా పంపబడేవి. ఈ విధంగా దేశంలో అంతర్గతంగా రవాణా, ప్రసార సంబంధాలు ఏర్పడడం వల్ల వర్తకం వృద్ధి చెందింది. అదే విధంగా బిందుసారుని కాలంలో అశోకుని కాలంలో గ్రీకులతో శాంతియుత సంబంధాలు నెలకొనడం వల్ల పశ్చిమ ప్రాంతాలతో విదేశవర్తకం కూడా వృద్ధి చెందింది.

నాణాల రూపంలో డబ్బును వాడడం మౌర్యులకన్నా పూర్వం ప్రారంభమైంది. ఈ కాలంలో అది సామాన్య వ్యవహారమైంది. మౌర్యుల కాలంనాటి ముద్రితనాణాలు మన దేశంలోని అనేక ప్రాంతాలలో ముఖ్యంగా ఉత్తరప్రదేశ్, బీహార్‌లలో దొరికాయి. ఈ డబ్బును వర్తకానికే కాదు ప్రభుత్వ అధికారులకు వేతనాలు ఇచ్చేందుకు కూడా ఉపయోగించేవారు. అర్ధ శాస్త్రంలో ప్రభుత్వాధికారులకిచ్చే వేతనాలు 48,000 పణాలు నుండి, 60పణాల వరకు ఉన్నట్టు పేర్కొనబడింది.

అర్ధశాస్త్ర గ్రంధస్థ ఆధారాలను బట్టి చూస్తే వర్తకంపై పరిశ్రమలపై వివిధ పర్యవేక్షకులను నియమించి గట్టి నియంత్రణలో ఉంచేవారు. వర్తకానికి సంబంధించిన పర్యవేక్షకుడు (అర్ధశాస్త్రంలో ఇతనిని పణ్యాధ్యక్షుడు అని పేర్కొన్నారు) వస్తువుల ధరలను నిర్ణయించడమేకాక ఏ వస్తువైనా అధికంగా సరఫరా చేయబడినా జోక్యం చేసుకునేవాడు. ఇతనిని గూర్చి మెగస్తనీస్ కూడా ప్రస్తావించాడు. అదేవిధంగా విపణులపై పర్య వేక్షకుడు(సంస్థాధ్యక్షుడు) వర్తకంలో ఎటువంటి అవినీతి పనులు జరుగకుండా చూసేవాడు. తూనికలు కొలతలపై అధికారి(పౌతవాధ్యక్షుడు) తూనికలకు కొలతలకు ప్రమాణాలను నిర్ణయించేవాడు. రాజ్యానికి చెందిన పడవలన్నీ నవాధ్యక్షుని(నావలపై అధికారి) అధీనంలో ఉండేవి. ఇతడు నదులపై రవాణాను నియంత్రించి ఈ నావల రాకపోకలనుబట్టి పన్నువసూలు

చేసేవాడు. శుల్కాధ్యక్షుడు వర్తకుల నుండి వారు అమ్మినదానిపై 1/5 నుండి 1/25 వంతును పన్నుగా వసూలు చేసేవాడు. ఈవిధమైన అధికారులు, నేతపరిశ్రమపై, మద్యం తయారీ, మద్యం దుకాణాలను పర్యవేక్షించడానికి కూడా నియమించబడేవారు. ఒకవైపు రాజ్యాధికారులు వ్యక్తిగత వ్యాపారాన్ని పరిశ్రమలను నియంత్రించేవారు. ఇంకొకవైపు మౌర్యసామ్రాజ్యమే వస్తువులనుత్పత్తి చేసి వర్తక వ్యాపారాలు చేసేది. ఈ విధంగా రాజ్యం ఉత్పత్తిచేసిన వస్తువులు(రాజపణ్యా) రాజు యొక్క అధికారులు అమ్మేవారు. ఈ విషయంలో వారు ఇతర వ్యాపారుల సహాయం కూడా తీసుకోనేవారు.

రాజ్యానికి ఆదాయం దాని ఆర్థిక కార్యకలాపాలనుండియే కాక అనేక రకాలైన పనుల నుండికూడా లభించేదని అర్థశాస్త్రం పేర్కొంది. రాజ్యానికి ముఖ్య ఆదాయమైన భూమిపన్ను ('భాగ') పంటలో 1/6వంతు వసూలు చేయబడేది.గ్రీకు ఆధారాల ప్రకారం ఈ పన్ను 1/4వ వంతు. ఇదికాక నీటిపన్ను కూడా ఉండేది. వ్యవసాయంలో పాలికాపు విధానం కూడా రాజ్యానికి మంచి ఆదాయంతెచ్చిపెట్టింది. కొన్ని గ్రామాలను ఒక విభాగంగా చేసి దానిపై పన్ను విధించేవారు. దీనిని 'పిండకర' అనేవారు. 'బలి', 'కర' అనే పన్నులు ఉండేవా లేదా అన్నది అనిశ్చితమైన విషయం. వీనిలో 'కర' అనే పన్ను పండ్లతోటలపై, పూలతోటలపై విధింపబడినది కావచ్చు. తమ గ్రామాలగుండా వెళ్ళే రాజసైన్యానికి గ్రామస్థులు అవసరమైన వస్తువులన్నింటినీ సరఫరా చేయవలసి ఉండేది. ఈ అలవాటు తరువాత భూస్వామ్య నిరంకుశత్వానికి మార్గం చూపింది.

'హిరణ్య' అనే పన్ను మిగిలిన వాని వలె కాక డబ్బురూపంలోకట్టబడేది. నౌకల రాకపోకలపై పన్ను, నౌకల ద్వారా వస్తువుల వర్తకంపై పన్ను కూడా రాజ్యానికి ఇంకొక ముఖ్యమైన ఆదాయం. రాజధానిలో నివసించే వృత్తిదారుల సంఘాలు కూడా పన్ను కట్టేవి. గ్రామాలలో వీరికి దీని నుండి మినహాయింపు ఉండేది. రాజ్యం ఎంతవీలైతే అంతప్రజల యొక్క మిగులు ఉత్పత్తి కైవసం చేసుకోవడానికి ప్రయత్నించేది.

కౌటిల్యుడు తన అర్థశాస్త్రంలో ప్రస్తావించిన యిన్ని రకాల పన్నులు కూడా రాజ్యం అవసరాలకు సరిపడినట్టులేదు. ఎందుకంటే అతడు అత్యవసర పరిస్థితులలో చేపట్టవలసిన ఆర్థిక చర్యలను గూర్చి ప్రస్తావించాడు. వీనిలో 'ప్రణయ'(అంటే ప్రేమతో యిచ్చే కానుక). ఆచరణలో రైతులు సంవత్సరానికిరెండు పంటలు పండించి ఈ పన్నులు, కానుకలు చెల్లించడానికి ఎంతో కష్టపడేవారు. అంతేగాక రాజు దేవాలయ నిధులను కైవసం చేసుకోవచ్చునీ, కొత్త విగ్రహాలను, మహిమలను చూపి ప్రజల నుండి డబ్బు వసూలు చేయవచ్చని కూడా కౌటిల్యుడు సూచించాడు. క్రీ.పూ. 2వశతాబ్దిలో పతంజలి తన గ్రంథంలో మౌర్యులు డబ్బు కోసం వివిధ పూజాపద్ధతులను ప్రవేశపెట్టారని రాశాడు. ఈ రకంగా ప్రజలపై విధించిన సాధారణ పన్నులు, అత్యవసర పన్నులు వస్తురూపంలో ధన రూపంలో వసూలు చేసినవి కోశాగారంలో భద్రపరచబడేవి. మౌర్య సామ్రాజ్యానికి ఇవన్నీ ఆర్థిక బలాన్ని ప్రసాదించాయి.

మౌర్య సామ్రాజ్యపు ఆర్థిక వ్యవస్థలో రాజు అధికారాన్ని పెంచినది. విశాల సామ్రాజ్యాన్ని నిర్వహించడానికి వీలు కల్పించినది గనులు, లోహాలపై రాజ్యానికి గల గుత్తాధిపత్యం. అర్థశాస్త్రంలో ప్రస్తావించబడిన గనుల పర్యవేక్షకుడు (అకరాధ్యక్ష) కొత్త గనులను

కనుగొనడం, పాతబడ్డవీ, వాడకుండా వదిలివేసినవీ అయిన గనులను పునరుద్ధరించడం చేస్తాడు. ఇంకొక పర్యవేక్షకుడు ఉప్పు గనులను పర్యవేక్షిస్తాడు. ఈకాలంలో అనేక లోహాలు ముఖ్యంగా రాగి, బంగారం తవ్వబడినట్టు సాహిత్య ఆధారాలు సూచిస్తున్నాయి. మౌర్యుల కాలంలోనే ఛోటానాగపూర్ ప్రాంతంలోని ధాల్‌భుమ్ వద్ద రాగి, బంగారం గనులు తవ్వకం మొదటిసారిగా జరిగి ఉండవచ్చు. ఇదే విధంగా మైసూర్‌లో బంగారం గనుల తవ్వకం జరిగి ఉండవచ్చు. మౌర్యుల కాలంనాటివని చెప్పబడుతున్న అనేక వెండినాణాలు బట్టి ఈ కాలంలో వెండి గనుల తవ్వకం కూడా జరిగి ఉండవచ్చని అనుకోవచ్చు. అర్ధశాస్త్రంలో అనేకసార్లు ప్రస్తావింపబడిన ఇనుము యొక్క వివిధరూపాలను బట్టి ఈకాలంలో ఇనుము అత్యధికంగా వాడబడేదని తెలుస్తుంది. ఇనుము వాడకం వలననే మౌర్యుల కాలంలో వ్యవసాయం విస్తరించడానికి వీలయింది. దీని వాడకం వల్లనే విస్తృతంగా నాణాలు ఒర బావుల నిర్మాణం, నల్లటి మెరుగు పెట్టిన విలువైన పాత్రలు తయారుచేయడానికి, నగరాలు వృద్ధి చెందడానికి వీలయింది. కానీ సాంకేతికాభివృద్ధి దృష్టితో పండితులు ఆ అభిప్రాయంతో ఏకీభవించలేదు.

రాజ్యం గనులపై గుత్తాధిపత్యం కలిగి ఉండేది. ఈ గనులలోని అధిక భాగం లోహాలను, వర్తకులకు, వృత్తిదారుల సంఘాలకు, స్వర్ణకారులకు,లోహకారులకు అమ్మేవారు. గనులపై రాజ్యం ఆధిపత్యం వలన వివిధ ఆయుధాలు తయారుచేయడంలో, వ్యవసాయానికి పరిశ్రమలకు కావలసిన పనిముట్లు తయారు చేయడంలో రాజ్యానికే అధికారం ఉండేది. ఇది ప్రభుత్వం శక్తిని, అధికారాన్ని పెంచింది. గ్రామీణ ప్రజలకు ఈ లోహాల తయారీలో, పనిముట్ల తయారీలో ఏ మాత్రం భాగం ఉండేదికాదు. రాజ్యవ్యవహారాల నిమిత్తం నియమింపబడిన వివిధ అధికారులు, వర్తక, పరిశ్రమలపై రాజ్యం యొక్క నియంత్రణ, గనులు, లోహాలపై రాజ్యం గుత్తాధిపత్యం, ప్రజల నుండి వివిధ పన్నుల ద్వారా ఆదాయం సంపాదించడం ఇవన్నీ చూస్తే మౌర్య రాజ్యంలో అధికారం అంతా కేంద్రీకృతమైనది అన్న అభిప్రాయం కలుగుతుంది. ఈ మధ్య కాలంలో అనేకమంది చరిత్రకారులు ఈ అభిప్రాయంతో విభేదించారు. అర్ధశాస్త్రం విధించిన నియమనిబంధనలు,ఆ గ్రంధంలోని వివిధ భాగాల రచనాకాలాన్నిబట్టి చూస్తే రాజ్యం యొక్క అధికారం ఎంత వరకూ ఉందో నిర్ధారించడం కష్టం. కానీ ఈ గ్రంధంలోని కొన్ని విషయాలు, అశోకుని శాసనాలలోని విషయాలతో సమానంగా ఉన్నాయి. గ్రీకు యాత్రికుల కథనం ప్రకారం అధికారం అంతా రాజు వద్ద కేంద్రీకృతమవడమే మౌర్య సామ్రాజ్యం, పాలన ప్రధాన లక్షణం. అంతమాత్రాన మౌర్యప్రభువుల అధికారం దేశం నలుమూలలా సమర్ధంగా విస్తరించిందని అనలేము. పాటలీపుత్రంలోని రాజాస్థానం జారీ చేసిన ఉత్తర్వులు మారుమూల గ్రామీణ ప్రాంతాలలో అమలు చేయడం (ఈనాటి ప్రభుత్వం విధానంతో పోల్చి చూస్తే) చాలా కష్టం.

మౌర్యులు క్రమబద్ధమైన అధికార యంత్రాంగాన్ని, స్థిరమైన ఆర్థిక వ్యవస్థను, పరిపాలనా వ్యవస్థను ఏర్పాటు చేశారు. రాజ్యాన్ని విస్తరించడం వల్ల వర్తకాన్ని మత ప్రచారాన్ని కూడా చేయగలిగారు. పరిపాలనాధికారులకు, బౌద్ధ జైన భిక్షువులకు మధ్యగల సంబంధాలు ఒకవైపు, దూర ప్రాంతాలలో ఉండే ప్రజాజీవనం ఒకవైపు. ఈ రెండూ గంగానదీ ప్రాంతంలోని నాగరిక సాంస్కృతిక జీవనాన్ని రాజ్యమంతా విస్తరింపచేయగలిగాయి. దీనికి పురావస్తు

ఆధారాలు అనేకం లభించాయి. అయినప్పటికీ మౌర్య సామ్రాజ్యపు ప్రజాజీవనంలోవిభిన్న స్థితిగతులున్నాయి. ఈ రాజ్యంలో వెనుకపడిన ప్రాంతాలలోవేట, ఆహారసేకరణ ప్రధానంగా గల ప్రజల నుండి లోహాలను వాడుతూ అత్యంత నాగరిక జీవనాన్ని గడిపిన పాటలీపుత్ర నగర ప్రజల వరకూ ఉన్నారు. కౌటిల్యుని అర్థశాస్త్రం, అశోకుని శిలాశాసనాలు రాజ్యంలో గల వివిధ తెగలను గురించి ప్రస్తావిస్తాయి. ఈ తెగలవారిని వ్యవసాయంవైపు, వర్ణవ్యవస్థగల పట్టణజీవనం వైపు మరల్చడానికి కౌటిల్యుడు అనేక పద్ధతులనుసూచించాడు. ఈ తెగలలో చీలిక తీసుకొని రావడానికి మొదట్లో గూఢచారుల ద్వారా, విషప్రయోగాల ద్వారా, బ్రాహ్మణుల ద్వారా, జ్యోతిష్యుల ద్వారా మద్యం, మగువల ద్వారా ప్రయత్నాలు చేసేవారు. తరువాతి దశలో రాజు వీరిపై దండెత్తి వీరిని విడగొట్టి, దాదాపు 5,10 కుటుంబాలనొక్క వర్గంగా చేసి కొత్తగా ఏర్పాటుచేసిన ప్రాంతాలకు తరలించేవాడు. ఈ విధంగా రాజు యుద్ధం చేసి బలవంతం చేయడం వల్లనే ఈ తెగలు చీలిపోయాయనుకోవడం తప్పు. వీరీవిధంగా విడిపోవడానికి కారణం రాజ్యం సుస్థిరమైన జీవితాన్ని కొత్త ప్రాంతాలలో అభివృద్ధిచేయడమే కావచ్చు.

వ్యవసాయం బలపడిన ప్రాంతాలలో సంఘంలో వర్ణవ్యవస్థ ఉంది. మెగస్తనీస్ ఆనాటి సంఘంలో ఏడు కులాలున్నాయని అవి వేదాంతులు, రైతులు, సైనికులు, పశువుల కాపరులు, వృత్తిదారులు, న్యాయవేత్తలు, పాలనాధికారులు అని పేర్కొన్నాడు. ఇతడు కులాన్ని, వృత్తిని ఏకం చేసినట్లు స్పష్టమవుతుంది. కౌటిల్యుడు ఈ నాలుగువర్ణాల ధర్మాలనూ విశదీకరిస్తాడు. ఈ విషయంలో అతడు పూర్వపు శాస్త్రకారులను అనుసరించాడు. బ్రాహ్మణులకు సంఘంలో అత్యున్నత స్థానముండి ప్రత్యేక గౌరవాలు హోదా ఉండేవి. బౌద్ధ సాహిత్యంలో వీరు క్షత్రియులకన్నా తక్కువవారని చెప్పినదానికిది విరుద్ధంగా బ్రాహ్మణ, క్షత్రియ, వైశ్య కులాలు ద్విజులుగా పరిగణింపబడేవారు. శూద్రులకంటే అన్ని విధాలా ఉన్నత స్థాయిలో ఉండేవారు. కౌటిల్యుడు ఆనాడు దాదాపు 15 మిశ్రమ కులాలు ఉన్నట్లుగా చెప్పి ఆ కులాలవారిని అంత్యవాసయిన్ అనే సాధారణ నామంతో పిలిచాడు. వీరు తమ కులంలోని వారితో అంతర్గతసంపర్కం వలన జన్మించిన వారినీ బ్రాహ్మణులు మొదలైన ఉన్నత కులాలవారికి దూరంగా జీవించేవారని తెలుస్తోంది. ఈ విధమైన మిశ్రమ కులాలకు చెందిన చండాలురు, స్వపాకులు అంటరానివారు. వీరు ఊరికి దూరంగా శ్మశానానికి దగ్గరలో జీవించేవారు. కానీ మౌర్యుల కాలంలో మొట్టమొదటిసారిగా ఈ శూద్రులలో కొంతమందికి రాజ్యం కొత్తగా నిర్మించిన ప్రాంతాలలో భూమి యివ్వబడిఉంది రాజ్యానికి చెందిన భూములలో వీరు పాలికాపులుగా నియమించబడ్డారు. వీరిచేత బలవంతపు చాకిరి (విష్టి) చేయించబడేది. ఈ విధమైన కూలీవారిని సమకూర్చడానికి విష్టి వంధకులు అనే ప్రత్యేకమైన అధికారులు ఉండేవారు.

శూద్రులలో చేతివృత్తులవారికి కౌటిల్యుడు వేతనాలను నిర్ణయించాడు. సంఘంలో అందరికంటే వీరికి తక్కువ వేతనం యివ్వబడేది. కౌటిల్యుని ప్రకారం దాసులు, కర్మకారులు రాజ్యంచే నియమించబడినపుడు వారికి కొన్ని గింజలు(ధాన్యపు గింజలు), నాసిరకం సారా ఇవ్వాలి. వైశ్యులను శూద్రులను సైన్యంలో చేర్చుకోవచ్చని అతడు సలహా యిచ్చాడు. కానీ వీరిని సైనికులుగా చేర్చుకొన్నారా అన్నది అత్యంత సందేహాస్పదమైన విషయం.

మౌర్యుల కాలంలో మన దేశంలో బానిస విధానం ఉందా లేదా అన్నది వివాదాస్పద

విషయం. మెగస్తనీస్ మన దేశంలో బానిసలు లేరన్నాడు. కానీ అర్థశాస్త్రం బానిసత్వం గురించి విపులమైన చట్టాలను తయారుచేసింది. బానిసుల్లో అధికభాగం శూద్రులు. వీరే కూలివారిలో ఎక్కువమంది. అత్యవసరపరిస్థితులలో అగ్రవర్ణాలవారిని కూడా ఈ పనికి ఉపయోగించుకోవచ్చు. వీరినే కౌటిల్యుడు 'అహితకులు' అని పేర్కొన్నాడు. బానిసలను ఏ విధంగా చూడాలో కూడా అతడు నియమాలు ఏర్పరచాడు. అహితకులకు సంబంధించిన నియమాలు సరళంగా ఉండేవి. కౌటిల్యుడు బ్రాహ్మణుడు కాబట్టి అనార్యులైన శూద్రబానిసల నుండి ఆర్యులైన బానిసలను వేరుగా చూపడానికి ఎంతో తాపత్రయపడ్డాడు.

సామాజిక వ్యవస్థ శాస్త్రకారులు చెప్పినంత సునాయాసంగా సులభంగా పనిచేయలేదు. బ్రాహ్మణ క్షత్రియుల వలె ద్విజులైన వైశ్యులు వర్తక వ్యాపారాల ద్వారా సంపదనార్జించారు. వర్తక సంఘాల ద్వారా వారు తరచు ఇతర సంస్థలను నియంత్రించేవారు. అయినప్పటికీ వారికి సమాజంలో పై రెండు వర్ణాలవారికంటే తక్కువ స్థానమే ఇవ్వబడడంతో బౌద్ధ, జైనాలపట్ల వారు మొగ్గు చూపారు. శూద్రులు కూడా అగ్రవర్ణాలవారిని నిరసించారు. సంఘంలో తమ పరిస్థితి పట్ల అసంతృప్తి చెంది నేరస్థులుగా కొంతమంది తయారయ్యారు. కౌటిల్యుడు చెప్పిన అనేకమంది నేరస్థులు శూద్రజాతికి చెందినవారు. శూద్రుడు ఒకవేళ తనను బ్రాహ్మణుడని చెప్పుకున్నప్పటికీ, దైవధనాన్ని అపహరించినా, రాజును వ్యతిరేకించినా విషాన్ని ప్రయోగించి అతనికి కళ్ళు పోగొట్టాలని లేదా అతడు 800 పణాలను జరిమానాగా కట్టాలని కౌటిల్యుడు నిబంధన విధించాడు. దీన్నిబట్టి శూద్రులకు అగ్రవర్ణాలపట్ల, రాజుపట్ల ఉన్న వ్యతిరేకతను తెలుసుకోవచ్చు.

ఆ కాలంలో అనేక మతశాఖలుండేవనీ వాటి వలన ఘర్షణలు సంభవించేవనడానికి ఆధారాలున్నాయి. ఆనాడు బౌద్ధ, జైనాలు ప్రచారంలో ఉన్నప్పటికీ వేదాలకుపూర్తిగా ప్రజలపై పట్టుపోలేదు. కౌటిల్యుడు వైదిక జీవనాన్ని ఉన్నతంగా భావించాడు. యజ్ఞయాగాదులు చేయవలసిన రాజులకు చౌలకర్మ, ఉపనయనం, గోదానం మొదలగు అనేక సంస్కారాలను కౌటిల్యుడు విధించాడు. దేవాలయాల్లో వివిధ దేవతలను పూజించేవారని కౌటిల్యుడు పేర్కొన్నాడు. భిన్నమైన మతాచారాలు ఉండేవని చెప్పవచ్చును. ఈ గ్రంథంలో పేర్కొనబడిన దేవతలలో శివుడు, సంకర్షణుడు(తరువాతి కాలంలో వీరు బ్రాహ్మణులకు ప్రధాన దేవతలయ్యారు) వీరిని మెగస్తనీస్ డయోనిసస్ అని పేర్కొన్నాడు. మధుర ప్రాంతంలో హెరాక్లిస్ ను పూజించేవారని గ్రీకు ప్రతినిధి ఒకడు పేర్కొన్నాడు. ఈ దేవత కృష్ణుడయి ఉండవచ్చు. అర్థశాస్త్రంలో చెప్పబడిన 'శ్రీ' (లక్ష్మీదేవి) హరప్పావాసుల కాలంనాటి సస్యదేవత అయి ఉండవచ్చు. తరువాత ఈమె వైదిక బ్రాహ్మణమతంలో ప్రవేశించి ఉండవచ్చు. ఈ దేవతలను ఆరాధించడానికి సాష్టాంగ ప్రణామం చేయడం, ఉపాహారాలు సమర్పించడం ముఖ్యంగా పువ్వులు, ధూపం(పుష్ప చూర్ణోపహారాలు) సమర్పించడం చేయాలని కౌటిల్యుడు పేర్కొన్నాడు. ఈ ఆచారాలనుబట్టి దేశంలోని వివిధ ప్రాంతాలలో వివిధ శాఖలు ఆవిర్భవించాయి. ఇవిగాక దుష్టశక్తుల మీద, మంత్రతంత్రాలమీదా, మూఢాచారాలమీదా ప్రజలకు నమ్మకం ఉండేదని కూడా అర్థశాస్త్రంలో పేర్కొనబడింది.

క్రీ.పూ. 4వ శతాబ్దినాటికి బౌద్ధ మతం ఒక ప్రధాన శక్తిగా వ్యాప్తి చెందే విధంగా

ఆవిర్భవించింది. అశోకునికి పూర్వం ఈ మతం మగధ, కోసల రాజ్యాలకే పరిమితమైనా భిక్షువులు క్రమక్రమంగా మధుర, ఉజ్జయిని ప్రాంతాల వరకూ వ్యాపించారు. ఈ విధంగా వివిధ ప్రాంతాలకు విస్తరించడం వల్ల క్రమేణాబౌద్ధ సంఘాలలో ఐకమత్యం క్షీణించింది. పాటలీపుత్రంలో జరిగిన మూడవ బౌద్ధ సమావేశం తమ సంఘాన్ని పునర్వ్యవస్థీకరించాలనీ, అసమ్మతివాదులను తొలగించాలనీ, దేశంలోని వివిధ ప్రాంతాలకు మత ప్రచారకులను పంపాలనీ తీర్మానించింది. జైనమతం బౌద్ధమతం వ్యాపించినంతగా వ్యాపించలేదు. అశోకుని శాసనాలు జైనులను నిర్గ్రంధులు (ప్రాపంచిక సంబంధాలు లేనివారు) అని పేర్కొన్నాయి. అర్ధశాస్త్రం అసలు వీరిని ప్రస్తావించనేలేదు. క్రీ.పూ. 4వ శతాబ్దిలో మగధలో వీరు నివసించారు. అశోకుని కాలంలో వీరు పుండ్రవర్ధన (ఉత్తరబెంగాల్‌లో) లో నివసించినట్లు చెప్పబడింది. ఆ కాలంలో బుద్ధుని సమకాలికుడైన మక్కలి గోసల స్థాపించిన అజ్జీవిక సంఘం అజీవకులనబడే జైన సంఘాలకన్నా ప్రాధాన్యతసంతరించుకుంది. మౌర్యుల పాలనా కాలమంతా వీరికి ప్రాధాన్యం ఉన్నట్లు, అశోకుడు అతని మనుమడైన దశరధుడు కూడా వీరికోసం బీహార్‌లో, నాగార్జుని కొండలలో కొన్ని గుహలను కేటాయించినట్లు తెలుస్తోంది.

మౌర్య సామ్రాజ్యంలో విభిన్న మతాచారాలు, సిద్ధాంతాలు ఉండేవి. కానీ బౌద్ధ, జైనాలను, అజ్జీవకులను అనుసరించేవారిని బ్రాహ్మణులు ద్వేషించేవారు. కౌటిల్యుడు వీరిని వృషలులనీ, పాషండులనీ వర్ణించాడు. ఈ పాషండులు మిగిలిన వర్ణాలవారికి దూరంగాగాని శ్మశానాల వద్దగాని నివసించాలని కౌటిల్యుడు భావించాడు. పూర్వీకుల శ్రాద్ధకర్మలు జరిపేటపుడుగాని, దైవపూజలప్పుడుగానీ బౌద్ధ, అజ్జీవక భిక్షువులను భోజనానికి పిలిస్తే వారు ఎక్కువ మొత్తంలో జరిమానా చెల్లించాలని కౌటిల్యుడు నియమం విధించాడు. ఈ విధంగా వేద మతస్థులకు, వారిని నిరసించే నూతన మతస్థులకూ మధ్య ఏర్పడిన సైద్ధాంతిక విభేదాలు సాంఘికమైన మత సంబంధమైన ఉద్రిక్తలకు దారితీసి ఉండవచ్చు. కానీ ఇటువంటి సంఘటనలేవీ గ్రంధస్థం చేయబడలేదు.

ఈ నేపధ్యాన్ని దృష్టిలో ఉంచుకొనే అశోకుడు తన సువిశాల సామ్రాజ్యంలో విభిన్నవర్ణాలవారి మధ్య సామరస్యం సాధించడానికి, సంఘంలో వివిధ వర్ణాలవారి మధ్య గల అభిప్రాయబేధాలను, ఘర్షణలనూ దూరం చేయడానికీ తన ధమ్మసిద్ధాంతాన్ని ప్రతిపాదించాడు. ప్రాకృతంలో ఈ 'దమ్మ' అనే పదం సంస్కృతంలో 'ధర్మ' పదానికి సమానార్ధకం. దీనినే ఆధునిక కాలంలో 'మతం' అన్న పదంగా వాడుతున్నారు. కానీ అశోకుని శాసనాల్లో ఈ పదం ఇంకా విశాలమైన అర్ధంలో ఉపయోగించబడింది. ఏ మతమైనా ప్రతిపాదించే మంచి పనులను చేయడం వల్ల కలిగే పుణ్యం, పవిత్రతలకంటే ఎక్కువైన అర్ధంలో ఇది ఉపయోగింపబడింది. అశోకుడు ప్రతిపాదించిన అహింస, తల్లిదండ్రులకూ పిల్లలకూ మధ్య సత్సంబంధాలు, అదే విధంగా పెద్దలకు, పిన్నలకూ మధ్య, స్నేహితులకు మధ్య, యజమానులు సేవకులకు మధ్య వివిధ మతాల మధ్య సత్సంబంధాలు, తన ప్రజలపట్ల అతనికిగల ప్రేమ వీటినిబట్టి చూస్తే అతడుద్దేశించిన 'దమ్మము' ప్రజల మధ్య బాధ్యతాయుతమైన ప్రవర్తనను నెలకొల్పే నీతి నియమావళిగా భావించవచ్చు. అతని 'ధమ్మ పద్ధతి'ని వ్యక్తుల ఆత్మగౌరవాన్ని పెంచేదిగాను, సాంఘిక,మత, సాంస్కృతిక భేదాలను అధిగమించే సత్ప్రవర్తనగాను మనం

భావించవచ్చు. అతడు తన విశాలమైన సామ్రాజ్యంలో ఐక్యత వివిధ మత సాంఘిక సాంస్కృతిక వర్గాలు ఏర్పరిచే విభేదాలను అధిగమించడం వల్లనే సాధ్యమౌతుందని గ్రహించాడు. అందువల్లనే అతడు తన 'ధమ్మసిద్ధాంతం'లో సహనానికి అత్యంత ప్రాముఖ్యత నిచ్చాడు. సేవకుల పట్ల బానిసలపట్ల ఆదరణ చూపడం, బంధువులు, స్నేహితులతో ఉదారంగా వ్యవహరించడం, తల్లిదండ్రుల పట్ల విధేయత, అర్చకులు, భిక్షువుల పట్ల ఉదారత చూపమని అశోకుడు ప్రబోధించడం చూస్తే అతడు కుటుంబ వ్యవస్థలో, సంఘంలో సామరస్యాన్ని నెలకొల్పడానికి ఎంతో ప్రయత్నించినట్లు తెలుస్తుంది. వివిధ మత సూత్రాలను అతడు గ్రహించినట్లు, అతని శాసనాలు బట్టి తెలుస్తుంది. అతడు అన్ని మతాల వారినీ సన్యాసులను, సాధారణ మానవులను కూడా ఆదరించినట్లు గుర్తించినట్లు, కానుకలనిచ్చినట్లు తెలుస్తోంది. తన రాజ్యకాలంలో 13వ సంవత్సరంలో అశోకుడు బరాబర కొండలలోని రెండు గుహలను అజ్జీవకులకు దానం చేసినట్లు తెలుస్తోంది. అశోకుని దృష్టిలో వివిధ మతాలకు సన్మానాలు, కానుకలకన్నా వాటి అభివృద్ధే ప్రధానం. ఈ అభివృద్ధి తన మతాన్ని గొప్పగా చెప్పుకోవడం, ఇతర మతాలను కించపరచడం మానితే సాధ్యమౌతుందని అతని అభిప్రాయం. మత అభిప్రాయాలను స్వేచ్ఛగా వ్యక్తీకరించకపోతే అవి తమ ఉద్రిక్తతను అణచిపెట్టుకోవడం జరుగుతుంది. దానివల్ల మరింత నష్టం జరుగుతుంది. కానీ, అశోకుడు ఈ మత భేదాలను అణచుకోమని చెప్పడానికి ప్రధానకారణం సామ్రాజ్యంలో ఐక్యతను సాధించడమే.

ఈ సహనానికి విరుద్ధంగా అశోకుడు ఉత్సవాలు పండుగలు జనాలు ఒకచోట కూడడం వంటి వాటిని నిషేధించాడు. బహుశా దీనికి విభిన్న అభిప్రాయాలుగల వారు ఒకచోట చేరితే వివాదాలు తలెత్తుతాయేమోనన్న భయం కారణం కావచ్చు. రాజ్యం నిర్వహించే ఉత్సవాలే అనుమతింపబడేవి. ఇది ఒక రకంగా మౌర్య సామ్రాజ్యపు కేంద్రీకృతపాలనకు దోహదకారి కూడా. ప్రజాసమావేశాలు, బహిరంగ సభలు రాజు ఆలోచనలను, సిద్ధాంతాలను విమర్శించడానికి ఉపయోగపడతాయేమోనని రాజువాటిని జరగకుండా చూసేవాడు.

అశోకుడు ఇంతటి మతసహనాన్ని చూపినప్పటికీ మూఢాచారాలను నమ్మిచేసే అన్ని బలులనూ, ఉత్సవాలను వ్యతిరేకించాడు. ముఖ్యంగా కుటుంబంలో పిల్లలు పుట్టినపుడు వివాహాలపుడు,ఏదైనా ప్రయాణాలుచేసేటపుడు, జబ్బు చేసినపుడు జరిపే తతంగాలన్నిటినీ అతడు నిరసించాడు. ముఖ్యంగా స్త్రీలు పాటించే మతాచారాలను, కర్మకాండలను తీవ్రంగా విమర్శించాడు. ఈవిధంగా కర్మకాండలకు, బలులకు వ్యతిరేకంగా ఉన్న అశోకుని ప్రవర్తన, ప్రజల మూఢ విశ్వాసాలను ఆధారం చేసుకుని ఈ తతంగాలన్నీ జరిపించే పూజారుల, బ్రాహ్మణుల ఆధిపత్యాన్ని తగ్గించడానికై ఉద్దేశించినది కావచ్చు.

అశోకుని ధమ్మసిద్ధాంతం అహింసను సమర్థిస్తుంది. కళింగయుద్ధంలో జరిగిన రక్తపాతాన్ని చూసి చలించిపోయి అశోకుడు అటువంటి యుద్ధాలు చేయకూడదని గట్టిగా నిశ్చయించుకున్నాడు. కళింగ యుద్ధం జరిగిన వెంటనే కాకపోయినా యుద్ధం పట్ల విముఖత అతనికి క్రమంగా కొన్నేళ్ళకు కలిగి ఉండవచ్చు. అతని శాసనాల్లో కొన్నిచోట్ల జంతువధ నిషేధింప బడింది. ఒకవేళ ఈశాసనం రాజు పెంచి పోషించే జంతువులకే వర్తింపచేస్తే అది కౌటిల్యుని సిద్ధాంతాన్ని సమర్థించినట్లే. ఎందుకంటే కౌటిల్యుడు చంపరాదని నిర్ణయించిన

జంతువులను వధించడం నేరం అని పేర్కొన్నాడు. అశోకుడు ఈ నిషేధాన్ని యజ్ఞాలలో చేసే జంతుబలిని అరికట్టడానికి ఉద్దేశించి ఉండవచ్చుకానీ, ఏ జంతువునూ వధించరాదన్నది అతని ఉద్దేశం కాకపోవచ్చు. ఎందువల్లనంటే రాజుగారి వంటశాలలో ప్రతిరోజూ రెండు నెమళ్లు, ఒక లేడి చంపబడేవి అని అతడే పేర్కొన్నాడు. ఈ జంతు బలిద్వారానే జీవనాధారం సంపాదించుకుంటున్న బ్రాహ్మణులకు ఇది ఒక పెద్ద దెబ్బ. యుద్ధాలను విరమించడం, జంతుబలిని నిషేధించడం చేసినప్పటికీ అశోకుడు పూర్తిగా హింసకు వ్యతిరేకి కాదు. అడవుల్లో నివసించే తెగలను అణచివేయడానికి అతడు హింసను ఉపయోగించాడు.

సంఘసంక్షేమానికి అశోకుని దమ్మ సిద్ధాంతం అనేక చర్యలను సూచించింది. తాను పరిపాలనలోకి వచ్చిన 10వ సంవత్సరంలో అశోకుడు బుద్ధగయను సందర్శించి దమ్మయాత్రలు చేయడంమొదలుపెట్టాడు. ఈ యాత్రల ద్వారా అతను సామాన్యప్రజలను కలుసుకుని తన సిద్ధాంతాలను వారికి వివరించి వారి సంక్షేమం పట్ల ఆసక్తి చూపడం జరిగింది. బ్రహ్మగిరి వద్ద ఇటువంటి ధర్మశాసనమొకటి అతను యాత్ర చేస్తున్నప్పుడే ప్రతిష్టించడం జరిగింది. దీన్నిబట్టి అతడు తన రాజ్యంలోని సుదూర దక్షిణ ప్రాంతాలను కూడా పర్యటించాడని తెలుస్తుంది. ఈ పర్యటనల ద్వారా ఆ ప్రాంతాలలోని రాజ్యాధికారుల పనులను పర్యవేక్షించడానికి వీలు కలిగింది. ఇది కాకుండా ఉన్నత పదవుల్లో ఉన్న అధికారులు ప్రతి 5 సంవత్సరాలకూ ఒకసారి ఈ విధంగా దేశంలో పర్యటించాలని అశోకుడు ఆదేశించాడు.

తన దమ్మ సిద్ధాంతాన్ని అమలుచేయడానికి అశోకుడు దమ్మ మహామాత్యులు (ధర్మమహామాత్యుడు) అనే ప్రత్యేక అధికారులను నియమించి వారికి ప్రత్యేక నిధులను సమకూర్చి మిగిలిన అధికారులనుపర్యవేక్షించే అధికారమిచ్చాడు. వీరు పాటలీపుత్రంలోనేగాక దూరంగా ఉన్న సరిహద్దు ప్రాంతాల్లోనూ, పొరుగుదేశాల్లోనూ కూడా ఈ సిద్ధాంతాలను అమలు జరిపేవారు. రాజశాసనానికి విధేయులుగా ఉన్న వారిచ్చే ఫిర్యాదులను పరిశీలించి పరిష్కరించడం వారి సంక్షేమాన్ని చూడడం వంటి పనులు వీరుచేసేవారు. వీరిలో కొంతమందిని ప్రత్యేకంగా బౌద్ధుల, బ్రాహ్మణుల, అజ్జీవకుల, నిర్గ్రంధుల సంక్షేమం కోసం అశోకుడు నియమించాడు. ఈ అధికారులందరూ దమ్మసిద్ధాంతాన్ని అమలుపరచడంలో నేరుగా రాజుకే బాధ్యత వహిస్తారు. వారికి సంఘంలోని అన్ని వర్ణాలవారి ఇళ్లలోకి, రాజకుటుంబాలవారి ఇళ్ళలోకి కూడా ప్రవేశించేందుకు అనుమతి ఉంది. కాలక్రమేణా ప్రజాజీవితంలో వీరి జోక్యం పెరిగింది. అశోకుడు తన మత సిద్ధాంతాలను తన శిలలపై, ఏకశిలా స్తంభాలపై చెక్కించి ప్రచారం చేశాడు.

అశోకుని మతం ఆనాటి కళను ఎక్కువగా ప్రభావితం చేసింది. బౌద్ధ ఆధారాల ప్రకారం అతడు 84,000 స్తూపాలను కట్టించాడు. ఈ సంఖ్యను మనం యధాతథంగా తీసుకోనక్కరలేదు. ఆనాటి కళకు దృష్టాంతాలుగా నిల్చినవి ఏకశిలపై నునుపుగా చెక్కిన స్తంభాలు. వీటి పైభాగంలో జంతువుల బొమ్మలు చెక్కబడేవి. ఇటువంటి స్తంభాలు కనీసం 14 తెలియవచ్చాయి. వీటిలో కొన్ని స్తంభాలు చునార్‌లో లభించిన ఇసుకరాయి నుండి చెక్కబడినవి. వీటికి నునుపుదనం సిలికాన్ వార్నిష్ వేయడం వల్ల వచ్చి ఉంటుంది. చునార్ వద్ద ఒక కళాకేంద్రం నెలకొల్పబడి మౌర్య సంస్థానం యొక్క పోషణలో ఉండేది అన్న ఒక

అభిప్రాయం ఉంది. ఈ స్తంభాలు నిర్మించడంలో ప్రధానోద్దేశం ప్రజలను విస్మయపరచడం, మౌర్యవంశం శక్తిని, దీనిని ప్రదర్శించడమే. ఇది తెలియచేసేటట్లుగా ఆ స్తంభాలుపైన జంతువుల బొమ్మలు ఠీవిగా నిలబడి ఉంటాయి.

మౌర్యులకాలంనాటి వాస్తుకళా శిధిలాలు చాలా తక్కువ లభించాయి. కుమ్రాహార్(నేటి పాట్నా)లో జరిపిన తవ్వకాలలో స్తంభాలు కలిగిన విశాలమైన హాలుతో ఒక మౌర్యరాజ భవనం బయల్పడింది. ఇది డారియస్ నిర్మించిన నూరుస్తంభాలహాలు ఆకృతిని పోలి ఉంది. మౌర్యుల కళకు ప్రేరణ పర్షియన్ రాజు కళ అని చాలామంది అభిప్రాయం. ఇది మన సమాజానికి చెందినది కాకపోవటంతో తరువాతి కాలంనాటి కళను ప్రభావితం చేయలేకపోయింది. కానీ గుహల నిర్మాణంలో మాత్రం వీరు చిరకాలం నిలిచేలా పాత్ర వహించారు. బరాబర్, నాగార్జుని వద్ద జరిపిన తవ్వ కాలలో బయల్పడిన గుహల్లోని స్తంభాలు అశోకుడు అతని తరువాతిబాడైన దశరథుని కాలం నాటివి. తరువాతి కాలంనాటి గుహనిర్మాణ కళకు ఇది మార్గదర్శి అయ్యింది. పాట్నాలో, పరిసరప్రాంతాల్లో బయల్పడిన శిలావిగ్రహాలు అనేకం మౌర్యులకాలంనాటివని కొంతమంది చరిత్రకారులు చెప్పారు. కొంతమంది పండితులు వీరితో ఏకీభవించలేదు. వీటిలో అత్యంత కళాత్మకమైన శిల్పం-వింజామర చేతిలో పట్టుకొన్న ఒక స్త్రీమూర్తి విగ్రహం పాట్నా దగ్గర దీదర్‌గంజ్‌లో బయల్పడింది. ఆ కాలంలో రాజులు వాస్తుకళలో శిలలను ఎక్కువగా ఉపయోగించినప్పటికీ అది కొంతమంది ప్రజలకే పరిమితమయ్యాయి. సామాన్య ప్రజలు విగ్రహాలు, పాత్రలు, ఆభరణాలు, బొమ్మలు తయారుచేయడంలో ఎక్కువగా కాల్చిన మట్టిని ఉపయోగించారు. మౌర్యుల కాలంనాటి టెర్రకోటా కళను గూర్చి ఈనాటి వరకూ సమగ్రమైన అధ్యయనం జరగలేదు.

అశోకుని పరిపాలన చివరిదశలో రాజ్యనిర్వహణపై అతనికి గల పట్టు సన్నగిల్లింది. అతని దమ్మసిద్ధాంతం ఆశించిన ఫలితాన్నివ్వలేదు. సంఘంలో పరస్పర విభేదాలు అలాగే కొనసాగాయి. అతని తండ్రి కాలంలో తిరుగుబాటు చేసిన తక్షశిల తిరిగి కొద్దిమంది మంత్రుల ప్రోద్బలంతో తిరుగుబాటు చేసింది. ఈ తిరుగుబాటును అణచడానికి రాకుమారుడు కునాలుడుని పంపారు. ఈ కునాలుని సవతితల్లి అతనిపై మోహపడి, కోరిక తీరకపోవడంతో అతనిని గుడ్డివానిని చేసిందని చెప్పే బౌద్ధగాథలను మనం స్వీకరించనక్కర్లేదు. రాజ్యాధికారుల అవలంబించిన దమననీతి కూడా కొంతవరకూ ప్రజలలో అసంతృప్తికి కారణమైందని అశోకుని శాసనాలే కొన్ని చోట్ల సూచించాయి.

క్రీ.పూ. 232లో అశోకుని మరణానంతరం మౌర్యసామ్రాజ్యం పతనం ప్రారంభమైంది. త్వరలోనే సామ్రాజ్యం రెండుగా తూర్పు, పశ్చిమ భాగాలుగా విడిపోయింది. ఒక అభిప్రాయం ప్రకారం పశ్చిమభాగం కునాలునిచే పరిపాలింపబడింది. తరువాత వాయవ్యదిశ నుండి వచ్చిన బాక్ట్రియన్ గ్రీకులు ఈ పశ్చిమ రాజ్యంపై దండెత్తి క్రీ.పూ. 180లో జయించారు. దక్షిణ దిశలో ఆంధ్రశాతవాహనులు స్వతంత్రించి దక్కన్‌లో రాజ్యాధికారం చేపట్టారు. మౌర్య సామ్రాజ్యంలో తూర్పుభాగం, పాటీపుత్రం రాజధానిగా కలిగి దాదాపు ఇంకో అర్ధశతాబ్దంపాటు అశోకుని తరువాతి రాజులుచే పరిపాలించబడింది. మౌర్యులలో ఆఖరి చక్రవర్తి బృహద్రధుడు. క్రీ.పూ. 181-180లో అతడు పుష్యమి త్రశుంగుడనే బ్రాహ్మణ సైనికాధికారిచే వధింపబడ్డాడు

పుష్యమిత్రశుంగుడు స్వతంత్ర రాజవంశస్థాపకుడు.

మౌర్య సామ్రాజ్య విభజనకు అశోకుడు కారణంగా చెప్పబడ్డాడు. బౌద్ధమతాన్ని అతడు సమర్ధించడం వల్ల బ్రాహ్మణులు అతనికి వ్యతిరేకులయ్యారు. కానీ అతని పరిపాలనావిధానం పూర్తిగా బౌద్ధాన్ని సమర్ధిస్తూ కానీ పూర్తిగా బ్రాహ్మణ విరుద్ధంగాగానీ లేదు. అహింసపట్ల అతనికున్న విపరీతాభిమానం వల్ల మౌర్య సైన్యంలో పోరాటపటిమ క్షీణించింది. అతని ఆదేశాలు లేదా రాజశాసనం దీనిని ప్రోత్సహించలేదు. మౌర్య సామ్రాజ్యపతనానికి అన్నిటికన్నా ఎక్కువగా అతని పరిపాలనా విధానం వల్ల ఏర్పడిన ఆర్థిక పరిణామాలు కారణమయ్యాయి. కళింగ యుద్ధం తరువాత అశోకుడు యుద్ధాలు చేయలేదు. సైన్యం కేవలం కవాతులకే ఉపయోగింపబడేది. ఇంతపెద్ద సైన్యం(దానికిగల ప్రధాన బాధ్యతను నిర్వర్తించకపోవడంతో) పనికిరానిదై భరించడానికి ఎంతో ఖర్చుయ్యేది. ఇదికాక అశోకుని ముందు కాలంనాటి నుండి రాజ్యంలో పాలనాధికారులు ఎక్కువే. దీనికి తోడు అనేకమంది కొత్త అధికారులను నియమించాడు. వీరికి వస్తూత్పత్తి వ్యవస్థతో ఎటువంటి సంబంధం లేదు. అశోకుడు ప్రజలపై ప్రేమతో చేపట్టిన అనేక సంక్షేమ కార్యక్రమాలు కోశాగారంపై అధికభారాన్ని కల్పించాయి. బౌద్ధ సంఘాలకు అతడు చేసిన అపరిమిత దానాలు కోశాగారానికి అతనికీ కూడా నష్టాన్ని కలిగించాయి. కొన్ని కథల ప్రకారం అతడు చేసిన ఈ దానాల వల్ల చివరిదశలో ఎంతో బీదరికాన్ని అనుభవించాడని తెలుస్తోంది. అనేక శతాబ్దాల అనంతరం మనదేశానికి వచ్చిన ఫాహియాన్ కూడా అశోకుని దానాల గురించి పేర్కొన్నాడు.

ఈవిధంగా కోశాగారంలో ధనం లేకపోవడం వలన పరిపాలనకయ్యే ఖర్చంతా వ్యవసాయం నుండి వచ్చే పన్నులపై ఆధారపడింది. సామ్రాజ్యంలో దక్కన్ ప్రాంతం పూర్తిగా అశోకుని వశంలో లేకపోవడంతో అక్కడి నుండి వచ్చే ఆదాయం కూడా ఉండేది కాదు. కొత్త ప్రాంతాలభివృద్ధిచేయడం కోసం ఉన్న అడవులను కొట్టివేయడంతో వరదలు ఎక్కువై పంటలకు నష్టం కలిగింది. దీనివల్ల ఆదాయం రాకపోగా బాధిత ప్రజలనాదుకోడానికి మరింత ఖర్చుయ్యేది ఈ స్థితి ఊహాజనితం కావచ్చు కానీ అశోకుని వారసుల కాలంలో నాణాలలో వెండి తగ్గిపోవడాన్నిబట్టీ చూస్తే నాణాల విలువ తగ్గించబడినట్లు తెలుస్తుంది. కాబట్టి, మౌర్యసామ్రాజ్య రాజకీయ పతనానికి రాజ్యానికి వచ్చే ఆదాయం తగ్గిపోయి కోశా గారం క్షీణించడమే ప్రధాన కారణమని చెప్పవచ్చును.

వింజామర చేత బూనిన యక్ష కన్య పాట్నా
వద్ద లభించిన ఈ విగ్రహం క్రీ.పూ. 2-3
శతాబ్దం నాటిది.

7వ ప్రకరణం

దండయాత్రలు-వర్తకం-సంస్కృతి

క్రీపూ 200-క్రీ.శ. 300

మౌర్యుల పరిపాలనానంతరం భారతద్వీపకల్పము యొక్క చరిత్రను పునర్నిర్మించుటకు అనేక ఆధారాలున్నాయి. క్రీస్తు శకం మొదటి శతాబ్దాలలో ప్రారంభమైన పురాణాల (సేకరణ) సంకలనం ఆనాటి రాజకీయచరిత్రను తెలుపుతుంది. ఈ పురాణాలలో రాజుల వంశక్రమాలు వర్ణింపబడ్డాయి. వీటికి శాసనాలు తోడవడంతో గ్రంథస్థ ఆధారాలకు మరింత బలం చేకూరింది. మౌర్యుల అనంతర కాలంలో కూర్చబడిన ధర్మశాస్త్రాలు వ్యక్తి జీవన సూత్రాలను చెప్పినప్పటికీ ఆనాటి సాంఘిక వ్యవస్థలో మార్పులను అర్థంచేసుకోవడానికి ఉపయోగపడతాయి. ఈగ్రంథాలలో మొట్టమొదటిది మను ధర్మశాస్త్రం. (మనుస్మృతి), గాంధార, మధ్యఆసియా ప్రాంతాలలో దొరికిన ఖరోష్ఠిలిపిలో వ్రాయబడిన అనేక శాసనాలు ఈప్రాంతాలలో భారతదేశానికిగల వివిధ సంబంధాలను తెలుపుతాయి. పతంజలి మహాభాష్యవనుండి. గార్గి సంహిత నుండి కూడా మనకు కొంత సమాచారం దొరుకుతుంది. బౌద్ధ జాతక కథలు దివ్యవదన, మహావస్తు, మిలింద- (సంస్కృతంలో మిలింద ప్రశ్న) మొదలగు గ్రంథాలు కూడా మనకు ఉపయోగపడతాయి. తరువాత కాలంలో వ్రాయబడిన కాళిదాసుని మాళవికాగ్నిమిత్రము, బాణభట్టుని హర్ష చరితము వంటి గ్రంధాలు కూడా మౌర్యుల పరిపాలన తరువాత కాలం గురించి సమాచారం తెలుపుతాయి. క్రీపూ 1వ శతాబ్దిలో దొరికిన నాణాలపై రాజుల పేర్లున్నాయి. ఈనాణాలు ఆనాటి రాజకీయ చరిత్రను ముఖ్యంగా ఆనాటిసాంఘిక ఆర్థిక పరిణామాలను తెలుసుకోవడంలో అత్యంత విలువైనవి. మనదేశంలో దొరికిన రోమన్ నాణాలు, మనదేశానికి పశ్చిమ దేశాలకు మధ్య జరిగిన వర్తకాన్ని గురించి తెలుసుకోడానికి ఉపయోగపడతాయి. ఈ విషయాన్ని తెలుసుకోడానికి మనకు ప్రాచీన గ్రీకురోమన్ గ్రంథాలు చాలాముఖ్యం. వీటిలో ప్రసిద్ధమైనది ఒక అజ్ఞాతగ్రీకు నావికుడు వ్రాసిన (ఎరిత్రియన్ సముద్రపు పెరిప్లస్) ప్రాచీన తమిళసాహిత్యమైన సంగమసాహిత్యం దక్షిణాదిలో సంభవించిన రాజకీయ సాంఘిక మార్పులను తెలుపుతుంది. ఈ ఆధారాలకుతోడు,గత అర్ధశతాబ్దిలో దాదాపు 150 ప్రాంతాలలో జరిగిన తవ్వకాలు, పరిశోధనలు,మనదేశంలోనూ,బయటకూడా లభించిన కళా ఖండాలు, వాస్తునిర్మాణాలు మొదలైనవి ఈనాటి సాంఘిక సాంస్కృతిక చరిత్రను పునర్నిర్మించడానికి ఎంతో సహాయపడతాయి.

మౌర్యుల అనంతరం 5 శతాబ్దాల కాలం,మౌర్య సామ్రాజ్యమంతటి విశాల

సామ్రాజ్యాలు లేకపోయినా,చారిత్రకంగా చాలాముఖ్యమైన కాలం అనేక ముఖ్యమైన పరిణామాలు ఈకాలంలో చోటు చేసుకున్నాయి. మధ్య ఆసియా, పశ్చిమాసియా,చైనా, ఆగ్నేయా ఆసియాలతో ఏర్పడిన సంబంధాలు మనదేశానికి బయటి ప్రపంచానికీ మంచి సంబంధాలనేర్పరిచాయి. ఈసంబంధాల వల్ల మన సంస్కృతిలో కొత్తఅంశాలు చోటుచేసుకొని దాన్ని మరింత పరిపుష్టం చేశాయి. ఈదశలో మనదేశంలోని వివిధ ప్రాంతాలలో అనేక రాజకీయ శక్తులు ఆవిర్భవించాయి. వీటిలో ముఖ్యంగా దక్కన్ ప్రాంతంలో దక్షిణాది ప్రాంతంలో మొదటసారిగా స్వతంత్ర రాజ్య వ్యవస్థలు ఏర్పడ్డాయి.

ఉత్తర భారతదేశంలో మౌర్యుల వెనువెంటనే అధికారాన్ని దక్కించుకున్నది 'సుంగ' అనే బ్రాహ్మణ వంశం. వీరు మొదట ఉజ్జయిని ప్రాంతంలో మౌర్యుల వద్ద పనిచేస్తూ తరువాత రాజ్యాధికారం సంపాదించుకొని ఉండవచ్చు. మౌర్యవంశంలో ఆఖరి రాజైన బృహద్రధుని వద్ద సైనికాధికారిగా పనిచేసిన పుష్యమిత్రుడు రాజుని వధించి అధికారాన్ని చేజిక్కించుకున్నాడు. అతని రాజ్యానికి ముఖ్య కేంద్రం మధ్యప్రదేశ్‌లోని 'విదిశ' ఇతడు ఛాందన బ్రాహ్మణమతాన్ని సమర్థించి, రెండు అశ్వమేధయాగాలను నిర్వహించినట్లు చెప్పబడింది. ఇతడు బౌద్ధులు అనేకులను వధించి, బౌద్ధ విహారాలను, సంఘాలను నాశనం చేసినట్లుగా బౌద్ధసాహిత్యం పేర్కొంది. అశోకుడు నిర్మించిన 84వేల స్థూపాలను ఇతడు ధ్వంసం చేసినట్లు కూడా చెప్పబడింది. కాని బార్హూట్‌లో దొరికిన పుష్యమిత్రసుంగుని కాలం నాటి బౌద్ధ శిధిలాలు ఈ వాదనకు విరుద్ధంగా నిలుస్తాయి.

సుంగవంశం అనేక యుద్ధాలు చేసింది. వారు ఉత్తర దక్కన్ ప్రాంతంలోని వదర్భ (బీరార్) లోనూ వాయవ్యదిశలో గ్రీకులలోనూ యుద్ధాలు చేశారు. వీరు కళింగరాజుపై కూడా దండెత్తారన్ని కొందరి అభిప్రాయాన్ని మరికొంత మంది వ్యతిరేకిస్తున్నారు. సుంగరాజ్యం మొత్తం గంగానదీ ప్రాంతంతోపాటు నర్మదానది వరకూ విస్తరించింది, పాటలీపుత్రం, అయోధ్య, విదిశ పట్టణాలు కూడా సుంగరాజ్యంలో భాగాలే. ఈ రాజ్యంలో జలంధర్, సకాల(సియాల్‌కోట) కూడా భాగాలని ఒక బౌద్ధ గ్రంధం పేర్కొన్నది. కాని ఒక శతాబ్దం కాలంలోనే సుంగరాజ్యం మగధవరకే పరిమితమైంది. ఈ మగధ ప్రాంతం కూడా వీరి తరువాత కణ్వులనే బ్రాహ్మణవంశం పాలనలో క్రీ.పూ 28 వరకూ కొనసాగింది.

ఈ రెండు బ్రాహ్మణ వంశాలు పతనమయ్యాక, అయోధ్య,కౌశాంబి, మధుర, అహిచ్ఛత్ర (ఇవన్నీ ఉత్తర ప్రదేశ్‌లోనివి) స్వతంత్ర రాజ్యాలుగా ఆవిర్భవించాయి. పూర్వం మౌర్యుల అధికారానికి తలవంచిన తెగలన్నీ తాత్కాలికంగా బలం పుంజుకున్నాయి. సుంగవంశం అంతరించేనాటికి మధురకు ఆగ్నేయంగా లభించిన ఆధారాన్ని బట్టి పంజాబ్ ప్రాంతంలో కూడా అనేక తెగలు స్వతంత్రం ప్రకటించినట్లు తెలుస్తోంది. రావి,బియాస్ నదులకు ఎగువగా ఉన్న ప్రాంతాన్ని జౌదుంబరులు ఆక్రమించారు. సివాలిక్ పర్వతాల ప్రాంతంలోబియాస్, యమునా నదుల మధ్య భాగంలో కునిందుల అధికారం ఉంది. రావిసట్లెజ్ నదుల మధ్య భాగం (నేటి పంజాబ్‌లోని జలంధర్ (ప్రాంతం) త్రిగర్తుల అధికారంలోకి వచ్చింది. సట్లెజ్ యమునా నదుల మధ్య ప్రాతంతం (నేటిలూధియానా. అంబాలా, కార్నాల్, రోహ్‌తక్, హిస్సార్

జిల్లాలు) యౌధేయుల అధికారంలో ఉంది. వీరు గొప్ప యుద్ధ వీరులు. వీరిని గూర్చి క్రీ.పూ5వ శతాబ్దిలోనివసించిన పాణిని పేర్కొన్నాడు. యౌధేయుల ప్రాంతానికి పశ్చిమంగా ఉన్న ప్రాంతాన్ని అగస్త్యులు పాలించారు.

మౌర్యుల పరిపాలన తురువాత సంభవించిన రాజకీయ పరిణామాలలో అత్యంతముఖ్యమైనది వాయవ్య సరిహద్దుల నుండి దేశంలోకి ప్రవేశించిన విదేశీయులు చేసిన దండయాత్రలు,హిందూకుష్ పర్వతాలను దాటి మనదేశంలోకి ప్రవేశించిన మొట్టమొదట వారు బాక్ట్రియన్ గ్రీకులు. వీరిని మన సాహిత్యం యవనులని పేర్కొంది. 'యవన' అన్న పదం ప్రాచీన పర్షియన్ 'యునా' నుండి జనించి గ్రీకు జాతికి చెందిన ప్రజలు అన్న అర్ధంలో ఉపయోగింపబడింది. ఎకిమినిడ్స్ పరిపాలనాకాలంలో కొందరు గ్రీకులు బాక్ట్రియా (బాల్క్) లో స్థిరపడ్డారు. అలెగ్జాండర్ కాలంలో, అతని సేనాని సెల్యూకస్ నికొలస్ కాలంలో మనదేశంలో ఇంకా ఎక్కువ మంది గ్రీకులు స్థిరపడ్డారు. క్రీ.పూ,3వ శతాబ్ది మధ్యలో బాక్ట్రియా గవర్నరైన డియోడాటస్ సెల్యూకిడ్ రాజైన ఆంటియోకస్ 111పై తిరుగుబాటు చేశాడు. ఈ తిరుగుబాటును అణచడానికి విఫల ప్రయత్నం చేసి చివరకు ఆంటియోకస్-111 బాక్ట్రియాను స్వతంత్ర ప్రాంతంగా గుర్తించి క్రీ.పూ 200లోడియోడాటస్ మునిమనుమనికి తనవంశంలోని కన్యనిచ్చి వివాహం చేశాడు ఇతడే హిందూకుష్ పర్వతాలను దాటి (ఆంటియోకస్ -111) మౌర్య రాజైన శుభగసేనుని క్రీ.పూ 206లో ఓడించాడు.

ఏమైనప్పటికీ మనదేశవాయవ్య సరిహద్దులనుండి గ్రీకు ఆక్రమణలు ఆగలేదు.క్రీ.పూ 2వ శతాబ్ది ప్రారంభంలో యుథెడిమస్ కూమారుడైన డెమిట్రియస్ మనదేశంలోకి మరింత చొచ్చుకుని వచ్చాడు. అతడు, అతడి వారసులు మనదేశంలో అనేక దండయాత్రలు జరిపారు. వీరిలో మినాండర్ దాదాపు పాటలీ పుత్రం వరకూ దండెత్తి వచ్చాడు. మినాండర్ క్రీ.పూ 155 నుండి 130 వరకూ పరిపాలించి మనదేశంలో గ్రీకుపాలనకు కొంత సుస్థిరతను కల్పించాడు. అతడి నాణాలు ఆఫ్ఘనిస్తాన్ కాబూల్‌లో, ఢిల్లీ దగ్గరున్న మధుర ప్రాంతాలలోను దొరికాయి. అతని రాజ్యం స్వాట్‌లోయ, హాజారాంజిల్లా,రావినది వరకూగల పంజాబ్‌లలో విస్తరించింది. ఇండోగ్రీకు రాజులలో మినాండర్ చాలా ప్రసిద్ధుడు. బౌద్ధసాహిత్యంలో ఇతడు మిలిందుడుగా ప్రసిద్ధుడు బౌద్ధగ్రంధమైన మిలిందవన్హ (మిలిందప్రశ్న- మిలిందుని యొక్క ప్రశ్నలు) వేదాంతియైన నాగసేనునికీ,మిలిందునికీ మధ్య జరిగిన చర్చలను తెలుపుతుంది. ఈచర్చల ఫలితంగా మిలిందుడు బౌద్ధమతాన్నిస్వీకరించాడు ఇతని మరణానంతరం ఈప్రాంతం కొద్దికాలం పాటు గ్రీకు ప్రతినిధులచే పాలింపబడి తరువాత స్ట్రాలో రాజు అధికారంలోకి వచ్చింది. దీని తరువాత ఉత్తర భారతదేశంలో గ్రీకుల అధికారం క్షీణించింది. గ్రీకులు మనదేశంలో ఎక్కువకాలం పాలించనప్పటికీ వారి పరిపాలన యొక్క ప్రాధాన్యతను మాత్రం తక్కువగా అంచనా వేయరాదు. ఎక్కువ సంఖ్యలో నాణాలు ముద్రించిన వారిలో వీరే ప్రధములు. మనదేశంలో దొరికిన ఇతరనాణెముల వలెగాక ఇవి ఏరాజులు ముద్రించినవో ఖచ్చితంగా చెప్పవచ్చును. బంగారు నాణెములను ముద్రించుటలో కూడావీరే ప్రధములు. తరువాత కుషానుల కాలంలో బంగారు నాణెముల ముద్రణ ఎక్కువైంది. మనదేశ వాయవ్య ప్రాంతంలో

వారి పాలన కొద్ది కాలమే అయినప్పటికీ మనదేశ ద్రవ్య చరిత్రలో ముఖ్యమైనది. ఈ ప్రాంతంలో వారు గ్రీకు శిల్ప కళను ప్రవేశపెట్టారు. తరువాత ఇది మన కళతో కలిసిగాంధార శైలి రూపొందడానికి కారణమైంది.

వాయవ్య భారతంలో గ్రీకుల అధికారం ఎంతో కాలం నిలవలేదు రాజకీయ, వాతావరణ పరిస్థితుల వలన మధ్య ఆసియా నుండి అనేక మంది సంచారతెగలు (స్కిదియన్స్ మనదేశంలో ప్రవేశించాయి. షిహుయాంగ్‌తీ నాయకత్వంలో చైనా సామ్రాజ్యం బలపడడం (ఇతడే చైనా గోడను నిర్మించాడు పచ్చిక మైదానాలు ఎండి పోవడంతో ఈ తెగలవారు (యూచీతో సహా పశ్చిమ దిశవైపు నెట్టివేయబడ్డారు. ఉత్తర, తూర్పుదిశల నుండి ఒత్తిడి ఆధిక మవడంతో స్కిదియన్లు బాక్ట్రియాపై దండెత్తి ఆక్రమించుకున్నారు. వీరిని వెన్నంటి యుచి తెగవారొచ్చారు. దానితో స్కిథియన్లు (వీరే పతంజలి మహాభాష్యంలోనూ, ఇతర ప్రాచీన గ్రంధాల్లోనూ శకులని- పేర్కొన బడ్డారు.) బాక్ట్రియాను వదిలి ఇరాన్‌పై తరువాత భారతదేశంలోని గ్రీకు ప్రాంతాలపై దండెత్తారు. క్రీ.పూ 1వ శతాబ్ది మధ్యభాగానికి మనదేశంలో కొద్దిమంది గ్రీకు నాయకులే పరిపాలిస్తున్నారు. వీరిపై దండెత్తిన శకులలో తెగలు గ్రీకుల కంటె ఎక్కువ భూభాగాన్ని ఆక్రమించుకున్నారు. వీరికి ఎక్కువగా ప్రతిఘటన ఎదురవలేదు. విక్రమాదిత్యుడనే ఉజ్జయిని పాలకుడు వీరిని తరిమికొట్టాడని ఆవిజయానికి చిహ్నంగా క్రీ.పూ 57లో విక్రమశకాన్ని నెలకొల్పాడనీ కొందరి అభిప్రాయం ఇది ఎంతవరకూ నమ్మశక్యమో తెలియదు. ఎందు కంటే మనచరిత్రలో దాదాపు 12వ శతాబ్దము వరకూ 14 మంది విక్రమాదిత్యులున్నారు. ఈ శకులు తమ అధికారాన్ని మనదేశంలో మధుర వరకూ విస్తరింప చేశారని అనుకోవచ్చు. ఈశకులలో మొదటి రాజు. మోగ(Moga 80 B.C) ఇతనిని గురించి మనకు శాసనాల ద్వారా, నాణాలద్వారా తెలుస్తుంది. ఈకాలంలో తక్షశిలలో బుద్ధుని అవశేషాలపై ఒక స్తూపం నిర్మించ బడందని చెప్పడానికి ఆధారాలున్నాయి. శకులలో అతిముఖ్యమైన రాజు రుద్రదమనుడు. ఇతడు సింధు, కచ్, గుజరాత్, రాజస్థాన్ కొంకణ్, నర్మదాలోయ, మాళ్వా, కధియవాల్, పశ్చిమ దక్కన్‌లపై అధికారం చలియించాడు. కధియవాడ్‌లో మౌర్యుల కాలం నుండి సేద్యపు నీటిని సరఫరా చేస్తున్న సుదర్శన సరస్సుకు ఇతడు మరమ్మత్తులు చేయించాడు. శుద్ధ సంస్కృతంలో సుదీర్ఘ శాసనం వేయించిన మొదటరాజు కూడా రుద్రదమనుడే. ఈ విధంగా సంస్కృతానికి ఆస్థాన భాషాగౌరవాన్ని కల్పించిన మొట్టమొదటి పరిపాలకుడు మనదేశస్థుడుకాకుండా ఇతర దేశస్థుడు అయ్యాడు.

క్రీ.పూమొదటిశతాబ్ది చివర్లో ఇరానియన్ పేర్లు కలిగిన పహ్లావులు లేదా ఇండోపార్థియన్లు వాయవ్య భారతంపై అధికారం సంపాదించారు. వీరిలో ప్రముఖుడు గోండో ఫార్నెస్ క్రీ.శ 1వ శతాబ్దిలో పాలించాడు. ఇతని ఆస్థానానికే సెయింట్ థామస్ రాకతో మనదేశానికి క్రైస్తవ మతంలో మొదటి సారిగా సంబంధమేర్పడింది. ఈ మతప్రచారకుడు మొదట కేరళకు వెళ్ళి తరువాత మద్రాస్ వద్దగలమై లాపూర్‌కివెళ్ళి అక్కడ వధింప బడ్డాడని కొన్న క్రైస్తవ ఆధారాలు పేర్కొంటున్నాయి. అతని యొక్క మత మార్పిడులను గూర్చి గ్రంధస్థంచేయబడలేదుకాని గోండో ఫార్నెస్‌కు క్రైస్తవులకు మధ్య సంబంధ ముందని మనం

ఊహించవచ్చు. క్రైస్తవ సంప్రదాయంలో ప్రముఖులైన తూర్పు ప్రాంతానికి చెందిన ముగ్గురు రాజులలో ఒకడైన కాస్పర్‌తో(ఇతడు) సమానుడు (గోండోఫార్నెస్) అని చెప్పబడింది. ఇతనికి వారసుడు మేనల్లుడు అయిన అబ్దగాసెస్ గురించిన మనకు ఎక్కువ సమాచారం తెలీదు. తమకు పూర్వులైన వకులవలె పార్థియన్లు కూడా మన సంఘజీవనంలో కలిసి పోయారు.

మనదేశానికి యూచీ తెగల రాకతో ఇండోపార్థియన్ల ఆధిపత్యంతొలగి పోయింది. క్రీ.పూ 1వ శతాబ్దిలో యూచీల నాయకుడైన కుజుల కాడ్ఫిసెస్ ఈజాతికి చెందిన 5 తెగలవారిని ఏకంచేసి హిందూకుష్ పర్వతాలు దాటికాబూల్, కాశ్మీర్‌లలో తన అధికారం స్థాపించాడని ఒక చైనీస్ ఆధారాన్ని బట్టి తెలుస్తోంది. కాబూల్‌లోని ఆఖరి గ్రీకు రాజుల్ని ఇతడే జోడించాడు. కాడ్ఫిసిస్ 80 సం॥ల వయస్సులో చనిపోగా అతని కుమారుడు వీమా కాడ్ఫిసెస్ రాజయ్యాడు వీమా బంగారు నాణాలను ముద్రించాడు, కుషాన్లు తరువాత దీన్ని అనుసరించి బంగారు రాగి నాణాలను ముద్రించారు.

కాడ్ఫిసెస్ పరిపాలన అంతమైన కొద్దికాలం తరువాత కనిష్కుడు అధికారానికి వచ్చాడు. ఇతనికీ, కాడ్ఫిసెస్ రాజులిద్దరికీ గల సంబంధాన్ని గురించీ మనకు సరిగ్గా తెలియదు. కుషానులు ముద్రించిన బంగారు నాణెములు, శాసనాలను బట్టి వీరి అధికారం వాయవ్య భారతం, సింధు ప్రాంతంలోనేగాక గంగానదీ ప్రాంతంలో అధికభాగం వరకూ సాగిందని చెప్పవచ్చు. కుషాను వంశంలో కనిష్కుడు అత్యంత ప్రముఖుడు. అతని పరిపాలనలో కుషానులు అత్యున్నతిని చేరుకుని సమకాలీన ప్రపంచంలో గొప్ప శక్తిగా తయారయ్యారు. భారత దేశంలో అతని అధికారం దక్షిణాన సాంచీ వరకు, తూర్పున బెనారస్ వరకు విస్తరించింది. మధ్య ఆసియాలో కూడా విశాలమైన రాజ్యభాగాల్ని ఇతడు స్వాధీనం చేసుకున్నాడు. పురుషపురం(పెషావర్) ఇతని రాజధాని, మధుర ఇతని సామ్రాజ్యంలో రెండవ ముఖ్య నగరం. ఇతడు రాజ్యానికి వచ్చిన సంవత్సరం గురించి చరిత్రకారులలో వాదోపవాదాలున్నాయి. కానీ క్రీ.శ.78వ సంవత్సరంలో రాజయి ఉండవచ్చునన్నది దాదాపు అందరూ అంగీకరించిన విషయం. ఈ సంవత్సరం శక యుగం అంతమవడానికి ప్రారంభం. శకయుగం క్రీ.శ. 120లో లేదా 144 లో అంతమైనదన్న ఇటీవలి అభిప్రాయాలు సమర్థనీయం కావు.

కనిష్కుడు అనగానే బౌద్ధమతంతో అతనికి గల సంబంధం గుర్తుకు వస్తుంది. కనిష్కుడు బౌద్ధమతాన్ని స్వీకరించి, కాశ్మీర్‌లో నాల్గవ బౌద్ధమహాసభను సమావేశపరిచాడు. ఈ సభ బౌద్ధమత సిద్ధాంతాలకు, అధ్యయనానికి సంబంధించిన విషయాల గురించి చర్చించడానికి ఏర్పాటు చేయబడింది. ఇతడు బౌద్ధమత ప్రచారాన్ని ప్రోత్సహించి, మధ్య ఆసియా, చైనాలకు మత ప్రచారకులను పంపాడు. పెషావర్‌లో బుద్ధుని ఒక అవశేషం పై ఇతడు అనేక అంతస్తుల కట్టడాన్ని నిర్మించినట్లు చెప్పబడింది. క్రీ.శ.7వ శతాబ్దిలో మన దేశానికి వచ్చిన చైనా యాత్రికుడు హుయాన్త్సాంగ్ ఈ స్తూపాన్ని విపులంగా వర్ణించాడు. 11వ శతాబ్దంలో అల్‌బెరూనీ కూడా దీన్ని గురించి వర్ణించాడు. పెషావర్‌లో జరిపిన తవ్వకాలు ఈ స్థూప పథకాన్ని విహారాలు కట్టిన స్థలాన్ని, కొన్ని శిల్పాలను(రాతిలో, స్టకోతో చేసినవి), "బుద్ధుని అవశేషాలనుంచిన పాత్ర"లను బయల్పరిచాయి.

బౌద్ధమత పండితులు అనేకులు కనిష్కుని సమకాలికులు-వీరు అశ్వఘోషుడు, వసుమిత్రుడు, పార్శ్వుడు, సంఘ రక్షుడు, ధర్మత్రాతుడు, మాత్రిచేతుడు. కనిష్కుడు బౌద్ధమతాన్ని ఆదరించడానికి కారణం రాజకీయమైనది. అతడు బౌద్ధమతం స్వీకరించడానికి గొప్ప వ్యక్తిగత అనుభవం కారణం అని చెప్పడానికి మనకు ఆధారం లేదు. అతని నాణాలపై బౌద్ధ చిహ్నాలు కనిపిస్తాయి. కానీ బౌద్ధచిహ్నాలు లేని, భారతీయ దేవతాచిహ్నాలు లేని నాణాలే వీటికన్నా అధిక సంఖ్యలో కన్పిస్తాయి. తన సామ్రాజ్యంలో వివిధ ప్రాంతాలలో గల భిన్న సంస్కృతుల, మతాల మధ్య సామరస్యం పెంపొందించడానికి కనిష్కుడు పాటించిన మతవిధానంగా దీనిని పేర్కొనవచ్చును. కనిష్కుడు మధ్య ఆసియాలో యుద్ధం చేస్తుండగా మరణించాడని చెప్పబడుతోంది. చైనీస్ కథనాలు కొన్ని ఒక కుషాన్ పరిపాలకుడు హాన్ వంశానికి చెందిన రాకుమారిని వివాహమాడతానని అడిగాడనీ, అతడు పాన్‌చావో అనే సేనాని చేతిలో క్రీ.శ. 1వ శతాబ్ది చివర్లో యుద్ధంలో ఓడిపోయాడనీ చెప్తాయి. ఆ రాజు కనిష్కుడే కావచ్చు. అతని వారసులు వంద సంవత్సరాలపాటు పాలించారు. కానీ కుషానులు అధికారం వీరి పాలనలో క్రమంగా క్షీణించింది. క్రీ.శ.మూడవ శతాబ్ద మధ్య భాగంలో పర్షియాలో ససానియన్ రాజవంశానికి చెందిన రాజు ఒకడు వాసుదేవుడనే కుషానునని ఓడించి, కుషానులను సామంతుల స్థితికి తీసుకువచ్చాడు.

ఛోటానాగపూర్ పీఠభూమికి ఆగ్నేయంగా ఉన్న ప్రాంతాలలో, దక్కన్‌లో కొత్త రాజ్యాలు ఏర్పడ్డాయి. వీటిలో ఒకటి కళింగ. మొదట నందులచే జయించబడి, తరువాత అశోకునిచే తిరిగి జయించబడిన కళింగ దేశం తోసలివద్ద రాష్ట్ర కేంద్రం కలిగి ఉంది. ఇక్కడ నివసించే ఆదిమజాతులకు, మౌర్యులఅధికారానికి మధ్య ఏర్పడిన సంబంధాలు వలన కళింగ ఒక స్వతంత్ర రాష్ట్రంగా ఏర్పడడం మరింత వేగవంతమైంది. క్రీ.పూ. 2వ శతాబ్ది చివరకు కళింగ మహామేఘవాహనులనే వంశం వారి నాయకత్వంలో స్వతంత్ర రాష్ట్రంగా ఏర్పడింది. క్రీ.పూ. 1వ శతాబ్ది మధ్య భాగంలో ఈ వంశంలో మూడవ పరిపాలకుడైన ఖారవేలుని కాలంలో కళింగకు రాజకీయ ప్రాధాన్యం ఏర్పడి కొంతకాలంపాటు మగధను పాలించే రాజులకు సమస్యగా తయారయింది. ఖారవేలుడు వేయించిన సుదీర్ఘమైన హాతిగుంఫ శాసనం భువనేశ్వర్‌లో ఉదయగిరి కొండల వద్ద బయల్పడి అతని చరిత్రను పునర్నించడానికి ఎంతో తోడ్పడింది. అతడు సహజంగా జైనమతస్తుడైనప్పటికీ అనేక యుద్ధాలు చేశాడు. ఈ శాసనంలో అతడు(ఖారవేలుడు) పశ్చిమ దక్కన్‌నుపాలించే రాజును ఓడించినట్లు, రాజగృహను ఆక్రమించి మగధను జయించినట్లు చెప్పబడుతోంది. వాయవ్యంలో గ్రీకులపై దండెత్తి, దక్షిణాదిన పాండ్యరాజ్యాన్ని జయించినట్లు కూడా చెప్పబడుతోంది. ఖారవేలుడు అంతకు పూర్వమొక నందవంశపు రాజు తవ్వించిన పంటకాలువను బాగా పెద్దదిచేసి, ప్రజల సంక్షేమం కోసం ఎంతో డబ్బు ఖర్చు చేశాడు. ఇతని పరిపాలన తరువాత కళింగ దేశం రాజకీయ ప్రాధాన్యతను అనేక శతాబ్దాలుపాటు కోల్పోయింది. ప్లినీ(క్రీ.శ.79లో మరణించాడు) కళింగులు అనేక శాఖలుగా విడిపోయినట్లు చెప్పినప్పటికీ, మన స్వాతంత్ర్యం తరువాత ఒరిస్సాలో జరిపిన తవ్వకాల్లో అనేక వస్తువులు బయటపడినప్పటికీ, ఈ ప్రాంతంలోని రాజకీయ పరిణామాలను

గురించి సమగ్రమైన పునర్నిర్మాణం సాధ్యపడలేదు.

క్రీ.పూ. 1వ శతాబ్దిలో దక్కన్‌కు వాయవ్యంగా ప్రతిష్ఠానపురం(మహారాష్ట్రలోని నేటి పైథాన్) రాజధానిగా శాతవాహన రాజ్యం ఏర్పడింది. శాతవాహనులకే ఆంధ్రులని పేరుండడంతో వీరు ఆంధ్రప్రాంతంలో జనించి, గోదావరినది ఎగువ ప్రాంతానికి వెళ్లి మౌర్య సామ్రాజ్యపతనాన్ని అవకాశంగా తీసుకుని పశ్చిమ ప్రాంతంలో స్వతంత్రాన్ని ప్రకటించారు. ఇంకొక అభిప్రాయం ప్రకారం వీరు అసలు దక్కన్ ప్రాంతానికి చెందినవారేనని తమ అధికారాన్ని తూర్పు తీరం వరకూ విస్తరింప చేయడం వల్ల కాలక్రమాన ఈ ప్రాంతం ఆంధ్ర ప్రాంతమని పిలువబడింది. శాతవాహనుల తొలి శాసనాలు దక్కన్ పశ్చిమ భాగంలో లభించడం వల్ల రెండవ అభిప్రాయమే సరైనది కావచ్చు.

ఆంధ్రుల గురించి మొట్టమొదటగా ఐతరేయ బ్రాహ్మణంలోనూ, తరువాత అశోకుని శాసనంలోనూ ప్రస్తావించబడింది. తరువాత వీరి ప్రస్తావన మిగిలిన తెగలతోపాటు పురాణాలలోనూ, మహాకావ్యాలలోనూ కన్పిస్తుంది. వారు బహుశా క్రీ.పూ మొదటి శతాబ్దపు మధ్య భాగంలో దక్కన్ ప్రాంతాన్ని ఆక్రమించి ఉండవచ్చు. వీరి సమాధులు పెద్ద పెద్ద రాళ్ళచే చుట్టబడి ఉండడంతో వీరిని మెగాలిథిక్ ప్రజలు అని పిలిచారు. మొదట్లో వీరు బంగారం, వజ్రాలు, ఇతర రత్నాల గనుల్లో తవ్వకాల పట్ల ఆసక్తి కలిగి ఉండేవారు. కానీ మౌర్యసామ్రాజ్యం ఈ ప్రాంతం వరకూ విస్తరించడంతో వారు అనేక సాంఘిక రాజకీయ మార్పుల వల్ల ప్రభావితులయ్యారు. ఈ బంగారం, జాతిరాళ్ళ పట్ల డిమాండ్ ఎక్కువవడంతో కృష్ణానదీతీర ప్రాంతంలో (గుంటూరుజిల్లాలో) ధరణికోట, మహారాష్ట్రలోని సతారా జిల్లాలో కరద వాణిజ్యకేంద్రాలయ్యాయి. దీని వలన ఉత్తర భారత భౌతికమైన సాంస్కృతిక లక్షణాలు దక్షిణాదిన కూడా వ్యాపించి ఇక్కడ ప్రాంతీయంగా ఉండే తెగల జీవనానికి భంగం కలిగింది. మహారాఠులనే తెగ నాయకుల ఆధిక్యం కొన్ని ప్రాంతాలలో పెరిగి వారికి శాతవాహనులతో వివాహసంబంధాలు ఏర్పడ్డాయి. ఈ శాతవాహనులే దక్కన్‌లో మొదటి స్వతంత్ర రాజ్యాన్ని ఏర్పరిచారు. మౌర్యుల పాలనలో వీరు ముఖ్యమైన పదవులను నిర్వహించి ఉండవచ్చు. ఈ ప్రభావం శాతవాహనుల రాజకీయ వ్యవస్థపై కూడా కన్పిస్తుంది.

మొదటి శాతవాహన రాజైన శ్రీముఖుడు శుంగుల అధికారాన్ని నాశనం చేసినట్లు చెప్పబడుతోంది. కానీ వీరు దక్కన్ పశ్చిమ ప్రాంతం నుండి క్షహరత వంశానికి చెందిన శకులచే వెళ్ళగొట్టబడ్డారు. శకుల నాయకుడైన నహపానుని నాణెములు, శాసనాలు నాసిక్ ప్రాంతంలో దొరకడంతో క్రీ.శ.1వ శతాబ్ది చివరలో లేదా రెండవ శతాబ్ది ప్రారంభంలో ఈ ప్రాంతంలో శకుల ఆధిపత్యం ఉన్నట్లు తెలుస్తుంది. కానీ శాతవాహనులలో గొప్పవాడైన గౌతమీపుత్ర శాతకర్ణి కాలంలో పశ్చిమ ప్రాంతంలో తాము పోగొట్టుకున్న ప్రాంతాలను శాతవాహనులు తిరిగి సంపాదించుకోగలిగారు. గౌతమీపుత్ర శాతకర్ణి, అతని కుమారుడైన వసిష్ఠ పుత్రశాతకర్ణి(రెండవ శతాబ్దం మొదటి భాగంలో పాలించినవాడు) తమ రాజ్యాన్ని విస్తరింపచేసి శాతవాహనులకు ఉన్నత స్థితిని కల్పించారు. గౌతమీ పుత్ర శాతకర్ణి శకుల అధికారాన్ని, క్షత్రియుల గర్వాన్ని అణచివేసి, ద్విజుల బాగును కోరి, నాలుగు వర్ణాలవారు

కలిసిపోవడం ఆపగలిగాడని చెప్పబడుతోంది. అయినప్పటికీ శకుల మధ్య, శాతవాహనుల మధ్యపరస్పర ఘర్షణను తొలగించడానికి వైవాహిక సంబంధాలు ఏర్పరచుకున్నారు. రాజస్థాన్, సింధులను పాలించిన శక వంశస్థుడైన రుద్ర దమనుడు(క్రీ.శ.2వ శతాబ్ది) తన కుమార్తెను ఒక శాతవాహన రాజుకిచ్చి వివాహం చేశాడు. కానీ దీనివలన ఆశించిన ఫలితం లభించలేదు. రుద్రదమనుడు తనకు శత్రువైన శాతవాహనుని రెండుసార్లు ఓడించి తమ ఇద్దరికీ ఉన్న సన్నిహిత సంబంధం వల్ల అతన్ని చంపకుండా విడిచిపెట్టాడని కొన్ని ఆధారాలు పేర్కొన్నాయి. రుద్రదమనుడు చనిపోయిన తరువాత శాతవాహనులు శకులపై దండెత్తి తాము పోగొట్టుకొన్న రాజ్యభాగాలను తిరిగి సంపాదించుకున్నారు. ఈ క్రీ.శ. రెండవ శతాబ్దం చివరినాటికి శాతవాహనులు పశ్చిమ తీరంలో కథియవాడ్‌ను, కృష్ణా డెల్టా ప్రాంతాన్ని, ఆగ్నేయంలో తమిళనాడు ఉత్తర ప్రాంతాన్ని పాలించారు.

క్రీ.శ.మూడవ శతాబ్దిలో శాతవాహనుల అధికారం క్రమంగా క్షీణించి రాజప్రతినిధులు స్వతంత్రం ప్రకటించసాగారు. శాతవాహనుల పతనానంతరం, అనేక రాజ్యాలు ఏర్పడ్డాయి. దక్కన్ వాయవ్య ప్రాంతంలో అభీరులు, మహారాష్ట్ర, కుంతల ప్రాంతాలలో ఛూతులు తరువాత కదంబులు అధికారం సంపాదించుకున్నారు. ఆంధ్ర దేశంలో ఇక్ష్వాకులు, శాతవాహన సామ్రాజ్యంలోని ఆగ్నేయ ప్రాంతంలో పల్లవులు స్వతంత్ర రాజ్యాలు స్థాపించారు. పల్లవులు స్వతంత్ర వంశసంస్థాపకులై క్రీ.శ.6వ శతాబ్ది నాటికి గొప్ప రాజకీయ శక్తిగా రూపొందారు. అలాగే విదర్భ(బేరార్) ప్రాంతంలో వాకాటకులు శక్తిమంతులయ్యారు.

దక్షిణాదిలో తెగల వ్యవస్థ నుండి రాష్ట్రాలు ఏర్పడడానికి అనేక శతాబ్దాలు పట్టింది. క్రీ.పూ. 1 వ శతాబ్ది నాటికి లేదా అంతకు కొంచెం పూర్వమే తమిళదేశం, తూర్పు ఆంధ్రప్రాంతం వలె మెగాలిథిక్ ప్రజల అధీనంలోకి వచ్చింది. వీరు ఎక్కువగా ఇనుమును ఉపయోగించేవారు. వారి సమాధులలో ఇనుముతో చేసిన వ్యవసాయ పనిముట్లు, ఆయుధాలు కూడా ఉంచేవారు. పురావస్తు ఆధారాల ప్రకారం మొదట్లో ఈ మెగాలిథిక్ ప్రజలు వ్యవసాయం చేసి ధాన్యం, రాగులు పండించేవారు. వీరి జీవన శైలి వివిధ పర్యావరణ పరిస్థితులపై ఆధారపడి ఉండేది. వీరి జీవనశైలి గురించి సంగమ సాహిత్యం వల్ల ఎక్కువగా తెలుస్తుంది. సారవంతమైన మైదాన ప్రాంతాల్లో(మారుతమ్) వీరు వ్యవసాయం పెద్దఎత్తున చేసి ధాన్యం పండించేవారు. పర్వత ప్రాంతాలలోని అడవుల్లో(కురుంచి) జీవనానికి వేట, ఆహారసేకరణపై ఆధారపడేవారు. ఎండిపోయిన బీడు భూముల్లో దోపిడి, పశువులను ఎత్తుకుపోవడం సాధారణం. పచ్చిక మైదానాల్లో (ముల్లయ్) పశుసంరక్షణ, పోడు వ్యవసాయం ప్రజలుచేసేవారు. తీర ప్రాంతాల్లో (నైతాల్) చేపలు పట్టడం, ఉప్పు తయారీ ప్రధాన వృత్తులు. అంతకు పూర్వం స్వయంపోషకులై పర్యావరణ ఆధారిత ప్రాంతాలు కాలక్రమేణా పెద్దవై పరస్పరం ఆధారపడడం ప్రారంభమవడంతో సాంఘిక సమానత, స్వయంప్రతిపత్తిగల తెగల జీవన విధానం మారిపోయి సంఘజీవనంలో వర్ణాలు ఏర్పడి నాయక రాజ్యాలేర్పడ్డానికి దారితీశాయి. వర్తకంతో ఇది మరింత త్వరితమైంది. ఎందువల్లనంటే తమిళులకు సముద్రంతో సంబంధం ఎక్కువ. క్రీ.పూ. 2వ శతాబ్దినాటికి వారు రెండుసార్లు సిలోన్‌పై దండెత్తి అక్కడి ఈశాన్య ప్రాంతాన్ని కొంతకాలంపాటు తమ

అధీనంలో ఉంచుకొన్నారు. ఈ సమయంలోనే వారికి ఆగ్నేయ ఆసియాతో సంబంధమేర్పడింది. క్రీ.శ. 1వ శతాబ్దంలో వారికి పశ్చిమదేశాలతో వర్తకం ద్వారా సంబంధాలు వృద్ధి చెందాయి.

దక్షిణాదిన ఈ విధంగా చిన్న నాయక రాజ్యాలు (తొలిరాజ్య వ్యవస్థలుగా) మారడానికి కారణం ఉత్తర భారతానికి భారతద్వీపకల్పం దక్షిణపు అగ్రానికీ మధ్య సంబంధాలు పెరగడమే. వర్తకులు, ఆక్రమణదారులు, బౌద్ధ,జైన బ్రాహ్మణ మత ప్రచారకులు తమతోపాటు తమ భౌతిక సంస్కృతినీ దక్షిణాదికి వెంటబెట్టుకొని రావడంతోఉత్తర దక్షిణ భారతాల మధ్య పరస్పర సంబంధాలు పెరిగాయి. ఈ విధమైన సంబంధాల గురించి మనకు క్రీ.పూ. 4 వ శతాబ్దిలో మెగస్తనీస్ పాండ్యుల గురించి ప్రస్తావించడాన్ని బట్టి తెలుస్తుంది. మెగస్తనీస్ కథనం ప్రకారం పాండ్యుల ప్రాంతం ముత్యాలకు పేరు పొందినది. ఒక స్త్రీ చే పరిపాలింపబడినది. దీన్నిబట్టి పాండ్యుల సంఘంలో మాతృస్వామ్యానికి చోటున్నట్టు తెలుస్తుంది. అశోకుని శాసనాలలో చోళులు, పాండ్యులు, కేరళ పుత్రులు, సతియ పుత్రులు తమ సామ్రాజ్యంలోని వారుకాదని స్పష్టంగా ప్రస్తావించబడింది. వీరిలో మనకు సతియపుత్రులెవరో తెలియదు. కానీ మిగిలిన ముగ్గురి గురించీ ఖచ్చితమైన సమాచారం ఉంది. మౌర్యుల అనంతర కాలంలో చోళరాజ్యం చేర లేదా కేరళ రాజ్యం(మలబార్) పాండ్య రాజ్యం (భారత ద్వీపకల్పపు ఆగ్నేయపు కొన) ఉన్నట్లు ఆధారాలున్నాయి. ఖారవేలుడు తమిళసమాఖ్యను ఓడించినట్లు చెప్పినదాన్ని బట్టి చూస్తే ఆ సమాఖ్యలో ఈ మూడు రాజ్యాలు ఉన్నాయనుకోవచ్చు. మహాభారతంలో ఈ మూడు రాజ్యాలు కురుక్షేత్రం వద్దయుద్ధం చేసినట్లుచెప్పబడింది. ఇది ఈ రాజ్యాలకు ప్రాచీనత కల్పించడానికి చేసిన ప్రయత్నం కావచ్చు. ఈ రాజ్యాలు మూడూ నిరంతరం ఒకదానితో ఒకటి యుద్ధం చేస్తున్నట్లు సంగమ సాహిత్యం సూచించినప్పటికీ యజ్ఞాల ద్వారా బ్రాహ్మణులకు దానాలుచేయడం ద్వారా రాచరిక వ్యవస్థ బలపడింది. బ్రాహ్మణులు వీరికి ప్రాచీనత కల్పించడానికి అనేక కథలు అల్లారు, గాయకులు వీరి గాథలను గానంచేశారు. వీటివల్ల రాజు ప్రతిష్ట పెరిగింది. వీరిలో అత్యంత ముఖ్యునిగా ప్రాచీన సంగమ సాహిత్యంలో పేర్కొనబడ్డవాడు క్రీ.శ. 2 శతాబ్దిలో పాలించిన కరికాల చోళుడు. ఇతడు కావేరి పట్టణాన్ని చోళ రాజ్యానికి రాజధాని చేశాడు. ఇది ఒక ప్రముఖ వాణిజ్య కేంద్రంగా (ముఖ్యంగా పత్తి వర్తకంలో) తయారైంది. కరికాల చోళుడు అనేక దండయాత్రలను జరిపి విజయుడై వైదిక యజ్ఞాలుచేసి, గొప్ప దానాలనిచ్చినట్లు జీవితాన్ని సంపూర్ణంగా అనుభవించినట్లు చెప్పబడింది.

క్రీ.పూ. 1వ శతాబ్ది నుండి క్రీ.శ.3వ శతాబ్ది వరకూ గల భారతచరిత్రను ఒక రాజకీయ సంక్షోభంగా చెప్పవచ్చు. ఈ కాలంలో పరస్పర కలహాలతో ఉన్న తెగలు, రాజులు, దురాక్రమణదారులు కలిసి దేశాన్ని ఒక సంక్షోభంలో ముంచివేశారు. మౌర్యుల అనంతరం ఏర్పడిన రాజ్యాలు చాలా చిన్నవి. ఉత్తర భారతంలో వాయవ్య భారతంలో శకులు-కుషానులు దక్కన్‌లో శాతవాహనులు మాత్రం విశాలప్రాంతాలను పరిపాలించారు. వీరు మౌర్యులవలె తమ ప్రాంతాల్లో కేంద్రీకృత మైన ధృఢమైన పాలనను ప్రవేశపెట్టలేదు. కుషానులు తమ రాజ్యంలో గల చిన్న రాజులతో సామంత సంబంధాలు నేర్పరచుకున్నారు. తమ సామ్రాజ్యాన్ని వీరు కొన్ని సత్రపాలుగా విభజించి ఒక్కొక్క విభాగాన్ని సత్రపుడనే నాయకుని పరిపాలనలో

ఉంచారు. ఈ సత్రపులు వారికి పన్నుకట్టే భూస్వాములుగా వ్యవహరించేవారు. వారు వంశపారంపర్యంగా ద్వంద్వపరిపాలన సాగించినట్లు కూడా తెలుస్తోంది. ఒక్కొక్కసారి తండ్రీకొడుకులిద్దరూ ఒకేసారి పరిపాలించేవారు. కుషానులు ప్రవేశపెట్టిన గొప్ప గొప్ప బిరుదులను చూస్తే వారి సామ్రాజ్యంలో చిన్న చిన్న సంస్థానాధిపతులు ఉండేవారనీ వారు చక్రవర్తికి కప్పం కట్టి కానుకలనిచ్చేవారనీ తెలుస్తోంది. వీరు ఒక్కొక్కసారి చక్రవర్తికి సైనిక సహాయం కూడా చేసేవారు. శకులు కుషానులు మంచి అశ్వికులు. వీరు మన దేశంలో సైన్యాలలో అశ్వికదళాన్ని ప్రవేశపెట్టారు. యుద్ధాలలో గుర్రాలను ఎక్కువగా ఉపయోగించారు. శాతవాహనులకు మహరాఠీలు, ఇక్ష్వాకులు సామంతులుగా ఉండేవారు. వారి అధికారం క్షీణించిన తరువాత వీరు స్వాతంత్ర్యాన్ని ప్రకటించారు.

మౌర్యుల అనంతర కాలంలో రాజుకు దైవాంశను జోడించారు. అంతకుపూర్వం రాకుమారులను దేవతలతో పోల్చేవారు. ఇపుడు రాజులను దేవుళ్ళతో పోల్చడం ప్రారంభించారు. శాతవాహన చరిత్రలో గౌతమీపుత్ర శాతకర్ణిని అనేక దేవుళ్ళతో పోల్చారు. ఇదంతా రాజు దైవాంశ సంభూతుడనే సిద్ధాంతాన్ని బలపరుస్తుంది. ఇది గుప్తుల కాలంలో మరింత ఎక్కువైంది. కుషానులు కూడా తాము దైవాంశకలవారమని భావించారు. ఇది వారి బిరుదు 'దేవపుత్ర'ను బట్టి తెలుస్తుంది. రోమన్ల ఆచారాన్ని అనుసరించి బహుశా వీరు కూడా చనిపోయిన రాజుల విగ్రహాలను పెట్టి ఆలయాలు కట్టడం ప్రారంభించి ఉండవచ్చు. కానీ ఈ పద్ధతి మన దేశానికి సరిపడలేదు. ఆ కాలంనాటి రచనలు రాజరికానికి గల దైవాంశను గూర్చి ప్రస్తావించాయి. (కానీ రాజును దేవుడిగా భావించడం అతని అధికారాన్ని ఏమాత్రం పెంచలేదు.

శాతవాహనులు భూములను వాటి నుండి వచ్చే ఆదాయాన్ని కూడా బ్రాహ్మణులకు, బౌద్ధ భిక్షువులకు దానం చేసే పద్ధతిని ప్రవేశపెట్టారు. ఈ పద్ధతి క్రమంగా కేంద్రం యొక్క అధికారాన్ని క్షీణింపచేసింది. ప్రాచీన సాహిత్యంలో పూజారులకు భూములను దానం చేయడం కనిపిస్తుంది. కానీ ఈ భూదాన విషయంలో మొట్టమొదటి శాసనాధారం క్రీ.పూ 1 వ శతాబ్దిలో కనిపిస్తుంది. శాతవాహనులు వైదిక యజ్ఞాలు జరిపించినందుకు కొన్ని గ్రామాలనే పురోహితులకు దానం చేశారు. మొదట్లో ఈ గ్రామాల నుండి పన్ను వసూలు చేసేవారు. కానీ క్రమంగా శాతవాహనులు ఈ దానం చేసిన భూముల పాలనాధికారాన్ని కూడా బ్రాహ్మణులకు ఇచ్చివేశారు. క్రీ.శ. రెండవ శతాబ్దినాటి గ్రంథస్థ ఆధారాలలో శాతవాహన పరిపాలకుడైన గౌతమీపుత్ర శాతకర్ణి తాను దానం చేసిన గ్రామ పరిపాలనా వ్యవహారాల్లో జోక్యం చేసుకోవద్దని తన రాజ్యాధికారులను ఆదేశించినట్టు కనబడుతోంది. ఈ పరిస్థితుల్లో దానాన్ని పొందిన బ్రాహ్మణులు తమ భూములను తామే నిర్వహించుకొనేవారు. ఈ గ్రామాలు క్రమంగా పాక్షిక స్వతంత్రపాలనా విభాగాలుగా తయారై గ్రామీణ ప్రాంతాల్లో రాజు అధికారాన్ని క్షీణింపచేశాయి.

భూదానాలు మత సంబంధమైన విషయాలకు చేయబడ్డాయి. కానీ దీని వెనుకనున్న కారణం వ్యక్తుల ద్వారా అధిక భూభాగాన్ని సాగులోకి తీసుకురావడం. ఈవిధంగా శాతవాహనుల రాజ్యంలో సారవంతమైన భూముల్లో కొత్త ఆవాసాలు ఏర్పడ్డాయి. ఇటువంటి ప్రాంతాలు

నాసిక్, జునార్,కార్లే, కృష్ణా ప్రాంతాలలో పశ్చిమ తీరంలో మంచి రేవు పట్టణాలు ఏర్పడ్డానికి ఈ నివాసాలుకారణమయ్యాయి. ఈ రేవు పట్టణాల ద్వారా క్రీస్తుశకం తొలి శతాబ్దాల్లో మధ్యధరా ప్రాంతంతో వర్తకం అధికంగా జరిగింది.

శాతవాహనులకు మౌర్యులవలె విస్తృతమైన అధికారయంత్రాంగం లేదు. అందువలన వారు అంతగా ఆర్థిక కార్యకలాపాలను నిబద్ధించలేకపోయారు. అడవులను కొట్టి కొత్త నివాస ప్రాంతాల్ని ఏర్పాటుచేయడం రాజ్యపర్యవేక్షణలో జరగలేదు. వ్యవసాయ విస్తరణ వ్యక్తుల ప్రయత్నాల వల్ల జరిగింది. రైతులు ఎక్కువ సంఖ్యలో శ్రమపడి పంటలు పండించేవారని సమకాలీన బౌద్ధ గ్రంథం పేర్కొంటుంది. యజమాని లేని ఒక చిన్న భూభాగంలో రైతెవరైనా శ్రమపడి పండిస్తే ఆ భూమికి అతడు సొంతదారు అయ్యేవాడు. హిందూధర్మశాస్త్రకారుడైన మనువు ప్రకారం, ఏదైనా ఒక భూమి దాన్ని చదును చేసి బాగుచేసినవాడికి మొదట చెందుతుంది. అలాగే ఒక లేడిని గాయపరిచినవాడికే మొదట అది చెందుతుంది. ఉపయోగించకుండా వదిలిపెట్టిన భూములను వ్యక్తులు విడిగా సాగులోకి తీసుకురావడానికి మనువు పేర్కొన్న ఈ సిద్ధాంతాన్ని ఈ కాలంలో బాగా ఉపయోగించు కున్నారు.

ఆర్థిక పరిస్థితి దృష్ట్యా ఈ కాలంలో చెప్పుకోదగిన ముఖ్యపరిణామం భారత దేశానికీ పశ్చిమ దేశాలకూ మధ్య వృద్ధి చెందిన వర్తకం. వర్తకాభివృద్ధికి ప్రారంభం మౌర్యుల కాలంలోనే జరిగింది. ఎందుకంటే వారు దేశంలోని ప్రాంతాల మధ్య పరస్పర సమాచార, రవాణా సంబంధాలను నెలకొల్పారు. పాటలీపుత్రం నుండి తక్షశిల వరకూ జాతీయ రహదారిని వీరే నిర్మించారు. పాటలీపుత్రం నుండి గంగానది డెల్టా ప్రాంతంలో ఉన్న తామ్రలిప్తికి దారి నిర్మించబడింది. తామ్రలిప్తి సిలోన్‌కు, బర్మాలకు వెళ్ళే నౌకలకు ప్రధాన రేవుపట్టణం. దేశంలోని వివిధ ప్రాంతాల మధ్య వాణిజ్య రహదారులు ఏర్పడ్డాయి, ఈ దారులు కొన్ని మధ్య ఆసియా, పశ్చిమాసియాలను కూడా మన దేశంతో కలిపాయి. తక్షశిల నుండి కాబూల్‌కు రహదారి నిర్మించబడింది. కాబూల్ నుండి ఈ దారి వివిధ ప్రాంతాలవైపు చీలింది. ఉత్తర దిక్కు నుండి ఏర్పడిన దారి బాక్ట్రియా, ఉత్తర ఆఫ్ఘనిస్తాన్, ఆక్యస్ ప్రాంతం, కాస్పియన్ సముద్రం, కకాసస్ నుండి నల్లసముద్రం వరకూ ఉంది. దక్షిణ దిక్కు నుండి ఇంకో రహదారి కాందహార్ మీరట్‌లను, ఇక్బటానా ఇదే పర్షియాలోని హమాదన్‌తో కలపుతుంది. అక్కడి నుండి వర్తకులు భూమార్గం గుండా మధ్యధరా తూర్పు తీరానికి ప్రయాణించేవారు. కాందహార్ నుండి పర్షియాలోని సూసా, పర్షియాపోలిస్‌లను కలిపే ఇంకో రహదారి ఉంది. పశ్చిమ దేశాల రేవు పట్టణాలనుండి బయలుదేరే నౌకలు తీరమార్గం గుండా ఏడెన్, లేదా సాకోత్రా చేరేవి. ఇక్కడి నుండి ఎర్రసముద్రానికి ప్రయాణించేవి. నేటి సూయజ్ ప్రాంతంలో ఏదో ఒకచోట నుండి సరుకులను భూమార్గం గుండా అలెగ్జాండ్రియాకు పంపేవారు. మధ్యధరా ప్రాంతంలో ఇది ఒక ముఖ్య వర్తక కేంద్రం(అలెగ్జాండ్రియా). కొంతమంది అభిప్రాయం ప్రకారం దేశాల మధ్య పరస్పరసంబంధాలకు (రవాణా సమాచార) ముఖ్యకారణమైనది హిప్పాలస్ అనే గ్రీకు నావికుడు కనుగొన్న రుతుపవనాలు. క్రీ.శ.46-47 ప్రాంతాలలో వీటిని కనుగొనడం అరేబియా సముద్రంలో నౌకాయానానికి వీలుకలిగి భారతదేశపు రేవు పట్టణాలకూ, పశ్చిమాసియాలోని

రేవు పట్టణాలకూ మధ్య దూరం తగ్గింది. కానీ ఆధునికులు చాలామంది ఈ అభిప్రాయాన్ని అంగీకరించరు. నిజానికి గ్రీకులకు రుతుపవనాలు గురించి ముందే తెలుసు. అలెగ్జాండర్ సైన్యానికి ఈ రుతుపవనాల అనుభవం ఉంది. నియర్కస్ తన నౌకాదళాన్ని తిరిగి తీసుకువచ్చే ముందు ఈశాన్య రుతుపవనాల గురించి ఆగవలసి వచ్చింది. ప్రాచీన ఆధారాలను జాగ్రత్తగా పరిశీలిస్తే హిప్పాలస్ అన్నది ఒక పవనం పేరుగాని నావికునిపేరు మాత్రం కాదు. రుతుపవనాల గురించి తమకుగల పూర్వజ్ఞానం పశ్చిమదేశాల నావికులకు తీర ప్రాంతం గుండా నౌకాయానం చేయవలసిన అవసరాన్ని తప్పించింది. సముద్రాల గుండా ప్రయాణించే వీలును కల్పించి,అరేబియా పశ్చిమతీరాన్నంతా చుట్టిరావలసిన అవసరం లేకుండా తిన్నగా కాంబేగల్ఫ్‌నుగాని, దక్కన్‌ను గాని చేరేందుకు సముద్రమార్గం వీనివలన ఏర్పడింది (రుతుపవనాల వల్ల).

భూమార్గాలు కొన్ని భారతదేశాన్ని పశ్చిమ మధ్య ఆసియాలతో కలుపుతుండడంతో కొద్దికాలంపాటు వాయవ్య ప్రాంతాల నుండి విదేశీయుల రాక కొంతకాలంపాటు చెదరి ఉండవచ్చు. కానీ వీరి రాక వర్తక సంబంధాలను మెరుగుపరిచింది. వాయవ్య భారతాన్ని గ్రీకులు కుషానులు, శకులు ఆక్రమించుకోవడంతో భారదేశానికి మధ్య పశ్చిమ ఆసియాలతో సన్నిహిత సంబంధం ఏర్పడింది. చైనాను రోమన్ సామ్రాజ్యం పశ్చిమాసియా రాష్ట్రాలతో కలిపే దారి ఒకటి మధ్య ఆసియాగుండా పోతుంది. ఈ దారిని సిల్క్‌రోడ్ అంటారు. ఎందువల్లనంటే చైనా యొక్క పట్టు వ్యాపారం అధిక భాగం ఈ మార్గం గుండా సాగింది. భారతదేశపు వర్తకులు చైనాయొక్క పట్టువ్యాపారానికి మధ్యవర్తులుగా వ్యవహరించేవారు. మధ్య ఆసియా భారతదేశానికి చైనాకు మధ్య ఒక మధ్యవర్తిగా వ్యవహరించింది. మధ్య ఆసియా భారతదేశానికి చైనాకుమధ్య ఒక లింక్‌గా వ్యవహరించింది. వాయవ్య భారతదేశంలోని వర్తకులు ఈ ప్రాంతాలలో ఎక్కువగా వర్తకం చేసేవారు. పశ్చిమదక్షిణ భారతదేశాల వర్తకులు దక్షిణ అరేబియా,ఎర్రసముద్రం అలెగ్జాండ్రియాలలో వర్తకం చేసేవారు. ఈమార్గాలలో అధిక భాగం వర్తకం రోమన్‌లో చేసేవారు.

పాశ్చాత్య ప్రపంచంలో రోమన్ సామ్రాజ్యం ఒక ముఖ్యశక్తిగా ఆవిర్భవించడం క్రీ.పూ1వ శతాబ్ది నుండి భారతదేశానికి ఇతరదేశాలలో వర్తకానికి ఒక ఊతనిచ్చింది. రోమన్ సామ్రాజ్యంలో తూర్పు ప్రాంతం భారతదేశం నుండి వచ్చే విలాస వస్తువులను (luxury goods)ఉపయోగించేది. క్రీ.శ 1వ శతాబ్దిలో ఒక అజ్ఞాతగ్రీకు నావికుడు వ్రాసినగ్రంథం "ఎరిత్రియా సముద్రపు పెరిఫెస్" రోమన్ సామ్రాజ్యానికి భారతదేశపు ఎగుమతులను పేర్కొంటుంది. మిరియాలు,ముత్యాలు, దంతం, పట్టు, వజ్రాలు, కుంకుమ పువ్వు, జాతిరాళ్ళు మొదలగునవి ముఖ్య ఎగుమతులు. భారతదేశం నుంచి అనేక సుగంధ ద్రవ్యాల ఎగుమతులు ముఖ్యంగా మిరియాలు, వలన రోమన్ ఆహారంలో ముఖ్యమైన మార్పులు వచ్చాయి. ఇది రోమన్ భోజన ప్రియుడైన అపీసియప్ వ్రాసిన పుస్తకం ద్వారా తెలుస్తుంది.(క్రీ.శ 1వ శతాబ్దిలో) ఈ సుగంధద్రవ్యాలను కొన్నిరకాల మందులలో ఉపయోగించడం వల్ల రోమన్ ఔషధాలలో కూడా కొన్ని మార్పులు వచ్చాయి. అలెగ్జాండ్రియాను అగస్టస్ ఆక్రమించిన తర్వాత

భారతదేశపు ముత్యాలు రోమ్‌లో వాడకంలోకి వచ్చాయని ప్లెనీ పేర్కొన్నాడు. రోమన్ స్త్రీలు ఈముత్యాలను చెవులకు చేతులకు ధరించడమేకాక చెపులలో కూడ అలంకరించుకొనేవారు. అదేవిధంగా భారతదేశంలో తయారైన మస్లిన్‌కు కూడ విశేషప్రచారం కలిగింది. రోమన్ స్త్రీలు ఈమస్లిన్ వస్త్రాలను ఏడుమడతలుగా ధరించేవారు. చైనానుండి తెచ్చినపట్టును కూడా భారతీయ వర్తకులు రోమన్ సామ్రాజ్యనికి ఎగుమతి చేసేవారు. రోమన్ చక్రవర్తి అరేలియన్ పట్టువిలువను బంగారంతో కట్టేవాడు. రోమన్ పాలకవర్గంలో కొంతమంది రాజులయొక్క ఈ భోగప్రియత్వాన్ని ఖండించారు. రోమన్ సెనేట్‌లో ఈ విషయమై వాదోపవాదాలు జరిగేవి. రోమన్‌స్త్రీలు ఈ విలాసవస్తువుల పట్ల చూపుతున్న మోజును ప్లినీ ఖండించి, ప్రతి సంవత్సరం ఈ వస్తువుల దిగుమతి కోసం 100 మిలియన్ల బంగారపు నాణాలు విదేశాలకు వెళిపోతున్నాయని అందులో సగం భారతదేశానికే వెళుతోందని వాపోయాడు. ప్లినీ కథనంలో కొంత అతిశయోక్తి ఉన్నప్పటికీ రోమన్లు భారతదేశానికి అధిక సంఖ్యలో బంగారం వెండి నాణాలు పంపారన్నది నిజం. తవ్వకాలలో దాదాపు 129 రోమన్ నాణాలు మనకు లభించాయి. ఈ ఎగుమతులకు బదులుగా మన దేశం రోమన్ సామ్రాజ్యం నుండి గోమేధికం, సన్నని వస్త్రాలు, ముతక వస్త్రం, కాటుక, సింధూరం, గాజుపాత్రలు, రాగి, తగరం, సీసం, మద్యం మొదలైనవి దిగుమతి చేసుకునేది. భారత రాజాంత:పురాలలో రాజవేశ్యలుగా ఉంచుకోడానికి అందమైన స్త్రీలను కూడా దిగుమతి చేసుకొనేవారని పెరిప్లస్ పేర్కొంటుంది. రోమన్లు భారత దేశానికి మద్యాన్ని ఎరుపురంగు గాజు పాత్రలను ఎగుమతి చేసేవారు. ఇవి పాండిచ్చేరి వద్ద గల అరికమీడు ఇతర ప్రాంతాలలో దొరికాయి. భారతదేశపు పశ్చిమ ప్రాంతంలో దొరికిన ఎరుపు రంగుతో నునుపైన పాత్రలు అనే ప్రత్యేకమైన పాత్రలు ఊడా మధ్యధరా ప్రాంతానికి చెందినవని భావింపబడు తోంది. పశ్చిమదేశాల నుండి దిగుమతి చేసుకొన్న కాంస్య వస్తువులు తెర్, కొల్హాపూర్(మహారాష్ట్ర)లలో లభించాయి. రోమ్ నుండి గాజుపాత్రల దిగుమతికి సంబంధించి పురావస్తు ఆధారాలు దొరికాయి. ఇవేగాక రోమన్లు మన దేశానికి అధిక సంఖ్యలో వెండి, బంగారు నాణాలు తమ దిగుమతులకు మూల్యంగా పంపారు. పశ్చిమదేశాలతో వ్యాపారం భారతదేశానికి లభించింది. మనదేశంలో దొరికిన రోమన్, మెడిటరేనియన్ వస్తువులతో పోల్చిచూస్తే ఆ దేశాలలో మన వస్తువులకు తగిన పురావస్తు ఆధారాలు లభించలేదు. భారత దేశపు దంతపు వస్తువులు, ఆఫ్ఘనిస్తాన్‌లో లభించాయి. కానీ రోమ్‌లో ఒక దంతపు విగ్రహం మినహా ఏమీ లభించలేదు.

భారతదేశం నుండి మధ్యధరా ప్రాంతాలకు ఇన్ని ఎగుమతులున్నప్పటికీ రోమన్ల డిమాండ్‌కు తగినంతగా అన్ని వస్తువులూ మనదేశంలో దొరికేవి కావు. ముఖ్యంగా సుగంధ ద్రవ్యాలు చాలినన్ని ఉండేవికావు. ఈ రకమైన కొరత వల్ల భారతదేశం సిలోన్, ఆగ్నేయ ఆసియాలతో వర్తకం పెంచుకోవలసి వచ్చింది. సిలోన్ నుండి మనదేశపు విపణులకు దంతం, తాబేలు పెంకు, మిగిలిన కొన్ని వస్తువులు దిగుమతి చేసుకోబడేవని స్ట్రాబో(క్రీ.శ.63-21) పేర్కొన్నాడు. అదేవిధంగా ఇండోనేషియా తూర్పు ప్రాంతం నుండి చందనం, ఆగ్నేయ ఆసియా నుండి లవంగపట్టా(దాల్చినచెక్క), ఆకుపత్రిలు, మలయ్ ద్వీప కల్పం నుడి సుమత్రా, బోర్నియోల

నుండి కర్పూరం, మనదేశం దిగుమతి చేసుకోనేది. దీన్నిబట్టి భారతదేశానికి, ఆగ్నేయ ఆసియాకు మధ్య గల వ్యాపారం, భారతదేశానికి పశ్చిమ సముద్రం ద్వారా ఇతర దేశాలతోగల వర్తకానికి దోహదమిచ్చింది అని తెలుస్తోంది.

వర్తకంతోపాటు క్రీస్తుకు పూర్వం, క్రీస్తు శకం తొలి శతాబ్దాలలో ఆర్థిక వ్యవస్థలో ద్రవ్యం చోటు చేసుకొంది. ఇతర దేశాల నుండి వచ్చిన నాణాలు పెద్ద పెద్ద వర్తకాలలో మాత్రమే వినిమయంగా ఉపయోగపడేవి మన దేశంలో ముద్రింపబడిన నాణాలకు కూడా కొరత లేదు. ఉత్తర భారతంలో ఇండోగ్రీకులు కొన్ని బంగారు నాణాలను ప్రవేశపెట్టారు. కుషానులు ఎక్కువగా బంగారు నాణాలను ఉపయోగించారు. రోజు వారీ వ్యవహారాలకు వినిమయ సాధనంగా బంగారు వెండి నాణెములు ఉపయోగించుట సాధ్యం కాదు. శాతవాహనులు తక్కువ విలువగల లోహాలతో(సీసము లేదా పోతిన్‌తో) నాణాలు ముద్రించారు. దీన్నిబట్టి డబ్బువాడకం దక్కన్, తీరప్రాంతాలలో ఉందని తెలుస్తుంది. ఉత్తర భారతంలో వాయవ్య భారతంలో కుషానులు నిత్యవ్యవహారం కోసం అధిక సంఖ్యలో రాగినాణాలు ముద్రించారని తెలుస్తోంది. మన చరిత్రలో ఈ కాలం తప్ప మరే కాలంలోనూ ఇన్ని రకాల నాణాలు ముద్రితమవలేదు. డబ్బు వాడకం ఆర్థిక వ్యవస్థలో ఎంత లోతుగా పాతుకొనిపోయిందో ఇది సూచిస్తుంది.

నాణాల ముద్రణ, వర్తకం రెండూ కూడా పట్టణాభివృద్ధితో ముడిపడి ఉన్నాయి. తీరప్రాంతాలలోని పట్టణాల గురించి ఎరిత్రియన్ సముద్ర సరిహద్దు (ఎరిత్రియా సముద్రపు పెరిఫెస్) పేర్కొంటుంది. పురావస్తు ఆధారాలు కూడా దేశంలోని వివిధ ప్రాంతాలలో పట్టణాల ఉండడం గురించి సూచిస్తుంది. వాయవ్యంలో తక్షశిల ముఖ్యమైన నగరం. క్రీ.పూ. 2వ శతాబ్ది నుండి అత్యున్నత స్థానాన్ని గురించీ మనకు గ్రంధస్థాధారాలున్నాయి. కుషానుల కాలానికి చెందిన పట్టణ జీవిత లక్షణాలు కలిగిన 23 ప్రాంతాలు జమ్మూ-కాశ్మీర్‌లో తవ్వకాల్లో బయటపడ్డాయి. ఈ కాలానికి చెందినవే అనేక ప్రాంతాల్లో పంజాబ్‌లో కూడా బయటపడ్డాయి. కుషానుల కాలంలో ఉత్తరప్రదేశ్ పశ్చిమ ప్రాంతంలో మధుర అత్యంత ప్రముఖ నగరం. గంగానదీ ప్రాంతంలో కౌశాంబి, వారణాసి, పాటలీపుత్రం ముఖ్యనగరాలు. బెంగాల్‌లో తామ్రలిప్తి, చంద్రకేతుగర్ మూడవ శతాబ్దం వరకూ ముఖ్యమైన రేవుపట్టణాలుగా ఉన్నాయి. క్రీస్తుశకం తొలి శతాబ్దాలలో రాజస్థాన్‌లో విరాట్‌నగర్ (జయపూర్ జిల్లా లోని ఆధునిక బైరాట్), మాధ్యమిక (చితోర్‌ఘర్ జిల్లాలోని నేటి నాగరి) ముఖ్యనగరాలుగా విలసిల్లాయి. మధ్యప్రదేశ్‌లోని త్రిపురి, ఎరాన్, గుజరాత్‌లోని మాహేశ్వర్, నవదాతోలి వృత్తిపనులకూ వర్తకానికి ముఖ్య కేంద్రాలు. ఆంధ్రప్రదేశ్‌లో తవ్వకాలు జరిపిన అనేక ప్రాంతాలు శాతవాహనుల కాలంనాటి పట్టణజీవితానికి సాక్ష్యాలుగా నిలుస్తాయి. వీనిలో చాలాప్రాంతాలు విదేశాలతో వర్తకం సాగించాయి. వీటిలో ముఖ్యమైనవి ధులికట్ట (కరీంనగర్ జిల్లా), యేలేశ్వరం(నల్గొండ జిల్లా), కొండాపూర్(మెదక్ జిల్లా), ధరణికోట, అమరావతి, నాగార్జునకొండ (గుంటూరు జిల్లా), తమిళనాడులో పట్టణ ప్రాంతాలు అనేకం మైదానాలలో ముఖ్యంగా తీరప్రాంతాలలో కేంద్రీకృతమయ్యాయి. వీనిలో అరికమేడు రోమ్‌సామ్రాజ్యంతో ఎక్కువ వర్తక సంబంధం కలిగి

ఉంది. కావేరి డెల్టాలోని కావేరి పట్నం, ఉరయూర్ కూడా సమకాలీన వర్తక కార్యకలాపాలలో ముఖ్యపాత్ర వహించాయి.

వర్తకం వృద్ధిచెందడం, డబ్బును వినిమయ మాద్యంగా వాడడం వలన కళలు, వృత్తిపనులు కూడా వృద్ధిచెందాయి. 2వ శతాబ్దిలో 'మహావస్తు' అనే బౌద్ధ గ్రంథం రాజ్‌గిర్ పట్టణంలో 36 రకాల వృత్తి పనులవారుండేవారని పేర్కొంది. మిలిందవన్హ గ్రంథం 75 రకాల వృత్తులను (వానిలో దాదాపు 60 రకాల హస్తకళలు) పేర్కొంది. కళలు, వృత్తిపనులు వృద్ధి చెందడంతో ఒక్కొక్క పనిలో ప్రత్యేక నైపుణ్యం పెరిగి కొన్ని వస్తువుల ఉత్పత్తిలో సాంకేతిక నైపుణ్యం పెరిగింది. మిలిందపన్హలో పేర్కొనబడిన 75 వృత్తులలోనూ 8 వృత్తులు బంగారం, వెండి, సీసం, తగరం, ఇత్తడి, ఇనుము, జాతిరాళ్ళు, నగలు– వీటికి సంబంధించిన పనులు చేసేవి. ఇనుముతో వస్తువులు తయారుచేయడం వృద్ధి చెంది ఉండవచ్చు. ఎందువల్లనంటే 'పెరిప్లస్' గ్రంథం ఈజిప్ట్ రేవుపట్టణాలకు మన దేశం నుండి ఇనుము–ఉక్కు దిగుమతి అయ్యేవని పేర్కొంది. ఈ కాలంలో వస్త్రాల తయారీ కూడా వృద్ధి చెందింది. బుద్ధుని పిన్ని అయిన గౌతమి వస్త్రాల తయారీలో అయిదు పద్ధతులను అనుసరించిందని మలిందపన్హ పేర్కొంది. వస్త్రాల తయారీలో ముఖ్యంగా సాతక అనేరకం తయారు చేయడంలో మధుర పేరుగాంచిందని పతంజలి తన గ్రంథంలో చెప్తాడు. చైనా పట్టు మనదేశంలోకి రావడంతో ఇక్కడ ప్రాంతీయంగా పట్టు పరిశ్రమ వృద్ధిచెందింది. ఈ విధంగా మౌర్యుల పరిపాలన అనంతరం దేశంలో వివిధ వస్తువులు ఉత్పత్తిలో మనవారు సాధించిన సాంకేతిక నైపుణ్యం గురించి తెలుసుకోవచ్చు.

ఎ) మధురలో లభించిన కషహరత భూమక నాణెం,

బి) మధురలోని సోంక్ వద్ద లభించిన

వర్తకం అభివృద్ధి చెందడంతో, ఉత్పత్తి పంపిణీలను సరిగా నిర్వహించవలసిన అవసరం ఏర్పడింది. వృత్తి కళాకారులు, వర్తకులు కూడా కలిసి సంఘాలుగా ఏర్పడ్డారు. ఈ కాలంలో ఇటువంటి సంఘాలు దాదాపు రెండు డజన్లు ఉన్నాయి,. ఈ సంఘాలు ఏర్పడడం వలన ఉత్పత్తి అధికమైంది. మధుర ప్రాంతంలో దక్కన్‌లో ఇటువంటి సంఘాలు అనేకం ఉన్నట్టు శాసనాలు తెలుపుతాయి. దక్కన్‌లో గోవర్ధన ఈ విధమైన వర్తక సంఘాలకు, వృత్తి

సంఘాలకు కేంద్రం. ఈ సంఘాలు ఒక్కొక్కసారి ధర్మకర్తలుగా, బ్యాంకులుగా కూడా వ్యవహరించాయి. బౌద్ధ భిక్షువులకు కావలసిన వస్త్రాలు, ఇతర వస్తువులు తయారు చేసేందుకు బౌద్ధమతాభిమానులు కుమ్మరివాళ్ళవద్ద, నేతగాళ్ళ వద్ద, నూనె పనివారివద్ద వెండి నాణాలు(పణాలు) జమ చేసేవారని రెండవ శతాబ్దిలో శాతవాహన చరిత్ర పేర్కొంటోంది. అదేవిధంగా మధుర స్థానిక చరిత్ర ఒక నాయకుడు పిండి ఆడించేవారి వద్ద మూలధనం ఉంచి దానిపై వచ్చే వడ్డీతో వందమంది బ్రాహ్మణులను పోషించమని చెప్పినట్లు పేర్కొంటోంది. ఈ విధంగా తమ వద్ద జమ అయిన మొత్తాన్ని వర్తక సంఘాలు వస్తూత్పత్తి కోసం వినియోగించి ఆ వస్తువులను అమ్మిన డబ్బును వడ్డీగా చెల్లించేవారు. ఉత్పత్తి పెరగడంతో ఈ సంఘాలవారు అదనంగా పనివారిని నియమించుకున్నారు. ఈ విధంగా వృత్తి పనుల వారికి హస్తకళల వారికి కొంత స్వాతంత్ర్యమేర్పడింది.

తమ సంపద పెరగడంతో వర్తక సంఘాలకు ప్రాముఖ్యం పెరిగి, అనేకచోట్ల వారు స్వంతంగా నాణాలను ముద్రించారు. తక్షశిలలో జరిగిన తవ్వకాలలో గ్రీకులకు ముందు ఈ వర్తక సంఘాలు ముద్రించిన దాదాపు అయిదు నాణాలు దొరికాయి. దీన్నిబట్టి తక్షశిల గ్రీకు ఆక్రమణలోకి వచ్చేందుకు ముందు ఆ నగరం పాలన వర్తక సంఘం నిర్వహిం చిందని తెలుస్తోంది. ఈ విధంగా వర్తకసంఘాలు నాణాలు ముద్రించే పద్ధతి కౌశాంబి, త్రిపుర(నర్మదానది ఒడ్డున గల తివార్), ఎరాన్(మధ్యప్రదేశ్ లోని సాగర్ జిల్లాలోని ఒక గ్రామం), మాహిష్మతి(నేటి మాంధాత), విదిశ(మధ్యప్రదేశ్), మాధ్యమిక (రాజస్థాన్‌లో చితోర్‌వద్దగల నాగరి), వారణాసి మొదలగు పట్టణాల్లో కూడా ఉన్నట్టు తెలుస్తోంది. క్రీస్తుశకం మొదటి రెండు శతాబ్దాలలో కుషానులు, శాతవాహనులు రాజ్యాలను స్థాపించినప్పటికీ ఆ పాలకులు ఆనాటి వర్తక సంఘాలను ఉపేక్షించలేకపోయారు కాని పరిపాలనలో వీరికి ఎంత పాత్ర ఉన్నదో తెలిపే స్పష్టమైన ఆధారాలు మాత్రం లభ్యం కాలేదు.

ఈ వర్తక సంఘాలలో సభ్యత్వం పనివారికి ఒక హోదాను, రక్షణను కల్పించేది. ఈ సంఘాలు పనికి సంబంధించిన నియమాలు, నాణ్యత, ధరలను నిర్ణయించేవి. ఈ సభ్యుల ప్రవర్తనను నియంత్రించేందుకు వర్తకసంఘ న్యాయస్థానం ఉండేది. 'ఈ సంఘ సభ్యులపై సంఘానికి చట్టపరమైన అధికారం ఉండేది'. వివాహిత అయిన స్త్రీ బౌద్ధసంఘంలో చేరాలంటే తన భర్త అనుమతినేకాక అతని సభ్యత్వం గల వర్తక సంఘం నుండి కూడా అనుమతి పొందాల్సి ఉండేది. వీరు ఏర్పరచిన న్యాయసూత్రాలను రాజ్యం కూడా పరిరక్షించేది. ఈ సంఘాలకు స్వంత ముద్రికలు, పతాకాలు(వర్తక లాంఛనాలు) ఉండేవి. వీటివల్ల ఆయా సంఘాలకు ప్రచారం లభించేది. ఈ సంఘాలు తమను గురించి ప్రచారం చేసుకోవడానికి మతసంస్థలకు ఎక్కువ విరాళాలు ఇచ్చేవి. లోహకారులు, అత్తరు వర్తకులు, నేతగాళ్ళు, కంసాలులు, తోలు పనివారు కూడా బౌద్ధ సంఘాలకు గుహలను, స్తంభాలను, ఫలకాలను, జలాశయాలను, ఇతర వస్తువులను దానం చేసేవారు.

వృత్తి పనులవారు, వృత్తి నిపుణుల ఈకాలంలో ఎక్కువగా శూద్రవర్ణానికి చెందినప్పటికీ వ్యాపారం, చేతిపనులు వృద్ధిచెందడంతో వారికి సంపద, హోదా లభించాయి.

మౌర్యుల అధికారం అంతరించడంతో ఈ వృత్తి సంఘాలు బలంపుంజుకొని కొంతవరకు ఆయా వృత్తులవారికి స్వతంత్రతను చేకూర్చాయి. వైశ్యులకు శూద్రులకు మధ్య ఉన్న ఆర్థిక అంతరాలు కొంతవరకూ తగ్గాయి. కానీ ఈ వృత్తి పనులవారు ఎక్కువగా తక్షశిల, మధుర వంటి పట్టణాలలో(ఉత్తర భారతదేశంలో) దక్షిణాదిన దక్కన్‌లో ఎక్కువగా ఉండేవారు. అందువలన శూద్రుల జీవనపరిస్థితుల్లో పెద్దమార్పు సంభవించింది అని చెప్పడం కష్టం. వారిని ఎక్కువగా బానిసలుగా కూలివారుగా నియమించుకోనేవారు. మనువు వీరి కోసం విధించిన అనేక సూత్రాల వలన వారి ఆర్థిక పరిస్థితిని ఎంతో దెబ్బతీసింది. మనువు అభిప్రాయంలో శూద్రులు అగ్రవర్ణాలవారిని సేవించడానికే ఉద్దేశింపబడినవారు. వారెవరినైనా గాయపరిచినా లేదా ఏదైనా నేరం చేసినా వారికి విధించే శిక్షలు చాలా కఠినంగా ఉండేవి. శూద్రులు అగ్రవర్ణాలవారిని ఏ అంగంతో బాధిస్తే ఆ అంగం ఛేదింపబడేది. అగ్రవర్ణాలకు చెందిన పురుషులు తమకంటే తక్కువ వర్ణంవారిని వివాహమాడవచ్చు. కానీ దాసీలు, వృషాలి(శూద్ర స్త్రీ) అగ్రవర్ణాలవారి ఆనందంకోసం సుఖం కోసమే ఉద్దేశింపబడ్డారు అని పతంజలి పేర్కొన్నాడు. ఈ కారణాలన్నింటివల్ల శూద్రులలో అసంతృప్తి పెరిగి ఒక్కొక్కసారి బ్రాహ్మణులపై, అగ్రవర్ణాలవారిపై తిరగబడేవారు. 3,4 శతాబ్దాలలో వ్రాయబడిన పురాణాల నుండి మనకీ విషయాలు తెలుస్తాయి. ఈ పురాణాలే సమాజంలో కుటుంబం, కులం, ఆస్తి మొదలగు వ్యవస్థలకు ప్రమాదం ఏర్పడడం కలియుగం ప్రభావం అని చెప్పడంతో ధర్మశాస్త్రకారులు అగ్రవర్ణాలవారిని, సాంఘిక వ్యవస్థను కాపాడుకొనేందుకు అనేక చర్యలను సూచించారు. ఇవి వారసత్వపు నిబంధనలను విధించి ఆస్తిలో స్త్రీలకు హక్కులేకుండా చేసి స్త్రీల వివాహ వయోపరిమితిని చాలా తగ్గించి వేశాయి. అందువలన స్త్రీలకు వివాహవిషయంలో స్వంత అభిప్రాయం లేకుండా పోయింది. ఈ శాస్త్రాల ప్రకారం అవివాహితగా ఉన్నపుడు తండ్రిపై, వివాహమయ్యాక భర్తపై, వితంతువైనపుడు కుమారుని పై స్త్రీ ఆధారపడవలసివచ్చింది.

మనువు విధించిన ఈ కఠినమైన న్యాయసూత్రాలు వర్ణ వ్యవస్థను కాపాడుకోవడానికి ఉద్దేశించినవి. ఈ వ్యవస్థ సాంప్రదాయం విదేశీయుల రాకతో, వారితో సంబంధాలు ఏర్పరచుకోవడంతో పతనమైపోతాయన్న భయం కారణం కావచ్చు. ఈ విదేశీయులు యవనులని మన ఆధారాలు పేర్కొంటున్నాయి. క్రీస్తు శకం తొలి శతాబ్దాలలో ఈ ప్రాంతాలలో దొరికిన ఖరోష్ఠి లిపిలో వ్రాయబడిన అనేక శాసనాలు 'వన' శబ్దాన్ని ఉపయోగించలేదు. కానీ ఆ శాసనాలలోని అనేక పేర్లు గ్రీకు సంబంధమైనవి. ఇంతవరకూ లభ్యమైన కుషానులకు చెందిన నాణాలు, టెర్రకోటా బొమ్మలు, శిల్పాలు, యవనులు అధిక సంఖ్యలో మనదేశానికి వచ్చినట్టు సూచిస్తాయి. పశ్చిమ భారతంలోఆర్లే వద్ద గల ఆధారాలను బట్టి యవనులు ఆ పరిసర ప్రాంతాలలో ఉన్నారన్నది స్పష్టమౌతుంది. దక్షిణ భారతంలో కూడా విదేశాలతో వ్యాపారం చేసిన వివిధ పట్టణాలలో ఈ కాలం నాటికి యవనులు కనబడతారు. సంగమసాహిత్యంలో వీరి గురించి ప్రస్తావన ఉంది. కావేరి పట్టణంలో వీరి నివాసాలు ప్రజలను ఎంతో ఆకట్టుకోనేవి. ఈవిధంగా మనదేశంలో విదేశీయుల ఉనికి వారి యొక్క ఆర్థిక రాజకీయ ప్రాధాన్యత మన వర్ణ వ్యవస్థకు ప్రమాదంగా పరిణమించింది. ఛాందస బ్రాహ్మణులు వీరిని అంటరానివారు

లేదా కులహీనులు అని అనలేక వారితో రాజీపడ్డారు. మహాభారతంలో ఇది స్పష్టంగా కనిపిస్తుంది. ఈ గ్రంథంలో ఒక చోట వారు యయాతి పుత్రులుగా చెప్పబడ్డారు. ఇంకోచోట వారు వసిష్ఠుని ధేనువు శరీరం నుండి పుట్లావులతోపాటు జన్మించారని చెప్పబడింది,. కొన్ని చోట్ల వీరు శూద్రులని పేర్కొనబడ్డారు. కొన్ని చోట్ల వారు బ్రాహ్మణ ధర్మాన్ని అనుసరిస్తే బ్రాహ్మణ వర్గంలో చేరవచ్చని ఇంద్రున్నట్టుగా చెప్పబడింది. ఇవన్నీ పరస్పర విరుద్ధంగా అనిపించినా, మన సమాజంలో వారిని కలుపుకోడానికి చేసే ప్రయత్నాలుగా వీటిని భావించవచ్చు. మనువు వీరిని 'భ్రష్టులైన క్షత్రియులు' అని అన్నాడు.

విదేశీయులను మన సమాజంలో స్వీకరించడం బౌద్ధం ద్వారా సులభమైంది. బౌద్ధమతానికి కులంతో పనిలేదు. అందువల్లనే మనదేశాన్ని ఆక్రమించిన విదేశీయ పాలకులు బౌద్ధమతాన్ని ఆదరించి పోషించారు. అగాథోక్లెస్ (ఇండోగ్రీకు) మినాండర్ వారి నాణాలపై బౌద్ధచిహ్నాలను ముద్రించారు. గ్రీకులు వ్యక్తిగతంగా కూడా బౌద్ధులకు అనేక కానుకలు సమర్పించారు. ఐరిల అనువ్యక్తి జునార్ వద రెండు జలాశయాలు నిర్మించి బౌద్ధ భిక్షువుల కిచ్చాడు. అదే ప్రదేశంలో 'చిత్త' అను వ్యక్తి బౌద్ధులు సమావేశమయేందుకు ఒక పెద్ద ప్రాంగణం కట్టించి బౌద్ధ సంఘానికిచ్చాడు. 'ఇంద్రాగ్నిదత' నాసిక్ వద్ద ఒక గుహను 'ధేనుకకట' కార్లే వద్ద ఒక ఆలయాన్ని బౌద్ధులకోసం కట్టించారు. కుషానులు ముఖ్యంగా కనిష్కుడు బౌద్ధసంఘాలకు ఎన్నో దానాలు చేశాడు. విదేశాలకు వీరు బౌద్ధమత ప్రచారకులను పంపారు. ఈ ప్రచారం వలన బౌద్ధమతం కొత్త భావనలను గ్రహించింది. బ్రాహ్మణ మతంలో ఈ పరిణామాలేవీ జరగలేదు. భారతీయులు కాని వారిలో ఈ మతాన్ని అనుసరించడానికి ప్రధాన ఏకైక సాక్ష్యంగా (క్రీ.పూ. 120-100)లో బాక్ట్రియన్ రాజు అంతియాల్కిదాస్ రాయబారి హెలియోడారన్ విదిశ వద్ద వేయించిన 'స్తంభ శాసనం' కనబడుతుంది.

బౌద్ధమతానికి స్వదేశంలో ఆదరణ సంపన్నమైన వ్యాపార వర్గం నుంచి లభించింది. ఈ కాలంనాటి అనేక స్తూపాలు విహారాలు వర్తకులు కట్టించినవే. వర్తకం ద్వారా బౌద్ధమతం పశ్చిమ మధ్య ఆసియాలను, చైనా, ఆగ్నేయాసియాలను చేరుకొంది. మనదేశంలో బౌద్ధుల గుహమఠాలు పశ్చిమ కనుమల గుండా ఏర్పడిన వర్తక మార్గాల వెంబడి ఉన్నాయి. ఈ దారుల గుండా ప్రయాణించేటపుడు ఈ మఠాలు విశ్రాంతి గృహాలుగా, సరఫరా కేంద్రాలుగా, నిధులను దాచుకునేందుకు బ్యాంకులుగా బిడారులకు ఉపయోగపడ్డాయి.

ఈ విధంగా అనేకుల నుండి దానాలు పొందిన బౌద్ధ సంఘాలు సంపదకు నిలయమయ్యాయి. కార్లేలో, దక్కన్‌లోని అనేక ప్రాంతాలలోని బౌద్ధవిహారాలలోని లోపలి గదులు కొన్ని గాలీవెలుతురూ లేకుండా ఉన్నాయి. బహుశా వీటిని విలువైన వస్తువులు దాచేందుకు ఉపయోగించి ఉండవచ్చు. ఈ విహారాలలోని ముందుభాగంలోని గదులకు గట్టిచెక్క తలుపులుండేవి. ఇవి లోపలి వైపు గడియపెట్టేందుకు వీలుగా ఉండేవి. దీన్నిబట్టి బౌద్ధమఠాలలో సంపద నిలవ ఉండేదని చెప్పవచ్చు. గ్రంథస్థమైన కొన్ని దానాలు భిక్షువులు, భిక్షకులు(స్త్రీలు) మఠాలకు దానం చేసినవి. ఉదాహరణకు సాంచీలో గ్రంథస్థమైన 600దానాలలో 200 దానాలు భిక్షుకులు చేసినవే. భిక్షుకులకు దానాలు చేయగలిగేటంత డబ్బు ఉండడం చూస్తే, బౌద్ధసంఘంలో

అనంత పిండికుడు నీటిని ధారవోసి దానం చేస్తున్న దృశ్యం. క్రీపూ.2వ శతాబ్దంలో మధ్యభారతంలో సంగమ వంశస్తుల పాలన కాలం నాటిది

కొత్తగా చేరబోయే వ్యక్తి, తనకున్నదంతా పరిత్యజించి, ప్రాపంచిక సుఖాలను విడిచి మరీ రావాలన్నపూర్వపు బౌద్ధమత నియమాన్ని వీరు ఉల్లంఘించినట్లు తెలుస్తోంది. సన్యాసాన్ని స్వీకరించవలసినవారే తిరిగి మతంపై ఆధారపడడాన్ని బట్టి చూస్తే బౌద్ధమత సిద్ధాంతాలను పునర్వ్యాఖ్యానించవలసిన అవసరం ఏర్పడింది.

బుద్ధుడు మరణించిన కొద్దికాలానికే ఆయన బోధించిన సిద్ధాంతాల గురించి భిన్నాభిప్రాయాలు మొదలయ్యాయి. బిన్నాభిప్రాయాలతో ఉన్న సంఘంలో ఐక్యత తీసుకురావడానికి బౌద్ధమత సమావేశాలు ఏర్పాటుచేసి కొంత ప్రయత్నం చేశారు. కానీ, అవి ఫలించలేదు. కనిష్కుని కాలంనాటికి బౌద్ధమతంలో దాదాపు 18 తెగలు ఏర్పడ్డాయి. కనిష్కుని కాలంలో కాశ్మీర్‌లోనాలుగవ బౌద్ధమహాసభ జరిగింది. ఇక్కడే బౌద్ధమతంలో మొదటి చీలిక ఏర్పడింది. బౌద్ధమతంలో ఛాందసవాదులు లేదా నిష్ఠగా మతాన్ని అనుసరించేవారు తాము అనుసరిస్తున్నదే నిజమైన బౌద్ధమని వాదించారు. వీరినే హీనయానులు అనేవారు. కాలక్రమేణా బౌద్ధమతంలోని హీనయానం సిలోన్, బర్మా, ఆగ్నేయాసియా దేశాలలో బాగా వ్యాపించింది. దీనిలో మహాయాన భారతదేశం, మధ్య ఆసియా, టిబెట్, చైనా, జపాన్ దేశాలలో బాగాప్రచారం పొందింది. మహాయానాన్ని ప్రచారం చేసినవారిలో గొప్ప పండితుడు నాగార్జునాచార్యుడు. ఇతడు దక్కన్‌లోని ఒక బ్రాహ్మణ కుటుంబం నుండి బౌద్ధమతం స్వీకరించిన వ్యక్తి.

మహాయానం ప్రధానంగా బోధిసత్వ సిద్ధాంతాన్ని బోధిస్తుంది. ఇదిపూర్వపు బౌద్ధసూత్రాలలో ఏర్పడిన హేతుబద్ధమైన పరిణామాన్ని తెలుపుతుంది. దీని ప్రకారం బోధిసత్వుడు ప్రేమ, జ్ఞానంతో జనించి అనేక ఉదాత్తమైన పనులు చేసి చివరికి జ్ఞానియై బుద్ధుడవుతాడు.

కాబట్టి బౌద్ధాన్ని అనుసరించాలనుకున్న సామాన్యులు మొదట్లో బోధిసత్వుని దారిలోనడిచి చివరికి నిర్వాణం పొందుతారని ఇది బోధిస్తుంది. మహాయాన సిద్ధాంతం ప్రకారం బోధిసత్వుడు నిస్వార్ధంగా మానవహితం కోసం పాటుపడి మానవులందరూ తానాశించిన గమ్యాన్ని చేరేవరకూ బ్రతికి ఉంటాడు. పూర్వపు సిద్ధాంతం వ్యక్తి మోక్షం జీవన లక్ష్యంగా నిర్దేశిస్తుంది.

మహాయానంలోని బోధిసత్వుడు దయాస్వరూపుడేకాక తాను దుఖాన్నిపొందడం ద్వారా మానవజాతిని దుఖాన్నుండి విముక్తులను చేస్తాడు(ఆ కాలంలో పశ్చిమాసియాలో ప్రయాణంలోఉన్న ఒక విశ్వాసం ఈ మహాయానాన్నుండే స్వీకరించ బడింది). ఈవిధంగా తాను బాధపడి ఇతరులను రక్షించే రక్షకుని భావననుండే మైత్రేయబుద్ధుడు భవిష్యత్తులో తిరిగి వచ్చి మానవజాతిని ముక్తులను చేస్తాడన్న భావన ఉద్భవించింది. కాలక్రమేణా మహాయానం బోధిసత్వుల పరంపరను వారికి అనుచరులను సృష్టించింది. వీరు బుద్ధుడినే భూమిపై అవతరించిన మహాత్మునిగా మార్చివేశారు. బుద్ధుని మత ప్రవక్త స్థానాన్నుండి భగవంతునిగా చేశారు. బుద్ధుడు అసలు ప్రబోధించని విగ్రహారాధనను ప్రవేశపెట్టారు. బుద్ధుని విగ్రహాన్ని ప్రతిష్టించి విస్తృతమైన కర్మకాండతో మంత్రతంత్రాలతో పూజించడం ప్రారంభించారు. బౌద్ధచిహ్నాలను పూజించడం కొనసాగినప్పటికీ క్రీస్తుశకం ప్రారంభమయ్యేనాటికి ఆయన విగ్రహాన్ని ఆరాధించడం సాధారణమైపోయింది. క్రీ.పూ. 1వ శతాబ్దికి చెందినదనిచెప్పబడుతున్న బుద్ధుని ప్రతిమ ఒకటి మధురలో లభ్యమైంది. కష్టాల్లో ఉన్న బౌద్ధులు రక్షించమని ప్రార్ధించే దేవునిగా బుద్ధుడు మారిపోయాడు. ఫలితంగా మహాయానంలో భక్తి సిద్ధాంతం ప్రాముఖ్యతను పొందింది. 4వ బౌద్ధమహాసభ తరువాత అవతరించిన బౌద్ధం బుద్ధుడు ప్రతిపాదించిన సిద్ధాంతాలకు పూర్తిగా భిన్నమైనది.

బౌద్ధమతం వలె జైనమతం కూడా మార్పు చెందింది. క్రీ.శ. 1వ శతాబ్ది నాటికి జైనమతంలో కూడా చీలిక వచ్చింది. వీరితో మహావీరుని సిద్ధాంతాలను నిష్టగా అనుసరించేవారిని దిగంబరులని, వీటి నుండి స్వేచ్ఛనుపాటించినవారిని శ్వేతాంబరులని పిలిచేవారు. మగధనుండి జైనులు పశ్చిమంగా మధుర వైపు, అక్కడినుండి ఉజ్జయినీకి మారి చివరకు సౌరాష్ట్రలో స్థిరపడ్డారు. ఖారవేలుని పోషణలో ఉన్నారు. జైనమతంలో కూడా ఈనాటికి విగ్రహారాధన మొదలైంది. మగధను పరిపాలించే నందుని కాలంలో కళింగ నుండి ఒక జైన ప్రతిమ పాటలీపుత్రానికి తరలించబడగా క్రీ.పూ. 1వ శతాబ్దిలో ఖారవేలుడు దాన్ని తిరిగి తెచ్చాడని హాలిగుంఫశాసనం తెలియజేస్తోంది. మంచి శిల్పంగల జైనప్రతిమలు, జినుల బొమ్మలుగల ఫలకాలు మధురలో కనుగొన్నారు. మొత్తంమీద జైనమతం బౌద్ధమతం అంతగా మారలేదని చెప్పవచ్చు.

బౌద్ధమతం ఇతర శాఖలు ప్రచారం పొందడంతో వైదిక యాగాలకు జంతుబలులులకు వ్యతిరేకత పెరిగింది. ఈ వ్యతిరేకత బ్రాహ్మణుల ఆధిక్యతను దెబ్బతీసింది. అందువలన వారు కొత్త మత శాఖలు సృష్టించారు. దీని వల్ల వేద మతంలో అనేక మార్పులు జరిగి, వేదకాలానికి సంబంధించిన దేవతలు అదృశ్యమై వారిస్థానంలో త్రిమూర్తులు- సృష్టి, స్థితి, లయ కారకులైనవారు పూజింపబడ్డారు. కాలక్రమేణా శివకేశవులు బ్రాహ్మణమతంలో ముఖ్యమైన

దేవతలై వీరి భక్తులు రెండు శాఖలుగా ఏర్పడ్డారు(శైవ, వైష్ణవ).

త్రిమూర్తులలో విష్ణువు అందరికంటే గొప్పవాడుగా భావింపబడ్డాడు. బ్రహ్మ ఈ విశ్వాన్ని సృష్టించాక అంతవరకూ సముద్రంలో శేషతల్పశాయి అయిన విష్ణువు వైకుంఠం నుండి ఈ ప్రపంచాన్ని పాలించడానికి లేచాడు. అక్కడి నుండి ఆయన ప్రపంచాన్ని గమనిస్తూ చెడు తలెత్తినపుడల్లా దాన్ని అణచివేసి మానవజాతిని రక్షించడానికి అవతారాలు ధరిస్తుంటాడని భావించబడింది. మహుశా ఈ భావన బౌద్ధం యొక్క బోధిసత్వ సిద్ధాంతం నుండి గ్రహించబడి ఉండవచ్చు. ఈ విష్ణువే కృష్ణుడు. కృష్ణుని ఋగ్వేదం ఒక రాక్షసునిగా ఇంద్రునికి శత్రువుగా పేర్కొంది. క్రీస్తుశకం తొలిశతాబ్దాలనాటికి కృష్ణుడు విష్ణువు యొక్క అవతారంగా, వేదాంతాచార్యుడుగా(అర్జునునికి కురుక్షేత్రంలో గీతోపదేశం చేస్తూ) భావింపబడ్డాడు.

మెగస్తనీస్ డయోనిసస్ అని పేర్కొన్న శివుడు ఋగ్వేదకాలంనాటి రుద్రునినుండి తమిళుల దేవతయిన మురుగన్ నుండి ఆవిర్భవించాడు. ఆర్యేతరుల 'పూజా చిహ్నాలై'న లింగం, నంది శివుని పూజలో అంతర్భాగాలయ్యాయి. ఈ లింగార్చన హరప్పా కాలంనాటిది. క్రీస్తుశకం ప్రారంభంలో ఇది బ్రాహ్మణమతంలోకి ప్రవేశించింది. ఆనాటి నుండి శివుడు ప్రధానంగా లింగాకృతిలో అర్చింపబడ్డాడు. మానవరూపంలో కూడా శివుడు పూజింపబడ్డాడు. మానవరూపంలో శివుని అర్చనకు ప్రాచీనమైన ఆధారం ఆంధ్రప్రదేశ్‌లోని గుడిమల్లం అనే గ్రామంలో లభించింది. ఇక్కడ 1.5 మీటర్ల ఎత్తులో ఉన్న శిలపై ఒక మరుగుజ్జు ఆకారంపై రెండు చేతులున్న శివుని ప్రతిమ కనిపిస్తుంది. ఈ దేవుడు కుడి చేతిలో ఒక జింకను, ఎడమచేతిలో ఒక కలశాన్ని గొడ్డలినీ పట్టుకొని కన్పిస్తాడు.

ఈ దేవుళ్ళతోపాటు బ్రాహ్మణమతం ఆనాటి ప్రజలలో ప్రచారంలో ఉన్న అనేక దేవతా స్వరూపాలను కూడా తనలో కలుపుకొంది. జంతువులు, చెట్లు, పర్వతాలు, నదులకు కూడా దైవత్వం ఆపాదించబడింది. ఆవు పూజార్హంగా భావింపబడింది (ఈవిధంగానే మత రాజకీయాలకు ఆనాడు బీజం వేయబడింది). ఆవు తరువాత ఎక్కువగా పూజింపబడినది పాము. వైకుంఠ పర్వతం విష్ణువుకు, కైలాసం శివునకు ఆవాసాలు. వైకుంఠం అన్ని స్వర్గాలను మించి ఉన్నతస్థానంలో ఉంటుంది. కైలాసం హిమాలయ పర్వతాలలో ఒక శిఖరంగా గుర్తించబడింది. బ్రాహ్మణమతంలోకి చెట్ల యొక్క పూజ కూడా ప్రవేశించింది. ముఖ్యంగా అశ్వత్థవృక్షం(రావి), వటవృక్షం(మర్రి), పవిత్ర వృక్షాలుగా భావింపబడ్డాయి. తులసి విష్ణువుకు ప్రియమైనది పవిత్రమైనది. ఈనాటికీ హిందువుల ఇళ్ళల్లో తులసిచెట్టు పూజింపబడుతుంది. విష్ణువు యొక్క అవతారంగా భావింపబడిన కృష్ణునికీ, వృంద(తులసి రూపం) దేవతకూ ప్రతియేటా ఈనాటికీ కళ్యాణం నిర్వహిస్తున్నారు. అదేవిధంగా గంగానది పవిత్రమైన నది. ఈ నది విష్ణువు పాదాల నుండి జనించి శివుని జటాజూటాల నుండి భూమిపైకి ప్రవహించిందని భావింపబడుతోంది. ఈ పూజలన్నీ ప్రజల నమ్మకాల నుండి ఆచారాల నుండి జనించినవి. ఈనాటికి ఇవి వ్యాప్తిలో వున్నాయి.

ఈవిధంగా ప్రజల నమ్మకాలను తనలో భాగంగా చేసుకొన్న బ్రాహ్మణమతం భక్తి సిద్ధాంతంపై ఆధారపడినది. బౌద్ధమతం నుండి స్వీకరింపబడిన ఈ భక్తి సిద్ధాంతం దేవునికీ

భక్తునికి మధ్య భక్తి ద్వారా వ్యక్తిగత సంబంధం ఏర్పడుతుంది. కానీ యాగాల వల్ల కాదు అని బోధించింది. భగవంతునిపై అచంచల విశ్వాసముంటేనే భక్తి జనిస్తుంది. విష్ణువు అవతారంగా చెప్పబడిన కృష్ణుడు భగవద్గీతలో ఈ భక్తి సిద్ధాంతాన్ని ప్రతిపాదిస్తాడు.

కర్మకాండల నుండి భక్తి వైపు వైదిక మతం ప్రయాణించినా వైదిక యజ్ఞాలు మాత్రం పూర్తిగా విడిచిపెట్టబడలేదు. క్రమంగా ప్రజలు వేదసంప్రదాయాలకు దూరమయ్యారు. రామాయణ, మహాభారతాలకు, పురాణాలకు ప్రజలు ప్రాధాన్యతనివ్వడంతో క్రమంగా వేదసాహిత్యానికి ఆదరణ తగ్గింది. మహాకావ్యాలు సహజంగా వీరగాధలు అయినప్పటికీ స్వభావరీత్యా అవి లౌకికవాదాన్ని సూచించేవి వీటికి మతగౌరవాన్ని కల్పించడానికి బ్రాహ్మణాలు వీటికి పున:పరిశీలించ వలసివచ్చింది. ఈ ప్రయత్నానికి అనేక శతాబ్దాలు పట్టింది. అందువలన వీటిలో మూలానికి మార్పులు జరిగాయి. ఈవిధంగా మార్పు చెందినది భగవద్గీత. ఇది క్రీ.పూ. 2వ శతాబ్దిలో వ్రాయబడి 700 శ్లోకాలు కలిగి ఉంది. వైష్ణవ మతం మూల సూత్రాలను ఇవి ప్రతిపాదిస్తాయి. అందువల్ల ఇది వైష్ణవులకు మూలగ్రంధమైనది. గీతను ప్రమాణంగా భావిస్తున్న వారంతా ఇప్పుడు దానిలోని కవిత్వాన్ని పట్టించుకోవడంలేదు. కేవలం చర్చిస్తున్నారేగాని చదవడంలేదు.

బ్రాహ్మణమతం ఈ కాలం నాటికి ఇంకా ప్రారంభదశలోనే ఉండడం వల్ల కళ ఎక్కువగా బౌద్ధమతం పై ఆధారపడింది. ఈ కళను పోషించడానికి రాజులు, వర్తక సంఘాలు, శ్రీమంతులైన వ్యాపారులు ఎంతో ఖర్చుపెట్టారు. ఈ కాలంనాటి కళకు నిదర్శనాలు బౌద్ధస్తూపాలు, గుహాలయాలు. స్తూపం అంతకుముందు బుద్ధుని అవశేషాలపై కట్టిన కట్టడం. అశోకుని కాలంనాటికి బౌద్ధమతంలో ఈ స్తూపనిర్మాణం ఎక్కువైంది. బుద్ధుని గాని లేదా

మధ్యప్రదేశ్‌లోని సాంచి వద్ద ఉన్న మహాస్థూపం క్రీపూ. 3వ శతాబ్దం నుండి క్రీ.శ.1వ శతాబ్దం వరకు

పవిత్రమైన ఒక భిక్షుకుని గానీ అవశేషాలపైగాని లేదా ఒక పవిత్ర గ్రంథంపైగానీ వర్తులాకారాంలో నిర్మింపబడినదీ కట్టడం. ఈ అవశేషం స్తూపం పాఠం వద్ద మధ్యగా కట్టబడిన గదిలో ఉంచబడేది. ఈ స్తూపానికి చుట్టూ ఒక దారి దాని చుట్టూ పిట్టగోడ వంటిది కట్టబడింది. ఇప్పటికీ బయలప్పడిన స్తూపాలలో అతి ప్రాచీనమైనది క్రీ.పూ. 2వ శతాబ్దం నాటిది, బార్హూట్ వద్ద బయల్పడింది. అదే సమయంలో ప్రాచీనమైన సాంచీ స్తూపం పునరుద్ధరించబడి పూర్వపు పరిమాణం కంటే రెండురెట్లు ఎక్కువ చేయబడింది. అమరావతి వద్ద నున్న స్తూపం సాంచీ స్తూపం కంటేపెద్దది, కళాత్మకమైనది. దీని నిర్మాణం క్రీ.శ. 2వ శతాబ్ది నాటికి పూర్తి చేయబడింది.

ఈ స్తూపాలు కాకుండా ఈ కాలంనాటి వాస్తు కళకు ఇంకో నిదర్శనం అశోకుని కాలంలో ప్రారంభించ బడిన గుహాలయాలు. కొండలలో తవ్వబడిన ఈ గుహలు బౌద్ధ భిక్షువులచే మఠాలుగా ఆలయాలుగా నివాసాలుగా ఉపయోగింప బడ్డాయి. దక్కన్ పశ్చిమ ప్రాంతంలో శాతవాహనుల కాలంనాటివైన ముఖ్యమైన గుహలు తవ్వకాలలో బయల్పడ్డాయి. వీటిలో ప్రాచీనమైనది పూనా వద్ద గల భాజాలోని గుహ. ఈ గుహలకు దాదాపు సమకాలీనమైనవే పీతల్‌ఖోరా వద్ద తవ్విన బౌద్ధుల గుహలు. క్రీ.శ. రెండవ శతాబ్దికి చెందినదని చెప్పబడుతున్న కార్లే గుహ విశాలమైనది. కళాత్మకమైనది. ఈ గుహకు దీర్ఘచతురస్రాకారంలో ఉన్న ప్రవేశ ద్వారంలోపలి చైత్యానికి (బౌద్ధభిక్షువులు ఇతరులు సమావేశమయ్యే స్థలం) దారితీస్తుంది. ఈ

బౌద్ధ చైత్యం లోపలి దృశ్యం, క్రీ.శ. 120 నాటి శకుల కాలం నాటిది, మహారాష్ట్రలోని కార్లె (కషహరట)లో ఉంది

చైత్యం కూడా దీర్ఘ చతురస్రాకారంలో ఉంది. కొండరాతిలో దాదాపు 37 మీటర్ల లోతుకు తవ్వ బడిండి. ఒక కొస స్థూపాకారంలో కట్టబడి ఆర్చ్ కనిపిస్తుంది. దీని వెడల్పు 14 మీటర్లు, సీలింగ్ నేల నుండి 13 మీటర్ల ఎత్తులో ఉంది. దీని పక్క భాగాలు రాతిలో చెక్కబడి ఉన్నాయి. కాలక్రమేణా ఈ కొండగుహలు పరిమాణంలో అలంకరణలో వృద్ధి చెందాయనడానికి ఉదాహరణలు మహారాష్ట్రలోని ఔరంగాబాద్ వద్ద గల అజంతా, ఎల్లోరా గుహలు. వీటిలో కొన్ని గుహలు ఈ కాలానికి చెందినవి. ఈ కాలంనాటి కుడ్యచిత్రకళకు మిగిలిన ఏకైక నిదర్శనాలు అజంతా గుహలోని చైత్యం. ఇది క్రీ.పూ. 2 లేదా 1వ శతాబ్దికి చెంది ఉండవచ్చు. జైనులకు కూడా ఈ విధమైన గుహాలయాలు ఉన్నాయి. వీనిలో ముఖ్యమైనవి ఒరిస్సాలోని భువనేశ్వర్ వద్ద గల ఉదయగిరి, ఖండగిరి కొండల లోనివి. ఇవి బౌద్ధ గుహలంతటి పెద్దవి కావు.

బార్హూట్, గయ, సాంచీల వద్ద గల బౌద్ధ స్థలాలలో శిల్పకళ స్తూపాలకు చుట్టూ ఉన్న పిట్టగోడను ప్రవేశ ద్వారాన్ని అలంకరించడానికి ఉపయోగపడింది. ఈ ప్రదేశాలలో ఉన్న స్థూపాలు, శిల్పకళలో కలిగిన క్రమ పరిణామాన్ని తెలుపుతాయి. వీటిలో చివరగా కట్టబడిన సాంచీ స్తూపం బార్హూట్ ప్రాంతంకంటే శిల్పకళలో ఉన్నతమైనది క్రీ.శ. రెండవ శతాబ్దినాటికి అమరావతిలో, దక్కన్ గుహలలో ఉన్న శిల్పాలు ఎంతో శిల్పకళానైపుణ్యాన్ని ప్రదర్శిస్తాయి. జైనులు మధుర వద్ద ఒక ప్రత్యేకమైన శిల్పకళను పోషించారు. ఇక్కడి కళాకారులు అంతకు పూర్వం ఎర్రటి ఇసుకరాయిపై శిల్పాలు చెక్కేవారు. ఈకాలం నాటికి వారు మతం వేసుకొని ధ్యానంలో నిమగ్నమైన తీర్థంకరుని నగ్న మూర్తి గల ఫలకాలను చెక్కారు. మధురలో ఈ రకమైన శిల్పకళ క్రీ.పూ. 1వ శతాబ్ది చివరలో ప్రారంభమైనట్లు చెప్పబడుతోంది. తరువాత ఈ కళను కుషానులు పోషించారు. కొంతమంది కుషాను రాజుల యొక్క ప్రతిమలు కూడా మధుర వద్ద బయల్పడ్డాయి. వీటిలో ఒక ప్రతిమ-కనిష్కునిది-మొండెంతో ఉన్న శిల్పం దొరికింది. మధుర కళాకారులే మొట్టమొదటి బుద్ధుని ప్రతిమను చెక్కినవారు. అంతకు పూర్వం స్తూపాలపై బౌద్ధచిహ్నాలుండేవి. ఈ కాలంనాటికి మధురలో ఇంకా కృష్ణుని ప్రతిమలు చెక్కలేదు. కృష్ణునికి సంబంధించి ప్రాచీన శిల్ప కళారూపాలు (దాదాపు 5వ శతాబ్దికి చెందినవి) వారణాసి వద్ద గల ఆర్రా వద్ద దొరికాయి. మదుర కళాకారులు, శిల్పకళలో చాలావరకు ప్రాచీన భారతీయ సంప్రదాయాన్నే అనుసరించినప్పటికీ కొంతవరకూ వాయవ్యభారతంలో బాగా ప్రచారం పొందిన

క్రీపూ. 2వ శతాబ్దం సుంగ వంశం నాటి కాలానికి చెందిన స్త్రీమూర్తి టెర్ర కోటి ప్రతిమ, పశ్చిమ బెంగాల్ తామ్లుక్‌లో లభించింది.

గాంధారకళనుండి గ్రీకు రోమన్ రూప కల్పనను కూడా కొంత గ్రహించారు. తరువాతి కాలంలో సారనాథ్ వద్ద వృద్ధి చెందిన శిల్పకళకు మధుర మార్గదర్శకమైంది(ప్రేరణ కల్పించింది).

గాంధారకళ(గ్రీకు-బౌద్ధకళ) ఎక్కువగా గ్రీకు కన్నా రోమన్ కళచే ప్రభావితమైంది. ఈ కళ కుషానుల నుండి ఎంతో ఆదరణను పొందింది. ఈ కళకు వస్తువు బుద్ధుడు, బౌద్ధం అయినప్పటికీ శిల్పానికి చెందిన రూపకల్పన అంతా గ్రీకు, రోమన్‌ల నుండి గ్రహించినది. బుద్ధుని తల్లి ప్రతిమలో ఎథీనియన్ వివాహిత పోలికలు కన్పిస్తాయి. గాంధార శిల్పంలో తొలి బౌద్ధ ప్రతిమలు గ్రీకు ముఖాలను పోలి ఉంటాయి. శిల్పకళకు స్టక్కో ఉపయోగం ఈ ప్రాంతంలో క్రీ.శ.1వ శతాబ్ది నుండి ఉంది. మూడవ శతాబ్దినాటికి స్తూపాలను విహారాలను చెక్కడానికి శిలను ఎక్కువగా ఉపయోగించారు.

శాక్యముని బౌద్ధుని జీవిత దృశ్యాలు, ఆంధ్రప్రదేశ్, అమరావతిలో లభించిన ఈ పాలరాతి ఫలకం క్రీ.శ. 2వ శతాబ్దానిది

ఆ రోజుల్లో శిల్పకళకు సాధారణంగా టెర్రకోటాను మాధ్యమంగా ఉపయోగించే వారు. శుంగుల కాణ్వుల కాలం నుండీ టెర్రకోటాతో చేసిన స్త్రీ మూర్తులు అనేకం లభ్యమయ్యాయి. ఈ శిల్పాలు మంచి అలంకరణతో చక్కని శరీర సౌష్టవం కలిగి ఉండేవి. వీటిలో కొన్ని ప్రతిమల శకుల-కుషానుల పోలికలు కలిగి ఆకాలంనాటి తెగల, సంచార జీవనుల ప్రత్యేకతలు కలిగి ఉన్నాయి. ముఖ్యంగా మధురలో దొరికిన పురుష విగ్రహాలకు ఈ లక్షణాలు ఉన్నాయి. దీనికి కారణం మౌర్యుల అనంతరం మనదేశానికి వచ్చిన విదేశీయులు. వారి నాగరికత కావచ్చు. వింధ్య పర్వతాలకు దక్షిణంగా ఆంధ్రప్రదేశ్‌లో మస్కీ వద్ద అనేక టెర్రకోటా శిల్పాలు దొరికాయి. ఈ కాలంలో పట్టణాలు అభివృద్ధి చెందడంతో టెర్రకోటా ఉత్పత్తి కూడా ఎక్కువైంది. కానీ ఈ శిల్పాలు ఆనాటి జానపదుల సంప్రదాయాన్ని అనుసరించినవా లేక ఇవి తరువాతి కాలంలో రాతి శిల్పకళకు కారణభూతయ్యాయా అన్నది నిశ్చయించలేము.

క్రీస్తు శక ప్రారంభంలో సాహిత్యకళ అనేక రూపాలు దాల్చింది. గ్రామీణ నేపథ్యంలో 700 ముక్తకాలుగా వ్రాయబడిన ప్రాకృతభాషలోని 'గాధాసప్తశతి'అనే సంకలనం విశిష్టమైన రచన. ఇది శాతవాహన పరిపాలకుడైన హాలునిచే వ్రాయబడినదిగా చెప్పబడుతోంది. బుద్ధుని

ఉత్తరప్రదేశ్, మధురలో లభించిన కనిష్కుని విగ్రహం, క్రీ.శ. 2వ శతాబ్దానికి చెందినది

జీవిత చరిత్రను తెలిపే అనేక బౌద్ధ గ్రంథాలలో ప్రాకృత సంస్కృతాల మిశ్రమం కన్పిస్తుంది. అయినప్పటికీ సంస్కృతం ఆ కాలంలో ప్రధాన సాహిత్య భాషగా ఉద్భవించింది. క్రీ.పూ.2 వ శతాబ్దిలో అంతకు పూర్వం పాణిని వ్రాసిన సంస్కృత వ్యాకరణంపై వ్యాఖ్యానంగా పతంజలి మహాభాష్యాన్ని రచించాడు. పాణిని గ్రంధానికి చేర్పులుగా పతంజలి కొన్ని కొత్త వ్యాకరణ సూత్రాలను రచించాడు (ఇష్టులు). దీన్నిబట్టి సంస్కృతం ఆనాటికి కొన్ని మార్పులను పొందిందని తెలుస్తోంది. వైద్య గ్రంధాలు కూడా ఈ కాలంలో రచించబడ్డాయి. వాటిలో ముఖ్యమైనది కనిష్కుని సమకాలికుడైన చరకుడు రచించినది. చరకుని తరువాతి కాలానికి చెందిన శుశ్రుతుడు వ్రాసిన వైద్యగ్రంథం ఇంకోటి ఉంది. భారతీయవైద్య శాస్త్రం, ఖగోళశాస్త్రం పశ్చిమ ప్రపంచంలో దానికేర్పడిన సంబంధాల వల్ల ప్రయోజనం పొందాయి. న్యాయగ్రంధాలు కూడా అనేకం రచించబడ్డాయి. మన సమాజంలో బ్రాహ్మణులు ఏర్పరిచిన నియమాలన్నింటికీ మూలాధారమైన మనుస్మృతి క్రీ.పూ.200- క్రీ.శ.200 మధ్యకాలానికి చెందినది. రామాయణ, మహా భారతాలు, పురాణాలు కూడా ఈ కాలంలోనే రచింపబడ్డాయి. మనుస్మృతి, మహాభారతాలలో అనేక శ్లోకాలకు ఒక దానితో మరొకదానికి పోలికలు కన్పిస్తాయి. భరతుడు రచించిన నాట్యశాస్త్రం, నాటకం, నాట్యం, సంగీతాలపై చర్చింపబడిన ముఖ్యమైన గ్రంథం. కొంతమంది పండితుల ప్రకారం ఈ గ్రంథం క్రీస్తుశకపు తొలి శతాబ్దాలలో రచింపబడింది. కనిష్కుని సమకాలికుడైన అశ్వఘోషుడు రచించిన గ్రంథం సంస్కృతంలో శాస్త్రీయమైన తొలిపద్య రచనకు నిదర్శనం. ఇతడు 'బుద్ధచరిత' అనే గ్రంధాన్ని రచించాడు. అతడి ఇంకో పద్యరచన 'సౌందరనందము' 'బుద్ధుని సవతి సోదరుడు' బౌద్ధమతాన్ని స్వీకరించడానికి సంబంధించినది. సంస్కృతంలో మొదటి నాటకకర్త కూడా అశ్వఘోషుడే. మధ్య ఆసియాలోని తుర్ఫాన్‌లోని ఒక మఠంలో ఇతని నాటకంలోని కొన్ని భాగాలు లభ్యమయ్యాయి. కానీ సమగ్రంగా రచింపబడిన నాటకాలు భాసునివే. వీటినే మనకు దొరికిన ప్రాచీన నాటకాలుగా భావించవచ్చు. అతని 13 నాటకాలలో (కేరళలో 1912లో కనుగొనబడినవి) అత్యంత సుందరమైనది 'స్వప్నవాసవదత్తము'. ఈ నాటకం ఉదయనుడు వాసవదత్తల ప్రణయాన్ని చిత్రించేది.

అశ్వఘోషుడు, భాసుడు తమ రచనలను అలంకారిక శైలిలో రాజాస్థాన పండితుల కోసం బహుశా రచించి ఉండవచ్చు. ఈనాటి నుండీ సంస్కృతం క్లిష్టమై అలంకారిక శైలినలవర్చుకుంది. ఆనాటికే బ్రాహ్మణులు అధీనంలో ఉన్న సంస్కృతం క్రమంగా పరిపాలకుల ఆస్థాన భాష అయింది రాజశాసనాలు కూడా సంస్కృతంలో ఆలంకారికంగా రచింపబడ్డాయి. శాస్త్రీయసంస్కృతంలో రచింపబడిన తొలిశాసనం శకవంశానికి చెందిన రుద్రమనునిది (క్రీ.శ.150). తరువాత సంస్కృతం రాజనియమావళులలో కూడా ఉపయోగింపబడసాగింది. ప్రజల భాషకు దగ్గరగా ఉండి, మౌర్య, శాతవాహనులు ఎక్కువగా ఆదరించిన ప్రాకృతం బదులుగా సంస్కృతం వాడబడింది. కానీ క్రీ.శ. 3,4 శతాబ్దాలలో పల్లవ రాజులు, తమిళనాడు, పరిసరప్రాంతాలలో జారీ చేసిన రాగి పలకపై వ్రాయబడిన నియమావళిని ప్రాకృతంలోనే రచించారు. ఆనాటికి ఇంకా తమిళభాష స్పష్టంగా ఏర్పడలేదు. ఉత్తర భారతంలో ఉపయోగింపబడే శాస్త్రీయ మైన సంస్కృతానికి ఇది ప్రత్యామ్నాయం కాలేకపోయింది.

తమిళనాడులో మధురై ప్రాంతంలో బయల్పడినన జైనబౌద్ధ గుహలలో దొరికిన బ్రాహ్మీలిపిలో వ్రాయబడిన 75 చిన్న శాసనాలు ప్రాచీన లేఖనానికి నిదర్శనాలు. ఈ శాసనాలలో అనేక సంస్కృత ప్రాకృతపదాలు కన్పిస్తాయి. ఈ శాసనాలు క్రీ.పూ.200- క్రీ.శ.300 కాలానికి చెందినవి. ఈ కాలంలోనే తమిళ ప్రాచీన సాహిత్యమైన సంగమ సాహిత్యంలో తొలిదశ

పంజరం చేతిలో ఉన్న స్త్రీ మూర్తి, మధుర, బూటేశర్‌లో లభించిన ఈ విగ్రహం పిట్టగోడ స్తంభం మీద ఉంది. క్రీ.శ. 2వ శతాబ్దం కుషానుల కాలానికి చెందినది.

వేదిక స్తంభంపై గ్రీకు వీరుడు (మధ్య ప్రదేశ్‌లోని బారహట్‌లో లభించింది.) క్రీపూ. 100-80 నాటి ఇసుక రాతి విగ్రహం

ప్రారంభమైంది. సంగమసాహిత్యం, సంస్కృతంతో సంబంధం లేకుండా స్వతంత్రంగా సాగినది. కానీ ఇది సంస్కృతానికి పూర్తిగా వేరుగా లేదు. ఎందువల్లనంటే వీరిలో కొంతమంది కవులు బ్రాహ్మణులవడం వలన తమిళ సాహిత్యంలో కొన్ని పదాలు సంస్కృత భావాలు ప్రవేశించాయి. తమిళ సంప్రదాయకథనం ప్రకారం అనేక శతాబ్దాల క్రితం మధురైలో మూడు సభలు(సంగమాలు) వరుసగా జరిగాయి. ఈ సభలు(దాదాపు 9,900 సంవత్సరాలు జరిగాయి)లో తమిళదేశంలోని కవులు, జానపద గాయకులు చేరి చేసిన రచనలే సంగమ సాహిత్యం. ఈ సాహిత్యం ఎక్కువగా జానపద ఛాయలు కలిగి ఉంది. ఎందువల్లనంటే ఇవి ఎక్కువగా తమను పోషించిన తెగనాయకులను కీర్తిస్తూ, ఊరూరా తిరుగుతూ జానపదగాయకులు గానంచేసినవే. ఈ జానపదరీతిని అనుసరించి పండితులు రచించినవి కూడా కొన్ని ఉన్నాయి. ఈ విధంగా సాధారణ గాయకుల కంటే భిన్నమైన పండితకవులలో (పలవార్-) ముఖ్యులు కపిలార్, పారనార్, అవ్వయ్యార్, గౌతమనార్ మొదలగువారు. ఈ కాలంలో తమిళజానపదసాహిత్యం, సంగమసాహిత్య రచనలు అప్పటికే ప్రచారంలోఉన్నాయి. ఈ సభలలో(సంగమాలలో) జరిగినది ఈ సాహిత్యాన్ని సంకలనం చేయడం అయి ఉండవచ్చు. ఈ సంగమసాహిత్యం మొత్తంలో ఎట్టుగోయ్ పత్తుపట్టు అత్యంత ప్రాచీనమైనవి. వీటి సంకలనం బహుశా క్రీ.శ.3వ శతాబ్దపరిసరాల్లో జరిగి ఉండవచ్చు. తమిళ వ్యాకరణం, ఛందస్సులకు సంబంధించిన అత్యంత ప్రాచీన రచన తొల్కాప్పియమ్. ఈ ప్రాంతాలలో సంకలనం చేయబడినదే. ఈ భాషలోని 18 శాస్త్రగ్రంధాలు తిరువల్లువార్ రచించిన తిరుక్కురల్‌తో సహా(పాతినెన్‌జ కనక్కు)క్రీ.శ. 3వ శతాబ్దినాటికి చెందనవే కానీ తరువాతివి కావు. తమిళంలో సంగమ సాహిత్యంలోనివే కొందరిచే చెప్పడుతున్న 'శిలప్పాదికారం', 'మణిమేఖలై'- రెండూ కూడా క్రీ.శ.6వ శతాబ్దికి పూర్వం చరింపబడినవి కావు. సంగమ సాహిత్యాన్ని కాల విభజన చేయడానికి ఇంకా కొన్ని సంవత్సరాలు పట్టవచ్చు కానీ శాస్త్రీయ సంస్కృత సాహిత్యంతో పోల్చిచూస్తే తమిళ సాహిత్యం ప్రజాజీవనానికి దగ్గరగా ఉండడం అన్నది చర్చించవలసిన

నిలుచున్న బుద్ధుని విగ్రహం, పాకిస్తాన్‌లోని
బాక్త్రో-గాంధార ప్రాంతంలో లభించిన
ఈ ప్రతిమ కుషానుల కాలానికి చెందినది

విషయం.

8వ ప్రకరణం

మిథ్యా స్వర్ణయుగం

క్రీ.శ.3వ శతాబ్దిలో ఉత్తరభారతంలో కుషానుల అధికారం, దక్షిణ భారతంలో శాతవాహనుల అధికారం క్షీణించడంలో కొత్త రాజవంశాలు, కొత్త రాజ్యాలు ఆవిర్భవించడానికి వీలుకలిగింది. ఈ పరిస్థితుల్లో గుప్తులు ఒక సామ్రాజ్య నిర్మాణానికి పునాది వేశారు. వీరి జన్మస్థలం, వీరి పుట్టుక గురించి నిశ్చితమైన ఆధారాలు లేవు. వీరు మొదట కుషానుల వారసుల వద్ద సామంతులుగా ఉండి క్రీ.శ.4వ శతాబ్ది రెండవ దశకంలో మగధ ప్రాంతంలో రాజకీయాధికారం స్థాపించి ఉండవచ్చు. ఈ వంశంలో మొదటి ఇద్దరూ- శ్రీగుప్తుడు, ఘటోత్కచుడు చెప్పుకోదగినవారు కాదు. గుప్త వంశానికి నిజమైన స్థాపకుడు అయిన మొదటి చంద్రగుప్తుడు ప్రస్తావించడం వల్లనే వీరిద్దరి గురించి మనకు తెలుస్తుంది. లిచ్ఛవీవంశపు కన్యను వివాహమాడడం ద్వారా చంద్రగుప్తుడు తన ప్రతిష్ఠను పెంచుకోదలచు కున్నాడు. కానీ వైశాలి ఇతని రాజ్యంలో భాగంగా అనిపించదు. అతని పరిపాలనాధికారం మగధ, తూర్పు, ఉత్తరప్రదేశ్‌లకు(సాకేత, ప్రయాగ) మాత్రమే పరిమితమైనది. అతనికి మహారాజాధిరాజు అన్న బిరుదు ఉంది. క్రీ.శ.319-20లో అతడు సింహాసనాన్ని అధిష్ఠించడంతో గుప్తుల యుగం ప్రారంభమైంది.

మొదటి చంద్రగుప్తుని తరువాత అతని కుమారుడు సముద్రగుప్తుడు క్రీ.శ.325లో రాజయ్యాడు. సముద్రగుప్తుడు తన వంశానికే చెందిన కచుడనే ప్రత్యర్థిని అణచివేసి రాజయ్యాడు. ఇతని దండయాత్రలను గురించి ఆస్థాన కవియైన హరిసేనుడు సుదీర్ఘస్తోత్రాన్ని రచించాడు. ఇదే అలహాబాద్‌లోని అశోకస్తంభంపై చెక్కబడింది. ఈ స్తోత్రం సముద్రగుప్తుడు అహిచ్ఛత్ర తెగకు చెందిన అచ్యుతుని పద్మావతికి చెందిన నాగసేనుని(పద్మావతి నేటి మధ్యప్రదేశ్‌లో పదమపావయా), మధురకు చెందిన గణపతి నాగుని, కోటా రాజవంశానికి చెందిన ఒక రాకుమారుని (బులంద్‌శహర్ ప్రాంతం) అణచివేసినట్లు చెతుంది. వీరుగాక అనేకమంది రాజులు, అనేక తెగలు కూడా సముద్రగుప్తునిచే అణచివేయబడినట్లు ఈ స్తోత్రం చెపుతుంది. దక్షిణాపథంలోని 12మంది రాజులను బందీలుగా పట్టుకొని తిరిగి వారిని విడిచివేసి వారి రాజ్యాలకు పంపినట్లు ఈ ఆధారం వలన తెలుస్తోంది. ఆర్యావర్తం(ఉత్తర భారతం)లోని ఎనిమిదిమంది రాజులను రాజ్యబహిష్కృతులను చేసినట్లు ఇది పేర్కొంటోంది. మధ్య భారతంలో అటవీ రాజ్యాలు, దక్కన్, ఐదు సరిహద్దు రాష్ట్రాల నాయకులు, రాజస్థాన్‌లోని వివిధ సంస్థానాలు

సముద్రగుప్తుని ఆజ్ఞలను పాలించి అతనికిన కప్పం కట్టేవారు. పన్నులు చెల్లించేవారు. విదేశీ పాలకులు దైవపుత్ర షహనుపాహి(కుషాను రాజు- ఇది ఒక కుషాను బిరుదం) శకులు, సిలోన్ పరి పాలకుడు కూడా సముద్రగుప్తునికి కప్పం కట్టేవారని అలహాబాద్ శాసనంలో పేర్కొనబడింది.

సముద్రగుప్తుని అధికారానికి లోబడిన రాజ్యాలన్నిటినీ పేర్కొంటే అది దాదాపు భారత ఉపఖండములో అధికభాగానికి వర్తిస్తుంది. కానీ సముద్రగుప్తుడు ఉత్తర భారతదేశంపైననే ప్రత్యక్ష అధికారం కలిగి ఉన్నట్లు తెలుస్తోంది. దక్కన్‌లో, దక్షిణ భారతంలో రాజులు అతనికి కప్పంకట్టే వారు. పశ్చిమ భారతంలో శకులు ఇతనికి లొంగలేదు. రాజస్థాన్, పంజాబ్‌ల లోని తెగలకు చెందిన గణతంత్రరాజ్యాలు సముద్రగుప్తునిచే ప్రత్యక్షంగా పరిపాలింపబడలేదు. అయినప్పటికీ ఇతడు చివరకు వీరి అధికారాన్ని అణచివేశాడు. ఇతడు కుషానులనుఓడించడం అన్నది సందేహాస్పదం. ఆనాటి రేవారి అధికారం క్షీణదశలో ఉంది చైనీస్ ఆధారమొకటి సిలోన్ రాజయిన మేఘవర్ణుడు(352-79) సముద్రగుప్తునికి కొన్ని కానుకలు పంపి గయ వద్ద ఒక బౌద్ధమఠం నిర్మించడానికి అతని అనుమతిని కోరాడని చెపుతుంది. దీన్ని బట్టి సిలోన్ రాజు ఇతనికి సామంతుడు కాదని తేలుతోంది. ఏమయినప్పటికీ, సముద్రగుప్తుడు సామ్రాజ్యాన్ని స్థాపించి అశ్వమేధయాగాన్ని చేశాడు.

అలహాబాద్‌లోని స్తంభశాసనాలపై చెక్కబడిన హరిసేనుని ప్రశస్తి ప్రకారం సముద్రగుప్తుడు ఒక్క యుద్ధ వీరుడే కాదు. గొప్పకవి, సంగీతకారుడు, కళాపోషకుడు కూడా. అతని రచనలేవీ లభ్యం కాలేదు. కానీ అతడు విడుదల చేసిన బంగారు నాణాలపై వీణవాయిస్తున్నట్టు అతని చిత్రాన్ని బట్టి సముద్రగుప్తుని సంగీత ప్రియత్వం తెలుస్తుంది. అతడు గొప్ప బౌద్ధపండితుడైన వసుబంధువును పోషించినట్లు చెప్పబడుతోంది. కానీ కొంతమంది చరిత్రకారులు దీన్ని సందేహిస్తున్నారు.

క్రీ.శ.375 నుండి 415 వరకూ పాలించిన రెండవ చంద్రగుప్తుడు సముద్రగుప్తుడు నిర్మించి సామ్రాజ్యాన్ని మరింత విస్తరింపచేసి సుస్థిరం చేశాడు. విశాఖదత్తుడు రచించిన 'దేవీచంద్రగుప్తము' ప్రకారం సముద్రగుప్తుని తరువాత రామగుప్తుడు రాజయ్యాడు. ఇతడు శకుల చేతిలో ఓడిపోయి తన భార్య ధ్రువదేవిని వారికి అప్పగించుటకు ఒప్పుకొన్నాడు. అతని తమ్ముడు చంద్రగుప్తుడు దీన్ని వ్యతిరేకించి శకరాజు వద్దకు వెళ్ళాడు. ఈ సంఘటనవల్ల సోదరులిద్దరి మధ్య విభేదాలు ఏర్పడ్డాయి. చివరకు చంద్రగుప్తుడు తన అన్నను చంపి ధ్రువదేవిని వివాహం చేసుకున్నాడు. భిల్స్యావద్ద రామగుప్తుడు ముద్రించిన నాణాలు దొరికాయి. కొన్ని శాసనాలు ధ్రువదేవి చంద్రగుప్తుని భార్య అని రుజువు చేస్తున్నాయి. దీన్ని బట్టి దేవీచంద్రగుప్తములో చెప్పబడిన వృత్తాంతము నిజమే.

రెండవ చంద్రగుప్తుడు శకులపై దండయాత్రచేసి ఓడించి వారి పాలనలో ఉన్న పశ్చిమ ప్రాంతాలను తన రాజ్యంలో కలుపుకున్నాడు. సామ్రాజ్యపు పశ్చిమ సరిహద్దులు కొంతకాలం సురక్షితంగా ఉన్నాయి. పశ్చిమతీరప్రాంతంలో రేవు పట్టణాలపై గుప్తులు ఆధిపత్యం సంపాదించారు. రెండవ చంద్రగుప్తుడు కొన్ని రాజవంశాలవారితో వైవాహిక

సంబంధాలనేర్పరచుకున్నాడు. నాగవంశానికి చెందిన కువేరనాగ ను వివాహమాడాడు. వారిద్దరికీ జన్మించిన కుమార్తె ప్రశావతీ గుప్త. ఈమెను చంద్రగుప్తుడు వాకాటక రాజవంశానికిచెందిన రెండవ రుద్రసేనునికిచ్చి వివాహం చేశాడు. ఈ వాకాటక వంశం మధ్య భారతదేశంలో అంతకుముందు శాతవాహనులు పాలించిన రాజ్యాన్ని పాలిస్తున్నది. రుద్రసేనుని మరణానంతరం అతని ప్రతినిధిగా ప్రభావతీ గుప్త 390 నుండి 410 వరకూ ఈ రాజ్యాన్ని పాలించింది. ఈ విధంగా వాకాటక రాజ్యం గుప్త సామ్రాజ్యంలో ఒక భాగమయింది. కుంతల రాజ్యాన్ని (కొంకణ్‌తీరం) పాలిస్తున్న కదంబవంశీయుడు కాకుత్థ్యవర్మన్ తన కుమార్తెలను గుప్తులకిచ్చి వివాహం చేసినట్లు తెలుస్తోంది. రెండవ చంద్రగుప్తునికి విక్రమాదిత్యుడనే బిరుదు ఉంది. అతని పరిపాలనా కాలం యుద్ధాలకన్నా కళాపోషణకు, సాహిత్యపోషణకు పేరుగాంచినది. ప్రసిద్ధ సంస్కృత కవి, నాటకకర్త అయిన కాళిదాసు ఇతని ఆస్థాన కవి అని భావింపబడుతోంది.

రెండవ చంద్రగుప్తుని తరువాత అతని కుమారుడు కుమారగుప్తుడు(415-54) రాజయ్యాడు. ఈ కాలంలోనే హూణుల శాఖ ఒకటి మధ్య ఆసియా నుండి వచ్చి బాక్ట్రియాను ఆక్రమించుకొని హిందూకుష్ పర్వతాలను దాటి వచ్చే ప్రయత్నం చేశారు. కానీ కుమారగుప్తుని కాలంలో వీరి నుండి ప్రమాదం ఏర్పడలేదు. మొత్తంమీద కుమారగుప్తుని పాలన ప్రశాంతంగా సాగింది.

కుమారగుప్తుని అనంతరం రాజులైనవారు హూణుల నుండి దండయాత్రను ఎదుర్కొన్నారు. వీరిపై తమ సామ్రాజ్యన్ని రక్షించుకోవాల్సిన బాధ్యత పడింది. స్కందగుప్తుడు వీరితో వీరోచితంగా పోరాడాడు. కానీ అతడు ఈ సమయంలో అంతశ్శత్రువులను ఎదుర్కొవలసి వచ్చింది. అతని సామంతులు స్వతంత్రాన్ని ప్రకటించినట్లు, రాజ్యంలో తక్కువ విలువగల నాణాలను బట్టి ఆర్థిక సమస్య ఏర్పడినట్లు తెలుస్తోంది. అయినప్పటికీ స్కందగుప్తుడు తన సైన్యాన్ని కూడ గట్టుకొని హూణులతో చేసిన యుద్ధంలో జయించాడు.

స్కందగుప్తుడు 467లో మరణించాక అనేకమంది రాజులయ్యారు. కానీ సామ్రాజ్యాన్ని సుస్థిరంగా ఉంచలేకపోయారు. ఐదవ శతాబ్దం చివరలో హూణులు అధిక సంఖ్యలో మనదేశంలో ప్రవేశించడంతో గుప్తుల అధికారానికి ప్రమాదమేర్పడింది. హూణులు మంచి విలుకాండ్రు, అశ్వికులు. వీరి యుద్ధాల వలన గుప్తుల సామ్రాజ్యం విడిపోయింది. వీరి దండయాత్ర జరిగిన 50 సంవత్సరాలలోనే వీరి సామ్రాజ్యం చిన్న చిన్న రాజ్యాలుగా విడిపోయింది.

గుప్తసామ్రాజ్యం బలహీనపడి అంతరించిపోవడం ఉత్తర భారతంలో హూణులు రాజ్యాన్ని స్థాపించడం ఒకేసారి జరిగాయి. హూణుల రాజ్యం మధ్యప్రదేశ్‌లో ఎరాన్ వరకు విస్తరించింది. అతని రాజ్యకాలం మొదటి సంవత్సరంలోనిదిగా చెప్పబడుతున్న ఒక పెద్ద వరాహమూర్తి(విష్ణువు యొక్క వరాహావతారం) ఎరాన్ వద్ద దొరికింది. ఇతడు జైనమతాన్ని స్వీకరించాడని చెప్పబడుతోంది. క్రీ.శ. 515లో అతని తరువాత అతని కుమారుడు మిహిరకులుడు రాజై శకాల(సియాల్‌కోట) నుండి పరిపాలించాడు. ఇతడు నిరంకుశుడుగా, బౌద్ధులను అణచివేసేవాడుగా విగ్రహ విధ్వంసకుడుగా చెప్పబడు తున్నాడు. కానీ ఇతడు శివభక్తుడైన మిహిరేశ్వరుని ఆలయాన్ని కట్టించాడు అని కూడా చెప్పబడుతోంది. మిహిరకులుడు

మాత్వా పాలకుడైన యశోధర్మన్‌చే, గుప్తవంశానికి చెందిన నరసింహగుప్త బాలాదిత్యునిచే వరుసగా ఓడింపబడ్డాడు. కానీ హూణరాజ్యపతనం గుప్తసామ్రాజ్యపు పునరుద్ధరణకు దారితీయలేదు.

గుప్తుల అధికారం క్షీణించిపోవడానికి కారణం పూర్తిగా హూణుల దండయాత్రకాదు. బహుశా వాళ్ళ సామ్రాజ్యం నిర్వహింపబడిన తీరుకి ఇది ఫలితం కావచ్చు. మౌర్యులవలె గాక గుప్తులు తమకుతామే గొప్ప గొప్ప బిరుదులను ఆపాదించుకున్నారు. మహారాజాధిరాజ, పరమేశ్వర, పరమభట్టారక, పరమాద్వైత, చక్రవర్తి మొదలైన బిరుదులు వారి సామ్రాజ్యంలో వీరికంటే తక్కువ అధికారం గల చిన్న రాజులు ఉన్నారన్న విషయాన్ని తెలియచేస్తుంది. గుప్తులు ఆక్రమించిన ప్రాంతాలలో అధిక భాగాన్ని మధ్యభారతంతో పరివ్రాజక, ఉచ్ఛకల్ప మొదలగు సామంతరాజులు అనేకమంది ఇతర సామంతులు (సముద్రగుప్తునిచే ఓడింపబడినవారు) పరిపాలించేవారు. సామ్రాజ్యంలో కీలక ప్రాంతాలైన బెంగాల్, బీహార్, ఉత్తర ప్రదేశ్‌లు మాత్రమే గుప్త చక్రవర్తి ప్రత్యక్షపాలనలో ఉండేవి. గుప్తుల సామంతులలో ముఖ్యులైనవారు వలభిని పాలించిన మైత్రికులు, థానేశ్వర్‌ను పాలించిన వర్ధనులు, కనోజ్‌ను పాలించిన ముఖారీలు, మగధను పాలించిన అనంతరగుప్తులు, బెంగాల్‌ను పాలించిన చంద్రవంశీయులు మొదలగువారు. వీరందరూ అవకాశం దొరకగానే స్వతంత్రాన్ని ప్రకటించుకొని సామ్రాజ్యాన్ని నామమాత్రం చేశారు.

మౌర్యులవలె గుప్తులకు యుద్ధనైపుణ్యం గల పెద్ద సైన్యం లేదు. సముద్రగుప్తుని విజయాలను అతిశయంగా వర్ణించిన కథనాలు అతని సైనిక వ్యవస్థను గురించి తెలపలేదు. పాహియాన్ కూడా గుప్త సైన్యం సంఖ్య తెలుపలేదు. బహుశా యుద్ధ సమయాల్లో సామంతులు పంపించిన సైన్యాలే గుప్త సామ్రాజ్యపు సైనిక బలం అయి ఉండవచ్చు. ప్రాచీన సైనిక వ్యవస్థలో ముఖ్యమైన గజబలం, అశ్వబలం గుప్తులకు ఎక్కువగా లేదు. అందువలన వారు తమ దండయాత్రలలో ఎక్కువగా సామంతుల సైనిక బలంపైనే ఆధారపడవలసి వచ్చింది. (దీనిని బట్టి గుప్త సామ్రాజ్యపు సరిహద్దులలో సామంతులకు తగినంత అధికారం ఉన్నట్లు తెలుస్తోంది).

సైనిక వ్యవస్థతో పాటు గుప్తులకు విస్తృతమైన అధికార యంత్రాంగం కూడా లేదు. రాజ్యానికి అవసరమైన ఉన్నత అధికారులను 'కుమారామాత్యులు' అనే హోదానుండి ఎన్నుకొనేవారు. వీరి నుండి మంత్రి, సేనాపతి, మహాదండ నాయకుడు(న్యాయాధికారి), సంధివిగ్రహిక(యుద్ధాలకు సంధులకు సంబంధించిన మంత్రి) మొదలగు అధికారులు నియమింపబడేవారు. కానీ ఒక్క వ్యక్తికే అనేక పదవులు ఉండేవి. హరిసేనుడు (సముద్రగుప్తుని ప్రశస్తిని రచించినవాడు) అనేక పదవులను నిర్వహించేవాడు. పరిపాలనాధికారాలు పదవులు కూడా వంశపారంపర్యంగా రావడంతో పరిపాలనపై రాజు నియంత్రణ బలహీనమై పోయింది.

గ్రామాలను, భూములను, పురోహితులకు, ఆలయాలకు దానంచేయడం శాతవాహనుల కాలంలో మొదలై వాకాటకుల కాలంలో ఎక్కువైంది. గుప్తులు ఎక్కువగా ఈ దానాలు చేసినట్లు కనబడదు. ఇది ఒక రకంగా అధికార వికేంద్రీకరణకు దారి తీసింది. ఈ విధమైన దానాలు, తొలిమహాకావ్య రచన లేదా పురాణాలలో వర్ణింపబడిన కలియుగ ప్రారంభం

ఒకేసారి దాదాపు జరిగాయి. ఈ కాలంనాటికి అగ్రవర్ణాలవారిపట్ల వ్యతిరేకత విపరీతమై శూద్రులు పనిచేయడానికి, వైశ్యులు పన్నులుకట్టడానికి నిరాకరించిన స్థితి ఏర్పడింది. ఇటువంటి పరిస్థితిలో రాజ్యం తన అధికారుల ద్వారా పన్ను వసూలు చేసి సైన్యాన్ని, అధికారులను, పురోహిత వర్గాలను పోషించేపద్ధతిని వదిలిపెట్టింది. దీనికి బదులుగా రాజ్యం ఎవరినైతే పోషించాలో వారికే పన్నులు వసూలుచేసుకునే అధికారం కల్పించబడింది. మొదట్లో ఈ భూదానాల వల్ల పురోహితులు, మతసంస్థలు లాభపడ్డాయి. కానీ తరువాతి కాలంలో అంటే 7,8 శతాబ్దాలనాటి నుండీ సైనికాధికారులకు, ఇతర పరిపాలనాధికారులకు కూడా వారి సేవలకు బదులుగా భూములుగాని గ్రామాలుగాని ఇవ్వబడ్డాయి. ఈ విధంగా మత సంస్థలకు, రాజ్యసేవకులకు చేసిన భూదానాల ఫలితంగా భూస్వామివర్గం అనే కొత్తవర్గం బయలుదేరింది. ఈ వర్గం రాజుకూ, రైతులకూ మధ్య మధ్యవర్తులుగా వ్యవహరించింది.

ఈ దానాలు, వాటితోపాటు కల్పించబడిన ఆర్థిక, పరిపాలనా సంబంధమైన సౌకర్యాలు, మినహాయింపులు రాజ్యం యొక్క అధికారాన్ని బలహీనం చేశాయి. ఈవిధమైన ఆర్థిక మినహాయింపులు వల్ల ఉప్పుపై, గనులపై కూడా రాజ్యం హక్కును కోల్పోయింది. ఇవి రెండూ మౌర్యుల కాలంలో రాజు అధికారంలో ఉండి, రాజు సార్వభౌమాధికారానికి చిహ్నాలలుగా ఉండేవి. కానీ ఈ కాలంలో గ్రామాలు ఒక్కొక్కసారి వాటి పరిపాలనాధికారాలతో సహా దానం చేయబడ్డాయి. ఈ విధంగా దానం చేయబడ్డ గ్రామాలలోని రైతులు, వృత్తిపనులవారు, ప్రజలు దానం చేయబడినవారికి (అంటే అధికారులకు లేదా పురోహితులకు) పన్నులు కట్టడమే కాకుండా వారి ఆజ్ఞలను కూడా పాటించాలని నిర్దేశించబడింది. ఈ విషయాన్ని మధ్య భారతదేశంలో దొరికిన గ్రంధస్థాధారాలు రుజువు చేస్తాయి. ఈ దానాలు పొందినవారికి దొంగలను ఇతర నేరస్థులను శిక్షించే హక్కు ఉత్తరభారతదేశంలో ఇవ్వబడింది. మధ్య పశ్చిమ భారత దేశాల్లో 5వ శతాబ్ది నుండీ వీరికి న్యాయ విచారణాధారాలు(భూమి తగాదాల విషయంలో) కూడా ఇవ్వబడ్డాయి. ఈ విధంగా గ్రామాల దానంతోపాటు న్యాయాధికారాలు, దండనాధికారాలు, ఆర్థిక అధికారాలు దానం పొందినవారికి ఇవ్వడంతో రాజు అధికారం క్రమంగా క్షీణించింది. అంతేగాక ఈ గ్రామాల కొత్త యజమానులు సామాన్యప్రజలను, రైతులను తమకున్న అధికారాలతో అణచివేశారు.

ఈ భూదానాలు భూస్వామ్య వ్యవస్థకు దారితీశాయి. ఇది దాస్యానికి దారి తీసింది. అంటే భూమిపై పనిచేసే రైతులు లేదా కూలీలు ఆ భూమి ఇంకొకరికి ఇచ్చినప్పటికీ అదే భూమిపై పనిచేయాల్సి వచ్చేది. భూమి తమది కాకపోయినా, ఆ భూమిని వీరు అంటిపెట్టుకొని ఉండాల్సి వచ్చేది. ఈ విషయాన్ని అనేక శాసనాలు సూచిస్తున్నాయి. తొలిదశలో బహుశా ఇది దక్షిణభారతదేశంలో ప్రారంభమై ఉండవచ్చు. 3వ శతాబ్దిలో దొరికిన పల్లవ శాసనం ఒకటి బ్రాహ్మణులకు దానం చేసిన భూమికి ఆ భూమితో సహా నలుగురు పాలి రైతులు కూడా ఉన్నట్లు చెపుతోంది. బౌద్ధ భిక్షువుల కోసం కట్టించిన మఠాలు, తోటలు, భూములతోపాటు వాటిని దున్ని పండించేందుకు పశువులను, కూలీలను కూడా ఇచ్చేవారని పాహియాన్ పేర్కొన్నాడు. పాహియాన్ చెప్పిన దానికి ఉత్తర భారతదేశం నుండి శాసనాధారాలు లభించలేదు.

కానీ, 6వ శతాబ్ది నుండి గుజరాత్, ఒరిస్సా మధ్య భారత దేశంలో దొరికిన శాసనాలు భూమి ఇంకొకరికి దానం చేయబడి నప్పటికీ రైతులు మాత్రం దాన్నంటిపెట్టుకుని పనిచేయవలసి వచ్చేది అని తెలియచేస్తున్నాయి. క్రీస్తు శకం మొదటి మిలీనియం రెండోభాగంలో భూమితోపాటు రైతులను కూడా పంపే పద్ధతి బాగా ప్రచారంలో ఉంది. దీని వలన రైతులకు స్వతంత్రం పోయి దాసుల స్థితికి దిగజారారు.

ఈ పద్ధతి వచ్చాక అంతకు పూర్వముండే బానిస విధానం క్షీణించింది. గుప్తులు చేసిన భూదానాల్లో ఈ బానిసల ప్రసక్తి లేదు. న్యాయశాస్త్ర కారుడైన నారదుడు 15 రకాల దాసులను పేర్కొంటాడు. వీరిలో ఎక్కువమంది యజమానుల ఇంటి పనులు చేసేవారే. ఇంటి ప్రాంగణం తుడవడం, తిన్న తరువాత మిగిలినవి ఎత్తి పారేయడం, మద్యం అందించడం, ఒళ్ళు పట్టడం, స్నానం చేయించడం వంటి పనులు వీరు చేసేవారు. వ్యవసాయ పనులు చేసేవారు వీరి కంటే శుభ్రమైన పని చేసేవారని దాసుల వర్గంలో వీరు చేరరని చెప్పబడింది. ఈ బానిస వ్యవస్థ కాలక్రమేణా బలహీనపడినప్పటికీ అల్పవర్గాల వారి జీవనంలో ఏ విధమైన మార్పు రాలేదు.

గ్రామాలను, భూములను దానంగా పొందినవారు దాన్ని కౌలుకు ఇచ్చే హక్కు కూడా పొందారు. దీని వలన రైతులకు భూమిపై హక్కు నశించింది. ఒక్కొక్కసారి వీరు ఈ భూమిని అనుభవించేవారు. ఒక్కొక్కసారి పండించే వారు, ఇంకోసారి ఇతరులు అదేభూమిని అనుభవించేవారు, పండించేవారు. దీనిని బట్టి భూస్వాములకు తమ భూమిని కౌలుకి తీసుకొనేవారిని మార్చేసే హక్కు ఉండేదని తెలుస్తోంది. ఈ పద్ధతివలన భూమిని శాశ్వతంగా దున్నేవారు యజమాని ఇష్టప్రకారం మారిపోవలసిన స్థితిలో ఏర్పడింది.

ఈ విధంగా బలవంతపు చాకిరి(విష్టి), కొత్త పన్నులు గుప్తుల కాలం నుండీ విధింపబడడం రైతుల పరిస్థితిని మరింత దిగజార్చింది. మౌర్యుల కాలంలో బానిసలు వ్యవసాయ కూలీలచే బలవంతపు చాకిరి చేయించేవారు. వీరి పనిని ఒక అధికారి పర్యవేక్షించి వారికి జీతం చెల్లించేవాడు. కానీ గుప్తుల కాలం నుండీ ఈ పద్ధతి అన్ని వర్గాలవారికి అన్ని రకాల పనులను కల్పించింది. రైతు స్త్రీలు జీతం లేని అనేకరకాల పనులు– గ్రామాధికారి గాదెలలో ధాన్యం నింపడం, ఇళ్ళలో వస్తువులు మార్చడం, ఇల్లు శుభ్రం చేయడం, పొలంపనులు చేయడం, అనేక వస్తువులను కొనడం, అమ్మడం, మార్చడం వంటివి– చేసేవారని వాత్స్యాయనుని 'కామసూత్రాలు' అనే గ్రంథం తెలియజేస్తుంది. సమకాలీన శాసనాల నుండి ముఖ్యంగా వాకాటకుల శాసనాల నుండి రాజుగారి సైన్యాలు ఏ గ్రామంలోనైనా ఆగినా, లేదా ఆ గ్రామంగుండా ప్రయాణించినా గ్రామస్థులు ఆ సైన్యానికి కావలసిన వస్తువులను అందించేవారని తెలుస్తోంది. వారికి పాలు, పూలు, రవాణకై పశువులను కూడా సరఫరా చేసేవారు. ఇవేగాక గ్రామస్థుల నుండి అనేక కొత్తపన్నులు వసూలు చేసేవారు. రైతులపై పన్ను భారం పెరిగింది. బలవంతపు చాకిరీ, పన్నులు మొదలైనవి కొత్త యజమానులకు(అంటే భూమిని దానంగా పొందినవారు) మరిన్ని హక్కులను ఇచ్చి గ్రామాలలో ఉండేవనరులను తమ లాభాలకోసం ఉపయోగించుకోనేట్లు చేసింది. ఈ విధమైన భూదానాలు భూస్వామ్యవ్యవస్థను, వారి దోపిడీని

ఎక్కువచేసి రైతులు తిరగబడేట్లు చేసింది. దీనికి ఆధారం మనకు 9,10 శతాబ్దాలనుండి కనబడుతుంది. ఇదే సమయంలో సరిహద్దుల్లో, వెనుకబడిన ప్రాంతాల్లో వ్యవసాయ విస్తరణకూడా జరిగింది. భూమిని దానంగా పొందిన బ్రాహ్మణులు ఈ భూములలో మెరుగైన వ్యవసాయపద్ధతులను పాటించారు. ఈ విషయం, రెండవ మిలీనియం ప్రారంభం నాటి అనేక గ్రంథాలలో కనబడుతుంది. వ్యవసాయవిస్తరణ వలన కొత్త రాష్ట్రాలు ఏర్పడడం గుప్తుల అనంతర కాలంలో జరిగింది. ఈ సమయంలో వర్తకానికి సాంఘిక రాజకీయ వ్యవస్థలో అంతప్రాధాన్యత లేదు.

దూరదేశాలతో వర్తకం గుప్తులకాలం నుండి తగ్గిపోవడం ప్రారంభమైంది. క్రీస్తుశకం తొలి శతాబ్దాలలో రోమన్ నాణాలు మనదేశంలోకి రావడం ఆగిపోయింది. కొంతకాలం తరువాత రోమన్ సామ్రాజ్యమే పడిపోయింది. తూర్పు రోమన్ సామ్రాజ్యంతో(బైజాంటైన్ సామ్రాజ్యంతో) వర్తకం 6వ శతాబ్ది మధ్యకాలం వరకు జరిగింది. ఈ సమయానికి తూర్పు రోమన్లు పట్టుపెంపకం చైనీయుల నుండి నేర్చుకున్నారు. దీనితో పశ్చిమదేశాలతో మన వర్తకం దెబ్బతింది. గుజరాత్ నుండి పట్టువర్తకుల సంఘమొకటి దశపుర(మధ్యప్రదేశ్‌లోని మందసార్)కు వలసపోయి వేరే వృత్తులను చూసుకున్నారు. ఈ సమయంలో మన తీరప్రాంతాల నుండి ఆగ్నేయాసియాతో వర్తకం సాగింది. కానీ అది దేశ ఆర్థిక వ్యవస్థపై అంతగా ప్రభావం చూపలేదు.

దూరదేశాలతో వర్తకం పోవడంతో మన దేశంలోని తీరప్రాంతాలకు, లోపలి ప్రాంతాలకు సంబంధాలు తగ్గిపోయాయి. వస్తూత్పత్తి తగ్గింది. వ్యాపార కార్యకలాపాలు సన్నబడి వృత్తి పనులవారు, కళాకారులు దేశంలో ఒక ప్రాంతం నుండి మరోప్రాంతానికి వెళ్ళవలసిన అవసరం తగ్గిపోయింది. అందువలన వీరు తమ తమ గ్రామాలనే అంటిపెట్టుకొని ఉండి పోవడంతో రైతులవలె వీళ్ళు కూడా భూమితోపాటు దానంగా ఇవ్వబడ్డారు. ఈవిధంగాకళలు, చేతిపనులు గ్రామీణ ప్రాంతాల్లో ఉండిపోయాయి. అయినప్పటికీ మెహ్రైలీ(ఢిల్లీ)లో ఉన్న తుప్పుపట్టని ఇనుప స్తంభం కళాకారుల సాంకేతిక నైపుణ్యానికి చిహ్నంగా నిలిచింది. వర్తక సంఘాలు, వృత్తి పనివారల సంఘాలు గుప్తుల కాలంలో నగర పరిపాలనలో ముఖ్యపాత్ర వహించాయని కొన్ని శాసనాలబట్టి తెలుస్తోంది.

గుప్తులకాలం తరువాత నుండి వర్తకం తగ్గిపోవడం వల్ల నాణాల ముద్రణ కూడా తగ్గింది. ప్రాచీన భారతదేశంలో గుప్తులే అత్యధిక సంఖ్యలో నాణాలు ముద్రించారు. వీటిలో కొన్ని ఎంతో పనితనంతోకూడినవి. ఇటువంటి నాణాలను భూముల క్రయవిక్రయాలలో వినియోగించేవారు. నిత్యవ్యవహారాల్లో ఇటువంటి నాణాలు వారు ఉపయోగించలేదు. రాగి వెండి నాణాలు వీరి కాలంలో తక్కువ. పాహియాన్ సాధారణ వినిమయానికి కౌరీలు(Cowries) అనే నాణాలను ఉపయోగించేవారని పేర్కొన్నాడు.

వర్తకం మందగించడం, చేతిపనులు, వస్తూత్పత్తి తగ్గడంతో మూడు నాలుగు శతాబ్దాలలో అనేక పట్టణాలు కూడా క్షీణించాయి. ఉత్తర భారతదేశంలో కుషానుల కాలంలోముఖ్యమైన పట్టణాలుగా ఉన్న కౌశాంబి(అలహాబాద్), హస్తినాపూర్, పురానుకిలా(ఢిల్లీ),

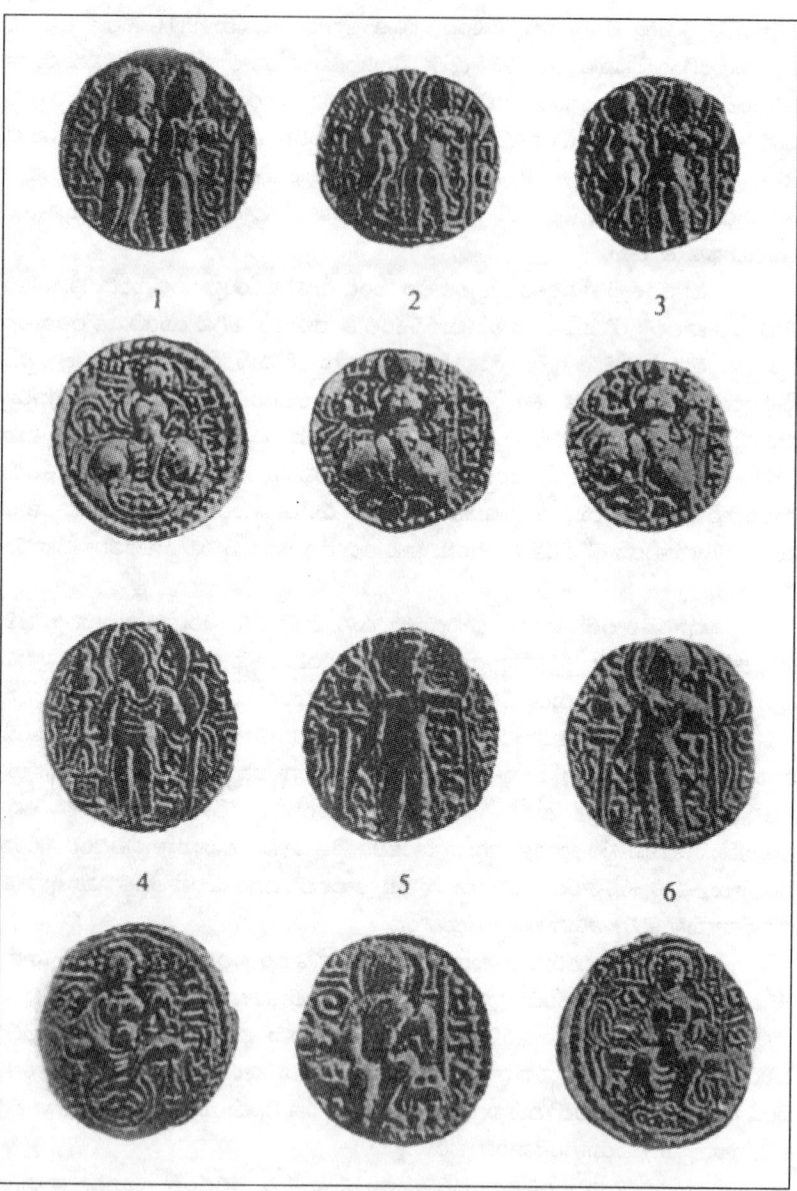

సముద్ర గుప్త : చంద్రగుప్త-I కాలం నాటి నాణేలు

అహిచ్ఛత, తక్షశిల వంటి నగరాలు క్షీణదశపట్టాయి. క్రీస్తుశకపు తొలి శతాబ్దాలలో విలసిల్లిన అయోధ్య, మధురలు గుప్తుల కాలంలో ప్రాముఖ్యతను పోగొట్టుకున్నాయి. మధ్యప్రదేశ్, రాజస్థాన్, గుజరాత్‌లలో అనేక పట్టణాలు(నోహ్, ఉజ్జయిని, నాగర్ మొదలైనవి) క్షీణించాయి. శాతవాహనరాజ్యంలో ముఖ్యపట్టణాలైన కౌండిన్యపుర, పైథాన్, నాసిక్ (మహారాష్ట్ర), అమరావతి, ధరణికోట(ఆంధ్రప్రదేశ్), వాడ్‌గావ్- మాధవపూర్, బ్రహ్మగిరి చంద్రావల్లి(కర్ణాటక) కూడా ఇదే స్థితిని పొందాయి. దక్షిణాదిన అతిముఖ్యమైన అరికమేడు మూడవ శతాబ్ది తరువాత ఆర్థిక ప్రాధాన్యతను కోల్పోయింది. గుప్త సామ్రాజ్యంలో అనేక నగరాలలో ఈ పతనావస్థను చూడవచ్చు. వైశాలీ, పాటలీపుత్ర నగరాలలో గుప్తుల కట్టడాలు పూర్వమున్నంత ఉన్నతంగా లేవు. మరో రెండుశతాబ్దాల తరువాత చైనా యాత్రికుడు హుయాన్‌సాంగ్ మన దేశానికి వచ్చిన నాటికి పాటలీపుత్రం ఒక గ్రామంగా మారిపోయింది. తవ్వకాలను బట్టి చూస్తే మౌర్యుల కాలంలో రెండు పెద్ద ధాన్యాగారాలున్న సోహగౌర(గోరఖ్‌పూర్ జిల్లాలో) ప్రజాజీవనమే లేదు. గుప్తుల కాలంలో అంతకు పూర్వం పరిపాలన కేంద్రమైన వారణాసి కూడా క్షీణదశపట్టింది.

కానీ గుప్తుల కాలంలో పట్టణాలు పూర్తిగా అంతరించిపోయాయని ప్రజలు సుఖజీవనం గడపలేదనీ చెప్పలేము. సంపన్నుడైన నాగరికుడు జీవితంలో సుఖాన్ని, ఆనందాన్ని పొందేవాడని 'కామసూత్ర' గ్రంథం చెబుతోంది. కవిత్వం, సంగీతం సభలలో ప్రశంసించబడేవి. రాజ్యవేశ్యను తక్కువగా చూసేవారు కాదు. కాళిదాసు గ్రంథాల్లో విధిశ నగరంలో వేశ్యలతో విటుల సల్లాపాల గురించీ వర్ణింపబడింది. విశాఖదత్తుని 'ముద్రారాక్షసం' ప్రకారం పర్వ సమయాల్లో రాజధాని వీధుల్లో వేశ్యల సంచారం ఎక్కువగా ఉండేది. ధర్మశాస్త్రకారులు ఈ వేశ్యలను నిరసించనప్పటికీ తరువాతి కాలంలో వీరిని దేవదాసీ పద్ధతి 'దేవతలకు అర్పించే విధానం' వచ్చింది. ఉజ్జయినీ మహాకాళి మందిరంలో ఈ వేశ్యలుండేవారని కాళిదాసు పేర్కొంటాడు. ఈ దేవదాసీ విధానానికి తొలి ఆధారం బెనారస్‌కు 256 కి.మీ. దక్షిణంగా రామ్‌గర్ మమాశాసనం ద్వారా లభిస్తుంది.

గుప్తుల కాలంలో స్త్రీల పరిస్థితుల్లో వచ్చిన మార్పులు(లక్షణాలు) తదనంతర కాలంలో కూడా కొనసాగాయి. స్త్రీలకు విద్యనిషేధింపబడింది. పురాణాలు, మహాకావ్యాలు వినేవరకే వారి విద్య పరిమితం. ప్రాచీన సాహిత్యంలో వేదాంతులు, ఉపాధ్యాయినులు, వైద్యులు అయిన స్త్రీల గురించీ ప్రస్తావన ఉంది కానీ, వారి సంఖ్య చాలా తక్కువ. ధర్మశాస్త్రకారులందరూ స్త్రీలకు బాల్యంలోనే వివాహం చేయాలని నిర్దేశించారు. కొంతమందికి రజస్వల కాకుండానే వివాహం చేయాలని నిర్దేశించారు, వితంతువులు శారీరక వాంఛలకు దూరంగా ఉండాలని కఠినంగా నియమం విధింపబడింది. 'సతి' ఆచారం అగ్రవర్ణాల స్త్రీలకే పరిమితమైనా, కొంతమంది శాస్త్రకారులచే సమ్మతింపబడింది. మధ్యప్రదేశ్‌లో ఎరాన్ వద్ద క్రీ.శ.510లో సతీసహగమనానికి మొదట స్మారకచిహ్నం కనుగొనబడింది. స్త్రీలకు ఎటువంటి ఆస్తి హక్కు లేదు. నగలు, వస్త్రాల రూపంలో వచ్చే స్త్రీధనమే వారి హక్కు, వారిని ఇంకొకరికి అప్పగించే ఆస్తిగా భావించేవారు. వీరు నిరంతరం ఇంకొకరి సంరక్షణలోనే ఉండడం జరిగేది. పితృస్వామ్య వ్యవస్థ, వర్ణ వ్యవస్థ ఉన్న సమాజంలో ఈ పరిణామం సహజం.

ఈ కాలంలో వర్ణవ్యవస్థలోనూ మార్పులు వచ్చాయి. గుప్తుల అనంతరం ఒక పౌరాణిక గ్రంథంలో 100 కులాలు ఆకాలంలో ఉన్నట్లు పేర్కొనబడింది. పూర్వం మనువు 61 కులాలనే పేర్కొన్నాడు. క్షత్రియకులంలో హూణులు, గుర్జరులు(వీరే రాజపుత్రులు) చేరి ఆ కులాన్ని పెంచారు. అదేవిధంగా శూద్రకులంలో ఆటవిక జాతులను కూడా చేర్చడం వలన వారి కులాల సంఖ్య పెరిగింది. వృత్తిపనివారల సంఘాలు కూడా తరచూ కులాలుగా పరిగణింపబడుతూండేవి. భూమిని లేదా భూమిపైన వచ్చే ఆదాయాన్ని వేరొకరికి బదిలీ చేయడం వేరొక కులం (కాయస్తకులం-లేఖకులు) ఏర్పడడానికి దారితీసింది. ఈ వర్గం వారు అంతకుముందు లేఖికులుగా వ్యవహరించిన బ్రాహ్మణుల నుండి ఈ ఆధిపత్యం తీసుకున్నారు. ఉత్తరభారత దేశంలో గ్రామీణ ప్రాంతాల్లో గ్రామపెద్దలు 'మహత్తరులు' అనే వర్గం ఒకటి ఏర్పడింది. కొంతకాలం తర్వాత ఇదొక కులంగా రూపొందింది.

గుప్తుల కాలంనాటి రచనలలో వివిధ రంగాలలోని వర్ణభేదాలను చూడవచ్చు. వరాహమిహురుని ప్రకారం బ్రాహ్మణుని ఇంటిలో అయిదు గదులు, క్షత్రియుల ఇంటిలో నాలుగు గదులు, వైశ్యుని ఇంటిలో మూడు గదులు, శూద్రుని ఇంటిలో రెండు గదులూ ఉండాలి. ప్రతీ ఇంట్లో ముఖ్యమైన గది కొలతలు మిగిలిన గదులకంటే భిన్నంగా వుండాలి. వేరు వేరు వర్ణాలవారి నుండి వసూలు చేసే వడ్డీ కూడా వేరు వేరుగా ఉండాలని పూర్వపు పద్ధతి గుప్తుల కాలంలో కూడా కొనసాగింది. గుప్తుల కాలంలో సంకనం చేయబడిన ఒక పౌరాణిక గ్రంథం బ్రాహ్మణ, క్షత్రియ, వైశ్య, శూద్ర వర్ణాలకు తెలుపు, ఎరుపు, పసుపు, నలుపు, రంగులను చిహ్నంగా పేర్కొంటుంది. దీన్నిబట్టి నాలుగు వర్ణాల హోదాల్లో వున్న వ్యత్యాసాలు తెలుస్తాయి. బ్రాహ్మణుడు శూద్రుని నుండి ఆహారాన్ని స్వీకరిస్తే అతని ఆధ్యాత్మిక బలం తగ్గిపోతుందని ఈ కాలంనాటి సాహిత్యం చెబుతుంది. న్యాయ విషయాలలో కూడా ఈ వర్ణభేదాలు పాటింపబడ్డాయి. న్యాయశాస్త్ర గ్రంథాలు బ్రాహ్మణుడు త్రాసు చేత, క్షత్రియుడు అగ్ని చేత, వైశ్యుడు నీటిచేత, శూద్రుడు విషంచేత పరీక్షింపబడాలని చెప్తాయి. వారసత్వపు నిబంధనల్లో కూడా ఈ వ్యత్యాసం చూపబడింది. అగ్రవర్ణాలవారి శూద్రుల ద్వారా జన్మించిన కుమారునికి ఆస్తిలో మిగిలినవారికంటే తక్కువ వాటా వస్తుంది. ధనం హామీగా చూపవలసిన న్యాయవ్యవహారాలలో కూడా ద్విజులకు, శూద్రులకు మధ్య భేదం చూపబడింది. బృహస్పతి గ్రంథం ప్రకారం బ్రాహ్మణునకు శూద్ర స్త్రీల వలన జన్మించిన కుమారునకు స్థిరాస్థిలో ఎటువంటి వాటా వుండకూడదు. న్యాయవ్యవహారాలలో సాక్షులు కూడా గౌరవప్రదమైన కుటుంబాలవారే ఉండాలని ఈ గ్రంథం చెబుతుంది. కొన్ని గ్రంథాలు శూద్రులకు సంబంధించిన వ్యవహారాల్లోనే శూద్రులు సాక్షులుగా ఉండవచ్చని పేర్కొంటాయి. దీన్నిబట్టీ ఆనాడు న్యాయ, చట్ట విషయాల్లో చూపబడిన వర్ణవ్యత్యాసం తెలుస్తుంది.

శూద్రులకు ఛండాలులకు(అంటరానివారికి) మధ్య భేదం చూపబడింది. ఛండాలజాతికి చెందిన స్త్రీతో సంపర్కం పెట్టుకున్న శూద్రుడు ఆమె స్థితికి దిగజారినట్లు చెప్పబడింది. పూర్వం కన్నా ఈ కాలంలో అంటరానితనం ఇంకా ఎక్కువగా పాటింపబడింది. ఛండాలుని అంటుకుంటే ప్రాయశ్చితం చేసుకోవాలని చెప్పబడింది. ఛండాలురు నగర ద్వారాన్ని

లేదా విపణిని ప్రవేశించబోయేముందు తాను వస్తున్నట్టు కర్రతో చప్పుడుచేయాలని, దాన్ని బట్టీ మిగిలినవారు తప్పుకుంటారని పాహియాన్ తెలియజేస్తాడు. అంటరానివారు వారిలోనూ ఛండాలురు అపవిత్రత, అసత్యం, దొంగతనం, జగడాలు, దురాశ, కోపం వంటి దుర్గుణాలకు ఆలవాలంగా నాటి సాహిత్యంలో వర్ణింపబడ్డారు.

వర్ణవ్యవస్థ అన్ని వేళలా చక్కగా సాగలేదు. గుప్తుల కాలంలో రచింపబడిన చెప్పబడుతున్న మహాభారతంలో శాంతి పర్వంలోని కొన్ని శ్లోకాల్లో బ్రాహ్మణ, క్షత్రియులు కలిసి ఒక వర్గంగా ఏర్పడాలని సూచింపబడింది. దీన్ని బట్టి ఈ రెండు వర్ణాలవారికి వైశ్య, శూద్రుల నుండి వ్యతిరేకత ఉందని అనుకోవచ్చు. ఈ గ్రంథంలో కొన్నిచోట్ల ఒకదశలో వైశ్య, శూద్రులు కావాలని బ్రాహ్మణపత్నులతో సంబంధం కోసం ప్రయత్నించారని చెప్పబడింది. ముఖ్యంగా శూద్రులు ఆనాటి వర్ణవ్యవస్థకు బద్ధవ్యతిరేకులని అనుకోవచ్చు. మహాభారతంలోని అనుశాసన పర్వం వీరిని రాజధ్వంసకులుగా పేర్కొంది. ఇంకొక సమకాలిని గ్రంథం శూద్రులను, హింసాపరులనీ, శత్రువులనీ, అసత్యవాదులని, దురాశపరులని, కృతఘ్నులని, సోమరులనీ, అపవిత్రులని వర్ణించింది. ఈ విషయాలు చట్ట గ్రంథాలలోని విషయాలు శూద్రులకు, పాలకవర్గానికి మధ్య ఘర్షణలు ఉన్నట్టు సూచిస్తాయి. కానీ గుప్తుల కాలంనాటి ఆధారాలలో అగ్రవర్ణాలకు వ్యతిరేకంగా తిరుగుబాటు జరిపినట్టు ఎక్కడా ప్రస్తావించబడలేదు.

ఈ వర్ణవ్యవస్థను సమర్థించుకోవడానికి పాలకవర్గం మతాన్ని ఉపయోగించింది. భగవద్గీతలో కృష్ణుడు వైశ్యులను, శూద్రులను, స్త్రీలను తక్కువజాతివారిగా పేర్కొంటాడు. వైష్ణవ, శైవ మతాల ప్రభావం వల్ల ఇది మరికొంత అధికమయింది. శూద్రులు ద్విజులకు సేవచేయడం ద్వారా భగవంతుని పట్ల భక్తి ఉండడం ద్వారానే ముక్తులు కాగలరని మహాభారతం చెప్తోంది. మంచి ప్రవర్తన ద్వారా శూద్రుడు మరు జన్మలో బ్రాహ్మణత్వం పొందుతాడని పురాణాలలో చెప్పబడింది. ఇది కర్మసిద్ధాంతం నుండి జనించింది. కర్మసిద్ధాంతం ప్రకారం ఒక వ్యక్తి సుఖం, దుఖం, సంపద అన్నీ అతడు పూర్వజన్మలో చేసినపనుల మీద ఆధారపడి ఉంటాయి. ఈ సిద్ధాంతం అన్ని వర్ణాలవారికీ సమ్మతమైంది. ఎందువల్ల నంటే, శూద్రుడు కూడా తన సత్కర్మ ఫలితంగా మరు జన్మలో రాజు కావచ్చు. మృచ్ఛకటికంలో శూద్రకుడు వసంతసేనుడిని చంపడానికి నిరాకరించడానికి కారణం తనను ఈ జన్మలో ఒక శూద్రునిగా పుట్టించిన దుష్కర్మలను తిరిగి చేయకూడదనే ఉద్దేశమే. అందువల్లనే అల్పవర్ణాలవారు తమ కష్టాలకు ఇంకొకరిని బాధ్యులుగా చేయక తమ కొరకు నిర్దేశించిన కర్మలనే చేసేవారు.

గుప్తుల కాలంలో భక్తి (గీతలో శైవవైష్ణములలో ప్రతిపాదించబడిన సిద్ధాంతం) సిద్ధాంతం దృఢమైంది. దేవునిపై భక్తి విశ్వాసాల ద్వారానే వ్యక్తి ముక్తుడవుతాడు కానీ, యజ్ఞయాగాదుల వల్ల కాదు. భక్తి ద్వారానే భగవంతుడు అందరికీ చేరువవుతాడు అని ఈ సిద్ధాంతం ప్రభోదిస్తుంది. శైవ, వైష్ణవాలలో, మహాయాన బౌద్ధంలో ఈ భక్తి సిద్ధాంతానికి మరింత ఊతమియ్యబడింది. (భగవంతుడు అవతారాలు ధరిస్తాడన్న విషయం 'గీత'లో మొదట ప్రతిపాదితమై, బౌద్ధమతంలో బోధిసత్వుని సిద్ధాంతం ద్వారా వృద్ధిచెందింది.) కొన్ని గ్రంథాల ప్రకారం విష్ణువు 39 అవతారాలు ధరించాడని చెప్పబడింది. కానీ తర్వాత ఈ అవతారాలు

వట్టివని నిర్ధారించబడింది. అవి మత్స్య, కూర్మ, వరాహ, నరసింహ, వామన, పరుశురామ, రామ, కృష్ణ, బుద్ధ, కల్కి అవతారాలు గుప్తుల కాలంలో రచింపబడిన వాయుపురాణాలలో వీటికంటే భిన్నమైన అవతారాలు చెప్పబడ్డాయి. అవి నారాయణ, నరసింహ, వామన, దత్తాత్రేయ, మాంధాత, జమదగ్ని, రామ, వేదవ్యాస, కృష్ణ, కల్కి అవతారములు. విష్ణువు ఈ అవతారాలన్నీ ప్రపంచాన్ని రక్షించేందుకు ఎత్తేడని చెప్పబడింది. కలియుగం అంతమైన తర్వాత విష్ణువు అశ్వమేఘుడైన మ్లేచ్ఛులను అణిచి ధర్మాన్ని ప్రతిష్టాడని చెప్పబడింది. ఈవిధంగా భగవంతుడు అవతారాలను ధరించి తన భక్తులను రక్షిస్తాడన్న నమ్మకం ప్రజలకు ముఖ్యంగా బలహీనవర్గాలవారికి ఏర్పడింది. ఇదే శైవ మతంలో కూడా చెప్పబడింది. ఆ కాలంనాటి సాహిత్యంలో శివుని 28 అవతారాలను చెప్పబడింది.

గుప్తుల కాలంలో స్త్రీ దేవతలు ముఖ్యంగా ఆటవిక తెగల దేవతలు ప్రాముఖ్యం పొందారు. మన దేశంలో అన్ని కులాల్లోనూ దేవతలు పూజింపబడ్డారు కానీ ఈ కాలంలో వేరొక స్పష్టమైన స్థితిని పొంది బ్రాహ్మణమతానికి చెందిన దేవుళ్ళలో జత చేయబడ్డారు. శ్రీలక్ష్మి సంపదకు అధిదేవతగా వైశ్య, శూద్ర వర్గాల్లో ప్రాముఖ్యతను పొంది విష్ణు భార్యగా గుర్తింపు పొందింది. వీరిద్దరినీ గుర్తించిన తొలి శాసనం స్కందగుప్తుని కాలంనాటిది. పార్వతి శివుని భార్యగా రూపొంది, వారి వివాహం ఆనాటి కళలో ప్రతిబింబించిన కాలం మొదటి కుమారగుప్తునిది. ఈ కాలంలో అనేకమంది స్త్రీదేవతామూర్తులు బ్రాహ్మణ మతంలో కలిసిపోయి 'శక్తి సంప్రదాయం' ఏర్పడింది. బ్రాహ్మణవర్గాలవారు అనేకులు రాజ్యంలోని వివిధ గ్రామీణ ప్రాంతాల్లో స్థిరపడడంతో వారి ఆటవిక తెగల భావనలు, సాంప్రదాయాలు కలిసి దేవతల సంఖ్య ఎక్కువగా పెరిగింది. ఈ విధమైన సమ్మేళనం మొదట మిలీనియం రెండవ అర్ధభాగంలో తాంత్రిక మతం వృద్ధి చెందడానికి కారణమైంది.

బ్రాహ్మణ మత శాఖలన్నింటిలో గుప్తుల పోషణలో వైష్ణవం బాగా ప్రచారం పొందింది. ఈ మతం దేశంలోని వివిధ ప్రాంతాలలో ప్రచారం పొంది ఆగ్నేయ ఆసియాలోని కొన్ని ప్రాంతాలకు కూడా వ్యాపించింది. సంపదకు దేవతయిన లక్ష్మీదేవి విష్ణువుతో కూడటంతో నూతన మతానికి ప్రాముఖ్యం పెరిగి, అంతకుపూర్వమే వైశ్య, శూద్ర వర్ణాలలో ఆరాధింప బడుతూ వచ్చిన వీరు మిగిలిన వర్ణాలలో కూడా ప్రచారం పొందారు. ఈ మతశాఖ సమాజంలోని అన్ని వర్గాల వారి సంతృప్తిపరచింది. రాజు దేవుని అవతారంగా భావింపబడుతున్న ఒక పురాణగ్రంథం రాజుకు విష్ణువుకున్న శక్తి ఉంటుందని పేర్కొంది. ఈ మతంవల్ల రాజు ఆధిక్యత పెరిగింది. శ్రీమంతులు విగ్రహాలు ప్రతిష్టించి దేవాలయాలు కట్టించి పుణ్యం సంపాదించుకునేవారు. బీదవారు ఈ జన్మలో దేవుని అవతారాన్ని పూజించి మరుజన్మలో తమ స్థితి బాగు పడుతుందని ఆశించారు. వైష్ణవం అన్ని తెగలవారి నమ్మకాలను, దేవుళ్ళను తనలో కలుపుకుని భగవంతునిపై విశ్వాసం పెంచింది. ఇదొక విధంగా బీదవారు తమ స్థితిని సహించేటట్లు చేసి వర్ణవ్యవస్థలో భేదాలు యథాతథంగా కొనసాగేటట్లు చేసింది.

గుప్తుల కాలంలో శైవము, దాని శాఖలు కూడా ఉన్నట్టు ఆధారాలున్నాయి. కొన్ని పురాణాలలో శివుడు అందర్నీ మించిన దేవుడిగా వర్ణింపబడ్డాడు. ఈ మతం కూడా రాజాదరణను

పొందింది. ఈ కాలంనాటి రెండు శివాలయాలు నచ్‌నా కుత్తార(భాగేల్‌ఖండ్ ప్రాంతం), నాగోడ్(మధ్యప్రదేశ్)ల వద్ద బయల్పడ్డాయి. మధురలో దొరికిన ఒక శిల్పంలో ఒక భక్తుడు తన తలను ఖండించి శివునకు అర్పిస్తున్నట్లు చూపబడింది. 7వ శతాబ్దిలో మనదేశానికి వచ్చిన చైనా బౌద్ధయాత్రికుడు దుర్గాదేవి విగ్రహం ఎదుట నిప్పుంటించుకోబోతుండగా హఠాత్తుగా ఒక తుఫాను వచ్చి అతను తప్పించుకున్నాడని చెప్పబడింది. శైవమతంలో గల ఈ విపరీత లక్షణాల వల్ల అది వైష్ణవ మతంగా వ్యాప్తి పొందలేదు. వైష్ణవంతో అది ఏ సూత్రాలనైతే పంచుకుందో దాని వలననే కొంతవరకూ ఈ మతం నిలవగలిగింది.

ఈనాటికే బౌద్ధమతం హీనయాన మహాయానాలుగా చీలిపోయింది. వీనిలో కూడా శాఖలేర్పడినాయి. హీనయానం సిలోన్, బర్మా, కంబోడియా, చైనాలలో వ్యాపించింది. లాబ్‌నార్, దారద్రా, ఉదయన, గాంధార, బన్నూ, కనోజ్, కశ్మీర్‌లలో హీనయానం వ్యాప్తిలో ఉన్నట్టు పాహియాన్ గుర్తించాడు. మహాయానం కూడా వ్యాప్తిలో ఉంది. గుప్తుల కాలంలో మహాయాన ప్రబోధకుడులైన నాగార్జునుడు, ఆర్యదేవుడు, అసంగుడు, వసుబంధు, దిజ్నాగుడు వర్ధిల్లారు. భక్తి, విగ్రహారాధనలకు ప్రాముఖ్యతనిచ్చి దేవతామూర్తులను తనలో కలుపుకున్న మహాయానం బ్రాహ్మణమతానికి సన్నిహితమైంది. దీని ప్రభావం వలన బౌద్ధం తన మూలసూత్రాలను కొన్నిటిని కోల్పోయింది. పాహియాన్, ఆఫ్ఘనిస్తాన్ ఖిదా(పంజాబ్), మధుర, పాటలీపుత్రంలలో మహాయాన భిక్షువులను కలిశాడు. ఖోటాన్‌లో భిక్షువులందరూ మహాయానాన్ని అనుసరించే వారేనని చెప్పబడింది. 5,6 శతాబ్దాల నాటి నుండి మహాయానం తాంత్రికమత ప్రభావానికిలోనై తరువాత వజ్రయానం ఉద్భవించడానికి కారణమైంది. ఈ వజ్రయానం అనేక మంత్రవిద్యలకు ప్రాముఖ్యమిస్తుంది. వర్తకం క్షీణించడంతో బౌద్ధానికి పూర్వం వర్తకుల నుండి లభించిన ప్రోత్సాహం ఆగిపోయింది. తరువాతికాలంలో బౌద్ధమతాలు రాజులిచ్చిన గ్రామాలపై భూములపై ఆధారపడ్డాయి. నలందలో బౌద్ధమతం 200 గ్రామాలపై వచ్చిన ఆదాయాన్ని అనుభవించింది.

జైనమతం అంతగా మార్పు చెందలేదు. గుప్తుల కాలంనాటికి ఈ మతంలో విగ్రహాలు రూపొందాయి. క్రీ.శ.313లో మధుర, వలభిల వద్ద ఒకేసారి రెండు జైన సభలు జరిగాయి. జైనమత గ్రంథాలు ప్రమాణీకరింపబడ్డాయి. వలభ వద్ద జరిగిన(453లో)మరొక సమావేశంలో గ్రంథస్థం చేయబడిన జైనమత ప్రభావం బహుశా తగ్గి ఉండవచ్చు. శ్వేతాంబరజైనులకు మధుర, వలభిలు ముఖ్యకేంద్రాలు. ఉత్తర బెంగాల్‌లోని పుండ్రవర్ధన దిగంబర జైనులకు కేంద్రం. దక్కన్‌లో,దక్షిణాదిన కొన్ని ప్రాంతాల్లో జైనమతానికి పరిపాలకుల ఆదరణ లభించింది. తరువాతికాలంలో ఈ ఆదరణ కూడా తగ్గిపోయింది. మలబార్ ప్రాంతానికే క్రైస్తవమతం పరిమితమైంది. ఇక్కడొక సిరియన్ చర్చ్ ఉంది. బొంబాయి దగ్గరున్న కళ్యాణకు పర్షియా నుండి ఒక బిషప్ వచ్చినట్టుగా చెప్పబడుతోంది.

గుప్తుల కాలం వేదాంత భావాల పరిణామంలో ముఖ్యమైన కాలం. ఈ కాలంలో వేదాంత చర్చ షడ్దర్శనాలకు సంబంధించి జరిగింది. ఈ షడ్దర్శనాలు న్యాయ, వైశేషిక, సాంఖ్య, యోగ, మీమాంస, వేదాంతాలు న్యాయ అన్నది తర్కశాస్త్రానికి సంబంధించిన ఒక వాదము. ఈ వాదము క్రీస్తుశకం తొలిశతాబ్దాలలో నివసించిన అక్షపాద గౌతముని సూత్రాలపై

ఆధారపడినది. పక్షిలస్వామి వాత్స్యాయనుడు ఈ వాదానికి ముఖ్య వాఖ్యాత. ఇతడు 4వ శతాబ్దికి చెందిన వాడు. వైశేషిక 'న్యాయదర్శనా'నికి పూరకం ఇది (వైశేషికము) మతానికన్నా భౌతిక శాస్త్రానికి(అణు తత్వశాస్త్రం) సంబంధించినది. ఈ పద్ధతికి స్థాపకుడు ఉలూకకానడ. ఇతని వాదానికి ముఖ్యమైన వ్యాఖ్యాత అయిన ప్రష్టపాదుడు 6వ శతాబ్దిలో నివసించియుండవచ్చు. సాంఖ్య సిద్ధాంతము 25 మౌలిక సూత్రాలను బోధిస్తుంది. దీని కేంద్ర సిద్ధాంతము పురుషుడు(ఆత్మ) ప్రకృతి(వస్తువు- పదార్థం). ఈ పదానికి మొదటి గ్రంథం, ఈశ్వర కృష్ణ(4వ శతాబ్ది అయి ఉండవచ్చు) చరించిన సాంఖ్యకారిక. యోగము శరీరాన్ని నియంత్రణలో ఉంచడాన్ని బోధిస్తుంది. దీని మూల గ్రంథం క్రీ.పూ. రెండవ శతాబ్దిలో నివసించిన పతంజలి రచించిన 'యోగ సూత్రములు'. కానీ ఈ యోగ సూత్రములకు ప్రస్తుతం ఉన్న స్థితిని ఏర్పరిచినవాడు పతంజలికి 7 శతాబ్దాల అనంతరం నివసించిన వ్యాసుడు. 'మీమాంస' వేదాల అర్ధాన్ని వివరించడానికి ప్రయత్నించింది. ఈ మీమాంస సిద్ధాంతానికి సంబంధించిన తొలిగ్రంథం జైమిని సూత్రాలు (క్రీ.పూ. 6వ శతాబ్ది కావచ్చు). మీమాంస శాస్త్ర పండితులలో అందరికంటే గొప్పవాడు శబరసామిన్(క్రీ.శ. 6వ శతాబ్ది), వేదాంతము(దీన్నే ఉత్తర మీమాంస అని కూడా పిలుస్తారు) వేదాల నుండి జనించిందని చెప్పబడుతోంది. ఇది బ్రాహ్మణేతర వాదములన్నిటినీ తిరస్కరించింది. క్రీస్తు శకము తొలి శతాబ్దాలలో బాదరాయణుడు దీని ముఖ్యసూత్రాలను రూపొందించాడని చెప్పబడుతోంది. ఈ తాత్విక ధోరణికి సంబంధించిన గౌడపాదుడు క్రీ.శ. 6వ శతాబ్ది మధ్యభాగంలో జీవించాడు. వేదాంతానికి అత్యంత శక్తివంతమైన వ్యాఖ్యానం చేసిన శంకరాచార్యులు క్రీ.శ. 8,9 శతాబ్దాలలో జీవించాడు. ఈయన వ్యాఖ్యానంతోనే భారతీయ తత్వశాస్త్రంలో వేదాంతం నిరంతరం కొనసాగే సిద్ధాంతమైనది. ఈ కాలం నాటి తాత్విక చర్చ అంతా ఈ షడ్దర్శనాలకే పరిమితమైంది. కానీ సాంఘికమైన మూలాన్ని ఏర్పరచుకోలేదు.

ఆనాటి శిల్పకళతో మతానికి చాలా సన్నిహిత సంబంధముంది. భక్తి సిద్ధాంతం, విగ్రహారాధన ఈ రెండూ ఆలయ నిర్మాణానికి దారితీశాయి. ఆలయంలోని గర్భగుడిలో(గర్భగృహ) విగ్రహ ప్రతిష్ఠాపన జరిగేది. ఈ విధమైన ఆలయాలు గుప్తుల కాలంనాటివి ఎన్నో బయటపడ్డాయి. సాంచీ, లాడ్‌ఖాన్, దేవగర్(ఝాన్సీ వద్ద) భితారాగావ్, తైగావా, భూమరా మొదలగు స్థలాలలో ఈ ఆలయాలున్నాయి. రాతిలోగాని లేదా ఇటుకలతోగాని కట్టిన ఈ ఆలయాలు చాలా చిన్నవి. వీటి పైకప్పులు నీరు పోవడానికి తూముల వంటివి కలిగి ఉండేవి. గుప్తుల కాలంనాటి తొలి ఆలయం సాంచీలోని చైత్యగృహానికి ఎడమవైపున ఉన్నది. ఇది లోపలి వైపు ఒక గదిలా ఉండి ముందు భాగంలో స్తంభాలు కలిగిన ప్రాంగణం ఉండేది. తరువాతికాలంలో నిర్మింపబడిన ఆలయాలన్నిటికీ ఇదే విధమైన రూపకల్పనఅనుసరింపబడింది. గుప్తుల కాలంనాటి ఆలయాలలో అత్యంత సుందరమైనది కళాత్మకమైనది దేవగర్‌లోని విష్ణాలయం. ఈ ఆలయం నలుచదరంగా ఉన్న భూమిపై కట్టబడి 4 మూలలా చిన్న ఆలయాలు కట్టబడ్డాయి. తరువాతి కాలంలో సాధారణమైన 'పంచాయతనాలు' కలిగిన ఆలయాలకు ఇది ప్రారంభ నిర్మాణంకావచ్చు. ఈ కాలంలో గుహాలయాలు అసలు

గుప్తుల కాలం నాటి తొలి దేవాలయం (సాంచి)

లేవని చెప్పలేము. అజంతాలోని కొన్ని గుహలు గుప్తుల కాలానికి సంబంధించి ఉండవచ్చు. ప్రాచీన కాలంనాటి ఉన్నతమైన గుహశిల్పానికి నిదర్శనమైన ఎల్లోరాలోని కైలాసనాథ దేవాలయము 8వ శతాబ్దికి చెందినది. పూర్వం నుండి కళలో వస్తున్న పరిణామాలు గుప్తుల కాలంనాటికి పరిణత దశను చేరుకున్నాయి. ఉత్తరప్రదేశ్‌లోని ఖైరీగర్ లో పెద్ద అశ్వశిల్పం కుషాన శిల్పానికి దగ్గరగా ఉంటుంది. ఈ శిల్పం సముద్రగుప్తుడు అశ్వమేధయాగంలో ఉపయోగించిన అశ్వానికి ప్రతిరూపమని చెప్పబడుతోంది. ఈ కాలంనాటి శిల్పాలు ఎక్కువగా విష్ణువు యొక్క అవతారాలరూపాలు, వైష్ణవ మతానికిచెందిన ఇతర దేవతల రూపాలు. శైవమతంప్రధానంగా లింగార్చనకు సంబంధించినది కావడం వల్ల దీనికి సంబంధించి ఎక్కువ శిల్పాలు కనబడవు. కానీ శైవమత సంబంధమైన దుర్గాదేవి, స్కందుడు మొదలగు వారి విగ్రహాలు కొన్ని దొరికాయి. ఈ శిల్పాలు ఎక్కువ సంఖ్యలో మధ్యప్రదేశ్‌లోని విదిశ, ఎరాన్, ఉదయగిరిలలో దొరికాయి. వీటిలోఉదయగిరి శిల్పాలు ప్రధానమైనవి. ఇక్కడ జరిపిన తవ్వకాలలో "కొండరాయి నుండి తొలిచి నిర్మించిన ప్రాంగణాలు" బయటపడ్డాయి. ఇక్కడ దొరికిన శిల్పాలు గుప్తులలో కొందరు రాజులకు చెందినవి అని నిర్ధారించవచ్చు. గుప్తుల కాలంనాటి శిల్పకళకు పరాకాష్ఠ సారనాథ్‌లో దొరికిన బుద్ధుడు, బోధిసత్త్వుని శిల్పాలు. ఇవి బుద్ధుడు కూర్చున్న లేదా నిలుచున్న భంగిమలలో చక్కబడి మధుర శిల్పకళాసాంప్రదాయానికి చెందినవి. సారనాథ్‌లోని శిల్పాలలో ముఖ్యమైనది బుద్ధుడు 'ధర్మచక్ర ప్రవర్తన' భంగిమలో ఉన్నది. బుద్ధుని యొక్క దయాస్వరూపము, ధ్యానస్వరూపము ఈ ప్రతిమలో చక్కగా

వ్యక్తీకరించబడింది. సారనాథ్ శిల్పకళతూర్పు పశ్చిమ ప్రాంతాలలో దక్కన్‌లో తనపై ప్రభావం చూపింది. కాని ఈ శిల్పకళకు(అక్కడి ప్రాంతీయ ప్రభావం వలన) ప్రాధాన్యం తగ్గింది.

చిత్రకళ ఈ కాలంలో ఎంతో అభివృద్ధి చెందింది. సమర్థులైన చిత్రకారులతోపాటు అగ్రవర్ణాలలోని స్త్రీ పురుషులు కూడా చిత్రకళలో ప్రవేశం కలిగి ఉండేవారని సాహిత్యాధారాల వల్ల తెలుస్తోంది. గుప్తులకాలం నాటి చిత్రకళకు నిదర్శనాలు బాగ్ గుహలు(క్రీ.శ.500, 4వ గుహ) అజంతా గుహలు(16,17,18, 1, 2 గుహలు) బాదామి(3వ గుహ) మొదలైనవి. అజంతాలోని కుడ్యచిత్రాలు సమకాలీన చిత్రకళకు ఒక పద్ధతినేర్పరిచాయి. మనుషులను, జంతువులను చిత్రించడంలో అజంతా చిత్రకారులు ఎంతో నైపుణ్యం చూపించారు. బోధిసత్వుడు సర్వసంగపరిత్యాగం చేస్తున్నట్టి చిత్రం(గుహ1) ఇంద్రుడు, అతని పరివారం తుషికత స్వర్గంలో ఉన్న బోధిసత్వుని దర్శించడానికి ఎగిరి వెళ్తున్న దృశ్యం(గుహ 17) అజంతా చిత్రకారుల కళాఖండాలలో కొన్ని. గుహల పైకప్పులపై, ద్వారాలపై, కిటికీలపై అలంకరణ ఆనాటి చిత్రకారుల ఊహాశక్తిని, నైపుణ్యాన్ని తెలుపుతాయి. అజంతా చిత్రాలకు వస్తువు మతమే అయినా ఆ చిత్రాలలో మనం, రాకుమారులు, శ్రీమంతులు, యుద్ధ వీరులు, యోగుల యొక్క జీవిత చిత్రణను చూడవచ్చు. ఈ చిత్రాలలో మనం శ్రీమంతుల జీవితాన్ని చూస్తాము కానీ సామాన్యుల చిత్రణను కాదు.

శిల్పం, చిత్రంలోలాగే సాహిత్యంలో కూడా గుప్తుల కాలం పరిణతదశ స్పష్టమవుతుంది. శతాబ్దాల పరిణామం వల్ల, విస్తృతమైన రాజాదరణ వల్ల సంస్కృతభాష, సాహిత్యం శాస్త్రీయంగా అత్యున్నత స్థితిని చేరుకున్నది. ఆ కాలంనాటి సంస్కృత కవులలో అత్యంత ప్రసిద్ధుడు రెండవ చంద్రగుప్తుని ఆస్థానంలో నివసించిన కాళిదాసు. అతడు రచించిన 'మేఘదూతము' విరహంతో పరితపించే యక్షుడు అలకాపురిలో ఉన్న తన భార్యకు పంపించే సందేశాన్ని వర్ణిస్తుంది. 'రఘువంశము' రాముని విజయాలను వర్ణిస్తుంది. 'కుమారసంభవము' శివపార్వతుల సంగమాన్నికుమారస్వామి జననాన్నీ వర్ణిస్తుంది. 'రుతుసంహారం' ఆరు రుతువులను వర్ణిస్తుంది. కావ్యశిల్పంలో కాళిదాసు కావ్యాలు సాటిలేనివి. దుష్యంతుడు శకుంతల సంగమాన్ని తెలిపే 'అభిజ్ఞానశాంకుంతలము' ప్రాచీన సాహిత్యంలో అత్యున్నత నాటక శిల్పానికి నిదర్శనము.

గుప్తుల కాలంలో అనేక నాటక కర్తలు విలసిల్లినట్టు తెలుస్తోంది. శూద్రకుడు 'మృచ్ఛకటికమ'నే నాటకాన్ని రచించాడు. ఈ నాటకం బీద బ్రాహ్మణుడైన చారుదత్తునికీ శ్రీమంతురాలు, రూపవతీ, సంస్కారీ అయిన వసంతసేనకు మధ్య గల ప్రణయాన్ని వర్ణిస్తుంది. విశాఖదత్తుని 'ముద్రారాక్షసం' చాణుక్యుని యుక్తులను తెలియచేస్తుంది. విశాఖదత్తుడు రచించిన 'దేవీ చంద్రగుప్తము' అనే నాటకంలోని కొన్ని భాగాలే లభ్యమయ్యాయి.

ఆ కాలంనాటి ఉత్తమ కవులు, నాటకకర్తలు, సాహిత్యంలో వస్తువుగా స్త్రీ పురుషుల మధ్య శృంగారాన్ని గ్రహించారు. సాహిత్యంలో స్త్రీ అంగాంగ వర్ణనకూ, అజంతా కుడ్యచిత్రాలలోని స్త్రీ మూర్తుల చిత్రాలకు ఎంతో పోలిక ఉంది. గుప్తుల కాలం నుండీ సాహిత్యానికి శృంగారం ప్రధాన వస్తువైంది. వాత్స్యయనుని కామసూత్రాలు శృంగారానికి, ప్రణయానికీ కొన్ని

అజంతా గుహ - ఒక పార్శ్వం

సూత్రాలనేర్పరిచి తరువాతి కవులకు ఈ విషయంలో మార్గదర్శకమైంది. ఇదంతా ఆనాటి రాజుల, శ్రీమంతుల అభిరుచికి అనుగుణంగా ఉంది. మృచ్ఛకటికం తప్ప మిగిలిన సంస్కృత నాటకాలు, కావ్యాలు అన్నిటిలో ఆనాటి రాజుల జీవితం వర్ణింపబడింది. శిల్పకళలాగా సంస్కృత సాహిత్యం కూడా రాజుల శ్రీమంతుల ఆదరణకు పాత్రమైంది. సామాన్యులు, సామరులు ఈ సాహిత్యాన్ని అర్థం చేసుకోలేకపోయారు. అందువల్లనే ఆనాటి సంస్కృత నాటకాలోని పురుష పాత్రలు శుద్ధమైన సంస్కృతాన్ని మాట్లాడితే స్త్రీలు, విదూషకులు తక్కువ జాతి పాత్రలు ప్రాకృతాన్ని మాట్లాడతాయి.

ఈ కాలంలో మత సాహిత్యంలో కూడా వృద్ధి కన్పిస్తుంది. అష్టాదశపురాణాలలో ముఖ్యమైనవి–మార్కండేయ, బ్రహ్మాండ, విష్ణు, భాగవత, మత్స్యపురాణాలు ఈకాలంలో చరింపబడ్డాయి. ఈ పురాణాలు మొదట్లో గాయకులైన వారిచే కూర్చబడినవి. అన్నిటిలో దాదాపు సూతమహర్షికాని అతని కుమారుడైన ఉగ్రవర్షుడుకానీ వ్యాఖ్యాతగా వ్యవహరిస్తారు. ఈ కాలంనాటికి ఇవి బ్రాహ్మణుల చేతిలో పడి కొత్త దేవుళ్ళు, కొత్త కల్పనలు వీనిలో చేరాయి.

అజంతా గుహలోని అప్సరస చిత్రం

వ్యాసుడు రచించిన మహాభారతంలో కూడా ఈ విధంగా మార్పులు చేర్పులు చేయబడ్డాయి. మూలంలో ఉన్న 24,000 శ్లోకాల నుండి సంఖ్య లక్ష శ్లోకాలకు పైగా పెరిగింది. ఈ మహాకావ్యంలోనూ, ధర్మశాస్త్రాలలోనూ కొన్ని విషయాలు సామాన్యంగా గోచరిస్తాయి. మనుధర్మశాస్త్రంలో కొన్ని విషయాలు మహాభారతంలోని శాంతిపర్వంలోనూ కనబడతాయి. దీన్ని బట్టి మనుస్మృతి ఈ కాలంలో రచింపబడినదని చెప్పవచ్చు. యాజ్ఞవల్క్యుడు, విష్ణువు, నారదుడు, బృహస్పతి, కాత్యాయనుడు రచించిన న్యాయగ్రంధాలు కూడా ఈ కాలంనాటివే అని చెప్పవచ్చు. పురాణాలలో, మహాకావ్యాలలో, ధర్మశాస్త్రాలలో కనబడే బ్రాహ్మణ దృక్పథం పంచతంత్రంలోని కథలలో మనకు వ్యక్తమౌతుంది.

ఖగోళశాస్త్రానికి సంబంధించి కొన్ని గ్రంథాలు ఈ కాలంలో రచింపబడ్డాయి. 'ఆర్యభట్టీయం' రచించిన ఆర్యభట్టు 5వ శతాబ్దికి చెందినవాడు. ఆనాడు వ్యాప్తిలోనున్న భావాలకు విరుద్ధంగా ఆర్యభట్టు భూమి తన అక్షంపై తాను తిరుగుతూ సూర్యునిచుట్టూ తిరుగుతుందని భావించాడు. ఇతని కృషివల్లనే ఖగోళశాస్త్రం గణితశాస్త్రం నుండి విడివడి ప్రత్యేక శాఖ అయింది. దశాంకగణితము ఉపయోగించిన ప్రధముడితడేగాని దీనిని కనిపెట్టినది ఇతడు కాదనే అభిప్రాయం ఉంది. 6వ శతాబ్ది చివరిభాగంలో నివసించిన వరాహమిహిరుడు ఖగోళశాస్త్రంపై, జ్యోతిష్యశాస్త్రంపై అనేక గ్రంథాలు రచించాడు. అతని 'పంచసిద్ధాంతిక' అనే గ్రంథం 5 ఖగోళ పద్ధతులను వివరిస్తుంది. (సిద్ధాంతాలు). వీటిలో రెండిటికి గ్రీకుల ఖగోళశాస్త్రానికి పోలికలు కన్పిస్తాయి. ఇతడు రచించిన లఘుజాతకం, బృహజ్జాతకం అనే రెండు జ్యోతిష గ్రంధాలు గుప్తుల కాలం నుండి వ్యాప్తిలోకి వచ్చాయి. వ్యాకరణం, నిఘంటు(కోశ) రచన ద్వారా సంస్కృత భాష కూడా వృద్ధిచెందింది. అమర సింహుడు రచించిన అమరకోశం(నామలింగానుశాసనమని దీనికి మరోపేరు) ఈనాటికీ ప్రామాణికమైన కోశము.

అలంకారికమైన, వ్యాకరణ బద్ధమైన సంస్కృతం దాదాపు దేశమంతటా రాజభాషగా కొనసాగింది. కానీ 6,7 శతాబ్దాల నుండి ప్రాంతీయ భాషలు వృద్ధి చెందడం ప్రారంభించాయి. తమకు రాజులు వివిధ ప్రదేశాలలో దానం చేసిన భూములలో స్థిరపడ్డ బ్రాహ్మణుల సంస్కృతానికీ, (సంస్కత భాషలోని వివిధరూపాలకూ) ప్రాంతీయంగా ఉండే తెగల భాషలకూ మధ్య సంపర్కం ఏర్పడడంతో ఈ ప్రాంతీయ భాషలు వృద్ధి చెందాయి. గుప్తుల అనంతర కాలంలో నేటి హిందీ, బెంగాలీ, అస్సామీ, రాజస్థానీ, గుజరాతీ, మరాఠీ భాషలకు పూర్వ రూపాలు ఏర్పడ్డాయి. దీనితోపాటుగా ఆ ప్రాంతీయ భాషలకు లిపులు కూడా ఏర్పడ్డాయి. ఈ పరిణామాలన్నీ వివిధ ప్రాంతీయ సంస్కృతులు(ఆంధ్రా, అస్సామీ, బెంగాలీ, గుజరాతీ, మరాఠీ, ఒరియా, రాజస్థానీ, కేరళ, కర్ణాటకవంటి) ఏర్పడడానికి దారితీశాయి.

గుప్త చక్రవర్తుల కాలం హిందూ పునరుజ్జీవనా కాలంగా భారతదేశ చరిత్ర గ్రంథాలలో ఎక్కువగా చెప్ప బడింది. ఇది వాస్తవానికి విరుద్ధం. గుప్తుల శిల్పకళలో అత్యున్నత దృష్టాంతాలు సారనాధ్‌లోని బుద్ధ విగ్రహాలు, అజంతాలోని అత్యున్నత చిత్రాలు బౌద్ధమత ఇతివృత్తం ఉన్నవి, ఆర్యభట్ట, వరాహమిహిరుడు వ్రాసిన ఖగోళ గ్రంథాలలో ఖగోళ పరిజ్ఞానం కొంత మాత్రమే మన సంప్రదాయానికి చెందినది. వరాహమిహిరుడు వివరించిన పంచసిద్ధాంతాల్లో

ఒకటైన రోమక సిద్ధాంతం రోమన్ పద్ధతికి చెందినది, ఇంకొకటి పౌలిక సిద్ధాంతం అలెగ్జాండ్రియాకు చెందిన పాల్ అనే ఖగోళ శాస్త్రజ్ఞుని పేరుతో సంబంధం కలిగిఉన్నట్టు చెప్పబడుతోంది. హిందూ పునరుజ్జీవనానికి సంబంధించినవి అని చెప్పబడుతున్నవి. కాళిదాసు రచనలు,పురాణాలు, నాణాలు,శాసనాలు మాత్రమే. వీనిలో నాణాలు, శాసనాలు వైష్ణవ, శైవ మతాలను గుప్తులు ఆదరించినట్లు తెలిపేవి. కాళిదాసుని సాహిత్య ప్రక్రియలలో జరుగుతున్న అభివృద్ధిని, పరిణామాలనూ ఇవి సూచిస్తాయి. గుప్తులకంటే పూర్వం నుండే పురాణాలు గాయక సాహిత్యంగా ప్రచారంలో ఉన్నాయి. గుప్తుల కాలంలో వీటిలో కొన్ని సంకలనంచేయబడి ప్రస్తుత రూపాన్ని పొందాయి. అలాగే వైష్ణవ, శైవమతశాఖలకున్న వ్యాప్తి కూడా మతంలో పునరుజ్జీవనం కాదు. ఈ మతాల మూల సూత్రాలు ప్రాచీన కాలానికి చెందినవే. అదే విధంగా హిందూ అనే పదం వాడుక సరైనది కాదు. గుప్తుల అనంతరం అరబ్బులు హింద్‌లో నివసించే ప్రజలను సంబోధిస్తూ 'హిందూ' అన్నపదం వాడారు. ప్రాచీన భారతీయులు తమను హిందువులుగా ఎన్నడూ భావించుకోలేదు. కాబట్టి ఎక్కువగా ప్రచారంలోఉన్న హిందూ పునరుజ్జీవనం అన్నది వాస్తవానికి పునరుజ్జీవనం కాదు, హిందూ పునరుజ్జీవనం అన్నది కూడా కాదు.

గుప్తవంశ పాలకులు, (రామగుప్తుడు తప్ప) శకులకూ, హూణులకు వ్యతిరేకంగా పోరాడారు. కాబట్టి జాతీయభావాన్ని పెంపొందించారని చెప్పబడింది. సంస్కృత కావ్యాలుగాని, నాటకాలుగానీ ప్రత్యక్షంగా ఏ గుప్త చక్రవర్తినీ పేర్కొనలేదు. పురాణాలలోనే వీరి ప్రస్తావన ఉంది. అది కూడా మ్లేచ్ఛులు(అపవిత్రులు) అవినీతిపరులుగా వర్ణింపబడిన తక్కువ జాతి రాజులతో వీరిని పోల్చారు. గుప్తుల శాసనాలలోనే వారు తమను తాము పొగుడుకోవడం కన్పిస్తుంది. ఈ జాతికి చెందినదే సముద్రగుప్తుని ప్రశస్తి. సామ్రాజ్యం పతనమవగానే వీరు మరుగునపడిపోయారు. 19వశతాబ్దంలో వారికి సంబంధించిన ఆధారాలు బయటపడి పరిష్కరింపబడే వరకూ గుప్తులను గురించి ప్రస్తావనే లేదు. 19వ శతాబ్దంలో బయటపడిన రికార్డులను(పత్రాలను) భారతీయ చరిత్రకారులు సంపాదించి భారదేశానికి ఆక్రమణదారుల దండయాత్రలు తప్ప ఇతరమైన చరిత్ర లేదనే ఆంగ్ల సామ్రాజ్యవాదుల వాదనను ఎదుర్కొవడానికి వీటిని ఆయుధాలుగా ఉపయోగించారు. గుప్తులు జాతీయ భావాన్ని పునరుద్ధరించారనడం కంటే జాతీయ భావమే గుప్తులను పునరుద్ధరించింది అని కొందరుచేసిన వ్యాఖ్యలో ఎంతో సత్యముంది.

కొంతమంది భారతీయ చరిత్రకారులు మన చరిత్రలో గుప్తుల కాలాన్ని స్వర్ణయుగంగా వర్ణించి వారి రచనల్లో సంఘజీవితం ఈ కాలంలోకంటే ఏ కాలంలోనూ ఇంత సుఖంగా లేదు అని ఆవేశంతో వర్ణించారు. కానీ ఈ కాలంలోనే మనదేశంలోని కొన్ని ప్రాంతాల్లో బానిసత్వం బలవంతపు చాకిరీ తలెత్తాయి. ఇది రైతులు ఆర్థికంగా చితికిపోవడానికి దారితీసింది. స్త్రీలు ఒక ఆస్తిగా భావింపబడి ఎల్లవేళలా మగవారి అధీనంలోనే ఉండాల్సి వచ్చింది. వీరు కళలలో సాహిత్యంలో మాత్రమే ఆదర్శంగా చూపబడ్డారు. కుల వ్యవస్థ, వివిధ కులాల మధ్య గల వ్యత్యాసాలు ఈ కాలంలో ఇంకా పరుషమైన తారతమ్యాలు, న్యాయం, చట్టం కూడా

అగ్రవర్ణాల పట్ల పక్షపాతం చూపింది. రెండవ చంద్రగుప్తుని కాలంలో చైనా నుండి మనదేశానికి వచ్చిన బౌద్ధ యాత్రికుడు పాహియాన్ 'ప్రజలు సంతోషంగా జీవించారు'. అని మామూలుగా పేర్కొన్నాడు. సమకాలీన సాహిత్యంలో చూపబడిన అగ్రవర్ణాలవారు, శ్రీమంతులు సాధారణంగా సుఖప్రదమైన, సంతోషమైన జీవితాన్ని గడిపారు. కానీ ఈ సుఖ జీవనం సామాన్యులకు, అల్పవర్ణాలవారికీ వర్తించలేదు. పాహియాన్ చండాలుర దుస్థితిని గురించి పేర్కొన్నాడు. సమాజంలో అంటరానివారు ఇంకా హీనంగా చూడబడ్డారు. సమాజంలో పరస్పర విభేదాలు, ఒత్తిడులు కొనసాగాయి. సంఘంలో వర్ణ వ్యస్థను కాపాడేందుకు మతం ఉపయోగించబడింది. అగ్రవర్ణాలవారికి చరిత్రలో అంతా స్వర్ణయుగమే కాని సామాన్యులకు మాత్రం ఏవీ బంగారు రోజులు కావు. ప్రజలకు నిజమైన స్వర్ణయుగం గతంలో కంటే భవిష్యత్తులోనే ఉంది.

దేనల్సూర్
సుర్కోతడ
లోథల్
రంగాపూర్
మేఘం
నర్మద నది
తాపి నది
భగతావ్
హారప్ప స్థలాలు
ఆధునిక పట్టణాలు
దేశ సరిహద్దు
స్కేలు
300 మైళ్ళు
500 కి.మీ.

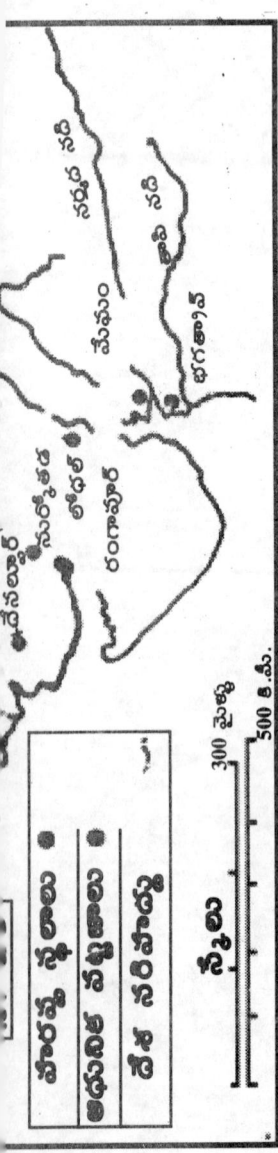

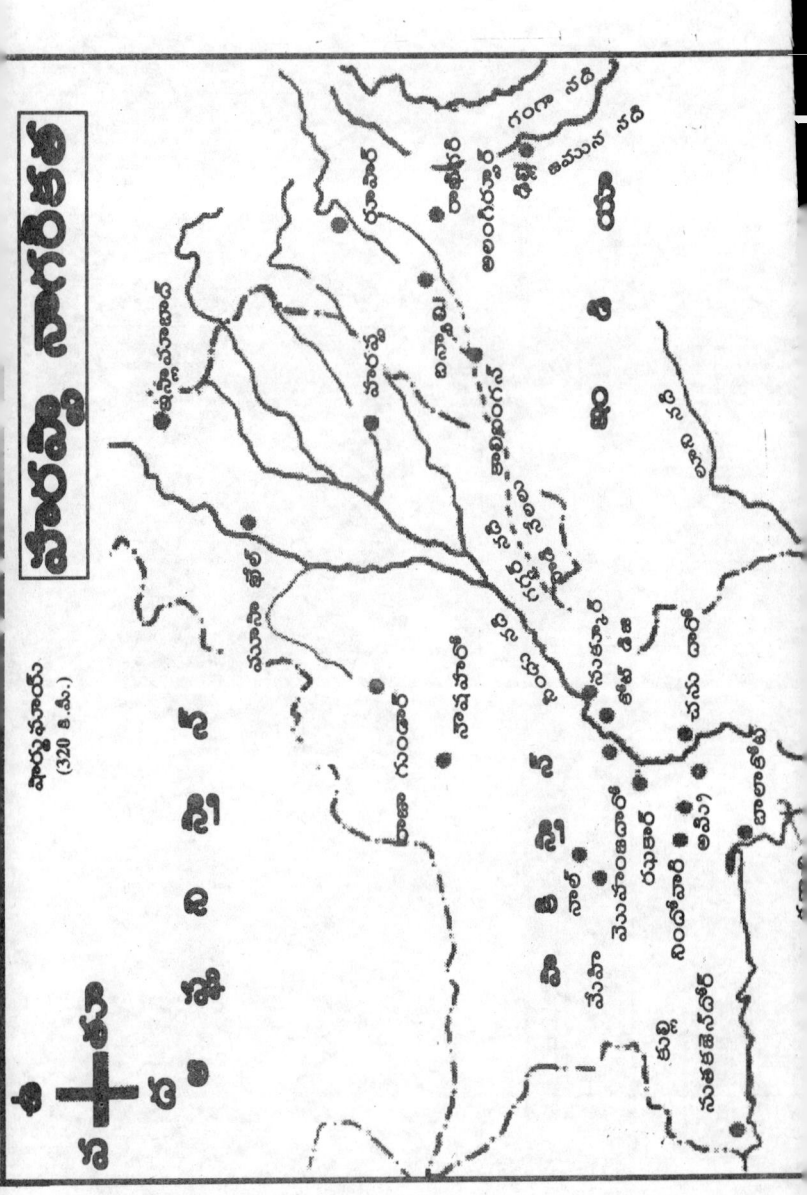

హరప్పా నాగరికత
శార్మఘాయ్
(320 కి.మీ.)
ఉ
ప
తూ
ద
ఆ ఫ్ఘ ని స్తా న్
మూసా ఖేల్
ఇస్లామాబాద్
రాణా గుండార్
నౌషహారో
హరప్ప
రూపార్
బనావాలి
రాఖీగరి
అలంగిర్పూర్
కాలిబంగన్
ఢిల్లీ
గంగా నది
యమున నది
సింధు నది
గగ్గర్ నది
పా కి స్తా న్
నాల్
మేహి
మొహెంజదారో
సుత్కాగెండోర్
కోట్ డిజి
రఘుకార్
కుల్లి
నిందోవారి
చను దారో
లూని నది
ఇం డి యా
బాలాకోట్

అరేబియా సముద్రం
బంగాళాఖాతం
గోదావరి నది
కృష్ణా నది
మద్రాస్
కావేరి నది
అనూరాధపురం
లక్షదీవులు (ఇండియా)
అండమాన్ నికోబార్ దీవులు (ఇండియా)
హిందూ మహా-సముద్రం
స్కేలు
500 కి.మీ.
300 మైళ్ళు
ఉ
ప
తూ
ద

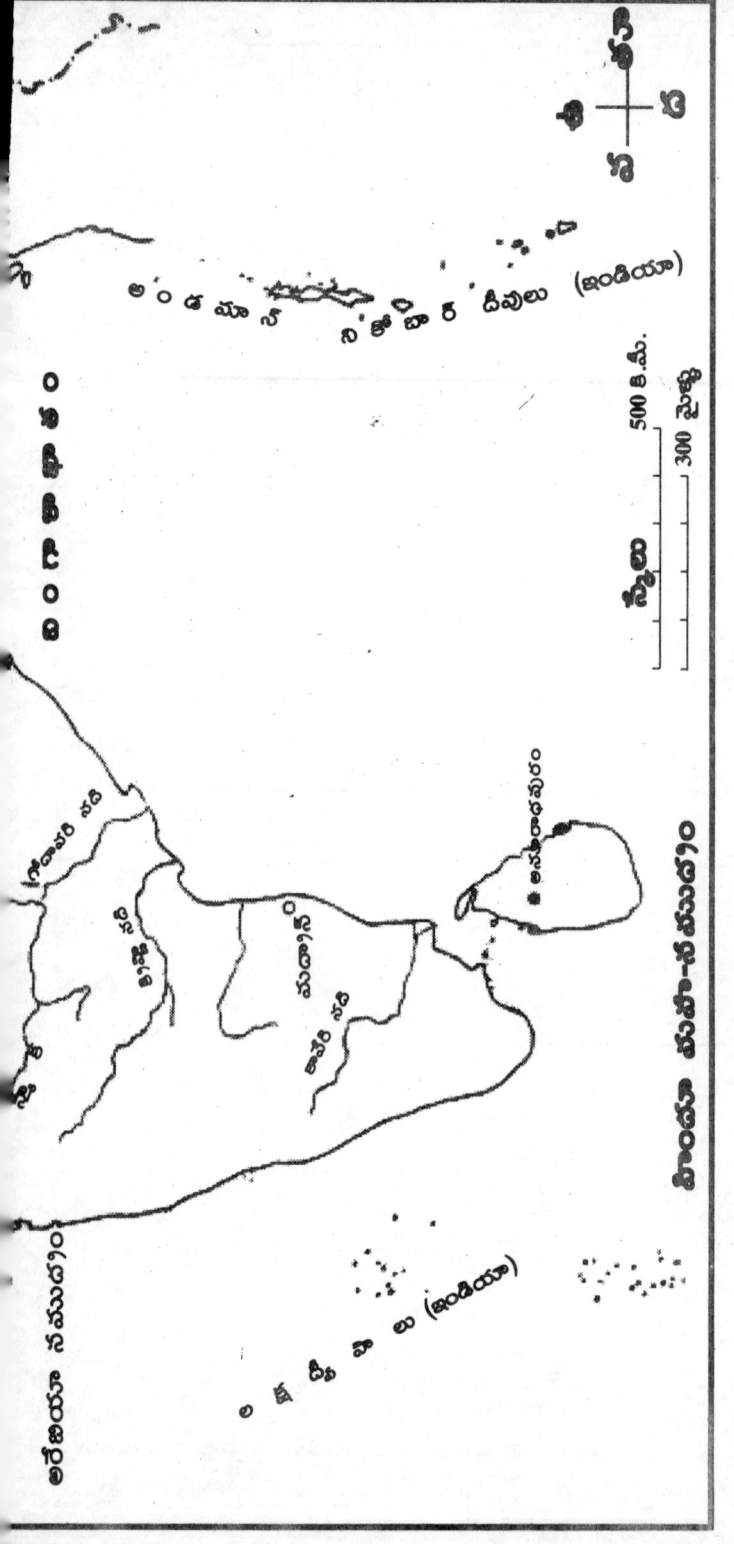

మహా-జనపదాలు
సూచిక
మహాజనపదాలు అంగ
ప్రాచీన నగరం
ఆధునిక పట్టణం
దేశ సరిహద్దు
కాంభోజ
చర్సద్ద
తక్షశిల
శ్రీనగర్
సింధు నది
కురు
పాంచాల
ఇంద్రప్రస్థ
హస్తినాపూర్
లుంబిని
కోసల
శ్రావస్తి
విరాట్
మత్స్య
మధుర
వత్స
కౌశాంబి
సాహగౌర
మల్లా
వజ్జి
వైశాలి
కాశి
గంగా నది
అంగ
మగధ
రాజగిర్
చంప
వారణాసి
అవంతి
చేది
ఎరాన్
ఉజ్జైన్
విదిశ
బరూకచ
తమ్లుక్
కలకత్తా
బంగర
మహాస్థాన్
బ్రహ్మపుత్ర నది

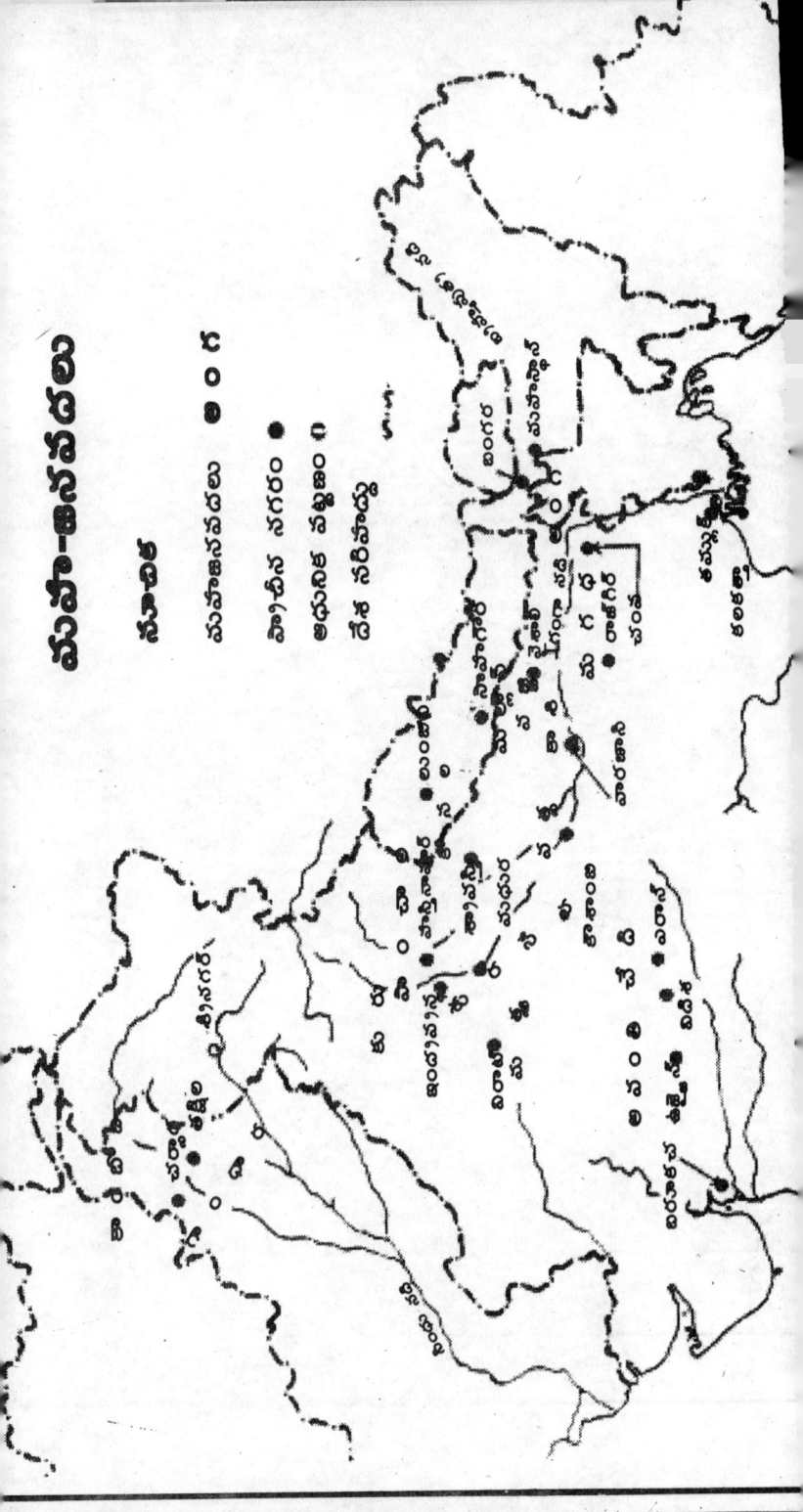

బొంబాయి
సొపార
ధౌలి (తోసలి)
జౌగడ
అరేబియా సముద్రం
గోదావరి నది
కళింగ
కృష్ణా నది
బంగాళాఖాతం
మస్కి
అమరావతి
ఉడెగోల
ఎర్రగుడి
నిట్టూర్
బ్రహ్మగిరి
కావేరి నది
మద్రాస్
లక్షదీవులు (ఇండియా)
అండమాన్ నికోబార్ దీవులు (ఇండియా)
తామ్రపర్ణి
హిందూ మహా-సముద్రం
స్కేలు
500 కి.మీ
300 మైళ్ళు
ఉ
ప
తూ
ద

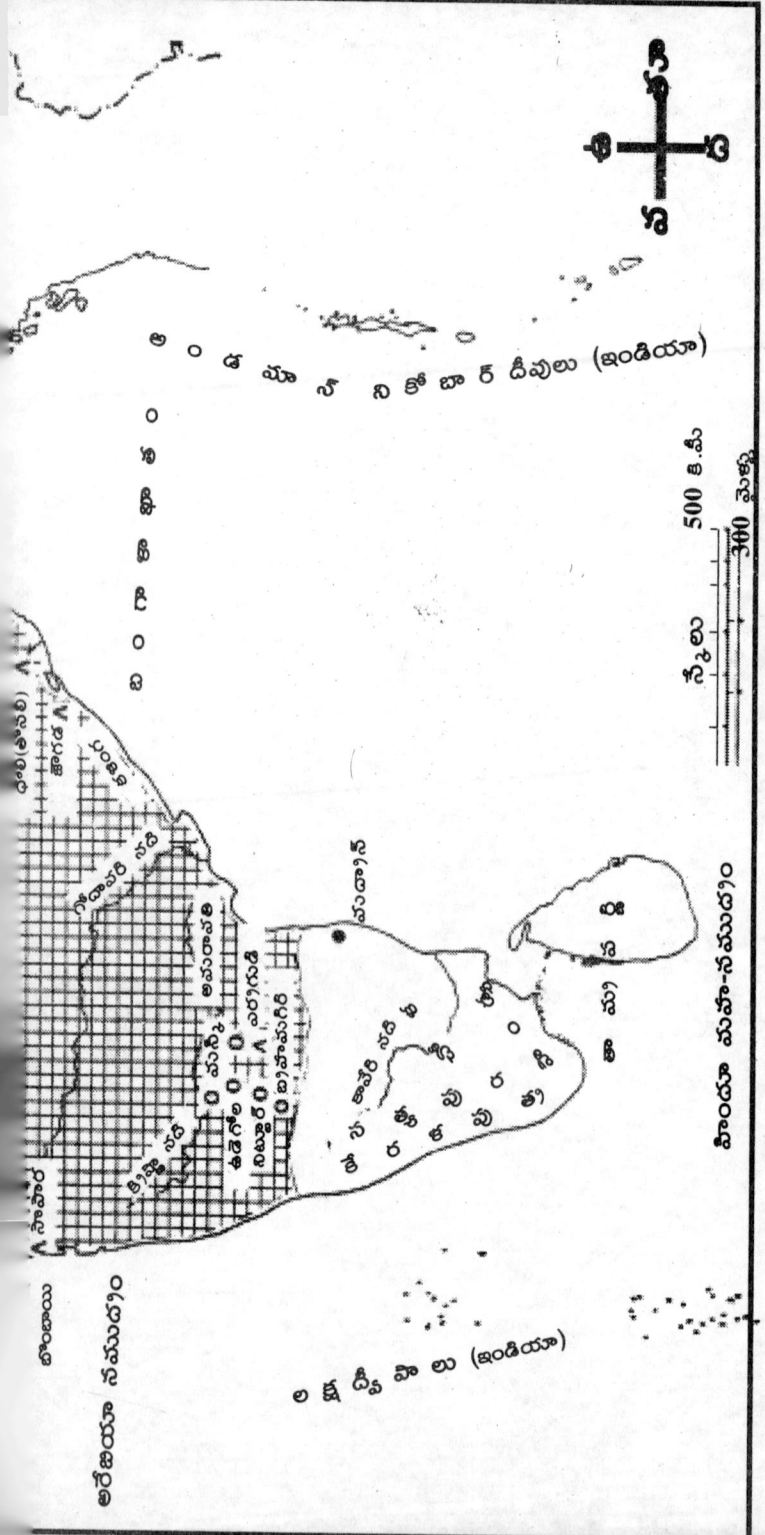

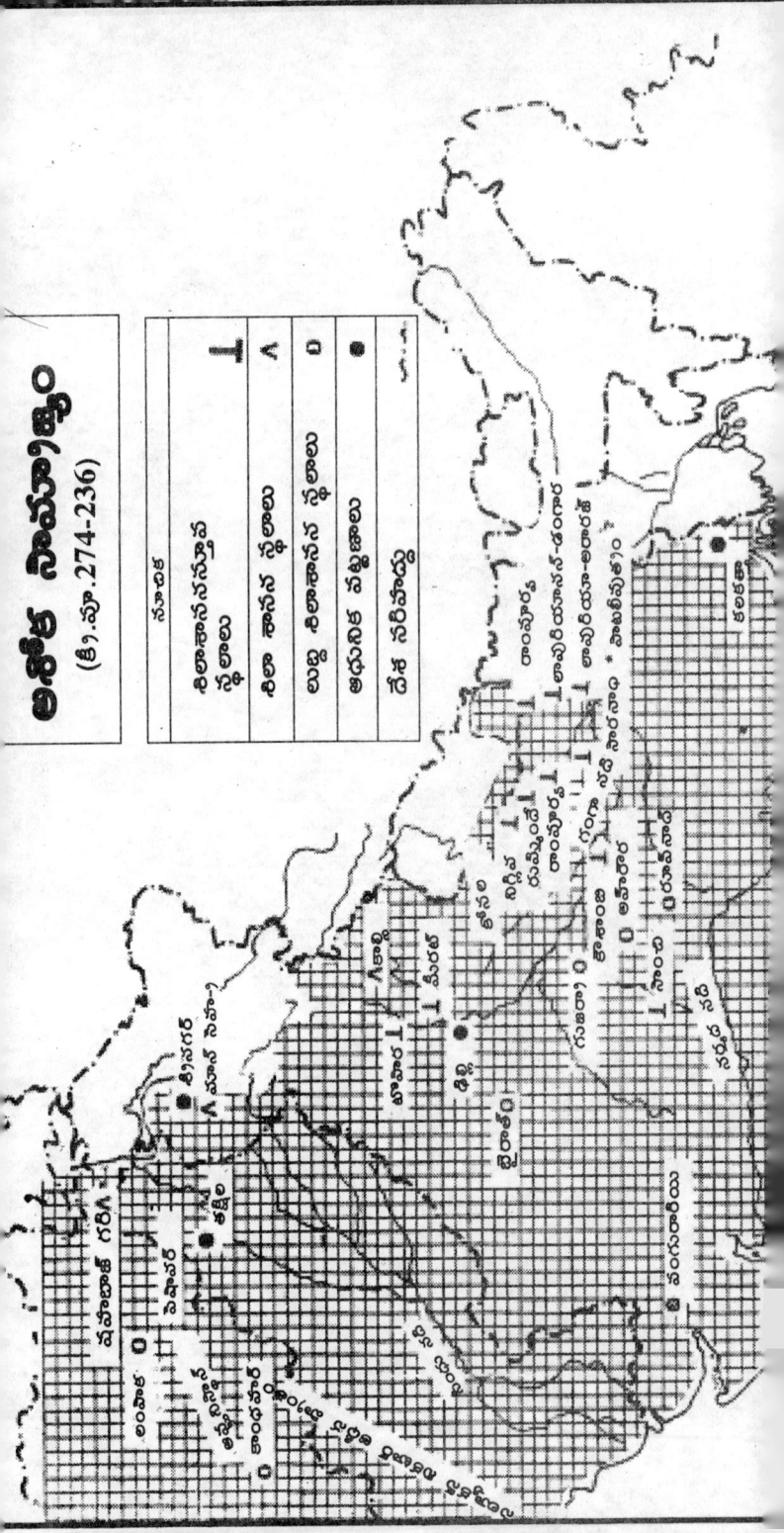

అశోక సామ్రాజ్యం
(క్రీ.పూ.274-236)
సూచిక
శిలాశాసనస్తూప స్థలాలు
శిలా శాసన స్థలాలు
లుబ్ద శిలాశాసన స్థలాలు
ఆధునిక పట్టణాలు
దేశ సరిహద్దు
షహబాజ్ గరిగి
లంపాక
పెషావర్
శ్రీనగర్
మాన్ సెహా-౧
తక్షిల
ఆఫ్ఘనిస్థాన్
కాంధహార్
కాల్సి
టోపార
మీరట్
ఢిల్లీ
సింధు నది
బైరాత్
కోసల
నిగ్లీవ
రుమ్మిందే
రాంపూర్వ
లావురియానన్-దంగార
లావురియా-అరారజ్
గుజర్రా
కౌశాంబి
గంగా నది
సారనాధ
పాటలీపుత్రం
అహ్రౌర
సాంచి
రూప్‌నాథ్
వంగురారియి
నర్మద నది
కలకత్తా

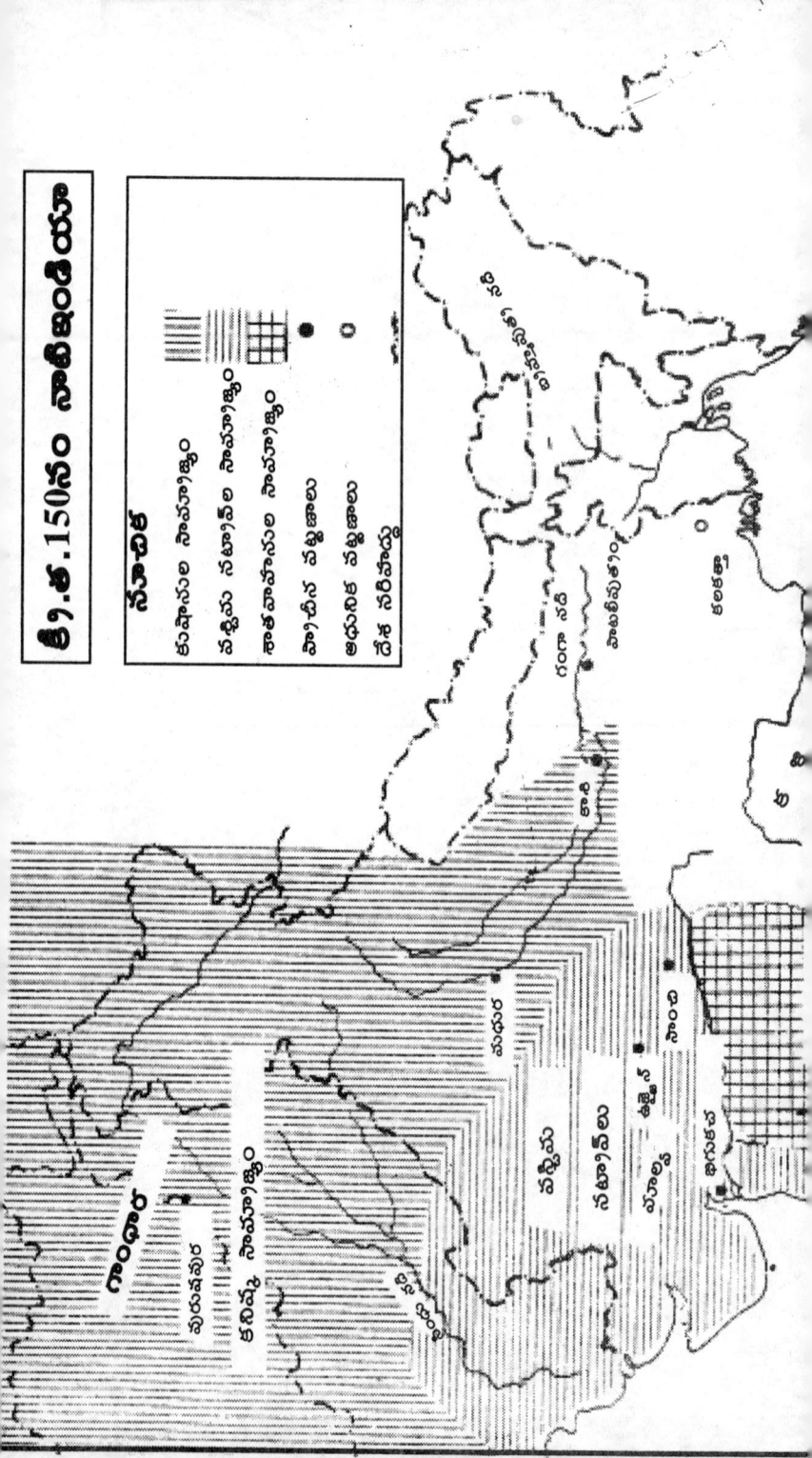

క్రీ.శ.150నం నాటి ఇండియా
సూచిక
కుషానుల సామ్రాజ్యం
పశ్చిమ సట్రాప్‌ల సామ్రాజ్యం
శాతవాహనుల సామ్రాజ్యం
ప్రాచీన పట్టణాలు
ఆధునిక పట్టణాలు
దేశ సరిహద్దు
గాంధార
పురుషపుర
కనిష్క సామ్రాజ్యం
సింధు నది
మధుర
పశ్చిమ
సట్రాప్‌లు
మాల్వ
ఉజ్జైన్
సాంచి
భిగుకచ
కాశి
గంగా నది
పాటలీపుత్రం
బ్రహ్మపుత్ర నది
కలకత్తా

ప్రతిష్ఠాన
బొంబాయి
శాతవాహనులు
గోదావరి నది
బంగాళాఖాతం
అరేబియా సముద్రం
కృష్ణా నది
అమరావతి
లక్షద్వీపాలు (ఇండియా)
కావేరి నది
మద్రాస్
చేరాలు
చోళులు
పాండ్యు
అండమాన్ నికోబార్ ద్వీపులు (ఇండియా)
స్కేలు
500 కి.మీ.
300 మైళ్ళు
హిందూ మహా-సముద్రం
ఉ
ప
తూ
ద

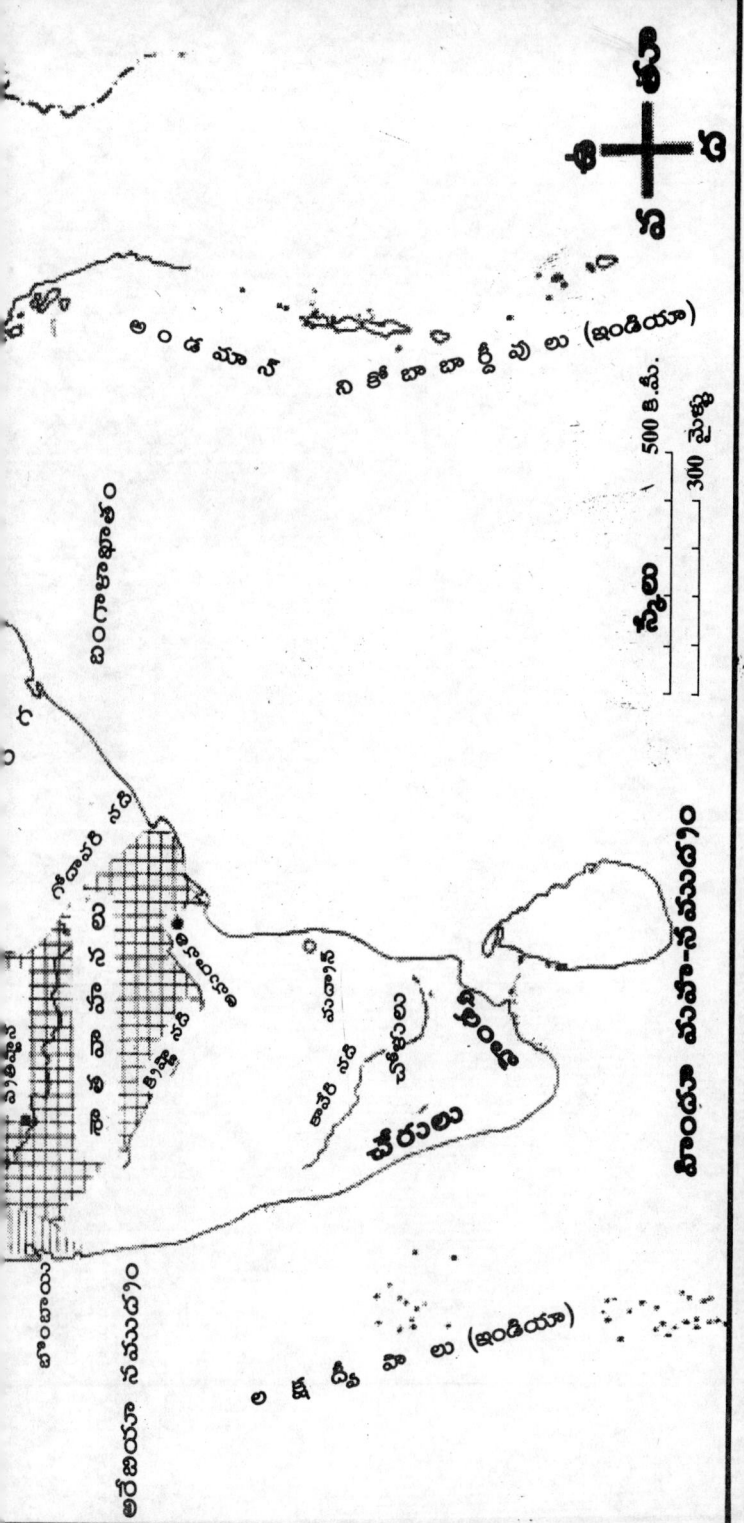

కార్లె
ప్రతిష్ఠాన
జునార్
అరేబియా సముద్రం
కరీంనగర్
గోదావరి నది
కృష్ణా నది
నాగార్జున కొండ
అమరావతి
బంగాళాఖాతం
కోలార్
మద్రాస్
కావేరి నది
అరికమేడు
కావేరిపట్టణం
ఉరైయూర్
మధురై
లక్షద్వీపాలు (ఇండియా)
అండమాన్
నికోబార్ దీవులు (ఇండియా)
హిందూ మహా-సముద్రం
స్కేలు
500 కి.మీ.
300 మైళ్ళు
ఉ
ప
తూ
ద

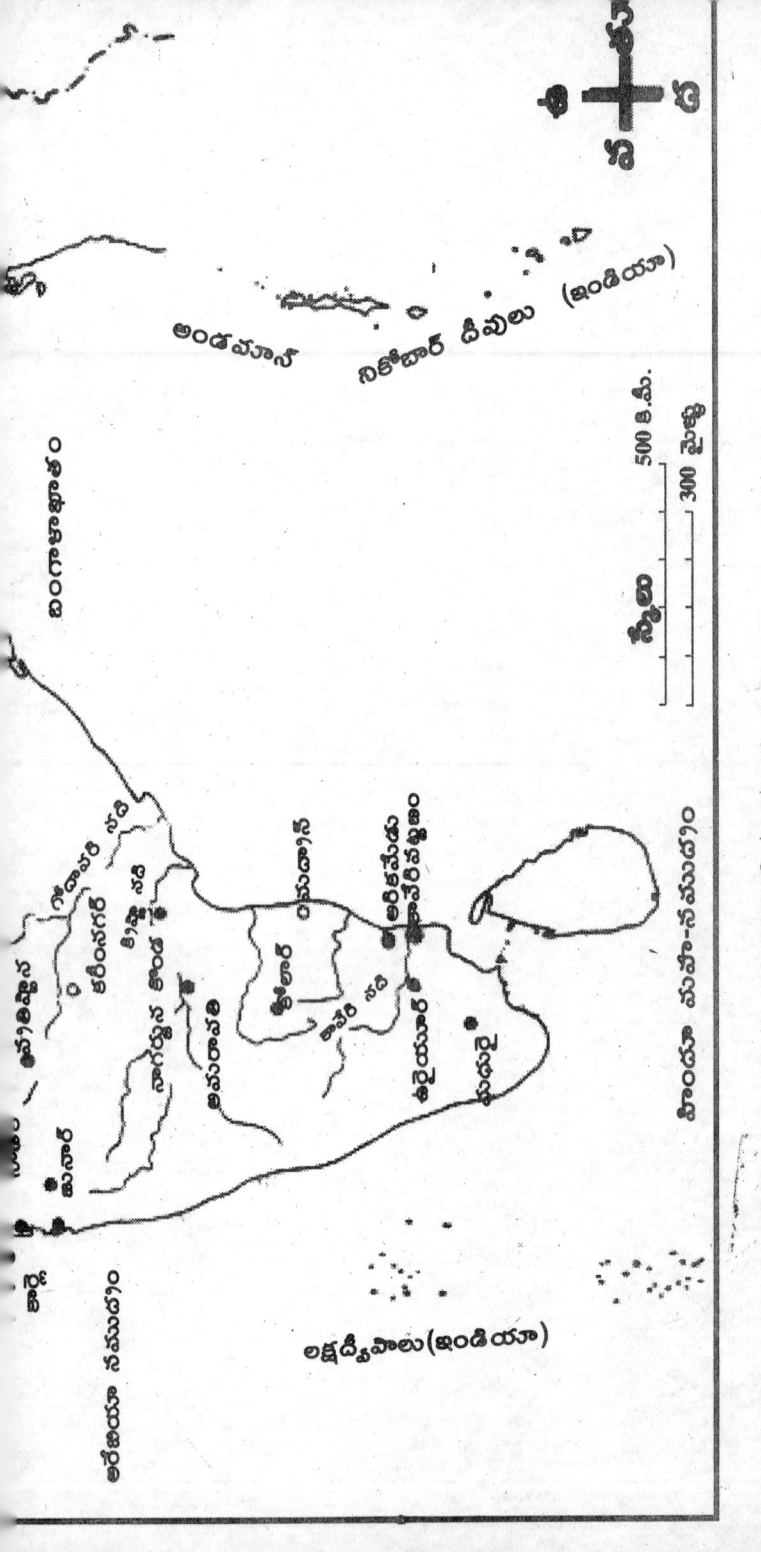

ఇండియా
(క్రీ.పూ.200 - క్రీ.శ. 300)
సూచిక
ప్రాచీన పట్టణాలు
ఆధునిక పట్టణాలు
దేశ సరిహద్దు
బామియాన్
గాంధార
కాబూల్
పురుషపుర
తక్షిల
శ్రీనగర్
సకల
సింధు నది
మధుర
శ్రావస్తి
అయోధ్య
కుశాంబి
గంగా నది
పాటలీపుత్ర
బనారస్
గయ
బ్రహ్మపుత్ర నది
మాల్వ
విదిశ
సాంచి
ఉజ్జైన్
నర్మద నది
కతియావార్
కలకత్తా

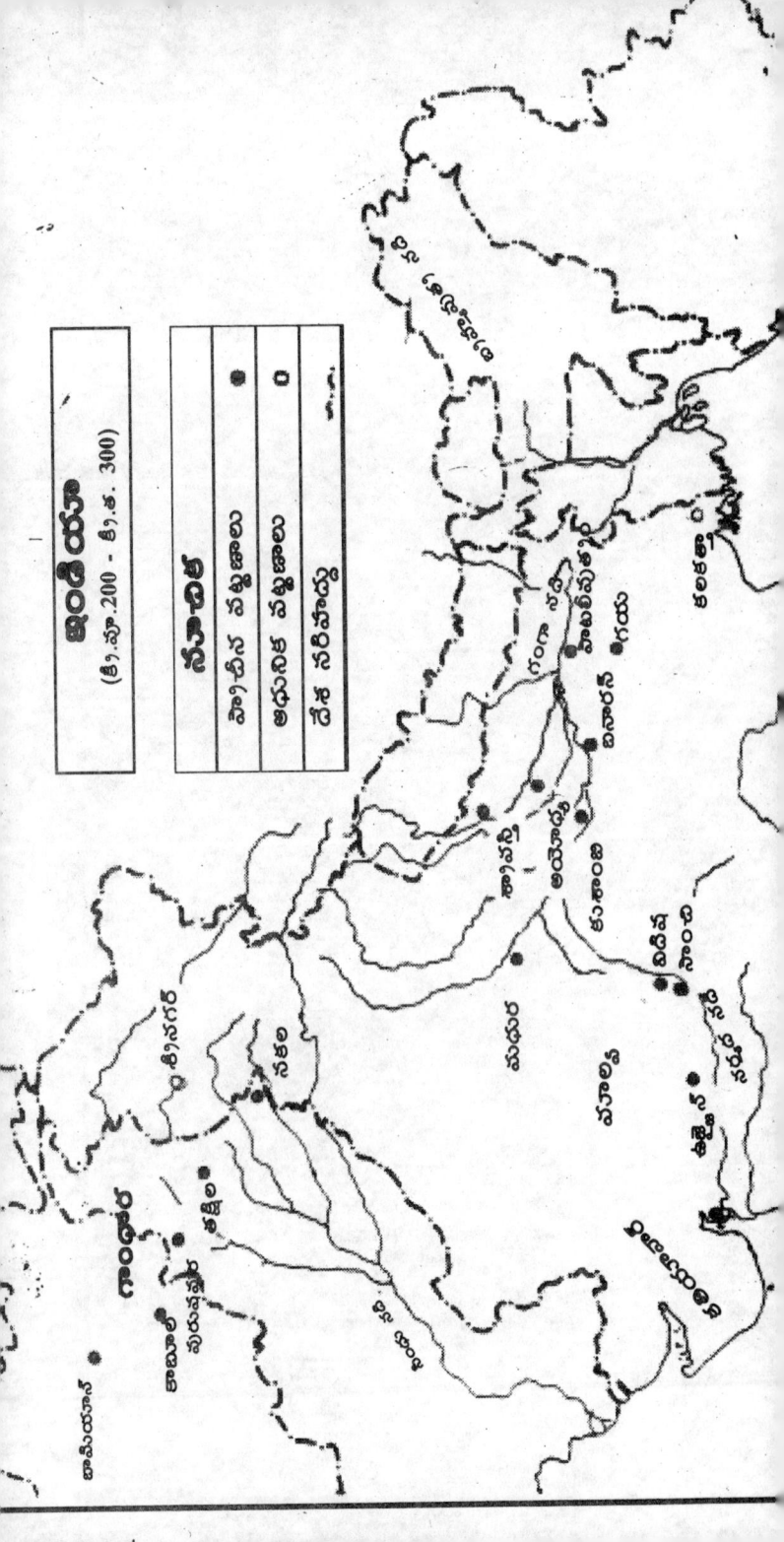

అరేబియా సముద్రం
గోదావరి నది
సాలంకాయనలు
బంగాళాఖాతం
కృష్ణా నది
వేంగి
కదంబులు
గంగాలు
మద్రాస్
కంచి
కావేరి నది
పల్లవులు
పాండ్యులు
లక్షద్వీపాలు (ఇండియా)
అండమాన్
నికోబార్ దీవులు (ఇండియా)
హిందూ మహా-సముద్రం
స్కేలు
500 కి.మీ.
300 మైళ్ళు
ఉ
ప
తూ
ద

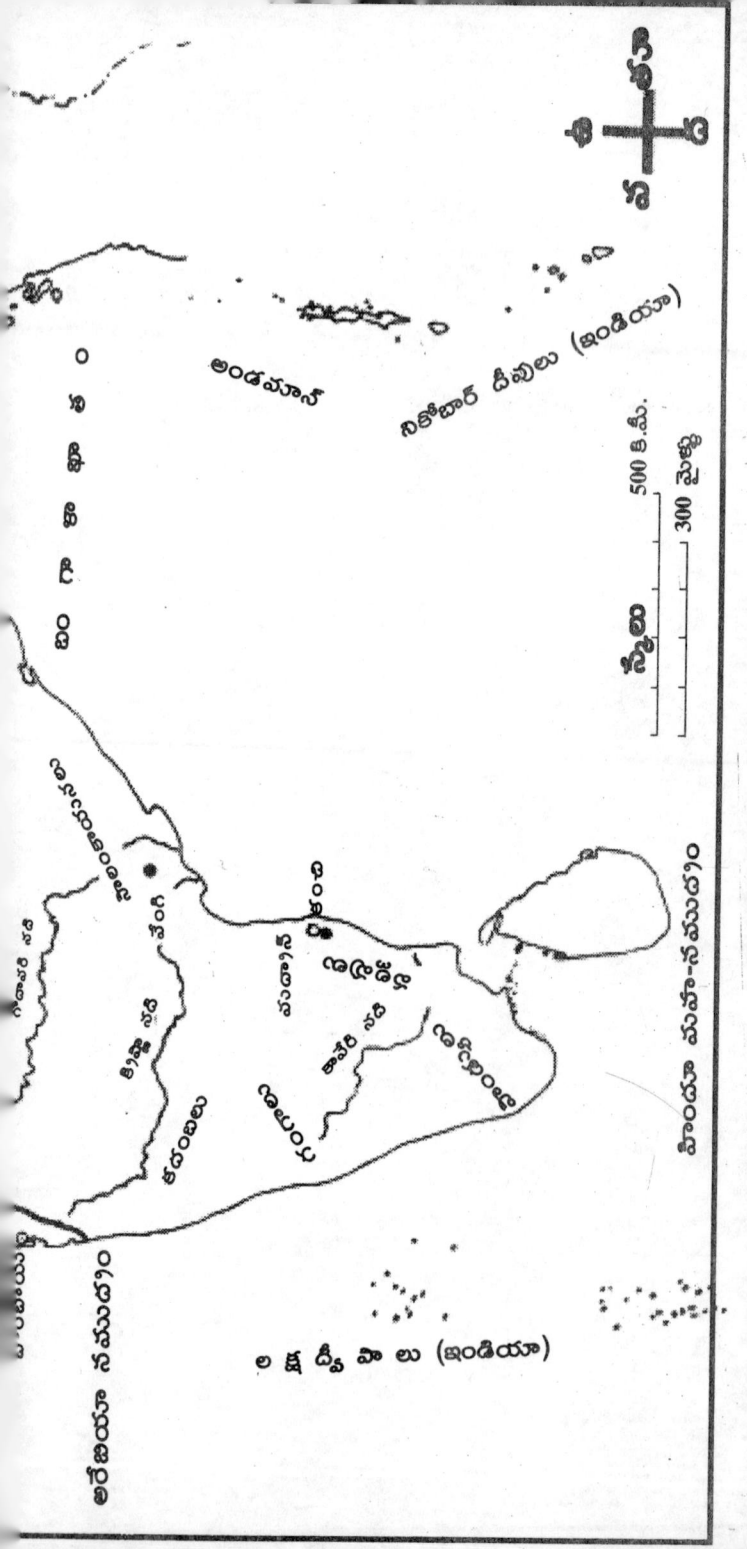

నాల్గవ శతాబ్ది చివరి గుప్తుల సామ్రాజ్యం

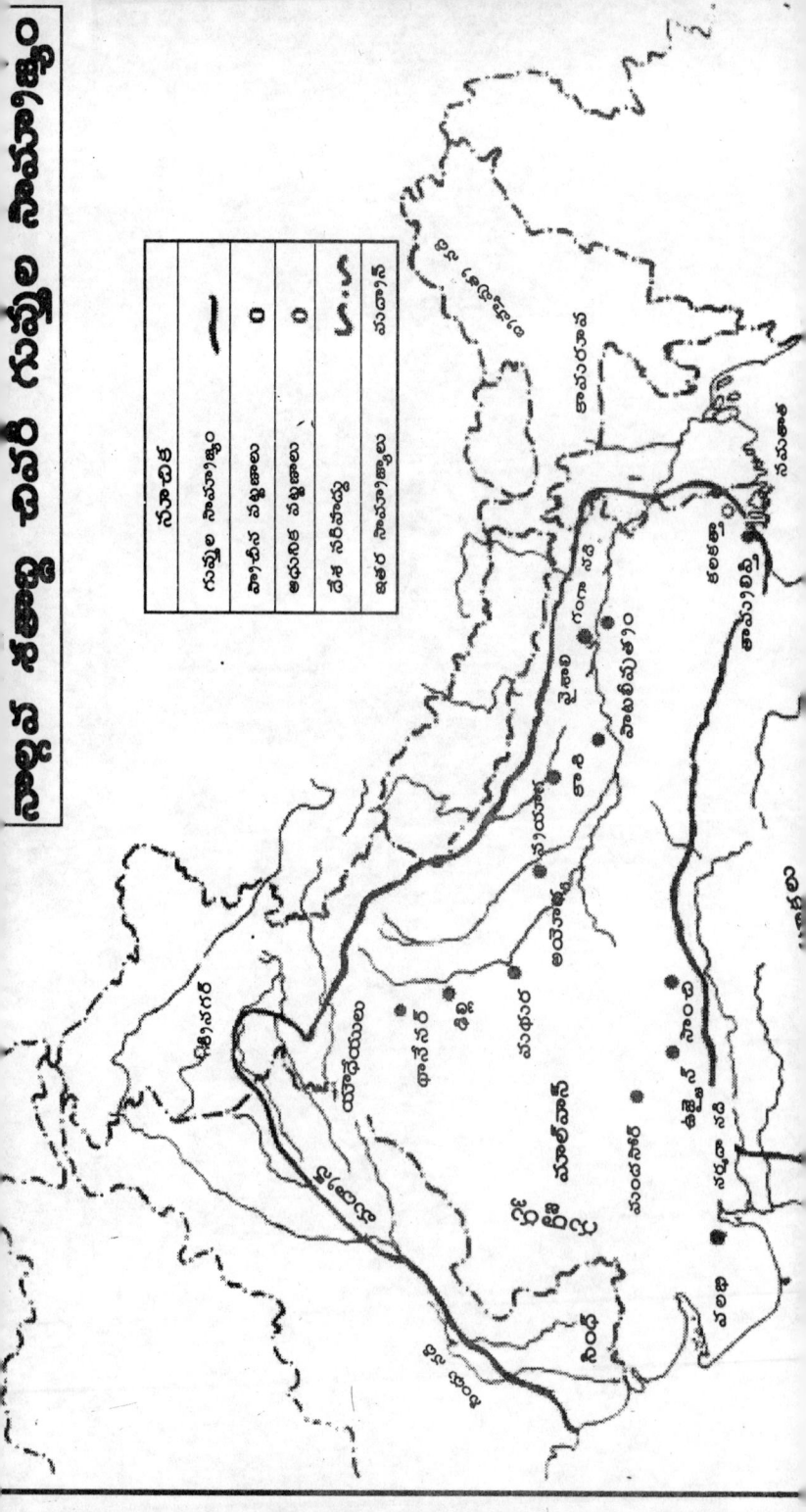